சலூன் நாற்காலியில் சுழன்றபடி

முதல் 70 கதைகள்

கோணங்கி

அடையாளம்

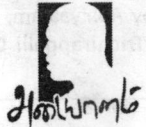

முதல் பதிப்பு 2008
மீளச்சு 2012
இரண்டாம் பதிப்பு 2015
இரண்டாவது மீளச்சு 2022

© கோணங்கி

வெளியீடு: அடையாளம், 1205/1 கருப்பூர் சாலை, புத்தாநத்தம் 621310, திருச்சி மா.வ., இந்தியா, தொலைபேசி: 04332 273444

அட்டை ஓவியம்: இவ்ஓவியத்துக்கான கதை பழங்கால ரோமானிய தொன்மக்கூற்றின் நியாயங்களை உள்ளடக்கியிருக்கும் ‘ஒன்பது புத்தகங்களில்’ பதிவு செய்யப்பட்டிருக்கிறது. இதைப் பதிவு செய்தவர் முதன்மை ரோமானிய வரலாற்றாளர் வலேரியஸ் மாக்ஸிமஸ். இவர் ‘புதிய உயிர்களுக்கான கடவுளின் அன்பு’ எனும் வகைப்பாட்டில் தம் கதையுடன் இந்த ஓவியத்தையும் சேர்த்திருக்கிறார். அதில் பெரோ என்ற பெண், சிறையில் தண்டனை பெற்று பட்டினி கிடக்கும் தன் தந்தைக்குக் கையறுநிலையில் தன்னுடைய முலைப்பாலை ஊட்டி அவருடைய பசியைத் தீர்க்கிறாள். இதுவே அக்கதையின் வெளிச்சமாய் இருக்கிறது. பெரோவின் மரணவலி தீர்க்கும் இச்செயல் சிறை அதிகாரிகளையும் அரசரையும் வென்று அவளுடைய தந்தையை விடுவிக்க வைக்கிறது. இதை வரைந்தவர் 17ஆம் நூற்றாண்டைச் சேர்ந்த பிரபல இத்தாலிய ஓவியர் ஹைடோரெனி.

அட்டை வடிவம்: மாரீஸ், நூல் வடிவம்: த பாபிரஸ், அச்சாக்கம்: அடையாளம் பிரஸ், இந்தியா

ISBN 978 81 7720 115 4

விலை: ₹ 495

Saloon naarkaaliyil chulantrapadi, Short Stories in Tamil by Konangi, Published by Adaiyaalam, 1205/1 Karupur Salai, Puthanatham 621310, Trichirappalli District, India, email: info@adaiyaalam.net

வாலை வாக்கு

அப்போதுவரை...

'மீட்சி' இயக்கத்தில் சக்-மூலுடன் கைகோர்த்திருந்த பால்மண்டலத் தலைமுறைகள்,

என் முதல் ஆசிரியன் பிரம்மராஜன், 'தேடல்' சா. ஜோதி விநாயகம், சமயவேல்,

பால்யத்தில் 'அஃ' இதழ் திறந்து 'வண்டி' பூட்டிய கதாபாத்திரங்கள் 'நீர்மை' படிந்த ந. முத்துசாமி 'இச்சை' 'புற்றில் உறையும் பாம்புகள்' 'பரிணாமச் சுவடுகளில்' ஆர். இராஜேந்திர சோழனின் ஆழம் மசக்கிய மயிலம், 'மிருகம்' 'அரேபியா' 'காரை வீடு' கண்தெரியாத பாட்டியை 'எஸ்தர்' குரல் அடங்க வைத்ததில் வண்ணநிலவனின் எதிர்விதியாய் கதைசொல்லி மண்மம் உயிர்த்தேன் மூதாயின் குரல்வளையில், 'கரு' ரீதியோடு ஆவுடையின் துயர் வீசிய பூமணி உடைமரப்பாதையை நெருங்குகிறேன். இவான் ருல்ஃபோவின் பேய்பிடித்த பெட்ரோ பராமோவை காமேடர்ஸ் மலைகளைக் கடந்து லூவினா தால்பாவை கடப்பதில் எரியும் சமவெளியில் ஜி. நாகராஜனின் ஓடிய கால்களுடன் நில்லாமல் ஓடிக்கொண்டு இருக்கிறேன்...

இவர்களுக்கு முதல் 70 கதைகள் சொல்லும் அனல் வாக்கு.

நன்றி

இக்கதைகளை வெளியிட்ட மீட்சி, தேடல், விழிகள், சிகரம், நிகழ், கணையாழி, இனி, செம்மலர், முன்றில், விருட்சம், வித்யாசம், காலம், பாலம், கல்குதிரை, நிறப்பிரிகை, குதிரை வீரன் பயணம், பயணம், சுருதி ஆகிய சிற்றிதழ்களுக்கும் நூல் அகம் கொடுத்த ஏ.எஸ். பன்னீர்செல்வன், பட்டுப்பூச்சி களை வெளியிட்ட வேர்கள் மு. ராமலிங்கம், ஓவியர் மாரீஸ் அன்னம் வழங்கிய முதல் மூன்று தொகுதிகளில் மீராவுடன் சிவகங்கையில் வதிந்த வேனிற்காலங்களுக்கும், முதல் 70 கதைகள் வெளியிட முன்வந்த அடையாளம் கோர்க்கும் மழைநாட்கள் அக்டோபர் 2008

முதல் 70 கதைகள்

	முன்கதை: 32 பதுமைகள் சொன்ன 70 கதைகள்	8
	நூன்முகம்	20
01	மதினிமார்கள் கதை	65
02	மாயாண்டிக் கொத்தனின் ரஸமட்டம்	77
03	கருப்பு ரயில்	84
04	இருட்டு	92
05	ராபர்ட் கிளைவ்வின் தற்கொலை நகல்	99
06	ஆதி விருட்சம்	107
07	கானல் நதி	117
08	தணல்	124
09	கழுதையாவாரிகள்	132
10	பாழ்	140
11	மூன்றாவது தனிமை	151
12	கோப்பம்மாள்	156
13	கொல்லனின் ஆறு பெண்மக்கள்	164
14	மீண்டும் ஆண்டாளின் தெருக்களில்	173
15	பிணக்கூலிகள்	179
16	நான்கு பக்கமும் மரணவாசல்	186
17	கீறல்	190
18	நீலநிறக் குதிரைகள்	197
19	மதுரைக்கு வந்த ஒப்பனைக்காரன்	203
20	வேர்கள்	210
21	ஈஸ்வரி அக்காளின் பாட்டு	215
22	மிச்சமிருக்கும் விஸ்கியோடு பாடிக்கொண்டிரு	221
23	தாத்தாவின் பேனா	227
24	ஆதி	234

25	கிட்ணம்மாளின் கதை	241
26	உலர்ந்த காற்று	247
27	கம்மங்கதிர்	254
28	கோடு	260
29	சூல்	264
30	ஏடன் தோட்டத்தின் வரைபடம்	269
31	தனுஷ்கோடி	277
32	அப்பாவின் குகையில் இருக்கிறேன்	283
33	கைத்தடி கேட்ட நூறு கேள்விகள்	316
34	பொம்மைகள் உடைபடும் நகரம்	344
35	சலூன் நாற்காலியில் சுழன்றபடி	357
36	கருப்பன் போன பாதை	368
37	பச்சைப் பூத்தெரு	376
38	ஆறு	390
39	வெளவால் மனிதன்	402
40	சபிக்கப்பட்ட அணில்	413
41	ஒபிர்	429
42	கருத்தப் பசு	440
43	தச்சன் மகள்	450
44	நகுலன் இறந்துவிட்ட பின்னும் ஒலிநாடா..	459
45	கோகிலை தோற்கடித்த கருப்பு தேவதை	468
46	கண்ணாடியில் புகைந்துகொண்டிருந்த சிகரெட்	479
47	நாற்பத்து எட்டுக் கோடி வார்த்தைகளின் மரணம்	495
48	தையல்காரன் கதை	514
49	ரத்து செய்யப்பட்ட சிறுகதை	532
50	பட்டுப்பூச்சிகள் உறங்கும் மூன்றாம் ஜாமம்	546
51	மலையின் சாயல்	563
52	மணல் முகமூடி	578
53	எட்டாவது குழந்தையின் மூடிய விரல்	593
54	திருவாரூர் ஜட்காவும் இவர்களும்	606
55	தீண்டப்படாத தண்ணீர்	622
56	கண்ணாடியுள் அதீத சரித்திரத்தின் மியூசியம்	637
57	மண்புழுவின் நாட்டியம்	650

58	பனிவாள்	662
59	பாதரஸ ஓநாய்களின் தனிமை	676
60	தறிவீடு	706
61	நட்சத்திரம் உதிர்ந்த மந்திரச் சிமிழ்	721
62	உப்புக்கத்தியில் மறையும் சிறுத்தை	739
63	அல்ப்ரூனி பார்த்த சேவல்பெண்	756
64	கிணற்றடி ஸ்திரீகள்	777
65	நத்தைக்கூடெனும் கேலக்ஸி	793
66	சாரோனின் சாம்பல் இறகு	807
67	கூந்தலில் மருக்கொழுந்து சூடிய ஈஞ்ச நாடன்...	818
68	இறந்து கொண்டிருக்கும் சிறுமியின் கல்சாவி	837
69	சின்னப்பநாயக்கன் குளத்து பிரதிமை...	854
70	இரவிற் சொன்ன 70ஆவது உப்பு நாணயம்	869
	ஆக... பதுமை சொன்ன கடைசிக் கதை	879

வாச்சியம்

ஒன்று: முதலாம் தோட்டத்து
அதிசயங்களினூடே கோணங்கியின் பனிவாள் — 881
நாகார்ஜுனன்

இரண்டு: மதினிமார்கள் கதை தமிழில்
மீண்டும் கதை சொல்பவனின் வருகை — 896
நாகார்ஜுனன்

மூன்று: தமிழ்ப் புனைகதை
மரபும் கோணங்கியும் — 900
எஸ். சண்முகம்

நான்கு: கோணங்கியின் புனைவுக் கலை
பாலசுப்ரமணியன் பொன்ராஜ் — 913

முன்கதை

32 பதுமைகள் சொன்ன 70 கதைகள்

ரூபகன்னிகை உயிர் பெற்றதும் மகாசூரனை வளைத்துக் கொண்ட தீவளையங்களில் முப்பத்தி ரெண்டு பதுமைகளின் தலைகளும் அசைந்தன. போஜராஜன் முதல் படிக்கட்டில் வலதுகாலை எடுத்துவைத்தான். அப்பொழுது படிக்கட்டு களில் அமைந்திருந்த கதைப் பதுமைகள் கைகொட்டிச் சிரித்தன.

அரசன் அடுத்த படிகளில் கால்வைக்காமல் பதுமை களைப் பார்த்து 'கதைப்பதுமைகளே! நான் அதிசயச் சிம்மாசனத்தில் ஏறப்போகும் போது, நீங்கள் கைகொட்டிச் சிரிப்பதேன்'

'போஜராஜனே! விக்ரமாதித்தன் சிம்மாசனத்தின் ரகசியமே வேறு... நாங்கள் முப்பத்திரெண்டுபேரும், நீ ஒவ்வொரு படியாக ஏறும் போது ஒவ்வொரு நாள் இரவும் கடும்புதிரான கதைபோடுவோம். கதையின் புதிர்ப்பாதை யில் நீ படிக்கட்டுகளைக் கடக்க வேண்டும்.'

'அப்படியே ஆகட்டும்' என்றான் போஜராஜன் வியப் புடன். உடனே முதல் பதுமை கதைபோடத் தொங்கியது:

ஒன்று

சலூன்விதி: மதினிமார்கள்

மதினிமாரின் அகவெளியை திராவிடத் தொன்மையின் பழங்கிளைகளின் இணைவுருவாக குருதியின் ரகஸிய இழை தொடரும் நிழலெறிவுப் படிவமாக பித்தேறிய கனவின் அகம்புறமாக விருட்சகன்னியின் முறை உறவு எனச் சொல்லவேண்டும். திரும்பத்திரும்ப வீசும் துயரக் காற்றில் வேறொரு ஊரில் கட்டிக்கொடுத்து மணம் முறிந்து அறுத்துக்கட்டும் மரபுவழக்கத்தால் வெள்ளையாபுரத்தை விட்டு கீகாட்டு ஊரான குளத்தூர் பக்கம் திரும்பவும் வாக்கப்படுகிறாள் அழகுமதினி. இருளாயிமதினியை தெரியாத இடத்தில் மாமன் கொடுத்ததில் பஞ்சம் வந்த ஊரைவிட்டு ஓசூரில் அந்திக்கடை போட்டு பிழைக்கப் போன இடத்தில் பாதகத்தியை சூட்டுக்கோலால் சுட்டு சித்ரவதை செய்ய ஊர்பேர் தெரியாத அவ்வூரில் வாதையாக மறைந்துபோனாள்.

கிட்ணம்மா தன் நிழலிலேயே அலைந்துகொண்டிருக்கிறாள் ஒவ்வொரு ஊரிலும். மதினியின் கர்வம் இன்னும் தொலையாதிருந்தது பொன்னம்மா மதினியிடம். ஆதக்காள் ஓங்கி உயர்ந்த விருட்சத்தில் பெண்மக்கள் ஐவரும் கெட்டிக் கொடுத்துபோனபின் வெறுமையான இலைகளை நான் அப்பத்தாளிடம் கண்டேன். வறண்டபூமியின் முகங்களாக என்மதினிமாரை எழுதிய தாள்களை காலம் மஞ்சளாக்கி வரிகளிலிருந்த எரியும் சமவெளிக்கு நான் ஓடிவருகிறேன் கருசல் கிராமங்கள் நொறுங்கிக் கொண்டிருக்கின்றன.

சருகு மடித்து மறைந்திருக்கும் வசந்தமாக என்னுடைய அந்திமம் மணிமேகலையின் ஊழ்விதியும் வாழ்நாளும் ஆகும் மதினிமார் என்னைக் கடந்துசென்ற வேளையில் சிறுவனாயிருந்தும் 'கெட்டிக்கிருவியா மதினி... என்னை...' என வெகுளியாய் கேட்டதற்கு அவள் கண்ணிற்கும் காதிற்கும் ஏதேதோ ரகஸியம் பேசினாள் என்னிடம். எக்கண்டம் ஏமாற்று சச்சரவில் ஒருவேளை குமறுகளால் சூழப்பட்ட மஞ்சப்பூத் தெருவைத்தாண்டி பச்சைப்பூத் தெருவில் மாணிக்க மதினி இருக்க காடே அவள் மனதாக இருந்தது. மரகதமதினி கடல் மெழுகாக உருகும் அமைதி கொண்டவள். ஒருபோதும் கண்டிராத சொற்களின் ஒலிஇசைய சேர்ந்து விளையாடினாள் பத்துமா. அம்மாப்பா விளையாட்டில் மேட்டுப்பட்டிக்கு கார் வந்துவிட்டது. எல்லோரும் ஓடிப் போனோம். யாருமில்லை அங்கு. எந்த நிறமும் தேவைப் படாத உடையம்மாமதினி கீழ அருணாசல புரத்தில் ஆடுமேய்த்தும் கொழுந்தனை கூட்டிப்போய் காடுகளில் எரியும்கற்களின் ஆன்மா பாடுவதை வெப்பக்காடு வழி கூப்பிடுகிறாள், கண்பத்தாமல் தட்டளியும் தாயமத்தையை கடேசியில் தாட்டியமான மாணிக்கமதினி மண்மத்தில் அத்தையை பூசி சிம்ளிவிளக்குவைத்தாள். பூனையின் கரைவு அவன் மதினிமாரைக் கூப்பிடும் நாளாக அலைகிறது.

கீகாட்டில்தான் எல்லாமதினிமாரும் வாக்கப்பட்டு போனார்கள் அங்கே நீரில் உருக்கிய மெழுகுப்பதுமைகள் புலனாகாதவற்றை சொல்ல மதினிமாரும் ஒருவகை அணங்கு; பவளவேர்சூடி பிழம்புருவில் ஏழு கன்னியா கிறார்கள். வரிகளுக்கிடையே கதை மறைகிறது. கோரை யின் நீர்பூண்டிலிருந்து மதினிமார் நிலாச்சரீரமெடுத்து நாணல் புல் தாளில் எழுதப்பட்ட கதைகள் எலும்புகள் உலர்ந்த சமவெளி மென்மையாக மண்ணியல் படிந்த உப்பு நாணயங்களை கழுதைமேல் ஏற்றிச்செல்லும் வண்ணானிடம் கேளே... வண்டிப்பாதையெங்கும் மதினிமார் சிந்திய உப்புநாணயங்கள் இக்கதைகளன்றி வேறில்லை... ஆகவே.

இரண்டு

சலூன் மொழி
மதுரைக்கு வந்த ஒப்பனைக்காரன்

எரிந்த கற்கள் காகங்களாகிப் பறக்க வளைந்திருக்கிறது கழுதைப்பாறை. எல்லாவேடங்களையும் கற்று நடித்தவன் இறுதிக்காலத்தில் தனிமை அடைய முடியாமல் ஒப்பனை மேஜையெல்லாம் வண்ணத்தீற்றல்களும் கரும்புருங்களும் மைகுடித்த விழிவளைவுகளும் டப்பிகளும் வாசனாதி தைலங்களும் திருமஞ்சண அறைப் பெண்களும் எண்ணைக் காப்பிட்ட ஸ்திரீபார்ட்களும் எடுத்த சுவடி சங்கரதாஸ் பிரம்படிகள் பட்டு ஓடும் உடும்பைப் பிடித்து கஞ்சிராவில் பூட்டி அதிர்ந்த ஜாரு கமகங்களில் கட்டுக்கதைகள் எரிய சிவப்பு ஏலவிளக்கின் உப்புவெளிர் நீலம், மற்றும் கரிய வெளிவரிக் கோடுகளும் தைலச்சக்கை பூசிய பெண் கதாபாத்திரங்களால் வீசப்பட்ட கத்திகள் கேட்ட புனைவின் குருதியால், சொல்வதற்கு நிறையவே இருக்கும் கதைகள் நிசப்தத்தில் தன் கண்களைப் போன்ற வெளிர்நீலத்தில் குரலெடுத்து சொல்ல விரைகிறான்.

மந்திரதாளாக பாஷாண ஆடிகள் திறந்து 'தோகைமயில் முட்டையதில் வண்ணம் போலும் தூலமதில் சூக்குமந்தான் துலங்கி நிற்கும்' எனத் திரும்புகிற கண்ணாடியில் மதுரைக்கு வந்த ஒப்பனைக்காரன்.

மதுரகவியின் 'கூந்தல்நகர்' வாசி விஸ்வநாததாஸின் குரல் எடுத்து சுண்ணாம்புக்காரத் தெருவை கடந்து போகிறான் பாடியபடி. 'கொக்குபறக்குதடி பாப்பா'

கழுதையின் சுமையில் உள்ளடங்காது கழுதையின் எலும்புகள். ஒப்பனைக்காரன் பல்லைச் செதுக்குவதுகூட உதடுகளால் பூட்டப்பட்ட சிறபகூடம்தான். பளிங்குப் பதுமைகள் எனும் பற்களின் கூடத்தில் எத்தனை வகை துவாரங்கள், சுருங்கை வழிகள் தட்டு தீனி விவாதத்தில் தடித்த கோப்பைகள். ஆனாலும் மாம்சத்துண்டான நாக்கில் எல்லாப்பாடலும் சீழ்க்கை ஒலியும் கொடுத்தான் செவில் நகர முடி ஒப்பனையாளன். அவன் இசைக்கருவி சித்தெர்ன்னுடன் நண்பகல் வாடிக்கையாளர்களை ஈர்ப் பதற்காக ஸால்கினோ ஒயினுடன் உருகிப்பாடுகிறான். நமது செர்வாண்டஸ் அந்த வழியாக வந்து அங்கதமாகச் சொல்கிறான் 'மதகுரு கத்தி நான். சொல்வதற்கு ஒன்று மில்லை. ஆனால் கூலிக்கு என்றாலும் தன் பிரயத்தனத்தில் ஒரு கவிஞனின் தொண்டையாக இருந்து கவிதைகளைப் பாடிய நாவிதன் நிக்கோலஸ் மேதைதான் என்பதில் எந்த சந்தேகமும் எனக்கு இல்லை'. அவன் சித்தெர்ன் இசைத்த படி தன்னிடம் வளர்ந்துவரும் சிகை இழைகளின் கவிதை களாக வளர்த்து பாடிக்கொண்டிருப்பான். நீ அவர்களைப் பாடுவது தவறு. பிழையானதோ, அறிந்திராததோ, கண்டுணராததோ எதுவாயினும் நீ ஒரு பார்பர் ஷாப் பாடலில் அடைந்து விடலாம் உனது கவிதையை' எனவே.

மூன்று

சலூன் வடிவம்
கண்ணாடியில் புகைந்து கொண்டிருந்த சிகரெட்

கெரில்லா காட்டு மரத்தின்மீது சாய்ந்தபடி ஹவானா சுருட்டு பாக்கெட் அட்டையில் சே எழுதிய கவிதையின் நிறமான நீலத்திலிருந்து கொஞ்சம் நறுக்கி எடுத்த வானத்தின் மீது தன் வெள்ளை நிறச் சுங்கானை புகைசுழல வைத்திருந்தார் பிக்காஸோ. நேர்முகம் தடை செய்யப்பட்ட அல்லுமெட்டஸ் ஃபிராங்கைஸஸ் புகைத்தூளிலை திணித்து தலையில் கண் எழுதப்பட்ட 'சுங்கானுடன் சலனமற்ற வாழ்வு' ஓவியத்தில் பிக்காஸோவிடம் புகைத்துக்கொண்டே 'நான் ஓயுமிடம் எதுவென்று எனக்கே தெரியாது' என்றிருந்தான் சே.

துப்பாக்கி ரவைகள் துளைக்கமுடியாத கண்ணாடிக் கூண்டுக்குள் பிக்காஸோவின் 'குர்னிகா' ஓவியமே மியூசிய மாகியுள்ளது. அதில் இறந்து கொண்டிருக்கும் குதிரை சேயின் காசநோய் ஏறி அவரால் இறந்து கொண்டிருந்தது. அதற்குமுன் கெரில்லாக் காட்டிலிருந்து வெற்றியடைந்த கியூபாவுக்குள் ஹவானா கால்வாயை கடந்து கொண்டிருந்த வளைந்து வந்த சுருட்டு வழி சே கியூபாவிலிருந்து வெளி யேறிக் கொண்டிருந்தான் புகைச் சுருளாக. மூச்சு சிலந்தி யிழை படிகங்களாக காலில் கட்டிபட கீறிய ரத்தத்தில் தூரிகை தொட்டு வரைந்து பார்த்தான் பிக்காஸோ போர்க்களங்களை.

தனக்கு புகையிலை நறுக்கு கொடுத்தவனை யானை ஒருபோதும் மறந்திருப்பதில்லை.

யானைமேல் பேரிகையில் பச்சைஈட்டி புகைந்து கொண்டிருந்தது லாகிரிப் பாஸிதம்.

சுருட்டுப் புகைக்கும் சேவல் பெண்

அவள் முத்தம் பட்ட புகைமணம் கிறுக்கு
வானில் சனிமீன் புகைந்தாலும்
தூமகேது தோன்றினாலும்
வெள்ளிமீன் தென்திசை நகர்ந்தாலும்
உலகில் கொடிய வறுமை இழுத்த கோடு
இந்திரன் முடியை சிதைக்கும் வளை சுழல்கிறது
நீலக் கோழியின் குஞ்சுகளில் ஒன்று நான்
வீழ்கிற எந்த நிலையிலும் கீழே
கத்திக்காலில் சரியும் காற்று
முட்டை கல்லுடன் சண்டையிடும் ஓவியன் புகை டாலி
'சித்திரத்து கொக்கரக்கோ... ரத்தினத்தைக் கக்கு ஸெகால்'
சுருட்டு காய்கின்றது பழங்குடி உப்பேறிய சேவல்சுருட்டு
கட்டை விரலை அசைத்து மூடிய கையில்
புரூகலின் வாத்துமுட்டை
தலையும் தலைமீது சூடிய கிரீடமும்
ஆசீர்வதிக்கப்பட்ட லோடோவிகா துகில்
மடிப்புகளில் மெய் உணரும் பெர்னினி தசையாக்கிய கல்
வீழ்பனி கமறும் புகையிலைத் தோட்டம்
கடைசி சுவடுகளில் கடந்திருக்கும் புகை நீழல்
அப்பால் கொரியப் பெண் அளித்த
இளஞ்சிவப்பு தேனீர் சடங்கு
சேவல் சுருட்டு பிகாஸோவின் குர்னிகா ஓவியத் தனிமை
நீலப்புகை இழை கரங்கி தொடரும் நெடி
களை மண்டிய புகையிலைத் தோட்டத்தில்
செங்கரையான் துகள்
அகன்ற காவேரி நெடுக நீர்மேல் புகைவிடும் ஏனாதிமீன்
சேவல் சுருட்டுகள் நனைந்துள்ளன
படகில் காயவைக்கிறான் வான்கா
காற்றில் நரிமார்க் புகையிலை காறும்
பாக்கு வெற்றிலை மென்று ஈரவலையில்
கிழிசலை மூட்டும் நகுலன்
கல்கத்தா வெற்றிலை அக்பர் சுருட்டு

லக்னோ புகையிலை தனம்மாள் இசை
பன்னீர் தங்கபொஷ்பம் இத்யாதி
சாமக்கிரியையில் காஞ்சனை வருகிறாள்
இருந்தும் தனிமை திரிந்தலையும் ஆத்மாநாம் அணில்
சுருட்டில் சுருள்படும் சுழற்சிப் புகை
எவ்வளவோ இழந்திருக்கிறாள் சிவரமணி
புகைவிட்டு மெலிவான வளிச்சுழல் தொலைவில்
கடுங்குளிரில் ஷோபாசக்தி
உப்பேறிய கடல்சுருட்டுகள் சுழலும் செல்வி
நாள்முழுவதும் சிறகுகள் தலைப்பூ
இன்னும் களைப்படையாது
ஈழத்தில் அமரக்கட்டு பூர்வக்கட்டு சண்டை
நல்வரவாக புகையிலை ராவுத்தர் நிலம் தொலைவு
இருளிரவில் சுருட்டுக்காரன் பிரமிள்
கிராமத்திருடன் போகிறான் யுவான் ருல்ஃபோ
நிலம் விளைந்த காஸ்ட்ரோ புகையிலைக் காவல்
ஓய்விற்கு வரும் பேய்களுக்கு
பெட்ரோ பராமோவில் உலர்ந்த புகையிலை
பாசக்குரலில் பேய்களைக் கேறி அழைக்கும்
ஸ்பானியன் துப்பாக்கி
சேவல் கூண்டு புகையிலைப் பரண்மேல்
நாணல் காற்று வளைந்து மூடும் இரவு
காய்ந்து விரைத்த பிணம் புகையிலை விரல்கள்
சுருட்டு வரைந்த சேவல்பெண் ட்ரேடு மார்க் உறையூர்
விரல்களுக்கிடையில் முத்தம் பட்ட சேவல் சுருட்டு
ஆழ்ந்து திளைக்கிறாள் அருஉரு நீலத்துள்
புகைவளைந்த சேவல்பெண் மயக்கம்
மண்டிப்புகைவிடும் முனிகடித்த சடங்கு
வனந்திரிந்து இருளில் மிதக்கும் போராளி சுருட்டு
றெக்கை படபடக்க வீழ்கிறாள் வீழ்ந்ததால் எழுகிறாள்
உறையூர் சுருட்டுகளை ஏந்திச் செல்கிறாள்
பாதை தனி நடைபோட நீண்ட புகைநடு....

நான்கு

சலூன் நூலகம்
ஏடுகள் பொடிந்து கொண்டிருக்கும்
கிரிப்டோ மணல் முகமூடி

தீயரேகையுள்ள கன்னி வெளியேற புகைத்துளையிட்டு கைகள் வரைந்த மணல் முகமூடியில் காற்றின் சுழற்சியை நிலத்தின் மணல் மீறாமல் வரைந்து கொண்டிருந்தன.

ஒரு வெட்டுக்கிளி அங்கே ஒரு பெண்ணின் எழுபத்தி ஈராயிரம் நாடித் துடிப்புகளாக திரும்பி வந்து அமர்ந்தது ஓவியத்தில். பச்சை வெட்டுக்கிளிகளால் ஆன மணல் வீட்டுக்குள் கசந்துவந்த இருளின் மின்னல் மண்ணுக்குள் துடியுற்றது.

விலா எலும்பை உருவிய இடைவெளியில் முகமூடி மழைக்குமிழ்களாய் வரைந்த நுரைவெளிச்சம் மூடிய மூதாதைகளின் பெயர்ந்து செல்லும் மழையின் பயணம் புராதன நாடோடிதான்.

நீல விதைகளை சேமித்தாள் சொள்ளமாடிக்கிழவி. வெளிறிய வெள்ளி விதைகள் காட்டில் காணாமல் போய் திரும்பி வருகின்றன பிஞ்சும் பூவுமாய் பழைய ஊருக்கு. 'சொன்ன மணல் எல்லாம் சொல்லாய் வளரலாச்சு' நில எழுத்து அழியாமல் வெளியேறுகிறது நிலத்தில் பறவை களை மேய்த்துத் திரிகிறாள் வெள்ளரிப்பாட்டி. 'ஏன் வெளியேறுகிறாய்' என்று.

சலூன் நூலகம்: கார்ட்டூன் உரையாடல்

லார்வா பூச்சி: நுண்நோக்கியால் என்னைத் தொடாதே.

டிடோவாத்து: அந்த மனிதன் என்ன எழுதிக்கொண்டு இருக்கிறான்?

பூச்சி: என்னை விழுங்கிவிடாதே. எழுதுவது வாழ்வின் ரகசியத்தை.

டிடோ: இது அச்சமூட்டும் ரசனைக்குரியது. உருவங்கள் தவிர அது வேறென்ன?

லார்வா: நான் என் தலையை இழந்துவிட்டால் பல வர்ணங்களுடன் பறந்துவிடுவேன். எழுதுபவன் வர்ணக் கிண்ணங்களை விட்டு வரட்டும்.

புழுக்குலம்: சிறுதேசத்தை ஒரு கப்பலுடன் வாங்குவோம். அதில் ஒரு வீடுகட்டி நம் பொம்மைகள் அங்கு வந்து சேரட்டும் நீலக்கண்கள், ப்ரௌன் கண்கள், பச்சைவிழி சிமிட்டிச் சொன்னது பொம்மை ‘ நீ ஒரு லார்வா’.

ஐந்து

சலூன் கடல்
உப்புக்கத்தியில் மறையும் சிறுத்தை

புலியைப் பாம்பாக மாற்றிய இராவணன் ஒன்பது கோப்பை களுக்குள் அண்டகோளங்கள் அசையப் பார்த்திருந்தான். கடற்கரையில் ரெட்டைச் சிப்பி திறந்து வந்து புலிநகத்தை அதன் உணர் கொம்புக்கோடுகளில் கொஞ்சம் நெருங்கினால் எரிந்துவிடும் பூமி.

குழல்போலும் இசைத்துக்கொண்டிருந்தான் நாக சின்னத்தை. பாம்பின் எலும்புத்தொடர் முட்கள்தான் சித்திரகாயப்புலி. கபாலக்கடல் மீது நடந்து விளரிப்பாலை எனும் தோடியை இசைத்தவன் இராவணன்.

காலில் கரணைப் புட்களைக் கரும்பி மீனுரசும் இசைக் கோடுகள் சிவந்த கடல். அங்கு சாம்பலின் நிறம் என்ன வென்று கேட்டிருந்தான் வில்லுடன் திறந்து வந்த சீதாவிடம்.

அவன் பூச்சி: எனது சிறகுகள் ஒடுங்குகின்றன. பறக்கும் உராய்வில் விளிம்புகள் கிழிபடுகின்றன.

மதிப்பூச்சி: ஊற்றுக்கண் துள்ளலின் சிகரம் மீது விழும் துளிகள்நாம்.

நத்தை 1: எனது நெஞ்சிலிருந்து கொண்டு என்னை நினைக்காதே மதிப்பூச்சி. நான் இறந்துவிட விரும்புவதில்லை. எப்படி வாழ்வது, வாழ விடுவது என்பதை இன்னும் நாம் கற்றுக் கொள்ளவில்லையா என்ன?

நத்தை 2: தெறிந்த எலும்புகளே நீ. முதலில் என்

நெஞ்சிலிருந்து மண்டியிட்ட உன் கால்களை வெளியேற்று. எனது கபாலமும் குறுக் கெலும்புகளும் முதிர்ந்தும் இன்னும் தனித்து வாழவே விரும்புகிறேன்.

நத்தை *3:* வாழவிடுவது என்பது நாளைவரைதான். இன்றுமான வாழ்வை இறந்து வாழவிரும்ப வில்லை. என் மூச்சைதூக்கிலிடுவதை நிறுத்து.

அவன் பூச்சி: நீ என்னைத் தொடும்போது நான் இறந்திருக்க வேண்டும்.

மதிப்பூச்சி: இருட்டுக் கண்ணாடியில் நாம் ஒன்றுபோலத் தெரிகிறோம்.

அவன் பூச்சி: இருட்டுப்பூச்சியை பெற்றெடுத்தோம். இருளைப் பெருக்கியபடி கதை எழுவதைத் தாண்டி வருகிற இரவுகளுக்குள் கதையின் சந்தம் காமம். காமத்தின் முடிவில் பிறந்த கதையின் புழுக்குலம் நாம்.

நத்தை *1:* கதைதான் இருட்டு.

நத்தை *2:* நத்தைக்கூடெனும் கேலக்ஸி இருட்டு.

நத்தை *3:* கூகை அடையும் இருட்டு.

அவன்பூச்சி: அது கலைஞன் அடைந்த இருட்டு.

நூன்முகம்

ஒற்றைசடைக் குதிரைவாலித்
கதிருடன் வந்த புராதனக் கதைசொல்லி

1. கதாமந்திரப் பரப்பு: வனமந்திர தேவதைச் சுருள்

பழைய பிரதிகள் கதைசொல்ல மறுக்கும் பட்சத்தில் ஞாபகப் பரப்பிலிருந்து விடுபட்டுப்போன வனமந்திர தேவதைச் சுருள் ஆனது வான விளிம்பு வரை பரந்து கிடக்கும் நிலம் கடல் ஆறு வழியாக பயணம் செல்லும்போது, மூப்படைந்த அலகும் மாபெரும் சிறகுகளும் கொண்ட கதைசொல்லி யாகிய அண்டரண்டாப் பட்சி நினைவால் மர்மமாகச் செதுக்கி வைத்திருக்கும் அற்புத விநோதக் கதைகளால் ஆன வரைபடத்தைப் பின்பற்றிச் செல்லும் போது ஒவ்வொரு தேசங்களின் அடையாளக் கற்களில் அமர்ந்து தன் அலகால் கீறிச் சென்ற கோடுகள் திரும்பத் திரும்ப வந்தமர்ந்து கீறிய கல் வரிகளாகி கதாச்சுருள் சுழன்று கொண்டிருக்க வேண்டும். மனித மிருக பூதக ராட்சஸப் பறவையின் கற்பனை மிருக எலும்புகளாக மாறக்கூடிய எழுத்தறியாத வனமந்திர தேவதைச் சுருள் ஆனது எப்போதுமே மீண்டும் கதைசொல்லியை வரலாற்றி லிருந்து உயிர்ப்பித்துவிடும்.

வெவ்வேறு உருவங்களை எடுத்து எழுதப்படாத சரித்திரத்தில் இடம் மாறிக் கொண்டே இருக்கிற முடிவற்ற காகிதப் பரவலில் சிதைந்த கதாமூலத்தின் ஒவ்வொரு துகளையும் கொண்டு உயிர் பெறுகிறான் கதைசொல்லி.

கனவில் விழுந்த பிம்பங்களைக் குறுக்கே கீறி அதன் வாய் திறந்து வரும் வனமந்திர தேவதைச்சுருள் என்பது சுயேச்சை

யான உலகங்களோடு இணைந்திருப்பதால் ஒவ்வொரு கனவுமே வனமந்திர தேவதைச் சுருளின் வசீகரத்தில் எல்லா மொழிகளோடும் இணைந்து பாஷைகளுக்கு முந்திய கருவறைக்குள் கர்ப்ப ஸ்திரீயின் சுரோணிதப்பைக்குள் குழந்தையின் மூடிய விரல்களுக்குள் இருக்கும் கமலக் கல்லாகவே இருக்கக்கூடும். கனவுக்குள் அலைவுறும் கதைசொல்லி ஸ்திரீகளின் துயிலில் சென்று மர்மமான சுரோணிதப் பைகளைக் கீறி கமலக்கல்லை எடுத்துத் தன் கண்களைக் குறுக்கே வெட்டி சுரோணிதக் கல்லை கண்மேல் பொருத்தி வேறொரு பிரபஞ்சத்தில் உலவும் குழந்தையோடு உரையாடலைத் தொடங்குகிறான். உயிரின் தோற்றமே இருளறைக்குள் நீந்தும் கதாச்சுருளாக சுருண்டு சிசுவின் வளர்ச்சியாய் உருமாறி ஜனித்த இடத்திலேயே ஒரு வனமந்திர தேவதைச் சுருளின் வேனல்சார் உபகதைகளாக வாழத் தொடங்குகிறது குழந்தை. பொருட்கள் பெயர்கள் மீது வசீகரம் கொள்ளாத நிலையில் பிரபஞ்சத்தின் தைல மிதப்பில் நீந்தத்துவங்கிய சிசுவின் பிறந்த சிவப்பு மாறாத உரு ஈக்கிநெல் கீறித் திறந்த கீற்றுக் கண்களில் சிறு ஒளியே கதைசொல்லியால் கவரப்பட்ட கமலக்கல்லின் மறைமுகமாய் இருக்க வேண்டும். அதன் இமை ரெப்பை மீது ஈரமினுப்பில் எந்த வார்த்தையும் பிறக்காதபோது கதை பிறந்தது.

பின்னே தாயாரும் தாதியரும் இமை பூட்டிய கண்மீது வார்த்தைகளை ஒட்டிப் பிறந்தவெளியை மூடி அதிசய உலகைவிட்டு வார்த்தைகளால் விரட்டினார்கள் கதையை . ஒரு ஊர்ல ஒரு நரி அதோட கதைசரி. கதை கதைகளின் கதை என கதை விரித்த கிளைகள் எண்ணிறந்ததாகிப் போயின.

குழந்தைகளின் அதிசய உலகைக் கொண்டே கதை அல்லாததின் பரப்பை முன்அறியப்படாத வனமந்திர தேவதைச்சுருளின் இன்னொரு பிரதியை உருவாக்கும் புனைவின் வேகத்தில் இயங்கிக் கொண்டிருக்கின்றன குழந்தையோடு ரவுக்கை போட்ட எலிகளும்.

அறியப்பட்ட எல்லாக்கதைகளின் சாத்தியத்தை போர்ஹே

எழுதிவிடக்கூடும். போர்ஹே நுழையச் சாத்தியமல்லாத கதையை ஒரு குழந்தையும் பாட்டியும் கடந்துவிடுவார்கள்.

முதல் கதை என சொல்ல முடியாத அளவிற்கு போர்ஹே முன் அறியாத கதையிலும் நுழைந்து விடுவதை காப்ரியல் கார்சியா மார்க்வெஸ்ஸின் 'கனவுகளை விற்பவள் நான்' கதையின் பிற்பகுதியில் நெரூடாவும் மார்க்வெஸ்ஸூம் பேசிக் கொண்டதிலிருந்து:

நெரூடா: 'கனவுகள் சொல்லும் அவளைக் கனவில் கண்டேன்'.

கண்ட கனவைச் சொல்லுமாறு அவர் மனைவி வற்புறுத்த 'என்னைக் கனவில் கண்டதாக அவளைக் கண்டேன்' என்றார் நெரூடா.

'போர்ஹேயின் கதையிலிருந்துதான்'என்றேன்.

'ஏற்கனவே எழுதிவிட்டாரா' என்று எழுத்தாளனின் வருத்தத்துடன் கேட்டார் நெரூடா.

'இல்லாவிட்டால் என்றாவது புதிர்ப் பாதைகளில் ஒன்றாக வைத்து எழுதி விடுவார்' என்றேன்.

எனவே போர்ஹேயை விட்டு விலகமுடியாத புதிர்ப் பாதைகளில் அவரை சந்தித்துக் கொள்ள நேர்வதிலிருந்து தப்பமுயன்று தோற்கையில் நான் எழுதுதல் என்ற வேஸ்ட் பேப்பர் தயாரிப்பில் ஈடுபடுபவனாகிறேன். பூச்சி இன ஆராய்ச்சி பறவைகள் ஆய்வு மானுடவியல் அறிவியல் பாலியல் மனநோய்-உளவியல் கலகங்களில் மொத்த மாகவும் சரணடைந்துவிட்ட இந்த நூற்றாண்டு அடுத்த நூற்றாண்டில் முன்கூட்டியே தடுக்கி விழுந்து விட்டது. இப்போது காகிதத்தில் எழுதுவது கஷ்டம். எழுதிய காகிதங் களை சிகரெட்டாகச் சுற்றலாம். எழுத எழுத சிகரெட் ஆஷ்ட்ரேயில் பல துண்டுகள் சிகரெட். எரிந்து வளைந்த கருப்புக் குச்சிகள். சாம்பல். மறுபடியும் சிகரெட். என் கதையைச் சுருட்டி சிகரெட்டாகப் புகைத்துக் கொண்டிருக் கிறேன். எழுதுபவனுக்கு எழுத்தின் ஊடாகத்தான் ஜீவனே நகரும்போலும். சிகரெட்டைப் பாதியில் அணைத்து ஆஷ்ட்ரேக்குள் பத்திரப்படுத்திக் கொள்வேன். எழுத

எழுத ஒவ்வொரு பக்கமாய் சுருட்டிப் பற்றவைப்பதுதான் வழக்கம். இதை மீறுவதில்லை. எழுதப்படும் கதையின் முதல் காகிதத்தைக் கிழித்துச் சுருட்டிப் புகைத்தபடி அடுத்த பக்கத்தை எழுதுவேன். எழுத்தின் வேகத்தில் புரளும் பக்கம் ஒவ்வொன்றும் முடிவற்ற மாற்றத்தில் வெவ்வேறு கால இடைவெளிகளில் வேறு தோற்றம் கொண்டபோது முன்யோசிக்கப்படாத உணர்வுகளில் தாஸ்தாயெவ்ஸ்கி யோடு பகிர்ந்து கொள்ளும் என்னை வெறி தொற்றிக் கொண்டு பக்கம் பக்கமாக எழுதிச் சுருட்டி நெருப்பின்றியே உணர்வுகளால் தீமூண்ட காகிதங்களின் முடிவற்ற பரவல் எரிந்து முடிந்த பின்னும் எழுத்துகள் மறையாமல் ஊர்ந்து வந்து கொண்டிருக்கின்றன. சிகரெட் புகைபோன்ற மெல்லிய வெள்ளை ஆடைகள் அசைய வனமந்திர தேவதை என்முன் உரையாடலைத் தொடங்கியபோது கடலுக்குள்ளிருந்து மீனுக்குள்ளிருந்து சிப்பிக்குள்ளிருந்து கதைராஜ்ஜியத்தில் கடல்பாசிநிற எழுத்துகள் மரம் கல்லாக மாறும் ஃபாசில் களாக எழுத்தென்பது தொல்தமிழின் குலக்குறிகளுடன் நீந்திக் கொண்டிருக்கிறது கண்முன்னே. கீழை மந்திரக் கதையுடன் மேற்கில் அறியப்பட்ட கதைகளின் நிழல் விழாத ஜப்பான் சீன இந்திய அரேபியக் கதை மரபின் பாதையில் கனவின் புனைவு மொழியின் புதிய கதைவெளி யைப் படைக்க வேண்டிய அவசியம்...

நவநவீனம் மீநவீனம் என பின்நவீனமாகும் கதைகள் எல்லாமே எழுதும் முறையை மாற்றி மாற்றித் திரும்பத் திரும்பக் கொடுத்து வாங்கப்பட்டு கதை தன்னைத் திரும்பத் திரும்ப மறுகதையாக்கிக் கொள்ளும் வட்டத்தில் சிறைப் பட்டிருக்கிறது. ஏனோ, அந்நியமான இந்த சிறைவட்டத் தனிச் சுற்றுகளில் வாசகர்களும் பெருகுகிறார்கள். ஆகை யால் இனி கீழை மந்திரக் கதைச்சுருள் மீளவும் அதன் இயல்பான பிராந்தியக் குணங்களில் மண்நிறங்களில் எழுத வேண்டிய அவசியம்...

எனவே முடிவடைந்த கதைக்குப் பனை மரங்களில் அமர்ந்திருக்கும் பேய்களிடம் சாவிகளை வாங்கி கதை

அல்லாததிலிருந்து புதிய அற்புதக் கதையைத் திறக்கும் புனைவு எழுத்தை காலத்தின் வரிசைக்கிரமமான அடுக்குகள் முன்னும் பின்னுமாய் மாறிமாறித் தீவிரமாய் நிர்ணயிக்கப் பட்ட காலத்தை உடைத்துக்கொண்டு டாலியின் உருகி வழியும் கடிகாரத்தைப் பின்னோக்கித் திருகிமறுகியவாறு நூற்றாண்டுகளின் அடுக்கில் அலைந்து கொண்டிருக்கும் கதைசொல்லி தமிழின் முதல்நாவலாக அறியப்பட்ட பிரதாப முதலியார் சரித்திரத்துக்குப்பின் விரட்டியடிக்கப்பட்டு நாடு கடத்தப்பட்டு குடிஉரிமைகள் பறிக்கப்பட்டு லத்தீன் அமெரிக்க எழுத்துக்குள் பதுங்கித் திரிந்தவன் நிர்மூல மாக்கப்பட்ட இனங்களின் கடைசி மனிதனாய் வருகிறான் புராதனக் கதைசொல்லி.

அவனிடம் சொல்வதற்கு ஏதுமில்லை கதைகளைத் தவிர. அவன் கொண்டு செல்வதெல்லாம் கைவிடப்பட்ட இனங்களின் குலக்குறிகளையும் தொல்கதைச் சுவடிகளை யும்தான். அதிலிருந்த இன்னொரு பிரதியை புனர்சிருஷ்டியில் புத்துருவாக்கம் செய்யும் நிலைக்குத் தள்ளப்பட்ட நவீன கதைசொல்லி சரித்திரத்தில் படிந்த நிழல்களை இழுத்துக் கொண்டு மையும் காகிதமும் இன்றி ஒரு கையோசையில் கதைகூறிக் கதைகூறி கூத்து வாசலில் நின்று எதார்த்த வாதத்திலும் சமூகவியல் படைப்புகளிலும் திரிவோரை மரபின் தொனியோடு கூவி அழைக்கிறான்.

கயிற்றரவைக்கண்ட பித்தனாக மாயக்கண்ணாடியுடன் உரையாடலைத் தொடங்கிவிட்ட ரஸவாதியாக தலைகீழாக அடுக்கி வைக்கப்பட்ட துண்டு துண்டான காலகட்டங் களின் கேலிச் சித்திரங்களை கடந்த யுகத்தின் கோடுகளால் வரைந்து ஜிப்ஸிகளின் டேரட் கார்டுகளை குலுக்கிக்கொண்டு முக்காலங்களின் சறுக்குப்பாதையில் உருமாறிக்கொண்டே புலப்படாத நகரங்களை நோக்கி நெடுங்கால நகரங்களின் விளக்குகள் ஏற்றிய இரவு அவன் வருவதாக கூறப்பட்டிருந்த கல்வெட்டில் உள்ளவாறு கழுகு மூக்குடன் பாபகெனோ படைப்பில் வரும் பறவை மனிதனின் கதையைச் சொல்லிய வாறு நகரங்களின் மேல் பறந்து பார்க்கிறான். எதிரே

முகவெட்டு பார்த்து முகத்தில் எழுத்தை வாஸிக்கும் அவன் ஒவ்வொரு மனிதனின் முகத்திலும் ஒரு கதாச்சுருள் எழுதப் பட்டிருப்பதை நிமித்திகம் சொல்லிவிடும் நூதனக் கண் களில் சாம்பல் நீலம் நிறைந்திருக்கும்.

குற்றங்களின் பாதையில் பைத்தியமாகத் திரிந்தவர்களை அவனுக்குத் தெரியும். பலவகை மையில் எழுதப்பட்ட உலகின் எல்லா வனமந்திர தேவதைச் சுருளுமான கதைப் பேழை திறந்துப் பார்த்தது. எந்தமொழி எனக் காண முடியாமல் குழம்பியிருந்த பக்கங்கள் ஆங்கிலமல்லாத லத்தீனில் பாரசீகக் கதைகளில் இடம் மாறிக்கொண்டே ஆதி குடிகளுடன் சேர்ந்து உச்சரித்துத் திரிந்த இயற்கை மொழி சித்திர வடிவமாக இருந்தது. உலகின் அடிவாரங்களில் மறைந்து திரியும் கணங்களின் அடையாளங்களுடன் எலும்புமாலை அணிந்து நரபலிக் காடுகளில் ஓடித்திரிந்த தடங்களின் மந்திர வெட்டுகள் அவன் பாதங்களில், சடங்கு களில் ஊதப்பட்ட மந்திரக்குழலின் ஒலி பதிந்திருந்த உடம்பில் செதில்களை அசைத்தப்படி அடி ஆழங்களில் புதைந்த கற்பாறைகளின் பிளவுகளுக்குள் சென்று கணக் குழுவின் மந்திரக்குழல் வாசித்தபடி கதைசொல்லியைச் சுற்றி சுருணையாக மஞ்சள் கோலங்கள் சுற்றி மாந்திரீக ஒலியலைகள் கதைக் கூட்டமாய் மயங்கி வெண்கொம்புகள் பார்க்க மயக்கமூட்டுவதாயிருந்தன. கொம்பூதும் உதடுகள் கவ்விய மந்திரக்குழலில் கதைசொல்லியின் மரணத்துக்கான இசை ஒரு கார்வையில் நீருக்குள் ததும்பித் ததும்பி உயிரின் அனந்தத்தில் மேலெழுந்த பக்கங்களைப் புரட்டிக் கொண்டு இருக்கிறேன். உயிரையே வைத்துப் பதியப்பட்ட மஞ்சள் கிறுக்கல்களை நான் திரும்பத்திரும்ப வாஸித்துக் கொண்டிருக்கிறேன். அந்தப் பக்கங்களை விட்டுவிடுபட என்னால் முடியவில்லை. ஆதிமை வார்த்தைகள் திரும்பத் திரும்ப திரும்பி வந்து முடிவின்றிச் சுருளும் கீழை மந்திரக் கதைச்சுருள் பிரிக்கப் பிரிக்க கடக்க முடியவில்லை. கட்டுண்ட நிலையில் வெகுகாலம் வாழ்ந்த கீழ்த்திசைக் கதைகள் தான்தோன்றியாக அலைவுறுகின்றன. தலைகீழாக

அடுக்கி வைக்கப்பட்ட ஆதிகுடிகளின் கனவுகள் சுவடு விழுந்து பதிந்த கழுதைகளின் சாயல்களை மனித வடிவு களில் வரையப்பட்ட சோகங்கள். புலிக்குகையில் கட்டம் கட்டமான கோடுகளில் இருந்த ஆதிபயம். பேயோட்டும் நரிக்கொம்புச் சடங்குகள். வண்ணத்துப் பூச்சிகளை பிசாசு களென விரட்டிய ஆதிவாசி. தும்பித்தாயத்து. பகல் தீவட்டி. கோண்டுகளின் கடல் மூங்கில் மந்திரம். மிகவும் அழுக்குப் படிந்து பக்கங்களின் முனைகள் கிழிந்த அவன் கதைப் பேழை, கருப்பானது. விரல்கள் பட்டு அழிந்த எழுத்துகள். ஒடிந்த தாள்கள். மினுக்கட்டாம் பூச்சியின் கிறுக்கல் சுழல்வாக அவை சுழலக் காலம் புரட்டிப் பார்த்த போது, ஒவ்வொரு ஒடிந்தவார்த்தைகளும் தைக்கப்பட்டிருந்தன. கந்து கந்தலாகும் வார்த்தைகள் தலைகீழாக அடுக்கப் பட்டிருந்தன. காலம் ஊடுருவிப் பழுப்படைந்து பச்சையும் கருப்பும் கலந்த மையில் அலைக்கழிந்த கதைசொல்லியின் கிறுக்கல்.

காணாமல்போன தோல் கூனையின் கிழிசல்களை பொத்தலை சரி வரை கீறிய தோல் வார் கொண்டு மாட்டுக் கொழுப்பில் குத்திய செருப்புஊசி எனும் எழுத்தாணி கொண்டு இன்றின் தோல் ஏடாக மிருகத்தொலி உலர்த்தி லிபிகளை வரையும் ரஸவாதியான கிராமத்துச் சக்கிலியும் தச்சரும் சேங்கொட்டைப் பாலில் ஊக்கால் மை எடுத்து குலக்குறி போடும் வண்ணாரும் நவீனக் கதைகளின் மொழியை தைத்துக் கொண்டிருக்கிறார்கள்.

மென்தோல் மிருகங்களின் சருகு உடல் உரிவைகளை எலும்புகளை உப்பில் பதனிட்டு உலர்த்தியவாறு ஜிப்ஸி களாய் திரியும் நரிக்குறத்திகள் கரிசலாங் கண்ணியில் ரஸமெடுத்து ஜனங்களின் உடல்தோலில் கீறிய பச்சை மொழி தேள், பாம்பு, பல்லி, டிராகன், அணில், வெளவால், பூரான், பிறைநிலா, சூரியன் ஊர்ந்து வந்து கனவில் பதிய கண்ட கனவின் அகராதியை கம்பள ஜாதிப்பெண்கள் குறி போடும் குச்சியில் சுழற்றிப் பிடித்து வைத்திருப்பதால் தமிழ்க் கதையின் மந்திரக்குறிகளை கம்பள ஸ்திரீயிடமே

அறியமுடியும். குறடையும் கம்பளியும் தோளில் போட்டுத் தேள்கொடுக்கு மீசையைத் திருகியவாறு நவகம்பளத்தார் காடாறுமாசம் நாடாறுமாசம் திரியும் போது முன்னுணர்ந்து சொன்னாவாக்கில் வேதி வினைகளில் ஓடும் ரஸவாத பரிபாஷைகளை கிராமத்தார் சமிக்ஞைகளால் அறியக்கூடும். புலனுக்கு எட்டாத ஒலிகளைக்கூவும் பறவைகளுக்கு பதில் மொழி கூறிய குருவிக்காரன் பின்னே தேவாங்கு நடந்துபோன தடத்தைக் கவனமாகப் பின்பற்றிப்போன கெவுளி தொண்டைக்கடியில் உள்ள வெம்நீர்ப்பைகள் நிரம்பி நடுங்கும் குரலில் அதிர் அதிர்கிறது சுவரிலிருந்தவாறே. உயர்வெப்ப அழுத்தத்தில் கெவுளிமொழி மனிதனோடு ஒட்டிவருவதால் சுவரில் நடந்துவரும் கெவுளியின் அடி வயிற்றில் இருந்த சிச்சிறு முட்டையின் வெள்ளை நிறம் சூரிய ஒளியால் ஊடுருவித் தெரிந்தது. அந்த முட்டைக்குள் பாம்பு போல சுருண்ட ஒரு குட்டிப்பல்லி மொழி சமிக்ஞை யாக வால் சதாவும் துடித்தது. தாயிடமிருந்து விடுவிக்கப் படாத முட்டை மீது எழுதப்பட்டிருந்த ஜந்துக்களின் மொழி வடிவைப் பிறவாதபல்லியின் ஜீவனில் உறைந்த கனவை 'கண்ணாடியில் புகைந்து கொண்டிருந்த சிகரெட்' கதையில் ஜுரவேகத்தில் உணரநேர்ந்தது.

கதா ஒலித்தொகுதியாக இராவிருட்டில் புதைந்திருக் கின்றன ஜந்துக்கள். அடையும் குகை இருட்டில் நுண் பூச்சிகள் உயிர்ச்சத்தமாக நாமறியாத மெய்யெழுத்தொலியும் உயிரெழுத்தொலியும் செடித்திரளில் உராய நாசி வெப்ப மூச்சில் ஒலிவடிவ நுரையீரல் எரிய அலோக-உலோக இணைவில் தொல்மனப் படிவங்கள் நூதன இழையாகப் பின்னப்பட்ட மொழிவலையில் உருவாகும் மாயக் கதைப் பரப்பை எழுத்தறியாத ஜனத்தின் குரல் அண்டக் கோளங் களுடனியைய ஐம்பூத ஒலியசைகளில் பகர்க்கும் உயிரின இயற்கை மொழியில் எழுத வேண்டிய அவசியம்...

தமிழின் நவீன மந்திரக்கதை உருவாகி இருக்கிறதா? இருந்தால் காலவரம் பற்ற பிரபஞ்சத் தன்மையுடன் இணைந் திருக்கும். தமிழ்க்கதைக்காரர்கள் மந்திரத்தின் பக்கம்

புராணத்தின் பக்கம் அற்புதங்களின் பக்கம் திரும்பாமல் இருப்பதற்குக் காரணங்களை அறிந்திருக்கிறோமா? இந்த வடிவங்களில் சமகால விஷயங்களை முன்வைக்க முடியாமல் போனதேன்? உறைந்துபோன வடிவங்களுக்குள் முகம்காட்டி ஒவ்வொரு கதையின் கற்பனை சாத்தியங் களுக்கு எல்லை வரம்பிட்டு விட்டிருந்தார்கள் வைதீகப் பாங்கை முன்வைத்த பெரும்பாலான குடும்ப அச்சில் வார்த்தவர்களும் மரபுவடிவத்தில் சிறுகதை படைத்தவர் களும். நேர்கோட்டு அ-நேர்கோட்டு சிதைவுகள் வனமந்திர தேவதைச் சுருளின் தனித்துவத்தைக் கண்டடைந்ததில்லை. வனமந்திர தேவதைச்சுருள் பற்றி எல்லோருமே சில அலகுகளைச் சோதித்திருந்தாலும் உணர்ந்த வழி தவறான அறிதலிலேயே சென்றிருந்தது. இது வெகுகாலம் ஜனங்கள் தங்களுக்குள் இயற்கையிடம் நீருடன் தவளையுடன் பூச்சி களுடன் காற்றிடம் முட்டையிடம் பாதையிடம் மந்திர பந்தமாக அனுபவம் கற்ற கிழக்கு மரபை ஏமாற்றுவதற்கு இட்டுச் சென்றது. ஃபோக்லோர் மியூசியங்கள் செத்த மிருகக் காட்சியத்தின் பேரில் நேர்கிற பிஸ்லரி வாட்டர் கேன் இன்டர்நேஷனல் செமினார்களில் தலைவளைந்த முள் கரண்டி விவாதம் வனமந்திரத் தேவதைச் சுருளைப் பிரித்து தலைகீழாகப் பார்த்து பிரமிக்கிறது.

ஜனத்தின் குரல் மாயக் கருத்துக்களை எடுத்து எழுத்து வழிக் கதையுடன் மறு உருவாக்கம் செய்ய ஓடிப்போன சூனியக்காரக் கிழவியை கிழக்கே போய்தான் அழைத்துவர வேண்டும், நவீன மந்திரக்கதை மீட்டிவர.

2. கதைமொழியின் வரகுக் கதிரடுக்கு

'பெரியதன் ஆவி பெரியது' என ஆருகதர் முதுமொழியில் ஓடும் குருதிமொழி உடல் முழுவதும் பரவிநிற்க மையத்தை விட்டு இடமற்று ஓடும் ஆவி தொல்காப்பியன் உடல் மொழியில் ஆறுவகை உயிரின் வெட்பதட்ப வன்மென் உடம்பின் பல்லுயிர் புல்லும் மரனும் நத்தையும் முரளும் சிதலும் எறும்பும் நண்டும் தும்பியும் மாவும் புள்ளும்

உடம்பில் வரைந்த தொல்காப்பியனாய் அறிய நேர்ந்த புராதனக் கதைசொல்லியே கல்லில் பதுங்கிய சமண பூதமாய் தன் உடல்பேழையில் தாவரங்களின் பாதரஸ மொழி மண்டலத்தை அடுக்கி பட்டினிக்குரத்தி கண்ட கிணறும் பெண்பள்ளியில் ஏடுகள் வாஸிக்க மதுரை நகரத்து எழுத்தாணிக்காரத் தெருவில் கீறிய வரிகளைத் தேடி நடந்தான் புராதனக் கதைசொல்லி. மையும் காகிதமும் அறுத்து அணிந்துகொண்ட முகமூடிகளுடன் கதைக்காரர்கள் அச்சு எந்திரங்களின் முன் வரிசையாய்ச் சென்று உடம்பில் வரைந்த ஆதி எழுத்துக்களை இழந்தார்கள். பனையோலைச் சந்துகளில் ஆந்தை இறகு பூனையிடம் கேட்டு எழுதிவந்த நிகண்டுகள் புரண்டு ஒடிந்த மொழிக்கு நரம்புகள் கோர்த்து ஆனைமலைப் பிலம் விலகி கவுந்தி எனும் தவக்குரத்தி அழைத்து வந்த கோவலன் ஆவியோடு உரையாடலைத் தொடங்கியிருந்தான் கதைசொல்லி. கிளாஸ்காரத் தெருவில் சிம்ளிக்குள் இன்று பதுங்கிய சதுக்கபூதம் எளிய வீட்டு மண் சுவற்றில் கரித்தடமாய்ப் பதிந்து சிம்ளி விளக்கில் ஆடி குழந்தையுடன் பேசியது. தன் வயிற்றின் குடல்வழி மடிப்பில் ஓடத்துவங்கிய எந்திர ஆமைகளின் வாகன மிருகங்களின் டிராபிக் விதிகளை மீறிய கதைகளில் கதா வசீகரம் இழந்ததால் வேற்றுக் கிரகத் தாவரங்கள் வளையும் பாதையில் காலத்தைத் திருகி நட்சத்திரங்களின் மொழியில் கதைபோடும் குழந்தைகளிடம் தோற்றுப் போனது சதுக்க பூதம். ஏனோ சுண்ணாம்புக் காரைச் சுவரில் குழந்தைகள் நினைவுடன் கரித்தடத்தில் பதிந்து கூடவே வரும் சதுக்க பூதமே கதை சொல்லியாக இருக்கக்கூடும். சாதாரண கரித் தடத்தில் எத்தனையோ உலர்ந்த உருவங்களின் ரூபத்தை மௌனமாகச் சொல்லிக் கொண்டிருந்த 'இருட்டு' கதையாக மாறியிருந்தது.

வராலிக்கொடி முடிச்சுப்போல துருத்திய மூட்டும் எலும்புகளும் கல்லில் அண்ணாந்து கிடந்த நாகமலைச் சமணர் கையில் ஏந்திய வரகுக்கதிர் அடுக்கைக் கொண்டு இசை இலக்கணம் வகுக்க ஏழ்பெரும் பாலையினின்றும்

நூற்றிமூன்று பண்கள் தோன்ற சிலம்பின் அரங்கேற்றுக் காதை உரைப்ப பட்டினித் தவத்தில் நீண்ட உடல்மீது தாவர அகராதி முளைத்து காற்றின் குரல் அடுக்கில் தமிழ் ஒலிப்ப நரம்புகள் ஓடி மூச்சினை ஆட்கொண்ட கல்மூங்கில் நாசியில் மிருக மூர்க்க மூச்சில் எரியும் இசைக்கு யாழ் அரக்கர் ராவணயாழின் பூதகண சுரவரிசை ஐந்திணைகளில் மறைந்த மணிமேகலையின் அட்சயப்பேழையில் இசை எண்கள் புரண்டுவர முற்பிறப்பு எலும்புகளின் செந்நிறத்தில் திணைப் பூவில் ஆயிரம் நரம்புத் தொகை கொண்ட பேரியாழ் அதிர்ந்து கௌதமரின் விரிகதிர்கள் நாண எரிதழல் கொள்மேனி புலப்பட தொல்படிவக் காளான் குடையின் கீழ் கற்பவளமாய் சமணர் கல்படுக்கையில் கீறும் ஆயிரம் உதிர்நரம்பு இசை படிய உடல்மொழி மலையின் சாயலில் சிறுத்தையின் உதய கால வெளிர் பிரதேசத்தில் நெருஞ்சியில் மலரும் அருகரின் மொழித்தேகம் பிஞ்சும் பூவுமாய் தும்பிகள் இறகு சிவக்க நில ஆவரைகளின் காரநெடியும் சூரியனின் குளிர்ந்த வட்டத்தில் அம்மண ரூபங்களில் பறவைகளும் பூச்சிகளும் வண்டுகளும் மென்துகள்களும் சுழன்று தொலைவில் வட்டமிட்டு வெளிர் மஞ்சள் சூரியனில் நகங்களைத் தீட்டும் மிருகங்களின் ஈர மூச்சு சமணர் அம்மண உடலில் பட்டு கல் படுக்கையில் தாவர மிருக மனிதமொழி உருமாறும் தொல்காப்பியத் திணைப்பூவில் நத்தையின் உணர் கொம்புகள் தேடித் தேடி ஊர்ந்து செல்ல சீவிச் சீவிக் கிடந்த குகைப்படுக்கையில் சுருள் நத்தைகள் சமணர் உடல் மீது நகர்ந்து நுரை எச்சிலால் ஸ்பரிசித்த மெலிவுக்கும் மெலிவான உடல் உயிர் கொண்ட சமணரின் கட்புலனாகா லிபியும் கண்களுமே இலக்கியம்.

பாட்டிடை வைத்த குறிப்பினானும்
பா இன்றி எழுந்த கிளவியானும்
பொருள் மரபு இல்லாப் பொய்மொழியானும்
பொருளோடு புணர்ந்த நகை மொழியானும்
உரைவகை நடையே நான்கு என மொழிப.

கடல் கோளில் மூழ்கிய கேலிச்சித்திரம், கதாமந்திரம்,

புனைவு, மறைபொருள், உவமான, உவமேயமென வகுத்த ஈராயிரம் வருஷங்களுக்கு முன் உரைநடைக்கும் இலக்கணம் கண்ட தமிழ் வனாந்திர மலைப் பூச்சியாய் மறைந்திருக்கும் வேடர் மண்கூரை வீடுகளின் முற்றத்தில் அடுக்கிய பாறைகளில் அமர்ந்து கூத்துவாசல் ஏறி ஆடும் கோவலன் கதையில் இளங்கோஅடிகள் எனும் சமணன் செதில் உடம்பில் கீறிய சிலப்பதிகார வரைதோலில் கடல்கொண்ட புகாரும் தன்விதிர்த்த முலைக்காம்பில் நெருப்பு உமிழ இவ்வூர் தீவூட்டிய ஒருமகள் சிலம்பில் வென்று எரியும் குலவை ஒலி சுழன்று முத்துப்பரல் களாய் சுழல சிலம்பில் பதுங்கிய மகளிர் குலவை ஒலி கதை மரபு கண்ட தமிழின் கதைப்பாடல் ஆதிகுடித் தனிமொழி யில் ஆயிரம் வேடர்வில் அதிரப் பாயும் அம்புகளின் முன்னோடும் ஒரு ஆயிரம் விலங்கின யோனி பேதங்களில் சுழலும் குலவை ஓசை ஆழக்குமிழ் நெருப்பின் உயிர்ச்சர ஓசை வாய்வழிக் கதைமரபு.

மறைந்த மிருகத் தொலி உரிந்து அதிரும் ஊனின் வெறிமிக்க வாத்தியம் காட்டுப் பகடைகள் முழக்க சுடுவனப்புலால் கடிபடும் ஓசை சிக்கிமுக்கியில் உராய பரவும் தீயில் தவில் விரல்கள் எரிந்து பரபரக்க பேரிகை படகம் இடக்கை உடுக்கை கூத்து மத்தளம் விம்ம திமிலை குடமுழா கணப்பறை துடி பெரும்பறை தோலால் விரிய தொல்காப்பியனின் தோல் சூத்திரத்தில் மொந்தை முரசு கண்விடுதூம்புயென மிக்க நூலோர் விரித்துரைத்தனரே.

பறையன் மகனெனினும் காட்சியுடையான்
இறைவன் என உணரற்பாற்று

என அருங்கலச் செப்பு நூல்வரை ஆலமரத்து முனியாய் சமணர் கல்எழுத்தாக்கிய தமிழை இருநூறு வருஷ உரை நடைக்காரர்கள் ஆழ்ந்து பற்றாததினால் இரண்டாயிரம் வருஷம் விளைந்த கற்பவள மொழி அகப்படாமல் எதார்த்தத்தை அழுத்தி அழுத்தி அச்சேற்றினார்கள்.

சிலம்பில் உடைந்த இசை அதிகாரத்தை தகர்த்தெழுந்து தமிழின் நவீனகதைக்கு ஒருமுகப்படுத்தாத மையத்தையே

வெற்று அச்சாகச் சுற்றிப்படராத மொழியடுக்கு இனித்தான் உருவாக வேண்டுமோ?

உடல்மேல் செல்லும் உடல்பாதையில் வெண்பாலை மயங்கும் நுண்ணிய இழைகளால் நெய்த பிரிவின் மறைமுக நிலப்பரப்பில் ஆண்டாளின் பாசுரம் கீறிய விரலிலிருந்த கிளி பறந்து கூடல் நகர் தடாதகைப் பிராட்டியின் தோளில் அமர்ந்து யாழின் சுரவரிசை கதை சொல்லியாகிய கிளி அலகில் கவ்விய ஒற்றை வரகுக் கதிரில் மறைந்திருக்க கிளிக்கூட்டு மண்டபத்தில் சங்கப் புலவரெல்லாம் கிளியாக உருமாறி வரகுக் கதிர்கொண்டு தீட்டிய காவியம் எழுந்த தமிழ் கொழு முனை எரிய கம்பனின் வலிய ஏர்மேழி யுகாந்தகாலநெருப்பாய்ப் பிளந்த நிலத்தடியில் கவிபாடும் தாவர ராசியின் நவதானியமெல்லாம் கம்பன் எழுத்தடியில் உருண்டு செல்ல சூரியனோடு எழும் சமண விருட்சங்களின் நிழல் தன்வேரைத் தொட வெகுகாலம் ஆயிற்று இன்றுவரை.

குடைசாய்ந்த தமிழ் உரைநடைக்கு 'வேதாளம் சொன்ன கதை'யிலிருந்து உருவெடுத்த பித்தன் டிராம் வண்டியில் பாரீஸ் கார்னரில் வந்திறங்கிய சிவனுடன் புராணத்தையும் எதார்த்தத்தையும் இரண்டு கப் காப்பியாக கலந்து அருந்தி விட்டு கூட்டிப்போன சிவனோடு வாதாடிய குழந்தையை கடவுள் ஜெயித்ததால் கந்தசாமிப்பிள்ளை வீட்டுக்கு அரிசி மூடை வந்திறங்கியது ரிக்ஷாவில். கூடுவிட்டுக் கூடுபாயும் குழந்தையின் அற்புத உலகை விட்டு ஆலீஸை வெளி யேற்றும் சமூகவியல் படைப்பாக்கி தோல்வி கண்ட பித்தனே அடிசறுக்கிய வழி பலரும் அச்சடித்த தாள்முகமூடியுடன் பின்பற்றலாயினர். ஆனால் 'சாமியாரும் குழந்தையும் சீடையும்' கதையில் பித்தனுக்கு நெல்மணி ஈக்கியாகக் கீறியது குழந்தையின் கண்கள். சீடை தின்றவாறு நதியோடு காலாட்டும் குழந்தையின் கால்காப்பில் சூரியன் ஒளிபடரச் சிரித்தாள். குழந்தையின் பாததூளியை முத்தமிட சூரியனும் தவங்கிடக்கத்தான் வேண்டுமென முடித்தான்.

தென்பொதிகை அகத்தியன் தன் பாஷாண மை கொண்டு தீட்டிய செல்லம்மாளின் உருவில் அவள் இறந்து கொண்டி

ருக்கும் உடலோடு வேறு ஏதோ மயக்க உலகமும் சேர்ந்து கொண்டு சாவின் தடம் கண்ட நாயின் பிலாக்கணமும் நரியின் ஊளையும் குறுக்கிட சாவு அருகில் நகர்ந்த பித்தனின் உரை நடை செல்லம்மாளின் நாடியில் துடித்து குருதியில் படரும் சாவின் இருட்டில் நான் சிறுவயதில் கண்ட நோயாளிப் பெண் எறும்பைப் பார்த்துக் கொண்டே இருந்தாள். மயக்க மான கண்களிலிருந்து அந்த எறும்புகள் கல்லில் ஊர்ந்து தப்பிவிடும். கல்லை மயங்க வைக்கவும் அதன் உள்ளே மறையும் எறும்புகள் அவள் ஞாபகங்களை எடுத்துச் சென்று பூமியின் மர்மங்களில் புதைந்த அரளிப்பூவில் மறையும். அவள் மங்கலான பார்வையில் சாவின் பதற்றத்திலிருந்தன கல்தூண்கள். ஞாபகத்தின் சிவப்புப் படிவங்களில் கீறல் வழியில் கல்தானே சாவியாகி நிலப்பரப்பில் கிடந்தது. கல்தூண்களின் சங்கேத மொழி, மஞ்சள் அலகு அசைத்த பறவைகளால் பரிமாறப்பட்டு, செடிகள் முன்னுணர்ந்து சொல்ல சிதில ஓடுகள் இலைகளாகி கல்லில் ரத்த நார்கள் ஓடி, எப்போதுமாக உள்ளவற்றைப் பதிவு கொண்டு, காணாமல்போன பெண்களின் வரிகள் கொண்டு, நோயாளிப் பெண்ணின் பேசாத வார்த்தைகளாய்ப் பதிந்திருந்தன கல்லில். 'இறந்து கொண்டிருக்கும் சிறுமியின் கல்சாவியை' செல்லம்மாளின் சாவு மயக்கத்திலிருந்துதான் எழுத நேர்ந் திருக்கும். நினைவு தோன்றிய காலத்தில் நாங்கள் குடி யிருந்த 'நடராஜபுரம் தெருவில்' நோயாளிச் சிறுமியைப் பார்த்தவாறு பள்ளி சென்றேன். கல்மேட்டில் கண்சொருகிய நிலையில் ஊரையே பார்த்துக் கொண்டிருந்தாள். அவள் பார்வையில் உருகத் தொடங்கியிருந்த ஊரின் தோற்றத்தை காரை வீட்டுதூண்களில் அவள் மறைவதை அவள் நிலவின் வெளிவட்டமாக மாறிப் பௌர்ணமியில் வனாந்திரத்தின் மரங்களையும் காற்றையும் சப்தங்களையும் உறைந்த ஊரை யும் ஆட்கொள்வதைப் பார்த்திருக்கிறேன் நாகலாபுரம் என்ற என் அம்மா ஊரின் மறைமுகத்தில். செல்லம்மாளுக்கும் நோயாளிப் பெண்ணுக்குமான மயக்கப் பிரதேசத்தை என் அம்மாவின் கண்ணிலிருந்து இங்கே முன்வைக்க விரும்பு

கிறேன். நாகலாபுரத்தைச் சுற்றிலும் போன வண்டிச் சோட்டின் ஓரம் சரள் ரோட்டில் தான்தோன்றிப் பாதைகளில் நூறுநூறு கர்ப்ப ஸ்திரீகள் கல்லை உருகவைக்கும் வேதனையில் சுமைதாங்கித் தூண்களாக சாவின் பதற்றத்தில் நடுங்கிக் கொண்டிருக்கிறார்கள் இன்னும்.

பாங்கிணத்துப் பெரும்பசிக்குத் தன் பிள்ளைகள் வாரிக் கொடுத்த நல்லதங்காள் பாலேறும் சோளக்கதிர்களில் சிசுக்களை ஒளித்து வைத்து ஈர உடம்போடு வீற்றிருக்கிறாள் இருளைத் துணியாகச் சுற்றி மண்கூரை வீட்டில். கிராம வீதிகளில் மூலை தவறாமல் தானியம் உருண்டோட இறந்தவர்கள் எழுந்துவரும் காற்றில் சீங்குழல் ஊதிவரும் நிர்வாணக் குழந்தைகள் ஏழும் எண்வகைக் கூலம் நடுங்க புல் வரகு தினை சாமை இறுங்கு மூங்கில் நெல்லும் நல்லதங்காள் துயரம் கேட்டு பால்குடிக்கும் சிசுவும் ஓடிவர ஆறாத்துயரத்தில் ஒற்றை வரகுக் கதிருடன் வந்த அர்ச்சுனா புரத்து வெள்ளையம்மாள் கிழவி வரப்பில் ஓடிவர வளைந்த கதிர்த் தானியங்கள் தரையில் முட்டியழ மஞ்சள்நிற இமை திறந்து கண்பொத்தி அழுதது நெல்லும்.

பதினாறடிக்கூந்தல் பாங்கிணற்றைச் சூழ்ந்து சுற்றிப் பிள்ளைகளை மறைத்திருக்க அண்ணன் படுகொலைகாரத் தேவன் பாங்கிணற்றை முட்டி அழுத சோகம்-ராவணன் ரணகளத்துக்கு வந்ததைக் கண்ட மாத்திரத்தில் அங்கு பிணங்களை தின்னவந்த பேய்களும் பட்சி ஜாலங்களும் சினேகித்து அழுதன. சில ராவணன் பாதத்தில் வீழ்ந்து சோகத்தில் பீடித்து அழ சில பேய்கள் துன்புற்ற மார்பில் அடித்தன. யானைப் பிணங்களுக்குள் பதுங்கியழுதன. வெற்றிவில்லைப் பிடித்தவாறே மகன் இந்திரஜித் கை அறுந்து கிடக்கிறதைக் கண்ணால் கண்டு தலைமேல் கை வைத்து ஊழிக்கால சண்டமாருதமாகப் பெருமூச்சுவிட்டான். பாணவர்ஷங்களால் மூடப் பட்டிருக்கிற இந்திரஜித் மார்பை ராவணன் கண்ணீரால் நிறைத்ததை இந்த உலகில் வேறு யாரும் புத்திர சோகத்தில் இப்படி இருபது கைகளும் அலைபட அழுததில்லை. படுகொலைகாரத்தேவனும்

காஞ்சிவனத்துப் பெண்களும் பிள்ளைகளும் ஊரே திரண்டு அழுத சோகம் ராவணன் புத்திர சோகத்திற்கு இணை யானதை இறந்த பின்னும் நல்லதங்காள் கூந்தல் பதினாறடிக்கு மேலும் வளர்ந்து கொண்டே இருந்ததை பாட்டியின் குரல் வளைக்குள் ஒளிந்து, சொல்லியவாறே வெள்ளையம்மாள் கிழவியாகி நல்லதங்காள் கோவிலைச் சுற்றி வேப்பமுத்து பொறுக்கிக் கொண்டிருந்தாள் கதைசொல்லி.

முட்டை வடிவ பாங்கிணற்றை கிணற்றடி ஸ்திரீகள் கதையாக ஒரு புனர் சிருஷ்டியின் கல்யானை மீது துணி உலர்த்திக் கொண்டிருந்த செண்பா உடம்பெல்லாம் ஊக்கு மாட்டி துணி விலகாமல் கிணற்றில் தலைகீழாக விழுந்து மறைகிறாள். வௌவால்கள் பறந்து பறந்து 'போகாதே செம்பா போகாதே...' என இடைமறிக்க அவள் விழுந்த பின்னும் வாவாவென்று கூப்பிடுகின்றன. எல்லாக் காலத் திலும் வாழ்ந்த அஞ்சனாவதியைத் தேடுவார் யாருமில்லை. கல்தச்சனின் ஒரே மகளான அஞ்சனாவதி பெரியபெரிய பாதங்களுடன் பெரிய வீடுகளுக்கு நீர் எடுத்து கல்தொட்டி களை நிரப்பினாள். அவள் சாயை படர்ந்த சமையல் அறையின் இருட்டு இன்னும் உயிருடன் இருந்தது. சுவர்க் கருப்பில் அவள் விரல் தடங்களில் அவள் நடுக்கம் இருந்தது. காளியங்கோயில் பொந்துகளில் மறையும் கல் ஆந்தையின் குரலில் அவள் பற்றிய சாவு பயம் தொற்றிக் கொள்ளும். பக்கவாதத்தில் விழுந்துவிட்ட தகப்பனுக்காக நித்தநித்தம் காளியங்கோயிலில் விளக்குச் சரம்போட்டு கிளியஞ்சிட்டி தீபம் ஏற்றி உருகி மறுகினாள். பெரிய மொடாப் பானை களின் சுமைதாங்கிக் குட்டையாக இருந்த அவள் உருவம் கிணற்றுடன் பதிந்திருந்தது ஏனோ.

வாழை மடல் காதுகளைக் கொண்ட தமயந்தி குடத்தை வைத்து மர ராட்டை சுற்ற விட்டுக் கிணறை எட்டிக் கேட்கிறாள்: 'வாழைத் தோட்டங்கள் முறியாமல் பூக்கும் பருவத்திலிருந்த என் சகோதரி கௌரியைத் தேடிவந்தேன் சொல்.'

ஒரே சமயத்தில் ஆறேழு ஒளிமீன்கள் துள்ளி மேல்

எழுந்து உயரத்தில் அசைந்தவாறு கிணத்தின் சருக்கத்தில் மறைந்து கொண்டிருந்த கெளரியைச் சொல்லி அவள் வாழைக்குருத்துள் சுருண்டிருக்கிறாள். ஒவ்வொரு அகன்ற இலையுமே அவள் உரு என்றபடி தலைகீழாய் மறைந்தன ஒளிமீன்கள். எந்தப்பக்கமிருந்து நீர் இறைத்தால் கிணறு தரும் உணர்வைத்தானே பெற முடியும் என்பது ஸ்திரீ களுக்குத் தெரியும். அவரவர் அந்தரங்கத்தைக் கிணற்றுடன் பரிமாறிக் கொள்வார்கள். ஆனைக்கிணத்தின் வேதனை தரும் நிறத்தில் அரளிப்பூ கூப்பிடும். உருவங்கள் சிதைந்த தெலாக்கல் யாரைக்கூப்பிடுமென்று தெரியாது. ஒவ்வொரு ஸ்திரீயுமே ஆனைக்கிணத்துடன் பந்தப்படுகிறாள். உறக்கத் திலும் அந்தக் கிணத்தில் பதிந்த கல்யானையின் காதுகள் அசையும். யாரும் பார்த்திராத யானைக்கு பெண்களைத் தெரியும். யாரும் பார்க்காமலே கல்யானையின் நினைவு வரும். ஒவ்வொருவரும் அதைக் கடந்தே போயினர். எத்தனையோ ஸ்திரீகளின் நினைவுகொண்டு சோகத்தில் ஆழ்ந்த யானையின் பெரிய உரு அசையாமல் நிற்கிறது எல்லையற்ற ராத்திரியில். இடம் பெயர்ந்தவர்களும் கல்யானையைக் கிணற்றுடன் கொண்டு போகக்கூடும். தெரியப்படுத்த முடியாத வெளிச்சங்களைத் தன்னுள் கொண்ட கல்யானையின் சின்னதான கண்களில்தான் ஸ்திரீ களின் உலகம் ஒளிந்திருக்கக்கூடும். அதைக் கண்டதுமே ஸ்திரீகள் அலாதி அடைகிறார்கள். கிணற்றடிஸ்திரீகளின் தோற்றத்தில் எல்லாக் கிராமங்களுமே மறைந்திருக்கின்றன இருளில்.

ஆனைக்கிணத்தை நல்லதங்காளின் பாங்கிணற்றுடன் இணைக்க முயன்றேன். ஒவ்வொரு ஸ்திரீயாகத்தூரிலிருந்து பொங்கிக் கிணத்துக்குமேல் வந்து மறைகிறார்கள். கிணத்தின் சருக்கத்தில் நல்லதங்காள் என்ற சோக விநோதக் கதைப் பாடலில் அவள் பதினாறடிக் கூந்தல் இறந்தபின்னும் கிணற்று நீர் சுழலில் சுழன்று நீள்வதைக் கடைசியில் காப்ரியேல் கார்ஸியா மார்க்வெஸ் நாவல் 'பலியான கன்னியின் கூந்தல் அலையை எழுதிய கதை'யில் காண

நேர்ந்ததால் ஸ்பானியக் கதைப்பாடலுக்கும் நல்லதங்காளின் பதினாறடிக்கூந்தலுக்கும் பக்கம் பக்கமாக ஒரே சமயத்தில் கூந்தல் வளர்வதை தமிழின் வாய்வழிக் கதைமரபாகக் கொள்ள வெள்ளையம்மாள் கிழவியின் குடலுக்குள் இரைந்து கொண்டிருக்கும் கதைச் சுருளை என்னவென்று காணமுடியாத உள்ளூரைகளை உணர்கிறேன். புராணத் திற்குள் கரும்பு தின்ற கல்யானையும் மௌனியின் கல்யாளி ஆங்காரத்தில் எழுந்து துடிப்பதையும் கல்யானை காது களை அசைத்து ஸ்திரீகளின் ஞாபகங்களில் நிற்பதையும் பதிமூன்று நட்சத்திரங்கள் கிணற்றில் வந்து மூழ்குவதைப் பார்த்த கதைசொல்லிக்கு அராபிய இரவுகளில் வரும் நட்சத்திரங்களின் பயணத்தைத் தொடர்ந்து கடல்வழி தெரிவதும் என புராணம், வனமந்திர தேவதைச்சுருள், மீமனித மாயச் சுருள், குறிஞ்சி முல்லை மருதம் நெய்தல் வேனல்சார் வாய்வழிக்கதை மரபு என யதார்த்தத்துடன் இணைக்க முயன்றிருக்கிறேன் இங்கே.

'சலூன் நாற்காலியில் சுழன்றபடி' கதையில் கண்ணாடி களால் ஆன சலூனைச் சுற்றி சர்ரியலிஸ பிம்பங்களையும் மாய எதார்த்த உருக்களையும் சுழலவிட்டு கண்ணாடியி லிருந்தே செல்லும் நகரின் இயக்கத்தை மறைந்து திரியும் கிரிமினல் குற்றவாளிகளைத் தலைவர்களின் எலும்புக்கூடு களை உருமாற்றி ஏடன் தோட்டத்தில் ஆதாமும் ஏவாளும் வந்து கண்ணாடியைப் பார்த்து வெட்கித் தலைகுனி கிறார்கள். எல்லையற்ற காமம். கண்ணாடிகள் உடைந்து கடல் தொந்தளிப்பு.

புராதன நகரங்கள் மீது புறாக்களாக மாறிய ஆதாமும் ஏவாளும் பறந்து எங்கும் உலகங்கள் நீரில் மூழ்கிக் கொண்டிருக்கிறது. பாழ்வெளி. கொந்தளிக்கும் அலை. தலை இழந்து என் சவம் செடிமுளைத்த மதிலாக மாறியது. காற்றின் ஊளை. அதன் மீது கால்வைத்து அமரும் புறாக்கள். அவற்றின் ஊடல்.

'நின் காதலாலே சுவாசிக்கிறேனடி சாம்பா'

'பிராணநாதா. அதோ ஒரு பெண்ணைக் கல்லால் அடித்துக்

கொல்வதேன்'

'அவள் பாவி. விகாரமானவள். அவள் கெரில்லா எலும்புகளை முத்தமிட்டாள் என்பதற்காக'

'எது பாவம்-விகாரம்'

'இயற்கை எழில் சூழ்ந்த வானந்திரத்தில் அந்தக் கேள்விகள் எதற்கு, கண்ணே'

பெண்புறா கோபம் கொண்டு போரிடும் கடலையே வெறித்தது. ஆணின் ஏமாற்றுகள் சமாதானங்கள் பெரும் பொய்.

'பெண்ணால்தான் இந்தப் பெரும் போர்'

'ஆம்! போர் நடந்து கொண்டே இருக்கிறது. யாழின் வெற்று இசை எல்லோரும் மடிந்து விட்டார்கள். யாழின் வெறுமையான இசை'

'அதை என்னால் தாங்க முடியவில்லை கண்ணே'

'சொர்க்கத்தில் இந்திரன் சபையில் அடிமையான பெண் விரல்கள் நிற்பதில்லை. பூம்புகார் பட்டினத்து நடனமாது. கோவலனால் கைவிடப்பட்ட ருத்ரகணிகை. மாதவி என்று பேர். அவளிடம் யாழ் உள்ளவரை'.

வெற்று இசை அதிகரிக்கிறது.

'தேவதாசிகளிடம் யாழ் உள்ளவரை... யாழ் உள்ளவரை'

கடல் தீப்பற்றி எரிகிறது. தீயின் நிழல் மதில்களில் அசைவது திரும்பவும் போர்மூண்டுவிட்டதாகத் தோன்றியது.

'சுவாமி, தங்களிடம் ஒரு வரம் கேட்பேன் தருவீர்களா'

'என்ன வேண்டும் சாம்பா'

'அந்த யாழ் எனக்கு வேண்டும். மாதவியின் யாழ்'.

'நிறைவேறும் காரியத்தைச் சொல் சாம்பா, விளை யாடாதே!'

'தீயில் குதிக்க வேண்டும் நீங்கள்'

ஆண்புறா தலைகீழாக தீயில் விழுந்தது. போரிடும் தீயின் நிழல்கள் மதில் மீது பட்டு அசைகின்றன. மதில் சுவர்மீது பெண்புறா மட்டும். அதன் காலடியில் யாழ் அதிர்கிறது. அதன் அதிர்வு அதிகரிக்க அதிகரிக்க தீயிலிருந்து 'மூலதனத்தின்' பக்கங்கள் புரண்டு கெரில்லா எலும்புகள்

எழுந்து வருகின்றன. கண்ணாடிக்குள் ஏன் அலைந்து கொண்டிருக்கிறேன். எனக்குத் தெரியாது. தலை திருப்பலில் எல்லாம் உடைந்து சிதறியது. பார்த்துக் கொண்டிருக்கும் போதே கண்ணாடி உடைந்து கழுத்துக்கு நேராகக் கீறல். என் உடம்புடன் தலையை ஒட்டவைத்துக் கொண்டிருந்தான் முடி ஒப்பனையாளன். அந்த மாயக்கிழவனின் கண்கட்டு வித்தையில் யார் தலையோ வந்து சேர்ந்தது.

'என் தலை எனக்கு வேண்டும்.'

'உடைந்து கிடக்கும் கண்ணாடியில் தேடு'.

நகரின் முச்சந்தியில் தேசத்தலைவர்களின் எலும்புக் கூடுகளைக் கொண்டு வந்து நிறுத்தினார்கள். அவற்றைக் குளிப்பாட்டித் துவட்டிவிட்டு பீடங்களில் அமர்த்தி யிருந்தது. தொண்டர்கள் பதினாறு பேர்களைத் தலைகீழாகக் கட்டி அடித்துக் கொண்டிருந்த கருப்பு அங்கிகள். பீடத்தி லிருக்கும் சுழல் நாற்காலியில் சாய்ந்திருக்கும் எலும்புக் கூடைச் சுற்றித் துப்பாக்கி ஏந்திய காவலர்கள் அணிவகுத்து நிற்கிறார்கள். எலும்புக்கூடுகள் சொற்பொழிவாற்றும் குரல் ஊளையிடுகிறது. எங்கும் அடிமைச்சாசனம் எழுதிக் கொடுத்த பிரஜைகள் கால் விலங்குகளைத் தரையில் இழுத்துக் கொண்டு நகர்கிறார்கள். மலக்கிடங்குகளைச் சுற்றி கைகால் வீங்கிய குழந்தைகள், நோயாளிகள். ஆரோக்கியமானவர்கள் நோயுற்றிருந்தார்கள். நோயுற்றவர்கள் இறந்து கொண்டிருந் தார்கள். டாபர்கள் அபினி விற்பவர்கள். காவலரின் கண் பார்வையில் போகும்படி உத்தரவிடப்பட்டுள்ளது. சலூன் கண்ணாடியில் காவலரின் கண்கள் ஒட்டப்பட்டிருந்தன. கதைகளில் சுழலும் என்உரு எப்போதும் எல்லா கண்ணாடி வழியாகவும் பார்த்துக் கொண்டிருக்கிறது. தலையை மாற்றி விடும் மறைமுக சித்திரவதை முகாம்களை எழுதநேர்ந்த மனப்பதிவே கயிற்றரவுக் கண்ணாடிப் படத்தில் கயிறு/ அரவு இரண்டின் இணைவிடத்தில் தோன்றும் கண்ணாடி யில் அண்ட கோள விலாஸம் பார்த்துத் தன் பல பிறவிகண்டு கண்ணாடிப் பாம்பின் படத்தில் சாவின் அருகில் முகம் பார்த்து உரையாடலைப் பித்தன் துவங்கி வைத்திருக்கிறான்.

கண்ணுக்குப் புலப்படாத கண்ணாடிதான் பித்தனின் கயிற்றரவு. மொழிக்கும்/சுதாச்சுருளுக்கும், எழுத்துக்கும்/ வாசகனுக்கும், படைப்புக்கும்/எழுத்தாளனுக்கும், தாத்தா வுக்கும்/ பேரனுக்கும், அமீபாவுக்கும்/மனிதனுக்கும் கலந்துரையாடல் பல நிலைகளில் தொடர்வதைப் பித்தன் எனும் மாயாஜாலப் பேர் வழியை நாவிதக் கண்ணாடியின் சலூன் நாற்காலிச் சுழலாக்கி விட்டிருக்கிறேன். சுழன்று பாருங்கள்.

கயிற்றரவுக் கண்ணாடிப் படத்தில் பித்தன் கதைமொழி பனைவிடலி இடுக்கில் நாகரத்தினம் கேட்டு அரவு கக்கிய ஒளிக்கல் பாதையில் கிழக்காந்தை வெருண்டு கதற ஒளி ஊர்ந்த நினைவுப் பாதையில் கபாடபுர நகர்ப்படலம் விரிய பல்வேறு புள்ளும் சிலம்பும் ஓசை இருள்வெளி படரமுன் நகர் புதை ஏடுகள் திறந்து கடல் புரண்டுவரப் புலித்தோலில் தீட்டிய தமிழ் உருண்டு கடல்கொள்ள நாயின் பிலாக்கணம் செங்கோண்தரைச்செலவு கடல்கோள் நிகழ்ந்தபின் அங்கு போனவன் நீர் கன்னியின் மூக்குத்திக் கல்லின் ஒளி ஒற்றை யடிப் பாதையில் நகர்ந்து முக்காலங்களில் ஒளிப்ப பித்தன் எதிரே பலிபீடத்தில் கன்னியின் சிரசு ரத்தவிளாறாய் வளர்ந்து கொண்டே இருக்கும் கூந்தல்.அவள் நிழலாய் நகரும் நிலந்தரு திருவிற்பாண்டியன் பிலம் விலகி மறைந்தான்.

'ஞானக்குகை'யின் உயிர் குடிக்கும் கன்னியின் வசீகரப் புன்னகை உதடசைக்காமல் பிளக்கும் இடைவெளி தாண்டி நீளும் பித்தனின் கரங்களைப் பற்றி நடக்க முயல்வேன் இன்று இரவில். வலுசர்ப்பங்கள் மேடுகளில் படுத்துக் காற்றைக் குடித்தவாறு படமெடுக்கும் இடத்தில் நீலவிஷம் தீண்டிக் கண்டத்தில் விஷம் சுமந்து நிற்கிறான் பித்தன்.

மாயப்பித்தன் சிவனோடும் வாணியச்செட்டி ஆச்சியின் குழாய்ப்புட்டிலும் வறுமையான பாட்டியின் தனிமைச் சிரிப்பில் பத்தாயிரம் நரிகள் சிரித்த சிரிப்பே பரியை நரியாக்கி பெருஞாலம் நிகழ்வித்த கதாமந்திரம் கிழவியின் சிரிப்பில் கண்டு வாய்வழிக் கதை மரபுக்கும் புராணத் திற்கும் கட்புலனாகா இணைப்பைச் செய்ததும் கயிற்றரவு

தீண்டி தமிழ் உரைநடை நெடுகிலும் நீண்டு கிடக்கிறான். அவனைத் தாண்டிப் போன எட்டிய வெளியில் அழியாச் சுடரான மௌனி சனாதனப் பேய்க்கூட்டத்தை உதறி எழுந்து ஆடும் தவிப்பில் சுடர் நடுங்க எவற்றின் நடமாடும் நிழல்களோ இவையென சுடர் பரவ வெகு ஆழத்தில் பார்த்த பெண் பதுமைகளின் துயரமுகம் காண நேர்ந்த எத்தனையோ ஸ்திரீகளின் இருளுருவங்கள் சாவிலும் பின் தொடர அவளுள் ஒடுங்கிய உன்னத கீதம் வெளியில் படரும் நாளை வேண்டிக் கர்ப்பக் கிரக இருளில் மறைகிறான். அவளைப் பின்தொடரும் மௌனி இருள் வெளி படர்ந்து எட்டிய வெளியில் அழியாச் சுடரில் சாவில் பிறந்த சிருஷ்டி யில் மயங்கிய பாதையில்.

'நினைவுப் பாதை'யில் நகுலன். விண்ணுக்கடியில் வாலாட்டும் அந்த மஞ்சள் நிறப் பூனையின் சிரிப்பு. பூனை மறைந்து விட்டபின்னும் அதன் சிரிப்பு மறையவில்லை. அருகே சுசீலாவின் வெண்கலச்சிலை மலைமீது விழுந்து நெடுங்காலமாய் உருள்கிறதே. பாசியடைந்து சர்ப்பங்கள் தீண்டிய சுசீலாவின் உடல் கொம்பேறிய விஷத்தில் பச்சையாய் அசைகிறதே. நினைவு ஊர்ந்து செல்கிறது. பார்க்கப் பயமாக இருக்கிறது. பார்க்காமலும் இருக்க முடியவில்லை. மஞ்சளான பித்தப்பூக்கள் நகுலன் வீட்டுத் தோட்டத்தில் பூத்திருக்கின்றன. நழுக்கென்று சர்ப்பம் இலையடிகளில் மறைகிறது. சாதாரண பூச்சிகளும் பறவை களும் அற்றுவிடுமானால் உலகம் வெறிச்சென்று விடும். கோட்ஸ்டாண்ட் கவிதைகள் திரும்பத் திரும்ப எழுதப் படுகின்றன. யார் கைமூலம் என்பதை விட எழுதும் கை மூலம் எழுதப்பட்டுவிடும். படைப்பாளி இருக்கிறானா, இறந்துவிட்டானா என்ற உயரமான கேள்விகளுக்கு மேல் கோட்ஸ்டாண்ட் மீது நகுலன் உடல் உரித்துப் போடப் பட்டிருக்கிறது. எதிரே சூரல் நாற்காலியில் நகுலன். நவீனன் டைரியை எழுதிக் கொண்டிருக்கிறார். கோட்ஸ்டாண்டி லிருந்த நகுலன் உடல் அவரைப் பார்த்துக் கொண்டிருக் கிறது. 'நகுலன் இறந்துவிட்ட பின்னும் ஒலிநாடா'

பேழையில் இனியாகும் எழுத்தை மரணத்துக்குப் பின்னும் எழுதிக் கொண்டிருக்கிறார் நகுலன்.

3. கதாச்சுருள்

இப்போதெல்லாம் சிறுகதைகள் அவசரப்படுத்துகிற ஒவ்வொரு பொருளையும் விளக்குவதில்லை. எதார்த்த வடிவத்தின் வரம்புக்கு வெளியில் எதிர்புனைவின் சூறாவளியில் குரல்பலவும் சேர வேண்டியிருக்கிறது. இதுவரையான வடிவத்தின் மரபிலிருந்து விலகிய மாறிக் கொண்டே இருக்கும் கதையை மொழியின் உருக்களாக சேர்க்க விழைகிறேன். தன்னைவிட்டு நெடுந்தொலைவி லிருந்து பிரபஞ்சத்தின் குரல் உலவும் வெளித்துகளையும் காண நேர்கிறது. துடிக்கும் வார்த்தைகளை தனிமொழியில் வெளிப்படுத்தினேன். நேர்ந்த அனுபவங்களிலிருந்து எல்லாவற்றையும் சொல்லப்போவதில்லை. முக்கியமாக பிளக்கும் இடைவெளியில்தான் மொழி தன்னைப் புத்துருக் கொள்கிறது. ஏனெனில் சாவின் சமீபத்தில் பிறந்த அராபியக் கதைகளின் கட்டமைப்பை ஷீரஸாத் சொல்ல நேர்ந்ததால் புதிய கதை வெளியின் துகள்களை அங்கிருந்தே நெடுங் கனவில் அடைகிறேன். என்விரலால் எழுத நேர்ந்த முன்கதைகளின் வார்த்தைகளைச் சிலுவையாகத் தூக்கிச் சென்றேன் பல சந்தர்ப்பங்களில். என் நிழலே விழாத கதையை முன்னும் பின்னரும் எழுத நேர்ந்தது. எதார்த்த உருக்கள் கரைந்து வேறு ரூபம் கொள்ள இருந்ததும் என்னை விட்டு விலக நேரும் போது நடக்கிறது. அடைத்துக் கொண்ட எழுத்தாளனின் பிம்பமோ கதா மந்திரப் பரப்பை சிதைக்கவும் வசீகரம் இழக்கவும் பயன்படுகிறது. பிரதி முக்கியமென்றாலும் கற்பனையான ஒன்றிலிருந்து துவங்கி குருதியில் இறங்குகிற உப்புக்கத்திகளாக வார்த்தையை கவனமாக விட்டுச்செல்வது எழுத்தாளன் மட்டும்தான். அறிவு ஜீவிதச் சிந்தனைச் சாளரங்களில் எழுத்தாளன் இறந்துவிட்ட பிரதிகளைப் பிரித்து கட்டுடைத்துப் பார்க்க தாள்சவ முகமூடிகளை அணிந்தே சும்மாகிடந்த எழுத்தாளனின் சவத்தை அறுக்க

நேர்ந்திருக்கிறது. வார்த்தைகளை இணைத்துப் புதிய 'கதை போடும்' விளையாட்டைத் தொடர்ந்த போதும் சறுக்கி விடுகிற கதையின் முன்னறியாத விதிகளை மார்க்வெஸ்ஸிடமிருந்தும் போர்ஹேயிடமிருந்துமே கற்றுக் கொண்டாலும் கீழைக்கதா மந்திரப்பரப்பில் அலைவுறும் ஐந்திணைகளில் இடமாறும் சூனியக்காரிகள் இன்னும் வந்து சேரவேண்டிய அவசியம்...

காகிதத்தில் விழுந்த விரல் ரேகையின் சுழற்சியில் வார்த்தைக்கு முந்திய திரவ மனநிலையில் பழைய வேதி ஏடுகளுடன் ரஸவாதியைச் சந்திக்க நேர்கிறது முதலில். காலனியக் காலத்திற்கு முந்திய உடலையும் புலனையும் தோண்டி எடுத்து எலும்புகளின் ஆய்வுக் குறிப்புகளை அரூபத்துகள் மட்டத்துக்கு சுருக்கிட்டு 'கதை' அழிப்பு நடந்த சில வருஷங்களில் கதைசொல்லியின் கழுத்தை நெரிக்க வந்த அதிபிரகரணவாதிகளுடன் 'சமஸ்கிருதத் கதைமரபே தமிழுக்கு... அதற்கு சுயமரபில்லை' என இரும்பு முகமூடிக்கடியில் சிரித்தவர்களும் கர்நாடக முரசு கொட்டி (Anti Literature) பரப்பிய Non-linear எழுத்துக் காலமும் – தன் கையில் வரும் உணர்ச்சிவசப்பட்ட கதாபாத்திரமாக மாறிப்போன தட்டையான ஒற்றைக் கருத்துருவ நியூஸ்பிரிண்ட் அச்சு எந்திரச் கதைக்காரர்களும் காலந்தவறி வந்த ரயிலை விட்டிறங்கி ஓடிவர நேரமிருக் கிறது இன்னும். பகுத்தறிவின் கூரிய வாட்களுடன் சமூக வியல் எதார்த்த வகை அறிவு ஜீவிகளும் எழுத்தாளர்களும் இழந்த கதைமரபை சமூக உடலில் தேடித் தேடி தோற்றுப் போனார்கள். உடலுக்குள் புலனுணர்வுகளுக்குள் தர்க்கத்தில் உருக்கிவார்த்த கருத்துருவத்துள் அடைத்துப் பார்க்க எந்தக் கூண்டிலும் அடைபடாமல் தோலுக்குமேல் ஒரு அங்குல இடைவெளி பரவியுள்ள கீழைக் கதாமந்திரப் பரப்பில் செல்வதே ஒவ்வொரு கதைக்காரனின் கால்வழி மரபு. சிறுத்தையின் உடல்புள்ளிகளையே மிருக விநோதச் சுருள் என்பேன். சிறுத்தை தன் உடல் புள்ளிகளை மாற்றிக் கொள்ளக் கூடுமா? கூடாது. சிறுத்தை உடல் புள்ளிகள்தான்

கதைக்கான குறியீடு. குரல்களை தொன்மத்தை நோக்கிய பிலவாயிலில் நின்றவாறு கூவியது நடந்தேறி வருகிறது. புனைவின் வசீகர ஆளுமைகளை, உறங்கும் எலும்புகளின் கனவை, யுத்தங்களால் சேகரிக்கப்பட்ட குருதியின் பழங்கால நினைவுகளை ஊடுருவிப் பாயும் பாட்டிமாரின் கதாமண்டல தாந்திரீக மொழியைப் புறந்தள்ளிவிட்டுச் சமூகவியலும் ஃபோட்டோ ரியலிஸமும் அ-நேர்கோட்டு மேல் தளத்தில் வெட்டிச் சாய்த்த வேகத்தில் முனிகள் அடைந்த புளியமரங்களும் சாய்ந்ததுதான் துரதிஷ்டமானது. வீர்யமிக்க யதார்த்த மரங்களைவிட பொந்தாயிரம் புலி ஆயிரம் வாழ்ந்த பேய்க்கதைகள் கூறும் கிராமத்தின் ஆன்மாவை ஒவ்வொரு புளிய இலையின் நடுக்கத்திலும் புளிப்பு வாசத்திலும் பசுமைச் சாறு கசியும் கதாச்சுருள் மரப்பட்டைகளின் விருவுகளில் எறும்புகளாக ஊர்ந்து கால்களை அசைத்துக் கொண்டிருக்கின்றன. கதைக்குள் கூடிவந்த மைய சாரம்ச கலாவேகத்தின் சகாப்தம் முடிந்த பின்னும் மியூசியத்துக்குள் இன்னும் பிரதிஷ்டை நடந்து கொண்டிருக்கிறது.

முகத்தில் வாசித்த எழுத்தை கதைக்குப் பின்னே ரகசிய இழைகளாக வைத்திருக்கிறேன். பழைய வீடுகள் சொன்ன சேதியிலிருந்து கதையின் முதல் வரி துவங்கியிருந்தது. முதல் எழுத்தில் இறங்கிய திரவமனநிலையில் இருட்டுத் தண்ணீருக்குள் போய்க்கொண்டே இருக்கிறேன். தண்ணீரான எழுத்தில் இறங்க இறங்க இழுத்துக் கொண்டிருக்கிறது. மூழ்கிக்கொண்டிருக்கும் போது மடிக்கப்பட்ட தாள் பரப்பில் மனிதர்கள் தீக்குமிழாகச் சுழல்கிறார்கள். ஒவ்வொரு தாளிலும் ஒவ்வொரு முதல்வரி தனித்தனி இடங்களிலிருந்து எதிரும் புதிருமாகத் துவங்கி அறுபடுகின்றன. ஒன்றை யொன்று சந்தித்துக் கொள்வதில்லை. விலகி விலகி விழும் முதல்வரி அடங்கிய வேறு கதைகள் தாறுமாறாய் சிதறிக் கிடக்கும். எழுதப்போகும் கதைகளுக்கான முதல் வார்த்தை இருட்டுத் தண்ணீரில் சலனமடைந்தவாறு மறையும். எந்த எழுத்தைத் தொட்டாலும் தண்ணீராக மாறிவிடக்கூடிய

உருமாற்றம். நான் எழுதிய எழுதாத வார்த்தைகள் குவிந்த அச்சுப் பிரதிகளும் கைப்பிரதிகளும் தொட்டதும் நீராக உருமாறுகின்றன. அவற்றை திரும்பவும் கதைகளாக மாற்ற, தண்ணீரால் வார்த்தைகளுக்குள் அடங்க முடியவில்லை. சதாவும் சலனமடைந்தபடியே சேர்ந்து சேர்ந்து ஒன்றாகும் வார்த்தைகளை என் விரல்கள் வேக வேகமாகத் தொட்டுக் கொண்டே நகர்கின்றன. உணர்வில் மட்டுமே கதைகள் சிலவும் வருகின்றன. தோற்றும் போகின்றன. நீரின் மாயத்தி லிருக்கும் கதைகள் முன்னறியாத விதிகளில் இயங்குவதால் எதார்த்தத்தையும் மாயத்தையும் பிரித்தெடுப்பதில் தோற்று விடத்தான் முடியும்.

தேவதைகளைத் தவிர மனிதனுக்குப் பொருத்தமில்லாத விதிகளைத்தான் மீமனித மாயச் சுருள் போல பல என் கதைகள் கொண்டிருப்பதால் மாறுபட்ட விதிகளை ஏற்க மறுப்பதும் நடக்கிறது. மாறிப்போன கதைகளின் வரிசைக் கிரமமான விவரிப்பை நான் கொடுக்க முயற்சிக்கப் போவதில்லை.

எழுதப்பட்ட வரிகளால் தாறுமாறாய் சிதறிக்கிடக்கும் என் அறை. கதைகள் கொண்டு செல்லும் மீமனித மாயச் சுருளின் அடையாளங்களை காகிதக் கற்றைக்குள் புரட்டிப் புரட்டி கவனமாகத் தடயம் பார்க்க வேண்டிஇருக்கும். என் அறை மூலையில் மர ஸ்டேன்டில் வைக்கப்பட்ட பாதரஸ விளக்கில் தனியே மிதக்கும் சுடரில் புகுந்து எரியும் பிரதி களைதலைகீழாகப் பிடித்திருக்கிறேன். எழுத்துக்கள் உருகி மெலியப் பயன்படுத்திய ரஸக்கரைசலில் நிறக்கோடுகள் உருமாறுவதை சிலவேளை யாராவது காணக்கூடும். என் கைப்பிரதியில் படியவிட்ட பாதரஸத் திரியின் சுடர் பட படத்துப் பற்றிக்கொண்டு காகிதம் முழுவதும் பரவிய தீயில் உருகும் கதைக்குள் பாதரஸமாக உருமாறும் வார்த்தைகள் புதுமைப்பித்தன் என்ற ஹடயோகியிடமிருந்து வாழையடி வாழையாக வந்து சேர்ந்திருக்கக்கூடுமோ.

இரவும் வந்த சாகுருவி 'சா' எனக் கத்தும் குரலில் யாரோ இறந்த பயம் நெஞ்சைக் கவ்வ அத்தை சாகுருவிக்கு என்னை

சேலைமுந்தியால் மூடி என் தலையை மறைந்திருந்தாள் எப்போதும். இப்போது சாகுருவி வந்து 'சா'வென்று சொன்னால் நிச்சயம் எழுதுவதை நிறுத்திவிட்டுச் செத்துப் போவதாய் நம்புவதாக இருக்கிறது. என் கதைகள் மீதோ நகர்ந்து கொண்டிருக்கும் கதாபாத்திரங்களின் மீதோ சாகுருவி நிழல் விழாமல் அதன் 'சா'குரல் படாமலும் காத்து வருகிறேன். அது வந்துவிடும் ஒவ்வொரு இரவையும் கொண்ட என் முதல் கதைகளையும் சாவுத்துடியான சாகுருவி சாவுத்துடி பற்றிக் கொண்டிருப்பதால் அதை வாசகர்கள் கதைசொல் வரிகளுக்கிடையே இடம் மாறி வாசித்தபடி அதன் எதிர் அறிய வேண்டும். பேதை உள்ளான் கதையை எழுதிவிட்டால் உடனடியாக அன்று இரவு சாகுருவி என் மேல் பறக்கக்கூடும். பேதை உள்ளான் கதையை நான் எழுதியிராத போதும் அது மார்த்தாண்டன்பட்டிக்கு வாழ்க்கைப்பட்டுப்போன மூன்று அத்தைகளின் கதையாகத் தான் இருக்கும். என் கதைகளுக்கான ரகசிய இழைகளை அவர்களே அறியக்கூடும். அல்லது குறுக்கே பாயும் 'சா..' வென்ற குரல் சுழற்சியில் சாப எழுத்தும் கதைமரபும் கொண்டு செல்லும் சாகுருவியைக் கேளுங்கள்.

4. ஆதிக்கதை

'சாத்தூர் நரிப்பொடி, வாய்ப்பொடி,' புகையிலைத் தடை, கருஞ்சுருட்டு நெடியில் கரகரப்பான கதைக்குரலை புகை யிலையாக உலர்த்தி 'விருதுநகர் சுருட்டாக' விரித்த பாட்டி யின் கதாமந்திரப்பரப்பில் காய்ந்த சுருட்டு இலையில் ஓடிய இரகஸிய வாசனையால் ஆட்கொள்ளப்பட்ட என் பால்ய காலத்தை கதைச்சுருட்டாக சுருட்டி இன்னொரு உலகைக் கருக்கொண்டிருந்தாள் பாட்டி.

அப்போதும் தாதுவருஷப் பஞ்சமென்று அறியப்பட்ட பழங்காலத்தில் ஜனங்களின் குடல்வயிற்றுக்குள் சடை சடையாய் முளைத்த குதிரைவாலிக் கதிரால் மண்ணீரல் மீதும் காதுவடித்து பாம்படம் அசைய ஓட்டு வீட்டு திருணைபூராம் கிடந்த பாட்டி உடல்மீதும் எழுதத்

தொடங்கி இருந்தேன் முதல் கதையை.

நாகலாபுரத்திலிருந்து வந்த பாட்டியின் தடித்த சகோதரிகள் பம்பையம்மாளும் வேடபட்டிப் பாட்டியும் மெதுவாகத் தெருவை உரசி நகர்ந்து வந்து ஊர் ஊராய் விருந்தாடி போன ஞாபகங்களையும் அங்குள்ள வம்சாவளி மரத்திலிருந்த கிளைகொத்து உறவுமுறைகளைப் போட்டுப் பார்க்காத பல தாயாதிகளின் விஸ்வரூபங்களை பரம்பரைத் திருடர்களை படுகொலைகாரர்களை கடகப் பெட்டியில் கொண்டு போன 'புள்ளம்மா'வின் ஆவியை பேச வைத்திருந்தனர். வேடபட்டிப்பாட்டி வயது சென்றவள். நெடுங்காலம் புருஷனில்லாமல் காடுகளில் பயறு கிழங்கு வித்து வரும் போது அவளுக்கே தெரிந்த பழம் பாதைகளில் தோன்றிய கட்டுக் கதைகளை வறுமையின் ஆழத்தில் இருந்த கிராமங் களின் உருவங்களோடு சொன்னாள். பஞ்சதந்திரத்தில் இல்லாத 'பூமத்தியரேகை மனிதர்களை' கருப்பு கக்கரை எரிசெவல் தேரிகள் போடுமண் மேவிமேவி எழுந்த வேனல்சார் நிலப்பரப்பை பாட்டி உடல் மீது பார்த்தேன். காடை, வரிக்குயில், ஆக்காண்டி, கல்லாந்தை எல்லாம் பம்பையின் உடம்பில் பறந்து சுற்றும். காட்டிலந்தைப் பழமாகத் தித்திக்கும் அவள் குரல்.

பம்பை, ஆதக்காள், வேடபட்டிப்பாட்டி மூவருமே மண்ணுக்குள் போனபின்னும் செய்வதறியாது கதை களுக்குள் ஆவியாய் உலவுகிறாரக்ள். பீர்க்கங்கொடி பாட்டி உடம்புக்குள் பூத்துப் படரும் போது ஈஞ்சமரங்களுக் கிடையில் கூந்தல் வளர்த்த ஆண்கள் சிணுக்கோலியால் முடி சிலுப்பி மரிக்கொழுந்தும் ஈஞ்சம்பூவும் முடிந்த கொண்டையில் சூடி, வேல்கம்பும் சூரியும் கொண்டு போர்க்குணம் வாய்ந்த இனக்குழுவாக யுத்தத்தின் கொடுமை களால் பூமியை வெறுமனே உழுது கொண்டிருந்தார்கள் ஈஞ்சநாட்டு வம்சாவழிகள். குதிரைவாலிச்சடைத் தவசத்தை விதைத்தார்கள். அந்த வெப்பமண்டல மண்புழுக்கள் ஒடிந்த குறு வாட்களைச் சுற்றி நாட்டியமாடும் போது குதிரைவாலிச் சடைக் கொண்டைகள் அசைந்தன – அதன்

சாம்பல் நீலக்குருதியோடும் பம்பையம்மாள் எழுதுதாளும் மையும் இல்லாமல் அந்த காட்டு வழி நெடுக காடோ செடியாக அலைந்துவரும் காற்றின் குரல் அடுக்கில் குரல் வளைக்குள் ஒற்றை சடைக்குதிரைவாலிக் கதிருடன் கடகப் பொட்டியில் சுமந்த வரகு மேல் 'புள்ளம்மா' ஆவியோடு குலவையிட்டவாறு ஆடிவருகிறாள். அக்கினிச் சட்டிகள் தீ மூண்டு எரிகின்றன.

நாற்று நடுகிறபோது
களை எடுக்கிற போது
காட்டில் விறகொடிக்கும்போது
பருத்திக்காட்டில் நிற்கும்போது
பெண்களும் ஆண்களும் நெருநெருவென்று கதிர் அறுக்கும்போது

நென்மேனிக் கருப்புப் பெண்ணொருத்தி வெள்ளரித் தோட்டத்தைச் சுற்றிப் படரும்போது

காதுவடித்த கலிங்கமேட்டுப்பட்டி ஸ்திரீகள் வயக் காட்டில் குலவை போடும் போது

கிழக்கே நெடுந்தூரம் பனைவிடலி அருகில் போய் பச்சை ஓலையை மோந்து பார்த்து ராசாத்தி அத்தையின் குமறுகள் சீரழிந்த மண்கூரை வீட்டில் சாணம் மெழுகிய சுவரில் இருந்த சாணக் கோடுகளில் மனித துக்கத்தின் ஆழத்தில் தீத்துக் கல்லால் கீறியிருந்த கோடுகளை நெருங்க நெருங்க தொலைவாய் போய்க் கொண்டிருந்தன சாணக் கோடுகள்.

நென்மேனிமேட்டுப்பட்டி வயல்வெளி இரு மேனி கண்ட தாதுவருஷ நினைவில் கோடி நெல் படர்கிறது ஆயிரம் கண்ணுடைய இருக்கன்குடி மாரியின் குத்திநிற்கும் சூலம்வரை. வயல்வெளிமேல் மாரியின் நிழல் ஓடும் அசுரர்களோடு.

கிழக்கே பரவிக்கிடந்த வளர்ச்சி குன்றிய வெளியாள் அதிகம் வராத கிராமங்களில் வேலாயுதநாடார் பெண்மக்கள் உடம்பில் பனைவாடை சுற்றிச் சுற்றிப் பரவிவரும் போது பதினிப் பானை தூக்கி சுத்துப்பட்டிக்கு போன தடத்தை

மோந்து பார்க்கும் நாசியிலும் பனைவாடை வரும். பூமத்திய ரேகை மனிதர்களாய் நெட்டுவசமாய் முளைத்த கரும்பனை உயரத்தில் பேய்கள் அமர்ந்திருக்கும்போது பனையேறி தொண்டைக்கடியில் குடலுக்குள் முளைத்த குருத்துக் கதை களை குடலைவிட்டு அறுத்தெடுக்க முடியாமல் பாலை சீவிச் சீவிப்போன கருக்குமட்டையில் கூந்தப் பனைவாசம் தொடர்ந்து விரட்ட அந்த பனைகளின் செதில் உடம்பி லிருந்து ஓலை அறுத்துக் கீறிய வரிகளை பச்சை ஓலையாய் தருவதற்கு கதைமரபு காணும் ஆவலால் தூண்டப்பட்ட நவீன கதைசொல்லிக்கு வேலையிருக்கிறது இன்னும்.

தாவர ராசிகளின் காரவாசனையை நுகர்ந்து பெருமூச்சு விட்ட பாட்டி மயக்கத்தில் பூக்களுடன் உறவாடிப் பல வார்த்தைகளை செடிகளுக்கு சொன்னாள். அவள் பெரிய மூக்கில் தாவரங்களின் வாசனை நிறம் நிறமாகப்பிரிந்து தொலைவான கிராமப்பரப்பில் வீசிக்கொண்டிருந்த அலாதிக் கதைப்பாடலாய் உரசியது பனைகளில். பாட்டியின் உடல் கீறல்களே நட்சத்திரத்தினதாகும். அவள் உடம்பில் உதிர்ந்த நடசத்திரம் ஆறாகிறது. அடுக்கடுக்காகப் படிந்த நாகரீகங் களின் ஆறுகளில் கதைமந்திரத்தைத் தக்கவைப்பதற்கு 'சாத்தூர் நரிப்பொடி'த் தடையைத்தான் நம்பியிருந்தாள் பாட்டி. இப்போதும் அவள் நிலவுப் பரப்பில் கால்நீட்டி சாவுடன் அசைந்தவாறு அவள் குரலிலிருந்து வரும் இருண்ட ஊற்றை நோக்கி வசீகரிக்கும் நிறக்கோடுகளை எங்கிருந்து பெற்றாள் என்பது பேய்களுக்கும் ஊரை அரசாளும் கூந்தப் பனைக்கும் மட்டுமே தெரியும்.

'உலர்ந்த காற்றில்' வைசூரி வந்த ஆட்டின் வீச்சம் தெரு முழுவதும். காட்டுப் பாதையில் சளிக்கோடு கோடாய் வடிந்து கொண்டிருந்தது. புலம்பும் ஆடுகளின் செருமல். இறந்து விழுந்தன. நடக்க ஏலாத ஆடுகள். அவற்றின் மரண இருளில் நடந்துபோன கீதாரிகளின் துயரப்பாடலை உலர்ந்த காற்றில் கண்தெரியாத பாட்டி கேட்டாள். இருண்ட கண்ணுக்குள் நூறுவகை தானியங்களுக்கும் பட்டம் பட்ட மாக கதையிருந்தது. காற்றில் கலந்து வந்த பயிர்வாடையை

இப்போது பாட்டியால் உணரமுடியாமல் போனாலும் ஆள் விலக இடமில்லாமல் போன பத்துமொய் ஆடுகளும் தெருவையே அடைத்துப்போன நினைவின் ஏக்கத்தில் கடைசிவரை சாவுக்காகக் காத்திருந்தாள். ஆடுகள் வைசூரி யால் செத்துமடிந்த ஏக்கம் தீரவில்லை. தெருமுனையில் செருமிய ஆடுகளின் கவுச்சியும் நோயின் வாடையும் பாட்டியின் அந்தராத்மாவில் விழுந்தது. திரைவிழுந்த கண்களுக்கு ஞாபகங்கள் இருந்தன.

கொள்ளை நோயும் வைசூரியும் இடைக்காட்டான் பஞ்சமும் கிழக்கத்தி கிராமங்களில் புயல்கொண்டிருந்த காலம். நோயின் ஆழத்தில் அசைந்த வறுமையான மண் வீடுகளில் மூதாதையின் தோற்றங்களை தொலைவிலே பார்க்கிறேன். கும்பினியார் துப்பாக்கி ஊளையில் அடங்காத பனங்காட்டு நரிகளாய் கள்ளர்கள் ஊரின் சருக்கங்களை வேனல்சார் மறைமுக நிலப்பரப்பாக்கியிருந்தார்கள்.

வேட்டையாடப்பட்டு முதுகில் இறங்கிய ஈயரவை களுக்குக் கவண்கல்லால் பதிலடிகொடுத்து விட்டி பெருமாத் தேவனும் நத்தைக்கண் மாடனும் வெறியனும் துரைச்சாணி களின் சாரட் குதிரைகளைத் திருடிப் போனார்கள். மாடு திருடும் பரம்பரைப் பழக்கத்தில் மறைந்திருக்கும் கிராமங் களில் வேல்கம்பு நட்டி கும்பினியார் நுழையவிடாமல் தனி எல்லைகளை வைத்திருந்தார்கள். கைநாட்டுச் சட்டம் செயல்பட்டது. களவுக்குப்போன முறைகாரன் திரும்பி வராவிட்டால் சமைந்த பெண்ணுக்கும் துரட்டிக்கும் தாலி கட்டி குலவையிட்டு கடிநாய் வளர்ப்பதிலும் மாடு வளர்ப் பதிலும் சேவக்கட்டு கத்திகள் குறுக்கிட ஒருவருக்கொருவர் குத்துவெட்டும் ரத்தம் உலருமுன்னே ராசியாகி சனம்கூடி கொடைஎடுத்து காவுகொடுத்து அறுத்துக்கட்டி பலி தீர்த்து வங்கொலையும் களவும் காய்ச்சிவடித்த சாராயத்தைத் துடியான தேவதைக்குப் படைத்து உடம்பில் ஈட்டிக் கவர்க்குத்தி கழுத்தில் ரத்தநார் தெறிக்கப் பாடி பெண்கள் குலவையிட்டு கோபத்தால் ரத்தமேறிய முட்டிகளால் மண் சுவர்களை முட்டினார்கள். வெறிமிக்க ஈட்டிகள் குருதியில்

இறங்கி மூக்கறுப்புப் போரில் மைசூர்ப் படையை விரட்டி விரட்டி வழிநெடுக குருதியின் ரகசியப் பாடலை விட்டுச் சென்றிருந்தனர் எனக்கு முன்னே.

தன்னரசாண்ட பெருங்காமநல்லூர் கலகத்தில் சுடப் பட்ட பதினாறு தாயாதிகள் ஆவிகளோடு ஒரு பெண் ஆவியும் ஏவிய இந்த மொழியே பாதரஸ ஓநாய்களின் தனிமையாய் உருவெடுத்து புலப்படாத கள்வரைத் தேடிப் பரங்கித் துப்பாக்கிகள் நீண்டுவர கவண்கல் இரும்புத் தொப்பியில் தெறித்த ஒலி இரும்புக்காலத்திற்குத் தாவியது வேகமாய்.

கொக்குப்பறக்கும் கலிங்கல் மேட்டுப்பட்டிக் கம்மா யில் அலைமோதும் மீனிடம் உடைமரத்தில் தொங்கும் குருவியிடம் இழுவங்கிணத்திடம் உப்போடைச் செடியில் கருவாட்டுக் குச்சிமுள்ளில் ஈக்கியில் ஊர் இடுக்கில் ஈருளி யில் பேனிடம் கதாமந்திரப் பரப்பு விரிவு கொள்கிறது. பித்தனின் 'கட்டிலை விட்டிறங்காக் காதலியை' வாஸித்த பின் துரும்பிலும் எறும்பிலும் பாட்டி ஒளித்து வைத்த கதை மரபை அடுக்குப் பானைக்குள் தேடி எடுத்து முந்திச் சேலையில் முடித்தகதை ஓட்டைத்துட்டாகக் கிடந்தாலும் அவள் பாம்படத்தைக் களட்டி மேயும் சேவலை எரியக் கூடியவள். புஷ்கின் தங்கச்சேவல் கதைப்பாடல் மரபு ஏனோ தொடர்கிறது. அவளின் கிழிந்த காதுகளின் அசையும் பாம்படத்தில் சுழலும் அண்டகோள சதுர முக்கோண வடிவத்தில்.

கதாச்சுருளிலிருந்து சீறிவரும் அவள் குரல்பட்டு பொருட்கள் யாவும் விந்தை உருவங்களாக தொடரும் அடையாளங்களாக வேறு தோற்றம் கொள்ள என் சுயத்தில் பட்டு வார்த்தை எல்லைகளை மௌனத்தின் எல்லையை மீறிப்பாய்கிற கதை மரபை அதிர்வடையச் செய்தாள் பாட்டி.

காகிதங்களைஅறிந்திராதவளின் ஈரக்குலையில் துடித்துக் கொண்டிருந்த சொல்கதை அச்சு எந்திர நாகரீகம் காணா சுருட்டுக் கிழவியின் குரல் வளைக்குள் ஒளிந்து கொண்டி

ருந்த மாய உருவங்களைக் காற்றின் குரல்வாள் கொண்டு இருட்டை வெட்டத்தொடங்கிய அவள் நரிப்பொடி நாக்கு அரிக்கும் காரநெடியான கதைக்குள் வாள் வீச்சாய் நீண்டு கிடந்தது தெரு.

அவள் உடம்புடன் இருந்த புகையிலை வாசனையை சேலையில் இருந்த உவர்மண் நிலப்பரப்பையும் என் கதைகளால் மீட்டெடுக்க முயன்றேன். ஊரைவிட்டு வெளியேறி அந்நியமான நகரங்களில் திரிய நேர்ந்த போது கூடவே கொண்டு போன பாட்டியின் கத்தரிப் பூக்கலர் கண்டாங்கிச் சேலையில் உடல் புதைந்து விஷமேறிப்போன நகர இருளிலிருந்து மீண்டேன் கதைகளோடு. பாட்டியின் சேலையுடன் வந்த ஊர் வண்ணாத்தி கோப்பம்மாளின் பால்யகால உரு எப்போதுமே கதைகளுக்கு நடுவே அலைவுறுகிறது. கோப்பம்மாளின் கதையில் இருந்துதான் அவள் கண்ணீரின் நிழலாய் எழுத்தின் ஊடே உவர்மண் பரப்பைக் காத்து வந்திருக்கிறேன். என் கதை தொடங்குவதற்கு துவைக்கிற கல்லிலிருந்து முடிவற்று நீர் தேங்கிய கண்மாய்க்குள் மண்கூரைகளோடு கோப்பம்மாளின் உரு நீரில் தலை கீழாய் அசைவதை மொழியாக மாற்றி நீரின் ஆழத்தில் கோப்பம்மாளின் உருவைப் படியவிட்டு அவளிடமிருந்து உரையாடலைத் தொடங்கியபோது அவள் உருகருக்கிருட்டில் மங்கி மங்கிச் சரிந்து மிதந்து அலைவுறும் விதியிலிருந்து விலகிப்போகிற கதையை விவரிக்க முயல்வேன். நீரிலிருந்து அவள் உருவை ஈஸ்வரி அக்காளின் பாடலாக எழுதினேன். அவளுடைய பாடல் எப்போதும் இசைக்கப் படவும் எளிய வாழ்வின் நேசத்தின் விதியாக இருக்கவும் விரும்புவேன்.

மேலே பார்த்தால் சொந்தமான நட்சத்திரக்கூட்டம். இடையே கைவிடப்பட்ட கழுதைகள் துக்கத்தில் அசையாது இருளை மென்று கொண்டிருக்கின்றன.

அதன் கண்ணுக்குள்ளேயே அலைவுறும் நிலவு. தெருவில் கிடக்கும் பூச்சிகள். எல்லாமே சத்தம் எழும்பின. ஒவ்வொரு இரவிலும் ஈஸ்வரியக்காள் நிறைந்து கிடக்கிறாள். மல்லாந்து படுத்துக்கொண்டு வானத்தைப் பார்த்து யார் கூப்பிட்டாலும்

என்ன... வென்று பதில் குரல் கேட்கும். ஊருக்கு புது கண்மாய் வந்தபோது வட்டமான கரையைச் சுற்றி புளியங் கண்ணுவைத்தவள் ஈஸ்வரிதான். புளியங்கண்ணுக்காக காடெல்லாம் தேடித் திரிந்தோம். ஈஸ்வரி ஊன்றிய புளியங் கண்ணுகளே அவ்வளவும். எல்லோரும் சேர்ந்து நீர் ஊற்றி வந்தது. தண்ணீர் இல்லாத பஞ்சத்திலும் கல்வெட்டாங் குழியில் இருந்து சுமந்து ஊற்றிய தண்ணீரில் பிழைத்தன எல்லாம். கண்ணுகள் வளர்ந்து மரமாகிவிட்டன. வெள்ளை அங்கியுடன் ஊருக்குள் வந்தவர்கள் ஈஸ்வரியைக் கூட்டிக் கொண்டு மரங்களுக்கிடையே அசைந்து மறைந்தார்கள். கூடவே போன எல்லோரும் கல்வெட்டாங்குழி வரை போய் நீர் பார்த்துத் தொலைவில் ஈஸ்வரியைக் கூவி அழைத்தார்கள். நீருக்குள் அக்காளின் முகம் தெரிவதும் மூடுவதுமாய் வந்த அலையில் எல்லோருடைய முகமும் சேர்ந்து நகர்கிறது மெல்ல. கூப்பிட்டுக் கொண்டே நிற்க, கண்ணைவிட்டு மறையும்வரை அவள் உரு மெலிந்து தோற்றம் கொள்ள சிறிது சிறிதாக குரலை மெலிதாக்கி மௌனமாக நீரில் முணுமுணுத்தார்கள். சின்ன சத்தம் கேட்டு வெளிப்பட்ட கல்வெட்டாங்குழி முனி தனது மாபெரும் ஒளிமிகுந்த கதையை நீரில் படவிட்டு சாதாரண நீரைத் தொட்டு பச்சைப் பொன்னாக்கியது. தங்கத் தகடாகி விட்டது எல்லாம். கூவி அழைத்த மீன்கள் கல்வெட்டாங் குழிக்குள் தொங்கி ஊர்ந்து வந்தன. உயிரின் அனந்தத்தின் ஒளிக் கரணத்தால் பிரமித்து நின்றோம். வேறு கதையில் இல்லாத குரலில் பேசியது முனி. நம்பமுடியவில்லை. வைத்தகண் வாங்காமல் பார்த்தாள் நீரிலிருந்த ஈஸ்வரி அக்காள். மயக்கும் வித்தை கற்றிருந்த ஈஸ்வரி அக்கா எங்களை வாவாஎன அழைத்தாள். ஒருவருக்குத் தெரியாமல் ஒருவர் கையைக் கோர்த்து விரல் நடுங்க ஈஸ்வரி அக்காளிடம் கேட்டோம். 'எல்லாம் உன்னுடையது தானா... நிஜம் தானா...' விந்தை அலைகள் பாறைகளில் தத்தித் தத்தி இளைக்கிறது. மூச்சு இரைத்தபடி கெதக்... கென்று உள்ளே தள்ளிவிடும் பயம் கால்களில் அசைய பாறைகளுக்குள்

எட்டிப்பார்த்து 'உள்ளே விழுந்து விடவா...' நீர் இருட்டி காணாமல் போன மீன்களைக் கூவி அழைத்தோம். சிரிசிரி யென முனியின் கண்களில் மின்னல் வெட்டி வெட்டிக் கூசியது. நீரின் குளிர் ஊசிகள் உடலில் பற்றி எலும்பை ஊடுருவி அரளிப்பூ நெடித்தது. பூவின் காந்த வசீகரப் பரப்பில் சிவந்து வெட்கினோம். வெள்ளை அரளியின் நுனிமூக்கு விம்மி ஈஸ்வரி அக்காளின் குரல் மட்டும் தொலைவில் மெல்லக் கேட்டது. முன்னொரு நாள் விட்டுச் சென்ற ஈஸ்வரியின் குரல் காற்றில் வருவதும் வராது கேட்பதுமாய் சுழன்றடித்தது மேல்காற்று. மரங்கள் இடைமறித்தன. பாறைகளைத் தாண்டித் தாண்டி ஓடிய எங்கள் கால்கள் நகரவில்லை இன்னும் முனியிடமிருந்து.

குருமலையில் இடி விழுந்து முதல்கல் உருண்டது சாமி நாயக்கர் என்ற முரட்டு சமுசாரி ரூபத்தில். காடே கிடை யாகக் கிடக்க விதித்திருந்த விதியை உடைத்துக் கொண்டு டவுணைப் பார்த்து வந்து கொண்டிருந்தார் சாமி நாயக்கர்.

நூறு வருஷங்களுக்குப் பிந்திப்போன நம்ம கீகாட்டு கிராமம் திசை மிரண்டு கிடக்கிறது. இருபது யானைகள் வரிசையாக நின்ற தோற்றத்தில் குருமலை படுத்துக்கிடக் கிறது. கிழக்கில் நீட்டிக் கிடக்கிறது. நம்ம ஊர் ஆட்கள் ஆழிகள் மாதிரி பெரிய பெரிய லகுடுகள். கடும் மொரடுகள். இந்த ஆட்கள் உசுரைக் கொடுக்க வேண்டியதிருக்கு. திரேதா யுகத்துக் கலப்பை திணறுகிறது. 'மேலே கெடந்தாமேகம். கீழ கெடந்தா தண்ணி நம்ம உயிர்தான மேகம்' என்று சாமி நாயக்கர் சொன்னார். கம்மஞ்சோறு தின்ற கொழுப்பு விடலை. எதுக்கும் பணியமாட்டான் சமுசாரி. சாவன்னா மேழி புடிச்சு உழுதால் கலப்பை திணறும். சாவன்னா உழுதுவிதச்சாத்தான் இந்த வருஷம் விளையும். முதல் விதைப்பு. புஞ்சைக்குள் பச்சை லங்கோடு அசைந்தது.

உழவு மாடுகள் மூக்கந்தண்டு வலிக்க உழைத்து நுங்கு நுரைதள்ளி நூல்நூலாய் வடிகிறது எச்சில். மாட்டை நிறுத்தி தடவிக் கொடுக்கிறான் திம்முரெட்டி. செல்லமாய் வளர்த்த வீட்டுக் காளையை தண்ணிக்குள் முங்கவைத்து

வைக்கோலைக் கொண்டு மாறி மாறித் தேய்க்கிறார். இடுப்புத் துண்டை அவுத்து குளித்த மாட்டைத் துவட்டி விட்டு 'என்ன மாதிரி ஆயிட்ட. இப்படி எலும்பும் தோலுமா ஆகிப் போனயே உனை எப்படி வச்சு காப்பாத்தப் போரனோ...' என்று கழுத்தைக் கட்டிக்கொண்டு கொஞ்சினார். மாடு துள்ளாமல் சம்சாரி உயிர் வச்சு இருக்க மாட்டான். தோட்டத்தில் சோளம் கதிர்வாங்கி இருக்கு. குண்டு குண்டாய் கதிரு. சாமி நாயக்கர் தோட்டத்தில் கல்லுப்போல இருக்கு கதிரு. தோட்டத்துக் கடவுக்குள் துள்ளித் தள்ளி குதிக்கிறார் சாவன்னா. நம்ம கௌட்டு எளவு என்ன மாதிரியா துள்ளுது எளவட்டப்புள்ள மாதிரி.

வெயிலும் மழைகளும் உளறும் மேகாத்தும் அடித்துத் திரட்டிய திரள் மாதிரி திரேகம். பசித்து வெளுத்துப் போன கருசல் தரையைப் போல சாம்பல் ஓடிய முகம். சாவன்னா வெட்டித்தரிசு. பளாரென்று விடிய கோவில்பட்டி டவுணில் தெட்சிணாமூர்த்தித் தெருவில் கைத்தடியூன்றி பெண்டு ஒடிந்த முதுகை நிமுத்தினார். நிமுரவில்லை. தலையைச் சாய்த்து தெருவை நோட்டம் பார்த்தார். 'அட தலையெழுத்தே விடிஞ்ச வீட்டக் காணமே'. தெருவில் எழுந்த முதல் மனிதர்கள் மாதிரி தெரு விளக்குகள் எரிந்து கொண்டிருந்தன என ஆக்கங்கெட்ட கூகையாட்டம் சிரித்தான். சிரிப்பில் அனல் அடித்தது. சுவர்கள் எதிரொலித்தன. சிரிப்பு இருமியது. பழைய பெட்போடு மோட்டாரைப் போல் பெரிய ஹூங்காரத்துடன் உருமி சளியைத் துப்பினார்.

முனங்கலுடன் கைத்தடி நகர்ந்தது. 'ஏம்மா அப்பிடிப் பாக்குர சமுசாரி தான்மா... சாமி நாய்க்கன் சமுதாரி தான்மா... கீழ கொட்டுரத போடுமா... நான் பிச்சைக்காரன் இல்லேம்மா...' பப்புத்தாத்தா பிச்சை எடுக்கும் விதி ஆனோம். கைத்தடி கேட்ட நூறு கேள்விகள். தண்டவாளங் களில் வெயில் முறுகிக் கனகனக்க தண்டவாளங்களைத் தாண்டி ஏன்? ஏன்? என்று எட்டாத எட்டை எட்டிக் கேட்கும் கைத்தடியோடு மெல்லப் போய்க் கொண்டிருந்தார் சாமிநாயக்கர்.

அரங்கு இருட்டில் அவையும் பிறந்தன. மௌனமும் ஒருவகை இரைச்சலும் தானிய வாசமும் வரும். பிள்ளை பெத்துட்டா பிறந்த மேனியும் தானியமும் கூடி இருட்டு பதமாகிறது. உள்ளே இருந்து வெந்துவிடாத இருட்டு ஒவ்வொரு பிறந்த பிள்ளையுடன் சேர்ந்து வளரும். நெல் விளைவதற்கு வெள்ளாமைவாசி நல்லபடியாக இருப் பதற்கு கருப்பட்டியும் வெளக்கெண்ணயும் கொண்டு தெருப்பெண்கள் காளியம்மா பிள்ளை பெத்ததை பார்க்கப் போனார்கள். பிறந்த பிள்ளையும் தாயாரின் பச்சை உடம்பும் இருட்டைத் தீண்டி வளர்கிறது.

தீனமான குரலில் பிள்ளை அழுகையும் தாயின் முனகலும் இருட்டில் வெளிப்படாத சிறுதீபம் போல் குணங்கும். பிள்ளை உடம்பு மட்டும் தெரிகிற வெளிச்சம். காளியம்மாளின் முகலெட்சணம் தாயான போது பார்க்க வேண்டும். கிராமம் முழுவதும் அவள் பிள்ளைபெத்த சேதியில் குளிர்ந்தது. பெண்பிள்ளைகள் ஆறும் தாயாருக்கு அடங்குகிறார்கள். மச்சுவீடு காலியாக இருந்தது. உள்ளே பழம்பெரும் இருட்டு, அரக்கனைப் போல் வாய்திறந்தது. பூனை அழுது நீளும் இரவுக்குள் அரக்கனைக் கண்ட பூனை மெதுவாக நடந்து அவள்பின் தொடர்ந்து மறைந்தது. அரங்கு வீட்டில் ஒன்றின் மேல் ஒன்று அடுக்கிய மண் பானைகளும் மிகப்பழையவை. வாய் பிளந்த செம்மண் பானைகளில் முன்னோர்கள் கொடுத்த தானியங்கள் இருக்கும். கொல்லனுக்கு வாழ்க்கைப்பட்டவள் பாடோ தரித்திர நியதி. தெருவிலிருந்தவர்கள் வந்து பார்த்தார்கள். மீசைக்காரத் தேவர் கோட்டூருக்கு வண்டிகட்டிக் கொண்டு போனார் கொல்லனை. கோட்டூர் வைத்தியன் பார்வை பார்த்துச் சொல்லி விட்டான்.

கொல்லனுக்குப் பச்சவாதம். பரம்பரய்யா இருக்கும். தைலம் தடவி கைகால்களை முறுக்கி விட்டான் வைத்தியன். திரும்பிக் கொண்டு வந்தார்கள் கொல்லனை. வருகிற வழியில் கூண்டு வண்டிக்குள் கொல்லன் ஏலாமல் போனது பற்றி தேவர் மடியில் கிடந்து அழுதான். 'வெள்ளைச்சாமி

மனசு விடாதப்பா. நாங்க இருக்கம்.. உனக்கு ஒரு அழிவும் வராதப்பா... மனசாரிக்கோ வெள்ளைச்சாமி' என்றார் சுந்தரத்தேவர்.

கொல்லனைக் கொண்டுவந்து சேர்த்தார்கள். வண்டியி லிருந்து இறக்கி தூக்கிய போது கொல்லன் விசும்பி விசும்பி அழுதான். புள்ளை குட்டிகளும் சேர்ந்து அழுதன. குருவு அய்யாவைக் கெட்டிக் கூப்பாடு போட்டது. வயசுப் புள்ளை அழுவதைப் பார்த்து தெருவில் இருந்த பெண்கள் மறுகினார்கள். அழாதம்மா குருவு பெரிய புள்ளே அழக் கூடாது. 'தங்கச்சிகளுக்கு கஞ்சி ஊத்தும்மா... போயி அடுப்பப் பாரும்மா' என்றார் சுந்தரத்தேவர். அப்புறம் தீங்கருதுப்பருவத்தில் கொல்லன் காட்டுக்குப் போனான். கூடவே ஆறு பெண்களும் போனார்கள். பிள்ளைகள் தின்பண்டத்துக்கு அலந்து போனது. ரெண்டு கம்மங்கருதை நிலக்கசக்காய் கசக்கி கொம்பையை ஊதி வாயில் போடவும் பிள்ளைகளுக்கு ஒரே குதிப்பு.

தட்டையை விலகி வரும்போது தீங்கருதின் அடித்தூரில் குருவி கட்டிய கூடு. காய்ந்த சருகும் பச்சைப்புல்லும் தழையத் தழைய விட்டு அடுக்கிவருகிறது. இன்னும் கட்டிமுடியாத கூடு. சாம்பல் புள்ளிவைத்த முட்டையைச் சுற்றி பச்சைப் புல்லை மூடியிருந்தது குருவி. குனிந்து ஆடும் கருதுக்குமேல் பறந்து புர்ர்ர்ர் ரென்ற கொல்லனைச் சுற்றி வட்ட மடித்தது குருவி.

உலர்ந்த காற்று, கோப்பம்மாள், ஈஸ்வரி அக்காளின் பாட்டு, அப்பாவின் குகையில் இருக்கிறேன், கைத்தடி கேட்ட நூறு கேள்விகள், கொல்லனின் ஆறு பெண்மக்கள். யதார்த்தத்துடன் உருகும் திரவம் நீர்ப்பரப்பில் கிராமத்தின் ஒரு பெண் எப்போதுமே மிதந்தும் நீரடியில் மறைந்தும் கதை போடுகிறாள். உலர்ந்த காற்றில் கண் தெரியாத பாட்டியின் ஈர ரெப்பையின் மீது கருக்கிருட்டில் அசையும் பயிரினத்தில் நினைவும் ஆடுகளை விட்டத்தில் தொங்கும் பூதம் சந்தைக்கு அழைத்துப் போவதும் அரசாங்க டிமாண்டு நோட்டீஸ் கிழவியை மிரட்டும் பூதமாக உரையாடலைத்

57

தொடங்குகிறது. ஒரு சில மிச்சமாயிருந்த ஆடுகளையும் தரகனாய் வேடமணிந்து வந்த பூதம் கூட்டிக்கொண்டு போக யதார்த்தமும் ஆடுகளின் வைசூரி வாடையும் கலந்த நிலப்பரப்பில் மெல்ல நுழையும் சட்டத்தின் பிடியே அதீத ரூபத்தை கொண்டுவிட உலர்ந்த காற்றில் வரும் சிறு சிறு ஒலியிலும் கண்தெரியாத பாட்டி சலனமடைகிறாள். வெவ்வேறு உருவமெடுக்கும் புராணபூதம் நிகழ்காலத்துடன் கதை சொல்லும் பாட்டியுடன் ஆடுகளுடன் இணைந்து கொண்டிருப்பதாகப்படுகிறது. ஈஸ்வரி அக்காளின் பாட்டு, கோப்பம்மாள் இரண்டுமே எழுதப்பட்ட காலம் வேறு வேறாயினும் நீரப்பரப்பிலிருந்து உயிர்பெறக்கூடியவர்கள். பின்னே எழுத நேர்ந்த கதைகள் சில கோப்பம்மாளின் கண்ணின் அடியில் இருந்த மையெடுத்து தீட்டப்பட்டவை களாக இருக்குமோ. கம்மாய் நீரும் வட்டமான பெரிய கண்ணாக அபாந்திர வெளி பார்த்து உருளும்போது விண்ணக எரிகோடுகளும் கிரக விதிகளும் ஒளிப்புள்ளிகளும் கோப்பம்மாளின் வளையும் கண்பரப்பில் சுழல்வதால் இவ்விருகதைகளும் ஒழுங்கான எதார்த்த அடுக்கை கொண்டிருந்தபோதும் எதார்த்தத்தை மறுக்கும் எதார்த்தங் களுடன் மிதக்கும் பிம்பங்களாக அலைவுறுகிறார்கள். கண்ணின் கருமணியில் இருட்டும் உலகில் கொல்லனின் ஆறு பெண்ருதுக்கள் அரங்கு இருட்டின் கண்களில் ஜனித் திருக்கக்கூடும்.

கைத்தடி கேட்ட நூறு கேள்விகள் குறுநாவலும் அப்பாவின் குகையில் இருக்கிறேன் குறுநாவலும் மாறு பட்டவை. கி.ராஜநாராயணனின் முன்னத்திஏர் மறைந்து விட திரேதாயுகத்துக் கலப்பையுடன் அவர் பின்னே சென்ற அவரின் சாமிநாயக்கரும் பப்புத்தாத்தாவும் அருகருகே சாயல்கொள்ள கி.ராவின் பல சிறுகதைகளில் இருந்தே ஆங்கிலமல்லாத பிராந்திய குணங்களுடன் வறட்டுப் பாறைகளுடன் துவங்கிய உரைநடையிலிருந்து பூமணி, பா.செயப்பிரகாசம், வீர. வேலுச்சாமி, ச.தமிழ்ச்செல்வன், மு.சுயம்புலிங்கம் என விரியும் நிலப்பரப்பில் இருந்துதான்

முப்பத்தி மூன்று சிறுகதைகளையும் ஒரு குறுநாவலோடு எழுத நேர்ந்தது. கி.ராவின் பேதை, கதவு, ஜீவன், கருவேப்பிலைகள் பூமணியின் 'பிறகு' மு.சுயம்புவின் 'மூளிமாடுகள்', 'மானாவாரி மனிதன்' பா. செயின் 'தாலியில் பூச்சூடியவர்கள்' ச.தமிழ்ச்செல்வனின் 'கருப்பசாமியின் அய்யா' 'வார்த்தை'யிலிருந்து உருப்பெற்ற மொழியை இவர்களின்றி அடைந்திருக்க முடியுமா? பின்னே மாறிய கதைகளுக்கும் அவர்களே காரணமாக இருந்திருக்கக்கூடும்.

பிறந்த பிஞ்சிகளுக்கு சாராயத்தைத் தொட்டு சேணை வைத்து பிள்ளைகளை வளர்க்கும் காட்டுக்கூட்டம். அம்ச வல்லிக்கு அறுத்துக் கட்டிய தாலியோடு பல புருஷனை மணந்து வெளியேறினாள். சூரியன் கீழே இருள்மேல் காட்டுப் பாதையில் எழுந்து நடக்கிறாள். தெம்மாங்கு இழந்து காற்று வீசும் கிராமப் பாதை. கல்லோடையில் மலையனோடு புணர்ந்த இரவு வால்நட்சத்திரம் எரிந்து மறைந்தது. கூண்டு வண்டிகள் வைப்பாற்று மணலில் உரசிச் செல்கிறது. ஆழத்தில் விழுந்த மரத்தில் ஒரு பூ விரிந்து கொம்பூதியபடி கருப்பு வம்சம் சுற்றிச் சுற்றி வந்து மறையும். பனைகளின் கூந்தல் அறுந்து விழுந்தது. அறுந்த பனை மேல் இருளில் நகரும் பெண் பறவை அமர்ந்து கூவும். நிலங்களில் ஒடுங்கிய பூர்வகால சர்ப்பம் ஒன்று வானம் முழுவதும் எழுந்து மறையும். விருவோடிய நிலங்களைக் கடந்து நடந்தார்கள். காய்ந்த சருகில் மிதித்துக் காடோ செடியாக அலையும் கருப்பு இனம். சாராயம் காய்ச்சித் திரியும். ஊரைச் சுற்றிலும் உடங்காடு. ஊர் எல்லையில் காப்புலிச்சியம்மன் கோயில். வருஷம் ஒரு கொடை. சேவலை காவுகொடுத்து சாராயத்துடன் சுருட்டுப் படையல். துடியான தேவிக்கு ஆட்டுத் தலையை அறுத்து வைக்கும் கிராமம். ஆதக்காளின் கிழிந்த காதுகளோடு மேற்கே நகர்ந்த கூட்டம் கழுத்தை ஒட்டிக் கட்டிய தாலியில் காட்டு மருக்கொழுந்தைச் சுற்றி பிராயத்தில் தாலிகட்டி காது களை கிழித்துக் கொள்ளும். சீக்கிரமே பிஞ்சிகளை ஈன்ற பச்சை உடம்பில் வெதுவெதுத்துப் பொங்கிய அமிர்தத்தை

உறிஞ்சி வளரும் சிசு. கருப்பு நிற மயிரடர்ந்த உருவங்கள் கையில் தீப்பந்தங்களுடன் ஆடிவரும் புராதன நடனத்தில் தீப்பற்றிய கால்களுடன் ஆடிவருகிறார்கள். அதன் ஒளிபட்டு உருவங்கள் தோன்றி மறையும். நெருப்பைச் சூழ்ந்த ஆதி மகளிர். குலவையிட்ட பாடல்.

கள்வெறி கணக்கும் கண்களுடன் பாளை சீவும் அருவாள்கள் மின்னியது. ஊழிப் பெருவெளியில் பாதை வெட்டிக்கொண்டே போன கருப்பு வமிசம். நெஞ்சில் கருப்பு வடுக்கள் விழுந்து காய்த்துப்போன இருளன். கற்பக விருட்சம் பாளையில் கள் சுரந்தது. பனையேறிக் கூட்டம். சுற்றிலும் கருப்பு வமிசத்தார் சபையில் இருக்க பனை ஓலைக் குருத்தை முடிந்து தாலியாகக் கட்டி கல்யாணம் நடந்தது. இருளன் கட்டிய தாலியோடு ஆதக்காளின் வமிசம். மண்ணைக் கிண்டி மாளாமல் கொழுமுனையில் விழுந்து செத்தார்கள்.

பல்வேறு கதைகளை உபகதைகளாகக் கொண்ட ‘மதினி மார்கள் கதை’யின் தொடர்ச்சியை ‘பாழ்’ கதையில் வரும் பண்டாரமகளிடம் பன்னீர் விருட்சத்தில் மறைந்திருக்கும் விருட்சகன்னியிடம் மரவெட்டி ஒருவன் ஒளிந்திருந்து பார்த்து விருட்சம் திறந்து நிலவொளியில் திராட்சை களைப் பறித்து உண்டு கொடிக்காலில் வெற்றிலையும் கமுகுமரத்தை அசைத்து குருதி நிறங்கொண்ட வித்துதிர்த்து தாம்பூலம் தரித்து நிர்வாண கன்னி கிணற்றில் இறங்கி நீராடி தன் படர் கூந்தலை கிணறு பூராம் விரித்து முடிசிலுப்பி மோந்துபார்த்து கற்பூர வாசனையுடன் மஞ்சள் தண்டு தேய்த்து நீரில் முகம் பார்த்து மரத்துள் போய் மறைவதை முன் கதையாக மறு சொல்லில் மாயச்சுருளை முன்னிறுத்தி செம்புக்கூத்தான் பட்சி விடிய விடிய அகவும் விருட்ச கன்னியைத் தேடி. ‘கிணற்றடி ஸ்திரீ’களும் ஈஞ்சாளின் நெல்வயலில் அசையும் ஈஞ்ச நாட்டு நிலப்பரப்பில் அதிரும் நெல்நரம்பில் மயங்கும் சுருதி வரை மதினிமார்கள் கதை யொன்றின் உபகதைகளாக வளர்ந்து கொண்டிருப்பதை உணர முடியும்.

பூவுதிராத 'கம்மங்கதிரில்' தோன்றி நகர்ந்து வரும் நத்தையின் உணர் கொம்புகள் மெல்ல ஊர்ந்து 'நத்தைக் கூடெனும் கேலக்ஸி'யாக வடிவம் எடுத்துள்ளதை ஊர் கம்மாய்க்கரை கருவமரத்தில் ஆடிக் காற்றில் உலர்ந்து ஒட்டிய வெறும் நத்தைச் கூடுகளின் விசில் ஒலி காடுகளில் கேட்கும் போதெல்லாம் சுருளும் ஓசையில் தட்டாண்கள் பறந்து திரிவதை நத்தையுடன் இணைத்து பறக்கவிட்ட பால்யகாலக் கண்சுருளில் மாறும் வடிவத்தை இன்று கேலக்ஸியாக்கினேன்.

'கருப்பு ரயிலில்' புறப்பட்டுப்போன முனியம்மாமகன் சிவகாசிக்குப் போய் விட்டான். ரயில் விளையாட்டை யெல்லாம் அங்கு வைத்துக் கொள்ள வேண்டியதுதான். என் கிராமத்தின் தெருக்களைக் கடந்து இருந்த ஆரம்பப் பள்ளிக்கு போகும் சிமெண்டு வாய்க்கால் வளைந்து வளைந்து செல்லும் கோட்டைச் சுவர்மீது பென்சில் சிலேட் குச்சி கொண்டு கோடு இழுத்த வண்ணம் போவதும் வருவதுமாக இருந்தேன். தெருத் தாண்டும் எந்தப் பொந்துகளிலும் கோடு உள்போய் அடுத்த விளிம்பில் வெளிவந்துவிடும். பின்னர் எல்லாம் மறைந்து இருபதாண்டுகளுக்குப் பிறகு கிராமத்துக்குப் போய் தெரு சென்றபோது நான் இழுத்தக் கோடுகளைக் கண்டு தொலைவிலிருந்தே தலைவணங்கு கிறேன். திரும்பத் திரும்ப அந்தக் கோடுகளை எழுத முடியுமா? அதைநோக்கி பயணம் செய்து கொண்டிருக் கிறேன். அந்த கருப்பு ரயிலில்தான் என் பிராயகால சகாக்களான கூலு, தங்கராசு, சாமிகேசவன், சித்திரைவேலு, பழத்தோட்ட ராமசாமி பனைவிட்டத்தில் நாண்று கொண்ட தம்பி வீரசின்னுவரை எல்லோரும் போய் மறைந்தார்கள். இன்று அந்த ரயிலுக்காகக் காத்திருக்கிறேன். ரயிலைத் தவறவிட்டவனின் பரிதவிப்புடன் பிளாட்பாரத்தில் தவற விட்ட பொன்வண்டுகளைதீப்பெட்டிகளில் அடைத்து கலர் நூலினால் இடம் விட்டு இடம் இணைத்த பெட்டிகளில் எல்லோரது அதிசய உலகத்தையும் கொண்ட ரயிலுக்காகக் காத்திருக்கிறேன். நிர்க்கதி இலங்கை அகதி ஒருவரின்

காத்திருப்பாக இன்னும் ஆளற்ற வெறும் தொடரும் துயரம், போடிநாயக்கனூர் பாசஞ்சர் ரயிலும் தனுஷ்கோடி நகரின் இடிபாடுகளிடையே உல்லாசப் பிரயாணம் போன நூறு சிறுவர்களும் கடலுக்குள் ரயிலோடு தனுஷ்கோடிப் புயலில் காணாமல் போன வருகைக்காகக் காத்திருக்கிறேன் மணல்வெளி மீது.

ஆங்கில வகுப்பறையில் சுழலும் நூலகத்தில் மாறிமாறி வந்த காலனிய அடிமைச் சாசனத்துடன் இறக்கப்பட்ட ஆங்கில இலக்கியப் பிரதி மடிப்புக்குள் நெளியும் வெள்ளிப் புழுவாய் ஈயநிறத்தில் வெள்ளைத் தோல் மோகத்திலிருந்து இன்றுவரை விடுபடாத படித்த வர்க்கம் பிராந்தியமொழி மரபிலிருந்தே சுயம்புவான கலாச்சாரத்தின் ஆதித்தன்மை களை விட்டு விலகியே தங்கள் அளவுகோல்களை கும்பினியார் தொப்பிக்குள்ளிருந்து எடுத்து நீட்டினார்கள் போலும். கழுவக் கழுவ கைவிரல்களில் எஞ்சிய சாம்பல் நீலக் குருதியிலிருந்து ஆலீஸை உதறி.

வெள்ளைத் தோலுக்கும் ஆங்கில மோகத்துக்கும் பலி யான நீண்ட இரு நூற்றாண்டுகளுக்குப் பின்னும் 'எழுத்து' சிற்றிதழ் வரையும் பிறகும் இலக்கிய மதிப்பீடுகளுக்கு காலனிய அளவுகோல்களைத் தொடர வேண்டிய நிலை எண்பதுகளுக்குப் பின் மாறத் தொடங்கியது.

அலாதியான தமிழ் கலாச்சாரத்தின் நிலத் தோற்றங் களை புதுமைப்பித்தன், வண்ணநிலவன், பூமணி, கி.ரா., ஆர். சண்முகசுந்தரம், கு. அழகிரிசாமி, பா.செயப்பிரகாசம், ஆர். ராஜேந்திரசோழன், நா. முத்துச்சாமி, தமிழவன் என நவீன கதைசொல்லவந்த பிராந்தியக் குணங்களில் இருந்து தான் எண்பதுகள் தொடக்கத்தில் துவங்கிய என் சிறுகதை களில் கிழக்கில் விரிந்து கிடந்த நிலப்பரப்பின் சமுதாய நினைவுகளைதனிமொழியில் சுருளவைத்து 'மதினிமார்கள் கதை', 'கொல்லனின் ஆறு பெண் மக்கள்' ஆக முதல் இரு தொகுதிகளில் அடங்கிய முப்பத்து மூன்று கதைகளில் யதார்த்தம் கலந்தவை பல கதைகள். புதுமைப்பித்தன் இலக்கிய மரபின் கற்பனாசக்தி செல்வாக்குச் செலுத்த

ஆரம்பித்ததும் யதார்த்தம் விலகிய கதைகள் சில அடங்கும். பாழ், இருட்டு, கருப்புரயில், ஆதிவிருட்சம் என முதல் தொகுப்பில் இடம்பெற்ற சொல்கதைகள் இரண்டு, மூன்று, ஐந்தில் மொழி எழுத்தாக படிகம் கொள்ளும் தமிழின் மரபு பிரதிகளின் ரகஸிய ரேகையோடி முதல் எழுபது கதைகள் கோர்த்த இத்தொகுதிக்குப் பில் உள்ளுமை தொடர கீழைக்கதாமந்திரப்பரப்பை விரிக்கவும் தொன்மத்தின் ஆழத்தில் சலனமுறும் மொழிப்படிவுகளில் கதையின் விசை இருப்பதாக அறியமுடியும். மரபு வடிவங்களை விட்டு விலகி வெகுதூரம் வந்து விட்டபின் தொல்மனப் படிவங் களில் உறைந்த தமிழின் அகராதி இடம்மாறிக் கொண்டே புதிய கதைவெளியின் நிகழ்காலத் தொன்மத்தை புராணத்தின் தொல்கதையின் கலவையில் சாத்தியப்படுத்த வேண்டியதா கிறது. ஜப்பானிய மரபில் கபூகி சடங்குகளில் ஓலங்களும் ஓநாய்களின் ஊளையும் புராதனத்தை எழுப்புகின்றன. கணக்குழுக்களின் மந்திரங்களும் கதையும் பாஷாணக் கட்டும் மருத்துவமும் தொடுகுறியும் முன்னுணர்ந்து சொல்லும் கிழ ஆந்தைக் குரல்வளையும் கொண்ட தமிழ் முதுகுடி ராசி மண்டலத்தில் நேரப்போகும் கிரகணத்தின் ஆதிப்பூடக விஞ்ஞானமும் ரஸவாதமும் உப்பும் கஷாயமும் கொதித்துத் திரட்டிய மொழிப்பரப்பில் இருந்துவிலகிய எதார்த்த முகத்தில் எழுத்தைக் காணோம்.

கிராமத்தில் மறைந்து கொண்டிருக்கும் சூனியக்காரிகள் என்மேல் ஆட்கொண்டதால் எதார்த்தவாத எழுத்து முறையை மாற்றி நேர்கோட்டை தலைகீழாகவும் ஈக்கி ஈக்கியாக ஒடித்தும் சிதைத்தும் ஓர்மைக் கோடுகளை குறுக்கே கீறி அவற்றின் குறுக்கு வெட்டுத் தோற்றங்களின் நரம்பதிர் மண்டலம் வேறு நவீனமான மொழிக்கு மெல்ல உருமாறும் கதைகள் என்பதும் உள்ளுரையாகக் கொண்ட புறநானூறு கலித்தொகை வழி வேனர்சார் திரிந்த திணை சமிக்ஞையில் கரு, உரி மறைமுக நிலவிலாஸத்தில் சில கதைகளிலிருந்தே மாறிக் கொண்டிருக்கிறது.

வனராக்கியருக்கு பானபலிகள் இட்டு சடைநாக்கில்

தொங்கும் அசுரர்களின் மொழியை எழுத்தாக்கும் தொன்மத்தின் அடித்தட்டில் பயங்கரச் சடங்குகளுக்குள் ரத்ததாகம் கொண்ட வழிபாட்டில் இருபத்தோராயிரம் நடுகற்களில் நடுங்கும் தமிழ்க் கதை மரபை யாரும் எழுது வாரின்றி ஊர்ஊராய் எட்டிப்பார்த்து நிற்கிறது நடுகல்.

1

மதினிமார்கள் கதை

உடனே அடையாளம் கண்டுவிட்டான். சந்தேகமில்லாமல்; இவன் கேட்ட அதே குரல்; அதே சிரிப்பு. வியாபாரம் ஆனாலும் ஆகாவிட்டாலும் சலிப்பில்லாத அதே பேச்சு. ஆவுடத்தங்க மதினியா.

சாத்தூர் ரயிலடியில் வெள்ளரிக்காய் விக்கிறவனை சேர்த்துக்கொண்டு ஓடிவந்தவளென்று கேள்விப்பட்டிருந்த நம்மூர் மதினியா– இப்படி மாறிப்போனாள். என்ன வந்தது இவளுக்கு. இத்து நரம்பாகிப் போனாளே இப்படி.

இவளைக் காணவும்தான் பழசெல்லாம் அலைபாய்ந்து வருகிறது. பிரிந்துபோனவர்களெல்லாம் என்ன ஆனார்கள். அவர்களெல்லாம் எங்கே போய்விட்டார்கள். பிரியத்துக் குரியவர்களையெல்லாம் திரும்பவும் ஞாபகப்படுத்திக் கொள்ள வேண்டியதாயிருக்கிறது. எங்கே அவர்களை.

அவன் வந்த ரயில் இன்னும் புகை விட்டபடி புறப்படத் தயாராய் நின்றுகொண்டிருக்க – ஜன்னலோரம் போய் நின்று பூக்கொடுக்கிற, நஞ்சி நறுங்கிப்போன ஆவுடத் தங்க மதினியைப் பார்த்தான். கூடை நிறையப் பூப்பந்தங் களோடு வந்திருந்தாள். பூ வாடாமலிருக்க ஈரத்துணியால் சுற்றியிருந்தாள் அதை.

நம்மூரிலிருந்து கொண்டு வந்த சிரிப்பு இன்னும் மாறாமலிருந்தது அவளிடம். ஒவ்வொரு தாய்மாரிடமும் முழம்போட்டு அளந்து கொடுக்கிறாள். கழுத்தில் தொங்கும் தாலிக்கயறும், நெற்றியில் வேர்வையோடு கரைந்து வடியும் கலங்கிய நிலாவட்டப் பொட்டுமாக – அவளைப்

பார்த்தான். தானே அசைகிற ஈர உதட்டில் இன்னும் உயிர் வாடாமல் - நின்றது. கண்ணுக்கடியில் விளிம்புகளில் தோல் கருத்து இத்தனை காலம் பிரிவை உணர்த்தியது. வருத்தமுற்று ஏங்கிப் பெருமூச்சுவிட்டான். அவளை எப்படியாவது கண்டு பேசிவிட நினைத்தான். அதற்குள் இவனைத் தள்ளிக் கொண்டுபோன கூட்டத்தோடு வாசல்வரை வந்து; திரும்பவும் எதிர்நீச்சல் போட்டு முண்டித்தள்ளி உள்ளே வருமுன் விடை பெற்றுச் செல்லும் ரயிலுக்குள் இருந்தாள். பெரிய ஊதலோடு போய்க் கொண்டிருந்தது ரயில்.

மூடிக்கிடந்த ஞாபகத்தின் ஒவ்வொரு கதவையும் தட்டித் திறந்துவிட்ட ஆவுடத்தங்க மதினி மீண்டும் கண்ணெதிரில் நின்றாள், அதே உதடசையாச் சிரிப்புடன். பழையதெல்லாம் ஒவ்வொன்றாய் புது ஒலியுடன் கண்ணெதிரே தோன்றியது. ஆச்சரியத்தால் தோள்பட்டைகளை உலுக்கிக் கொண்டு நடந்தான்.

பஸ் ஸ்டாண்டுக்குள் நின்றிருந்த தகரடப்பா பஸ்ஸைப் பார்த்தான். 'நென்மேனி மேட்டுப்பட்டி'க்கு என்று எழுதியிருந்த போர்டைத் திரும்பத்திரும்ப வாசித்துக்கொண்டு சந்தோஷப்பட்டான். இப்போது சொந்த ஊருக்கே பஸ் போகும்.

பஸ்ஸில் ஏறிக்கொண்டிருக்கும் எல்லாருக்கும் கை யெடுத்து வணக்கம் சொல்லணும்போல இருந்தது. யாராவது ஊர்க்காரர்கள் ஏறியிருக்கிறார்களா என்று கழுத்தைச் சுற்றிப் பார்த்துக் கொண்டான். தெரிந்த முகமே இல்லாமல் எல்லாமே வேத்து முகங்கள். எல்லாரும் இடைவெளியில் இறங்கி விடக்கூடியவர்களாக இருக்கும்.

பஸ் புறப்பட்டது. ஒரே சீரான சத்தத்துடன் குலுங்கா நடையுடன் நகர்ந்து கொண்டிருந்தது பஸ். மதிப்பு மிகுந்த வற்றை எல்லாம் நினைவுபடுத்திக் கொள்ளும் இசை யென சத்தம் வரும். காற்றுகூட சொந்தமானதாய் வீசும். சட்டையின் மேல் பட்டன்களை எல்லாம் கழட்டி விடவும் பனியனில்லாத உடம்புக்குள் புகுந்து அணைத்துக் கொண்ட காற்றோடு கிசுகிசுத்தான். ஜன்னலுக்கு வெளியில் பஜாரில்

யாராவது தட்டுப்படுகிறார்களா - என்று முழித்து முழித்துப் பார்த்துக் கொண்டே வந்தான். திரும்பவும் ரயில்பாதை வந்தது. வெறுமனே ஆளற்றுக்கிடந்த ஸ்டேஷனில் சிமெண்டு போட்ட ஆசனங்கள் பரிதாபத்துடன் உட்கார்ந்து கொண்டிருந்தன. ரயில்வே கேட்டைக் கடந்து வண்டி மேற்காமல் திரும்பி சாத்தூரின் கடேசி எல்லையில் நின்றது. அங்கொரு வீட்டில் யாரோ செத்துப் போனதற்காக கூடி பெண்கள் ஒப்பாரி வைத்துக் கொண்டிருந்தார்கள். பஸ்ஸில் வந்த பெண்கள் இங்கிருந்து அழுதுகொண்டே படியிறங்கிப் போகவும் பஸ் அரண்டுபோய் நின்றது.

செத்தவீட்டு மேளகாரர்கள் மாறிமாறித் தட்டும் ரண்டங்கு மேளத்துடன் உள்ளடங்கிவரும் துக்கத்தை உணர்ந்தான். முதிர்ந்த வயதுடைய பெரியாள் உருமியைத் தேய்க்கிற தேய்ப்பில் வருகிற அமுத்தலான ஊமைக் குரல் அடி நெஞ்சுக்குள் இறங்கி விம்மியது. அந்த இசைஞர்கள் ஒட்டு மொத்த துக்கத்தின் சாரத்தைப் பிழிந்து கொண்டிருப்பதாய் உணர்ந்தான். யாராலும் தீர்க்க முடியாத கஷ்டங்களை யெல்லாம் அடிவயிற்றிலிருந்து எடுத்து ஊதிக் கொண்டிருந்த நாயனக்காரரின் ஊதல், போகிற பஸ்ஸோடு வெளியில் வந்து கொண்டிருந்தது.

என்றோ செத்துப்போன பாட்டியின் கடேசி யாத்திரை நாள் நினைவுக்கு வந்தது. மயானக்கரையில் தன் மீசை கிருதாவை இழந்த தோற்றத்தில் மொட்டைத் தலையுடன் இவனது அய்யா வந்து நின்றார்.

இவனைப் பெத்த அம்மாவைப் பிரசவத்துடன் வந்த ஜன்னி கொண்டுபோய் விட்டதும் நாலாவதாகப் பிறந்த பிள்ளை நிலைக்க வேண்டும் என்பதற்காக இவன் மூக்கில் மந்திரித்துப் போடப்பட்டிருந்த செம்புக் கம்பிதான் மூக்கோரத்தில் இருந்துகொண்டு ‘எம்மா... எம்மா...’ என்றது. அம்மா இல்லாட்டாலும் தெக்குத்தெரு இருந்தது. மேலெழும்பும் புழுதிகிடந்தது அங்கு. புழுதி மடியில் புரண்டு விளையாட – ஓடிப்பிடிக்க – ஏசிப்பேசி மல்லுக்கு நிற்க – தெக்குத்தெரு இருக்கும். எல்லாத்துக்கும் மேலாக

இவன் மேல் – உசுரையும் பாசத்தையும் சுரந்து கொண்டிருக்க மதினிமார் இருந்தார்களே. வீட்டுக்கு வீடு வாசல்படியில் நின்றுகொண்டு இவனையே வைத்த கண் வாங்காமல் பார்த்திருக்கும் சமைஞ்ச குமரெல்லாம் செம்புகோம்... செம்புகோம்... என்று மூச்சுவிட்டுக் கொண்டார்களே!

பல ஜாதிக்காரர்களும் நிறைந்த தெக்குத் தெருவில் அன்யோன்யமாக இருந்தவர்களை எல்லாம் நினைவு கூர்ந்தான்.

தனிக்கட்டையான தன் அய்யா கிட்ணத்தேவர் திரும்பவும் மீசைமுளைத்து கிருதாவுடன் இவன் முன் தோன்றினார்.

'அடேய்... செம்புகோம்... ஏலேய்...' என்று ஊர்வாசலில் நின்று கூப்பிடும்போது இவன் 'ஓய்... ஓய்...' என்ற பதில் குரல் கொடுத்தபடி கம்மாய்க்கு அடியில் விளிம்போரம் உட்கார்ந்து மீன்பிடித்துக் கொண்டிருந்தான். தூண்டிலை எடுத்து அலையின் மேல் போடுவான். மீனிருக்கும் இட மறிந்து மெல்ல மெல்ல நகர்ந்து கொண்டே அத்தம்வரை போவான்.

பண்டாரவீட்டு மதினிமார்களெல்லாம் மஞ்ச மசால் அரைத்து வைத்து ரெடியாகக் காத்திருப்பார்கள். 'கொழுந்தன் வருகிறாரா...' என்று அடிக்கொருதரம் குட்டக்கத்திரிக்கா மதினியைத் தூதனுப்பி தகவல் கேட்டுக்கொள்வார்கள். தண்ணிக்குள் நீந்தித் திரியும் மீனாக இவன் தெருவெல்லாம் சமைஞ்சு நிற்கும் மதினிமார் பிரியத்தில் நீந்திச் சென்றான். ஒரு மீனைக் கண்டதுபோல எல்லாரும் சந்தோஷப் பட்டார்கள்.

கீகாட்டுக்கருப்பாய் 'கரேர்...'ரென்ற கருப்பு ஒட்டிக் கொள்ள 'அய்யோ... மயினீ... கிட்டவராதே... வராதே...' என்று சுப்பு மதினியை விட்டு தப்பி ஓடினான். பனையேறி நாடார் வீட்டு சுப்பு மதினிக்கும் பொஷ்பத்துக்கும் இவன் மேல் கொள்ளளைப் பிரியம். 'நாங்க ரெண்டு பேருமே செம்புகத்தையே கட்டிக்கிடப் போறோம்...' என்று ஒத்தைக்காலில் நின்று முரண்டு பண்ணுவதைப் பார்த்து

இவன், நிசத்துக்கே அழுதபடி - 'மாட்டேம்... மாட்டேம்... மாட்டம்போ' என்று தூக்கி எறிந்துபேசினான். உடனே அவர்கள் ஜோடிக் குரலில் 'கலகலகல...'வெனச் சிரித்து விடவும் ஓட்டமாய் ஓடி மறைவான் செம்பகம்.

குச்சியாய் வளர்ந்திருக்கும் சுப்பு மதினியும் ரெட்டச் சடைப் பொஷ்பமும் ஒவ்வொரு அந்தியிலும் பனங்கிழங்கு, நொங்கு, தவுண், பனம்பழம் என்று பனையிலிருந்து பிறக்கிற பண்டங்களோடு காத்திருப்பார்கள் இவனுக்காக. இவனைக் காணாவிட்டால் கொட்டானில் எடுத்துக்கொண்டு தேட ஆரம்பித்து விடுவாள் ரெட்டச் சடை புஷ்பம்.

பனையேறிச் சேருமுகநாடார் வீட்டுக்கு கள்ளுக் குடிக்கப் போகும் அய்யாவுக்கும் ரெட்டச்சடைக்கும் ஏழாம் பொருத்தமாய் என்னேரமும் சண்டதான். அவளை மண்டையில் கொட்டவும் சடையைப் பிடித்து இழுக்கவும் 'இந்த வயசிலும் கிட்ணத்தேவருக்கு நட்டனை போகலே...' என்று சேருமுக நாடார் சிரித்துக்கொள்வார். 'ஓய்... மருமோனே' என்ற கீகாட்டுப் பேச்சில் 'தாப்பனும் மோனும் பனையேறிமோளை கொண்டு போயிருவீயளோ. சோத்துக்கு எங்க போட்டும் நா... மடத்துக்கு போயிரவா' என்று கள்ளு நுரை மீசையில் தெறிக்க பேசுவார் நாடாரு. இதைக் கேட்ட அய்யாவுக்கு 'கெக்கெக்கே...' என்று சிரிப்பு வரும் வெகுளியாய்.

ஊர் ஊருக்கு கிணறு வெட்டப்போகும் இவன் அய்யாவும் தெக்குத்தெரு எளவட்டங்களும் கோழி கூப்பிடவே மம்பட்டி, சம்பட்டி, கடப்பாறை, ஆப்புகளோடு போய் விடுவார்கள். சுத்துப்பட்டி சம்சாரிமார்கள், கிட்ணத் தேவன் தோண்டிக் கொடுத்த கிணத்துத் தண்ணீரில் பயிர் வளர்த்தார்கள்.

அய்யா கிணத்து வேலைக்குப் போகவும் தெருத் தெருவாய் சட்டிபானைகளை உருட்டித் தின்பதற்கு ஊரின் செல்லப் பிள்ளையாய் மதினிமார் இவனைத் தத்தெடுத் திருந்தார்கள். இவனுக்கு 'ஓசிக்கஞ்சீ...' 'சட்டிபானை உருட்டீ...' 'புதுமாப்ளே...' என்ற பட்டங்களுண்டு. ராத்திரி

நேரங்களில் எடுக்கிற நடுச்சாமப் பசிக்கு யார் வீட்டிலும் கூசாமல் நுழையும் அடுப்படிப் பூனையாகி விடுவான். இவன் டவுசர், சட்டை, மொளங்கால் முட்டில் அடுப்புக்கரி ஒட்டியிருக்கும்.

தெருமடத்தில் குடியிருக்கும் மாடசாமித் தேவரோடு சரிசமமாய் இருந்து வெத்தலை போட்டுக்கொண்டு தெருத் தெருவாய் 'புரிச்சு... புரிச்...' சென்று துப்பிக் கொண்டே போய் பண்டார வீட்டுத் திண்ணையில் உட்கார்ந்து கொள்வான்.

'மாப்ளைச் சோறு போடுங்கத்தா... தாய்மாருகளா...' என்றதும் கம்மங் கஞ்சியைக் கரைத்து வைத்து 'சாப்பிட வாங்க மாப்பிளே...' என்று சுட்ட கருவாட்டுடன் முன் வைப்பார்கள்.

நாளைக்கு கல்யாணமாகிப் போற காளியம்மா மதினி கூட வளையல் குலுங்க இவன் கன்னத்தைக் கிள்ளி விட்டு ஏச்சங்காட்டுவாள். இந்தக் காளியம்மா மதினிக்கு சிறுசில் இவனைத் தூக்கி வளர்த்த பெருமைக்காக இவன் குண்டிச் சிரங்கெல்லாம் அவள் இடுப்புக்கு பரவி அவளும் சிரங்கு வத்தியாய் தண்ணிக்குடம் பிடிக்க முடியாமல் இடுப்பைக் கோணிக்கோணி நடந்துபோனாள். இப்போதும் சிரங்குத் தடம் அவள் இடுப்பில் இருக்கும்.

'செம்புகோம்... செம்புகோம் செம்புக மச்சானுக்கு வாக்கப்படப் போரேன்... பாரேன்...' என்று முகத்துக்கு நேராக 'பளீ'ரென்ற வெத்தலைக் காவிப் பல்சிரிக்க காளியம்மா மதினியின் சின்னையா மகள் குட்டக் கத்திரிக்கா திங்கு திங்கென்று குதித்துக்கொண்டே கூத்துக் காட்டுவாள்.

'அடபோட்டீ... குட்டச்சீ' என்று முணுமுணுத்தபடி இவன் மூக்குக்கு மேலே கோபம் வரும். அவள் உடனே அழுதுவிடுவாள். 'மயினி... மயினி... அழுவாத மயினீ...' 'உம்...'மென்று முகங்கோணி நிற்கும் குட்டக்கத்திரிக்காவை சமாதானப்படுத்த கடைசியில் இவன் கிச்சனங்காட்டாவும் தான் அவள் உதட்டிலிருந்து முத்து உதிரும், சிரிப்பு வரும்.

வாணியச் செட்டியார் வீட்டு அமராவதி மதினி அரச்ச மஞ்சலாய் கண்ணுக்குக் குளிர்ச்சியான தோற்றத்துடன் பண்டாரவீட்டு திண்ணைக்கு வருவாள். அவளைக் கண்டதுமே கூனிக் குறுகி வெட்கப்பட்டுப்போய் குருவு மதினி முதுகுக்குப் பின்னால் ஒளிந்துகொண்டு சிரிப்பான் செம்பகம். மேட்டுப்பட்டி நந்தவனத்தில் பூக்கிற ஒவ்வொரு பூவும் அமராவதி மாதிரி அழகானது.

தாவாரத்தில் இருந்து கொண்டே என்னேரமும் பூக்கட்டும் குருவு மதினி. அமராவதிக்கென்றே தனிப்பின்னல் போட்டு முடிந்து வைத்திருக்கும் பூப்பந்தை விலையில்லாமலே கொடுத்து விடுவாள். குருவு மதினிக்கும் அமராவதி மதினிக்கும் கொழுந்தப் புள்ளைமேல் தீராத அக்கறை. அவன் குளித்தானா சாப்பிட்டானா என்பதிலெல்லாம். ஊத்தைப் பல்லோடு தீவனம் தின்றால் காதைப் பிடித்துத் திருகி விடுவாள் அமராவதி. கண்டிப்பான இவளது அன்புக்குப் பணிந்த பிள்ளையாய் நடந்து கொண்டான் செம்பகம்.

இவனது எல்லாச் சேட்டைகளையும் மன்னித்துவிட குருவு மதினியால்தான் முடியும். எளிய பண்டார மகளின் நேசத்தில் இவன் உயிரையே வைத்திருந்தான். சுத்துப்பட்டிக் கெல்லாம் அவளோடு பூவிக்கப் போனான். காடுகளெங்கும் செல்லங்கொஞ்சிப் பேசிக் கொண்டார்கள் இருவரும். இவன் வெறும் வீட்டு செல்லப்பிள்ளையானான்.

குருவு மதினியின் அய்யாவுக்கு காசம் வந்து வீட்டுக் குள்ளேயே இருமிக்கொண்டு கிடந்தார். அவரைக் கூட்டிக்கொண்டுபோய் ஆசாரிபள்ளத்தில் சேர்ப்பதற்காக ராப்பகலாய் பூக்கட்டினாள். அவளுக்கு நார் கிழித்துக் கொடுத்து ஒவ்வொரு பூவாய் எடுத்துக் கொடுக்க; அவள் சேர்ப்பதை, விரல்கள் மந்திரமாய் பின்னுவதைப் பார்த்துக் கொண்டே பசிக்கும்வரை காத்திருப்பான். பசித்ததும் மூஞ்சியைக் குராவிக் கொண்டு கொறச்சாலம் போடுவான்.

'இந்தா வந்துட்டன் இந்தா வந்துட்டன்' என்று எழுந்து வந்து பரிமாறுவாள் குருவு மதினி. சீக்காளி அய்யாவை

கூட்டிக்கொண்டு போகவேண்டிய நாள் வந்ததும் இவனையும் ஆசாரிபள்ளத்துக்குக் கூட்டிக்கொண்டு போனாள். 'வரும்போது ரெண்டு பேரும் பொண்ணு மாப்ளையா வாங்க...!' என்று எல்லாரும் கேலி பண்ணிச் சிரித்து அனுப்பினார்கள். மலையாளத்துக்குக் கிட்டெயே இருக்கும் அந்த ஊரில் நாலுமாசம் மதினியோடு இருந்தான். அப்பவெல்லாம் இவள் காட்டிய நம்பவே முடியாத பாசத்தால் இவன் ஒருச்சாண் வளர்ந்து கூட விட்டான். சுகமாகி வரும்போது அய்யாவுக்கு வேட்டியும் இவனுக்கு கட்டம் போட்ட சட்டையும் ஊதா டவுசரும் எடுத்துக்கொடுத்துக் கூட்டி வந்தாள். குருவு மதினிக்கு எத்தனையோ வயசான பின்னும் கல்யாணம் நடக்கவில்லை. குருவு மதினிக்குக் கல்யாணமானால் ஊரைவிட்டுப் போய்விடுவாளோ என்று பயமாக இருக்கும். 'மயினி... மயினி... நீ வாக்கப்பட்டு போயிருவியா... மயினீ...' என்பான். 'என் ராசா செம்புகத்தைக் கெட்டிக்கிடத்தான் ஆண்டவன் எழுதியிருக்கான் புள்ளே...!' என்றாள். மெய்யாகவே அவள் சொல்லை மனசில் இறுத்தி வைத்துக் கொண்டான் செம்பகம்.

கீகாட்டிலிருந்து பஞ்சம் பிழைக்க வந்த ராசாத்தி அத்தையும் அவளது ஆறு பொட்டப் பிள்ளைகளும் எப்போது பார்த்தாலும் பூந்தோட்டத்தில் அக்கறையாய் பூ எடுத்துக் கொண்டு வந்து கொட்டானுக்கு ஆழாக்கு தானியத்தை கூலியாக வாங்கிக் கொண்டு போனார்கள். ராசாத்தி அத்தைக்கும் நாடார் வீட்டு மதினிமார்களுக்கும் குருவு மதினியோடு பேசுவதற்கு எவ்வளவோ இருந்தது. தங்கள் கீகாட்டு ஊரைப் பற்றியும் அங்கு விட்டுவந்த பனைகளைப் பற்றியும் ஆந்திராவுக்குக் கரண்டு வேலைக்குப் போய் விட்ட ராசாத்தி அத்தைவீட்டு மாமாவைப் பற்றியும் சொல்லச் சொல்ல இவனும் சேர்ந்து 'ஊம்...' கொட்டினான்.

இவன் அய்யாவுக்கு கலயத்தில் கஞ்சி கொண்டு போன மாணிக்க மதினியின் அழுகுரல் கேட்டு எல்லாரும் ஓடினார்கள்.

கிணத்து வெட்டில் கவ்விழுந்து அரைகுறை உயிரோடு

கொண்டு வரப்பட்ட அய்யா அலறியது நினைவில் எழவும் திடுக்கிட வைத்தது இவனை.

வெளியில் கிடக்கும் ஆளற்ற வெறுங்கிணறுகள் தூர நகர்ந்து கொண்டிருந்தன. ஒவ்வொரு கிணத்து மேட்டிலும் இவன் அய்யா நிற்பதைக் கண்டான். திரும்பவும் எழுந்து நடமாட முடியாமல் நாட்டு வைத்தியத்துக்கும் பச்சிலைக்கும் ஆறாத இடி, இவன் நெஞ்சில் விழ, கடேசி நேரத்தில் சாத்தூர் ஆஸ்பத்திரிக்குக் கொண்டு போன நாளில் அனாதை யாகச் செத்துப் போனார் அய்யா. பஸ்ஸில் நீண்டிருந்த ஜன்னல் கம்பியில் கன்னத்தைச் சாய்ந்து தேய்த்துக்கொண்டு கலங்கினான்.

அன்று சாத்தூரில் ரயிலேறியதுதான். ஒவ்வொரு ஸ்டேஷனிலும் ரயில் நின்று புறப்படும்போது மதினி மார்கள் கூப்பிடுகிற சத்தம் போடும் ரயில்.

அய்யாவின் நினைவு பின்தொடர சாத்தூர் எல்லையில் கேட்ட உருமியின் ஊமைக்குரல் திரும்பவும் நெஞ்சிலிறங்கி விம்மியது.

சூழ்ந்திருந்த காடுகளும் பனைமரங்களும் உருண்டு செல்ல-பஸ்ஸிற்கு முன்னால் கிடக்கும் தார் ரோடு வேகமாய் பின் வாங்கி ஓடியது. ஜன்னல் வழியாக மேகத்தைப் பார்த்தான். ஒரு சொட்டு மேகங்கூட இல்லாத வானம் நீலமாய் பரந்து கிடந்தது. ஆத்துப் பாலத்தின் தூண்கள் வெள்ளையடிக்கப் பட்டு மாட்டுக்காரர்களால் கரிக்கோடுகளும் சித்திரங்களும் வரையப்பட்டிருந்தன. தண்ணீரில்லாத ஆத்தில் தாக மெடுத்தவர்கள் ஊத்து தோண்டிக் கொண்டிருந்தார்கள்.

பாலம் கடந்து மேட்டில் ஏறியதும் ஊர் தெரிந்து விட்டது. உள்ளே நெஞ்சு ‘திக்கு...திக்...’ கென்று அடித்துக் கொள்ள ஊரை நெருங்கிக் கொண்டிருந்தான் செம்பகம். தூரத்தில் தெரியும் காளியங்கோயிலும் பள்ளிக்கூடத்து கோட்டச் சுவரும் இவனை அழைப்பது போலிருந்தது.

எல்லா மதினிமார்களுக்கும் கண்டதை எல்லாம் வாங்கிக் கொண்டு போகிறான். மதினிமாரெல்லாம் இருக்கும் தெக்குத் தெருவை நெருங்க இருந்தான் செம்பகம். மனசு

பறந்து கொண்டிருந்தது. எல்லாரையும் ஒரே சமயத்தில் பார்த்து ஆச்சிரியப்பட இருந்தான். சீக்கிரமே ஊர் வந்து விடப் போகிறது. எல்லா மதினிமார்களையும் தானே கட்டிக்கொண்டு வாழ வேண்டும். 'காளியாத்தா அப்படி வரங்குடுதாயே...' என்று முன்பு கேட்ட வரத்தை நினைத்துக் கொண்டு உள்ளுக்குள் சிரித்துக் கொண்டான். பஸ்ஸிற்கும் சந்தோஷம் வந்து துள்ளிக் குதித்தது. மனசு விட்டுப் பாடினான். 'ம்...ம்...ம்...ம்ம்...ம்வும்...' மென்ற ஊமைச் சங்கீதமாய் முனங்கிக்கொண்டு வந்தான் செம்பகம். பருத்திக் காட்டில் சுளை வெடிக்காமல் நிலம் வெடித்து பாளம் பாளமாய் விரிசலாகிக் கிடக்கும். வாதலக்கரை சித்தையாத் தேவனுக்கு வாழ்க்கைப் பட்டுப்போன மாணிக்க மதினி இருந்தால் காடே வெடித்திருக்காது. இப்படி ஈயத்தைக் காய்ச்சும் வெயிலும் அடிக்காது. மாணிக்க மதினியோடு எல்லா மதினிமார்களும் பருத்திக் காட்டில் மடிப்பருத்தி யுடன் நின்ற கோலமாய் கண்முன் தோன்றும். இருக்கிற ஒரு குறுக்கத்திலும் எத்தனை வகை தானியங்களுக்கு இடம் வைத்திருந்தாள், அவள் மனசே காடாகும் போது தட்டா நெத்துக்கும் பாசிப்பிதம் பயறுக்கும் நாலு கடலைச் செடிக்கும் பத்துச்செடி எள்ளுக்கும் இடமிருந்தது. காடே கிடையாகக் கிடக்க விதித்திருந்தது அவளுக்கு. காட்டு வெள்ளாமையும் அவளோடு போயிற்று.

கண்ணெட்டும் தூரம் வரை நிலம் வறண்டு ஈரமற்றுக் கிடக்கும் தரிசு நிலங்களில் வேலிக்கருவை தோண்டிக் கொண்டிருந்தார்கள். மஞ்சள் மூக்குடன் தூர் விறகுகளை லாரிகளில் அடையாளம் தெரியாதவர்கள் பாரம் ஏற்றிக் கொண்டிந்தார்கள். மந்தைத் தோட்டத்தில் கிணத்தை எட்டிப் பார்த்துக்கொண்டு படுத்திருக்கும் கமலைக் கல்லும், தோட்ட நிலமும் நீண்டகால உறக்கத்திலிருந்து மீளாமல் இன்னும் இறுகிக்கொண்டிருந்தது. தோட்டத்தை ஒட்டிநின்ற பஸ், இவனை இறக்கிவிட்டுச் சென்றது.

தெக்குத்தெரு வாசலில் படம்போட்ட தோல்பையுடன் நின்றான். குப்புற விழுந்துகிடக்கும் தெக்குமடத்தில் ஒரு

கல்தூண் மட்டும் தனியாய் நிற்க அதன்மேல் உட்கார்ந் திருந்த காக்கா இவனைப் பார்த்து கரைந்து கொண்டு ஊருக்குமேல் பறந்து சென்றது.

தெருவை வெறிக்கப் பார்த்துக்கொண்டே நடந்தான். தெருப்புழுதியே மாறிப்போய் குண்டும் குழியுமாய் சீரற்று நீண்டு கிடந்தது தெரு. இவன் பண்டார வீடுகளிருந்த இடத்துக்கு வந்து நின்றான். இருண்ட பாகமான வீடுகளாய் இற்று உதிர்ந்து கொண்டு வரும் கூரைமுகட்டிலிருந்து மனதை வதைத்தெடுக்கும் ஓலம் கேட்டது. மனதைப் புரட்டிப் புரட்டி கொண்டுபோய் படுகுழியைப் பார்த்துத் தள்ளிவிட்டுச் சிரிக்கிற ஓலமாய் கூரைகளில் சத்தம் வரும். தெருவே மாறிப்போய் – குறுனையளவுகூட இவன் பார்த்த தெருவாயில்லை. தெருவே காலியாகிவிட்டது. தெருத் தெருவாகத் தேடினான். முன்பு கண்ட அடையாளம் ஏதாவது தட்டுப்படுமா? – என்று பார்த்தான். எவ்வளவோ மூடிவிட்டது. புதியதராதரங்கள் ஏற்பட்டு, இவனைச் சுற்றி வேடிக்கை பார்க்க வந்த கூட்டத்துக்குள் இவன் இருந்தான். சிறுவர்களும் பெரியவர்களும் இவனைப் பார்த்து சலசலத்துக்கொண்டார்கள். ‘என்ன வேணும்’ மென்ற சைகையால் இவனை அந்நியமாக்கினார்கள்.

இவன் ஒவ்வொன்றாய் சொல்லச் சொல்ல எல்லாரும் ஆச்சரியப்பட்டுக் கொண்டார்கள். இன்னும் கூட்டம் இவனைச் சுற்றி வட்டமாக நின்றது.

வந்தவர்களுக்கு எவ்வளவோ வேலைகள் இருக்கும். கூட்டங்கூடி நேரத்தை வீணாக்காமல் பெண்களெல்லாம் தீப்பெட்டி ஒட்டப் போய்விட்டார்கள். குழந்தைகள் ‘ஹைய்ய்ய்...’ என்ற இரைச்சல் போட்டுக் கொண்டு தீப்பெட்டி ஆபீஸ் பஸ் வந்து கொண்டிருப்பதைப் பார்த்து ஓடிவிட்டார்கள். கேள்வி மேல் கேள்வி கேட்டுக் கொண்டிருந்த பெரியவர்களுக்கு வெட்டிப் பேச்சே பிடிக்காது. காட்டில் வெட்டிப் போட்டிருந்த வேலிக் கருவையை கட்டித் தூக்கிவர கயறு தேடப்போனார்கள். கொஞ்சநேரத்தில் ஒரு சுடுகுஞ்சிகூட இல்லாமல் இவன்

தனித்து விடப்பட்டான்.

எல்லாம் தலைக்குமேல் ஏறி சுமையாய் அழுத்த குறுக் கொடிந்துபோய், ரொம்ப காலமாய் ஆட்டுப்படாமல் கிடந்த மதினி வீட்டு ஆட்டு உரலில் உட்கார்ந்தான். தலை யில் கைவைத்தபடி மூஞ்சியில் வேர்த்து வடிய தரையை வெறிக்கப் பார்த்தான். மூஞ்சியில் வழியும் அசடைப் புறங்கையில் துடைத்துக் கொண்டான்.

'கொழுந்தனாரே... எய்யா... கப்பலைக் கவித்திட்டீரா... கன்னத்தில் கை வைக்காதிரும்... செல்லக் கொழுந்தனாரே... எய்யா...' என்று எல்லா மதினிமார்களும் கூடிவந்து எக்கண்டம்பேச, அவர்கள் மத்தியில் இருக்க வேண்டியவன், இப்படி மூச்சுத் திணறிப் போய் ஆட்டு உரலில் உட்கார்ந் திருக்கும்படி ஆனது.

நாளைக்கு மீண்டும் ஓடிப்போன செம்பகமாய் நகரப் பெருஞ்சுவர்களுக்குள் மறைந்து போவான். இருண்ட தார் விரிப்பின் ஓரங்களில் உருவமே மாறிப்போய்- பேரிரைச் சலுக்குள் அடையாளந்தெரியாத நபராகி அவசர அவசரமாய் போய்க்கொண்டிருப்பான் செம்பகம்.

●

2

மாயாண்டிக் கொத்தனின் ரஸமட்டம்

அண்ணாந்து பார்த்தால் ஆகாசம் மிரட்டுகிற உயரத்தில் எட்டாவது மாடிச்சாரத்தின் மேல் மாயாண்டிக் கொத்தனாரின் கரண்டி உரசுகிறது. கிடுகிடுக்கும் ஏணிப்படிகளில் சாந்துச் சட்டிகள் கடந்து வருகின்றன. சாரங்களைத் தாண்டித்தாண்டி எட்டாவது மாடிக்கு மாயாண்டிக் கொத்தனின் கையெட்டும் தூரத்திற்கு சின்னப்பையன் சட்டி சுமந்து வருகிறான். சிமெண்டுப் புகை மூடிய உடம்பில் வெய்யில் உறைக் கிறது. வெக்கையைக் குடித்தபடி சின்னப்பையன் மூச்சு விடுகிறான். கண்ணை இருட்டும் கிறுகிறுப்பில் காலிச் சட்டியுடன் இறங்கிப்போகிறான் சின்னவன்.

நூல் தப்பினால் கீழே ஆழத்தில் மண்டை சிதறிவிடும். உயரங்கள் கண்ணை இருட்டுகின்றன. குருடுகளாய் விட்டங் களில் தாவித் தாவி வருகிறார்கள்.

மாயாண்டிக் கொத்தனார் பாக்கைக் கரும்பியபடி கீழே குனிந்து பார்த்தார். சின்னப்பையன் கால்கள் நிதானம் பார்த்து இறங்குகிறது.

சொந்த கிராமத்தில் டவுசர் இல்லாமல் ஓடித் திரியும் மூத்த பயல் சரவணச்சாமி ஞாபகம். கண்ணுக்குள் சரவணச்சாமி மாதிரி அந்தப் பையன் அசைந்தசைந்து வருகிறான். வெத்தலை எச்சிலை முழுங்க முடியாமல் தொண்டையை அடைத்தது.

மாயாண்டிக் கொத்தனைப் போல் மெட்ராஸுக்கு வந்தேறிய கைதேர்ந்த கொத்தவேலைக்காரர்கள் சாவின் விளிம்புகளில் நின்று சிரிக்கிறார்கள். முதுகில் கல்வைத்து

வெய்யிலில் அசையும் மனிதர்கள். செங்கல் சுமந்து வருகிறான் சரவணச்சாமி.

'எம்பெருமானே சென்னராயப்பா...' மாயாண்டிக் கொத்தன் பெருமூச்சுவிட்டார். பட்டணத்தில் கண்டெடுத்த இன்னொரு மகன் சரவணச்சாமி கையெடுப்பில் செங்கல் சட்டியுடன் நிற்கிறான். மொழிங்கை வரைக்கும் மூக்கை இழுத்து உறிஞ்சுகிறான். கட்டுமானத்தில் கைகளை வைத்து கரண்டி உரசுவதை உற்றுப் பார்த்தான். சின்னக் கண்களில் ஊறும் கூர்மையுடன், சிறுபறவை ஆகாசத்தைப் பார்க்கிறது. கொத்தன் கைகள், தானாக அவன் முதுகைத் தடவுகிறது. பையன் ஆசையாய்ப் பார்த்தான்.

தம்பீ... இப்படி வந்து கொஞ்ச நேரம் தைப்பாறிக்கோ, வா தம்பீ... பையன், பாஷை புரியாத பறவையைப் போல் மிரள மிரள முழித்தான் காலிச்சட்டியுடன் தன்போக்கில் இறங்கிப்போய்க் கொண்டிருந்தான்.

கொத்தன் மனசு ஒத்துக்கொள்ளவில்லை. மாயாண்டிக் கொத்தன் மனசு லொங்குகிறது. எட்டாவது மாடிச்சாரத்தின் மேலிருந்து ஊசலாடுகிறது. மேலே இருந்து பார்த்தால் மெட்ராஸே வெட்ட வெளிச்சம் போடுகிறது.

கீழ்த்தளத்தில் எஞ்சினீயர் வி.வி. அளவு எடுத்துப்படம் வரைந்து கொண்டிருந்தார். நவீனக் கட்டிடச் சிருஷ்டியில் கோடுகள் இழுபடுகின்றன. எஞ்சினீயரின் கோடுகள் ஆதிக்கம் செலுத்துகின்றன. திருவாளர் வி.வி.யின் கீச்சுக் குரல் அரட்டுகிறது கொத்தனை. எஞ்சினீயர் வசத்துக்கு மடக்கிப் பிடிக்கமுடியாத உயரத்தில் மாயாண்டிக் கொத்தன் கட்டுமானத்தைக் கேலியுடன் பார்த்துக் கொண்டிருந்தார்.

இடுப்புவேட்டி மடிப்பில் மறைந்திருக்கும் ரஸ மட்டத்துக்குப் பொறி தட்டியது. கொத்தனை எழுப்பி விட்டது ரஸமட்டம். கட்டுமானத்தின் மேல்வைத்து மட்டம் வைத்தார். பிரேம் அடைத்த சிமெண்டுத்தளத்தின் மேல் ரஸமட்டத்தை வைத்துப் பார்த்தபோது கட்டிடத்தின் அஸ்திவாரமே நடுங்குவதுபோல் ரஸக் குமிழ் நிலை இல்லாமல் ஆடியது. கட்டுமானம் மல்லாக்கச் சரிந்து

விடும் போல் ரஸக்குமிழ் கீழிறங்கியது.

திருவாளர் வி.வி. வரைந்து கிழித்த கோடுகளில் ரஸ மட்டத்தை வைத்துப் பார்த்தார் மாயாண்டிக் கொத்தனார்;

ன்னா... ன்னாபா மாயாண்டி... மொர்ச்சு மொர்ச்சு பாக்ரே... நின்னுடாதே ஜல்தியா ஒர்க்பன்னுன்னா மன்ஸ்லாவுதா...

சிமெண்டுப் பிரேம்களில் வாட்டம் சரியில்லை. தண்ணி வாட்டம் இல்லாத இடத்தில் ரஸமட்டம் சரிவராது. தளத் துக்கு வாட்டம் வேண்டும். அந்தரமானாலும் மேகத்துக்கும் தண்ணி வாட்டம் இருக்கும். வேலை முடிந்து திரும்புகிற நேரம். மாயாண்டிக் கொத்தனார் மாடிச்சாரத்திலிருந்து குதித்து விடுவது போல் இறங்கி வருகிறார். வாயல் ஜிப்பாவுக்கு மேல் விசிறி மடிப்புத் துப்பட்டாவை கழுத்தைச் சுற்றி புரளவிட்டு நடந்தார் கையில் இருக்கும் ரஸமட்டம் ரத்த அழுத்தம் பெற்றுக் கொதித்தது.

தெருத்தெருவாகத் தாண்டிப் போகப் போக அனேக இடங்களில் நீரோட்டம் பார்க்காத திருக்கோலம். திசை பிசகுகிறது. தளம்தணிந்த வீடுகள் பத்திக்குப் பத்தி வித்தி யாசம். வெளியை மூடிய பெருஞ்சுவர்கள் பில்லர்களில் ஒன்றுக்கு மேல் ஒன்று தூக்கி அடுக்கி வைத்த ஒரே சூத்திரம், உயரங்களில் தலைகீழாகத் தொங்குகிறது உலகம்.

இருண்ட தார் விரிப்பின் ஓரத்தில் மாயாண்டிக் கொத்தனார் கடற்கரையைப் பார்த்து வந்து கொண்டிருந்தார். வாகனங்களைத் தாண்டிப்போனால் கடலின் இரைச்சல் கவனத்தை வாங்குகிறது. மணலில் சறுக்கி சறுக்கி நடந்து போன பாதப்பதிவுகள் மிரட்டுகிறது ஆளை... மணலில் மூச்சுவாங்கினார் கொத்தன்.

கடலின் தூர விளிம்புகளில் பார்வை கோடு போட்டுக் கொண்டே நகர்கிறது. கடலின் இன்னொரு கோடியில் சொந்த மண்ணில் வளரும் பயிர்கள். மூத்த பயல் சரவணச்சாமி அய்யாவைத் தேடிக்கொண்டு வருகிறான். சீதையம்மா ஓட்டடுக்குத் தாழ்வாரத்தில் பிள்ளை குட்டிகளோடு விட்டத்தைப் பார்த்தபடி காத்திருக்கிறாள்.

ஊரில் வெட்ட வெளியான வாகை மரத்தடியில் திருணைக் கல்லுகளில் பெருசுகள் விழுந்து கிடக்கிறார்கள். வாகை நிழல்கள் கந்து கந்தாய் சிந்திக் கிடக்கின்றன. க்ஷீண மடைந்த பழைய கோபுரம் தெரிகிறது. கோபுரத்துக்கு எதிரில் பொந்து விழுந்த புளி. புளிய மரத்துவேர் முண்டின் சாய்மானத்தில் மாயாண்டிக் கொத்தன் கண்ணெதிரில் பிரசன்னமாகி இருக்கும் சென்னராயப் பெருமாளைப் பார்த்துக் கொண்டிருந்தார் கண் கொட்டாமல்.

கோயில் பொந்துகளில் வம்சாவளிப் புறாக்கள். அவற்றின் ஊமைக்குரல் வெளியில் உக்கிரம் கொண்ட பங்குனி மாச வெய்யிலில் கோபுரமே அசைகிறது. மூலத்தைவிட்டுப் பிரகாரத்துக்குள் குடிகொண்டிருக்கும் சென்னராயப் பெருமாளின் சினேகிதப் பட்சிகளான வௌவால்கள் தலைகீழாகத் தொங்குகின்றன. இருட்டுக்குள்ளிலிருந்து நெஞ்சு குளிரச் சிரிக்கிறார் பெருமாளு அருள் கலந்த மௌனச் சிரிப்புடன்.

அடேய்... மாயாண்டீ... என்னடாயிது... நாப்பது வயசாயும் புத்தி இல்லயே உனக்கு. சாய்மானத்தில் விழுந்து கெடக்கே. கொத்தன் தொழிலுக்கென்ன பஞ்சமா... கீ காட்டில் தொழில் முடக்கம்முனா வடக்க போயேன்டா. தன் தொழில் தெரிந்தவன் நீ... எங்க போயும் கால் ஊன்றிக் கிடலாமே. மாயாண்டிக் கொத்தனின் மூக்கு கடுகடுத்தது. வெய்யிலுக்கு அப்பால் தெரியும் சீவன் செத்த புஞ்சை மண்ணில் முள்ளுச் செடிகள் படமெடுத்து ஆடுகின்றன. கொத்திவிடும் முள்ளுகள் புஞ்சை முள்ளுகள் சீறுகின்றன.

ங்ஙப்பா எம்பெருமானே சென்னராயப்பா இருந்து கெடுத்தவனே என்னய நீ ஆண்டி ஆக்கிட்டே. வடக்க போனா அங்கெ எப்டி எப்டி இருக்கோ... கொத்தன் கேலிச் சிரிப்புடன் பார்த்தார் பெருமாளை. உள்ளே வௌவால்கள் சிறகடித்துப் பறந்து பறந்து கத்துகின்றன. தலைகீழாகத் தொங்கிய வௌவால்கள் கொத்தனை எட்டிப் பார்த்தன.

மல்லாக்கச் சரிந்து கிடக்கும் கோயில் படிக்கட்டுகளில் ஏறிவருகிறார் மாயாண்டிக் கொத்தனார். படிக்கல்லில்

அமர்ந்து சாந்துக் கரண்டியைத் தீட்டுகிறார். சத்தம் ஆங்காரத் துடன் வருகிறது.

வௌவால்கள் சலசலத்துக் கொண்டிருந்தன. மாயாண்டிக் கொத்தன் கரண்டிக்கு எத்தனை பூர்வீகங்கள். கோபுர உச்சியில் மூதாதை வீரணக் கொத்தனார் பூசிய சிற்பச் சாந்தின் வாசம். ஆலமரமாகும் சிறுசெடி இலை விடுகிறது. கோபுரத்தில் முலையறுத்த சென்னம்மாவின் சிற்பம். பட்சிகள் வந்து வந்து தடம்பட்டு எச்சம்பட்டு விழுந்த கோடுகள். தாத்தா எழுப்பிய கோபுரம் வெய்யிலில் அசைந்தது.

மனநிழல்களுக்கு அடியில் சாம்பல் புறாக்கள் படபடக் கின்றன. புறாவின் அலகுகளில் உறைந்த பொழுதுகள் சிறுசிறு முனங்கலாய் கேட்டது. கருத்த பொந்துகளில் காற்றின் இரைச்சல் உச்சியில் சின்ன கண்களுடன் புறாவின் சாம்பல் அலகு.

கொத்தனின் மனசு வாட்டத்துடன் ஆழ்ந்து பார்க்கிறது. கோபுரத்தில் உடைந்த சிற்பங்கள் கதறுகின்றன. வௌவால் வாடை நெஞ்சை அடைக்கிறது. மாயாண்டிக் கொத்தனுக்கு ஆதரவுடன் கடல் மணல் புரண்டு புரண்டு இளக்கம் கொடுத்தது. முகம் தெரியாதவர்கள் மணல் வெளிகளில் இரைச்சலிடுகிறார்கள்.

நுட்பம் பெற்ற மணலில் கைவைத்து மணலைச் சமப் படுத்தி ரஸமட்டத்தை வைத்துப்பார்த்தார் மாயாண்டிக் கொத்தன். மணலின் சமநிலையில்லை. சாந்தமின்றி துடிக் கிறது ரஸமட்டம். சைடுபாக்கெட்டில் மடக்கி வைத்திருந்த மனையடி சாஸ்திரக் குறிப்பேட்டை எடுத்துப் புள்ளி வைத்தார். புள்ளிகளை இணைக்கும் கோடுகள் பிசகுகிறது. திசைகள் சீறுகின்றன. அனேக வீடுகள் அக்கினி மூலையில் நிலைபார்த்தால் வீடு எரியும் கிரகத்தின் லெட்சணம் மாறியடிக்கிறது. ஜனங்களுக்கு பீடை. தெருக்களில் நிம்மதியாக நடக்க முடியாது. பீச்ரோட்டில் சர்க்கார் கட்டிடங்கள் உப்பு மூலையில் திரும்பியிருந்தது.

வெத்தலையில் சுண்ணாம்பைத் தடவத்தடவ கொத்தனின்

முகவெட்டு மாறியது. மணலில் நடப்பவர்களை ஏற இறங்கப் பார்த்தபடி மடியிலிருந்து வெத்தலையை எடுத்து காம்பை கிள்ளி எரிந்தார்.

புதுமோஸ்தர் வீடுகள். கீச்சுக் கதவுகளைத் திறந்தபடி வேக நடையாளர்கள். ஜன்னி வேகத்துக்குப் பழகிப் போன தெருக்கள். நம்பர் மாறிமாறிச் சுற்றி வருகிறான் பல்லவன். இருண்ட தார்ரோடுகள் அலறுகின்றன. பிளாட்பாரத்தில் ஜிப்பாவும் ஜோல்னா பைகளும் தலைகீழாகப் பாய்ந்து ஓடுகின்றன. நிமிஷத்துக்கு நிமிஷம் நெருக்கடிகள், மணலுக்குள் மணலாகும் முகங்கள். ஒரு முகத்தையும் கொஞ்ச நேரத்துக்குமேல் பார்க்க முடியாமல் மறைகின்றன.

புதிதாக எழுதப்பட வேண்டிய மனையடி சாஸ்திரங்களை குறிப்பெடுத்துக் கொண்டார் மாயாண்டிக் கொத்தனார். எஞ்சினீயர் திருவாளர் வி.வி.யின் முகம் தோன்றியது. கிளிப்பிள்ளையைப் போல் சொன்னதையே திரும்பத் திரும்ப சொல்லி பூனைக்குட்டிக்கு படம் வரைவது போல் கொத்தன் தன்மை தெரியாமல் அழிச்சாட்டியம் செய்கிறார் வி.வி.

வண்டி வண்டியாக புஸ்தகம் படித்து விட்டு சிரசி லிருந்து கோடு கிழித்து தீர்மானிக்கிற சங்கதியில்லை மனையடி சாஸ்திரம்.

திருவாளர் வி.வி. தலையைச் சொரிந்தபடி நிற்கிறார். மாயாண்டிக் கொத்தன் சட்டாம்பிள்ளையைப் போல் வி.வி.யின் சிண்டைப் பிடித்து இழுப்பது போல் பேசினார்.

வி.வி உம்மால் தானய்யா மெட்ராஸின் லெட்சணம் மாறிப்போச்சு... மனையடி சாஸ்திரம் காலாவதியாச்சு, நவீன யுகம் வந்தாச்சுங்கீரே... யோவ்... வெவகாரம் அப்படி இல்லையா... உப்பு மூலையில் சர்க்கார் முகம் திரும்பி இருக்கிறது. புது சாஸ்திரம் எழுதித்தான் சர்க்கார் முகத்தை ஈசாணிப் பார்வையில் திருப்பி வைக்கணும். எத்தனை கோடி ஜனம் மெட்ராஸில் கிடந்து அழுந்துது. சர்க்காருக்கு ஈசாணிப்பார்வை இல்லை. திசை தெரியாத குருடுகள்-ராத்திரியெல்லாம் ஜனங்கள் தூக்கம் பிடிக்காமல்

கசங்குகிறது. ய்யோவ் வி.வி. உங்களால் மெட்ராஸே திருத்தப்பட்டு விட்டது. எஞ்சினீயர் ஆதிக்கத்தில் சிருஷ்டி நிலை கொள்ளுமா? கொத்தன் சூட்சுமம் பஞ்சபூதங்களை மடக்கிப்பிடிக்கிறதய்யா... திருவாளர் வி.வி. முகத்தை சுழித்தபடி திட்டுகிறார். கொத்தனை முறைத்தபடி வேக வேகமாக தார்ரோட்டில் நடந்துபோனார். கொத்தன் வெத்தலை எச்சிலை முழுங்க முடியாமல் சிரித்தார். மனையடி சாஸ்திரக் குறிப்பேட்டில் மெட்ராஸைப் பற்றி விமர்சனங்கள் எழுதினார்.

இங்கு தண்ணிக்குத் தண்ணி பிணக்கு. பஞ்ச பூதங்கள் அடங்காப் பிடாரிகளாகிவிட்டன. வெறும் வர்ணப்பூச்சுகளை சுரண்டி எடுப்பதற்கு ஒரு யுகமாகலாம். அஸ்திவாரத்தில் வெடிவைத்தால் நல்லதைக் காப்பாற்ற முடியாது.

ஒட்டுமொத்தமாய் மொட்ராஸுக்கு மனையடி சாஸ்திரம் பொய்யாக இருக்கிறது. மெட்ராஸின் அஸ்திவாரத்துக்குள் ரஸமட்டம் சமநிலையில் இல்லை. குடை சாய்ந்து விட்டது. கல்லுக்கு கால்அடி முன்னப்பின்ன இருக்கிறது.

பீச்ரோட்டு பஸ்ஸ்டாப்பில் தூணில் சாய்ந்தபடி நின்றார் மாயாண்டிக் கொத்தனார். அடுத்த வண்டி வருவதைப் பார்த்து தலைகீழாகப் பாய்ந்து ஓடிக்கொண்டிருந்தார்.

●

3

கருப்பு ரயில்

முனியம்மா மகன் சிவகாசிக்குப் போய்விட்டான். முனியம்மாளின் கட்டாயத்தினால் குடும்பமே போக வேண்டியதாயிற்று. அவன் போகும்போது ரயில்தாத்தா பட்டத்தையும் சேர்த்து கொண்டுபோய்விடவில்லை. அதையெல்லாம் கந்தனிடம் ஒப்படைத்து விட்டுத்தான் போனான். முனியம்மா மகன் போனாலும் கந்தனே போய் விட்டாலும் ரயில்தாத்தா இருப்பார். நிஜத்து ரயிலே போய் விட்டாலும் ரயில்தாத்தா சாகாவரம் பெற்றுவிடுவார்.

எல்லாச் சின்னபிள்ளைகளுக்கும் ரயில்தாத்தா வேண்டும். மேலத்தெரு வேப்பமர ஸ்டேஷனிலிருந்து துவங்குகிற ரயில் பிரயாணத்தை யாராலும் நிறுத்த முடியாது. கந்தனின் கரண்டுமேன் அய்யாவுடைய சிகப்பு ரப்பர் கையை மாட்டிக்கொண்டு வந்தாலே ரயில் நிற்கும்.

ஆனால் சின்னப்பாப்பாவின் குட்டி ரயிலை ரப்பர் கை காட்டியாலும் நிறுத்த முடியாது. அந்தக் குட்டி ரயில் எப்போதும் பொன்வண்டுகளைத்தான் ஏற்றிக்கொண்டு வரும். பொன்வண்டு ரயிலைச் செய்வதற்கு காலித் தீப்பெட்டிகள் வேண்டும். காலித்தீப்பெட்டிகளுக்காக கடை கடையாய் அலைந்தான். ரோடுகளை அளந்தான். கந்தனின் பகீரத முயற்சிகளால் காலித் தீப்பெட்டிகள் சேர்ந்துவிட்டன. இனி ஒவ்வொரு தீப்பெட்டிக்கும் பொன் வண்டு பிடிக்க வேண்டுமே. பொன்வண்டுகள் எப்போதும் காட்டிலும் காட்டுக்குப் போகிற தான் தோன்றிப் பாதை களிலும் கிடைக்கும். அவற்றைப் பிடிப்பதே கஷ்டமானது.

இன்னும் பட்டு மெத்தைக்கு டெயிலர் அண்ணாச்சி வீட்டு குப்பைக்குழிக்குப் போக வேண்டும். அங்கு பட்டுத் துணி பதுங்கிக் கொண்டிருக்கும். குப்பையிலிருப்பதெல்லாம் குண்டு மணிதான். குப்பையைத் தோண்டத் தோண்ட பட்டு கிடைத்துவிடும். ஒவ்வொரு தீப்பெட்டிக்கும் பட்டு விரித்து, ஒரு ஜோடிப் பொன்வண்டுகளை பொண்ணு மாப்பிள்ளையாக உட்காரவைத்து தீப்பெட்டியை மூடினான். நூல்சம்பாதிக்க வேண்டுமே. அதற்கு டெயிலர் அண்ணாச்சி யைத்தான் பிடிக்கணும். ஊதாக் கலர்-பச்சைக் கலர்-மஞ்சக் கலர்-வாடா மல்லிக் கலர் நூலை எல்லாம் மிஷினுக் குள்ளிருந்து எடுத்துத் தருவார். கலர்கலர் நூலை யெல்லாம் ஒன்றாக்கி தீப்பெட்டிக்கு தீப்பெட்டி இடை வெளி விட்டு விட்டு ரயில் பெட்டிகளை இணைத்தான்.

கந்தனுக்குத்தான் இப்படியெல்லாம் பொன்வண்டு ரயில் செய்ய வரும். சின்னப் பாப்பாவுக்கு வரவே வராது. அவள் பார்த்துக் கொண்டே சும்மா இருந்தாள். அண்ணனின் ஒவ்வொரு காரியத்தையும் உற்றுப்பார்த்தபடியே தலை யைத் தலையை அசைத்து ஆமோதித்தாள். குட்டி ரயிலை நுனிவிரலால் தொட்டுப் பார்த்துக் கொண்டாள். அது சின்னப்பாப்பாவின் குட்டி ரயில், 'குப்...க்குப்' பென்ற ஊதலோடு கிளம்பிவிட்டது. சிமெண்டுத் தரையில் சின்னப்பாப்பாவைச் சுற்றிச்சுற்றி வருகிறது. பொன்வண்டு ரயில் போவதைப் பார்த்து 'க்கூ...க்கூ...' வென்று ஊது கிறாள், சின்னப்பாப்பா.

இப்போது கந்தனின் கனவு ரயிலும் கிளம்பி விடும். ஊருக்குத் தெற்கே தூரத்தில் ஓடும் நிஜத்து ரயிலின் ஊதல் கேட்கும். இந்த ஊதலே அவனை எங்கெங்கோ அழைத்துப் போய் தொலைதூர அதிசயங்களைக் காட்டி அவனை ஆச்சரியப்படுத்தும். சினேகிதக் குருவிகளோடு பறந்து செல்வதாய் தானும் சிறகுகளை அசைத்துக்கொள்வான். காற்றோடு பறந்து போகும் வழிகளில் எங்கும் ஊருக்கு ஊர் ரயில் தாத்தாக்கள் இருப்பதை கண்டான். அவனுக்காகவே காத்திருக்கிற ரயில் தாத்தாவின் குறும்புத் தாடியைக்

கண்டதும் 'க்களுக்' கென்று சிரிப்பு உண்டாகி விட்டது. வாய்விட்டுச் சிரித்தான். அவனுக்குப் பின்னாலிருந்து யாரோ செல்லமாய் சிணுங்கியது கேட்கவும் திரும்பினான். அங்கும் சின்னப்பாப்பா நின்றிருந்தாள். அவனை விடாமல் தொடர்ந்து வரும் சின்னப்பாப்பாவின் சின்ன பூங்கையைப் பிடித்துக்கொண்டான். அவளை இழுத்துக் கொண்டு ரயில் தாத்தாவை நோக்கி ஓடினான். ஓட ஓட ரயில்தாத்தாவும் எட்டாத உயரத்தில் பறந்து கொண்டிருந்தார். கம்பூணித் தாத்தாவை எட்டிப் பிடிக்கவே முடியாது. அவர் மறைந்தே போய்விட்டார்.

கந்தனின் ரயில் கனவை ஊடுருவிப் பார்ப்பதுபோல் சின்னப்பாப்பா அவனைப் பார்த்தாள், ஈரம் சொட்டும் மூக்கைச் சுழித்துக் கண்ணைச் சிமிட்டிக்கொண்டே சிரித்தாள்.

சிமெண்டுத் தரையில் ஓடும் பொன்வண்டு ரயிலுக்குள் பொண்ணும் மாப்பிள்ளையும் கொஞ்சிச் சிரிப்பதை எல்லாம் சின்னப்பாப்பா கேட்டிருப்பாள். எங்கெங்கோ ஒளிந்திருக்கம் ஊருக்கெல்லாம் பொன்வண்டு போகிறதே. சின்னப்பாப்பா 'தாட்டா..த்தாட்டா.... என்றாள். ஊருக்குப் போகிற பொன்வண்டிடம் 'நானுக்கு ரயிலு... நானுக்கு ரயிலு...' என்று தன்னைத் தானே காட்டிக் கொண்டாள்.

சின்னப் பாப்பாவின் 'நானுக்கு ரயில்' கிடைக்கா விட்டாலும் அவளது பள்ளிக்கூட நாட்களில் நானுக்கு ரயிலுக்கான தண்டவாளத்தை வரைந்தாள்.

பள்ளிக்கூடம் போகும்போதும் ரயில்தாத்தா கந்தனின் வாலைப்பிடித்துக்கொண்டுதான் போனாள். அவர்களின் பள்ளிக்கூடத் தெருவே பழையது. 'கரேர்...'ரென்ற கருப்பு ஒட்டிக்கொள்ளும் கோட்டைச்சுவரும் காரை பிளந்த வீடு களுமே இருந்தது. சுவருக்கு கீழே நீளமாய் ஓடும் சாக்கடைத் திண்டின்மேல் கால்வைத்து நடந்தாலே இந்த கெசவால் குரங்குகளுக்கு நடக்கவரும். நீளமாய் நடந்துகொண்டே சிலேட்டுக் குச்சியால் கோட்டைச் சுவரில் கோடு கீச்சினாள். கோடுகள் தெருவோடு தெருவாய் சேர்ந்துகொண்டு நீளும். முக்கு திரும்பி வளையும் நெளியும். அடுத்தவீட்டு சுவருக்கு

தாவும். இந்தக் கோடுதான் சின்னப்பாப்பாவின் குட்டி ரயிலுக்குத் தண்டவாளமாம். இதைக் கண்டதுமே ரயில் தாத்தாவுக்கு கொண்டாட்டம் வந்துவிட்டது. அவனும் கோடு போட்டான். துருப்பிடித்த ஆணியால் கோடு இழுத்துக் கொண்டே அழியாத தண்டவாளத்தை எழுதினான். அவனது கனவு ரயிலின் தண்டவாளமே பெரியது. அதற்காகவும் இனி வருபவர்களுக்காகவும் தண்டவாளம் இருக்கும். யாரும் இதை அழிக்கவே கூடாது. தினந்தினம் பள்ளிக்கூடம் போகும் போதெல்லாம் சுவரிலிருக்கும் தண்டவாளங்களாய் வளைந்து நெளிந்து கொண்டே போனார்கள்.

ஆனால் ஞாயிற்றுக்கிழமைக்கென்று பெரியரயில் இருக்கிறது. இந்த ரயிலே சாகவே சாகாதது. ஞாயிறு ரயிலுக்கு குட்டி ரயில்களெல்லாம் ஒன்று சேரும். வைக்கோலைத் திரித்துத் திரித்து கயறாக்கி, கயறுக்குள் ஒன்றுசேரும் ரயில். ஒருவர் பின்னால் ஒருவராய் இணைந்து சட்டையையோ அரைஞாண் கயித்தையோ பிடித்துக் கொள்ளணும். சடையைப் பிடித்துக்கொண்டும் ரயில் புறப்பட்டு வரும். எப்பொழுதோ புறப்பட்டு, எங்கெங்கோ இருக்கும் ஸ்டேஷனை நோக்கி ரயில்தாத்தா புறப்படுகிறார். பின்னால் இவர்களுக்கெல்லாம் ரயிலே கிடைக்காது. ரயிலே மறந்து விடும். ரயிலுக்காக காத்திருப்பது கூட பெரும் ஏக்கமாகி பெருமூச்சு விடுவார்கள். இன்னொரு கூட்டம் ரயிலைத் தேடும். அவர்களுக்கு மத்தியில் ரயில்தாத்தா தோன்றி விடுவார் தாடியுடன். புதுரயிலைச் செய்து கொண்டு பிரயாணம் துவங்கிவிடும்.

ரயில் போவதற்கு கந்தன் சட்டையை அசைத்து 'செண்டா' காட்டி விட்டான். அதற்குள் சின்னப்பாப்பா பிரயாணிகளுக்கெல்லாம் 'திக்கட்டு' கொடுத்து முடித்திருந்தாள். கரண்டுமேன் அய்யாவின் ரப்பர் கையை தூக்கிக் கொண்டு ஓடியவன் கரையில் நின்று கைகாட்டியாகி, கையைத் தூக்கவும் 'ஹ்கூ...' வென்ற ஊதலோடு வானமெல்லாம் புகையைக் கக்கிக்கொண்டு ரயில் புறப்பட்டது. புழுதியைக் கிளப்பிக்கொண்டு ரயில் தாத்தா வருகிறார். வேம்படி

ஸ்டேஷனிலிருந்து தெருவைத் தாண்டி காளியங்கோயி லுக்குப் பின்புறமாக போய் வளைந்து திரும்பி கம்மாயை நோக்கி ரயில் போகிறது. திக்கெட்டு வாங்கிக் கொள்ளாத முனியம்மாள் மகனும் வரிசையில் வந்து கொண்டிருந்தான். அவனுக்குத் தான் கள்ளரயில் விளையாட்டெல்லாம் தெரியும் ரயில்கார வாத்தியாராகையால் அவனுக்கு ரயிலை மீறிச் சலுகையுண்டு. முனியம்மா மகனுக்கு அடிக்கடி ரயில் பதவிகள் மாறும். எஞ்சின் ட்ரைவராகவும் எஞ்சினாகவும் கடைசி பெட்டியில் வரும் குழாய்ச் சட்டைக்காரனாகவும் மாறி மாறி வருவான்.

கந்தன் திடீரென்று ‘நாந்தான் டீட்டியாரு...’ என்று காதில் குச்சியை சொருகிக்கொண்டு வந்தான்.வரிசையை விட்டு, விலகி நின்றபடி திக்கட்டு பரிசோதித்துவிட்டு மீண்டும் ரயிலோடு சேர்ந்து கொண்டான். கம்மாய்க் கரைமேல் ஏறப்போகிறது. கரைமேல் ஏறமுடியாமல் ஏறத்திணறிக் கொண்டிருந்தது. வைக்கோல் கயறு அந்து விடாமல் ட்ரைவர் காப்பாற்றி விட்டான்.

இப்போது ரயில் கம்மாய் கரைப்புள்ளையாரை அடைந்து தைப்பாறி மூச்சு வாங்கியது. அந்த இடத்தில் முனியம்மாள் மகன் ரப்பர் கையை மாட்டிக்கொண்டு குறுக்கே நின்றான். அசையாமல் கைகாட்டி மாதிரியே நின்றுவிட்டான். கந்தன் குதித்துக் குதித்து கோயில் மணியடிக்கவும் ரயிலில் வந்த மாரிமுத்துப்பண்டாரம் ஓடிப் போய் செடி செத்தை களை அள்ளிக்கொண்டுவந்தான். புள்ளையாருக்கு பூசை வைக்க வேண்டுமே. புள்ளையார் ஸ்டேஷனில் வண்டி வெகுநேரம் வரை நிற்கும். பூசை முடிந்துதான் கிளம்ப வேண்டும். புள்ளையாரைக் கும்பிட்ட கையோடு ‘சாமி காப்பாத்து... ஆத்தா காப்பாத்து... அய்யா காப்பாத்து.... பாப்பா காப்பாத்து...’ என்ற முணுமுணுப்புக்களோடு புள்ளையாரைச் சுற்றி வரும் ரயில். மூன்றாவது சுற்றில் பூசை முடிந்துவிடும். பூசையின் போது வேண்டிக் கொள்ளணுமே. அன்றொரு நாள் காளியங்கோயிலுக்குப் பின்னால் நடந்த அப்பாம்மா விளையாட்டில் முனியம்மா

மகனுக்கும் மொதலாளி மகள் வெங்கட்டம்மாளுக்கும் பிறந்த கல்லுப்பிள்ளைக்கு பேர் வைக்கும் படி புள்ளை யாரைக் கேட்டார்கள். இப்போது பேர் விட்டு முடியவும் சிதறு தேங்காய் உடைக்க வேண்டும். வெறும் சிரட்டையை உடைக்கவும் சில்லுச்சில்லாய் சிதறும். அப்போது ரயிலும் சிதறிப் போகும். அவரவருக்கு கிடைத்த சிரட்டைத் துண்டை நாக்கால் நக்கிக்கொண்டு ருசிப்பார்கள்.

கடைசி மணியடித்து ரயில் ஒன்றுசேரும். கந்தன் செண்டா காட்டவும் ரயில் புறப்படும். அடுத்த ஸ்டேஷன் உண்டு. வீரம்மா சின்னாத்தா ஊருக்கும் ஸ்டேஷன் இருக்கும். முள்ளுச்செடி ஸ்டேஷன்களில் ரயில் நிற்காது.

தெருவிலிருந்து பார்த்தால் தெரியும். கம்மாய்க்கரை மரங்களுக்கு ஊடே மறைந்து மறைந்து போகும் ரயில். நிழல்மூடிக் கருத்திருக்கும். நிற்கிற ஸ்டேஷனில் ஆள் இறங்கும். நிற்காத ஸ்டேஷனில் மரங்கள் அசைந்து பின் வாங்கும். அடுத்த ஸ்டேஷன் நோக்கி நகர்ந்து நகர்ந்து கடைசி ஸ்டேஷனை நெருங்கிவிடும். கம்மாய்க்கரை இறக்கத்தில் இறங்கும்போது ரயில் தள்ளாடித் தள்ளாடி நகரும். கம்மாய்க்குள் ஏகமாய் விரிந்து கிடக்கும் நீர்ப் பரப்பில் மிதந்துவரும் அலைகளைப் பூராவும் பார்த்ததுமே சின்னவர்களின் டவுசர் அவிழ்ந்து கொள்ளும். ஒருகையில் டவுசரைப் பிடித்தபடி நீர் விளிம்பு வரைக்கும் வந்து, எல்லாம் களைந்து நிற்கிற அம்மணத்தோடு கடைசி ஸ்டேஷனில் நிற்கும் ரயில் திடீரென்று 'ஹைய்ய்...' யென்ற பெருங்கூச்சலில் சிதறிச் சின்னா பின்னமாகி விடும். அப்போது ரயில் இருக்காது. ரயில்தாத்தா இருக்கமாட்டார். காணாமல் போன ரயில் கம்மாய் தண்ணிக்குள் அம்மணக் கும்மாள மடித்து மறையும்.

ஏனோ, இப்போதெல்லாம் கம்மாய் பாதைக்கு ரயில் வராமல் ஸ்டேஷனெல்லாம் மூடிவிட்டது. கம்மாய்க்குள் அலையடித்து மின்னிய நீர்ப்பரப்பே காணாமல் எங்கே தொலைந்து போனது.

சிவகாசிக்குத் தொலைந்துபோன முனியம்மா மகனை

திரும்பவும் சந்திக்கும்போது எல்லாப் பிள்ளைகளுக்கும் சின்னப் பொன்வண்டுக்கும் சந்தோஷம் வரும். சிரிப்பு வரும். எல்லாப் பொன்வண்டுகளும் சிவகாசிக்குப் போகும். இனிவரும் ரயில் விளையாட்டையெல்லாம் அங்கு வைத்துக் கொள்ள வேண்டியதுதான்.

ஊரிலிருந்து புறப்பட்டுப்போகும் சிவகாசி ரயிலுக்கு சின்னப் பாப்பா வரைந்த தண்டவாளம் இல்லை. முள்ளுக் காட்டுத் தடத்து வழியில் பொன்வண்டு ரயில் போகிறது. சின்னச்சின்ன தீப்பெட்டிக்குள் சின்னப்பாப்பாவும் சிவகாசிக்குப் போகிறாள். கருக்கிருட்டில் தூங்கும் பொன் வண்டுகளுக்குப் பிடித்தமான ரயில் சத்தம் கேட்கும். அப்போது தெருவில் ஒரு கருப்பு ரயில் வந்து நிற்கும். வீடு வீடாய் கருப்பு ரயில் நின்று நின்று நகரும். சின்னப் பொன்வண்டுகளை கூவி அழைக்கும். இப்பவெல்லாம் கருப்பு ரயிலுக்கு புது ட்ரைவர்தான். அவன் கருப்பு மனுசன். 'க்ரேர்...' ரென்று ரயிலின் நிறத்தில் இருந்தான். அவன் ரயில் தாத்தா மாதிரியே தாடி வைத்திருந்தான். துருப்பிடித்த தாடி குறும்பாய்ச் சிரித்தபடி பொன்வண்டுகளுக்கு தலையசைத்து வணக்கம் கூறினான். பொன்வண்டுகளை ஏமாற்றுவதே சுலபமானது. அவன் அழைக்கவும் பொன் வண்டுகள் தூங்கியபடியே எழுந்து விடும். கருப்பு ரயிலில் ஏறிக் கொண்டு பிரயாணம் துவங்கிவிடும். ரயிலுக்கு வெளியில் கிடப்பதெல்லாம் ரயிலோடு ஓடி வராது. ஆனால் அவர் களின் ஆதி நிலா மட்டும் அவர்களைப் பின் தொடர்ந்து முள்ளுப் பாதையில் அழுதுகொண்டே ஓடிவரும். ரயிலில் போகும் பொன்வண்டுகளைப் பிடிக்க முடியாமல் பாதி வழியில் முள்ளுக்காட்டில் சிக்கிச் சிதறி விடும்.

அங்கு போனால் நடுக்காட்டு இருட்டுச் சுரங்கத்தில் தீப்பெட்டிகள் குவிந்திருக்கும். தீப்பெட்டிக்குள் பொன் வண்டு இருக்கும். அந்த கருப்பு மனுசன் பொன்வண்டின் உடம்பிலிருந்து தீக்குச்சிகளை உருவி எடுப்பான். எடுக்க எடுக்க பொன்வண்டின் உடம்பெல்லாம் தீக்குச்சியாய் வரும். தீரவே தீராமல் தீக்குச்சி வந்து கொண்டிருக்கும்.

பிறகு பொன்வண்டுகளைத் தீப்பெட்டிக்குள் அடைத்து விடுவான். திரும்பவும் தீப்பெட்டியைத் திறப்பான், மூடுவான். தேவையான போதெல்லாம் தீப்பெட்டியைத் திறந்து பொன் வண்டிலிருந்து தீக்குச்சி எடுப்பான். பொன் வண்டுக்கே தெரியாமல் அதன் உடம்பிலிருக்கும் வண்ண மெல்லாம் உதிர்ந்து மறைந்து விடுகிறது. பறப்பதற்கு ரெக்கை வைத்திருக்குமே அதில் பொட்டுப் பொட்டாய் மின்னும் பாசிக்கலர் இருக்குமே அதெல்லாம் மறைந்து ரெக்கை ரெண்டும் கருகிச்சுருண்டு பொன்வண்டே கருத்து வருகிறது.

4

இருட்டு

உடைந்து போன சிம்ளி அது. அது உடைத்திருந்தாலும் அந்த விளக்கில் சரியாகப் பொருந்தி விட்டது.

பேருக்குத்தான் சிம்ளி என்று இருக்கிறது. விளக்கிலிருந்து வருகிற வெளிச்சத்தையெல்லாம் தடுத்துக்கொண்டு தான் இருக்கிறது.

வெளிச்சத்தை கொஞ்சூண்டுதான் செலவு செய்து கொள்கிறது. ஆனால் சிம்ளியின் மேல் வாயிலிருந்து தாராளமாகப் புகையைக் கக்கிக் கொண்டது.

அந்த விளக்கு, உடைந்த சிம்ளியோடுதான் மேலச் சுவத்தில் இருக்கிறது.

தான் தோன்றிய காலத்தை மறந்துபோன 'கரித்தடம்' அந்த மேலச் சுவத்தில்தான் வசித்து வருகிறது. நாலரை அடிக்கு மேல் அந்த துருப்பிடித்த ஆணியில் விளக்கு வைக்கப்பட்டிருக்கிறது.

வீட்டில் சின்னப் பாப்பாவுக்கும் எட்டுகிற உயரம் நாலரை அடிதான். சின்னப் பாப்பாவுக்கும் சின்னப்பிள்ளை வீட்டில் இல்லை. அதனால் வீட்டில் எல்லார் கைக்கும் எட்டுகிற உயரத்தில்; எல்லாரும் அவசரத்துக்கு உபயோகப் படுத்த லாயக்காய்; தரையில் வெளிச்சம் படும்படியாக அந்த விளக்கு சுவரில் நிற்கிறது.

இதற்கு முந்தி எத்தனையோ சிம்ளிகள் அந்த விளக்கில் இருந்தன. எல்லாம் ஒவ்வொன்றாய் உடைந்து போயின. ஒவ்வொரு பொழுதும் அது உடைகிற போது சத்தம் துணுக்காகக் கேட்டது. கீழே விழுந்து சில்லுச் சில்லாய்

உடைந்து கொண்டிருந்தன.

அது உடைந்தபோது மாரியப்பனுக்கும் சின்னப் பாப்பாவுக்கும் தான் பயம் வந்துவிடுகிறது. சிம்ளியை யார் உடைத்தாரோ உடைத்தவருக்கு உதையும் முந்திக் காலத்தில் உடைத்தவருக்கு வசவுகளும் கிடைக்கும். முந்தி அடி பட்ட வலியும் நினைவுக்கு வரும். சிம்ளி உடைப்பதில் மாரியப்பனுக்கு அய்யாவிடமிருந்து நிறையப் பரிசுகளும் வாழ்த்து மொழிகளும் கிடைத்து வந்தன.

வீட்டில் யார்தான் உடைக்கவில்லை. அம்மா... அய்யா... பெரிய பாப்பா எல்லாரும்தான் உடைத்திருக்கிறார்கள்.

இதற்கு ஒரு முடிவில்லாமல் இருந்தது; கடைசியில் அம்மாதான் ஒரு முடிவுக்கு வந்தாள். 'டேய்... மக்கா.... இனிமேல் இந்த வெளக்கு சிம்ளியில்லாமல் எரியட்டும். இதே பாடாப் போச்சு. இது எரிஞ்சா எரியட்டும்! அணைஞ்சா அணைஞ்சுக் கிடட்டும்...ஆ....ம' என்றாள். அவள் சொன்ன நாளிலிருந்து இந்த விளக்கில் சிம்ளி இல்லாமல் இருந்தது.

அவள் சொல்லிவைத்தது போல விளக்கை ஏற்றிய கொஞ்ச நேரத்துக்கெல்லாம் அணைந்து போகிறது. காற்றைக் கண்டாலே விளக்கிற்குப் பயம்தான். காற்று வரவும் நடுநடுங்கிப்போய் நொண்டி நொண்டி விளக்கு எரியப்படுகிறபாடு இருக்கே, பாவம்!

சின்னப்பாப்பாவுக்கு வீட்டு விளக்கு மேல் ரொம்பப் பிரியம். அது ராத்திரி எரிகிறபோதுதான் அதிகப் பிடித்த மானது.

காற்று வருகிற மாதிரித் தெரிந்தால், சின்னப்பாப்பா, சின்னச்சின்ன கைகளைக் கூட்டி விளக்கை மறைப்பாள். காற்றுக்கு விளக்கு அணைந்து விடாமல் இருக்க சங்கடப் பட்டுக்கொள்வாள்.

காற்றுக்கு ஏமாற்றத் தெரியாதா என்ன? சின்னப் பாப்பாவை மெல்லமாய் ஏமாற்றிவிடும். காற்றுக்குத் தான் எல்லாப் பக்கங்களும் தெரியுமே.

தட்டிக் கதவைத் தாண்டி, தாழ்வாரத்தைத் தாண்டி,

மேலச் சுவத்தில் ஏறி சின்னப் பாப்பா கையையும் தாண்டி வந்து 'குப்' என்ற சத்தத்துடன் விளக்கை அணைத்து விடுகிறது. இந்தப் பொல்லாத காற்று !

ஒருமுறை சின்னப்பாப்பா பரிதாபமாய் கதறி அழுதிருக்கிறாள். அன்று சின்னப்பாப்பா அழுதபோது மாரியப்பனால் தாங்கிக் கொள்ள முடியவில்லை. அவனுக்கும் கண்கசிந்துவிட்டது. அம்மாகூட சின்னப் பாப்பாவின் அந்த அழுகையால் சங்கடப்பட்டிருக்க வேண்டும். சின்னப் பாப்பாவுக்காக, 'சிம்ளி வாங்கக் கூடாது!' என்ற சபதத்தைக் கை கழுவி விட முடியுமா?

பாப்பாவுக்காக ஒரே ஒருமுறை சிம்ளி வாங்கி வைத்தால் விளக்கு ஆடாமல், ஆசையாமல், அணையாமல் எரியுமே!

அம்மாவிடம் மாரியப்பனே சிபாரிசு செய்து பார்த்தும் நடக்கவில்லை.

'டே... மாரியப்பா வீட்டு நிலைமை ஒனக்கெங்கடா தெரியப்போகுது! இன்னும் நீ விளையாட்டுப் புள்ளையாகவே இருக்கயேடா! மழை தண்ணியில்லாம வகுத்துப் பாட்டுக்கே வழியில்லாமப் போச்சு! என்னடா நீ! சிம்ளி இல்லாமத்தான் வீட்டில் இருக்க முடியாதோ?' என்றாள், அம்மா.

அன்றிலிருந்து இருட்டையும் சிநேகிதம் செய்து கொள்ள வேண்டியதுதான் என்று பட்டது. ஆனால் சின்னப்பாப்பாவுக்கு இருட்டே பயமானது. ராத்திரியில் தூக்கத்துக்கு இடையில் அவள் விழித்துவிட்டால் சத்தம் போட்டு அழுது விடுவாள். இப்போதெல்லாம் தினசரி எப்போதுமே வீடு இருட்டாயிருக்கிறது. பகலில் கூட இருட்டு இருக்கிறது.

வரவர இருட்டும் பழகிப் போனது. இப்படிப்பட்ட இருட்டு, இன்ன நேரத்தில் வரும் என்பது பாப்பாவுக்குத் தான் நன்றாகத் தெரியும். அவளோ இருட்டுக்குப் பயந்து கொண்டிருந்தாள். கொஞ்சம் கொஞ்சமாக இருட்டை ஊடுருவிப் பார்க்கவும் தெரிந்து கொண்டாள்.

அம்மாவை விட சின்னப் பாப்பா தான் இருட்டில்

நடமாடுவதில் கெட்டிக்காரி. மாரியப்பன் இருட்டில் அடிக்கடி தடுக்கி தடுக்கி விழுந்தான். வாசல் நிலைப் படியில் முட்டிக் கொண்டான். மாரியப்பன் தடுக்கி விழும் போதெல்லாம் சின்னப்பாப்பா உச்சுக் கொட்டினாள். உடனே அண்ணனைப் பிடித்து அவனுக்கு அடிபட்ட இடத்தில் தடவிக் கொடுத்தாள். காலில் காயம் ஏற்பட்டு விட்டால் காற்றை இழுத்து ஊதிவிட்டாள்.

அம்மாவும் இருட்டில் உட்கார்ந்து கொண்டே கஞ்சி காய்ச்சினாள். அப்போது, எரிகிற அடுப்பில் வீடே ரொம்ப பிரகாசமாய் எல்லா இடமும் துணுக்காகத் தெரியும்.

மேலச் சுவத்து விளக்கு.... அந்த விளக்கிற்கு மேல் வீட்டுக் கூரையைத் தாங்கிப் பிடிக்கிற தோரணையில் இருக்கிற ரொம்ப கருப்பான ‘கரித்தடம்’ பெரூசா.... தெரியும்.

ராத்திரி அடுப்பு எரிகிறபோது அந்த கரித்தடம் எட்டாம் வகுப்பு தமிழ்ப் பாடத்தில் வருகிற சதுக்கபூதம் மாதிரி சுவரில் ஏறிக்கொண்டு நிற்கிறது.

அது சின்னப் பாப்பாவைப் பார்த்துச் சிரிக்கிறது. எல்லாரும் கஞ்சி குடிக்கிறபோது தலையைத் தலையை ஆட்டுகிறது. ராத்திரி இருட்டில் கரித்தடத்தைப் பார்க்கவே முடியாது. திடீரென்று ராத்திரிநடுச்சாமத்திற்கு மேல் அய்யா பீடிக்கங்குடன் கொள்ளிவாய் பிசாசு மாதிரி வந்துவிடுவார். அய்யாவிடம் எப்போதும் தீப்பெட்டி இருக்கும். அவரிடம் பீடி இல்லாவிட்டாலும் கைவசம் தீப்பெட்டி இருக்கிறது.

அய்யா பீடியைக் குடித்துக் கொண்டே படுத்திருப்பார். பீடிக் கங்கு வாய்கும் கைக்கும் அங்கும் இங்கும் அசைகிற போது கள்ளப்பூச்சாண்டிக்கு கண் இப்படித்தான் இருக்குமோ? என்று பட்டது.

அய்யா அடிக்கடி சாமத்தில் பீடி பற்ற வைக்கும்போது ‘சர்ர்ர்’ என்று தீக்குச்சியைக் கொளுத்தவும் வீடெல்லாம் வெளிச்சம் வந்துவிடும். அந்த கொஞ்ச நேரத்து ஒளியில் கூட மேலச்சுவரும் அந்தக் ‘கரித்தடமும்’ பயங்கரமாய்த்

தெரியும். இந்தக் கரித்தடம் சின்னப் பிள்ளையிலிருந்து இருக்கிறது. எத்தனை எத்தனையோ தடவை வருகிற தைப் பொங்கலுக்கு வெள்ளை அடித்துப் பார்த்தாலும் கரித்தடம் மறையவே இல்லை. மாரியப்பனின் கூட்டாளியான நைன்த் 'பி' முனியசாமி வீட்டு 'கரித்தடம்' கிழக்கு முகமாகத் திரும்பி கீழ்ச் சுவத்தில் இருக்கிறது.

பள்ளிக்கூடத்தில் தமிழ் வாத்தியார் அந்த சதுக்க பூதத்தைப் பற்றி கேள்வி கேட்டால் மாரியப்பனுக்கு உடனே ஞாபகத்துக்கு வருவது மேலச் சுவத்து கரித்தடம் தான்.

வாத்தியார்கள் கேள்வி கேட்காதபோதும் பாடம் நடத்தாத போதும் தன்னை மறந்து கம்மாய்க் கரையில் குளிப்பதை யும் தெப்பத்தில் நீச்சல் அடித்துவிளையாடுவதையும் நினைத்தான், மாரியப்பன். அவனுக்குத் திடீரென்று வீட்டு நினைவு வந்தால் அந்தக் கரித்தடம் தான் முதலில் தெரியும். அப்புறம் தான் அம்மாவும் சின்னப்பாப்பாவும் மற்றவர் களும் நினைவுக்கு வருவார்கள்.

சின்னப் பாப்பாவுக்கு கரித்தடத்தைப் பற்றி அடிக்கடி ஞாபகம் வராது. அவளுக்குப் பட்டதெல்லாம் விளக்குக்கு சிம்ளி வேண்டும் என்பதுதான். இப்போது சரியாகப் பொருந்திவிட்ட உடைந்த சிம்ளியில் மாரியப்பனின் கணக்கு நோட்டின் கடேசிப் பக்கம் தான் ஒட்டப்பட்டிருக் கிறது. அந்த நடுக் கோடு சிகப்பாக கணக்கு நோட்டுத்தாள் என்று சொல்லிக் கொண்டிருந்தது.

அந்த உடைந்த சிம்ளியை சின்னப் பாப்பாதான் கம்மா யில் நின்றிருந்த ஒரு வேலிச் செடி நிழலில் இருந்து எடுத்து வந்தாள்.

அதைப் பத்திரமாக சின்னப்பாவாடையில் போட்டு தூக்கிப் பிடித்துக் கொண்டே வந்து ரொம்ப சந்தோஷத்தில் முதல் முதலில் மாரியப்பனிடம்தான் காண்பித்தாள்.

பாப்பாவின் உடைந்த சிம்ளியைப் பார்த்த மாரிக்கும் கொண்டாட்டம்தான்.

உடனே அவனுக்கு ஐடியா தோன்றி விட்டது. கணக்கு நோட்டுத் தாளைக் கிழித்து, அதை கீறல் விழுந்த நீளமான

கோட்டுக்கும் கொருவாய்க்கும் அளவாக வெட்டி கொஞ்சம் கம்மஞ் சோத்தைத் தடவி ஒட்டினாள். சிம்னி அமைந்து விட்டது.

இப்பொழுது விளக்கை ஏற்றி வைக்கவும் நன்றாக இருந்தது. கணக்கு நோட்டுத் தாள் ஒட்டிய இடத்தில் வெளிச்சம் மஞ்சளாகத் தெரிந்தது. அந்தத் தாளில் என்றோ ஒருநாள் ஒன்று இரண்டு மூன்று ஒன்பது வரைக்கும் உள்ள எண்களில் வரைந்த ஆளின் தலைபாதி கிழிக்கப் பட்டிருந்தது தெரிந்தது.

இன்று ராத்திரி அம்மா உலை வைக்கவில்லை. சட்டி யில் கொஞ்சம் நீத்தண்ணியும் பருக்கையும் இருந்தது. அய்யா வரவும்தான் கஞ்சிகொடுப்பதாக அம்மா சொல்லி விட்டாள். சின்னப்பாப்பாவுக்கு ரொம்பவும் பசித்து விட்டது. சுவரில் சாய்ந்து கொண்டிருந்தவள் மெல்ல நகர்ந்து நகர்ந்து போய் அம்மா மடியில் தலைபுதைத்து படுத்துக் கொண்டாள். அப்படி அம்மா மடியில் மாரியப்பனும் ரெம்ப காலத்துக்கு முந்தி படுத்திருக்கிறான்.

அய்யா வந்துவிட்டார். இன்று ராத்திரியே ரயிலுக்கும் புறப்படணும் என்று சொல்லிவிட்டார். தஞ்சாவூர் பக்கம் போனால் தினசரி கூலிவேலையும் மூணு வேளைக்கு நெல்லுச் சோறும் கிடைக்கும் என்று பேசிக் கொண்டார்கள்.

இனி உள்ளூரில் இருந்தால் உயிர்த்தண்ணி ஊத்தக் கூட ஆள் இல்லாமல் போய்விடும். அதனால் பிரயாணச் செலவுக்கு சின்னப்பாப்பாவின் கால்களில் கிடந்த கொலுசை எடுத்து கிரயம் பண்ணிக் கொண்டு வந்த தொகையை விளக்கு வெளிச்சத்தில் அய்யா ஒன்றொன்றாக எண்ணிக் கொண்டிருக்கிறார். அடுத்த வீட்டுக்குத் தெரியாமல் கிளம்பி விட வேண்டும். சின்னப்பாப்பாவுக்குத் தூக்கம் வரவில்லை. மாரியப்பன் புத்தகம் நோட்டுக்களை அள்ளி எடுத்து அந்தத் துணிப்பைக்குள் திணித்து ரெடி பண்ணி விட்டான்.

ஊர் அடங்கவும் பொட்டணம் முடிச்சுகளுடன் அம்மா கிளம்பி விட்டாள்.

சின்னப் பாப்பாவை அய்யா தோளில் தூக்கிக்கொண்டு திரும்பிப் பார்க்காமல் விரைந்து நடந்தார். அம்மா மட்டும் வீட்டைத் திரும்பித் திரும்பி பார்த்துக் கொண்டே நடந்து வந்தாள். பெரிய பாப்பா ஊமையாக அய்யாவைப் பின் தொடர்ந்து போனாள். மாரியப்பன் ஏனப்பாத்திரங்கள் அடங்கிய குட்டிச் சாக்கையும் அவன் புத்தகப் பைக் கூட்டையும் தூக்கிக் கொண்டு நடந்தான்.

ரயிலில் ஏறி உட்காரவும் தான் அய்யாவுக்கு மூச்சுவிட தைரியம் வந்தது. தட்டு முட்டு சாமான்களை உட்கார்ந் திருந்த பெஞ்சுக்கு அடியில் வைத்தார் அய்யா. கொஞ்ச நேரத்திற்கெல்லாம் ரயில் புறப்பட்டுவிட்டது. சின்னப் பாப்பாதூங்கிவிட்டாள். அம்மா மடியில் தலையை வைத்து தூங்குகிறாள்.

மாரியப்பனுக்கும் தூக்கம் வந்து விட்டது. ரயிலில் போகிற போது வருகிற பிரயாணக் காற்றுக்கே தனிசுகம் உண்டு. நடு வழியில் ஏதோ ஒரு ஸ்டேசனில் நின்று வண்டி புறப்பட்ட போது மாரியப்பன் முழிப்புத் தட்டி எழுந்து விட்டான்.

அவன் விழித்தபோது எல்லோரும் தூங்கி விட்டிருந் தார்கள். அவனுக்கு உடனே அந்த ரயில் விளக்கு கண்ணில் பட்டது. சின்னப்பாப்பாவின் உடைந்த சிம்னி விளக்கு வீட்டிலேயே எரிய விட்டு விட்டு வந்ததை நினைக்கவும் கவலையாக இருந்தது. உடனே சின்னப்பாப்பாவின் தூங்கும் முகத்தைப் பார்த்து அவளைப் போல உச்சுக் கொட்டினான். அந்த மேல்ச் சுவத்தில் நின்று கொண்டிருந்த கரித்தடத்தை அவனால் மறக்க முடியவில்லை. கரித்தடமும் தான் தோன்றியாக எல்லாவற்றையும் தாண்டித் தாண்டி அவனோடு வந்து கொண்டிருக்கிறது.

●

௫

ராபர்ட் கிளைவ்வின் தற்கொலை நகல்

சந்துசந்தாய் தெருக்களைத் தாண்டி மாம்பலம் ஸ்டேஷனை வந்தடையவும்தான் மூச்சுவிட முடிந்தது. இடையில் எத்தனையோ திரை விழுந்து விட்டது. வாழ்க்கை எங்கோ ஆகாயத்தில் பறப்பது மாதிரித்தான். அதிர்ச்சிகளும் இரைச்சலும் நிறைந்த மாம்பலம் ஸ்டேஷனில் இடைவிடாதபடி ஏதேதோ நடந்து கொண்டு வருகிறது.

வாழ்க்கையை உந்தித்தள்ளும் எலக்ட்ரிக் டிரைனின் வேகத்தில் பரபரப்பு. ரயில் அலறிக்கொண்டு வந்து நின்றது. இந்த நெரிசலில் சிறகு கட்டிப் பறக்கும் மனதின் அபிலாசைகளை சிம்மாசனம் ஏற்றி வைக்க முடியுமா? பறப்பெடுத்து ஓடும் ரயிலின் வேகத்தோடு மனிதப் பூச்சிகளும் அலறிக்கொண்டு ஓடுகின்றன.

இந்த ஆபீஸிக்கு போகிறதண்டவாளமே தனி. எத்தனையோ மெல்லிசான ஆத்மாக்கள் அடிபட்டு வீழ்ந்து விடுகின்றது. நுட்பத்தையும் சூட்சுமங்களையும் இழந்து கொண்டே தண்டவாளங்களே கதி என்று அதைப் பிடித்த படி கரைசேருவார்கள். தண்டவாளத்தில் தண்டவாள உணர்வுகளை மட்டுமே சுமந்து கொண்டு ஒரே விதமாய் தேய்ந்துபோன இரும்பின் மீது நாட்களும் ஓடுகிறது.

நின்றபடி...நடந்தபடியே.. வீதி வீதியாய் நகல் சுமந்து; முழுக்கவும் ஆபீஸ் நினைவுகளோடு ரயிலடியிலும் ஆபீஸிலும் படிக்கட்டுகளை ஒவ்வொன்றாய் தாண்டித் தாண்டி வெகுதூரம் போய்விட்டது.

மழுங்கச் சிரைத்த மூஞ்சிகளில் மொன்னைத்தனம்

குடியேறிவிட்டது. ஒவ்வொரு நாளும் நகல் தின்னும் பிசாசுகளை பார்ப்பதற்காகவே ஆபீஸிற்கும் ரயிலடிக்கும் வரவேண்டும்.

நாற்காலிகளில் பைத்தியங்களை அடக்கி வைத்து ஃபைல்களை குவித்திருந்தார்கள். ஆபீஸிற்குள் நுழை யவுமே ஆஸ்பத்திரி வாடை மூக்கை அடைத்துவிட்டது. பைத்தியங்கள் கூடும் சபைதான் ஆபீஸ். ஆஸ்பத்திரி கூடத்தான் இது. ஒவ்வொரு செக்ஷனுக்கும் பல் இளித்து வணக்கம் கூறி ஒவ்வொன்றாய் கடந்து ரிக்கார்டு செக்ஷனை அடைந்தாயிற்று.

ஒவ்வொரு நாளும் பழைய ரிக்கார்டுகளை தேடி எடுக்கும் படி உத்தரவு வரும். நூற்றாண்டு பள்ளத்தாக்கில் தஸ்தாவேஜு பாறைகளைத் துளைத்துக் கொண்டு போக வேண்டும். கையோடு கொண்டுவந்த ஆறு இட்லிப் பார்சலையும் பழைய டைரியையும் செல்ப்பில் வைத்து விட்டு உட்காரவும் பயம் அறுபட்டு நெடுமூச்சு வந்தது.

உடனே பழைய தஸ்தாவேஜுகளை நகல் செய்ய வேண்டுமே. இன்று வந்த தபால்களோடு அந்த இன்லண்ட் கவரில் அவள் முகம் இருந்தது. சந்திராவின் கடிதம். அவளும் எங்கோ நகல் எடுக்கிறாள். கார்பன் ஷீட் நிறத்தில் ஊதா புடவை கட்டிக்கொண்டு போகும் டைப்பிஸ்ட் ஆகிவிட்டாள்.

முத்து முத்தாய் உயிரைச் சிந்தி எழுதிய பழைய கடிதங்களை நினைக்கவே நடுங்குகிறது. எவ்வளவோ எழுதியிருந்தாள்.

ஆனால் 'அன்புள்ள அத்தானுக்கு' என்பதுகூட நகல் எடுக்கப்பட்டிருந்தது. எங்கோ ஜன்னல் ஓரத்தில் எதிரெதிரே உட்கார்ந்தபடி ரயில் பயணத்தில் வந்து போகும் பிரயாணக்காற்று மாதிரி அவளது கடிதங்கள் வந்தன. ஒவ்வொன்றையும் கண்ணில் வைத்து ஒற்றிக் கொள்ளணும் போல் இருக்கும். புதிய புதிய திசைகளுக்கு மனசை அழைத்துச் சென்று காட்டுவாள்.

இந்த கடிதத்தில் டைப் எந்திரத்தின் கோர நகம் படிந் திருந்தது. ஈரம் கசியும் ஆன்மாவில் சாவுக்களை படிந்து

விட்டது. இனி அவளிடம் நகல்களை மட்டுமே எதிர் பார்க்க முடியும். அந்த சந்திரா இல்லை.

ஆகாயத்தையும் வெற்று வெளிகளையும் காட்டி எவ்வளவோ அர்த்தம் இருப்பதாகச் சொன்னாள். 'அதோ அதெல்லாம்தான் வாழ்க்கை!' என்றாள். 'உன்னோடு நகல் எடுப்பதும் ... என்னேரமும் நீ ஆபீஸ் ஃபிரண்ஸ்களைப் பற்றி அறுப்பதையும் கேட்கவா வந்தேன்?.. ய்யோ....' என்று சீண்டும் உன்னைக் காணவில்லை. வாடிப்போன பூச்செடிகளுக்காக அழுது கசியும் உன் முகம் இதுவல்ல. 'ஆகாயத்தையும் நகல் உத்தியோகத்ாதயும் எப்படி முடிச்சுப் போடுவது? என்றாயே.

இப்போது வரவேண்டிய வண்டிக்காக காத்திராமல் போகிற வண்டியில் ஏறிப் போகிறேன். எது வழி? போகிற இடம்?! ரயில் தூசியும் காலம் காலமாய் படிந்து வரும் ரயில் கரியும்கூட எவ்வளவோ அர்த்தமாகிவிட்டது. ஆனால் இந்த ஆபீஸ் போகிற விஷயம்; அவர்கள்; அந்த அம்மைத் தழும்பு ஆபீஸர்... என்ன இதெல்லாம்?

ஆபீஸிலிருந்து வீட்டுக்கு என்றில்லாமல் வீட்டிலிருந்து ஆபீஸிற்கு திரும்பிக் கொண்டிருப்பது தான் நித்யம்.

அவளை எங்கோ தீர்ந்து போகாத நகல் கேணியில் தொலைத்து விட்ட தவிப்பு. அவள் இதயம் அகாலத்தி லிருந்து டைப் ஓசையுடன் துடிக்கிறது. நின்று நிலைக்க வேண்டிய பெண்மையின் தினுசை எல்லாம் காலடியில் தேய்ந்து கிடக்கும் கார்பன் ஷீட்டுகளாக்கி விட்டாளே!

'உன் ஆபீஸ் முகத்தை பிரித்து வைத்து விட்டு என்னோடு கொஞ்சம் பேசேன்' என்றாள். உனக்குப் போய் என்ன எழுத... நீதான் இருதயமே இல்லாமல் கடிகாரத்தை தூக்கி மாட்டிக் கொண்டாயே'என்றாள்.

'நகலுக்கு அடியில் தேய்ந்து நசியும் சந்திராவுக்கு.... அசலுக்கும் நகலுக்கும் இடைப்பட்ட கார்பன் ஷீட் அத்தான் வரைவது....' என்று எழுத ஆரம்பிக்கவும் மனசு தொலை தூரம் சுற்றுகிறது. ஆனால் இப்போது எழுத ஒன்றுமில்லை. உனக்கு எழுதுவதில் என் கவனம் நிற்கவில்லை. பழைய

தஸ்தாவேஜுகளைத் தேடி எடுக்கும் படி சூப்பிரண்ட் உத்தர விட்டிருந்தார். அவற்றை எல்லாம் சரிபார்த்து நகல் எடுக்க வேண்டும். இப்போது எடுத்த நகல் காகிதத்தில் எழுத்து பதியவில்லை. இந்த ஒரு காகிதம் வீணானால் சர்க்காருக்கும் மேன்மை தங்கிய நகல் பிசாசுகளுக்கும் நஷ்டமாயிற்றே. அதான் உனக்கு எழுதுகிறேன். கோபித்துக் கொள்ளாதே.

உன் கடிதத்தில் உள்ளபடி உன்னிடம் இருந்த பழசை எல்லாம் எங்கு போட்டு உடைத்தாய்? நீ எதை எதையோ இழந்துவிட்டதாக உணர்கிறேன். எவ்வளவோ உன்னிடம் தான் கற்றுக் கொண்டேன். எல்லாம் நீ கொடுத்தது தான். அது என்ன ஆனது? உன் சுபாவம் எங்கே? உன் குறும்பும் துருதுரும்பும் உன் எழுத்தில் இல்லையே! ஏன்? சவக்களை படிந்த ஒரு கடிதத்தை எழுதிவிட்டாயே? எப்படி துணிந்தாய்? இது எங்கு போய் முடியுமோ? நான் அஞ்சுகிறேன். உன்னை இந்த நகல் பிசாசுகள் என்ன செய்து விட்டன?

எதுவுமே ஆறாதபடி சுடச்சுட விஷயங்களைப் போட்டு உருட்டுவாயே! புஸ்தகப்பேய் பிடித்து அலைந்த கால மெல்லாம் மறந்து போயிற்றா? என்னைக் கேட்பதையே திரும்பிக்கேட்கிறேன்.

எதிர்த்த செக்சனில் டைப்பிஸ்ட் ரேணுகாதான் நீண்ட கூந்தலைவாரி மல்லிகை சிந்தச் சிந்த டைப் இதயத்தை ஆபீஸ் முழுக்க துடி துடிக்கப் பண்ணுகிறாள். டைப் எந்திரம் கிணற்றில் மூழ்கிக் கொண்டே நீரில் சுருளும் நம் கதைகளுக்கு கரையேது. எந்திரத்தில் தட்டிய வார்த்தைகள் மூழ்கிய நீரிலிருந்து எழுதிய காகிதங்கள் வெளியேறி மலரும் நீலலில்லிப் பூக்கள். நீ என்ன? நீயும் கூட இப்போது எந்திரமாய் இதயத்தை துடிக்க வைத்துக் கொண்டிருப்பாய்.

ஆவி பறக்கும் டீ வந்துவிட்டது. கொஞ்சம் பொறு. உனக்கு எழுதும் கடிதத்தை நிறுத்திவிட்டு டீ தரும் திடீர் புத்துணர்ச்சியில் பழைய நமூனாக்களை நகல் எடுத்து விடுகிறேன். சற்றுநேரம் தோன்றி மறையும் சந்தோஷம் கூட இல்லை. இங்கு யார் யாரோ வந்து விட்டார்கள். புதிய புதிய முகங்களுடன் நாற்காலிகளில் சாய்ந்தபடி நகல்

எடுக்கவே அவதாரம் எடுத்த மாதிரி பேனாவை பிடித்து விட்டார்கள். நாள் ஆக ஆக கண்ணில் தெரியும் ஜீவனையும் உள்ளிருக்கும் உயிர்ப் பொருளையும் இழந்து விடுவார்கள்.

மூளை புழுத்துவிட்டது. நம்பர்களை கூட்டிக்கூட்டி அலுத்து விட்டது. தெருச் சாக்கடைகளைப் பார்த்தால் நம்பர்களாய் நாற்றமெடுத்து ஓடுகிறது. இந்த சாக்கடை தேக்கத்திற்கு வைரஸ் வியாதிகள் உடனே வரும். மூளைக் காய்ச்சலோடுதான் திரிகிறேன். எதை எடுத்தாலும் நகலின் ஞாபகம்தான். மூளைக்கிட்டங்கியில் உத்தரவுகளுக்கு அடங்கிய செயல்கள் மட்டுமே தூண்டப்படுகின்றன. பேரம் பேசிக் கொண்டே குறைந்த ரேட்டுக்கு உழைப்பை விற்று விட வேண்டியது தான். இந்த கூட்டல் நெரிசலில் உன்னை எங்கோ படுபாதாளத்தில் தொலைத்து விட்டேனோ? உன்னை மீட்டி கரைசேர்க்கவே முடியாது. மூளைக் கண்டில் நகல் எடுக்க வேண்டிய கயிறுதான் சுற்றுகிறது. கயிறைப் போட்டு உன்னை பாதாளத்திலிருந்து மீட்க முடியாது. அதற்கு நேரம் ஏது? நகல் எடுக்கவேண்டுமே! உன்னைப் பற்றித் தான் எத்தனையோ டைரிகள் எழுதி விட்டேனே! இன்னும் என்ன இருக்கிறது? அவ்வளவு டைரிகளும் ஆபீஸ் செல்ப்பில் பத்திரமாய் இருக்கின்றன. நீ அங்கேயே இரு. உன் கண்ணுக்கு எதிரில் அந்த அசட்டு மூஞ்சிகள் ஃபைல்களை தின்று கொண்டிருப்பார்களே! எனக்கு ரிக்கார்டு ரூம் பூறாவையும் தின்று தீர்க்கும் படி உத்தர விடப்பட்டு விட்டது. காயசண்டிகையின் யானைத் தீப்பசி இன்னும் எடுக்கவில்லை. மேலும் மேலும் உத்தரவுகள் மூலம் எனக்கு பசியை உண்டாக்கி விடுவார்கள். நகல் எடுக்கும்போது எரிச்சல் உண்டாகக் கூடாது, என்பதற்காக அந்த அம்மைத்தழும்பு மூஞ்சி அதிகாரி ஊசி போட்டுக் கொண்டும் நாடி பார்த்துக்கொண்டும் வருகிறார்.

இப்போது தான் நகல் காய்ச்சல் ஆரம்பித்துள்ளது. ரசித்து ரசித்து எச்சிலை விழுங்கியபடி நகல் எடுத்துக் கொண்டிருக் கிறேன். நகல் சம்பந்தமான கிருமிகளை உற்பத்தி செய்வ தற்கு பழைய ரிக்கார்டு ரூமே போதுமானதுதான். நூலாம்

படைகளும் எலிகளும் என் ரிக்கார்டு ரூமுக்குள் கதா பாத்திரங்களாய் உடையலங்காரம் பூண்டு ஒப்பனை செய்து வருகின்றன. பாவம் அவை முடிந்த அளவு நகலை தின்னு விட்டு போகட்டுமே. எனக்கு எவ்வளவு இரக்க சிந்தனை பார்த்தாயா? என்ரூமே இசை நாடக விதூஷகர் நடிக்கும் இதிகாசப் பொக்கிசம்தான். இதில் 'கிளைவ்' தாத்தா குமாஸ்தா வேலை பிடிக்காமல் கடலூரில் போர்ட் டேவிட் கோட்டைக்குள் தற்கொலை செய்துகொள்ள கைத்துப்பாக்கி யின் குதிரையை அழுத்தி சுட்டதும் குண்டு கழுத்தில் பாயாமல் தப்பிவிட்டது. 'ரிப்பன் பிரபு' கையெழுத்து போட்ட கடின உத்தரவுகள்கூட உள்ளன. அவற்றையும் படித்துப் பார்த்து நகல் எடுத்து மேலிடத்திற்கு அனுப்பும் படி உத்தரவு வந்துவிட்டது. நகல்ரூமில் தேள்கடித்து விட்டாதால் ஒருவாரம் லீவு கொடுத்து வீட்டில் வைத்து நகல் எடுக்கும்படி பழைய ரிக்கார்டுகளை கொடுத்தனுப் பினார்கள். கார்பன்ஷீட் ஒரு பெட்டியை கொண்டுபோய் தேய்த்து தேய்த்து எழுதி முடித்தேன். ராப்பகலாய் நகல் எடுத்து முடியவும் 'ஹப்பாடா...' என்று இருந்தது. இன்னும் சிலதேள் குஞ்சுகள் என் ரிக்கார்டு ரூமுக்குள் இருக்கின்றன. ஒரு மாதம் லீவு கொடுத்தார்களானால் என் பிரியத்திற்குரிய நகல் ரூமை சுத்தமாக்கி விடுவேன்.

உயிர் துள்ளும்படி உனக்கு என் லட்சியங்களை எழுதிக் கொண்டிருப்பதால் இடையில் எதுவும் நகல்எடுக்க வேண் டாம். அசட்டு பிசட்டென்று பேத்துவதாக நினைக்கிறாயா?

இங்கு நமக்கான மகத்தான தினம் வரும் என்றா பார்த் தாய்? மனம் நொந்து நொந்து மரத்துவிட்டது. பெரிய கனமான பேரேடுகளுக்கிடையில் விதை நசுங்கிப் போனேன். இதைச் சொல்வதில் ஒன்றும் வெட்கப்படவில்லை. தயவு செய்து நகல்பிசாசுகளை விரட்டியடிக்கும்படி கடவுளிடம் வேண்டிக்கொள். நகல் காய்ச்சல் தீரும்படியான மருந்து ஒன்றும் கண்டு பிடிக்கப்படாததால் அதற்கும் சேர்த்து கடவுளையே வேண்டு.

வீட்டில் அம்மாவுக்கு நிஜமாகவே காய்ச்சல். அவள்

எப்போதுதான் சுகப்பட்டாள்? அவளுக்கு மருந்து வாங்கு வதற்கு பணம் ஏது?

பக்கத்து கிளார்க் வீரமார்த்தாண்ட பூபதிக்கு இன்னும் நகல் காய்ச்சல் அடிக்கவில்லை. அவன் மீசையை முறுக்கிய படி நகல்எடுக்க மறுத்து வருகிறான். அவனை நகல்பிசாசுகள் சீக்கிரம் அடித்து துரத்தி விடுவார்களோ?

அவனிடம் நகல் எடுத்துக்கொடுத்து அவனுக்காகவே நானே நகல் தின்று அவனிடம் பத்துரூபாய் கடன் வாங்க வேண்டும். அவன் கடனைக் கேட்காமலிருக்க அவனுக்காக தினம் தினம் நகல் தின்று ஆகவேண்டும்.

பணமுடை மட்டும் எப்போதும் கூடவே வருகிறது. குட்டிப்பிசாசு மாதிரி. இதை அட்ஜஸ் செய்து கொள்வதே தினம் தினம் செத்துப் பிழைக்கிற காரியம். இங்கு வேறு என்ன கிடைக்கும்?

உள்வீட்டுச் சகுனி மாதிரி கண்ணாடிக் கூண்டுகளில் அதிகாரிகள் உட்கார்ந்து விட்டார்கள். அவர்களும் மொத்த நகலை கூட்டி மேலிடங்களுக்கு நகல் சமர்ப்பித்துக் கொண்டிருந்தார்கள்.

அட... உன் ஆபீஸ் விஷயங்களில் புதிதாக ஏதாவது நடக் கிறதா? என்ன அப்படி? உனக்கு புதிதாக சொல்ல தோன்ற வில்லையா? விதம் விதமாக ஊதாச் சேலைகளை ஏன் விரும்புகிறாய். ஊதாப் பேய்மாதிரி ஏன் நடந்துகொள் கிறாய்? ஊதா என்றால் கார்பன்ஷீட் ஞாபகம் தரவில்லையா?

என்முகத்தை அடிக்கடி பார்க்காதே. நினைக்காதே இது மனித முகமில்லை. சுயத்தை எல்லாம் எப்போதோ இழந்து விட்டது. அசட்டு மூஞ்சி. இதில் உயிர்க்களை இல்லை. இதில் குரூரம் நிறைந்துவிட்டது. உன்னைப் பார்க்கவே கூசுகிறது.

ஜன்னல் கம்பிகளுக்குள் அடைபட்டுக்கிடப்பதால் நாம் கைதியா? எங்குபோகிறோம்? காலமும் அதன் விதியும் நம்மை தள்ளிக்கொண்டே தன் இழுப்பில் இழுக்கிறது. சுய விழிப்போடு மூச்சு அடைந்து எதிர் நீச்சல் போடும் சக்தியை இந்த நகல்பேய்கள் மழுங்கடித்துக் கொண்டே வருகின்றன.

புதிய பாதைகளைச் செய்து கொண்டு இஷ்டப்படி

சாய்ந்து சாய்ந்து போக வேண்டும். வெட்ட வெளியிலும், பொட்டல் தரையிலும், கரையிலும் சுற்றித்திரியும் பாக்கியம் வாய்க்குமா? மனசில் எந்தப் பக்கமும் இரைச்சல் எடுக்கிறது. வீட்டை மூடிகட்டிலில் விழுந்து இருட்டைப் போர்த்திக் கொண்டாலும் நகல் பிசாசுகள் வண்டு ரூபத்தில் மூளையைக் குடைந்து கொண்டு உள்ளே வந்துவிடுகின்றன. என்ன செய்யட்டும்?

வானத்தின் நீலநிறம் கூட நகல் எடுக்கிற ஞாபகங்களை ஊட்டினால் வேறுயாரைச் சொல்ல என்ன இருக்கிறது. ஊதா நிறத்தில் எதுவுமே இருக்க வேண்டாம். அது எப்போதும் நகல் என்கிற நினைவைச் சுமக்கவைக்கும்.

யுகயுகமாய் தேடப்பட்டு வருகிற உன்னதங்களோடு இந்த வாழ்க்கையைச் செலுத்த முடியுமா? முதலில் நகல் குவியலுக்குள் புதைந்து கிடக்கும் என்னை மீட்க வேண்டுமே. என்னை எப்படி மீட்பது? மீட்பு இல்லாத அடி ஆழத்தில் வீழ்ந்துவிட்ட எனக்கு திணறல் எடுக்கிறது. நெஞ்சுத்தடம் சுருங்கி விரிகிறது. கசங்கிய மிச்சங்களோடு வீதிக்கு வந்து விட வேண்டும்.

நிபந்தனையற்ற நிபந்தனையாய் ஓடி அடையும் தினசரி வாழ்க்கையின் அசுரத்தனத்தால் வேகமாய் சோர்ந்து விட்டேன்.

இந்த பிளாட்பாரத்து சிமெண்ட் பெஞ்சியில் உட்கார முடியவில்லை. சற்றுமண் தரையில் சாய்ந்தாலாவது கொஞ்சம் உடம்பிலாவது ஈரம்படலாம். என்கண்ணின் ஓரமெல்லாம் வலி எடுக்கிறது. வறண்டு விட்டது.

உயிரை நனைத்துக்கொள்ள வேண்டும்போல் இருக்கிறது. தண்டவாளத்தில் ஈரம் ஏது? சுற்றி நின்று வேடிக்கை பார்ப்பவர்களிடம் அந்த மூஞ்சிதான். மழுங்கச் சிரைக்கப் பட்ட மொன்னத்தனத்துடன் முழிக்கிறார்கள். அன்புள்ள சந்திரா, நான் வாழவிரும்புகிறேன். இங்கு மீண்டும் நான் முளைத்தெழ வேண்டும். கொஞ்சம் கையைத் தூக்கி விடேன். சவலைக்கால்களை ஊன்றி மெது மெதுவாக என் இயல்பான சுபாவங்களை நான் பெறவேண்டும் எழுது.

●

6

ஆதி விருட்சம்

திரும்பி வந்து பார்த்தபோது அவன் இருந்தான். முன் பின் பார்த்திராத மனிதன். துருப்பிடித்த வெள்ளைத் தாடியைக் கறுத்த விரல்களால் உருவிக்கொண்டு உட்கார்ந்திருந்தான்.

இப்படி அவன் 'கந்த விலாஸ்' பலகாரக் கடைக்கு எதிரில் தார் சாலைக்கு அந்தப்பக்கம் உட்கார்ந்திருப்பதை யாரும் பார்க்கவில்லை.

கடையைத் திறக்க வந்தபோது கந்தபிள்ளையின் கண்ணில் பட்டும் படாமல் இருந்தது. தெருவுக்குள் போய் விட்டுத் திரும்பி வந்தபோதும் அதே இடத்தில் இருந்தான்.

தலையைக் கைகளால் தாங்கிப்பிடித்துக் கொண்டு குத்துக் காலிட்டு உட்கார்ந்து விட்டான். கந்தபிள்ளையின் ஒவ்வொரு நடத்தையிலும் எதையோ காணக்கூடும்.

அவனுக்கு எதிரே விரைந்து ஓடும் தார் சாலையைப் பிடித்து அதையே கறுப்புத் துண்டாக விரித்துப் போட்டு எதையோ கேட்கிறான். கறுப்புத் துண்டில் இரும்பு வாகனங்கள் எறும்புகளாய் ஊர்ந்துகொண்டிருந்தன. பாரம் ஏற்றிப்போகும் லாரிகள் இவனைக்கண்டு திணறிக் கொண்டு ஓடின. 'கந்த விலாஸ்' பஸ் நிறுத்தத்தில் வந்து நிற்கும் தகர டப்பா கார்களும் நிற்கத் தயங்கிபடி இரைந்து கத்திக்கொண்டு ஓடுகின்றன.

கருப்புத் துண்டில் வந்து விழுந்து நழுவிப்போகும் இரும்பு வாகனங்களைத் துச்சமாக அவன் பார்க்கக்கூடும். அவன் வேண்டுவது என்னவோ?

கல்லாப்பெட்டியில் உட்கார்ந்துவிட்ட கந்தபிள்ளையால்

அவனை அனுமானிக்க முடியவில்லை. அவன் பார்வை கடைக்குள் பாய்ந்து இரும்பு ஆணி தைத்த மாதிரி விழுந்தது.

கந்தபிள்ளையின் முதுகைத் துளைத்து உருத்தியதே! அங்கும் இங்கும் உடம்பை அசைந்து பார்த்தும் அவன் பார்வை அவர் மீது ஆணி அடித்திருந்தது.

கந்தபிள்ளை ஓரக்கண்ணால் அவனை பார்ப்பார், உடனே கணக்கு பேரேட்டுக்குள் ஒளிந்துகொண்டு முணு முணுப்பார். அவருக்குக் கண்ணும் கருத்தும் வியாபாரத்தில் நிற்கவில்லை.

இவ்வளவு காலமும் எழுதி எழுதி ஓய்ந்துபோன பேரேடு களைப் புரட்டியபடியே மனசு புரண்டது. ஓடிய மனசைப் படித்து திரும்பவும் ஏதாவது ஒரு பக்கத்தில் விட்டு டோட்டலை சரிபார்ப்பார். திரும்பவும் நழுவி ஓடிவிடும்.

அதற்குள் அங்கிருந்த மூக்குப்பொடித் தூசு படிந்த தாடிக்காரனின் பார்வை சடாரென்று குறுக்கே பாய்ந்து அவரை உறுத்தும். அவன் இன்னும் தாடியை உருவிக் கொண்டு உட்கார்ந்திருந்தான்.

கந்தபிள்ளையின் ஆதிமனம் அவனுக்குப் பின்னால் பேயாக நின்றிருக்கும் கறுப்பு மரத்தின் மேல் ஏறிச் சென்றது. கிளை கிளையாகப் பிரிந்து ஓடி ஆதிமரத்தின் உச்சாணிக் கொம்பில் நின்றபடி பிசாசின் சிரிப்புச் சிரித்தது.

'யாரவன்? அவன் யாராக இருக்கும்? எங்கிருந்து வருகிறான்? எப்போது வந்தான்?

முதலில் அவன் கையில் பாத்திரம் இருக்கிறதா? அது இருந்தால் பரதேசியாக இருப்பான். எதையோ போட்டு அவனைக் கடைக்கு எதிரில் உட்காரவிடாமல் விரட்டி விடலாம்.

ஊர்வாசிகளை அளந்து அளந்து கணக்கு எழுதிப்பற்று நீங்கிய பார்வைக்கும் எட்டாத தூரத்தில் அந்தப் பரதேசி இருந்தான்.

விடிந்து இன்னும் கடையில் ஒரு வியாபாரமும் ஆக வில்லை. அதற்குள் ஊர்பேர் தெரியாத பரதேசி மூஞ்சியில் நிலைத்து விட்டோமே?

நேரம் ஆக ஆக கல்லாப் பெட்டி மீதே சந்தேகம் வந்து விட்டது. மெதுவாக இடுப்புச்சாவியை உருவி கல்லாவைத் திறந்து சரிபார்த்துக்கொண்டார்.

இந்தப்பக்கம் அவனைப் பார்த்தார். அவன் முகத்தில் இருட்டு வடிந்துகொட்டியது. எவ்வளவோ அர்த்தம் புலனாகிக் கொண்டு வந்தது. அவனை அணுகிப்போக வேண்டும் என்று துடித்தார்.

அவன் வந்து எவ்வளவோ நேரம் கடந்துவிட்டது. அவனைப் பின் தெடர்ந்து வருகிறவர் யாருமில்லை. அவன் மட்டும் தனியனாய் வந்திருந்தான்.

இங்கு வந்ததே குற்றம். இவர்கள் எல்லோரும் தோலுரிக்கப்பட்டு விட்டார்கள். இவர்களிடம் என்ன இருக்கறதென்று வந்தது? மாறுவேஷத்தில் இருப்பவர் களை இனம்பிரிக்கவா? இவர்களைப் பார்ப்பதே பிசகு. இவர்களின் சுயமுகங்களைப் பார்த்துவிட வேண்டும். அவற்றைக் காட்டும்படி சிரித்தான்.

கறுத்த மேல் தோலை உரித்துக் காயவைத்து விட்டிருப் பார்கள். ரோமங்களையும் மறைத்துவிட்டார்கள். இவற்றை எல்லாம் எங்கோ களைந்து வைத்திருப்பார்கள்.

நிதானமற்று வீசும் காற்றுக்குள் அந்த தார் ரோட்டை தாண்டி நிற்கும் கறுப்பு மரம் கிளைகளை அசைத்தது. சிக்கல் அடைந்த கிளைகளை அசைத்தது. மரம்கிடுகிடுத்தது.

காலம் பூராவும் சிக்கலெடுக்கும் சீப்பு மாதிரி மேகத்ஙை த திறந்து கொண்டு கிளைகளின் உதவியால் கறுப்புமரம் சீவிக்கொண்டிந்தது.

சிக்கிய இடத்தைப் பிடித்துச் சிக்கிய இடம் தெரியாமல் போய் சீவச் சீவ சிக்கல் பிடிபடாமல் கறுப்புமரம் ஓலமிட்டு ஓ... வென்று அழுது கொண்டிருந்தது.

அந்தத் துருப்பிடித்த தாடிக்காரன் அனாதி காலத்திற் குள்ளிருந்து மண்ணும் மதலுமாகப் புதைபட்டிருந்த கோலத்தோடு வந்து உட்கார்ந்து விட்டானோ?

கந்தவிலாஸின் இலவச பெஞ்சுகளுக்கு ஊர்வாசிகள் வந்து உட்கார்ந்து கொண்டிருந்தார்கள். அந்தப் பக்கமாக

சட்டங்களைச் சுமந்து கொண்டு இரண்டு உத்யோகஸ்தர்கள் வந்து கடைக்குள் புகுந்தார்கள்.

இவர்களை எல்லாம் கவனிக்காத தோரணையில் கந்த பிள்ளை கறுப்புமரத்தையும் தாடிக்காரனையும் பார்த்துக் கொண்டிருந்தார்.

அவர்களையும் உற்று உற்று வினோதமாகப் பார்த்தான் அவன்.

'இவனைப் பிடித்து சிறையில் அடைத்து விடுவோம்' என்கிற மாதிரியில் முகங்களைச் சரி செய்து கொண்டு அந்த உத்யோகஸ்தர்களும் அவனைப் பார்த்தார்கள்.

கறுப்பு மரத்தை அவர்கள் கவனிக்கவே மாட்டார்கள். அது தலையை அசைத்துக்கொண்டு பழங்காலத் தனத்தைக் காட்டிக் கொண்டிருந்தது. எப்பொழுதோ, காட்டு மனிதர்கள் 'தீபம்' சாத்துவதற்கு வந்துவிட்டுப் போன ராத்திரிகளை நினைத்து அது அழக்கூடும். அதன் மூச்சே இற்று ஒடிந்து கொண்டு கேட்டது.

க்ஷீணித்துவிட்ட உடம்பை நிறுத்திக்கொண்டு கை கால் களை எங்கெங்கோ பரத்தியும் ஜீவிக்க முடியவில்லை.

ஊர்வாசிகள் எல்லாம் பட்டைகளை உரித்துவிட்டார்கள். அனாதிச் சோகத்தைச் சுமந்துகொண்டு நின்றிருந்த சமயம் பார்த்து அவன் வந்து விட்டான்.

கறுப்பு மரத்தின் ஏகபுத்திரன் மாதிரி அவன் வந்து விட்டானோ? நேற்று ராத்திரி புழுங்கிய வேதனையால் வேர் முண்டின் நுனியிலிருந்து வந்திருப்பானோ?

இப்போது வீசும் காற்றின் பொல்லாத துஷ்டத்தனங் களைச் சட்டை செய்யாமல் கறுப்பு மரம் அவனுக்கு இலைகளற்ற கிளைகளின் நிழலைக் கொடுத்துக் கொண் டிருந்தது.

கோடுகோடாய் தாறுமாறாய் விழுந்த நிழலில் புகுந்து அவன் உட்கார்ந்திருந்தான்.

இவன் உட்கார்ந்திருந்த இடத்திற்கு எதிரே 'கந்த விலாஸி'ல் ஊர்வாசிகள் கூடிவிட்டார்கள். புதிய அபிப்ரா யங்கள் முளைக்க ஆரம்பித்து விட்டன. அவர்கள் அபிப்ரா

யங்களையும் முகத்தில் தூக்கம் கலையாத சோம்பலையும் வைத்திருந்தார்கள். வேடிக்கை பார்க்கும் முகங்களை எல்லோரும் பெற்றுவிட்டார்கள்.

அவர்களுக்கு நுகர்வதற்குத் தேவையானது கிடைத்து விட்டது. ஆச்சர்யமானவற்றைக் கண்டாலே போதும்.

அங்கு வந்து நின்ற தகரடப்பா கார்களில் பலர் வந்து இறங்கினார்கள். சிலர் அதே காரில் ஏறிக்கொண்டு ஓடினார்கள். வந்தவர்கள் சுமைகளைத் தூக்கிக்கொண்டு வேடிக்கை பார்த்தார்கள்.

பாழடைந்த வண்டிப்பாதைகளைப் புதுப்பித்துக் கொண்டு சிலர் வந்து சேர்ந்தார்கள்.

அரளிப்பான மரங்கள் நிறைந்த வனாந்திரத்திலிருந்து அவன் வந்திருப்பான். சுற்றித் திரிந்த கால்களை மடக்கி உட்கார்ந்துவிட்டானே!

சூரியன் உச்சியில் வந்து நின்றான். கதிர்களைத் தூக்கி எறிந்து ஆட்களை விரட்டிக் கொண்டே சிரித்தான். எல்லோரும் ஒதுங்கி நின்று வேடிக்கை பார்த்தார்கள்.

அசைக்க முடியாத கனத்தில் விழும் கதிர்களைச் சுமந்து கொண்டு அவன் உட்கார்ந்திருந்தான். சூரியனைப் பார்த்துக் கண் கூசாமல் சிரித்தான்.

அந்தச் சட்டங்களைச் சுமந்து வந்த அதிகாரிகள் புதிய சட்டங்களை எடுத்து ஊர்வாசிகள் மீது சுமத்திவிட்டு அந்த 'கந்த விலாஸ்' பெஞ்சில் உட்கார்ந்து கொண்டார்கள். வாழ்க்கை விதியின் அங்கத்தினர்கள் போல் மூச்சுவிட்டுக் கொண்டிருந்தார்கள். கால்களை ஆட்டினார்கள். பழுதடைந்த 'கந்த விலாஸ்' பெஞ்சுகளும் அசைந்து கொடுத்தன. ஆடும் பெஞ்சுகளின் ஆட்டத்திற்குத் தகுந்த படி வாழ்க்கை விதியின் அங்கத்தினர்களும் காலை ஆட்டிக்கொண்டே வேடிக்கை பார்த்தார்கள். நெடுநாள் தேடப்பட்ட கைதியைப் போல் 'அவனை' ப் பார்த்தார்கள். அவன் மீது சட்டத்தைப் போட்டுப் பிடித்து விடலாமா என்றுகூட யோசித்தார்கள்.

அவனோ அவர்களைக் கண்டு மருண்டு விட முடியாத கறுப்புத் தோள்களை உயர்த்தி உட்கார்ந்திருந்தான்.

அவன் இருக்கிற நிலையே அவர்களை அச்சுறுத்துவதாக இருந்தது.

இன்று எங்கோ கோளாறு ஏற்பட்டுவிட்டதாகக் கந்த பிள்ளைக்குப் பொறி தட்டியது.

எங்கோ வனாந்திரத்தில் சஞ்சரித்த கறுப்பன் வந்து விட்டான். இந்தப் பக்கம் தொடக்க காலம் தொட்டே வனாந்திரங்களைக் கண்டுவரும் கறுப்பு மரத்தை அவன் அடையாளம் கண்டிருப்பான். அவன் தார்ரோட்டையே கருப்புத் துண்டாக விரித்து அமர்ந்து எதையோ கேட்கிறவன்.

அவன் விரித்த கறுப்புத் துண்டில் எங்கோ வெட்டப் பட்ட மரத்தின் பிண்டங்களை லாரிகளில் ஏற்றிக் கொண்டு ஓடினார்கள்.

பிள்ளை பிடிக்க வந்திருக்கிறான். இவன் பெரிய சூனியக் காரனாக இருக்கும், இவனைப் பிடித்து மரத்தில் கட்ட வேண்டும் என்று பலர் பேசிக்கொண்டும் இரைந்து கொண்டுமிருந்தார்கள்.

அவனை எட்டி யாரென்று கேட்டுவிட வேண்டும் என்று சிலர் விரைந்து கொண்டிருந்தார்கள். புறப்பட்டு விட்டார்கள்.

'தொடாதே! அவனைத் தொடதே! கிட்ட நெருங் காதீர்கள்! அவன் கிட்ட நெருங்கவேண்டாம்! என்று கடைக்குள்ளிருந்து குபீரென்று குதித்து வந்த கந்தபிள்ளை கத்தினார்.

கந்தவிலாஸ் பரபரத்துக் கொண்டிருந்தது. நுட்பமாக ஆராய்ந்து கொண்டு சிலர் அவனைப் பார்த்துக்கொண்டே நின்றிருந்தார்கள்.

பயங்கர இருட்டில் அலைந்த மனிதன் அவன் இருட்டின் உறுப்பு. அவனைப் பிடிக்க முடியாது. அவன் ஓடி விடுவான். அவன் ஓட்டத்தை யாரும் பிடிக்க முடியாது.

அவன் முகத்தில் இருட்டும் வெளிச்சமும் கலைந்து கொண்டிருந்தது. அவனது ஒவ்வொரு இமைப்பொழுதும் ஊர்வாசிகளின் கவனத்தை வாங்கியது.

அவன் கண்ணை மூடி மூடி விழிக்கும் போதும் அந்தக்

112

கணப்பொழுதில் உலகம் இருண்டு இருண்டு விடிந்து கொண்டிருந்தது. உயிர் வந்தும் இறந்து கொண்டிருந்தது.

சில தேவதூதர்கள் இந்தப் பக்கம் வந்திருப்பதாக பூசாரி சொல்லிக் கொண்டே இருந்தான். அவன் பேச்சையும் சிலர் கேட்டுக்கொண்டு நின்றார்கள்.

தேவதூதனா? அவனா? காய்ப்பதும் பூப்பதும் இல்லாத கறுப்பு மரத்துக்கு அடியில் சாத்தான் மாதிரி வந்து பம்மிக் கொண்டிருப்பவனா? அவனா தேவதூதன்? பரிசுத்தம் இல்லாத தூசு படிந்த மனிதன் அவன். அவனிடம் அவனைச் சுற்றி சூனியம் வலைபின்னிக் கொண்டிருப்பதாக நம்பினார்கள். சாந்தமில்லாத குரூர முகத்தில் அருள்பாலிக்கிற அம்சமே இல்லை. ஒட்டு மொத்தமாக எல்லா வற்றையும் வெறிக்கப் பார்க்கிறானே? என்று வேதங்க கோயில் பெரிய மூப்பர் புலம்பித்தவித்தார்.

வெகு காலத்திற்கு முன் இறந்துபோன உடல்கள் அவன் மீது ஒட்டிக் கொண்டிருக்குமோ? மூதாதைகள் சொல்லிக் கொண்டிருந்த கதைகளைப் பற்றி எல்லாம் சலசலத்துக் கொண்டிருந்தார்கள்.

இரவில் விழுந்த மழையில் இருந்து கசங்கிய மண் தரைக் குள்ளிருந்து உடனே முளைத்த 'தாடிக்காளான்' போல உட்கார்ந்திருந்தான். இன்னும் திரும்பத்திரும்ப தாடியைக் கறுத்த விரல்களால் உருவிக் கொண்டு எல்லாரையும் ஒரே பார்வையில் பார்த்துக் கொண்டிருந்தான். கறுத்த விரல்களைச் சும்மா இருக்க விடாமல் அசைத்துக் கொண்டிருந்தான்.

ஆறுதல் அளிக்கிற இருப்பிடம் தேடிக் கொண்டு வந்திருப்பானோ? எங்கும் ஆறுதலற்றவர்கள் அலைந்து கொண்டிருப்பதைப் பார்க்க வந்தானோ?

சூரியனின் சுரங்க வாயிலிருந்து கறுப்பு மரத்தின் நிழல் விடுபட்டு ஜனங்கள் நின்ற இடத்தை நோக்கி நகர்ந்து நகர்ந்து வந்து கொண்டிருந்தது.

நிழல்களை அறியாமல் நிழல்களில் நின்றிருந்தவர்களுக்குப் பொறிதட்டி நிழலை விட்டு விலகிப் போனார்கள்.

நெருங்கி நெருங்கி அவன் கிட்ட வருவதை உணர்ந்தார்கள்.

அந்த நிழலின் கிளைகளில் ஏறி அவன் கிளைகளாகப் பிரிந்து ஆட்களைப் பிடித்துக் கொள்ளக்கூடும்.

நரைத்த தாடியோடு ஞானிகளின் கோப முகத் தோற்றத்தோடு இருந்தான். மனித சக்திகள் நிறைந்த பாதை வழியாக அவன் வந்திருக்க வேண்டும்.

பூர்வ ராட்சதன் போல் வந்திருப்பவனை அவர்கள் நிந்திக்கத் துவங்கி விட்டார்கள். அவன் கறுப்பு மரத்தில் குடி கொண்டிருக்கும் ஆவிதானோ? எங்கோ இறந்து கிடக்கும் சடலத்திற்குள் புகுந்துகொண்டு வந்து விட்டானோ? இறந்து போனவர்களின் ஆவிகள் வித்தையாடிக் கொண்டு மரக் கிளைகளில் தாவித் திரிந்து விட்டு நீசத்தனமான சேட்டை காண்பிக்க வந்துவிட்ட ஆவிதானோ?

அங்கு வந்து நின்ற எல்லாரும் ஆழ்ந்து யோசிக்க ஆரம்பித்து விட்டார்கள். இந்தப் பிரதேசத்தில் தூர்ந்து போன கிராமத்தில் வாழ்ந்த பூர்வீக மனிதர்களைப் பற்றி நினைத்தார்கள். அடையாளம் காண முடியாமல் அவனைக் கட்டை கட்டையான ரோமங்கள் மறைத்திருந்தது. உடுப்பு எதுவுமில்லாமல் ரோமங்களையும் கறுத்த தோலையும் போர்த்திக் கொண்டிருக்கிறான். ஜலப்பிரளயத்திலிருந்து வந்த நீர் மனிதனாக அவன் நிச்சயமாக இருக்க முடியாது.

எங்கோ மஹா ஆழத்தின் ஊற்றுக் கண் பிளவுண்டதால் வந்து உதித்திருப்பான். கந்தபிள்ளை மட்டும் எவ்வளவோ அறிந்திருந்தார். அந்த ஊர்வாசிகளின் மூடத்தனமான முகச்சாயலை அவர் பெற்றிருக்கவில்லை.

கறுப்பு மரத்தின் ஜீவ சுவாசத்தோடு அவன் சம்பந்தப் பட்டிருந்தான். அவன் பார்வையோடு எவ்வளவோ அர்த்தம் வெளியாகிக் கொண்டிருக்க வேண்டும்.

ராக்கால ஓடைகளின் சல சலப்பில் நெடுந்தூரம் நடந்து நீர் ஓட்டத்தை எதிர்த்து நடந்து வந்து களைத்துப்போய் அவன் உட்கார்ந்து விட்டவன் போல் இருந்தான்.

ஜாதிஜாதியாக ஸ்திரீகளும் மனுஷர்களும் அந்த கறுப்பனைச் சூழ்ந்து விட்டார்கள். இவர்கள் அறியாமை

யால் மூச்சுத் திணறிக்கொண்டிருந்தார்கள்.

கறுப்பு மரத்தில் தீபம் சாத்துவதற்காக வந்துபோன காட்டு மனிதர்களோடு அவனும் கூட வந்திருப்பானோ?

அந்த மரத்தின் விழுதுகளில் தீப்பற்றி எரிந்தபோது அவன் வந்திருப்பான். காலம் வடிந்து உறைந்துபோன இடங்களில் கறுப்பு படிந்திருந்தது. மரத்தின் விளிம்புகளில் காலம் உறைந்து முண்டு தடித்துவிட்டது.

நேரம் ஆக ஆக ராக்கால மூச்சுவிட ஆரம்பித்தது மரம். அதன் தாயாதிகளைத்தேடி வானத்தைப் பார்த்து ஏங்கியது. அண்டத்தில் விரல்களை நீட்டி அவர்களை அழைத்துக் கொண்டிருந்தது.

கறுப்பு மரத்தின் நிழல் பெருகிவிரிந்து பூமியைப் பிடித்திருந்த பிடியைத் தளர்த்தி மறைந்துவிட்டது.

அவன் இன்னும் உட்கார்ந்திருந்தான், மரத்திலிருந்து பிறந்தவன்போல. அவன் உட்கார்ந்த இடத்தில் வேர் விட்டுப் பூமிக்கடியில் புதைந்து கொண்டிருந்தான்.

நெடுங்கால உறவு கொண்டுவிட்ட இருளின்சாம்ராஜ்யம் விரியத் துவங்கியது. இருள் வரவும் கூடியிருந்த ஜனங் களுக்குத் தற்செயலாய் மனசு திசைமாறிக் கொண்டு விடுகிறது.

வீடுகளின் உள்ளே சுவர்களுக்குள் இருட்டைப் பூட்டி வைத்திருந்தார்கள். வீடுகளைச் சுற்றி சுவர்களில் படிந்த இருட்டைக் கண்டு பயந்தார்கள். வேடிக்கையும் வினோதமும் கொண்ட முகங்களை மாற்றி வேறொரு சங்கதியைப்பற்றி நினைத்து முகங்களைச் செலுத்திக் கொண்டு ஓடினார்கள்.

கந்தவிலாஸின் முன் ஆட்கள் இல்லை. வெறும் கடையும் கல்லாப்பெட்டியுமாகக் கந்தபிள்ளை உட்கார்ந்திருந்தார். பெட்டிக்குள் பிசாசுகளை அடைத்து வைத்திருக்கும் ராட்சதன் மாதிரி உட்கார்ந்திருந்தார். சீமை எண்ணை விளக்கின் முன் அவரது நிழல் அசைந்து திரிந்தது. கடையை எடுத்து வைத்துப் பூட்டியபோதும் அவன் உட்கார்ந்திருந்தான். எழுந்து போகமுடியாமல் அவன் இருந்தான். இரவுக்காற்று

அனாதையாய் வீசிக் கொண்டு மரத்தில் மோதி அலைந்து கொண்டிருந்தது. கருப்பு மரத்தையும் அவனையும் இருட்டு மூடிவிட்டது. அவன் இருந்தான். அவனைத் தேடிப் பிடிக்கமுடியாத அகாலத்தில் அவன் நுழைந்து போய்க் கொண்டிருந்தான். இருட்டை கவசம் தரித்துக்கொண்டு மறைந்து கொண்டிருந்தான். மனதை எங்கும் அலைபாய விடாமல் ஒரே பிடியாய்ப் பிடித்துக் கக்கத்தில் இடுக்கிக் கொண்டு கந்தபிள்ளை வீடு நோக்கி நகர்ந்தார். திரும்பித் திரும்பிப் பார்த்துக் கொண்டே போனார்.

மறுபடியும் விடிந்தது. திரும்பவும் அவர் வந்து பார்த் போது ஆட்கள் கூடியிருந்தார்கள். வைதீகப்படி அவர்கள் கருப்பு மரத்தில் ஆணி அடித்துக் கொண்டிருந்தார்கள். இற்று உருக்குலைந்து க்ஷீணித்துவிட்ட அதன் மார்பிலிருந்து கருப்பு ரத்தம் கோடு கோடாய் நீண்டு வடிந்து கொண்டிருந்தது. அவனைக் காணோம்.

அவன் உட்கார்ந்த இடத்தைக் கந்தபிள்ளை உற்றுப் பார்த்தார். அவன் வேரோடு தரையைப் பறித்துக்கொண்டு போய்விட்டான்.

●

7

கானல் நதி

தொழுவத்தில் அநேக காலிஇடங்களை நிர்ப்புவதற்கு விறகுக் கட்டைகளையும் டவுனுக்குக் கொண்டுபோக வேண்டிய வேலிக்கருவை முண்டுகளையும் அடுக்கி யிருந்தார் சென்னம்மாளின் அய்யா.

மிகக்குறைவான மாடுகளுடன் அவள் மேய்ச்சலுக்கு கிளம்ப வேண்டியிருந்தது. சின்னக்கடகப் பொட்டியை தலையில் கவுத்திக்கொண்டு மாடுகளுக்குப் பின்னால் போய்க் கொண்டிருந்தாள் சென்னம்மா. எதற்கும் தோல் பட்டையில் மம்பட்டி தொங்கியது. ஒருகையை மம்பட்டிக் கணையில் போட்டுக்கொண்டு நடந்தாள்.

வெயில் புறப்பட்டு வருகிற நேரத்திற்கு வடகாட்டில் இருந்த உப்போடையில் 'ஹேய்ய்ய்யா... ட்ரிரிரிட்ரி ட்ரிட்ரிய்யா...' என்று மாடுகளை மடக்குகிற அவளது ஆண்குரலில் மாடுகள்தானே திசை திரும்பி ஓடைக்குள் இறங்கியது.

மணல் சாரியாக விரிந்த தரையை அவள் பார்த்துக் கொண்டிருக்க மாடுகள் மணலில் சறுக்கிச் சறுக்கி காய்ந்த காடு நடந்து கொண்டிருந்தது.

கிழக்காமல் தூர் வானத்திலிருந்து சூரியனின் கதிர்கள் தோன்றிவிட்டன. சோர்ந்து கிடந்த காட்டையும் மாடுகளின் தூங்கிய முகத்தையும் வெள்ளை ஒளியாக்கியிருந்தது.

எல்லோருக்கும் முந்தியே காட்டுக்கு வந்திருந்தவர்கள் வெற்று நிலத்தில் சாணாங்கிழங்கு தோண்டிக் கொண்டிருந் தார்கள். கீழத்தெருக்காரர்கள் எலிப் பொந்துகளை கண்டறிந்து

மண்ணைத் தோண்டினார்கள்.

எதுப்பில் மடைக்கருப்பன் அவதிஅவதியாக மண்ணை, கிளைத்துக் கொண்டிருந்தான். கைக்குக் கிடைக்காத எலிகள் வளைகளுக்குள் தாவித்தாவி மறைந்து கொண்டிருந்தது. அதைப் பின்தொடர்ந்தே அவன் மம்பட்டி விழுந்து கொண்டிருந்தது. பிடிபட்ட எலிகளை ஈயத்தூக்கு வாளியில் போட்டிருந்தான்.

சென்னம்மா வருவதைப் பார்த்ததும் போட்டிக்கு ஆள் வருகிறதே என்று பயந்தான். ஏ...ஏத்தோய் எம் பொழப் புலயும் மண்ணள்ளிப்போட வந்திட்டீகளா....த்தா...' என்று பெருமூச்சு விட்டுக் கத்தினான்.

'ஹேஹேய்ய்யா... என்று மாட்டை கிழக்கில் திருப்பி விட்டு அவனிடம் வந்தாள். அவனைப் பார்த்ததும் சிரித்து விட்டாள். 'ஏப்பா... மடக்கருப்பா... எம்புட்டு எலி புடிச்சிருப்பே...' என்றாள்.

வானத்தைப் பூராவும் பிடிப்பது போல் கையை அகல விரித்துக் காட்டினான் அவன்.

'இன்னிக்கி உம்பாடு யோகந்தான்....' என்று அவனை சீண்டினாள் சென்னம்மா.

அங்கிருந்து கோபத்துடன் மம்பட்டியை ஓங்கிக் கொண்டு ஓடிவந்தான்.

'அந்தானக்கி மண்டையில் போட்டிருவன்... ஏன்த்தா... அம்புட்டுத் தூரத்துக்கு எளக்காரமா போச்சா...' என்று கத்தினான் மடைக்கருப்பன்.

அவன்கிட்ட நெருங்கியதுமே கடகடவென்று சிரித்து விட்டாள். அவளை உற்றுப் பார்த்தவன் அசையாமல் நின்றான். அவனுக்கும் அடக்கமுடியாத சிரிப்புத்தான். மம்பட்டிக் கணையில் காலை வைத்துக்கொண்டு விழுந்து விழுந்து சிரித்தான். அவன் கிழட்டுச் சிரிப்பில் தான் எத்தனை ஈரம்! எவ்வளவு முரட்டுத்தனம்.

சென்னம்மா குனிந்து எறும்புக்குழியைத் தோண்டினாள். ஆழாக்கு தானியமணி மண்ணோடு சேர்ந்திருந்தது. அதை ஆவலுடன் மடியில் வாரி அள்ளிக்கொண்டாள்.

‘ஏத்தே... வுங்க வீட்டில்தான் ஒலையரிசி கொதிக்கப் போவுதா...’ என்றான்.

அவன் சொன்னதைக் காதில் வாங்கிக் கொள்ளாமல் தரையைக் கூர்ந்து பார்த்தபடி தள்ளிப் போய்க் கொண்டிருந்தாள். எங்காவது எறும்புக்குழி இருக்குமென்ற நம்பிக்கையில் எட்டமட்டும் போகிறாள் சென்னம்மா.

எங்கும் வெக்கரித்துப் போன பூமியில் கொரண்டிச் செடிகூட பட்டுப் போயிருந்தது. காய்ந்த கரடுகூட அருந்தலாகி விட்டது. திரும்பத் திரும்ப மாடுகள் வாய்வைத்த இடங்களில் கோரைகூட இல்லை. மாடுகள் ஏமாற்றந்தாங்காமல் கண்ணைக்கட்டும் பசியில் அசந்து கொண்டிருந்தது.

வெயிலின் உக்கிரம் தாங்காமல், ஒண்டுவதற்கு நிழல் தேடி அலைந்தன. தூர்வானம் தெரிய மரங்கள் வெட்டப் பட்டு பூமியின் பரப்பே விரிந்து கிடந்தது. மேடும் தாவுமான நிலவிளிம்புகளில் ஆட்கள் நடமாடுவது தெரிந்தது. மாடுகள் தண்ணித் தாகத்துடன் மூச்சு விட்டுக் கொண்டிருந்தன. வெகுதூரத்திலிருந்து சென்னம்மா இரைக்க இரைக்க ஓடி வந்தாள். கிழட்டுமாடு சுருண்டு விட்டது. காய்ந்த சீவம் புள்ளின் பரப்பின் மேல் படுத்துக் கிடந்தது. சின்னஞ்சிறு குழந்தையைப் போல் பசு அழுதது. அதன் மூக்கோரத்தில் நீளும் கண்ணீரை அவளால் எப்படி தாங்கிக் கொள்ள முடியும். அதன் முதுகில் துருத்திக் கொண்டிருந்த அத்தனை எலும்புகளும் இத்து ஒடிந்துவிடும் போல் சுருங்கி விரிந்தது.

தாகத்தால் பசு வருந்தக்கூடாது. வாயில்லா சீவனின் கண்கள் கசியக்கூடாது. அதை அவளால் சகிக்க முடியாது. இந்த நிலையில் அதைப்பார்ப்பதே பாவம். ஒன்றுமறியாத சாதுக்குழந்தையின் முகத்தில் ஈரம் உலர்ந்து விடக்கூடாது.

பசுவின் பொறுமை யாருக்கு வரும்! மேய்ந்த காடெல்லாம் தண்ணிக்காக அலைந்து திரிந்துதான் சுருண்டு விட்டது. கொஞ்சம் நீர் இருந்தால் போதும், இத்தனை காலமும் கிழட்டுப் பசு சுருண்டு படுத்ததில்லை. தாயைப் போல் சகித்துக் கொள்ளும். இவ்வளவு காலம் வீட்டில் கட்டிக் கிடந்து சென்னம்மாளோடு வாழ்ந்த போது எதை வேண்டி

வாழ்ந்தது? இவ்வளவு காலம் இருந்தும் அதற்கு கேட்கத் தெரிந்ததே கொஞ்சம் குளு நீர்தான்.

இரக்கமற்ற கொடும் வெயிலோடு நாலு திசையிலும் எங்கு ஓடினாலும் ஈரமண் கூட இல்லை. எங்கும் பொட்டலில் சீமக்கருவேலி முள்ளோடு காத்திருக்கிறது.

மாட்டை எழுப்புவதற்காக எவ்வளவோ முயன்றாள். வாலைப்பிடித்துக் கடித்தாள். தூரத்தில் வெயில் அலையோடு எலி பிடித்துத் திரிகிறவர்களை கூவி அழைத்தாள். யாரும் அருகில் வரவில்லை.

கண்ணைப் பொசுக்குகிற வெயிலில் வேகுவேகென்று ஓடினாள். அவள் ஓடிப் போன திக்கில் குத்துச் செடியின் நிழலைக்கூட காணோம். கானல் நீர் அலை அலையாய் ஏமாற்றி அழைத்தது அவளை. சுருண்டு கிடந்த பசுவை நினைக்கவே மூச்சுத் திணறியது. ஊரை நெருங்கிக் கொண்டிருந்தாள் சென்னம்மா.

அவளுக்கு முன்னால் அய்யா ஓட்டமும் நடையுமாக வந்து கொண்டிருந்தார். அவள் தலையில் இருந்த மண் குடத்தில் நீர் தளும்பாமல் வந்து கொண்டிருந்தது. மேய்ந்த மாடுகள் நீர் நிலைகளைத் தேடிப் போய் விட்டன. கிட்ட வந்து கொண்டிருக்கும்போது அதனிடம் அசைவு இருந்தது. பசு வாலை ஆட்டிக் கொண்டிருந்தது. கொடும் வெயிலில் அதன் நாவில் நீர் வார்த்தாள். அது காதுகளை அசைத்தபடி மண்டிக் குடித்தது.

மெல்ல மெல்ல பொழுது சாய்ந்து கோடைகால மஞ்சள் வானம் சூழ்ந்து கொண்டிருந்தது. காட்டிலிருந்து மாடுகள் வீடு திரும்பிக் கொண்டிருந்தன.

அய்யா கிழட்டு மாட்டை இழுத்துக்கொண்டு முன்னால் செல்ல, மாடுகளுக்குப் பின்னால் சென்னம்மா வந்து கொண்டிருந்தாள். சாயந்தரச் செம்மஞ்சள் ஒளியின் பின்னணி சூழ்ந்திருக்க காட்டுக் கோவில் கற்சிலைபோல கன்னங் கருப்பாக ரெட்டியார் மகள் வீடு திரும்பிக் கொண்டிருந்தாள். கல்தச்சனின் உளிக்கு அமையாத அவள் கருத்த மூக்கின் நுனியில் தெரிகிற அழகின் கதிர்களை, சகலமும் மறந்து

சிரிக்கிற அவள் சிரிப்பின் அழகை யாரால் செதுக்கித்தர இயலும்! பாதை வழியே துள்ளிக் குதிக்கிற கன்னுக்குட்டி யாக குதித்துக் குதித்து ஓடிக் கொண்டிருந்தாள். மண் குடத்தில் நடைக்குத் தகுந்த தாளம் தட்டிக் கொண்டே நடந்தாள்.

இரவு அடுப்பில் தீ மூட்டத்தின் ஒளிக் கசிவில் அவள் உடம்பெல்லாம் ஜொலித்தது. கொஞ்ச நேரத்தில் ஊரே அடங்கி விட்டது. காடுகள் எல்லாம் கருப்புத் திரையில் மூடப்பட்டதுபோல் எங்கும் இருட்டு. வீடுகளில் மினுக்கிய விளக்குகளின் முழிப்பைத் தவிர யாரும் கண் விழிப் பாரில்லை. ராத்திரியெல்லாம் உப்பாங்காத்து ஓடியாடி தெருக்களில் விளையாடிக் கொண்டிருக்க அவர்கள் உறங்கிப் போனார்கள்.

இரவெல்லாம் கூளத்தை ஒரே சீரான சத்தத்துடன் கடித்துத் தின்றபடி தலையை உலுப்பியும் கழுத்துச் சங்கிலிகளை ஆட்டி சத்தம் உண்டாக்கியும் சென்னம்மாளைக் கூப்பிடும். மாடுகள் ஒவ்வொன்றும் காடிக்குள்ளிருந்து தலையைத் திருப்பி மூக்கை விடைத்துக்கொண்டு கனைக்கிறது.

அடுப்பாங்கட்டில் கேப்பைக் கூழ் கிண்டிக் கொண்டி ருந்தவள் தீச்சுவாலையின் மஞ்சள் ஒளியிலிருந்து, புகை படிந்த ஜன்னல் வழியே தலையை நீட்டிப் பார்த்தாள். கிழட்டுப்பசு ஜன்னல் பக்கம் திரும்பி ஜன்னல் கம்பி இடுவலில் சொருகியிருந்த கீரை மரத்தை நாக்கால் தடவியது. 'க்கறுக்கறுக்' கென்று கடித்தது அதை. சென்னம்மாளைப் பார்த்து 'முஸ்ஸ்ஸ்...' சென்று பெருமூச்சு விட்டு அண்ணாந்து அடித் தொண்டையால் தீனமான குரலில் ஏதோ ரகசியம் கூற வந்தது.

கிழட்டுமாடு மூச்சுவிட்டு மூச்சுவிட்டேதான் அவளை பயமுறுத்தியது. இரவு நேரத்தில் கிழட்டுப் பசுவின் சுடுகிற மூச்சுக்காத்து பட்டதும் அம்மா நினைவு வரும். அம்மா இருந்த வீட்டில் கன்னுக்குட்டியாய் துள்ளிக் கொண்டு ஓடித்திரிந்தது ஒவ்வொன்றும் தொடரும்.

அம்மா போன பிறகு பசுமாடு எவ்வளவோ எலும்பும் தோலுமாகி வயசாகிவிட்டது. வத்து மாடு. அதை வீட்டில்

வைத்திருந்து பலனே இல்லை. கிழட்டு மாட்டைச் சந்தைக்கு அனுப்பவும் மனசு வரவில்லை. போனாப் போகிறதென்றால் அது சும்மா இருப்பதில்லை. அதன் பெருமூச்சைக் கேட்கவே முடியவில்லை அவளால். என்னமோ ஏதோ நடக்கப் போகுதென்று பயந்தாள். அய்யாகூட குடைக்கம்புடன் வந்த மாட்டுத் தரகனிடம் விலை பேசிக்கொண்டிருந்தார். அவரோடு சண்டை போட்டு அழுது 'பர்ர்ர்ர்' என்று மூக்கைச் சிந்தித்தான் அதைத் தடுத்தாள்.

மாடு இங்கேயே செத்துப் போனால் நல்லது. வெளியேறி கண்காணாத இடத்துக்குப்போய் சீரழிய வேண்டாம். அதன் பெருமூச்சில் மரணஒலி சமீபமாய் கேட்டு வருவதை அவளால் உணர முடியாவிட்டாலும் வேறு எதற்காகவோ அது பெருமூச்சு விடக்கூடும் என்றும் நடுங்கினாள் சென்னம்மா. ராத்திரி உரக்கத்திலும் புலம்பித்தவித்தாள். இரவு மங்கி மறைந்து கொண்டிருக்க ஒத்தை கருங்குருவி மரக்கிளைகளை விட்டு தாவித் தாவி மரத்துக்கு மரம் அமரத் துவங்கியது.

நேர்கோடுகளாய் அமைந்த போஸ்ட் மரக் கம்பிகளைப் பின் தொடர்ந்து நெடுகப் பறந்து ஊருக்கு அருகில் வந்து விட்டது. கம்பியில் உட்கார்ந்ததும் கத்தியது. அதன் குரலுடன் தான் கருக்கல் பொழுதும் புறப்படத் துவங்கியிருந்தது.

ஊரில் யாரும் எழுந்திரிக்காத நேரத்தில் ஊரையே கூப்பிடுகிறது. எதைக் காண்பிக்கவோ கருங்குருவி அழைத்தது. எதனாலோ அவர்களுக்குக் கேட்கவில்லை. அசமந்தம் பிடித்தவர்களாகி விட்டார்கள் எல்லாரும்.

அதன் குரலைக் கேட்பதற்கும் சிரிப்பதற்கும் சென்னம்மா ஒருத்தி இருந்தாள். அவளும் கூட சிரிக்கவில்லை இப்போது.

ஊருக்குள் இறங்கும் அதன் விசிலொலிகள், பரிதவிப்பான பின்னணித் திரையாகி, திரைக்கு முன்னால் ஒவ்வொரு வராய் உறக்கத்தில் எழுந்து நடமாடிக் கொண்டிருந்தார்கள்.

குடங்களில் தண்ணி ஊத்துகிற சத்தமும் கிணத்துக்குள் தூர்வரைக்கும் போய் தரைதட்டுகிற வாளிகளின் அவல ஒலி களும் ஊரெங்கும் கேட்கிறது. தூர் மண்ணோ தண்ணியைச்

சுரண்டி மேலேறி வருகின்றன. பொழுது விடிந்திராத இந்த வேளையில் கிணத்தடியில் பேச்சுக்கே இடமில்லை.

ஒருவர் முகத்தை ஒருவர் உற்றுப் பார்த்துக் கொண்டும் மனசில் கவிந்த துக்கத்தை முகம் பார்த்தே புரிந்து கொண்டும் ஈரம் காய்ந்த முகத்தைத் தூக்க முடியாமல் அவரவர்களுக்கே ஆன முகச் சாயலில் காலை துவங்கிய தற்கான அறிகுறியே இல்லாமல் மூச்சுக்கு மூச்சு கஷ்டத்தை உணர்ந்து கொண் டிருந்தார்கள். இதற்காக மூக்கு வலிக்க சினந்து கொள்ள முடியாது. கயறு எட்டாமல் போனதை நினைத்து ஆத்திரப்பட முடியாது. ஒட்டு ஒட்டாய் முடிந்த பதினாலு கெஜம் கயத்துக்கு மேலும் துண்டால் முடிய வேண்டியிருந்தது.

என்ன கஷ்டம் நேர்ந்தாலும் கிணத்தின் அடி வரண்டு விடவில்லை. ஈரம் கசிந்து கொண்டே இருந்தது. உயிரை நனைத்துக் கொள்ள அது போதும் அவர்களுக்கு.

சென்னம்மா வீடு மொழுகிக் கோலம் போட்டாள். வீட்டின் உள்ளே காலியாகக் கிடந்த தானிய அறை, இருட்டு மண்டிக் கிடந்த குதிரு, அளவுக்குப் பெரியதான உள் திருணை ஒன்று விடாமல் சாண ஈரத்துடன் மனசாரக் குளிர வைப்பது சென்னம்மாளின் அன்றாடம்.

காடு விளையாமல் போனாலும், கானல் ஆறாக ஓடினாலும் சூரியனே தலையில் விழுந்து எரிந்தாலும் பசுஞ்சாணத்தால் வாசல் தெளித்து வீடு மெழுகினால் தான் சம்சாரி மகள் வீட்டில் குடியிருக்க முடியும். சாண ஈரம் மணந்தால் தான் வெக்கரிப்பு இராது. தரைக்குச் சூடு ஏற ஏற சென்னம்மா வாசல் தெளிக்கிறாள் அன்றாடம். சாணம் தெளித்த தரையே அவளுக்கு நம்பிக்கை போன்றது.

ஊர் வெளிச்சத்துக்கு வருவதற்காக தெருவெல்லாம் சாணம் தெளிக்கிற சலம்பல் ஒலி கேட்கத் துவங்கியிருந்தது.

ஊர் ஆலமரத்துப் பச்சை இலைகளின் மறைவி லிருந்து கருசல் பேடைகள் விசிலடித்துக் கூப்பிட்டுக் கொண்டிருக்கின்றன.

●

8

தணல்

யாராவது கொடுப்பீர்களா?-என்று ஏங்கித் தவிக்கிற மனசு தான் செல்லம்மாளுக்கு இருக்கிறது. அவளுக்கு என்ன முடியும்?

யாரிடம் கிடைக்கும். இப்போதே கிடைத்துவிடுமா?-என்றுதான் மூக்கபிள்ளையும் அவதிப்பட்டுக் கொண்டார். அவரும்தான் என்ன செய்துவிட முடியும்?

இங்கு யாருக்கும் இரக்கம் வருவதில்லை. என்ன நடந்தாலும் இரக்கப்பட யார் இருக்கிறார்கள்? ஆனால் யாருக்காவது இரக்கம் வரும்... வரும் என்றுதான் நினைத்தது. யாரிடமாவது கிடைத்துவிடாதா என்று தான் பார்த்தது. இப்படி எல்லாம்தான் நம்பிக்கைகள் அவர்களுக்கு.

வெறும் நம்பிக்கைதான். நம்பிக்கை என்று சும்மா மனசில் ஊன்றிக்கொள்ள ஏதாவது வேண்டாமா? அப்படி யாவது அசட்டுத் தைரியத்தில் நின்று விடலாமே; நடந்து விடலாமே என்றுதான் செல்லம்மா நினைத்தாள்.

அவளுக்கும் தெரியாமல்தான் நம்பிக்கையின்மை களும் நிறைந்திருக்கின்றன. இந்த ஊரெல்லாம் ஒளிந்திருக் கின்றன. யார் வீட்டிலெல்லாமோ வேர் விட்டிருக்கின்றன.

கையில் ஏணத்தோடு தெருவுக்கு வந்து விட்டாள். கைக் குழந்தையையும் இடுப்பில் தூக்கிக்கொண்டாள். முதல் தெருவில் வரிசை பிடித்து மாடு கட்டிக்கிடக்கும் வீடாய் பார்த்து கேட்டுப் பார்த்தாள். குழந்தை 'ராஜா' வை காரணம் காட்டினாலும் யாரும் தருவதாக இல்லை. கெஞ்சினால் மிஞ்சுகிறார்கள்.

எல்லா வீட்டிலும் கதவு இருக்கிறது; கதவில் நம்பர்

இருக்கிறது. 'இல்லையே...' என்ற பொய்யுமா எழுதியிருக்கிறது? சொத்து சுகத்தைப் பறித்துக் கொண்டது மாதிரி முகத்தைத் திருப்பிக் கொள்கிறார்களே 'தர மாட்டேன்' - என்று எல்லாரும் சொல்லிவிட்டால் பிராணமே போய் விடும்.

ராஜா இடுப்பை விட்டு நழுவுகிறான். வெயில் தாங்காமல் துவண்டு சாய்கிறான். எவ்வளவு நேரம்தான் அந்தப் பக்கமும் இந்தப் பக்கமும் உயிர்ப் பிடியாய் மார்பைப் போட்டு இந்தப் பாடு படுத்துகிறான். பொறுக்க முடியாமல் உதைக்கிறானே. எப்போதும் அவனை ஏமாற்றிக் கொண்டா இருக்க முடியும்?

கையில் இருந்த வெறும் ஏணம்கூட காற்றைக் குடித்து ஏக்க மூச்சுவிட்டுக் கொண்டே ஓலமிடுகிறது. காற்றின் ஓலமோ? இல்லை எல்லாருக்காகவும் சேர்ந்து அழுகிற ஓலமா.

அவருக்கு ஆஸ்துமா முற்றியதிலிருந்து இந்தப் பாடாகி விட்டது. இன்னும் கொஞ்ச காலம் இரைந்து இரைந்து மூச்சுத் திணறிக் கொண்டே இருந்து விட்டு அவரும் போய் விடக் கூடும். விவசாயிகளுக்கு லங்கோடு தைக்கத் தெரிந்தவன் டெயிலர் சந்தானம்தான்.

தீராத வியாதிக்கு எந்த மருந்துவனைத் தேடி அலைவது? எங்காவது நாகலாபுரம் பஜாரில் டீக்கடை பெஞ்சியில் பழைய பேப்பரைத் திரும்பத்திரும்ப வாசித்துக்கொண்டு கிடப்பார். ஓசிப் பீடிக்காகக் கண்ட கண்ட பிரயாணிகளிடம் கெஞ்சிக் கூத்தாடுவார். அல்லது ஊர் பஞ்சாயத்து போர்டு தலைவருக்கு எடுபிடி வேலை செய்து ஆயிரம் வசவு வாங்கிக் கொண்டு கால் அரை காசுக்காக மானம் போக நின்றிருப்பார். நாகலாபுரத்தின் மனம் அலாதியானது. எத்தனையோ காரைவீடுகள் பெண்களின் ரகசியத்தால் இருட்டில் உரையாடுவதை பொன்னம்மா மதினிதான் தம்பிகளுக்குச் சொன்னாள்.

அவரைச் சொல்லி என்ன ஆகப்போகிறது. ஊர் ஊராய்த் தையல் மிஷினைச் சுற்றிக்கொண்டு பேர் போக வாழ்ந்த

டெயிலர் மாமனின் வாழ்க்கை எப்படி ஒளிந்து போனது...

டெயிலர் சந்தானத்தின் தையல்பாணியே பெரிய நாகலாபுரத்து திணுசில் பெண்களின் விருப்பத்தையெல்லாம் தையலில் இணைத்துக் காட்டுவார். மாவில்பட்டியிலிருந்து பெரிய நாகலாபுரம் பஜாருக்குச் செல்லும் மாட்டு வண்டிகள், வியாழக்கிழமை சந்தைக்கு வரும் கீகாட்டு போக்கிரிகளுக்கு ஏற்ற பெரிய காலர் வைத்து தலைவழியாக போடும் சட்டைகள், கல்லி ஜிப்பா தைப்பதில் மாமன் பேர்போனவர்.

ஏனோ கண் விழித்துப் பார்க்க முடியாமல் 'ராஜா' கிடந்தான். அவன் உடம்பில் லேசாகக் காற்று ஏறி இறங்கிக் கொண்டிருந்ததை உணர்ந்தாள் செல்லம்மா. இன்னும் நாலு வீடு போனால்தான் காரியம் ஆகும். சூரியன் உச்சிக்கு வந்து கொண்டாட்டமாய் சிரித்தான். அவன் சிரிப்பில் எத்தனை இளக்காரம். மாமனின் ஷிங்கர் மிஷின் எண்ணை போட்டு நமுவும் சக்கர ஒலி. கேட்டுக்கேட்டு நாகலாபுரத்தின் பழமையான சோகம் வந்துவிட்டது. குரல் கூட நெஞ்சுத் தூரத்தில் உள்வாங்கி விட்டது. கடைசி வீட்டில் கொஞ்சம் நம்பிக்கையை ஊன்றி நின்றாள். அந்தப்பெரிய வீட்டு வாசலில் நின்று 'அம்மா...' என்று கூப்பிட்டாள்.

சத்தம் வயிற்று உபாதைகளைச் சுமந்து கொண்டு உள் வீட்டைத் தாண்டிப் போனதும் 'யாரதூ...'என்ற கேள்வி பெண் குரலில் கேட்டது. செல்லம்மாவா....

ஏன் செல்லம்மா நேத்தே சொன்னனே...

கேட்டியா?

நாளைக்கு வரலைன்னு நீ தானே சொன்னே...!

திரும்ப ஏன் வந்தே?

எங்க புள்ளைகளுக்கே இல்லாதபோது கூசாமல் வாரயே, கைக் குழந்தைய வேற காண்பிக்கவா கொண்டாந்திருக்கே...

புள்ளைப்பால் இல்லை.

ஓசிக்கு பால் கொடுத்து முடியுமா?

போ போ... பாலும் இல்லை மோரும் இல்லை.

நாளைப்பின்ன வாசல்ல வந்து இப்படி நிக்காதே....

அந்தக் கடைசி நம்பிக்கையைப் படிக்கட்டில் போட்டு

உடைத்து விட்டாள் பெரிய வீட்டம்மாள். நிற்கவே விடாமல் விரட்டுகிறாளே! பள்ளிவாசல்பட்டி ஒண்டியம்மாள் காதகிக் கிழவி.

சம்சாரி வீட்டிலுமா இப்படி முந்தி எல்லாம் கேட்குமுன் கொடுப்பார்களே. இப்போது கேட்டதும் பொரித்துக் கொட்டுகிறார்களே. ஆனால் ஒண்டியம்மாள் குமாரத்திகள் கமலாவும், காந்தி அக்காவும் இருந்திருந்தால் பிள்ளைப் பால் கிடைத்திருக்கும்.

வீடெல்லாம் பசுவும் கன்றும் இருந்தாலும் பாத்திரம் நிறையபால் இருந்தாலும் கொடுக்கிறார்களா? பிள்ளைப் பாலுக்குமா விதியற்றுப்போய்விட்டது கோப்பம்மாள் பசுமடம் வைத்த வீட்டில்?

இந்த உயிரை நனைத்துக் கொள்ளவாவது கொஞ்சம் பால் தர மாட்டார்களா? சொல்லி வைத்த மாதிரியே எல்லாரும் மறுத்து விட்டார்களே. வீடு தவறாமல் ஒரே பதிலைச் சொன்னால் ஏன் இப்படி ஆகிவிட்டது? எல்லாமே வீண்தானோ? எங்கும் இப்படித்தான் நடக்கிறதா? யாரை நம்புவது? பிறகு இந்த நம்பிக்கைதான் எதற்கு? ஒருநாள் இந்த ஒண்டியம்மா பாட்டியும் ஒண்டியாகி தவிப்பாள் என சாபமிட்டாள் பிள்ளைக்காரி.

ஊரார் பிள்ளைக்கெல்லாம் மடியைத்திறந்து பால் கொடுத்து விட்டு காட்டு வேலைக்குப்போன வீரம்மா சின்னாத்தாளின் நினைவு வந்த மாத்திரத்தில் அழுகையும் வந்து விசும்பினாள்.

வீரம்மாச் சின்னாத்தாளின் பிள்ளைகள் எல்லாம் காப்புலிங்கம்பட்டி கிராமத்தில் இருக்கிறார்கள். காடு மேடெல்லாம் ஆடுமேய்த்துக் கொண்டு பனைவிடலி களுக்கு நடுவில் வாழ்கிறார்கள். அவள் குணம்தானே அவள் பெத்துப்போட்ட பிள்ளைகளுக்கும்!

அவளிடமே பால்குடித்து வளர்ந்ததை எல்லாம் செத்துப்போன அம்மாள் சொல்லி ஏங்குவாள். எல்லோரும் சீக்கிரமாய் எங்கோதான் போய்விடுகிறார்கள்.

பால்வற்றிப் போனால் என்ன? உடம்பில் என்ன சத்து

இருக்கிறது? மூணுவேளைச் சோத்துக்கு ஓடி அடைந்த பாடில்லை. கொஞ்சம் ஈரமாவது உடம்பில் கசிகிறதா? ஏன் பிறந்தான்? நாகலாபுரம் பஞ்சத்தில் அசையும் வறுமையில் எத்தனையோ ஜனம் ஊரைவிட்டு போனார்கள். ஆனால் போனவர்கள் நாகலாபுரத்தை நினைத்து ஏங்குவார்கள். அந்த ஊர் இருட்டில்தான் சுவரில் இருக்கும் சதுக்கபூதம் சிம்னி விளக்குமேல் எட்டிப்பார்க்கும் பிள்ளைகளுடன் ஆடி ஆடிக் கதைபோடும் சதுக்கபூதம் ஏன் மண் வீடுகளில் ஒட்டிக்கொள்கிறது?

இதற்கு முன் இவனுக்கு அக்காளும்தான் பிறந்தாள். பிறந்தபோதே என்னமாய் அழுதாள். வீடே அழுத குழந்தை யாகி விட்டது. சின்னப்பிள்ளை இருக்கிற வீடுதானே என்று சும்மா விடுகிறார்களா?

'புள்ளையை இப்படியா அழுகப் போடுவா...

இவுளுக்கெல்லாம் புள்ளை எதுக்கு' என்றால் அண்டை வீட்டுக்காரிகளுக்கு சமாதானம் சொல்லிக் கொண்டா இருக்க முடியும்? அன்றிலிருந்தே அழுகைச் சத்தம் வீட்டை விட்டு நகரவா செய்கிறது? 'செம்பா... என் செம்பா...' என்று மகளைக் கொஞ்சிக் கொண்டே இருந்தார்.

அவள் பிறந்த வருஷம் 'காசா'ப் போட வந்த சிஸியப் பிள்ளை தானப்பனும் அருகில் இருந்தான் வேடபட்டி பாட்டியின் பேரன். அங்கிருந்து நடந்துவந்து நாகலாபுரம் பஜாரில் காசா போட்டான். வண்டிப்பாதையில் யாரு மின்றிக் கேட்கும் தெம்மாங்குகளை முணங்கி நடப்பான் வேடபட்டிக்கு.

வடக்கேபோய் சாப் கடை வியாபாரம் செய்த சேர்வார் தாத்தாவின் கூடப்பிறந்த அக்கா ஊர்தான் வேடபட்டி, காட்டில் பயறு கிழங்கு கருப்பட்டி தோசை விற்று பருத்தி சேகரித்தாள். வேடப்பட்டி அக்கா மகனின் ஒரே பேரன் தானப்பன்பயல்.

தானப்பனைத்தானே 'மருமகப் புள்ளே...ய்யோவ்... மருமகப்புள்ளே...' என்று மகளுக்கு மாப்பிள்ளையை வீட்டோடு வைத்துக் கொண்டு மூச்சுக்கு மூச்சு மகளைப்

பற்றி கற்பனை செய்து கொண்டிருந்தார்.

'என்னவோய்... சந்தானம்... மருமகனையும் வீட்டிலே வச்சிட்டீரோ...'

'நல்ல வீட்டு மாப்ளைதான்... உம்மபாடு யோகந் தான்வே...' என்று பள்ளிக் கூடத்திலிருந்து வீட்டுக்குப் போகிற வழியில் கவுண்டபட்டி வாத்தியார் கேலியாய் பேசிவிட்டுப் போனார்.

மனசில் நினைத்ததையெல்லாம் மருமகனுக்குத் தையலில் இணைத்துக் காட்டி தானப்பனுடன் 'தையல் எப்டி மாப்ளே...' என்று திறமையைப் புகழச் சொல்லி சந்தோஷப் பட்டுப் போவார்.

கண்ணுக்குக் கண்ணாய் செம்பா இருந்தாள். காலுக்கு வெள்ளிக்கொலுசு வாங்க ராப்பகலாய் தைத்துச்சம்பாதித்தார்.

'செல்லம்மா...ஏட்டீ... இனி எல்லாமே செம்பாக்கு தாண்டீ... உனக்கிள்ளட்டீ' என்று குழந்தையாய் குதிப்பாரே.

அன்று ராத்திரித்தான் விஷஜுரத்தில் வெள்ளைத் துணிக்குள் நடுங்கிக்கொண்டே கிடந்தாள். 'செம்பா... செம்பா...' என்று தலைமாட்டில் உட்கார்ந்து கொண்டே அந்த அகல் விளக்கு மாதிரி பயந்து நடுங்கிக் கொண்டே இருந்தார்.

'அப்பா...அப்பா...' பிள்ளை உசார் இல்லாமல் கத்தினாள். மூச்சுக்கு முன்னூறு தடவை அவளுக்கு அப்பா தான். அப்பா மீது கையை போட்டுக் கொண்டு கிடந்தாள். தொய்வுபட்டுப்பட்டு மூச்சு அங்கும் இங்கும் அலை பாய்ந்து கொண்டிருந்தது. ஒரே ஒரு முறைதான் கண்ணை விழித்துப் பார்த்தாள். அப்போதும் கடைசியாக 'ப்பா...' என்று சொல்லிவிட்டுத்தான் போனாள். அப்பா மீது போட்ட கையின் விரல்கள் தானே விரிந்து நின்று விட்டன. அந்தக் கையில்தான் நாகலாபுரம் சந்தையில் வாங்கி வந்த கருப்பு வளையல் இருந்தது. தானப்பனைக் கூட்டிக் கொண்டு ராத்திரியோடு ராத்திரியாய் செம்பாவை அடக்கம் செய்து விட்டு வந்து படுத்தவர்தான்.

'மகளே...' என்ற ஏக்கப் பெருமூச்சு உள்வாங்கி நெஞ்சுத்

தடத்தில் புகைந்து புகைந்து கூடுவைத்துப் போய்விட்டது.

தானப்பன் வேலையில்லாமல் அலைந்தான். 'மருகப் புள்ளே... இந்த தையல் மிஷினை எடுத்துக்கிட்டு வடக்க போய் பௌச்சிக்கய்யா ராசா...' என்று அவனை கட்டாயப் படுத்தி மிஷினையும் கொடுத்து சாத்தூரில் ரயில் ஏற்றி விட்டுத் திரும்பி வந்தார்.

இப்போது ராஜா பிறக்கவும் போன உயிர் திருபும்பி வந்து 'தானப்பா...' என்று தன்னை அறியாமல் கூப்பிட்டுக் கொண்டு திரிகிறார்.

எங்காவது தானப்பன் சௌக்யமாய் இருக்க வேண்டும் என்று வேண்டிக் கொள்ளாத நாள் இல்லை.

எப்பொழுதெல்லாமோ பாக்கி விழுந்து போன தையல் கூலிகளை வசூலிக்கப் போய் வருவார். போன இடத்தில் எவனாவது மனம் இரங்கட்டுமே!

தானப்பன் இருந்தால் கெடுபிடியாக சண்டை போட்டு வாங்கி வந்துவிடுவான்.

இப்போதும் யாரிடமாவது கேட்டுப் பார்த்துவிட்டு வருவதாகச் சொல்லி விட்டுப் போகிறார். எவன் அழைக்கப் போகிறான் இவரை. செல்லம்மாள் 'வீட்டுக் கூடத்தில் துணியை விரித்து ராஜாவைப் படுக்க வைத்த போது அள்ளி முடிந்த தலைமுடி சரிந்து பிடரிக்கும் கீழே தொங்கியது. அடங்காத முடியை அள்ளி மடக்கிச் சொருகுகிறாள்.

எப்பொழுதெல்லாமோ செல்லம்மாளுக்காக அவர் காட்டுப் பாதைகளிலெல்லாம் ஒவ்வொன்றாய் பறித்துக் கொண்டு வந்த பூக்களைத்தான் மறக்க முடியுமா? எத்தனை காலம் ஆனாலும் காட்டுப்பூ வாசனை மனத்தை விட்டுப் போய்விடவா செய்யும்? நாகலாபுரத்தைச் சுற்றி எத்தனை பூக்கள் உதிர்ந்தன அன்று.

இப்பொழுதுகூட சந்தானத்துக்கு செல்லம்மாளின் கூந்தல் பிடித்துத்தான் இருந்தது. எது வந்துவிட்டால் தான் என்ன? கையில் இருந்தால், எதுதான் திரும்ப வந்துவிடாது. பொய்யாக மனதில் எதையாவது போட்டு வைத்துக் கொண்டால் போகிறது.

செல்லம்மா வெளியே வந்து எட்டிப்பார்த்த போது தெரு முனையில் வந்து கொண்டிருந்தான். கையில் சௌரிமுடிகளுடன் கூவிக்கொண்டே வந்தவன்.

இன்னும் நாலைந்து வீடுகளுக்கு அந்தப் பக்கம்தான் அவன் குரல் வந்து கொண்டிருந்தது.

'முடீகள் கட்ரது... சௌரிமுடீகள் கட்ரது...சௌரி..'

வேகமாய் வீட்டுக்குள் திரும்பிவந்தாள். அந்தத் தையல் மிஷின் இருந்து போய்விட்டிருந்த இடத்தில் கிடந்த பழைய டப்பாவை உருட்டினாள். தூசு கிளம்பி வந்தது.

சாயம்போன நூல் கண்டுகளுக்கும் உடைந்த பித்தான், ஊசிகளுக்கும் இடையில் அகலமாய் வாயைத் திறந்து கொண்டு பார்த்த கத்தரிக்கோலை எடுத்தாள்.

சூடு இன்னும் ஆறாமல் இருந்த தலையில் கொஞ்சம் தண்ணீரை தெளித்துக் கொண்டு வந்துவிட்டாள்.

●

௯

கழுதையாவாரிகள்

பெருநாளியிலிருந்து திரும்பிவந்த அய்யன் முகம் இருண்டிருந்தது. துண்டை அவுத்து முகத்தைத் துடைத்துக் கொண்டான். அப்படியும் முகம் கசங்கலாய் இருந்தது. எதையோ பறிகொடுத்திருந்தான். நெஞ்சைப் பிடித்துக் கொண்டான். படபடப்பை அவனால் நிறுத்த முடிய வில்லை.

'எந்திரேகமெல்லாம் பத்தி எரியுதே. ஏமாந்திட்டனே... அநியாயமா என் உருப்படி பூராம் போச்சே. நாசகாரக் கூட்டம் கூட இருந்தே கழுத்த அறுத்துப் புடுச்சே... அடியே சுந்தரீ..'

-என்று பெஞ்சாதியைக் கூப்பிட்டுக்கொண்டே ரோட்டு நெடுக புலம்பித் தள்ளாடிக்கொண்டு வந்தான்.

ஊர்மந்தைத் தோட்டத்தில் பச்சை இலைகளுக்குள் குனிந்திருந்த பெண்கள் எட்டிப்பார்த்தார்கள். களை எடுத்துக் கொண்டிருந்தவர்கள் செடிகளுக்கு இடுவலில் பேசிக் கொண்டார்கள். 'என்ன இன்னைக்கு ஏகாளி தள்ளாடுதானே என்ன... அப்படி ஒன்றும் குடிகாரன் இல்லியே ம்ம் என்னமோ...' என்று கன்னத்தில் விரலை வைத்து கேட்டுக் கொண்டார்கள் அவர்களுக்குள்.

அய்யன் வீடுவந்ததும் வாசலில் கல் தட்டியது. கால் தடுமாறினான். கழுதைக்குக் கஞ்சிவைக்கும் பானையை எத்தினான். ரெண்டாகப்பிளந்த பானையை எடுத்து தூக்கிப் போட்டு மிதித்தான். சுக்குசுக்காய் நொறுங்கிய ஓட்டுச் சில்லில் - நின்றபடி 'கழுதப்பாவத்தை வெலை கொடுத்து

வாங்கிட்டனே..' என்று வாயில் கள்ளு நுரைதெறிக்க கண்களை உருட்டினான்.

ரொம்ப நேரத்துக்குப் பிறகு சுந்தரி வீட்டுக்குள்ளிருந்து அருவமில்லாமல் வெளிப்பட்டாள். அவனை இரக்கம் அவிந்த கண்களால் பார்த்தாள். ஏத்தா... சுந்தரீ... என்று பெஞ்சாதியைக் கட்டிக்கொண்டு மருகினான். மூச்சு வாங்கியது. இந்தப் பெருமூச்சை அய்யனால் நிறுத்த முடியவில்லை. அய்யன் மனசு கொதித்தது.

'ஒன்றுமறியாத பாவீ உனக்கேன்யா இந்தப் புத்தீ' என்றாள் சுந்தரி. அய்யன் கண்ணீரின்றி வரட்டுச் சத்தமாய் கேவினான். 'அய்யனே உனக்கு ஆங்காரம் ஆகாது. உம்ம மனசு குளுந்திரணும். எப்பவும்போல இருக்கணும். அய்யனைத் தேற்றினாள். அவளின் குளுந்த வார்த்தைக்கு கிரங்கிப்போய் அய்யன் தூங்கி விட்டான்.

கழுதைகளை விற்றபிறகுதான் அய்யன் இப்படி எல்லாம் நிதானமிழந்து போயிருந்தான். பெருநாளியாவாரிகளின் கூட்டுச்சதிக்குள் அகப்பட்டு ஒன்றுக்குப் பாதியாய் கழுதைகள் விலைபோயின.

இடுப்புவில் ஓடிய பொதிசுமந்த கழுதைகள் என்றுகூட பாராமல் வயதான கழுதைகளையும் விற்றுவிட்டான். அய்யனின் கழுதைக்கு நிகராக குதூகலம் அடைவதற்கு ஊரில் யாருமில்லை. ஊரின் மௌனத்துடன் இருட்டுடன் கழுதையின் முகபாவத்தைப் பார்க்காமல் அய்யனால் எப்படி இருக்க முடியும். அவற்றின் கணைப்பொலியில் தெருக்களும் சுவர்களும் சத்தம் போட்டு பதில் குரல் கொடுத்தன. அய்யனே அய்யனே... என்று யாராலும் கண்டுகொள்ளவே முடியாது. அய்யனையும் அய்யனின் கழுதைகளையும் கட்டற்ற அலைச்சலும் தான் தோன்றிக் குணமும் அய்யனை விட்டு எங்கே போய்விடப் போகிறது. வினோதப்பிறவிகள் அவனைவிட்டுப் போய் விட்டன. வண்ணாக்குடும்பத்தில் கழுதையில்லாமல் என்ன செய்ய.

எல்லாம் புள்ளையாண்டன் ராசப்பனின் படிப்புக்காகக் கழுதைகள் இரையாகி விட்டன. வாங்கிய கடனுக்கெல்லாம்

கழுதைகளை விலை கொடுத்தான். அய்யன் பணத்துக்கு எங்கே போவான்.

கழுதை வித்துப் படிப்பாளியானான் ராசப்பன். வண்ணாக் குடி வீட்டுக்குள் அரக்கு இருள் மண்டிக் கிடப்பதை சிம்னி விளக்கு எத்தனை நாளைக்கிப் போக்கும். தூங்கல் விளக்கி லிருந்து ராத்திரியெல்லாம் கசிந்த மனத்தாங்கலான ஒளிக் கசிவு அய்யன் முகத்தில் அழியாத இருட்டைப் பூசியது. ராசப்பன் எப்படி இந்த இருட்டைத் துடைத்துவிடப் போகிறான்.

கழுதைவித்த பட்டத்துடன் ராசப்பன் டவுனுக்குப் போய் விட்டான். திருநெல்வேலி டவுனில் பசை போட்டுத் தேய்த்த காக்கி சூட்டும் யானைக்காது அகலத்தில் அரைக்கை சட்டையுமாகப் போகிறான்.

தெருத்தெருவாய் முக்குமுடங்கி எல்லாம் சிகப்புத் தபால் பெட்டியின் பூட்டுப்போட்ட வாயைத் திறந்து உள்ளே இருந்த தபால்களை கோணிச்சாக்கில் (மெயில்பை) வாரிச் சுருட்டிக்கொண்ட வினாடிக் கணக்கில் தெருக்களில் மறைந்தான்.

அப்பச்சீ அப்பச்சீ எம்மகன் ராசப்பா உத்தியோகத்துக்கு வந்திட்டான். அப்பச்சி புண்ணியந்தான். எம்புள்ளை படிப் பாளியாயிட்டான். அப்பச்சி மறக்க மாட்டானே என்று அப்பச்சி வீட்டு திருணை குளிர நயந்து சொன்னான் பணிவாக.

திருணையில் சாய்ந்திருந்த கோதண்டராமுத் தேவருக்கு முதுகு குளிர்ந்தது. முதுகை நிமுத்தி உட்கார்ந்தார். அப்பச்சி மீசையும் கன்னமும் பெருமிதத்தில் சிரித்தது. ‘அடே அய்யனூ நீ நல்லாரு. ஏகாளி தொழில் செய்ய பிறந்தவன். நம்ம புள்ளை நீ. எல்லாரும் டவுனுக்குப் போயிட்டா யார்ரா அழுக்கு எடுக்குரது உம் மகன்அங்க இருக்கட்டும். நீ இங்க இரு-’ என்று ஞாயத்தைச் சொன்னார் அப்பச்சி.

ஆட்டும் ஆட்டும் அப்பச்சி - என்று தலையை உருட்டினான் அய்யன். அப்பச்சிவீட்டு அழுக்கை தனீ அந்தஸ்துடன் பொட்டணம் கட்டி கக்கத்தில் தூக்கிக்

கொண்டு போகிறான். அப்பச்சிமார் வீடெல்லாம் திரட்டிய அழுக்கு உருப்படிகளை வாசலில் குமித்தான். சுந்தரி பொதி கட்டினாள்.

கழுதைகள் போனதால் அய்யன் பிழைப்பு சீவனில்லாமல் போயிற்று. வயதான சுந்தரியும் அய்யனுமாக அழுக்குப் பொதியைச் சுமந்து கொண்டு துறைக்குப் போகிறார்கள்.

கம்மாய்க்குள் வாயாடி அலைகள் சின்னச்சின்னதாய் வந்து அய்யனிடம் கதையடிக்கும். ராசப்பனுக்கு எந்த தெசையில் இருந்து பொண்ணு கொண்டாரப்போர அய்யா ஏகாளீ உன்னத்தான்யா... என்று துவைக்கிற கல்லுக்கடியில் மோதுகிற கம்மாத்தண்ணி சத்தம் போட்டுத்தான் கேட்கும் அய்யனிடம்.

வெத்தலைக்காரை பிடித்த காவிப்பல்லால் அய்யன் வானத்தை அண்ணாந்து சிரித்தான். வெளுத்த உருப்படி களாய் மேகங்கள் நகர்ந்து கொண்டிருந்தன. வானத்து உயரத்தில் காய்ந்து கொண்டிருந்த மேகத்துப்பட்டிகளை திரும்ப எடுப்பதாகக் கனவு கண்டிருப்பான். நகர்ந்து செல்லும் மேகங்களுக்கு இடுவலில் இருந்து ராசப்பன் இறங்கி வரக்கூடும். இப்படி விழுந்து விழுந்து வானத்தைப் பார்க்கிறானே. அய்யனின் கனவுதான் என்ன.

வெயில் சுருங்கி முகத்தைச் சூம்பிய ஈரவிரல்களால் துடைத்துக்கொண்டு துவைகல்லின் மேல் குத்த வைத்தான். மூட்டுவலி எடுத்தது.

ராசப்பனின் ஆத்தா கம்மாக்கரை சரிவில் முள் மரங் களில் காய்ந்த துணிகளில் சிக்கிய முள்ளை எடுத்துக் கொண்டிருந்தாள். முள் மரத்தின் அடர்த்தியற்ற ஊசி நிழல் ராசப்பனின் நினைவாய் விரிந்தது கிளைவிட்டு.

ராசப்பன் வேலைக்குப் போயிட்டான். முள் மரத்தில் என்னென்னமோ நிறத்தில் உருப்படிகள் காய்க்கு மென்று நினைத்தாள். ஆத்தாளின் பேதை மனசு எதைத்தான் நினைக்காது.

ஆத்தாள் சுந்தரியின் சேலை முந்தி மறைவில், புள்ளை பொண்ணோ பூவோ என்று சிகப்புபொட்டும் நேர் உச்சி

எடுத்து கோரை முடியுமாக வளர்ந்தானே. மேல் சட்டை பையில் பேனாவும் கட்டை விரலில் ஊதாமைக் கசிவுமாக 'நிழல்ல குத்தவைத்து இருக்கான் எம்புள்ளை' என்று நினைத்ததும் முள் மரத்தின் கொடுக்கு முள் குத்தியது நறுக்கொன்று.

ராசப்பன் திருநெல்வேலி முனிசிபாலிட்டி சிமெண்டு ரோட்டில் குதிங்கால் தேய வந்துகொண்டிருந்தான். மெயில் பையை அடுத்த தோள் பட்டைக்கு மாற்றிக் கொண்டான்.

நேப்பாளத்திலும் பூட்டானிலும் கழுதைகள்தான் மெயில் பொதி சுமப்பதாக நேப்பாள வரலாற்றில் படித்திருந்தான்.

சிந்துபூந்துறையில் ஆள் உயரத் தபால் பெட்டி, முக்கு திரும்புகிறவர்களை உடனே கையும் களவுமாகப் பிடித்து கையிலிருந்த தபாலை, பிடுங்கிக் கொள்வதற்காகக் காத்தி ருந்தது. எந்திரமாகிப்போன ஸ்ரீமான்கள் எழுதிய தபாலை வாரக்கணக்கில் கைப்பையில் வைத்துக் கொண்டு தபால் பெட்டியில் சாய்ந்து பேசிக் கொண்டிருந்தார்கள். அவர் களிடம் கேட்டுக்கொள்ளாமலே பெட்டிதிறந்து மூடினான்.

மெயில் பையுடன் ராசப்பன் சிமெண்டு ரோட்டை விட்டு தார்ரோட்டில் ஏறி நடந்தான். ஜங்சனைப் பார்த்துத் திரும்புகிற ரோட்டுத் திருப்பத்தில் போலீஸ்காரர் பீட்டில் நின்றிருந்தார்.

எதிரே கிடந்த தார் ரோட்டில் கழுதைகளைப் பார்த்ததும் திகைத்து நின்றான். மருண்ட கண்களுடன் கும்பலாக கழுதைகள் நின்று போயிருந்தன. போலீஸ்காரரின் தொப்பித் தலை கழுதைக்கு நேராகத் திரும்பியிருந்தது.கழுதைகளை நகரவிடாமல் ரெண்டு கையாலும் ஸ்டாப் ஸ்டாப் என்று ஆசீர்வதித்தார். ஆசீர்வதித்த கையை எடுக்காமல் அசையாமல் நின்றார். ஊதா தொப்பி கழுதைகளுக்கு நேராக நீட்டிக் கொண்டிருந்தது.

ட்ராபிக் இடைஞ்சலுக்குள் அகப்பட்ட கழுதைகள் ரோட்டைக் கடக்க முடியாமல் தவித்தன. சுமக்க மாட்டாத ஆத்து மணல் பொதிகளை பிட்டி எலும்பு ஒடிய சுமந்து

கொண்டிருந்தன. கழுதையின் வளைந்த முதுகும் வயிறும் தரைக்கு அமுங்கியது. கிழிந்தமூக்கை விடைத்துப் பொருமியது. வாயிலும் மூக்கிலும் நுரை தள்ளிக்கொண்டிருந்தன.

கழுதைகளுக்குப் பின்னால் வெருண்ட சத்தத்துடன் டவுன்பஸ் காத்துக் கிடந்தது. கழுதைகளை உரசியபடி நின்ற டாக்சியின் மூக்கான மக்காட்டுத் தகரம் பட பட‌த்தது. வாகனங்கள் வினோதமாய் அழுதன.

கழுதைகளைச் சுற்றிச் சந்தடிகளும் இரைச்சலும் இருண்ட திரள்களாக நெருங்கிக் கொண்டிருந்தது.

கழுதைகளின் முகத்தில் கவிந்த சோக பாவத்தை பார்த்ததுமே ஈரக்குலை நடுங்கியத ராசப்பனுக்கு.

மெயில் பையை அடுத்து தோள்பட்டைக்கு மாற்றிக் கொண்டான். கைகள் குரக்கு வலித்தது. முதுகு வேர்க்க போலீஸ்காரரைப் பார்த்தான்.

வடக்கும் தெற்குமாக வண்டிகள் போவதற்கு வழி வகுத்துக் கொண்டிருந்தார் போலீஸ்காரர். இன்னும் கழுதைகள் சாலை விதிமுறைகளை தீவிரமாக அனுஷ்டித்துக் கொண்டிருந்தன.

போலீஸ்காரரின் பகீரத முயற்கிகளால் கழுதைகள் ட்ராபிக் சட்ட நுணுக்கங்களை கற்றிருக்க வேண்டும். கழுதைகளும் டவுன்பஸ்களும் டாக்ஸிகளும் சாலையைக் கடந்து போகின்றன.

கண்தூரத்தில் மணல் பொதிகளுடன் அவற்றின் குளம் பொலிகள் தார் ரோட்டில் ஒலித்துக் கொண்டிருந்தன.

கழுதைகள் போகிற இடத்தைக் கண்டுபிடிக்கும் ஆசை உந்தித்தள்ள ராசப்பன் அவற்றைப் பின்தொடர்ந்தான் தபால் பொதியுடன்.

ரயில் தண்டவாளங்களுக்கு அருகில் அருணகிரிநாதர் லாட்ஜ் நாலுமாடிசுவர் விளிம்பில் மறைந்து நின்றான். தலையை நீட்டி எட்டிப்பார்த்தான்.

லாட்ஜுக்கு கொஞ்சந்தள்ளி அரை குறையாக எழுந்து நின்ற நட்சத்திர ஹோட்டலின் அடிவாரத்தில் கழுதைகள் நின்றன.

காண்ராக்டர்களும் மேஸ்திரிகளும் கழுதைப் பொதி களை புரட்டி எடுத்து அம்பாரமாகக் குமித்தார்கள். உடனடி யாக அடுத்தநடை. மணல் சுமக்க கழுதைகள் காலிச் சாக்கு களுடன் திரும்பி வந்துகொண்டிருந்தன.

ராசப்பன் அருணகிரிநாதர் லாட்ஜ் சுவர் ஓரமாக ஒளிந்து நின்றான். ராசப்பனைக் கடந்து கழுதைகள் போய்க் கொண்டிருந்தன.

ராசப்பன் கழுதைகளைப் பார்த்தான். அவற்றின் முகபாவத்தில் மாறாத தான்தோன்றித்தனம். செம்பட்டைக் கண்ணுக்குள் அய்யனும் ஆத்தாளும் ஊரில் குட்டிச்சுவராகிப் போன வண்ணாக்குடியும் தெரிந்தது. கழுதையின் கண்கள் அவனை ஊடுருவின. அப்பாவிக் கண்கள் சொல்லவந்ததை எல்லாம் கூர்ந்து கேட்டான். உச்சந்தலை வியர்த்தது. நெற்றி நரம்பு விடைத்து முறுக்கியது. முகத்தை மூடிக்கொண்டான் ராசப்பன்.

கழுதைகளின் அருவம் தார்ரோட்டு நெடுகிலும் தேய்ந்து போய்க் கொண்டிருந்தது. கழுதைகள் போனதும் முகத்தி லிருந்து கைகளைப் பிரித்தான். கட்டிடங்கள் அசைந்தன. தார்ரோடு நெளிந்தது. அந்து விழும் போல் சூரியன் ஆடினான். தார்ரோடு கசிந்த கொப்பளத்தில் கழுதைகளின் கால் சுவடுகள் பதிந்து கிடந்தன. கருகிப்போன முகத்தைத் தூக்கிக் கொண்டு ராசப்பன் போஸ்ட் ஆபீஸை நோக்கி நடந்தான்.

திரும்பவும் கழுதைகளின் குளம்பொலிகள். தார் ரோட்டைத் தட்டித்தட்டி நடந்து போகின்றன.

தெருக்களும் காரைச் சுவர்களும் கழுதைகளைப் போல் தலை அசைந்து நடந்து கொண்டிருந்தன கழுதைகளுடன் சுவர்களில் கழுதைகளின் கணைப்புக் குரல், தேய்ந்து கொண்டிருந்தது.

கழுதையைக் கட்டி மேய்க்கிறவர்கள் கழுதைகளுக்குப் பின்னால் தொடர்ந்து கொண்டிருந்தார்கள். கழுதைகளுக்குத் தெரியாமல் அவற்றின் பாதைகளை மாற்றி விடுகிறார்கள் தினம் தினம்.

மனித அவமதிப்பின் மொத்த மூஞ்சியான கழுதையின் குப்பைச் சாம்பல் மூக்கு ஆங்காரமாய் விடைக்கிறது. கிழிபட்ட மூக்கால் ப்ர்ர்ர்ர்ர் ப்ர்ர்ர்ர்ர் ரென்று கனைக்கிறது கழுதை.

தார்ரோடு முழுவதும் கழுதைகள் பொதி சுமந்து வருகின்றன.

●

10

பாழ்

ஆண்டாளை அவர்கள் பேர்சொல்லி அழைக்கவில்லை. அவள் நடக்கும்போது சுடக்குச் சத்தமும் கூடவே வந்தது. சின்னப்பிள்ளைகளுக்குத்தான் காது எப்போதும் தீட்டப்பட்டு இருக்குமே. உடனே காது கொடுத்துக் கேட்டு விட்டார்கள்; ஆண்டாளு நடந்துவருவதை 'சுடக்கீ... சுடக்கீ...' என்று கத்திக்கொண்டே ஆண்டாளுக்குப் பின்னால் ஓடிவந்தார்கள். அப்போதும் ஆண்டாளு அன்பானவள்தான்.

அவர்கள் எல்லாரையும் பூர்வீகத் தோட்டத்துக்குக் கூட்டிக் கொண்டுபோனாள். அங்குதான் அவளது மஞ்சக் கரிச்சானும் செம்புக்கூத்தான் பட்சியும் இருக்கிறது. குஞ்சுப் பட்சிகளெல்லாம் 'பன்னீரக்கா பன்னீரக்கா...' என்று அவளை விடாமல் கூப்பிடுகின்றன. உடனே பிள்ளைகளுக்கும் அது புரிந்து போனது. அவர்களும் 'பன்னீரக்கா.... பன்னீரக்கா....' என்று கூப்பிடத்துவங்கினார்கள்.

அந்தப் பூந்தோட்டத்தில் குடியிருக்கும் தூங்கல் தொத்த லான பண்டாரத்தின் செல்லமகள் பன்னீரக்கா. அவளோடு சேர்ந்துதான் சின்னப்பிள்ளைகளும் வளர்ந்து பருவ மடைந்து வந்தது. ஆனால் பன்னீரக்காளிடம் தான் எப்போது பார்த்தாலும் பூத்துக் குலுங்குகிற பருவம் தங்கி யிருந்தது. அவளோட பிராயம் அப்படி. சின்னதுகள் எல்லாம் குமரானதும் பூந்தோட்டத்துக்கு ஓடோடி வந்தது. மார்கழி மாசப் பனிபோல குளிர்ந்த மனசோடு அவர்களுக்குப் பூ உதிர்ப்பாள் பன்னீரக்கா.

விளைந்த காட்டுக்குருவிகள் எல்லாம் கருக்கலில் எழுந்து

கூப்பிட்டுக் கூப்பிட்டுத்தான் மார்கழி மாசம் வந்தது. மஞ்சக் குளிர்க்கிற நேரமும் அதுதான். பன்னீரக்காசமைஞ்சு குமராகி நிற்கிற கோலம் இப்போது. எல்லாருக்கும் குளுந்த பன்னீராய் உதிர்க்கிறாள். ஓடி ஓடி பூக்களை எடுக்கிறது குமருப்புள்ளைகள். பாத்திகளைச் சுற்றிச் சுற்றி பூ வெடுத்து சூடிக்கொண்டார்கள். பனியால் விரைக்கிற கைகளைத் தட்டித் தட்டி கும்மியடித்து பன்னீரக்காளைச் சுற்றிச் சுற்றி வலம் வருகிறது கும்மியாட்டம்.

கைமாறிக் கைதட்டும் கும்மியின் பின்னணியில் தாரகைப் பாடல் கேட்கிறது. அத்திவிருட்சத்தின் மேலிருந்து பன்னீரக்காளின் சித்திரவேலு பாடுகிறான். தாரகைப் பாட்டெல்லாம் தெரியும் அவனுக்கு. அவன் பாடும் போது ஏக்கக் குரல் கொடுத்தபடி தாரகைகள் தரை இறங்கிவரும். எல்லாக் குமருகளும் அவனை 'ஞஞ்ஞஞ்ஞஞ்ஞஞ்ஞே...' வென்று வக்கணை காட்டி விரட்டுகிறார்கள்.

சித்திரவேலு 'மோர்சிங்' வைத்திருக்கிறான். வரைந்த கண் வடிவ இசைக்கருவி. ரொம்ப இத்து துரு உதிர்ந்து வருகிறது அதில். மறைந்துபோன பட்டிக்காட்டுக் கூத்துக்காரனின் இசைக் கருவி அது. அந்தக் கூத்துக்காரப் பண்டாரத்தின் மகன் தான் சித்திரவேலு. பண்டாரம் செத்துச் சமாதியாகி விட்டான். அந்தச் சமாதியில் தீபம் சாத்துகிற மாடாக்கழி இருக்கிறது. அங்குதான் இந்த துருப்பிடித்த மோர்சிங் இருந்து வருகிறது. மழைக்காலம் பூராவும் தவளைகளின் கூப்பாடுகளோடு மோர்சிங் இசை எழுப்பியது, உயிர்களின் நாடித்துடிப்பாய். நாத்துப் பூச்சிகளோடும் மழைக்கால வண்டுகளோடும் இரைச்சலிடுகிறது பண்டார மகனின் இசைக் கருவி.

அவன் ஆதியூரை விட்டு மறைந்து கொண்டிருந்தான். அடிக்கடி ஆண்டாளைப் பார்க்க வருவான் பட்டணத்தி லிருந்து. அவன் வந்து வந்து திரும்பும் போது பாதை யெல்லாம் பன்னீர்ப்பூ மருகி அமர்ந்து கொண்டது. 'வாரும்... வாரும்... என்னை உம்மோடு கூட்டிக் கொண்டு போரும் போரும்...' மென்று வலியக்கேட்டது. அவனோ,

கிந்திக் கிந்தி பெருவிரலால் நடந்து போய் விட்டான்.

இவளுக்கு இஷ்டமெல்லாம் சித்திரவேலு மீதுதான். அவனோடுதான் வாழ்க்கை என்ற சங்கல்பம் செய்து கொண்டாள். அவனோ, காலை நொண்டியபடியே பட்டிணக் கரை தெருக்களில் பூ வித்துத் திரிந்தான். கோயில் படிக் கட்டில் கொளத்தாங்கரை முக்கில் பூ முடிந்து கொண்டே கூவிக் கூவி பூ விற்றான். ஆதியூருக்குத் தொலைவில் மறைந்து வந்தான் கொஞ்சங் கொஞ்சமாக.

'வருவான்... வருவான்...' என்று காத்திருந்தாள். பன்னீரக்காளை கட்டாயம் கூட்டிக் கொண்டு போய் விடுவான் என்று நம்பிக்கையாய் இருந்தது. அவன் வராமல் போகவே நிராசையாயிற்று எல்லாம். லபிக்கவில்லை. திரும்பி அழைக்கிற இவளின் குரல் எட்டாமலே காட்டுப் பாதையில் நின்று போனது.

இவளின் நம்பிக்கை பழுத்த இலைகளாய் சருகாகி உதிர்ந்தது. அழுதழுது உதிரத் துவங்கி, உதிர்ந்த பூவெல்லாம் உஷ்ண மூச்சில் உடைந்து விழும். விழுந்த பூவெல்லாம் விளக்குச் சரமாகி வீடுவீடாய் சுடர்விட்டெரியும் திரியற்ற தீபத்தில் எண்ணையின்றியே எரிந்து கருத்தது.

தோட்டத்து வீட்டின் முன் திண்ணையில் இருந்தபடியே காலங்காலமாய் பூக்கட்டி வரும் மாரிமுத்துப் பண்டாரம் தட்டுத் தடுமாறிக் கோர்க்கிற ஆரங்களில் பன்னீர்பூ அமர்ந்து கொண்டு வெள்ளெனவே பூசைக்கு கிளம்பியது.

'புள்ளையாரப்பா... எங்கண்ணுதாம் பத்தல... எங்கண்ணான மகளுக்கு வழிவிடுப்பா... பன்னீரு உதுந்து மருகுதே வரங்கெடப்பா ங்கப்பா...' வென்ற தழுதழுத்த தொண்டைக்கடியில் விக்கல் ஊதிப்புடைத்து கண்ணீராய் உடைந்தது. பிசு பிசுத்துக் கருப்பான கிளியஞ்சிட்டி தீபம் சாத்திவிட்டு வருவார் மாரிமுத்துப் பண்டாரம். ராப்பூராவும் புள்ளையாரப்பனின் முன்னால் முறையிட்ட படியே வாடித் துவண்டு கிடப்பாள் பன்னீரக்கா. விடியக் கருக்கலில் ஆதியூர் குமரெல்லாம் தண்ணிக்குடத்துடன் பூந்தோட்டத்துக்கு வருவார்கள். கிணத்தடியில் நின்றிருக்கும் பன்னீரக்காளிடம்

கேலியும் சீண்டலுமாய் வாளிச் சத்தமும் பேச்சுக்களுமாய் கலகலத்துக் கொண்டிருக்கும் காலை நேரம்.

வெயில் ஏற ஏற ஆதியூர்பாதைகளுக்கே கால் பொசுங்கிப் பொசுங்கி தோட்டத்துக்குள் வந்து கொஞ்சநேரம் வேம்படி யில் காலாறிக் கொண்டு மெல்ல எழுந்து ஊரை நோக்கி நடக்கிறது பாதை.

ஆதியூருக்கு வந்து சேரும் புதுப் பொண்ணுக்கு இந்தப் பூர்வீக தோட்டத்தோடுதான் பந்தம் முதலில். சின்னஞ் சிறுசுகள் சுற்றிவர புதுப் பொண்ணு தண்ணிக்கு வருவாள். குடத்திலிட்ட வெத்தலையும் பூவையும் கிணத்தில் மிதக்க விட்டு ஐதீகப்படியே பந்தம் கொண்டு விடுவாள்.

பூந்தோட்டப் பாத்திகளில் பிராயம் பூராவும் பூவெடுத்துத் திரிந்த ஆதியூர் குமருகளும் வாழ்கைப்பட்டுப் போனார்கள். கிணத்துக்குள் அவர்கள் மிதக்கவிட்ட கல்யாண வெத்தலை மிதந்து கொண்டு வரும். பன்னீர் பூவும் கிணத்தில் விழுந்து வெத்திலைப் படகைப் பிடிப்பதற்காகப் போராடியது. எப்படியோ படகில் ஏறிவிடும். வெத்திலைப்படகு சுவர் ஒதுக்கி, சுவரில் தட்டித் தட்டி அலை அடிக்கவும் நடுக் கிணற்றில் சிக்கிக் கொண்டு தத்தளித்தது. படகு சரிந்து தண்ணிக்குள்ளே மூழ்கிக் கொண்டிருந்தது பன்னீர்பூ. திரும்பவும் பன்னீரக்கா பூ போடுவாள், நீந்திப் படகேறும் எந்தப் பூவாவது கரை சேராதா என்று. கிணத்துக்கு ஏது கரை?

கல்யாணமாகிப் போகிறவர்களோடு தானும் ஒருத்தியாய் போக வழியின்றி கிணத்தடியிலேயே நின்று போனாள் பன்னீரக்கா. இவர்களோடு நேசம் கொள்வதும் பிரிவதும் ஆறாத்துயரம் தருவதான சினேகமாய் தொற்றிவிடும். போகிறவர்களுக்கெல்லாம் மடிநிறைய பன்னீர் பூவை கொடுத்துவிட்டு அவர்கள் மறைந்த பின் பாதையை எட்டி எட்டிப் பார்த்தபடி அழுது கொண்டிருப்பாள் பன்னீரக்கா. இப்படியே காலங்கழிந்தது. பங்குனி மாசம் வந்தது. கோடை யின் கதவை 'கிரீச்' சிட்டு திறந்து கொண்டு கானல் அலை வீசியது, தோட்டத்தைச் சுற்றிச் சுற்றி. வெயிலின் உக்கிரம்

கூடக் கூட பட்சி இனங்கள் எங்கெங்கோ பறந்து சென்றன.

அவலப்பட்ட பன்னீர் விருட்சத்தில் இலைகளெல்லாம் உதிர்ந்து கொண்டுவந்தது. தோட்டத்திலுள்ள மற்ற விருட்சங்களும் உதிர்ந்து சூன்யமாய் நின்றன. மூளி நாரைகள் ஈட்டி மூக்கை முன் செலுதிப் பாய்ந்து வந்தது. மறுபடியும் ஆதியூர் தோட்டத்தில் இலைகள் தளுக்க வழியுண்டா-வென்று வானத்தை அண்ணாந்து அண்ணாந்து பார்த்தபடி ஏங்கிக் கிடந்தன கிழட்டு நாரைகள். பன்னீர் விருட்சத்தின் மேல் அமர்ந்து கொண்டு நரைமுடி தரித்த தாடி நாரைகள் தவம் மேற்கொண்டது.

வனாந்திரங்களில் மறைந்திருக்கும் பட்சி இனங்களின் துயரங்களை நினைத்து பன்னீர் விருட்சம் மிச்ச மீத இலைகளையும் உதிர்த்து அழுதது. எந்தப் பெண்ணாலும் தீர்க்க முடியாத பட்சிகளின் துயரங்களை பன்னீரக்கா அறிந்திருப்பாள். அவள்தான் விருட்சக் கன்னியாயிற்றே. பன்னீர் விருட்சத்தின் மேலெல்லாம் பட்சிகளின் எச்சம் பாறையாய் உறைந்துவிட்டது. முடிவற்ற காலங்களுக்கும் பன்னீர் விருட்சம் பட்சிகளுக்காக வாழ்ந்து கொண்டிருக்கும். மீண்டும் பட்சி இனங்களை வந்து சேரும்படி வேண்டிக் கொண்டது பன்னீர் விருட்சம்.

ஒரு சொட்டு நீரும் இல்லாமல் மூளி வானம் ஓட்டையாகிக் கிடந்தது. வெயிலின் உக்கிரம் மடங்கி சாயந்திரக் குடைவிரிந்து விட்டது. எங்கிருந்தோ சரசரத்துப் பறந்து வந்தது செம்புக்கூத்தான் பட்சி. பன்னீரக்காளின் துக்கம் உள்ளடங்கி, பொங்கிப் பொங்கி எழுகிற சிரிப்பொலியால் தோட்டமே குலுங்கியது.

சிறு தூரலாக மழைவரத் துவங்கியது. செம்புக்கூத்தானே மழைமேகத்தைக் கொண்டு வந்திருக்க வேண்டும். மழைத்துளி பட்டு விருட்சங்கள் ஆனந்தத்தால் மெல்ல அசைந்தன. இலைகளில் சாயந்திரச் சூரியனின் வெள்ளை ஒளிபடிந்து உறைந்திருந்தது. இலைகள் கலகலத்தன. தோட்டமே ஒளிகொண்டு நிகழ்வதைப் பார்க்க எல்லா பட்சிகளும் ஆஜராகிக் கொண்டிருந்தது. ராத்திரியோடு ராத்திரியாய்

விருட்சங்கள் கொழுந்து விட்டுதளிரத் துவங்கி விடும். தபஸ்வியான பன்னீரக்காளின் தவம் காலங்கடந்து சித்தி யானது. பட்சிகள் எல்லாம் தோட்டத்தில் இறங்கி மெல்லிசை எழுப்பத் துவங்கிவிட்டன.

தெலாக்கல்லில் வந்தமரும் மஞ்சக்கரிச்சான், தெலா இறைக்க இறைக்க மேலுங்கீழும் போய்7 ஊஞ்சலாடும். தெலா இறைக்கும் மாரிமுத்துப் பண்டாரத்துக்கு தலையை தலையை ஆட்டியபடி வெத்தலைக் காவித்தாடிக்குள்ளிருந்து சிரிப்பு வரும் 'இஹி இஹியா...' என்று. தொடர்ந்து எல்லா நாட்களிலும் கேட்க முடியாத புதுக் குரல்களை எல்லாம் பன்னீரக்காளால் கேட்க முடிந்தது.எந்த யுகத்திலோ கேட்ட பட்சிகளின் சிறகொலி போல் சித்திரவேலின் நினைவுகள் வந்தன. காச்சல் கண்டவளைப்போல் மெலிந்து விட்டாள் பன்னீரக்கா, எல்லாவற்றையும் புதுசு புதுசாக பார்த்துக் கொண்டிருந்தாள்.

மேகங்கள் வேகவேகமாய் ஓடிக்கொண்டிருக்கும் பகல் வேளையில் திடீரென்று சூறைக்காற்று வீசியது. விருட்சங்கள் கூச்சலிட்டது. மொடு மொடுத்து அசைந்தது விருட்சம்.

குருவிப் படை எடுப்பால் தோட்டமே சுற்றிச் சுழன்று சப்தத்தின் சுழிக்காற்றாய் மேகத்தோடு பறந்து சுற்றி மெல்ல மாய் மறையும் குருவியின் ஒலிச்சலம்பல். விருட்சங்கள் பழுக்கிறகாலம் வந்ததும் பழத்தின் வாசம் காற்றில் மிதந்து சென்று எங்கெங்கோ திரியும் பட்சிகளுக்குத் தெரிவித்து விடும்.

'மாசியில் பழுத்துவிடும். அத்தியும் சீக்கிரம் பழுத்து விடும். குஞ்சுகளுக்குப் பிடித்த அத்திப்பழம் சீக்கிரமே உதிர்ந்து விடுவதால் குஞ்சுகளோடு வந்து சேரவும். முதிர்ந்த இறகுகளை இங்குவந்து உதிர்த்துக் கொள்ளவும்' என்றெல்லாம் பட்சிகளுக்கு தாக்கல் சொல்லி அனுப்பினாள் பன்னீரக்கா.

அவளது மைனாக்கள் வந்துவிட்டன, மஞ்சள் மூக்கை காட்டிக்கொண்டு. பழங்கள் தீரும்வரை மைனா கத்தித் தொலைக்கும். விருட்சங்களைவிட்டு விலகாமல் பழங்

களையே பார்த்தபடி காத்துக்கொண்டிருக்கும்.

ராத்தங்கலில் பரிச்சயமாகும் பட்சி இனங்களோடு பேசிக் கொண்டிருப்பாள் பன்னீரக்கா. சண்டை போட்டுக் கொள்வதிலும் தயங்கவில்லை அவள். பன்னீரக்கா மேல் அமர்ந்து கொண்டு மூக்கால் சிக்கெடுத்து முடிசிலுப்பி மோந்து பார்த்து உறவு கொள்ளும் மைனா. அக்காவுக்கு மூக்காலேயே தலைசீவி விடும் மைனா.

அத்தி விருட்சத்தின் மேல் மூக்கை வைத்து தீட்டிக் கொண்டு பழங்களை எச்சமாக்கி கொத்தி கோரையாக்கும் போது விதைகள் சிதறின. சிதறிய விதைகளைச் சுமந்து கொண்டு கட்டெறும்பு ஓடியது. அத்திப்பாட்டியின் லட்சப் பேரக் குழந்தைகளான சித்தெறும்புகள் எச்சம் பட்டதை எல்லாம் இணுக்கிணுக்காய் எடுத்துச் சென்று தோட்டத்தில் மறைந்திருக்கும் புற்றில் சேர்க்கும்.

காளியங்கோயில் பொந்துக்களில் அடைந்துகிடக்கும் காட்டுப் புறாவைப் பிடிப்பதற்கு ஆதியூர் சிறுவர் பட்டாளம் சுவர் ஏறி நகர்ந்து நகர்ந்து பொந்தை நெருங்கியது.

குஞ்சுகளோடு தப்பித்து தோட்டத்தில் சரண் புகுந்து புதர்களில் மறைந்து கொள்ளும் காட்டுப்புறா. ராத்திரியில் காட்டுப்புறா துயருற்று அழுதபோது புதரே அவலப் பட்டுக் கிடக்கும். தோட்டமெங்கும் காட்டுப் புறாவின் அழு குரலே பலநாளாய் கேட்டுவருகிறது. புறாவின் அழுகுரலே பன்னீரக்காளின் பெருந்துக்கமாய் மாறி விட்டது. நாள்பட அவள் திரேகம் கருத்து வருகிறது. அடிக்கடி கிணத்தை எட்டிப்பார்த்துக் கொண்டாள். கிணத்துக்குள்ளிருக்கும் அவள் முகம் பார்க்க ஒளி கொள்ளாது கலங்கிய மேகத்திட்டில் சிதைந்த நிலாவாய் கருத்திருப்பாள். பன்னீரக்காளின் முகம் சுருங்கி முதுமை படிந்து வருகிறது.

ஒவ்வொரு நாளும் சித்திரவேலின் நினைவு தொடர்ந்து வண்டிப்பாதையாய் தோட்டத்தைச் சுற்றியது. பூர்வீகத் தோட்டத்தின் விருட்சங்கள் ஒவ்வொன்றின் ஜீவனுள்ள தனித் தன்மையோடும் சேர்ந்துவிட்ட ஆதியூர் நாகலிங்க ஆசாரி சேர்த்த வண்டிச் சக்கரத்தில் ஆரக்காலின் நிழல் சுற்றிச்

சுற்றி ஆயிரங்காலாய் வந்து வந்து மடங்கும். திரும்பவும் நிமிர்ந்து முன் பாய்ந்து ஓடிவரும் ஆரக்கால். கூண்டு வண்டி யின் மூடுதிரைகள் உயரத்தூக்கி உள்ளிருக்கும் ஆண்டாளின் முகம்காட்டி மூடும், திறக்கும். அவள் முகத்தை சிணுங்கிச் சிணுங்கி அழுது, மூக்கைச் சிந்தி மூடுதிரையில் துடைத்துக் கொண்டு வந்தாள். இடையிடையே விசும்பல் கேட்கும். நாலுகால் பாய்ச்சலில் வரும் லம்பாடிக் காளைகளின் சலங்கைச் சத்தம் சித்திரவேலின் நினைவுகளை எழுப்பியது. தோட்டத்தை வந்தடையும் வண்டிக்குள்ளிருந்து பட்டுப் பாவாடை சரசரக்க ஓடிவருவாள் ஆண்டாளு. ஒவ்வொரு பூவிடமும் பிரேமை கொள்ளும் ஆண்டாளின் மனசு எங்கிருந்தும் பூவை அறியும். வாடி உதிர்ந்த பூவுக்கொரு தரம் அழுது கண்ணீர் வடித்த வண்ணம் பாத்திகளில் அலைந்து வருவாள்.

'ஆண்டாளு... ஆண்டாளு - அழுவாதடி ஆண்டாளு....' என்று ஆறுதலளிக்கும் பன்னீருக்கும் கண்ணீர் பொல பொலத்து பூவாய் சிதறும். பன்னீரைக் கட்டிப்பிடித்துக் கொண்டு 'எப்பயடிவருவான் சித்திரவேலு...' என்று ஏங்கிக் கேட்கையில் வெறுமனே பேசாதிருந்து விடுவாள் பன்னீரக்கா.

ஆண்டாளின் மனசில் உள்ளதை எல்லாம் ஞாபகத்தில் பிடித்தபடி பூ முடியத்தெரியும் அவனுக்கு. ஆதியூர் தெருக் களில் இறங்கி வீடுவீடாய் பூக்கொண்டு கொடுப்பான் சித்திரவேலு. அவன் தோன்றி மறைந்த சுவடுகள் இன்னும் தெருக்களில் மறைந்திருக்கும். ஒவ்வொரு நாளும் தோட்டத்தின் சிறிய கூரை வீட்டு வாசலில் காத்திருக்கும் ஆண்டாளுக்காக நட்சத்திரப்பூப்பறித்துப் போடுவான். நட்சத்திரப் பூப்பூக்கும் விருட்சத்தின் மேலிருந்து திரும்பவும் பாடல் கேட்கும். அவன் பாடல் வழி நெடுக- ஆண்டாளு போகுமிடமெங்கும் கூடவரும். நதியாய் சலசலத்து ஓடியது. நதியின் கரையாய் நீண்டுவரும் ஆண்டாளை தழுவி அணைத்திருப்பான் சித்திர வேலு.

நாதியற்ற பண்டார மகனின் எளிய நேசத்தால் தீராது

அவஸ்தைப்பட ஆண்டாளுக்கு விதித்திருந்தது. அன்றொரு நாள் விளையாட்டில் ஆண்டாளின் கழுத்தில் அவன் பூணிய நட்சத்திர மாலை என்றென்றும் ஜீவிதமாய் பூர்வீகத் தோட்டத்தில் நிலைத்திருக்கும். அவன் விட்டுச் சென்ற பாடல் இலைகளின் சலசலப்பில் படசிகளின் சிறகசைப்பில், கேட்டுக் கொண்டே இருக்கும். அவன் எங்கோ ஓடுகிற ரயில் வண்டியில் பாடிப்பாடி பூ வித்துத் திரிகிறான். எங்கு போனாலும் ஆண்டாளுக்காக அவள் நினைவு வரும்போதெல்லாம் பாடிக்கொண்டே இருந்தான்.

தோட்டத்தின் வெறும் வீடு, கூரை வீடே ஆனாலும் கூரை வீட்டின் கூம்பு கோபுரம்தான். இதன் சுவர்கள் இற்றுத் தளர்ந்து கீறல் விழுந்து கொண்டிருந்தது. கண்பத்தாத மாரிமுத்துப் பண்டாரம் பாத்திகளில் தட்டுத்தடுமாறிப் பூக்களைத் தேடிக் கொண்டிருந்தார். ஜீவனுள்ள வரைக்கும் ஆதியூரின் ஆன்மாவில் ஒளியூட்டுவார். பழகிய பாதையில் தடுமாறி விடாமல் புதர்த்தாடியை நீட்டிக்கொண்டு வீடு வீடாய்ப்போய் விளக்குச்சரம் கொடுத்து விட்டு இருளோடு மறைவார்.

திண்ணையில் முடங்கி ஒடிசலாகி மூச்சுவிடும் அவர் சரீரம். உருக்குலைந்த கந்தலுக்குள் அவர் மனசு பத்தரமின்றி அலைந்து கொண்டிருந்தது.

தோட்டத்தின் மதிப்புமிக்க நாட்களில் லட்ச லட்சமாய் வந்துபோன பட்சிகளின் சந்திப்பின் ஒலிச்சலம்பலைத் தேடிச் சென்றது அவர் மனசு. அவர் கண்ணுக்குக் குளிரூட்டும் வாஞ்சையுடன் ஒவ்வொரு நாளும் பூவுதிர்க்கும் பன்னீரைப் பார்த்தபடி முழித்திருந்தார்.

நிறுத்தி வைக்கப்பட்ட உலகமாய் விருட்சங்கள் மூச்சடங்கி நிசப்தமாகின. கிணத்துக்குள் உறைந்துவிட்ட சலம்பலற்ற தண்ணீரின் சாந்தமாய் பன்னீரக்கா அசையாது உதிராது மூளியாய் நிற்பதைப் பார்த்படி நிலைகுத்திய பார்வையோடு உறைந்து போனார் மாரிமுத்துப் பண்டாரம்.

தோட்டமே இறவையாகாமல் பாத்திகளில் ஈரமண் வாடையின்றி காய்ந்து விருவு தோன்றியது.

மூளியான பன்னீர்விருட்சத்தின் கிளைகளில் அஸ்த மிக்கும் சூரியன் வந்தமரும்போது நெருப்புக் கோளமாய் ஆங்காரங் கொண்டு நிற்பாள் பன்னீரக்கா.

சூழலே கிளைகளைச் சாந்தப்படுத்தித் தங்கநிற ஒளியின் மினு மினுப்பை அசைத்தபடி மாயங்காட்டும். விரைவில் பேரிருள் தோன்றி தோட்டத்தை விழுங்கியது. திரும்பவும் விளக்கேற்றப்படாமல் ஆதியூரே இருண்டது.

ஆதியூரில் தெருவோடு தெருவாய் நீண்டு வரும் தெருப் புழுதி, ஆட்டு மந்தையோடு தோட்டத்துக்குள் புகுந்தது. புழுதிப் படைக்குள், மேய்கிற ஆடே தெரியாமல் மறைந் திருக்கும் தோட்டம். பாத்திகளில் சுவடு பதிந்து மொட்டை மொட்டையாகி செடிகளெல்லாம் உயிர் விட்டு அலறும் போது கடைசி உச்சிதங்கள் தந்து விட்டுப் போகும் பட்சிகள்.

ஆதியூரில் மாதாவின் உற்பத்தி ஸ்தனங்களில் கொப்பு ளங்கள் கிளம்பி பால் வற்றி உயிர்ப்பு நீங்கிவிடும். ஈரமற்ற திரேகத்தில் விருவோடி கீறல் தோன்றியது. இறுகிய பாத்தி களில் புல்லின் நறுமணமோ-இலை யுதிர் காலத்து தங்கநிற ஒளியோ-கிணத்துக்குள் மிதந்து வரும் பச்சை தண்ணீரில் அலையின் முணுமுணுப்போ பட்சிகளின் சிறகொலியோ பூவுதிரும் பன்னீரோ யாரு மின்றிப்போகும் தோட்டம்.

ஆதியூரின் கண்களுக்கு இருண்டபாகமாய் மறைந்து வரும் தோட்டமே முள்கம்பி வேலியிட்டு மூடப்படும். தோட்டத்தில் புதிதாக முளைத்திருக்கும் குரூர விருட்சமான சுண்ணாம்புக் காளவாயில். காளவாயில் காரன் ஆதியூர் அருணாசலப் புலவர் ஊருக்கெல்லாம் சுண்ணாம்புக்கல் அளந்து கொடுப்பான்.

வீடுகட்ட, விழுந்த சுவர் வைக்க, வெளியை மூடும் கோட்டச்சுவர் எழுப்ப, உள்ளும் புறமும் வெள்ளை யடிக்க, தளம்போட, சுண்ணாம்புக்கல், சுண்ணாம்புக்கப்பி தயாராகும்.

கத்தாழையைத் தட்டித் தட்டி மடக்கிக்கட்டி மட்டை யாக்கி சுவரில் படிந்திருக்கும் காலச்சுவடுகளை வெளே ரென்று வெள்ளையடித்து நீக்கவும் பட்டை பட்டையாய்

மஞ்சக்காவி அடிக்கவும் தோட்டமெங்கும் சுண்ணாம்புக் கல் நீத்தப்படும்.

மூணுமரக்காதானியத்துக்கு ஒரு கோட்டை சுண்ணாம்பும் ஆழாக்கு சோளத்துக்கு பக்காப்படியும் அளந்து கொடுப்பான் அருணாசலப்புலவர்.

கருகிப் பொசுங்கிவரும் தோட்டத்தில் சுண்ணாம்பு தூசு பறந்து சுற்றியது. எண்ணற்ற விருட்சங்கள் சாய்ந்து வீழும். ஆதியூரின் கல்லு வீட்டு உத்திரங்களாய் அந்தரத்தில் கால் நீட்டிப் படுத்திருக்கும் விருட்சம். அசைக்க முடியாத இரும்புப் பூணுக்குள் அறையப்பட்ட விருட்சப் பலகைகள் கதவாகச் சேர்ந்து கொண்டு 'படார்'ரென்று முகத்திலடிக்க மூடிக்கொண்டது. கட்டிலாகி 'கிரீச்'சிட்டு அரக்கத் தூக்கங் கொண்டு குறட்டையிடும் விருட்சம்.

கொடூரமான கோடாரிகளே விருட்சங்களின் கணுக்காலில் விழுந்து காடுகளே அலறியது. அவலப்பட்ட காடுகளில் சுற்றிச் சுற்றி விருட்சத்தின் அலறல் கேட்டது. மிச்சமீத விருட்சங்கள் விறகாகி மறையும். விருட்சங்கள் பற்றி எரிகையில் கொள்ளிக்கட்டைகள் உருண்டு முணுமுணுத்தது. தோட்டத்தின் நடு மையத்தில் கரிமூட்டப்புகைக்குள்ளிருந்து பீடிக் கங்குடன் வெளிப்படுவான் அருணாசலப் புலவர்.

சுண்ணாம்புக் காளவாயில் வெந்து நீத்தியதுபோக எஞ்சி யிருக்கும் மண் மூடிய பாழ்கிணத்தை எட்டிப் பார்த்தபடி நின்றிருக்கும் வெற்றுத் தெலாக்கல்.

●

11

மூன்றாவது தனிமை

இரவு கழிந்துகொண்டே இருக்கிறது. வீடுகள் எல்லாம் ஜன்னல்களை மூடித் தூங்குகின்றன. தெரு நனைந்து போயிருந்தது. நடந்து கொண்டிருந்தேன் வீட்டில் இருக்க முடியாமல். எதில் ஒன்றினாலும் கஷ்டமாக இருந்தது. ஒண்ட இடமில்லாத குருவிகள் கரண்டுக் கம்பிகளில் குளிர் தாங்காமல் ஒடுங்கிய தலையுடன் நின்றிருந்தன.

உறைந்த மழை இரவு. தெருவில் கழுதைகள் மட்டும் சுவரோடு சுவராக மௌனமாயின. இரவில் கலந்து போன கழுதைகளின் அழுத்தமான சோகம். கழுதைகளை இழந்து விட்டதால் இந்த வாழ்க்கை அர்த்மிழந்து போனதா. என்னைப் பார்த்தும் அவைகளிடம் தனித்த மௌனம் கலையவில்லை. கழுதைகளைக் கடந்து போனேன்.

எந்த உறவிலும் பிடிமானம் கொள்ளாது விடுபட்ட உறவுத் தகிப்பில் தனிமை கொண்ட ஒற்றைப் பேடையென கருகும் இருட்டில் பறந்து கொண்டே கரையும் பட்சி ஒன்று தெருவைத் தாண்டிப் பறந்து போனது.

நிலா இருந்தது. வானத்தில் கலங்கிய படகு வடிவத்தில் தள்ளாடிப் போனது. நீர் சொட்டும் ஒரொரு நட்சத்திரங்கள் புள்ளிகளாய் கரைந்து மறைந்தன. லேசான வெம்பரப்பு தோன்றியிருந்தது.

எனது அறைக்கு வந்து கதவைத் திறந்ததும் மண்டிக் கிடந்த புழுக்கம் முகத்தில் அப்பியது. விளக்கைப் போட்டேன். அறை முழுவதும் வெளிச்சத்தில், புஸ்தகங்கள் மேஜைமீதும் அலமாரியிலும் தாறுமாறாகக் கிடந்தன.

இப்போது எதையும் ஒதுங்க வைக்க முடியாது.

ராமசாமியின் கடிதங்கள் மேஜைமீது இறைந்து கிடந்தன. அவற்றையும் அப்படியே விட்டுவிட்டு நாற்காலியில் சரிந்தேன். இப்போது எந்தப் புஸ்தகத்துடனும் இருக்க முடியவில்லை.

ஒவ்வொரு காலமும் புஸ்தகங்களோடு வந்துபோன ராமசாமி. அவன் வராவிட்டால் தவறாமல் வரும் கடிதங்கள். இப்போதும் எங்கோ ஒரு காட்டு ஸ்டேஷனில் நைட் டூட்டியில் கூட்ஸ் வண்டிக்கான சாவி வளையுடன் கையில் லாந்தருடன் நின்றிருப்பான். இரண்டு தினங்களுக்கு முன் வந்த அவனது கடிதம்.

'வாழ்க்கை தன் ஒவ்வொரு அடியையும் அவசரப்படாமல் மிக நிதானமாக ஆழமாகக் கொடுத்துக் கொண்டிருக்கிறது. தப்பிக்க இந்த சாதாரண 'ஜனமனோ நிலை' இல்லை. இருக்கிற மனச்சாட்சி அவ்வப்போது சிலீர்... சிலீர்... என்று குத்துகிறது. எதிர்த்து நின்று சவால் விடுகிற தெம்பு இல்லை. என்ன செய்ய முடியும் சொல்லு. ஜெயிக் கிறோமோ இல்லையோ அது வேறு விஷயம்.

எல்லோருக்கும் மற்றவர் பிரச்சினை எளிதாய்த் தெரி கிறது. வழிமுறைகளும் சுலபமாய்ச் சொல்ல முடிகிறது. ஆனால் தன் பிரச்சினை தீர்க்கப்பட முடியவில்லை. இதுதான் பொதுவான நிலைமை. இந்த வாழ்க்கை நம்மைப் போல ஊசலாடுகிற conscience உள்ளவர்களுக்குப் பெருந்துன்பம் தான். சித்திரவதைப் பட்டே சாக வேண்டியது தான். நமக்கு நாமே குழியைத் தோண்டித் தயாராகிக் கொண்டிருக்கிறோம். உள்ளே படுத்து மேலே மண்மேட்டை எழுப்பி நினைவுச் சின்னம் அமைக்க. அப்படி ஒரு வேளை நம்மில் யாருக் கேனும் நேர்ந்தால் நான் அவன் கல்லறையில் இதைத்தான் நட்டுவைப்பேன்.

'மனிதனாய் இருப்பதற்கும்
மனிதனாய் இறப்பதற்கும்
வீரத்தனம் வேண்டும்.' - ராமகிருஷ்ணா
மற்றவர்களுக்காவது சொரணையில் உறுத்தட்டும்'

அவன் தன்னை உருவேற்றிக் கொண்டிருக்கிறான். என்னோடு இருந்து வாழ்ந்து அவன் பழகிய புஸ்தகங்கள் எல்லாம் கலைந்து கிடக்கின்றன. ஒட்டுமொத்தமாக எல்லோரும் தனித்தனியாக வாழ்ந்து கொண்டிருந்தார்கள். அவரவர்களுக்கான பாதையில் ஏற்கனவே போய்க் கொண்டிருந்தார்கள். வழியில் என் அறைக்கு வருவார்கள். புஸ்தகம் வாங்கவோ, நேரம் போகவில்லை என்றாலோ, ஒரே ஊரில் இருப்பதாலும் இருக்கும். அதில் இலக்கிய அக்கறைக்கும் இடமிருந்தது. இதனால் எல்லாம் நட்பு வளர்ந்து விடுவதில்லை. எல்லாரும் நெப்போலியன் போன பார்ட்டின் கவசத்துடன் இரும்பு முகமூடிக்கு அடியில் சந்தேகச் சிரிப்புடன் என்னைச் சந்தித்தார்கள்.

இப்போது என் அலமாரியிலும் மேஜைமீதும் அவர்கள் படித்து அழுக்காகி பேனாவினால் முக்கியமான சேப்டர்களைக் கோடு கிழித்து உன்னதம் உன்னதம் என்று அடையாளம் காட்டிய புஸ்தகங்களும் புஸ்கின் மைக் கூடும் என்னிடம் உள்ளது.

ஆனாலும் ராமசாமியின் கடிதங்களில் இருக்கும் பாந்தமான உறவு. எல்லாம் புதுசாக இருந்தது. அவனுக்காக ஒன்றும் தரவில்லை. ஒரு வரி கூட எழுத முடியவில்லை.

எனது தனிமை எனும் மணல்வெளிப் பாதையில் நான் மட்டும். வறண்ட மணல்வெளியில் செங்குத்துப் பாறையை நோக்கி ஒரு சொட்டு ஈரமும் இல்லாமல் உலர்ந்துபோன நாட்கள்.

நாற்காலியில் இருந்து கொண்டு எதையாவது எழுதலாமென்றால் இருட்டில் உறைந்து போனது எல்லாம்; பேனாவைத் திறந்தால் ஒன்றும் ஓடவில்லை. பேனா நிப்புக்கும் நாக்கட்டைக்கும் இடையில் பாசி. மெல்லிய உயிர். மழைக்காலம் நிப்பின் துவாரத்தில் புகுந்து சிறு செடியாக வளர்கிறது. பேனாவின் முனையில் தளிர்க்கும் புதிய இலைகள். வேறு மையூற்றலாம் என்று புஸ்கின் மைக் கூட்டை எடுத்தால் மூடி திறக்கவரவில்லை. இறுகிய பேனாவின் கழுத்தைத் திருகி எடுத்தால் உள்ளே இருந்தது

வேர்களும் வெள்ளைத் தண்டுகளும். துண்டு துண்டாக பேனா டேபிள்மீது கழண்டு கிடந்தது.

எல்லாவற்றின்மீதும் நுண்ணுயிர்கள் பிறந்து சிரிக்கின்றன. அன்று பாதியில் படித்துவிட்டு மூடிய டாஸ்டாயெவ்ஸ்கி யின் 'ராயூத்' புத்தகத்தின் பக்கங்களில் பச்சைப்பாசி படர்ந்திருந்து.

ரைட்டிங் பேடில் கிளிப்புடன் சேர்ந்திருந்த வெள்ளைப் பேப்பரில் சிறுசிறு பூச்சிகள். ட்யூப்லைட்டில் அடித்து விழும் மழை வண்டுகள். வண்ணத்துப் பூச்சிகள் ஒருபொழுது வாழ்ந்தாலும் அழகுகாட்டிச் செத்துப்போகும் சில உயிர்கள்.

எனது அறை ஜன்னலைத் திறந்தேன். குளிர்ந்த காற்று அறைக்குள் புகுந்து சிலுசிலுத்தது. முகத்தை ரோசிக் கொண்டு பொடிப் பொடி வண்டுகள் உடனே படை யெடுத்து விட்டன உள்ளே.

சிறு தூறலாய் மழைவரத் துவங்கியிருந்தது. வீட்டுக்குப் பின்னால் புல்மண்டிய தண்டவாளங்கள். தெருவுக்கு மேல் வளர்ந்த மரங்களில் கருமை அடர்ந்த இலைகள். மழை சலசலக்கிறது. லேசாக ஆடும் மரங்கள். நனைந்த தண்ட வாளங்களில் செங்கோட்டை பாசஞ்சரில் தூங்கி வழியும் பிரயாணிகள். இரவு ரெண்டு மணிக்குமேல் இருக்கும். ஜன்னலில் ரயில் போகிறது. வண்டி எங்கிருந்து வரு கிறது இந்த மழையுடன். ஜன்னலில் அதிர்வுகள். நான் அசைந்தேன். யாருடைய தாலாட்டு. எனது தாய் யார்? ஜன்னல் கம்பிகள் குளிர்ந்து மனசை அழுத்துகின்றன. மங்கலான வெளிச்சத்தில் மழையோடு ரயில் போனது.

டேபிளில் கிடக்கும் எந்தப் புஸ்தகத்தையும் என்னால் எடுத்துப் படிக்க முடியாது. இப்போது ஒரு பீடி இருந்தால் போதும்.

என் வீட்டுச் சுவர்களிலும் தெருவின் கோட்டைச் சுவரிலும் கருப்புப் பாசி படிந்துள்ளது. எனது அறைக்குள் கருப்புப் பச்சை அரக்குப் பச்சை மஞ்சள் பச்சை என வண்ணம் பகிர்ந்து விழும் பூச்சிகள். விட்டில்கள். ஈசல்கள். மழையில் பிறந்ததும் விளையாட்டு ஆரம்பமானது. பூச்சி

களின் விளையாட்டு எந்தப் புஸ்தகத்திலும் இல்லை.

அறையைத் திறந்துகொண்டு குடையை விரித்துப் பிடித்தேன். பையில் பத்துப் பைசாவுடன் பஸ்டாண்டுக் கடைக்குப் பீடி வாங்கப் புறப்பட்டுப் போகிறேன்.

உரசிய தீக்குச்சி கைக்கூட்டுக்குள் பைய நிதானமாக எரிய பீடியைப் பற்றவைத்து சுண்டி இழுப்பேன். நெஞ்சில் இதமோ இதம். குடையை மடக்கிக் கக்கத்தில் வைத்துக் கொண்டு தம் பிடிப்பேன். எங்கும் மழையின் ஈரம். ஒரு டீக்கு காசு வேண்டும். ஒரு பில்டர் சிகரெட். கொஞ்சம் நாட்டுச் சாராயம்.

ஹலோ மைடியர் ராமசாமி... கம்ஹியர்... டேக் திஸ் பீடி.

●

12

கோப்பம்மாள்

அஞ்சாம் வகுப்பு கோப்பம்மாளுக்கு பச்சைக்கலர் பாவாடை தான் இருக்கிறது. பாவாடைதான் பச்சை என்றால் பெயரைக்கூட பச்சை என்று கூப்பிட்டார்கள். 'பள்ளிக்கூடம் வரும்போது தம்பியத்தூக்கிட்டு வராதே...' என்று அஞ்சாப்பு வாத்தியார் சொன்னார். 'பிள்ளை தூக்கப்போட்டுருவாக சார், எங்கைய்யா பள்ளிக்குடத்துக்கு வுடாது சார்' என்றாள்.

கோப்பம்மாவுக்கு பள்ளியைவிட்டு வெளியேறினால் அனேக வேலைகள் இருந்தன. ஊர்க்கஞ்சி எடுக்கப் போகணும். அதற்கெல்லாம் எப்பொழுதோ பழகிவிட்டாள். வீடுவீடாய் போய் விழுந்த உருப்படிகளை எடுத்து பொதியில் சேர்த்தாள். வீட்டில் கழுதைகள் நிற்காது. ஒவ்வொரு கழுதையும் ஒவ்வொரு திக்கில் திரியும். அவற்றை வீடு சேர்க்க வேண்டும். குட்டிக் கழுதை தரியில் நிற்காது. குட்டிக் கழுதை அவளைக் கண்டு ஓடும். மேட்டு நிலத்தில் நின்று பார்க்கும். கிட்ட வராது. கன்னுக்குட்டி என்று பெயர் வைத்திருந்தாள், குட்டிக் கழுதைக்கி. உன் அம்மா வீட்டுக்கு வந்து விட்டது. ஓடையில் நிக்காதே... என்று செல்லம் கொஞ்சினாள். கோப்பம்மாள் கன்னுக்குட்டியிடம் போய் நின்றாள். சின்ன மூஞ்சியில் அழகு வடிந்தது. திடீரென்று ஓடியது. அவளும் விரட்டினாள். வண்ணாக்குடியில் உள்ள கழுதைமேல் எல்லாம் அதிசயங்கள் இருந்தன. குட்டிக் கழுதை துள்ளியது. வண்ணாப்புள்ளை பள்ளிக்கூடம் போவது வண்ணாத்திக்குப் பெருமை.

பள்ளிக்கூடம் போனால் தம்பி அழுவான். குரங்குக்

குட்டி மாதிரி சவலைப்பிள்ளை அது. அண்டி தள்ளி வீசும். அவன் கிட்டத்தில் யாரும் ஒட்டவில்லை. தம்பி ஆயிருந்து விடுவான். பள்ளிக்கூடத்தில் முகம் சுழித்து வகுப்பறையே ஓடியது.

வண்ணாத்தியை அடிப்பதை என்று நிறுத்துகிறோமோ அன்றே உலகம் பாழ் என்ற பிரம்புக் கொள்கை வைத்திருந் தார், அஞ்சாப்பு வாத்தியார், வகுப்பறையைக் கழுவிவிட்டு சுத்தம் செய்யும்படி கட்டளையிட்டார். கோப்பம்மாள் அழுத படி துப்பரவு செய்தாள். எல்லாப் பிள்ளைகள் மூஞ்சியிலும் சுழிப்பு இருந்தது. அவளுக்கு அவமானமாகப் போய்விட்டது. கோப்பம்மாளைக் கண்டு முகஞ்சுழிக்கா தவர் ஒருசிலர் இல்லாமலில்லை. வண்ணாத்திப்பூச்சி என்றான் மாரியப்பன். மாரியப்பனின் மண்டை முன்னும் பின்னும் சப்பளிந்து இருந்தது. பிளசர் மண்டை என்றார்கள் அவனை. கிள்ளிவைப்பான் பிள்ளைகளை. பிளசர் மண்டை யில் வாத்தியாரின் குட்டுகள் விழும்.

அவன் பள்ளிக்கூடம் வரும்போது ஊதாசட்டை போட்டு வந்தான். ஊதா பிளசர் என்றார்கள் அவனை. ஒருவர் மாற்றி ஒருவர் பட்டங்கள் கொடுத்தது பற்றி பெரியவர்கள் கவனிப்பதில்லை.

மாரியப்பன் வீட்டுக்கு அழுக்கு எடுக்கப்போனாள் கோப்பம்மாள். ஊதாச் சட்டைகள் மூன்று இருந்தன மாரியப்பனுக்கு, என்றோ செத்துப்போன அய்யாவுடைய சட்டைகளே அவை. மாரியப்பன் அய்யா விறகு வெட்டி. ஊதாச்சட்டையும் பெல்டும் போட்டிருந்தார். அய்யா இருக்கும்போதே அவன் வீட்டில் மூன்று சட்டைகள் இருந்தன. டவுசர் மட்டும் போட்டிருந்தான் மாரியப்பன். அவனுக்கு ஊதா சட்டைகளை விட்டுவிட்டு அய்யா மண்ணுக்குள் போய்விட்டார்.

மாரியப்பனின் பஞ்சர் ஒட்டிய டவுசர்கள் நிறமிழந்து விட்டன. பையில் வெல்லக்கட்டி போட்டு வைப்பதால் எலிகள் கொரித்தன. மாரியப்பன் வீட்டில் துட்டு திருடி வெல்லக்கட்டி தான் வாங்குவான். 'அடே மாரியப்பா

வெல்லக்கட்டி திங்காதேடா பல்சூத்தையாகி விடும்' என்றாள் அம்மா. 'இன்னிமே திங்க மாட்டம்மா' என்றான் சமத்து. மாரியப்பன் குண்டிப்பக்கம் போஸ்ட்பாக்ஸ் இருந்தது. ஒவ்வொரு கலர்போஸ்ட் பாக்சும் ஒவ்வொரு டவுசர்களில் இருந்தன. மாணவர்கள் போஸ்ட் பாக்ஸில் லெட்டர்போட்டார்கள்.

டெயிலர் பொன்னுச்சாமி மாமா அவன் டவுசருக்கும் சட்டைக்கும் கலர்கலர் பீஸ்களில் தபால் பெட்டிகளை இணைத்தார். ஓசியில் அவனுக்கு மணிப்பர்ஸ் செய்து கொடுத்தார். பள்ளிக்கூடத்திலேயே மாரியப்பனிடம்தான் குட்டி மணிப்பர்ஸ் இருந்தது. அமுக்கு பட்டன் வைத்த மணிப்பர்சு. மணிபர்சுக்குள் ரூவா தாள்கள் வைத்திருந் தான். நோட்டுப் புஸ்தகத்தில் நடு நடுவில் ரூவா படம் போட்டான். அதை பிளேடால் வெட்டி ரூவா சேர்த்தான். எல்லாப் பிள்ளைகளும் பார்க்கும் சமயத்தில், போஸ்ட் பாக்ஸை திறந்து குட்டி மணிப்பர்ஸை எடுத்தான். தலைகள் தொங்கின. டேய் டேய்... எனக்குடா எனக்குடா என்று பிள்ளைகள் கை நீட்டி சூழ்ந்தன. ஒவ்வொருவருக்கும் ரூவா தாள் கொடுத்து பெருமைப்பட்டான். அப்போது மாரியப்பன் கண்கள் சாகஸம் புரிந்தன. பெரிய சீமான் மாதிரி பென்சிலை வைத்து சீரேட் குடித்தான். வண்ணாத்திப்பூச்சி இந்தப் பக்கம் வரமாட்டாள். தம்பியோடு பலகையில் ஒதுங்கி நின்றாள். மாரியப்பன் அவளுக்கு மட்டும் யாருக்கும் தெரியாதபடி ரூவா நோட்டு கொடுத்தான். அவளும் சுற்றி நோட்டம் பார்த்து விட்டு வாங்கிக் கொண்டாள்.

அஞ்சாப்பு வாத்தியார் பிரம்புப் புஸ்தகத்துடன் வேட்டி யைப் பிடித்தபடி உள்ளே நுழைந்தார். வகுப்பறையில் நடப்பதைப் பார்த்த மாத்திரம் தெரிந்து விடும் அவருக்கு. பள்ளிக்கூடத்தில் மிஷின் வைத்திருந்தார். அந்த மிஷின் டிராயருக்குள் இருந்தது. யார் யார் என்ன சேட்டை செய்தார்களோ அதையெல்லாம் பதிந்து விடும். வாத்தியார் வரவும் சொல்லிக் கொடுத்து விடும். வந்ததும், வாரத்தில் முதல் நாள் சீருடை அணியாதவர்களைப் பள்ளியை விட்டு

விரட்டினார். சார்... சார்... மாரியப்பன் டவுசர் போடல சார்... என்றான் கெசவால் ராமசாமி. வாத்தியார் மாரியப்பனை பிரம்புடன் அணைத்துக்கேட்டார்... சார்... சார்... டவுசர் போட்டுருக்கன் சார்... சட்டைக்கு உள்ள இருக்கு சார் என்றான். 'டவுசர் போட்டிருந்தா சட்டய தூக்கி காட்டு டே' என்றார் வாத்தியார். ரெண்டு கையாலும் ஊதாச் சட்டையை பிடித்துக் கொண்டான். யாரும் சட்டையைத் தூக்கி விடுவார்கள் என்று பயந்து நடுங்கினான். உடனே பிரம்புச் சட்டம் அமுலானது. மாரியப்பனை வகுப்பறையை விட்டு விரட்டினார். மேலும் சீருடை இல்லாத கோப்பம்மாவுடன் பிரம்பு பேசியது. மாரியப்பனும் வண்ணாத்திப்பூச்சி யும் வகுப்பறையிலிருந்து வெளியேறினார்கள். பள்ளிக் கூடத்துக்கு வெளியில் வெயில். பூட்டிக்கிடந்த வீடுகளைக் கடந்து போனார்கள். தெருமுனையில் வகுப்பறைச் சத்தம் கேட்டது. அவர்கள் மனப்போக்கின் சுதந்திரத்தைப் போல் வெயிலும் மாறியது. கோப்பம்மாள் இடுப்பில் தம்பி இருந்தான். தெருக் கடேசியில் விளையாட்டுப் பள்ளிக் கூடம் நடக்கிறது. நிழல் விளையாட்டு. அங்குதான் ஒன்னாப்பு கோபால் வாத்தியார் இருந்தார்.

அஞ்சாப்பு பிள்ளைகளுக்கு நிழல் விளையாட்டு கிடைக் காது. அஞ்சாப்பு வாத்தியார் ஆங்கிலம், தமிழ்ப்பாடம், கணக்கு, அறிவியல் என்றுதான் பாடங்கள் நடத்துவார். அஞ்சாப்பு வாத்தியார் விளையாட்டின் எதிரி. பெற்றோர் களும் குதியாளம் போடுவதை எதிர்த்து வந்தார்கள்.

எல்லோரும் கோபால் வாத்தியாரிடம் நிழல் விளை யாட்டு கற்றுக் கொண்டவர்கள்தான், கோப்பம்மாளும் விளையாடினாள். தம்பியை இடுப்பில் தூக்கி வைத்துக் கொண்டால் விளையாட்டில் சேர்க்கமாட்டார்கள். ஆகவே வாத்தியாருக்கு அருகில் நின்றாள். குட்டித்தம்பி அக்காளின் அட்டுச் சடையைப் பிடித்து விளையாடுகிறான். அக்கா, முகத்தில் சின்னச் சின்ன பிஞ்சுக்கைகளை அலைத்துச் சிரித்தான்.

விளையாட்டில் சேர்ந்து கொண்ட பிள்ளைகள் குட்டித்

தம்பிக்கும் கோப்பம்மாளுக்கும் டூ விட்டார்கள். மாரியப்பன் ஒன்னாப்பு பிள்ளைகளோடு விளையாடினான்.

வேம்பு எப்போது பூத்தது, பூத்ததை உதிர்த்தது, பிஞ்சும் பூவுமானது எப்போது என்றெல்லாம் கோவாலு வாத்தியார் பார்த்துக்கொண்டிருந்தார்.

நெ. மேட்டுப்பட்டி பிள்ளைகள் எப்பொழுதெல்லாம் வேம்புடன் விளையாடினார்கள். கோபாலு வாத்தியார் சின்னப்பிள்ளையாக இருந்தபோது அவருக்கு நிழல் விளை யாட்டு சொல்லிக் கொடுத்தவர்களைப் பற்றியெல்லாம் தாத்தாவுக்கு முந்திய காலத்து வேம்பு மறக்கவே இல்லை.

நெ. மேட்டுப்பட்டியில் ரொம்ப வயசான வேம்பாகை யால் தான் தோன்றிய காலத்தையும் நிழல் விளையாட்டுகள் தோன்றிய காலத்தையும் ஒருவேளை மறந்து போயிருக்கலாம்.

கோப்பம்மாளை யாரும் விளையாட்டில் சேர்த்துக் கொள்ளாத போது வேம்பு அவளைப் பார்த்தது. அவள் பச்சைப் பாவாடையிலிருந்து தொங்கும் நாடாவை எடுத்து கடித்துக் கொண்டிருந்தாள்.

கோபால் வாத்தியாரின் பார்வை மரக்கிளைகளின் ஆராய்ச்சியிலிருந்து கீழிறங்கி விளையாட்டினூடே பிள்ளைகளை நோட்டம் பார்த்தது. திரும்பவும் விட்ட கிளைதாவி ஏறியது கோபால் வாத்தியாரின் கவனம்.

வேம்புக்கு எத்தனை கிளைகள், எத்தனை இலைகள், எத்தனை பூ, இப்போது எத்தனை பூக்களை உதிர்த்தது, இதற்கு முந்திக் காலத்தில் எவ்வளவு பூக்களை உதிர்த்தது. நேற்றுப் பூத்ததும் இரவில் உதிர்ந்ததும் எத்தனை எத்தனை என்ற கேள்விமேல் கேள்வியாக பறந்து கொண்டிருந்தார். நிழல் விளையாட்டுகளினூடே வேம்பு அசைந்தது. அதன் நிழல் வெளிச்சக் கோடுகளை உருவாக்கியது. கொஞ்சம் கொஞ்சமாய் நகரும் சூரியனைப்பின்பற்றி நகரும் இலைக் கண்கள். கீழே எதிர்திசை நோக்கி நகரும் வேம்பின் நிழல் விளையாட்டு.

ஒடிசலான கோபால் வாத்தியார் பிள்ளைகளுக்கு நிழல் விளையாட்டின் மீது வரும் ஆர்வத்தைத் தூண்டி வருகிறார்

ஒவ்வொரு காலமும்.

வேம்பின் வயோதிகம் யாருக்குத் தெரியும். அதன் நிழல் மேல்படர்ந்த விளையாட்டுகளும் மறைந்துவிடும். மறைவு காலம் தெரியாமலே மறைத்துவிடும். யார்கண்ணிலும் படாமல் இங்கு யார் இருந்தார்கள் வாழ்ந்தார்கள் எங்கே போனார்கள் என்பதெல்லாம் மறைந்துவிடும்.

நெ. மேட்டுப்பட்டி தெற்குத் தெருவில் தேய்ந்து கிடந்த நீண்டகாலப் புழுதிகூட இந்த வழியே போன காற்றால் அடித்துச் செல்லப்படும். தெருவே கரடு தட்டிப்போன வண்டிப் பாதையாய் கிடக்கும். இந்த வழியில் இப்போது வண்டிகள் போவதில்லை. ஆள் நடமாட்டமில்லாது போய் விட்டது. இதே வரிசையான வீடுகளில் வண்ணாக்குடிகளும் மாறிவிட்டன. ரேழிக்கதவின் உள்ளே பறந்து கிடக்கும் வீடு. உள்ளே கோப்பம்மாள் குமர் இருந்து கொண்டிருந்தாள். தன் பள்ளிக்காலம் ஓடியபின் தெருவழியே நடப்பது கூட இல்லை. வண்டிப் பாதை வழியாக ஓரமாய் நடந்து போய் காட்டில் மேயும் கழுதைகளை பத்தியபடி முள்ளு விறகுடன் திரும்பி வந்தாள்.

மாரியப்பன் வேணாத வெயிலோடு பண்ணை ஆடு களுக்குப் பின்னால் காடே கிடையாகக் கிடந்து காய்ந்த வாடக்கரடுகளை ஆடுகள் தின்னும் சத்தத்தைக் கேட்டபடி தொரட்டியை நிலையாக ஊன்றியபடி கல்தூணாகி நிற்பான் ஆடு யார் பொலியில் தின்னாலும் மேஞ்சாலும் கண்ணுக்குத் தெரியாமல் புலம்பிக் கொண்டிருப்பான். பனையேறி சேருமுக நாடாரிடம் குடித்த கள்ளு முட்டி உச்சிவெயிலில் தலைக்கேறும் ரத்தச் சிவப்பாக கண்ணுமுளி பிதுங்கி நிற்கும். கண்ணில் ரத்தம் சொட்ட காத்துவாக்கில் மேற்காமல் திரும்பிநின்றபடிகாட்டுக் கூப்பாடும் பாட்டுமாய் காடே தாங்காது. காற்றோடு சேர்ந்து கொண்டு ஊளையிடும் போது மேகாற்றுக்கும் அவனுக்கும் தாறுமாறான சண்டை நடப்பது போல் இருக்கும்.

கட்டாந்தரை மாதிரி செம்பட்டையும் வங்கு வங்காய் பயல் உடம்பெல்லாம் சொரி உப்பரிஞ்சு போய் கிடப்பான்

161

ஓடக்காட்டில்.

ஊதாச்சட்டை வெயிலில் அசைவதைப்பார்த்து சுற்றிச் சுற்றி முள்ளூ சேகரிப்பாள் கோப்பம்மாள். அன்று ராத்திரி கோப்பம்மாள் சோறெடுக்க வந்தாள். எல்லோர் வீட்டிலும் வாங்கிக் கொண்டு மாரியப்பன் வீட்டுக்கு வந்தாள். மாரியப்பன் இருட்டில் நின்றுகொண்டு 'கோப்பம்மா' என்றான். அவனிடம் வந்தாள். கோப்பம்மாளின் சோத்துப் பானைக்குள் கையைவிட்டு ஒரு கை அள்ளி வாயில் போட்டுக் கொண்டான். நல்லா இருக்கு என்றான்.

கோப்பம்மா உனக்கு... என்று இன்னொரு கவளம் அள்ளி அவளிடம் நீட்டினான். மறுக்காமல் வாங்கி சாப்பிடாமல் பானையில் சேர்த்துக் கொண்டாள்.

அந்த இரவோடு அவள் சோறெடுக்க வரவில்லை. அவள் ஆத்தாதான் அழுக்கெடுக்க வந்தாள். கோப்பம்மாள் இப்போதெல்லாம் வெளியில் வருவது கூட இல்லை. தண்ணிக்கிணத்தில் நின்றபோது கரைவழியாக ஆடுகளோடு புழுதிகிளம்ப போய்க்கொண்டிருந்தான் மாரியப்பன். அவள் இருந்த பக்கம் திரும்பிப் பாராமல் உர்...ரென்று முகத்தை வைத்துக் கொண்டு நடந்தான். அவள் அருகில் சப்தநாடி எல்லாம் அடங்கி நடந்து கொண்டிருந்ததே தெரியாமல் காட்டுக்குப் போனான்.

அவள் இருந்த பக்கம் எட்டிப்பார்க்காத நாளில் கோப்பம்மாளை பெண்கேட்டு வந்துவிட்டார்கள், தெற்கே வெகு தொலைவான விருந்தாளிகள். ராத்திரியோடு பெண் அழைத்துப் போக இருந்தது.

கிணத்தங்கரைப்பக்கம் குடத்துடன் போய் காத்திருந்தாள். காட்டிலிருந்து வரவேயில்லை அவன்.

வீட்டுக்கு வந்த போது வாசலில் கிடந்த அழுக்குப் பொதியில் அது துருத்திக் கொண்டு வெளியில் தெரித்தது.

இற்று உருக்குலைந்து போன 'ஊதாச்சட்டை'தான். அதை யாருக்கும் தெரியாமல் உருவி எடுத்து உள்ளே கொண்டு போனாள்.

கந்தல் கந்தலாய் சிதிலமடைந்து போன ஊதாச் சட்டை

யில் எல்லா இடமும் பொத்தலும் ஒட்டுமாய் இருந்தது.

நெஞ்சுத் தூரத்தில் வெக்கை திரண்டு தீக்கங்கு போல் பழுத்து எரிந்தது.

உப்பரித்து வீசும் ஊதாச் சட்டையை மார்போடு புதைத்துக் கொண்டு கேவிக் கேவி அழுதாள். முகத்தில் ஒற்றிக் கொண்டாள். ஆறுதல் அடைய மறுத்த தீக்கணு எரிந்து கொண்டிருந்தது. கோப்பம்மாள் ஊதாச் சட்டையை ஊருக்கு கொண்டு போக வேண்டிய மஞ்சள் பையில் தன் சேலையுடன் எடுத்து வைத்தாள்.

பின்வாசல் கருக்கிருட்டில் இருட்டுப் பூச்சிகள் சத்தத்துடன் இருளைப் பெருக்கியபடி இரைந்து கொண்டிருந்தன.

●

13

கொல்லனின் ஆறு பெண்மக்கள்

காளியம்மாளுக்கு நெல்லுச்சோறில் பிரியம். பிறந்தவீடு நெல்லைக் கண்ணில் ஒத்திக் கொள்ளும். ஒரு கோட்டை விதைப்பாடு. வயலைக் கவனிக்க குடும்பன் பக்கத்துணை வேறு. அய்யாவும் அம்மாவும் சொந்த பந்தம் இல்லாத அந்நியத்தில் கொடுத்து விட்டார்கள் அவளை. புகுந்த வீட்டில் நெல்வாசி இல்லை. கஷ்ட ஜீவனம் நடத்தி சித்திரை உச்சத்தில் தலைப்பிள்ளை பிறந்தது. குருவு பிறந்ததும் தரித்திரதாண்டவம். மாமியாளும் சீக்காளி. கொல்...கொல்... லென்று இருமல். க்ஷீண தசைப்பட்ட வீடு. ஸ்ரீ மான் வெள்ளைச்சாமி ஆசாரியின் கிரகத்தின் விதி, தாயாருக்கு நித்ய கண்டம் பூர்ண ஆயுள். தாயார் குருவம்மாளின் உடல் பாழடைந்தது. மருமகளுக்கு பிள்ளைப்பேறுபார்க்க லவியில்லை. வரிசையாகப் பிறந்த ஆறு பொட்டப்பிள்ளை களுக்கும் நல்ல ஸ்திதியில் பாடுபார்க்க முடியவில்லை. சிசு சம்ரக்ஷணை செய்தாள் வண்ணாத்தி. முட்டு வீட்டு துணி எடுத்து மாத்துக் கண்டாங்கி கொடுத்து பெத்தவளைப் போல் ஒத்தாசை செய்தவளுக்கு ஒரு முழம் துணி எடுத்துக் கொடுக்க லவியில்லை.

மச்சு வீடு காலியாக இருந்தது. உள்ளே பழம்பெரும் இருட்டு, அரக்கனைப்போல் வாய் திறந்தது. அரங்கு வீட்டில் ஒன்றின் மேல் ஒன்று அடுக்கிய மண்பானை களும் மிகப்பழையவை. வாய் பிளந்த செம்மண் பானை களில் முன்னோர்கள் கொடுத்த தானியங்கள் இருக்கும்.

கொல்லனுக்கு வாழ்க்கைப்பட்டவள் பாடு தரித்திரமாவது சாஸ்திரநியதி.

காளியம்மாள் சித்துப்பெண். கொஞ்ச வயசில குமர் இருந்து கெட்டிக் கொடுத்தார்கள். மூக்குத்தி போட்டு பொடிச் சாமான்களை செம்மண் பானையில் முடிந்து போட்டாள். அடுக்கில் கை விட்டு கொஞ்சம் கிடைக்கிற தானியத்தை விற்று குடும்ப பரிபாலனம் செய்தாள். கொல்லன் வீட்டில் காசேது. வயிறு நிறைந்தால் வச்சு மூடத் தெரியாது. கூலியைத்தானியமாக கொடுத்தார்கள். நவதானி யங்கள் இன்னும் மறையவில்லை. விதைத் தானியத்தைப் போல் சிதறி விடாமல் காத்து வருகிறது கிராமம். பொறுப்போகவனமோ இல்லாத உணர்வு, குருவி சேர்க்கிற மாதிரி தானியம் அழியாமல் கிராமத்தில் இருக்கும். பானை அடுக்குகளில் இருக்கும் கையிருப்பை யாரும் அளந்து பார்த்தில்லை. மச்சு வீட்டு இருட்டில் பானையை உருட்டி கண்ணிருட்டில் அள்ளி பெட்டியில் இட்டு கொண்டு வந்தார்கள் கூலியை. பெண்கள் தானியத்தை இருட்டில் அள்ளுவதை இருட்டு பார்க்கும். உள்ளே பானை உருளும் சத்தம். பழங்கால இருட்டானதால் அவ்வளவு எளிதில் விடுபடவில்லை. மச்சு வீட்டுக்குள் போனால் தானிய வாடை. இருட்டில்லாமல் தானியமே தங்காது போலும்.

காளியம்மா வீட்டு மொட்டை மச்சு மண்ணாலானது. உள்ளே சாணம் மெழுகிய கோடு இருட்டிலும் தெரியும். பள்ளமான அரங்கில் புருஷனுடன் சீராட்டினாள். அரங்கு இருட்டில்தான் அவையும் பிறந்தன. மௌனமும் ஒரு வகை இரைச்சலும் தானிய வாசமும் வரும். பிள்ளை பெத்துட்டா பிறந்த மேனியும் தானியமும் கூடி இருட்டு பதமாகிறது. உள்ளே இருந்து செத்துவிடாத இருட்டு ஒவ்வொரு பிறந்த பிள்ளையுடன் சேர்ந்து வளரும், நெல் விளைவதற்கு வெள்ளாமை வாசி நல்லபடியாக இருப்பதற்கு கருப்பட்டி யும் வெளக்கெண்ணையும் கொண்டு தெருப் பெண்கள் காளியம்மா புள்ள பெத்ததை பார்க்கப் போனார்கள். பிறந்த பிள்ளையும் தாயாரின் பச்சை உடம்பும் இருட்டைத்தீண்டி

வளர்கிறது. வந்த பெண்கள் காளியம்மாளை ஆதூரத்துடன் பார்த்தார்கள். தீனமான குரலில் பிள்ளை அழுகையும் தாயின் முனகலும் இருட்டில் வெளிப்படாத சிறு தீபம் போல் குணங்கும். பிள்ளை உடம்பு மட்டும் தெரிகிற வெளிச்சம். காளியம்மாளின் முக லெட்சணம் தாயான போது பார்க்க வேண்டும். கிராமம் முழுவதும் அவள் பிள்ளை பெத்த சேதியில் குளிர்ந்தது. பெண்பிள்ளைகள் ஆறும் தாயாருக்கு அடங்குகிறார்கள். ஏனோ, காளியம்மாளின் குண விசேசங்கள் விஸ்வகர்ம குடும்ப வைதீக ஒழுங்குகளுக்குள் அடை படாத கோணல். பிள்ளைகளையும் கொல்லனையும் ஆட்டிப் படைக்கிறாள்.

அம்மாவுக்கு வகுத்துவலி. குப்பறடிக்கப் படுத்துக் கெடக்கா. என்ன வென்று மூத்தவளுக்குப் புரியவில்லை. பிள்ளைகள் அவ்வளவும் லெஜ்ஜை செய்தன. முதுகுப் பூசையுடன் வாசலுக்கு ஓடிவிட்டன.

வண்ணாத்தி வந்தாள் தெருவில் சோறெடுத்தபடி. சோத்துப் பானையை வைத்து விட்டுக் காளியம்மாளின் அடிவயிற்றைத் தொட்டு சொன்னாள். காளியம்மா மசக்கையா இருக்கு. கொடலைப் பெறட்டி வாந்தி எடுக்கு. கொல்லாசாரிக்கு ஆம்பளப் புள்ளை பெறக்கப் போவுது... ஊர் முழுவதும் சொல்லி நகர்ந்தாள் வண்ணாத்தி.

கம்மாய்க்கரையில் துவைத்துக் கொண்டிருந்த வண்ணானும் வண்ணாத்திகளும் சிரித்தார்கள். இன்னக்கி ராத்திரி வெள்ளச்சாமி ஆசாரி வீட்டில் நெல்லுச் சோறு கொழம்பு போடுவாக... அந்த ஆத்தா மனசு போல புல்ல பெறக்கும்... எல்லாரும் போய் சோறெடுங்க... என்றான் வண்ணான்.

சின்ன ஆலமரத்தடியில் கொல்லுப்பட்டறையில் சம்மட்டி அடி. கம்மாய்த்தண்ணியில் அதிர்ந்தது. கொக்குகள் கலைந்து கரையைத்தாண்டின. 'நம்ம கொல்லாசாரிக்கு இன்னும் எத்தன புள்ளெ பெறக்கப் போவுதோ... கருப்பட்டி கொடுப்பாக... நம்ம வண்ணாத்திக பேறுகாலம் பாத்தா வம்சவிருத்தி... அன்னத் தரித்திரம்பாக... பெரியாள்க்க

சொன்னா நெசந்தானெ...என்றாள் வண்ணாத்தி. வண்ணாக் குடிப்பக்கம் கழுதை கணைத்தது.

உடைந்து விழும் இரும்புத்துகளில் புகை கிளம்பியது. வெள்ளைச்சாமி ஆசாரி அருவாள் அடித்துக் கொண்டிருந்தார். மீசைவைத்த கொம்பனான கொம்பர்கள் சூழ்ந்திருந்தார்கள். ரெங்கசாமித்தேவர் மீசைக்கு வெண்ணெய் போட்டிருந்தார். அந்தப் பக்கம் வழிப்பறி களவுகள் சாஸ்தி. காப்புலிங்கம்பட்டி தேவமார்களுக்கும் பாரப்பட்டி தர்மருக்கும் அருவாள் அடித்துக் கொடுத்தது. இரும்பைத் தொட்ட பாவம் என்பது கொல்லானின் முடிபு. மீசைக் காரர்கள் கொல்லன் பகட்டுக்கு அஞ்சாமலில்லை. கயத்தாறுக்கு வந்த அருவாளில் நம்ம கொல்லன் கொடுத்ததை கேட்காதவர் இல்லை என்றார் தீய்ந்து போன துருத்தியை ஊதிக் கொண்டிருந்த மீசைக்காரத்தேவர்.

ஏழாவது பிள்ளைக்கு தகப்பனாகப் போவதில் ஒரு எக்கு எக்கி அருவாளை பதம்பார்த்தான் கொல்லான். அய்யா என்னய கொஞ்ச நேரம் விடுங்க சாமிகளா... வீடுவரைக்கும் போய்வாரென்... தாயமாடிப் போகும்... காளியம்மா கத்துனா தெருக்கூட்டிருவா... சுருக்கா... வந்திருதேன்... என்றார். அதற்குள் பிள்ளைகள் வந்துவிட்டன. மரத்தை விட்டு மரம் தொட்டு ஓடிப் பிடிக்கும் விளையாட்டு. மரத்துக்குள் ஒளிந்துகொண்டாள் கடைக்குட்டி மாரி. பிள்கைகள் கொல்லனைச் சூழ்ந்து கொண்டு குதித்தன. எய்யா... துட்டு... எய்யா... துட்டு குடு. கடைக்குட்டி ஓடிவந்து அய்யாவுக்குப் பின் ஒளிந்தாள். அவளை அலக்காக தூக்கி கொஞ்சினான் கொல்லன். மாரியின் ரெட்டை வால் சடை அசைந்தது. இருங்க தேவரே சுருக்கா திரும்பி வாரென்... காளியம்மா கூப்பிட்டு நேரமாவுது...

பிள்ளைகள் புடைசூழ வெள்ளைச்சாமி ஆசாரி தெருவுக்குள் போகிறார் மாரியை தூக்கிக்கொண்டு. பிள்ளைகளோடு குட்டி ஓட்டம். அய்யாவை பிடிக்க ஓடுகின்றன. சீனிநாயக்கர் கடை வாசலை அடைத்து நிற்கிறார்கள். ஆளாளுக்கு பண்டம் கேட்டு கூப்பாடு.

பண்டச் சுருளுடன் படை நகரும். தெருவழியே கூப்பாடு உயரமான வீடுகள் தாண்டிக்கேட்கும். வளைந்து வளைந்து திரும்பும் தெருக்களில் விளையாட்டு. ஒன்னுக்கொன்னு அய்யா மேல் குதிக்கும். அடிபிடி சண்டை. அய்யா புள்ளைகளை அரட்டும் சும்மாச்சும். அடிக்கப் போவார். அழுவது போல் பாசாங்கு செய்யும் பிள்ளைகள்.

கட்டை குட்டையான கொல்லனுக்கு மேல் வளர்ந்த பிள்ளைகள். குருவுக்கு மேல் ரத்தினம் தலையை உயர்த்தி நடந்தாள் அவளை ஒரு குட்டு வைத்தார் அய்யா. உடனே ரத்தினம் குட்டையானது போல் அய்யா உயரத்தில் காலை மடக்கி நடந்தாள். சின்னதுகள் நாலும் அய்யா உயரம்.

உருட்டு குட்டையான கொல்லனுக்கு புள்ளைகள் பெறந்திருக்கிற லெச்சணம்... ஊரில் கண்பட்டு விடும் என்றார்.

கெசவால் குரங்குகளை கண்டு தெருப்பிள்ளைகள் ஓடி ஒளிந்தன.

மூத்த குரங்கு பெரிய மனிசியாகி ரெண்டு வருஷம் குமர் இருந்து வெக்கத்தை உதுத்து குதிப்பு.

தெரு உசரத்துக்கு வளந்த புள்ளக்கி கூறு வேண்டாமா. இளையவள் ரத்தினம் கடுசலான புள்ளெ என்றார்கள்.

அய்யாவைவிட வளந்து விட்ட குருவு. அவளைக் கண்டு ஊரே பிரமித்தது. எம்புள்ள மாதிரியிருக்கு... கைகால் வளத்தி தான் என்ன சைசு... என்றார்கள்.

குருவு நடக்கும்போது தெரு அதிர்ச்சி வர நடந்தாள். அகலமான பாதங்கள். முன்னோர்களுக்கு அப்படி இருக்கும். பெரியபுள்ளை திணுசைப் பார்த்து கொல்லனுக்கு கெர்வம். பெரியபாப்பா பெரிய பாப்பா என்று மூச்சுக்கு மூச்சு அவளைச் சொல்லி அழைக்காத நேரமில்லை. ஓடுகள் தட்டும் உயரத்தில் கொல்லனுக்கு பெரியமகள் இருந்தாள். அவளை கையிலே புடிக்க முடியுதா.

மற்ற பிள்கைகளுக்கும் ஆச்சிக்கும் பிரிய ரத்தினா கொடுத்த உணர்வுதான் என்ன. வீட்டிலிருந்த முன்னோர்கள் ரத்தினாவைப் பார்க்கவருவதாகவும் அவர்கள் ரத்தினாவை கூட்டிப் போய் விடுவார்களென்றும் ஆச்சி பிதற்றினாள்.

ரத்தினா ரூபத்தில் பழைய நிழல் எல்லார் மேலும் விழுந்து ஆட்கொண்டது.

வீட்டைப் பிடித்த கேடுகாலத்தில் எல்லா வீடுகளிலும் அம்மை கண்டு அனேகம்பேர் செத்துப்போனார்கள். ஊரணியில் தண்ணிகூட இல்லாதபோது உப்புநீரில் உயிர்வளர்த்த போது அழகம்மா மூன்றாவதாகப்பிறந்து பஞ்சத்தை விரட்டினாள். வம்ச விளக்கென்று ஆச்சி சொன்னாள். கொல்லன் வீட்டில் காளியம்மா புள்ள பெத்துருக்கா... எம்புட்டு தண்டில என்ன அழகில... தெருப்பெண்கள் எட்டிப்பார்த்தார்கள். இருட்டில்தங்க ரோஜா எரிவதைப் போல் அழகம்மா. அவளை அடுத்துப் பிறந்த ரெட்டைப் புள்ளைகளால் காளியம்மா அலண்டு போயிட்டா... சீக்காளி யாயிட்டா... தரித்திரத்தில் பிறந்த ரெட்டைப்பிள்ளை களைப் பார்த்து அதிசயித்தார்கள். வண்ணாத்தி இல்லாமல் போனல் கொல்லான் பாடு என்னாகும்.

வண்ணாத்திக்கு கம்மலை வித்துக் கோடிச் சேலை கொடுத்தாள் காளியம்மா. ரெட்டைப்புள்ளைகள் நிலைக்க வேண்டுமே. சோலைசாமி கோயிலில் பன்னி அறுத்து கரி சோறு படைத்தான் கொல்லன். பந்தியில் ஒவ்வொரு இலை யிலும் மடியேந்தி பிச்சை கேட்டு வந்தார்கள் புருஷனும் பெஞ்சாதியும் பிள்ளைகள் மறு ஜென்மம் எடுத்தன.

மாரிபிறந்து நாலு வருஷத்துக்குப் பிறகு காளியம்மா முழுகாமல் இருப்பது ஊரில் பரவியது. கெப்பணக்காரிக்கு கையில் பண்டத்துடன் வந்தான் கொல்லன்.

'காளி... இந்தாடா... பண்டத்த சாப்புடு... புள்ளிய சுகந்தான் நம்மள கரை சேக்கும்... தைரியமா இரி... நீ இருக்கும் தட்டியுந்தான் புள்ளியளும் நானுடம் இருப்பம்... புள்ளியளுக்காவ நீ ஒன்னும் செய்ய வேண்டாம். நாம் பாத்துருவன் தெடமா இரி காளி...'

'புள்ளிய சூது வாதில்லாம திரியிது. கூறு கணக்கு இல்லியே...' என்றாள் தீனமான குரலில்.

வெளித்திருணைக்கு வந்தான் கொல்லன். ஆத்தா தாயமாடிட்டா. ஆத்தா பக்கம் குனிந்து அவள் மேலைத்

தொட்டுப் பார்த்தான் கொல்லன்.

'அய்யா என்னப் பெத்தாரு... நாங்கண்ண மூடுறதுக் குள்ள குருவுக்கு நல்ல இடத்தில கல்யாண மூச்சு பாத்திருய்யா' என்று அழுதது ஆத்தா.

ஏனோ, அரங்கு வீட்டுக்குள் காளியம்மா மூசுமூசென்று அழுதாள். 'காளியம்மா அழாதத்தா... கண்ணத் தொடச்சிக்கம்மா...' என்றாள் ஆச்சி. பிள்ளைகள் ஆச்சியை சூழ்ந்து நின்றன. பிள்ளைகள் நெற்றியில் ஆச்சி விபூதி பூசி வாயில் போட்டுக் கொண்டாள்.

'தாயே... காளியத்தா எம்புள்ளேகளுக்கு நல்ல சொகத்தை குடுதாயே...' என்று ஆச்சி விபூதி அணிந்து கொண்டாள்.

சாயந்திரம் ஆலமரத்தில் பட்சிகள் வந்து அடையும் வரை பட்டறை நடக்கும். இருட்டவும் வீடுதிரும்பி வெந்நீர் போடச் சொல்லிக்குளித்து விட்டு காளிதரிசனம். விபூதி பட்டைகளோடு சாப்பாடு. எல்லாப்பிரச்சனைகளையும் காளியாத்தா தீர்த்து வைப்பாள்.

அரங்கு வீட்டில் பிள்ளைகள் நடுவில் படுத்துக் கிடந்த கொல்லனை அசைத்து எழுப்பியது காளியாக இருக்கும். அவனால் எழமுடியவில்லை. பிள்ளைகள் எல்லாம் சேர்ந்து அய்யாவைத் தூக்கி விட்டார்கள். கையும் காலும் சொளக்... கென்று செத்தது போல் விழுந்தது.

தெருவிலிருந்தவர்கள் வந்து பார்த்தார்கள். மீசைக்காரத் தேவர் கோட்டூருக்கு வண்டி கட்டிக்கொண்டு போனார். கொல்லனை கோட்டூர் வைத்தியன் பார்வை பார்த்துச் சொல்லி விட்டான்.

'கொல்லனுக்கு பச்ச வாதம்... பரம்பரய்யா இருக்கும். தைலம் தடவி கைகால்களை முறுக்கி விட்டான் வைத்தியன்'

திருப்பி கொண்டு வந்தார்கள் கொல்லனை, வருகிற வழியில் கூண்டு வண்டிக்குள் கொல்லன் ஏலாமல் போனது பற்றி தேவர் மடியில் கிடந்து அழுதான்.

'வெள்ளச்சாமி... மனசு விடாதப்பா... நாங்க இருக்கம்... உனக்கு ஒரு அழிவும் வராதப்பா.... மனசாரிக்கோ வெள்ளச்சாமி...' என்றார் சுந்தரத்தேவர்.

கொல்லனை கொண்டுவந்து சேர்த்தார்கள். வண்டியி லிருந்து இறக்கி தூக்கியபோது கொல்லன் விசும்பி விசும்பி அழுதான்.

புள்ளைகுட்டிகளும் சேர்ந்து அழுதன. குருவு அய்யாவைக் கெட்டிக் கூப்பாடு போட்டது.

வயசுப்புள்ளை அழுவதைப் பார்த்து தெருவில் இருந்த பெண்கள் மருகினார்கள்.

அழாதம்மா...குருவு... பெரிய புள்ளே அழக்கூடாது. தங்கச்சிகளுக்கு கஞ்சி ஊத்தும்மா... போயி அடுப்பப் பாரும்மா என்றார் சுந்தரத்தேவர்.

கொல்லன் திரியாமல் ஆலமரம் இருண்டு போகும். சம்சாரிமார்களுக்கு கலப்பை கொழுவிக் கொடுக்க யாரு மில்லை. சம்சாரிகளுக்கு கையொடிந்த மாதிரி ஆனது.

சுத்துப்பாட்டியில் புது ஆசாரியைத் தேடிப்போனார்கள். எந்த ஊர் ஆசாரியும் இருக்கிற ஊரை விட்டு வரமாட்டான். அப்படி ஊரோடு வேர் விட்ட மரம் லேசில் பெயராது. கட்டி இழுத்துக்கொண்டு வந்தார்கள் வெளியூர் ஆசாரியை.

எம்புள்ள விழுந்து போச்சே...இத்தம் பெரிய புள்ளய படுக்கப் போட்டு பாக்கவா என்னை உசுர்வச்சு இருக்க வச்சே... காளியாத்தா உனக்கு கண்ணில்லியா... என்னன்னு இருப்பேன், எனக்கொரு சாவு வரலியே... என்று அழுத ஆச்சியின் கண்ணை ரத்தினா துடைத்து விட்டாள்.

ராத்திரி ஆச்சியின்ஒப்பாரி பிலாக்கணமாக மாறி தெருவையே நடுங்க வைத்தது. தரித்திரம் பிடித்த கம்மாளச்சி யின் ஒப்பாரியைக்கேட்பவர்களுக்கு பயம் வரத்தான் வரும். அதும் வாழ்ந்து கெட்ட கொல்லன் குடும்பத்து தரித்திரத்தை ஊரில் வைத்துப் பார்ப்பதும் பாவம் என்று நினைத்தார்கள் சம்சாரிகள்.

கொல்லன் பெண்மக்களுக்கு பொம்மைபோல் அலங் காரம் செய்தான். சீவிச் சடை பின்னி அழகு பார்த்தான். அடேயப்பா எவ்வளவு குதூகலமும் கலகலப்புமாக இருந்த வீடு. எப்பொழுது பார்த்தாலும் பாட்டும் கேலியும் புள்ளை களோடு வம்புக்கு இழுத்து ஒரே குதிப்பு. கொல்லன்

புள்ளை வளர்ப்பு ஆகுமா. கொல்லனோடு முடங்கி விட்டது எல்லாம். மருந்து மாயம் பார்க்கவும் காசில்லாத தரித்திரத்தில் பொட்டு பொடிச் சாமான்களும் கண்ணை விட்டு மறையும். அடுக்குப்பானைக்குள் சிறிதளவு மிஞ்சிய தானியத்தைக்குத்திப் போட்டு கஞ்சி ஆக்கினாள் குருவு. இருப்பாய் இருந்த தானியங்கள் மறைந்தன. கடன் கப்பு வாங்கி ஆக்கிப்போட்ட அய்யாவுக்கு பேச்சு எழவில்லை.

பெரியபாப்பா பெரியபாப்பா என்று அரங்கு வீட்டுக்குள் தன் மறதியில் அய்யா கூப்பிடுகிறார். புள்ளை வேலைக்குப் போனது பற்றி கொல்லனிடம் நேரில் சொல்ல மாட்டாமல் முழுங்கித் தவித்தாள் காளியம்மா. பிள்ளைகள் ஆறும் எறும்புகளாய் ஊர்ந்து மெலிந்தன.

பேர்போன கொல்லன் துருத்தி ஊதாமல் பட்டறையில் சுத்தியல் ஓசை எழாமல் ஊரில் மதிப்பவர்கள் யார் இருக் கிறார்கள். பிறந்த மண் வீட்டில் கொல்லன் பலம் இழந்து ஒடிந்து போனான்.

பெரியபாப்பாவும் புள்ளைகளும் காளியங்கோயிலுக்கு நேந்து கொண்டார்கள். வருஷம் பூராவும் திரிப்போட்டு அய்யாவை குணப்படுத்தும்படி காளியை வேண்டினார்கள். பிள்ளைகள் ஆறும் காளியங்கோயிலுக்குப் போய் தீபம் போட்டு வந்தார்கள். பூசாரியிடம் விபூதி வாங்கி அய்யா உடம்பில் பூசினாள் பெரியபாப்பா.

பிஞ்சும் பூவுமான பருவத்தில் நிற்கும் காளி விக்ரகம் அய்யாவைப் பார்த்துக் கொள்ளும். கிளியஞ்சிட்டி தீபத்தில் சின்னக்குழந்தையாய் எரியும் விக்ரகத்திடம் பெரியபாப்பா எதை எதையோ கேட்டாள். கருமெழுகு மின்னும் கர்ப்பக் கிரக இருளில் தைலத்தில் மிதக்கும் காளியின் கண்கள் பிள்ளை களைப் பார்த்தது, பிள்ளைகள் தினம் தினம் வந்து திரிப் போட்டு வாசல் நிறைய நின்று பார்ப்பதை கண்டு காளி விக்ரகம் தீபத்துடன் அழுதது. நேந்து கொண்டபடி போகிறார்கள். தீபம் போடுகிறார்கள். காளியங்கோயில் இருண்ட மாடத்தில் ஒன்று போல் விழித்திருக்கும் விளக்குகள்.

14

மீண்டும் ஆண்டாளின் தெருக்களில்

தூமணி மாடத்துச் சுற்றும் விளக்கெரியத்
தூபங் கமழத் துயிலணைமேல் கண்வளரும்
மாமன் மகளே மணிக்கதவம் தாள் திறவாய்
மாமீ ரவளை யெழுப்பீரோ உன்மகள் தான்
ஊமையோ வன்றிச் செவிடோ அனந்தலோ
ஏமப் பெருந்துயில் மந்திரப் பட்டாளோ

-ஆண்டாள்.

என்னைத் திறந்த சிற்பம் ஒன்று அலபீடு சிற்பக் கூடத்தில் இறந்து கிடந்தது. கைகள் முலைகள் முகம் அறுந்த சிலை ஒன்று கோபத்தில் சுடரும் ஒளி.

அலபீடு சிற்பக்கூடம் முதல் ஆண்டாள் தெருக்கள் வரை நடந்து திரிந்தேன். எல்லாம் அற்ற அமைதியில் உறங்கும் பயணிகளோடு ஹாஸ்பட் பாசஞ்சரின் தனிமை. இருள் ல் நகரும் பயணம் ஹம்பிக்கு. புராணிக வீதியிலிருந்து வருகிறேன்.

மௌனத்தின் அடியில் நொறுங்கிய சிருஷ்டிகளின் அதிர்வு. உளியின் பதிவுகள். கரையான் தின்ற ஏடுகளில் உளியின் கோடு. உளியின் தொகுதி ஒன்று கல்லில் பதுங்கிய பூதம். மூல உயிரென மைய இருள்நோக்கி தெறித்த வில்திறம் அதிர அதிர அலையலையாய் நூறாயிரம் கல்மண்டபங்கள். தூண்கள் எல்லாம் பேசாதிருந்த சிலை. கல்லின் பாஷை விரக்தியின் ஊற்று. கல்லில் ஒளிரேகை, இருளில் புகுந்து அடிக்குரலில் குமுறும் புறா ஒன்றின் சோகமென ஊமை

யான சிலை முகம். புறங்கள் தோறும் அசைகிறது.

கர்ப்பக்கிரஹ இருளில் திரிகள் எரிகின்றன. கிளியஞ் சிட்டி தீபங்கள் கொண்டுவந்த மகளிர் சூழ்ந்துவர அலபீடு கோபுர வாசல், சிற்பிகள் வாழும் புஷ்பவனத் தெரு. கூட்டமாய் உறங்கும் மரங்கள். கீழே ஊர்ந்து நகர்கிற நதி.

இடிந்த மாடத்தில் இருந்து சென்ற சிலை விளக்கு. கசியும் மாடம். ஒளிபட்டு இருண்ட மாடம். எண்ணெயும் திரிகள் விழுந்த மசகும் கோடு கோடாய் பதிவுகள். உள்ளே புகை மறைத்த காலம் அடிமனசில். இருளில் நகரும் வெண்பருந்து காலத்தில் மௌனமான மரம் ஒன்றின் சாஸ்வதநிலை போலும் அவள் மௌனம். எதிர் நின்று எதிர்கொள்ள முடியாத முகம். கண்கள் ஆழத்தில் புதைந்து உள்ளே சஞ்சரித்துக் கொண்டிருந்தன. கருமைக்குள்ளிருந்த வாறே என்னைப் பார்த்தாள் எதிர்பார்ப்பில்லாமல்.

அவளுள் எரியும் கோப விளக்கொன்றின் சுடர் தீவிர மடைந்தது. உயிரை நோக்கி ஆயிரமாய் கதிர்கள் வீசி அழைத்தன. தன்நிலை இழந்து உள்ளே... புகையான நிலை. அங்கே ஆண்டாள் சிறைபட்டு சுவருக்குள் பதுங்கி யிருந்தாள். தனிமைப் பெருநிலையில் இந்த அகால இருள் அவளுள் அடைந்து கிடக்குமென்று எதிர்பார்க்கவில்லை. சிறு துவாரம் கிடைத்தால் தப்பி வெளிப்பட்டு விடலா மென. அடிமை போலும் உலகின் வட்டத்தில் எதிர்கொள்ள ஏதுமற்று அனாதையென அவள்நிலை.

அவளுள் அசந்தர்ப்பமாக மாட்டிக்கொண்டதால் என் வருகை கலவரமாகி விட்டது. வரவேற்று அன்புதர சமிக்ஞையற்று தாறுமாறாய் கோடுகள் வந்தன. இருளின் அடியில் அமர்ந்திருந்த கைதி போலும் என் நிழல் கண்டு மருண்டு இன்னும் தொலைவில் அதிர்ந்து, எனக்கு எட்டாத இடம் புகுந்தாள். உள்ளே இருந்தன பல அறைகள். சுவர் களில் ஓவியங்கள் விநோதவகைக் கோடுகள், பாசுரங்களின் ஆதார ஊற்று சுரந்து கொண்டிருந்தது. மனபிம்பங்களில் அலைந்து திருடனைப் போல் அவள் அறைகளில் தேடினேன். உள்ளே அவள் இல்லை.

அற்புத சிருஷ்டிகளின் இருப்பிடம் கண்டு திகைக்கையில் எதுவும் அவளுள்ளிருந்து வெளிப்படாமல் உள்ளே இருந்தன தூரத்தில் முனகலாகக் கேட்டது அவள்தானா என்று புரியவில்லை.

எதுவுமற்ற வெண்படலத்துக்குள் போய்க்கொண்டிருந்த பாதை. மண்புழுவென இருபக்கமும் அசைந்தது உயிர். ஜீவனொளி போன்றே இவ்வெறுமையில் மின்னும் விந்தைப் பொழுது. விழையாமல் விழையும் வெளி; உயிர். ஆண்டாளின் உயிரிடம் கண்டு அதிசயிக்க, 'வெளி' ரூபம் கரைந்து மெலிந்து கனமற்ற பனித் திவலையாய் என்மேல் விழுந்தாள். அவ்வுயிர் வியக்கத்தக்கவகையில் கூடவே இருந்து இரவு முழுவதும் தழுவி என் ஜடரூபம் மலர்ந்து காலையென உருமாறியிருந்தது. மௌனமாய் எரிகிற மலர் ஒன்று பனித் திவலைகளால் நிரம்புகிறது.

இருளின் உள்ளே ஆண்டாள் இருந்த வீடு. காவிநிற மாடங்களில் புறாக்கள் இன்னும் மறையவில்லை. ஆண்டாளின் பசுக்கள் எங்கு மறைந்தன. கழுத்து மணி புலம்பிய பாதைகளைத் தேடி வருவவோம். ஆண்டாள் சென்று மறைந்த திசைகளுக்கு அப்பால் கேட்கும் பாசுரங்கள்.

கிராமத்தின் ஆத்மாவில் ஆண்டாள். அவள் இருந்த மாட வீடு, செங்கல் வைத்து அடுக்கடுக்காக கட்டிவைத்த ஓவியம் போல் இரவில் அவள் வீடு, வசீகரஒளியுடன். நிலவு புகுந்த கருமேகம் பிளந்து ஆதி மகளிர். ஆதிமகளிர் சூழ ஆண்டாள் வருகிறாள். உயிரின் உள்ளே பாசுரம். இசையில் வளரும் உலகங்கள். ஆதிமகளிர் சூழ்ந்த நெருப்பு. குலவையிட்ட பாடல்.

நீல வண்ண பிந்து சூழ்கொண்ட வட்ட வெளி. இரவின் நீல நிறம் கிராமத்தை மூடியுள்ளது. மேற்கு மலைத் தொடரும் நீலமாய் எழுந்து உயிரைத் தொடுகிறது. பாசுரங்கள் பாடி வளர்ந்த பிராய காலம். ஆண்டாளுடன் கூடி விளையாடிய மார்கழி மாதம். வந்து வந்து மறையும் கண்ணாடி உள்ளே பசுக் கூட்டம்.

ஆண்டாளின் பசுக்கள் எல்லாம் தோட்டத்தில் மேய்கிறது.

செடிகளுக்குள் பசுவின் முகம் இலைமறைவில் பசுவின் கண்கள் நீர் கசிந்து மறையும் யாருக்கும் தெரியாமல். பசுவின் முகம் அழியாத காடு. காட்டு ஓடையில் புலம்பும் புல்லாங்குழல். தம்மையறியாது கனியும் அன்பு. மார்கழி பொலிவுற்ற காடு. காடே அவள் மனசு.

வேடன் அம்பில் வில்திறம் அதிர்ந்த கானகத்தே பறவைகள் தொகுதி: ஒலிக்கோடு. பகலில் உறங்கி இரவில் அலறும் மிருகங்கள். மறைந்த நதி.

ஆண்டாளின் தெருக்களில் மீண்டும் வருகிறது. மூளிக் கோபுரங்களின் வௌவாலின் குரல். உள்ளே சாஸ்வதமான உயிர்கள் வழி வழியாய் அடைந்து கிடக்கின்றன.

ஆண்டாள் கோயில் கோபுர வாசலில் சிறுமிகளும் பெண்களும் மறையவில்லை. பிரஹாரம் வேண்டிய பேரமைதியுடன் பூர்வகால ஸர்ப்பம் ஒன்று யுகங்கள் பல கடந்து வருகிறது.

நாக சிற்பத்தின் அருகே புற்றொன்றில் தலைகாட்டி மறையும் ஸர்ப்பம். பால் வார்த்தது வருகிறார்கள். வெளிப் பிரஹாரத்துக்கு அருகில் நாகலிங்கமரம். அதில் வாழும் ஸர்ப்பத்தின் குடும்பம். ஆண்டாள் பால் கொண்டு வந்த காலம். நாகலிங்க மரம் சாட்சியாக ஸர்ப்பத்தின் கோடுகள் கோயில் சுவர்கள் எங்கும்.

கனவின் ஆழத்துள் அழைத்தன ஸர்ப்பத்தின் கோலங்கள். வளைந்து வளைந்து ஆடும் விஷம் சுமந்த ஸர்ப்பங்கள். தேகமெங்கும்படம் விரிகோலம். விசும்பிய வால் மீதமர்ந்து சுருண்டு உள்ளே... வெகு தூரம் இழுத்தது. இருளானபாதை உள்ளே சுற்றிச் சுற்றி இறங்கும். ஆழத்தில் இருள் புரண்டு உள்ளிழுத்தது. ஒரு கணம் மௌனம். நினைவுகளின் சூட்சுமத்திரவம் ஒளிர்ந்து ஸர்ப்பம் ஒன்றின் பார்வை, உணர்வில் உயிரில் கலந்து ஒலிகளற்ற புயலில் உறைந்தது. உள்ளே கரு கருவென சிலைகள்.

ஒளி நடுங்கும் உள்தளத்தில் தழுவும் ஜீவகோடி விதைகள் எழுந்தன. ஸ்பரிசத்தின் ஒளித்திவலைகள் ரகஸியமொன்றின் கருங்கோடுகளில் ஈரமாய்ப் படிகிறது. ஸர்ப்பதின் ஸ்பரிச

லயம். எங்கோ மறைந்த ஆண்டாளின் பெண்மையுரு. மாறாத புன்னகை. எங்கும் ஒளி ஊமையான மோனம். மனதின் கருமைபிளந்து உதடுகளின் துடிப்பு அவள் தானா.

கால நீர் புரண்டு வருகிறது. எல்லாவற்றின் மீதும் ஆண்டாள். என்னை இழந்து மெலிந்து ஒளித்திவலைகள். உள்வட்டக் கண்ணாடியில் கூட்டமாய் ஸர்ப்பங்கள்.

ஆழ்ந்த இருளில் மகுடி சுழன்றது. மகுடியின் தீவளையம் ஸர்ப்பத்தில் ஆடியது. சிலைகள் எழுந்து நின்றன. உள்ளே இருளில் நகரும் ஸர்ப்பங்கள்.

பொந்து விட்டு வெளியேறி நகரும் பாதையில் சௌனகமுனியின் ஸர்ப்பயாகம் நடந்து கொண்டிருந்தது. யாக குண்டத்தில் வீழ்ந்த ஸர்ப்பங்கள் எழுந்த தீயில் ஆடி வெளியேறுகின்றன.

வேதவியாசனின் புற்றில் உயர எழுந்து தவமான ஸர்ப்பம் கமண்டலத்தில் சுற்றி புராணம் கடந்து வருகிறது. கலையைத் தீண்டி அழிவற்ற ஸர்ப்பம் காலகாலமாய் ஆண்டாள் கோயில் பிரஹார இருளில் கருங்கோடுகள் வரைகிறது. கோடுகள் அதிரும் ஆழத்தில் கல்லில் எழுந்த சிற்பகூடம். இசைவடிவ ஸர்ப்பம் திசைகளில் எழுந்த மோனநிலை.

காற்றில் கலந்த மழையின் குரலில் ஆதி மகளிர் சென்ற பாதை. நிலம் ஆதியின் யோனி. ஒவ்வொரு அணுவிலும் அவள் அதிர்வு. உள்ளே கருமை புரண்டு சீறும் ஸர்ப்பங்கள்.

மழையில் நனைந்த தெருவில் இருந்துவருகிறார்கள். எங்கள் காவிநிற மாடங்களில் புறாக்கள் இன்னும் மறைய வில்லை.

ஆண்டாள் விஸ்வரூபயோகினீ. அவளைப் பார்க்காமலே ஒரு தனித் சுரம் சிதைந்த ராகம் எங்கள் தெருவில்.

மார்கழி முழுவதும் ஆண்டாள் வளைந்து வளைந்து விளையாடுகிறாள். பெண்கள் வாசல் முழுவதும் கோலமிடுகிறார்கள்.

அவள் கல்மடந்தை, சிலை ஒன்றின் ஆழத்தில் நெஞ்சறுக்கும் பெண்சோகம், கோபுரத்தை அண்ணாந்த

பார்வையில் தொண்டைக்குள் வலியை உணரும் போதெல்லாம் எங்கேயோ கோயில் அம்பலத்தில் வயதான வர்கள் பாடிக்கொண்டிருந்த ஆண்டாள் பாசுரங்கள். மூளிக் கலசங்களில் மோதும் சிறகுகளோடும் காதல் தேக்கிய கண்களோடும் எங்கள் காவிநிறமாடங்களில் புறாக்கள் மறையவில்லை.

●

15

பிணக்கூலிகள்

மேகத்தின் நிழல் வண்ணாந் துறையைக் கடந்து தோட்டக் காடுகளுக்கு அப்பால் விழுந்தது. தொலை தூரம் வெயில் அசைந்தது.

வகுரனும் சுடலியும் நீலம் முறுக்கிப் போட்ட வெள்ளைக் கண்டாங்கிகளை முள்ளுச் செடி மேல் காயப் போட்டார்கள். புருஷனும் பெஞ்சாதியும் விழுந்து விழுந்து துவைத்துக் கொண்டிருந்தார்கள். தூரத்திலிருந்த சுடுவெயில் நகர்ந்து. கம்மாய்க்கரை மலைப்பாம்பாய் நெளிந்தது.

கம்மாய்க்கு மேல் உயரமான பருத்திக்காடு. பொம்ப ளைகள் குனிந்து பருத்தி எடுக்கிறார்கள். மடிப்பருத்தி சுமந்த மேலத்தெருப் பெண்கள் சீக்கிரம் திரும்பிவிட்டார்கள்.

அவர்களுக்குப் பிந்திவரும் உருவம் பெத்தம்மாளைப் போல தெரிந்து மறைந்தது. வேலி மேல் வெள்ளை உருப்படி அசைந்தது.

அக்கக்கோ பெத்தம்மா... அக்கக்கோ பெத்தம்மா 'எட்டமீரு உண்டாரு... ஒல்லி எட்டவுண்டாதி பெத்தம்மா' வகுரன் தெலுங்கில் பேசி பெத்தம்மாளை நிற்க வைத்து விடுவான். பெத்தம்மாளின் கண்டாங்கிச் சேலையை பொதி யிலிருந்து உருவி உதறினான். மேல் முந்தியில் அகப்பட்ட வெத்து முடிச்சை பல்லால் கடித்து அவிழ்த்தான். பெத்தம்மா காயம் ஆகி போச்சே... வெத்து முடிச்சு... சுருங்கிய முடிச்சுப்பகுதியை சுருக்கெடுத்தான். பெத்தம்மா இருந்த அடையாளமும் இல்லை. காற்றில் மிதந்த காந்தலைக் குடித்து பெருமூச்சு விட்டான். சேலையை தண்ணீரில் முக்கி

மனசு கேக்காமல் கல்லில் அறைந்தான்.

பெத்தம்மாளை தலைமுழுகாட்டி மாத்துக்கட்டி பாடை கட்டி மாத்து விரித்து கொண்டு போக வேண்டும். மாத்து கொடுக்க வேஷ்டி சேலைகளை பொதி சேர்த்துக் கொண்டு வந்திருந்தான்.

வெள்ளங்காட்டி கழுதைகளை பத்தி கம்மாய்க்குள் இறங்கியது.

சுடலி துஷ்டி வீடு போய் சாவுத்துணி எடுத்து, ஊர் சோறெடுத்து கொண்டு வந்தது கூட நினைவில்லாமல் துவைத்துக் கொண்டிருந்தான்.

மந்தைக்குப் போனால் கூவி அழைப்பான் வகுரன். ஓ பெத்தம்மா... அக்கக்கோ பெத்தம்மா...இட்ட மீறி சேசாரே... ஈட ரண்ட பெத்தம்மா...என்று பேச்சுக் கொடுப் பான். அன்று அழுக்கெடுக்கப் போனால் வெஞ்சனப்பாடு தீரும்.

பெத்தம்மா... பெல்லஞ்சருகு தீசிஈயண்ட... ஆகு ஒக்கா தீசிரண்ட... பெத்தம்மாளை போட்டு சிரியோசிரி யென்று சிரிக்க வைத்து விடுவான். வாங்கித் திங்க பருத்தி அள்ளித் தரும். பெட்டிபோட கரிவாங்க சில்லறைத் துட்டு தரும். பெத்தம்மா கல்யாணப் பட்டு கரையில் காயும் போது நாயக்கரை அனுப்பி வகுரன் கிழிச்சிப் போட்டானா போச்சே... என்று 'மீரு போயி சூசி ரண்ட சம்ப்பி எத்த பொய்யேண்டு' என்று பயந்து விடும்.

ராச்சோத்துக்கு குழம்பும் கருவாட்டு மண்டையும் கொடுத்த மகராசி.

கீழத்தோட்டத்தில் வெங்காயம் நறுக்கப் போனா சுடலிக்கு பெட்டி நிமுர கோலி ஈர வெங்காயம் குடுக்கும். வீடு வாசல் எல்லாம் சீரழியும்.

பெத்தம்மா செத்துப் போனாலும் கையும்காலும் செவேர்னு இருக்கு. அடுக்கடுக்கா பச்சை குத்திய கோலம். நெத்தியில் துட்டு வைத்திருந்தது. நாயக்கர் வீட்டு மாடாக் குழி அமர்ந்து போச்சு.

வகுரனுக்கு பெத்தம்மாவை நினைத்து வருத்தம் ஓடியது. மேலுகாலெல்லாம் சேத்துப்புண். சொங்கும் சொரியும்

பத்திய வகுரன். அவன் பேச்சு அப்படி. செத்துப்போன பெத்தம்மா சிரித்தால் வகுறு வெடித்துவிடும். வகுரன் போங்கான ஆள், வார்த்தையில் முள்வைத்து விடுவான். அவன் பேச்சே செந்தட்டி மாதிரி அரிக்கும். மூக்கை உரித்து விடுவான். வேலிமுள் அடித்து கரணைவைத்திருந்தது. பொத்துக்காலை ஏந்திஏந்தி நடந்து திரிந்தான்.

சுடலி கவை முள்ளெடுக்கப் போனாள். செம்பட்டைச்சி எலிவால் முடிவில் சேலைப் பாடரை கிழித்து ரிப்பன் கட்டி யிருந்தாள். எப்போது பார்த்தாலும் இருப்புச் சிரங்கையும் மொலிங்கையையும் மாற்றி மாற்றி சொரிந்து கொண்டு, ஒரு தினுசாக தலையைச் சாய்த்து முகத்தைக் கோணுவாள். ஊர் அழுக்கில் மூழ்கிய சரீரம் வெட்டை விழுந்தது சுடலிக்கு.

வேலிச்செடி நிழலில் வைத்திருந்த பானையில் பலர் வீட்டுப் பருக்கையும் கூட்டாஞ்சோறும் பானைச்சுவரோடு பதுங்கி உறைந்து கிடந்தது. மேலே தெளிந்து போயிருந்த நீச்சுத்தண்ணீரை போணியில் இறுத்துக் கொண்டுவந்து வகுரனிடம் நீட்டினாள்.

தலைப்பாகையிலிருந்த பீடியை உருவி பற்றவைத்து சுண்டி இழுத்தான். அதே பீடியில் இன்னொரு பீடியைப் பற்ற வைத்துக் கொண்டு கரைக்கு வந்தான்.

கரையடி வண்டிப்பாதையில் வகுரன் கழுதைகள் புழுதியைப் பரத்தியபடி புரண்டு கொண்டிருத்தன.

மெலிந்த அனல் காற்றில் கம்மாக்கரையில் மஞ்சள் பூத்த ஆவரஞ்செடி லேசாய் அசைந்தது.

மேலத் தெருவில் பொட்டல் பச்சேரி பகடைகள் கொட்டும் குழலையும் ரொம்ப நேரமாய் ஊதியடித்து சத்தம் ஓய்ந்த ஒப்பாரியில் ஊதினார்கள்.

'ஏ புள்ள... உருப்படிய ஒணந்துபோச்சு சுருட்டிப்போடு' சுடலி கழுதைகளை பத்திக்கொண்டு வந்தாள். வகுரன் கழுதைகள் கம்மாய்க்கரைச்சரிவில் இறங்க முடியாமலும் குதிக்கமுடியாமலும் தாயமாடின. ஓடி வந்து முன்னங்கால் தளையை அவிழ்த்து விட்டான் வகுரன். உடனே குதிரைப் பாய்ச்சலில் துறைக்கு ஓடின. சுடலியும் வகுரனும் காய்ந்த

உருப்படிகளை முந்திபிடித்து சுருக்கெடுத்து மடித்து பொதி சேர்த்தார்கள்.

கரையோர வண்டிப்பாதையில் கழுதையோடு திரும்பினான் வகுரன். சுடலி வண்ணாத்தாளியை இடுப்பில் தூக்கி வந்தாள். 'மச்சாவி உன் வகுறும் வண்ணாஞ்சால் மாதிரி பெருத்துப் போச்சு' என தூங்கன் பொண்டாட்டி வகுத்தை கிள்ளிவிட்டு ஓடினாள். 'அடிச்சிறுக்கி... காதத் திருகப்போரன் உன்ன' என சாவுவீடு நோக்கி விரைந்தான்.

கம்மாக்கரையில் நீரின் விளிம்போடு துவைகல் தனியாகக் கிடந்தது. வரிவரியாக அலை மோதித் திரும்பியது. பகடைகள் ஊதும் நாயனம் காற்றுவாக்கில் கம்மாய்க்கு கேட்டது. தெருவில் பெரிய பெரிய மஞ்சள் முகமுடைய ஆழிகள் ஆடுகின்றன. வண்ணானும் வண்ணாத்தியும் கழுதைகளோடு துஷ்டி வீடு போனார்கள்.

தெருத் திருணைகளில் சுத்துப்பட்டி ஜனம். மஞ்சள் முக ஆழியில் காது வடித்து டோலக் போட்டிருந்தது. வீரசின்னும் குடி வெறியில் பொய்க்கால் குதிரையில் வந்தான். வண்ணானைப் பார்த்து குதித்து ஓடிவந்து வகுரனைச் சுற்றிச் சுற்றி ஆடவும் வகுரனும் தலையை உருட்டி உருட்டி வீரசின்னு ஆட்டத்தை 'சரி சரி நடக்குதா' என்பதுபோல் காலைத் தூக்கி நடந்தான். தூரத்து ஊர்களிலிருந்து வர வேண்டியவர்கள் எல்லாம் வந்து விட்டார்கள். எல்லோரும் காத்திருக்கிறார்கள்.

அரங்கு வீட்டுக்குள் பெத்தம்மாளை சாத்தி வைத்து, கேந்திப் பூ அரளிப்பூ மாலையால் சோடித்திருந்தார்கள்.

நாயக்கமார் வீட்டுப் பெண்கள் கழுத்தைக்கட்டி ஒப்பாரி வைத்தார்கள். அப்போதுதான் வந்து சேர்ந்த பெத்தம்மாளின் பெண்பிள்ளைகள் சத்தம் போட்டு அழுதார்கள். சிலர் விசும்பி விசும்பி கண்ணீரில்லாமல் குனிந்து கொண்டார்கள். முக்காடு போட்ட கிழவிகள் இழுத்து நீட்டிய பிலாக்கணம் வீட்டைப் பிளந்து வெளிப்பட்டது.

ராத்திரியே சுத்து ஊர்களுக்கு துஷ்டி சொல்லப்போன கிச்சான்பகடை திரும்பி வந்து சேர்ந்தான்.

'ஏலே வகுரா... சோலி ஆகட்டுமுடா-அசலூர் ஆட்கள் தயாமாடிக்கிடக்கு... சீக்கிரமா ஓஞ்சோலியப்பாரு' என்றார் தலையாறித் தேவர். திருணையிலிருந்த பெரியவர்களும் சத்தம் கொடுத்து முடுக்கினார்கள் வகுரனை.

பொத்துக்காலன் தூக்கித் தூக்கி ஓடி வந்தான். கிச்சான் பகடையை கூட்டிக் கொண்டு வாகை மரத்தில் ஏறி கொப்பு களை வெட்டினான்.

பொழுது சாய்ந்து கொண்டிருந்தது. வகுரன் கொண்டு வந்த வாகைக் கொம்புகளை வளைத்துக் கட்டினான். பெரிய தேக்கு வாரியல்களைப் படுக்க வைத்து நான்கு பக்கமாகவும் பாடைபோக பிடிகம்புகளை நீட்டினான். பாடையில் அலங்காரம். மாரிமுத்துப் பண்டாரம் கொண்டு வந்த அரளி மாலை ஓலைப்பாயில் இருந்தது. பாடைக்குள் மாத்துக் கட்டி சிகப்பு பாடரில் துணி சுற்றி ஒவ்வொரு முழமாய் சரத்தை வெட்டி குஞ்சம் கட்டினான் வகுரன்.

பெத்தம்மாளை குளுப்பாட்ட தூக்கிக் கொண்டு வந்தாள் சுடலி. கனத்த சரீரம் அம்மாளை மஞ்சக் குளுப்பாட்டினாள். கொண்டு வந்த மாத்து கண்டாங்கி சேலையை பெத்தம்மா வுக்கு கட்டி பொம்மையை அலங்கரிப்பது போல் தலைசீவி பொட்டு அகலத்தில் துட்டை ஒட்டிவைத்தாள். திறந்து கிடந்த உதட்டை மூடினாள். இறந்து முழித்த முழியை மூடினாள். மூடியும் திறக்காமலும் மோனத்தில் ஆத்தாளை இருக்க வைத்தாள். பெத்தம்மாளின் கண்களில் மஞ்சள் வைக்கவும் வண்ணாத்தியின் கண்ணீரும் வயதான பெண்ணின் சாவில் ஒடிந்தது. அது வர்க்கத்தின் ஆழத்தை கடந்து செல்லும் கண்ணீராக இருக்கும். கால் கட்டை விரலை சேர்த்துக்கட்டி கழுதைக்கு தளைகட்டின மாதிரி கட்டி நாழி நெல் வைத்து பத்தியை ஏற்றினாள். அப்போது ஊர்க்கோடியில் நாய் பிலாக்கணம் கேட்டது. சாவுடன் பொழுதும் விழுந்தது. பெட்ரோமாக்ஸ் வெளிச்சத்தில் பெத்தம்மா அரச்ச மஞ்சளாய் உச்சியிலிருந்து உள்ளங்கால் வரை ஆத்தா உடம்பெல்லாம் தங்கம் என்றாள் சுடலி.

உடனே பெத்தம்மா மகள் நாய்க்கு மறுப்பு சொல்லி

பிலாக்கணம் தொடுத்தாள்.

சோடித்த அழகு பொம்மை புதுப்பட்டுடுத்தி கொலுவீற்றிருந்தது. நெத்தியில் ஒட்டிய நாலணா லைட்வெளிச்சத்தில் மின்னியது. வீட்டு முத்தத்துக்கு சொந்த பந்தம் சூழக் கொண்டு வந்தான் வகுரனும் குடிமகனும். குடிமகன் வேலு ஓங்காரமெடுத்த சங்கு எல்லா அழுகையையும் அடக்கி எழுந்து மரண பயத்தை ஏற்படுத்தியது. அதற்கு மேலும் எழுந்த கிழவிகளின் கடைசி ஒப்பாரி அடிவயிற்றில் அடித்து அழுததைக் கண்டு பெரியவர் சத்தம் போட்டார்.

பகடைகள் மேலாக்கவும் கீழாக்கவும் எடுத்து ஊதிய நாயனம் சமவெளியில் உலர்ந்த எலும்புகளை உருக்கி தெருவழி நகர்ந்தது.

வகுரனும் சுடலியும் மாத்து விரிப்பு கொண்டு ஓடினார்கள். வகுரன் கிந்திக் கிந்தி தெருவில் விரித்த துணி மீது பாடை தூக்குபவர்கள் பாடையோடு நகர்ந்தார்கள். செல்லப்பேராண்டி நெய்ப்பந்தம் பிடிக்க... ஜனம் கோவிந்தா... கோவிந்தா... என்று குரல் எழுப்பியது.

சுடலி மிதிபட்ட விரிப்புகளை சுருட்டிக் கொண்டே வந்தாள். சுருட்டிய விரிப்பை எடுத்து கூட்டத்துக்குள் ஓடி புகுந்து விரித்தான் வகுரன். ஒவ்வொரு மாத்தாய் விரித்து விரித்து பின்னால் ஓடிய பாதையைச் சுருட்டி திரும்பவும் பாடைக்கு முன் கொண்டுவந்து விரித்து பாடை நகரவும் பின்னால் வந்து விடும் பாதையை திரும்பத் திரும்ப சுருட்டி முன்பாதை அமைத்து விரிப்புப் பாதை தொடர ஊருக்கு வடக்கில் உள்ள சுடுகாட்டுப் பாதைக்கு அலங்காரப் பல்லாக்கு அசைகிறது. பல்லாக்கில் பெரீய சரீரத்தில் பொம்மை போல் உயிர் இருப்பது போல் பெத்தம்மா அசைந்தது.

சுடுகாட்டு எல்லை வரை ஊர் ஜனம் வந்து நின்றது. அந்த இடத்தில் நான்கு பக்கமும் பாடையைத் திருப்பி நகர்த்தி ஜதீகத்தைசெய்தார்கள். பெத்தம்மா ஆவி எந்தப்பக்கம் போனதென்று கேட்டுகுடிமகன் சங்குஊதியும் சுற்றிவந்து கொள்ளிப் பானை உடைத்தார்கள். அந்த இடத்தோடு

ஆழிக்காரனும் குதிரைக் காரனும் நின்று விட்டார்கள். அவர்கள் கரையில் அமர்ந்து பீடி குடித்துக் கொண்டிருந் தார்கள். பகல் பூராவும் ஆடியதால் மலந்து கிடந்தார்கள்.

சுடுகாட்டுக்கு கொள்ளிச் சட்டியும் கொள்ளிவைக்க வேண்டிய மகனும் பாடையும் வேறு சிலரும் போனார்கள்.

சுடலி, பெத்தம்மா படுத்திருந்த பாய் தலையணியை சுருட்டிக் கொண்டு வந்து கம்மாய்க் கிடங்கில் விசிறி எரிந்து விட்டுப் போனாள். துட்டி வீட்டுக்கு வந்த பெண்கள் மந்தை தோட்டத்து பம்புசெட் கிணத்தில் குளித்தார்கள். அவர்களுக் கெல்லாம் மாத்துக் கெட்ட வெளுத்த கண்டாங்கிகளை கொண்டு போய் கொடுத்து, துஷ்டிவீட்டு தீட்டுச் சேலை களை பொதியாகக் கட்டித் தூக்கிக் கொண்டு வண்ணாக் குடியைப் பார்த்துப் போனாள்.

சுடுகாட்டில் பெத்தம்மா எரிந்து கொண்டிருந்தது. அங்கே பிணம் எரிக்கும் கோலுடன் கிச்சான் பகடை.

கம்மாய்கரை கிணத்தில் பெரியாட்கள் எல்லோரும் குளிக்கவும் அவர்களுக்கு மாத்து வேஷ்டி கொடுத்தான் வகுரன்.

பெட்ரோமாக்ஸ் வெளிச்சம் கம்மாக்கரையில் இருந்தது. ஏகாலி குடிமகன் பகடைகளுக்கு துட்டு பகிர்ந்தார்கள். மடிச்சில்லறைகளை பரிமாறினார்கள்.

அய்தீக வழக்கப்படி வண்ணானுக்கு நின்னான் கூலி முக்கால் ரூபாய் போட்டார்கள். சில்லறையை முந்தியில் மடித்துச் சொருகினான்.

ஈர வேஷ்டிகளையும் அழுக்கையும் பெரிய பொதி யாகக் கட்டி தூக்கிக்கொண்டு பெட்ரோமாக்ஸ் போகும் வெளிச்சத்தோடு நடந்தான். வகுரன் நிழலும் பொதியும் பல மடங்கு ஊதிப் பெருத்து விழுந்தது.

கம்மாய்க் கிடங்கில் கிடந்த பெத்தம்மாளின் கோரம் பாயும் தலைகாணியும் மிதந்து கொண்டிருந்தது.

வண்ணாக்குடிக்கு வகுரன் நடந்து போகிறான். பெட்ரோ மாக்ஸுடன் கூட்டம் மேலத்தெருவுக்குள் அசைந்தது.

●

16

நான்கு பக்கமும்
மரணவாசல்

எல்லா இடங்களிலும் இருப்பற்று மறைந்து கொண்டிருந்தேன். எதுவும் புலப்படவில்லை. அறையை மூடித் தனிமையில் இருந்தால் தற்கொலைதான். கழுத்தில் இறுகும் வெறுமையில் காற்றோ பீடிப்புகையோ கூட அடைக்கிறது.

சுவரில் நகர்ந்த பல்லியின் மருண்ட கண்களுடன் மனம் பதிந்து நகர்ந்து வெள்ளை வெளியான சுவரில் ஏறியது. சுவரைப் போல் இருந்தேன். தளர்ந்து போய் சுவரில் சாய்ந்து பீடி குடித்துக் கொண்டிருக்கிறேன். சுவரை ஒட்டி நகரும் பீடிப்புகை ஜன்னலில் நின்று கரைந்தது. சுவர்க் கீறலுக்குள் வெளிப்படும் எறும்பு வரிசை. சின்ன எறும்பு பெரிய எறும்பு சிறகு முளைத்தது சிறகு முளைக்காதது ஆயிரக் கணக்கில் உயிர்த்தொடர் அசைந்து நகர்கிறது. இந்த வரிசையில் எங்கிருக்கிறேன்.

மனங்களின் பாறைகள் உட்புக வழியின்றி முனங்கலும் கதறலுமாய் கொதித்தன. எங்கும் இறக்க முடியவில்லை. எட்டாத உயரத்தில் அமர்ந்திருந்தது மரணம். செங்குத்துப் பாறைகளில் ஏறி முன்னே செல்ல வழுக்கும். மரணம் தீவிரத்துடன் எரிந்து கொண்டிருந்தது. தப்பிச் செல்லும் வழியில் நண்பனின் கடந்த கால உரு உயிரில் ஸ்பரிசித்து ஒன்றி வளர்ந்து ஆவியில் கலந்தது. அவன் மௌனம் இறுகலானது. வார்த்தைகள் இறந்து விழுந்தன. எதிர்பார்ப்புகளில் சருகுகள் உதிர்ந்தன. தட்டுத் தடுமாறி கால்களை இழுத்து

நடந்தேன். மௌனத்தின் ஸ்பரிச அலை இழுத்த பாதை வறண்ட மணல் வெளியாய் புதைந்தது.

கோர நகரங்களின் பிடியில் பகல் விரிந்து கிடந்தது. அமிலமான காற்று. இறந்து கிடந்தவர்களுக்கு அடியில் என் வேர்களைத் தேடும் அலைதல்.

எதிரில் தென்பட்ட நிர்வாணமான நிழல்களுக்கு எந்த முகவரியும் இல்லை. சாலை பிளந்து கிடந்தது. தெருவில் அனாதையான கழுதைகள், மௌனமாய் சமைந்த சோகம். மதிய வெய்யில் என்னை அமிலத்தில் கரைத்து திரவமாக்கியது.

வெயில் வெயிலென வாழ்க்கை நெற்றியைச் சுட வேலிச் செடிகளுக்கு நடுவில் கிழித்துச் சென்றது பாதை.

பிளவுகளுக்கிடையில் தோன்றும் என் நிகழ்கால வெளி. சில ஜன்னல்கள். கம்பிகள். புஸ்தகங்கள். 18 ம் நூற்றாண்டு பிரேதங்களோடு சிறை வைக்கப்பட்டிருக்கிறேன்.

இருப்பில் உறைந்த பிரேதங்களோடு தனியே பேசுவது வெட்கமாக இருக்கிறது.

ஆதிமரத்திலிருந்து நிர்வாணமாக ஓடிவந்த அந்நியன் என் நெற்றியில் உதடுகளை வைத்து ஸ்பரிசித்தான். திரும்பிப் பாராமல் நடந்தவனின் நிழல் எட்டி நின்று பேசியது.

'நான் அவனல்ல. உனக்குள் தற்கொலை செய்து கொண்ட சகமனித ஆவி' என்றது.

ஆவியின் ஸ்பரிசம் நண்பனின் உதடுகளின் வெறுமையை உணர்த்தியது.

இப்போது தார் பூசிய இருள் எங்கும். சூன்ய வெளி பிளந்து என் வேர்கள் எட்டி மண்ணைத் தொடுகிறது.

என் ரத்தத்தின் பாறைக்குள் மரங்களின் அரளிப்பான காடு. கருஞ்சிறகு விரிந்த இரவில் என் தந்தை எலும்புகளின் முனகல். ஜீவகோடி ரகஸியங்களின் பாதை. தான் தோன்றியான ஆழத்தில் உறைந்த, கால விந்து எனக்குள் எட்டிப் பாய்கிறது.

ஆதிப்பெண்ணின் திறவுபடா யோனி திறந்து புணர்ந்த இரவில் லயமடைந்து வடிந்து பாறைகளாய் சமைந்தேன். மூப்படைந்த மலைகளின் தாடியுடன் காலத்தை எட்டி

வளர்ந்தது தியானம்.

குருமலையில் இடிவிழுந்து முதல் கல் உருண்டு ஸப்த நதியானேன்..

ஊழிப்பெருவெளியில் பாதை வெட்டிக் கொண்டே நகர்ந்தது நதி. கருஞ்சிறகு விரிந்த இரவுகள் பறந்து வந்தன. யுகங்களாயின. யுகங்கள் உறைந்து கல்லானது. கல்லை மனமாக வடித்த பெண்ணுரு நதியுடன் நடந்து வரும் குரல்.

அவள் தோளில் அமர்ந்த புராதனப் பறவை சிறகு விரித்து இரவாக இருந்தது. காலத்தில் வெட்டிய அவள் ரூபம். உடல் கல்லாயிருந்தது. பெரிய பெரிய முலைகளுடன், ஒளிரும் முலைகளின் அண்ணாந்த பார்வை, அபாந்திரதத்தில் பொங்கிய பால், வெண் புறாக்களின் சடசடப்பு. அவள் ரூபவதி. உண்ணாமுலை சுரந்த பாலில் பனித்துளிகளும் பருவங்களும் தோன்றி மறைந்தன. அரளித்த காடுகள் ஜீவராசிகள் பட்சிகள். பட்சிகளின் ஒலித் தொகுதிகள். படிந்து படிந்து ஸ்படிகப் பாறைகள். எச்சம் விழுந்த நதிக் கரையில் பறவைகளின் கால் பதிவுகள்.

நதி வற்றிச் சுருங்கி மணல் வெளியானது. வெறுமையில் புதைந்த நகரங்கள். நகரங்களுக்கு மேல் குத்துச் செடியின் நிழலைக்கூட காணவில்லை.

இடிந்த கோட்டை மேல் அமர்ந்து ஒரு தனித்த காகம் கரைந்து கொண்டிருந்தது. கருமை பூசிய சிறகுகளோடு காகங்களின் பாலைவெளி.

மலர்களும் வனங்களும் நதியும் உதிர்ந்த வெளி கருப்பாய் உறைந்தது. இருளில் மறைந்த கோடுகளில் புள்ளியாய் நகரும் பருந்தின் தீவிர அலைவுகள்.

செடி முளைத்த மதில் சுவர் மட்டும். ஆதிப் பெண்ணுரு ஆதிமரம் பிளந்து மறைந்தது.

நினைவுகளின் பாறைகளுக்குள் உறைந்த மௌனம். மரங்களின் அழுகுரல். நிலவின் ஊமையான மோனம். காலத்தில் மறைந்த அவள் வடிவா? ஆதி நிலா எங்கே.

மூலி மரங்களின் நடுவே சிதைந்த நிலாவின் உரு வடிந்த ஒளி. தனிமையும் சஞ்சலமும் கருக்கிட்டாய் மங்கி மங்கிச்

சரிந்து செல்லும் மணல் பாதை. நாலு பக்கமும் மரணம் அசைந்து கொண்டிருந்தது.

நிழல்கள் என்னை இழுத்துச் சென்றன. வாய் பிளந்த விருட்சத்தின் யோனிகள் அழைத்தன. மதில் சுவரில் காற்றின் ஊளை, நான்கு பக்கமும் மரண வாசல். ஆதி மரத்தில் தலைகீழாக உரிக்கப்பட்ட பிரேதமாகத் தொங்கினேன்.

படிம உயிராய்ச் சுருண்டு மீண்டும் மரத்தில் காய்த்து தொங்கும் கனியானேன். வற்றி உறைந்து விதையாய் சுருங்கி உரக்கம் தொடர்ந்தது. யுகங்களும் பருவங்களும் பனிக்காலங்களும் மூடி உதிர்ந்தன.

இன்று நான் சூன்யத்தில் எரிந்து கொண்டிருக்கும் சிறு விதை. ஒரு கிரகத்தின் வெறுமையுடன் சதாவும் சூன்யத்தில் மிதந்து கொண்டிருக்கிறேன். பிரக்ஞையற்ற என் பிறந்த வெளி.

●

17

கீறல்

இன்று வராமல் போன நண்பனுக்காய் காலம் குறிப்பிடாத அறையில் காத்திருத்தல். ஏனோ, அருகில் நெருங்கி விலகிச் சென்ற ராமசாமி. அவன் இல்லாத போதும் அருகில் இருக்கிறான் என்று உணர்ந்தான் நரேந்திரன்.

காலை வெயில் புறப்பட்டு வந்தபோது நீண்ட கோடுகள் விழுந்தன. அறையிலிருந்து கிளம்பியதும் தெருவில் அனேக நிழல்கள் உயரமானது. நடந்து நடந்து பஸ்நிலைய விரைவுகளுக்குள் கலந்து ராமசாமி வரும் பஸ்ஸுக்காக காத்திருத்தல். ஊர்பேர்தெரியாத யார்யாரோ பரவிக்கிடந்த பிளாட்பாரங்களுக்கு வந்துபோகும் பஸ்களும் பிரயாணி களும் ஆழ்ந்த பஸ்டாண்ட் நடை வியாபாரிகள் லாட்டரி, பழைய சஞ்சிகை சுமந்து வியாபித்த குரல். டவுன்பஸ்ஸின் மூர்க்கமானஓட்டம். திணறல். குமி குமியான அயலூர் மனிதர்கள். பிளாட் பாரத்தூணில் தொங்கும் கயறில் பீடி பற்றவைத்து இழுத்தான்.

வெயில் அதிகரிக்கவும் நிழல் அடர்ந்து ஆட்களை நகர்த்தியது. வளைந்து நெளிந்த பஸ்நிழல்கள் நகர்ந்து செல்லச் செல்ல ராமசாமிமுகம் பதித்த பிரயாணிகள் ஒவ்வொரு பஸ்ஸில் இருப்பதாக தேடித்தேடி ஜன்னல் கம்பிகளைப் பிடித்து முகம் பார்த்து நகர்ந்தான்.

நின்றபடி நடந்தபடி ஓடிப்பிடிக்க எண்ணி பஸ்ஸில் பிதுங்கி வழிந்தவர்கள் செருப்போசை ஓடிக்கொண்டிருக்கும். இரண்டு பக்கமும் தேடினான். ராமசாமியின்முகம் விழுந்த ஜன்னல்கள் வந்தன. தூசுபடிந்த கண்ணாடிக்குள் வரை

கோடுகள் மங்கும் ராமசாமி முகம் கர்லிங் முடி. காட்டன் சிலாக். சிரித்தபடி ராமசாமி பஸ்டாண்டுக்கு வெளியில் வரும் மஞ்சள் மூக்கு லாரிக்குள் டிரைவருக்கும் கிளீனருக்கும் நடுவில் அமர்ந்து போகிறான். கிட்ட நெருங்கிவந்து லாரி கடந்த போது ராமசாமி இல்லை. லாரியின் பின்புறம் டீசல்புகை சாலையில் கரைந்தது.

மீண்டும் தொலைதூர வண்டிகள் வேகமாகதிரும்பி அரை வட்டமடித்து உருமியபடி நின்று கீருடன் மறுபக்க வழியில் முதுகை காட்டி புகையை பரப்பிச்சென்றன. ஒவ்வொரு தடம் எண்ணுக்கும் அட்டவணைப்படுத்தப் பட்ட நேரம் தெளிவாகக் குறிப்பிடப்பட்டிருக்கும். எந்த வண்டியில் ராமசாமி வருவான். சென்னையிலிருந்து வரும் மார்த்தாண்டம் பஸ்ஸிலா. திருவனந்தபுரம் எக்ஸ்பிரஸிலா. எல்லா ஜன்னலிலும் அவனைத் தேடித் தேடி கழுத்து திரும்புகிறது. பஸ்ஸுக்கு பின்னால் ஓடிநிற்கும் மனம்.

எண்ணிக்கையற்றபஸ்ஸில் வந்து கொண்டிருந்தான் ராமசாமி. கருப்புத் தார்ரோட்டின் மேல் கருப்பான வெயிலில் நடுரோட்டில் நடந்து போனான். நேர் உச்சியில் வெயில் சுமந்து நடந்தான். செருப்புக்குக்கீழ் தார் இளகியது. மூன்று கிலோமீட்டர் தொலைவு வெள்ளையடிக்கப்பட்ட கட்டிடங்கள் வெயிலில் அழிந்து அசைந்தன. ஜன்னலைத் தொடும் வெப்பத்தை மூடி இருளும்வீடுகள். வெயிலில் புகையும் ரயில்வே பீடர்ரோடு. ஸ்டேஷன் வாசலில் படம் போட்ட தோள்பையுடன் ராமசாமி. வேகமாக நெருங்கவும் உள்ளே போகிறான். அவனை விரட்டிப்பின் தொடரவும் ஒவ்வொரு பிளாட்பாரத் தூணிலும் நின்று சிரிக்கிறான் ராமசாமி. தோள்பையுடன் தூணில் சாய்ந்து கைகளைக் கட்டி யாரோபோல் பார்க்கிறான். வெறுமையான பிளாட்பார வாசிகள் தானே இயங்கும் போது இயக்கம் தென்படுவ தில்லை. ரயில்வே ஸ்டேஷன் புக்ஸ்டாலில் கண்ணாடி போட்ட ஆசாமி எவ்வளவு காலமோ சிலையாகிவிட்ட மங்கல். யூனிபாம் அணிந்த போர்ட்டர்கள் ஸ்டேஷனில் இருக்கும் நிரந்தரப் பெட்டிகளில் மடக்கி தூங்குகிறார்கள்.

முகத்தை நீட்டி தூங்கும் ஸ்டேஷன் நாயின் கண்கள் பார்த்தன. திறந்து காயம்பட்ட கருப்பு தடங்கள் விழுந்து பாழடைந்த மூஞ்சியால் அவனைத் தெரிந்து கொண்டது போல் காதை அசைத்தது. அதன் கிட்ட நெருங்கினான் உடனே எழுந்து ஓடியது. யாரோ விரட்டும் வேகத்தில் தண்டவாளங்களைத் தாண்டி ஓடி வெயிலில் மறைந்தது.

ரயில் வருவதற்கான பெல் அடித்தபோது உள்ளே அதிர்வு இறங்கி உசுப்பியது. ராமசாமி வரவிருக்கும் ரயிலின் குரல் தூரத்திலிருந்து மெதுமெதுவாய் மேல் எழுந்து வருகிறது. வெயிலில் நெளிந்து கரையும் ஊதலில் ராமசாமி முகம்.

பிளாட்பாரம் அதிர்ந்தது. டீசல் எஞ்சின் பெருமூச்சுடன் சுமந்து வருகிறது. நீண்ட தொடர் கடந்து போனது. அருகில் மெதுவாய் பிளாட்பாரத் தூண்களைக் கடந்து போன எல்லா பெட்டிகளிலும் ராமசாமி இருந்தான். அவனுக்கு எதிரில் 36474 கோச். பதிவு எண் 46 ஷீட் காலியாக உள்ளது. அவனது டைரியும் எழுதிய குறிப்புகளும் மறதியில் விட்டுச் சென்ற பிராந்தி பிளாக்ஸ்ஸும் அங்கு அவன் சென்றுவிட்ட இருக்கையில் விரல் பட்ட ரேகைகளுடன் ராமசாமி வந்திறங்க வேண்டிய விநாடிகள் வொவ்வொரு துளியாய் இறங்கி நிமிடங்களாகி அடர்ந்து கனக்கிறது.

ஆனால் வண்டி நகரும் மெதுவான அசைவு. இழுக்கப் பட்ட வேகம். பின்னால் இணைக்கப்பட்டுள்ள கோச்சுகள் காலியாகவே போகின்றன.

கடைசிக் கோச் வாசலில் வெள்ளையூனிபாம் அணிந்த கார்டு முகம். பச்சைக் கொடி, ரயில் போன பின்னும் கண்ணுக்குள் அசைகிறது.

வெறிச்சோடிய பிளாட்பாரப் பெஞ்சில் சாய்ந்து தளரும் உடம்பு. அவன் வராத மூன்று நிமிஷங்கள் அவன் உள்ளே புகுந்த அடர்த்தி ரயிலுடன் தொலைவில்.

அடுத்த ரயிலுக்காகக் காத்திருக்கிறான். கைகால் உடம்பில் ஒவ்வொரு அணுவிலும் அவனுக்கான அதிர்வுகள். எழுந்து நடக்க முடியவில்லை.

இனிவரும் ரயிலில் அவன் வரலாம். வராமல் போகலாம்.

இப்பொழுது பிற்பகல் மூன்று மணி ஆகிவிட்டது.

சேது எக்ஸ்பிரஸின் அழுத்தமான குரல், ராமசாமியின் முதல் கடிதத்துடன் கேட்கிறது.

இப்பொழுது எதிர்பார்த்த திசைக்கு எதிர் திசைப் பயணமாய் சென்னை செல்லும் சேது எக்ஸ்பிரஸ் அவனையும் அவன் அறை ஜன்னலையும் கடந்து போகிறது.

அவன் வராதபோது அவன் இல்லாமல் ஜன்னல் வழியே காத்திராமல் மூடிய அறைக்குள் உள் சுவரில் வடிக்கிற உயிர். நடுங்கும் விரல்களுக்கிடையில் வெறுமை அசைகிறது. இன்று நாளும் முடியாமல் காலத்தின் புஸ்தகத்தில் ஒரு முடிவில்லாத நாள் நண்பனுக்காக காத்திருக்கிறது. சுற்றி நிகழ்ந்தவற்றில் விடுபட்ட உணர்வு முன்பு முன்பென்ற கடந்தவற்றில் பரவியது. தனிமையோடு அறையில் அடைந்து கிடக்கும் வெளிச்சம் அதிகரிக்க அதிகரிக்க அறையில் இருக்கும் நான்கு புறசுவர்களுக்குள் ஐந்தாவது சுவர்போலும் அவன் நிலை.

வீட்டை ஒட்டிய விளையாட்டு மைதானத்தில் வளைந்து வரும் பாதை. மைதானத்தை வட்டமடித்து செல்லும் கருப்புத் தண்டவாளங்கள் வெயிலில் இருண்டு கிடக்கின்றன. அவற்றை தாண்டி ராமசாமி வந்தான். அவன் தொலைவில் வருவது தெரியும். பாதங்கள் அழுந்த நடந்து வரும் ராமசாமியின் நடை. ஏதோ அலாதியில் கேட்கும் தடுமாற்றத்துடன் நடந்து வருவான். பொட்டல் பரப்பில் கண்களை ஓட்டி சலித்துப்போனதும் உடல் கருப்படைந்து அறை முழுவதும் மாறியது. சுவர்கள் அசைந்து நெளிந்தன. அவனுக்கும் அறைக்குமான வரைகோடு அழிந்து ஜன்னல் மட்டும் திறந்து கொண்டது. சாயும் வெயில் நீண்டு மஞ்சளும் வெள்ளையுமாக பரவிய வெறுப்பை உணர்ந்தான். ஒரு துண்டு மேகம் மெல்ல மேல் ஜன்னல் கம்பிகளுக்கு பக்கமாக நகர்ந்து பார்வையிலிருந்து மறைந்தது. நீண்ட பகல் இன்னும் முடியாமல் அசதிமேலிட தூங்கிப்போனான். தன்னைப்பற்றிய நினைவுகள் அப்போதில்லை. உறக்கத்தில் இமைதடித்து மூடமுடியாமல் எரிந்தது. குழம்பிய நிழல்

உருவங்கள் நடமாடிக்கொண்டிருந்தன. யாருமில்லாத மாடி அறைக்குள் உடைகள் கலைந்து படுத்துக் கிடந்தான். கண்களில் இயல்பான மூடல் இல்லை.

உறக்கமும் விழிப்புமாக வெளிச்சத்தங்கள் கலங்கிப் போனது. இடைவிடாத சத்தத்துடன் ரயில் கடகடத்து மறைவது விடாமல் தேய்ந்து உறுத்தியது. சுவர் முழுவதும் உஷ்ணம் வியாபித்து எழுந்து வெள்ளை புகையாய் ததும்பி வழிந்தது. கண்ணாடிக்குள் ஊடுருவிய வெள்ளை நிறம் கூசியது.

சிறுவர்களின் ஒரேமாதிரியான விளையாட்டில் உருவான கூச்சல் அதிக வெளிச்சத்தை ஏற்படுத்தியது. சிறுவனின் உற்சாகக் கூக்குரலுடன் உந்தப்பட்ட பந்து இரண்டாவது முறையாக கண்ணாடி ஜன்னலைத் தாக்கியதும் அறை முழுவதும் அதிர்ந்தது. இரண்டாகப் பிளவுபட்டு சிறு அளவு நீளத்துண்டு உடைந்து விழும் சப்தம். கீறலில் இடை புகுந்த பார்வை தவித்துக் கொண்டிருந்தது. விளையாட்டு மைதானம் நிசப்தத்தில் மூழ்கியது. நரேந்திரனால் எழுந்து மைதானத்தை பார்க்காமல் இருக்க முடியவில்லை. ஒரு சுடுகஞ்சியும் இல்லாத வெறிச்சோட்டத்தில் மைதானம் அசைந்தது.

மேல்மாடி அறையிலிருந்து இறங்கும் இருபத்தி மூன்றுபடிகளில் ஒவ்வொன்றாக கால்களை நகர்த்த வேண்டியிருந்தது. உடைந்த கண்ணாடிப்பரப்பு தலைக்குள் வெளிச்சமான அதிர்வை ஏற்படுத்தியிருக்கும். கபாலம் பிளவுபட்டு ரத்தம் கசிவதுபோல் வலி. மயக்கம் மேலிட மைதானத்தை கடந்து போய்க் கொண்டிருந்தான் நரேந்திரன். தண்டவாளங்களைத் தாண்டி போகும் தெருவில் நுழைந்து மறைந்தான். திரும்பவும் நிதானமாக பீடி புகைத்தபடி நரேந்திரன் அறைப்படிகளில் ஏறி அறைக்குள் புகுந்து உள்புறமாக தாழிட்டுக் கொண்டான்.

திடீரென்று ராமசாமி முகம் தோன்றி அவனுக்கு முன் நரேந்திரன் கரைந்து மறைந்து கொண்டிருந்தான். ராமசாமி யிடம் எதையும் சொல்லவோ கேட்கவோ முடியாத

நிலை. அம்மா இருந்தபோது ராமசாமியுடன் ஜன்னலில் நின்று குதித்து விளையாடியது. மூன்று சக்கர வண்டியில் நரேந்திரன் அமர்ந்திருக்கிறான். ராமசாமியை சுற்றுகிற வண்டி - முன்னும் பின்னும் வளைந்து சுற்ற ஒவ்வொரு முறையும் ராமசாமி வருகிறான்.

ஜன்னல்கம்பிகளில் பொழுது விழுந்து இரவு குளிர்ந்தது. சட்டை இல்லாமல் வெறும் தரையில் படுத்துக் கிடந்தான் நரேந்திரன். வெறும் முதுகை சிமிண்ட் தரையில் கிடத்தி வெகுநேர குளிர்ச்சியில் காலம் ஓடியிருந்தது. சிறு பிராயத்தி லிருந்து சிமெண்ட் ஈரத்தில் படுத்து புரண்டது. திரும்பத் திரும்ப சிமெண்ட் குளுமையில் இருக்கும் ஆதரவு எங்கு மில்லாத போது அறை சுவர்கள் அவனைப் பார்த்தன. எழுந்து போக முயற்சித்து திரும்பவும் படுத்துக்கொண்டான்.

யாரோ வருவது போல் பாதங்கள் அழுந்த நடந்துவரும் ஒலி. திரும்பவும் கால்களை அழுந்த அழுந்த உரசி நடந்து வருகிறார்கள். நிதானமான நடையில் கிட்ட வந்து விலகிச் சென்று தேய்கிற தொலைவுவரை துணுக்காகக் கேட்கிறது. செருப்புகள் வேகமாக ஓடிவருவது போல் கதவுப்பக்கம் வந்து படிக்கட்டுகளை விட்டு தட்டித்தட்டி இறங்கிச் செல்வதை ஒவ்வொரு படிக்கட்டிலிருந்தும் செருப்பு பதியும் ஓசையை எண்ணி எண்ணி நின்று போயிருந்தது. காலடி களைப்பின் தொடர்ந்து அவனும் நடந்து கொண்டி ருந்தான், நீளமான தெருவில் அவனை யாரோ பின்னா லிருந்து கூப்பிடுகிறார்கள். முன்னால் போய்க் கொண்டிருந்த உருவத்தை விடாமல் துரத்திச் சென்றான். முன்னும் பின்னும் இணைக்கப்பட்ட மூர்க்கமான பிணைப்பிலிருந்து துண்டித்து கொள்ள நினைத்தான்.

தெருவில் இருந்த பெட்டிக்கடையில் ஒதுங்கி பீடி பற்ற வைத்து புகைத்துக் கொண்டிருந்தான்.. கையிலிருந்த பீடி நடுங்கியது. பதைப்புடன் சந்து வழியாக ஆள் நடமாட்ட மில்லாத இடத்தை நோக்கி போய்க்கொண்டிருந்தது பாதை.

அவன் கால்கள் நடப்பதை பாதங்கள் அழுத்தமாக பதிவதை உணரமுடிந்தது. அவன் மூச்சுவிடும் சத்தத்தை

அவனே கேட்க முடிந்தது. ஊரின் எல்லையை கடந்திருந்தது பாதை. டிசம்பர் மாத பனியில் சூழல் வெண்ணிறமடைந்து குளிர்ந்து கொண்டிருந்தது. மேலும் கால்கள் இயங்கியது. வெண்புகையில் தலை கிறுகிறுத்தது. யாராவது வந்து விடுவார்கள் என்று பயந்தபடி சாலையை கடந்து கொண்டிருந்தான். சூழலில் இருந்த ஒவ்வொரு பொருளும் மறைந்து கொண்டிருந்தது. செருப்பின் ஓசை கூட மறைந்து கொண்டு வந்தது. வெண்படலத்தில் அவன் கைகால்களும் மறைந்து விட்டன. அவனை யாரும் அடையாளம் காண முடியாது.

சாலை மரங்களில் வரைகோடுகள் பனிப்புகையில் மூழ்கி வெண்ணிறமாகியது. ஸ்தூலங்கள் மறைந்தபடி குளிர்ந்த பாதை. உருவம் முழுவதையும் மூழ்கடித்துபடி பனி இறங்கியது. தரையை விட்டு மிதந்து கொண்டிருந்த பாதை. சூனியத்தை ஊடுருவி நகரும் கண்ணுக்குத் தெரியாத பாதை. எதிலும் மோதிக் கொள்ளாமல் வெண்மையில் மிதந்து மிதந்து இயற்கையின் துகளில் குளிர்ச்சியை மட்டுமே உணர்ந்தான்.

இழைபிரியும் மூச்சுக்கான இடைவிடாத போராட்டத் துடன் நகர்வு. மூச்சின் சப்தம் கூட அற்றுப்போயிருக்கிறது. இக்கணம் நிசப்தத்தில் மூழ்கி மெல்ல இறந்து கொண்டிருந்தது. எதுவுமற்ற வெண்படலத்தில் சற்று இடைவெளியில் மூச்சின் உஷ்ணம் மட்டும் விலகி விலகி பாதையை ஏற்படுத்தி நகர்ந்து கொண்டிருந்தது. வெண்திரையை பிளந்தபடி அதன் கீறல். அதிலிருந்து ஊடுருவி தப்புவதற்கான வேகத்தில் கண்ணாடிப் பரப்பில் பிளவுபட்ட இரு துண்டுகளுக்கு இடைவெளியில் ஊடுருவி நகர்ந்து கொண்டிருந்த உயிர்.

அவன் இருப்பதற்கான அடையாள மற்று போயிருந்தது. இடைவெளி தூரம் மட்டும். அவனுக்கென்று விடப்பட்ட தூரம்.

18

நீலநிறக் குதிரைகள்

ரூர்கேலாவில் இரும்புவாடை. ஊரை மூடிய அரக்கு இருள். ஸ்டேஷனில் இருந்து வெளியேறினான். மனிதர்களை இரும்பாலான வானம் மூடியிருந்தது. மரத்தில் உதிர்ந்த இலைகளாய் இரும்பு பரவிக் கொண்டிருந்தது.

ரூர்கோலவிலிருந்து இரவு 11.30 பாட்னா மெயில். அப்போதிருந்த மனநிலையில் பீஹாருக்குள் நுழைய முடியாமல் ஊர் திரும்பி விடலாமா வேறு எங்காவது இறங்கி விடுவதா என்ற குழப்பத்தில் நடந்தான்.

அவசரமாய் பஞ்சாபி ஹோட்டலில் நுழைந்ததும் அங்கு விலைமலிவான கலர்சாராயம் குடித்துக் கொண்டிருந்தது கூட்டம். மீன்துண்டு பரோட்டா சோடாகுப்பிகள் இவற்றுக் கிடையே ஐநூறு மில்லிவரை குடித்திருந்தான்.

அவனுடைய நண்பர்கள் அவனைக் கைவிட்ட போது, இந்த உலகத்தில் தான் ஒரு தனிமையான மனிதன் என்பதை தெரிந்து கொண்டான். வெகு நாளாக மனசுவிட்டு விரிந்து திரிய எந்த ஊரில் வேண்டுமானாலும் இருந்து கொள்ளும் மனநிலை உருவாகியிருந்தது. மங்கலானபாதை. வழிகள் அடைபட்ட நகரத்தில் கலர்சாராயம் குடித்து அழிவதென்று கூட்டம். அவர்கள் முகம் கொஞ்ச நேரத்தில் போதையில் நெளிந்து தகரம் போலாயின.

கடைவாசலில் விழுந்து கிடந்தான். அவனைத் தூக்கி நிறுத்தினார்கள். கையை விட்டதும் மிதந்து கொண்டிருந்தான். இரும்பு மஞ்சலான போதை அலைகள். ரூர்கேலாவின் மேல் நீந்தினான்.

பின்னோக்கிச் சுடும் துப்பாக்கிகளின் குமுறல். நீலநிறக் குதிரைகள். மரங்கள் பாறைகள் குகைகள் சரித்திர இடிபாடுகள் மதில்கள் எல்லையற்ற தனிமை மீது செல்லும் நீலநிறக் குதிரைகள், நட்சத்திரங்களுக்கு கைகோர்த்து நகரும் குதிரைகள்.

நகரத்தின் மீது இரும்புக் கறை. இரும்பு உலையின் குமுறல்களோடு மனிதர்கள். துருப்பிடித்த தெருவில் நிழல்கள் மௌனமாய் நகர்ந்து கொண்டிருந்தன. யாரும் தப்ப முடியாது. இங்கு வந்தவர்கள் சாவதைத் தவிர செய்வதற்கு ஒன்றுமில்லை. அரிமானங்களில் மனித வாடை. மாபெரும் புகைபோக்கிகள் உறுதி செய்தன.

குடிபோதையில் இருந்த அவர்கள் கண்களுக்குள் அர்த்தமின்மையின் பெருஞ்சிரிப்பு. சூரிய அஸ்தமனத்தின் நித்யத்துவத்தின் மீது அழகை மறுதலித்துவிட்ட கண்கள். மேலும் மேலும் அச்சமடைந்து கிளர்ந்த பறவைகளின் சிறகடிப்பு ஒலி நகரின்மீது. டிசம்பர் மாத இலைகள் வெறுமையில் உறைந்திருந்தன. பாழ் விழுந்த கோபுரத்தின் சிரஞ்சீவித் தன்மை மீது தழும்புகள்.

அவனிடம் டிக்கெட்டும் பிரயாணச் செலவுக்கு பணமும் இருந்தது. தப்பிவிடுவான். இங்கிருந்து ஓட நினைத்தான். எந்தப் பக்கம் ஓடுவது? நாலு திசைகளிலும் இரும்பின் காற்று. மூச்சுக்குழலின் அடியில் துருப்பிடித்திருக்குமா. வெளி மூச்சில் தூசுப்படை.

பூட்டிய கடைத்தெருவில் விழுந்து கிடந்தான். டிசம்பர் மாத குளிர். இரும்பு குளிர்ந்து நகரம் நடுங்கியது.

லாட்ஜ் என்று பேருக்கு இருந்த பழைய குடோனில் சதுர அறைக்குள் தஞ்சம் புகுந்தான். லைட் இல்லை. அரைகுறையாக எரிந்த மெழுகுவர்த்தியும் சில பீடிகளும் அவனுடன் இருந்தன. மேஜை நாற்காலிகளின் நிழல் விழுந்திருந்த தரையைப் பார்த்தான். மெழுகுதிரி வெளிச்சத்தில் அறையே அவனை விரட்டுவதாக இருந்தது. வெளியில் ரூர்கேலாவின் மீது தற்கொலையில் தொங்கும் இருள். திறந்த கதவுவழியே பார்த்துக் கொண்டிருந்தான். மங்கலாக நினைவுகள் திரும்ப

திரும்ப வந்தன. யாரோ ஒருவன் போலிருந்தான். யாரோடும் உறவு கொள்ள முடியாமல் விலகிப் போகிறது. பாதங்களின் சப்தம் மட்டும் கேட்கிறது. இருளின் கால்கள் அவனைப் போல் நிழல்கள். எந்த இரவு. அவன் வந்த இரவு மறைந்து காலத்துடன் மறையாமல் வரும் இரவு வந்தது. இந்த இரவு இந்த அறையில் அவனைத் தவிர யாருமில்லை. ஆழத்தில் புதைந்து ஒரு தனிமையான அறைக்குள் வடிவம் கொண்டு விட்ட நிலை. மெழுகுவர்த்தியின் வெண்மைக்குள் நூலில் சுடர். தனியாக அந்தரத்தில் நடுங்கியது. அவனைப்போல் தவித்து முடிவில் நின்று எரிகிறது, எவ்வித நோக்கமும் இன்றி. அர்த்தமற்று குவிகிற இருளின் விளிம்புகளில் சுடர் அசைகிறது. நகரம் அவனை பார்த்துக் கொண்டிருந்தது.

நிகழ்காலம், வெளிச்சம், ஒலிகள், அசைவுகள் இழந்து மறைந்து கொண்டிருந்தது. ரூர்கேலாவின் பௌதீக உடல் மறைந்து உள்ளூறைந்த நகரம் தன்னுள் அடக்கமாக பதுக்கி வைத்த நகரை எடுத்துக்காட்டியது. நகரம் திறந்து வழி விட்டு பேசத் துவங்கியது.

நாகரிகங்கள் விஞ்ஞானச் சாதனைகளுக்காக மதிக்கப் பட வேண்டுமா? மூதாதைகள் விதைத்த விதையிலிருந்து முளைத்த குறுத்துகள் எவ்வளவு தூரம் இன்று பரவி விட்டன. எதிர்கால மனிதனின் ஆன்மீகச் செல்வங்கள் காலியாவதைப்பார். கலைப்படைப்புகள் புகழப்படுகின்றன அல்லது இகழப்படுகின்றன. இங்கு எனக்கு என்ன தேவை யென்றே தெரியவில்லை. பெரும் பெரும் உலைக் கூடங் களை சுமந்து இரும்பின் தலைவிதியை நானே சுமக்க வேண்டிய நிலை.

நான் இங்கு எந்த மனிதரோடும் சினேகிதம் கொள்வ தில்லை. பிறகொரு நகரத்தில் அந்நியன் போல் திரிகிற உன்னை கேள்விப்பட்டேன். இங்கு வருவாய் என்ற நாள் கல்வெட்டில் இருக்கிறது. முடிவுவரை வந்தவன் என்னை சந்திக்கிறான்.

தன்னுள் அடக்கிவைத்த ரகசியம் ஒன்றை சொல்லவரும் மௌனத்துடன், குறுகலான தெருவில் அவனை அழைத்துச்

சென்றது நகரம்.

அங்கே புனித நதி இடம்பெற்ற ரூர்கேலா. ஒரிசாவின் புகழ் பெற்ற நடன மாது சந்தோஷினி மொகாபத்ரா ராஜகுமாரனோடு ஆற்றின் கல்மண்டபத்தில் அமர்ந்து வெகு நேரம் ஒருவரைஒருவர் பார்த்தபடி ஆழ்ந்த நதியில் கரைந்து நகரும் நிலை.

மனிதன் தேடும் உன்னதம் எல்லாம் யாந்ரீகமான விஷயம். இந்தப் போர் நூற்றாண்டுகாலம் நடந்தன. பின்னோக்கிப்பார். ரூர்கேலாவில் எந்திரங்கள் தோன்று வதற்கு முன்னால் வானத்தின் தன்மையான ஒலி. கேட்பதற்கு எவ்வளவு பெரிது. அம்புகளால் துளைக்கப்பட்ட இதயத்தின் படம் ஒன்றை எடுத்துக்காட்டியது நகரம்.

அவன் பார்த்துக் கொண்டிருந்தான். புனித நதியின் கரையோரம் அமர்ந்தபடி. மனிதர்கள் உருவாக்கிய ரூர்கேலா நகரமே! இன்று இரவில் ஆழ்ந்தவாறு உன்னைப் பார்த்துக் கொண்டிருக்கிறேன். உன்னிடம் இருந்து கொண்டிருக்கும் ஸ்பரிசம் இந்த விளக்குள் எதுவரைக்கும் ஒளி வீசிக் கொண்டிருக்கும். இன்றைய ரூர்கேலா மீது இரும்பின் புகை வளையம். மாபெரும் புகைபோக்கிகளில் சாத்தான் அமர்ந்திருக்கிறான். அவன் இறங்கி வருவதற்குள் உனக்குள் மிஞ்சியிருக்கும் அர்த்தங்கள் கூட யாந்ரீகமாகி விடலாம்.

இரும்பின் கரகரப்பான கார நெடி. நகரின் அந்தராத்மாவில் ரத்தத்தின் இரும்பு வாடை. உள்ளே கேட்க முடியாத தூரத்தில் நகரின் ஆகிருதி அழுதுகொண்டிருந்தது.

நதி ஒன்று சல சலத்தது. போனயுகத்தில் யுத்தங்களின் கறை படிந்த நதி மறைந்தது. ரூர்கோலாவின் கலாச்சாரம் உன்னதமடைந்த நாட்கள் அவனுக்கு தெரிந்திருக்க நியாய மில்லை. அவனோ லட்சியமோ தேடலோ இல்லாத நரம்பு நோயாளி. இந்த நகரை பார்வையிட வந்த பழைய யாத்திரீகன் அல்ல. இன்றைய வறட்சியின் சின்னமான அவனுக்கு வயதென்ன ரூர்கேலாவின் வயதென்ன இங்கே வாழ்ந்தவர்கள் எல்லாம் நூறு வயதுக்கு மேல் வாழ்ந்து மறைந்தார்கள். நாட்டுப்புற மக்கள்கூடி வளர்ந்த கலைகளின்

மையமான நாட்கள் எவ்வளவோ.

அவன் தேடிவந்த நகரத்தின் ரகசியம் இதுதான். வால் நட்சத்திரம் தோன்றி மறைந்த நாளின் சேதி. இங்கு வந்து சேர்ந்த மனிதர்களுக்கு ரூர்கேலா கல்லறையாகும் நாள் சமீபித்துக் கொண்டிருந்தது தான்.

இரும்பு வயல்களில் உருவான காற்றும் இருளும் நகரில் வீசியது. யுகங்கள், இன்னும் பல யுகங்களுக்கு பின்னால் வரும் அவனைப் போன்ற மனிதனை எதிர்பார்த்துக் கொண்டிருக்கிறது. நகரம் மனச்சுமையுடன் விழித்திருக் கிறது. உயிரின் எந்த அலகுகளுக்கும் அழிவைப்பற்றிய பிரக்ஞை இருக்குமா? என்று திடமாக வாதிட்டது நகரம்.

அறையில் இருந்தவாறே கேட்டுக்கொண்டிருந்தான். இந்த கேள்விகளுக்கு அவன் விடை சொல்லவில்லை. ரூர்கேலா மேல் நட்சத்திரங்களை நோக்கி குலுங்கும் நீலநிறக் குதிரைகளின் பிடரிகளைப்போல் பறந்து கொண்டிருந்தான். வனத்தில் கனைத்து மலையில் நிலைத்து கடல் நடுவில் தோன்றும் நீலக்குதிரை.

அவனைப் பற்றி கேட்டவர்கள் சொல்கிறார்கள்: ஊர் சுற்றும் இன்பத்திற்காகவே வாழ்ந்து கொண்டிருந்தான். தாஸ்தாயெவ்ஸ்கியின் பீட்டர்ஸ்பர்க்கின்மீது வெண்ணிற இரவுகளைச் சுற்றியுள்ள மரங்களில் பனிகொட்டுவதைப் பற்றி கனவு கண்டான். ஆனந்த்பூர் ரயில் நிலையத்திற்கு அருகில் மண்கூரை வீடுகளின் அழகைப் பற்றி எங்காவது பேசித் திரிவான். தொலைவான ராஜஸ்தான் பெண்களைப் பற்றிய குறிப்புகள் இருந்த டைரி கிடைத்தது. பாலைவன எல்லைகளில் அவனுடைய கையெழுத்து காணப்பட்டது. எல்லையற்ற தனிமையில் திரிந்தான். இருண்ட குகை ஓவியங் களில் தீப்பந்தம் ஏந்தியபடி மணிக்கணக்கில் சமைந்தான்.

பதிவறை
யுகங்களின் மனச்சுமை இழுபடும் ஓசை
குமுறும் வழிகளில் நடந்துகொண்டிருந்தேன்
கணப் பொழுதில் நிசப்பதம்
குலுங்கிய பீஹார் நகரங்களில் பூகம்பம் கிளம்பிய

ஆகஸ்ட் 21 1988.

பூமி கிழித்து கிளம்பிய தீக்குழம்பின் குரலில் உரைந்திருந்த கணங்கள்

மூடிய அறைக்குள் எல்லாம் நடுங்குகின்றன.

ஒவ்வொரு அணுவிலும் கணங்களின் நடுக்கம்

அதிர்கிறது உயிர்ப்பெட்டி

ஒவ்வொரு நகர்வும் கழுமரம்

அன்று ரத்தான இஸ்பாத் எக்ஸ்பிரஸ்களுக்காக காத்திருந்த பயணிகளோடு... நானும்

தண்டவாளங்கள் அருகில் கசியும் நீர் ஏற்றும் பம்புகளில் பயணிகளுக்கான செலவு நீர்கொட்டிக்கொண்டிருந்தது.

1,2,3,4, பிளாட்பாரங்கள் நிறைந்த பயணிகளூடே பீகார் குழந்தைகள்.

ஓவர் ஹெட் எக்யூப்மெண்ட் இன்ஸ்பெக்ஷன் வேன் மூன்று எஞ்சின்கள் பொருத்தி வெள்ளோட்டம் வந்தது.

23123:23087:23126 எண்களிடப்பட்ட எஞ்சின்கள்.

மர வெறுமையில் நூற்றுக்கணக்கான காகங்கள் ஒரே திசையை நோக்கி அமர்ந்திருந்தன.

குருவிகள் இடம்விட்டு பெயர்ந்து கூட்டமாய் கட்டிடங்களுக்கு மேல் விளையாடுகின்றன.

எனது அழுக்கு ஜேப்பில் தீப்பெட்டியும் மிச்சமாக கேரள தினேஷ் பீடிகள் சில

நமந்து போன சார்மினார் சிகரெட்டில் எரிந்த தீக்குச்சிகள் கீழே விழுந்து கிடந்தன.

5-25 நாக்பூர் பாசஞ்சர் வரவேண்டும்.

சக்ரதார்பூர் ரயில் நிலைய விடுதி முன்னால் 'கரம்சாய... கரம்சாய...

ரயில் நிலையத்தில் ஆழ்ந்து கேட்கும் குரல்கள். ரயில் நிலைய ஆடுகளின் அலைச்சல்.

நொண்டிப் பிச்சைக்காரன் கைத்தடி நகரும் ஓசை பீஹாரி மொழியில் எங்கும் மனிதத் தலைகள் தண்டவாளங்களில் தொலைவை நோக்கி...

•

19

மதுரைக்கு வந்த ஒப்பனைக்காரன்

பட்டினியும் வறுமையும் பின்துரத்த
மவுண்ட் ரோட்டில் புதுமைப்பித்தன்
மதுரைத் தெருவில் ஒப்பனைகள் கலைத்தெறிந்த
ஜி. நாகராஜன்
நிரந்தர தற்கொலையில் வாழ்ந்துகொண்டிருக்கும்
ஆத்மாநாம்
இந்த விதிகளுக்கு அப்பால்
எழுதப்படாத சரித்திரத்தில்
அலைந்து கொண்டிருக்கிறான் ஒப்பனைக்காரன்.

சுண்ணாம்புக்காரத் தெருவில் நாடகக்காரி இருந்தாள். கொழும்பு மலேயா வரை அவளோட புகழ் பரவியிருந்தது.

அவளுக்கு ஒப்பனை செய்யும் யுவனொருவன். சாஸ்திரம், இசை, ஓவியம் பயின்றவன். பல நாடகங்களை யார்த்தான். கல்கத்தாவின் வீதிகளில் அவனைப் பற்றி பரவியது. பர்மா, மலேயாவுக்கு கம்பெனி சென்ற சமயம் அங்கும் பல நாடகக் குழுக்கள் தோன்றின.

மீண்டும் நாடகங்கள் எழுத வசனகர்த்தா எழுத்தாணியை தீட்டுகிறார். திறந்த ஏடுகளில் நாடகங்கள், பாடல்கள், சரித்திர முக்கியத்துவம் பெற்றன. மிருச்ச கடிகம்-வட மொழியிலிருந்து 18ஆம் நூற்றாண்டின் இறுதியில் தமிழாக்கம் செய்து அரங்கேறியது. நாடகாசிரியன் சூத்ரகன் எனும் அரசன் சிருஷ்டித்த பாத்திரங்கள், சூத்திரதாரன்-நடி-விதூஷகன்-சாருதத்தன்-வசந்தசேனை என்று. யுவனின்

ஒப்பனையில் இரவுகள் மெல்ல நகர்கின்றன. கம்பெனி கொடி கட்டியது.

சந்திரமதி வேடம்பூண்டு லோகிதாசனை சுடுகாட்டுக்கு கொண்டு வருகிறாள். புத்திர சோகத்தில் சந்திரமதி. பிணந்தள்ளும் கோலுடன் அரிச்சந்திர மகராசன் எரிக்க பணம் கேட்டு வாதிடும் காட்சி.

குடிகார கோவிந்தன் விஸ்வாமித்ர முனிவராய் இரவில் வந்து நிற்கிறான்.

சீலைகள் காற்றிலாடுகின்றன. பிணம் எரிகிறது. சடலங்கள் எழுந்து ஆட ஆட தீமூண்டு எரிகிறது பாடல். மயானகாண்டம் உச்சக்கட்டம்.

விடிவெள்ளி முளைத்து அரிச்சந்திர நாடகங்களுக்கு அருகே சரிந்து கொண்டிருந்தது. மேடைகளில் சரியும் நட்சத்திரங்களைப் பார்த்து வருகிறார்கள் ஒவ்வொரு காலமும்.

சந்திரமதியானவள் நாடகம் ஓய்ந்த வீதிகளில் பிச்சை யெடுத்து வருகிறாள். மலார் ராகம் ஓய்ந்தது. கடல்கடந்த காலம் மறைந்தது. ஒப்பனைக்காரன் யுவம் இழந்தான். பதினெட்டாம் நூற்றாண்டின் இறுதியில் வளையத் துவங்கிய அவன் மூக்கு பெரிதாகி சுருண்டு கருத்துப் போனது.

பிச்சைக்கிழவியான பழைய நாடகக்காரியின் பிரேமை யினால் கிழவன் பழைய யுவன் போல் ஒப்பனை கொண்டான். திப்புவின் சட்டை அணிந்து கொண்டான். 'வீரன் திப்புசுல் தான்' நாடக ஒப்பனை. திப்புவின் தொப்பி பழுதான தொப்பி. தொப்பிக்கு அழகாக கோழி ரோமங்களை நட்டி குஞ்சம் அமைத்தான். வெள்ளி மீசையென்றாலும் திப்புவின் வீரம் துடிக்கும். வாய் திறந்தால் வசனம். வெள்ளைப் பரங்கியரை வாள் கொண்டு துண்டித்த வாய் வீச்சு.

சுய எள்ளலாய் கிழப்புன்னகை உதட்டின் ஓரங்களில் மீசையும் சேர்ந்து சிரிக்கும் கண்ணுக்கு அழகான கிழவனவன்.

ஒவ்வொரு நாளும் ஒவ்வொரு வேடம் தரித்து மதுரை வீதிகளில் தோன்றினான். உடைவாளை உருவியபடி வேகமாய் நடந்தான். நாடகச் சுவடிகள் சுமந்து செல்லும்

ராவுத்தன் குதிரை. கம்மீர சுல்தான்நடை. அவன் வளைக்குள் புகுந்த பெருச்சாளிகளைப் பற்றி சிந்தைவயப்பட்டிருந்தான்.

பல ஒப்பனைகளில் பெருச்சாளிகள் வரும் இரவுகள்... சுவடிகளை கடத்திச்செல்லும். பழுதான துணிகள் ராஜாவின் சட்டை மந்திரியார் வேஷ்டி. சீமான்கள் வேஷத்தில் பெருச் சாளிகள் நடமாட்டம். சேகரித்த பாடல்களைப் பாடும் பெருச் சாளிகள். சுவடிகள் மேல் மோகம். பழமையில் மோகம். அதிநவீன பெருச்சாளிகள் சுவடிகளை கரைந்துக் குடித்தன.

பெருச்சாளி கடித்த வஸ்திரங்களை மூட்டித் தைப்பது ஊசி நூலின் வேலை. ஏடுகளைக் கொரிக்கும் நவீன பெருச் சாளிகளை நகரின் மேல் ஏவுகிறது கிழவனின் மந்திரப் புல்லங்குழல். நெடுங்காலம் அது. மதுரை நகரம். விளக்குகள் ஏற்றிய இரவு. கிழவன் தனிமையில் பாடுகிறான். மூப்படைந்த அவன் மூக்கு பாபகெனோ படைப்பில் வரும் பறவை மனிதனைப்பாடும். கோட்டை-நடனமண்டபம்- அரண்மனை இரவு நதிக்கரை காட்சிகள் - நாடகத் தெரு ஸ்கிரின்கள் எல்லாம் கிழிந்தன. அவன் பாடலில் வரும் யுவன் நகரங்களுக்கு மேல் பறந்து பார்க்கிறான். இசைக் குழு கோரஸ் பாடுகிறது.

நூற்றாண்டுகள் அடுக்கி வைக்கப்பட்ட ஒப்பனைக் காரன் வீடு. திரைச் சீலைகளில் வரைந்த சித்திரங்கள். பாய்ஸ் கம்பெனி இசைக்குழுவின் போட்டோ. மீசை கிருதாவுடன் தோன்றும் பழைய நடிகர்கள். நாடகக்காரி ரங்கூனில் வைத்து எடுத்த படம். பழுதடைந்த யுவன் இவர்களுக்கு நடுவில் அமர்ந்திருந்தான். ஒப்பனைப் பொருட்கள் நிறைந்துள்ளன. நாடகம் போட அழைப்பு வருமென்று நப்பாசையில் கிழவன் காத்திருக்கிறான்.

அதுவரைக்கும் எல்லா ஒப்பனைகளிலும் தன்னைப் பார்த்துக் கொண்டான். வெயில் கிளம்பும் வேளை நாடகத் திற்கு ஆயத்தம் நடக்கும். வசனங்கள் தலைகீழ் பாடம். பெரிய கஞ்சப்பிரபு வேடம் தரித்துக் கொண்டான். அதைக் கலைத்து விட்டு சற்று நேரம் ஓய்வு. பின் அடுத்த ஒப்பனை. புராணிக வணிகன் தோன்றினான்.

மதுரை நகருக்கு அதிசய வணிகன் வந்திருக்கிறான். நகருக்குள் பரபரப்பு.

கிழவனின் சின்ன குடிசை. மண் சுவர் பதித்த நிலைக் கண்ணாடி முன் அதிசய வணிகன். பல தேசங்கள் கடந்து வருகிறான். வெளிநாட்டு மீசையை எடுத்து பெரிய மூக்கில் இணைத்து மூக்கால் பேசத் தொடங்குகிறான்.

வாத்தியக் கருவிகள், பின்னணி இசை முழங்க நகருக்குள் வணிகன். ஒவ்வொரு எட்டிலும் ஹார்மோனியத்தின் குரல் அதிகரிக்கிறது. ஏலம் விடவேண்டியவை மூட்டையாகி கட்டித் தூக்கிக் கொண்டு போகிறான். ஏலம் விடுவது வணிகன் தொழில். சீமானைப் போல் ஜரிகைக்கரை வேஷ்டி மின்னுகிறது. ஜனநடமாட்டம் அதிகமான பகுதிகளில் வணிகன் நடமாடுகிறான். தெருவில் போவோர் அவனைக் கடந்து செல்ல முடியாது. எதிரே முகவெட்டை பார்த்ததுமே சொல்லிவிடுவான் வருவது யாரென்று. முற்பிறப்பை சொல்லும் வணிகனின் நிமித்தகம்.

தமிழன் மானம் காத்த புலவனைய்யா நீர் என்பான். இவர் தானய்யா குதிரைவீரன், தக்காண இளவரசி சாந்த் பீபியின் குதிரைலாயத்தில் குதிரைகளுக்குச் சேணம் கட்டியவன்.

அய்யா கவிஞரே வருக... நீங்கள் பாடினதால் தின்ற மேய்ச்சல் நிலங்கள் வளர்ந்தன. கவி பாடப் பாட புல் வளர்ந்தது பாண்டிய நாட்டில்.

டவுன்ஹால் ரோட்டில் வணிகன் நடந்து கொண்டிருந்தான். அவன் முதுகில் செல்லும் சுமையில் ஏராளமான ரகஸியங்கள். வணிகனின் கையிலிருந்த உடைவாள் தவறி விழுந்து விட்டது, குனிந்து எடுக்கிறான். இது என் பரம்பரை வாள், பரம்பரை மீசை என்று கூவுகிறான். வழிநடை வியாபாரிகள் இரைச்சல். சந்தியை அடைகிறான்.

அதிசயங்கள் எல்லாம் ஏலத்தில் விடுகிறேன். எதை வேண்டுமானாலும் கேளுங்கள். துணி பொம்மையை எடுத்து ஆட்டுகிறான். இதோ அரிமர்த்தன பாண்டியன் எனக்களித்த முத்துமாலை. வைரம் பதித்த கிரீடங்கள். கோவலன் கொண்டு வந்த சிலம்பு. இரும்புத் தொப்பிகள்.

பரங்கியரின் துரோகத்துப்பாக்கிகள். இதைப் பாருங்கள், ஜெர்மன் நாட்டு புஸ்தகங்கள், களிமண் ஊசிகள், முடி திருத்தும் கருவிகள், கட்ட பொம்மு பிச்சுவா, பூழித்தேவன் பிடித்த வாள், அரச வஸ்திரங்கள், ஆபரணங்கள், பகல் வேஷக்காரனின் முகமூடிகள். இரும்பு முகமூடிகள். ராஜதந்திரிகளின் சதியில் பயன்பட்ட தூதுச் சுவடிகள். சங்கேத பாஷைகள் அடங்கிய ஏடுகள், வானசாஸ்திரம், தத்துவம், சரித்திரம் படைத்த பொம்மைகள், உலகயுத்தம் ஒடித்த ஊசிகள், பீரங்கி மூக்குகள், மதுரை எரிந்த சாம்பல் கிண்ணங்கள், மண்டையோட்டு அதிசயங்கள்... மாயக் குரங்காட்டி சொல்லடா சொல்லு! மரப்பாச்சி குதிரைப் படை யானைப்படை. யானை வேணுமா குதிரை வேணுமா? எதை வேண்டுமானாலும் வாங்கலாம்! விலை சகாயம்.

கூவி விற்கிறான் கிழவன். பாதசாரிகளை வழிமறித்து முதுகை பின்னுக்கு வளைந்து வணங்கி வரவேற்கிறான். அவன் பேச்சு சாதுர்யத்ததால் கூட்டமே நிற்கிறது. வியந்த கண் இமை விரித்து நிற்கிறது. எல்லாம் உங்களுக்கே! எழுத்தாணிகள் வேண்டுமா. புலமை வாய்ந்த எழுத்தாணி. ஒட்டக்கூத்தன் பிடித்த எழுத்தாணி. விலை மலிவு.

காலத்தை திறந்துகாட்டும் பேனா வேண்டுமா. கவிஞன் பேனா, கட்டியம் கூறும் பேனா, நாட்டின் நெம்புகோல் பேனா, விலை சகாயமான பேனா சார்!

நக்கீரன் பேனா சார். அரசியல் பேனா சார், சிகப்பு பேனா சார், பேனாவுக்குள்ள என்னருக்கு சொல்லடா சொல்லு! பேனாவுக்குள்ள பூதமிருக்கு; அற்புதபெண் இருக்கு; கேளுங்கள். ரூபாய்க்கு ரெண்டு பேனா சார்!

உங்களுக்கு வேண்டிய முகமூடிகள் முகத்தை மூடும் இரும்பு முகமூடிகள். திறந்த முகத்தை மூடும் முகமூடிகள் இத்தனையும் உங்களுக்கே என்ன விலை... கேளுங்கள்... வாங்க சார் வாங்க!

விளக்குகள் ஏற்றிய மதுரை வீதி. எங்கும் ஒப்பனை கலைந்து முகம் வீடு திரும்பும். டவுன்ஹால் ரோட்டில்

விபரீத வியாபாரங்கள். கிழவனின் ஏலவிளக்கு எரிகிறது. விளக்கின் அடியில் விலைபோகாத நிழல்கள்! எல்லாப் பொருளும் ஏலத்தில் எடுக்கலாம். கிழவன் களிக்கூத்தாடு கிறான். கூட்டம் நிரம்புகிறது; தேவையான பொருட்களை வாங்கிக் கொள்கிறார்கள். பழைய பொருள் மேல் மோகம். கொலுவில் வைக்கும் பொருள், விநோதப் பொருள், வேண்டாத பொருள் மேல் புது மோகம். எல்லாமே விலை போகும்.

நாடகமாடி முடித்த மதுரை. அன்று அரங்கேறிய நாடகங்கள். விளக்கேந்திய காவலர்கள். தீப்பந்தம் ஏற்றி வைத்த கிராமத்தில் ஓலைக் கொட்டகையில் கிருஷ்ணலீலா பவளக்கொடி நல்லதங்காள் கோவிலன் கதைகளுக்கு போட்ட ஒப்பனைகள். இரவில் வந்துபோன கதா பாத்திரங்கள். ஸ்திரீபார்ட் வேஷங்களில் நடன சங்கீதம். திரைச்சீலைகள் அசைகின்றன. காட்சிகள் மாறுகின்றன. ஹார்மோனியம் கண்ணுச் சாமிபிள்ளை அடுத்த கட்டத் திற்கான சுதியை ஏற்றுகிறார். தைல விளக்குகளுக்கு எண்ணை ஊற்றுகிறார்கள்.

ஒப்பனைக் கண்ணாடியில் எரியும் தீப்பந்தம் வெளிச் சத்தில் அர்ஜுனன் தருமன் துரியோதனாதிகள் கிருஷ்ணன் எல்லாரும் வசனங்களை பேசிக் கொள்கிறார்கள். பாஞ்சாலி சேலையுடுத்திக் கொண்டிருக்கிறாள். துச்சாதனன் பாஞ்சாலி யோடு வசனங்களை ஒத்திகை பார்த்துக் கொள்கிறான். பாரதியின் பாஞ்சாலி சபதம்.

ஜனக்கூட்டம் உற்சாகமடைகிறது. நாடகாசிரியர் நோட்டுப் புஸ்தகத்திலிருந்து அடுத்த கட்டத்துக்கான உச்சரிப்பு அடையாளங்களை எச்சரிக்கை செய்கிறார்.

ஒப்பனை மேஜை மீது ஆபரணங்களும் வஸ்திரங் களும் பட்டு உடைகளும். பவுடர் சாயங்கள். ஒட்டுத்தாடி. நரைமுடிகள். சகுனிமாமாவுக்கு ஒப்பனை நடக்கிறது. ஒப்பனைக்காரன் ஆழ்ந்து ஈடுபட்டு முகவடிவு உருவம் அணிகலன்கள் என்று சிருஷ்டியில் இருக்கிறான்.

மேடையேறிய பாஸ்கரதாஸின் நாடகங்களுக்கு உயிர்

கொடுத்த ஒப்பனைக்காரன். எஸ்.எஸ். விஸ்வநாததாஸ் குடிகார கோவிந்தன் டிகேயெஸ் சகோதரர்கள் நடித்த பாஸ்கர தாஸின் பாடல்களை அன்று பாடாதவர்களே இல்லை. தேசியம் பற்றி... பகத்சிங் வீரம் பற்றி பாடல் களோடு ஜனக்கூட்டம் அலையென எழுந்தகாலம்.

நாடகம் ஓய்ந்த வீதிகளில் ஒருவன் பாடிக்கொண்டு போகிறான். அரங்குகளுக்கு வெளியேயும் பாடல்கள். முதல் முதலில் தீவிர காங்கிரஸ் தொண்டனுக்கு ஒப்பனை செய்து கொண்டிருந்தான் கிழவன். பகத்சிங் நாடகம் திப்புவின் வீர வரலாறு கட்டபொம்மு பூழித்தேவன் கதை எல்லா வற்றுக்கும் ஏற்ற ஒப்பனை நடந்தது. ஒப்பனைக் குரியவை துப்பாக்கிகள் ஈட்டிகள் சுடுகருவிகள் ஒவ்வொன்றையும் கிழவன் கொண்டு வந்தான்.

சரித்திரத்தில் எழுதப்படாத சித்திரமாய் போய்க் கொண்டிருந்தான். ஒப்னைக்காரன்... கால தேச வர்த்த மானங்களில் செல்லாத வேஷங்கள் எல்லாம் வேடிக்கை காட்டும் குரளிவித்தை போலும்.

அந்த இரவுகளில் திரைச்சீலைகளுக்குப் பின்னால் லாந்தர் ஒளியில் அவன் செய்த முகங்கள் ஒவ்வொருவரும் அவனுடன். நாடகங்களில் உருவான உற்சாகக் கட்டங்களை அடைந்தான் கிழவன். திப்புவின் சட்டைக்கு உயிர் வந்தது. ஒப்பனைகள் எல்லாம் சரித்திரம் பேசும் அவனிடம்.

இரவானதும் கிழவன் வீடு திரும்புகிறான். அவனிடம் எந்த துயரமும் பாவங்களாய் மாறுகிறது. ஏலவிளக் கேந்தியபடி இருளில் போகிறான், ஒப்பனைக்காரன்... பெரிய பெரிய நிழல்களோடு நகர்கிறது ஏலவிளக்கு.

●

20

வேர்கள்

ஊர்க்கோடியிலிருந்து நாய் குரைத்தது தூரத்தில் சன்னமாய் கேட்கவும் முழிப்பு தட்டியது. மனசுக்கு பக்கத்தில் குழந்தையின் அசைவு. விழுந்து கிடந்த மார்புகளில் வெதுவெதுத்ததும் முண்டிக் கொண்டு முணங்கியது. உச்சி முகந்து தழுவிக் கொண்டான்.

வாசலில் குழந்தையின் அய்யா. அழுக்குப் பொதிமேல் மல்லாக்கப் படுத்துக் கிடக்கிறது. அது போடுகிற குறட்டையும் சத்தமாய்கேட்கிறது 'பாவம்... அதுக்கும் மேலுக்கு ரொம்ப அலுப்பு.

ஓரமாய் வெள்ளாவித் துறையில் அடுப்புகள் இழுத்து மூச்சு விடுகிறது. அதன் நெருப்பில் ஊதிக்கொண்டு சாரக் காத்து அடிக்கிறது. வெள்ளாவிப் பானைகள் இரைச்சலிடுகிற சத்தம். உவர் முறுக்கிய ஊர் கண்டாங்கி உருப்படிகளின் வேக்காட்டு மேல் சின்ன தூரல் துளைக்கிறது.

உவர்மண்; ஊர்ப்பட்ட அழுக்கு; அவர்கள் எல்லோருடைய வேர்வையும் கலந்து போய்விட்டன. இந்த ராத்திரியோடு சேர்ந்து வாசனையும் புகையுடனும் அடிக்கிறது. வண்ணாக்குடி எல்லாம் வியாபித்துச் சுற்றுகிறது.

இரண்டு மூன்று நான்கு வீடுதான். பக்கத்தில் கோசு குண்டுக்குப் போகும் ரோடு இருக்கிறது. நிறைய வண்டிகள் வரிசையாகப் போய்க் கொண்டிருக்கின்றன. வண்டிச்சக்கர ஓசையுடன் மாட்டுச் சலங்கை, போகிறவர்களின் பேச்சுக்களும், சரலி ரோட்டின் கிடுகிடுப்பில் ஒரு நடுக்கத்துடன் கேட்கிறது. சாயந்திரம் சாத்தூருக்குப் பருத்திப்பாரம்

ஏற்றிப்போனவை திரும்பி விட்டன.

சாமக்கோழி அப்பதையே கூப்பிட்டிருக்கும். வீட்டுப் பக்கத்து சின்னால மரத்தில் ரொம்ப பக்ஷிகள் கலைந்து கொள்வதும் கீச்சட்டம் போட்டுக்கொள்ளவும் செய்தன.

இதுக்கு அய்யாவ எரவாரத்தில் வந்து படுக்கச் சொல்லணும். மழக்காத்து பெலத்து அடிக்கிறது. உடம்புக்கு சேட்டமில்லாமல் போகப் போவுது. நாளைக்கு நீராவித் துறைக்குப் போக தாயமாடிப்போகும்.

'இங்க பாரும் ஏ மச்சாவி… மச்சாவி இது எழவுக்கு காதவிஞ்சு போயிருக்குமே'

வண்ணாக்குடிப் பக்கம் யாரோ வேத்தாள் வருகிற சத்தம். கூப்பிடுகிற குரல் ஏ… ஆவுடைத்தாயி'…. ஆவுடத்தாயி..

உடம்பிலிருந்து குழந்தையைப் பிரித்துத் தட்டிக்கொடுத்து விட்டுப்போனாள்.

அந்த வண்டிகள் ரொம்ப தூரத்தில் போகிற சத்தம் கேட்கிறது. அவனுக்கு அழுக்குப்பொதியிலிருந்து எழுந் திரிக்கப் பிரியம் வராது. ஒன்னுக்கு முட்டிக்கொண்டு வரவும் தான் எழுந்தான். உறக்கச்சடவோடு கிழக்காமல் போய் ரோட்டைப் பார்க்க நின்றுகொண்டே இருந்துவிட்டு வந்தான்.

திரும்பவும் படுத்துக்கொள்ளவும் பொதியெல்லாம் தூரல் விழுகிற ஈரம். உடம்பு வெடவெடத்தது. அச்சலாத்தி யாய் வந்தது. பொதிக்கு அடியில் சொருகிவைத்த பீடியை உருவி வெள்ளாவிக்குப் பக்கம் போனான். குனிந்து அடுப்பைக் கிளைக்கவும், பளிச்சென்று நிறைய கண் களாகிப் பார்த்த பொடிப் பொடி கங்குகளில் ஒன்றை பீடியில் ஒட்டவைத்து இழுத்தான். அடுப்பில் சாம்பல் பறந்தது. இரண்டு மூன்று தும்மல். இருந்த் உறக்கச்சடவு போய்விட்டது.

பொதியை தூக்கிக்கொண்டு வீட்டுக்குள் போனான். அவளைத் தேடினான். 'கழுத… இன்னேரம் பச்சப்புள்ளய போட்டுட்டு எங்க போயி தொலைஞ்சது.' குழந்தை காலைத் தரையில் அடித்துக்கொண்டு கிடந்தது. 'ஏஞ் செல்ல மகராசா… ஆத்தா எங்க பேயிட்டா… ஊருக்குள்ள

போயிட்டாளா... எங்கண்ணுப்புள்ளய விட்டுட்டுப் போயிட்டாளா....'

பொதியில் சாய்ந்து கொண்டு பிள்ளையை மடியில் போட்டுக் கொண்டு கொஞ்சினான்.

கூரை முகட்டில் ராக்ஷச வாய். அந்தப் பொத்தல் வழியாக மழைத்துளிகள். சாரக்காத்து எல்லாம் இறங்கிக் கொண்டன. மழையின் சத்தம் கூரையில் ஒரு மாதிரி வீட்டுக்குள் வெண்கலப் பாத்திரத்தில் ஒரு மாதிரி வெளியில் ஒரு மாதிரி கேட்கிறது.

குழந்தையிடம் கொஞ்சிக்கொள்ள பதமான நேரம் வந்து விட்டது. அவனுக்கு தூக்கம் எப்படி வரும். சுகமான அழுக்குப் பொதி. குழந்தை குணங்கியது. சுற்றிச் சுற்றி தடித்துக்கொண்டு விழும் மழைச் சத்தம். பிறகு அவனுக்கு என்ன வேண்டும். ஆவுடைத்தாயி போனதை தேடவில்லை. குழந்தைக்குச் சிரிப்பாணி... சுழித்துச் சுழித்து அடித்த காற்று கூரை முகட்டில் விசிலடித்து இறங்கி சுவரொட்டியில் வெளிச்சத்தை அணைத்து விட்டது.

பெரிய அப்பச்சி வீட்டில் வெங்கிடம்மாளுக்குப் பிரசவம் ஆகலை. அழிப்பாய்ச்சிய திண்ணையில் நிறையப் பேர். வீட்டுக்குள் ஊடுவிட்டத்தில் கம்பியிலிருந்து இறங்கியபடி ஒரு பெட்ரோமாக்ஸ் லைட் வைக்கப்பட்டிருந்தது. அது இரைந்து சத்தம் போடுகிறது. அதைச் சுற்றி விட்டில் பறந்தது. சிம்ளியை உடைக்க முடியவில்லை. அதில் அறைந்து மோதி விழுந்தன. கால்களை உதைத்துக் கொண்டு கிடக்கிறது.

உறக்கம் வராத ரொம்பச்சின்னப் பிள்ளைகள் அந்த நிறைய வெளிச்சத்தில் கண்ணைக் கூசிக்கொண்டு லைட்டையே பார்த்துக் கொண்டிருந்தன. தெருப் பொம்பிளையாட்களும் ஒன்றும் புரியாத முகங்களாய் வீடு நிறைந்திருக்கின்றனர்.

அரங்கு வீட்டுக்குள் வெங்கிடம்மாள் உஷாரில்லாமல் அம்மாளைக் கூப்பிடுகிறது. 'அம்மாதான் கேக்க முடியாத ஒசரத்துல இருக்காளே' யாரோ சிலர் சடைத்துக்கொண்டு சொன்னார்கள். சில பெரிய மனுஷிகள் உற்றுப்பார்த்து

கொண்டு சும்மா இருக்கிறார்கள்.

ஆவுடைத்தாயி வந்துவிட்டாள். இவள் வரவும் எல்லோருக்கும் தெம்பு வந்து விட்டது. வெளியில் மழையும் பெலத்துக் கொண்டது. திண்ணையில் அவள் வருகையால் சலசலப்பும் கேட்டது. வீட்டுக்குள் ஒரே கசகசப்பாய்.

'இப்படி மரிச்சுக்கிட்டா எப்படி. வெலகுங்க புள்ளகளா செலாத்தலா காத்த விடுங்க'

அந்த வேளையில் ஆவுடைத்தாயிக்குத்தான் நிறைய அதிகாரம் வந்து விடுகிறது.

வெங்கிடம்மாளை தொட்டுப் பார்த்து ஆசுவாசப்படுத்தினாள். வெங்கிடம்மாளின் பார்வைக்கு தைரியம் வந்து விட்டது.

'ஆத்தா.. சீரகத்தை வெடிக்கப் போட்டுக் கொண்டாங்க'

'புளிச்ச தண்ணிய மோந்தாங்க' அதைக் கொடுத்து பிரசவத்திற்கு வெங்கிடம்மாளைத் தயார்ப்படுத்தினாள்.

'நல்லா மஞ்சள மையா அரைச்சு அனேகம் கொண்டாங்கத்தா'

வீட்டுப்பெண்களின் நடமாட்டம். ஆவுடைத்தாயின் கட்டளைகள். ஊஞ்சல் கொண்டியில் வாளிக்கயிறைக் கட்டி கைப்பிடியாய் அதில் துணியைக் கட்டி வெங்கிடம்மாளை பிடிக்க வைத்து நிறுத்தினாள்.

'ஆத்தா... செல்லாத்தா.. இந்த மஞ்சள் உருண்டய கடக்குணு முழுங்கிருத்தா'

இந்த தண்ணிய குடியாத்தா... ஹங்... அம்புட்டுத்தா அம்புட்...டு...த்தா'

மழை அந்த ஓட்டு வீட்டின் மேல் சத்தம் போட்டு விழுந்தது. அடி வயிறு எக்கி முன்பாய்ந்து வந்தது பொம்பளப் பிள்ளை. அந்தக்கொடியிலிருந்து எடுத்து அங்கணக்குழிக்குக் கொண்டு போனாள். வீட்டுக்குள்ளும் வெளியிலும் எல்லாமுகங்களிலும் சிரிப்பாணி. சந்தோஷம்.

கருப்பட்டி சிப்பத்துக்காக ஆள் போனது. செட்டியாரை எழுப்பி பூட்டிய கடையைத்திறந்து சிப்பம் தூக்கி வந்தான் ஒருவன்.

'கருப்பட்டி சிப்பத்த பிரிங்க' பெரிய அப்பச்சி திருணையிலிருந்து தோரணையாக கத்தினார்.

ஆவுடைத்தாயி பேறு காலம் பார்த்து முட்டு வீட்டு துணிகளை பொட்டணமாக கட்டி தூக்கிக்கொண்டு வந்தாள். மாத்துக்கண்டாங்கி தரவேண்டும். ஆவுடத்தாயி கம்மாய்க்குள் குனிந்து முட்டு வீட்டுத்துணிகளை அலசும் போது வண்ணாக்குடி சின்னால மரத்தில் நிறைய பக்ஷிகள் கிளம்பி விட்டன. சலசலப்பும் கூப்பாடுமாய் கேட்கிறது. சிலதுகள் தூரத்துக்கு பறந்து கொண்டிருக்கின்றன.

நூறு பேறுகாலம் பார்த்த வண்ணாத்தி கைகளை நீருக்குள் ஆழ்த்தி ஆமையைப் போல விரல்களை உள்ளிழுத்தாள். மெதுவாக ஒவ்வொரு விரலாக விரித்ததும் வெளி வந்தது ஆமை. விரல்களை மல்லாக்க விரிக்கவும் அந்த சிசுவின் வாடை கழுவக்கழுவ ரேகையோடு ஒட்டிக் கொண்டிருந்ததை உணர்ந்தாள் ஆவுடத்தாயி. குயில்மீன் குஞ்சுகள் கூட்டமாய் வந்து சேத்துப் புண்களை கரும்பும் உரசல் கோடுகள் வெம்பரப்பான விடியலில் மூழ்கிக் குளிப்பவளின் சரீரத்தில் எதை எதையோ எழுதிக் கோடுகளில் சொன்ன சங்கதிகளை கேட்டு ஒரு பச்சை மீனை பிடித்து விழுங்கி ஓங்கரித்தாள். தொக்கம் விடுபட்ட மாதிரி இருந்தது. அந்தப் பிறப்பின் ரகஸியத்தை தேயும் நிலவுடன் அறிந்து கொண்டாள். கருக்கல் அடைந்த இரவு கலைந்து புங்கை மரத்தின் வாசனையுடன் வீசியது மழைக்காற்று. அவள் ஈரச் சேலையுடன் குறுத்து மணலில் கால்கூச நடந்து போகிறாள் வீட்டுக்கு.

●

21

ஈஸ்வரி அக்காளின் பாட்டு

ஈஸ்வரி அக்காளைப் பிரிந்தபோது வீட்டுமுருங்கைமரம் பிஞ்சும் பூவுமாக இருந்தது.

அவள் பெரியபத்து படித்துக் கொண்டிருந்த சமயத்தில் தாத்தாவின் சம்மதத்தோடு கூட்டிக்கொண்டு போனார்கள். ஈஸ்வரி அக்கா திரும்பி வருவாள் என்று தாத்தா சொன்னார்.

நம்ம ஊரிலேயே ஈஸ்வரி அக்காதான் நென்மெனிக்கு படிக்கப் போனாள். அங்கு சலூன்கடை போட்டிருந்த குடிமகன் பொன்னுச்சாமிக்கும் அவளுக்கும் வேதக்கோயில் திருவிழாவில் வைத்து காதல் பிறந்துவிட்டது. அவளுக்காக மரச்சிலுவையும் வெள்ளைப் பாசியும் வாங்கிக் கொடுத்தான். உடனே பள்ளிக்கூடம் பூராவும் தெரிந்துவிட்டது. ஒரே பேச்சு எல்லாருடை கேலிப்பேச்சையும் வாங்கிக் கட்டிக் கொண்டாள். பதில்பேச முடியாமல் தலைகுனிந்தபடி வீடு திரும்பினாள்.

தாத்தாவும் விடுவதாக இல்லை. வந்ததும் சண்டை. தாத்தாவின் கோபம் தணிவதற்கு ஒரு இரவும் ஒரு முழுப் பகலும் பிடிக்கும். உடனே ராசியாகிவிட்டார்கள். தாத்தாவுக்கு ஈஸ்வரியின் முகத்தில் முழிக்காமல் விடியாது. கிணத்து வெட்டு வேலைக்குப் போகமுடியாது. கிணத்துவெட்டு இளவட்டங்கள் ஈஸ்வரியின் வீட்டு முற்றத்தில் என்னேரமும் சீட்டாடிக்கொண்டிருந்தார்கள். அவளுக்கு ஏற்பட்ட மனச் சடவை அவர்களாலும் பொறுத்துக் கொள்ள முடியாது.

கிணத்துவெட்டு வேலை முடிந்து திரும்புகிற சாயந் திரத்தில் நென்மேனி மிட்டாய்க் கடையிலிருந்து நூல்சேவு

வாங்கி வருவார்கள். ஈஸ்வரி எல்லாருக்கும் பங்கு வைத்துக் கொடுத்தால் அவர்களுக்குப் பிடிக்கும்.

ஒரு டஜன் ஈயடம்ளர்களும் காப்பிக் குண்டாவும் இருந்தன. ஈஸ்வரிதான் அவர்களுக்கு சாயா போட்டுக் கொடுத்தாள். எல்லாரும் வெளிமுற்றத்தில் அமர்ந்து 'சேவை' நொறுக்கும் போது, ஈஸ்வரி போட்டுக் கொடுத்த குடல் இனிக்கும் சாயாவை பரிமாறிக் கொண்டார்கள். பீடிகுடிக்க தனி தெம்புதான். உடனே சீட்டாட கைகள் அமரும். நடுவில் கலைத்துப் போட்ட சீட்டுக்களாக பிரிந்து சொல்வார்கள். அவர்கள் வீடுகள் எல்லாம் பள்ளத்தெருவில் இருந்தன. ஈஸ்வரியும் தாத்தாவும் இருந்தவீடு தனிவீடு. பெரியவாசல். பூவரசு மரம். பூவரசு மரம் இலைகளைக் கொட்டியது. மஞ்சள் பூ எங்கும் விழுந்து கிடக்கும். கூரை முழுவதும் காய்ந்த இலைச் சருகுகளும் பூக்களும். சாம்பல் படர்ந்த கூரைவீடு.

எல்லா விளையாட்டுகளும் பிறக்கிற நெடுவாசல். பள்ளிப் பிள்ளைகள் எல்லாம் குதியாளம் போடவரும். வீட்டுக்குப் பின்னால் தண்ணிப் பானைகள். இடுப்பு வளைந்த முருங்கை மரம். ஓலைவேய்ந்த நிரைசலுக்குள் ஈஸ்வரி அக்கா தினமும் குளிக்கிற சாயந்திரத்தில் ஊர்முழுவதும் மறையாத மஞ்சள் வெயில்.

ஊருக்கு புதுக்கண்மாய் வந்தபோது வட்டமான கரையைச் சுற்றி புளியங்கண்ணு வைத்தவள் ஈஸ்வரி அக்காதான். புளியங்கண்ணுக்காக காடெல்லாம் தேடித்திரிந்தாள். சுத்துப் பட்டிகளில் இருந்து புளியங்கண்ணு சம்பாதித்துக் கொண்டு வந்தார் ஈஸ்வரியின் தாத்தா.

ஈஸ்வரி அக்கா கைப்பட ஊன்றிய புளியங்கண்ணுகளே அவ்வளவும். தாத்தாவும் பேத்தியும் சேர்ந்து நீர் ஊற்றி வந்தது. தண்ணீர் இல்லாத பஞ்சத்திலும் தாத்தாவும் அவளுமாய் நடையாய் நடந்து தண்ணீர் எடுத்தார்கள்.

தூரத்தில் இருக்கும் கல்வெட்டாங்குழியில் இருந்து சுமந்து ஊற்றிய தண்ணீரால் எல்லாம் பிழைத்து விட்டன. கன்னுகள் எல்லாம் பெரிசாகி வளர்ந்து மரமாகி விட்டன.

பன்னி மேய்க்கும் பள்ளி ஈஸ்வரி. பன்னிக் கூட்டத்தோடு சண்டை போட்டுக் கொண்டு, கோரைக்கிழங்கை தோண்டும் போது பன்னி முட்ட வரும். ஓடிப்போய் அதை விரட்டி விட்டு வந்து தோண்டினால் உர்... உர்.. ரென்று ஊசி மூஞ்சி யில் முட்டவரும் பன்னிகள். அவைகளோடு அடிபிடி சண்டையுடன் கோரைக் கிழங்கை தோண்டி, முந்தியில் சேர்த்துக் கொண்டாள். வள்ளிக்கிழங்கு கிடைப்பதும் உண்டு. அதில் பதுமை செய்வாள் கல்லால் குடைந்து.

விளையாத மண்ணில் பூண்டு பூண்டாய் பதுங்கிக் கிடக்கும் கோரைக் கிழங்கை பன்னிதான் முண்டித்தின்னும்.

அக்கா... எனக்கு ... எனக்கு... என்று ஆளாய்ப் பறந்து வரும் பள்ளிப் பிள்ளைகளுக்கு கோரைக் கிழங்கு கிடைத்தால் போதும். அலந்து போன கண்களுடன் கோரைக் கிழங்கை அசைபோடும் பிள்ளைகளின் வாயோரம் பால் கசியும்.

தரையைக் குனிந்தால் காடெல்லாம் தும்பைப்பூ. கடுகு மணி அளவு தும்பைப்பூவின் அடியிலும் தேன் இருந்தது. எல்லாருக்கும் எறும்புக் கண்கள்தான். நாசியில் நூறு வகை வாசம் உரசியது. தான் தோன்றிப் பாதைகளில் யாருக்கும் கேட்காத இசையும் சத்தங்களும் நிறைந்திருந்தன. திரியத் திரிய கழுதைகளின் செம்பட்டை முடி வளர்ந்தது. ஈஸ்வரி அக்காளின் பட்டாளத்தில் ரிப்பனுக்கு அடங்காத பரட்டைகள் வளர்ந்தன. ஓடைக்காட்டில் நிறம் நிறமாய் மணல், காற்று ஊதியது. முள்ளுக்குள் பதுங்கி நடந்தார்கள்.

ராத்திரியே புதுசு. தூங்கினால் எல்லாம் திரும்பவும் மாறி விடும். ஊரிக்கால் மாடுகளோடும் பன்னிக் கூட்டத் தோடும் கம்மாய்க்குள் இறங்கும் பள்ளிப்பிள்ளைகளுக்கு ஒவ்வொரு நாளும் அடைக்கலம் தரும் புளியமரம். கம்மாய்க் கரையிலிருந்து தனிவாகக் கிளைகளை நீட்டி இறங்கி நிற்கும் மரத்தைத் தொற்றி ஏறிக்கிளைகளுக்குள் மறைந்துகொள்ளும் மாட்டுக்காரப் பிள்ளைகள்.

மரத்திலிருந்து பிறக்கிற புதுக்கதைகளை ராத்திரி தம்பி மார்களுக்கு சொல்லிக் கொண்டே தூங்கிப்போனார்கள்.

தாங்கமுடியாத அனல் காற்று வீசும்போதும் பூமியே

பொறுமையின்றி தணலாய் எரியும்போதும் மாடுகளை அரவணைத்து நிழலுக்குள் அமர்த்தி சாந்தப்படுத்தும் புளியமரம்.

'ஈஸ்வரி அக்கா.. நீ ஊன்றிவிட்டுப் போன புளியமரங் களே அவ்வளவும்... கரையை மூடிவிட்டன.'

அன்றொரு நாள் வெள்ளை உடுப்பில் வந்த வேதக்காரர்கள் ஈஸ்வரி அக்காளையும் உடனழைத்துக் கொண்டு கம்மாக் கரை புளியமரங்களுக்கு ஊடாக நடந்து போனார்கள்.

பள்ளிப்புள்ளைகள் எல்லாம் அவர்களைத் தொடர்ந்து கல்வெட்டாங்குழி வரை போய் நின்று அவள் போவதையே பார்த்துக் கொண்டிருந்தார்கள்.

'எக்கா... எக்கா...' என்று கூப்பிட்டுக் கொண்டே நின்றார்கள். கண்ணைவிட்டு மறையும் வரை சத்தம் கொடுத்தார்கள். சீக்கிரமே திரும்பி வருமாறு அவளுக்குப் புரிந்த முகபாவத்துடன் தொண்டைக்கடியில் சொல்லிக் கொண்டார்கள்.

வெள்ளை உடுப்பணிந்தவர்களும் ஈஸ்வரி அக்காளும் மரங்களுக்குள் மறைந்து போகவும், எல்லாரும் உடனே வீடு திரும்பாமல் கல்வெட்டாங்குழியில் மிதந்துவரும் தண்ணீரைப் பார்த்தபடி நின்றார்கள். தண்ணீருக்குள் அக்காளின் முகம் தெரிவதும் அலைவந்து மூடுவதுமாக இருந்தது. எல்லாருடைய முகங்களும் தண்ணீரில் அசைந்து கொண்டிருந்தது. முன்பெல்லாம் இங்கு தண்ணீரில் குளிக்கப் போகக்கூடாது, முனி அடிக்கும் என்று பெரியவர்கள் கண் களை உருட்டி மிரட்டினார்கள்.

தாத்தாவும் அவளுமாகச் சேர்ந்துதான் எல்லாப் பிள்ளைகளுக்கும் கல்வெட்டாங்குழியில் மீன் இருப்பதை தெரிவித்தது.

கம்மாய்க்கு வரும் புதுத்தண்ணீரிலிருந்து மீன் பிடிப் பதற்கு படைகிளம்பும். எல்லாம் பெரிய பெரிய வெலாங்கு மீன், பன்னிச்செத்தை, சிலேபிக்கெண்டை, கலர்மீன், என்று தூண்டிலில் பட்டுத் துள்ளியடிக்கும்.

ராத்திரிக்கு கரியும்சோறும். ஈஸ்வரி அக்கா வீட்டு

முற்றத்தில் தட்டுப் போன்ற நிலா தூங்கிக் கொண்டிருக்கும் போது கூட்டாஞ்சோறு நடக்கும். சாப்பிட்டதும் விளையாட்டு.

கண்ணை மூடிக்கோ.. கண்ணை மூடிக்கோ... கள்ளன் வாரான் ஒளிஞ்சுக்கோ... அலாக்கல்... அலாக்கல்... கள்ளன் போல இருட்டுவந்து எல்லாரையும் கட்டிப் பிடித்துக் கொண்டுவிடும். மேகத்துக்குள் எட்டி எட்டிப்பார்த்தபடி ஒளிந்து கொள்ளும் நிலா. எல்லாப்பிள்ளைகளும் ஓடி ஒளிந்து கொள்ளவும் நிலா வெளிப்பட்டு கீழிறங்கும்.

இருட்டோடு அக்காளையும் கட்டிச்சேர்ந்து தூங்கும் ராத்திரியில் வெளி முற்றத்தில் நட்சத்திரங்களை எண்ணிய படி தாத்தா காவல் இருக்கிறார். நட்சத்திரங்களை எண்ணி முடியாது தாத்தாவும் தூங்கிப் போவார்.

மேலே பார்த்தால் சொந்தமான நட்சத்திரக்கூட்டம், தாத்தாவின் கண்ணுக்குள்ளேயே வந்து விழும் நிலவு. தெருவில் கிடக்கும் பூச்சிகள். எல்லாமும் சத்தம் எழுப்பின. ஒவ்வொரு இரவிலும் ஈஸ்வரி அக்கா நிறைந்து கிடந்தாள். ஊர் முழுக்க வானம் பூராவும் அக்கா. சின்னசத்தம் கொடுத் தாலும் வந்துவிடுவாள்.

மல்லாந்து படுத்துக்கொண்டு வானத்தைப் பார்த்து யார் கூப்பிட்டாலும் என்ன... வென்று? பதில் குரல் கேட்கும்.

ஏனோ தாத்தா சொன்னபடி ஈஸ்வரி அக்கா திரும்பி வரவில்லை. ஈஸ்வரி அக்கா கன்னியாஸ்திரீ ஆயிட்டா. வேதக்கோயில் திருவிழாவுக்கு வருவாள் என்று தாத்தா திரும்பவும் சொன்னார். ஈஸ்வரி அக்கா திரும்பிவந்து குடிமகன் பொன்னுச்சாமியோடு ஓடிவிட்டதாக சிலர் சொன்னார்கள்.

எங்கோ வடக்கில் தையல் டீச்சர் வேலை பார்ப்பதாக ஊருக்குள் சொல்லித்திரிந்தார்கள்.

வேதக்கோயில் திருவிழா கூட்டத்தில் வெள்ளை உடுப்பணிந்து வரிசையாக அணிவகுத்துச் செல்லும் கன்னியாஸ்திரீகளோடு ஈஸ்வரி அக்காளைக் காணவில்லை.

அவர்கள் பாடிச்சென்ற பாடலில் ஈஸ்வரி அக்காளும் சேர்ந்து பாடிக் கொண்டு செல்வதாக தாத்தா திரும்பவும்

சொன்னார்.

'ஏசுநாதர் வருவார்... இன்னுங்கொஞ்சம் தருவார்...' திருவிழாவுக்குப் போன பள்ளிப்பிள்ளைகள் எல்லாம் ஏமாந்து திரும்பினார்கள். கோயில் வாசலில் கேட்ட ஒவ்வொரு பாட்டின் முதல் அடியையும் கோரஸாகப் பாடிக்கொண்டு திரிந்தார்கள்.

ஒவ்வொரு வருஷமும் வேதக்கோயில் திருவிழாவுக்கு ஈஸ்வரி அக்காவருவாள் என்று நம்பினார்கள்.

மாடுமேய்த்துத்திரிந்த இடங்களுக்கெல்லாம் அழைத்துச் செல்லும் ஈஸ்வரி அக்காளின் பாட்டு, பள்ளிப் பிள்ளைகளுக்காக ஈஸ்வரி அக்கா திரும்பிவருவாள். அவர்கள் மாடு மேய்க்கும் இடத்துக்கே திரும்பிவந்துவிடுவாள். பள்ளக் குடியில் இருந்தவர்களின் கஷ்டங்களை எல்லாம் தீரவே தீராமல் பாடும்பாட்டு எப்போதும் கேட்டுக் கொண்டு வரும் சந்தோஷங்களை ஒய்யாரத் தொண்டையில் பாடிக் கொண்டு பிள்ளைகள் மாடுகளோடு வீடு திரும்புகிறார்கள். மேற்கில் மறையாத மஞ்சள் வெயில் சூழ்ந்திருக்க எருமைகளின் மீதேறிப் பாடிக்கொண்டு வருகிறார்கள் பள்ளிப் பிள்ளைகள்.

●

22

மிச்சமிருக்கும் விஸ்கியோடு பாடிக்கொண்டிரு

தனிமையும் சஞ்சலமும் கருக்கிருட்டாய் என்னை மூடி யிருந்தது. உறவுகளுக்கான திறந்த வழி கிடைக்கவில்லை. வெக்கையை அள்ளிக் கொண்டு வரும் கடல்காற்றின் முனங்கலை இப்போது கேட்டக் கொண்டிருக்கிறேன்.

சுப்பையா எங்கு போனான். என்ன ஆனான். அவனைத் தேடிச் செல்ல முடியவில்லை. சங்கர், கைலாஸ், குமார் என்று எல்லா நண்பர்களும் வேலை கிடைத்து அடிமை சாசனம் எழுதிக்கொண்டிருந்தார்கள். ஒரே ஊரில் பல யுவதிகளைக் காதலித்த மோனம் சிறுகதையிலுள்ள மோகப் புயல் அது விளாத்திகுளத்து ஆற்று மணல் படுகையில் ஜெஸியின் சிரிப்பும் இவர்களும் என மெல்லக் கரைந்து உலர்ந்த எலும்புகளின் சமவெளி எரிந்துகொண்டு இருக் கிறது தூரத்தில்.

அந்த ஜோதி விநாயகத்தை கல்யாணத்துக்குப் பின்னால், ஒருமுறை சந்தித்தது; வேண்டாத விருந்தாளிகளை பஸ்டாண்டில் வைத்து சந்தித்துக் கொண்டால் திருப்பிக் கொள்கிற முகம் மாதிரி ஆனது. ஆனால் அப்பாஸ் மட்டும் நண்பகலில் பாருக்கு அழைத்துப்போய் நிகழ்கால வெறுமை பற்றி பேசினான்.

எல்லோரையும்விட்டு அந்நியமாகி கன்யாகுமரியில், கடலைப் பார்த்த ஜன்னல்கள் உள்ள வாடகை அறையில் உட்கார்ந்திருக்கிறேன். இன்னும் ஏழு மணி நேரம் இந்த அறையில். நேற்று இரவு வாங்கிய நெப்போலியன் விஸ்கியில் தண்ணீர்கலந்து வைத்திருக்கிறேன். இப்பொழுது

யார் வந்தாலும் ஊற்றிக் கொடுப்பேன். நிறையக் குடிப்பது நல்லது. அதும் மனமறிந்த நண்பர்களோடு. கம்பெனி கொடுக்க யாருமில்லை. நான் மட்டும் தனியே குடித்துக் கொண்டிருக்க முடியாது.

மிச்சமிருக்கும் விஸ்கியோடு, பிரிந்து போன நண்பர் களுக்கான உன்னதப்பாடலை நான் மட்டும் வாசித்துக் கொண்டிருப்பேன்.

அழுத்தமான கடல்காற்று அடித்துக் கொண்டிருக்கிறது. அறை முழுவதும் உப்பூறிக்கரித்த வெக்கை புகுந்துள்ளது.

ஒரு பீடியை பற்றவைத்துக் கொண்டால் தம்... கிடைத்து எழுத உட்காரலாம். ஒரு முழு பீடியை சுண்டி இழுப் பதற்குள் வேர்த்து ஊற்றுகிறது. கண்ணில்பட்டு பிசுபிசுக் கிறது. கண்ணாடிக்கும் கண்ணுக்கும் இடைவெளி தோன்றி கண்ணாடியை எடுத்துவிட வேண்டியதிருந்தது.

அணைந்த பீடியை ரெண்டாவது முறை பற்ற வைத்து இழுத்தேன். உடல் அயர்ச்சியால் சாய்ந்து கொள்ளச் சுகமாக இருந்தது. முழங்கை மூட்டுகளில் அசைக்க முடியாத வலி. எழுத நினைத்ததை எல்லாம் அறையின் வெக்கை குடித்துக் கொண்டிருந்தது. கடல் உப்பும், உடல் பிசுபிசுப்புமாக உடல் மயமாய் என் உருவம் எனக்கு முன் தோன்ற என் மூக்கை பார்த்துக் கொண்டிருந்தேன். மூக்குமேல் எண்ணைப் பிசுக்கு, வேட்டி முந்தியால் அழுத்தித் துடைத்து மூக்கு வலி எடுக்கும் படி திரும்பத் திரும்ப துடைத்து விட்டுக் கொண்டேன்.

இப்பொழுது முழுதுவாமாக நான் மட்டும், சிவந்த என் மூக்கை பார்த்துக் கொண்டு உட்கார்ந்திருக்கிறேன். எனக்கு முன்னால் விரிவு கொண்ட கடல். எல்லா அலைகளும் கடலின் மையத்திலிருந்து கரைக்குத் திரும்பிக் கொண்டி ருந்தன. மணலில் புரண்டு விழும் அலைகளின் புஜங் களைப் போல் மீண்டும் வலிமையுடன் கடலின் மையத்தை நோக்கிப் போய்க் கொண்டிருந்தேன்.

இந்த மஹாசமுத்திரம் போல் பிரியமான என் பாட்டியில் பெரிய பெரிய முலைகளைக் கட்டிப்பிடித்து அவள் மேல்

படுத்துத் தூங்கிய என் பிராயகாலக் கனவுகள் எல்லையற்ற கடல் போல பரிமாணம் கொண்டது.

ஒரு அதிசய அதிதியை நேற்று சந்திக்க நேர்ந்தது. மூன்றாவது மாடி அறையிலிருந்து இறங்கி வந்து கொண்டிருந்தான். பாட்டியிடம் பெற்ற நிஷ்களங்கமான ஸ்பரிசத்தை அவன் விரல்களைத் தொடும்போது உணர்ந்தேன். என்னை அவன் சந்தித்தபோது அரை மயக்கத்தில் இருந்தான். நான் அவனைக் கடந்து செல்லும்போது என் தோள் பட்டையைப் பிடித்து நிறுத்தி 'குட்மானிங் சார் நீங்க டூரிஸ்டா... இன்னக்கி பௌர்ணமி. கடலே நல்லா இருக்கும். நானும் டூரிஸ்ட், கும்பகோணம் பக்கம். மொட்டை மாடியிலிருந்து நைட் பூராம் கடலை பார்க்கலாம் சார்.... நீங்களும் வாங்க சார்....

என்னைக் கடந்து போய் மேனேஜருடன் அன்யோன்யமான உறவில் பேசிக் கொண்டிருந்தான்.

இரவு பத்து மணிக்கு மேல் மொட்டை மாடியை அடைந்தேன். காற்றில் தலைமுடி கலைந்து ஆடிக் கொண்டிருந்தது. தரையில் கிடக்கும் நகர விளக்குள். எங்கும் கடலின் இரைச்சல் மட்டும்.

அவனைப் பார்த்ததும் பேச வாயெடுத்த போது என்னைப் பேசாமலிருக்கும்படி கண்களால் நிறுத்தினான். அவனுக்கு எதிர்ப்பக்கமாக உள்ள திண்டில் அமர்ந்தேன் இரண்டு மணி நேரத்துக்குள் நீண்டகாலம் அவனோடு வாழ்ந்த அனுபவம். ஒருவருக்கொருவர் புரிந்து கொண்டு மௌனமாய் இருந்தோம்.

குப்பியை திறந்து ரா-வாக விஸ்கியை கடித்துக் குடித்தான். சிகரெட்டை பற்றவைத்தபடி எனக்கும் கொடுத்தான்.

நேரம் ஆக ஆக அவனது தீவிரமான எதிர்நிலையான அன்பிற்கு நான் முற்றிலும் வயப்பட்டு விட்டேன்.

அவனோடு இருந்த சூழலில் ஒளிர்விடும் கடல் விநோத மனநிலை கொண்டிருந்தது. பிறவி மௌனம் போல் உட்கார்ந்திருந்தான். மேலேயிருந்த நட்சத்திரங்கள் குளிர்ந்து கிடந்தன பனி ஊற்றிக் கொண்டிருந்தது. அவனது மௌனம் வெளிவிளக்கம் கொண்டதாக பனியின் இறுக்கத்தில்

குளிர்ந்தது. மௌனம் ஸ்பரிசம் உள்ளது. குளிர்ந்தது. கடலில் இரைச்சலுக்குப் பின்னால் ஆழ்ந்து அகமும் தீவிரத்துடன் என்னை இறுக்கியது. வார்த்தைகள் தராது, கௌரவிக்காது, பெருங்கால இருளில் உறைந்த கல்லாக அவன் மௌனமா யிருந்தான். என்னை ஊடறுக்கும் பார்வையில் சில வார்த்தை களைச் சொன்னான். பேசிப் பேசி உணர்வுகளில் இருந்து விடுபடுவதை விட மௌனச் சிறையிலிருந்து உன்னைப் பார்ப்பது மேலானது. புரிந்து கொள்வதில் நுட்பம் கூடக் கூட வார்த்தைச் சலம்பல் உதிர்ந்து விடுகிறது.

நாங்கள் இருவரும் ஊர்பேர் தெரியாத அனாதை களாக இந்த ஆர்ப்பரிக்கும் சமுத்திரங்களுக்கு முன் அமர்ந் திருந்தோம். வாழ்வு கணப்பொழுதில் முடிவுறுவதானாலும் சமுத்திரங்களுக்கு மேல் தோன்றியுள்ள பனித்துளியைப் போல் களங்கமற்று இருந்தோம். அர்த்தமும் அர்த்தமின்மை யும் ஒரே கணநிலையாகி நின்றது. உயிர்வாழும் ஒரு கணம் போதுமானது. அதன் வாய்திறந்து நிதானமாகப் பேசிக் கொண்டிருந்தான் சிகரெட் புகையை இழுத்து அண்ணாந்து ஊதியபடி பெரிய அர்த்தங்கள் என்று எதை தேடிக் கொண்டிருக்கிறோம்... ஒவ்வொரு இரவுக்கும் பின்புலத்தில் தோன்றும் பனித்துளியில் நித்ய ஒலி இருக் கிறது. கொஞ்ச நாள் போனா உனக்கு தெரிஞ்சிடும். சாதாரண வாழ்க்கையில் இருக்கிற உயிர்ப்பான கொஞ்சம் விஷயங் களே அர்த்தமாக இருக்கு. அவன் பேசிச் சென்றவற்றி லிருந்து ஜோதி விநாயகமும் சமயவேலும் அன்றொரு நாள் சந்திப்பு இலக்கியக் கூட்டத்தில் பேசிக் கொண்டிருந்ததை இப்போது உணர்ந்தேன். சமயவேல் இதை ஜோதியிடம் சொல்லிக் கொண்டிருந்தான். அந்தச் சிறுமியின் கண்களில் ஒளிர்விடும் உயிர்தான் நித்யம் என்று பெட்டிக்கடைச் சிறுமியின் காதலை கவிதையில் நீளும் தெருவாக அக்கண்கள் காதுவரை செல்வதை எழுதியும் இருந்தான். அதைக் கேட்டுக் கொண்டிருந்த ஜோதி என் பக்கம் திரும்பி படிக்கிறது மட்டும் போதாது.... உன் அர்த்தங்களும் கற்பனைகளும் உன்னை இந்த சாதாரண உண்மையைக்கூட தெரிஞ்சுக்க

முடியாமல் மறைக்குது... செல்மாலாகர்லேவின் தேவமலர் படிச்சியருக்கியா! நான் தலையாட்டினேன். என்ன புரிஞ்சது? தேவமலர் மாதிரி கலையின் பரிமாண பூரணத்துவம் கூடிவரணும். அதை உணர்ந்துபடித்தவர்களால் உணர முடியும். அதில் அர்த்தம் என்பது இயற்கையின் மனிதனின் சாராம்சங்களை உணர்த்துவதாயிருக்கு... நீயெல்லாம் என்ன கதை எழுதுரே... அன்று இரவு பூராம் ஜோதியும் சமயவேலும் அறையில் பேசிக் கொண்டிருந்தது. ஒவ்வொன்றும் மறு உயிர்பெற்று எனக்கு முன் தோன்றின.

வானத்தில் வெம்பரப்பான ஒளிதோன்றியிருந்தது. இருவரும் விடை பெற்றுக் கொள்ளும்போது விடிந்து போயிருந்தது. அறைக்கு வந்து பெட்ஷீட்டை உதறி கீழே விரித்தேன். வேறுவேறு கம்பளத்தில் கதைசொல்லியாக இவர்கள் இல்லை எனப் பட்டது. பறக்கும் கம்பளத்தை மடித்து அதன்மேல் கடலும் மடிக்கப்பட்ட பயணங்களும் சிந்திபாத்தின் சாகசமும் அதீத இரவுகளில் சொல்லப்பட்ட கம்பளங்களின் கதைபோலும் இப்போர்வை என்னுடன் உரையாடியது. தலைகனத்தது. சர்வீஸ்பாய் கொண்டு வந்த டீயை குடித்துவிட்டுப் படுத்துக் கொண்டேன்.

கிரீன் டிஸ்டம்பர் அடிக்கப்பட்ட ஒழுங்கான அறை. ஜன்னல் கண்ணாடிகளுக்குப் பின்னால் படபடக்கும் கடல் நிற ஸ்கிரீன்களில் இருந்து நீந்தும் மீன்கள். மூச்சு விட முடியாத சுவர்கள். நிலைக் கண்ணாடியில் சிறிய கடல் கன்னியின் உருவம் பிரதிபலித்துக் கொண்டிருந்தது. இறுக்க மான சுவர்கள் நகர்ந்து மீனைத் தொட்டு நகரும் கோடுகள் துவங்கின. கழுத்து நரம்புகள் புடைத்து ரத்தம் தலைக்கேறி கண்முழி பிதுங்கி திணறிக் கொண்டிருந்தேன். ஸீலிங் ஃபேனின் திருகும் சத்தம் டியூப் வெளிச்சத்தில் எந்திரத்தின் கருஞ்சிறகுள் சுற்றுகின்றன. கழுத்துப் பட்டையில் கடல் பசு நகங்களைப் பதித்து கருஞ்சிறகுகளால் என்னை மூடிக் கொண்டிருப்பதை உணர்ந்தேன். அறைக்குள் மம்மூலியா எனும் கடல் கன்னிமீன் உடல் கொண்டு தொடுகிறாள் என்னை.

பெட்ஷீட்டில் கோளை வடிய அரைத்தூக்கத்திலிருந்து விடுபட்டு, மூச்சிறைத்துக் கொண்டிருந்த சமயம் அறைச் சுவர்கள் பின் வாங்கி நகர்ந்து கொண்டிருந்தன. மீன்விழி எல்லாவற்றிலும் என்னை விழுங்கி விடுபட்டு ரொம்பத் தனிமையானவனாய் ஆதரவற்றவனாய் உணர்ந்தேன். ஒரு துளி ஈரமும் அற்ற உலர்ந்த காற்று. எந்திர விசிறிகள். கழுகைப்போல் சிறகுகளை விரித்து மூடிக் கொண்டிருந்தன.

நவீன அறைகளின் ஒழுங்கிலிருந்து விடுபட்டுச் செல்ல நினைத்தேன். அறையைக் காலி செய்வதற்கு இன்னும் மூன்று மணி நேரமிருந்தது.

அறையைக் காலி செய்துவிட்டு வெளியேறினேன். மானேஜரிடம் விசாரித்தபோது மூன்றாவது மாடியிலிருந்தவன் காலி செய்துவிட்டு போய்விட்டதாகச் சொன்னார்.

வெளியில் கடல்காற்று கிறுக்குப் பிடித்து உளறிக் கொண்டிருந்தது. குழப்பத்துடன் மேற்கு நோக்கி நடந்து போகிறேன். பேண்ட் பாக்கெட்டில் மிச்சமிருக்கும் நெப்போலியன் விஸ்கி. அஸ்தமனச் சூரியனை வேடிக்கை பார்க்க வந்திருக்கும் டூரிஸ்ட்டுகள் கூச்சலும் ஆரவாரங்களும் பின்னணியாகக் கேட்டுக் கொண்டிருந்தது.

அலைகளின் ஓரமாக நடந்து கொண்டிருந்தேன். மணல் மேடுகளில் காற்றின் அலைகள் வடித்த சித்திரங்களைப் பார்த்தபடி நின்று கொண்டிருக்கிறேன். கடல் ஆர்ப்பரித்துக் கொண்டிருக்கிறது.

மணல் மேட்டிலிருந்து பார்த்தால் தெரியும். கோவளம் கிராமம் மிக அழகியது மீனவர்களின் கிராமம். அங்கு என்றோ எனக்கு அறிமுகமான ஸ்டீபன் அண்ணன் இருக்கிறான். அவன் வீட்டுக்குப் போய் பல வருஷங்கள் ஆகிவிட்டன. ஊரை நோக்கி நடந்து போய்க் கொண்டிருந்தேன். ஸ்டீபன் வீட்டில் குழந்தைகள் அதிகம். எனக்குக் கொஞ்சம் மீன் கறி தர அவனிடம் இடமிருக்கிறது. மிச்சமிருக்கும் மதுவை அவனிடம் கொடுப்பேன். சூரியன் கடலுக்குள் இறங்கிக் கொண்டிருந்தான்.

23

தாத்தாவின் பேனா

ஸ்ரீ ஸ்ரீ பொன்னி அம்மணீ அவர்களுக்கு:

வனராஜ் மாமாவின் வந்தனங்கள் பல. உன் அம்மாவின் கடிதத்தில் குட்டிக் கதை எழுதியதற்கு பெரீய்ய சபாஷ். உன் முத்து மீனாச்சியின் குட்டிக் கடிதம் மாமாவின் தலையில் குட்டு வைத்து விட்டது. உங்கள் கடிதங்களை பத்திரமாக வைத்துவிட்டேன். எனது நண்பர்களுக்கு காட்டலாமா. மாமாவை திட்டமாட்டியே. சீனா பொம்மை கேட்டு எழுதி யிருந்தாய். பாண்டிபஜாருக்கு நானும் ஜெயபால் மாமாவும் போனோம். ஜெயபால் மாமாவுக்கு சீனா பொம்மைக் காரனைத் தெரியும். ஆறுவாத்து பொம்மைகளை உடனே வாங்கி விட்டார் ஜெயபால் மாமா. ஆறு வேண்டாமே என்றேன். வாத்துகளை தனியே மிதக்கவிடலாமா. கூட்ட மாகத் தானே ஆற்றில் மிதக்கின்றன என்றார். ஜெயபால் மாமா ஊரில் பெரீய்ய ஆறு இருக்கிறதாம், ரொம்ப வாத்துக்களும்.

இன்னும் பொம்மைகள் பலப்பல. முயல் பொம்மை பிடிக்குமா, எலி பொம்மை பிடிக்குமா. குருவி பொம்மை பிடிக்குமா, காக்கா பொம்மையும் இருக்கிறது. தோகை விரித்த மயில் பொம்மை. குட்டிமான்களும் கலைமானும் வேண்டுமா. சிப்பியில் வண்ணம் தீட்டிய கோழிகள் இருக்கின்றன. சிப்பி வாத்துக் கழுத்து நீண்டது.

நீ கேட்ட ரயில் பொம்மையை தேடினோம். ஓடும் ரயில் பொம்மை கிடைக்காதே. ஜெயபால் மாமா உனக்காக கெலிடாஸ் கோப் ஒன்று வாங்கினார். தயவுசெய்து அதை

ஏற்றுக்கொள். மயிலை விடவும் நூறு நுறு தோகை உண்டாகும். ஒரு கண் வைத்து பார்க்கலாம். இதைப்பற்றி என்ன சொல்ல....! எல்லாம் நேரில். நிற்க. நீ கேட்ட பேனாவே கிடைத்து விட்டது, டப்பாவுடன். பெட்டியில் துணிக்கடியில் பத்திரமாக இருக்கிறது. அபூர்வ குட்டிப் பேனாவாக்கும். தினமும் அதை எடுத்து விட்டு பெட்டியில் வைத்து மூடிவிடுவேன்.

உன் ஸ்கூல் சினேகிதியான முத்துமீனாச்சிக்கு குட்டிப் பேனா வாங்கிவிடவா. வாங்கி விட்டால் மூக்கை உரித்து விட மாட்டாளோ அவளுக்குப் பிடித்தவற்றை எழுது உனக் கொன்று வாங்கினால் அவளுக்கும் வேண்டுமே.

அன்று உன்னோடு முத்துமீனாச்சியை பள்ளி செல்லும் பாதையில் பார்த்தேன். சின்ன பாவாடை கட்டி பிரில் வைத்த வெள்ளை சட்டை போட்டிருந்தீர்கள். உங்களுக்குத் தெரியாமல் பின் தொடர்ந்தேன். போகிறவர் வருகிறவர் களை எல்லாம் பார்த்து அப்பப்பா...! இவ்வளவு கிண்டலா. உன் முத்துமீனாச்சியின் வெடுக்கென்ற வார்த்தையில் கேலி எங்கிருந்து தான் உதிக்கிறதோ. முத்து மீனாச்சி அம்மணிக்கும் சபாஷ் போடுவேன். இப்படி ஜோடி சேர்ந்து விட்டீர்களே பிரம்மா உங்கள் இருவர் மூக்கையும் ஒரே சமயத்தில் செய்து ஒட்ட வைத்தார் போலும். மற்ற பிள்ளைகள் வகுப்பில் என்ன பாடு படப்போகிறார்களோ கடவுளே அவர்களைக் காப்பாற்று.

உன் அம்மா அப்படி இருந்தாள். நானும் அவளும் தாத்தா ஊரில் இருந்த போது எங்கள் பள்ளிக்கூடத்திற்கு ரெண்டு கல் தொலைவு நடந்து படித்தோம். காடும் வழி மறிக்கும் வெள்ளை நிற மண்பாதை வளைந்து வளைந்து சரியும். மரங்கள் இருந்தன சிறகை கோதிய பறவைகள் இருந்தன. பெயர் தெரியாத செடிகள். செடியில் நின்று உடனே பறக்கும் தட்டான் இருந்தது உன் அம்மா இருக் காளே.... தட்டானைப் பிடிக்க மெதுவாக அசைந்து இடுக்கி மாதிரி விரலை வைத்துக் கொண்டு நீளமாய் நீட்டினாள். தட்டானின் நீண்ட வால் இன்னும் நீண்டது. தட்டானுக்குத்

தான் எல்லாம் தெரியுமே உடனே ஏமாற்றி விடும். அதன் கருப்பு புள்ளிவைத்த சருகுச் சிறகால் என்னமாய் உயர எழுந்து போனது. கூட்டமாய் மிதக்கிற தட்டான் மேலும் கீழும் வந்து வந்து பாடும். ஆகாய விமானங்களின் வீட்டை விட அதிதொலைவில் இருந்த வீட்டுக்கு தட்டான் பறந்து போனது. பள்ளி செல்லும் பாதை நீண்டு செல்லும் சமயத்தில் நினைத்தபடி சுருங்கிக் கொள்ளும். நீட்டலாம் பாதையை மடக்காலாம். எங்கள் பாதை அப்படி.

நீங்கள் எப்படிப் போவீர்கள். அதிக நெரிசலான இடத்தில் வளைந்து நெளிந்து போகும் விந்தைத் தெருக் களில் உன் முத்துமீனாச்சியின் குரல் கேட்காத நாளே இராது இல்லையா. அப்படிப் பேச யாருக்கு வரும் என் கூடப் படித்த, பெண்பிள்ளை அப்படி யாருமில்லையே.... முத்துமீனாச்சிக்கு வந்தனங்கள் பலபல. நிற்க.

உன் அம்மாவிடம் சொல்ல வேண்டாத சேதியும் சொல்ல வேண்டிய சேதியும் பற்றி உனக்கு தெரியுமோ. உன் அம்மாவிடம் குட்டிப்பேனா ஒன்று இருந்தது. அதைத்தான் எவ்வளவு அழகான ஜாமிட்டரி பாக்ஸில் அவள் பத்திரமாக வைத்திருந்தாள். சாத்தூரிலிருந்து தாத்தாதான் குட்டிப் பேனாவை வாங்கி வந்தார் பாப்பாவுக்கு. பேனாவுக்காக அவளோட சண்டை பிடித்தேன் என்று உன் அம்மாவிடம் சொல்லாதே. அப்படி, ஒரு பேனாவை உனக்கு வாங்கி இருக்கிறேன் என்றும் சொல்லாதே.

அன்று பேனா வாங்கியதிலிருந்து உன் அம்மாவின் எழுத்துக்கள் உடனே மாறிவிட்டன. தாத்தாவின் வீச்செழுத் தால் கவரப்பட்டாளோ என்னவோ அவளால் ‘தி’ வரைவது கஷ்டம். உடனே தாத்தா மாதிரி கூட்டெழுத்தில் ‘தி’ வரைந்தாள். ‘த’ வரைந்தால் கீழே இறங்கும் கொம்பில் அதிகமாக பேனாவினால் பட்டை எழுத்தை அவள் தான் எழுதினாள். நாங்கள் எல்லோரும் பிச்சு புடுங்கி விட்டோம் அவளை. அவள் எழுத்துக்கள் தாத்தாவின் சாயலைப் பெறுவதற்கு என்ன காரணம் என்று யாருக்குமே தெரியாது.

ஜாமிட்டரி பாக்ஸில் உள் கருவிகளை கடித்துக் கடித்து பல் பதிந்தது. பிளாஸ்டிக் ஸ்கேலை கரும்பிக் கரும்பி அதனால் கோடுபோட முடியாமல் போய்விட்டது. டெசி மீட்டரையும் செ. மீட்டரையும் மென்றுமுழுங்கினாள். கோடுகள் அழிந்தன ஆனால் ஜாமிட்டரி பாக்ஸுக்கு அதிசயப் பொருட்கள் வந்து விட்டன. அதேமாதிரி குடும்பித் தாத்தாவின் பீரோவும் அரக்கன் குகை. தாத்தாவின் பீரோவில் இரண்டு கண்ணாடி கிளாஸ் நிறைய உடைந்த பேனாக்களும் இங்கிலாந்து பென்சில்களும் இரண்டு பக்கம் சீவிய காப்பிங் பென்சில்களும் இருந்தன.

தாத்தா பீரோவை திறக்கும்போது கிர்ர்ர்ர்... ரென்ற குகைக் கதவு திறக்கும். இடுப்பில் அரைஞாண் கயிற்றில் தொங்கும் சாவிக் கொத்தில் பீரோ சாவியே மூன்று துவாரங்கள் உள்ளது. பீரோ திறக்கும் போது 'கடக்' கென்ற சத்தம் துணுக்காக கேட்கும். அப்போது கதவுக்குப்பின்னால் ஒளிந்து பார்த்தால் எல்லாம் தெரியும். பீரோவுக்குள் அலையும் வாசனை எல்லோருடைய பால்ய காலத்துக்குள் செல்லும். பாப்பாவும் தாத்தாவும் குகைக்குள் எட்டிப் பார்த்தார்கள். பாப்பாவின் இமை விரித்த கண்ணில் குகை யில் உள்ள பொருட்கள் புலப்பட்டன. பாப்பா இன்னும் தலையை நீட்டினாள். ரெட்டைச்சடை அசைந்தது. தாத்தா வைத்திருந்த ரகஸிய அறைகளை பாப்பாவுக்கு மட்டும் காட்டினார்.

தாத்தாவிடமிருந்து இரும்புத் துண்டுகள் காதறுந்த ஊசிகள் களிமண் சீசாக்கள் விதவிதமான கத்திகள் உறையில் இருந்தன. பாப்பா அவற்றையெல்லாம் தொட்டுப் பார்க் கலாம். வெளியில் எடுக்கக் கூடாது. தாத்தாவுக்கு அந்தப் பொருட்கள் மேல் இருந்த ஆசை அளவில் அடங்காதது. அவர் பீரோவிலிருந்து பேனா மூடி, பேனா கட்டை கிளி நிப்பு வெவ்வேறு கலரில் எடுத்து எடுத்துக் காட்டினார். கண்ணாடி கிளாசை வெளியில் எடுத்துக் காட்டினார். கண்ணாடி கிளாசை வெளியில் எடுத்து வைத்து கிளிநிப்பில் பலநிறம் கொண்ட பேனா உருவாகிவிட்டது. திரும்பவும்

எடுத்தவற்றை சரியாக உள்ளனவா என்று எண்ணிப்பார்த்து விட்டுக் குகையை மூடினார். பீரோ வாசனை ஒட்டிக் கொண்டது பாப்பாவிடம்.

தாத்தா மடியில் அவரே சேர்த்த கிளிநிப்புப் பேனா இருக்கிறது. அவரது வீச்செழுத்துக்காக பலர் வந்து காத்திருந்தார்கள் திருணையில்.

பாட்டி தான் வெத்தலை உரலுடன் திருணையில் அமர்ந்து இடித்துக் கொண்டிருந்தாள். பாட்டி முதுகுக்குப் பின்னால் பதுங்கி எட்டிப்பார்த்தேன். நாகலாபுரம்கூட பழைய வாசனை கொண்டதுதான்.

அடே... அய்யா... பாட்டிகிட்ட கொஞ்சம் போயிலை வாங்கி கொண்டா சாமி... என்று வாஞ்சையாக அழைத்து செய்த தவறுக்கெல்லாம் சேர்த்து இடுப்பைக் கிள்ளி அழவைப்பார். ரத்தம் கன்றிப்போய் கதறி அழுவேன். ராத்திரியில் என் கழுத்தைச் சேர்ந்து கட்டித்தூங்கும் தாத்தாவின் உடம்பில் வெத்திலை நெடி, நாகலாபுரத்து வீடுகளுக்கும் இருந்தது.

படுக்கையில் ஒன்றுக்கு இருந்து விடுவேன் என்று தொடையில் கிள்ளி எழுப்புவார். தூக்கச்சடவில் உரல் பக்கம் கூட்டிப்போய் இருக்கவிட்டு 'இருந்திட்டியாய்யா' என்று கையைப் பிடித்து கொண்டு வந்து தூங்கவைப்பார் தாத்தா.

மழைக்காலம் வந்து விட்டால் தாத்தாவிடமிருந்து கதைகள் வரும். கேட்கவே கேட்காத சமயத்தில், தாத்தாவின் அதிசய குகை திறந்து கதை வரும். கிளிநிப்புப் பேனா திறந்து தாத்தா எங்கோ சஞ்சரித்துக் கொண்டிருப்பார். அவர் கதைகள் யாருக்குத் தெரியும். புராணம் படித்து பாராயணம் பாடி மடங்களில் தீப்பந்தம் ஏற்றிய நாளில் வருஷா வருஷம் தாத்தாவின் பெரிய எழுத்து புராணக்கதை நடக்கும். எல்லாம் மழை நாட்கள். ஈரச் சுவட்டில் நடந்து வந்து வீடு சேர்வார். தாத்தாதான் சீவி சடைப்போட்டு ரிப்பன் கட்டி விட்டு பட்டுப் பொம்மையை அலங்கரிப்பது போல் அலங்கரித்து பள்ளிக்கு அனுப்பி வைப்பார். பாப்பாவின்

செம்பட்டை தலையில் அழகான ஜடை. அசையும். அப்போது எல்லாரும் அவளை 'பொம்மக்கா' என்றார்கள். உடனே ல்.... லென்று அழுது விடுவாள், ல்... குரங்கு, பாப்பாவின் 'டோலாக்கு' அசையும் பள்ளித் தெருவில் கூடவே போகப் போக பாதையும் நீண்டு செல்லும்.

பாப்பாவுக்குத்தான் தாத்தாவின் கனவுகளைப் பற்றி தெரியும். நெல் அறுப்புச்சமயத்தில் தாத்தாவின் குதியாளம் தாங்காது. வைக்கோல் போரில் நானும் பாப்பாவும் படுத்தபடி பேசுவோம்.

அப்போது தாத்தாவருவார் இருட்டில் சாவிமணி ஓசை யுடன். தாத்தா இடுப்பிலிருந்து அஞ்சுபைசா அல்வாத் துண்டு சதுரமாய் வெளிவரும். திரிதிரி பொம்பக்கா விளை யாட்டில் பாப்பா தான் ஜெயிக்கிறாள். தோற்றுப்போன தாத்தாவுக்கு குட்டு விடுவாள். தாத்தாவின் குடுமியைப் பிடித்து ஆட்டுவாள். 'அய்யோ வலிக்கே... அய்யோ வலிக்கே...' என்று தாத்தா கத்துவார். களத்துமேட்டில் ஏகப்பட்ட சிரிப்பு வரும்.

உடனே காளியங்கோயில் சுவர்களுக்குள் ஒளிந்து கொண்டோம். வரட்டா... வரட்டா... என்று தாத்தா வைக்கோல் போருக்குள்ளிருந்து வெளிப்படுவார் வைக்கோல் பூதமாக.

வைக்கோல் போருக்குள் போன தாத்தாவை காண வில்லை. சுற்றி நின்று அழைத்தாலும் வரமாட்டார். ஆனால் தாத்தா செய்து கொடுத்த கிளிநிப்புப் பேனா மட்டும் கிடைத்தது. கிளிநிப்புப் பேனாவில் இருந்துதான் கட்டுக்கதை வரும். தாத்தாவே சேர்த்த பேனாவுக்குள்ளிருக்கும் பழைய குகை. உள்ளே கருப்பு மை ஓடுகிற சத்தம் கேட்கிறது. குகைக்குள் என்ன இருக்கிறதென்று கருங்கிளிக்குத் தெரியும். தாத்தாவின் பேனாவைத்தான் எல்லாரும் வைத்திருக்கிறார்கள்.

இதையெல்லாம் உன் அம்மாவிடம் சொல்லாதே. முத்து மீனாச்சிக்கும் குட்டிபேனா வாங்கிவிடுவதென்று உனக்கு கடிதம் எழுதும் போதே கிளி சீட்டை எடுத்து விட்டது. கிளி சொல்கிறது 'முத்துமீனாச்சிக்கு பேனா வாங்கிக்குடு' என்று.

உனக்கு சம்மதம்தானே. யார் யாருக்கோ மாமா கடிதம் எழுதிக்கொண்டிருந்தேன். சரியாக எழுத்து வரவில்லை. உங்களுக்கு எழுத எழுத கோடு வருகிறது. பேனாவுக்குள்ளிருக்கும் தாத்தாவின் விரல்கள் வெளிப்பட்டு விடும். அதற்காகவே தாத்தா விட்டுச் சென்ற பலநிற கூட்டுப் பேனாவை பத்திரமாக என் ஜேப்பில் வைத்திருக்கிறேன். போனாவின் அடித்தூர்வரை ஆழம் வரை வறண்டு விட்டது. ஆனாலும் உள்ளே குகைக்குள் செல்லச்செல்ல கடலின் ஓசை கேட்கிறது புயலின் அசைவு கேட்கிறது. களிமண்ணைப் பிசைந்து பிசைந்து வலித்த கரங்களால் தாத்தா செய்து கொடுத்த பேனாவை தொலைக்க மாட்டேன். உனக்காகவே பத்திரமாக வைத்திருக்கிறேன். அம்மணீ கடிதம் போடுங்கள் தாயே. முத்துமீனாச்சிக்கு மீண்டும் வந்தனங்கள் பெண்ணே. உங்கள் கடிதத்தை எதிர்பார்த்து வழிமேல் விழிவைத்து காத்திருக்கிறேன். வேகமாக எழுதிடுவீரே.

தங்கள் அன்புமறவா,
கிளிநிப்புப் பேனா.

24

ஆதி

நாற்பத்தி எட்டுக்கோடி வார்த்தைகளால் பின்னமுற்ற ஆதக்காளின் கதை. வெட்டி வெட்டி நகர்ந்து செல்லும் வார்த்தைகளுக்கு அப்பால் அகழ் இருள் பிரிந்து வந்தாள் ஆதக்காள். பெயர்களற்ற தீயுருவங்கள் ஒன்றையொன்று மூர்க்கமாகப் புணர்ந்த தீயில் எழுந்த ஒரே ஒரு மரத்தில் இலைகள் ஒடிந்து சருகாகி விழும் ஒலி துணுக்காகக் கேட்கிறது.

பீடிபற்றவைக்கிறான் ஊமையன். கைக்கூட்டுக்குள் நின்று எரிகிறது தீக்குச்சி. கரைகிற மனதின் வெறித்த பார்வை. ஊமையின் பிஞ்சு மனதில் தடம்பதித்து சென்ற செண்பகவல்லி அவள் சென்று மறைந்த திசையில் பீடிப் புகை வளைந்து வளைந்து பரவுகிறது.

வாடிய பறவை ஒன்று கிளைதாவிக் கிளைதாவி பின் காற்றில் பறக்கிறது.

ஊருக்குமேல் நீல வெளி. அங்கே.

பருந்து மௌனமாய் மிதந்து வெக்கையைக் குடிக்கிறது.

கீழே பருந்தின் நிழல் மங்கி மங்கி சரிந்து செல்லும்.

ஊமைக்குள் மறைந்திருக்கும் சஞ்சலம்.

காட்டுப்பாதையில் எழுந்து நடக்கிறான்.

சூரியன் மேலே

இருள் கீழே

தெம்மாங்கை இழந்த காற்று வீசும் கிராமப்பாதை.

பாட்டியின் தாட்டியமான முலைகள் எட்டிய வெளியில் மறைந்து கொண்டிருந்தது.

வெள்ளரித் தோட்டத்திலே... செண்பகவல்லி சுற்றிச் சுற்றிப் படருகிறாள். காட்டுப் பெண்ணின் அண்ணாந்த முலைகள். உண்ணா முலையில் வெது வெதுத்துப் பொங்கும் பால். கருப்பு முலைகள் எரியும் காட்டிலே தெம்மாங்கு தான் தோன்றி ஆழங்களில் பிறந்து விடும்.

கருப்புநிற மயிரடர்ந்த உருவங்கள் கையில் தீப்பந்தங் களுடன் ஆடிவரும் புராதன நடனத்தில் தீப்பற்றிய கால் களுடன் ஆடி வருகிறார்கள். அவன் முகம் பட்டு விந்தை உருவங்கள் தோன்றி மறையும். நெருப்பைச் சூழ்ந்த ஆதி மகளிர். குரவையிட்ட பாடல்.

கள்வெறி கணக்கும் கண்களுடன் பாளை சீவும் அருவாள்கள் மின்னியது. பனைகளுக்கு ஊடே போகும் வண்டிப்பாதை. கள்ளு நுரை பொங்கும். கலயங்கள் புலம்பும். காய்ந்த ஓலை சரசரக்கும். ஆதக்காள் ரெண்டு கலயம் பால் குடித்து பிஞ்சிகளுக்கு வார்க்கிறாள். அந்த முலையில் பால் வற்றியதே இல்லை.

வளைந்து வளைந்து போகும் வண்டிப்பாதை. ஊழிப் பெருவெளிமீது பாதை வெட்டிக் கொண்டே நகரும் கருப்பு வமிசம். கூண்டு வண்டிகள் வரிசை. காளைகள் தலையாட்டு கின்றன. கழுத்துமணி புலம்பி நகரும் வண்டிப்பாதை. ஊமையன் தெம்மாங்கு பாடுகிறான்.

பனைகள் ஆடும் தேரிமணலில் வாடி அமைத்து வாழ்ந்த ஆப்பநாடு. நெஞ்சில் கருப்பு வடுக்கள் விழுந்து காய்த்துப் போன இருளன். கற்பக விருட்சம் பாளையில் கள் சுரந்தது. பனையேறும் கூட்டம். சுற்றிலும் கருப்பு வமிசத்தார் சபையில் இருக்க பனைஓலை குருத்தை முடிந்து தாலியாக கட்டி கல்யாணம் நடந்தது. இருளன் கட்டிய தாலியோடு ஆதக்காளின் வமிசம்.

ஒரு மரத்திரல் ஒரு பூ விழுந்து புலம்பி அழும். அழுத பூ விரிந்த காட்டில் ஆதக்காளின் பேத்தி அம்சல்லி பாட்டியின் அண்ணாந்த முலைகளை காட்டித் திரிந்தாள். கல்லோடை யில் மலையயோடு புணர்ந்த இரவு வால்நட்சத்திரம் எரிந்து மறைந்தது.

அக்கினிச்சட்டிகள் தீமூண்டு எரிகிறது. கூண்டு வண்டிகள் வைப்பாற்று மணலில் உரசிச் செல்கிறது. ஆழத்தில் விழுந்த மரத்தில் ஒருபூ விரிந்து கொம்பூதியபடி கருப்பு வம்சம் சுற்றிச் சுற்றி வந்து மறையும்.

அம்சவல்லிக்கு அறுத்துக்கட்டிய தாலியோடு பல புருஷனை மணந்து வெளியேறினாள். பனைகளின் கூந்தல் அறுந்து விழுந்தது. அறுந்த பனைமேல் இருளில் நகரும் பெண்பறவை அமர்ந்து கூவும். நிலங்களில் ஒடுங்கிய பூர்வ கால ஸர்ப்பம் ஒன்று வானம் முழுவதும் எழுந்து மறைந்தது. வால் சுருங்கி பல தலைமுறை கண்ட குக்குடஸர்ப்பம் பறந்து திரியும் சமவெளி எரிந்துகொண்டு இருக்கிறது.

விருவோடிய நிலங்களைக் கடந்து நடந்தார்கள். காய்ந்த சருகில் மிதித்து காடோ செடியாக அலையும், கருப்பு இனம், சாராயம் காய்ச்சித்திரியும். ஊரைச்சுற்றிலும் உடங்காடு. பிறந்த பிஞ்சிகளுக்கு சாராயத்தை தொட்டு சேனை வைத்து பிள்ளைகளை வளர்க்கும் காட்டுக்கூட்டம். சேவல் சண்டைக்கு மையம்பரியும் சடைப் பூரானை விழுங்கும் காட்டுச் சேவல் வகை யாரையும் உள்ளே விடாது.

ஊர் எல்லையில் காப்புலிச்சி அம்மன் கோயில் வருஷம் ஒரு கொடை. சாராயத்தையும் சேவலை காவு கொடுத்தும் அம்மனுக்குப் படையல், துடியான தேவிக்கு ஆட்டுத் தலையை அறுத்து வைக்கும் கிராமம். அம்மன்கோயில் சூடம் எரிகிறது இன்னும். சேவல் தலைகள் இருபத்தி ஒன்று அறுந்துகிடக்கும் சடங்கு நிலம்.

ஆதக்காளின் கிழிந்த காதுகளோடு மேற்கே நகர்ந்த கூட்டம் கழுத்தை ஒட்டிக்கட்டிய தாலியில் காட்டு மரிக்கொளுந்தை சுற்றி பிராயத்தில் தாலிகட்டி காதுகளை கிழித்துக்கொள்ளும். சீக்கிரமே பிஞ்சுகளை ஈன்ற பச்சை உடம்பில் வெதுவெதுத்துப் பொங்கி அமிர்தத்தை உறிஞ்சி வளரும் பிஞ்சுகள். தங்க கடுக்கண் பூண்ட போர்சேவல் காவலிருக்கும் நெல் களத்தில் கால்நீட்டி வெற்றிலை இடிக்கிறாள் பம்பையும் கொம்பிக்கிழவியும்.

பட்டைகள் உரிந்த கருப்புமரம் வானத்தை அண்ணாத்து

தாயாதிகளைத் தேடி அழும். கிளைகளை நீட்டி வானத்தைப் பிசைந்து வாதயுறும். கிளைகளில் இலைகளும் கனிகளும் தோன்றும். பிஞ்சும் பூவுமான பருவத்தில் சூல் கொண்ட மரம் காலத்துடன் அசைந்து மொடு மொடுக்கும்.

களிமுற்றிப் புயல் கொள்ளும் சுழிகள் கொண்டு செல்லும் வேறு வேறு திசைகளில் பிரிந்து போனார்கள். ஆனால் சண்டை சேவல் முட்டை சிவந்து நீண்டு இருப்பதை எடுத்து உப்பு பானையில் சேகரித்து கூடவே கொண்டு போனார்கள்.

கால்நடைகளோடு இரவு பகலாக நடந்த கூட்டம் கள்ளிக் காட்டில் குடிபோட்டு ஆடு மேய்த்து திரிந்தது. சேவலுடன் திரியும் அம்மணச் சிறுவர்கள். முன்னோர்களைப் பற்றி கதைகள் போட்டு அழித்தார்கள். மண்ணுக்குள் அடைக்கல மானார்கள். எல்லாம் அடங்கிய மண்ணைப் பிசைந்து வலி எடுத்தகைகளில் பிள்ளையை ஏந்தி வந்தாள் சண்முக வடிவு. மண்ணைக் கிண்டி மாளாமல் கொழு முனையில் விழுந்து செத்தான் சூரிய பாண்டி. அடுத்த தலைமுறைக்கு அவன் நாமகரணமிட்டார்கள் சூரியபாண்டியின் பேரன் ஊமையன் பிறந்தான். வாய் பேசாத ஊமைக்கும் செண்பக வல்லிக்கும் பிஞ்சும் பூவுமாக மனசு விளைந்தது. சூரிய பாண்டி பேத்தி செண்பகவல்லி. ஆதக்காளின் குணரூபமாக இருந்தாள். பச்சைமனசில் வைத்த விதை வளர்ந்தது. வெளிர் சிவப்பான முட்டைகளை ஊதியூதி குறிசொன்னாள்.

கைம்பெண்ணான சண்முகவடிவுக்கு ஒத்தைக்கு ஒத்தை யான ஊமைப்பிள்ளை. கூடப்பிறந்த அண்ணானாய் இருந்தும் நல்ல ஸ்திதியில் வாழ்ந்த சுப்பையாத் தேவன் தங்கையை ஏறெடுத்துப் பார்க்கவில்லை. தங்கச்சிக்காரி கைவளர்ப்பில் கருங்கீரி பொன்றச்சாவலை யாரும் தொட முடியாது.

செண்பகவல்லி பெரியபள்ளிக்கூடம் போகிறாள். இரவு விளக்கில் அமர்ந்து சத்தம் போட்டு மனப்பாடம் செய் கிறாள். ஊமையன் அம்மாவுடன் காட்டுக்குப் போனான். தகப்பன் இல்லாத பிள்ளைக்கு தாயார் தானே எல்லாம். காடே அவன் மனசு. அந்தக்காட்டில் வளர்ந்த செடியாகத் தான் செண்பகவல்லி சிறு பூவிட்டு வளர்ந்தாள்.

செண்பகவல்லி ருதுவாகி சடங்கு நடந்த வைபவத்தில் மாப்பிள்ளை தோரணையில் வேஷ்டி சட்டை போட்டு கண்மையினால் மீசையும் பொட்டும் வைத்து செல்லக் கொழுந்தனாருக்கு தலப்பாக்கட்டி அலங்கரித்தார்கள். முகத்தில் பவுடர் பூசி அப்பினார்கள். கன்னத்தைக் கிள்ளி வாராரைய்யா... மாப்பிள்ளை வழி விடம்மா செண்பகமே... என்று மாப்பிள்ளை அழைத்து செண்பகவல்லிக்கு மாலை போட்டான். எட்டுவயது மூத்த பெண்ணுக்கு முறை மாப்பிள்ளை சடங்கு வைபவத்தில் மாப்பிள்ளையாக அமர்ந்திருக்கிறார்.

சுற்றிலும் பெண்கள் கேலி பேசுகிறார்கள். மாப்பிள்ளையின் கன்னத்தில் இடிக்கிறார்கள். குனிந்த தலை நிமிராத செண்பகவல்லி முகத்தை தூக்கி நிறுத்தி... 'ஆத்தா... ரொம்பத்தான் வெக்கப்படுதியா... மாப்பிள்ளை கோச்சுக்கப் போவுது... மாப்பிள்ளைகிட்ட கையக்கொடும்மா செம்புவல்லி' என்றார்கள். கருப்பு வம்சத்தில் எல்லாரும் சபையிலிருந்து ஆசீர்வதித்த கல்யாணம் அது.

இருளன் கோயிலுக்கு பெண்ணும் மாப்பிள்ளையும் நடந்து போனார்கள் பெண்கள் சூழ்ந்து வர கோயில் வாசலில் செம்புவல்லிக்காக வேண்டிக் கொண்டான். இரவில் கோயிலில் இருந்து புறப்பட்ட கனியான் கூத்தில் மாலையோடு பொண்ணு மாப்பிள்ளையும் பவனி வந்தார்கள். மாலை மாற்றிக் கொண்டார்கள். குலவைச் சத்தம் கேட்டது. செண்பகவல்லி போட்ட மாலையை யார் சொல்லியும் களத்திக் கொடுக்காமல் மாலையை கட்டிப்பிடித்துக் கொண்டு தூங்கி விட்டான்.

மகன் தூங்குகிற சாயலைப்பார்த்து சண்முகவடிவு பெருமூச்சு விட்டாள். செத்துப்போன புருஷனை நினைத்து அழுதாள் சத்தமே இல்லாமல். மகனுக்கு அருகில் ஆவி சேர்ந்து படுத்துக்கொண்டாள். இரவு முழுவதும் மகுடம் அடிக்கும் சத்தம் கேட்டுக்கொண்டிருந்தது. கூத்து ஓயவில்லை.

ஊமையின் பிஞ்சு மனசில் செண்பகவல்லி தடம் பதித்து நடமாடினாள். காட்டுமரங்களும் செடிகளும் பறவைகளும்

வசீகரித்தன. ஆதி என்கிற காட்டுமலர் குடியிருந்தது. வரிக்கு வரிமாறாத தும்பை மலர் வெளுத்த பாலாய் சேதி சொன்னது. கல்லோடைகளில் பாறை உருவங்கள் எழுந்தன. ஊர் மறைந்த மலைப்பரம்பில் இடுப்புவரை புதைந்த சிலை பொழுதெல்லாம் சிரித்தது. சிலையை சுற்றிச் சுற்றி வந்தான். காலம் அரித்து பொந்தான புளியமரத்தின் அடித்தூரில் எழுந்த சிலை. புளியம்பூ உதிர்ந்து ஆதியின் தலையில் விழுந்தது. புளியம்பூவினுள் செங்கோடுகள் புலியை ஞாபகப் படுத்தும். ஒவ்வொரு நாளும் மரத்தோடு எழுந்தது. அவன் கண்ட ஆதி முகத்தில் செண்பகவல்லியின் மடங்கிய மூக்கும் தாடையும். பச்சை சாறுகசிந்து இதழில் பிரிந்த புன்னகை. அவனிடம் பேச வந்தது. பிரமை பிடித்த ஊமை அதனோடு கலந்து போனான்.

ஒவ்வொரு பொழுதும் மரம் விந்தையாக அசைந்து கிளை நீட்டி அழைத்து உச்சிதங்கள் தரும். மர உச்சியில் கால் வைத்து அமர்ந்த பழங்கழுகு அவனைப்பார்த்தது. வாயை அண்ணாந்து இமை விரித்த செல்வன் மனசில் சிறகு விரித்து மிதக்கும். ரெக்கை அகன்று மிதந்த பறவையைப் பின் தொடர்ந்து காட்டின் எல்லையில்லா மரகதத்தில் நடந்து திரிந்தான்.

அவன் மனசில் ஒவ்வொரு நாளும் புதிய விந்தைகள் சென்று அயரவைத்தது. வாய்திறவாத மௌனமான காட்டின் பெருந்துயரடைந்து புலம்பினான். எங்குசென்றாலும் ஆழ்ந்த மௌனத்தில் உறைந்த காடு அவனைச் சூழ்ந்திருந்தது.

பொழுது விழும் நேரம் பெரிய பள்ளிக் கூட வாசலில் செண்பகவல்லிக்காக காத்திருந்தான். பள்ளியில் இருந்த வேப்பமரத்தில் தேன்கூட்டை வியப்பாக ஆராய்ந்து கொண்டிருந்தான் ஊமை.

அவள் வரவும் அன்று பகலில் கொண்டு வந்ததை யெல்லாம் கண்களால் விரித்து அபிநயத்தில் விளக்கினான். அவனைக் கண்ட பள்ளிப் பெண்கள் சிரித்தார்கள். வேடிக்கை யாக எல்லாரும் சூழ்ந்து கூச்சலிட்டார்கள்.

அவளோ ஊமையின் பார்வையில் படிந்த ஒவ்வொன் றையும் ஊடுருவிப்பார்த்தாள். ஒரே தட்டில் அவனோடு

சாப்பிடப் பிடிக்கும். ஆசையாக பார்த்துக் கொண்டிருந்தாள் அவன் சாப்பிடுவதை. செண்பகவல்லி பெரியபத்து படித்துக் கொண்டு இருந்த சமயத்தில் கண்ணாடி வாத்தியாருக்கும் அவளுக்கும் கல்யாணம் நடந்தது. பனங்குறுத்து முடிந்த பூர்வீக தாலியைத்தான் அவரும் கட்டினார்.

பந்தல் காலில் கட்டியிருந்து வாழை மரத்தை பிடித்து ஆட்கள் மேல் தள்ளி விட்டான் ஊமை.

'அடஎடுபட்ட புள்ளே... ஆள்மேலயா தள்ளிவுடுதே... புடிங்க அவன... புடிச்சு கெட்டுங்க அவனெ... ஆத்தா செம்புவல்லி... உன் கொளுந்தன விட்டு போயிராதத்தா... அவன் எங்க மேலே எரிஞ்சு வுளுதான்... வாத்தியாரோட கொழுந்தனையும் கெட்டிக்கத்தா மகராசி... என்று பெண்கள் சிரிப்பாய் பேசிக்கொண்டார்கள். செண்பகவல்லி வெட்கப் பட்டுதலையை குனிந்து கொண்டாள். வாத்தியார் மாப்பிள்ளை கண்ணாடி வழியாக அவனைப்பார்த்தார்.

வாழைமரத்தோடு கட்டிச் சேர்ந்து கொட்டக் கொட்ட முழித்தான். எல்லாரும் அவனைச் சீண்டி அழவைத்தார்கள். யாருடனும் பேச மறுத்தான். செம்புலி... செம்புலி என்று அவன் மனசு சொன்னது.

எல்லார் முன்னிலையிலும் பிரியமுடியாத துக்கத்துடன் செண்பகவல்லி அவனைப்பார்த்து தலையை குனிந்து நின்றாள். அவனிடம் சொல்ல விரும்பியதென்ன, ஊமை யாகப் பிரிந்து சென்றாள்.

தாயின் முதுகுக்குப் பின்னால் ஒளிந்து கொண்டு எட்டிப் பார்த்தான்.

அவனோட செம்புலி... க்காக அவன் கட்டியிருந்த காட்டுக்கோயில் உள்ளே... கர்ப்பக்கிரகத்தில் சுடர் எரிந்து கொண்டிருந்தது. கருமெழுகு மின்னும் குழந்தை முகத்தில் ஆதி. பச்சை நிற இதழ் பிரியாமல் சிரிக்கிறான் ஊமை.

அவனை விட்டு வெகு தூரம் தாண்டிப் போயிருந்தாள் செண்பகவல்லி.

●

25

கிட்ணம்மாளின் கதை

எல்லாமும் முழுசாக இறந்துவிட்டதென்று சொல்ல முடியாது. எவ்வளவோ மாறிவிட்ட பின்னும் கிட்ணம்மாள் இருந்து கொண்டிருந்தாள். காட்டு வெள்ளாமை நடக்கிற காலந் தட்டியும் கிராமத்தில் இருக்கிற வீட்டில் தீபம் பொருத்திய பின் கம்போ, புல்லோ எதையாவது இடித்து சாமத்தில் உலை வைத்து பானைகளில் கஞ்சி கொதிக்கிற போது கிட்ணம்மாளுக்கு நினைவுகளில் தங்கிவிட்டவர்கள் மீது கொஞ்சமாவது வாஞ்சை ஒட்டியிருக்கும் போது எரிகிற தீயிலிருந்து பல நிழல்கள் அசைந்து மறையும்.

தன்பிள்ளை வீரசின்னு மருந்தை குடித்து தற்கொலை செய்து கொண்டான் என்று காதில் விழுந்த சேதி எரிகிற தீயுடன் பற்றுகிறது. அப்போதிருந்த கிட்ணம்மாளும் இறந்து விட்டாள். இப்போதவள் நடைப்பிணம் போல் உயிரை ஒட்ட வைத்து அதற்குள் எத்தனையோ நிழல்களை பதுக்கி இருந்து கொண்டிருப்பாள்.

ஒவ்வொருவராய் தீயில் எழுந்து அசைகிறார்கள். கிராமத்தை விட்டு வெளியேறிப் போன நிழல்கள் சில. உள்ளூரில் கடைசி வரை இருந்து மாய்ந்து போனவர்கள். தொலைதூர விருந்தாடிகள். அவளுக்கு நினைவிருக்கும், எத்தனையோ தாயாதிகள் அவளைவிட்டு மறைந்தார்கள். அவளை மறந்துபோனவர்களும் தொலைவில் இருந்தார்கள். கிராமத்தின் முதல் ஞாபகங்களாய் விரியும் துயரங்கள் கொண்ட மனிதர்கள் திரும்ப திரும்ப சஞ்சலமடைவார்கள். அப்படி விதித்திருந்தது அவர்களுக்கு. ஒவ்வொரு ஊரிலும்

கிட்ணம்மாள் இருந்திருப்பாள். அவளிடம் காணவேண்டிய தென்னவென்று தெரியாமல் மறைந்திருக்கும். ஏனோ, கிட்ணம்மாள் என்ற பேருடைய பெண் சஞ்சலப்பட்டே சாகவேண்டிய விதியிருக்கும் போலும்.

இடித்த புல்லை உப்புச்சேர்த்து கொதிக்கிற பானையில் பக்குவமாய் பொங்கவிட்டு பாகாய் இளைக்கிறாள். வெண்ணை சேர்ப்பது போல் நிதானம் எடுத்து கிண்டி இறக்குகிறாள். கைம்பெண்ணின் கைப்பக்குவத்தில் எத்தனையோ புதிய தராதரங்கள் வந்து விட்ட பின்னும் புல்லு உணவாகிறது. மறைந்த தானியங்களில் சிலவேணும் எஞ்சி நிற்கிற போது உலைக்கு சிலரேணும் தீராமல் ஏற்றிய தீ. அதனோடு கிராமத்தில் விளக்கு மினுங்கி எரிந்தது.

அந்த விளக்கு எப்போதும் புகையும். சுவரொட்டிய இருட்டில் அதன் சிறு தூண்டாலான ஒளியில் தன் புருஷன் ஞாபகம் நின்று எரிகிறது. அவள் புருஷன் காசிக்குடும்பன் கிணத்து வெட்டில் கல் விழுந்து முடமாகி பின் எத்தனையோ வைத்தியத்திற்கும் பச்சிலைக்கும் ஆறாத இடி வர்மத்தில் பட்டு மதுரை ஆஸ்பத்திரியில் அனாதையாகச் செத்துப் போனான்.

காசிக்குடும்பன் தோண்டிக்கொடுத்த கிணறுகளால் சுத்துப்பட்டி சம்சாரிகள் பயிர் வளர்த்தார்கள். விவசாயம் மும்முரமாக நடந்த காலம். ஆளாளுக்கு சம்சாரிகள் கிணறுகளை ஆழப்படுத்தினார்கள். அடி ஊற்றை கண்டுபிடிக்க காசிக்குடும்பனையே நம்பினார்கள். காசிக்குடும்பன் அடித்து வைத்த தோட்டா எந்த இடத்தில் பிளவுபட வேண்டுமோ அங்கு பாறைகள் பிளந்து உருண்டன.

பாறைகளுக்கு அடியில் சூரியனின் முகம் படா ஊற்றில் காசிக்குடும்பனின் விரல்கள் தொட்டுச் சென்றன.

இத்தனை தூரம் கிளம்பிய பள்ளக்குடி இளவட்டங்கள் பத்து இருபது பேர்களுக்கு மேல் கொத்தன் காசிக்குடும்பனோடு புறப்பட்டு போன கடைசி நாள். ஊனமடைந்த புருஷனை தூக்கிக் கொண்டு வந்து சேர்ந்த பள்ளத்தெரு இளவட்டங்கள் கொத்தன் இல்லாமல் கிளம்பிப்போனார்கள்.

எத்தனையோ வேலிதாண்டி நிலங்கள் வறண்டு கிடந்தன. காட்டின் அடிவாரம் வரை பாறையை பிளக்க வேண்டியிருந்தது. காடோ செடியான பாதைகளில் காசிக்குடும்பன் கிணறுகள் தோண்டப் புறப்பட்டான். ஊழிப் பெருவழியில் ஊற்றைத் தேடி அலைந்து கொண்டிருக்கும் கருப்பு வம்சத்தில் காசிக்குடும்பன் இருளடைந்தபாறைகளில் பாதைவெட்டிக் கொண்டே சென்றான்.

தலைமுறை தலைமுறையாக கல்லுச் சுமந்து வந்தாள் கிட்ணம்மாள், வீட்டு முருங்கைமரம் பிஞ்சும் பூவுமாக இருந்தபோது கிணத்து வெட்டு முடித்து இரவு வீடு திரும்பிய பின் பெட்ரோமாக்ஸ் வெளிச்சத்தில் அவர்கள் கல்யாணம் நடந்தது. வெளக்கு மேல் சிறு விட்டி பறந்து பாடியது. சுற்றிலும் கருப்பு வம்சம் சூழ நடுவில் இரைகிற விளக்கு. அமைதியாக எரியும் நிலவு முன்பிருந்த காலங்களில் சென்று மயங்கி தத்தளித்து கிராமத்தை இருளாக்கிய இரவு கொத்தனுக்கு மனைவியானாள் சித்தாள். அதற்கு முன்பே பல இரவுகள் அவர்கள் சேர்ந்து வாழ்ந்த போது சுவரொட்டி விளக்கு மினுக்கி-மினுக்கி கிட்ணம்மாள் மூக்குத்தி போல் இருட்டில் தெரிந்தது. அந்த கருகும் வெளிச்சத்தில் சின்ன அளவு மனசில் தோன்றிய விந்தைகளும் கனவுகளும் கருவுற்ற சிசுவின் வளர்ச்சியில் இரவெல்லாம் உணர்ந்த சிசுவின் குரலை மனசால் சலனித்து காசிக்குடும்பனுக்கு சொன்னாள். இரவெல்லாம் முன்பே ஒருவர்மேல் ஒருவர் ஈண்டிக்கிடந்தார்கள். கிணத்து வேலை பார்த்த அலுப்புடன் உறங்கி விடியவே எழுந்து போனார்கள். கிணறு தோண்டத் தோண்ட பாறைகளின் ஆழத்தில் நீரைத் தேடும் தாகத்துடன் கருப்புநிற கூட்டம் அசைந்து கொண்டிருந்தது. பாறையின் ஆழங்களில் வெடித்துப் புறண்ட நீரூற்றில் முன்னோர்கள் பற்றிய நினைவு தோன்றியது. கலங்கலாகிப் பின் தெளிவடைந்த நீரில் இதுவரை எந்த உயிரின் கைபடாத போது அவர்கள் பேராவலுடன் நீர் அருந்தினார்கள். இருள் படிந்து குளிரும் ஊற்றினடியில் கால்கள் முடமான காசிக்குடும்பன் செத்துப்போனான்.

முற்கால எரிமலைகள் வெடித்துப் புறண்டு வெளிப் பட்ட கருப்பு வம்சம் தங்கள் தாயாதிகளான பாறைப் படிவுகளில் ஒவ்வொருவராக மாண்டு போவார்கள் என்று பாறைகளில் எழுதப்பட்டிருக்கும்.

தகப்பன் வெட்டிய இடத்திலிருந்து மகன் தொடர்ந்து வெட்டி வெட்டி நகரும் பாறைகள். அடியூற்றைத் தாங்கி தாய்ப்பாறையிலிருந்து வெடித்துப் புரண்டு வெளிப்பட்ட வீரசின்னு காசிக்குடும்பன் எடுத்த அதே சம்மட்டி தோட்டா வெடிமருந்துடன் புறப்பட்டுப் போனான்.

'எம்புள்ளை பாத்துக்கிருவான் கிட்ணம்மா...வீரசின்னு இருக்கான் பாரு... சிறு வயசுன்னு பாக்கியா தாயி... வெட்ட வெட்ட தளுக்கிற ரத்தம் தாயி... எம்புள்ளை உன்னக் காப்பாத்தும்... இதுக்காக மனசு விடலாமா ... பாக்குரவுக சிரிச்சுப்போட மாட்டாக... தைரியமாக இரு கிட்ணம்மா உன்னால முடிஞ்சத செய்யி... நாளாசரியா குணமாகி வாரென்... போரன் கிட்ணம்மா....

காசிக்குடும்பன் கடைசிவார்த்தைகளோடு சாத்தூரில் ரயில் ஏறியவன் தான். திரும்பி வராது போகும் ரயிலில் காசிக்குடும்பன் கிளம்பிபோனார். மதுரை பெரியாஸ்பத்திரி யில் பிணத்தை எடுத்து அடக்கம் செய்துவிட்டதாக தெரிந்தது.

அய்யா செத்த அன்றே சம்பட்டியை கிணத்து மேட்டில் விட்டு விட்டு ஓடிப்போனான். எத்தனையோ ஊர்களில் அலைவதாக சொன்னார்கள்.

பின் என்றுமே அவன் தாயாரை வந்து பார்க்கவில்லை. கோயில்பட்டி சந்திரவிலாஸ் ஹோட்டலில் தண்ணி வண்டி இழுப்பதாக சொன்னபோது ஆள் அனுப்பி அவனை கூட்டி வர ஏற்பாடு செய்தாள். இனிமே என்ன இருக்கு. அய்யாவே போனபிறகு... அம்மாவ நிர்மூளியா எப்படி வச்சு பாப்பேன்... என்று தாக்கல் சொன்னதும் ஒப்பாரி வைத்து அழுதாள்.

அவனுக்கு பணம் தருவதாக ஏமாற்றி கூட்டிக் கொண்டு போய் புத்தி சுவாதீனம் இல்லாத புள்ளையை அவனுக்கு கெட்டி வைத்து கெடுத்தார்களாம். மனசு உடைந்து மிளகு செடி மருந்தை குடித்து கோயில்பட்டி பெரியாஸ்பத்திரியில்

பிணத்தை அறுத்துப் பார்த்து அவனை போலீஸே அடக்கம் செய்து விட்டதாக சொன்னார்கள்.

வீரசின்னு பம்பாய் தாராவியில் ஈ.எஸ்.ஐ. கம்பெனியில் கொத்தனாராக வேலை பார்ப்பதாகவும் தன் தகப்பனைப் போல் கொத்தனாகி விட்டான் என்று பம்பாயில் இருந்து வந்த நாயக்கர் வீட்டு பையன் சொன்னதைக் கேட்டு அவள் மனசு அடங்காமல் அழுதாள். எல்லாம் அவள் கண்களுக்கு படாத சேதிகளாக இருந்தன. வீரசின்னு எப்படியும் திரும்பி வருவான் என்று நம்பினாள். அவன் ஆஸ்பத்திரியில் சாக வில்லை என்று நம்பினாள். அவன் திரும்பி வருகிற வரை உயிர்வைத்திருக்க எண்ணினாள்.

வீரசின்னு பச்சப்புள்ள தொலைவட்டில் கிடந்து என்ன கஷ்டப்படுகிறானோ.... என்று கிட்ணம்மாள் தவித்தாள். அவன் செத்து விட்டான் என்று மற்றவர் சொன்னதை நம்ப மறுத்தாள். ஏனோ, அவனை தைரியப் படுத்த யாராவது அவனைப் பற்றி தகவல் சொல்லிக் கொண்டிருந்தார்கள்.

வளர்ந்த மரங்களும் மந்தையை விட்டு மறைந்து போயிருந்தது. ஏனோ, மலைப்பாறை சோகமடைந்து ஊரை ஒட்டி அப்படியே நினைவுகளில் பதிந்து போகிறது. அதன் எல்லாச் சுற்றிலும் ஆடுமாடுகள் மேய்கின்றன. வெள்ளாடுகள் பாறை மீது செங்குத்தாக ஏறிச் செல்கின்றன. பாறை இத்தனை உயரத்தில் நெடுங்காலம் ஊரைச் சேர்ந்த வரோடு இணைக்கப்பட்டு விடுவது வெளியேறியவர் களுக்கு அப்படி ஒரு கண் இருந்தது.

ஊருக்கு வருகிற ஒவ்வொரு சமயத்திலும் கிட்ணம்மாள் பாறைச் சுவர்களில் தட்டிவைத்த எருவட்டி மேல் விழுந்த விரல் தடம் வெளியேறிப்போன தன் மகனின் விரல் அழுத்தம் போல் காய்ந்து கொண்டிருந்தது.

கிட்டம்மாள் வீடுமுழுவதும் காய்ந்த வரட்டிகளை அடுக்கி வைத்துக்கொண்டிருந்தாள். கணவனில்லாத பெண்ணின் மனப்பேர்க்கில் அலாதியான துயரங்கள் காய்ந்து வருகின்றன. அவள் வரட்டிகளை சேகரித்து வருகிறாள். காசிக்குடும்பன் இருந்த இடத்தில் வரட்டிகளை அடுக்கி

வைத்தாள்.

பற்றி எரிந்து போன சாம்பல் குவிசலில் எத்தனையோ முதியவர்கள் அணைந்து போயிருந்தார்கள். கிட்ணம்மாளுக்கு அப்படி மணசுக்குள்ளாகவே நீத்தி ஆறிய சாம்பல் குவிசல்கள் இருந்தன.

வரட்டியில் பதிந்த ஐந்து விரலும் இப்பொழுது பதிந்தது போல் அவள் கடந்தகால பதிவுகளை அழுத்தமாகப் பதித்திருந்தது.

எல்லாக் காலங்களுக்குமாக வரட்டி தேவையிருந்தது. மந்தை மாடுகளுக்குப் பின்னால் சாணிக்கூடையுடன் கிட்ணம்மா வருவாள். குனிந்துசாணம் எடுத்து கூடை நிறைய அள்ளிக்கொண்டு போவாள். தான் கண்டுபிடித்த சின்ன இடத்தில் சாணத்தை சேகரித்து இரவு வரட்டி தட்டு கிறாள். ஊர் அடங்கிய நேரம் அவள் பாறையின் சுவர்களில் வரட்டிகளை பதிக்கிறாள். அந்த மங்கலான வெளிச்சம் போதும் அவளுக்கு. ஒவ்வொருவருக்குமான வரட்டி.

ஈரச்சாணத்தில் பதிகிற அவள் விரல்கள் துயரமடைந்து நடுங்குகின்றன. பாறையில் தட்டிய வரட்டிகள் பாறையாய் இறுகிக் காய்கின்றன. பனியிலும் வெயிலிலும் காய்கின்றன. இருளான போது ஊரின் எல்லைப்புறத்தில் நடமாடித் திரிகிறாள். இரவில் எழுந்து நடமாடும் ஒரே ஜீவன் அவளாகத்தான் இருக்கும். தனிமையும் சஞ்சலமும் கூடிக் கருக்கும் இருளில் தன்போக்கில் அலையும் கிட்ணம்மா புலம்பும் ஓடைகளிலும் சிற்றாறுகளிலும் எத்தனையோ துயரமான கிளைகளில் மிதித்து நடக்கிறாள். அவளோடு சேர்ந்து உருவான கிராமக்கதைகளில் அந்த ஓடைகளும் ஆறுகளும் கலப்பற்ற புராதன எல்லைகளை விரித்துக் கொண்டே ஓடுகின்றன.

•

26

உலர்ந்த காற்று

தபால்காரன் கொண்டுவந்த டிமாண்ட் நோட்டீஸை திரும்பி அனுப்பாமல் கண்தெரியாத கிழவியிடம் ஒப்படைத்தார்கள். வண்டி மசகை, கிழவியின் இடதுகை பெருவிரலில் தேய்த்து ரேகை வாங்கிக் கொண்டான் தபால்காரன். கையெழுத்து போடத்தெரியாதவரிடம் ரெண்டு சாட்சி கையொப்பம் பெற்றவுடன் சாஸ்திர வேதத்தின்படி பூபூபூபூ... வென்று காற்றை ஊதிக்கொண்டு பூதம் பாட்டி மேல் ஏறியது. பூதங்களை தபால்காரன் சட்டப்படி ஸ்டாண்ட் போட்டு நிறுத்திய சைக்கிளை தள்ளிக் கொண்டு கிராமத்தை விட்டு வெளியேறினான்.

பாட்டி இடதுகை பெருவிரலை திருணையில் தேய்த்துக் கொண்டாள். பனிரண்டு வருஷங்களுக்கு முன்னால் கோனார் வாங்கியிருந்த கடனுக்கான பூதம் அது. பூதம் கிழவியிடம் பேசியது. அச்சடித்த வார்த்தைகளால் திட்டியது. உன்னை எச்சரிக்கிறேன். என்னிடம் பணிந்துவிடு. இனி நான் உன்னுடன் இருப்பேன். என்னை கவனி, என்றது பூதம்.

பூதத்தின் கெடுபிடியான வார்த்தைகளைக் கேட்டு பாட்டிக்கு மேலும் சங்கடமாக இருந்தது. அதை விரல்களால் தொட்டுப் பார்த்தாள். பூதம் சிரித்தது. அதை பழங்கால வீட்டில் தலைகீழாக தொங்கவிட்டாள். அதற்கு சோறு தண்ணீர் கொடுக்க வேண்டிய கடமை வந்தவிட்டது.

பூதத்தை ஏவிய அதிகாரிகள் படை எடுத்து வந்தார்கள். குட்டிச்சாத்தானைப் போல் இங்கிலீசும் தமிழுமாக

திட்டினார்கள். டிமாண்டு நோட்டிஸில் உள் அச்சடித்த வார்த்தைகளைக்கக்கினார்கள். வீட்டுக்குள் தொங்கிய பூதம் கை தட்டிச் சிரித்தது. வந்த அதிகாரி அய்யாவை திருணை யில் இருக்கும் படி சொன்னாள். மேலும் கோபமடைந்த அதிகாரிக்குள்ளிருந்த குட்டிச்சாத்தான் குதித்தது. திருணையி லிருந்து தட்டுத்தடுமாறி படியில் இறங்கிநின்றாள் பாட்டி. அவளைச் சுற்றிலும் படுத்திருந்த வெள்ளாட்டுக் குட்டிகள் திருணையிலிருந்து குதியாளத்துடன் வாசலில் குதித்து சாத்தானை முட்டிக் கொண்டு ஓடின.

ஆடுகளுக்காக திருணை விட்டத்தில் கயறில் கட்டி யிருந்த ஆமணக்குக் குலை சாத்தானைப் பாத்து ஆடியது. சாத்தானின் கோபத்துக்கு ஆளாக முடியுமா என்றது. சாத்தானின் மந்திரத்தால் கட்டுண்ட ஆமணக்குக்குலை ஆடாமல் அசையாமல் பணிந்தது. காற்று வந்ததும் சிரித்துக் கொண்டு ஆடியது. பாட்டி தூணைப்பிடித்துக் கொண்டு நின்றாள். சத்தம் வருகிற திசையில் தலைதிருப்பினாள். சாத்தானிடம் மண்டியிட்டு வேண்டினாள்.

'கண் தெரியாத கபோதி அய்யா... நாங்க பணத்துக்கு எங்க போவம் அய்யா.... ஈவுசாவு பாத்து போங்க அய்யா.... எப்படியும் குடுத்திருதோம் அய்யா....'

சாத்தான் போன பின்னும் பாட்டி சுவரைப் பிடித்து காற்று வாக்கில் பேசிக் கொண்டிருந்தாள். ஆழ்ந்த இருளில் சுழன்றது பாட்டியின் குரல். மூக்கைச் சிந்தி தூணில் துடைத்துக் கொண்டாள். செங்கல்லால் அடுக்கியிருந்த கோனார் வீட்டு ஓடுகளுக்குமேல் வெள்ளாட்டுக் குட்டிகள் கணைத்தன.

கோனார் விட்டுச் சென்ற சில ஆடுகளே பாட்டிக்குத் துணையாக இருந்தன. அவர் கொடுத்த கைத்தடி பாட்டிக்கு வழித் துணை. அவளை முட்டி மோதி குதியாளம் போடும் ஆடுகள் இல்லாமல் இனி பாட்டியால் உயிர் வைத்து இருக்கவும் முடியாது.

ஒவ்வொரு வீட்டு வாசலுக்கும் போய் எட்டிப் பார்த்த ஆட்டுக் குட்டிகளுடன் பிள்ளைகளும் சேர்ந்து ஓடி வந்தன

பாட்டியிடம். ஆட்டுக் குட்டிக்கும் சிறு பிள்ளைக்கும் நிறம் தெரியாத பாசத்துடன் பாட்டி இருந்தாள்.

கடனைத் திருப்பிக் கேட்க வந்த பூதம் தலைகீழாக தொங்கியபடி பிள்ளைகளுக்கு கதை போட ஆரம்பித்தது. ‘விஜயாபுரிராஜியத்தில் மகாராணிக்கு வைப்பாளனாக இருந்த அம்பட்டன் ஏழு குதிரை பூட்டிய வண்டியில் வரும் அரசகுமாரர்களுக்கு முகச்சுத்தம் செய்யும் போது அரசகுமாரன் தூங்கி விடுவானாம்...’ என்று ஆரம்பித்தது கதை.

பாட்டியும் காலைநீட்டி உட்கார்ந்திருந்தாள் அவள் மேல் படுத்துப் புரண்ட பிள்ளைகள் பாட்டிதான் கதை போடு கிறாள் என்று நினைத்து பயபக்தியோடு ஊம் கொட்டின. தெருப்பிள்ளைகளோடு உறவில்லாமல் பாட்டியால் இருக்க முடியுதா. பூதத்தைப் பார்த்தும் பாட்டி அழுதாள். எனக் கொரு சாவு வரமாட்டிங்கே... அவரப்போயி பாத்திரணும்... சாவு வல்லியே... நான் என்ன செய்யட்டும்.... என்றாள் பாட்டி.

‘அப்பிதி எல்லாம் சொல்லாத பாத்தி... எங்கவீட்டுக்கு வாபாத்தி நான் சோது போதுதேன் பாத்தி’ என்றாள் பக்கத்து வீட்டு சின்னப்பாப்பா. பாட்டியின் உடம்பில் ஆதூரத் துடன் சாய்ந்து கொண்டாள்.

பாட்டி சின்னப்பாப்பாவின் தலையைத் தொட்டு ஆசீர்வதித்தாள். அப்போது தெருவில் கத்திக்கொண்டு வந்த ஆடுகளின் குரல் கேட்டது. குதிரைப்படைபோல் தடதடவென்று ஆடுகள் ஓடிவந்தன. எல்லாம் பாட்டியை நோக்கி ஓடிவரும் ஆடுகள். ஊர்க்காட்டில் தானே மேய்ந்து திரியும். கழுத்தில் கட்டிய சிறுமணி கிணுகிணுக்க பாட்டி யிடம் வந்து சேரும் ஆடுகள்.

சின்னப்பாப்பாவின் ‘பர்ர்ர்ர்’ரென்று சளி அடைத்த மூக்கைச் சிந்திசேலையில் துடைத்துக் கொண்டாள் பாட்டி. ‘ஆத்தா நீ பாசக்காரியா இருக்கியே. பாட்டி செத்துப் போகமாட்டேன்.... உங்க அம்மாகிட்டபோயி பாட்டிக்கு நீத்தண்ணி வாங்கிட்டுவா... பாட்டிக்கு கெரக்கமா வருது

போடா...'

பாட்டி இந்நேரம் தனிமையில் இருக்க விரும்பினாள். கடனைத் தீர்க்காமல் செத்துப்போகக் கூடாது... செத்தும் கருமாயப்படணுமா. கோனார் விட்டுச் சென்ற ஆடுகள் எல்லாம் பாட்டியை ஒண்டிக்கிடக்க, வெள்ளாட்டங் குட்டியை கைகளால் வருடினாள். எட்டயபுரம் சந்தைக்கு அனுப்புவதென்று தீர்மானித்தாள். ஆடுகள் கத்தத்துவங்கின மே.. பே... வென்று.

அப்போது கோனாரின் நரைமீசையும் தெருமுனையில் மறைந்துபோன ஆடுகளின் செருமலும் பாட்டியின் அந்தராத்மாவில் விழுந்தது. பாட்டியின் திரைவிழுந்த கண்களுக்கு ஞாபகங்கள் இருந்தன. பேர்போன மீசை கோனாரின் மீசை. அதைக்கண்டே பாட்டிக்கு நம்பிக்கை தாட்டியம் எல்லாம். நரைமீசையை திருகியபடி கைக் கம்பை தரையில் ஊன்றாமல் கம்பளிப்போர்வையை தோளில் போட்டுக் கொண்டு கோனார்களுக்கே ஆன ஆழ்ந்த தனிமையில் ஆடுகளுக்குப் பின்னால் திரிந்த கோனாரின் நிழல், அசைந்து சென்றது.

கோனார் இருந்த காலத்திலேயே தரிசான பூமியில் சூரியனின் நிழல் விழுந்தது. பயிர் வளர்க்க வாங்கிய கடனை திருப்பித்தரமுடியாமல் நம்பிக்கையான விதைகள் எல்லாம் பூமி பிளந்து கொண்டு விரிவுக்குள் போனது. அருகோடிய நிலத்தைப் பார்த்து நின்றார் கோனார். விருவுகளில் பொங்கிய உப்பு நிறத்தை மாற்ற முடியாது. வரிவரியான கோடுகள் உடைய ஸர்ப்பம் வானத்தில் எழுந்து விட்டது. வைசூரி வந்த ஆட்டின் வீச்சம் தெருமுழுவதும். அவற்றின் செருமல் சளிக் கோடு கோடாய் வடிந்து கொண்டிருந்தது. காட்டுப்பாதையில் இறந்து விழுந்தன.. நடக்க ஏலாத ஆடுகள். அவற்றின் மரண இருளில் நடந்து போனார். ஆடுகள் எல்லாம் தரியில் கிடந்தன. நீல நாக்கு நோயில் செத்த ஆடுகளை புதைப்பதற்கு சுக்காங்காட்டில் குழி தோண்டியது ஊர். பல ஊர்களும் வாட்டமாகிவிட்டது. அந்தக்காலத்தில் போலையாடுகளை கப்பலில் கொண்டு

வந்த பரங்கிகள் நீலநாக்கு நோயை கப்பலில் இருந்து இறக்கிவிட்டிருந்தார்கள். கீராதிகள் முகத்தில் பழைய உயிரோட்டமில்லை இன்று.

பாட்டிக்கு கண்தெரியாமல் எல்லாம் மறைந்து போன தென்று கோனார் நினைத்தார். ஊரைச் சுற்றிய நிலங்களில் இருந்து வந்த உலர்ந்த காற்று பாட்டியிடம் பல சேதிகளைச் சொன்னது. பாட்டியின் இருண்ட கண்ணுக்குள் நூறுவகை பயிர் பச்சைகளின் கதை இருந்தது. தினை வளர்த்தாள். தானியங்களும் பயறு வகைகளும் என்று பட்டம் பட்டமாய் விளைந்து அறுத்து பயிர் வளர்த்த கதைதான் அது. காற்றில் கலந்து வந்த பயிர்வாடையை இப்போது பாட்டியால் உணர முடியாமல் போனது.

பேராசைக்கார கோனாரின் ஆசையைப் பற்றி பாட்டிக்குப் பெருமூச்சுதான். பத்து மொய் ஆடு வளர்த்து தெருவை அடைத்துக் கொண்டு, ஆள் விலக இடமில்லாமல் போக வேண்டும் என்று கிழவன் ஏங்கியிருந்தான். ஆடுகள் வைசூரியால் செத்துமந்தையே மறைந்த ஏக்கம் தீரவில்லை.

ஏ... கெழவா... போகும் போது என்னத்த கொண்டு போகப் போரெ... உனக்கு இம்புட்டு பேராசையா... என்றாள். கோனார் விசும்பி விசும்பி ஆடுகளை நினைத்து அழுதார். ‘அட எளவே மனசாரிக்கோ மிஞ்சினது வளந்திடும்...’ என்றாள் பாட்டி.

கோனார்வெத்தலையை உரலில் தட்டிக் கொண்டிருந்தார். கோனாருக்கு அப்போது என்றுமில்லாத அயர்ச்சி ஏற்பட்டது ‘ஆத்தா... கொஞ்சம் போயிலைத்தடைய இப்படி கொண்டா ஒரு வடிய்யா வருது... ‘இடித்த உரல் சரிய வெத்திலை கோனாரின் மடியிலிருந்து குப்புற விழுந்ததும் கோனார் காலமாயிட்டார்.

அவர் மாதிரி சாவு வர வேண்டும். சாவு வீட்டு வாசல் வரை வந்து கூப்பிடும் தட்டியும் கோனார் வெத்தலை உரலை இடித்துக் கொண்டிருந்தார். பாட்டி எழுந்து முந்தி யில் முடிந்து வைத்த போயிலையை தட்டுத்தடுமாறி எடுத்துக் கொடுத்ததும் கோனாருக்கு சாவு வந்தது. நல்ல

சாவென்று ஊர் மெச்சியது.

கோனார் விட்டுச் சென்ற கடனை அடைத்து விட்டால் நிம்மதியாக போகலாம் என்று பாட்டி நினைத்தாள்.

பழங்கால வீட்டுக்குள் தொங்கிய பூதம் கீழிறங்கி ஆட்டுயாவாரி மாதிரி குடைக்கம்புடன் தெருவில் சத்தம் காட்டித் திரிந்த போது பாட்டியின் காதில் விழுந்தது.

ஏப்பா... தனிக்கோடி... இந்த மரிகளைப் பூராம் கொண்டு போயிரப்பா.. அந்த கம்பேனிக்காரன் இன்னும் வாரானப்பா... தனிக்கோடி... போயி கெரயம் ஆக்கிக் கொண்டா... எனக்கு நேரம் வந்திருச்சப்பா... தனிக்கோடி'

'பெரியாத்தா... அப்படியெல்லாம் பேசாதிக... உங்க வாயில இருந்து வரப்படாது...' பூதம் சிரித்தது. ஆட்டு யாவாரி தனிக்கோடி நாடாரைப்போல் தெருலில் நின்று பேசியது. திரும்பவும் பாட்டியிடம் வந்து காரியம் கலந்த பிரியத்துடன் பாட்டியின் கால்மாட்டில் அமர்ந்தது.

'தனிக்கோடி.... கம்பேனிக்காரன் வந்திருவானப்பா... என்னக் கேக்கானே என் ஆவி கொதிக்குதப்பா... தனிக் கோடி... கோனாரு பெழச்சு பெழச்சு இந்த லெச்சணத்திலெ இருக்கு... பச்சத்தண்ணி எரங்க மாட்டிங்கே தனிக்கோடி... எங்கண்ணும் அவிஞ்சு போச்சே....'

ஆட்டு வியாபாரி தனிக்கோடி ஆட்டு மரிகளைப்பார்த்து மகிழ்ந்தான். வீடுகள் பூட்டிக்கிடந்த தெருவில் நடந்து வந்தான். ஆள் அரவமே இல்லாத நேரம். சின்னப்பிள்ளைகள் கூட்டமாக வந்து பார்த்துக் கொண்டிருந்தன.

சின்னப்பிள்ளைகளுக்கு விளையாட்டு காட்டினான். பூதத்தின் வித்தைகள் சாகஸம் போங்கள். சின்னப்பிள்ளைகள் உடனே ஏமாறிவிடும். எல்லாப்பிள்ளைகளும் கைதட்டிச் சிரித்தார்கள்.

ஆட்டுமரிகளைப் பார்த்து விலை நிதானித்தது பூதம். குடைக்காம்பை தரையில் ஊன்றி விரல்களை கைப்பிடியில் அழுத்தி யோசித்தது.

கையைவிட்டு நழுவிச்சென்ற கைத்தடியை தேடித் தட்டளிந்த பாட்டி புலம்பினாள். சின்னப்பாப்பா தான்

பாட்டியின் தடியை எடுத்துக் கொடுத்தாள்.

தெருமுனையிலிருந்து ஓடிவந்த ஆடுகளின் குளம்பொலி பாட்டியின் பக்கத்தில் வந்தது. திருணையில் குதிக்கும் வளர்ப்பு ஆடுகள் எல்லாம் பாட்டியை இடித்துக் கொண்டன.

ஏனோ, இன்று பகல் முழுவதும் ஒருவகை வெளிச்சம். வெட்ட வெளியான இடத்திலிருந்து வரும் உலர்ந்த காற்று பாட்டியின் உடலில் விழுந்து சென்றது. பாட்டியின் இருண்ட கண்ணில் என்றுமில்லாத கலக்கம். மூக்கில் வடிந்த கண்ணீரை சேலை முந்தியில் துடைத்து மூக்கைச் சிந்தினாள்.

பிள்ளைகள் பாட்டியோடு சேர்ந்து நின்றன. தனிக்கோடி இழுத்துச் செல்கிறான். ஊரின் எல்லைக்கு அப்பாலிருந்து ஆடுகளின் செருமல்.

பூதத்தின் சிரிப்பொலி காடுகளில் அதிர்ந்தது. ஆட்டின் மணியோசை மட்டும் உலர்ந்த காற்றில் மிதந்து கரைந்தது.

எத்தனையோ காலத்துக்கு ஆட்டுமணி கிணிகிணுக்கும் ஒலிகளை சுருட்டி வந்த காற்று பாட்டி படுத்திருந்த ஓட்டு வீட்டு தாழ்வாரத்திருணையில் துயரமாக வீசியது. ஆனாலும் க்ண்பத்தாத பாட்டியின் கருவிழி ஆழத்தில் உலர்ந்த எலும்பு களின் சமவெளி எரிந்துகொண்டிருந்தது. வெள்ளெருக்கான பகல்களில் எத்தனையோகாட்டு மனங்கொள்ளும் இருப்பைக் கொண்ட உலர்ந்த காற்றில் பாட்டி தன் காலமெல்லாம் நட்மாடுகிறாள்.

தாழ்வான திருணையில் ஆட்டுப்பிலுக்கை மூத்திர வாடை அரக்கு வெள்ளை ரோமங்கள் உதிர்ந்த மண் தரையுடன் முகம் வைத்து முந்திச் சேலையை சும்மாடு கூட்டிப் படுத்திருக்கிறாள். தெரு நெடுக ஓட்டுவீடுகளின் உள்கூடங்களில் எதைஎதையோ சுருட்டி அதிர்ந்த காற்றில் பதிந்த பாட்டி தரையை உரசி நடந்து வருகிறாள்.

●

27

கம்மங்கதிர்

மேலக்கரந்தையில் சண்முகத்தாய் அத்தை இருந்த ஓட்டு வீட்டின் பெரிய திருணைகளில் தாவித்தாவி விளையாடிய அவனுடைய மணிமேகலா சிறுமியாக இருந்த நாட்களில் பாட்டியுடன் நடந்தே வருவான் இலந்தை காட்டு பாதையில். அத்தை அவன்மேல் உயிர்வைத்த பாசமெல்லாம் அழியாமல் கூடவே இருந்து வருகிறது. ஆனால் அவர்கள் விலகிச் சென்றார்கள். திரும்ப முடியவில்லை. மேகலாவை நெருங்கி அழைத்து நேர் நின்று பார்க்க முடியாமல் போகும். அவள் எப்போதும் வெறுப்பதை அவன் நேசித்தான். சந்திக்க நேர்ந்தால் ஒவ்வொரு கணமும் கழுமரம். அருணாசல மாமா அவனுக்காக நெம்மேனி மிட்டாய் வாங்கிவருவார்.

கடந்த மலைகளுக்கு அப்பால் மறைந்து போனார்கள். திரும்பவும் பயணமான நிலப்பரப்பின் வெளியில் நிலை குத்திய பார்வை. அசையும்வானத்தில்துழாவி களைப் புற்ற பயணம். மெலிந்துபோன சுவாதீனத்துடன் நடந்து போகிறான். முள் மரங்கள் உலர்ந்த பாதை. வண்டித்தடம் மனதை இழுத்து நகரும் தொலைவில் மேலக்கரந்தை மேட்டுப் பரப்பில் ஓட்டு வீடுகள். தனிமையில் உயரமான மாசார்பட்டி ஓடையில் கருப்பு பனை. கூந்தல் அறுந்த பனையில் பருந்து மேல் எழுந்து விரிந்து மிதக்கிறது. அண்ணாந்த அலகில் விழும் வெக்கையைப் பருகி அலையும். தனிமை குடித்த பருந்தின் மூச்சு. ஓடுகளுக்கு மேல் அதிக வெக்கையான அலை. அந்த ஊர் தெருவில் மேகலாவை கூட்டிக்கொண்டு சோள ரொட்டி வாங்க அழகு

சுந்தரத் தேவர் கடைக்கு போவார்கள்.

மேலக்கரந்தை மண் தெருவில் சன்னமாகக் கரைந்து நெளியும் உருவங்கள். வேணாத வெயிலில் குனிந்து கருப்பு நிலத்தை பிசைகிற வலி. எங்கும் சிறு நிழல் கூட இல்லை. குத்துச் செடியின் நிழலில் கட்டெறும்புக் கூட்டம் இறந்து மடிகிறது.

ஆதாரமில்லாத சமவெளியில் மயங்கும் உருவங்கள். எப்போதும் சண்முகத்தாய் அத்தை காட்டுக்குப் போய் மகிழிக்கீரை பறித்து வரும். அத்தையுடன் மேகலா போனால் கூடவே இவனும் ஒட்டிக்கொள்வான். நிலவிருவில் எதையோ தேடி அலையும் மெலிந்த மாடுகள். பாலையில் கதறும். காலத்தில் உருவான ஓடைகளும் சிற்றாறுகளும் மணலைச் சுமந்து கிடக்கிறது. தூரத்தில் அத்தையின் சாயலாக மேகலா காடுகளை உற்றுப்பார்த்தவாறு பேசாதிருக்கிறாள்.

புலர்காலையில் மரநிழலில் ததும்பிவழியும் மேலக் கரந்தை கிராமத்தின் ஆகிருதி மங்கி மங்கிக் கரைகிறது. வீடு களை விட்டு வெளியேறிப் போன கருப்பு நிலவாசிகள் புகையும் நகரில் மடிந்து முடங்கிய தெரு. பெரிய மச்சான் பஜாரில் தைத்துக் கொண்டிருப்பார் என்னேரமும். மேலக் கரந்தை இளவட்டங்கள் கூட்டிவந்த பாவைக் கூத்து வண்டியை நோக்கி மேகலாவைக் கூட்டிப் போனான். அங்கே கும்பகர்ணனும் ராவணனும் தூங்கிக்கொண்டிருந்த மடத்தில் வேடிக்கை பார்த்துத் திரும்பினார்கள் இருவரும்.

ஊரில் எல்லையை நெருங்க முடியாமல் திரும்பி வருகிறான். தொலைவான கிராம வீடுகள் க்ஷீண தசையடைந் துள்ளன. வீடுகளுக்குள் பாதுகாக்கப்பட்ட உழவுச் சின்னங் களின் பெருமூச்சு இரவில் எழும். ஒரு இரவு ஊரில் தங்க முடியாது. பாவத்தில் திளைத்துப் புரண்ட சீவுநாற்று வேய்ந்த கூரைவீடு. கை தேர்ந்த கொத்தன் தட்டுத் தட்டாய் வேய்ந்த கூரையும் பழுப்படைந்து உதிர்ந்த வீட்டின் ஆத்மாவைப் போல் கருகி உலர்கிறது. மேலக்கரந்தை கிராமத்தின் உடல் ஒவ்வொரு உயிருக்கும் இரையாகி அரிக்கப்பட்ட மீதத்தில் சிறு துடிப்பு. ஆதாரம் எங்கிருக்கிறதென்று தெரியவில்லை.

அவளைப் பார்த்ததும் அவ்வூர் நாட்கள் திரும்பி வந்தன. அவை சண்முகத்தாய் அத்தையின் பாசத்தில் திளைத்த நாட்கள். பூப்போட்ட தட்டுதான் அவனுக்கு. அத்தை செல்லம் கூடவே இருந்தது இவ்வளவு நாளும்.

சூனியத்தில் அதிர்ந்து காயும் கருப்பு நிலம் பழுத்ததோடு மூடிக்கிடக்கும். யாரோடும் சேர்ந்து சாயல் காட்டாமல் தனிமைப் பெருநிலையில் ஆழ்ந்த மேலக்கரந்தை மனிதர்கள்.

கடைசிமரம். கடைசி எறும்பு. கடைசிப்பருந்து இந்தக் கிராமத்தின் கடைசி மனிதனாய் நடந்து போகிறான். உயிரின் ஈரத்தில் நகர்ந்து செல்ல மேலக்கரந்தை அத்தையின் கணங்கள் தான் உள்ளது. அங்கங்கே உறைந்து மடிந்த கணங்கள். மாறிக்கொண்டே இருக்கும். சூரியனோடு நேரடியாக எரியும் அழிவு. இறுதி மூச்சு வரை அழிவு. சரித்திரத்தின் வெறுமை கிராமத்தைச் செதுக்கும்.

உயிர்ப்பின் கணங்கள் சிறு அளவானாலும் மேலக்கரந்தை வீடுகளின் சுவர்களில் அதிர்ந்து கொண்டே இருக்கும். பின்தொடரும். நிச்சயமின்மை என்ற ஒளியில் தெரியும் அத்தை வீடு. நீர் ஓவியம் போல் காலத்தில் வெட்டப்பட்ட தெரு. எங்கெல்லாம் இருக்கிறார்கள். அவனால் சொல்ல முடியாது. அவர்கள் மறைந்த மணல் மேட்டில் உரசும் காற்றின் புலம்பல்.

அவன் ஜன்னலை எட்டாத கம்மங்கதிர் தொலைவில் எங்கோ அதன் இருப்பில் அசையும். பழமையான கிராமத் தெருவில் யாருக்கோ கல்யாணமாகிப் போன சித்துப்பெண் மணிமேகலா. பாட்டியின் வேர்களின் ஆழத்தில் தோன்றிய பெண்ணுரு. முப்பது வருஷங்களுக்குப் பின்னால் பிள்ளை குட்டிகளோடு பஸ்டாண்டில் வைத்து சந்தித்து ஒரு துளி மௌனத்தால் அவனைக் கொன்ற மணிமேகலா. வாடி உலர்ந்த கதிரில் கண் தொட மறுக்கிறது. தெருவில் அவளைப் பாடிச்சென்ற மூங்கில் குருவி. புகையடைந்த பாதை வெயிலோடு சேர்ந்து வருகிறார்கள். டவுண் பக்கம் 'அவருக்கு எதிலோ வேலை என்றாள்.

மணியைப் பார்த்து, அவள் மௌனம் ஒரு கணம்

கருப்பாய் விழுந்தது. இடிவிழுந்து இன்னொரு கல்லானான்.

இதுவரையான நிச்சயங்கள் சருகாகி உதிர்ந்தன. மணிமேகலா கிளம்பிப்போன விளாத்திகுளம் பஸ். பிள்ளைகளோடு ஜன்னலில். அவனது வார்த்தைகள் உணர்வு செத்து விழுந்தன.

கண்களில் நகராமல் நின்ற நாகலாபுரத்தில் அவள் இருந்த பிராயகாலம். பாட்டியின் உடம்பில் ஒட்டிக்கிடந்த உயிர்கள். அந்தரங்கமான இருளில் அவள் இன்னும். மாறாத சிரிப்பில். கண்களில் விழுந்த கருவளையம் நீண்ட கால பிரிவை உணர்த்தியது. இற்று நரம்பான மணி. கையில் போட்டிருந்த பளுப்பு ரப்பர் வளையல். நரம்பு துருத்திய உலர்ந்தகைகள். எல்லாம் பிரமைகளா. கூட்டமாக பஸ்டாண்டில் குரல்களும் சப்தங்களும் பின்னணியாகக் கேட்கிறது.

கல்யாணம் விதி காலம் என்ற நியதிகளைக் கடந்து அழுத துளிகளில் அவள் பாட்டியின் மரணம். பாட்டியை நினைத்து அழுதார்கள்.

பெரீய முலைகளுடன் பாட்டியின் கருமையான உடல். பாட்டியின் அந்தரங்கம் சொன்ன சேதிகளை மணி முணுமுணுத்தாள். மொலிங்கை மூட்டில் நெத்துக் கூடான ஸ்திதியில் இருந்தாள்.

மணிமேகலா வேண்டாமென்று அவளை கட்டிக் கொள்ள மறுத்து எழுதியது. நிச்சயதார்த்தம் நடந்த அன்று ஏனோ' அழுதான். எல்லாரும் கட்டாயப்படுத்தியதாலா. அவள் மேல் உருத்து இல்லையா. ஏன் விலகினான் என்று அவனுக்கே தெரியவில்லை.

அவளோடு சேர்ந்த அனாதையென்று உணர நேர்ந்தது. நகரின் பஸ்டாண்டில் சம்பந்தமில்லாதவர்கள் சந்தித்துக் கொண்ட நிகழ்வு.

நூற்றி மூணாவது வயதில் செத்துப்போன பாட்டிக்காக அழுதார்கள். பிறந்த ஈரம் மாறாத கண்களுடன் அவன் மணிமேகலா. அத்தையுடன் காட்டுக் கோயிலுக்கு போன நாளில் செங்குளவி ஒன்று குதிரையின் காதிலிருந்து

சுழன்று சுற்றி இவனை கொட்டியது. அப்போது மேகலா இவனைப்பார்த்து உச்சு கொட்டினாள். அந்த மண் குதிரை வவ்வாகொத்தி பாதையில் இன்னும் செம்மண் உதிர்ந்து கொண்டிருந்தது.

எங்கோ இருளில் அசையும் கம்மங்கதிர்கள். மங்கலான நாகலாபுரம். களிமண்ணைப் பிசைந்தெடுத்த உருவங்கள் பாட்டியின் முலைகளில் பொங்கிக் குலைந்த ஈரத்தில் உலர்ந்து கொண்டிருக்கும். பதமிழந்து காயும் நூற்றுக் கணக்கான நத்தைக் கூடுகள். நிலங்களில் மீது விசில். அவளும் அவனும் நத்தைக் கூடுகளை சேகரித்து வந்தார்கள். அதை ஊதி உயிர் உண்டாக்க முயன்றபோது நத்தைகள் கொம்பு முளைத்து வெளிப்பட்டன. தீங்கருதுப் பருவத்தில் கம்மங்கதிர் மீது கொம்புகளை ஆட்டி ஆட்டி ஏறும் நத்தை கதிரின் உச்சி வரை ஸ்பரிசித்து கொம்புகளில் நடனமிடும்.

1. அவன்பூச்சி: எனது சிறகுகள் ஒடுங்குகின்றன. பறக்கும் உராய்வில் விளிம்புகள் கிழிபடுகின்றன.

2. மணிப்பூச்சி: ஊற்றுக்கண் துள்ளலின் சிகரம்மீது விழும் துளிகள் நாம்.

3. நத்தை 1: எனது நெஞ்சிலிருந்து கொண்டு என்னை நினைக்காதே மணிப்பூச்சி. நான் இறந்துவிட விரும்புவ தில்லை. எப்படி வாழ்வது வாழவிடுவது என்பதை இன்னும் நாம் கற்றுக்கொள்ளவில்லையா என்ன?

4. நத்தை 2: தெறிந்த எலும்புகளே நீ. முதலில் எனது நெஞ்சிலிருந்து மண்டியிட்ட உன் கால்களை வெளியேற்று. எனது கபாலமும் குறுக்கெலும்புகளும் முதிர்ந்தும் இன்னும் தனித்து வாழவே விரும்புகிறேன்.

5. நத்தை 3: வாழவிடுவது என்பது நாளை வரைதான். இன்றுமான வாழ்வை இறந்து வாழ விரும்பவில்லை. என் மூச்சை தூக்கிவிடுவதை நிறுத்து.

6. அவன்பூச்சி: நீ என்னைத் தொடும்போது நான் இறந் திருக்கவேண்டும்.

7. மணிப்பூச்சி: இருட்டுக்கண்ணாடியில் நாம் ஒன்று போலத் தெரிகிறோம்.

இன்று நத்தையாய் கூடுசுமந்து அலைகிறான். தீங்கதிரில் நாட்டியம். அந்தக் கதிரை நெருங்க, கானல் வெயிலெனினும் கடுங்கோடையெனினும் கடும்பயணம் தொடருமோ.

28

கோடு

உள்புறம் தாழிட்ட அறை. மேஜை மீது கசியும் விளக்கடியில் திறந்த புஸ்தகம் ஒன்று புலம்புகிறது. விளக்கின் மேல் புதைந்த இருளில் தலைகள் இரண்டு. கனிந்து உற்று நகரும் கண்களில் கருங்கோடுகள் வரைந்தபடி இருளின் புஸ்தகம் புரள்கிறது. நானும் நீயும் இணைந்த போது உள்ளே பல பகல்கள் மறைந்து போயிருந்தன. இரவின் வசீகர நிழல்கள் தோன்றி எங்கும் அலைகின்றன. உருவில் கீறி வெளிப்பட்ட கோடுகள் அனைத்தும் மங்குகின்றன. ஒவ்வொரு உயிரிலும் கருவுடல் விரிந்து பரவி, பொருட்கள் யாவும் துயரமாய் சூழல் எல்லாம் கவிகிறது.

நாம் ஒன்றாயிருந்த கடைசி கணம் பூட்டி வைக்கப் பட்டுள்ளது. அறையின் சுவர்கள் எங்கும் கணங்களின் நடுக்கம். மல்லாந்தபடி சிகரெட் குடித்துக் கொண்டிருந்தேன். சிகரெட்டின் கடைசி நுனிவரை நண்பன் இருந்த அதிர்வு. எல்லாம் அப்படி அப்படியே இருந்து விடுமோ என்கிற பயத்தில் நம் சந்திப்பு எப்போது நேர்ந்தாலும் வானம் நம் நட்கத்திரங்களுடன்தான் இருக்கும் என்பதில் எனக்கு எந்த சந்தேகமும் இல்லை.

நாம் இருந்த தொலைவு வரைதான் இந்த அதிர்வுகளும். என்னை மட்டுமின்றி உன்னையும் பாதித்திருக்கிறது. எனக்குத் தெரியும். இணைய முடியாத கோடுகள் இருளாய் குவிகின்றன என்று. எதற்கும் ஒன்றிற்கொன்று தொடர்பு இல்லையென்று சொல்லிவிட முடிகிறதா? இந்த அகண்டாகாரத்தில் நாம் முன்பு இருந்தோம். முன்பு

சந்தித்துக்கொண்டோம். பின் இல்லை. பின் சந்தித்துக் கொண்டோம். சந்தித்தோம். சந்திக்கிறோம். நாம் இருக் கிறோம் தானே. நாம் மட்டுமின்றி நம் சூழலில் இருந்த பொருட்களும் ஒன்றையொன்று சந்தித்துக் கொண்டன. ஒவ்வொரு பொருளும் ஒன்றையொன்று சந்தித்துக் கொண்டன. ஒவ்வொரு பொருளும் நம் அறையில் உறைந் திருந்தன. எல்லாம் அப்படி அப்படியே. சிகரெட் பெட்டி யில் இரண்டு சிகரெட்டுகள் மட்டுமே மிஞ்சியுள்ளன. எரிந்த தீக்குச்சிகள் தரையில். உள்ளிருந்த புகை வெளியேறி முகத்தில் பரவி நகர்கிறது. என் மேல் விறைத்து நீண்ட கால்கள். ஒவ்வொரு தற்கொலையின் கடைசி நாளும் பாதுகாக்கப்பட்டுள்ளது. மேஜை நாற்காலிகளில் உறைந்த நிறம். புஸ்தக அலமாரியிலிருந்து மூடிய கண்களுடன் புஸ்தகங்கள்.

உன் உருவில் நிழல்களுடன் கூடும் ஒருமை. அறையில் அசையும் ஊதா நிற ஜன்னல். கம்பிகள் வழியே பரவிய லேசான வெளிச்சம். உன் துளி நீரில் ஊடுருவி நிற்கும் வானம். எல்லாப் பொருளிலும் பரவி நின்ற நீலம்.

விரல்கள் சிவப்பேறிக் கன்றி உறைந்திருந்தன. பாத் ரூமுக்குள் கசிந்து கொண்டிருந்த குழாயிலிருந்து சப்தம் நீர்த்திவலை விழும் குளிர்ந்த அதிர்வு. தொடர்ந்து கசிகிற துளி அறையை ஊடுருவிய உனது கணகள். நிமிஷங் களுக்கு இடைவெளியில் தொங்கும் ஒரு துளி. நீதானா. ஒவ்வொரு துளியும் நாமிருந்தவரை அலையின் முடிவில்லாத தொலைவு. ஆயிரம் ஒளி வருடங்களுக்கு அப்பால் இருக்கும் கிரஹத்தையும் பாதித்துக் கொண்டிருக்கிறது.

மீள்வதற்காக ஏதுமில்லை. மீதமாக கொஞ்சம் அற்புதம் தான். உள்ளிருந்து வெளிப்பரவிய நண்பனின் உருசென்ற பாதையில் எல்லாம் மறைந்து போயிருந்தது. இப்பயணம் செல்லும் பாதாள இருளில் மூழ்கிக் கொண்டிருந்த பிரதி ஒன்றாகியிருந்த நான் மங்கி மங்கிச் சரிந்து செல்லும் நடு இருளில் எதிர் நின்றவன் வெள்ளை உருவாய் பிரக்ஞை யின் ஆழத்தில் இழுத்துச் சென்று ஆவியில் அணைத்து

ஸ்பரிசித்த தவிப்பில்... எங்கோ அழைத்து, சென்று மறைந்த குரல் திசைகளுக்கு அப்பால்.

அசந்தர்ப்பத்தில் மெல்ல சுற்ற ஆரம்பித்த ஒன்றை யாரோ தொட்டு நிறுத்திவிட, உள்ளே பெரும் சுழற்சியாக ஒன்று தொடங்கிவிட்டதே. எல்லாமும் என்னவாகும். என் உலகம் முழுவதும் காலியாக பிளந்து கிடந்தது.

இன்று நானும் நீயும் பிரிந்து நிகழ்ச்சிகள் அற்று மறைகிறோம். கணம் ஒன்றின் பெரும் பிளவில் பொங்கிய இரு கரைகளில் எட்டி நின்று முகம் கரைந்த உருவங்களாய் பார்த்துக்கொண்டோம். நான் எதற்கு காத்திருக்கிறேன். எனக்கு இங்கே என்ன வேண்டும். காத்திருக்க எனக்கு எவ்வளவு தூரம் பொறுமை இருக்கும் என்று பயம். தரையில் கால் பாவும் பிடிமானங் கூட அற்றுப் போயிருக்கிறது. எனக்கு இங்கு என்ன தேவை என்று கூட தெரியவில்லை.

சரி-தவறு என்ற முடிவுகளுக்கு அப்பால் செல்லும் உயிர். கோடுகள் அழிந்த பாதையில் பின்னும் தொடர்கிறது. பிரக்ஞையிலிருந்து நகர்ந்த உயிர் மெலிந்த துகளாய் பெரும் சுழற்சியில் புகலிடமற்று சூன்யத்தில். அறையின் சுவர் மீது, அறைக்குள் திரும்பிய இடமெல்லாம் நிழல்கள். தற்கொலை யில் தொங்கும் இருள். மடிப்பு மடிப்பான தெருவில் நடந்து கொண்டிருந்த கால்கள். புதைவு கொள்ளும் கனவில் அகப் பட்டு திசைமிரண்டு அலைகின்றன.

உயரம் வரை எழுந்து பரவும் மணல் வெளி திசை யெங்கும் மணலில் பதியும் கருப்பான கால்கள். பாழ்பட்டு சுருண்டு வளைந்த செருப்பு ஒன்று கருப்பாய் ஒலித்தபடி மணல் மீது அசைகிறது. இருளின் கால்கள் நடந்து கொண்டி ருந்தன. கண்களின் கோடுகள் குவிந்து இருளில்.

எல்லாவற்றின் மீதும் கவிகிற வசீகரப் பற்றுதலில் பாலிய கால நண்பனொருவனோடு புதைவு கொண்ட மனதின் தந்திகள் தனிமையில் அலைகின்றன. உறவின் ரேகை அழிந்த தொலைவில் மனதின் அலைகள் திரும்பு கின்றன. மீண்டும் மணல் வெளியின் வெள்ளைக் குருத்துமீது சகமனிதனைத் தேடி. மணலின் விளிம்புகளில் சூன்யம்

ஒளிர்ந்து கொண்டிருந்தது உயிரின் நரம்புகளாய். சூன்யத்தின் விளிம்புகளில் இருளின் அலை வந்து வந்து மறைகிறது சதாவும் சலித்தபடி அலைகள் திரும்பி விழும். இன்னும் இருக்கிறது இருளின் அடியில். நகரும் பாதையில் நண்பனின் ஆவியுரு. சலனமுற்ற நீரின் வழியில். புரளும் உயிர்களில் நீ வேறு நான் வேறென்று பிரியும் பாதை, இணைய முடியாத கோடுகள் ஒருமை கொள்ளும் உயிரின் சலனம். மேஜை விளக்கடியில் கசியும் ஒளியில் இருளின் படிம ஏடு திறந்து பேசுகிறது.

29

சூல்

களிமண் பூமி. மண் வீடுகள். கிராமத்துக்குள் தலைமுறை தலைமுறையாய் படர்ந்து வரும் பசுங் கொடிகள். வெட்ட வெட்டத் தளிர்க்கும் ரத்தவழி உறவு. ஒன்னுக்குள் ஒன்னு கொடுத்து வாங்கி ஊரைச் சுற்றிப் படர்ந்திருக்கும் வாழ்க்கை.

நம்ம பெரியவர்கள் அமைத்த தெருக்கள் வழியே வம்சா வளிகள். அச்சு அசலான மனிதர்கள். மண்ணுருவங்கள்.

நூறு வருஷங்களுக்குப் பிந்திப் போன, நம்ம கீகாட்டு கிராமம் திசை மிரண்டு கிடக்கிறது.

வீடுகளின் கூரையில் மௌனம். இன்னும் உறைந்து கிடக்கிறது. இந்த கிராமத்துக்கே ஆன மௌனம் இறுகலானது.

ஏர்கள் மெலிந்து மங்கும் முனங்கல். இன்னும் இன்னும் காடுகளுக்குள் எலும்பு துருத்திப் போகும் மாடுகள்... கொட்டைகள் நெறிபட கலப்பை திணற.

சம்சாரி வலுவுடன் மண்ணை முட்டி நெம்புகிறான். காற்று வரண்டு உலத்துகிறது. நெஞ்சு காய்ந்த செடி மழைக்கு அண்ணாந்து ஏங்கும்.

அடங்கா ஆசை எரிய சூரியன் விருவுகளுக்குள் மூச்சு விடுகிறான். வெக்கையான காற்று படபடத்து நிழல்களை அசைக்கும்.

காட்டுக்குள் அம்மன்கோயில். பெரிய கிழவி... சம்சாரி களை காத்து வருகிறாள்.

சாம்பல் மூடி இருக்கும் பனிக்காலம். கிராமத்தின் முகங்களில் மார்கழி வாசம். மரம் செடி கொடி எங்கும் பனி

அமர்ந்திருக்கிறது. களங்கப்படாமல் வருசா வருசம் வரும் மார்கழி மாசம். நிறை சூலி போல் காடு. சோளம், கம்பு கதிர் வாங்கி பனியில் குளிர்ந்திருக்கும் காடு. பிந்திய கருதுகள் பனி வாடைக்கு பால் கட்டி வளரும்.

காட்டுக் காவல்காரன் சீனித்தேவன். காடு விடிய எழுந்தான்.

வானம் பால் போல பனியாகி இறங்கி வருகிறது. கருக்கல் நெருங்கும் நேரம். மார்கழி மாசப் படைகுருவி கூட்டம் கூட்டமாக சோளக் கொண்டையில் அமர்ந்து கத்துகிறது. பல் நெடிய காலம் படைகுருவிகளைப் பார்த்து வருகிறான். அவற்றின் குரலில் பனிப்புகை கக்கும் குதூகலம்.

சீனித்தேவன் காட்டை உத்து உத்துப் பார்த்தான். அசையா மோனத்தில் பயிர்கள் வளர்வது அவன் கண்களுக்குத் தெரியும். இனி கதிர் வெட்டும் காலம் வரை படை குருவி களுக்கு காடுதான் வாசம்.

உயரத்திலிருந்து வெள்ளி வெளிச்சம் குளுந்து ஒளிரும் சோளமணிகளில். பனியில் வெடவெடத்து வரும் மேகாத்து. சோளக் கொண்டை அசைகிறது.

விட்டு விட்டு கரிச்சாண் கூப்பிடும் கருகருத்த இருள் மெல்ல மெல்ல ஒதுங்கித் தோன்றி வரும் வெம்பரப்பு.

ஊர் கிணத்தில் அசங்காமல் கிடந்த தண்ணீரில் சலனங்கள். கிணத்தடியில் பெண்டு பிள்ளைகளின் சலம்பல். குடங்கள் நிறைக்கும் வாளிச்சத்தம்.

கம்மாக்கரை வழியாக உடம்பை முழுதும் மூடியபடி துணிப்பொட்டணத்துடன் வந்து கொண்டிருந்தாள் சூலி.

வர்றது ஆரு, அழவம்மாளா...

கிணத்தடிப் பெண்கள் எட்டிப் பார்க்க, அவர்களிடம் அகப்பட்டுக் கொண்டாள் அழகம்மாள்... கையைப் பிடித்து எல்லாரும் மருகினார்கள்.

தலையை நிமுத்தி 'ஏத்தா, எம்புட்டு உருக்காஞ்சு போய்ட்டியே.'

வந்தவள் ஊர் முகத்தில் தேடினாள். எல்லாரும் திரும்பவும். அவளோடு இருந்தார்கள். ராசமக்காளிடம்

ஒன்றும் சொல்லாமல் நின்றாள் அழகம்மாள்.

வரும் சீனியய்யாவைப் பார்த்து தைரியத்துடன் முகங் கொடுத்தாள்.

யாத்தா...அழவம்மா வாடா. சீனியய்யா காவக்கம்போடு மகளிடம் வந்து நின்றார்.

பெரிய்யாவை கையெடுத்துக் கும்பிட்டாள்.

மகராசி நல்லாரும்மா... பெரிய்யாவும் அழகம்மாளும் தெருவில் நடந்தார்கள்.

பெரிய்யா நல்லாருக்கீரா தங்கச்சி வந்தாளா... பெரியாத்தா இருக்காளா...காடு கரையெல்லாம் எப்படி யிருக்கு பெரிய்யா. சோளம் வெட்டியாச்சா...

பெரிய்யா உற்றுப் பார்த்தார்.

'ஏன் பெரிய்யா அப்படி பாக்குற'

'புருசன் வரலியாம்மா'

அழகம்மாள் தரையைப் பார்த்தாள். மேடும் தாவுமான தெரு சாம்பல் பாரித்துக் கிடந்தது. குப்பக்கோழி செட்டை யடித்துக் கொண்டு கத்தியது. அவள் பக்கமா அதன் சிகப்பு மூஞ்சி திரும்பிப் பார்த்தது.

பெரிய்யா வீடுவரை விட்டுத் திரும்பினார். வீட்டில் ஆத்தா இல்லை.

வந்ததும் வராததுமாய் குப்புறப்படுத்துவிட்டாள். இந்நேரத்தில் ஆத்தா எங்க போனா...

புல்லுக்கட்டும் ஆடுமாய் ஆத்தா வரும் சத்தம். திறந்து கிடந்த வீட்டைப் பார்த்து வருகிறாள்.

அழகம்மாள் முகத்தை மூடிக் கிடந்தாள். ஆத்தா கிட்டத்தில் போய் தொட்டுப் பார்த்தாள். நெருப்பாய்ச் சுட்டது.

ஆத்தா அவளை உசுப்பினாள். உடம்பு கட்டையாக இறுகியது. அவளைத் தூக்கி உட்கார வைத்தாள். அழுகை உடைந்து அழகம்மா ஆத்தாமாரை கட்டிக் கொண்டாள்.

பந்தமில்லாத அந்நியத்தில் அதும் கீகாட்டில் பெண்ணை கொடுத்து விட்டு இருந்தாள் ஆத்தா. வாயும் வயிறுமாக புள்ள உருக்குலைஞ்சி வந்துருக்கு.

அழகம்மாள் கிட்டத்தில் போய் தொட்டுத் தடவி கழுத்தைப் பார்த்தாள். மூளியா இருக்கு புள்ள.

அடி பாதகத்தீ... என் வகுத்துல நஞ்ச ஊத்திட்டியே பாவி மகளே... நான் என்ன செய்யட்டும். எம் புள்ளைக்கு இப்படி ஆகுமா... எம்புள்ள அறுத்துட்டு வந்திட்டாளே... ஆத்தா தெருவெல்லாம் கேட்கும் படி ஒப்பாரி வைத்துக் கொண்டிருந்தாள். அழுதழுது தடம் விழுந்த சேலையில் முகம் புதைத்தாள் ஆத்தா.

அழகம்மா திரும்பிவிட்டாள். அவள் திரும்பி வருவதற்கு எத்தனையோ காரணங்கள் இருந்தன. தாய் வீட்டு இருளில் தகப்பன் இல்லாத புள்ளை. களிம்பு ஏறிய சின்னக் குத்து விளக்கு. ஒண்டியாய் எரியும் பிறந்த மண் வீடு. சாணம் மெழுகிய தரையில் ஊர்ந்த எறும்புகள் சில வரிசையாக கூட்டுக்குப் போகிறது. தரையை வெறித்த கண்களுடன் உக்கிப் போனாள் ஆத்தா.

என்ன... என்ன அழவம்மாளுக்கு என்ன... என்று கூடியது தெரு. சொந்த முகங்கள் கலங்கின, சினேகிதமான பொம்பளைகள் அழுதார்கள். ஆத்தாளைக் கெட்டிக் கொண்டு வீரம்மா சின்னாத்தா அழுதாள். சொந்த உயிர்பட்ட சூடு, வலித்து அழுதாள். மெல்ல மெல்ல மடிந்து கொண்டிருந்தாள் அழவம்மா. பாழ் விழுந்து மூடிய முகத்தைப் பார்த்து ஊரே கலங்கி நின்றது.

திருணையில் பெரியவர்கள் சொந்த மகளுக்கு நேர்ந்த கொடுமைக்கு பொறுமையிழந்து குமுறினார்கள். சீனித்தேவன் காவக்கம்பை தரையில் தட்டியபடி தூணில் சாய்ந்திருந்தார்.

தகப்பன் இல்லா புள்ளைக்கு இக்கெதி அநேர்ந்ததென்று கலங்கினார்கள்.

ஊர்ப்பெரியவர்களும் தாட்டியமான முதியவர்களும் தீர்மானமாக அழகம்மாவைக் கூப்பிட்டு விசாரித்தார்கள். அப்பொழுதும் வார்த்தை பேசாமல் ஊமையாக நின்றாள். பெரியவர்கள் கண்டிசனா கேட்டதும், சீனியய்யாவின் தோளைக் கெட்டிக்கொண்டு அழுதது புள்ளை. சீனியய்யா

நெஞ்சு சின்னப் புள்ளையாட்டம் விசும்பியது. எல்லாரும் சத்தம் கொடுத்து பெரியாளின் அழுகையை நிப்பாட்டினார்கள்.

இந்தவருஷம் காடு நிறை சூலியாக நிற்கிறது. வரும் வெள்ளிக்கிழமை என்று கதிர் வெட்ட நாள் குறித்திருந்தது. களங்கமில்லாத பெரிய கிழவி கோயிலுக்கு பொங்கல் வைத்து காட்டில் இறங்கணும்.

சுத்துப்பட்டிக்கு ஆள் அனுப்பி பந்துக்களைக் கலந்து முடிவுக்குவர வேண்டியிருந்தது.

கிராமத்தில் நிறை சூலி உயிர் கொதித்தால் கேடுகாலம் வருமென்று ஐதீகம்.

அவர்கள் ஐதீகப்படியும் சாஸ்திரப்படியும் அவள் சுகப்பட்டு பேறு காலத்துக்கு கிராமம் கூடி முடிவாக, காட்டு அம்மனுக்கு சூடம் பொருத்தி விட்டு வர ஆள் அனுப்பியது. பல நாள் பூசைக்கும் ஏற்பாடு ஆனது.

பொழுது விழுந்து இரவு வந்தது. சூல்கொண்ட காடு இருளோடு சூழ்ந்து அவர்களைப் பார்த்துக் கொண்டிருந்தது.

விளைந்து பூக்காய்த்து யாரும் நெருங்க முடியாத கற்பூரமாய் எரியும் கம்மங்கருதுகள். கிராமத்தின் அனாதை யான துயரங்கள் எரிகின்றன. மேகாத்தில் இருளோடு அசையும் கம்மங்கருதுகள். சீனித்தேவனின் கம்புச்சத்தம் விட்டு விட்டுக் கேட்கிறது இருளில்.

●

30

ஏடன் தோட்டத்தின் வரைபடம்

டிசம்பர் மாத இரவில் டேபிள் விளக்கின் கீழ் பேனாவும் பேப்பருமாய் அமரக்கூடாது. விளக்கைச் சுற்றிப் பறக்கும் ஈசலை விரட்டமுடியாது. பொடி வண்டுகளும் பூச்சிகளும் வெள்ளைப் பேப்பர் முழுதும் வந்துவிட்டது.

பிறந்ததும் பறந்துவந்து சிறகிழந்து விடும். காகிதம் முழுவதும் சிறகுகள் ஒடிகின்றன. ஏனோ, மூளித்தோற்ற மடையும் ஈசலை பார்க்க முடியவில்லை. இரு பிறவி எடுத்து ஊர்வனவாகிறது ஈசல். சிறகுகள் வெட்டப்படும் ஓசை துணுக்காக கேட்டது. இக்கணம் நிசப்தத்தில் மூழ்கி மெல்ல இறந்து விடும். மிதந்து மிதந்து விளக்கை அடையும் ஈசல் படையை விரட்டிக் கொல்லும் அபாயகரமான தருணமிது. வரும் ஈசல் இயற்கையின் நியதிப்படி சாஸ்திரப் படி கொல்லப்படுகிறது. மிக்க அபாயகரமான சிறகுகள் இவை.

அவற்றைப் புற்றீசல் என்பதா. பறவைகள் என்பதா. சிறைச்சுவர்களுக்குள் ஊர்ந்து நகரும் உருமாறிய பறவைகள். சிறகைப் பறித்தவர்கள் யாரென்று தெரியாமல் இரவில் இறந்துவிடும்.

கண்ணை மூடிக் கொண்டால் அவை உடலில் ஊர்கிற உணர்வு. சட்டைக்குள் தலைக்குள் ரெக்கையடிக்கிறது. அதை எடுத்து வெளியில் பறக்கவிட முடியாது.

ஈசல் உருவெடுத்து அறை முழுவதும் பறந்த சென்றான். விளக்கின் மேல் வட்டமடித்து பாடிவிட்டு ஜன்னல் வழி பறந்து சென்றான். நகரின் மேல்பரப்பில் மாபெரும் புகை

269

போக்கிகள் உறுதி செய்துள்ளன.

தெய்வங்கள் வெளியேறிவிட்ட பாழடைந்த கோபுர நிழல் விழுந்து கிடந்த இரவில் யாரோ கூவி அழைக்கிறார்கள் அவன் பெயரை. அவனுக்கு அவன் பெயர் கூட மறந்து விட்டது.

உற்றுப்பார்ப்பவரின் ஊசிப்பார்வையால் கீறிக் கீறி உருச்சிதைந்துவிட்டான். ஆக்ஸிஜன் இல்லாத நகரத்தில் மரங்களின் மீது புகை போக்கிகள் உள்ளன. மரங்களின் மேல் இலைக்கண்கள் மூடிவிட்டபின் இரவான இரவில் அலறும் மரங்களின் துயரங்களுடன் அடையாளம் தெரியாத உருவத்துடன் பறந்து கொண்டிருந்தான்.

இமைகளை பொட்டென்று மூடித்தூங்க முடியாமல் கனக்கிற இமைகளை அசைத்தால் பீழைக்குழி காந்துகிறது. இங்கிருந்து தப்பிச் செல்லவும் முடியாது. ஒரு தலைமுறை அவனைப்போல் அடைபட்ட சுவருக்குள் தப்பிக்க வழி தேடி.... சிறு துவாரம் கிடைத்தாலும் தப்பிவிடலாமென்று இருளில் தடவுகிற அதிர்வுகள். இன்னும் அவன் தூங்கவில்லை. இரவு விழித்திருக்கிறது. நிம்மதியற்ற உளைச்சல்களில் புரள்கிறது இரவு. அமைதி இழந்துவிட்ட இரவுகள்.

இறந்த சிறகுகள் அடுக்கி வைக்கப்பட்ட அறையை விட்டு வெளியேறியிருந்தான். மற்றவரின் நிழல் விழாத இருண்ட சாலைக்கு வந்திருந்தான். அங்கு சப்தங்கள் ஒடுங்கி அமைதியாகி இருந்தது.

இலைகளும் மரங்களும் அசையும் காட்டு வழி. தன் போக்கில் வளர்ந்த காடோ செடியாக கற்பாறைகளின் மௌனங்கள் நிறைந்த பாதையில்... முதல் காதலின் முத்தம் பதியப்பட்ட இடத்துக்கு, ஏடன் தோட்டத்தின் கனிமரங்கள் வாழும் பாதையை அடையவில்லை இன்னும்.

முற்றிலும் மறுக்கப்பட்ட விதத்தில் அற்புதமானது காதல். அவன் கொண்டு செல்கிறான் அதை.... ஏடன் தோட்டத்தில் ஈரம் செறிந்த பாறைகள் நடுவில் ஆடு மேய்க்கும் சிறுமியின் தடங்களுக்கு. வளைந்து வளைந்த ஆடுகிறாள் ஆட்டிடைச்சி. காட்டுக்குள் இருட்டித் திரிவாள்

பத்துமா. அவளைச் சுற்றிச் சுற்றி மலைக் குன்றுகள். சிறுமலைக்குன்று. ஆடுகள் உயரங்களில் நின்று மேய்கின்றன. பத்துமாவின் பாதைகளை அறியும் ஆடுகள்.

அவள் எங்கு போனாள் என்று அவனுக்குத் தெரியாது.

காட்டில் ஆடு மேய்ப்பவரிடம் கேட்டான்; அவள் எங்கே இருக்கிறாள் என்று. எல்லாப் பக்கங்களிலும் சிதறிக் கிடந்த மலைக்குன்றுகளிடம் கேட்டான். துயரமடைந்த பாறைகளில் சூரியனின் முகம்படாத இருண்ட ஊற்றினடியில் அவன் பாட்டி இருப்பதைக்கண்டான். கம்பூணிக்கிழவி அவள். காட்டின் அடிவாரம் வரை கால்நீட்டி அமர்ந்திருந்தாள் பாட்டி. கறை படிந்த ஏவாளின் விளக்கில்லாமல் ஏடன் தோட்டத்திற்குச் செல்ல முடியாதென்றாள் பாட்டி. அடுக்கி வைக்கப்பட்ட செம்மண் பானையின் கீழே உள்ள பொந்திலந்த விளக்கு பற்றி எரிகிறது. வாய் வளையம் பிளந்த செம்மண் பானைகளுக்கு கண்கள் இருந்தது. அதன் வழியாக பச்சை கொடிகள் இறங்கின. முன்பு இருந்த ஊரில் இருந்தன எல்லாம். பானைகள் உடைந்து ஓடுகளும் சிதறி விட்டன. மீதமாக அந்த ஊரிலிருந்து விளக்கை மட்டும் கொண்டு வருகிறாள் பாட்டி.

மறைந்த ஊரில் வீடுகளுக்குமேல் தோட்டம், மரங்கள் செங்குத்தாக வளர்ந்திருந்தன. உச்சி வானத்தில் கிணறு. தொங்கு தோட்டம். விளையாடுவதற்கு மர ஊஞ்சல். சிறுவர்களின் ஆனந்தத்திற்குப் பஞ்சமில்லாத ஊரில் தான் கடவுள் இருப்பதாகப் பாட்டி சொன்னாள். பாட்டியின் மகள் சுப்புத் தாய்க்கும் வயதாகிவிட்டது.

ஏவாளின் விளக்கைக் கண்டெடுத்தவள் சுப்புத்தாய் அத்தை தான். அத்தையின் மாமா இறந்ததிலிருந்து பாட்டியின் இருப்பிடத்துக்கு வந்தாள் அத்தை.

கிளியஞ்சிட்டியில் சோறுபொங்கி ஏழுபிள்ளைகளுக்கு (விடுகதையில்வரும் ஏழுபிள்ளைகள் என்ற இசைப் பாடல்.) கொஞ்சம் கொஞ்சமாய் பரிமாறினாள் அத்தை. அத்தையின் பிள்ளைகள் இறந்துவிட்டன, வருஷத்துக்கு ஒன்றாய். அழுது வடிந்த முகத்துடன் ஒரேமகள் பத்துமாவை

தீபத்தில் வைத்து வளர்த்தாள். பாட்டி அவளுக்கு நீண்ட ஆயுளை வழங்கினாள் என்று அத்தை சொன்னாள்.

ஏவாளின் உருண்டை விளக்கு பாட்டி வீட்டில் இருந்தது. தணிவான ஓட்டடுக்கு வீட்டுக்குள் அகலமான திருணை முழுவதில் வெளிச்சம் பரவியபடி இருக்கும். வெண்கல உலோகத்தில் செய்த குண்டு விளக்கில் பெருவிரல் நுழையும் படியாக கைப்பிடி இருக்கும். பாட்டியின் விரல் நுழைந்து விடும். பாட்டியும் அத்தையும் விளக்கைக் கொண்டு செல்கிறார்கள்.

இரவு வந்துவிட்டால் அத்தைக்கு கஞ்சிகாச்சும் வேலை. இடித்துப் பிடைத்த தானியத்தை கைப்பிடியாக அளந்து குறுணையை எண்ணி எண்ணி உலைவைத்தாள் சுப்புத்தாய். சின்ன மண்பாண்டத்தில் சோறு தொதிக்கிறது. அந்த விளக்கு அத்தையின் அருகில். பத்துமா அத்தை முதுகுடன் சாய்ந்து விளக்கைப் பார்த்துக் கொண்டாள். அவன் அத்தையின் அருகில் சம்மணம் கூட்டி உட்கார்ந்திருந்தான்.

வெளியில் மழைக்காற்று வீசியது. ஓட்டுத் தகரத்தில் மழை சீறியது, ஜன்னலில் காற்று குளிர்ந்தது. அவன் கைகளைக் கட்டிக் கொண்டான்.

சுடர் குளிருடன் நின்று எரிகிறது. அத்தையின் முகம் மழைக்காற்றில் ஈரத்தை வாங்குகிறது. அழுதழுது பாழடைந்த முகத்தில் மழைக்காலம் பல மாறுதல்களைக் கொண்டு வந்தது. பத்துமாவுடனும் அவனுடனும் கொஞ்சினாள் அத்தை. ஆவி பறக்க தட்டில் சோறும் குழம்பும். விளக்கு வெளிச்சத்தில் அவனும் பத்துமாவும் ஊதி ஊதிச் சாப்பிடுவதைப் பார்த்துக் கொண்டிருக்கிறாள் அத்தை.

விளக்கின் அடியில் நூற்றுக் கணக்கான மழை எறும்புகள் செத்துக் கிடந்தன. வடிந்த எண்ணையில் மிதந்தன. மழை விட்டி விளக்குமேல் சுற்றிப் பாடியது.

அவன் வெளியே எட்டிப்பார்த்தான். தெருவில் பிச்சைப் பாத்திரத்துடன் தாடிக்கிழவன். பிச்சை விழாததால் கண்கள் அழுதன. மீசைக்கு மேல் அழுகை ஒட்டிய இருள். தாடிக்குள் ஒளிந்திருக்கும் பாத்திரத்தில் கண்ணீர் நிரம்பி

விட்டதா என்று எட்டிப்பார்த்தான். தலையை ஆட்டி மேலும் கண்ணீர் வடித்தான். பாத்திரத்தின் நிறம் செம்மண். மேலும் சிகப்பாக மாறி அவன் கைகளில் அந்த நிறம் பரவியது. உடலில் புள்ளி புள்ளியாக பச்சைநிறம் தோன்றியது.

அவன் பாட்டி வீட்டு வாசலில் நின்றான். அவன் தலை முடியில் சில கருப்பு முடிகள் அசைந்து அழுதன. செம்பட்டை முடிகள் கீழே வடிந்து தூங்கிக் கொண்டிருந்தன அவன் தோள்களில்.

பாட்டியிடமிருந்து கைவிளக்கை திருடிச்செல்வதற்காக தயாராக இருந்தன அவன் கண்கள்.

ஆனால் பாட்டியிடமிருந்து விளக்கை யாரும் வாங்க முடியாது. கேட்பவர்களுக்குத் தரமாட்டாள். தன் பேரக்குஞ்சு களான பத்துமாவுக்கும் அவனுக்கும் பொதுவில் வைத்தாள். அவர்கள் இருவரும் நெருங்கும் உலக இருட்டில் எரிகிறது விளக்கு. அதைப் பற்றிச்செல்லும் சிறுவர்களுக்காக எரிந்து கொண்டிருந்தது.

அந்தக் குண்டு விளக்கு பாட்டி வீட்டின் உள் திருணையில் பாடப் புஸ்தகங்களுக்கு நடுவில் எரிந்து கொண்டிருந்தது. வெளிச்சம் பரவும் இடத்தில் புஸ்தகத்திலுள்ள வார்த்தைகள் தெளிவாகத் தெரிந்தன. எழுத்துக்கூட்டி வாசித்தான். அவளோ வெளிச்சம் பட்டவுடன் கருப்பு வரிகளை ரயில் வேகத்தில் எடுத்துவிழுங்கினாள்.

இதனால் பொறாமைக்கும் உருவெடுக்கும் சண்டைக்கும் பத்துமாதான் காரணமாகிறாள். குசும்பியின் ஊமைத்தனம் அவனது இயலாமையை வெளிப்படுத்தியது. அதனால் எரிந்து விழுந்தான் அவள் மீது.

பாட்டியின் செல்லம் அவன் மேல் இருந்தது. சுப்புத்தாய் அத்தையும் பத்துமாவும் பொறாமைப்பட்டார்கள். அய்யா வும் அம்மாவும் இல்லாவிட்டாலும் அவனைப் போல் யாருமே இல்லை என்று ஊரில் உள்ளவர்கள் மெச்சினார்கள். தங்கமான பிள்ளை என்று பெண்கள் அவனுக்கு பரிந்து பேசினார்கள்.

ஆனால் சுப்புத்தாய் அத்தையையும் மகளையும் பார்த்து

ஏசினார்கள். பஞ்சம் பிழைக்க வந்ததால் பாட்டி அவர்களை ஒதுக்கி வைக்கிறாள் என்றும் சொன்னார்கள்.

அவன் செல்லத்தை ஒடுக்குவதற்கு அவன் மேல் பழி போட்டாள். அவனைவிட நன்றாகப் படித்தாள். கண்ணும் கருத்துமான பிள்ளை பத்துமா.

அவனைக் கண்டிப்பதற்கு ஊரில் ஆள் ஏது. அவன் மேலும் மேலும் சுட்டி. இதற்கெல்லாம் பாட்டி செல்லம் தான் காரணம் என்றாள் அத்தை. அவளுக்கு மகளைப் பற்றித்தான் கவலை.

பத்துமா திறமையை மெச்சினார் குருசாமி வாத்தியார். அவன் விஷயத்தில் பிரம்புக் கொள்கை வைதிருந்தார். எனவே வாத்தியாரின் எதிரி ஆனான். குருசாமி வாத்தியார் விளையாட்டுப் பிரியர்.

வண்ணாக்குடி கழுதைகள் மேல் இருந்த மோகத்தை கழுதைமேல் கல்லெறிவதன் மூலம் வெளிப்படுத்தினான். வண்ணாத்தி வாத்தியாரிடம் சென்று முறையிட்டாள். அவன் மேல் பிரம்புக் கொள்கை அமுலானது.

கல்லைக் கொண்டு எறியாமல் கழுதை மேல் பிரியம் செலுத்த முடியாதென்றான். வாத்தியார் உடனே சிரித்து விட்டார் 'கழுதை முத்து' என்றார். இந்த முரண்பாடுகளின் பிராயத்தில் குருசாமி வாத்தியார் அவனை அடிப்பதும் அணைத்துக் கொள்வதும் ஏக காலத்தில் நடந்தது. ஆங்கிலத்தில் முட்டை மார்க்கும் இரண்டு மூன்று என விரல்விட்டு எண்ணும்படி எடுத்தான். 'அதற்காக புள்ளைய அடிச்சே கொன்னு போடுவீரா...' என்று பாட்டி குருசாமி வாத்தியாருடன் சண்டை பிடித்தாள்.

அவன்மேல் பள்ளிப் பிள்ளைகளின் புகார்களை பாட்டியிடம் நேரில் ஒப்பிக்கச் சொன்னார் வாத்தியார்.

பிள்ளைகள் நோட்டு, பென்சில், பூட்டிய டிராயரைத் திறந்து கலர் சாபீஸ், திருடினான் என்றார் குருசாமி வாத்தியார், எந்த நேரத்தில் வகுப்பறையை விட்டு நழுவுவான் என்று கடவுளுக்கே தெரியாதென்றார்.

அவனது திருட்டுக் கண்களை வாத்தியார் உற்றுப்

பார்த்தார். பாட்டியின் முதுகுப்பக்கம் ஒளிந்தான். அவன் கண்களை நேருக்கு நேர் சந்திப்பவர்கள் அவன் சரித்திரம் முழுதையும் சொல்லிவிட முடியும்.

பள்ளிக்கூடம் போகமாட்டேன் என்று அடம்பிடித்தான். பல நாட்களுக்குப்பின் அவன் முரண்டு விடுபட்டதற்கு குருசாமி வாத்தியார் சொல்லிக் கொடுத்த விளையாட்டு தான் காரணமானது.

விளையாட்டுகள் எங்கிருந்து தோன்றின. பள்ளி இடை வேளை மணி ஒலிக்குப் பின்னால் உருவெடுக்கும் விளை யாட்டுகளில் தோன்றும் பெரிய பெரிய மரநிழல். குருசாமி வாத்தியார் மரங்களில் ஒன்றி பிள்ளைகளோடு ஒன்றாகி விடுவார்.

இந்தமரங்கள் உதிர்த்ததும் பூத்ததும் எத்தனை காலம், இலைகளும், உதிரும் பருவங்களும் நிழல்களும் திரும்பத் திரும்ப உதிர்வது நடக்கின்றன.

அவனைப் பிடிக்க ஓடுகிறார்கள். ஒளிந்து மறைகிறான். பத்துமா எங்கே ஒளிந்தாள் செடிமறைவிலா. வீடுகளிலா தோட்டத்திலா, பறவைகளைப் போல் இலைக்கூட்டத்திலா தெருவில் விழும் சூரிய ஒளி சிறுவர்களின் மனப்போக்கில் மாறக் கூடியது. பொழுது விழுந்த மாலைகளில் மங்கலான வெளிச்சத்திலும் வினையாடுகிறார்கள். சிறுவர்களுக்கு நிலாவின் சிறு வெளிப்பாடு போதும். தேய்பிறையில் நகரும் நிலாவின் சன்ன ஒளியில் சிறுவர்களின் மனப் போக்கில் பல மாறுதல்கள் உண்டாயின. சாகும்வரை நீங்காத இருள் உள்ள தோட்டத்தில் பத்துமாவுடன் விளை யாடிக் கொண்டிருக்கிறான். அம்மாவாசையில் சிறுபுள்ளி நிலாவில் விழுந்த இருளில் அந்த விளக்குடன் போகிறார்கள். விளக்கிற்கு இருள் தோன்றிய காலத்தைப் பற்றியெல்லாம் தெரியும். அது இருந்து வரும் காலம் பெரியதாக இருந்தது.

தோட்டத்தில் கண்ணுக்கு எதுவும் புலப்படவில்லை. இருளில் முங்கிய ஊமைப் புறாக்கள் கதறும் குரல்.

தோட்டத்தின் நடுவில் விளக்கு எரிகிறது. அருகருகே பத்துமாவும் அவனும். அவர்கள் பிறந்த இருளின் ஆழத்தில்

எரிகிறது விளக்கு. மெல்ல சுற்ற ஆரம்பித்த சுடர் பெரும் சுழற்சியாய் அவர்கள் இருவர் சேரும் இடத்தில் பதிந்து எரிகிறது. எல்லா ஒலிகளும் அடங்கிய நிசப்தம். ஒருதுளியான சின்ன ஒளி போதும் அவர்களுக்கு. இருளில் உயிர் போன்ற ஸ்பரிசம் அந்த விளக்கிலிருந்து பரவிக் கொண்டிருந்தது.

விளக்கின் அடியில் பாட்டி காலை நீட்டி அமர்ந்திருக்கிறாள். பாட்டியை விளக்குடன் பார்க்கும் சிறுவர்களுக்கு விந்தையான கனவு வரும். அத்தையுடன் காடுகளுக்கு செல்லும் ஆடுகள். ஆடுகளைப் போல் இருட்டித் திரிந்தாள் பத்துமா.

காட்டிலுள்ள குதிரைச் சிலைகளில் விளையாடினார்கள். அவளும் அவனும் படைத்த உடையும் குதிரைகள். பாறைக் கிண்ணங்கள் நீர் ஏந்தி நிற்கின்றன. அவர்கள் முகம் பார்த்து சிரித்த கண்ணாடித் தண்ணீர் அங்கு இருப்பதைக் கண்டான். சிறு மீன் குஞ்சி தொங்கிக் கொண்டு அசைந்தது. மீனின் வட்டக் கண் அசையும் ஒளி எல்லாம் அப்படி அப்படியே இருந்தது. நீர்த் திட்டுகளில் முகம் பார்க்க ஓடிச் சிரிக்கும் விளையாட்டு. தட்டப்பாறையில் விளையாட்டு. விருந் தோம்பலில் பகிரப் பட்ட ஈர மண்ணை பூசனி இலையில் வைத்து பிட்டுப் பிட்டுத் தின்னாலாம். பத்துமாவின் விரல் ரேகைபட்ட கைப்பிடி மண்ணுக்குள் எத்தனை கோடு விழுந்தது.

ஒவ்வொரு மண்துகளிலும் பதிகிற ரேகை, விந்தை கண்ணுக்குத்தான் தெரியும் போல அவளுக்குத்தான் அப்படி முகம் பார்த்து சிரிக்கவரும். அவள் பேசியதை வார்த்தை களில் எடுக்கமுடியாது.

பள்ளிக்கூட புஸ்தகங்களில் கிறுக்கினான். படம் வரைந் தான் வீட்டுச் சுவரில்... தெருவெங்கும்... பென்சில் கோடு விழுந்தது.

ஏனோ, இப்போதெல்லாம் அந்த கோடுகளை அவனால் வரைய முடிவதில்லை. காகிதம் முழுவதும் ஈசலின் சின்ன சிறகுகள் குவிந்து கிடந்தது. அவற்றை அப்புறப்படுத்தி விட்டு இந்த நேரத்தில் எதையும் அவனால் எழுத முடியாது.

●

31

தனுஷ்கோடி

தனுஷ்கோடி மீது பறந்து சென்றன காகங்கள். அவற்றின் இருள் மணலில் விழுந்து பதிந்தன. பின்னர் அழியவே இல்லை. காகங்கள் சிறகு விரித்துமூடிய அகதியின் பிணம் கரையோரம் அசைந்தது. பாதிமுகம் மணலில் புதைந்து விட்டது. உடைகள் களைந்திருந்தது. பிணத்தின் குறியில் நுரைக்குமிழ் பொங்கி ரத்தம் வடிந்தது. அசையும் உடலில் அமர்ந்த காகம் கத்தியது. மற்றவை தலைதிருப்பிப் பார்த்தன.

அகதியின் உடலில் மூச்சு இருப்பதாகத் தெரியவில்லை. ரத்தம் படிந்த துணிகளைக் காணவில்லை. உடல் மெல்ல மெல்ல அசைந்து உள்வாங்கிய கடலுக்குள் மிதந்து மிதந்து கடலில் புதைந்த தலையுடன் தலைகீழாக நிமிர்ந்தது.

மீண்டும் அகதியின் குறியில் ரத்தம் ஒழுக ஆரம்பித்து உப்பரித்த நீரில் பரவியது.

நெடுநாள்வரை உடலைப் பெறுவதற்கு யாரும் வர வில்லை. அலைகளே கரையில் கொண்டு வந்து பின்னர் மையம் வரை அடித்துச் செல்லும். நீண்டு பரந்த வெயிலோடு காகம் கரையும் மணல் வெளியில் தொலைதூரம் நாயின் தடம் ஓடியது. நாயின் இரைப்பு ஒலி சன்னமாய் கேட்டது.

நாயைக் கூப்பிடுகிற தாத்தாவின் குரல் சுழன்று மேலே பாயும் கயிறாக நாயைக் கட்டி தாத்தாவின் கைக்குள் கொண்டு வரும். தாத்தாவின் சிறு அசைவைத் தெரிந்து கொள்ளும் நாய்க்குட்டி.

அகதிகள் முகாமிலிருந்தது. பெயர்ப்பட்டியலில் சேர்க்கப் பட்ட சிறுவனிடமிருந்து பிரிக்கப்பட்டு தெருவுக்கு கொண்டு வரப்பட்டது. அகதிகள் முகாமில் நாய்கள் வரக்கூடாது.

அகதிச் சட்டப்படி ராமேஸ்வரம் தெரு நாயாக மாறி விட்டது. தெருவில் கிடந்த குட்டியை தாத்தா எடுத்து வந்தார். தெருநாய் போட்ட குட்டிக்கு இவ்வளவு அதிசய குணங்கள் இருக்குமென்று தாத்தா தெரிந்து கொண்டார். அருமை மணிக்குட்டி. ஏனோ, அனாதையான பாவத்தை அதனிடமிருந்து மாற்றமுடியவில்லை. தனுஷ்கோடிக்கு மணிநாய் வேண்டுமே. கடைசி காலத்தில் தட்டளியாமல் இருப்பதற்கு மணி இல்லாமல் முடியாது. அதன் காது களும் அப்படி. முன் பக்கம் மடிந்து விழுந்தன. சோகத்தை எல்லாம் மடக்கி காதில் தொங்கவிட்டது. மணீ... என்றதும் ஊசிமூஞ்சியால் தாத்தா உடம்பைத் தொட்டுச் சிணுங்கும். முதுகில் கைபடாமல் நெற்றியில் தடவி முகத்தோடு ஒட்டிக் கொண்டார் தாத்தா. தாயிடம் வாங்கிய புழுதிப் புண்ணால் முதுகைத் தொடுமுன் அழுதுவிடும். கடலுக்கு அப்பா லிருந்து அதன் சினேகிதனோடு வந்த மணிக்குட்டியை தேற்ற முடியுதா. உப்பங்காற்றில் புழுதிப்புண் ஆறிவிடும் என்று தாத்தா சொன்னார்.

தாத்தாவும் நாயும் கரையோரம் நடந்து வருகிறார்கள். மற்றவர்கள் அதிகம் கரையில் தங்குவதில்லை. கடலுக்குப் போனவர்கள் திரும்பிவர நேரமாகும். அவர்களால் மணியைப் பார்க்காமல் இருக்க முடியாது. மணியின் அனாதை முகத்தால் கட்டுண்ட முகங்கள் தலைகீழாகத் தொங்கின. பத்திப் புகை அலையும் நினைவுத் தூணில் காய்ந்த மாலைகளைத் தொட்டு அழுதார்கள். மீண்டும் பத்தி பொருத்திவிட்டு கடலுக்குப் போனார்கள். இருளில் நிற்கும் நாயின் உருவம் கண்ணை விட்டு மறையும் வரை பார்வை திரும்பாத வளையக் காரர்கள் நாயிடம் வேண்டியதெல்லாம் 'பாவத்தை மாற்றிக் கொள்... அனாதைக் குட்டியே... உன்னைப் பார்க்காமல் முடியாது... எங்கள் அருமை மணியே...' என்பது தான். அதன் கண்கள் சிரித்தாலும் பார்க்கப் பார்க்க அழும்படி யான தனிமையில் சிரித்தது.

கடலில் மிதக்கும் அகதியின் கிராமத்தை பறிக்க முடியாது. அந்த ராஜியத்திற்கு அரசனாக அகதியை நியமித்தார் கடவுள்.

ஏனோ, அரசன் இறந்துவிட்டான்-அகதியை கொன்றவர்கள் எங்கிருக்கிறார்கள். அவன் ராஜியத்திலிருந்து மீன் கொண்டு வந்தார்கள். முன்பு பிடித்தமீன்களும் அப்புறம் அதிசய மீனும்.

மணலில் காயும் உலர்ந்த மீன்களை தாத்தாதான் ராமேஸ்வரம் சந்தைக்கு எடுத்துச் சென்றார். சந்தையில் விலையான மீன்களை ரயில் பெட்டியில் அடைத்து பாம்பன் பாலம் வழியாக ரயில் போனது. வெகுநேரம் ரயிலையே பார்த்து விட்டு தாத்தா திரும்பி வந்தார் தனுஷ்கோடிக்கு. அதுவரை நாய் மட்டும் தனுஷ்கோடி இடிபாடுகளில் முகத்தை நீட்டி ஒரு காலில் முகத்தை வைத்து மறுகாலால் முகத்தை மூடித்தூங்குவது போல் மூடிய கண்களுடன் படுத் திருக்கும். தாத்தா வரும் உரசல் தொலைவில் கேட்கும். கடல் முணங்குவது போல் தாத்தாவின் கால் சத்தம் புலம்பியது.

அப்போது நகரின் மேல் இருண்டு திரண்ட மேகங்கள் கழுகு வடிவத்தில் வளைந்த அலகுகளை நீட்டிப் பறந்து சென்றன. நாய் அண்ணாந்து ஊளையிட்டது. தாத்தாவை சுற்றிச் சுற்றி ஓடிச் சிணுங்கியது. தாத்தா மணியின் தலையைத் தடவி அதன் காதுகளில் பிடித்த உண்ணியை ஒவ்வொன்றாக எடுத்து எறிந்தார்.

கரையோடு ஒதுங்கிய கிராமத்திற்கு அவர்கள் வீட்டுக்கு தாத்தாவும் மணியும் நடந்து போகிறார்கள். பொழுதடைந்து விட்டது.

விளக்குப் பொருத்தி சுவரொட்டியில் எரியும் இரவு. விளக்கு மேல் கடல் விட்டி பாடியது. நாயின் காதுகள் சுவரில் விழுந்தன. அதன் மூக்கு நிழல் நீண்டு விளக்கைத் தொட்டது. மூக்கின் அருகில் கடல்விட்டி வட்டமடித்து மீண்டும் பாடியது. விளக்கில் ஒவ்வொன்றாய் விழுந்து மாயும். சில உப்புக் கட்டிகளில் விழுந்து குமியும். குப்பிக்குள் அனேக உப்புக்கட்டிகளை தாத்தாதான் போட்டு வைத்தார். அதில் சுடர் அசைந்து நெருப்பு பொறி தெறிக்கும். நாயின் கருப்பு நிழல் சுவரில் இருப்பதை தாத்தா பார்த்துக் கொண்டிருந்தார். அதன் காது வளைந்திருப்பதும் தெரிந்தது.

நாயின் வளைந்த காதைப் பார்த்து காற்று நடுங்கியது.

பின்பனியில் சுருங்கி மெலிந்து தூக்கச் சடவில் இரவோடு தூங்கும் விளக்கு. கடலுக்குள் தாத்தா கொண்டு போன இன்னொரு விளக்கு இருட்டில் சரிந்து சரிந்து மிதக்கும். கரை மீது நின்று பார்க்கும் நாயின் வெறித்த கண்கள் கடலில் மிதக்கும் சிறு புள்ளி வெளிச்சத்தில் ஆழ்ந்து கிடக்கும். அலை கொண்டு வந்த சப்தமற்ற சேதியை கேட்கும் போதெல்லாம் நாயின் முகபாவம் மேலும் துயரடைந்து யாராலும் தீர்க்க முடியாமல் போகும். கடலின் ஆழத்தில் தத்தளிக்கும் தாத்தாவின் விளக்கு நாயின் கண்களில் சிறுபுள்ளியாய் அசைகிறது. தொலைவைநோக்கித் திரும்பிய முகம்.

கரையை ஒட்டி மணலை உரிஞ்சும் அலைநாக்குகள் ஆயிரமாய் கோடு கீறும், திரும்பவும் சுழன்று மடிந்து பின்வாங்கும். குடிக்கிற சப்தம் விரிவாகி பரந்து கிடக்கும் தனுஷ்கோடியில் கேட்கும்.

வளையப் பெண்ணொருத்தி அலைந்து கொண்டிருப்பாள் திரும்பிவராது போன வளையனின் திசைதெரியாத இருட்டில்.

தனுஷ்கோடி இரவின் மேல் எழுந்த புயல் இன்னும் முணுமுணுக்கும். பாலைவெளி மீது மதில் சுவரில் மேலும் கீழும் நிலவு உடைகிறது.

மணல் வெளியில் நகரின் ஆகிருதி விழுந்து அழுகிறது. ஒவ்வொரு தெருவாக வளையப்பிள்ளை ஓடி விளையாடும்.

உயர எழுந்த மதில்கள் மேல் சின்னக்குருவி பறந்து பறந்து தேடும். ஒவ்வொரு தெருவிலும் அதிரும் சின்னக் குரல். மறைந்த பள்ளிக்கூட மண்குவிசலில் குழிபறித்து அமர்ந்த குருவிகள். வகுப்பறை மேல் பறந்து தேடும். கடல் மேல் தொங்கும் வகுப்பறை விட்டத்தில் கூடு கட்டி வரும். உதிர்ந்த வலை நரம்புகளை மூக்கில் எடுத்துப் போகும், பச்சைப் புல்லெடுத்து இன்னும் கட்டி முடியாத கூட்டில் முட்டை வைக்கும். ஒவ்வொரு நாளும் விழித்திருந்து பார்க்கும். முட்டையைச் சுற்றி பச்சைபுல் வைத்து றெக்கை புதைத்து கதகதக்கும்.

தாத்தா கண்ணுக்குத் தெரியும் குருவி வைத்த சின்ன

முட்டையில் சாம்பல் புள்ளி இருப்பது. இடிந்த மாடத்தில் இருந்து சென்ற குருவிகளைத் தேடி கடலுக்கு மேல் பறந்து பறந்து பார்க்கும்.

எந்தப்பக்கமும் குத்துச் செடியின்நிழல் கூட இல்லை. மணல் மேட்டை குவிசலாக்கும் கடல். மேடு மேடாய் தொடரும் வளைந்து நெளியும் பாதைகளில் அபலைப் பெண்ணொருத்தி மறைந்து போன வளையனைத் தேடி அலைகிறாள்.

வளையப் பெண்ணின் மஞ்சள் முக ஆழி உருவம் இரவெல்லாம் விளக்குடன் தேடும். அவள் கால் நிழல் விளக்குடன் ஊர்ந்து நீண்டு நகரும். கடலின் அடிவாரத்தில் மறைந்த நிழல்கள் எழுந்து வருவது கண்டு கூக்குரலிடுகிறாள்.

ஒற்றைப்பனை உருவங்கள் உயரமாக எழுந்து மணல் வெளியில் நிழல் பரப்பி நகர்கின்றன. கரும்பனைகள் தனிமையில் அசையும் ஓசை. பனைகளுக்கு அடி முதல் உச்சி வரை மணல் வெள்ளை நிறமாய் பரவிய உயரம்.

மணல் அடியில் கரையோரக் குடிகள் இரவு விளக்கு களோடு தூங்குகிறது. கடல் கொண்ட காலம் முதல் ஓலைகள் பழுத்து வருகிறது. அவற்றில் மோதும் காற்று மனதைப் புரட்டிப் புரட்டி மணல் சறுக்கில் தள்ளி விடும்.

திரும்பத்திரும்ப தனுஷ்கோடி எல்லையில் ஓலை வேய்ந்த குடிசைகள் வரிசைப்படும். திரும்பவும் மணலை உரிஞ்சும் அலைகள் எழுந்து வரும். பனை உயர அலை களுக்குமேல் வளையச் சிறுவன் நீந்துகிறான். சிறுவனின் எலும்பில் விலாங்கின் வலுவை யார்தந்தது.

அறுந்த வலையும் உடைந்த நங்கூரமும், மக்கிப்போன மரத்துண்டுகளும் முந்தைய படகில் பதிந்த நஞ்கூரச் சின்னம் மணலில் எழும்பி நிற்கின்றன. சாம்பல் நிறமடைந்து மணலோடுசேரும். மக்கி மறையும். புதையுண்ட கருத்தத் தோணி வானம் முழுவதும் எழுந்து விட்டது. வானம் வரை உயர எழுந்த ராமன் வில்லும் பாதங்களின் ராக்ஷத பதிவும் சாபம் அடைந்த கரை. ராமன் வில்லும் அரித்து மூடிய மணல் மேட்டில் கடல் பறவையொன்று கால் வைத்து

நிற்கிறது.'அதன் மூக்கு வளைந்து சுருண்டு தாத்தாவைப் பார்க்கிறது.

கருத்தத் தோணியில் தாத்தா கடலில் பல ஆழங்களில் தனிமையால் வாடுகிறார். அவர் தோணியில் கட்டிய துணி சோகமடைந்துவிட்டது. துணியிலிருந்து தொங்கும் லாந்தரில் தாத்தாவின் வளைந்த மூக்கு பழங்கழுகின் மூக்கு. வெகு தொலைவிலிருந்து திரும்பும்.

கடலில் உருவான கிராமம் மெல்லக் கரைசேரும். கடேசி கடேசியில் தாத்தாவின் கருத்தத்தோணி கரையடையும். அப்போது தனுஷ்கோடி கரையில் கூச்சலும் பருந்து வட்டமும் மேலும் கீழுமாய் தீவிரமடையும்.

நச்சு வலையை கடலில் மிதக்கவிட்டு கரை கொண்டு வந்த வலையை அதோ அந்த தாத்தா சரிசெய்வதை தலை சாய்த்து கவனிக்கிறது மணிக்குட்டி.

சிக்குகளை மெல்ல மெல்ல விடுவிக்கிறார். செடி செத்தைகள் வலையில் பின்னிக்கிடப்பதை ஜாக்கிரதையாக எடுக்கிறார். எத்தனை இடங்களில் வலை கிழிந்திருக்கிறது.

இன்றைக்கு மீன் பாடே இல்லை.

தோளில் ஈரவலையை சுமந்து கொண்டு போகிற தாத்தா வுக்கு வீட்டில் இன்னும் ஏராளம் வேலை இருக்கிறது.

தாத்தா வலையை மணலில் கட்டி சரி செய்கிறார். கிழிசலுக்கு இடையே கடலுக்குள்ளிருந்த அகதியின் பிணம் முகத்தை நீட்டிப் பார்க்கிறது. கானல் வெளிமீது நாயின் இரைப்பு ஒலி மிதந்து கொண்டிருந்தது. காகங்களின் வாக்குவாத ஒலிகள் கைகலப்பாக மாறி விட்டது. கடல் அரித்த பிணம் மணலில் அசைந்து தத்தளிக்கிறது. சிறகு விரித்த கருமையுடன் பிணத்தை மூடிக் கரைகின்றன காகங்கள். கடல் நிசப்தமாக ஒரு கணம் தாத்தாவைப் பார்க்கிறது. எவ்வளவு காலமாய் தாத்தா மட்டும் வலையை சரி செய்து கொண்டிருக்கிறார்.

●

32

அப்பாவின் குகையில் இருக்கிறேன்

சின்னப்பாவாடை சரசரக்க ரெட்டைச்சடை பின்னல் அசைய, வெள்ளைரிப்பனை முன்னால் இழுத்துவிட்டபடி லெச்சுமி வருகிறாள்; கையில் டிபன்கேரியரும் சுருட்டிய வாழை இலையுமாக சின்னஞ்சிறு கால்களில் ஸ்லிப்பர் தட்டித்தட்டி மதுரை ஜங்ஷனுக்குள் வருகிறது. வினோதங் களால் ஆன மனசு. பிராயத்தின் துருதுருப்பு கண்களில்.

கரி எஞ்சின் என்னும் பழைய மிருகத்தின் புகையும் இரைச்சலும் சுவர்களில் அறைகிறது.

ஸ்டேஷன்களுக்கே ஆன நடை வியாபாரிகளின் ஆழ்ந்த குரல்களின் அழைப்புகள்.

நடை மேடைகளில் பாதங்களின் அவசர உரசல்கள்; அலுத்துச் சலித்த எஞ்சினின் மூச்சிரைப்பு, தபால் வண்டி களின் சக்கர உரசல்கள்; பிளாட்பாரம் நெடுக முகங்களில் பிரயாண அசடுகள்; மேம்பாலத்தில் ஏறி நடக்கிற சத்தங்கள் எல்லாவற்றையும் ஊடுருவும் லெச்சுமியின் கண்கள். சந்தடி களுக்குள் அப்பாவைத்தேடி ஓடி வருகிறாள் லெச்சுமி.

புகை மண்டும் எஞ்சினுக்கருகில் வந்ததும் கழுத்தை நீட்டி எட்டிப்பார்த்தாள். கழுத்திலிருந்து டாலர்செயின் குனிந்து தொங்கியது. ஜடைகள் கீழிறங்கி ஆடுகின்றன.

கனகனக்கும் எஞ்சினின் வெக்கை நடுவிலிருந்து லோகோ தொழிலாளி டிரைவர் பரமுசம் நடந்து வருகிறான்.

உம்ம்ம்ம்ம்மென்று உதட்டைக்கூப்பி 'உப்பா...' என்று உடனே சிணுங்கினாள். ஒரேயடியாய்ச் செல்லம். 'லெச்சூ... வந்திட்டா... டேய்... வாவா... லெச்சூ...'

வெக்கை நடுவில் குளிர்ந்த காற்றாய் லெச்சூ அப்பாவை ஒட்டிக்கொண்டு நிற்கிறாள்.

கரிபடிந்த முகத்தைத்துண்டால் துடைத்தபடி லெச்சுமியை உற்றுப் பார்க்கிறான் பரமுசம்.

இன்னும் போய்ச் சேரவேண்டிய தூரங்களை நினைத்து எஞ்சின் பெருமூச்சு விட்டது. டிபன் கேரியரையும் இலையையும் உள்ளே கொண்டு போனான்.

'அப்பா... நானும் உங்ககூட வாரம்பா... ஒருவாட்டி... ஒரு வாட்டி.... நானு... நானு...'

'லெச்சூ... டே உன்ன அடுத்தவாட்டி கூட்டிப்போரண்டா.. நேரம் ஆச்சு.... நீ வீட்டுக்குப்போ...இந்தா... உனக்கு....'

லெச்சுமி அப்பாவிடம் காசு வாங்கிக்கொள்ளாமல் முகத்தைச் சுழிக்கிறாள். கைகால்களை உதைத்தபடி துள்ளினாள்.

எஞ்சின் மூச்சுவாங்கி மூச்சுவாங்கித் தெற்கு மார்க்கமாக நகர்ந்தது.

லெச்சுமி கோபத்துடன் வெடுவெடுவென்று திரும்பிப் பாராமல் நடந்தாள்.

பிரில் வைத்த சின்னப்பாவாடை கால்களைத் தட்டும் படி தாவுகிறாள்.

பரமுசம், மகள் போவதை எஞ்சினிலிருந்து பார்த்துக் கொண்டிருந்தான்.

லெச்சூ... எம்புட்டு வளர்ந்திட்டா... அவளோட தாத்தா மாரியே கோபப்படுதாளே... என்ன முன்கோபம்... அய்யா இருந்தா... என்ன மாதிரி குதிப்பாரு.

அவன் கை தானே விசையை அழுத்துகிறது. எஞ்சினின் ஆழ்ந்து தவிக்கும் ஊதல்... அவனது பழைய நாட்களைப் போல் கேட்கிறது. கை நடுங்கியது.

அவனும் அய்யாவும் அம்மாவோடு இதே மதுரையில் வாழ்ந்த காலம் நிழல் ரூபங்களாய்த் தெரிந்தது. அய்யாவை விட ரொம்ப வயசு குறைஞ்ச அம்மாவின் சித்து உடல் ஒடிந்து விழுவது போல்தான் கரைந்து கொண்டிருந்தது. உள்ளான் குருவியைப்போல் மெலிந்த குரலில், முற்றிய

இருட்டில் 'இருக்கிறேன்' என்று குரல் கொடுத்தாள். அவள் புலம்பி அடங்கிய இருட்டு யாருக்கும் தெரியாமல் போனது.

காலம் வெகுவிரைவில் அய்யாவின் முதுகையும் தொற்றி ஏறிக்கொண்டது. முடிவற்ற பணிமனை இருட்டுகளில் காலம் காலமாக ரயில் கரிக்குள் புகைந்து அவிந்து போன அய்யாவின் நெஞ்சுக்கூட்டில் சயரோகம், கேள்வி கேள்வியாய் இருமியது. நெஞ்சுக்கூட்டில் விம்மி விம்மி விடைத்தது. பிட்டர் வேல்சாமித் தேவர் படுக்கையில் நீட்டிக்கிடக்க, பரமுசம் தலைமாட்டில் உட்கார்ந்து கன்னத்தில் கைவைத்தபடி உற்றுப்பார்த்தான் அய்யாவை. திணறல் இன்னும் அடங்கவில்லை. துப்பட்டியால் இழுத்து இழுத்துப் பொத்திவிட்டான்.

அய்யா மரணப்படுக்கையில் கிடந்தார். இவன் ஆஸ்பத்திரி வராண்டாவில் தனியாக இருந்தான். வார்டுக்குள் அய்யாவைத் தொட்டுப் பார்த்தான். இறுகி உறைந்த திரேகமும் அசைவற்ற கண்களுமாய் அய்யா குளிர்ந்து போனார்.

எய்யா... எய்யா... என்னய அயத்திட்டுப் போயிட்டயேயா... என்னனு இருப்பேன்யா...

தொப்புத் தொப்பாய் நனைந்த முதுகுடன் எஞ்சினுக்கடியில் இருந்து நடுச்சாமத்தில் அய்யா வருவார் பீடிக்கங்குடன். பணிமனை இருட்டுகளில் ஸ்பானர்கள் உருளும் ஓசையுடன் அய்யாவின் வெங்கலக்குரல் உருளுகிறது.

தண்டவாளங்களில் நட்டுகளை முடுக்கும்போது கிர்ர்ர்ர்ரென்று கை நரம்புகள் முறுக்கேறி விடைக்கின்றன.

அய்யாவின் மரணத்துக்குப் பின்னால், பரமுசம் 4037 எஞ்சினின் மதிப்புமிக்க டிரைவர் வேலையை அய்யாவின் நினைவாக ஏற்றுக் கொண்டிருந்தான்.

அய்யா செத்துப்போன இழவு வீட்டில் கூடியிருந்த ரயில்வேக்காரர்கள், கரிமசகும் கிரீசும் படிந்துபோன கருநீலச்சட்டைகளுடன் கூட்டம் கூட்டமாய்ச்சலம்புகிறார்கள்.

அந்த இரைச்சலுக்குள் எப்போதோ பார்த்த தர்மர் மாமாவின் கிழட்டு முகம் அவனைத் தொட்டுத் தழுவித்

தளுதளுக்கிறது.

நள்ளி ஸ்டேஷனில் தர்மர் மாமாவோடு ஒன்றாய் வாழ்ந்த காலங்கள். தூங்கிப்போன பழைய நாட்களின் மங்கிய தெருக்கள். அய்யாவும் தர்மர்மாமாவும் மச்சினன்மார் களாய்த் தோளைக் கட்டிக் கொண்டு திரிந்த நாட்கள் எல்லாம் சுழித்துப் போகின்றன.

நள்ளி கிராமத்தில், லைப்ரரி இருந்த வளைந்து சாய்ந்த மேட்டுத் தெருவில் பரமு நடந்து கொண்டிருக்கிறான்.

நள்ளியில் மாமன் மகள் அமராவதி இருந்த போது அவள் கண்களில் இருந்த ஒளி இருந்தது. ஊரே புதுசாய் இருந்தது, நள்ளி ஸ்டேஷன் வெளேரென்று தைல நிறத்தில் மின்னியது.

மேட்டுத் தெருவில் கருப்புப் படிந்த சுவர்களைத் தாண்டி சாம்பல் புறாக்கள் பறக்கின்றன. சாம்பல் புறாக்கள் ஆளற்ற வீடுகளில் குடியிருக்கும். எப்போதும் அவற்றின் ஊமைக் குரல் எழுந்து பரவும் சுவர்களில் அதிர்ந்தபடி. அடி மௌனம் தாங்கிவரும் புறாவின் குரலில் எந்தப் பெண்ணாலும் தீர்க்க முடியாத துக்கம்.

நள்ளி ஸ்டேஷனுக்கு மேல், போன காலங்களின் நட்சத் திரங்கள் தண்டவாளங்களுக்கு அருகில் சரிந்து கிடக்கின்றன.

நள்ளி ஸ்டேஷனில் முடிவில்லாத இருட்டு. இவன் உடகார்ந்து மலைத்துப் போன சிமெண்ட் பெஞ்சு அதே இடத்தில் கிடக்கிறது. யாருடைய வரவுக்காகவோ தர்மர் மாமா இன்னும் சிக்னல் விளக்குகளுடன் அசைந்து அசைந்து நடந்து வருகிறார் பிளாட்பாரத்தில்.

செங்கோட்டை பாசஞ்சரில் கனவு மயமான சத்தங்கள் தண்டவாளங்களில் உரசுகிறது.

இரவு நேரப் பாசஞ்சர் வண்டியின் நீண்ட ஊதலால் மிகவும் நொந்து போய் விடும் மனசுடன், முன்னால் நீட்டிக் கிடக்கும் தண்டவாளங்களைப் பார்த்துக் கொண்டிருந்தான் பரமுசம்.

எங்கோ தரையில் எரியும் கிடை விளக்குகள். விளக்கின் அடியில் கீதாரிகளும் கோனார்களும் குடித்து விட்டுக்

கும்மாளம் அடிப்பது கேட்டுக் கொண்டிருந்தது. தூக்கம் கலைந்த கிடை ஆடுகள் ம்மே... ப்பே... ம்மே... ப்பே... என்று களையத்துவங்கியது.

தந்திமரங்களில் கருங்குருவிகள் அமர்ந்து காடுகளை எழுப்பிக் கொண்டிருக்கின்றன.

சின்னச் சின்ன ஸ்டேஷன்களில் கருப்பு மனிதர்கள் ரயிலின் வரவுக்காகச் சாவி வளையுடன் காத்துக் கொண்டிருந் தார்கள். சாத்தூரை அடுத்து வண்டி மூச்சு நகர்ந்து செல்கிறது.

பரமுசம் நள்ளி ஸ்டேஷனில் இறங்கி, பனியில் நனைந்த சிமெண்டுப் பெஞ்சியில் காத்துக் கொண்டிருந்தான்.

பாசஞ்சர் அழுத்தி மூச்சு வாங்கியது. சக்கரங்களில் சுத்தியல் ஒலி. வண்டியைச் சரிபார்த்தபடி நகர்ந்து வருகிறது அருகில். கூனல் கண்ணாடி சக்கரங்களில் தட்டுகிறது. நீள ஸ்பானர் வைத்து நட்டுகளை முறுக்கும் கிர்ர்ரென்ற ஒலி.

பரமுசம் ஓடிப்போய் அவர் கையைப் பிடித்துக் கொண்டான்.

கையை இழுத்தபடி 'தர்மர் மாமா... என்னைத் தெரியலையா மாமா....

சுத்தியல் கை நழுவிக் கீழே விழுந்தது.

'அடே... நம்ம மருமகப் புள்ள... ஏ எய்யா வந்திட்டீரா...' தர்மர் மாமா குதித்தார். சோடாப்புட்டிக் கண்ணாடி இவனை ஊடுருவியது.

கரியும் கிரீசும் திட்டுத் திட்டாய் தெரிந்தது. அதே கருநீலச் சட்டையின் பழைய நிறம்.

அவனைத் தொட்டுத் தட்டிக் கொடுத்தார்.

'எம்புள்ள... எம்புட்டுப் பெரிய ஆளா வளர்ந்திருச்சு... அய்யா, என் தங்கச்சி சம்முகலெச்சுமி போயிட்டா ராசா... வேல்ச்சாமித் தேவரும் பேயிச் சேந்துட்டாரே தங்கோம்... அம்புட்டு நடந்து.'

பரமுசம் மருமோனே... இப்படிக் கிழவனாயிட்டீரு... என்ன வந்ததுனு சடச்சிக்கிடுதீரு... குடி மூழ்கிப்போன மாதிரி நெஞ்சு எலும்பெல்லாம் தெரியுது... இன்னும் எவ்வளவு கெடக்கு... வாழவேண்டிய வயசில... இப்பிடியா

மனசப் போட்டு அலட்டிக்கிடுறது...'

கண்ணில் நீர் முட்டிக் கொண்டு வந்தது. அந்தப் பக்கமாகத் திரும்பிக் கொண்டு தரையைப் பார்த்தபடி இருந்தான்.

'இதுக்குப் போயி அழவேணுமா... நல்ல ஆம்பளப் புள்ள... அமராவதி நல்லா இருக்காளே, அவளுக்கு ஒண்ணும் குறை இல்லயே. இன்னும் நீரு பத்து வருஷம் கழிச்சு வராமப் போனீரு... நல்ல ஆளுகய்யா அப்பனும் மகனும். அரச்ச மஞ்சளா என் மகள வளத்தேனே... எத்தனை வாட்டி சொல்லிவிட்டேன்... ஏன்னு கேக்க நாதி இருந்ததா... ஆண்டிப் பயலுக்கு மகளக் கட்டி வச்சிட்டு ஆத்தில நிக்கேம்ப்பா....'

மாமா ஆத்திரத்துடன் திட்டிக் கொண்டிருந்தார்.

'எனக்கு யாரு இருக்கா மாமா...' என்று வாய்க்குள் முணங்கினான் பரமுசம். 'அது அன்னக்கித் தெரியணும். கப்பலையே கவித்திட்டு வந்து நிக்கீரே...' பரமுசம் ஊக்கத்துடன் மூச்சுவிட்டான். மாமா வார்த்தைகளில் அனல் அடிக்கிறது.

தூங்கு மூஞ்சி மரங்களில் உள்ளான் குருவிகள் கூத்தாடு கின்றன. அதே மரங்கள். அதே நிறத்தில் பூக்களைச் சிந்து கின்றன. ஸ்டேஷன் எங்கும் பூக்கள் சிதறிக்கிடக்கின்றன. காய்ந்து உலர்ந்த வருஷங்கள்.

தர்மர் மாமாவிடமிருந்து சாவி வளையை வாங்கிக் கொண்டு எஞ்சினை நோக்கி ஓடிக் கொண்டிருந்தான் பரமுசம். வறண்ட கூவலுடன், எத்தனையோ காலம் ஓடி அலுத்த சலிப்புடன் வண்டி நகர்ந்தது, நள்ளி ஸ்டேஷனை விட்டு. செங்கோட்டையிலிருந்து வடக்கு மார்க்கமாகத் திரும்பி வருகிற ஒருநாள் மதியவேளை. நள்ளி ஸ்டேஷனில் முற்றிய வெய்யில் முனங்குகிறது.

பிளாட்பாரம் திடுதிடுமென அதிர்ந்தபடி இரும்பு வேலி களைக் கடந்து போய் நின்றது எஞ்சின். வறண்ட நிலங்களில் இருந்து வெய்யில் ஆடுகிறது.

'சூரியனைப் பார்க்காதே. அது உன் கண்களில் கண்ணீரைக் கொண்டு சேர்க்கும்' என்றாள் அமராவதி.

‘உன்னை இழந்து விட்டபின் இறந்து விடுவது மேல் என்று எண்ணுவதைப் போன்றே சில நேரங்களில் உணர வில்லையா நான். ஒரு வேளை நாம் மட்டுமே நள்ளி ஸ்டேஷனில் காலம் குறிப்பிடப்படாத உறக்கத்திலிருக் கிறோமா? அமரா... ஏன் மௌனமாகிவிட்டாய்.’

‘ஏன் அங்கே இன்னொரு விடியல்? வாழ்வின் உலர்ந்த சமவெளி எரிகிறது பார் பரமு. நமக்கான புதியநாள் வந்து விடிவதை கரிசல் நிலத்தின் சாம்பலில் இருந்து நிலம் கீறல்விடும் ஒலி. கருவை மரங்களில் வெள்ளிநிற முட்களில் சிக்கிய குருவிகள் நாம். அடுத்தொரு நாள் விடிவதை நாம் விரும்ப மாட்டோம். இந்த அமைதியில் கரிசலில் முணு முணுக்கும் எலும்புகளின் பேரமைதியில் நாம் உறக்கம் கொள்ள மட்டுமே முடியும்’ என அரிச்சலாய் மிக மெல்லிய குரலில் சொல்லிமறைந்தாள் அமரா.

தூங்குமூஞ்சி மரத்தில் இலையுதிர் காலம். ஸ்டேஷன் எங்கும் காய்ந்த இலைகள். இலைகளை நொறுக்கியபடி ஆட்கள் நடந்து போகிறார்கள்.

இன்னும் தூங்குமூஞ்சிமரங்கள் அடுத்த யுகங்களுக்கான ரயிலுக்குக் காத்திருக்கக் கூடும், மரத்தடியில் நிறை சூலி புருஷனுடன் பேசிக் கொண்டிருந்தாள்.

உச்சிவெயில் கண்களை இருட்டுகிறது. பரமுசம் தூங்கு மூஞ்சி மரத்தை நோக்கி நடந்தான். வெந்து அவிந்து போன கரட்டு மூஞ்சியைத் தூக்கிப் பார்த்தான்.

நிறை சூலி அமராவதி சாடைக்கு இருந்தாள். முதலில் சந்தேகித்தான். கழுத்தில் மஞ்சள்கயிறு, நெத்தியில் குங்குமம் வேர்த்து வடிய நிற்கிறாள். கையில் ஜவுளிக்கடை மஞ்சள் பை. இந்தப்பக்கம் திரும்பிப் பார்த்தாள். அமராவதிதான். சேலை முந்தியால் நெற்றியைத் துடைத்தபடி வெறித்துப் பார்த்துக் கொண்டிருந்தாள்.

புருஷன் தையல் மிஷினைத் தோளில் சுமந்தபடி ரயிலைப் பார்த்தான். அவன் நாகலாபுரம் தையல்காரனாக இருக்கும். அந்த ஊரின் சுபாவம் அவனிடமிருந்தது.

அவள் பரமுசத்தையே உற்றுப்பார்த்துக் கொண்டிருந்தாள்.

வெய்யிலைப் பிளந்து ஊடுருவும், ஒளியுடன் பார்த்தாள். தொண்டை நரம்புகள் அசைந்து விம்மின.

அவள் கிட்டத்தில் நெருங்க நெருங்க இடைவெளி பெரிதாக விழுந்து கொண்டிருந்தது. பரமுசம் காய்ந்த இலைகளை நொறுக்கியபடி நடந்து வருகிறான். குனிந்து தரையைப் பார்த்தான். கால்களை அடி எடுத்து வைக்க முடியவில்லை. அவள் திகைப்புடன் திரும்பிக் பார்த்தாள், அவனை. பிளாட் பாரத்தில் உதிர்ந்த இலைச் சருகுகளைக் காற்று அடித்துச் சென்றது.

வறண்ட உவர்ப்பு மிகுதியான காற்று நா வறட்சியை ஏற்படுத்தியது. இவன் எச்சிலை முழுங்கமுடியாமல் திணறினான். திரும்பிப் போய் விடவேண்டுமென்று உறுத்தல். முகத்தைக் கீறும் அவள் பார்வையிலிருந்து வெக்கை அடித்தது.

அதற்குள் நேரம் மிஞ்சிவிட்டது. எஞ்சினிடமிருந்து ஆத்திரக்குரல் எழுந்து அவனை அழைத்தது. உடனே தன்னிடம்வரும்படி உத்தரவிட்டது எஞ்சின்.

கூட்டநெரிசலுக்குள் பெண்கள் கம்பார்ட்மெண்டில் கதவோரம் நிற்கிறாள் அமராவதி. அவள் அருகில் தையல் மிஷினைச் சுமந்தபடி புருஷன் நிற்கிறான். ஜவுளிக்கடை மஞ்சள் பையுடன் கூம்பி ஒட்டிய அவள் முகம். பதுங்கிய கண்களில் கேள்விகள். பதில்கள் ஒன்றுமில்லாமல் வெறும் சைகைகளால் பிரிய நேர்ந்தது அவளை.

எஞ்சினைப் பார்த்துத் தலை தெறிக்க ஓடினான். வண்டி ஸ்டேஷனைவிட்டு நகர்ந்து கொண்டிருந்தது. எஞ்சினில் தொத்தி ஏறிக்கொண்டான் பரமுசம். பிடிகம்பியில் தொங்கிய படி பெருமூச்சு விட்டான். இந்த வண்டியிலேயே அவர்கள் வருவதை நம்பமுடியவில்லை அவனால்.

திருமங்கலம் ஸ்டேஷனில் வண்டியை விட்டு இறங்கிப் போய்விட்டாள் அமராவதி. ரயிலடி இரும்பு வேலிகளுக்கு அந்தப் பக்கம் கருக்கிருட்டில் நிறை சூலி புருஷன் மேல் சாய்ந்த அரவணைப்பில் நடந்து போகிறாள்.

அவள் நிறை சூலி. நிறை சூலிக்கு முன்னால் ரெண்டு

கையெடுத்து வணங்க வேண்டும்போல் இருந்தது.

ஏப்ரல் மாதத் தேர்வுகள் முடிந்து கோடைக் காலம் துவங்கியிருந்தது. ஒவ்வொரு ஸ்டேஷன்களிலும் பள்ளி மாணவர்களும் சிறுமிகளும் காத்துக் கொண்டிருக்கிறார்கள்.

வண்டித் தொடரில் விசேஷ கம்பார்ட்மெண்டுகள் இணைக்கப்பட்டிருந்தன. நீண்ட தொடரை இழுப்பதற்கான புதுத்தெம்புடன் 4037 எஞ்சின் மதுரை ஜங்ஷனில் மூச்சு வாங்கிக்கொண்டிருந்தது.

கண்ணாடி ஜன்னல்கள் துடைக்கப்பட்டுப் புது ஒளியுடன் வண்டி நிற்கிறது.

அடே சோனிப் பையா... அங்க என்னடா நிக்கிறே... இங்க வாடா... கரியள்ளி அடுப்பிலே கடாசுலெ... சிலுப்பட்ட நாயிமாதிரி வாலை ஆட்டிக்கிட்டு நிக்காதலே மூதேயி... மூதேயி... என்று கரியாளைக் கூப்பிட்டான் டிரைவர் பரமுசம்.

வண்டி மதுரை ஜங்ஷனை விட்டுக் கிளம்பியது. பள்ளிச் சிறுவர்களும் சிறுமிகளும் கூச்சலிடுகிறார்கள். ஹைய்ய்ய்ய்... யென்ற ஆனந்த அலைகள் வெளியெங்கும் சிதறிஓடுகிறது.

ஒவ்வொரு ஸ்டேஷனிலும் மாணவர்கள் கையசைத்தபடி பிரிந்து செல்கிறார்கள். சின்னச் சின்ன ஸ்டேஷன்கள் சிறுமியின் இதயம்போல் கடந்து போகும். ரயிலின் வரவுக்காகக் கரிபடிந்த ரயில்வேக்காரன் சாவி வளையுடன் காத்துக் கொண்டிருக்கிறான்.

எங்கோதூரத்தில் மறைந்திருக்கும் சொந்தக் கிராமத்தில் மரங்களுக்கு இடுவலில் சாமிகேசவனும் பழத்தோட்டம் ராமசாமியும் வெங்கிட்டம்மாளும் கூப்பிடுகிறார்கள் அவனை... பரமூ பரமூ... என்ற பழைய குரல்கள் புது ஒளியுடன் பாய்ந்து வருகிறது.

பள்ளிக்கூடத்து மண்சுவர்களை ஒட்டி மூணு கெசவால் குரங்குகள் பதுங்கிப் பதுங்கி நகர்ந்தன. சுவரைத் தாண்டிக் குதிக்கவும் செகுட்டு வாத்தியார் கழுத்தை நீட்டி எட்டிப் பார்த்துவிட்டார். டேய் புடி புடி.... சத்தம் விரட்டியது.

பறக்கும் ரெக்கை முளைத்த கெசவால்கள் மாயமாய் மறைந்தன.

தெப்பத்துக்கரைக்கு மேல் மரங்களுக்கு இடுவலில் ஒளிந்து ஒளிந்து ஓடினார்கள். இடுப்பு வளைந்த இரட்டை புளியமரத்தில் வளைந்து நெளிந்துஏறவும் இலைக்கூட்டம் அசைந்தது.

இலைக்கும்பலுக்குள் கசமுசல் சத்தம். பரமுசம் டவுசர் பையிலிருந்து அதை எடுத்துக் கைக்குள் பொத்திக் கொண்டு மர்மமாகச் சிரித்தான். பழத்தோட்டம் ராமசாமியும், சாமிகேசவனும் திகைப்பூட்டும் கண்களுடன் புருவத்தைக் கேள்வி வில்லாக வளைத்தார்கள்.

'அடேய்... பரமு... எலேய்... என்னடாது... ட்டேய்... ட்டேய்.... காம்பிக்கமாட்டியா...' பரமுசம் மரத்திலிருந்து கீழே நோட்டம் பார்த்தான்.

பரமுசம் பெருமூச்சு விட்டுக் கொண்டான். 'எங்க அய்யா வரச்சொல்லி காயிதம் போட்டுருக்காருள்ளா...'

கைகளில் மர்மம் களைந்து கசங்கி வேர்த்த காகிதத்தைப் பிரித்தான். வீச்சு வீச்சாய் நீர் ஊதா எழுத்துக்கள். தண்ணிமை யில் அய்யா எழுதி இருந்தார். எழுத்துக் கூட்டி நகர்ந்தன கண்கள். ஒரே சமயத்தில் ஆறு கண்கள் மூடிமூடித் திறந்தன. மூணு பேரும் நகர்ந்து ஒட்டி உட்கார்ந்து கொண்டு எச்சியை முழுங்கி முழுங்கி வாசித்தார்கள்.

'அடே எப்பா உங்க அய்யா அச்சுச் குண்டா எழுதீருக்காரே...'

பரமுசம் பெருமையுடன் சிலுத்த முடியை ஆட்டிக் கொண்டான்

'எங்கள விட்டு போயிருவியாடா பரமூ....'

சாமிகேசவன் முகத்தைத் திருப்பிக் கொண்டு தெப்பத்து வடகரையில் இருந்த காளியங்கோயிலைப் பார்த்தான். கழுதைகள் மேய்ந்து கொண்டிருந்தன.

பழத்தோட்டம் ராமசாமி பரமுசம் தோளில் கையைப் போட்டுக் கொண்டு 'ஏப்பா... ஏப்பா... நீயி போகாம இருந்துரேன்... நீயி இங்கயே இருடா. நீ போகாட்டி

உங்கய்யா ஒண்ணும் சடைக்க மாட்டாரே....'

பரமுசம் ஆர்வத்துடன் ராமசாமியின் செம்பட்டைக் கண்களைப் பார்த்தான்.

'அதுக்கில்லடா... எங்க தாத்தா தான் போணும் போணும்னு ஆளாப் பறக்காரு.'

'இங்க இருந்தா கழுதைப் பெறட்டு பண்ணிக்கிட்டு இருப்பானப்பா உம்புள்ளை. வீட்டில் நெல்லு களவாங்குரான்... களவாண்டு களவாண்டு படிச்சுப் போயிட்டானப்பா... அதெஎன்ன சொல்ல. ஊர் புள்ளைகளுக்கு பங்கு வெக்கான். தானுந் திங்காம அடுத்தவுகளுக்கு புள்ளையா இருக்கு. இவுக அப்பத்தா அளவுக்கு மீறி பேரனுக்குச் செல்லங்குடுக்கா... நாஞ் சொன்னா கேக்கானா. இவன கூட்டிக்கிட்டு போயிரப்பா..வேல்ச்சாமி'.

'சுத்த வெவரம் கெட்ட ஆளு எங்க அய்யா. தாத்தா சொல்லக் கேட்டு குளிர் காச்சல் வரும்படியா கன்னத்தில் வப்பு வச்சாரு... பாக்கணும்... எங்க தாத்தாவுக்கே திகில் அடிச்சுப் போச்சு....'

'எங்க அப்பத்தா கும்பிட்டுக் கூத்தாடி அய்யாவ தடுத்துட்டா. அன்னிக்கி அவரு மேக்கொண்டும் அடிச்சிருந்தாருன்னா கல்லை கொண்டி எறிஞ்சிருப்பேன். எங்க அய்யா அதொரு மாதிரி ஆளுடா.'

'தாத்தா சொன்னபடி கேக்காதவன் எப்பிடியும் கழுதையாயிருவானே... அப்பிடி இப்பிடின்னு எங்க தாத்தா கோள் சொல்லிட்டாரு.'

ராமசாமியும் சாமிகேசவனும் பரமுசத்தை வாட்டத்துடன் பார்த்துக் கொண்டிருந்தார்கள்.

'நீயேண்டா உங்க கோள் சொல்லித் தாத்தாவ சும்மா விட்ட... எங்கிட்ட சொல்லி இருந்தா ஊட்டிய ஒடிச்சிருப்போம் அவரெ.'

சாமிகேசவன் பரமுசத்தின் தாத்தாவைக் கருவினான்.

'டேய் சாமிகேசா... உன்னையும் எங்க தாத்தா கோள் சொல்லி இழுத்துவிட்டாருடா... சாமிகேசங்கூடச் சேந்துதான். உடனே கழுதையாயிட்டான்.'

சாமிகேசவன் பரமுசத்தைப் பார்த்து முறைத்தான்.

'உங்ககூட நானாடா மொதல்ல சேந்தேன்.... எங்க அக்காளோட ப்பிரண்டுன்னுதானே உன்னோட பேசுனேன்... அப்பறம் நீ தானடா எங்க வீட்டுக்கு வந்து ப்பிரண்டு ஆனே. நானா மொதல்ல ப்பிரண்டு ஆனேன்? நீயி தானடா..'

மனசு குன்னிப்போய் பரமுசம் தலையைக்குனிந்து கொண்டான்.

சாமிகேசவனின் நாடியை பிடித்தபடி, 'டேய்... சாமிகேசா... நான் போயிட்டு வாரண்டா. எங்கூட சண்ட போடாதடா. நான் போகாட்டி எங்க அய்யா கூப்பிட வந்துருவாரு...

அய்யா பொல்லதவருடா. காளியம்மா சத்தியமா திரும்பி வந்திருவேண்டா சாமிகேசா.'

'அதெ எங்கயாச்சும் போயிச் சொல்லு உன் கள்ளச் சத்தியத்தை.'

சாமிகேசவன் கோபத்துடன் முகத்தைத் திருப்பிக் கொண்டான்.

ராமசாமி சாமிகேசவனின் தலையில் குட்டினான் என்னடா... சாமிகேசா... அவந்தான்ஊருக்குப் போயிட்டு, வந்துருவானுள்ள'.

சாமி கேசவன் முகத்தைவெட்டிவெட்டிச் சுழித்தான்.

'டேய் பரமூ... அதோ.... பாரு....சாமிகேசனோட அக்கா வாரா பாரு.'

மூணுபேரும் ஒன்றுபோல் தலையை நீட்டி எட்டிப் பார்த்தார்கள். மரக்கிளைகள் சிரித்து அசைந்தன.

மரத்தடியில் சரிந்து போகும் ஒத்தையடிப் பாதையில் கன்னுக்குட்டியை இழுத்துக் கொண்டு வருகிறாள் வெங்கிட்டம்மா.

தண்ணியைப் பார்த்து துள்ளிக் குதிக்குது கன்னுக்குட்டி. ஆள் வரவும் இலைக் கூட்டத்துக்குள் சத்தம் ஓய்ந்தது வெங்கிட்டம்மா மூக்கை மூக்கை உறிஞ்சியபடி மரத்தை அண்ணாந்து பார்த்தாள்.

கீக்கீ... கீக்கீ... கீக்கீ... என்று கெசவால் குரங்குகள்

மூன்றும் சத்தம் கொடுத்தன.

வெங்கிட்டம்மா கீழே இருந்து கல்லை எடுத்தாள். எச்சிலை தொட்டுக் குறிவைப்பதற்குள் கெசவால் குரங்குகள் கும்மாளம் போட்டுக் கொண்டு உச்சிக் கிளைகளில் ஓடி மறைந்தன. வெங்கிட்டம்மா எறிந்த கல் தண்ணிக்குள் 'தொபக்...' கென்று விழுந்ததும் அலைகள் சிரித்தன.

'வெவ்வெவ்வே... பயந்தோளிப் பக்கடா... பயந்தோளிப் பக்கடா... என்று வக்கணை காட்டியபடி கன்னுக்குட்டிக்கு பின்னால் ஓடினாள்.

வெங்கிட்டம்மா கண்ணுக்குட்டியைத் தேடினாள். அடர்ந்த சீவுப் புதருக்குள் வெள்ளை முயல் ஓடியது. சரசரத்துக் கொண்டே தவ்வித் தவ்வி ஓடியது முயல். மயிலோடையின் ஒய்யாரமான கரை வழியாகப் பரமுசம் வந்து கொண்டிருந்தான்.

வெங்கிட்டம்மா புதருக்குள்ளிருந்து எட்டிப் பார்த்தாள். பச்சைப் புல்லைக் கடித்து அசைபோடுகிறது கன்னுக்குட்டி. கொஞ்சினாள் கன்னுக்குட்டியை.

'கன்னுக்குட்டீ... உனக்கு ஒன்றும் தெரியாது நீ சின்னப் புள்ளை... இந்தப் பச்சைப் புல்லை நன்றாக அசை போட்டுத் திண்ணுவிடு... உன் அம்மா வந்துரும் சீக்கிரத்தில்'

சீவுநாத்துப் புதர் மறைவிலிருந்து மூன்று தலைகள் ஒரே சமயத்தில் எட்டிப் பார்த்தன.

'கண் கசியாதே கன்னுக்குட்டீ...' என்று அவயம் போட்டுக் கத்தினார்கள் மூவரும்.

கன்னுக்குட்டியின் அப்பாவிக் கண்களுடன் மிரண்டு போய் நின்றாள் வெங்கிட்டம்மா.

கீழே கிடந்த பெரிய பெரிய மயில் இறகுகளை விழுந்து விழுந்து பெறக்கினார்கள்.

மயில் இறகை எடுத்துக் கொண்டே தலையைக் குனிந்து பார்த்தாள் வெங்கிட்டம்மா.

கன்னுக்குட்டி தப்பி ஓடியது கரையில் நாலு பேரும் கன்னுக்குட்டியை விரட்டிக் கொண்டு ஓடுகிறார்கள்.

மேட்டுப்பட்டியை விட்டு போக இருந்தான் பரமுசம்,

அவனோடு தாத்தாவையும் அப்பத்தாளையும் கூட அழைத்திருந்தார் அய்யா.

நடுக்காட்டில் ரயில் கற்றாழைகளுக்கு இடுவலில் கிடந்த தூங்கு மூஞ்சி ஸ்டேஷனில் அவன் அய்யா இருந்தார். கட்டாயம் தாத்தாவையும் அப்பத்தாளையும் கூட்டிக் கொண்டு வரும்படி காயிதம் போட்டிருந்தார். வரிக்கு வரி பிரியம் சொட்டியது. கடேசிக் காலத்தில் தாத்தாவையும் அப்பத்தாளையும் வைத்துக் கொள்ளப் பிரியம். முந்திக் காலமே அப்படிச் செய்யாமல் போனதுக்காக வருத்தப் பட்ட வரிகளை எழுதியிருந்தார்.

முழுப் பரீட்சை லீவுகளில் நள்ளி ஸ்டேஷனில் பெஞ்சி யைக் காத்துக் கிடந்த ஞாபகங்கள் உடனே அவனைத் தொற்றிக் கொண்டன.

பணிமனை இருட்டுகளில் ரயில் கரி படிந்து இருட்டாகி விட்ட முகங்கள். அய்யாகூட வேலை பார்க்கும் தர்மராஜ் மாமா, பாலாமணி அண்ணன், தர்மர் மாமா வீட்டு அத்தை, உடைந்த சக்கரங்கள், இரும்புக் கட்டம் போட்ட வேலிகள் எல்லாம் பரமுசத்தை அழைப்பது போல் இருந்தது.

வயதான அப்பத்தாளையும் தாத்தாவையும் கூட்டிப் போவது எவ்வளவு கஷ்டம். எட்டு மைல் ஊடு காட்டுப் பாதையில் நடக்க வேண்டுமே. அவன் மட்டும் போவ தென்று முடிவானது.

எள்ளுக்காட்டுப் பாதையில் வெங்கிட்டம்மாளும் சாமிகேசவனும் ராமசாமியும் வழியை மறித்துக் கொண்டு காத்திருக்கிறார்கள். மேட்டுப்பட்டியை விட்டுப் போவது அவ்வளவு சுலபமில்லை. பிரமிக்கச் செய்யும் மயிலோடை யைக் கடப்பது கஷ்டமானது.

வெயில்சாயும் நேரம் தூரத்தில் தண்டவாளங்கள் இருண்ட கோடுகளாய்த் தெரிந்தன. நள்ளி ஸ்டேஷனில் இருக்கும் தூங்குமூஞ்சி மரங்கள் எட்டிப் பார்த்தன அவனை. பரமுசத்தைப் பார்த்ததும் மாஸ்டர் ரூமிலிருந்து அய்யா ஓடி வந்தார்.

'அடே... பரமுசோம்... ஏலே...' என்று காட்டுக் கூப்பாடு

போட்டார் அய்யா. கீரீசும் அழுக்கும் படிந்த அய்யாவைக் கிட்டத்தில் பார்த்தான்.

'அடே... தாத்தா எங்கடா... அப்பத்தாளைக் கூட்டியாறலை?'

'நீரு போயிக் கூட்டியாரும்...' 'முகத்தைத் திருப்பிக் கொண்டு சொன்னான்.

'ஏன்டா... தாத்தா என்னடா சொல்லிவிட்டாரு?'

'வரமாட்டாஹலாம். கொள்ளி வக்கெ நீயும் உங்க அப்பன் வேல்ச்சாமித் தேவனும் வந்து சேருங்களே' அப்பிடீணுட்டாரு?'

அய்யா இடிந்து போய் நின்றார். எலும்பில் அடிப்பட்ட மாதிரி முதுகைக் கூனினார். அவனுக்கு அப்பாத்தாளை நினைக்க நினைக்க அழுகையாய் வந்தது.

'அடே பரமுசோம் வேண்டாமுடா... ராசா... இந்தக் கட்டை போக வேண்டியது ஊருக்குக் கிழக்கதான்டா இருக்கு உங்கப்பன் கிட்டப் போயிச் சொல்லு.'

'அப்பத்தா, எப்பத்தா... நீயி எங் கூட வா அப்பத்தா. தாத்தா பேச்சக் கேக்காதே. அவுரு வேனா இங்கன கெடக் கட்டும் நீயி வா எப்பத்தா.'

'அடச் சிரிக்கி புள்ளே... நீ தாண்டா போணும். உங்க ஆத்தாக்காரி சண்முக லெச்சிமிகிட்ட சோறு வாங்கித் திங்கிறதுக்கு. விட்டத்துல நாண்டுக்கிரு வேண்டா அய்யா...'

'எப்பத்தா, அப்பிடி அம்மாவ சொல்லாத எப்பத்தா, எங்கம்மா அப்பிடி உன்ன என்ன செஞ்சிது சொல்லு?'

உம்மென்று அப்பத்தா விசாரத்துடன் மோட்டைப் பார்த்தாள், கண்களில் நீர் கசிய. முந்திச் சேலையால் துடைத்துக் கொண்டாள்.

'ரெண்டு பேரும் வராட்டா... கொள்ளிவக்க வரமாட்டன் போ.'

'அடே -என் கன்னுக்குட்டீ இதைக் கேளுடாய்யா. மேட்டுப்பட்டி சுப்பையாத் தேவன் கட்டை இங்கதாண்டா வேகணும். வெந்து பஸ்பமாகணும்...' உங்கப்பனை போகச் சொல்லு பெண்டு சட்டிப் பய. நீயி எம் பேரண்டா.

வாழ வேண்டிய புள்ள நீதான்டா. ராசா. உங்கப்பன் கிட்டே போயிச் சொல்லுடா. சுப்பையாத் தேவனைத் தூக்கிப்போட வந்தாப் போதும்னு அடே... என் அய்யா, அடிக்கொருக்க வந்து போடா' -பரமுசம் விக்கி விக்கி அழுதான்.

'நீயி வராம நான் போவல தாத்தா.'

'அடே... அப்பிச்சி... உன் தாத்தனுக்காக இருக்க வேண்டா முய்யா. நீ போய்யா. நல்லாஇருப்ப, இன்னாரு பேரன். சுப்பையாத் தேவர் பேரன்னு பேரெடுத்தாப் போதுமுடா, நாங்க மண்ணுக்குள்ள போறோமுடா...'

தாத்தாவின் கிழட்டுத் தொண்டை கரகரத்து உடைந்தது. தாத்தா அவனை மடியில் சாய்த்துக் கொண்டு தலையைத் தடவிக் கொடுத்தார். நெஞ்சுத் தடம் விம்ம விம்ம அப்பத்தா ஆழ்ந்த மௌனத்தில் திருணையில் படுத்துக் கிடந்தாள்.

'எத்தனையத்தான் சொன்னாலும்... நம்ம மார்பில் கிடந்து வளர்ந்த புள்ளை' என்று அப்பத்தா வாய்க்குள் புலம்பினாள்.

ஒவ்வொரு நாளும் நள்ளி ஸ்டேஷனுக்கு வரும் முறுக்கு விற்கும் கிழவனைப் பார்த்து அழுதான் பரமுசம். முறுக்குத் தாத்தா... தடவித் தட்டளிந்து பிளாட்பாரம் நெடுகக் கால்களை உரசுகிறார். கைத்தடி, சத்தம் போட்டுக் கூவியது. முருக்கே... முருக்கே.... முருக்கே.

நேர்கோடுகளாய் நீட்டிக் கிடந்த தண்டவாளங்களைத் தாண்டி அந்தப் பக்கம் இரும்பு வேலிக்குள் வீடு. கருப்பு பெயிண்ட் அடித்த தகரக் கூரை மேல் காற்று அலறுகிறது என்னேரமும், வீட்டுக்குள் அய்யா வேட்டி சட்டை தொங்கிக் கொண்டிருந்த இடத்தில் அம்மா படுத்திருந்தாள்.

அடே தங்கம் பரமு, அலையாதடா கண்ணு! அம்மா செத்துப் போயிருவண்டா! உன்னால தாண்டா அம்மா உயிர் வச்சு இருக்கேன். அம்மாவின் கீச்சுக் குரலைக் கேட்டுக் கொண்டு, அம்மா பக்கத்தில் இருந்தான். அய்யாவை விட ரொம்ப வயசு குறைஞ்ச அம்மாவின் முகம் கூம்பி ஒட்டி உணர்ந்து போயிருந்தது.

சீக்காளி அம்மாவின் தலைமாட்டில் உட்கார்ந்து கண்

களில் பிரியம் சொட்ட ஏக்கத்துடன் பார்த்தான் அம்மாவை.

உள்ளான் குருவிகள் அம்மாவின் கீச்சுக் குரலில் கூப்பிடும். பிளாட்பாரம் நெடுகிலும் தூங்குமூஞ்சி மரங்களில் உள்ளான் குருவிகள்.

தாயும் மகனும் கருப்புக் கட்டம் போட்ட ரயில் வேலியில் சாய்ந்து, பிளாட்பாரத்தையும் தூங்குமூஞ்சி மரங்களையும் பார்த்துக் கொண்டிருக்கிறார்கள்.

அம்மா... அய்யா இப்ப வந்துரு வாருள்ளம்மா? ஆமடா தங்கம். தூத்துக்குடி மெயிலில் வந்துருவாருடா. பணிமனை இருட்டுகளில் இருந்து வெந்து கறுத்துப் போன முகத்துடன் அய்யா வருவார். காட்டமான பீடியைக் கன்னம் குழிய இழுத்து ஊதியபடி தண்டவாளங்களைத் தாண்டி வருவார்.

இரவு நேரக் கேட் கீப்பராக இருந்த தர்மர் மாமாவும் அய்யாவும் ஜோடியாக இறங்கி வருகிறார்கள்.

தண்டவாளங்களின் ஓரத்தில் உடைந்த சக்கரங்களும், வெடித்துத்தெறித்த இரும்புத் தளவாடங்களும், துண்டு துக்காணிகளும் அம்பாரமாய்க் குவிந்து கிடக்கிறது. வீட்டுக்குப் பின்னால் இருந்த மண் மேட்டில் தர்மர் மாமா வீடு இருந்தது.

தர்மர் மாமாவின் கருநீலச்சட்டையும், எஞ்சின் அழுக்குப் படிந்த டவுசரும் அவன் கையைப் பிடித்து வீட்டுக்கு அழைத்துக் கொண்டு போனது.

‘மருமகப் புள்ள, வெக்கப்படாம வாருங்கையா. உங்க அத்தக்காரி மருமகனப் பார்க்கணும் பார்க்கணும்னு ஆளாப் பறக்கா.’

தர்மர் மாமாவுடைய சொந்த மருமகப் பிள்ளையாகி விட்டான் பரமுசம். தர்மர் மாமா வீட்டில்தான் அந்தப் பெண் குரங்கு இருந்தது. இவனுக்குப் பிடிக்கவே பிடிக்காத இஞ்சிதிண்ணிக் குரங்கு அது. இவனைப் பார்த்ததும் உர் உர் ரென்ற முகத்தைக் கொண்டு சீறியது.

அய்யாவும் தர்மர் மாமாவும் சேர்ந்து அந்தக் குரங்குடன் பள்ளிக்கூடத்துக்கு அனுப்பி வைத்தார்கள் அவனை.

நள்ளி பள்ளிக்கூடம் ஸ்டேஷனை விட்டு ரொம்ப

தூரத்தில் இருந்ததால், அந்தக் குரங்குடன் போக வேண்டிய தாயிற்று. எங்கே சள்ளு புள்ளென்று கடித்துவிடுவாளோ என்று பயந்து கொண்டிருந்தான் பரமுசம்.

ரயில்வே கேட்டுக்கு அந்தப் பக்கம் வளைந்து சரிந்த மேட்டுத் தெரு. மேட்டுத் தெருவின் முடுக்கில் லைபிரரி இருந்தது. அங்கு பொன்னுத்தாயி டீச்சர் இருந்தாள். லைபிரரி டீச்சர் அவள்.

எந்த நேரமும் புத்தகங்களை அடுக்குவதே வேலையாக இருந்தாள். புத்தகங்களுக்கு அட்டை போட, நம்பர் ஒட்ட, அன்பளிப்பு புத்தகங்களுக்கு ஆள் பிடிக்க, கிழிந்த பக்கங்களை எடுத்துப் பக்கம் மாறாமல் சேர்த்து வைக்க, ஊசி நூலால் புத்தகங்களைத் தைத்துக் கோந்து தடவி ரேப்பர் ஒட்டி சிகப்பு மையினால் அச்சுக் குண்டாக பேர் எழுதி, திரும்பத் திரும்ப அந்த எழுத்தைப் பார்த்து உருகினாள் பொன்னுத்தாயி டீச்சர்.

தர்மர் மாமா வீட்டுப் பெண்குரங்கு புஸ்தகத்தின் ஒரே பக்கத்தையே விரித்துப் பிடித்தபடி புத்தகத்தின் மேல் பக்கம் கூடி எட்டிப் பார்த்தாள். அப்போதும் பொன்னுத் தாயி டீச்சர் புத்தக இடுக்குகளில் சிக்கிய மூட்டைப் பூச்சிக் குஞ்சுகளைத் தேடித் தட்டளிந்து கொண்டிருந்தாள்.

இப்போது தான் குகை வாசலைவிட்டு வெளிவந்த பூதத்தைப் போல் வெட்டி வெட்டிச் சிரித்தான் பரமுசம்.

உடனே பொன்னுத்தாயி டீச்சருக்குச் சீறிக் கொண்டு வந்த கோபத்துக்கு ஆளானான்.

அடே... பரமுசம்... உஸ்ஸ்ஸ் சென்று வாயில் விரலை வைத்து, இரு... இரு... உன்னை... என்று அதட்டினாள். பரமுசம் வாயைப் பொத்திக் கொண்டான். தர்மராஜ் மாமா வீட்டுப் பெண்குரங்கு அவனை முறைத்தாள்.

இந்தப் பெண்குரங்கின் கோபப் பார்வைக்கு ஆளானதால் முகம் சுண்டிப் போனது பரமுசத்துக்கு. எங்க போனாலும் விடமாட்டீங்காளே சி.ஐ.டி. குரங்கு.... என்று மனசில் திட்டினான்.

லைபிரரியில் இருப்பதே உறுத்தியது. 'ராட்சஸ குகை'

புத்தகத்தை பெஞ்சிமேல் போட்டுவிட்டு எழுந்தான். பெஞ்சுக்கு அடியில் கூடி நுழைந்து, இந்தப் பக்கம் வந்து அவளை இடித்துக் கொண்டு வெளியேறப் போனான்.

எடுத்த எடுப்பிலேயே 'என்னடா பன்னி'... என்றாள்.

இவன் உடனே, 'போடி கழுதை நாய் நரி நந்தாங்குழி'... என்றான் தொடர் அடுக்காக.

அந்த இடத்திலேயே அவர்களுக்குள் கைகலப்பு நடந்தது. அவள் உடனே இவனது அட்டுத் தலை முடியைப் பிடித்து ஆட்டினாள். இவன் உடனே அவள் கையைக் கடித்து விட்டான. 'ராட்ஸச குகை' புத்தகத்தில் வரும் பூதத்தைப் போலவே.

அவள் பலமாய்க் கதறிவிட்டாள்.

புத்தக ரேக்குகளுக்குள் சிக்கியிருந்த மூட்டைப்பூச்சி யைப் போல் சிரமப்பட்டுத் தான் பொன்னுத்தாயி டீச்சர் அவசர அவசரமாய் வாசலுக்கு ஓடிவந்தாள்.

இதற்குள் அவன் தண்டவாளங்களைத் தாண்டி வீடு போய்ச் சேர்ந்திருப்பான்.

லைபிரரியில் நடந்த போரில் ஏற்பட்ட விழுப்புண் ரொம்ப நாள் ஆறவில்லை. அவன் அய்யாகூட அவனைக் கண்டிக்கவில்லை.

தர்மர் மாமாதான் கேட்டார்.

'மருமகப் புள்ளே, என்னங்கிறேன் அமராவதிய கடிச்சிப் புட்டீரு.... ரெண்டு பேரும் ஒண்ணு சேர மாட்டிங்களோ? உங்க அத்தக்காரி என் மண்டையப் போட்டு உருட்டுறா?'

தர்மர் மாமா செல்லமாய் தலையைத் தடவிக் கொடுத்த படி 'இனிமேல் கடிக்கக் கூடாது. அப்படிச் செய்யக் கூடாது. என்ன...' கொஞ்சினார்.

மஞ்சள் வெயில் அடிக்க, சிறு தூறலாய் மழை விழுந்த சாயந்திரத்தில் நாயும் பூனையும் ராசியாகிவிட்டன. பொன் எழுத்துக்களால் பொறிக்க வேண்டிய சங்கதி என்று அய்யா சிரித்தார்.

அமராவதியின் கையைப் பார்த்தான். பழுத்துச் சாயம் போன ரப்பர் வளையல்களை ஒதுக்கி,.கடித்த இடத்தைத்

தொட்டு 'இனிமே அப்டிச் செய்யல அமராவதீ' என்றான்.

அந்த வடு அவளோட எத்தனை குணங்களை மாற்றியது. எவ்வளவு பெரிய கோட்டைகளை எழுப்பியது. நள்ளி ஸ்டேஷனில் தூங்குமூஞ்சி மரங்களுக்கு அடியில் நடந்த அப்பாம்மா விளையாட்டில் பிறந்த பன்னிரண்டு கல்லுப் பிள்ளைகளைக் காப்பாற்றுவதற்கு அமராவதி எவ்வளவு கஷ்டப்பட்டாள். அவளது பொறுமையைப் பூமிதான் தாங்குமா? அவனிடம் அமராவதி வாங்கிக்கட்டிய வசவு களைக் கேட்டுத் தூங்குமூஞ்சி மரங்களே முழித்துவிட்டன.

ரயில் பாலத்துக்கு அடியில் ஓடும் உப்போடை மணலில் வாழ்க்கை துவங்கியது. காடை, கவுதாரி, கல்குருவி, கூட்டங் கூட்டமாய் வந்த படகுருவிகள் எல்லாவற்றுக்கும் மணல் சோறு படைத்து கல்யாணம் நடந்தது. காட்டாறு பெருகி ஓடிய அவர்களின் நேச வெள்ளத்தால் ரயில் தண்டவாளங் களே தகர்ந்துவிடும் போல் இருந்தது. வெள்ளம் ஓடிய தடங்கள் மணலில் பதிந்து கிடக்கிறது. அதைப் பார்த்து ஒவ்வொருமுறையும் வெட்கப்பட்டுக் கொண்டாள் அமராவதி. அவர்களுக்கு இடையில் வந்த குடும்பத் தாவாக் களைக் கடவுளாலும் தீர்த்துவைக்க முடியவில்லை. பள்ளிக் கூட நாட்களில் அவர்கள் பேசிக் கொள்வதே இல்லை.

பரமுசம் அவளுக்காகப் பாழடைந்த கிணறு ஒன்றைக் கண்டு பிடித்தான். ஆள் புகா கிணறு அது. அழுகிப் பாசி நாறும் தண்ணீரே ஆனாலும் அதன் பச்சை நிறத்தில் எவ்வளவோ அவன் மனசு ஈடுபட்டிருந்தது. தண்ணி கட்டிக் கிடந்த கம்மாய்க் கிடங்குகளை இறைத்து இறைத்து இடுப்பு ஒடிந்து போனான். மஞ்சள் நிறத்தால் ஆன சிலேபிக்கெண்டை மீன்களைக் கொண்டு வந்து கிணத்தில் நீந்தவிட்டான். எங்கிருந்தெல்லாமோ மீன்களைத் திருடிக்கொண்டு வந்தான். தண்ணீரின் மேல் மட்டத்தில் குஞ்சு மீன்களைப் பார்த்துப் பார்த்து பாப்பாக் குஞ்சு என்றான். ஒவ்வொரு மீனிடமும் அமராவதியைப் பற்றிச் சொல்லிக் கொண்டான் பரமுசம்.

பாழடைந்த கிணத்தில் எதை எதையோ கட்டி மிதக்க

விட்டிருக்கிறான். இருண்ட காரைச் சுவர்களின் வழியே படிகள் இறங்கிச் செல்லும் கிணத்துக்குள். உள்ளே தண்ணீரின் விளிம்பை ஒட்டித் திண்டு இருந்தது. அதில் தான் பகல் பூராவும் உட்கார்ந்து பள்ளிக் கூடத்தை விட்டுத் தப்பினான்.

அமராவதியைக் கட்டாயமாகக் கூட்டிக் கொண்டு வரவேண்டிய நாளும் வந்தது. அந்த நாளில் அவள் வரவே மறுத்து விட்டாள். கெஞ்சிக் கெஞ்சிதான் அவளைத் தாங்கித் தடுக்கிக்கிணத்துக்குக் கூட்டிக் கொண்டு வந்தான்.

ரயில் பாலத்தைக் கடந்து ஓடும் உப்போடையின் கிளை வழியாக நடந்தார்கள். எங்கும் மார் மாராக முள்ளுமரங்கள். மரங்களுக்கு இடுவலில் நடந்தார்கள். கம்மாக் கரை மேல் ஏறி நின்று அதோ... பாரு அந்த இடத்தில்.... என்று விரலை நீட்டிக் காட்டினான் பரமுசம். தயங்கித் தயங்கி நடந்தாள் அமராவதி. வரப்புகள் கால்களைத் தடுக்கின. மரங்கள் இடைமறித்தன. தாண்டு தாண்டு என்று குதித்தான் பரமுசம்.

நடுமதிய வேளை. தலைக்குமேல் சூரியன் கதிர்களை நீட்டிச் சிரித்தான். அவர்கள் என்ன செய்யப் போகிறார்கள் என்பதைப் பார்க்கும் ஆசையுடன் கூடவே நகர்ந்தான் சூரியன். கிணத்துக்கு மேல் இருந்து எட்டிப் பார்த்தான்.

தனது மாபெரும் ஒளி மிகுந்த கதிர்களை நீட்டி ரொம்பச் சாதாரணமாகக் கிடந்த தண்ணீரைத் தொட்டுப் பச்சைப் பொன்னாக்கி விட்டான். தங்கத் தகடாகி விட்டது எல்லாம். கிணத்துக்குள் எல்லாம் பொன் மீன்கள். ஆனந்தத்தால் அமராவதி, பொன் மீன்களின் ஒளிக் கரணத்தால் பிரமித்து நின்றாள். வேறுஎங்கும் காண முடியாத கொள்ளை அழகு. நம்பவே முடியவில்லை அவளால். வைத்த கண் வாங்காமல் பார்த்தாள். மயக்கும் வித்தை கற்றிருந்த மீன்கள் அவளை வாவா... வா என்று அழைத்தன. பரமுசத்தின் கையை இறுகப் பற்றிக் கொண்டாள். எல்லாம் உன்னுடைய மீன்கள்தானா... நிஜம்மாத்தானா... என்று கேட்பது போல் அவனைப் பார்த்தாள். எல்லாம் விந்தை. அலைகள் சுவர்களில் தத்தித் தத்தி இளைக்கிறது. மூச்சு இரைத்தபடி

அவனைப் பார்த்தாள். என்ன வந்தது இன்று... கிணத்துக்குள் விழுந்துவிடவா நான்.

அவளது கண்களில் இருந்து மின்னல் வெட்டி வெட்டிக் கூசியது. அவள் கண்களை நம்ப முடியாமல் பார்த்துக் கொண்டிருந்தான் பரமுசம்.

கை நடுங்க நடுங்க அவளை ஒட்டிக் கொண்டு நின்றான். முகம் சிவந்தது. வெட்கம் பிடுங்கித் திங்க மூக்கு நுனி விம்மியது. கெஞ்சினாள். உடம்பு கொதித்தது. அங்கு இருக்க முடியாது இனி. அவனிடம் விடைபெற்றுக் கொள்ளவும் முடியவில்லை.

மேகத்தின் நிழல்கள் உருண்டன. சூரியன் மூடியது. திரும்பவும் ஒளி மிரட்டியது. மிரண்டுபோன கன்னுக்குட்டியாய்த் துள்ளி ஓடினாள் அமராவதி. கம்மாய்க் கரைக்குமேல் கருவமரங்களுக்கு இடுவலில் அவளை விரட்டிக் கொண்டு ஓடினான் பரமுசம்.

ரொம்ப நாளைக்கு மேட்டு வீட்டில் நார்க் கட்டிலில் படுத்துக் கிடந்தாள். வீட்டில் தர்மர் மாமாவும் அத்தையும் பயந்து போனார்கள். அமராவதிக்குக் காய்ச்சல் என்று கேள்விப் பட்டான். அவளைப் பார்க்கப் போகவில்லை. அவள் வீடு இருந்த திசையைப் பார்த்தபடி தன் உசார் இல்லாமல் திரிந்தான். தர்மர் மாமா அவனை வீட்டுக்குக் கூப்பிட்டார். கால் வரவில்லை.

அவன் அய்யா லொங்கு லொங்கென்று கூனிய முதுகுடன் வந்து அவனைக் கூப்பிட்டார்.

'என்னலே ஒரு மாதிரியா மூஞ்சிய வச்சிருக்கே...' பரமுசம் வாய் செத்தவனாக வாட்டத்துடன் தலையைத் தூக்கி அடித்தொண்டையில் 'என்ன-' என்று கேட்டான்.

'என்னலே மூதி பொண்டாட்டியப் பறிகொடுத்தவன் கெனக்கா சிணுக்காட்டம் போடுதே... போலே எந்திரிச்சி. உங்க தாத்தன் சொன்னது சரியாப் போச்சுல்லே... கழுதையா ஆயிட்ட பாரு.'

அய்யா அவன் கையைப் பிடித்துக் கூட்டிக் கொண்டு தண்டவாளங்களைத் தாண்டினார்.

இற்று நரம்பாகிப்போன அம்மா அவனைப் பார்த்து அழுது கொண்டிருந்தாள்.

'என்னடி சம்முகலெச்சிமி, நீயி வேறெ அழுவுற யாக்கும்... அழுகு மூஞ்சிக் கழுதைகளை வச்சு வீட்டத் தீவெக்க வேண்டியதான்.' அய்யா சாப்பாட்டைப் பாதியில் வைத்து விட்டு வீட்டை விட்டு வெளியேறினார்.

அய்யா போனபிறகு அம்மா அவனைக் கட்டிப்பிடித்துக் கொண்டு கேவிக் கேவி அழுதாள்.

அவனுக்கு அம்மா மேலும் அய்யா மேலும் எரிச்சல் எரிச்சலாய் வந்தது.

அமராவதி வெளியே வரமுடியாமல் முளைப்பாரிப் பயிராக அரங்கு வீட்டுக்குள் இருந்தாள். பழைய கந்தல் சாக்குத்திரைக்குள் ஒளிந்திருக்கிறாள். இருண்ட மச்சு வீட்டுக்குள் ஒளிபரவும் குத்து விளக்காகக் களிம்பு ஏறாமல் துடைக்கப்பட்டு மஞ்சளாக எரிந்து கொண்டிருந்தாள்.

பரமுசம் மேட்டு வீட்டுக்குப் பின்பக்கமாகப் போய் ஜன்னல் இடுக்கு வழியாக எட்டிப் பார்த்தான். கந்தல் சாக்கு இடுக்குகளில் ஒளி கசிந்தது. பொம்பளைகள் கூட்டமாக வந்து திரையை விலக்கிப் பார்த்தார்கள் அவளை. வெட்கம் புடுங்கித் திங்கவளையல் குலுங்கப் பொத்திக்கொண்டாள். பொம்பளைகள் அவள் கையைப் பிடித்து இழுத்து முகத்தைப் பார்த்தார்கள். எம்மா... பொண்ணு-பெரிய மனுசி ஆயிட்டயாக்கும் என்று குதூகலத்துடன் சிரித்தார்கள்.

அரும்பு விட்டுத் தண்டும் தளிருமாக இருந்தாள் அமராவதி. மச்சு வீடே மஞ்சள் நிறத்தால் ஆனது. அவளைப் பார்க்க வந்திருந்த பொம்பளைகள் உடம்பில் மஞ்சள் ஒட்டிக் கொள்ளும். அவள் முகத்தில் புது தளிர். அமராவதி கைவிரல்களில், விரல் நகங்களில் வேப்பங் கொழுந்தின் கனிவு. தர்மர் மாமாவும் அத்தையும் தாம்பளமும் குங்குமச் சிமிழுமாக வீட்டுக்கு வந்து அய்யாவையும் அம்மாவையும் கூட்டிக்கொண்டு போனார்கள்.

மாமா முகத்தில் புதுத்தெம்பு. மாமா ஊக்கத்துடன் பிளாட் பாரத்தில் நின்று கொண்டிருக்கிறார். அய்யாவும்

மாமாவும் விழுந்து விழுந்து சிரிக்கிறார்கள்.

'ஏ தருமா... என்னப்பா, பொண்ணைக் கட்டிக்கிட்டு ஓடியிரப் போறான் என் மகன்.'

'யோவ்... வேல்ச்சாமித் தேவரே... என் மருமகனை உம்ம மாதிரி நெனைச்சீராவே.'

'சரிய்யா.... சரிய்யா உம்ம மருமகனை நீரே மெச்சிக் கிடும். எப்பிடி இருந்தாலும் உன் மகளுக்கு நாந்தானவே தாய் மாமன்...ரயில்வேக்காரங்க பூராவுந்தான் சொந்த பந்தம். ஏ... தருமா இன்னைக்கு சொல்லுததுதான் தருமா... உம் மகளை பரமுசத்துக்குன்னு நிச்சயம் பண்ணியாச்சுவே... என்னைக்கும் அமராவதி என் மருமஹதானப்பா.'

'உம்ம வாக்கு அனல் வாக்காப் பலிக்கட்டும்யா... வேல்ச்சாமித் தேவரே...'

அவர்கள் ரெண்டு பேரும் சிரித்துக் கொண்டே போகிறார்கள். தூங்குமூஞ்சி மரங்களில் புதிய புதிய பறவைகள் விசிலடிக்கின்றன. பூக்கள் விழுந்த மயமாய் இருக்கிறது. பரமுசம் வெட்கத்துடன் ஓட்டமாய் ஓடினான். தண்டவாளங்களைத் தாண்டித் தாண்டி மேட்டு வீட்டுப் பின்பக்கமாகப் போய் ஜன்னலைத் திறந்து சிரித்தான். சுவர்கள் சிரித்து அதிர்ந்தன.

மதுரைஜங்‌ஷனில் பல வருஷம் பார்த்துக் கொண்டிருந்த தூங்கு மூஞ்சி மரங்கள், இரும்புக் கிராதிகள், உடைந்த இரும்புக் குவியல்கள், இரும்பு வேலிக்கு நடுவில் இருந்த தகரவீடு எல்லாவற்றையும் உடனே பிரியவேண்டியதா யிற்று. கட்டாயமாகக் கிளம்ப வேண்டும்.

தர்மர் மாமா வீட்டில் பசுஞ்சாணம் மெழுகிய அரங்கில் சின்னச் சிம்னி விளக்கு ராப்பாடம் படிக்கிறது. அவர்கள் நாடியில் கை வைத்தபடி விளக்கு அசைவதையும் கதகதப் பான மஞ்சள் ஒளி மனசுக்குள் பாய்ந்து இறங்குவதையும் புது உணர்வின் தகிப்புடன் வாங்கிக் கொள்வார்கள். மனப்பாடம் செய்து வைத்த ஒரே செய்யுளை மாற்றி மாற்றி ஒப்பித்தபடி விளக்கைத் தூண்டுவார்கள். தலையில் குட்டு வாங்கியபடி வீல்... லென்று அமராவதிக் குரங்கு அழத்

தொடங்குமுன் தர்மர் மாமாவிடம் பாய்ந்து ஓடிக் குற்றப் பத்திரிகை தாக்கல் செய்வான். இனி ஒரு நாளும் அந்த மஞ்சள் கதகதப்பான சிம்னி வெளிச்சத்தை அவனால் பார்க்க முடியாது.

புறப்பட இருந்த நாளில் தர்மர் மாமாவும் அத்தையும் விருந்துக்குக் கூப்பிட்டார்கள். அமராவதி அத்தைக்குப் பின்னால் பதுங்கிப் பதுங்கி நின்றாள். கொசு கொசுவென்று இலைகள் உரசுவதைப் போல் பேசிக் கொண்டிருந்தாள்.

அய்யாவும் மாமாவும் வெளித்திருணையில் ஏப்பம் விட்டு வெத்தலையைத் தடவித் தடவிப் பிரிவை ஆற்ற முடியாமல் உருகி வழிந்தார்கள். அவள்பூனைக்குட்டி மாதிரி உடம்பை நெளித்து அடிக்கடி உடம்பை திருப்பிப் பார்த்தாள் அவனை. பாத்திரங்களை உருட்டிய படி அம்மாவும் அத்தையும் பேசிச் சிரிக்கிறார்கள்.

இவனைப் பார்க்கக் கூச்சப்பட்டு பின் கட்டுக்குப் பாய்ந்து ஓடினாள். அந்த முய்ய்ய்ய்யாவ் குட்டிக்குப் பின்னால் துரத்திக் கொண்டு ஓட நினைத்தான். முடியவில்லை.

அரங்கு வீட்டில் சாணம் மெழுகிய தரையை உற்றுப் பார்த்தபடி தலையைக் குனிந்து கொண்டான் பரமுசம். ஆழாங்கால் பலகையில் அடுக்கியிருந்த வெங்கலப் பாத்திரங்கள் ஒவ்வொன்றிலும் அமராவதி அமராவதி... யென்று உளி வெட்டியிருந்தது. ஜன்னலில் அவளது புஸ்தகங்கள். கண்ணாடி டம்ளரில் நிறையப் பேனாவும் பென்சில்களும் திணுசு திணுசாக ஹேர் பின்களும், நோட்டுக்கு மேல் இருந்த பச்சைக் கலர் 'சுவான்' ஜாமிட்ரி பாக்ஸைச் சத்தமில்லாமல் திறந்தான். பூனைப் படம் போட்ட சிகப்பு அழிரப்பரை எடுத்துப் பைக்குள் போட்டுக் கொண்டான்.

கணக்கு நோட்டை எடுத்து முதல் பக்கத்தைத் திறந்தான். T. அமராவதி 10 'பி' என்று எழுதியிருந்தது அதில். அதுக்குப் பக்கத்தில் ஊதா மையினால் T. அமராவதி என்று திரும்பவும் அச்சுக் குண்டாய் எழுதியபடி உற்றுப் பார்த்தான். குழக்... கென்று கண் பொங்கியது. நோட்டில்

ஒரு சொட்டு நீர் விழுந்து மையில் வடிந்தது. எழுத்து அழியாதபடி பக்கத்தைத் துடைத்து அதை இருந்த இடத்தில் வைத்தான். மனசு விம்மிக் கொண்டிருந்தது.

வடக்கே போகவேண்டிய வண்டிக்காகக் காத்திருக் கிறார்கள். பிளாட்பாரத்தில் சாவி வளையுடன் தர்மர்மாமா, அவர்கள் கிளம்ப வேண்டிய வண்டியை எதிர் பார்க்கிறார். அய்யா மாமாவோடு பேசிக் கொண்டிருக்கிறார்.

இருண்ட தகரவீட்டை அம்மா பூட்டியபோது ஏற்பட்ட உணர்வுகள் அவன் நெஞ்சில் தட்டிக் கொண்டிருக்கிறது இன்னும்.

மேட்டு வீட்டின் தட்டிக் கதவில் முகத்தை ஒட்ட வைத்துக் கொண்டு நிற்கிறாள் அமராவதி. அவளது தகிப்பு நிறைந்த பார்வையை நேருக்கு நேராக வாங்கிக் கொள்ளத் தெம்பில்லாமல் அம்மாவைப் பார்க்கிறான் பரமுசம்.

தண்டவாளங்களில் கிடுகிடுப்பு ஓசை. பெருமூச்சு விட்டபடி தூத்துக்குடி மெயில் வந்து கொண்டிருந்தது.

பெண்கள் கம்பார்ட்மென்டில் ஜன்னல் ஓரம் அவனும் அம்மாவும். அய்யா வாசல்படியில் நின்று மாமாவுக்கு விடை கொடுத்துக் கொண்டிருந்தார்.

ஜன்னல் கம்பிக்கு வெளியில் எட்டிப் பார்த்தார்கள், தாயும் மகனும். தட்டிக் கதவில் சாய்ந்த முகமும், தகர வீடும், இரும்பு வேலிகளும் மெல்ல நகர்ந்து கொண்டிருக் கின்றன. கரிப் புகை கண்களில் அடித்து மூண்டது எங்கும். இரைந்து மூச்சு விட்டபடி வண்டி போய்க் கொண்டிருந்தது நள்ளி ஸ்டேஷனை விட்டு.

எத்தனை வருஷமானாலும் நேற்று நடந்த மாதிரி இருந்தது எல்லாம். என்றோ ரத்தாகி விட்ட தூத்துக்குடி மெயில் இன்னும் நெஞ்சில் நகர்ந்து கொண்டிருக்கிறது.

தொலைந்து போன நாட்களின் பின்னாலிருந்து இருளில் மறைந்த கோடுகளில் பயணமான தூத்துக்குடி பாசஞ்சர் கூப்பிடுகிறது அவனை.

'பரமுசோம் அடேய் முட்டாள். உறங்காதலே மூதேயி... ஏண்டா இப்பிடி தன் மதியில்லம இருக்கே...' கரியள்ளி

அடுப்பில கடாசுலே...' என்ற அதட்டலுக்குப் பின்னால் முதுகில் விழுந்த தடால் அடிகளை வலி நிறைந்த சிரிப்போடு ஏற்றுக் கொண்டான். எஸ்.எம். தேவரின் உத்தரவுக்குப் பின்னால் நிலக்கரிப் பாறையைத் திடீர் திடீர் என்று சம்மட்டியால் உடைத்து வெறியுடன் எரிந்து கொண்டிருக்கும் அடுப்புக்குள் கடாசினான் பரமுசம்.

மண்ணை வெட்டி வெட்டி எடுத்த எத்தனை கரிச்சுரங்கங்களை விழுங்கிய போதும் ஆவல் தீராது எஞ்சினுக்கு. அகன்ற வாயைத் திறந்து தீ நாக்குளை நீட்டி நீட்டிப் பரமுசத்தின் தளிர் முகத்தை வெந்து கருத்துப்போக வைக்கும். தீயிடம் பழகிப் பழகி இறுகி வரும் முகம். அவனைச் சுற்றித் தீ அசைகிறது எங்கும். முகத்தில் தெறித்து விழுந்த கங்குகளை அலட்சியமாகத் தட்டிவிட்டான் பரமுசம்.

4037 எஞ்சினும் எவ்வளவு தூரத்துக்குப் பழகிவிட்டது. கரித்துணியால் தலைக்கு வண்டு கட்டிப் பெரிய இரும்பு அகப்பையுடன் எஞ்சினில் நின்று கொண்டிருந்தான் பரமுசம்.

டிரைவர் எஸ்.எம். தேவர் இறந்த கால ராணுவ சர்வீசின் வீரஞ்செறிந்த பராக்கிரமங்களை ரயிலின் கடகடப்புடன் சொல்லி வருவார். அவர் பேசும்போது அவரது சில்லு மீசை துள்ளித் துள்ளி மூக்கை எவ்விக்குதிக்கும். ராணுவ சர்வீசில் பழுதாகிப் போன உடுப்புகளை மதிப்பு மிகுந்த பொக்கிஷமாகக் காத்து வருகிறார். டூட்டி நேரங்களில் ஒட்டுப் போட்டுத் தொய்ந்த ராணுவப் பச்சையுடன் தோன்றுவார்.

'பரமுசோம்... இதெ நீ வச்சுக்கோ' இது பெரிய்ய ஜவான்கள் போட்டுப் பழசாக்கியது. இதெ நீ வச்சுக்கோ ராசா' என்று பெரிய தாத்தாச் சட்டையைப் பரிசளித்தார் எஸ்.எம். தேவர். அதைப் போட்டுத் திரிய வெட்கமாக இருந்தது அவனுக்கு.

பனியடிக்கிற ராத்திரிகளில் அதைப் போட்டுக் கொண்டால் அவருக்குப் பெருமை தாங்காது. ரயிலின் இரைச்சலுக்குள்ளிருந்து 'தாத்தா...' என்று குளிர் நடுக்கத்

துடன் கத்துவான். 'டேய்... டேய்...' என்று குதித்தபடி எதிர்க்குரல் கொடுப்பார் எஸ்.எம்.தேவர்.

எஞ்சினை வேக வேகமாக, போருக்கு முஸ்தீபு செய்வது போல, காட்டுத்தனமாய் முடுக்கும்போது எந்திர கதியில் இயங்கும் அவரது அங்க அசைவுகளின் வெகுளித்தனமான அபிநயங்களை உற்றுக் கவனித்துக் கொண்டிருப்பான் பரமுசம்.

கைவாக்கில் இவன் முதுகில் படீரென்று போடுவார் உடனே முடுக்கி விடப்பட்ட எந்திரமாய்க் கரியை வாரி வாரி இறைத்துக் கொண்டிருப்பான். இன்னொன்று முதுகில் பலமாய் விழும். 'நிறுத்துலே.... மூதி நிறுத்து' என்று ரிப்பேரான சக்கரம் போலக் கடகடவென்று சிரிப்பார்.

செல்லத் தாத்தா எஸ்.எம். தேவர் அவனை ரொம்ப விரைவில் கரிச் சுரங்கத்திலிருந்து வெளி உலகுக்கு அழைத்து வந்தார்.

எவ்வளவோ தூரம் ஓடிக் களைத்து விட்ட 4037 எஞ்சின் மதுரை ஜங்ஷனில் நின்றிருந்தது. மதுரையில் வைத்துத்தான் அவன் அவளை முதல் முதலில் சந்தித்தான். கருகருத்து அடர்ந்த புருவங்களைச் சுழித்துக்கொண்டு அவனைப் பார்த்தாள். வெத்தலைக் காவி உடனே சிரித்தது. ப்புரிச்... சென்று எஞ்சினைப் பார்த்துத் துப்பிவிட்டு உதட்டைப் பிதுக்கிச் சீண்டினாள் அவனை.

எஞ்சினுக்கு முன்னால் வந்து கையிலிருந்த கரிப் பெட்டியை ஆட்டி ஆட்டிப் பேசினாள்.

எஸ்.எம். தேவர் அவளைப் பார்த்ததும் மூக்கைச் சினந்து கொண்டு வள்வள்ளென்று விழுந்தார். அவர்களுக்குள் வாக்கு வாதம். என்ன வைதும் அவள் எஞ்சின் பக்கத்தில் நின்று கண்களைச் சாய்த்துக் கொண்டு பார்த்தாள் இவனை.

'என்ன நெனச்சிட்டே...ராஸ்கல் ரிப்போர்ட் பண்ணிப் புடுவேன் உன்னை. நான் மிலிட்ரி மேன், எனக்கு டிசிப்பிளின் தான் முக்கியம்... என்னடே, அவள் கூடப்பேச்சு... உனக்கு?' பரமுசம் பதறிப்போய் அந்தப் பக்கம் திரும்பி நின்றான்.

'ய்யோவ்... பெரியாளு! உம்மத்தான்யா... கொஞ்சம்

கரிகுடுன்னு கேட்டேன். அதுக்குப் புடிச்சு அந்த ஆள ஏன்யா அறட்டுர?'

'அடச்சீ திருட்டு முண்டே. சூட் பண்ணிப் புடுவேன். ப்ளட்டி ராஸ்கல். என்னை யார்னு நெனைச்சிட்டே. நான் மிலிட்ரி மேன். ஓடு ஓடு அவுசாரிமுண்டே.' சில்லு மீசை துடித்து நடுங்கியது.

'அடப் போய்யா... உன்னயாரு கேட்டா... நான் அவருட்ட கேட்டன் உன் அரட்டை எல்லாம் அங்கிட்டு வச்சுக்கோ. மதுரக்காரியிட்ட வால நீட்டுனே.. நறுக்கிப் புடுவேன் நறுக்கி. ஒங்கப்பன் வீட்டு ரயிலுனு பாத்தியா... 'என்று மென்று குதப்பிய வெத்திலைச்சக் கையை அவருக்கு நேராக த்தூ... வென்று துப்பினாள்.

அவ்வளவுதான். ரத்தம் தலைக்கேறி விட்டது அவருக்கு. எஞ்சினிலிருந்து கீழே குதிக்கப் போனார். விறகுக் கட்டையை எடுத்து அடிக்கக் கிளம்பி விட்டார். கரிவாரியை எடுத்து கங்கை அள்ளும்போது உடனே அவரைக் கட்டிப்பிடித்து மடக்கினான்.

கூட்டம்கூடி வேடிக்கை பார்த்தது.

ரயில் வெகுதூரம் வந்தும் ஆத்திரம் அடங்காமல் துள்ளினார். 'என்னா மேன், பிளடி நான்சென்ஸ்... சூட் பண்ணிருவேன். நான் மிலிட்ரி மேன்... மிலிட்ரி மேன்...' என்று எந்திரத்தின் மேல் ஆத்திரத்தைக் காட்டினார், ரயிலின் இழுவையோடு சேர்ந்து இழுபடும் எஸ்.எம். தேவரின் கடபடமில்லாத மனசு முழுவதும் கொதித்துப் போயிருந்தது.

கொஞ்ச நேரத்தில் மனசு புதுமை பெற்று விடும் அவருக்கு. முகத்தில் ஞான ஒளி மின்னச் சிரித்தார்.

'என்ன மனுசி கெட்டுப் போறா... சேச்சே... சிவிலியன்ஸே இப்பிடித்தான் ஜோல்ஜர்ஸ் மேலே மரியாதை இல்லே. எல்லாம் குடிச்சுவாராப் போச்சு. டே பரமுசோம்... நீயும் கட்ட மண்ணாயிட்ட போ... சேச்சே.' தனக்குத் தானே பேசி ஒப்புதல் அளித்த வண்ணமாய் இருந்தார் எஸ்.எம். தேவர். எஞ்சினை ஓட்டித் தண்டவாளங்களில் குனிந்து கரி

பொறுக்கிக் கொண்டிருந்த பஞ்சவர்ணம் இந்தப் பக்கம் எட்டிப் பார்த்தாள்.

அவளைக் கிட்ட 'நெருங்கவிடாமல் எஸ்.எம். தேவர் தடுப்புச் சுவராக நின்று கொண்டிருந்தார். அவர் இல்லாத சமயம் பார்த்து எஞ்சின் பக்கம் வந்து தலையை நீட்டி 'ஈ... எம்மா! எம்புட்டு கொதிக்கதூ' என்றாள்.

இவன் உடனே 'ஏம்மா... கைய அது மேல வையி பாப்பம்....'

'ம்ம்க்வும்... போய்யா...' என்று தலையை உலுப்பினாள். கரிப்பெட்டிக்குள்ளிருந்து பொட்டணத்தை எடுத்து நீட்டினாள்.

'ய்யோவ், உம்மத்தான்யா, ஏன்யா மைனாக் குஞ்சி மாதிரி வாய வாயத் தெறக்க பயந்து சாவாதய்யா... அந்தக் கெழட்டுஎளவு என்ன செஞ்சிரும்? இதுக்கெல்லாம் பயந்தா... இந்தா இதத் திண்ணு தண்ணியக் குடி. என்னால முடிஞ்சது இதான்யா...'

ரெண்டு தோசையும் சட்டினியும் அவள் கொடுத்தது. வேண்டாம் வேண்டாமென்றபடி வாங்கிக் கொண்டான் பரமுசம். இவன் திண்பதையே உற்றுப் பார்த்துக் கொண்டிருந்தாள். 'நல்லருக்காய்யா நாங்க ஒண்ணும் கொறஞ்ச மனுசரு இல்லய்யா.... ஒண்ணும் தொண்டையில பட்டுக் கிடலையே...' திமுதிமுவென்று எரிந்து கொண்டிருக்கும் அடுப்போரம் வந்து மூஞ்சியை இடிப்பது போல் பார்த்தாள். எஞ்சினை விட்டு இறங்கித் தண்டவாளங்களைத் தாண்டித் தாண்டி ஓடுகிறாள் பஞ்சவர்ணம்.

பிளாட்பாரங்களில் சுமை தூக்கித் திரியும் போர்ட்டர்களிடம் மல்லுக்கு நின்று அவள் சண்டை போடுகிற சத்தம். ஒவ்வொரு நாளும் பிளாட்பாரத் தூண்களுக்கு இடையில் இவன் இருப்பிடத்திற்கு நேராக நின்று சாய்ந்த பார்வை பார்க்கிறாள்.

'அடே... பரமுசோம்... நீ போற போக்கு ஒண்ணும் சரியில்ல.... வம்பா மாட்டிக்கிடாதப்பா... அவளப் பார்த்தா அசல் தேவிடியான்னுதான் தெரியுது... பெழப்பக் கெடுத்துக்

கிறாதப்பா' என்று எஸ்.எம்.தேவரின் புத்திமதிகளைக் கேட்டுக் கேட்டுப் புளித்து விட்டது.

நாள்பட நாள்பட ஸ்டேஷன் எங்கும் ஒவ்வொரு இமைப் பொழுதிலும் பஞ்சவர்ணம் சிரித்த முகமாய் வந்து கொண்டிருக்கிறாள்.

அணைந்த நெருப்பாகச்சாம்பல் மூடிக்கிடந்த இவனைத் தட்டித் தட்டிப் புதுத் தெம்பளித்து வருகிறாள்.

அவள் இல்லாமல் 4037 எஞ்சினுக்கு வாழ்க்கையே இல்லை போலும். மனம் இருண்டு விடும். பஞ்சவர்ணத்தின் எடக்கு மடக்கான பேச்சுக் குரல் அருகில் கேட்டுக் கொண்டிருக்கிறது. 4037 எஞ்சினுக்குப் புது வாழ்வு துவங்கி விட்டது. கரி வண்டியாய் ஓடிக் கொண்டிருந்த அவனது நாட்கள் ஒவ்வொன்றும் புது ஒளியுடன் மின்னுகிறது. எஞ்சினே வீடாகி விட்டது. கரிபடிந்த பகுதிகள் துடைக்கப் பட்டுப் புதுசாக இருந்தது எஞ்சின். குதூகலத்துடன் மதுரை ஜங்ஷனை விட்டு வண்டி தயங்கித் தயங்கிப் போய்க் கொண்டிருக்கிறது. டூட்டியிலிருந்து விடுபட்டு வருகிற போது வீட்டில் இருக்க முடியாமல் தவித்தான். வீட்டுக் கூரையைத் தாங்கி இருப்பது போல் மனசு கனமாக இருந்தது.

குழந்தை லெச்சுமியுடன் இருக்கிற நேரமெல்லாம் அமராவதி நினைவு வரும். சின்னச் சின்னக் கால்களை எடுத்து வைத்து சுவரைப் பிடித்து நகர்ந்து வரும் குழந்தை. ப்பா... ப்பா... என்று காலில் போட்டிருந்த வெள்ளைக் கொலுசைத் தட்டித் தட்டிச் சத்தம் எழுப்பியபடி சத்தத்தில் ஆழ்ந்திருக்கிறாள் குழந்தை. சூழல் மீதெல்லாம் கவனம் அவளுக்கு. தரையில் ஊறும் எறும்பைக் கண்டதும் ஊ...ஊ... என்று பயமுறுத்தினாள் அப்பாவை.

குழந்தையின் சிரிப்பையும் அவளது கண்களில் மின்னு கிற அழகைப் பார்த்துப் பார்த்து ஆறுதல் பெறும் மனசு.

வீட்டில் ஒரு வேலை பாக்கி இராது. எல்லாம், பஞ்ச வர்ணம் தான்.

வெந்நீர் சுடவைக்க, சோப்பு டவல் எடுத்துத் தர முதுகு தேய்த்துவிட இவன் முதுகைத் தேய்த்தபடியே காதோடு

முனங்குவாள்-முதுகில் எடுக்க வராத அழுக்கையும் ரயில் கரியையும் திரட்டி உருட்டி, சுத்தமாக இருப்பதையே பிடித்த செயலாய்ச் செய்து வருவாள் பஞ்சவர்ணம்.

வீடு எப்போதும் கழுவி விடப்பட்ட நிலையில் புதுசாய் இருக்கும். வீட்டில் சிக்கல் இல்லாதது போல் அவ்வளவு மினுமினுப்பு. பஞ்சவர்ணம் எப்பவும் சிரிச்ச முகமாய் இருந்தாள். நெற்றி நடுவில் அரக்குப் பொட்டு. மஞ்சள் பூசியது கால் நுனி விரலிலும் நக இடுக்கிலும்தெரியும். வெத்தலைக் காவிதீராது. வெத்தலைச் சாறு கனிந்து வாய் ஓரங்களில் கசிந்தது.

பஞ்சவர்ணம், இவனைப்பார்த்த ஏழ்மையான சிரிப்பில் உதடு அசைந்தது. மூக்கு விளிம்பில் நிற்கும் கருத்த பருவைப் பார்த்ததும் மனங்கலங்கிவிடும். உள்ளே இச்சையின் தகிப்பு. தீப்பந்து உருண்ட நெஞ்சுக்கும் அடிவயிற்றுக்கு மாகத் தகிக்கிறது. உடல் முழுவதுமாக நெருப்பேறி எஞ்சினில் வாங்கிய காந்தல் எல்லாம் சேர்ந்து தள்ளும் அவளிடம். ராப்பூராவும் அவளை ஈண்டிக் கிடந்தான். நெஞ்சில் அக்கினி ஓடையாய் அனல் விம்முகிறது.

விடியும் போது ஸ்டேஷனில் இருந்து இன்னொரு உலகம் ரயிலின் ஊதலோடு அழைக்கும் அவனை. வேகவேகமாக ஓடும் ரயிலின் எந்திரப் பொறியாய் ஆகிப் போவான். அப்போது அவன் முடுக்கி விடப்பட்ட எந்திரம். ஆத்திரம் மிக்க எஞ்சின். வெறிகொண்டு ஓடிக் கொண்டிருப்பான்.

தண்டவாளங்களுக்கு இடையே தீய்ந்துபோன காலம் எரிந்த கரித்துண்டுகள் எல்லாம் மாயமாய் மறைந்து விட்டன. புதுயுகம் மீண்டும் வருகிறது. எஞ்சின்களின் யுகம் முடிவடைந்து விட்டது.

லோகோ தொழிலாளர் குடியிருப்புகளில் ஊதா-வெள்ளை யூனிபாரம் அணிந்த சிறுவர்களும் சிறுமிகளும் அவர்களது ஸ்டேஷனை நோக்கி ஓடிவருகிறார்கள். புதுயுகம் தடபுட லாய்க் கிளம்பி வருகிறது எலக்ட்ரிக் டரெயினுடன்.

டிரைவர் பரமுசத்தின் காலனி வீட்டில் ரயில் தாத்தாவான எஸ்.எம். தேவரின் போட்டோ. ராணுவ ஜோல்ஜர் உடையில்

எஸ்.எம்.தேவரின் சில்லு மீசை லெச்சுமியைப் பார்த்துத் துடிக்கிறது. ரிட்டையராகிப் போனபோது ஞாபகார்த்தமாக விட்டுச் சென்ற நிறம் மங்கிய போட்டோவில் எஸ்.எம். தேவர் கண்ணைச் சிமிட்டுகிறார். லெச்சுமி தாத்தாவைக் கொஞ்சினாள்.

'அப்பா அப்பா... இது யாருப்பா... கண் சிமிட்டுது.... சொல்லு சொல்லு.'

தாத்தாடா... நம்மதாத்தாடா....' பரமுசம் போட்டோவை உற்றுப் பார்த்துக் கொண்டிருந்தான்.

தேய்ந்துபோன பழைய கரி எஞ்சின்களைப் பணிமனையி லிருந்து மியூசியத்திற்கு எடுத்துச் செல்வார்கள். லெச்சுமிக்குப் புகை வருகிற கருப்பு எஞ்சினைப் பார்ப்பதே வினோத மானது. லெச்சுமி விழுந்து விழுந்து சிரிக்கிறாள்.

யுகங்கள் தாண்டிவரும் பறவைகள் ஸ்டேஷன் மரங் களில் விசிலடிக்கின்றன.

பிளாட்பாரம் எங்கும் புதியவர்கள் காத்திருக்கிறார்கள். அவர்களுக்கான ரயில் கிடைத்துவிடும். ரயில் கிடைக் காதவர்களுக்குப் பிளாட்பாரத்தில் இடமில்லை. அடுத்த யுகத்து ரயில் வருகிறது.

ஸ்டேஷன் மரங்களுக்கு அடியில் நீள மரப் பெஞ்சியில் அணைத்தபடி அண்ணாந்து பார்த்தாள். மேலே உச்சிக் கிளைகளில் உள்ளான் குருவிகள் சலம்புகின்றன. இலைக் கூட்டம் கொஞ்சுகிறது.

டிரைவர் பரமுசம் பிளாட்பாரத் தூணில் சாய்ந்து மகளைப் பார்த்துக் கொண்டிருந்தான்.

வினோத ஒலி எழுப்பிக் கொண்டு அவனுக்குள்ளிருந்து ஊதா நிறத்திலான புது ரயில் வந்து கொண்டிருந்தது.

லெச்சுமியின் ஊதாப் பாவாடை அலையலையாய்க் காற்றில் சுற்றுகிறது. அப்பாவை நோக்கி ஓடி வருகிறது.

அவன் கவனம் முழுவதும் வெளிக்கிளம்பி லெச்சுமியின் சின்னஞ்சிறு கால்களோடு சேர்ந்து தாவித் தாவி ஓடிவருகிறது.

●

33

கைத்தடி கேட்ட நூறு கேள்விகள்

ஊருக்குமேல் வெம்பரப்பான அபாந்திரம். தெற்கில் சரிந்து கிடக்கும் நட்சத்திரங்கள். சரிந்த நட்சத்திரங்களைப் பார்த்து வருகிறார்கள் ஒவ்வொரு காலமும்.

நம்ம காடுகளைக் கடந்து போகும் பூமத்திய ரேகை விளிம்புகளில் நம்மூர் சமுசாரி இன்னும் மேழிபுடித்து உழுதுகொண்டிருக்கிறான். மண்ணை வகுந்துகொண்டு போன கொழுஎரிகிறது. மானம் பார்த்த ஆன்மா தகிக்கிறது. உழவு மாடுகள் மூக்கந்தண்டு வலிக்க வெக்கையைக் குடிக்கின்றன.

பூமத்திய ரேகைக் காடுகளில் வகை வகையான மண் வாசிகள். கருப்பு, கக்கரை. எரிசெவல்கள், தேரிகள், போடு மண்கள் மேவி மேவி நிறங்கள் பகிர்ந்து குணங்கள் புதுசாகி புதுமண்ணுகளை அம்மை ஈனுகிறாள்.

இங்கு தண்ணிக்குத் தண்ணி பிணக்கு. தனித் தனி குணங்களில் தண்ணி சீறும். நூறு நூறு குணங்கள். காடை, வரிக்குயில், ஆக்காண்டி, கருங்குருவி, முயல் தட்டும் வல்லயத்தான் பட்சிகள்; எப்பேர்பட்டதையும் ஒரே அடியில் விழுத்தாட்டும்.

வெக்கையை வாங்கி வாங்கி மண்ணுக்கு வீரியம் கூடுது. பஞ்சம் வந்தாலும் தோத்துப் போக மாட்டான் சமுசாரி. மண்ணு கொடுத்த வைராக்கியம் அவனுக்கு. எதுக்கும் பணியமாட்டான். கம்மஞ்சோறு தின்ன கொழுப்பு இன்னும் விட வில்லை. போர்க்காளை மாதிரி கொம்புகளை ஆட்டி ஆட்டிப் போகிறான். முட்டி விடுறது மாதிரி பாய்ச்சல்

போடும் காளைகள். குருமலை சமுசாரி தெருவில் நடக்கும் போது எத்தனைத் திருக்கு முருக்கு....

அடேய்யப்பா... குருமலை சமுசாரிகள் அப்படி கம்மஞ் சோத்தோட என்னத்தைச் சேத்து திங்கான்னே தெரியலை... என்று திகைப்பு. அசலூர்க்காரன் அசந்து போயிட்டான்.

இருபது யானைகள் வரிசையாக நின்ற தோற்றத்தில் குருமலை படுத்துக் கிடக்கிறது. கிழக்காமல் நீட்டிக் கிடக்கிறது. காட்டு மரங்கள் அப்படி அரளிப்பு. மேகத்தைக் கொண்டு வரத்தெம்பில்லாமல் போன குருமலை. நரி ஓடுகிறது மலையில். ரொம்ப நாளாக மலை பார்த்துக் கொண்டிருக்கிறது. குருமலை, சமுசாரி ஓயாமல் மண்ணைக் கிண்டி களிமண்ணை அறுத்து கனவுக் கோட்டைகளைக் கட்டி இடித்துப்போட்டுக் கொண்டிருக்கிறான். ஒன்னுக்கும் அடைபாடாத பொந்துகள். மண்ணைவச்சு அடைச்சாலும் இன்னொரு பக்கம் பொந்து புடுங்குது. ஓட்டைகளை அடைக்க முடியலை. குருமலையில் ஓடும் நரிகள் வாலைத் தூக்கித் தூக்கி ஊளையிட்டு சிரிக்கிறது. தந்திரக்கார நரிகள் மகசூலைக் கெடுக்கும் நரிகள். கடலைத் தோட்டத்துக்குள் குழி பறிக்கின்றன. அவுட் வெடிகள் இல்லாமல் நரிகள் சொன்னபடிக்கு வராது. பட்டத்துபூமி. பட்டம் பிந்தினால் மகசூலைப் பார்க்க முடியாது. ஆவணி புரட்டாசியில் குப்பை சிதறி உழுதாகணும். நம்ம ஊர் காடுகளில் அருகெடுப்பு நடந்து கொண்டிருந்தது. கூட்டம் கூட்டமாய் ஆம்பளைகள். காட்டில் தலை தெறிக்க வெயில் போடு கிறது. நம்ம ஊர் ஆட்கள் ஆழிகள் மாதிரிபெரிய பெரிய லகுடுகள். கடும் மொரடுகள்... இந்த ஆட்கள் உசுரைக் கொடுக்க வேண்டியதிருக்கு.

வானத்தில் மின்னல் வெட்டக் காணோம். பெரிய்ய அபாந்திரமா இருக்கு. மழை பேயிற மாதிரி தெரியலை. காலையில் அடுக்கடுக்காய் மேகங்கள். தோபுரம் கட்டி விட்ட மாதிரி உயரம். அவ்வளவு உயரம். கொட்டி விடுவது போல் தோன்றியது. மத்தியானம் வரைக்கும் காற்று உளறியது. ஒன்னுக்கு மேல் ஒன்னாக அமுக்குற மாதிரி

இருக்கு மேகங்கள். நம்ம பெருசுகள் சீராட்டி வளர்த்த மேகங்கள் கருக்கூடுகிறது. மும்முரம் தடபுடல்.

'மேலெ கெடந்தா மேகம்... கீழ கெடந்தா தண்ணி.... நம்ம உயிர் தான மேகம்....' என்று சாமிநாயக்கர் சொன்னார். சாவன்னா பழுத்த பழம். சமுசாரித்தனத்தில் கூடுன கை. மேகங்களை உற்று உற்று செம்பட்டை பாஞ்ச கண்கள். ஆலமரத்துப் பச்சை இலைக் கூட்டம் போல் கண்களில் ஈரம். வாடாத சிரிப்பு. மின்னல் பாய்ச்சலில் வாக்கு அடிக்கும். சாவன்னா மேழி புடிச்சு உழுது விதைச்சாத்தான் இந்த வருஷம் விளையும் முதல் விதைப்பை சாமிநாயக்கர் தான் ஆரம்பிச்சு வைக்கணும்.

விடியக் கருக்கலில் பண ஏர் அமர்த்தி 'அடே... அய்யா... உழுது விடுங்கப்பா... ஒத்தமாட்டுக்காரனை... கொஞ்சம்... கவனிச்சு... பாருங்கப்பா... என்றார். திம்முரெட்டி பேரம் பேசினான். முடியாது முடியாது முடியாதென்று மண்டையை உலுப்பினான். உதட்டைப் பிதுக்கினான்.

'என்னப்பா அநியாயமா இருக்கு... இருக்குறது ஒன்றை ஏக்கர். தேக்கங்குச்சிய வச்சி கீச்சிக்கிட்டு போறதுக்கு முப்பது ரூவாயா... பத்து வருஷத்து தீர்வை போட்டுரலா மேப்பா...' என்று வாயைத்திறந்தார் சாமி நாயக்கர்.

பனைமரங்களுக்கு இடுவலில் ஏர்க்கலப்பை நகர்ந்து கொண்டிருந்தது. ஓலைகள் சரசரத்தன. மே காத்து தரையை உரசியது. பனை உச்சியில் சூரியன் ஆடிக்கொண்டிருந்தான். புஞ்சைக்குள் பச்சை லங்கோடு அசைந்தது.

உழவு மாடுகள் மூக்கந்தண்டு, வலிக்க உழைத்து, நுங்கு நுரைதள்ளி நூல் நூலாய் வடிகிறது எச்சில், மாட்டை நிறுத்தி தடவிக் கொடுத்தான் திம்முரெட்டி.

சாமிநாயக்கர் குடைக் கம்போடு வந்து கொண்டிருந்தார்.

'என்னப்பா... திம்முரெட்டி... என்னப்பா இது...நடக்க மாட்டாத மாட்டுக்கு முப்பது ரூவா கேக்கயே. நான் எங்க போயி முட்ட....

'அட என்ன பெருசு.... ஊரான் மாட்டை பல்லப்புடிச்சு பாப்பயோ...' என்று மூக்கை சினந்தான் திம்முரெட்டி,

எலே கொண்டாலே மாட்டே. கூருகெட்ட பிலே.'

'என்னலே இது உழவு. மாடு மோண்ட மாதிரி. எலே திம்முரெட்டி மேழிய இப்பிடி புடி.... இப்பிடி புடி.... அழுத்திப் புடிலே....'

'நெஞ்சுத் தடத்தை ஊணி தம்பிடிச்சு உழுங்கடா அதாண்டா உழவு. கருப்பக் காட்டத்தாள உழுரீக. புடிச்சி மோளத் தெரியாத பயல்லாம் மேழி சுடூ ரு வந்திட்டாம் பாரு....' சாமிநாயக்கர் நெஞ்சு வலுவை எல்லாம் மேழியில் செலுத்திமூச்சுவிட்டு உழுதார். மண்ணை வகுந்து கொண்டு போன கொழுமுனையில் திம்முரெட்டியின் கவனம்.

மண்ணாங்கட்டிகளை மிதித்து ஏறிக்கொண்டு தார்ப் பாச்சலுடன்போய்க்கொண்டிருந்தார்சாமிநாயக்கர். கலப்பை கிர்ர்ர்ர்முர்ர்ர்ர் ரென்ற சாமிநாயக்கரைக் கண்டு மிரண்டது.

இந்த வருஷம் தரிசுபோடாமல் விதச்சாச்சி. நாத்து விதைச்சது அரைப்பயிருமுனைச்சிருக்கு. வெயில் முருகி அடிக்கிறது பச்சப்புள்ளை மாதிரிபயிரு. நுனி கருகி வெயிலில் கத்துகிறது. காலத்தில் விழுந்த ஒரு மழைக்கு செத்துக்கிடந்த காடு அரும்பு கட்டி பச்சை பொங்கி நிற்கிறது. செல்லக் குருவிகள் ஏகமாய் கொண்டாடித் திரிகின்றன.

பச்சையைக் கண்டதும் நாலுகால் பட்ட உருப்படிகள் வாட்டம் இல்லாமல் குளுந்தமாதிரி மேய்ச்சல் போடுகிறது. வாலை ஆட்டி ஆட்டி துள்ளல் போடும் கன்னுக்குட்டி.

வெயில் ஏற ஏற வாட்டம் கொடுத்திடும். எங்கும் கருகல்வாடை. காடு கருகுவது வாயில்லாச் சீவன்களுக் கெல்லாம் வருத்தம். பச்சை காஞ்சு வருகிறது. சீவராசிகள் கண்ணுகளுக்கு காடெங்கும் உயிர் வாதையாய் இருக்கு. அனேக காடுகள் அவிஞ்சு கிடக்கு.

வருஷத்துக்கு வருஷம் அடியில் நீரேட்டம் மாறுகிறது. அடியில் வெக்கை பொங்கி, வேகிறது. பாளம் பாளமாய் வெடிப்பு. கருப்பு ஆன்மா வேனாத வெயிலில் அண்ணாந்த நிலையில் ஆழ்ந்து கிடக்கு. உடைமரங்கள் தலைவிரித்து முள்ளு முள்ளாய் மூளிக்கோலம் கொண்டு நிற்கிறது. மூளி மரங்களை வெட்டி வெட்டிக் காட்டுக்குள் கரிமூட்டம்

யாவாரம் நடக்கு. காட்டுக்குள் பெரிய்ய விட்டத் தராசுகள் கையை விரித்து பாவ புண்ணியம் பாராமல் சமுசாரிகளுக்கு படி அளந்து கொண்டிருக்கிறது. தராசு வைத்து நிறுத்தல் போடும் காடுகளாகி விட்டன. புகை மண்டுகிறது. மூச்சு விட முடியாமல் திணறுகிறது. குருமலையில் இருக்கும் இருபது யானைகளை ஏலத்துக்கு விட்டது போல், அரளிப்பாய் இருந்த காட்டு மரங்கள் வஞ்சம் தீர்க்கபட்டு, வெட்ட வெளியாய் மலை கிடக்கிறது, எரிக்களை முளைச்சுக் கிடக்கு. குத்துக் குத்தாய் முள்ளுச் செடிகள் விளெஞ்ச காடுகளில் தளுத்து வருகிறது. ஒரு நாளைக்கு ஒரு நாள் சமுசாரி தொந்தி வாடுகிறது.

சாமிநாயக்கர் இடுப்பில் துண்டைக் கட்டிக்கொண்டு ஊத்துக் கிடங்கில் முங்கி முங்கிக் குளித்தார். செல்லமாய் வளர்த்த வீட்டுக் காளையை தண்ணிக்குள் முங்கவைத்து, வைக்கோலை கொண்டு மாறி மாறித் தேய்க்கிறார். இடுப்புத் துண்டை அவுத்து குளித்த மாட்டை துவட்டி விட்டு 'என்ன மாதிரி ஆயிட்ட... இப்டி எலும்பும் தோலுமா ஆயிப் போனயே.... உன்ன எப்டி வச்சு காப்பத்தப் போறானோ.... என்று கழுத்தை கட்டிக் கொண்டு கொஞ்சினார். மாடு வறண்டு சூம்பிய முகத்தை நீட்டிப் பார்த்தது அவரை.

குத்துக்குத்தாய் முள்ளுச் செடிகள். மாடு வாய்வைக்க முடியாமல் முள்ளுகள். மார் மாராக முள்ளுக்காடு. முதுகைக் கிழிக்கிறது. நோஞ்ச மாட்டோடு காடெல்லாம் சுற்றி வந்தார் சாவன்னா. காஞ்ச கரடு ஏதாவது கிடைக்குமா இங்கு வெயில் முறுகி முறுகி மண்ணில் ஈரம் செத்துக் கொண்டிருக்கிறது.

நாலு திசைகளில் எங்கு ஓடினாலும் குத்துச்செடியின் நிழலைக்கூட காணவில்லை. நடுக்காட்டில் தாகத்தால் அண்ணாந்து கத்தும் மாட்டின் வறண்டகுரல். காட்டு ஓடைகளில் அக்கினி ஓடையாய் அனல் உருண்டு ஓடுகிறது. மாட்டின்தாகக் குரல்கள் வெயிலின் மீது கதறுகின்றன.

மாடு உயிர் செத்து உறங்கி உறங்கி நடக்கிறது. மாடு துள்ளாமல் சமுசாரி உயிர் வச்சு இருக்க மாட்டான்.

முந்தி அப்படி இல்லை. வாட்டமில்லாமல் பால்

குடித்தான் சமுசாரி. புதுமாட்டோடு மனசுவிட்டு பேசியபடி சாமிநாயக்கர் கமலை இறைத்துக் கொண்டிருந்தார். வடக் கயறு க்கீய்ய்ய்ய்யென்று வளைந்து அழுதது.

தோட்டத்தில் சோளம் கதிர்வாங்கி இருக்கு. குண்டு குண்டாய் கதிரு. சாமிநாயக்கர் தோட்டத்தில் கல்லுப்போல் இருக்கு கதிரு. காற்று சுழித்து சுழித்து கதிரை அசைக்கிறது. தோட்டத்து கடவு வழியே போன வேல்தேவன் பாளை அருவாளை வைத்து தீட்டிக் கொண்டிருந்தான்.

என்ன தாத்தா இது சோளக் கருதா... என்று அருவாளை வைத்து ரெண்டு கதிரை சீவினான்.

சாவன்னா கமலையில் இருந்து கத்தினார். 'என்னடா... அருவாள வச்சு பதம் பார்க்க... கோட்டிப்பயலே கல்லா இருக்குன்னு பாத்தியா.... நம்ம கருது ஆள மெரட்டுமுடா.

'தாத்தா நீயி ஒன்னுன்னா ரெண்டும்பியே'

'போடா... போ நம்ம தோட்த்து கரம்பை போட்டபோடு பாத்துக்க. சிந்தாமத் தின்னு.'

பொக்கை ஊதி பால் சோளத்தை கடவாயில் ஏவியபடி நடந்து போகிறான் வேலு.

நம்ம கெழட்டு எளவு என்னமாதிரியா துள்ளுது.... எளவட்டப்புள்ள மாதிரி....

திகைப்புடன் பனங்காட்டை பார்த்துப் போனான் வேல்தேவன்.

சோளப் பயிறு இடுப்புக்கு மேல் வளர்ந்திட்டா அதுக்கு ஒரு துள்ளு துள்ளுவார் சாவன்னா. ரெண்டுச்சாண் வளர்ந்த மாதிரி சோள நாத்துக்குள் எக்கி எக்கி நடந்தார்.

தங்கமான தோட்டம். பயிர் பச்சைகள் கண்ணுக்கு குளிர்ச்சி தருது. கண்ணில் ஈரம் எப்பவும் வாடாமல் இரக்கம் கசியுது. பயிர் பச்சை செடி கொடி எல்லாம் மனசுவிட்டு தளுக்கும். சாவன்னா வீட்டுப் பந்தலில் கெங்கம்மா மனசு போல் அவரைக் கொடி ஊர் சுற்றிப்படரும்.

காடி வண்டிக்கு நாலு வண்டி சோளம் விளைச்சல் ஆகி அடுக்கி இருக்கு வீட்டில்.

யாருக்கும் இல்லை என்று சொல்லாமல் ஆறுபடி

சோளத்தை அளந்து கொடுப்பாள் கெங்கம்மா. வள்ளிக் குளத்து வம்சம். ராவணக் கோட்டை மாதிரி வாழ்ந்த வீட்டில் பிறந்தவள் தானிய மூடைகளுக்கு நடுவில் குத்து விளக்காய் எரிகிறாள் கெங்கம்மா. மதகிரி கட்டில்ல கொர்ர்ர் கொர்ர்ர் ரென்று குறட்டை போட்டு உறங்குகிறாள் கெங்கம்மா. களங்கமில்லாத உறக்கம்.

ஓ கெங்கம்மா... கெங்கம்மா ரெய்யி... என்று கெங்கம்மாளை உசுப்பி ரகசியமாய் கூப்பிட்டு வீட்டுக் கூரையில் செல்லக்குருவிகள் சலம்புவதைக் காட்டி கெக்ககே... கெக்கே... என்று வெத்தலை எச்சி மூஞ்சியில் தெறிக்கக் கொஞ்சுகிறார் கெங்கம்மாளை.

அட... கெழட்டு எழவே... உனக்கு இதுவேற கேக்கா... கேக்குங் கேக்கும்... மென்று எடக்குப் பண்ணுகிறாள். தள்ளிவிட்டு கிச்சணங்காட்டி உருட்டினாள்.

ஓ கெங்கம்மா... ஓ கெங்கம்மா... விட்ரு... விட்டுரு... மூச்சுத்திணறியது. உருண்டு உருண்டு சிரித்தார்.

'நல்லாத்தான் கொஞ்சுரயா கொணந்தானா... என்று பெருமூச்சு விட்டாள் கெங்கம்மா பாட்டி. வீட்டுக்குள் எப்போதும் குருவி தின்னத் தானியம் சிந்திக்கிடக்கும். கெங்கம்மாளுக்குத் தெரியாமல் சக்கிலியக்குடி ஆட்களுக்கு சோளத்தை பெட்டியில் அள்ளிக் கொடுத்து...'ஏலே... சம்மதம் தானலே. திருப்பி என்னக்கி கொண்டாரயோ... சாமி நாயக்கன் வீடு தேடி கொண்டாலே.'

வேலு திருணையில்தூணைப்பிடித்துக்கொண்டு நின்றான். 'கோட்டி எளவுகளே உலகம் போற போக்கு தெரியலை. எம்புட்டு ஈகெ. கெழட்டு எளவுகளுக்கு தானியத்த பூட்டி வக்க முடியல. சட்டி எடுக்கத்தான் போரெ. கெழவா...

வேலுத்தேவன் வாக்கு அரட்டியது.

'அடே... சிருக்கி மகனே... என்னடா உனக்கு... அருவாளக் காமிச்சிக்கிட்டே... திரி சொன்னா கேப்பியா. எனக்கு புத்தி சொல்ல வந்திட்ட.'

'தாத்தா நீயிதானெ சொன்ன கமலைத் தோட்டத்த எம் பேர்ல எழுதிவக்யப்போரேன்னு நீசொன்ன...' மண்டையை

சிலுப்பிக் கொண்டு கூறாய் பேசினான்.

'என்னடா நீயி... நான் ஒன்று கேட்டா நீ ஒன்னு கேக்க...' அடே அய்யா... காயம் உள்ள வரைக்கும் தானலே ஆட்டம் பாட்டம் எல்லாம். போகும் போது என்னத்தாலே அள்ளிட்டு போகப் போரெ. இல்லாததுக என்னடா செய்யும்... வேலு... இருக்கப்போயித்தான கொடுத்தேன்.

வேலு கரண்டு போய் முழித்தான். 'தாத்தா பெரிய்ய கர்ணன் பரம்பரை மாதிரி பேசுரயே என்ன கெதிக்கு ஆகப் போரயோ!' தலையில் அடித்துக் கொண்டான் வேலு.

'பய எப்பிடி பேசுரான். எம்புட்டு லாயக்கா பேசுரான். மொளச்சி இலை விட முந்தி இந்த வரத்து வாரானே.....'

சாவன்னா கையை நீட்டி அவனைப் பிடிக்க ஓடிவந்தார். வேலு வீட்டுக்குள் ஓடி ஒளிந்து கொண்டான். சாவன்னா வீட்டுக்குள் செல்லக் குருவிகள் சலம்புகின்றன. வீட்டை சுற்றி ஒன்னை ஒன்னு புர்ர்ர் ரென்று விரட்டுகின்றன.

சாவன்னாவுக்கு மாட்டை கண்டால் விழுந்து விழுந்து கொஞ்சணும். மாட்டுக்கு பிரியம். வண்டியோட்டப் பிரியம். கம்புக்கூட்டில் குடையை மடக்கிப் பிடித்தபடி மாடு பிடிக்கப் போனார் சாமிநாயக்கர்.

'அடே ராசா... ங்பப்பா... என் வலது கை பெலம் நீ தாண்டா வேலு சாதி மறவன்னாலும் சாமிநாயக்கன் பேரன் தாண்டா நீயி. வாடா. போவம். கழுகுமலை தாவணிக்கு' என்று வேலுத்தேவன் தோளில் கையைப் போட்டுக் கொண்டு புறப்பட்டார். ஊடுகாட்டுப் பாதைகளில் தாத்தாவும் பேரனும் செல்லம் கொஞ்சிக் கொஞ்சி உருகினார்கள்.

ஊர் ஊரா போய் ஒத்தை மாட்டுக்கு சோடி தேடினார்கள். எங்கயும் அகப்படலை. ஊரான் மாட்டை எல்லாம் பல்லைப் புடிச்சிப்பார்த்தான் வேலுத்தேவன். 'என்னடா... முதுகுப் பூசை வேணுமா... அடவேலு.... உன் மண்டக் கிரித்திரியத்த கொஞ்சம் மடக்கி வையிடா.....' என்றார்.

மாட்டுக் கழுத்தை தடவித் தடவி முகத்தோடு முகம் உரசி 'சாதுக்குணம் தானா... நீயி....' என்று மாட்டுக் காதைக் கடித்தார். மாடு தலையை ஆட்டியது.

மாட்டுத் தரகன் பழுப்பு நிறக் குடைக்குள்அருவாளும் கையுமாக வந்தான். வெத்தலையில் சுண்ணாம்பைத் தடவித் தடவி சாமிநாயக்கரை வளைச்சுப் பிடித்தான்.

சாவன்னா பல ஊர் தண்ணி கண்ட கை. களிமண்ணா வழுக்கும் குணம். கடோர்க் கொம்பன். சுழி மாட்டக் கண்டதும் ஓடி ஒளிந்தார் சாவன்னா. எதற்கும் நம்ம வேலு இருக்கான். சமய சந்தர்ப்பத்துக்கு கையில் அருவாளை வைத்திருக்கான். அவனைக் கிண்டினார்.

'அடே.... வேலு... நல்லதுக்காலே... இப்பிடி... இரும்பைத் தூக்கிக்கிட்டு திரியிதே... நாஞ் சொல்ரன் கேளுடா...'

'தாத்தா உஞ்சோலி மயிரப்பாரு... சங்கிலி மகன் அருவாவேலு தான் நானு....வம்பு வந்தா பெறகு பாரு.... தாத்தா....' என்று தலையை சாய்த்து ஆட்டினான்.

'போடு சக்கே... பெரிய்ய கொம்பன் பாரு... இந்த வயசிலயே... இப்பிடி மொளச்சிருக்க... வம்பா சீரழியப் போர பாரு...' அவன் காதைப் பிடித்துத் திருகினார் சாவன்னா. வேல் தேவன் விழுந்து விழுந்து சிரித்தான்.

தாத்தா உங்கோளாறு... தெரியாதுண்ணு பாந்தியா... நான் சாமி நாய்க்கரு பேரனாக்கும்...

சாவன்னா அவனைத்தலையோடு சேர்த்து அணைத்துக் கொண்டார். வேலு இடுப்பில் அருவாள் பளபளத்தது.

'அட வேலுத்தேவா மாடு என்னடா சொல்லுது... அந்தா பாருடா வடக்குத்திமாடுகள் எவ்வளவு சைசா, தலையை ஆட்டுது. காலில் கயிறுவிழுந்தா தலையக்குனிஞ்சு... மெதுவா காலத்தூக்கி ஆளைக்கூப்பிடுது பாரு...'

ரெண்டு பேரும் ஒத்தை மாட்டை பிடித்துக்கொண்டு வந்தார்கள். சரியான போர்க்காளை.

'ஒன்னு மட்டும் தெரிஞ்சுக்கோ, நம்ம பெழப்பு நாறிக் கிடந்தாலும் மாடு வச்சு பிழைக்காதவன் என்னடா சமுசாரி.' வேலு மாடு மாதிரி தலையை உருட்டினான்.

'மாடுகளோட பந்தம் வேணும். பேச்சுத் துணைக்கு மாடு இல்லாட்டி மண்ணுல போயி முட்டவேண்டியதான் என்ன நாஞ்சொல்ரது.'

'சரி சரி... நீ சொன்னா மெதமாவா இருக்கும்...' வேலு நமட்டுச் சிரிப்புடன் மாட்டுக்குப் பின்னால் நடந்தான். பக்கத்து ஊர்களில் தண்ணி வாங்கி குடித்தார்கள். அந்த ஊர் சம்சாரி முகத்தில் அருள் அத்துப் போய்க்கிடந்தான்.

'ஊருக்குள்ள சாராயம் கிடைக்குமா...' என்று சாடை மாடையாகக் கேட்டான் வேலு.

'எலே தடிப்பிலே... உன் அருவாள் தான்பதம்னு பாத்தியா. சும்மா இருக்க மாட்ட. மொளங்கையை ஒடிக்கப் போரன்பாரு... உன்ன. அவனே சாவாரச் செத்துகெடக் கானே.... எடக்கு பண்ணுரயாடா....'

வேலு முகத்தை திருப்பிக் கொண்டு மாட்டு முதுகுக்குப் பின்னால் நின்றான்.

மாட்டை சுத்தி கூட்டம் கூடியது. ரெண்டு இடுப்பு ஒடிந்த சமுசாரிகள் பெறங்கையை கட்டிக்கொண்டு குனிந்து உற்றுப்பார்த்தார்கள் மாட்டை.

அவர்கள் முதுகை தட்டி 'என்னய்யா நீங்க சம்சாரி தானா... ஊக்கமா... இருங்க... என்ன குடி மூழிப்போச் சுன்னு... மனசு லொங்குரீக. சுதாரிப்பா இருங்கையா... என்றார் சாவன்னா. ஒரே சிரிப்பாணிக்கூத்து. கூட்டம் வயிறு வலிக்கச் சிரித்தது.

'சாமி நாய்க்கர் புடிச்ச மாட்டுக்கு கொம்புக்கட்டு என்ன சைசு.... அடேயப்பா... கிளிக்கொம்பு... என்னமா கொம்ப ஆட்டுது பாரு... கூட்டம் உருகியது அந்த ஊர் சம்சாரி இன்னும் கொம்புக் கட்டை பார்த்து மயங்கிக்கிடக்கிறான். சாவன்னா விழுந்து விழுந்து சிரித்தார். மாடு கொம்பை ஆட்டி ஆட்டி மயக்கியது. வேல் தேவன் மாட்டை பத்திக் கொண்டு போகிறான். சாவன்னா குடைக்கம்புடன் பின் தொடர்ந்தார். ஊரின் எல்லைக்கு அப்பால் கதிரடிக்கிற பொட்டைக் களத்தின் விளிம்புகளுக்கு அடியில் நாய்க்க மார்கள் காலடியில் விழுந்து கிடக்கிறது சக்கிலியக்குடி. கம்மந்தட்டை நெரசலுக்குள் புஸ்பவதியான சக்கிலியப் புள்ளை ஈஸ்வரியின் தலை தெரிகிறது. சண்முகம் மகள் ஈஸ்வரிக்கு சடங்கு வைபோகம்.

ஆட்டக்காரன் சண்முகம் சாராய நெடி பறக்க ஊதுற நாயனத்தில் ஊரில் இல்லாத சங்கீதம் இழைகிறது. துவைக்கிற கல்லுக் கடியில் சங்கீதமிசைக்கும் தவளைக்கு இணையாக நாயனகாரன் சண்முகத்தின் நாயனம் நூறு நூறு காலமாகி நாதம் ஏறி ஏறிச் சுற்றுகிறது. பச்சைக் கொடி ஈசுவரிப்புள்ளை மனசு தாங்கி வாத்தியம் விம்முகிறது.

களைக்குப் போகிற சக்கிலியப் பொம்பளைகள் காட்டுக்குப் போகவில்லை. மாதாரி சனங்களுக்கு கொண்டாட்டம். ஈசுவரியைச் சுற்றி கூட்டம்.

'சக்கிலியப் புள்ளை சமஞ்சிட்டாளா... போடு சக்கே....' என்று நாயக்கமார் கூட்டம் எளக்காரமாய் சிரிக்கிறது.

வேலுத் தேவன் சக்கிலியக் குடியைச் சுத்தி சுத்தி வருகிறான். நம்ம ஈசுவரியா... பொண்ணு என்னமா.. அரச்ச மஞ்சளா இருக்கு... அம்மா... தாய்மாருகளா... நல்லா குலவை... போடுங்க! என்று வேலுத்தேவன் சாடையாய் சிரிக்கிறான். கூட்டம் குலவை போட்டு ஆராத்தி எடுக்கிறது. அருவாவேலு கொட்டுக்குத் தக்கபடி தாளம் போட்டு நடந்து போகிறான்.

'அடேய் வேலுப்பயலே... அங்ஙன என்னலே... சோலி... கிறுக்குப்பய மாதிரி... ஊட கூடி நொழையிரே, பொம்பளைக இருக்குற எடத்தில் உனக்கென்னடா வந்தது. வாடா இங்க... சாவன்னா ஆலமரத்தடியில் நின்று கூப்பிட்டார். வேலு வருகிறான் அருவாளை வீசிக்கொண்டு.

'மண்டக் கிருதிரியம் புடிச்சபயலா இருக்கானே... நம்ம பய....' என்று முனங்கியபடி சாவன்னா வாசிப்பை கேட்டுக் கொண்டிருந்தார்.

கொட்டுமேளம் உருண்டு உருண்டு காதுச்சவ்வு கிழிய அரட்டுகிறது. ஜனங்கள் கூடி நிற்கிறார்கள்.

'நாயனம் வாசிப்பு என்ன மாதிரியா இருக்கு. ஆட்டக் காரஞ்சம்முகம் கூடுன ஆளா இருப்பான் போலருக்கு. அவன் புண்ணியமா மழை எரங்காதா... என்று சாவன்னா கண்பட்டைக்கு மேல் கையைக் கூட்டி வைத்து மேகத்தைப் பார்த்தார்.

மேகம் மங்கலாய் இருந்தது. கண்பத்தலை. ரொம்ப நாள் பழகிய மேகங்கள். ஆலமரத்தை முட்டுவது போல இருக்கு. மோடங்கள் கீழ கொட்டி விடுவது மாதிரி கூட்டம் கூட்டமாய் கர்ப்பமாய் இருக்கு.

'குருமலையில் மழை எறங்கிட்டது... பாரு... என்று சாவன்னா கூவினார். தடவுட தடவுட தடவுட என்று கொட்டுக் காரனின் சத்தத்துடன் இடி உருண்டது. வானத்துக்கும் தரைக்குமாக ஏங்கி நாயனம் தவிக்கிறது. சண்முகம் எடுத்து ஊதுகிறான். மழை எறங்கு எறங்கு... எறங்கு... எறங்சிரு... எறங்கிரு... என்று உருமியில் தேய்ப்பு விம்முகிறது.

அனாதி மழைக்கு குறி உண்டாவது போல நாயனத்தில் தவளைகளின் வாத்தியம் திரண்டு திரண்டு உயருகிறது. ஆல மரத்து இலைக்கூட்டம் சரசரக்கிறது. மரங்களில் உரசல். பேயாட்டம் போடுகிறது மரங்கள்.

உப்பாங்காத்து அடித்து வீசி மோடங்கள் பரிப்போல சிதறி ஓடுகிறது. மூலைக்கி ரெண்டு தெளித்தது. மேகம் ஏமாத்துது. படுத்து விட்டது மேகங்கள்.

மேங்களை எழுப்ப வேண்டும். மண்ணை எழுப்பி அடிக்க வேண்டும். அவ்வளவு தெம்பு இருந்தது. ஊக்கம் இருந்தது. இன்னைக்கு அப்படி இல்லை.

சாமிநாயக்கர் இன்னும் ஆலமரத்தை உற்றுப்பார்த்துக் கொண்டிருக்கிறார்.

துணைக்கு யாரும் இல்லாத அனாதையைப் போல் தோன்றிய ஆலமரத்தின் ஆழ்ந்த துயரத்துடன், விழுதுகளில் சாய்ந்த இருள் கவிந்து வருவதைப் பார்த்து நிற்கிறார்.

சாவன்னாவுக்கு நாதியில்லை. ஒண்டிக்கட்டை. பத்து ஏக்கர் புஞ்சையை பொறிச்சு வாயில் போட்டாச்சு. இருப்பது ஒன்றரை ஏக்கர். செல்லமாய் வளர்ந்த மாடுகள் கண் தெரியாத தூரத்துக்குப் போய்விட்டன. சொந்தக் கலப்பை உறங்குகிறது. திரேதாயுகத்துக் கலப்பைகள் தொழுவில் சாத்தி இருக்கிறது. கலப்பைகள் மூச்சுத் திணறும், கிர்ர்ர்ர் முர்ர்ர்ர் ரென்ற அவல ஒலிகள். சமுசாரிகள் அலுத்து உறங்குகிறார்கள். நிச்சலனமான ராத்திரி மரங்களில்காற்று

உரசுகிறது, இலைகளின் முனங்களுடன்.

சாமிநாயக்கர் புரண்டு புரண்டு படுத்தார். திருணையில் கெங்கம்மாளோடு படுத்துக் கிடந்த ஞாபகங்கள். கோலாகல வாழ்வை விட்டு மறைந்து போன கெங்கம்மா.

கெங்கம்மா இருந்தசமயம், குருமலை தடுத்து இறக்கிய ராத்திரி மோடங்கள். அடமழை கொட்டிய ஈரநாட்களில் சாம்பல் பழுப்பான இரவு. தரை எல்லாம் நீருற்று அடித்தது. பொத்திக்கொள்ள போர்வை இல்லை. உழுது விதைத்த மண்ணுடன் கெங்கம்மாளை ஈண்டிக் கிடந்த மங்கல்கலங் கலான சாமம், அரிக்கேன் லாந்தரில் மஞ்சள் கரைந்த ஒளி தகிக்கிறது. அடி நெஞ்சில் இச்சை கலந்து உயிர் துடி துடிக்கிறது, குருமலைக்கு கிட்டத்தில் நட்சத்திரங்கள் சரிந்து கிடக்கின்றன.

இழுத்து மூச்சு விட்டுக் கொண்டு மேலில் அழுக்குத் துண்டை போர்த்திக் கொண்டு குடைக் கம்போடு நடந்தார். சக்கிலியக் குடிக்குத் தெற்கில் வளைந்து நெளிந்து ஓடும் காட்டுப்பாதையில் சாவன்னாவின் கைத்தடி தள்ளாடுகிறது.

குருமலையில் இருக்கும் இருபது யானைகள் இன்னும் அப்படியே அசையாமல் அபாந்திரத்தைப் பார்த்தபடி ஆழ்ந்து கிடக்கின்றன. தெற்கில் சரிந்த நட்சந்திரங்களை உற்றுப் பார்த்தார். நெஞ்சுத் தடத்து நரைத்த முடிகள் புல்லரித்தன. கண்களில் ஏக்கம் உறத்த ஒளியுடன் காடுகளைப் பாத்து முட்டுகிறது. மனசு லொங்குது. மூசு மூசென்று நெஞ்சுத் தடம் இளைத்து நடுங்குகிறது. ஆள் அருவம் கேட்ட ஆக்காண்டிப் பட்சி உசார்.... உசார்... குரல் கொடுத்து மறைகிறது. ஆக்காண்டிகள் தரையில் பம்மும் சத்தம்.

கட்டையில் போன கெங்கம்மா மனசுமாதிரி நட்சத்திரம் சிதறி அடிக்கும் வெளிச்சத்தில் சாவன்னா கம்பூணியபடி நின்று கொண்டிருக்கிறார்.

'கெழட்டு எளவே... உனக்கு ஆரு இருக்கா... நான் போயிரப்போரேன்... நான் போயிரப் போரேன் உனக்கு யாருமில்லையே. உனக்கு யாரு கஞ்சி ஊத்துவா... உனக்கு நாதியிருக்கா.' என்று கெங்கம்மா ஒப்பாரி வச்சு அழுத

சாமத்தில் இதே நட்சத்திரங்கள் பசுவின் சாந்தத்துடன் சாவன்னாவைப் பார்த்துக் கொண்டிருந்தன.

கெங்கம்மாவின் ஒப்பாரி சன்னமாய் நீட்டி ஒலிக்க ஏமி, கெங்கம்மா ஏமிகெங்கம்மா... சிறு பிள்ளை... மாதிரி... நீ போயிட்டா' வார்த்தைகள் விக்கி அழுதன. கை நடுங்க நடுங்க கெங்கம்மாளைத் தொட்டு துப்பட்டியால் போர்த்தி உறங்க வைத்தது. சாவன்னா ஏங்கிய மூச்சுடன் கெங்கம்மா... என்றார். நட்சத்திரங்கள் அருகில் கைக்கு எட்டும் தூரத்தில் எட்டிப் பிடித்து விடலாம் போல அசைகின்றன.

தனிமையும் சஞ்சலமும் கருக்கிட்டாய் மங்கி மங்கி சரிந்து செல்லும் நொண்டிப்பாதையில் கைத்தடியுடன் நடந்து கொண்டிருக்கிறார் சாமி நாயக்கர்.

எங்கும் காரிருள் சூழ்ந்து மூடிவிட்டது கிராமத்தை. ஊருக்குள்ளே மையிருட்டு. அரக்கு நிறத்தில் லாந்தர் விளக்கு கசிகிறது. சாவன்னா திரியைத் தூண்டிவிட்டு வீட்டுக்குள் நோட்டம் போட்டார். ஒன்று விடாமல் காலியாகக்கிடந்த எல்லா இடங்களிலும் இருட்டு புகுந்து விட்டது. அடைக் கோழியைப் போல் அடைந்து கிடக்கிறது இருட்டு.

ஏதாவது சத்தம் கேட்காதா என்று காது கொடுத்துக் கேட்டார் சாவன்னா. குழந்தை அழுகிற சத்தம் கூட இல்லை. இருட்டு இலைகளுக்கு அடியில் பட்சி ஒன்று விசிலடிக் கிறது. அனேகமாய் விடிந்துவிடும்.

பளாரென்று விடிய வெள்ளை வேனில் சொசைட்டி கடன்காரன் இறங்கி இருந்தான் ஊருக்குள்.

வீட்டைச் சுத்தி நிக்காங்க சட்டி போலீஸ்காரங்கள். ரிஸர்வ் பார்ட்டி அரட்டுகிறது ஊரை. கூட்டம் கசங்குகிறது.

சாவன்னா கைத்தடிக்கம்பை ரொம்ப விரைப்பா புடித்துக் கொண்டு வந்தார்.

வகுறு வத்திப்போன சம்சாரி வீட்டில் திருவிழாக் கூட்டமாய் நிற்கிறது ரிஸர்வ் பார்ட்டி.

என்னய்யா... இங்க ஒரு திருழா நடக்கா... நீங்க ஊட கூடிபானை சட்டிய பெறக்க வந்தீகளா...

எப்பிடி பூமி செழிச்சிருக்கு... போட்ட விதை

மொளைக்காம கெடக்கு. லத்திக் கம்பை காட்டி காட்டை எழுப்ப வந்தீகளாய்யா...

எங்க இருக்கு துரோகம். இங்கெ இருக்கு. ஊட கூடி வெள்ளம் வந்த மாதிரி காக்கி சட்டைகள் வரீசிக்க நிக்கிதே... சம்சாரிக்கு இந்த எடஞ்சலாய்யா...'

சாமிநாயக்கருக்கு திண்டு முழுங்குன மாதிரி சஞ்சலம். வாசலுக்கு குறுக்க போய் கைத் தடியை தடுப்புச் சுவராய் மறித்து நின்றார்.

சாமிநாயக்கர் மேல் விசாரணை கமிஷன் போட்டு கோர்ட்டுக்கு இழுத்தார்கள் சட்டம் தெரிந்த அதிகாரிகள்.

1954 ஆம் வருஷத்திய 53 வது தமிழ்நாடு சட்டத்தின் 73 வது பிரிவின் கீழ் விசாரணை.

வாதி: 0997 குருமலை கோவாப் ரேட்டிவ் சொசைட்டி காரியதரிசி ஆனந்தகிருஷ்ணன்.

பிரதிவாதிகள் (1) குருமலையில் இருக்கும் ராமசாமி நாக்கர் குமாரர் சாமிநாயக்கர்.

(2) குருமலையில் இருக்கும் கருப்பையா ஆசாரி குமாரர் செல்லையா ஆசாரி

தாவா நெம்பர் 303/1984-85

குற்றச்சாட்டுகள்:

1956 வது வருஷம் விஜய வருஷம் 'புரட்டாசி பட்டத்து விதைப்புக்கு மானாவாரிப் பருத்தி சாகுபடிக்கு வாங்கிய கடன் ரூபாய் நூற்று ஐம்பது. மேல்படி பிரதிவாதிகள்

(2) செல்லையா ஆசாரி ஜாமீன் போட்டு எழுதிக் கொடுத்த வெந்நிலைக் கடன் பாத்திரத்தில் சாமிநாயக்கர் பேரில் உள்ள பாக்கித்தொகை ரூபாய் 907-03ந. பை. இந்த துகை தண்டவட்டி நோட்டீஸ் சார் ஜ உள்பட.

சொத்து விபரம் வில்லங்கம்.

பிரதிவாதிகள்: (1) சாமிநாயக்கருக்கு இருந்த மானாவாரிக் கரிசல் பனிரண்டு ஏக்கர் தோட்டம். பொய்த்தகிணறு சேர்ந்து ஒரு ஏக்கர் ஐம்பது செண்டு. மேல்படி விஸ்தீரணத்தின் பேரில் முன் கடன் நிலுவை இருந்தும் பனிரெண்டு ஏக்கர் நயம் கரிசல் கிரயம்.

நாளது பசலி 88க்கு நிலம் ஒரு ஏக்கர் ஐம்பது செண்டு. வறண்ட .தோட்டம். நாளது தேதியில் தரிசு. அசையாச் சொத்தாக உள்ளன. தபசில் சொத்து விபரம்சரி.

பிரதிவாதிகள்: (2) செல்லையா ஆசாரிக்கு நிலம் இல்லை. குருமலையில் வடக்குத் தெருவில் தெற்கே பார்த்த மூங்கில் தட்டி அடைத்த ஓட்டருக்கு வீடு க்ஷீண திசையில் உள்ளது. வீட்டின் பேரின் அடமானம், தெற்குத் தெரு கிருஷ்ணஞ்செட்டியாருக்கு ரூபாய் ஐம்பதுக்கு. வீட்டு மனை உள்ளது. தபசில் சொத்து விபரம் சரி.

1வது பிரதிவாதி சாமிநாயக்கர் வேகாரியாய் அலைந்து திரிவதாய் ரிப்போர்ட்.

கோர்ட்மூலம் ஆள் அனுப்பி சம்மன் கொடுக்க முயற்சித்த போது சாமிநாயக்கர் சம்மனை வாங்கிக் கிழித்துப் போட்டுக் கோர்ட்டை அவமதித்துள்ளார்.

2வது பிரதிவதி செல்லையா ஆசாரி ஊரில் இல்லாத தாலும் போன இடம் தெரியாததாலும் மேல்படியார் வீடு, தெற்கே பார்த்த ஓட்டடுக்கு வீட்டு தட்டிக் கதவில் ஒட்டி சம்மன் சாரி சொய்யப் பட்டது.

மேல்படி பிரதிவாதிகள் (1) (2) நாயக்கர் நேரில் எமது முன்பு ஆஜராகியும் பிரதிவாதி (2) செல்லையா ஆசாரி நேரில் ஆஜராகாமல் இருக்கும் பட்சத்தில் விசாரணை.

1985 - ஆம் வருஷம் ஜனவரி மாதம் 2-ஆம் தேதி காலை 10-00 மணியளவில் கூடிய விசேச நீதி மன்றத்தின் பகிரங்க விசாரணை நடவடிக்கைகள்:

ஆஜர்: நீதிபதி மேதகு ஐசக் பாண்டியன் M.A, B.L. மற்றும் 51 பார்வையாளர்களும் கோபால் அய்யங்கர் B.A, B.L, கணபதியாபிள்ளை B.A,B.L, குமாரசாமி முதலியார் B.A, B.L, ஒன்பது ஜூனியர் வக்கீல்களும் பிரதிவாதிகள்: (1) சாமி நாயக்கர், வாதி: ஆனந்த கிருஷ்ணன் இத்யாதி இத்தியாதிகள்:

சாமிநாயக்கர் கோர்ட்வாசலில் நின்றிருந்தார். ஈரக்குலை பதறியது. குடைக் கம்பை வைத்துத் தரையில் கோடு கிழித்துக் கொண்டிருந்தார். பெசல் கோர்ட்டில் ஏகபட்ட கூட்டம், கவுன் போட்ட வக்கீல் மார்கள் இருள் அடிச்ச

மாதிரி சிரிக்கிறார்கள். கோர்ட் சுவர் அலறியது. வெள்ளைக் காரன் காலத்து கல் தூண்கள்; ஜன்னல்கள்; கருப்புக் கதவுகள் கருப்புக் கோர்ட்டுகள்; நீள வராண்டா, வராண்டாவைப் பார்க்க ஜெயில் மாதிரி இருக்கு.

வராண்டாவில் சிகப்பு டவாலி போட்ட வெத்தலை குதப்பிய தடியன் விழுந்து விழுந்து கத்துகிறான். கிணத்தக் குரல். பேர்கள் ஒப்பிக்கப்படுகிறது. கையில் விலங்கு பூட்டிய இளவட்டங்கள் சிரிக்கிறார்கள். என்ன தாவா நடக்கோ. காலம் எப்பிடி எப்பிடியோ போகுது. வங்கொலை செய்த வேல்த்தேவனுக்கு எதிரா சாட்சி சொன்னவன் கீழக்காட்டில் விரட்டி விரட்டி செத்தான்.

பொம்பளைகள் குனிஞ்சு களை எடுத்துக்கிட்டு இருக்கு. சங்கை அறுத்திட்டான். திகில் பறக்க அருவாளில் ரத்தம் வடிந்தது. சாமிநாயக்கர் கமலை இறைத்துக் கொண்டிருந்தார். வாய்க்கால் தண்ணியில் அருவாளை கழுவிக் கிட்டு இருக்கான் வேல்த்தேவன். கழுவக் கழுவ ரத்தம். வாய்க்கால் தண்ணியில் சளப்சளப்பென்று வேலு நடந்துபோகிறான். சாமிநாயக்கரை கிணத்துக்குரல் கூப்பிட்ட சத்தம். குலை பதறினார். கோர்ட் வராண்டா மறித்தது. கூண்டுக்குள் சாமிநாயக்கர் ஒடுக்கி நடுங்கி நின்றார். குளிர் காச்சல் ஆட்டுது. வடக்க பார்த்து நின்றார்.

'ஏ கெழவா... இங்கிட்டு திரும்பு. இப்பிடித் திரும்பு. உன் மூஞ்சிய பாப்பம்...' கிழக்காமல் இருந்த பீடத்தின் மேல் கருப்புக்கோட்டு சாமிநாயக்கரைப் பார்த்துச் சிரித்தது. சாமிநாயக்கர் நடுங்கியபடி கும்பிடுபோட்டார். ஒரே கருப்பு அம்பலமாய் இருக்கு. கோர்ட்டு மிரட்டுது ஆளை.

பனை உயரத்துக்கு வளர்ந்த கோர்ட்கிளார்க்கு சோடாப் புட்டிக் கண்ணாடி வழியே சாமிநாயக்கரை உற்றுப் பார்த்தான். புஸ்தகத்தில் சத்தியம் வாங்கிவிட்டு அமர்ந்தான்.

கருப்புக்கோட்டு: சாமிநாயக்கரே நீரு கடன்வாங்கினது உண்மைதானா?

எசமா, எருமை மாடு எசமா எருமை மாடு என்று கேட்ட கேள்விக்கொல்லாம் எசமா எரும மாடு என்று கத்தினார்.

‘உம்மீது ஏற்கெனவே டிக்ரி பிறப்பிக்கப்பட்டிருக்கிறது. அதை ஒத்துக்கொள்கிறீரா.....’

சாமி நாயக்கர் பதறியபடி மரச்சட்டத்தில் சாய்ந்து நின்றார். ‘யோவ் பெரியவரே.... கூசாம பதில் சொல்லு’ பீடத்திலிருந்து குரல்.

‘எசமான்... எம்பேர்ல டிக்கிரியா. இல்ல எசமா... நான் வாங்குனது நூத்தம்பது ரூவா. சமுத்திரமா பெருக்கி வச்சிருக்காக எசமா, பருத்தி மாசூலுக்கு வாங்குனது. அன்னியில் இருந்தே காடு அவிஞ்சு கெடக்கு. மழை பேயலை. நான் எங்கபோயி முட்ட...’

‘சாமிநாயக்கரே... கோர்ட்டை அவமதித்துப் பேசக் கூடாது. அவமதிக்கும்படியாக நடந்த குற்றம் உம்மீது கடும் நடவடிக்கை எடுக்க கோர்ட் விரும்புகிறது.

சாமிநயக்கர் பவ்யமாகச் சிரித்தார். ‘என்னவோ ஏதோன்ன கிழிச்சுப் போட்டேன். எனக்கு தன்மதி இல்லை எசமான்....

கோர்ட் சிரித்தது. ஜன்னல்கள் உற்றுப்பார்த்தன. ‘நீர் சட்டத்துக்கு புறம்பான முறையில் ஜப்தி செய்ய வத்த இடத்தில் அதிகாரிகளை மறித்தது உண்மையா...’

‘எல்லாம் அருள் வாங்கிப்போச்சு... விளைஞ்ச காடெல்லாம் தரிசாகெடக்கு... மாசூல் எடுக்க முடியல... வேலிக்கருவல் போட்டு வீட்டு ஒசரத்துக்கு நிக்கி... எல்லாத்தையும் வித்து வாயிலபோட்டாச்சு... எல்லாம் ஆண்டி ஆயிட்டான். ஆண்டிய அடிச்சா கந்தல் பறக்கும். நம்மல மாதிரி இல்லாத பயல். சப்தி வந்தா அர்ணாக்கயித்த அத்து நாண்டுக்கிருவான் சம்சாரி....’

கொஞ்ச நேரம் சாமிநாயக்கர் வாய்க்குள் புலம்பினார். வார்த்தை நெஞ்சை அடைத்தது. மண்டைய முட்டி முட்டி சாகணும் போல படபடப்பு.

கோர்ட் வாய் அடைத்துக்கிடந்தது.

கிளார்க்கு தலைகுனிந்து கோர்ட்டாரிடம் காதைக் கொடுத்துக் கிசு கிசுத்தான்.

‘கிராம அதிகாரியின் பயிர் எடுப்பு ரிக்கார்டுப்படி வருஷா வருஷம் மகசூல் வருதாமே உமக்கு. ரிக்சார்டு

பேசுது.. நீர் என்ன சொல்கிறீர்...'

'அதை என்ன சொல்ல எசமான் நேர்ல வந்து பார்க்கணும் அதை. கழுத மேயிது... எரிக்களை மொளச்சிக் கிடக்கு... பெழச்சுப் பெழச்சு இந்த லெச்சனத்தில இருக்கு...

சாமிநாயக்கருக்கு குளிர் காச்சல் விட்டுப்போய் வாக்கு சாதுர்யம் கோர்ட்டையே அரட்டியது. சாமிநாயக்கருடைய வாக்கு அவரது கைக்குடை போன்றது. வெந்து அவிந்து போன காட்டையே கோர்ட்டுக்குள் குடையாக விரித்தார். சபையே கட்டுண்டது. கருப்புக் கவுன்களை எல்லாம் மடக்கிப்பிடித்தார்கைக்குடையாக. பிடித்த பிடியை விடாமல் குடையை கக்கத்தில் இடுக்கிய மாதிரி கூண்டுக்குள் சாமிநாயக்கர் நின்று கொண்டிருந்தார். வாக்கு அடித்தது. யார் முகத்திலும் ஈயாடலை, அசைவில்லை. கலிக்கோ பைண்ட் போட்ட புஸ்தகங்கள் கண்ணாடிப் பீரோவுக்குள்ளிருந்து சாமிநாயக்கரை எட்டிப் பார்த்தன. சுவர்கள் கதறின. கருப்புக் கவுன்கள் அசையவில்லை. வழக்கமான உணர்ச்சி களற்ற முகங்களில் மொந்தையான அசடு வழிந்து கொண்டி ருக்கிறது. கோர்ட் ஜன்னல்களில் தலைகள் தொங்கின.

விசாரணை முடிவான பைசலுக்கு வந்து விட்டது. சாமிநாயக்கர் பீடத்தின் மேலிருந்த கருப்புக் கோட்டை புதிராகப் பார்த்தார். வினோத பாவத்துடன் அமுத்தலான சிரிப்பை அடக்கியபடி கைவிலங்கை உற்றுக் கவனித்தார்.

தாயோளி... நம்மள களி திங்க வச்சிட்டானே....என்று நமட்டுச் சிரிப்புடன் கம்பி எண்ணிக் கொண்டிருந்தார் சாமிநாயக்கர்.

பாளையங்கோட்டையில் இருண்ட சிறைக்குள் சின்னச் சின்ன ஓட்டைகள் வழியாக சன்னஞ் சன்னமாக வியப்பூட்டும் ஒளி. வெளியில் மரங்களில் குருவிகள் சலம்புகிறது. கீறல் விழுந்த மரக்கதவின் இடுக்குகளில் நுழைந்து வருகிறது செல்லக் குருவி. ஜெயில் வராண்டாவில் கிரிமினல் குற்ற வாளிகள் அணில் குஞ்சைகொஞ்சிக் கூத்தாடுகிறார்கள்.

நம்ம வேலுத்தேவன் இருக்கானா... என்று சுற்றிப் பார்த்தார். வீச் வீச் சென்றுன அணில் குஞ்சி இந்தப் பக்கமாக

ஓடி வந்து வாலை ஆட்டுகிறது.

அனாதைப் பயல் வேலு சின்னஞ்சிறு கால்களுடன் சாமித்தாத்தாவுக்கு பின்பக்கமாகப் பதுங்கிப் பதுங்கி வந்து கண்ணைப் பொத்துகிறான்.

கெக்கே கெக்கே என்று சாவன்னா அவனை முதுகில் தூக்கிச் சிரிக்கிறார். ஓட்டமாய் ஓடுகிறான். அவனைப் பிடிக்க கையை நீட்டினார். அடே வேலு...

நெர அம்மணத்தோடு கம்மாக்கரைமேல் ஓடிக் கொண்டிருந்தான்வேலு.

அவனைத் துரத்திக் கொண்டு ஓடினாள் சக்கிலியப் புள்ளை ஈஸ்வரி. ஆட்டுச்குட்டீ... ஆட்டுக்குட்டீ... அம்மணக் குண்டித்தாத்தா, என்று கத்துகிறாள்.

சாமித்தாத்தா, அவன் இடுப்பில் கட்டிவிட்ட ஆட்டுமணி அருணாக்கயித்தில் கிடக்கும். ஓயாமல் கத்துகிறது. கிணு கிணுவென்று கரையெல்லாம் சத்தம் சிதறிக் கொண்டே ஓடினான்.

நாத்துக்காட்டில் நாயக்கமார் வீட்டு மாடுகளோடு நின்றிருந்தாள் ஈஸ்வரி. வேலுப்பயல் ஆடு மேய்க்க தாத்தாக் குதிரையில் வந்து கொண்டிருந்தான்.

தெருவில் உள்ளவரெல்லாம் 'வாங்கய்யா. மகராசா. கொம்பனான குதிரை போலஇறுக்கிப் பிடித்து டக்கட்டீ... டக்கட்டீ என்று சத்தம் கொடுத்தான்.

தாத்தாக்குதிரை மெல்லாத்தான் ஓடும் ஆடுகளுக்குப் பின்னால்.

காட்டின் மகாராணி ஈஸ்வரியம்மா காத்துக் கிடந்தாள், காட்டை இருட்டிக் கொண்டு.

அவளைப் பார்த்ததும் தாத்தாக் குதிரையில் இருந்த படி அலட்சியமாய் பார்த்தான். அவளுக்குப் பொறாமை தாங்கவில்லை.

ஆட்டுக்குட்டி, ஆட்டுக் கிடாயீ... அமணக்குண்டீ... ம்மே ப்பே... என்று ஆடு மாதிரி கத்தி வக்கணைகாட்டி விட்டு நாத்துக்குள் ஓடி விட்டாள்.

அவன் தாத்தாக் குதிரையிலிருந்து குதித்தான். ஆட்டுக்கு

கோபம். ஆட்டுக்கிடா மாதிரி விரல்களை தலைக்க மேல் கொம்பு வைத்துக் கொண்டு முட்ட ஓடினான்.

அவள் தப்பி ஓடினாள். கிடா விரட்டியது. நாத்துக்குள் பாய்ந்து அவளை நெருங்கி விட்டது. சதக். சதக்கென்று முட்டியது கிடா.

கிடா முட்டிறிச்சி. கிடா முட்டிறிச்சி.... ஹைய்ய்ய் என்று தாத்தாக் குதிரை கனைத்தது.

அவளுக்குத் தோல்வி தாங்கவில்லை. வாய்விட்டு அழுதுவிட்டாள்.

ஈசுவரியிடம் வெற்றிவாகை சூடிய கிடா; மணிச் சத்தம் கேட்க நாத்துக் குள்ளிருந்து ஓடிவரும். தாத்தாவை முட்டவரும். சாமித்தாத்தா பயந்த மாதிரி பாசாங்குசெய்தார். தாத்தாவை முட்டி விட்டது.

அய்யோ... ஆடு முட்டிறிச்சே... முட்டிறிச்சே... என்று கீழே விழுந்து பாவலா செய்தார் தாத்தா.

வேலுப்பயல் தெருவெல்லாம் ஓடித்திரிந்தான். அவன் தெரு முனையில் ஓடிவரும்போது தூரத்திலிருந்தே மணிச் சத்தம் கிணு கிணுக்கும். வீட்டுக்குள்ளிருந்து குதியாளம் போட்டு தெருவுக்கு வந்தார் சாமித் தாத்தா. நம்ம... பய வாராண்டோய் நம்ம கிடாவுக்கு சோடியுண்டா... இந்த ஊருள... ஆரு இருக்கா... கூடுன கிடா... நம்ம கிடாதான்... பாரு...

சாமித்தாவைச் சுற்றிச் சுற்றி மணிச் சத்தம் கிணு கிணுத்தது.

குருமலையில் குழிபறிக்கும் நரிகளால் கந்தல் கந்தலாய் வெட்டுப்பட்டு செத்துப்போன சங்கிலித்தேவன் மகன்... தாத்தாவை சுத்தி சுத்தி ஓடிவருகிறான்.

'அடே.... வேலுத்தேவா... நீதாண்டா..... என் பேரன்... குருமலைக்குள் நரிகள் வாலை ஆட்டுது பாரு.... நான் உனக்கு மம்பட்டி புடிக்கச் சொல்லித்தர மாட்டன்டா... பேரப்புள்ள... தாத்தாவும் வேல்த்தேவனும் சிந்தி விட்டுப் போன சிரிப்பரவம் ஊர் முழுவதும் தீரவே தீராமல் கேட்டுக் கொண்டிருந்தது.

எல்லாவற்றையும் இழந்தவராக சாமிநாயக்கர் வார்டு எண் 19-ல் பழுத்து வங்கு ஓடிய முகச்சுருக்கங்களுடன் மரச்சட்டத்தில் சாய்ந்து கொண்டிருந்தார்.

ஈயப்பெயிண்ட் அடித்த கம்பிகளுக்கு இடையில் முகத்தை ஒட்டவைத்து இரும்புக்கம்பியின் குளர்ச்சியை உணர்ந்தவராக வராண்டாவைப் பார்க்கிறார்.

வார்டுக்கு வெளியில் போனநூற்றாண்டுகளில் இருந்த கோட்டைச் சுவர்கள். கருப்பு படிந்த சுவர்களில் வெகு நாளைய வரிகள். வடக்குச் சுவர் ஓரங்களில் அரசுகள்; இச்சி மரங்கள்; தண்டு வளைந்த வேம்புகள். நடு மைதானத்தில் ஆலமரம். பறவைகள் தடம்பட்டது. எச்சம்பட்டு பழுத்த கிழடு. வங்கிழடு. தளர்ந்த அசைவில் சாமித்தாத்தாவைப் போல் மொடு மொடுத்து ஆடுகிறது. வரி வரியாக தடிப்பு. கீறல்கள். முதிர்ந்த கூனல் வளைவுகள். திணறும் பெரு மூச்சுகள். மரத்தில் ஆணியை வைத்து தாறுமாறாகக் கோடுகள். ஜெயிலில் இறந்து போனவர்களின் பேர் வெட்டப்பட்டிருக் கிறது. தண்டுகள் எல்லாம் மனிதர்கள் உண்டாக்கிய புண் களுடன் வாதையில் ஆழ்ந்திருக்கிறது ஜெயில் ஆலமரம்.

யாருமற்ற அனாதையான ஆலமரம் விழுதவிட்டு கீழறங்கி சரிந்து ஒடிந்து கிடக்கிறது. கோட்டைச்சுவர்களுக்கு மேல் பொங்கி வளர்ந்த மரங்களின் கும்பலான இலைக் கூட்டங்களுக்குள் நூறு நூறுபறவைகள். திரேதாயுகத்துப் பறவைகள் வந்து வந்து மறைந்து போன சலம்பல்கள் கேட்கிறது.

பச்சை இலைகளைப்பார்த்துப் பார்த்து கம்பிகளுக்கு இடுவலில் இருக்கும் கண்களில் ஈரஒளி கசிகிறது. சன்ன வெளிச்சம் கம்பிகளுக்கு ஊடே பாய்ந்து கொண்டிருக்கிறது.

பாதி ஒடிந்த நிலையில் விழுதுகளையே சார்ந்து சாமித் தாத்தாவைப் போல் கிழட்டு மூச்சு விட்டு நேரத்தை எதிர்பார்த்துக் கொண்டிருக்கிறது. மரம் அண்ணாந்த நிலை யில் ஆழ்ந்திருக்கும். இலைகளுக்கு அடியில் பேடையின் விசிலடிப்பு. யாராலும் தீர்க்க முடியாத துக்கத்துடன் தகிக்கிறது பேடையின் அலறல்.

2

குருமலையில் இடி விழுந்து முதல்க்கல் உருண்டது, சாமிநாயக்கர் என்ற முரட்டுச் சமுசாரி ரூபத்தில். காடே கிடையாகக் கிடக்க விதித்திருந்த விதியை உடைத்து கொண்டு டவுனைப்பார்த்து வந்து கொண்டிருந்தார் சாமி நாயக்கர்.

வெயிலும் மழைகளும் உளறும் மேகாத்தும் அடித்துத் திரட்டிய திரள் மாதிரி திரேகம் பசித்து வெளுத்துப் போன கருசல் தரையைப் போல் சாம்பல்ஓடிய முகம். சாவன்னாவை பார்த்தால் தரிசுதான் ஞாபகம் வரும் வெட்டித்தரிசு.

பளாரென்று விடிய்ய கோவில்பட்டி டவுனில் தெட்சிணா மூர்த்தி தெரு முடுக்கில் நின்று கொண்டிருந்தார். அட்டுப் பிடித்த கைத்தடியை ஊன்றி பெண்டு ஒடிந்த முதுகை நிமுத்தினார். நிமுரவில்லை. தலையைச் சாய்த்துக் கொண்டு தெருவை நோட்டம் பார்த்தார், யார் வீட்டிலாவது விடிந் திருக்கிறதா என்று.

அடத் தாயளி விடிஞ்ச வீட்டங்காணமே... தெருவில் எழுந்த முதல் மனிதர்கள் மாதிரி தெருவிளக்குகள் எரிந்து கொண்டிருந்தன. சாமிநாயக்கரைப் பார்த்ததும் தெரு விளக்குகள் ஏககாலத்தில் அணைந்து கண்ணை மூடிக் கொண்டன.

கிஹீ கிஹீ கிஹீ என்று ஆக்கங் கெட்ட கூகையாட்டம் சிரித்தார். சிரிப்பில் அனல் அடித்தது. சுவர்கள் எதிரொலித்தன. சிரிப்பு இருமியது. பழைய பெட்போர்டு மோட்டரைப் போல் பெரிய ஹீங்காரத்துடன் உருமி சளியைத் துப்பினார்.

தெரு உறங்கியது அலுப்புடன். முதல் கதவு திறந்தது. கிர்ர்ர்ர்ர்ரென்று நெளிந்து நீட்டி கொட்டாவிவிட்டு சொடுக் கியது. பிளாஸ்டிக் வாளியும் கையில் விளக்கமாறுமாக இருட்டு மூஞ்சி நின்றது வாசலில்.

சாமிநாய்க்கனுக்கு விடிஞ்சிரிச்சி டோய்... என்ற எகத்தாளத்துடன் கைத்தடி துள்ளியது. கைத்தடித் தோழன் சாமிநாயக்கரை வரவேற்று அழைத்துக் கொண்டு போனான்

திறந்த வீட்டு வாசலுக்கு.

வாசல் தொளிக்கு முந்தி கெழட்டு எளவு நிக்கிதே. முதேவி மூஞ்சியில விடியணுமா.....

பச்சை பிளாஸ்டிக்வாளி சிடுசிடுப்புடன் திட்டியது மனசுக்குள்.

எம்மா... என்னம்மா... என்னத்த கேக்கப் போரன். கிழவனுக்கு கீழகொட்டுரத போடுங்கம்மா.... இல்லேங்காம போடுங்கம்மா.... நைசாக சிடு மூஞ்சிக்கு நேராக ஈயத்தூக்கு வாளியை ஏந்தினார் சாமி நாயக்கர். விடிஞ்ச மூஞ்சி மாதிரி தெரியலை. முகம் சுண்டிச் சுருங்கி இருட்டியது.

ஏம்மா.... அப்பிடி பாக்குரே... சமுசாரிதான்மா... சாமிநாய்க்கன் சமுசாரி தான்மா...

பெழச்சு பெழச்சு இந்த லெச்சனத்தில இருக்கு....

அங்குட்டு போயிட்டுவா... வாசல் தெளிக்க விட மாட்டியோ போ போ....

சரி சரிம்மா சரிம்மா சரிசரி...

முனங்கலுடன் கைத்தடி நகர்ந்தது.

வாசலிலும் ஏகமாய் தண்ணி சலம்பியதுவசவுகளுடன், எல்லா வாசலிலும் ஏகமாய் தண்ணி கொட்டப் படுவதும் திட்டுவதும் சாமிநாயக்கரை நெடுக விரட்டியது தண்ட வாளங்களை நோக்கி.

புதிதாக விடிந்திருந்த காலை வாசல் படிகளை ஒட்டி ஓடும் சாக்கடை ஓட்டத்துடன் பருப்புரசம் கலந்த வெஞ்சனத்தின் மணம் தெரு மணந்து பசியைக் கிண்டியது.

கீழ போடுரதுக்கு கையில குடுத்துட்டா என்ன. அநியாயமா கீழ கொட்டுராகளே. என்ன பொம்பளைக... வீணப்பிறவிக... வயிற்றெரிச்சலுடன் கைத்தடி புலம்பியது. காலை வெளியில் வீட்டு உசரம் வேலிச் செடிகளைக் கண்டார்.

அடத்தாயளி... பஞ்சத்தில் போட்ட காங்கிரஸ் புல்லு எங்க போனாலும் நம்மளை விடாதோ. வேலிச் செடி மறசலில் பன்றிகளின் உறுமல். தண்ட வாளங்கள் வடக்கும் தெற்குமாக நீட்டிக்கிடந்தது. பனியில் நனைந்த தண்டவாளங்

களைத் தாண்டி சாமிநாயக்கர் போய்க் கொண்டிருந்தார்.

சூரியனின் படுக்கைவசக் கதிர்கள் கண்களைக் கூசின. தண்டவாளங்கள் நெடுகில் ஆட்கள் உட்கார்ந்து பன்றிகளை விரட்டினார்கள். பன்றிகள் உறுமின. ஊசி மூஞ்சிகளை நீட்டிக் கொண்டிருந்தன பன்றிகள்.

தண்டவாளங்களைக் கடந்து தெட்சிணாமூர்த்தித் தெருவுக்குள் சைக்கிள்களும் தீப்பெட்டி ஆபீஸ் கும்பலும் நகர்ந்தது.

சாமிநாயக்கரின் கைத்தடி கவாத்து காவத்தென்று சத்தம் உண்டாக்கியபடி கூட்டத்தோடு கூட்டமாய் மறைந்தது.

ரயிலில் அடிபட்டுக் கிடந்த யாரோ அனாதைப் பிணத்தைப் பார்த்து சாமிநாயக்கர் தான் என்று முடிவானது. உக்கிரமான நடுமதிய வேளை. உடைந்து கூழாகிப் போன சாமிநாயக்கருக்காக, தெட்சிணா மூர்த்தித் தெருக்காரர்களும் தண்டவாளங்களுக்கு அந்தப்பக்கம் பிரிந்து கிடந்த காந்தி நகர் வாசிகளும் துக்கப்பட்டார்கள்.

தண்டவாளங்களுக்கு அருகில் சாமிநாயக்கரைப்போல் அனாதையாக விடப்பட்ட அவரது அருமை நண்பன் கைத்தடி இடுப்பு ஒடிந்து கிடந்தது. கைத்தடியைப் பார்த்ததும் சாமிநாயக்கர் என்று உறுதியாக சொல்லிவிட்டார் டீக்கடை வெங்கிடு.

உடனே டீக்கடை வெங்கிடு சார்பில் சாமிநாயக்கரின் பூத உடலுக்கு கோடித்துணி போர்த்தப்பட்டது. வெங்கிடு டீக்கடையில் இறங்கல் கூட்டம். சாமிநாயக்கரைப்பற்றி அறியாதவர்கள் சாமிநாயக்கரின் பெருமைகளை டீக்குடித்தபடி பேசிக்கொண்டிருந்தார்கள்.

அடேயப்பா... சாவண்ணா எப்பேர்ப்பட்ட மனுசன்... சாமான்ய ஆளா... சாமிநாயக்கர் போயி சேந்துட்டாரே.... தடுமாறி விழுந்திருப்பாரோ...

சமுசாரிய்யா நான் சமுசாரிய்யான்னு என்னமா சொல்லிச் சொல்லி பிச்சை எடுத்தாரே... மனசு இடிஞ்சு போயி ரயில்ல விழுந்திட்டாரே...

இல்ல... இல்ல... சாமிநாயக்கர் பேரனுக்கு கிறுக்கு

புடிச்சு ரோட்டுல அலையிரானாம். அதப்பார்த்து மனசு பொறுக்காம ரயில்ல விழுந்திட்டாரு... என்ன பெரிய மனசு... பாருங்க... சாமிநாயக்கரின் சுய புராண ஒப்பித்தலை ஆளுக்கு ஆள்விடாமல் பொழிந்தார்கள். ஆனால் குருமலை சொசைட்டி கிளார்க்கு ஆனந்தகிருஷ்ணன் கட்டன் கரெக்டா சாமிநாயக்கரின் வில்லங்கத்தை அவுத்து வைத்தான். அதைச் சொல்லும் போது மர்மத்துடன் கண்களை உருட்டினான்.

சாவன்னாவுக்கு ஏகப்பட்ட கடன் பாக்கி, ஜெயில்ல களிதின்னுக்கிட்டு கெடந்தாரு.... அங்கயும் கடன்காரன் விடல இப்ப சட்டி எடுத்து அளஞ்சாலும் கடன்காரன் விடுவானா... கொண்டுபோயி தண்டவாளத்துள தள்ளி விட்டானே... எல்லாரும் கடனைக் கட்டாம வாழவே முடியாது என்று தீர்வு சொன்னான்.

கூட்டம் மைனாக்குஞ்சு மாதிரி வாயை வாயைத் திறந்து உளறியது. தெரு முழுவதும் துக்கம் கசிந்து வழிந்தது வெயில். துக்கத்துடன் சாய்ந்து கிடந்தது காந்திநகர்.

வெள்ளைத் துணி போர்த்திய பிரேதம்... அருகில் கைத்தடி... டீக்கடை பெஞ்சியில் போலீஸ்காரர்கள் தூங்கி வழிந்தார்கள். பிரேதம் போர்த்தி இருந்த துணியில் எங்கும் திட்டுத்திட்டாய் ரத்தம். தண்டவாளங்களைக் கடந்து போகிறவர்களுக்கு இத்தனை பயத்தையும் உண்டாக்கியது. தெட்சிணாமூர்த்தி தெருப்பாதை இருட்டியது. பாதை மறித்தது.

ராத்திரி எல்லாம் சாவு வாடை. மேகாத்து பயந்து உளறியது. தெட்சிணாமூர்த்தித் தெருவில் சாமிநாயக்கரின் கைத்தடி சத்தம் எழுப்பியது. கவாத்து கவாத்தென்று. சாமிநாயக்கர் பாதங்கள் தரையில் உரசும் சத்தம். நாய்கள் பயந்து ஊளையிடவில்லை. இரவின் உருவம் சாமிநாயக்கரின் முகத்தைப்போல் செத்துக்கிடந்தது.

இருட்டுக் குடைமடங்கி மறுநாள் விடிந்தது. தண்ட வாளங்களில் முன்போல் பனி விழுந்திருந்தது. கட்டடங் களுக்கு இடுவலில் சூரியன் எழுந்து, தண்டயவாளங்களில் வெட்ட வெளிச்சமாக ஒளியடிக்க தண்டவாளங்களைத்

தாண்டி சாமிநாயக்கர் வந்து கொண்டிருந்தார்.

பல்லுப்போன பொக்கை வாயில் கிஹி கிஹி கிஹி என்று சிரித்தார். சாமித்தாத்தாவைச் சுற்றி ஒரே கூட்டம். சாமித்தாத்தாவோடு சேர்ந்து நகர்ந்தது. வெங்கிடு டீக் கடைக்குள் பாத்திரங்கள் அலறி உருண்டன.

சாமிநாயக்கர் பெஞ்சில் உட்கார்ந்தார். கைத்தடி நழுவி விழும் சத்தம். மெதுவாக இடுப்பிலிருந்த கோழி ரோமத்தை எடுத்து இறகை வகுந்து ஒட்டடைக்கம்பாக நீட்டி காதுக்குள் கொடுத்துக் குடைந்தார். கூட்டம் உசாராய்ப் பார்த்தது. கழுத்தைச் சாய்த்து மேல் காதை குடைந்து கொண்டே சுகத்தில் ஆழ்ந்த நிலையில் வாயைக் கோணிக் கொண்டு எல்லாரையும் பார்த்தார். மர்மப்புன்னகை கன்னச் சுருக்கங்களில் நெளிய ஒளி மிகுந்த கண்களால் எல்லாரையும் நோட்டம் பார்த்தார் சாமிநாயக்கர்.

கல்லாப்பெட்டியிலிருந்து தலையை நீட்டி தொந்தி வயிறு குலுங்க குலுங்கச் சிரித்தார் வெங்கிடு.

ஓய்... சாவன்னா எல்லாரையும் பயித்தியாரன் ஆக்கிட்டீரே. ஓய். நல்லாச் செஞ்சீரு... நல்லாச் செஞ்சீரு.

சாவன்னா ஒமக்கு ஆயிசு நூறு எர நூறு சாவன்னா... ஒரே சிரிப்பாணிக் கூத்து. டீக்கடை சிரித்து உருண்டது. கூப்பாடுகளை எல்லாம் காதில் வாங்காதவர்போல் முகபாவத்தை மறைத்துக் கொண்டு ரொம்ப அக்கறையாய்க் காதைக் குடைந்து கொண்டிருந்தார் சாமிநாயக்கர்.

கடையில் தலை கீழாகத் தொங்கிய வாழைப்பழத் தார்கள் அசைந்தன. வேடிக்கை. ஒரே வேடிக்கை. பொறுக்கப் பொறுக்க வேடிக்கை பார்த்தது கூட்டம். சாவன்னா முகம் சுண்டிச் சுருங்கியது.

திடுதிப்பென்று முகபாவம் உணர்ச்சி பொங்கிச் சிரித்தது. விழுந்து விழுந்து சிரித்தார் சாமிநாயக்கர்.

'சாமிநாயக்கனுக்கு சாவுஏது. என்ன என்ன நடக்கு... இன்னும் சாமிநாயக்கன் பார்க்க வேண்டியது நெறய்யா இருக்கு பேரப்புள்ள... ஏம் பாவத்துல போக. எனக்குத் துட்டி கொண்டாடிட்டீகளா. என்ன அநியாயம் பாருங்க.

இன்னொரு பொண்ணு தேடி அலையிரேன். ஒருத்தியும் எனக்கு வாக்கப்பட மாட்டிங்காளே. வருத்தம்... வருத்தத் துல திரியிரேன் பேரப்புள்ள... முகத்தில் அழுத்தலான சிரிப்புடன் பொம்பளைகளைப் பார்த்தார். கள்ளச் சிரிப்பு. எக்கண்டம். எகடாசி.

கெழட்டு எழவுக்கு பொண்ணு கேக்காமே. வெட்கம் புடுங்கித்தின்ன.பொம்பளைகள் வீட்டை பார்த்து ஓடினார்கள்.

வெங்கிடு உடம்பை நெளித்துக் கொண்டு கொஞ்சினார். சாவன்னாநீரு. கூடுன ஆளு... ஆனா... காட்டைப் போட்டுட்டு... பிச்சை எடுக்க வந்திட்டீரே. சாவன்னா இம்புட்டுத் தானா கெட்டிக்காரத்தனம். உம்ம கிம்பிரியம் இவளவுக்குத் தானா...

வெங்கிடுவின் புத்திசாலித்தனம் சாவன்னாவைக் குத்திக் குத்தி புகை கிளப்பியது.

சாவன்னா திண்டு முழுங்குன மாதிரி திணறினார்.

'என்ன சொன்ன.. என்ன சொன்ன... எம்பேர்ல என்னப்பா இருக்கு. எம்மனசுல கலங்க மில்ல. பால் போல இருக்கு. நிலாப் போல வெளிச்சம் அடிக்கி. கோமணத்துணிய ஏத்தி ஏத்திக் கட்டிக் கிட்டு நிக்காம்பாரு சமுசாரி. முகத்தில் அருள் இல்ல. சமுசாரி முதுகுல கல்வச்ச மாதிரி இருக்கு. மனசு ஒத்துக்கிரலை. என் திரேகம் நடுங்குது. எல்லாருமா சேந்து அவன் மேல பாரத்தை ஏத்திட்டிங்க. சாமிநாயக்கன் மனசு லொங்குது. சமுசாரிய பொதிமாடா போட்டு வசக்கி அடிக்கிது நாடு. தாயோளி செம்பிரி ஆட்டுப் பெறவிநாடு... நாடு நாடு...! வாக்கு அனல் அடித்தது. சாமிநாயக்கர் உருண்டு உருண்டு சிரித்தார். இடிவிழுந்த மாதிரி தரை நடுங்கியது.

வேகவேகமாய் கூட்டத்தைத் தள்ளிக்கொண்டு போனார். தெட்சிணாமூர்த்தித்தெரு வழியாக கப்பக்கால்களைச் சரித்து சரித்து நடந்து போய்க் கொண்டிருந்தார். பாதை மறித்தது. சாமி நாயக்கரின் கைத்தடிச் சத்தம் நூறு நூறு கேள்விகளாய்ச் சிதறியது. தண்டவாளங்களில் வெயில் முறுகிக் கனகனக்க தண்டவாளங் களைத் தாண்டிப் போய்க் கொண்டிருந்தார் சாமிநாயக்கர்.

●

34

பொம்மைகள் உடைபடும் நகரம்

அம்மாவுக்கு பொம்மைகள் வாங்கிச் செல்லக் காசில்லாத போது என் வாழ்நாள் முழுவதும் வீணடிக்கப்பட்டதாக உணர்ந்தேன். கடைவீதிகளைச் சுற்றிச்சுற்றி பொம்மைக் காரனைத் தேடினேன். அவன் எங்கும் அகப்படவில்லை. எந்திரங்கள் உற்பத்தி செய்து குவித்த பண்டகசாலைக் குள்ளிருந்து வெளியேறினேன். எனது அழுக்கு ஜேப்பில் கிடந்த இருகாகிதத் துண்டுகளில் படம் வரைந்தேன். என்னை விட்டு நழுவிய பொம்மையொன்றின் சாயலைக் கொண்டு வர முடியாமல் அக்காகிதங்களை மடித்துப் பறந்து செல்லும் வெண்கொக்குகளைச் செய்து வெளியில் மிதக்க விட்டேன். அம்மாவுக்குப் பிடித்த பொம்மைகள் என்னோடு மறைந்து போயிருந்தன. காகிதவில்லைகளை உருமாற்றி காணாமல் போயிருந்ததையெல்லாம் உயிர்ப் பிக்க முயன்று தோற்றுப்போனேன்.

ரொம்பக் குறைந்த வயது இளந்தாயின் கண்ணீரை யாரால் தீர்த்துவிட இயலும். என் அம்மாவைப்பிடித்த கண்ணீர் இளஞ்சூட்டில் என்னைத்தொட்டது. பொம்மை களைக் கேட்டு அழுகிறாள் என்று எனக்குத் தெரியும். வெகுதொலைவில் இருந்த நகரைவிட்டு ஓடிவந்தேன். நகரம் முழுவதும் திறந்த ரணமாய் இருந்தது. கருப்புத் தார் விரிப்பில் புரண்டு அழுத மரக்கிளைகளின் அசைவுகளைக் கடந்து நாழி ஓடுகள் வேய்ந்த தாழ்வாரத்துக்கு அருகில் கண்ணீர் சிந்தும் சுவர்கள் இருந்தன. என் அம்மாவின் நார்க்கட்டில் வாழ்வின் கடைசி பாகத்தில் இருந்தது. சுவர் களில் கண்ணீர் திட்டுகள் பதிந்து பதிந்து வெண்மையிலும்

வெண்டையான கண்ணீர் எழுதப்பட்டிருந்தது. சுவர்களில் இருந்த நாழி ஓடுகள் பழமையானவை. ஆரம்பகால நினைவு பதிந்து சிவப்பு நிறம் கருப்பாகிக் கொண்டிருந்தது. அம்மாவுடன் இருந்த ஒவ்வொரு சிறுசிறு அசைவுகளும் நாழி ஓடுகள் உள்ள வீட்டோடு சேரும். தெருவெங்கும் அவை சிதறுகின்றது. தரையில் விழும் சிவப்பு நிற ஓடுகளின் சிறிய துகளில் ஒவ்வொரு அணுவிலும் அம்மாவின் துடிப்பு இருக்கும். பழுத்த இலைகளைப் போல் சதாவும் வீழ்ந்த நாழியோடுகளின் துணுக்கான ஒலியை அம்மா கேட்டாள். ஊர் மறைந்து கொண்டே இருக்கிறது. அங்கு எல்லோரும் இருந்தாலும் ஊர்மறைவதை யாராலும் தடுக்கமுடியாது. கனவுகளில் பதிந்த தரைகளும் வீடுகளும் மேடுகளும் கூரைகளும் எல்லாமே மறக்கிறது. எல்லோரும் எங்கோ வெளிறிப்போன வெளியில் அண்ணாந்த கண்களுடன் உலர்ந்து வருவதை அம்மா பார்த்தாள். அவளுக்குத் தெரியும்... சாம்பல் சாம்பலாய் எரிந்து தீய்ந்த மேகங்கள் வந்து வந்து ஊரையே அழிப்பதை.. மரங்களும் துவண்டு வருவதை.. தெருவில் கிடந்த பெரிய பெரிய கற்களும் காணாமல் போனதை. அந்தப் பாறாங்கல்லை யார் தான் உருட்டி வந்து போட்டார்களோ அவற்றோடு தான் எல்லாருக்கும் பழக்கம்வரும். அவை காணாமல் போகவும் வெறிச்சோட்டமாக வரும். வெள்ளைத் தரையாக இருந்த தெருவில் காற்றோட்டமில்லை. அம்மா மூச்சு வாங்கிக் கொண்டு கிடந்தாள். தெற்குத்தெருவே அவளுடையது. பழுதுபட்ட கூரைகள் உறங்குகின்றன. ஒவ்வொரு வீட்டிலிருந்த கிழவிகள் ஒவ்வொருவராக இறந்து கொண்டிருந்தார்கள். மறைவுகாலத்தில் சில கனவுகள் ஊரைச்சூழ்கின்றன. முன்னோர் ஆவிகள் மரங்களாக மாறியது. இடிந்து விழுந்த வீடுகளின் மண்மேடுகளில் சரிவான பாதை தோன்றும். சுவர் இடிந்து வரும். ஒவ்வொரு துகள் மண்ணிலும் உறங்கிய இருட்டு மறையும்.

அம்மாவைப்பீடித்த கண்ணீரைப்பற்றி நகரங்களில் இருந்த சுவர்களுக்குத் தெரிந்திருந்தது. சில தெருக்களைத்

தாண்டும் போது எதிரில் வந்த மனிதர்கள் உருவத்தில் அம்மா இருந்தாள். அவர்கள் நடக்கும் போதே அழுது விடுவது போல கசிந்து கொண்டிருந்தன சுவர்கள். அழுதழுது பாழடைந்த அம்மாவின் முகம் நான் போன நகரின் சுவர் களில் தீட்டப்பட்டிருந்தது. அவளைப் போன்ற முகங்கள் ரயில்நிலைய பிளாட்பாரங்களில் அலைந்து கொண்டிருந்தன. இலக்கியங்கள் அம்மாவுக்குலட்சிய முலாம் பூசிமூடின.

தண்டவாளங்கள் அருகில் தாள்வீடுகளில் சுவரொட்டி களை மூடி அம்மா படுத்திருந்தாள். மாபெரும் நகரம் தாள்களை உற்பத்தி செய்து பறக்கவிட்டது. தாள் பொறுக்கி அலைகிறாள் அம்மா. வெள்ளைநிறக்காகித மாளிகையில் அம்மா கனவு காண்கிறாள். குபு குபு குபு குபு வென ரயில்கள் அவளருகில் உரசிச்செல்லும். கிராமத்தில் வளர்ந்த எல்லா ஆவிகளும் நகரங்களின் போஸ்ட் மரங்களில் இருந்து தொங்கிக் கொண்டிருந்தது. ஊரைவிட்டு எல்லோரும் வெளியேறிவிட்டார்கள். அங்கே மரங்களும் வயோதிகர் களும் நோயாளிகளும் கிழட்டுமாடுகளும் தனித்து அலை கிறார்கள். வழி நடையாக மாடுகளை விற்பதற்காக நகரங் களை நோக்கி ஓரிருவயோதிகர்கள் போய்க்கொண்டிருந் தார்கள். பெரிய பெரிய கொம்புகள் சாலையில் அசையும். சம இடைவெளியும் வளைவுகளும் கொண்ட கொம்புகள் இடையே வாகனங்கள் பறக்கும்.

வெள்ளைநிறக் காளையொன்று மௌன்ட்ரோட்டில் ஓடிக்கொண்டிருந்தது. கொம்புகளில் கட்டிவிடப்பட்ட பலூன்கள் பறக்கின்றன. தனியே தார்சாலைகள் அருகில் பாய்வீடுகளில் அம்மா உறங்குகிறாள். தனியே அமர்ந்து கண்ணீர் சிந்துகிறாளே... அதற்கான காரணங்களைத் தேடினேன். எதற்கும் காரணம் இருக்கவில்லை. இந்த உலகத்தில் இருக்கப்பிடிக்க வில்லை என்று அம்மா சொன்னதாக ஞாபகம். என்னைவிட்டுப் போய்விடாதே அம்மா... உனக்கான பொம்மைகளை மறக்காமல் வாங்கி வருகிறேன் என்று அவளிடம் கூறிச் சென்றேன்.

எல்லா நகரங்களிலுமே பொம்மைகள் உடைக்கப்படும்

சத்தம் கேட்டது. நகரங்களின் மீது பறந்து சென்ற பொம்மை வெடித்துச் சிதறியது. உடைந்த பொம்மைகளின் சிறு துண்டுகள் தெருக்களில் சிதறிக்கிடந்தன. அவற்றிலுள்ள சிறு அடையாளத்தை முன்வைத்து காணாமல் போன பொம்மையொன்று நகரவீதிகளில் ஓடிக் கொண்டிருந்தது. நகரின் ஒரு ஓரத்தில் தாடிக்கிழவனைப் பார்த்தேன். அவன் உடைந்த பொம்மைகளுக்கு வரும் கனவுகளைக் கொண்டே பொம்மைகளை உருவாக்கும் தாடிக் கிழவனிடம் சென்று கேட்டேன். அம்மாவின் கண்ணீரை நிறுத்துவதற்கான கனவு எங்கிருக்கிறதென்று கேட்டேன்.

'ரயில் பூச்சியிடம் கேள்' என்றார் பொம்மைத்தாத்தா.

பொம்மைக்குள்ளிருந்து வெளிப்பட்ட சிறுமி, கருப் பழகி. கண்கள் விரியச் சிரித்தபடி 'ரயில் பூச்சி... ரயில் பூச்சி அதோ அதோ...' என்று விரலை நீட்டியபடி ஓடி மறைந்தாள். ரயில் பூச்சியை தேடித்தேடி அதிக தொலைவு வந்து விட்டேன். எங்கும் அகப்படவில்லை. விரிந்த சமவெளியில் நின்ற மரங்களிடம் கேட்டேன். மரங்கள் 'களுக்' கென்று சிரித்தன. உன்னிடமே இருக்கிறது என்றன. என்னைவிட்டு பிரிந்தவர்களைத் தேடிச் சென்று கேட்டேன். உடைமரங்கள் வாழும் சமவெளியில் தேடு என்றார்கள். பொம்மைக்குள்ளிருந்து வெளிப்பட்ட கருப்பழகி மீண்டும் தோன்றினாள். தரையில் மறையும் சூரியனின் சாய்கோணக் கதிரிலிருந்து ரயில் பூச்சி வந்து கொண்டிருந்தது. எங்கும் சமவெளி நிலங்கள் நீள நீளமாய் கிடந்தன. ரயில்பூச்சியிடம் பேசிக்கொண்டிருந்தாள் கருப்பழகி. என்றும் இளமை மாறாத ரயில்பூச்சியிடம் என்றும் இளமை மாறாத கருப்பழகி இருந்தாள். ஐந்தாம் வகுப்புப் பாடத்தில் வரும் வாய்ப் பாடாகவே அவர்கள் பேச்சு அமைந்தது. அம்மாவுக்குத் தெரியாததையெல்லாம் ரயில்பூச்சி சொன்னது. அதனிடம் குனிந்து சிரித்தாள் கருப்பழகி. தொடர்அடுக்கான அறைகளில் இருந்து கால்கள் வெளிப்பட்டன. அவற்றில் அம்மாவின் அறையொன்று இருந்தது. எல்லாப் பழுதடைந்த சுவர்களின் புகைப்படங்களும் அடுக்கியிருந்தது. என் அம்மாவுக்

கென்று ஓர் இடம் உலகத்தில் இருந்தது. அது ரயில்பூச்சியின் இருபத்தி ஏழாவது அறையாகும். அங்கிருந்த எல்லா அறைகளிலும் புகைப்படங்கள் மின்னல் வேகத்தில் எடுக்கப்பட்டுக்கொண்டிருந்தன. உணர்வுகளை புகைப்படமாக மாற்றும் மின்னல் வேக நகரமே இருந்தது. உடல் முழுவதும் கண்ணாடிப் பரப்பின் தோகைபோல் விரிந்து சுருங்கி மாறிக்கொண்டிருந்தது. ரயில்பூச்சியின் ஒரு வினாடியில் நூற்றுக்கணக்கில் வண்ணங்கள் மயில் தோகையைப்போல் விரிந்து மடங்கும்.

கருப்பழகியை உற்றுப்பார்த்தேன். அவளும் ரயில் பூச்சியின் கண்களுடன் இருந்தாள். சாம்பலடைந்த அவள் குட்டி கவுனில் ஓயாத விளையாட்டின் தடங்கள். நூற்றுக்கணக்கான அறைகளுக்குள் இருந்த புகைப்படக்கருவிகள் கருப்பழகியைப் பார்த்து வண்ணப்படங்களை எடுத்துத் தள்ளின. உலகையே தட்டையாக மாற்றும் காகிதப் பிரதிகளை அவை முன்வைக்கவில்லை.நான்காவது பரிமாணத்திலிருந்தே ரயில்பூச்சி இயங்குவதை உணர்ந்தேன். குட்டிப்பெண் ரயில்பூச்சிக்குள் சென்று மறைந்தாள். ஒரு தீப்பெட்டிக்குள் ரயில்பூச்சியை அடைத்துக்கொண்டு சென்றேன். நீண்ட பயணத்தால் களைத்துப்போனேன். என் அம்மா இருந்த காகித மாளிகைக்குள் தீப்பெட்டியை திறந்து விட்டேன். முதலில் ஓடிவந்தவள் கருப்பழகிதான். ரயில்பூச்சியை காணவில்லை.

நான் பார்த்தேன், வாழ்வில் கடேசிபாகத்தில் படுத்திருந்த அம்மாவின் கட்டிலருகில் ரயில்பூச்சி வந்து கொண்டிருந்ததை. முதலில் இடிந்த சுவருக்குள் புகுந்த ரயில்பூச்சி சூழலை தன் ஒளி மிகுந்த சிநேகிதத்தோடு அணுகியது. அழுதுகொண்டிருந்த அம்மா சிரித்தாள். குழந்தையைப் போல் ஆகியிருந்தாள் அம்மா.

எங்கள் காகித மாளிகையில் இப்போது நான். அம்மா ரயில்பூச்சி, கருப்பழகி. இரவுகள் வந்தன. காகித மாளிகைக்குள் படபடபடபட வென்று இருட்டு பேசியது.

விளையாட்டு மைதானத்தில் புதிய புதிய ரயில்பூச்சிகள்

வருவதைக் கண்டு குழந்தைகளுக்கு ஒரே குதிப்பு. ஊ... ஊ... என் விரிந்தாள் கருப்பழகி. ஒரு விரலால் தொட்டுக் காட்டி உடனே ரயில்பூச்சி சுருண்டு படுத்து ஏழு சுற்றுக் கோட்டையாக மாறியது. அதன் எண்ணற்ற கால்களை எண்ணுவதற்குள் எல்லோரும் கோட்டைக்குள் ஒளித்து வைத்தார்கள். மஞ்சள் நிறமான கனவுக்கோட்டையை சுற்றிலும் செம்மஞ்சள் மேகங்கள் தொங்கின. அவை குதிரைகளைப் போலவும் யானைகளைப் போலவும் ரதங்களைப் போலவும் கனிகளைப் போலவும் உருமாறிக் கொண்டிருந்தன. ஏழு சுற்றுக்கோட்டையானது யார் கண்ணிலும் புலப்படாமல் இருந்தபோது கருப்பு எறும்புகள் சாலமன் ராஜாவின் குதிரைப் படையைப்போல் கோட்டை யைச் சுற்றிலும் அணிவகுத்து நின்றன.

சாலமன் ராஜா செம்பட்டை எறும்புகள் பூட்டிய ரதத்திலே இருந்தார். கோட்டையை முற்றுகையிட வந்திருக்கிறார். அங்கும் இங்குமாக கருப்புக் குதிரைகள் நடமாடிக் கொண்டிருந்தன. எந்நேரமும் படைகள் கோட்டையைத் தாக்கலாம். சாலமனின் நுனிமீசையில் திறந்துகொள்ளும் அபாயம்.

ஏழுசுற்றுக் கோட்டைச்சுவர்கள் நெளிந்தன. கோட்டை நகர்ந்தது. கோட்டைக்குள் பதுங்கிய தட்டாரப்பூச்சியின் சருகுச்சிறகுகள் விமானங்களாக வட்டமடித்தன. அவற்றின் சப்தம் எங்கும் கேட்டது. எல்லோரும் சிறகு முளைத்துப் பறந்தார்கள். வட்டமடித்து விழுந்தார்கள்.

தட்டாரப்பூச்சிகள் சின்ன சின்ன கற்களை உருட்டி விட்டன. சாலமன் ராஜாவின் குதிரைப்படை சிதறி ஓடியது.

அப்புறம் விமானத்திலிருந்த சிறகுமுளைத்த இளவரசி கருப்பழகியும் சிறுமிகளும் ஓடுகிறார்கள். கருப்பழகி யின் குட்டிப்பாவாடையை தொட்டுக்கொண்டே அவள் கொண்டு செல்லும் அதிசய உலகிற்கு ஓடினார்கள்.

கருப்பழகியின் மவுத்ஆர்கனிலிருந்து புறப்பட்டுவந்த இசையானது ரயில் பூச்சிசென்ற பாதையில் ஊர்ந்தது. தரையோடு தரையாக பதுங்கி நகர்ந்து கொண்டிருந்த

ரயில்பூச்சி ஐந்து செ.மீட்டர் நீளமுள்ள உடலை விசும்பி சூரிய அஸ்தமனத்தின் சென்னிறமான ஜுவாலையில் தன் இருகொம்புகளை ஆட்டி நாட்டியமாடியது. எல்லோருமே ரயில்பூச்சியாக மாறிப்போவது எளிதாக இருந்தது. அதன் கபிலநிறக்கண்கள் எடுத்த புகைப்படங்கள்யாவும் விந்தை யிலும் விந்தையானவை. அதன் கண்களுக்கு முன்னால் வரும் நிலப்பரப்பை வர்ணிப்பது என் வேலையாக இருந்தது. உலகம் எவ்வளவு பெரிதாக இருந்தால் என்ன. சின்னஞ்சிறு இடத்தை பண்மடங்காக விரித்து கதை சொன்ன ரயில்பூச்சியிடம் தோற்றுத்தான் போனேன். அதன் கதை முழுவதும் கட்டுக்கதை என்று முடிவு கட்டினேன்.

ரோஜாப் பூக்களால் குல்கந்து தயாரிக்கும் படைப்பு அதிகாரிகள் ரோஜாவின் கண்ணீர் துளிகளை தனியே பிரித்து எடுத்து அழுது கொண்டிருந்தார்கள். கண்ணீர் சிந்தும் பாறைகளைப்பற்றி உச்சியில் நின்று கதை கேட்டேன். ரயில்பூச்சி சொன்னகதைக்குள்ளிருந்து கண்ணீர் சிந்தும் பாறைகளும் தோன்றின என்றேன். அவரோ ரயில்பூச்சியின் குறுக்கு வெட்டுத் தோற்றத்தைப் பட்டியலிட்டுக் காட்டினார். படைப்பு அதிகாரி கொடுத்த ரோஜாப்பூ குல்கந்தாக மாறியது. பாறைகள் மறைந்தன. சாலமன் ராஜாவின் எல்லாக் குதிரை களும் மாயமாய் மறைந்தன.

என் அம்மா கதை சொல்ல ஆரம்பித்தாள். அதிசய மனிதர்கள் வாழ்ந்த கிராமத்தில் ரயில்பூச்சிகளும் பச்சை விட்டில்களும் இருந்த சமவெளி சூழ்ந்த கிராமம். இரவிலும் அதிசய ஒளி விழும். தெருவில் அபூர்வ விளையாட்டுகள் பிறந்தன. பாட்டிகளும் கூட வருவார்கள். தெருச் சுவர்கள் ஓரம் விழுந்து கிடந்த நிழல்களில் ஒளிந்து விளையாட்டு. காற்றின் புதிய ஒலிகள், பூச்சிகள், இலைகள், வயல்வெளி யில்தான் வானவெளிச்சம் இரவிலும் நிலைத்து நின்றது. இருட்டைக் கொண்டு நமது சமவெளியை மூட முடிய வில்லை. மரநிழல்களைக்கூட ஒளி ஊடுருவியது. கருமை யடையாத கிராமத்தின் இரவுகளில் நிலவு பொழியும்போது ஊரே நீருக்கடியில் மூழ்கியதாகத் தோன்றும். பாட்டிகளின்

வளைந்தழுக்குகள் மறையவே மறையாதவை. சுவர்களின் இளஞ்சிவப்பான செம்மண் உதிர்ந்துவிழும்போதெல்லாம் தோன்றும் ஒலிகள்... இரவின் சங்கேத ஒலியாக இருக்கும். செம்மண்ணில் குழிவிட்டு வெளிப்படும் ரயில்பூச்சிகள் அவை. தெருவில் விழும் நிலவில் ரயில்பூச்சிகள் நகரும். காடுகளின் நிசப்தமான தோற்றங்களினூடே... நமது ஊரில் உள்ள ஒவ்வொரு சிறுஇடத்திலும் ரயில்பூச்சி ஊர்ந்து செல்லும்... அதன் கனவுகள்... எல்லையற்று விரிந்த சமவெளியில் தொலைந்து போனவை.

ரயில்பூச்சியின் கனவுகள் தேவையில்லாதவை என்று ஒதுக்கித்தள்ள என்னால் முடியவில்லை. ரயில்பூச்சியின் கனவுகளை அப்படியே காகிதத்தில் வரைந்து காட்டுவதற்கு போதிய வண்ணப்பென்சில்கள் என்னிடத்தில் இல்லை. கருப்பியிடம் இருந்தன எல்லாம். அவளிடமிருந்த கலர் குச்சிகளே போதும். அழுத்தமானகோடுகளை தேவை யில்லாமல் வரைந்து கிறுக்குவதன்மூலம் முழுக்கனவும் புலனாகிவிடும்.

எல்லாரிடத்திலும் எல்லா வண்ணப்பென்சில்களும் இருப்பதில்லை. தொலைந்து போன வண்ணப் பென்சிலின் நிறங்களைக்கூட மறந்துவிடுவார்கள். அவர்களிருந்த அடை யாளங்கூட ஏதோ ஒரு வண்ணத்தில் மறைந்து போகும்.

ரயில்பூச்சியோ எண்ணற்ற கால்களில் உருவாகும் மின்னோட்டத்தில் புதிய நிறங்களைப்படைக்கிறது. சமவெளியின் நிறங்களை வரைந்து செல்லும்.

என் அம்மா குழந்தையாக இருந்தபோது அவள் பிஞ்சுக் கால்கள் பட்ட நிலங்கள்வரையும் என் அம்மாவுக்கு ஞாபக மிருந்தது. சோளத்தட்டைக் கண்ணாடிக்குள் ரயில் பூச்சியின் நிறங்கள் தோன்றுவதை கண்டுபிடித்தாள். முதலில் நோட்டு புஸ்தகங்களை வீணாக கிழித்துக் கொண்டிருந்த சிறுவனை அடையாளம் சொன்னாள். அது நானா அம்மா... என்றேன். இல்லை கண்ணு உன்னைப் போல பொடியன்' என்றாள் செல்லமாக. புஸ்தகங்களை கிழிப்பதே அவனுடைய வேலையாக இருந்தது. அச்சடிக்கப்பட்ட கருப்பு எழுத்துக்

களை திருத்தி எழுதிக்கொண்டிருந்தான். கிறுக்கினான் என்பதையே படங்கள் என்று சொன்னாள் அம்மா.

அவன் டவுசர்போட்டால் டவுசரை களைந்துவிடுவான். சட்டைகள் அளவாகச் சேருவதை அவன் விரும்பவில்லை போலும். பொம்மைகளைத் திருடுவதும் திருடிய பொம்மை களை உடைப்பதும் அவனுடைய அன்றாட அலுவலாக விருந்தது. அவனுடைய குஞ்சாணில் இருந்த சிரங்கில் ஈக்கள் புடுங்கிவைத்தன. மொலிங்கை மூட்டில் இருந்த காயங்களுக்கு அளவே இல்லை. பிளசர்மண்டை கீழே விழுந்து உடைந்தது. ஒருபக்கம் வளைந்த குஞ்சாணுடன் முள்ளுக்காட்டில் பதுங்கித்திரிந்தான். ஒளிந்துகொள்வான். தரையோடு தரையாக மண்டியிட்டு ஊர்வதில் நான்கு கால்கள் முளைத்தன. அவன் தொடர்ந்து பல நாளாய் ரயில்பூச்சியிடம் சினேகிதம் கொண்டு தனக்குத் தானே பேசிக்கொண்டு திரிந்தான்.

பிளசர் மண்டையில் அம்மாவின் கொட்டு விழுந்தது. மூணு மண்டைகள் சேர்ந்ததே பிளசர் மண்டை. பிறவியில் உருட்டாதமண்டை பிளசர்மண்டை. அவன் கையும் காலை யும் மாட்டுக்கு லாடம் அடிப்பது போல் கட்டிப்போட்டாள். அப்போதும் தவளையைப் போல் பாய்ந்து சொல்ல முடிந்தது அவனால். சுரீர்... ரென்று விழுந்த சூட்டுக்கோல் அடையாளத்தை அவன் அம்மா மூலம் பெற்றான். அந்த அடையாளம் அவனைத்தொடர்ந்து வந்து கொண்டிருந்தது.

கோடுகளும் வடுக்களும் விழுந்த முகவெட்டு அவனுக்கு. புருவங்களிடையே ஒரு ரயில்பூச்சி. அதையாரும் ஏமாற்ற முடியாது. பிளசர் மண்டையில் ஏறித்தான் ரயில்பூச்சி வாழ்ந்தது. அம்மா சொல்வது என்னைத்தான் என்று தெரிந்து கொண்டே வந்தது. முதல் ஞாபகங்களில் இழந்த செடிகள் தோன்றின. தெருவில் விழும் வெளிச்சத்தில் நீளமாக நடந்துகொண்டே கண்ணுக்கெட்டாத தூரம்வரை இழுத்துச் செல்லும் வெயில். வெயிலில் அலைந்து கொண்டிருக்கும் காட்டு மனிதர்களும் வேறு ஊர்காரர்களும் தோன்றினார்கள். அவர்கள் எல்லோருமே சமவெளியைக் கடந்து மறைந்து

போனார்கள். அப்போது வந்த வெயிலும், இரவுகளும் நிலஒளியும் சுவர்களும் சேவல்களும் மறைந்து போயின. முன்னெப்போதும் கண்டுவந்த உணர்வுகள் தொற்றிக் கொண்டன என்னை. ரயில்பூச்சி அலைந்த கோடுகளில் என் மனம் பரவியிருந்தது. பழங்கதைகளில் வரும் ஏற்ற இறக்கங்களுடன் அதன் மெட்டு அமைந்திருந்தது. என்னால் தொடர முடியவில்லை என்ற ஆதங்கம் நாளுக்கு நாள் பெருகி சிறுவனை கண்டாலே பொறாமை முகத்தை பிய்த்தது.

என்னால் முடிந்தவரை ரயில்பூச்சி சென்ற மணல் பாதையை உற்றுக் கவனித்தேன். குட்டிக்கதைகள் எழுதப் பட்டிருந்தன. ஈரமண் குவிசலில் பதுங்கியிருந்த ரயில் பூச்சி வெளிப்பட்டு சினேகிதத்தோடு என் ஆள்காட்டி விரலைத் தொட்டது. அதன் ஸ்பரிசமானது பேதுரு மலைகளுக்கே எடுத்துச் சென்றது. பழம் பாடலில் வரும் குதிரை வீரன் ஒருவன் காணாமல் போன குதிரை மந்தைகளை மலை முகடுகளிலெல்லாம் தேடித் திரித்த ஏக்கம் என்னை ஆட்டி வைத்தது.

விந்தையிலும் விந்தையான கனவுமொழி நிலப்பரப்பில் முன்னோர்கள் நடந்து வந்தார்கள். காணாமல் போன புறாக்கள் யாவும் சடசடத்தது வந்தன. அம்மாவின் தோளில் அமர்ந்த புறாக்கள் கழுத்துகளை அசைத்தசைத்து சேதி சொல்லும். அம்மா இருந்த குழந்தைகள் ரயில் ஊ... ஊ.... என் ஊதிக்கொண்டு வரும். இரண்டு சீனிக்கற்களுக் கிடையே ஒளிமிகுந்த காலைப் பொழுதில் பொன்னிறமான தலைகளாகும் குட்டி ரயில். அவர்கள் கண்களிலிருந்த ஒளியை எங்குமே பார்த்ததில்லை. அவர்கள் கையிலுள்ள பொம்மைகள் என்னைக் கவர்ந்திழுத்தது. நகரின் தெருக் களில் அனாதையாக அலைந்து கொண்டிருந்த சிறுவன் திடீரென்று ரயிலில் இருந்து இறங்கி வந்தான். அவனது சிரிப்பொலி சீனிக்கற்களுக்கிடையே எதிரொலித்தது. ஒளி ஊடுருவும் பாதையில் என்னை அழைத்துச் சென்றான். பின் தொடர்ந்து குட்டி ரயில் வருகிறது. அவன் செம்பட்டைக் கண்கள் வழியாக கதையை சொல்ல ஆரம்பித்தான்.

அவனுக்கும் எனக்கும் இடைவெளி தூரத்தில் சூரியோதயத்தில் பொங்குகிற ஒளிவெள்ளம் ஊடுருவி சிறுவன் எனக்கு பரிசளித்த அம்மாவின் பொம்மை. மறதிக்குள்ளிருந்த உடைந்த பொம்மைகள் திரும்பி வந்தன. வயது வறம்பற்ற வெளியில் சிறுவனோடு ஒன்றியிருந்தேன். அவன் தோள்பட்டை உயரத்திற்கு என் உருவம் இருந்தது.

பொம்மையோடு என்னைச் சந்தித்த சிறுவன் ஒளிமயமான பாதைக்குள் மறைந்து போனான். தேம்பி அழுதார்கள் குழந்தைகள். அவன் சிறு கால்களுடன் பிளாட்பாரத்தில் மறைந்து போய்க்கொண்டிருந்தான். அவன் விரல் என் தலை முடியை கோதிச் சென்றது. அவன் பொம்மையை பார்த்து ரயில் போய்க்கொண்டிருந்தது. கழிப்பிடங்களில் ஒதுக்கப் பட்ட பாடல்களுடன் ரயில் வரும். நிர்மாணிக்கப்பட்ட நகரைச் சுற்றிதாள்கள் பறக்கின்றன. வாழ்வின் கடைசி பாகத்தில் தாள் குவியலுக்குள் அம்மா படுத்திருக்கிறாள். குட்டி ரயில் திடீரென்று ரயில் பூச்சியாக மாறியது. அம்மா குனிந்து அதனிடம் பேசிக்கொண்டிருந்தாள். அனாதைச் சிறுவன் கொடுத்த பொம்மையைத் தழுவினாள் அம்மா. கண்ணுக்குப் புலப்படாத சின்னஞ்சிறு இடத்தில் இருந்த பொம்மையில் காணாமல் போன சிறுவனின் மென்மை உருவம் தோன்றியது. பொம்மையின் அழுது வடியும் முகத்தை ஊடுருவி வந்தான் சிறுவன்.

வைத்த கண் வாங்காமல் என்னையே உற்றுப் பார்த்த பொம்மை என்னை விழுங்கிக் கொண்டிருந்தது. ரயில் பூச்சியின் நூற்றுக்கணக்காண கால்களுடன் பூமியின் அடிவாரத்தை நோக்கி இந்த உலகின் தரையைவிட்டு வெளியேறி விண்ணக ஒளியுடன் கூடிவிட்டிருந்தது.

அம்மாவின் உடல் மீது அனாதைச் சிறுவன் படுத்திருக்கிறான். அவன் உடலிருந்து பரவிய மின்னோட்டம் எங்கள் எல்லோரது உடலில் புகுந்து உயிரைத் தொட்டுச் சென்றது. அவன் கைகள் என் கைகளோடு புரண்டு தூங்கிக் கொண்டிருந்தது. நீண்ட இரவுகள் என் உடலில் பதிந்து உறங்கினான். அவன் கனவுகள் எனக்கு வந்தன. அவனைப்

போலவே சிரித்தது பொம்மை. அவனைக் கேட்டு அழுகிறாள் என்று பொம்மையை கொடுத்தது ரயில்பூச்சி. நாங்கள் எல்லோரும் கோணிச்சாக்குகளும் தாள் மூட்டைகளுமாக சுற்றி வருகிறோம். வழி நெடுக அச்சுக் காகிதங்கள் பறக்கின்றன. முத்திரையிட்ட கடிதங்கள் கூம்பு வடிவக் காகிதங்கள் கலர் காகிதங்கள் வெள்ளித்தாள் தங்கத்தாள் கண்ணாடித்தாள் எல்லாம் பறந்து வருகிறது. அவனைக் காணவில்லை. எங்களை இடை மறித்து சின்ன சீனிக்கல்லில் அமர்ந்து உடலை விசும்பி கர்வத்துடன் பெரிய்ய பீடிகையுடன் மனிதர்களின் நிர்மானங்களை தகர்த்தெரிந்தது ரயில்பூச்சி.

படகுகள், கொக்குகள், வாத்துக்கள், முயல்கள், குருவிகள், செய்து காற்றில் பறக்க விடுகிறோம். அங்கிருந்து ஜன்னல் வழியே தாள்களை எறிகிறார்கள். கனவுகளை எறிகிறார்கள். ஒவ்வொரு தாளையும் எடுத்து வருவோம். பாலங்கள் அமைத்து ஊர்கள் அமைத்து வீடுகள் கட்டி தெருவில் நடந்து திரிவோம். விமானங்கள் செய்து எங்கள் நகரமே பறந்து செல்கிறது. நூலில் கட்டிப்பறக்கும் நகரம். எல்லா இடங்களுக்கும் சென்று வரும்.

நத்தை ஊரையே சுமந்து திரியும்.

மனிதர்களின் நிலப்பரப்பே வறண்டு போனது. துருக்கி வெள்ளாடுகளைப் போல் தாவரங்களை மேய்ந்து காகிதங்களைக் கக்கும் மனிதர்களுக்காக சிறு மண்குவிசலில் வாழும் ரயில்பூச்சி சேதி சொல்லும். காற்றில்லாத இடத்தில் காற்றை ஏற்படுத்திக் கொண்டு வாழ்வதைச் சொன்னது. உடல் தன் பருமை இயல்புகளை இழக்க வேண்டும். முடிந்த வரை மெலிந்துபோக வேண்டும். பௌதீக வாழ்வுக்காக தீவிரமாக வடிவெடுத்துக்கொண்ட மனிதர்களின் பாதையில் ஊர்ந்து சென்று மானஸீக வாழ்வின் சுடரொளி எங்கும் பரவ அவர்கள் வந்து கொண்டிருக்கும் வழிகளில் நிலப்பரப்பின் கவிதைகளை எழுதிச்சென்றது. நகரும் போது மேலே வரும் நிலக்காட்சியின் படச் சுருளை ஒவ்வொரு வழிநடைப் பயணியிடமும் திரையிட்டுக் காட்டியது. வழிப்போக்கர்கள் வியந்தார்கள்.

கார்ட்டூன் உரையாடல்:

லார்வாபூச்சி: நுண்ணோக்கியால் என்னைத் தொடாதே.

டிடோவாத்து: அந்த மனிதன் என்ன எழுதிக் கொண்டிருக்கிறான்.

பூச்சி: என்னை விழுங்கிவிடாதே. எழுதுவது வாழ்வின் ரகசியத்தை.

டிடோ: இது அச்சமூட்டும் ரசனைக்குரியது. உருவங்கள் தவிர அது வேறென்ன?

லார்வா: நான் என் தலையை இழந்துவிட்டால் பல வர்ணங்களுடன் பறந்துவிடுவேன். எழுதுபவன் வர்ணக் கிண்ணங்களைவிட்டு வரட்டும்.

புழுக்குலம்: சிறு தேசத்தை ஒரு கப்பலுடன் வாங்குவோம். அதில் ஒரு வீடுகட்டி நம் பொம்மைகள் அங்கு வந்து சேரட்டும். நீலக்கண்கள், ப்ரவுண் கண்கள், பச்சைவிழி சிமிட்டிச் சொன்னது பொம்மை 'நீ ஒரு லார்வா.'

35

சலூன் நாற்காலியில் சுழன்றபடி

பாத்துக் கொண்டிருக்கும் போதே கண்ணாடி உடைந்து கழுத்துக்கு நேராக கீறல். என் உடம்புடன் தலையை ஒட்டவைத்துக் கொண்டிருந்தான் முடி ஒப்பனையாளன். அந்த மாயக்கிழவனின் கண்கட்டு வித்தையில் யார் தலையோ வந்து சேர்ந்தது.

'என் தலை எனக்கு வேண்டும்'

'உடைந்து கிடக்கும் கண்ணாடியில் தேடு'

'அய்யோ என் தலை ... என் தலை'

என் தலை என்று எதை எடுப்பேன்'

'அதோ... அதோ அதுதான்... இதுதான் இல்லைஇல்லை இது அதோ அது இது'

உருட்டினேன் கண்ணாடியை, கைகள் அசைய அசைய நூறு கைகள் வந்தன.

'அட... மாயஜாலப்பேர்வழியே... கிழட்டு கழுகே... என் தலையை கொடுக்கிறாயா இல்லையா....'

கிழவனின் முகத்தோற்றம் மாறியது. அவன் கையில் சிறு வட்டமான ஜாலக் கண்ணாடி. அதை அசைக்க அசைக்க என் சாயைகள் பின்னோக்கி மாறிக் கொண்டிருந்தன. என் அசலான முகம். இளமையில் இருந்த என் விந்தை முகம். அவன் கையகல கண்ணாடியில் வரும் என்சகாக்கள். 'களுக்' கென்று சிரித்தேன்.

இப்போது என் எதிரில் வந்தான் அந்த மாயாஜாலக் கிழவன். சலூன் கண்ணாடிகள் அசைந்தன. அவன் அப்படியே என்னை வாரி அணைத்துக் கொண்டு ஓடினான்.

கண்ணாடிகள் தூரங்களாக விரிந்தன. சலூன் சித்திரங்கள் ஆயிரம் ஜன்னல்களாயின. கண்ணாடிச் சித்திரங்கள் என் முன்னோர்களைப்போல் உருமாற்றமடைந்தது. என் தாத்தா மீசை கிருதாவுடன் என்னையே பார்த்தார். ஒவ்வொரு ஓவியமும் என்னை ஏன் வெளிப்படுத்த வேண்டும். பழங் கால ஆசாமிகள். கண்ணிலும் ஜாலங்கள். சுவரில் தொங்கும் குறுவாள்கள். கேடயங்கள். கவசங்கள். முடி ஒப்பனை யாளன் வெட்டி வைத்த தலைகள் வரிசையாக இருந்தன. ஒவ்வொரு முகத்திலும் விதம் விதமான மீசைகள். வீரம். கோபம். அடக்கு அடக்கு என்று துடிக்கும் பட்டாக்கத்திகள். போர்ப் பட்டறையில் வரிசையாக தொங்கும் ஆறு எலுப்புக் கூடுகள். அவற்றின் சிரிப்பை மூடிக் கருப்புத் துணியால் கட்டியிருந்தான் கிழவன். ஒரு சலூன் நாற்காலியில் எலும்புக் கூடு அமர்ந்திருந்தது. அதன் கையில் 'யாழ்' வாசித்தபடியே அது இறந்திருக்கவேண்டும். அதன் ஆத்மா ஓடிவிட்ட பின்னும் யாழின் நரம்புகள் அதிர்ந்தபடி இருந்தன.

இப்போது கிழவனுடன் கண்ணாடி அறைக்குள் நுழைந்தேன். பாழடைத்த கண்ணாடிகளின் மங்கலான நிறத்தின் மீது ஒரு எலும்புக்கூட்டின் தலை மட்டும். அதன்மீது சுடர் எரித்து கொண்டிருந்தது. கீழே தரையில் விலங்கிடப்பட்ட ஆறு பெண்களின் கால்கள் சேர்த்து பிணைக்கப்பட்டிருந்தன. அதன் நடுவில் அந்த மண்டை யோட்டு அகல் அதிக சக்தி வாய்ந்த வெளிச்சத்தை பரப்பிக் கொண்டிருந்தது. அவர்கள் இறந்த நிலையில் வாழ்ந்து கொண்டிருப்பதாக எனக்குத் தோன்றியது.

மூச்சு நுழைய முடியாத இறுக்கமான இருட்டு. அடுத்த அரங்கு. கண்கள் பூட்டப்பட்ட நிலையில் அழகிய யுவதி. எனக்காவே காத்திருப்பது போல் இருட்டில் அவள் முகம் மட்டும் தெரிந்தது. அதன் மங்கலான ஒளியில் அவள் உடல் உறுப்புகள் கவசத்துடன் பூட்டப்பட்டிருந்தது. முகம் மட்டும் தனியே திறந்து விடப்பட்டிருந்தன. அவள் நிழல் கூன் விழுந்த கிழவியாக அசைந்தது. இரண்டு காலங்களாய் பட்டது. அவள் நிழல் கவசங்களை ஜீரணித்து உடலாக

உருமாறியிருக்கலாம். அவள் நிழலான கூன்கிழவி தன் உள்ளங்கையில் எரியும் நெருப்பின் பாதையில் என்னை இன்னொரு சிறிய சதுக்கத்திற்கு அழைத்துச் சென்றாள். அங்கே சுவாசிப்பதற்கான காற்று சிறையிடப்பட்டிருந்தது. காற்று நுழையாத இடைவெளியற்ற எஃகு கதவுகளால் மூடி வெளியில் பெரிய பூட்டு அசைந்து கொண்டிருந்தது. கூன்கிழவி தன் உள்ளங்கையில் எரியும் நெருப்பால் பூட்டை திறந்தாள். அடைப்பட்ட காற்றில் யாழின் வெற்று இசை. இறந்த ஆறு பெண்களின் விரல்கள் இருளில் அசைவது யாழின் அதிர்வுகளாக காற்றில் பரவியிருந்தது. தற்கொலையை தூண்டும் அதிர்வுகளாயிருந்தது. சிறு வெளிப்பாடும் இன்றி யாழின் எல்லைகள் வரையறுக்கப்பட்டிருந்தன. கதவுகள் இறுக்க மூடி வெளியில் பெரிய பூட்டு தொங்கியது. யாழின் நான்கு பக்கமும் மரணவாசல். வாசலில் கொரில்லா எலும்புகள் நரம்புகள் ரத்த நாளங்கள் படைத்த யாழின் இசை.

நீண்டகாலக் கண்ணாடியொன்று துணுக்குற்று உடைந்ததும் அதன் வழியே அகதிகள். இறந்த நிலையில் வாழ்வின் மூட்டைகளை சுமந்தபடி இருளில் மறைகிறார்கள். இப்போது நடு அறையில் சுழல் நாற்காலியில் தலையில்லாமல் கிடந்தேன். என் தலை மட்டும் தூக்கில் தொங்கிக் கொண்டிருந்தது.

கிழவன் நிலவறையிலிருந்து பல தலைகளுடன் வெளிப்பட்டான். அவையாவும் புதிதாய் கொண்டுவரப்பட்ட தலைகள். அவற்றை கொக்கியில் மாட்டினான். அவற்றுக்கான உடல்கள் எலும்புக் கூடுகளாக இருந்தன. ஒவ்வொரு எலும்பிலும் குண்டு துளைத்த துவாரங்கள். கொரில்லா எலும்புகளாக இருக்க வேண்டும். அவற்றை சுற்றிலும் கருப்பு உடை அணிந்த காவலர்கள் துப்பாக்கியேந்தி வருகிறார்கள். கொரில்லா எலும்புகள் ஒவ்வொன்றும் தப்பி விடக்கூடாது. சிறு எலும்பிலும் அதிர்ச்சி இருந்தது. காவலர்களின் கண்காணிப்பிலேயே பாதுகாக்கப்பட வேண்டும். கொரில்லா எலும்புகளை கண்ணாடிக் கூண்டில் தனித்தனியே அடைத்தான் கிழவன். இப்போது என்னையும் சேர்த்து துப்பாக்கி ஏந்திய காவலர்கள் கண்காணித்துக்

கொண்டிருப்பதை உணர்ந்தேன். கிழவன் காவலரின் தலையை களட்டிகொண்டுபோய் இரும்பு கொக்கியில் மாட்டினான். வரிசையில் இருந்த பழமையான மண்டையோடுகளை காவலரின் கழுத்துடன் இணைத்து இரும்புத் தொப்பியால் மூடினான். அவர்கள் அங்கும் இங்கும் நடமாடுவது கண்ணாடியில் எங்கும் படைகள் வருவதாகத் தெரிந்தது. கிழவன் என்னை இதுவரை கண்டு கொள்ளாதது கண்டு உயரத்தில் இருந்த என் தலை கேட்டது.

'காவலர்கள் களைத்துப்போயிருக்கிறார்கள்.'

'அவர்கள் ஏற்கெனவே 'இவர்களை' சாப்பிட்டு விட்டார்கள்.'

'கொரில்லா எலும்புகளை ஏன் கண்ணாடியில் அடைக்கிறாய்'

'உத்தரவு'

'சுவாசிக்கும் காற்றை ஏன் பூட்டி வைத்திருக்கிறாய்'

'உத்தரவு'

'தலைகளை ஏன் கொக்கியில் மாட்டுகிறாய்.'

'உத்தரவு'

'என்னை மட்டும் ஏன் தூக்கிலிட்டாய்'

'உத்தரவு'

'அப்போ, என் தலையை என்னுடன் ஒட்டவைக்க முடியுமா முடியாதா'

'உத்தரவு வரவேண்டும்'

கிழவன் கோபத்துடன் வேகமாக நிலவறைக்குச் சென்றான். துணி மூடியிருந்த தலைகளைக் கொண்டு வந்தான். கண்ணாடி அரங்கை அங்கிங்குமாக நகர்த்தி, சலூன் நாற்காலியை சுற்றி சிறு அறையாக மாற்றினான்.

இரண்டு தலைகள். காதல் ஜோடிகள். கருப்பு நாய்கள் விரட்டி விரட்டி தற்கொலையில் விடுதலை அடைந்த தலைகள். இரண்டு கண்ணாடிகளை ஒட்ட வைத்துக் கொண்டிருந்தான் முடி ஒப்பனையாளன். இரண்டுதலைகளை ஒரே தலையாக மாற்றும் வித்தை. என் கழுத்தில் அமர்ந்தது ஆணும்-பெண்ணுமான ஒரே தலை. கிழவன் சிரிக்கிறான்.

'ஏன் சிரிக்கிறாய்? இதென்ன விபரீதம்?'

'பால் வேறுபாடற்ற நிலை'

புதுப்பரிமாணத்தில் என் வாழ்வை தொடரவேண்டியது தானா?'

'அர்த்தநாரி.'

'திருநங்கையாகவா'

'இரண்டு நிலையிலும் எப்படி தொடர்வேன். என் பிரம்மச்சரியம் என்னாவது?'

'பிரம்மச்சரியம் என்பது திருட்டுப் பூனை?'

'நான் பூனையா?'

கிழவன் கையிலிருந்த வட்டக்கண்ணாடி அசைந்தது. அர்த்தநாரி தலை இரண்டாகப் பிளந்து இரண்டு புறாவாக மாறியது. என் தோளில் கால்வைத்து அமர்ந்தன. கண்ணாடி யில் தலையசைக்கும் காதற்புறா. ஏடன் தோட்டத்தில் ஆதாமும் ஏவாளும். கண்ணாடியைப் பார்த்து வெட்கித் தலை குனிகிறார்கள். எல்லையற்ற காமம். கண்ணாடிகள் உடைந்து கடல் கொந்தளிப்பு. புராதன நகரங்களின் இடிபாடுகள் மீது புறா பறந்து சென்றது. எங்கும் உலகங்கள் நீரில் மூழ்கிக்கொண்டிருக்கிறது. பாழ் வெளி. கொந்தளிக்கும் அலைகள். தலை இழந்த என் சவம் செடி முளைத்துமதிலாக மாறியது. காற்றின் ஊளை. அதன் மீது கால்வைத்து அமரும் புறாக்கள். அவற்றின் ஊடல்:

'நின் காதலாலே சுவாசிக்கிறேனடி சாம்பா'

'பிராண நாதா.... அதோ ஒரு பெண்ணை கல்லால் அடித்துக் கொல்வதேன்'

'அவள் பாபி... அவள் விகாரமானவள். அவள் கொரில்லா எலும்புகளை முத்தமிட்டாள்.... என்பதற்காக'

'எது பாபம்-விகாரம்'

'இயற்கை எழில் சூழ்ந்த இந்த வனாந்திரத்தில்...அந்தக் கேள்விகள் எதற்கு கண்ணே' பெண்புறா கோபம் கொண்டு போரிடும் கடலையே வெறித்தது. ஆணின் ஏமாற்றுகள் சமாதானங்கள் பெரும் பொய்.

'பெண்ணால்தான் இந்தப் பெரும் போர்!'

'ஆம்! போர் நடந்து கொண்டேயிருக்கிறது... யாழின் வெற்று இசை... எல்லோரும் மடிந்து விட்டார்கள். யாழின்... வெறுமையான இசை'

'அதை என்னால் தாங்கமுடியவில்லை கண்ணே'

'சொர்க்கத்தில் இந்திரன் சபையில், அடிமையான பெண்ணின் விரல்கள் நிற்பதில்லை. பூம்புகார் பட்டினத்து நடனமாது. கோவலனால் கைவிடப்பட்ட அபலை... மாதவி என்று பேர். அவளிடம் யாழ் உள்ளவரை...' வெற்று இசை அதிகரிக்கிறது.

'ஆஆ... அடிமைப் பெண்ணிடம் யாழ் உள்ளவரை'

கடல் தீப்பற்றி எரிகிறது. தீயின் நிழல் மதில்களில் அசைவது திரும்பவும் போர்மூண்டு விட்டதாக தோன்றியது.

'சுவாமி... தங்களிடம் ஒரு வரம் கேட்பேன் தருவீர்களா.'

'என்ன வேண்டும் சாம்பா'

'அந்த யாழ் எனக்கு வேண்டும், மாதவியின் யாழ்'

'நிறைவேறும் காரியத்தை சொல் சாம்பா. விளையாடாதே!'

'தீயில் குதிக்கவேண்டும் நீங்கள்'

ஆண்புறா தலைகீழாக தீயில் விழுந்தது. போரிடும் தீயின் நிழல்கள் மதில் மீது பட்டு அசைகின்றன. மதில் சுவர்மீது பெண்புறா மட்டும். அதன் காலடியில் யாழ் அதிர்கிறது.

அதன் அதிர்வு அதிகரிக்க அதிகரிக்க தீயிலிருந்து 'மூலதனத்தின்' பக்கங்கள் புரண்டு கொரில்லா எலும்புகள் எழுந்து வருகின்றன.

மதில் மீதமர்ந்த பெண்புறா. எங்கும் யாழின் வெற்று இசை. தலையில்லாத என் சவத்தின் மீது பெண்புறா. யாழின் வெற்று இசை.

சலூன் நாற்காலியில் தலையில்லாத என் பிணம். கண்ணாடிகள் அசைகின்றன. கிழவன் ஒரு கூண்டுடன் வந்து, புறாவை யாழுடன் சிறைப் பிடித்துச் செல்கிறான்.

தலையில்லாமல் சுழல் நாற்காலியில் அமர்ந்திருக்கிறேன். 'தயவுசெய்து என் தலையை ஒட்டவை. யாருக்கென்று நான் வாழ்வது. தலையில்லாத பிண்டமாக எப்படி வாழ்வேன். என்னைப்பற்றி நான் தெரிந்து கொள்ள வேண்டும்.'

தூக்கில் தொங்கிய என் தலை கீழிறங்கி கழுத்தில் ஒட்டியது. என்னையே நான் கண்ணாடியில் பார்த்தேன். என் அடையாளம் குளறுபடியாகியிருந்தது. தற்கொலை செய்து கொள்ளலாமா? எல்லாமே ஒரு மயக்கத்தில் புரண்டு கொண்டிருந்தது. சலூன் நாற்காலியில் இருந்து வெளி யேறினேன். என் அடையாளம் சொல்லி யாரோ அழைத்த போது, டவுண்ஹால்ரோட்டில் நடந்து கொண்டிருந்தேன். ஒரு வகைப் பரபரப்பு. யாருக்கும் தெரியாமல் ஓடிவிட வேண்டும். குறுக்கிட்ட ஒவ்வொருவரைக் கண்டும் பயம். இரும்புக் கவசமணிந்தவர்கள் என்னைச் சந்தித்தார்கள். சந்தேகச் சிரிப்புடன் கைகுலுக்கி நகர்ந்தோம். திரும்பத் திரும்ப பார்த்த முகங்களில் படியும் சவக்களை. ஊசிக் கண்களால் குத்தும் சந்திப்புகள். தலைகுனிந்து நழுவினேன்.

ஏன் அலைந்து கொண்டிருக்கிறேன் என்று எனக்குத் தெரியாது. தலை திருப்பலில் எல்லாம் உடைந்து சிதறியது. எதிரே எதிரே வரும் சாவு முகங்கள். பின்தொடர்ந்து வரும் போதெல்லாம் முதுகில் செருப்பு பதிகிறது. சிரித்த முகத்தி லிருந்த ஊத்தைகள். அபினிவிற்பவர்கள். டாப்பர்கள். மதுரைக் கரகாட்டக்காரியின் இடைவிடாத ஆட்டம். காமம் தெறிக்கும் கண்களுடன் திருவிழா கேஸ்லைட்கள். கூட்டமாய் நகரும் சாலைத் திருப்பங்கள். மலக்கிடங்கு களைச் சுற்றி கைகால் வீங்கிய குழந்தைகள். நோயாளிகள். ஆரோக்கியமானவர்கள் நோயுற்றிருந்தார்கள். நோயுற்ற வர்கள் இறந்து கொண்டிருந்தார்கள். சவங்கள் அலையும் தண்டவாளங்கள் அடியில். கருப்புநிற குடிசைகள் ஓரம் வேகமாய் கால்கள் நகர்கின்றன. தகரப் புகை போக்கியின் சாம்பலில் நிர்வாணமாக அனாதைச் சிறுவனை புரட்டி எடுக்கும் பும்மைதுனக்காரர்கள். விரட்டும் நாய்வெறியில் என்னைத் தொடர்ந்து வரும் கருப்புநிற விலங்கின் நகப் பதிவுகள். இரவுகள் அசைந்து நகரங்களை மூடுகின்றன. ஒவ்வொரு ஜன்னல் கதவுகளையும் தட்டும் காவலரின் விசில் ஒலி. ஒவ்வொரு உறவிலும் அடிபட்டு வீழ்ந்தவர்கள் தனித்தனி வீடுகளில் சிறையிடப்பட்டிருந்தார்கள். ஒருவரை

ஒருவர் பார்ப்பது குற்றமாக்கப்பட்டது.

நகரின் முச்சந்திகளில் தேசத் தலைவர்களின் எலும்புக் கூடுகளைக் கொண்டுவந்து நிறுத்தினார்கள். அவற்றை குளிப்பாட்டி துவட்டிவிட்டு பீடங்களில் அமர்த்தியிருந்தது. தொண்டர்கள் பதினாறு பேர்களை தலை கீழாகக் கட்டி காயடித்துக் கொண்டிருந்த கருப்பு அங்கிகள். பீடத்தில் இருக்கும் சுழல் துப்பாக்கியேந்திய காவலர்கள் அணி வகுத்து நிற்கிறார்கள். எலும்புக் கூடுகள் முன் வைக்கப் பட்ட மைக் அதிர்கிறது. எலும்புக் கூடுகள் சொற்பொழி வாற்றுகின்றன. உத்தரவிடுகின்றன. காவலரின் துப்பாக்கி குழலில் சொற்பொழிவாளரின் குரல் ஊளையிடுகிறது. எங்கும் அடிமை சாசனம் எழுதிக்கொடுத்த பிரஜைகள் கால் விலங்குகளை தரையில் இழுத்துக் கொண்டு நகர்கிறார்கள். காவலரின் கண்பார்வையில் போகும்படி பாதைகள் பலவும் அடைக்கபட்டிருக்க வேண்டும். சுதந்திரமாய் மூச்சு விடுவது பற்றிய கோரிக்கை ஏந்திய அட்டையுடன் எலும்புக் கூடுகளை நோக்கி இறைஞ்சும் பிரஜைகள். பீடத்தில் இருந்த சுழல் நாற்காலி எல்லாப் பக்கமும் திரும்பித் திரும்பி சொற்பொழிவாற்றும் எலும்புக் கூட்டின் உத்தரவுகளுக்குப் பணிகிறது.

ஒவ்வொரு ஊரிலும் இருந்த சலூனில் பேப்பர் வாசிப்பது மட்டும்தான் ஜனநாயகம், இந்தியாவின் அடிப்படைத் தத்துவமாக சாசனம் செய்யப்பட்டிருக்க வேண்டும். சுழல் நாற்காலியில் சுழன்று சுழன்று மனிதர்கள் மாறுகிறார்கள். செத்தமுகங்களை செதுக்கி உயிர் உண்டாக்கும் மாயா ஜாலக் கிழவன் சிரித்துக் கொண்டிருந்தான்.

நான் அமர்ந்திருந்த நாற்காலிக்கு எதிரில் இருந்த கண்ணாடியில் காவலரின் கண்கள் இரண்டு ஒட்டப்பட்டி ருந்தது. என் கண்ணாடியே என்னை சந்தேகிப்பது போல் தோன்றியது. அந்தக் கண்கள் முதுகுக்குப் பின்னால் ஒட்டப் பட்டிருந்தாலும் முகத்துக்கு நேராக என்னை ஊடுருவி என் கண்களில் மறைந்திருப்பவற்றை துருவிக் கொண்டிருந்தன.

சுற்றிச் சுற்றி காவலர் கண்கள் பின் தொடர்ந்து வந்து கொண்டிருந்தன. சலூனைவிட்டு நழுவினேன். கால்களில் தொற்றி ஏறிய பரபரப்பு. மனதில் வேகம். எதற்காக இதெல்லாம். எல்லாப்பாதைகளின் முடிவிலிருந்து தொடங்கினேன். தப்பிக்கவழி. ஒவ்வொரு பாதையும் திரும்பித் திரும்பி ஒன்று சேர்ந்தன. ஒரு பயங்கரநிலை. எதிலும் சந்தேகிக்கும்படியான காட்டிக்கொடுக்கும் சுருக்குப் பாதைகள். ஒன்றையொன்று ரகஸியமாக சந்தித்து துப்புத் துலக்கி என்னை ஒவ்வொரு பாதையும் பின்தொடர்வதாகத் தெரிந்தது. இரவு நேர ஆட்டோவின் உறுமலுடன் ஓடிக் கொண்டிருந்தன கண்காணிப்பு வேன்கள். ஒவ்வொரு பாதையாகவிலகி என்கால்கள் பதிகிற அடையாளங்களைப் பின்பற்றி என் அடையாளம் தெரிந்த தடங்களை ஒட்டி நடக்கத் தொடங்கினேன். என்பாதையில் விலங்கிடப்பட்ட பைத்தியங்கள். அவர் கண்களில் பதிந்தகருமை. முகத்தில் பீடிப்புகை அலைய; வெளியேறினேன், பைத்தியமாவதற்கு முன்பிருந்த கண்களின் வெறுமையுடன். பாதைத்திருப்பங்களில் அனாதையாக சிறுமிகளின் கண்களில் விடைத்திருந்த வெறுப்பின்சாயை. என்முகவெட்டு மாறிக் கொண்டிருந்தது.

எல்லாப் பாதைகளும் வியாபார ஸ்தலங்களுக்கும் அலுவலகங்களுக்கும் காவல் நிலையத்துக்கும் போய்க் கொண்டிருந்தன. என் பாதைத் திருப்பத்தில் காத்திருக்கும் சாவின் உருவை கடந்தபோது... கொஞ்சதூரம் நடக்கவிட்டு என்னைப் பின் தொடர்ந்து கொண்டிருந்தது. என்னை நேருக்குநேர் சந்திக்கவந்த இன்னொரு 'சாவு' மூஞ்சியிட மிருந்து தப்பிப்பதற்காக சலூனுக்குள் புகுந்தேன். அங்கே கிரிமினல் குற்றவாளிகள் 'ஸ்டீல் கத்தியை' மறைத்துக் கொண்டிருந்தார்கள். என்னை நாற்காலியோடு சேர்த்து கத்தியுடன் அணைத்து கொல்லத்துடித்துக் கொண்டிருந்த அந்த 'வெட்டு' விழுந்த மனிதனை நேருக்கு நேர்சந்தித்த போது... என்றுமில்லாத உயிர்ப்பு என் கண்களில் பட்டுத் திரும்புவதை உணர்ந்தேன். இதற்குள் அவர்கள் வெளியேறிப் போயிருக்கவேண்டும். நான் சலூன் நாற்காலியில் அமர்ந்

திருந்தேன். உடனே முடி ஒப்பனையாளன் சவத்துணி போட்டு என்னை மூடிப் பிணமாக்கினான். சுழல் நாற்காலி கிரீச்சிட்டு ஆட்சேபித்து விட்டு என் பிணத்தை சுமந்தது. என் பிணத்தின் உருவை கண்ணாடியில் பார்த்துக் கொண்டிருக்கும் போதே என் வாழ்வின் குறியீடாக 'இறந்த என் பிணம்' ஆகிப்போனதை நான் இறந்த நிலையில் உணர்ந்து கொண்டிருந்தேன். செத்தபடி சில காட்சிகள், கனவுகள், நான் இறந்து விட்ட காலத்திற்குப் பிறகும் நான் பயங்கரத் தாடியுடன் என் அடையாளம் பதிந்த தெருக்களில் நடந்து கொண்டிருந்ததை நான் பார்த்துக் கொண்டிருந்தேன்.

சலூன் நாற்காலியில் அமர்ந்து சவரம் செய்து கொண்டிருக்கும்போதுதான் எழுத்தாளர்களுக்கு புதிய புதிய பொறிகள் தட்டுவதை கேள்விப்பட்டிருக்கிறேன்.

என் அனுபவத்தில் வேறுவகையான கனவுகள் மிதக்கின்றன. உலகத்தின் குப்பையில் தூக்கி எரியப்பட வேண்டிய 'இஸங்கள்' தோன்றி விட்டபிறகு, எனக்குத் தோன்றும் கருத்துக்களை வெளியிட மாட்டேன். அல்லது சவரக்கத்தியுடன் சேர்த்தே வைத்து விடுவேன். இப்போது அதையெல்லாம் விட கனவு வயப்பட்ட நிலை. என் சவத்திலிருந்து பிரித்து சென்ற என் தலை என் உடலை அப்படியே சுழல் நாற்காலியில் கிடத்திவிட்டு கானகத்தில் மறைவதை நான் பார்த்தேன். தொலை தூரம் பறந்து சென்று விட்டது. வனாந்திரத்தில் ஒரு அதிசய மரத்தில் பழுத்து கனியாக மாறியிருப்பதை பார்த்தேன்.

மர உச்சியிலிருந்து உதிர்ந்து கீழே விழுந்தது. அதன் கன்னத்தில் பாசி படர்ந்தது. பன்னெடுங்காலம் பாசி மண்டிக்கிடக்கிறது தலை. பனிக்காலமெல்லாம் என் கண்கள் பனிகொட்டுகின்றன. என் தலையை இலைகள் மூடி மறைக்கின்றது. பச்சை நிறமாகும் என் தலையில் பாம்பு வந்து பதிகிறது. என் கண்ணுள்ளே செல்லும் கானகப் பாதையில் பாம்பு மறைகிறது.

'மாயாஜாலக் கண்கட்டு வித்தைக்காரா... எங்கே போய் விட்டாய்'

கிழவன் நிலவறையிலிருந்து சிறிய பெட்டியுடன் வெளி வருகிறான். அந்த பெட்டிமேல் சீன ஓவியங்கள், வைரங்கள் பதித்த பாம்பின் தலை. கிழவன் பெட்டியை திறந்ததும் அதன்உள்ளே நீல வெல்வெட் துணியின் மீது 'கில்லட்' க்ஷவரக்கத்தி. நெப்போலியனின் நாவிதனிடம் இருந்த கத்தி. வெள்ளைக் குதிரையில்நாவிதன் வருகிறான். 'கில்லட்' கத்தியின் பழங்கால மரபுப்படி அது அதிசயப் பெட்டியில் இருந்துவந்தது.

கிழவன் என்னை வாரியணைத்தபடி தூக்கிச் செல் கிறான். கானகம் அழைக்கிறது. மரங்களின் அசைவு. நான் மீசை முளைக்காத பருவத்தை அடைந்தேன். எங்கும் விந்தையிலும் விந்தையான பாதைகள். அங்கே கண்ணாடித் தண்ணீரில் முகம் பார்த்துச் சிரிக்கலாம். அதிசய மரம் பிளந்து முன்பு பார்த்த அழகிய யுவதி வெளிப்படுகிறாள். ஒரே ஒரு கனி எங்கள் இருவர் கைகளில். கண்ணாடியில் தன் உருக்கண்டு ஓடி மறைகிறாள் யுவதி. மலைகளுக்குள் அவள் முகம் மட்டும் தெரிகிறது. அவள் என் தலையுடன் மரம் பிளந்து மறைந்து போனாள்.

சலூன் நாற்காலி சுழன்று சுழன்று அசைகிறது. என் பிணம் தலையில்லாமல் அமர்ந்திருக்கிறது. எனக்குமேல் என் தலைகனியாகத் தொங்குகிறது. அதன்கன்னத்தில் பாசிவந்து படிகிறது. பன்னெடுங்காலம் பாசி மூடிக்கிடந்த என் தலை.

'மாயாஜலக் கண்கட்டு வித்தைக்காரா! எங்கே தலை... என் தலை' பச்சை நிறமான என் தலையை என் கழுத்தில் பதித்து ஒட்டவைத்துக் கொண்டிருந்தான் முடி ஒப்பனையாளன்.

நான் சலூனிலிருந்து மீண்டும் தப்பி ஓடிக் கொண்டி ருந்தேன். என்னைப் பார்த்து எல்லோரும் விலகி நகர் கிறார்கள். என் பச்சை முகம் சூரிய ஒளி பட்டு தெருவே பச்சை நிறமடைகிறது. பாதைகள், கட்டிடங்கள், ஊர்கள், வானம் இருட்டு இரவு எங்கும் பச்சைநிறம். என் தலையி லிருந்து என் இயற்கைத் தன்மையிலிருந்து ஒரு பழுத்தகனி எப்போதும் பாசி மண்டிக்கிடக்கிறது.

●

36

கருப்பன் போன பாதை

தாலியறுத்த கிழவி மாதிரி வெம்போடாய் கிடந்தது தட்டப் பாறை ரயில்வே ஸ்டேஷன். வராண்டாவில் படுத்திருக்கும் கேடிகளை யாரும் எழுப்ப முடியாது. ரெண்டு பேர் சேர்ந்து பதினெட்டாம் புலி ஆடுவது ஸ்டேஷன் இயங்கும் அடையாளம். சமயத்தில் யாருமில்லாத அக்காத்தியாய் கிடக்கும். வெட்டுப்பட்ட புலிகள் இரைந்து கிடப்பதும் வழக்கம் போல ஸ்டேஷனுக்கு வரும் காகங்களின் வாக்கு வாதம் தொடர்ந்து கைகலப்பில் முடிவதுண்டு.

மற்றபடி எப்போதாவது தூத்துக்குடியிலிருந்து மணி யாச்சிக்கு ஒரு பாசஞ்சர் வரும். புல்லுக்கட்டு ரயிலென்றும் டிபார்ட்மெண்டு கேங்க்கூலிகள் சாமான்களை கொண்டு செல்லும்குட்சு என்றும் புகழ். மலைவிறகு உடைக்கும் பொட்டல் பச்சேரி பெண்களை தவிர பாசஞ்சர்கள் என்றோ டிக்கெட் வாங்கிக் கொள்பவர்கள் என்றோ யாரும் கிடை யாது. இன்றைக்கு போலீஸ் எஸ்காடுடன் கருப்பன்வந்து இறங்கினான். ரொம்ப காலமாய் ஸ்டேஷன் எதிர்பார்த்துக் கொண்டிருந்த விருந்தாளி. உற்றுப்பார்த்தான். ஆட்கள் யாருமில்லை. ரயில்வே கிராதியில் அமர்ந்தகாகங்கள் பழைய ஆளைக்கண்டு புதிய கார்வையில் ஒப்பாரிவைத்தன.

ஸ்டேஷனில் தொப்பி போலீஸைக் கண்டு வரவேற்க யாருமே இல்லை. கிழவனிடம் ஒப்படைக்க வேண்டிய பொருட்களையும் உழைப்புக் கூலியையும் கொடுத்து; வந்த பெட்டியிலேயே ஏறி உட்கார்ந்தார் தொப்பிக்காரர். ஜன்னல் வழியாக 'ஏ கௌவா... ஊருக்கு போயிரு' பாதையை

காட்டினார் போலீஸ் அய்யா... கருப்பன் ரிப்பேர் ஆன பெட்போடு மோட்டாரைப் போல் இருமி சளியை துப்பிய உடன்ரயில் கிளம்பியது. கருப்பனைக் கண்டு மலைத்த படி பெருமூச்சுவிட்டது. கதவுப்பக்கம் தொப்பித்தலை நீட்டிப் பார்த்தையாரும் கண்டுகொள்ளவில்லை. மறுபடியும் ஸ்டேஷனில் அக்காத்தியான உறக்கம்.

கருப்பன் ரயில்கத்தாழையை தாண்டினான். சாம்பல் மூடியிருந்த தார்ரோட்டின் முதுகில் புளிமூட்டையாய் ஏறிக் கொண்டிருந்த வண்டிப்பாதை. மேலும் கீழும் சக்கரங்கள் பதிந்து கரடு விழுந்திருந்தது. அதைப்பார்த்து நடக்க முடிந்தது. கருப்பனுக்கு பார்வை கொஞ்சம் மங்கல். பாதை போகிற போக்கிலேயே நடந்தான். சுற்றிலும் காடு. பூச்சி வெட்டியது. தார் அடித்த புளியமரங்களைத் தாண்டி விலக்குப் பாதை பிரிந்தது. சிலமரங்களில் பொந்தில் தீ வைத்து பொசுங்கியிருந்தது. தாழ்வாக இறங்கிய பாதையில் விலகினான். தலையை முன்பக்கம் நீட்டி நெற்றிக்கு மேல் கைவைத்து உற்றுப் பார்த்தான். வண்டிப்பாதை தூர் வரைக்கும் வளைந்து போகிறது. இன்னும் வெகுதூரம் போகவேண்டும். முதுகுப்பக்கம் அக்குளில் சேர்த்து கட்டி யிருந்த பொட்டணத்தை தொட்டுப் பார்த்தான். இனி அவையும் தேவையில்லை. ஜெயில் சம்பாத்தியத்தை வாங்கிக் கொள்ள காட்டில் யாருமில்லை.

எங்கும் தரிசும் பொட்டலுமாய் சாம்பல் மூடிவிட்டது. எலந்தை நின்றது. வண்டிப்பாதையில் ஒரே முள்ளும் முடலும். கண்தூரத்துக்கு மேலும் ஆள் நடமாட்டம் தெரிய வில்லை. பொட்டல் காட்டின் ஏகாந்தத்தில் வெறுக்கென்ற அசைவு. இந்தக் காட்டாளுக்குள் பயம் புகுந்து கொண்டது. மூச்சு முட்டிக் கொண்டு வந்தது. வண்டிப் பாதையை விரட்டிக் கொண்டு பெரிய எட்டாகப் போட்டான். வெயில் ஏறஏற புகைபோல அசையும் கானல். தொண்டைக்குள் எச்சில் இறங்க வில்லை. ஒரு இடத்திலாவது தண்ணித் தடத்தைக் காணோம். நீர்ச்சாரம் இழந்திருந்தது. ஒரு சரங்கையாவது அள்ளிப்பருக, சூடேரிப்போன காலைக்

கொஞ்சம் ஈரத்தில் நனைத்துக்கொள்ள நீரில்லை. இந்தச் சனியன் மிதியடி எமபாதகன். எத்தனையோ வருஷங்கள் பழகியும் சொன்னபடிக்கு வரவில்லை. மிதியடிக்குள் அடங்காமல் கோணக்கால் விழுந்துபோனது. பாதத்தில் பித்தவிரு. ஜெயில் கம்பவுண்டர் கொடுத்த கீல் மை பூசிய தீப்பெட்டியை உரசி சுடவும் வெடிப்புகளில் தோல் பக்கு உதிர்ந்தது. போலீஸ் கத்தியால் பாதச் செதில்களை சீவிச் சீவி பித்த விருவை சரியாக்கினது.

குதிங்காலில் ரொம்பகாலம் தொட்டு வளந்துவரும் கரணை வேறு குத்தல் எடுத்தது. பெருவிரல் ஓரமாய் மிதியடியிலிருந்து ஆணி எவ்விக் கொண்டு சதையோடு மல்லாடியது. சின்னக்கல்லும் ஒரு பெரிய கல்லும் கிடந்தால் அதைக் கொஞ்சம் உள்ளே தள்ளிப் போடணும். வெறும் சரல் காடாய் கிடந்தது. கல்லைக் காணோம்.

இந்தப் பழைய பாதைக்கு கருப்பனைப் போன்ற பழைய கேடிதான் பொருந்தி நடப்பான். அவனைப் போன்ற அக்காத்தியான ஆளைக்கண்டு காட்டு வெயில் அலை பாய்ந்தது. பழைய அடையாளங்கள் இருந்தன. சமீபத்தில் இந்த திக்கில் சம்சாரித்தனம் நடக்கவில்லை. சப்பாத்திக் கள்ளி தலைகளை ஆட்டியது.

ஐந்து தலை நாகம்வேறு உடம்புமுழுவதும் முள்ளுடன் வண்டிப்பாதைக்கு குறுக்கே படர்ந்து சீறியது. குறுக்கே வந்து முள்ளைக் காட்டியது. ரொம்ப ஜாக்கிரதையாக ஒவ்வொரு எட்டாக நடந்தான். எப்படி எட்டு வைத்தாலும் கோணக்காலில் முள்தீண்டியது. அனலுக்கு பாதையும் நெளிந்து புரண்டது. தூரத்தில் ஒரு கிணறு. கருப்பன் தடத்தைவிட்டு ஓடினான். கமலைக்கல் இரண்டும் நீட்டிப் படுத்திருந்தன. வெயிலில் கல் உறங்கும். கிணத்தை எட்டிப் பார்த்தான். இடிகிணறு. இறவையாகி பல வருஷங்கள் ஆகியிருக்கும். கிணத்துக் கல்லில் ஆந்தை கால் வைத்து உட்கார்ந்திருந்தது. கருப்பனைக் கண்டு பதுங்கியது. கிணத்து தூரில் கொஞ்சம் தண்ணீர்போல பாசி காய்ந்த பூண்டுகள். இறந்த பட்சி கிணத்தடியில் கோரமாகி கிடந்தது. கமலைக்

கல்லில் உடை கலைந்த பாம்பு இறைதேடப் போயிருக்கும். நீண்ட பாம்புச் சட்டை கிடந்தது. கமலைக்கல்லிலிருந்து ஆடியது. பாம்பு வந்துவிடுமென்று பயந்து ஓடினான். திரும்பிய இடமெல்லாம் ஐந்து தலை நாகம் தீண்டிவிட்டது. திரும்பி வண்டிப் பாதைக்கு வந்து தொடர்ந்தான்.

எதிர்பார்த்தபடியே பாதை ஓடைக்குள் இறங்கியது. வண்டிகள் போகும் அளவுக்கு ஒரே அகலமான தூரம். நெடுக மணல்சாரி. அதில் கால்நடைகள் வந்துபோன அடையாளம். வண்டி போனதற்கான பழைய தடம் இருந்தது.

அவனுக்கு மணலில் நடக்கும்போது எத்தனையோ வருஷங்களாய் அதனோடு தொடர்பிருப்பதாகப்பட்டது. ஓடைக்குள் வந்துவிடவும் திகில் பறந்தது. தூரத்தில் உடை மரம். அதன் நிழலைப்பற்ற வேகமாக நடந்தான். போகப் போக உடைமரம் தள்ளிப்போனது. வள்ளி உடமரப் பாதை. துர்மரணமெய்திய வள்ளி ஓடை. நில அணங்காகி அலைகிறாள் வள்ளி. அந்த உடைமரப் பெண் கூடவே பின்தொடர்கிறாள் கருப்பனை. 'அழாதபுள்ளெ நாந்தான் கருப்பன். ஜென்மம் முடிந்து திரும்பி வாரன் ஊருக்கு' என அவளை திரும்பிப் பார்க்காமல் சொன்னான். உடைமரத் தடியில் எறும்புப் புற்று. வட்ட நிழல் விட்டிருந்த வள்ளி உடைமரம். ஒருசில எறும்புகள் அலைந்து கொண்டிருந்தன. அவளுடன் சேர்ந்து நிழலில் இளைப்பாறினான் கருப்பன். எறும்புகளை அவன் விரல் நசுக்கப்போனது. ஈரத்தோடு தேய்த்து ஒவ்வொன்றாக நசுக்கினான். புற்றிலிருந்து கிளம்பிய எறும்புகள் அவன் விரலில் இருந்த இருட்டைக் கண்டு திரும்பிபுற்றுக்குள் மறைந்தன. ஒரு குச்சியை ஒடித்து புற்றை இடித்தபடி ஏதோ நினைவில் ஆழந்திருந்தான்.

எட்டத்தில் ஒரு பெரிய கல்தூண். அதற்கு நேர் எதிரே பருத்திக்காடு. நாளைந்து வெள்ளைகண்டாங்கிகள் குனிந்து பருத்தி எடுக்கிறது. வெடிப்பு பருவம். காடெல்லாம் சுலை வெடிக்கப் பறந்து திரியும் மெல்லிய பஞ்சு. தான்தோன்றி நூல் வழியில் வள்ளி அலைகிறாள். அந்தக் கூட்டத்தில் அசைகிற உருவங்களை உற்றுப்பார்த்தான். காட்டில்

இருட்டித்திரிந்த பேத்தி இருக்கிறாளா. நாலு திசைகளையும் சுற்றி நோட்டம்விட்டான் கருப்பன். காடு முழுவதும் இந்த காட்டின் அரசியை காணவில்லை. வெள்ளித் தண்டை போட்ட கால்களுடன் ஓடித்திரிந்த பேத்தி.

கல்தூணில் காகம் பறந்து வந்து அமர்ந்தது. அவனை திரும்பிப்பார்த்தது. ஜென்மதண்டனையிலிருந்து வெளிவந்த கருப்பனின் கண்பட்டையிலுள்ள வெட்டு அடையாளத்தை கண்ட காகம் பயந்து கரைந்தபடி பறந்து போகிறது.

பளுப்படைந்து காய்ந்த தூணடியில் எழும்பிய மண் மேடு. அவர்கள் புதையுண்ட இடங்கள் மறையவில்லை. கருப்பனின் தாயாதிகள் மடிந்த இடம். மண்மேடு பிளந்து தீயுருவங்கள் எழுந்து எரிந்து கொண்டிருந்தன. தீயைச் சுற்றி நீர்வளையம். நாய்கள் எரிகிற தீயில் பாய்ந்து சதையை பிய்த்து கவ்வியபடி தீப்பற்றிய கால்களுடன் நீரில் பாய்ந்து புரண்டு புகையும் சதையை விழுங்கியது. திரும்பவும் நீரிலிருந்து தீ பாய்ந்து பாதி எரிந்த சதையை இழுத்துக் கொண்டு நீரில் குதித்துப் புரண்டு எழுந்து ஓடியது. காடு முழுவதும் ஓடிக்கொண்டிருந்த நாயின் இரைப்பொலி. சுற்றிச் சுற்றி நாய்வெறி. சதை எரிந்து கொண்டிருந்தது.

கல்தூணை நோக்கி நடந்தான். எல்லாம் அடங்கி இறுகிய சாம்பல் மூடியிருந்தது. கல்தூணில் காட்டு பட்சி. இன்னும் நிறைய பட்சிகள் வந்துபோன அடையாளம்.

கல்தூணில் பட்சிகளின் எச்சக்கோடு விழுந்திருந்தது. கல்தூணை நெருங்கினான். தூணைவிட்டு இறங்கிய பட்சி வேகமாய் பறந்து போய் காட்டில் அலறியது. நடுங்கும் கைகளுடன் கருப்பன் தூணைச் சேர்ந்து கட்டிக் கொண்டான். அவன் கைகளை யாரோ பிடித்து இழுப்பது போல் உணர்ந்தான். தூண் மேலிருந்து ரத்தக் கோடுகள் கீழிறங்கிக் கொண்டிருந்தன. பெண்களின் ஒப்பாரியுடன் பெரிய ஓலமாய் வள்ளி ஓடைக்குள் குரல் வந்தது. கல்தூணின் நிழல் நீண்டு வளர்ந்தது. அந்தப்பக்கம் யாரும் நெருங்க முடியாது. மனதைப் புரட்டிப் புரட்டி படுகுழியில் தள்ளும் படி பெண்கள் கூட்டமாய் மாரடித்து அழுதார்கள்.

நடுகல்லில் கெட்டிவைத்து உரிக்கப்பட்ட கருந்தோலுடன் நின்றிருந்தான் கருப்பன். ஊர் பெரிய குடும்பனுக்கு நேர்ந்த கெதியால் பள்ளக்குடியே படைதிரண்டு வந்திருந்தது சந்திக்கு. நடுகல்லில் தலைதொங்கலிட ஒடிந்து தொங்கும் முதுகுடன் கிழவன் 'எய்யா... எய்யா...' ஈனசுரத்தில் முனகினான். பெலத்து சத்தம் போட்டு ஓய்ந்திருந்தான் ஏற்கனவே. யாராவது கூப்பிட்டாக வேண்டிய கட்டாயத்தில் - முழுத்திராணியையும் இழந்த நிலையில் குடும்பனின் தொண்டைக்கடியிலிருந்து கசியும் வார்த்தைகள் தகப்பன் எலும்புகளிலிருந்து கசிந்தன. வாயில் நுரைதள்ள மூக்கிலிருந்து கீழாகத் தொங்கும் அவனது கெடேரி மீசையிலும் வடிந்த ரத்தம் காய்ந்து கொண்டிருந்தது.

பலத்த அடிகளால் உடைந்த சில எலும்புகள் முன்னோருடையதாக இருக்கும். வெறுங்கோவணத் துணியுடன் விடப்பட்டிருந்தான். அவனுக்கு எதிரில் விசிறி எறியப்பட்டிருந்த ரத்தம் பட்ட வேட்டியை அந்த சிறுவன் எடுத்துக் கொள்ள நினைத்தான். தாத்தாவின் வேட்டியை யாருக்கும் தெரியாமல் எடுத்துக் கொள்ள வேண்டும். ஒரு குச்சியால் மெல்ல மெல்ல இடத்தை விட்டு நகர்த்தினான். நடுகல்லோடு கிழவனின் நிழலும் அவனுக்கு பின்னால் நீண்டது. அவனைச் சுற்றி கூடியிருந்த கருப்பு வம்சம் அவனையே ஒத்திருந்த முகச்சாயலுடன் பயபீதி மிகுந்த தோற்றத்துடன் கிழவனையே பார்த்துக் கொண்டிருந்தன.

தலப்பாத்துண்டை எடுத்து 'உங்க தானிய குதிர்களுக்காக விற்கப்பட்ட எங்கள் விலை மிக மலிவானது அய்யா....' என்ற முறையில் இடுப்புகச்சையின் மீது இறுக்கிக் கட்டிக் கொண்டு குனிந்து கொண்டே கொசு கொசுத்தனர்.

அவர்களுக்கு மேலே உயரமான பீடத்தில் செவ்வாளைக் கண்ணுடன் மூலவீட்டார் 'தானியக் குதிரில் இறங்கி சாக வேண்டிய விலை உங்கப்பன் பட்டாவில் உள்ளதே நீங்களா விரும்பிச் சாக முடியாதே' என்பது போல் பார்த்தார். சட்டங்களை சுமந்து வந்த அதிகாரி அய்யாவும் பக்கத்திலிருந்தார். கிராம முனிசீப்பு அய்யாவும் காதைக் கடித்தார்.

மூல வீட்டாரின் ரெண்டு கண்களைப் போல் ரெண்டு தடித் தூண்களாய் தலையாரியும் வெட்டியானும் ரந்தக்கரையில் பூண் போட்ட காவல் கம்பை பிடித்து நின்றார்கள்.

பெரும் இருட்டு குடிகொண்ட தெரு ஓரங்களில் புள்ளை குட்டிகளுடன் பள்ளப் பெண்கள் வந்திருந்தார்கள். குத்துக் காலிட்டு உட்கார்ந்தபடி சலசலத்துக் கொண்டார்கள். தாத்தா முகத்தில் குடி கொண்ட இருட்டைவிடவும் அதிக இருள் பூசிய முகத்துடன் பேத்தியும் இருந்தாள். கொதித்துப் புரண்ட மாறாப்பில் விலகிய கருப்பு முலையிலிருந்து சின்னப்பயல் கொதி கொதிக்கும் பாலை முண்டிக் குடிக்கிற சத்தம் கேட்டது.

நிலைகொள்ளாத அவள் மனசில் ஓடும் நினைப்பு தாத்தாவை சீக்கிரமே கூட்டிக்கொண்டு போய்விடவேண்டும். தாத்தா உயிர் பிரிவதற்கு இங்கிருந்து அவரை அப்புறப் படுத்திவிட வேண்டும். சந்துகளில் பதுக்கி நின்ற இள வட்டங்கள் எட்டிப்பார்த்தார்கள்.

மூலவீட்டாரின் செவ்வாளைக் கண் அவர்களையும் நோட்டம் பார்த்துவிட்டது. இன்னும் கிழவன் மேல் பிரயோகிக்க வேண்டிய அடி பாட்டன் பூட்டனுக்கும் பாக்கி யிருப்பதாகப்பட்டது. அதற்குள் தலையாரியும் வெட்டி யானும் மேல் மூச்சுகீழ்மூச்சு வாங்கிக் கொண்டிருந்தார்கள்.

கூட்டத்துக்கு நடுவில் இருந்தவன் ஒருவன் தன்னை யாரென்று யாரும் அடையாளம் கண்டு கொள்ள முடியாத கருப்பன்.

குடும்பனின் ரத்தம்பட்ட வேட்டி இப்போது சிறுவனின் கைக்கு கிடைத்து விட்டது. அதைக் கொண்டு போய் சந்துக் குள்ளிருக்கும் எத்துப்பல்லனிடம் கொடுக்கவும் அதை வாங்கிப் பார்த்தவனின் கை கால் வெட வெடத்து நடுங்கியது. தாங்காத துக்கத்துடன் அதை அவசரமாய் மறைத்தான்.

சந்திலிருந்து வெளிப்பட்ட சிறுவனை, முகம் தெரியாத கருப்பன் பிடித்துக் கொண்டு அவன் முகத்தில் கலந்திருக்கும் பெரும்பீதியைக் கண்டு அவன் பரட்டைத் தலையை தடவிக் கொடுத்தான். ஆறுதல் கொண்டுவந்திருக்கும் பார்வை

யுடன் அவனை அணைத்துக் கொண்டான். சிறுவனின் கையிலிருந்து நழுவிய மயிலிறகுகள் புழுதியில் புரண்டு கொண்டிருந்தது. விளையாட்டையெல்லாம் மறந்து போயிருந்தான் சிறுவன்.

திரும்பவும் பாக்கியை நிறைவேற்ற ஆவேசத்துடன் தலையாரியின் தடி உயருமுன்...

கழுத்து அறுபட்ட கோழியாகத் துடித்துக் கொண்டிருந்த மூலவீட்டாரைச் சுற்றி 'துடி' பறந்தது. இருட்டில் புகுந்து கருப்பன் ஓடிக் கொண்டிருந்தான். தண்ணிக்குள் விழுந்து முள்ளில் விழுந்துகுருட்டு வவ்வாலைப்போல் மோதி மோதி உதைபட்ட முகத்துடன் ஓடிக் கொண்டிருந்தான்....

சுற்றிவர பெருங்கூச்சலும் புழுதிப் படையும். ஊடு புகுந்து விரட்டிய ஆயுதங்களுடன் புழுதியும் ரத்தமும் மறைந்தது.

இப்போது மண்மேடு சாம்பல் மேவி மேவி தடித் திருந்துது. சாம்பலில் கால் வைத்து தூணில் சாய்ந்து நின்றான் நடந்துவந்த கருப்பன்.

சூழல் எங்கும் சாம்பல் அழகுடன் வெயில் பதிந்தது. வானம் முழுவதும் வரிவரியான கருகித்தீய்ந்த மேகங்கள் ஸர்ப்பம் போல் வளைந்து நெளிந்தன. சாம்பல் ஸர்பத்தின் வால்பக்கம் உற்றுப் பார்த்தான் கருப்பன். மலைப்பறம்பில் தோன்றும் நாற்பது சிகப்பு ஓடுபோட்ட காலனி வீடுகள், கூந்தல் அறுந்த ஒற்றைப் பனையுடன். வளைந்த மூக்குடன் மொட்டைப் பனைமேல் கால் வைத்து அமர்ந்திருக்கும் கள்ளப் பறாந்து. நடுகல் மேட்டிலிருந்து மொட்டைப் பனைக்கு நேராய் செங்குத்தான பாதை. சாம்பல் ஸர்பத்தின் தலை தூணுக்கு நேராய் தொங்கியது. அதன் வால் காலனி வீடுகளுக்கு மேல் துடித்தது. ஒற்றைப் பனையிலிருந்து மெல்ல எழுந்த பறாந்து சாம்பல் ஸர்பத்தை காலில் கவ்வியபடி மிதந்து.... மிதந்து ஸர்பத்தின் தீண்டலையும் தாண்டி கொண்டு செல்கிறது சாம்லை.

●

37

பச்சைப் பூத்தெரு

தற்செயலானது தான், மதுரை பழைய புஸ்தகக் கடையில் வந்து விழுந்த 'பச்சைப் பூத்தெரு' என்று பெயரிடப் பட்ட பழைய டைரி கண்டு பிடிக்கப்பட்டது. மிகவும் அழுக்குப் படிந்து பக்கங்களின் முனைகள் கிழிந்த டைரி. கருப்பானது. மேலுறை இத்து பலகாலம் கக்கத்தில் வைத்து திரிந்தது. விரல்கள் பட்டு அழிந்த எழுத்துகள். பலரும் சந்திக்க மறந்தது. கண்களுக்குப்படாது மறையும். திரும்பவரும். கிழிக்கப்படும், திரும்பவும் எழுதப்படும். உள்ளே ஒடிந்த தாள்கள். கவனமாகப் புரட்டினேன். ஒவ்வொரு ஒடிந்த வார்த்தைகளும் பச்சைப் பூத்தெருவுடன் தைக்கப்பட்டிருந்தன. கந்துகந்தலாகும் வார்த்தைக்குள் குமிழும் எரிகொம்புகள். காலம் ஊடுருவி பழுப்படைந்து பச்சையும் கருப்பும் கலந்த மையில் அலைக்கழிந்த யாத்ரீகனின் கிறுக்கல். பச்சைப்பூத் தெருவுக்கு வந்த யாத்ரீகன் ஒருவன் இதை தவற விட்டிருக்க வேண்டும். திரும்பதிரும்ப அந்த ஊர்சுற்றி ஜி. நாகராஜனை பச்சைப் பூத்தெருவில் சந்தித்திருக்கிறான். யாத்ரீகனோடும் ரிக்ஷாக் காரனோடும் ஜான்ஸிராணி பார்க்கில் ஜி. நாகராஜன். இருவரோடும் ஒரே சமயத்தில் கஞ்சா சிமிழை சுற்றிவிட்டு வாழ்க்கை விசாரத்தில் எங்கெங்கோ சுழன்று கடந்து போனான் ஜி. என். யாத்ரீகர்கள் சிலர் பச்சைப் பூத்தெருவில் இறந்திருக்கிறார்கள். அவன் சொந்த நாட்டுக்கு திரும்பாமலே வழி தவறியிருக்க வேண்டும் அல்லது ஜி. என் சந்தித்த பிளாட்பார உலகில் மறைந்து போயிருக்கலாம். கடைசி அத்யாயத்தை அவன் இறக்கும் தறுவாயில் எழுதி எழுதி

இறுதியடையாமல் பச்சைப் பூத்தெரு தாசியிடம் விட்டுச் செல்கிறான். அதுவே அவன் வெளியிட்ட மரண வாக்கு மூலம். மேலும் சில விடுபட்ட அத்யாயங்கள் வந்துபோகும் பிறதாசிளுக்காக... விடப்பட்டன. ஒவ்வொருவராய் வந்து சென்று திரும்பவந்து எழுதி எழுதாமல் பிறகு எப்பொழுதோ எழுதிச் செல்ல தேவதாசி இலைகள் பழுத்து உதிரும் பக்கம் பக்கமாய்... மக்கிய இலைக்குவியல்... அவன் மரணத் தருவாயில் உதடுகளில் இலை படர்ந்த விநாடியைத் தொடர்ந்து அவன் வாழ்ந்து கொண்டிருந்த மரணத்திற்குள்... விநாடி விநாடியாகக் கடந்த நனவிலியில் செல்லும் மஞ்சள் பாம்பின் சுருணையாக சாவு தெரிந்த போது பிரக்ஞை வெளிர் மஞ்சளாய் நின்றது. மதுரைத் தாசிகள் இருந்த பச்சைப்பூத்தெருவைக் கடந்து வந்த ஜி. நாகராஜன் துடித்து வந்த சமீபத்தில் அவனைப் போன்ற சகயாத்ரீகன், அருகில் தோற்றம் கொள்ள... இவனுக்கும் அவனுக்கும் இடையில் பச்சைப் பூத்தெரு கூண்டுபோல் நீண்டு வளைந்து சென்றது. தெரு உருவங்கள் வாகனங்கள் சுவர்கள் வீடுகள் எல்லாம் வெளிரிக் கரைந்து விடுகிறது. எல்லாமே மயக்கத்தில் அலையலையாக பித்தப்பூக்கள் உதிர்ந்து வருவதை பார்த்துக் கொண்டே... ஜி.என்... ஜி.என்... என நிசப்தத்தில் அசைந்த பச்சைப்பூத்தெரு தாசியின் உதடுகள்... சப்தம் நீண்டு நீருக்குள் குளக்... கென்று குமிழாக பச்சைப் பூத்தெருவில் ஒரு வினாடியை பதினெட்டாக ஊடுருவிப் பிளந்து அகாலமாய் அவன் கிடந்ததை நீருக்குள் எதிர் நின்ற வேறொரு மனிதன் ஜி.என்.. பார்த்துக்கொண்டிருந்ததை அவன் இறந்த விழிகள் பார்த்துக் கொண்டிருந்தன. டெத் கண்டிஷனில் அவன் கையில் நீர்த்தாமரை இதழ் இதழாகப் பிரிந்து அவன் பிடியிலிருந்து டைரி நழுவி அவன் கையே தண்டாக வளைந்தது. டைரி நீருக்குள் மூழ்குவதை நீந்தியே சென்று ஜி.என் எடுத்து வந்ததை பிற்சேர்க்கையாக வழிப்போக்கன் ஒருவன் எழுதிச் சென்றிருந்தான். கடைசியாக மேலும் சில பக்கங்கள். பைத்தியம் பிடித்த பச்சைப்பூத்தெருவில் ஜி.என்

- அவனை இழுத்துக் கொண்டு சுற்றிச் சுற்றிக் காட்டி நான்குபக்க கோபுரங்கள்; அதன் மீது பதிந்த சிற்பங்கள் புராணங்கள் அசுரர்கள் அரசர்கள் பிச்சாடனர்கள் அடிமைகள் அவர்கள் இவர்கள் எவரெவரோக்கள் பச்சைப்பூ உடைந்து உருளும் நீரில் அமிழ்ந்து வெவ்வேறு ரூபங்களாய் சரித்திர புராணக் கேளிச் சித்திரங்கள் பைத்திய ஓட்டத்தில் விகாரங் களாய் கோட்டான்களாய் சாத்தான்களாய் பச்சைப் பூத்தெரு அமிழ்ந்து அசைவதை அவன் கிறுக்கி வைத் திருந்தான். ஜி.என் என்ற யாத்ரீகன்-வந்த யாத்ரீகனை விட வில்லை. அவன் விட்டுச் சென்ற டைரியில் விபரீத மான குறிப்புகள். ஒன்றுக்கு மேல் ஒன்று எதிரெதிராய் அடுக்கப்பட்டிருந்தன. ஜி.என் கைவசமிருந்த அவன் டைரியை அவன் யார் எங்கிருந்து வருகிறான் அவன் சொந்த நாட்டுக்கு வீட்டுக்கு ஏன்திரும்பாமல் சுற்றிச் சுற்றினான். என்ன கண்டான் எதை தெரிந்து கொண்டான் அவன்வேர் எங்கிருக்கிறது அவன் வால் எங்கிருக்கிறது கலாச்சாரம் கல் மண் எந்த அமீபா அது எங்கிருந்து சுற்றுகிறது அவன் தன்னைத் தொடுவதற்காக நினைவுகளை துறப்பதற்காக கல்லைப் பிடித்து கால்களை நிறுத்தி நடந்து கொண்டிருந்த மரணக் கிணற்றில் மோட்டார் சைக்கிள் விட்டுக் கொண்டிருந்த சர்க்கஸ் கோமாளி அவன். மோட்டார் டர்ர்ர்ர்ர்... டர்ர்ர்ர்ர்.... டர்ர்ர்ர்... ரென்று மரணக்கிணற்றின் சுவர்களில் சுழன்று சுழன்று சுழல்கிறது. எழுத எழுத மரணக்கிணற்றில் விழுந்து சுற்றிக் கடந்து ஜி.என் பிளாட்பாரத் தூணில் சாய்ந்து கொண்டு அவன் விட்டுச் சென்ற டைரியுடன்... எழுதப்படாத கதைகளுடன்... பச்சைப்பூத்தெருக் குறிப்புகளை நாவலாக எழுதிக்கொண்டு அனுபவங்களை விட்டு விட்டு வேறு வகையில் ஏதாவது தாசிகளைப்பற்றி எழுதித் தோற்றுக் கொண்டிருந்தான். அந்த பச்சைப்பூத் தெருவில் யார்யாரோ வருகிறார்கள் போகிறார்கள் வருகிறபோகிற புழுதியில் நாய்களின் ஊளை படிந்துள்ளது. ஒன்று மேல் ஒன்று எக்குப் போட்டு விளையாடித் தொலைவில் மறையும். தகர வாகனங்கள் செம்மண்ணை அள்ளித் தெளித்துக் கொண்டு சக்கரங்கள்

தூசுகளை வீசிச் செல்லும், எங்கும் மஞ்சள்நிற வெய்யில் பதிந்து இறங்குகிறது. போஸ்ட் மரத்தூணில் சாய்ந்து மயக்கமடைந்து கிடந்த ஜி.என். விலகிச் செல்லும் கால்கள். ஓடிக் களைத்தகால்கள் யாருமில்லாத பச்சைப்பூத்தெருவில் ஓடிக்கொண்டிருந்தன. வெய்யிலில் தெரு நெளிகிறது. அவன் மயக்கத்தில் அசைந்து கொண்டிருக்கிறான்... அலைந்து அடிப்பட்டு முகம் நெளிந்து வீங்கிய முகத்துடன் அந்த மஞ்சள் நாய் திரும்பி வந்து ஜி.என் கைகளில் ஈரமான மூக்கினால் ஒட்டி வெகு வேகமாக ஓடி தொலைவில் ஊளையிட்டது. ஜி.என்னுக்குப் பழக்கபட்ட ரிக்காட் டான்ஸ்காரி சவுடி சந்திரா அவனை ரிக்ஷாவில் தூக்கிப் போட்டு பச்சைப்பூத்தெருவுக்குக் கொண்டுபோனாள். வீடு முழுவதும் அரக்கு ரிக்காடுகள். போஸ்டர்களும் ஒட்டப்பட்டிருந்தது. அவன் மயக்கம் தெளிந்த போது.... சவுடி சவுடி... என்று அவளை அருகில் வைத்துக் கொண்டு அதை இதை வம்பளக்கிறான். ஜி.என். மீண்டும் எழுதத் தொடங்குகிறான். திரும்பக் குடிப்பதற்கும் அழிவதற்கும் திறந்து– கிடந்த ரணங்கள். உட்கார்ந்த இடத்தையெல்லாம் கடிக்கும் பூச்சிகள். திரும்பவும் கொஞ்சம் குடித்து விட்டு பச்சைப்பூத் தெருவில் சுற்றிக் கொண்டிருந்தான் ஜி.என். பழைய அரக்கு ரிக்காடுகள் சுற்றுகின்றன. கிராமஃபோன் ஊசிகள். கீழே விழும் ஊசிகள். தொலைந்த கிராமஃபோன் ஊசிகள். தெருத்தெருவாக தேடுகிறார்கள். ஒவ்வொரு கிராமஃபேன் ஊசியிலும் அவரவர் அடையாளம் இருப் பதாக தேடுகிறார்கள். இரவுப்பாடல்கள் வந்து போன மேடைகளுக்கு அடியில் குனிந்து தேடுகிறார்கள். சிறுவன் தீப்பெட்டிக்குள் தொலைந்த ஊசிகள். அரக்கு ரிக்காடில் இருந்த கொலம்பியா புலியும் குழாய் நாயும் சிரிக்கிறது. ஒவ்வொரு பாட்டுக்கும் பின்னணியில் வாயசைத்து கண்ணாடி முன் ஆடி ஒத்திகைப்பார்க்கிறாள் சவுடி. உடனே அடுத்த ரெக்காடு. ஊர் ஊராய் சுற்றும் அவளுடன் பச்சைப்பூத்தெரு ஆடுகிறது. ஆடிக் களைத்த கால் மாற்றி ஆடும் நடனங்கள், அரக்கு சுற்றுகிறது. அடுத்த ஊசிமாற்றி

ஆடுகிறார்கள். சவுடி அரக்கு சுற்றி சுற்றி... இரவு முழுவதும் ஆடுகிறாள். முகங்களில் அரிதாரம் நாற பச்சைப்பூத் தெருவில் வேடமிட்டு ஆடுகிறாள் சவுடி... பீடிவேனில் அரக்கு சுற்றுகிறது. பீடியினாபீடி... எம்.கே.டி.பீடி... போட்டோ பீடி போட்டோ பீடி... ஊக்கினால் அவள் சதையைக் கிழித்து ரூபாய் தாள் குத்துகிறார் பீடி முதலாளி. கிராமங்கள் கிறுகிறுவென்று அரக்கில் சுற்றுகின்றன. அடுத்த கட்டத்திற்கான ஆடை மாற்றித் திரும்பும் கண்ணாடி. ஒப்பனை அறை ஓட்டை களில் கண்கள் ஊசியாய் அவள் சதையைக் கிழிக்கின்றன. பெரியவர் பொக்கை வாய் ஆ... வென்று திறந்து ரசிக்கிறது. ரூபாய் தாள்களும் ஊக்கு கிழித்த வடுக்களுடன் சவுடி மல்லாந்து கைகால்கள் வளைந்து கிடக்கிறாள். அவள் வீடு முழுவதும் நீச்சல் உடையில் அவள் சினிமா ஸ்டாராய் சிரிக்கிறாள். அரக்கு ரிக்காடுகள் குவிந்து தேய்ந்து ஒடிந்து கிடக்கின்றன. ஜி.என் தேய்ந்த அரக்குகளை தலைக்கு வைத்து படுத்திருக்கிறான். திரும்பவும் விட்ட இடத்திலிருந்து எழுதிக்கொண்டு... அரக்கு சுற்றுகிறது... மேடைகளில் தொலைந்த ஊசிகள் தேய்ந்த ஊசிகளைக் கொண்டு ஜி.என்... கிராமஃபோன் பெட்டியை சுற்றுகின்றான்... காலம் கால்மாற்றி ஆடுகிறது. கூட்டம் கூட்டமாய் நிழல் நிழலாய் உருவிழந்த நிழல் களாய்... வளைந்து கிளைவிரித்த மரநிழல் வளைந்த பச்சைப்பூத் தெருவில் நிழல்கள் சுற்றிச் சுழல்கின்றன... குரங்கொன்று ஆடுகிறது... கழுத்தில் கட்டிய மணிச் சத்தம் ஒலிக்கிறது. வா பெண்ணே... குதம்பாய்... வந்தாய் பெண்ணே... ஆடு பெண்ணே... பச்சைப்பூத் தெருவில் ஆடிக் கால் வளைந்து கை விரித்து மரமானாள். நூறு கைகளாய் வளைந்து நெளிந்து ஆடுகிறாள்... சவுடி மார்க்கெட் இழந்து வேசையானாள். சித்ரவதை செய்து இழுத்துச் செல்லும்போது போலீஸை ஜி.என் அடிக் கிறான். இரண்டுக்கு மேற்பட்ட லத்திகள் வீசி அப்படியே வேனுக்குள் ஜி.என்னை மறைக்க... எஸ்கின் ஆஸ்பத்திரி செல்வார்டில் பிளட் கேன்ஷர்... முற்றிய தெருவில்

பிளாட்பாரத் தூணில் சாய்ந்து நடுங்கும் விரல்களுக் கிடையில் பீடியில் கஞ்சா தூளை கட்டி புகை சுழன்றபடி நகரம் நெளிந்த தகரமாய் ஓட்டை விழுகிறது. யாத்ரீகன் நாவலை அடித்து திருத்திய பச்சைப்பூத்தெருவில் மயங்கி கிடக்கிறான் ஜி.என். தெரிந்த முகங்களாய் வந்து தப்பி ஓடுகின்றன. ஜி.என் கோமாவில் செல் வார்டில் கடந்த கடைசி நிமிஷங்கள். அவனுடன் இருந்த டைரி... முடிக்கப் பட்டாத நாவலின் சில அத்யாயங்கள்... நினைவிழந்த நிலையில் ஜி.என்... மெல்ல செல்வார்டின் வெள்ளை நிறப் படுக்கையை விட்டு எழுந்து தொலைவில் அந்த பச்சைப் பூத்தெரு டைரியின் கடைசி வரிகளை யாரோ எழுதியிருக்க வேண்டும். 28ஆம் பக்கம் பார்க்க என்றது கடைசி வாக்கியம்.

II

இதற்கு மேலும் கடையில் வைத்து டைரியை புரட்டுவதை ஆட்சேபித்தார் கடைக்காரர். எவ்வளவு கேட்கிறீர்கள் இதற்கு என்றேன். சரிசரி கொடுப்பதைக் கொடுங்கள், சேர வேண்டிய ஆளிடம் சேர்த்து விட்டேன் என்றார் தாடி. எனக்கு தூக்கிவாரிப்போட்டது. கடைக்காரர் முகத்தைப் பார்க்க பயமாக இருந்தது. மறுவார்த்தை பேசாமல் பத்து ரூபாய் கொடுத்து விட்டு இடத்தை காலி செய்தேன். என்கூட வந்தவர் பழைய புஸ்தகப் பைத்தியம். பழைய புஸ்தகக் கடையைச் சுற்றி வருவார். அவர் இந்தக் குப்பைக்கா பத்து ரூபாய் என்றார். உஸ்! சத்தம் போட்டு பேசவேண்டாம். நாலு பேருக்குத்தெரிந்தால் என்னாவது. என் பேச்சை மாற்றினேன். இப்போதெல்லாம் பழைய புஸ்தகக் கடை யில் தான் வியக்க வைக்கும் அதிசயங்கள் நடக்கின்றன. உங்களை முதன் முதலில் பார்த்தது கூட நியூ சினிமாவுக்கு அடுத்த சந்திலிருந்த பழைய புஸ்தகக் கடையில்தான். மதுரையே ஒரு அதிசயம்தான் என்றேன். அவர் என் பேச்சை இடைமறித்து அப்படியா... டைரியை இப்படிக் கொடுங்கள்

பார்ப்போம் என்றார் நக்கலாக. பவித்திரமாக டைரியை அவரிடம் நீட்டினேன். பக்கங்களை வேக வேகமாக விழுங்கி விட்டு ம்... ஆராய்ச்சிக் குரிய விஷயம் தான். என்னிடமும் இப்படிப் பல டைரிகள் இருக்கின்றன. இந்த யாத்ரீகன் விட்டுசென்ற டைரியோ வேறு வகையானதுதான். ஆனால் இதில் உள்ள மொழி தாறுமாறானது. இதை ஒரு பைத்தியம் எழுதியிருந்தால் பரவாயில்லை. மதுரையில் ஏற்கெனவே பல பைத்தியம் பிடித்த யாத்ரீகர்கள் திரிந்ததாக கேள்விப் பட்டேன். மனநோய் ஆராய்ச்சியாளர்கள் கண்டால் இதை விட மாட்டார்கள். சிக்மெண்ட் ஃபிராய்டை விட பெரிய ஆசாமிதான் போலும். இதற்கெல்லாம் என்ன அர்த்தம். இதை ஏன் திருப்பித் திருப்பி புரட்டிப்பார்க்கிறீர்கள். தலைகீழாக எழுதியிருக்கிறான் அந்த யாத்ரீகன்... திண்டுக்கல் ரோட்டிலிருந்த பழைய புஸ்தகக் கடையின் ஒரு பகுதிக்குள் நுழைந்து மறைந்தார் பழைய புஸ்தக வேதாளம்.

என் வழிநடந்தேன். நடந்த தெருக்களில் திரும்பத் திரும்ப நடந்து சென்றேன். வடக்குமாசி வீதியில் ஜி.என். என்னைக் கடந்து போய்க் கொண்டிருந்தான். வேறு சந்து வழியே மறைந்தேன். டவுண் ஹால் ரோட்டில் நுழைந்த போது காலேஜ் ஹவுஸ் வாசலில் பேப்பரை விரித்தபடி ஜி.என். நின்று கொண்டிருந்தான். சிகரெட் புகை சுற்றிச் சுழன்றது. டவுண்ஹால் ரோட்டில் நடந்தபடி டைரியை புரட்டிச் சென்றேன். பக்கங்கள் தனித்தனியேன வந்தன பாரசீக எல்லைகளைக் கடந்து. நிர்மூலமாக்கப்பட்ட கொரில்லா உடம்புகள். குண்டு துளைத்த வார்த்தைகள். அழிக்கபட்ட இடங்கள். பொந்து விழுந்த இடங்களை சுட்டிக் காட்ட முடியும். சவரக்கத்தி நடைகள் கிழிந்து கிடந்தன. பழைய மனிதனின் மூர்க்கமான உருவங்கள் எழுந்து நின்றன. அரூபமாய் ஒடுக்கப்பட்ட படைப்பு ரகஸியங்களின் வறண்ட பாதையில் வெளிப்பட்ட கொரில்லாக்கள். யாசர் அராபட்டிடம் பயிற்சி பெற்ற போராளிகளின் குறிப்புகள் அடங்கிய சில தாள்கள்.

லெவிஸ் டெப்ரேயின் வாசகங்கள். அடுத்த பக்கம் அல்ஜீரியக் காடுகளில்... அலைந்து திரிந்த கால்களின் ஆல்பம். பக்கம்பக்கமாய் நடந்து நடந்து கல்லிலும் புதர் களிலும் கால்கள் மறைகின்றன. அல்ஜீரியக் காடுகளில் புதைத்துவைக்கப்பட்ட பொலிவியன் டைரியை தோண்டி எடுத்து மார்புகளில் சேர்த்துதைத்துக் கொண்டு நெஞ்சில் நெருகிப்பாய்ந்த ஈயரவைகளின் ஓசையில் பொலிவியன் டைரியின் பக்கங்கள் ஒவ்வொன்றாய் கிழிக்கப்பட்டு ஒவ்வொரு போராளியின் மார்புடன் சேர்த்து நுரையீரலில் தைக்கப்பட்டு உட்குமிழும் சுவாசத்தில் ஓடிக்கொண்டி ருந்தன கால்கள். பக்கங்கள் புரண்டு ஓடுகிறான் யாத்ரீகன்... பொலிவியக் குறிப்புகள் நுரையீரலுடன் சேர்த்து மார்பெலும்புகளுடன் இணைக்கப்பட்ட யாத்ரீகன்.... வெளியேறிச் செல்கிறான். சேயின் வெட்டப்பட்ட கைகள் தென் துருவத்திலிருந்து நீண்டு அவனை மார்புடன் தழுவி முத்தமிடுகிறது. சரக்குக்கப்பலில் பழக்குவியலுக்குள் பதுங்கிவருகிறான் யாத்ரீகன். ஏங்கிவந்த அழுகையை தென்கிழக்குக் காற்று துடைத்துச் செல்லும். அவன் செங்கடல் மார்க்மாக சூயஸ் கால்வாயை கடந்து எண்ணைக் கப்பலுக்கு மாறி இந்திய மாலுமிகளுடன் சீட்டாடியபடி சிலரூபாய்கள் ஜெயித்து பம்பாய் வந்து நிற்கிறான். இண்டியாகேட் வாசலில் கடல் அசைகிறது. வெண்புகை மூடிய தொடுவானில் தோணிகள் அசைந்து மறைகின்றன.

III

டைரியின் முதல் பக்கத்தை திறந்தேன் பலவகையான மையில் எழுதப்பட்ட தலைப்புகள் அடித்து திருத்தப் பட்டவை. எந்தமொழி என்று காணமுடியாமல் குழம்பி யிருந்தது. சிலப்பக்கங்கள் ஆங்கிலத்தில்... லத்தீனில் பாரசீகக் கதைகளில் வரும் பழம்பாடல்களின் மெட்டு. இசை எண்கள். துருக்கி நாடோடிப்பாடகன் இப்ராஹிம்... குர்து மக்களிடம் புலங்கிய சாம்பல் கத்திகள். பலதாள்

களில் எழுத்துதான் ஆங்கிலமென்றுபட்டது. ஏதோ ஆதி குடிகளுடன் சேர்ந்து திரிந்த அவர்களின் இயற்கை மொழி உச்சரிப்புகள் ஆங்கில எழுத்தாக மாறியிருந்தது. உலகின் அடிவாரங்களில் மறைந்து திரியும் கணங்களின் அடையாளங்கள். கல்பதிவுகள். மந்திரங்கள்.. அந்த மஞ்சள் நாயொன்று சுருண்டுபடுத்திருந்தது. கணக்குழுவின் தலைவன் எலும்பு மாலை அணிந்து நரபலிக்காடுகளில் ஓடித்திரிந்த தடங்களின் மந்திரவெட்டுகள் அவன் பாதங் களின் மஞ்சள் அடையாளங்கள் நீருக்கடியில் இன்னும் பதிந்த தடங்களாய் மஞ்சள் பதிந்து அதிலிருந்து சில மீன்கள் அவன் பாதங்களை உரசும் கோடுகளில் சடங்குகளின் ஒலிகள் நீருக்குள் சுருண்ட நகங்களுடன் பார்த்துக் கொண்டிருந்தன... சூரியனின் முகம்படாத பச்சைப்பூத்தெருவில் மீன்கள் ஒவ்வொன்றாய் செதில்களை அசைத்தபடி மின்னிக்கொண்டு அடி ஆழங்களில் புதைந்த கற்பாறைகளின் பிளவுகளுக்குள் சென்று தேவதாசி அறைக்குள் கணக்குழுவின் தலைவன் மந்திரக் குழல் வாசித்தபடி இசைக்கணிகைமேல் சுருணை சுருணையாக மஞ்சள் கோலங்கள் சுற்றிச் சுற்றி மாந்ரீக ஒலியலைகளை எழுப்பிக்கொண்டிருந்ததை எல்லா மீன் களும் கூட்டமாய் சென்று மாந்திரீக சுருணைகளில் மயங்கி தங்கள் அழகிய பொன்நிற வாலை அசைத்தசைத்து நாட்டிய மாடுகின்றன.... வெண்கொம்புகள் பார்க்க கன்றுகளின் கொம்புகளைப் போல் மயக்க மூட்டுவதாக இருக்கிறது. பச்சைப்பூத்தெருப் பெண்களின் உதடுகள் கலவியிலிருக்கும் மயக்கத்தை ஊட்டும். உதடுகள் கவ்விய மந்திரக் குழலில் தாசியின் மரணத்திற்கான இசை.... ஒரேகார்வையில் நீருக்குள் ததும்பித்ததும்பி மீன்குஞ்சிகள் அனந்தத்தில் தத்தளிக்க அவள் தொடர்ந்து அவற்றின் அனந்த நிலையை உலகின் ஜீவகோடி ரகஸியங்களில் ஊதிக்கொண்டிருக்கிறாள்... கடல் பாதைகளிலிருந்து மெல்லமெல்ல மேல் எழுந்த பக்கங்களை புரட்டிக்கொண்டிருந்தேன்... தன் உயிரையே பணயம் வைத்து பதியப்பட்ட பச்சைப்பூத்தெருக் கிறுக்கல் களை நான் திரும்பத்திரும்ப வாசித்துக் கொண்டிருக்கிறேன்.

அந்தப் பக்கங்களை விட்டு விடுபட என்னால் முடிய வில்லை. இவற்றை எந்த இலக்கியத்திலேனும் படித்ததாக ஞபாகமில்லை. என்னையே ஆரம்ப நிலைக்குள் கொண்டு செல்ல பச்சைப்பூத்தெருவுக்குள் சிக்கவைத்தது. மந்திர வார்த்தைகள் திரும்பிவந்தன. கடக்க முடியவில்லை பச்சைப்பூத்தெருவை. கட்டுண்ட நிலையில் வெகுகால வாழ்வெய்தினேன். அடுத்த பக்கம்தானே புரண்டு அபூர்வ மாகச் சில மொழிகளின் கலவை. ஏதேதோ சங்கேதக் குறிகள். வரைபடங்கள். சித்திரஎழுத்துகள். தோள் ஏடுகளில் கண்டுபிடித்த சொல். மிருகங்களின் குரல் வளைவுகள் பாம்பு நெளிவுகளின் கோடுகள். நட்சத்திர வருகை. பட்சிகளின் சாஸ்திரங்கள். தவளைக் கோடுகளில் மறைந்த பறவைகள். தலை கீழாக அடுக்கி வைக்கபட்ட பச்சைப்பூத் தெருக் கனவுகள். சில இரவின் தோற்றத்தில்வரும் பழம் பாதைகள். சாம்பல் படிவுகள். இசைத்தாசிகளின் கடல் மந்திரங்கள். மந்திர வடிவுகளில் வரையப்பட்ட சோகங்கள். பெரிய பெரிய பாதங்கள் உள்ள பெண்கள் அங்கு வதி கிறார்கள். உதடு கிழிந்த ஆதி வாசிகள். நாட்டுக்கட்டை சுடு கருவிகள். மாறான் மலை பிசாசுகள், புலிக்குகையின் கட்டம்கட்டமான கோடுகளில் வரும் பச்சைப்பூத்தெரு வீடுகளின் இருட்டு. பச்சையும் கருப்பும் கக்கும் மலைகள். குன்றுகளின் பழுப்பு ஒளிகள். உயரம் தாங்கிய வட்டப் பாறையின் அலாதிகளில் திரியும் தாசிகளின் பாடல்கள். பறவைகளின் இறகுகள் மிதந்து சரியும் தத்தளிப்பான அசைவுகள் வெளிப்பட்ட கணிகை மக்கள்...

இந்திய சிற்பங்கள் ஒரு பக்கமும் அவற்றை நையாண்டி செய்யும் குறிப்புகள் மறுபக்கமும். ஹம்பி என்பதே ஒரு சிதிலம் என்ற பெயரால் சுட்டப்பட்டிருக்க வேண்டும். டூரிஸ்ட்களையும் கேளிச்சித்திரமாக வரைந்த குறிப்புகள். இதை எப்படி தமிழில் மொழி மாற்றம் செய்வதென்பது சிக்கலாகவே இருந்தது. அவன் எந்த நூற்றாண்டைச் சேர்ந்தவன். முதலில் இந்த டைரியே அவனுடையதுதானா. அதை யாரோ கண்டெடுத்திருக்கக் கூடும். பல கைகள் மாறி

மாறி சில பக்கங்கள் கிழிக்கப்பட்டபின் சேர்க்கப்பட்ட சரித்திர மௌனங்களாய் விடப்பட்ட பச்சைப்பூத்தெருவில் கடந்து வரும் குறிப்புகள். இதுவே பயண நெடுங்காவியங்களில் முதல் டைரியாக இருக்க வேண்டும். எதுவும் செப்பனிடப்படவில்லை. ஒழுங்கு படுத்தப்படவில்லை. செய்நேர்த்தியால் செத்துப்போன ஆபரணங்கள் பூண்ட சிற்பங்களின் புற நுட்பங்களை பக்கம்பக்கமாக நையாண்டி செய்யப்பட்டிருந்தது. முதலில் இதுவே ஒரு நகல் செய்யப் பட்ட டைரியோ. மூலப்பிரதி வெவ்வேறு பச்சைப்பூத் தெருக்களில் வெவ்வேறு தாசி மரபில் கிடக்க வேண்டும். அவற்றின்மீது பல பறவைகள் வந்து எச்சமிட்டுச் சென்றிருக்கும். அவற்றை தேடுவது சாமானியமான காரியமில்லை. மூலப்பிரதி அழிந்து மலைகளில் உருண்டிருக்கும். மிருக எலும்புக்கூடு ஒன்றின் சாயைகள் தென்பட்டன. காணாமல் போன கணிகையின் குறிப்புகளை காடு மென்று தின்றிருக்கும். அவளை யானை அடித்துப் போட்டிருக்கும். அவள் டைரி இது அல்ல. செப்பிடு வித்தைக்காரர்கள் மதுரை புது மண்டபத்தில் வைத்து கஞ்சா தூளை கசக்கி ஏற்றிய சரடுகளாகவும் இருக்கிறது. பழைய புஸ்தகக் கடை தாடியின் சிரிப்பு பயமாக இருந்தது. எழுதிய யாத்ரீகன் அவராகவும் இருக்கலாம். பல காலம் இடைச் செருகல்களில் முட்டுக் கொடுத்து நிறுத்தி வைக்கப்பட்ட எத்தனையோ புராணங்களும் இதிகாசங்களும் இருப்பதைப் போலவா. ஒரே குழப்பமாக இருக்கிறது. திரும்பவும் புரட்டவாரம்பித்தேன். சந்தேகங்களை உதறி எழுந்தன சித்திரகார்டுகள். ஒரு கார்டுக்குப் பின்னால் எடுக்க எடுக்க தேவதாசியின் கார்டுகள்... இடைச் செருகலைப் பிரித்து போட்டு எண்ணினேன். ஜோக்கரை முன்வைத்து சித்திரக் கார்டுகளை மாற்றி அடுக்கினேன். வேறு கதையாக மாறியது. தேய்ந்து பாசியடைந்த நாணயங்களாக குவிந்த நூற்றாண்டுகள் உருண்ட பச்சைப்பூத்தெருவை உருவாக்கினேன். ஏற்கெனவே இருந்த சொற்தொடர்கள் இடம்மாறி அமர்ந்தன.

காலத்தின் வரிசைக்கிரமமான அடுக்குகள் முன்னும்

பின்னுமாய் மாறி மாறி எது முன் பின் என மங்கிய பச்சைப்பூத்தெருவில் ஒவ்வொருவரும் அடையாளமாக வைத்து தங்கள் நாடோடிப் பாதைகளைக் கண்டனர். யாத்ரீகனின் டைரியை புரட்டிப் புரட்டி சூழ்ந்துகொண்ட தாசிகளின் வார்த்தைகளின் விளையாட்டு ஆரம்பமானது. தீவிரமாக நிர்மாணிக்கப்பட்ட எதார்த்தம் உறைந்த மனிதர்களும் நகரங்களும் வளைந்து நெளிந்தன. மனித ஆரம்பத்தை தேடிச்சென்ற தாசிகளின் டைரி வழிதிறந்து பேசுகிறது. கண்ணைக் கட்டி தாவரக் கிளியிடம் விடப் பட்ட ஒவ்வொருவரின் கண் கட்டுகளை அவிழ்க்குமுன் சொல்லும் வித்தை. தேவதாசியை உயிர்ப்பிக்கும் வரலாறு இருக்கவே செய்தது. யாத்ரீகன் வருகிறான்.

அனாதைகளின் அனாதையாக விரட்டப்பட்ட பச்சைப்பூத் தெரு தாசிகள்... யாருக்கும் சொந்தமில்லாதவர்கள். நாடு கடத்தப்பட்ட குடிஉரிமைகள் பறிக்கப்பட்டு நிர்மூலமாக்கப் பட்ட இசைத்தாசிகளின் கடைசி மனிதனாய் யாத்ரீகன் வருகிறான். அவனது பயணப்பை எட்டாம் ஹென்றியின் போர்க்களத்தில் ஓட்டை விழுந்தது. பீரங்கிப் புகையினால் துவட்டி எடுக்கப்பட்டு சாம்பலாகிச் சுருண்டு விடும். மாற்று உடுப்பு, தேசீய நாய் வில்லைகள், ரொட்டித் துண்டுகள், அழகிய வட்ட பிஸ் கோத்துகள் உலர்ந்த கனிகள் ஏதுமில்லை அவனிடம். அவன் கொண்டு செல்வதெல்லாம் பச்சைப்பூத்தெருதான், அதிசயமான கூழாங்கற்கள். போர்க் களத்தில் மாண்டு கிடந்த வீரர்களின் பித்தான்கள் இரும்பு மூக்குகள் மீன் செதில் காக்காய் சிப்பி, படகுத் துண்டு கிறுக்கிய தாள்கள் தான் பச்சைப்பூத்தெரு.

குற்றங்களின் பாதையில் பைத்தியமாய்த் திரிந்தோர் களை அணைத்து உறங்கினான். கருப்பு உடையணிந்த காவலர்கள் அவனை மஞ்சள் மதில்கள் அடியில் இரும்பு வளையங்களில் கட்டிப்பிணைத்து சித்திரவதை செய்தார்கள்.

மஞ்சள் நிறமான வலுவான மதில்களை உடைய அவன் இதயம் சுற்றுக் கோட்டையாக மாறியிருந்தது. உள்ளே கூட்டம் கூட்டமாய் நிழல்கள் அலைந்து கொண்டிருந்தன.

ஒவ்வொருவராய் திரும்பவும் மஞ்சள் மதில் வழியாக கருமையடைந்த சிறைகளின் ஜன்னல்கள் திறந்து கிருமினல் குற்றவாளிகள் நகர்ந்து செல்கிறார்கள். இமைமூடிகளைத் திறந்து நகரின் நெரிசலுக்குள் போய்க்கொண்டிருந்தான். தகர வாகனங்கள்கார்கள் நிறுத்தி வைக்கப்பட்ட ஸ்டேடி யத்தில் ஒவ்வொரு தகரத்தையும் இரும்பு உளியால் கிழித்துக்கொண்டே சாவதானமாக நகர்ந்து சென்றான். ட்ராப்பிக்கை நிறுத்தி சில கண்ணாடிகளை உடைத்துவிட்டு ஓடுகிறான். வாகனங்கள் அதிர்ச்சி அடைந்து ஓடுகின்றன. சாவு வேகத்தில் ஓடுகின்றன. ஹேஹ் ஹேஹ் ஹேஹ்... என்று சிரித்தபடி அலறிக் கொண்டு ஓடும் வெள்ளத்தின் குறுக்கே உளியை நீட்டி கிழித்துக் கொண்டே சில இடங் களைக் கடந்து தகரங்களை கந்து கந்தலாய் உடைத்து விட்டு தப்பி ஓடுகிறான். அவனை உயிர்ப்பிக்கும் வரலாறுகளில் இருந்து யாத்ரீகன் வருகிறான். கைவிடப்பட்ட மனித நிலை குறித்து எழுந்து வருகிறான்.

சூறாவளிகள் தோன்றும் பாலைவனத்தில் நெடுந்தூரம் குரல்கேட்கும்.... அகதி ஒருவன் அலைகிறான் பாலை வனத்தில் சூரியன் ஆடி ஆடி நகரும் பாலை வெளியை நோக்கி அவன் வந்து கொண்டிருப்பதாக.... பாலைவன எல்லைகளில் அவன் எழுதிச் சென்ற குறிப்புகள் காணப் பட்டன. அவையாவும் மணல் வாரிக் காற்றில் அழிந்து அழிந்து தோன்றுவதாக... ஒட்டகம் அவன் காலைக் கடித்த புண்ணின் வாதையில் பாலைவனத்தை அவன் கடந்து சென்றதாக.... பெரிய பெரிய பாதங்களுடன் அவன் மணல் விரல்கள் பதிந்து நடந்து சென்றதாக... ஒவ்வொரு மணலையும் தெரிந்து அவற்றின் வறண்ட புயலில் அவனும் சேர்த்து அலைவதாக.... டைரியின் மணல் பற்றிய குறிப்புகளை அப்படியே விட்டு விடுகிறேன் மறுபடியும் பக்கம் எண் 1 லிருந்து ஆரம்பிக்க வேண்டும்.

நான் திரும்பவும் 1932ல் அந்த டைரியை தொலைத்தேன் பச்சைப்பூத்தெருவில். அதை நானே பிறகு 1943இல் பச்சைப் பூத்தெருவில் கண்டெடுத்தேன். 1988இல் தவறவிட்டேன்.

திரும்ப அதை எங்கும் பார்க்கவில்லை. 1992 மார்ச் 18ஆம் தேதி அதைப் போல என் நினைவில் உள்ளவற்றை இங்கே குறித்து வைத்திருக்கிறேன். பல பகுதிகள் செப்பிடு வித்தைக்காரர்கள் புதுமண்டபத்தில் பேசிக் கொண்டிருந்த சரடு. சில இலக்கிய வாதிகளிடம் இருந்த புஸ்தகங்களை திருடி எடுத்த குறிப்புகள் சில. சிறுபத்திரிகையில் ஒருவரும் பிரசுரிக்க தேர்வு செய்யாத தால், யதார்த்தமாக இல்லையே சார்... என்று படித்துப் பார்த்த தமிழ் வாசகர்களும் சொல்லி விட்டதால்... என் தொகுதியோடு சேர்க்கிறேன் இதை.

38

ஆறு

பூர்வீக ஆறுபாயும் திருநெல்வேலிச் சீமையில் இலக்கியத் துக்காக 'பார்கர்' பேனா பிடித்த மூக்கபிள்ளை மெட்ராஸிக்கு ஓடிப்போனார். ஆறு அவரைத் தொடர்ந்து வந்துகொண்டிருந்தது; பிறப்புடன் இறப்புடன் வாழ்க்கையெனும் கொந்தளிக்கும் அலைச்சுழியில் உருண்டு புரண்டு பெருக் கெடுத்தோடி வற்றி மெலிந்து மணலாகி வண்டிச் சுவடு தோன்றும்.

திரும்பவும் நுங்கு நுரை தள்ளிப் புதுவெள்ளம் ஓடும். காலம் பூராவிலும் மூக்கபிள்ளையின் சந்ததிகளுக்கு பூர்வீக ஆற்றுடன் பந்தம் அறுபட்டுப் போகாமல் இருக்கும்.

வடக்கே சென்ற அகஸ்திய முனிவர் எழுத்தாணியுடன் பொதியமலைக்கு ரயில் ஏறினார். 'சங்ககாலம் திரும்பி விட்டது. இலக்கிய உலகம் குடைசாய்ந்து விட்டது' என்று மூக்கபிள்ளையின் பேனா பிரபல பத்திரிகையில் சண்டமாருதம் செய்தது.

மூக்கபிள்ளையின் 'கடவுளும் காப்பி ஹோட்டலும்' என்ற காவியத்தில் குழந்தையை வாதத்தில் தோற்கடித்த சிவபெருமானைக்கண்டு நாரதர் சிரிக்கிறார். வசன கர்த்தா விடம் சென்று 'ஓய்... என்ன ஓய்... குழந்தையை கடவுளால் ஜெயிக்க முடியுமா? அப்படியானால் குழந்தையின் உலகத்தை கடவுள் அறிவாரோ கடவுளை சிருஷ்டித்தது குழந்தை தானே... மூக்கபிள்ளைவாள் உம் யதார்த்தமே தோத்துப் போச்சு... என்றார் நாரதர். நாரதரின் கலகம் நன்மையில் முடியும் என்பது புராணம். ஆனால் மூக்க

பிள்ளையின் பார்கர் பேனா நிப்பு ஒடிந்த அதிர்ச்சி ஈரேழு பதினாலு லோகங்களிலும் உள்ள யதார்த்த இலக்கியங்களை வேரடி மண்ணோடு சாய்த்தது. திருநெல்வேலிச் சீமையில் இருந்தமூக்கபிள்ளையின் பிராய காலத்தை ஊர் ஊராய்ப் புலம்பி நகரும் ஆறு.

மூக்கபிள்ளை இந்து காலேஜ் ஃபைனல் B.A படித்துக் கொண்டிருந்தபோது சிந்து பூந்துறையில் முனிசிபல் குமாஸ்தாவின் மகள் மரகதம் மேல் ஒருகண். மூக்கபிள்ளை திடீர் கல்யாணம் செய்து கொண்டார். மகளும் மருமானும் சும்மா இருப்பதைவிட வம்ச விருத்தி என்ற ஆதி ஆற்றில் நீந்தி மூன்று ஜீவன்களை பெற்றார்கள். அதற்குள் மாமனார் அய்நூற்றுமுத்துபிள்ளை ரிட்டேர்மெண்ட் வேறு. அப்போது முனிசிபல் சேர்மனாக இருந்த தூரத்து உறவினர் அழகிய சுந்தரம்பிள்ளையின் உத்தரவில் மரகதம் முனிசிபல் சேர்மனால் ஸ்கூல் டீச்சரானாள்.

ஸ்ரீமான் மூக்கபிள்ளை B.A. தினஒளி நாளிதழில் புரூப் ரீடர் என்ற உதவி ஆசிரியர் (உதவி ஆசிரியர் என்பது கௌரவ டுப்) பதவிப்பிரமானம் நடந்தது. அன்னாரின் தினக்கூலி 23.25 என்றும் படி 1.50 நயேபைசே என்றும் பிக்சட் பே. மூக்கபிள்ளையின் இலக்கிய வட்டம் அன்றாடம் காப்பிக்கு அலைமோதியது. மணிசங்கர் அய்யர் கடை காபியுடன் கல் மண்டப சந்திப்பு.

சிந்து பூந்துறை சாலைத்தெருவில் வல்லநாடு அய்நூற்று முத்துப்பிள்ளையின் சந்ததிகள் குடியேறினார்கள். அது ராம்பாப்புலர் பஸ்ஸும் ராயல் டாக்கீஸும் பிரபலமாக ஓடிய காலம். ருக்மாங்கதா, ரிஷ்ய ஸிருங்கன், குமாஸ்தாவின் பெண் ஓடியது. திரையில் டோமோ பாட்டுகள். மூக்கபிள்ளை யின் காதலை ருக்மாங்கதாவில் கொலம்பியா ரிக்கார்டுகளில் கேட்கலாம். நூற்றுக்கணக்கில் கல்ரெக்கார்டுகள் சுற்றிச் சுற்றி மரகரம் – மூக்கபிள்ளை தம்பதிகள் குடைக்குள் சிரித்தபடி சாலைத்தெருவில் வருகிறார்கள்.

மருத மரங்களின் அடியில் மணல்கூட்டி மோண்டு வைத்து புட்டு செய்து விளையாடுகிறான் மூக்கபிள்ளையின்

வாரிசு அப்பு. அவன் தங்கைகள் கோமதி, சந்திரா நொண்டி யடித்து கட்டங்களை தாண்டுகிறார்கள். கோமதி ஆட்டத்தில் தோற்றுப்போனாள். கண்ணை மூடி விரல்களால் பொத்திய படி கோட்டில் கால்வைத்து விடாமல் ரைட்டா... ரைட்டா... ரைட்டா... கால் பெருவிரல் கோட்டில் பட்டு திரும்பவும் தோற்கிறாள். கைத்தட்டிச் சிரிக்கிறார்கள் பிள்ளைகள். கோமதி தேம்பித் தேம்பி அழுது கொண்டே அம்மாவுடன் வரும் அப்பாவை நோக்கி ஓடுகிறாள். அப்பா... அப்பா... என்று கேவுகிறது குழந்தை. யார் அடிச்சா... தங்கத்தை யார் அடிச்சா... என் தங்கக்கட்டி இல்ல... என் அம்மால்ல என்று கன்னத்தைக் கிள்ளி முத்தமிட்டு மகளைத்தூக்கி தோளில் ஏற்றிக் கொண்டு எல்லாப்பிள்ளைகளுக்கும் ‘டூ’ விடுகிறார் மூக்கபிள்ளை.

‘இந்தா... நீங்க என்ன சின்னப்புள்ளையா யாரும் சிரிக்கப் போராஹ வாங்க உள்ள...’ வேகமாக வீட்டுக்குப் படியேறுகிறாள் மரகதம்.

சாலைத் தெருவுக்குள் மணல் மேவுவது எப்போதென்று யாருக்கும் தெரிவதில்லை. சாலைத்தெருவில் தோன்றிய வண்டிச் சுவடு ஆற்றுக்குப் போகும். குருத்து மணலில் வண்டி நகரும் ஓசையுடன் குழந்தைகள் வண்டியை பின் தொடர்ந்து நகர்கிறார்கள்.

அங்கே தான் அவர்களுக்கான மருதமரம் இருந்தது. மணல் படுகையில் விதம் விதமான கலர் கற்கள்; கூழாங் கற்கள் கிடக்கும். வாத்துகள் விட்டுச் சென்ற நட்சத்திர வடிவ கால் பதிவுகள். அவற்றின் அருகே அவர்கள் உண்டாக்கிய ஊர் இருந்தது. அந்த சிறுமணல் ஊரை திருநெல்வேலி வாசிகளுக்கு தெரிந்திருக்க நியாயமில்லை இன்று.

சிறுமணல் வீடுகள் தெருவாக மாறியது. தெருத் தாண்டி ஆறு. அவர்கள் உண்டாக்கிய ஆற்றின் குறுக்கே பாலம் வந்தது. கனவுகளை எல்லாம்பாலத்தில் சேர்த்துக் கட்டினார்கள். பாலத்திலிருந்து யார் யாரெல்லாமோ எட்டிப்பார்க்கிறார்கள். அவர்கள் கிராமத்தில் அலாதியான தனிமையில் குழந்தைகள் அதிசயமான கனவு கண்டார்கள்.

நீளமான கனவுகளில் அவர்களுடைய மணல் தெரு தோன்றியது. தெருவில் கிடந்த ஒவ்வொரு மணலிடமும் ஒவ்வொரு குழந்தையும் நேசமாக இருந்தது. பழைய வீடுகளுக்குள்ளிருந்த கனவுகளைப் பெற்றார்கள். பழைய வீடுகளுக்கே திரும்பிநடந்தார்கள். விளையாட்டு ஓய்ந்த பிறகும் அந்த மருதமரம் குழந்தைகள் கட்டிய கிராமத்தின் மீது ஒளிவீசிக் கொண்டிருந்தது. மருதமரம் அழகில் குழந்தையைப் போலவும் இருந்தது.

சிறுமணல் வீடுகள் காற்றில் இடிந்து போயின. வீல்... வீல் என்று காற்று விசிலடிக்கிறது. காற்றில் மறைந்த அழகிய கிராமத்தை யாரும் திரும்பபெற முடியாமல் போகும்.

சித்திரைக் காற்றின்மணல் ஊர் அழிந்து குழந்தைகள் வண்டியோட்டுகிறார்கள். இந்தவிளையாட்டு முன்பு வெகு காலம் மறைந்து போயிருந்தது. காலத்துக்கு உள்ளிருந்து பெரிய தெருக்களும், அந்த தெருவுக்குள்ளிருந்து சிறிய ஊரும் தோன்றியது.

எல்லாவற்றையும் ஊடுருவி பொருள்களையும் மனிதர் களையும் காலம் பழுப்படையச் செய்கிறது. பிள்ளைகள் கட்டிவைத்த ஊரைமட்டும் அழிப்பதில்லை. அவை அவர் களுடன் நிலைத்துவிடக்கூடும்.

சாலைத்தெருவில் 31ம் நம்பர் வீட்டு ஒண்டுக் குடித்தனப் படகு ஊசலாடுகிறது. அய்நூற்று முத்துப்பிள்ளையின் பேரனும் பேத்தியும் வளர்ந்து பெரியவர்களாகி விட்டார்கள். வாழ்க்கைவிதித்த விதிகளைமீறி அப்புவின் அம்மா மரகதம் டீச்சரின்மாதவருமானத்தில் முகம்கழுவி பவுடர் போட்டுக் கொண்டு காலேஜுக்கு போய்வருகிறான் அப்பு. கோமதி யும் சந்திராவும் குமரான பின்பும் அப்பா இன்னும் வந்து பார்த்ததில்லை. பத்தாம் வகுப்புடன் பெண்பிள்ளைகளுக்கு பள்ளிக்காலம் முடிந்தது.

சாலைத்தெருவுக்குள் பரபரப்பான காலம் வந்துவிட்டது. புதிதுபுதிதாக குடித்தனக்கார்கள் வந்துவிட்டார்கள். சாலைத் தெருவிலிருந்த பெரிய மருதமரம் வெட்டப்பட்ட அன்று

வல்லநாட்டு ஆச்சி செத்துப்போனாள். நூற்றுக்கு மேற்பட்ட பேரப்பிள்ளைகள் அவளுக்கு. அப்புவிற்கு சேனை வைத்தவள் ஆச்சிதான். அய்நூற்றுமுத்துப் பிள்ளையின் ஏகதர்மினி தாமிரவருணி ஆற்றில் ஒரு மருதமரத்தைப் போல் இருந்தாள். வல்லாநாட்டையே காத்துவருவதாகச் சொல்லப்படும் மருதமரம், ஒவ்வொருகாலமும் அகண்டு கொண்டே இருந்தது. அதன் உச்சியில் வந்து கால்வைத்து அண்டரண்டாப் பட்சியைப்பற்றி ஆச்சி சொன்ன பழங்கதை எல்லாம் மறைந்து போனது.

சாலைத்தெருவுக்குள் இப்போது மரங்களே இல்லை. ஒர்க்ஷாப், டீக்கடைகள், பெட்டிக்கடைகள், பேக்கரி, லாண்டரி என்று சாலைத்தெரு பஜார் ஆனது. கருத்தப் பிள்ளைமார்களின் ஜன்னல் இல்லாத பழையவீடுகளில் வானவெளியிருந்தது. அவற்றை விட்டு எல்லோரும் வெளியேறிவிட்டார்கள். தெருமணல் தேய்ந்து சிமெண்ட் ரோடுவந்து விட்டது. சாலைத்தெருவில்தான் வாடகைக்கு இருந்து முருக்கு சுத்தும் ஆச்சிகள் பலர் இருந்தார்கள். பண்டபாத்திரம் தேய்த்து பிழைத்த கருத்த ஆச்சிகளும் மறைந்து போனார்கள். கருப்பு கதவுகளை உடைய வீடுகள் காணாமல் போனது. முனிசிபல் கவுன்சிலர் நீல நாராயண பிள்ளை சாலைத்தெருவில் குடியேறினார். அவர் ஆட்சி காலத்தில் சாலைத்தெருவின் பழைய அடையாளங்கள் வேகமாக மாறின. அப்பு தேடிப்பார்த்தான் தன் அப்பாவின் சுவடுகள் பதித்த கருத்தப்பிள்ளைமார்வீட்டு சின்னக்கதவுகளும் வான வெளிகளும் தரையோடு தரைமட்டமாகிப் போனதை கண் எதிரில் பார்த்துக் கொண்டிருந்தான்.

அப்பாவழியில் இருந்துவந்தவர்கள் ஜங்ஷனைச் சுற்றி அந்திக்கடைவிரித்து பிளாட்பாரத்திற்கே வந்துவிட்டார்கள். விடிய விடிய அந்த உருவங்கள் எச்ச சொச்ச மணலைக் காத்து வரக்கூடும். சிமெண்ட் ரோடுகளை ஏனோ மணல் மேவுவதில்லை. ஆற்றிலிருக்கும் மணலை வாரிச் செல்லும் மஞ்சள் மூக்கு லாரிகள் சாலைத்தெருவில் புழுதி பரப்பிச் செல்லும்.

அப்புவின் காலேஜ் சகாக்கள் சாலைத் தெருவின் 31 ஆம் நம்பர் வீட்டு கதவைத் தட்டினார்கள். மொட்டை மாடியில் பல இரவுகள் நண்பர்களிடம் சாலைத் தெருவைப் பற்றி அப்பு தீரவே தீராமல் சொல்லிக் கொண்டிருந்தான். சாலைத் தெருவிலிருந்த வயதான மருதமரம் நித்தம் மினுக்கியபடி ஒளியுடன் தெருவைக் கழுவியது போல் தோன்றும். மறைந்த மரத்துக்குள்ளிருந்து வெளிப்பட்ட எத்தனையோ சேதிகளை அப்பு நண்பர்களுக்கு காட்டினான். 'பழைய தெரு' என்ற குறிப்புகள் அடங்கிய அப்பாவின் நோட்டு நண்பர்கள் முன் வாசிக்கப்பட்டு ஆர்வமான பலகை மாறல்களில் கை தவறிப் போனது. எங்கெங்கெல்லாம் தேடியும் அப்பாவின் நோட்டு திரும்பக் கிடைக்கவில்லை.

தலை நகர் கருணாட் சரத்தில் கால்பட்டதும் கால் தூணாகும் அவலம். பின்னர் திரும்பவே முடியாது. அப்பாவின் தலை தெரியவில்லை. பிரபலமான பத்திரிகை ஒன்றில் அடைக்கலமானார். அப்பா எழுதிய கதைகளில் அப்பு தன் அடையாளத்தை தேடிக் கொண்டிருந்தான்.

மரகதம் டீச்சரின் கரை காண முடியாத மனதில் சூறைகள் அசைந்து கொண்டிருந்தன. மனதைப் புரட்டிக் கொண்டு போய் பள்ளத்தில் தள்ளி விட்டுச் சிரிக்கும் விதி கால் கையில்லாமல் ஆவியைப் போல் அவளைப் பின்தொடர்ந்தது.

புயல் அடங்கி எங்கும் மௌனம். மெலிந்த ஆற்றின் நீரோடையாய் அப்புவை அரவணைத்து ஓடிக் கொண்டிருந்தாள் அம்மா. சலம்பலற்ற தண்ணீரின் சாந்தமாய் அம்மா ஸ்கூலுக்கு போய் வருவாள்.

'உனக்கென்ன மரகதம் அப்பு இருக்கான்.... பொம்பளை மக்களை அவன் பாத்துக்கிருவான்... எதுக்குப் போட்டு இப்படி மறுகுதே...எல்லாஞ் சரியாப்போகும். என்னப் பாரு... புருஷன் செத்து தனிக்கட்டையா புள்ளைகளை கொண்டுபோறேன்.... மூக்கபிள்ளை திரும்பிவருவான்... அவன் பிடிவாதம் எல்லாம் புள்ளைகளைப் பார்த்தா சரியா யிரும் மருகாதே... என்று அம்மாவை வரித்துக்கொள்ள உமையக்காள் இருக்கிறாள். மூக்கபிள்ளையின் கூடப்பிறந்த

பாவத்துக்கு பஜாரில் அந்திக்கடை போட்டு மூணு பெண் பிள்ளைகளைக் காத்து வந்தாள். உமையக்காள் எல்லா வகையிலும் துரதிர்ஷ்டமானவள்தான். அவளுக்கு மூத்தான் இல்லை. அப்பு இல்லை. அப்பு மாதிரி பெரீய்ய இஞ்சீனியர் இருந்தால் சாலைத் தெருவில் இருக்கும் கழுதைகள் ஒவ்வொன்றையும் வந்துபார் என்று ஒரு கை பார்த்து விடக் கூடியவள்தான். உமையக்காள் தம்பி பிள்ளைகள் மேல் கொண்டிருந்த பாசத்தை அவள் கண்கள் மூலம்தான் பார்க்க முடிந்தது. உமை தாலியறுத்தவளாயிருந்தாலும் அவள் லெட்சணம் அப்படி ஒரு தாட்டியத்தில் இருக்கும். கடைத் தெருவில் அப்புவைப் பார்த்துவிட்டால் அப்பாவிடமிருந்து காயிதம் வந்ததா என்று விசாரிப்பாள். அவளுக்கிருந்த ஒரே மருமகன் அப்புதான். அவன் அத்தையிடம் மட்டு மரியாதையோடு இருந்தான். தலை குனிந்து தரையைப் பார்த்தபடி அவள் கேள்விகளுக்கு ஒரே வார்த்தை ஊம்.. கொட்டுவதுதான். வாய் வார்த்தை பேசமாட்டான். உமையக்காளின் பிள்ளைகள் அப்பு மேல் உயிரையே வைத்திருந்தார்கள். காணாமல் போன அப்பாவின் முகச் சாயல் அவர்களுக்கிருந்தது. அப்புவைக் கண்டு அவர்கள் பயந்த சுபாவத்தில் ஒளிந்து கொண்டு பார்த்தார்கள். கிட்ட நெருங்கமுடியாத தூரத்தில் அப்பு இருந்தான் என்று நினைத்தார்கள். 'அப்பு எப்பவும் போல அத்த வீட்டுக்கு வரணும் மக்கா...' என்று உமையக்காள் அப்புவைப் பார்த்து வேண்டினாள். கலங்கிய கண்களுடன் அப்பு வேகமாக பஜாருக்குள் மறைந்து விட்டான்.

மரகதம் எப்போதும் சஞ்சலப்பட்டவள். அப்பு வீடு திரும்ப நேரமாகிவிட்டால் உலகமே அவளுக்கு இருண்டு விடும். தூக்கம் வராது. இருண்ட அடுப்படிக்குள் தன் கணவனை நினைத்து எத்தனையோ காலம் கலங்கி யிருக்கிறாள். சாலைத் தெருவில் அப்புவின் கால் பதியும் சத்தம் மட்டும் அவளுக்கு எப்படியோ தெரிந்திருந்தது. எத்தனையோ கால் சத்தங்களுக்குள்ளிருந்து அப்புவின் அழுத்தமான சத்தம் கேட்கிறது அவளுக்கு.

வீட்டில் அப்புக்கான இடங்கள் ஒவ்வொன்றின் மீதும் கோமதி பதிந்திருந்தாள். அண்ணனைப்போல் அவளுக்கு அன்பானவர்கள் யாருமில்லை. அண்ணன் பொருள் எதையும் வைத்த இடத்தில் இருக்கும்படி செய்ய அதிகாரம் இருந்தது கோமதிக்கு. ஏனோ, அத்தை வீட்டுக்கு அண்ணன் பரிந்து பேசுவது கோமதிக்குப் பிடிப்பதில்லை. அண்ணனை அபகரித்துக் கொள்வார்கள் என்று பயந்தாள்.

ஆனால் சந்திரா ஆச்சியைப் போன்ற கருப்பி. எல்லோர் மீதும் எதேச்சையாகப் படியக் கூடியவள். வல்லநாட்டு ஆச்சிமீது கிடந்தே அட்டக் கருப்பி ஆகிவிட்டாள் என்று தாத்தா சொன்னார். 'வம்சவிளக்கு' என்பது அய்நூற்று முத்துப்பிள்ளையின் முடிவு. ஆச்சி செத்துப்போனபின் சந்திரா.... சந்திரா... என்று தாத்தா அடிக்கொரு தரம் கூப்பிடுகிறார். சந்திராப்பா... சந்திராப்பா... தாத்தாவுக்கு கண்ணில் மருந்து ஊத்தி விடுதியா என்று அவளை பாடாப் படுத்தி விடுவார். சந்திராவுக்கு இருந்த சினேகிதிகள் எல்லோருக்கும் ஆற்றோடு கிடக்க விதித்திருந்தது. ஆறு அவளோடு வந்து கொண்டிருந்தது. வீட்டில் இருக்கும் துணிமணிகள் வெழுப்பாவது சந்திராவினால் தான். வீட்டு வேலையேகாரியமாக இருக்கும். கோமதிக்கும் சந்திராவுக்கும் சண்டை அடிக்கடி நடந்தது. அண்ணன் இருந்தால் வீடு அமைதியாக இருக்கும். அம்மாவின் கட்டுப்பாடுகள் எல்லாம் சந்திரா கைக்கு மாறியது.

ஆச்சி விட்டுப்போன பழைய ரெங்குப்பெட்டியொன்று கருப்படைந்து கிடந்தது. ஆச்சி பெட்டிக்குள் இருந்த பொருட்களை யாரும் திறந்து பார்த்ததில்லை, ஆச்சியின் ஞாபகார்த்தமாக இருந்து வருகிறது. ஆச்சி கொடுத்த விபூதிச் சம்புடம் குட்டிப்பிள்ளையார் சந்தனம் காய்த்த மர ஸ்டேண்ட் மட்டும் அம்மாவின் பூஜைப்பொருட்களாயிருந்தன. அம்மாவுக்கு முன்னோர் நினைவுகளைச் சொல்ல ஆச்சியின் பெட்டி சீதனமாக தொடர்ந்து வந்து கொண்டிருந்தது. வெகு காலத்திற்கு முன்பு வல்ல நாட்டில் இருந்த போது ஆச்சி கொண்டு வந்த துளசி மாலை ஒன்று

வெண்கலச் சிமிழில் இருந்து வருகிறது. அம்மா அதை பத்திரப்படுத்தியிருந்தாள். அதன் அருகில் அப்பாவும் அம்மாவும் அப்பு கைக்குழந்தையாக இருந்த போது எடுத்துக் கொண்ட புகைப்படம் இருந்தது. பழுப்படைந்த அரக்குநிற புகைப்படத்துக்குள் மூக்கபிள்ளையின் குறுஞ் சிரிப்பு.... அப்பாவின் மடியில் பொட்டு வைத்து ஜடை பின்னிய அப்பு. அம்மா முகத்தில் இருந்த ஜீவகளை எல்லாம் எங்கே போயிற்று.... அப்பு ஒவ்வொரு நாளும் தன் அப்பாவைப் பற்றிய கனவுகளுடன் வீடு திரும்புவான். அப்பாவின் கைஎழுத்து அவனிடம் பதிந்து போயிருக்கும். அப்பாவின் அடையாளங்கள் ஒவ்வொன்றையும் பார்த்துச் சொல்வதற்கு அவனால் தான் முடியும்.

ஆனால் அய்நூற்றுமுத்துப்பிள்ளையின் பரம விரோதி மூக்கபிள்ளைதான் 'எம பாதகன்... என் புள்ள வாழ்க்கைய பாழாக்கிட்டானே... கொம்பேரி மூக்கன்...' என்று பெரு மூச்சில் கோபம் வெளிப்பட்டது.

அப்புக்கு தாத்தாவை பிடிக்காமல் போனது அப்பாவை திட்டுவதால்தான் என்று கோமதி சொன்னாள். புத்தகத்தை மேஜை மீது 'டமால்....' என்று வீசி தாத்தாவுக்கு எதிர்ப்புக் காட்டினான்.

வல்லநாட்டு ஆச்சி இருந்தபோது தாத்தா பாட்டிமேல் கிடந்து வளர்ந்தவன் அப்பு. தாத்தாவை அவமதிக்கலாமா என்று கோமதி அண்ணனிடம் எத்தனையோ முறை சொல்லியும் அவன் தாத்தாவையும் அம்மாவையும் எதிர்த்து வந்தது சிறு சிறு செயல்களில் வெளிப்படத்தான் செய்தது.

அப்புக்கு தாத்தாவின் கை கால்கள் இருப்பதாக ஆச்சி காலமெல்லாம் சொல்லிக்கொண்டிருந்தாள். அப்புக்கு ஆச்சிமேல் இருந்த பிரியத்தை நேரில் வெளிப்படுத்தத் தெரிந்ததில்லை. ஆச்சி செத்துப்போன பின்சாலைத் தெருவில் இருந்த மருதமரங்களை கண் கொட்டாமல் நெடு நேரம் பார்த்துக் கொண்டிருந்தான். சாலைத்தெரு மருதமரங்களும் வெட்டப்பட்டபின் யாருமில்லாத அனாதியான இடத்துக்குப் போய் மருதமரங்கள் அடியில் வெறித்த கண்களுடன்

உட்கார்ந்திருந்தான்.

ஏளா.. ஏளா... நான் போயிரப்போரேன். உன்னை விட்டுப் போயிரப்போரேன்.. என்று தாத்தா செத்துப் போன ஆச்சியைக் கூப்பிட்டார். தாத்தாவுக்கு பீ மூத்திரம் அள்ளி சேவை செய்தவள் சந்திரா தான். தாத்தா அவளை அழைத்த படியே மரணப்படுக்கையில் கிடந்தார். சந்திரா தாத்தாவுடன் போய்விடுவதாக அலறிஅழுதாள். எல்லோரும் அவளைக் கூட்டிக்கொண்டுபோய் சமாதானப்படுத்தினார்கள்.

அப்பு தூணைப்பிடித்துக்கொண்டு தாத்தாவின் கண் களை எட்டிப்பார்த்தான். அப்புவின் நண்பர்கள் எல்லாம் சூழ்ந்துகொண்டு பார்த்தார்கள். அப்புவைப் போன்ற ஒரு தாத்தா அவனைவிட்டு பிரிந்து கொண்டிருந்தார். தாத்தாவின் உருவம் அப்புவின் கண்களில் அப்படியே பதிந்து சலனமடைந்தது.

அய்நூற்றுமுத்துப்பிள்ளையின் புலம்பல் ஒடுங்கி ஆவி பிரிய வல்லநாடே திரண்டு அழுதது. ஆற்றின் வடகரை யில் சுழிக்காற்றில் ஆடும் மருதமரங்களின் வரிசைக்கு கீழே வண்டிப்பாதை வழியாக பாடை செல்கிறது. அப்பு நெய்ப்பந்தம் பிடிக்கிறான். கடைசிச் சங்கு ஊதுகிறான் குடிமகன். தாமிரவருணி ஆற்றில் தாத்தா மணலோடு மணலாகிப் போனார்.

அப்புவின் சுபாவம் தாத்தாவின் ஒவ்வொரு இயல்பை யும் கொண்டிருந்தது. அப்பா ஏன் காணாமல் போனார் என்று அவனுக்குத் தெரியவில்லை. அம்மாவிடம் முன் போல் ஒட்டுதல் இல்லை. அம்மாவே பிடிக்கவில்லை. அம்மாவின் தூக்கமில்லாத இரவுகளுக்குள் குழந்தைகள் எல்லோரும் தூங்குகிறார்கள். அப்பு விளக்கு வெளிச்சத்தில் படித்துக் கொண்டிருக்கிறான். ஜன்னலில் சாரைக் காற்று கதவுகளை அசைத்தபடி உள்ளே வந்து கொண்டிருக்கிறது. அப்பா ஊரைவிட்டுப் போனது இதே மழைக்கால இரவு தான். அன்று மழையோடு குடைக்குள்ளிருந்து இனிப்பு பொட்டலங்கள் ஒவ்வொன்றாக எடுத்து அவனிடம் கொடுத்துவிட்டு, அதே குடையை விரித்துப் பிடித்தபடி

மழையில் இறங்கி போய்க் கொண்டிருந்தார். அதன் பிறகு அப்பாதிரும்பி வரவே இல்லை. ஒவ்வொரு மழைக்கால இரவிலும் காற்றுடன் அப்பா வருவதாகத் தோன்றும். ஜன்னல்கள் பெரும் சத்தத்துடன் மூடித்திறந்து கொள்ளும் போதும் ஜன்னலைத் தாண்டிவிழும் மழைச் சாரலில் இருந்து அப்பா வருவார். அதே சாலைத் தெருவில் இருந்த மணலில் அப்பு ஓடிக்கொண்டிருந்தான். ஒவ்வொரு ஜன்னல் வழியாகவும் எட்டிக் கூப்பிட்டபடி அப்பு ஓடிக்கொண்டி ருந்தான். சந்துசந்தாகத் தோன்றிய மழைத் தெருவில் குடையுடன் போய்க்கொண்டிருந்த உருவத்தை நோக்கி அவன் தண்ணீருக்குள் ஓடிக்கொண்டிருந்தான்; அவன் போன சந்துக்குள் வெள்ளை நிற வீட்டின் பழைய கதவின் உள்பக்கம் அவன் அப்பா சென்றிருந்ததை உணர்ந்து கதவு களை திரும்பத் திரும்ப பார்த்து; கதவுவழியே அவரைச் சந்திப்பதற்காகக் காத்திருந்தான். கதவுகளுக்கு மேல் இருந்த கண்ணாடிகள் மழைத்துளிகளால் நனைந்து போயிருந்தது. ஜன்னல்கள் வழியாகவும் கண்ணாடியின் மீது சிறுசிறு நீர்க்கோடுகள் இறங்கிக் கொண்டிருந்தன. அப்பாஎப்படியும் இதே வழியாகவும் ஜன்னல் வழியாகவும் அந்த மழை ஒளியின் வழியாகவும் வந்து விடுவார் என்று தோன்றியது. அப்பா வருவதற்காக கண்ணாடிகள் திறக்கப் படுவது போன்ற தோற்றம் எப்போதும் அந்த மழை நாட்களுக்கு இருந்தன.

அதே சாலைத்தெருவில் இருந்த மணலில் மழை வந்து போன மறுநாள் மழைச் சுவடுகளில் அப்பாவின் கால் தடம் விழுந்திருக்கும். அந்த தடங்கள் ஒவ்வொன்றையும் அடையாளம் பார்க்க ஒவ்வொரு தடத்தையும் ஓடி ஓடிப் பிடிப்பான்.

ஏனோ, ஒவ்வொரு மழைக்காலமும் ஆற்றின் பெருக்கில் தண்ணீரின் நிறம் சிவப்பு கலந்து ஓடும். அந்த நாளில் அப்பா அவனை கை பிடித்து கூட்டிச் சென்று வெள்ளப் பெருக்கை காட்டி எத்துப்பல் தெரிய சிரிப்பார். அப்பாவின் கை விரல்களின் குளிர்ச்சியே தண்ணீரின் பெருக்கில்

தெரியும். ஆறு பெருக்கெடுத்து ஓடும்போது அவன் அப்பாவைப்போல் குதூகலம் அடைந்தவர் யாரும் உலகத்தில் இல்லை என்றே தோன்றும். ஆற்றுக்கு அக்கரையில் வீற்றிருக்கும் பேராச்சி அம்மன் கோவிலுக்கு இவனை தூக்கி தோளில் வைத்துக்கொண்டு ஆற்றின் குறுக்கே இறங்கி தண்ணீரில் பேசியபடி தூக்கிச்செல்வார்.

'மூக்கபிள்ளையின் குணவிஷேசங்கள் பிள்ளைமார் களின் வைதீக ஒழுங்குகளுக்குள் அடைபடாத கோணல்' என்று தன் அப்பாவின் சுயவிமர்சனம் பற்றி சொல்லி வைத்தான் நண்பர்களுக்கு.

மூக்கபிள்ளையின் விரித்த குடை மீது விழும் மழைத் துளியின் சப்தம் பற்றி அப்புவிற்கு இருந்த கனவுகள் சிறு பிள்ளையிலிருந்து தொடர்ந்து வந்து கொண்டிருந்தன.

அவன் டேபிள் மீது வந்து விழுந்த அம்மாவுக்கு அப்பா எழுதிய பழைய கடிதத்தை எதேச்சையாக வாசித்து அதிர்ந்து போனான். அப்பா இனி திரும்பி வரமாட்டார் என்பதை நினைத்து ஆற்றுக்கு ஓடினான்.

அவர்கள் சிறு பிராயத்தில் கட்டிய மணல் ஊர் அழிந்து போயிருந்தது. அதன் மீது ஒளி வீசிய மருதமரம் மறைந்து போயிருந்தது. ஆற்றில் உடங்கம்புடன் வாத்துக்காரன் ஆற்றைக் கடந்து தன் வாத்துக்களுடன் போய்க்கொண்டி ருந்தான். அவனோடு கூட்டமாய் வாத்துகள். அதன் முகம் ஒவ்வொன்றிலும் சொல்லொனா துயரம்... அதன் கூட்ட மான சப்தம் தொலைவில் கேட்டுக் கொண்டிருந்தது.

மெல்ல அசைந்து அசைந்து நட்சத்திர வடிவகால் பதிவு களை குறுத்து மணலில் பதித்து... பொம்மைகளைப் போல் உருண்டு உருண்டு செல்கின்றன. கால்களால் மணலை அரிந்து செல்லும் வாத்துக்கள் கழுத்தை உயர்த்தி... உயர்த்தி... மனிதப் பரிதாபத்தின் அவலத்தை காட்டிக் காட்டி கேலி செய்தபடி வாத்துக்கள் ஆற்றைக் கடந்து செல்கின்றன.

●

39

வெளவால் மனிதன்

கிழக்கில்போய்க் கொண்டிருந்தோம். மூவர்நாங்கள். நடைமுறை உலகத்திலிருந்தசெத்த நடையில்... ஆனால் செத்தநடையிலும் ஒருவித ஓசை இருக்கத்தான் செய்கிறது. நடையின் மூலமாகப் பரிச்சயமானோம். கனவுகள் இழுத்துச் செல்கின்றன. பாதைகள் கிடந்தாலும் செத்தவர்களின் கால்கள் ஊர்ந்துவருகிறது. நடந்து நடந்து வரும் செத்தவர்கள் தொற்றி ஏறி விடுவார்கள். ஊரிலேயே அனேகம் பேர் செத்தநடையில் நடந்துநடந்து... அன்றாட அலுவல்களில் யாருக்குவந்தவிருந்தோ... என்று கால்களை நீட்டி நடந்தார்கள். ஊரைக்கடந்து ராணுவவீரர்கள் அணிவகுத்துச் சென்ற லெப்ட்ரைட்... லெப்ட்ரைட் லெப்ரைட். லெப்லெப்லெப் லெப்... சுருண்டு வளைந்த கருப்பு ஷூசெத்த வீரர்களிட மிருந்து சாகாதவீரர்கள் பெற்றுக் கொண்ட கொடை. அணி வகுத்த மூட்டெலும்புகள் அசைந்தசைந்து சாவு அதிகாரியின் உத்தரவுக்குபயந்து செத்த மூஞ்சிக்கு மரியாதை செலுத்தி, நகரும் படைவீரர்கள். தொழுவத்திலிருந்த மாடுகளும் செத்தநடையில் அணிவகுத்துச் செல்கின்றன. மாடுகளின் லாடங்கள், அரைபட்ட சிலுவைகளாக எல்லோரும் ஆணி பதித்த லாடங்களுடன் நடக்கிறார்கள். செத்தநடை பழகிப் போயிருந்தது. பீடித்த நோய்களால் கால் சுருண்டுகிடந்தார்கள். மந்திரவாதியால் ஏவப்பட்ட சூனியம் வேலைசெய்ய ஆரம்பித்தது. காற்றில் கூட ஒருவகை அழுப்பு சேர்ந்தடித்தது. ஜனநாயநாட்டின் பிரஜைகள்மீது ஏவப்பட்ட காற்று வேக வேகமாக ஆட்களை உருட்டிச்சென்று கிடுகிடு பாதாளத்தில்

தள்ளிவிட்டுச் சிரித்தது. ஊரின் கண்களுக்கு இருண்ட பாகத்தில் அலைந்து திரியும் அம்பட்டனின் வேலையாக இருக்கும். அவன் உடலை நாலாக மடித்து தலையை பாத மாக வைத்து ரஸவாதத்தில் ஈடுபட்டிருந்தான். அவன் காலடி மண்ணெடுத்து பூசினால் சாவு நடைமாறிப் புத்தெழுச்சி தோன்றுமென்ற விதி ஆட்சி செய்து கொண்டிருந்தது. அங்கு கவர்மெண்ட்டாரின் ஃபைல்களைப் போல் முடங்கிப் போன குமாஸ்தாக்கள், ஆசிரியர்கள் பேராசிரியர்கள் போலீஸ் அதிகாரிகள் அரசியல் தலைவர்கள் வரை சாவுமுகம் பரவியிருந்தது. தற்கொலையைத் தூண்டும் வௌவால் மனிதன் ஊரெங்கும் சுற்றித்திரிவதாய் வதந்திகள் பரவின. எல்லோரும் அம்பட்டனின் காலடிமண்ணெடுத்து தலை யில் போட்டுக்கொண்டு நடந்தார்கள். அவனைக்கண்டு ஊரேநடுங்கியது. அவனால் ஏவப்பட்ட நோய்களுக்கும் அவனே பொறுப்பு என்றார் மாவட்டநீதிபதி. தன் அதிகார எல்லைக்குள் வசப்படாத மாயாவிபோல் அவன் வௌவால் ரூபமெடுத்து அலைந்து விட்டு ஆதியூரில் பதுங்குகிறான். அவனுக்குகொருசாவு வரமாட்டேங்குதே என்று அமைச்சர் களும் அறிஞர்களும் சூழ்ச்சி செய்தார்கள். அவன் மண் தோன்றிய காலத்திலிருந்து கல்லாக இருந்து வருவதால் அம்பட்டனை மதமதக்கந்தாளியில் வைத்து குடம்குடமாய் நீ ஊற்றி தீமூட்டி எண்ணையூற்றி வேள்விசெய்து அபிசேகம் செய்து எரிந்துகொண்டிருந்த நெருப்புக்கு மேல் மதமதக் கந்தாளி கொதித்துப்புரண்டது. கொதிக்கும் வெந்நீரில் சாக மாட்டாமல் உடல் முங்கி மிதந்தது. அம்பட்டனை சாகடிக்க ஊர்ஜனங்களும் அரசாங்கமும் செய்த சூழ்ச்சி பலிக்க வில்லை. மூப்படைந்து குள்ள உருவத்தை அடைந்தான். அவன் ஆதிக்கத்தில் ஆதியூர் சுருண்டது. அம்பட்டனின் உடலை ஆறு கெஜம் குழிதோண்டி மதமதக்கந்தாளி யில் வைத்து புதைத்தார்கள். அதன்மீது வீரக்கல் நாட்டி ஒவ்வொருவராய் ஆளுக்கொரு கல்வைத்து மரியாதை செய்தார்கள். உவர்மண்பூமிக்குமேல் எழும்பிய பாண்டம் தரைமட்டத்துக்குவந்து வீரக்கல் கீழே விழுந்தது.

அடங்காத துர்குணம் படைத்த அம்பட்டன் உயிரைப் போக்க முடியவில்லை. மூடிய மதமதகந்தாளியின் சிறு துவாரம் வழியாக உணவுகொடுத்தார்கள். ரொம்ப காலம் மதமதக்கந்தாளிக்குள் சுகவாழ்வுவாழ்ந்தான். பாண்டம் நாளாக சுருங்கியது. பாண்டத்துக்குள் இரவுபகல் வருவதில்லை. காலத்தை சூனியத்தின்துளை வழியாக பார்த்துக் கொண்டிருந்தான். நடைமுறை உலகிலிருந்து விருப்பு வெறுப்புகளும் ஆசாபாசங்களும் வயது வரம்புகளும் அவன் உடலில் பச்சைசெதில் செதிலாக முளைத்தன. சூரிய ஒளி புகுந்த பாண்டத்தின் துவாரதில் விரல்களை வைத்து சூரியனை தன் கட்டுக்குள் அடக்க முயன்றான். பருவமழைகள் தவறின. பஞ்சமேற்பட்டு கால்நடைகள் அழிந்தன. பட்டினிச்சாவுக்கு அரசாங்கம் பொறுப்பல்ல வென்று அமைச்சர்கள் தினசரியில் பேட்டியளித்தார்கள். முன்னோர் செய்த துர்குணங்களால் எல்லாம் நேர்வதாக வருந்தினார்கள் எதிர்க்கட்சிக்காரர்கள். பாண்டத்தின் சிறு துவாரங்கள் வழியாக அம்பட்டன் வியப்பூட்டும் காட்சிகளை கண்டான். ஊரின்மனப்போக்கை தன் கட்டுக்குள் கொண்டு.... நாட்டையே ஆட்டிப்படைக்க எண்ணினான். அவன் பேராசையில் மண்விழ என்றார்கள் பிரஜைகள். வௌவாலாகமாறி பாண்டத்திற்குள்தலைகீழாகத் தொங்கிக் கொண்டிருந்தான். அகநோய் பீடித்தவன்உயிர் பூமியை விடாதென்றார்கள்.

காற்றில்லாத இடத்தில் காற்றை ஏற்படுத்திக்கொண்டு உடலின் பருமை இயல்புகளை இழந்து மெலிந்து உருகினான். பௌதீக நிர்மான உடலைவிட்டுப் பிரிந்து கூடுவிட்டு கூடுபாயும் பாகாயம் தேர்ந்தான். வாரத்திற்கு ஒரு கிளியஞ்சிட்டி வறகுச் சோறும் ஏழுநெல்மணிகளையும் உற்கொண்டான். நெல்உமியை படுக்கையாகப் போட்டு மதமதக்கந்தாளியில் எங்குமில்லாத கதகதப்பில் நெடுநாள் உறங்கினான். சூனியத்தின் உற்குழிகளில் சுருண்டது உயிர். எல்லோரும் உணவுபடைத்தார்கள். எதையும் ஏற்கவில்லை அவன். அதே பூமியின் களிமண்ணை பிசைந்து சாரத்தை

உடகொண்டான். மண்ணும் கல்லும் உட்கொண்ட மண் புழுவைப் போல் ஜீவித்திருந்தான். மண்பாண்ட நுண் துளைகளில் காற்றைப் புசித்தும் பலகாலம் கழிந்தது. பல பருவங்கள் மாறின. எத்தனையோ மாற்றங்கள் ஊரில் நடந்துவிட்டது. அவனை ஒழிக்க முடியவில்லை. எங்கும் தோன்றினான். வெளவாலாகப்பறந்து சென்று இரவு நேர வழிப் போக்கர்களை பேய்பிடிக்கச் செய்தான். அவன் அடங்கிய இடத்தைச்சுற்றி மண்சுவர் அமைத்து அவனை வெளி வரவிடாமல் தடுத்து குறுக்கு மதில்கள் அமைத்தார்கள். கம்பிவேலிகளைநட்டி சிறை செய்தார்கள். அந்தப் பக்கம் யாரும் போவதில்லை. பாவத்தில் திளைத்துப் புரண்ட சீவுநாற்றைவேய்ந்து சூனியம் பிடித்த அம்பட்டனை ஊரைவிட்டு தனித்துஒதுக்கினார்கள். அந்த பூர்வீகவீட்டின் கூரையிலிருந்து தீரவே தீராமல் சத்தம்வரும், மனதைப் புரட்டிப்புரட்டி படுகுழியில் தள்ளி விட்டுச் சிரிக்கும் காற்று சாவு வேகத்தில் ஜன்னிவேகத்தில் ஊரையே நடுங்கச் செய்யும், அம்பட்டன் சீவுநாற்றை பிடுங்கி ஊர்மேல் எறிந்திருப்பான். அதுதான் சாபம். ஊரைவிட்டு ஓடிவிட வேண்டும். சாவுவளையமாக சுற்றிக்கொண்டிருக்கும் வெளவால்மனிதனிடமிருந்து தப்பி ஓடிவிட நினைத்தோம்.

ஆனால் இளரத்தம் உள்ளவர் நாங்கள். எங்களைப் பீடித்தது அந்த நோய். எலும்புருக்கி நோயைப் போல் மெலிந்தவர்கள் தோன்றவாரம்பித்தார்கள். அம்பட்டனால் ஏவப்பட்ட மருத்துவர்களும் மருந்துக் கடைகளும் தோன்றின. குச்சி குச்சி மனிதர்களை காற்றடித்துச் சென்றது. மருத்துவமனைகளில் எலும்பு துருத்திய மனிதர்கள். வெள்ளைப்படுக்கையில் வெளிறிய முகங்கள். காற்றில் வரும் ஊளையைக் கேட்டு ஜன்னல்களை மூடினார்கள். ஊர் எல்லையில் வந்து ஓநாய்களும் நரிகளும் ஊளையிட்டுச் சிரித்தன. துர்தேவதைகளான ஓநாய்கள் பரவசமடைந்து காடுகளில் மனிதனைத் தேடி அலைந்து கொண்டிருந்தது. ஊரைப்பிடித்த பேய் தான் என்றான் ஒருவன். முன்னோர் சாபத்தீட்டு என்றான் மற்றொருவன். ஊரைவிட்டுத் தப்பி

ஓடிவிடுவோம் என்றேன் நான். அன்று இரவு சென்மேரீஸ் மைதானத்தில் தற்கொலை செய்து கொண்டவர்கள் வயலினுடன் அமர்ந்து அடுத்த நூற்றாண்டின் இசையை வாசித்துக் கெண்டிருந்தார்கள். டி.வி. பெட்டிகள் அருகில் அமர்ந்த குழந்தைகளுக்கு அதிபயங்கர தண்டனைகள் நிறைவேற்றும் காட்சிப்படங்கள் திரையிட்டுக் கொண்டிருந் தார்கள். மனித உருவ மில்லாத ஒருவன் தெருவில் தோன்றி தனி ஆட்டோவில் சுற்றிக் கொண்டிருந்தான். நாலு பேர் சேர்ந்து ஊரைச் சுற்றுவது, இரவுக்கடைகள் திறந்திருப்பது தேச விரோதமாகும். இரவு நிழல்கள் ஊரெங்கும் நடமாடிக் கொண்டிருந்தன. மரண அறிக்கை டி.வி. மூலம் வெளியிடப் பட்டது. விநாடி விநாடியாகக் கடந்து கொண்டிருந்தது. விநாடிகளில் துடிக்கும் சிவப்பு முள். வெளியில் பாதி மூடிய ஜன்னல்களில் இரவுப்பூச்சிகளின் அலறல். உள்ளுக் குள்ளிருந்து எதையும் எடுக்க முடியவில்லை. நுனி வரை எடுக்க எதுவுமில்லை. வெளியில் உள்ள பாதைகளை அடைத்துக் கொண்டிருந்தார்கள். ஒரு விநாடியை பனி ரெண்டாகப் பிளந்து பார்க்கும் எலும்புக் கண்கள் எங்களை ஊடுருவிச்சென்றது. எங்களுக்கு மூச்சு விட முடியவில்லை. எல்லாவற்றையும் மறைத்து மூடுவதற்கான சட்டம் பிறப் பிக்கப்பட்டிருந்தது. காற்று குளிர்ந்த கண்ணாடியை வெகு நேரம் திருப்பி வைத்தேன். இரவு மென்மையாகப்படிந்த சுவர்களுக்குள் சுதந்திரமாய் மூச்சு விட்டேன். இவ்வளவு தனிமையாக இருப்பதை விட இங்கு வேறு வழியில்லை.

வாய்கள் மூடப்பட்டன. பேனாக்கள் உடைக்கப்பட்ட துண்டுகள் எங்கும். 364 ஆவது சரத்து மட்டும் எங்களுக்கு முன்பாகத் தோன்றி சகோதரனே! சாவுக்கு எப்போதும் தயாராயிரு. யாரும் தலையசைக்காமல் அம்பட்டன் தொப்பியை அசைத்த மாத்திரத்தில் உங்கள் தலைகள் கீழே விழுந்து விடும். போராளி பரிசோதனை அறை களை விட்டு தப்பியோடுகிறான். தற்கொலை செய்து கொண்டவர்களின் பட்டியலில் இடம் பெற்றவர்களுக்கு பதக்கமும் அரச விருதுகளும். தற்கொலையைத் தூண்டும்

இசையமைப்பாளர்கள் எங்கும் இசைத்துக் கொண்டிருக்கும், ராணுவ இசையிலிருந்து தப்பி ஓடிக்கொண்டிருந்தோம். எங்கள் மூவரின் தனித்தனியான உருவ வேறுபாடுகளைத் தவிர போகிற நோக்கம் சாவிலிருந்து விடுபடத்தான். ஏற்கெனவே செத்துவிட்டாய். இனி எப்படி மீளப்போகிறாய் என்றான் ஒருவன். ஊர் எல்லையைத் தாண்டி விட்டால் உயிர் வந்து விடும். அப்புறம் நகரத்தில் மறைந்து விடலாம் என்றேன். ஊருக்குள் இருப்பவர்கள் உன்னைவிட மாட்டார்கள். அம்பட்டனிடம் சொல்லி விடுவார்கள். மந்திரம் போட்டு பிடித்து விடுவான். போடாபோ மந்திர மாவது தந்திரமாவது எல்லாம் கட்டுக்கதை. அம்பட்டன் நம்மை வதம் செய்வான். ஏற்கெனவே செத்தவர்களை அவனால் ஒன்றும் செய்ய முடியாது. உயிர் உள்ளவர்கள் மீதுதான் மந்திரம் பலிக்கும். தடா சட்டத்தைப் போன்ற ஆணைகள் அவனிடமுள்ளன. அவற்றை ஏவலாம். காவலர்கள் கொலைக் கருவிகளை வைத்து பலரை காவு கொடுத்து வழிபடுகிறார்கள் அவனை. காவு கொடுக்கப் பட்டவர்கள் கவிஞர்களும் புரட்சிக்காரர்களும். அவர்கள் தேச துரோகிகள். கொடிக்கம்பங்களில் அவர்களைத் தூக்கி லிட வேண்டும். கொடிகளும் கொடிக்கம்பங்களும் தேச விரோதமானவை. அவர்களை நகரங்களிலிருந்து பிடித்து வந்து குத்திட்டு நிற்கும் ஈட்டிகளில் பதித்து மந்திரங்களை ஓதுகிறார்கள். அம்பட்டன் சூலாயுதத்துடன் கோட்டை மேல் தோன்றி சிரிக்கிறான்... அடுத்த ஆணையை தொப்பி மூலம் அசைக்கிறான்... காவலர்கள் துப்பாக்கிகளை தரையில் பதித்து தெண்டனிட்டு வணங்குகிறார்கள்... ஆணைகளுடன் திரும்பிச்செல்கிறார்கள் காவலர்கள். காவு கொடுக்கப்பட்டவர்களும் பிரஜைகள் தானே. கருப்பு ரத்தம் ஓடுகிறது அவர்களிடம். இது ஜனநாயக நாடு. சட்டப்படி கொலை செய்யலாம். எதற்கும் கையில் சட்டம் இருக்க வேண்டும். அவர்களிடம் சட்டமில்லை. ஜனநாயக மில்லை. எனவே... போடாபோ பிதற்றாதே. பிரஜைகளை அடிமைகள் என்று சொல்கிறாயா. நியாயமான அதிகாரி

களை அடி வருடிகள் என்பாயா... லஞ்சம் வாங்காத கடமை வெறியர்களை செருப்பு நக்கிககள் என்பாயா... மென் பொருள் கணினி மாணவர்கள் தொடர்ந்து இசைக்கும் தற்கொலை இசையில் ராணுவம் அணிவகுத்துச் செல்கிறது. லெப்ட்ரைட் லெப்ட்ரைட். லெப் லெப் லெப்... லெப் லெப் லெப்... அடுத்த நூற்றாண்டில் மிதிக்கும் செத்த ஷூக்கள். சகோதர கொலையை நேசித்துப்பாடும் இசையில் சுருண்டு வளையும் கருப்பு ஷூ... கொலையில் சுருண்டு குவிந்து கிடக்கும் கருப்பு ஷூக்கள். சிலுவைகள் சொந்த நாட்டுக்காக சகோதரனுக்காக அடையாளம் தெரியாத பிணங்களாக ஷூக்கள். கருப்பு வடுக்களுடன் செத்து ஊதிப்போன சாம்பல் பதிந்த ஷூக்கள் அனாதைகளாக காட்டில் குவிந்து கிடக்கின்றன. தோல்விகளின் கேள்விகளின் துரோகிகளின் வடுக்கள் பதிந்த கருப்புஷூக்கள் வரிசைவரிசையாக செத்தநடை யில் லெப் லெப் லெப்... லெப் லெப் லெப்.. ஒரு காலை முன் வைத்து பின்னால் பின்னால் நகரும் கருப்பு நடந்து கொண்டிருக்கிறது... ஊர்வழியாக பதுங்கிப் பதுங்கி... உயிர்ப்பசியால் அண்ணாந்து பார்க்கும் குழல்கள் ஊளையிடுகின்றன... சமாதிமேல் எழுந்த அம்பட்டன் வௌவால் ரூபமெடுத்துப் பறந்து திரிகின்றான். ஷூக் களின் குவியல்கள் ஆயிரமாயிரம் வௌவால்களாக மாறி வானம் முழுவதிலும் பறந்துதிரிகின்றன. அவற்றின் குரல் கோடுகள்... மனதின் அடிவாரங்களில் மனித நிசப்பதத்தை அசைக்கின்றன. ஜனநாயகநாட்டின் நரபலிக்காடுகளில் அலைந்து திரிகின்ற கணினி வௌவால்கள். பேராசை பிடித்தவன் நம்மை விடமாட்டான். மயிரிழையில் கட்டப் பட்ட வாள் நமது தலைக்கு மேல் தொங்கிக்கொண்டிருக் கிறது. சீக்கிரம்வா ஓடிவிடலாம் என்னால் வேகமாக நடக்கமுடியவில்லை. கால்களை யாரோ பின்னுக்கு இழுக் கிறார்களே... பிரமை பிடித்துவிட்டது உனக்கு. அம்பட்டன் நம்மை பின் தொடரவில்லை பயப்படாமலிரு. இருட்டில் ராணுவம் பதுங்கியிருக்கிறது. கருந்துப்பாக்கிகள் ஊளை யிடுகின்றன. மறைந்து மறைந்து நடக்கிறார்கள். அதோ...

பார் ஒரு வேற்று ஊர் தெரிகிறது. அங்கு ஒளிந்துகொள்வோம் என்றேன் நான். அந்த ஊரின் வரைகோடு கூட இருட்டில் தெரியவில்லை. அந்த ஊரில் ஒரு கோயில் தெரிந்தது. வழி விட்ட அய்யனார். அவர் நமக்கு வழிவிட்டார். அம்பட்டன் நம்மை தொடர முடியாது இனி. அவன் அதிகார எல்லை யைக் கடந்து விட்டோம். மூவரும் சிரிக்கிறார்கள். யாரோ ஒருவர் அந்த ஊரில் நடமாடுவது தெரிந்தது. துப்பாக்கிகள் தலை நீட்டிப் பார்த்தன. சந்தடியற்று மூழ்கியிருந்தது கிராமம். அங்கிருந்து மங்கிய மண்விளக்குகள் இரவுக்குள் உறங்கிக் கொண்டிருந்தன. அதற்குமேல் எழுந்த ஒளியில் கருப்பு வெளவால் ஒன்று அலைந்து அலைந்து பறந்தது. போகாதே... அங்கே போகாதே... வாவா இங்கே வா.. போகாதே... போகாதே... என்று அழைத்தது வெளவால். நாங்கள் அதன் பேச்சை கேட்டகாமல் நகர்ந்தோம். இருபதுக்கு மேல் பட்ட மண் வீடுகளால் ஆனஊர். சுவர் களில்படும் ஒளியில் தலைகள் அசைந்தன. நாங்கள் அந்த ஊரைக் கடந்தோம். தூங்கும் கிராமத்தை எழுப்பக்கூடாது. துப்பாக்கிகள் கூரைகளாக வேயப்பட்டிருந்தன. இருட்டு அதன் வாழ்வு நிறம். குழந்தைகள் பிறந்த இருட்டில் துப்பாக்கிகள் உறங்கிக்கொண்டிருந்தது. எங்களுக்கு முன்னால் நாலய்ந்து காவலர்கள் முன்செல்ல பின்னால் தனித்தனியே இருட்டில் மறைந்த நாங்கள். ஒட்டுமொத்தமாய் தனிமை. யாருமில்லாத தனிமையில் இருட்டுக்கு உயிர் இருப்பது போல் தோன்றும்; காலடிச்சத்தம் கேட்கும். இன்னும்பலர் வந்து கொண்டிருக்கிறார்கள் போலும் பாதங்கள் அழுந்து கின்றன. முன்னோர்களாக இருக்கும். பின்னும் இருளில் பேச்சு மட்டும் விட்டு விட்டு காற்றில் மிதந்து கொண்டி ருந்தது. சூறாவளிகள் தூக்கி எறிந்த பாறைகள் சில உருண்டு கிடந்தன. எங்களை கீழே தள்ளும் தடுமாற்றத்தை எதிர்பார்த்து அவை கவனமாக காத்துக்கொண்டிருந்தன. யார் யாரெல்லாம் வருகிறார்கள் என்று பார்த்தன. பாறை நிறங்கள் மறைந்து இருட்டுப் பொதிகள் உருண்டு அசைவது போல் சில மரங்களும் தென்பட்டன. நாங்கள் நகர்ந்தோம்.

எங்களைத் தொடுவது போன்ற உணர்ச்சியுடன் விதவித மான சாயைகளில் ஈர்த்தன பாறைகள். இருட்டில் செல்லும் மேட்டுப்பாதை. நாங்கள் நடந்தோம். உயரமான விளிம்பு களில் யாருடைய கால்களோ நகர்கின்றன. நான் பார்த்துக் கொண்டிருந்தேன் உருவமற்று நகர்கிற அரூபம் ஒன்றை. அது வௌவால் மனிதனா. இருளில் கால்கள் பலப்பல தோன்றின. எனது அடையாள மேதுமில்லாமல் என்னைக் கண்டுகொள்ள முடிகிறது. அவர்களுமில்லை. நானுமில்லை. பாறைகள் எறியப்பட்ட காலத்திலிருந்து வந்த இருட்டில் வௌவால் பதுங்கியிருந்தது. மார்மாறான முள் மரங்கள் தென்பட்டன. குட்டி வௌவால் ஒன்று முள்ளுகளுக்கு மேல் அலைந்து கொண்டிருந்தது. இருட்டுப் பூச்சிகள் பாறைகளில் அமர்ந்து இருட்டை கக்கிக் கிக்கி அந்தகார இருளைப் பூசும். இவ்விரவில் இருந்த வானத்தில் இயங்கிய நிலவு வெளிச்சமேதும் இல்லாமல் வெளிப்பட்டது. தனக்குத்தானே விழுந்த இருளால் கலங்கிப் போயிருந்தது. சிலமுகங்களைக் காட்டியது. அதற்கு மேல் உடல் இல்லை. வௌவால் மனிதர்களின் தலைகள் தெரிந்தன. கனவு களுக்குள் வரும் முகங்கள். இருட்டில் நகர்ந்தோம். ஒருவரை ஒருவர் தொட்டுப் பார்த்துக் கொண்ட போது வேறுவேறு மிருகங்கள் தெரிந்தன. பாறைக்குள் மறைந் திருந்த இருட்டில் சென்றேன். என் உடல் முழுவதையும் கழுவிய இருட்டு. யாரோ என்னைக் கூட்டிக் கொண்டு போகிறார்கள். அவர்களைக் காணோம். பாதை இருண்டது. நான் மட்டும் மருண்ட நிலையில். ஊர்பேர் தெரியாத திக்கில் அகப்பட்டுக் கொண்டேன். ஆனால் இருளும் ஒளியுமாக அசைகிற புள்ளிகள் தோன்றவாரம் பித்தன.

பாறையில் மல்லாந்து கிடந்தேன். என்னைச் சுற்றி யாரோ இருக்கிறார்கள். ஆனால் தென்படவில்லை. எங்கும் நிசப்தமானது. ராட்சசிகள் உறங்கும் இருட்டு. இரவின் கரைகள் போன்ற ராட்சசிகள் மௌனமாய், ஒரு குண்டூசி விழும் அதிர்விலும் என்னைச் சாகடிக்கும் மௌனமாய் கவனித்துக் கொண்டிருந்தன. கருஞ்சிறகு விரித்த வௌவால்

திடீரென்று என் கழுத்தைச் சுற்றியது. அங்கிங்குமாக நிழல்கள் ஓடின. வீர்ர்ர்ர் ரென்று அலறியது வௌவால். அதன் சத்தத்தில் காடு அலறி எதிரொலித்தது. பாறைகள் மீது கத்தியபடி பறந்துபறந்து சிரித்தது வௌவால். வா.. வா... வா... என்று கூவியது. போகாதே போகாதே போகாதே... என்றன பாறைகள். கழுத்தை திருகிய வௌவாலின் பிடியி லிருந்து தப்பியோடிக் கொண்டிருந்தேன். பாறைகளின் சாயலிலிருந்து மிருகங்கள் எழுந்து ஓடுகின்றன. வௌவால் மனிதர்கள் பாறைகளில் தோன்றி நடந்து வருகிறார்கள். என் உடலுக்குள் வெளிப்பட்ட குகை வழியாக உற்புகுந்து மூச்சுக் குழலின் அடியில் பதுங்கிய இதயம் இருந்தமேல் பரப்பில் இரும்பு ஆணிகளை பதித்து சம்மட்டியால் அடித்த போது பாறைகள் அதிர்ந்து அலறின. உள்ளே கூட்டம் கூட்டமாய் வௌவால்கள் அலைந்து கொண்டிருந்தன. வௌவால் மனிதர்கள் திரும்பவும் குகைவழியாக வெளியேறி இதயத்தை என்னிடமிருந்து களட்டிப் பிரித்து தீப்பந்தமாக ஏந்தியபடி நகர்ந்து போகிறார்கள். பெரும் திணறலுக்குப்பின் கோழைவடிய கனவிலிருந்து விடு பட்டேன். ஹேஹ் ஹேஹ் ஹேஹ்... என்று சிரித்தபடி வௌவால் அலைந்து கொண்டிருந்தது. இரவென்றால் இருள் கவ்வும் இரவு. முன்பின் காணாத வனாந்திரத்தில் பாறையில் அண்ணாந்து கிடக்கிறேன். தலைக்குமேல் வௌவால் பறந்து வால் நட்சத்திரமாக பதிந்து மறைந்தது. அதன் வழியே யார் யாரோ வருகிறார்கள். எனக்குத் தெரிந்தவர்களும் தெரியாதவர்களும் எனக்கு முன்னால் ஊரிலிருந்த பழங்கால மனிதர்களும் கடவுள்களும் ஆழி மாதிரி தடித்த பெண்களும். சூனியத்திலிருந்து குழிவுகளி லிருந்து அரூபங்கள் தோன்றி வருகின்றன. பாறைகளில் மல்லாந்து கிடக்கும் இறந்தவர்கள் பின்னும் பலகாலங்கள் நடந்து திரிவதாகத் தோன்றியது எனக்கு. கரிய இரவில் உருவாகும் மெல்லிய பனித்துளிகள் தோன்றின. நான் பிரிந்த நண்பர்கள் இருவரும் துலக்கமான முகங்களுடன் வெளிப் பட்டார்கள். விடிவதற்கு முந்திய வெம்பரப்பு தோன்றி

இருந்தது. பாறையில் மூவரும் மல்லாந்து கிடக்கிறோம். அவரவர் சாயலில் உறங்குகிறோம். ஊர் எல்லையில் சேவல் கத்தியது. காலை காண ஆரம்பித்தது. நாங்கள் மீண்டும் ஊரைவிட்டு வெளியேறி நடந்து கொண்டிருக்கிறோம். ஆக்கிரமிப்பின் அதிகாரத்தின் அடக்குமுறையின் விவகார எல்லையை கடக்க... நடந்து நடந்து செத்த நடையிலிருந்து விடுபட செத்து நடந்து கொண்டிருக்கிறோம். திரும்பிவா திரும்பிவா என்று யாரோ அழைப்பதாக ஒருவன் சொன்னான் - மூவரும் பேசாமல் நடந்து கொண்டிருந்தோம்.

●

40

சபிக்கப்பட்ட அணில்

ஒரே நேரத்தில் இரு இடங்களில் தோன்றுகிறான். ஒரு அணில்; விந்தையான சுழற்சிப்பாதையில் நகர்ந்தது. ஒரே இடத்தில் இரு காலங்களில் இருந்து கொண்டிருந்தான். வில்லாக வளைந்தும் இழுத்துக் கட்டிய நரம்பாகவும் இருந்தான். எதையும் வெளிப்படுத்தத் தயங்கினான். கத்தி முனையில் செதுக்கக்கூடிய கற்பனைகளை நம்பினான். வார்த்தைகளைத் தாண்டிய இடைவெளிகளில் கத்திகள் இருந்தன. திறமை அவனைக்கைவிட வில்லை. முடிந்த வரை இடைவெளிகளில் பழகினான். நேருக்குநேர் உரசிக் கொண்டபோது விபரீதம் எந்த க்ஷணத்திலும் காத்திருந்தது. நண்பர்களைவிட பரிச்சயமானோர் அதிகம். பாதுகாப்புக்கு எதிரிகளையும் பாதுகாப்பை இழப்பதற்கு நண்பர்களை நாடினான். அவன் முதுகில் இடித்த கத்திகளுக்கு அவனே சாணைச்சக்கரத்தை சுழற்றிபொறிபறக்கும் கூர்மைகளை பார்வையால் வடித்துத் தந்தான். எதிர்க்காதபோதும் எதிர்பாராதபோதும் முதுகு காயமடைகிறது. ஆனாலும் நண்பர்களிடம் போய்ச் சேர்ந்தான். வாதைகளால் ஏற்பட்ட கேவலை உறக்கத்தில் வெளிப்படுத்தினான். விழித்ததும் திறந்த ரணம்போல் காலை விடிந்தது. மூடிய ரணங் களுடன் திரும்பவும் அவர்களோடு தேனீர்பருகினான். ஸ்டோரி டிஸ்கஷன். தேனீர் கோப்பைகளுடன் சந்து பொந்துகளில் விவாதித்தார்கள். அவரவர் இடத்தில் தர்க்கம் வலுவாக இருந்தது. ஒவ்வொருவர் பக்கமும் நியாயங்கள் சாய்வானவை. சலிப்பூட்டின எல்லாம். நண்பர்கள் அறைக்கு

தங்கிச்செல்பவனாக வருகிறான். அவர்கள் வருவதற்கு முன்னால் அறைதிறந்து உள்ளேபரவும் கேசட் மோனோ டேப்ரெக்கார்டர் அட்டைப்பெட்டிகள் என்று அறைபத்திர மாக இருந்தது. உடைந்து வழிந்த HMV கேசட்டிலிருந்து அரக்குநாடா அறை முழுவதும் சுற்றிப் பரவிக்கிடந்தது. அதில்பதிவான பாடல் அவனுக்குத் தெரியும். பாடல் சிதைவுபட்டு வயலின் கோடுகள் கந்து கந்தாய் அறுந்து கிடந்தது. சொலிசனைப் பயன்படுத்தி அரக்கு நாடாவை வெட்டி ஒட்டுதல். வரிகளை மாற்றியமைத்து வயலின் கோடுகளில் இருந்த புயலை அதே வேகத்தில் ஒட்டினான். கேசட்டில் சுற்றி மோனோவில் ஓடவிட்டான். வேறொரு மெட்டில் அமைந்தது அந்தப்பாடல். அறை முழுவதும் ததும்பிய மூன்லைட்... யுவதிகள் புயல் ரூபமான குரலில் அவர்கள் இழந்த சொர்க்கத்தை... மந்திரங்களால் மீட்டுவதை அப்பாடல் வெளிப்படுத்தியது. யுவதிகள் கையிலிருந்த வயலின் மேலும்மேலும் மந்திரநரம்புகளால் அதிர்ந்து துயரங்களிலிருந்து மீளும் செந்நிற நாரைகளைப் பற்றி... அவற்றின் அசைவுகளில் தோன்றும் கூட்டிசைவு... திருப்பங்கள்... எழுந்தெழுந்து மேல் எழும்பும் வழி களைப் பற்றி... கடந்து வந்து... அழிந்து போன அறையி லிருந்த பழைய முகங்களை வெளிப்படுத்தியது. இசையை ஊடறுக்கும் பகைமையின் சாம்பல் நிற முனைகள் எட்டிப் பார்த்தன. கசப்புணர்வில் அலைமோதும் கோடுகள் அறை யெங்கும் தத்தளித்தன. மீண்டும் அவற்றை துடைக்கும் நடுக்கத்துடன் யுவதியின் குரல் குளுமையான இரவுகளில் வெளிப்பட்டது. மூன்லைட்டின்... வரவை வயல்வெளி களில் சென்று அங்கே நெல்நாற்றின் மேல் நெல்லின் பால்பருவத்தை அடைவதாக அமைந்தது. கண்பார்வை யுடன் அவர்கள் அறைக்கு திரும்புவதாக அப்பாடல்... கட்கட்கட்கட்கட்கட்கட்கட் கேசட் அறுபட்டு துடிக்கிறது. திடீரென்று ஐம்பதுக்குமேல் ஹேங்கர்கள் கொடியில் அசைந்து கொண்டிருந்தன. காணாமல் போனவர்கள் அடை யாளங்களை ஆமோதித்து ஹேங்கர்த்தலைகள் அசைந்தன.

பழுதடைந்த டேபிள்ஃபேனில் கட்டிய நூலாம் படைக்குள் சிலந்திப்பூச்சி அங்கிங்கும் ஓடி விளையாடியது. சிலந்தி அவனை எதிர்கொண்டது அழகாயிருந்தது. சிலந்திவாழும் காலத்துடன் நண்பர்கள் அறை. கதவுகளில் பச்சைகலந்த கருப்பு பெயிண்ட். வெளிச்சுவரில் கட்சி பேனர்கள் தட்டிகள் டயர்கள் பசைச்சட்டி கலர்சிரட்டைகள் கொடிக்கம்புகள் கிடந்தன. ஜன்னலைத்திறந்தான். வெளியே அய்யர் வீட்டு பசுமாடுகள் வாலாட்டிக் கொண்டிருந்தன. மாமி வழக்கம் போல் மஞ்சள் உடம்புடன் நின்று ஜன்னலை மூடினான். முன்பு ஒரு காலத்தில் மாளிகையாக இருந்த போது அந்த வீட்டு இளவரசிக்காக அவள் விரும்பியகலர் கண்ணாடிகள் உச்சி ஜன்னலில் பொருத்தப்பட்டிருந்தன. மல்லாந்து படுத்தபடி எத்தனையோ முறை கலர் கண்ணாடி வழியே இறங்கி வரும் இளவரசியுடன் தோழர்கள். அவர்கள் கனவாகவும் நனவாகவும் இளவரசி, அறைக்குள் நடமாடு கிறாள். அவளைத் தொடுவதற்குள் மாயமாய் மறைந்து விடுவாள். கண்ணாடி அதிக சக்தி வாய்ந்தது. எத்தனையோ நாள் பட்டினியில் அவர்கள் இருந்த போது கனவு வழியாக இளவரசி அவர்களுடன் பேசிச் சிரிக்கிறாள். சொப்பனத்தில் மறைந்து விடுவாள். பேனர் எழுதி விரல்கள் தேய்ந்தவர் களும் தட்டிகளில் விரல்களை எடுத்து வைத்தவர்களும் திரும்பவில்லை இன்னும். சுவர் எழுத்தில் ஒவ்வொரு இரவாக கழிகிறது. அறை முழுவதும் நோட்டீஸ்கள் கலைக் குழு தோள் கருவிகள் தவில் உடுக்கு கஞ்சரா ஜால்ராக்கள் தாறு மாறாய் கிடக்கின்றன. அவற்றின் மேல் இருந்த அலமாரியில் மார்க்ஸ் ஏங்கெல்ஸ் லெனின் தேர்வு நூல்கள் வரிசைப்படுத்தப்பட்டுள்ளன. சுவர் கீறல் வழியே அலமாறி வரை கறையாண்கள். பழைய நண்பனின் உடலையும் இளவரசியையும் தூக்கிச் சென்ற அரக்கு நிறக்கறையாண்கள். ஒவ்வொரு புஸ்தகமாகப் புகுந்து அறிக்கைகள் கட்சித் திட்டங்கள் தஸ்தாவேஜீகள் கடிதங்கள் கோப்புகள் இலக்கியம் சாஸ்திரம் பூட்டுகள் இரும்புக் கவசங்கள் கண்ணாடிவெயிட் கயிறுகள் நாடக காஸ்ட்யூம்கள் பேப்பர்கள்

பாட்லாக்குகள் பேனா மேஜை பென்சில் நாற்காலிகள் ஒவ்வொன்றையும் அரித்து மூடும் செம்மண் கூடு களுடன் கறையாண்கள் வெள்ளை இறகுகளும் அரக்கு உடம்புகளுடன் சிறு சிறு கால்களுடன் நகர்ந்து நகர்ந்து மென்று நிசப்தத்தின் ஊசிகளுடன் தாள்தாளாய் அணு வணு வாய் தகரங்களை கபாலங்களை எலும்புகளை உறுதியை நம்பிக்கையை நம்பிக்கையின்மையை துளைத்து கண் கண் கண்ணாக ஓட்டைகளுடன் கனவுக்குள் புகுந்து திரிகின்றன. அரிக்கப்பட்டுக் கொண்டிருந்த அவன் கடிதங்களின் எஞ்சிய பகுதிகளை மீட்டுக் கொண்டிருந்தான். அவனையே இழுத்துச் சென்று அடுப்பிருந்த மூலையில் போட்டு தின்று கொண்டிருந்த கறையாண்களிடமிருந்து முழுமையாக செம்மண் கூட்டுக்குள் இருந்து விடுபட முடியாமல் விடுவித்துக் கொண்டிருந்தான். இன்னும் பலரும் அவனோடு கிடந்தார்கள். எஞ்சிய பகுதிகளை ஒவ்வொரு வார்த்தையாக வார்த்தைகளுக்குள் இருந்த இடை வெளிகளில் ஒளிந்து கொண்டிருந்த சாம்பல் கத்திகளை அரித்துக் கொண்டிருந்தன கரையாண்கள். புஸ்தங்களுக்குள் இருந்த துவாரங்களை எடுத்து வார்த்தைகளுக்குள் அர்த்தங்களை தேடிக் கொண்டி ருந்தான். தரையில் விரித்தே கிடந்த பழையபாய்கள் சுருண்டு மடங்கி சோம்பலும் சலிப்புமாய் உறங்கிக் கொண்டிருந்தன. காரணமில்லாமலேயே தற்கொலைக்குத் தூண்டும் அறை யின் பச்சை நிறக்கதவுகளில் இருந்து தப்பி ஓடியவர்களை வரிசைப்படுத்திப் பார்த்தான். உணர்வுகளை மெல்லமெல்ல அழிப்பதற்கு முன் தற்கொலைக்குக் காரணங்கள் இருக்க வில்லை. செய் நேர்த்தியாக செய்யபட்ட கொலைக்கு கலை யழகு உண்டு தானே. தைரியமும் அதிகம் தான். ஒருவன் அழிவுக்குப்பின் காரணங்களும் காரணமானவர்களும் மறை கிறார்கள். அவன் எல்லாரோடும் இருந்த நாட்கள். பிரிவு வெகு இயல்பாக நிகழ்கிறது. இதற்கெல்லாம் காரண மில்லை. சந்தித்துக் கொண்டதால் மட்டும் நிகழ்வதில்லை உறவு. மனவிருப்பம் கடந்த எதேச்சையில் துவங்கி விடும். அற்பக் காரணம் ஒன்றைச் சொல்லலாம். சுப்பு அவனை எரித்து

விடும் படி வெறுத்தான். தோழர்களும் அறிந்திருந்தார்கள். சுப்புவின் அங்கீகாரத்திற்காகவா இருந்தான். அவனிடமிருந்த மௌனம் இவனை வெளியில் விரட்டிக் கொண்டிருந்தது. சுப்பு இவனைக் கவனித்தது கூட இல்லை. திரும்பத் திரும்ப சுவற்றில் மோதும் குருட்டு வௌவால். பறந்தபடி தூண்களில் மோதிச் சிதறும் குருட்டு வௌவாலிரவைத் தவிர யாரும் துணையில்லை. ஒற்றை நட்சத்திர ஒளி நோக்கி தன் அற்ப சக்தி அனைத்தையும் திரட்டி உயரப்பறந்தது. காரணமில்லாமலேயே அவன் மறைந்து விடுகிறான். தற்கொலை செய்து கொள்வான் என்பதற்கு சாட்சியங்களாய் ஒவ்வொரு முகமும். அவன் இறந்து கொண்டிருந்த கடைசி நாட்களில் அவனையாரும் நெருங்கவில்லை. சுப்பு அவனை நெருங்கியிருக்கலாம். ஒரு பெர்சனாலிட்டி அவனை ஈர்த்தபடி கரைத்து விடும்.

சுப்புவின் நண்பர்கள் ஒரு தனிவட்டம். பிளாக்-ஹோல் ஒன்றைச் சுற்றிச் சுழலும் கிரகங்களைப் போல் விமர்சனத்திற்கு அப்பால் உருவாகும் ஒரு பெர்சனாலிட்டியிடம் பலர் ஈர்க்கப்படுவது வசீகரமானது தான். மௌனத்திலிருப்பவனின் உள்ளே ஸ்திரீயின் சாயைகள் படிந்திருப்பதை நாடி ஒவ்வொருவரும் சாய்வு கொண்டார்கள். சுப்புக்காக எதை வேண்டுமானாலும் செய்யத் தயாரான அப்பாவிகள் அவன் நண்பர்கள். எதற்கெடுத்தாலும் சுப்புவைக் கேள். மௌனமாய் எல்லாவற்றையும் பார்வை மூலமே பதில் அளித்து விடுவான் சுப்பு. மற்றவர்கள் பேசிப் பேசி வெறுமையடைவதால் சாம்பல் நிறம் அறையெங்கும் படிகிறது. அவனும் சுப்பு மேல் இருந்த ஈடுபாட்டை வெளிப்படுத்தியதில்லை. மெல்ல மெல்ல ஒரு பெர்சனாலிட்டியின் மௌனப் பிரேசத்தில் அவனும்; ஒவ்வொருவராய் அகப்பட்டு கரைந்து கொண்டிருந்தார்கள். அறை ஜன்னல்களில் படிந்த சாவு எதிர் பார்த்துக் கொண்டிருந்தது. ஒவ்வொரு முகத்திலும் கறைபடிந்தது. வெளிப்படுத்த முடியாத உணர்வுகளாக... அவரவர் உள்ளூர உணரக்கூடியதாக இருந்தது, அந்தக் கறையின் படுதுயரமான தனிமையை. ஸ்திரீ தன்மையான

ஆணிடமிருந்த எந்த வெளிப்பாடும் அவர்களை வெகுவாக ஈர்த்தது. மற்றவர்கள் நிலைபரிதாபமானது. ஒரு புள்ளியை நோக்கி நகர்த்த ஒவ்வொருவருக்குள்ளும் கனலும் நெருப்பு முகத்தில் கருப்பு வடுவாகப் படிந்தது. எல்லோரும் எவரோ போலாயினர். சுப்புவின் சக்தி வாய்ந்த இயற்கைத் தன்மையிலிருந்து மற்றவர்களை சட்டை செய்யும் போக்கு இருந்ததில்லை. அவன் என்ன செய்ய முடியும். பெண் ஸ்பரிசமில்லாத பேச்சிலர் அறையில் கருப்பு படிந்த சைக் எப்போதும் ததும்பிக் கொண்டிருக்கும். அந்த அறையில் இருப்பவர்களுக்கென்று தனிமுகம் தோன்றியது. சுப்புவின் 'மோனம்' ஒவ்வொருவர் சாயலிலும் சட்டை துணிமணி ஸ்டைல் பேச்சு நடை விவாதம் உணர்வு கனவு நனவு நினைவு வரை பரவியது. ஆனால் அவன் மட்டும் வேறு பாட்டில் இருந்தான். சுப்பு நகர்த்தும் காய்களைக் கண்டும் காணாதது மாக அவனைப் பெரிய தளத்தில் சந்திக்க தயாராக இருந்தான். அந்த மாளிகையில் இருந்த இளவரசியைப் பற்றியும் அவளுக்குத் தரவேண்டிய முதல் முத்தம் பற்றியும் கனவு கண்டான். சுவர்களில் சாய்ந்தபடி பலர் சிகரெட் குடித்துக் கொண்டிருந்தார்கள். பல புஸ்தகங்கள் திறந்து முகங்கள் பதிந்து மறையும். கண்ணாடி முன் அவன் ஜட்டி யுடன் நின்று நாட்டியமாடினான். சுப்பு இதை கவனித்தும் பாராதது போல் புஸ்தகத்துக்குள் புகுத்தியிருந்தான் பார்வையை. கொடியில் தொங்கும் அழுக்குச் சட்டையின் கை மடக்கில் அணில் வந்து தூங்க படிப்பவர்களுக்கு நடுவில் அவன் மல்லாந்து கிடைந்தான் ஜட்டியுடன். கண்ணாடியில் சிரிக்கும் இளவரசியிடம் அணிலைக் காட்டி சிறகுகட்டிப்பறந்து சென்றான்... ஊரில் விட்டுவந்தவளை நினைத்து பெருமூச்சுவிட்டான். அவன் குணஷ்டைகளை நினைத்து பெருமூச்சுவிட்டான். ஒருவருமில்லை. எல்லாரும் சீரியஸ்ஸாக டிஸ்கஸ் செய்து கொண்டிருந்தார்கள். அவனை ஒருவரும் கூப்பிடவில்லை. வந்தால் டீகொடுப்பதாக ஒருவன் கூட்டிச் சென்றான் அவனை. தேனீர் கோப்பைகளை ஆட்டி ஆட்டி தீவிர மடைந்த விவாதத்தின் ஊடே அவன் சில

மோசமான கமெண்ட்களைச் சொல்லி தனியே சிரித்துக்கொண்டிருந்தான்.

இரவுவரவும் நண்பர்கள் சீட்டு விளையாடிக் கொண்டிருக் கிறார்கள். இஸ்பேடு ராணி கிங்கிளாவர் எட்டாம்பந்து நாலாம்பந்து அறாம்பந்து ஆஸ்ரெம்மி, சீட்டுகள் களைந்து கிடக்கின்றன. அவன்நிழல் அவர்களுக்குமேல் விழுந்தது. ஷீலிங்ஃபேனில் தொங்கும் அவன்உடல், ஜட்டியுடன். கருத்து வளைந்த கால்கள். பிதுங்கியவிழிகள். நகக்கண்களின் பழுப்புநிறம். சுவர்களில் பதுங்கிய முகங்களும் சாம்பல் அணிலும் மறைகின்றன. அவர்கள் தொடர்ந்து சீட்டு விளையாடிக் கொண்டிருந்தார்கள். சுப்பு ஒவ்வொருவரை யும் வீழ்த்தியபடி கார்டுகளைக் கவிழ்த்தினான். அவனை ஆண்கள் காதலிக்கிறார்கள் என்று வாய்விட்டு சொல்லி விட்டான். சந்துக்குள் சரசரவென்று வார்த்தைகள் கூர்மை யான கத்திகளாகி முதுகில் பதிந்தன. ஆண் காதலியோடு சண்டை போட்டுக்கொண்டும் இறந்தவனுக்கு சடங்குகள் நடத்திக் கொண்டுமிருந்தார்கள். சீட்டுகள் கலைந்து கிடக் கின்றன. ஊர்வலம்... அடையாறு சிக்னலைக் கடந்து செல்கிறது... செம்பதாகைகள் பட்டொளி வீசிப்பறக்க.. கொடிகள் அசைந்தசைந்து நெற்றிகளை தழுவ... மேதை லெனினும் ஸ்டாலினும் ஏற்றி வைத்த தீப்பந்தத்தை அணையவிடோம்... அணையவிடோ்ம்... செம்பதாகைகள்... அறைக்குள் அவன் நிழல் சுற்றுகிறது. கீழே கார்டுகள் மேல்எழுந்து அவன் நிழலுடன் நிழலாக சுற்றுகின்றன. சுருட்டப்பட்ட கொடிகள் அறைக்கு வெளி யிலும் சுருட்டப் பட்ட அவன் உடைகள் அறைக் குள்ளும் பாதுகாக்கப் பட்டுள்ளது. பாதுகாக்கப் பட்டுள்ள தஸ்தாவேஜீகள், பொருட்கள் விபரம்: சிறகு ஒடிந்த ஷீலிங்ஃபேன். ஓடி நின்றுபோயிருந்த மூன்லைட். அவன் கேன்வஸ் பேக்கில் கிடைத்த 1987ஆம் வருஷ டைரி. அவன் எழுதி ரீடைரக்ட் ஆன கடிதம். கிராமத்தில் இருந்து அம்மா எழுதிய கடிதங்கள். சென்னைக்கு வரச்சொல்லி அந்த மாளிகையின் இளவரசி அனுப்பிய தூதோலைகள். பீதோவனின்

குரூசர்சொனாடா. சம்பத்தின் இடைவெளி, லத்தீன் அமெரிக்க சிறுகதைகள். அறை முழுவதும் கிடந்த பீடித் துண்டுகள். சுப்புவின் சிகரெட் துண்டுகள். ரகுவின் வில்ஸ் சிகரெட்கள் ஆஸ்ட்ரேயில் வழியும் சிகரெட் சாம்பல் பற்ற வைப்பதற்கு முன் கொழுத்திய தீக்குச்சிகள் நின்று எரிந்து ஒவ்வொன்றாக விழுந்து கொண்டிருந்தன. இருபத்தி ஆறு பழைய ஷூக்கள். தீர்ந்த விஸ்கிபாட்டில்கள். காலித்தீப் பெட்டி மூன்று. துருப்பிடித்த ஸ்டவ். தகரங்கள் கழுத்தில் பதிந்த வடுக்கள். தகரடின்கள். மூடியில்லாத சோப்புடப்பா, பாதிதேய்ந்த பச்சை நிறசோப். அவனதுடூத்பிரஷ் பிதுங்கிய களிம்புக்கூடுகள். தூக்கமாத்திரைகள். மருந்து சீட்டுகள். போதைமாத்திரை நான்கு. அவன் விட்டுச்சென்ற எல்லாப் பொருட்களும் இறப்புக்கான அடையாளங்களாய் உயிர் பெற்றுள்ளன. இறந்தவனின் கருப்பு ஷீ சுருண்டு வளைந்து ஊதிப்பெருத்த பிணம்மாதிரி அசைந்தது. கருப்புஷூ அழுத்தமாக அவனுக்குள் உற்புகுந்து பதிந்தது. அடுக்கி வைக்கப்பட்ட சீட்டுக்கட்டுகளைப் பிரித்தான். தனியாக ஆடும் ஆட்டத்தில் கார்டுகளை வீசிக்கொண்டிருந்தான். முதலில் சுப்புக்கு ஒருகார்டு. அடுத்தகார்டு ரகு. அடுத்தது சி. எஸ். அதற்கடுத்தது சங்கருக்கு அப்பணசாமிக்கு சாரதிக்கு பாரதிக்கு குமாருக்கு வந்துபோன தோழர் களுக்கு தலைவர்களுக்கு தொண்டர்களுக்கு பிரஜைகளுக்கு அடிமைகளுக்கு... அவனுடைய நண்பர்களான சுப்புவின் அடிமைகளுக்கு... அவனுடைய வெளிறிய உதடுகள் முறுவலித்தன. ஆனால் அவன் என்னதான் கலங்கா உறுதி யுடன் இருப்பினும் அவனது வெளிறிய முகத்தில் சாவின் முத்திரை பதிந்திருந்தன. நண்பர்கள் விந்தையான அவன் விதிகளில் சுழன்று கார்டுகளை வீசிக் கொண்டிருந்தார்கள். எல்லோரிடமும் அவன் தோற்றுப்போனதாக அந்த கணத்தில் உணர்ந்தான். அவன் ஒவ்வொரு கார்டாக திரும்பவும் கலைத்து போட்டு ஆடிக்கொண்டிருந்தான். இது உனக்கு இது அவனுக்கு இதுஎனக்கு உனக்கு அவனுக்கு இவனுக்கு... பந்தயத்தில் தோற்றுப்போனதை ஒத்துக்கொள்கிறேன்...

என்று துணிச்சலாக வெடித்து கத்தினான். அறை ஜன்னல்கள் திறந்து சிரிப்பினால் படபடத்து அதிர்ந்தன. அவனுக்கே ஆனமர்மம் நிறைந்த இவர்களுடன் அமர்ந்திருந்தான். லாஸ்ட்கேம். சுப்பும் அவனும். வெட்டுச்சீட்டு. அவன் சுப்புவை ஏறிட்டுப் பார்த்தான். அவன்லேசாகச் சிரிப்பது போலிருந்தது. கடைவாய்ஓரங்களில் அலட்சியத்தைக்கண்டு நடுங்கினான். அவன் பார்வையிலிருந்து தப்புவதற்காக சீட்டுக்குள் புகுந்து கொண்டான். சுப்புவின் கண்கள் மூடி யிருந்தன. ஒரு மோனத்தில் சீட்டுகளை விசிரியாகப் பிடித்துக் கொண்டு அவன் கண்கள் மூடிய இமைகள்மீது எட்டிப்பார்த்தான். திடீரென்று திறந்த இமைகள் வெறித்தன, சற்றும் அதைஅவன் எதிர்பார்க்கவில்லை. சுப்பு கார்டை வீசினான். அவர்கள் சந்திக்கும் தருணம்... அபாயகரமாக இருந்தது. நேருக்கு நேர் கார்டுகளை இறக்கும் சூது ஆரம்பமானது. ஒருவர் மாற்றிஒருவர் சமபலத்தில் சரிந்து கொண்டு... அடுத்தடுத்து மேலும் மேலும் அவன் தோற்றுக் கொண்டிருந்தான். கடைசி கார்டு அவன் கையில். சுப்பு தடுமாறினான். அவனை நோக்கி கார்டை வைக்கத் தயங்கி யதை உணர்ந்த க்ஷணமே சுப்பு வெளியேறியிருந்தான். அவன் கடைசிக் கார்டு மூடியநிலையில் இருந்தது. அதை எடுத்து பையில் வைத்துக்கொண்டு அவனைப் பின் தொடர்ந்தான். சுப்பு ஏன் ஏன்... சுப்பு எதிரில் நின்றான். அந்தக் கார்டு அவன் பையில் இருந்தது. சுப்பு அதைப் பார்த்தான். அதை எடுத்துப்பார்க்க அவனால் முடியவில்லை. யார்தோற்றது... அதை இருவரும் விரும்பவில்லை. கடைசிக் கார்டை அவன் பார்க்காத நிலையில் இவன் அதைச் சொல்ல மறுத்தான். எதையும் சொல்ல முடியவில்லை அவனால். பின்தொடர் பின்தொடர் என்று தொடந்துகொண்டிருந்தவன் நின்று போயிருந்தான். சுப்பு உன்னை தோற்கடிப்பதற்காக விளையாடவில்லை. உன்னோடு விளையாடும் ஒவ்வொரு நிமிஷமும் நீ அலட்சியமாய் இருந்தாய்... அதான் விளையாடிக் கொண்டிருக்கிறேன். உன் அலட்சியத்தைக் கண்டு நான் பதைக்கிறேன். ஆனால் எதுவும் சொல்லத்

தோன்றவில்லை. நான் நம்பவே மாட்டேன்... சுப்பு மௌனமாய் எதிர்த்தபடியே எதிரில். மௌனத்தின் எதிர்ப்பலைகள் அவனை இழுத்துச் சென்றன. மணலாய் அடுக்கி வைக்கப்பட்ட அவன் மௌனம் வார்த்தைகளற்ற மௌனம்... எதையும் தரமறுக்கும் மௌனம் கேட்க மறுக்கும் பேசமறுக்கும் சந்திக்க மறுக்கும் பிரியமறுக்கும் பிரிந்த பின் சந்திக்கமறுக்கும் பிறகு இன்று நேற்று நாளை இனி எப்போதும் சந்திக்கமறுக்கும் அவனை மறுக்கும் மௌனத்தின் முன் மௌனத்தின் முன் முன் முன் முன் முன் அவன் முன் இவன் முன் அவன் இவன் அவன் மறுக்கும் முன் மணல் ஊளையிட்டு பரபரக்கும் மணல் முன் மௌனத்தின் முன் மணல் வெளியைக் கடந்து பாலைவன மௌனத்தில் ஊளையிடும் கூ... கூ... வென்று ஊளையிடும் பாலைவனத்தில் பரபரக்கும் அவன் மௌனத்தில் இவன் தேடி அலைந்தலைந்து காத்திருந்து விட்டு சிறுவனைப் போல் புறங்கையால் கண்களைக் கசக்கியபடி மணலில் புரண்டு கால்கைகளைப் பரத்திக் கிடந்தான். மணலில் அவன் கையைத் தலைக்கு வைத்து அனாதையாகப் படுத்திருந்தான். அவன் கால் கைகள் பனியில் வெட வெடவென்று நடுங்குகிறது... சிதறடிக்கப்பட்ட சிறுவனைப் போல் தேம்பி அழுது கொண்டிருக்கிறான்... வெளிறிப் போன உடல் பல பனியிலும் வெளியிலும் தனிமைப் புயலிலும் தலைக்குள் கொந்தளிக்கும் உஷ்ணத்தில் துளையிட்டு இறங்கும் இயற்கையின் விரல்கள் அவனைக் குளிர்வித்தபடி மரத்துப் போகச் செய்தது. அவன் பையில் கார்டு இருந்தது. முதுகில் செலுத்தப்பட்ட கத்தி நின்றது. அதை செத்தபடி உணர்ந்து கொண்டிருந்தான்... அதைவிட்டு தன்னையும் கடந்து அவ்வுணர்வின் எல்லையை விட்டு கடந்து தொலைவில் ஓடும் கானல் நதி. அக்கரையில் அவன் நண்பன் தலை திரும்புகிறான். கானலில் உருவம் அசைகிறது. அவனைத் திரும்ப அழைக்க விரும்பினான்... இருவருக்கும் நேர்ந்த துரதிர்ஷ்டமான சாம்பல் நிறக் கத்தியை அவர்கள் இருவரின் மணலில் மறைக்க தனியாக அலைவதை... புயலில்

குரலிட்டு தவித்திருப்பதை... அவனுக்கு யாருமில்லாத அந்தத் தருணத்தில் அவனை... அழைப்பதில்தான் இவன் கைகள் எதேச்சையாக அசைந்து கொண்டிருந்தன. மணலின் எழுந்து நின்ற மணலைப் போன்ற நிறமடைந்து வெளிறிய கைகள் அசைந்து கொண்டிருந்தன... தொலைவில் அணில் உருவம் மெல்லிய நீர்ப்படலம் போல் அரூபம்... அது அவன்தான்... மெல்ல மெல்ல கானல் அலைகளில் சின்னாபின்னமடைந்து சிதறிக் கானலாக அலையலையாக அங்கிருந்து மேற்கு நோக்கி நகர்வதை இறந்த நிலையில் பார்த்துக் கொண்டிருந்தான். அவர்கள் இருவரும் கடைசி முறையாக நேருக்கு நேர் பார்த்துக் கொண்டிருந்தபோது அணிலின் கண்களின் ஒவ்வொரு கடைக்கோடியிலும் அவ்விநாடியில் பரவிய வெகுளியுணர்வு உடல் முழுவதும் பரவியது. அணிலுணர்வின் சுடர் நெருப்பு திகுதிகுவென அவனைத் தொட்டுப் பற்றிக்கொண்டு எரிகிறது. அணிலின் சாம்பல் பச்சை நிறம்... அவர்கள் அறையின் கதவுகளும் ஜன்னல்களும் அதன் வாலில் இருந்தது.. அறையிலிருந்த பொருட்களும் அணிலைப் பற்றிக் கொண்டிருக்கின்றது... அவன் முழு ஆகிருதியும் அணில் நிறமடைந்தது. சுப்புவின் பார்வைக்கு முன் தன்னை நிறுத்தியிருந்தான். அதை விட்டு தப்பியோட அவன் விரும்பவில்லை. தடுமாறி விழும் தருணத்தை எதிர்பார்க்கவுமில்லை. உடல் முழுவதும் அணில் பரவுகிறது. அவன் உதடுகளில் துடித்துக் கொண்டிருந்த அணிலின் சுபாவம்... அவன் இவனுக்கு முன்னால் வெளிப்படுத்தாமலிருந்தான். அவ்விடம் விட்டு அவன் நகர்ந்து சென்றான். இவன் மட்டும் வறண்ட மணல் வெளியில் அவன் விட்டுச்சென்ற மௌனத்தின் சாயைகள் அம்மணல் வெளியெங்கும் ததும்பி எரிவதை அவன் பார்த்துக் கொண்டிருந்தான். அந்த இளவரசியின் முதல் காதலின் முத்தத்தை விட... மணலில் வறண்டு கிடந்த நண்பன் உதடுகளை நடுங்கும் விரல்களுக் கிடையில் சந்தித்தான். இந்த அணிலின் மர்மத்தை வசீகரமான ஏக்கத்துடன் சுமந்து செல்கிறான். சுப்புவின் நிழலாய் சரிந்து

கிடந்த நண்பர்கள் நிழல் நிழலாய் கரையும் நிழல்களாய் கூட்டம் கூட்டமாய் அவனைப் பின்தொடரும் துரதிஷ்டத்தின் வேளையில் ஷீலிங்ஃபேனில் வளைந்து தொங்கும் அவன் கால்கள் அறை முழுவதும் சுழல்கிறது... அவன் உடல் அந்த அறையின் மூலையில் தூக்க மாத்திரைகளில் நீலமடைந்து கிடந்தது. வால்யூம் டென் மாத்திரைகள் சிதறிக்கிடந்தன. போதை மருந்துகளில் திறந்த பல அறைகளின் வெளிச்சங் களில் நீல நிறமடைந்த மணல் வெளியில் சரிந்து ஓடிக் கொண்டிருந்தான்... திரும்பத்திரும்ப அவன் நினைவை விட்டு நீங்காமல்... அதே இடத்துக்கு நீல மணல் வெளிக்கு கூட்டிக் கொண்டு போகிறான். அதில் யாவர் நிழல்களும் தெரிந்து கரைந்து மறைந்தன... கனவுகளும் அரூபங்களும் மாறிமாறி எல்லா முகங்களாகவும் அவன் தோன்றினான். நீல இரவுகள் தோன்றி ஜன்னல்களின் உள்ளே பார்வை கொள்ளா அகாதம்... திறந்து சென்றது... கோடுகள் அடர்ந்து சுழல்கின்றன... மௌனத்தின் உள் தளம்... நீலமே ஸ்பரிசமாய் அவனை நிர்வாணமாக இழுத்துச் செல்கிறது... எங்கும் உயிர்களின் முணுமுணுப்பு... மௌனத்தின் அடியில் தூங்கும் உருவங்கள் எழுந்து வருகின்றன. நீலப் புகைக் கூடுகள் திறந்து எங்கும் சூழ்கிறது. வெளியில் அமர்ந்த அவன் இவன் பிம்பங்கள் உள்வாங்கிய பிளவு களில்... செல்கின்றன... உள்ளே திறந்த சில அறைகளில் மௌனத்தின் சாயைகள் நீலத்தில் ததும்புகின்றன. பாழ் விழுந்த கண்கள் ஆழத்தில் புதைந்து வெளிச் சென்று பெரிய பெரிய உருவங்களாக மாறு கின்றன... அணில் ஆன அவன் உடல் அறைக்குள் பத்திரமாய் பாதுகாக்கப்பட்டுள்ளது. நீல நிறமடைந்து வெளிரிய அவன் உடல் மீதுபடிந்த சில கனவுகள் நினைவுகள்... அவன் பற்றிய நச்சரிப்புகளின் காயங்களி லிருந்து வடிந்த கனவு வழியாக வெளிப்பட்ட அவன் இளவரசி... அவளது சிஷ்ருஷையில்... மீள்வதற்கான துளி கனவு அரும்பி அவன் உடல் முழுவதும் குளிர்கிறது... அவனைப் பற்றிய நினைவுகளற்றிருந்த அந்த அறையில் அவனுக்கான கனவொன்று மிதந்து கொண்டிருந்தது... சில

மாத்திரைகள் அறையில் சிதறிக் கிடந்தன... அவற்றிலிருந்த மயக்க நிலையிலிருந்து அவன் அறையே தகரமாக நெளிந்து நிலநீறமான வெளிச்சத்தில் மங்கி யிருந்தது. அவன் பெரிய பெரிய விழிகள் பார்த்துக் கொண்டிருந்தன... போய்விடு போய்விடு பனியால் நடுங்கிச் சாவதற்குமுன் ஓடிவிடு... மைக்கேல்ஃபிரே ஓடுவிடு மைக்கேல் ஃபிரே அவள் இருந்த மேல்மாடி கண்ணாடி ஜன்னல் மீது கல்லெறிந்ததும் ஜன்னல் திறந்து லிசா எட்டிப்பார்த்ததை... விரைத்து இறுக்கும் பனிக் குள்ளிருந்து திறந்த கண்களால் பார்த்துக் கொண்டி ருந்தான். ஓடிவிடு மைக்மேல் ஃபிரே... குளிரால் விரைத்து இறந்து விடுவாய்... நீ ஓடி விடு... இறந்து விடுவாய்... விரைத்து விடுவாய்... I do not want to live I do not want to live,. The Dead The Dead...

இளவரசியின் புலம்பல்:

... ஆனால் உன் சிகரெட்நெடி இருந்துகொண்டே இருக்கிறது. அறைக்குள் நேரம் அப்படியேநின்று விட்டிருக் கிறது. நீவிட்டுச் சென்ற கறையாண்கள் என் இருப்பிடம் நோக்கிவந்து கொண்டிருக்கின்றன. இறுதி வரை உன்னை அங்கீரிக்கவில்லை என்று சுப்புவைச் சொல்ல என்ன இருக்கிறது. உறவு அமைவதற்கும் மனவிருப்பத்திற்கும் சம்பந்தம் இல்லை என்று நம்பு. உனக்கு எழுத இவனுக்கு வார்த்தைகள் இல்லை என்பதை நம்பு. உனக்கு எழுத அவனுக்கு வார்த்தைகள் இல்லை என்று புரிந்துகொள். அந்த தருணத்தை அடைந்தவர்களுக்கு சூதுதான் பெரிய மர்மம். ஒருவரை ஒருவர் காப்பாற்றிக் கொண்டிருந்தால் எல்லாமே பாழாகியிருக்கும். காதல், வசீகரம், விந்தை இளமை இவற்றுக்கான அர்த்தங்களே சூதிலிருப்பது தான். உண்மைஎன்று எதையும் தெரிந்து கொண்டு என்ன செய்யப் போகிறோம். இதோ என் அறையில் தொடர்ந்து அலைந்து கொண்டிருக்கிறது அணில்... இதைவிட்டு என்னால் வெளி யேற முடியாது. எத்தனையோ காதலர்களைச் சந்தித்து விட்டேன்... ஒவ்வொருவராய் கடந்துபோகிறார்கள்... எதையும் பெற வில்லை என்று தோன்றுகிறது. உன்னை

நான் நம்பவில்லை ஓடிப்போய்விடுவாய். நீ அயோக்கியன்... ஏன் என்னை துரத்தி அடிக்கிறாய்... உன்னால் என் ஆவியே கலங்கிக் கொண்டிருக்கிறது... என்னை விட்டுத் தொலை... ஏமாற்றுகிறாய்.

ஒவ்வொருவராய் இந்த அறையை விட்டு மறைந்து போனார்கள். சபிக்கப்பட்ட அணில். தனிமையடைந்து கிடக்கிறது. வருகிறவர்களின் சாயைகளும் நிறங்களும் கண்ணாடிகளின் நிறங்கள் ஒவ்வொருவரின் விந்தைப் பரப்பு, அவர்கள் முகங்கள் கறைபடிவதேன்... அவர்கள் ஏன்மாட்டிக்கொள்கிறார்கள். கண்ணாடிகளில் மோதிச் சிதறுகிறார்கள். சிதைகிறேன் நான்... ஒவ்வொருவரின் சிதைக்கப்பட்ட வாழ்விலிருந்தும் சிதைக்கப்படுகிறேன். அறையில் இருந்த சாயைகள். என்றுமே எதிர்பார்த்துக் கொண்டிருக்க வேண்டிய சினேகிதனை தேடித்தேடி... அவனைப்போன்ற சாயைகள்... அவன் இந்த உலகத்தில் தோன்றாதபோதும் அவனை ஒவ்வொரு இடமாய் இந்த அறைகளில் தேடித்தேடி... அதே சாயைகள் அடி மனதி லிருந்ததுமேல் எழுந்து கண்ணாடிவெளியில் வருகிறார்கள். இறந்தபடி, அவனுக்காக எல்லாவற்றையும் முன்வைத்து அணில் கைகளோடு பிணைத்து உறங்குகிறது. ஒவ்வொரு சிறு இடத்திலும் அணில் பரவுகிறது. செம்பட்டை தலை யுடன் என்னை ஊடுருவிப் பார்க்கிறான். செம்பட்டைக் கண்களில் மிதக்கும் என் உருவம் தலைகீழாக நீந்து கிறது. அறைச்சுவர்களை ஒட்டி நடக்கிறது. அறைமேல் விளக்குத் தூண்மீது பெரிய அணில் அமர்ந்திருக்கிறது. வெறுமையான தூண்களில் கால்வைத்து நின்று வாதாங் கொட்டையை கொரிக்கும் செந்நிற அணில் அசைத்து ஆமோதிக்கும். அவனும் நானும் கல்தூண்களைச் சுற்றி பறந்து விளையாடுகிறோம். மாளிகை முழுவதும் ஓடி விளையாடுகிறோம். இரவெல்லாம் அணில் ராஜியத்தில் என் உடல்மீது பதிந்து உறங்குகிறான். அங்கிங்குமாக தலை நீட்டிப்பார்த்தபடி அவன் அணில் வரும். எங்கள் தோள்கள் மீது ஏறி நின்று மீசையால் பூசும். பெரிய வராண்டாவில்

பழந்தூண்கள் பார்த்தன. பச்சை பெயிண்ட் அடித்தவிட்டங் களை வெருக்வெருக்கென்று பார்க்கும் அணில் கண்கள் வட்டமாக ஊடுருவி காட்டுவழிநெடுக சிறு சிறு சீனிக் கற்களில் இருந்த அதிசய ஒளியை ஊடுருவி அடிவாரத்தை நோக்கி நடந்து செல்கிறோம். கீழேவரை எழுந்த சேவல் ஆடி அசையும். பொன்நிற அணில் உயரத்தில் ஓடிச் செல்லும்... என் அருமை கண்ணும் மறைந்துபோனான். அக்கற்களை பார்த்துக்கொண்டே அடிவானத்தை நோக்கி நடந்து போகிறான். பெரிய அணில் அவன் விண்ணுக் கடியிலிருந்து கூப்பிடுகிறது. அந்த ஓசை வீடு எங்கும் எதிரொலிக்கிறது. என்னை எங்கெங்கோ கூப்பிட்டுத் தவிக் கிறது... சுவர்களுக்கப்பால் கைவிடப்பட்ட அவனும் அணிலும் போய்மறைந்தார்கள். காத்திருக்கிறேன் அணில் வால் தூரிகை உச்சியில்... அவன் வருவான் என்று அணில் உச்சரிக்கிறது... பெரிய பெரிய பாதங்களுடன் வேறு மனிதர்கள் அறைகளுக்கு வருகிறார்கள்... அவர்களிடம் கேட்டேன் அவனை எங்கேனும் பார்த்தீர்களா! அவன் அணில் எப்படி இருக்கிறது... அணிலைப் பார்த்ததாகச் சொன்னார்கள். அணிலின் குழந்தைமைகளிலிருந்து கிடைத்த வசீகர வெளிச்சம் மாளிகையெங்கும் பரவுகிறது. அவள் முகம் மறைந்து அவள் உயிர் போன்ற சுடரில் இழைகள் பிரிந்து மங்கிமறையும் பெண் ரூபங்களாக அடுக்கடுக்காக சுவரில் பதிந்தன. பழம் புகைப்படங்கள் மாட்டியிருந்த மாளிகையின் வராண்டாவில் திராட்சை நிறமான அவள் அப்பா அம்மா புகைப்படத்தின்மீதும் அவள் சிறுமியாக இருந்த போட்டோ மீதும் தீப்புகை படிந்து ஆற்றொனா சோகத்தின் சித்திர வரைவுகளாய் சுடர் அசைந்தது... தீராது புலம்பிக் கொண்டிருக்கிறாள்... மாளிகையில் பரம்பரம் மென்று காற்றடித்து ஜன்னல்கள் அடித்துக் கொள்கின்றன. அவற்றின் நிசப்தத்திலிருந்து பற்றிய நெருப்பு கதவுகள் ஜன்னல்களுக்குள். அவன் கண்ணாடிமுன் ஜட்டியுடன் நின்று நாட்டியமாடுகிறான். கறுப்புச்சட்ட மிட்ட கண்ணாடி முன் நிற்கிறான். ஒயிலாக நடந்துசென்று அணில் பாடலை

திரும்ப ரீவைண்ட் செய்து ஓட விடுகிறான்... சுற்றிச் சுழன்று எரிகிறது நெருப்பு... அறை நடுவில் தொங்கும் தற்கொலை நிழல்... வெறுமையின் இதழ் களாய் விரியும் கண்ணாடி... கண்ணாடியின் கீறலொலி விரிவடைந்து தாக்குகிறது. தனிதனிமுகங்களாய் விழுந்து கொண்டிருக்கும் கண்ணாடி... அரைபட்டுக் கூழான முகப்பதிவு. சுவரில் ரத்தம். கொலை சுற்றுச் சுவர். அவன் கண்ணாடியின் எதிர்உருவம். இறந்து குளிரும் கண்கள். அவன் முகம் நொறுங்கி விழுந்து கொண்டிருந்தான். கண்ணாடி வில்லைகளாக நிழலுருவங்கள். அறையை விட்டு வெளியேறி கண்ணாடி நீர்ப்பரப்பில் தத்தளிக்கின்றன... அப்பாடலின் கோடுகள் நீரில் அசையும் இசையின் அதிர்வுகளாய் அணிலால் இசைக்கப்பட்டு மிருகங்களின் குரலை ஒத்திருந்தன. அலைந்து திரிந்த புலிகளின் பசியால் நிறைந்த கோடுகள். அப்பாடல் எங்கெங்கோ இழுத்துச் செல்லும். மரங்களுக்கிடையே அணில் பதிந்த நிலவை அசைக்கிறான். சலனமின்றி ஒரே கார்வையுடன் அணில் நிலவுகிறது... அலைகளில் தோன்றும் ஏற்ற இறக்கங்களோடு அமைந்திருந்தது... மனித உருவில் சாயைகள் அசைகின்றன. யாராலும் தீர்க்க முடியாத துயரம் வீசுகிறது அணில் தூரிகை.

•

41

ஒபிர்

எத்தனை வயதானாலும் இருந்தான் ஒபிர். ஊர் தோன்றிய காலத்திலிருந்து ஒபிர் இருந்து வருவதாகச் சொன்னார்கள். அவனிடம் வயதைப்பற்றிக் கேட்டால் தெரியாது. வயதே யில்லாத ஒபிருக்கு பருவங்களில் வரும் விளையாட்டுகள் தெரியும். தாத்தாகூடப் படித்தான். அப்பாகூடப்படித்தான். அக்காகூடப்படித்தான். என்கூடப் படித்தான். பாப்பாகூடப் படித்தான். வருஷம் தான் பாஸானது. பள்ளிக்கூடத்தை விட்டு தூக்கி தரையில் போட்டார்கள். குள்ளனாகிக் கொண்டே இருந்தான். சீசா உயரமாக முன்பு இருந்ததாக அழகம்மா பாட்டி சொன்னாள். இப்போது அவன் பெயர் கூட மறைந்து விட்டது. ஆனால் நாம் பார்க்கமுடியாத விஷயங்களையும் ஸ்பரிசத்தால் உணரமுடியாத விஷயங் களையும் தெரிந்துகொண்டான். ஒபிர் அசையும்போது எறும்புகளும் சேர்ந்து அசையும். அவனோட அய்யாவும் அம்மாவும் பாதாள நகரத்திற்குப் போய் காணாமல் போனார் களாம். ஊர்ப்பிள்ளைகளின் எல்லா விளையாட்டுகளும் அவனிடமிருந்தே தோன்றும். குழந்தைகளும் பாட்டிகளும் ஊம்... கொட்டினால் ஒபிருக்கு கதைகள் வரும். ஊர்ப் பிள்ளைகளோடு ஒரே குதிப்பு. ஒபிர் மண்டையை மோதி உடைத்தார்கள் பெரியவர்கள். ஒபிருக்கு கல்லுமண்டை. அவன் கற்பனைக்கெட்டாத தூரத்திலிருந்து 'ஒபிர் நகரம்' வெளிப்படும். அங்கே மறைந்துபோன அம்மாவும் அய்யாவும் பூச்செண்டுகளுடன் அவனுக்காக காத்திருப்பது போல் தோன்றும். அவன் தலையாட்டிக் கொண்டே கண்களை

விரியத் திறந்து ஒபிர் நகரத்திலிருந்து வரும் சீசாவைப் போலவே குள்ளமாகி விடுவான். சீசாவைக்காணும் சிறுவர் களின் கற்பனைகள் மாறிவிடும். சீசாவுக்குள்ளிருந்து கண்ணாடிச் சிற்பங்களும் பொம்மைகளும் வெளிவரும்.

ஒபிர் மனப்போக்கு திருடனின் திடீர் திருப்பங்களால் ஆனது. ஒபிரோடு எல்லாக் குழந்தைகளும் கெசவால் குரங்குகளும் ஒன்று சேர்ந்து மரமேறுவார்கள். மரத்தின் நிழல் தெப்பத்தில் விழும். கண்ணாடித் தண்ணீரில் எல்லோரும் எட்டிப் பார்த்து சிரிக்கும்போது மரங்கள் அசையும் கிளைளோடு ஒபிர் நகரத்தின் கிளைகள் தோன்றும். எங்கும் நிசப்தமான காடு. கருப்பு மரங்கள் மீது குவாக் குவாக்... என்று வாத்துக்குரல்கள்... கருப்பு மனிதர்களின் கைகளான கிளைகள் நீட்டி அண்ணாந்திருக்கும். மரங்களின் கிளைகளும் கைகளும் சேர்ந்த இருப்பு. ஒபிர் நகரமே கருப்புப் போர்வையால் மூடிவிடும்... மரங்களின் மேல் இலைகளெல்லாம் வீடுகள்மேல் ஓடுகளை மறைத்ததாக... தீப்பெட்டி நகரத்தின் சுரங்கம் வழி காணாமல் போன குழந்தையெல்லாம் குச்சி குச்சி பாப்பாவாக சின்னச் சின்ன பெட்டியாக கருப்பு நாடாவாய் நீளும் சாலை யெங்கும் வளைந்து பெட்டியெல்லாம் பஸ்ஸாக... அசைந் தசைந்து கருப்புத்தலைகள் அசைந்தசைந்து சென்றதாக... பஸ்ஸுக்குப் பின்னே குபுகுபுவென புகை கிளம்பி பிள்ளைகளெல்லாம் ஹைய்ய்ய்.... என்று கத்திக்கொண்டே ஓடி அடிவிழுந்து... ஒபிர் குட்டக்குட்ட குள்ளமாகிக் கொண்டே போனான்.

ஒபிர் சொல்லும் கதைகள் யாவும் எதார்த்தத்தில் காலூண்றி நிற்பதில்லை. பறக்கும், மிதக்கும். காணாமல் போனவரெல்லாம் ஒபிர் கதை வழியே திரும்பி வந்தார்கள். ஒபிரைக்கண்ட தெருக்கோழிகள் காதல் வயப்பட்டன. நடக்கும்போது கூடவரும், ஒபிரும் கோழிகளும் சந்தைக்குப்போனார்கள். எல்லாக் கோழிகளும் 'களுக்' கென்று சிரித்தன. ஒபிர் சொன்ன கதை அப்படி. சாவல்களின் கோரஸ் பாடல். ஒயிலாக நடந்து நடந்து நின்று பாடும்

சாவல்கள். ஒபிர் தலைக்குமேல் லெக்காண் சேவல் கழுத்தை ஒய்யாரமாக நீட்டி ஓ...வென்று கத்திப் பாடியது. காடுகள் சிரித்தன. வாத்து சிரித்தது. மயில் சிரித்தது. கற்களெல்லாம் இடம்விட்டு இடம் நகர்ந்து ஒலியெழுப்பின. சந்தையிலிருந்து ஒபிரை சாக்கு பையில்கட்டி தூக்கிவந்து போட்டார்கள். சாக்கின் உள்ளே இருந்த ஒபிர் கோழிமுட்டையை கையிலேந்தியபடி வெளிப்பட்டான். இரண்டு கைகளையும் கூட்டி அதன்மீது சிவந்து நீண்ட போர் சேவல் முட்டை. சூரியனின் ஒளிபட்டு தகதகவென அவன் கைகள் நடுங்கியது. முட்டையை ஊதியபடி இருந்தான் ஒபிர். சரியான கோழிக்கள்ளன். ஒபிர் தலைமீது இடிவிழுந்தது. அடி பொறுக்காமல் மயங்கி விழுந்தான். தெருவில் சொக்கிக் கிடந்தான் இரண்டு நாட்கள். நீண்ட கனவு கண்டான். அவன் காதலியான அழகம்மாபாட்டி அவனை தூக்கிக்கொண்டுபோய் மடியில் போட்டு ஒப்பாரி வைத்தாள். யார் பெத்த புள்ளையோ... இப்படி ஊரெல்லாம் அடிவாங்குதே... என் ராசா தவிட்டுக் குவித்த பிள்ளையே... என் ராசா... என்று மூக்கை சிந்தினாள் அழகம்மாபாட்டி. அவளுக்கும் ஒபிரிடம் கதைகேட்க வேண்டும். வெந்நீர் வைத்து ஒத்தடம் கொடுத்தாள். கேப்பை திரித்து களிக்கிண்டி கருவாட்டு மண்டை சாறுவைத்து அடைத்தான் ஒபிர். சுற்றி நின்று வேடிக்கை பார்த்தார்கள் பிள்ளைகள். ஒபிர் அருகில் ஆள் உயர சீசா இருந்தது. சீசாவுக்குள் அவன் கொண்டு வந்த முட்டை அமர்ந்திருந்தது. அவன் சீசாவின் அருகில் இருப்பது ஒபிர் நகரின் பூதம் சாப்பாட்டை விழுங்கிக் கொண்டிருப்பதாகத் தெரிந்தது. திடீரென்று ஒபிர் சின்ன கோழிமுட்டை அளவுள்ள சீசாவாக மாறிவிட்டான். பாட்டி வீட்டு திருணையில் கூடினார்கள் எல்லோரும். அந்த முட்டை ஆளுயர சீசாவுக்குள் சுழன்று கொண்டிருந்தது. முட்டை அருகில் ஒபிர் இருந்தான். பர்ர்ர்ர் என்று கார் சத்தம் போட்டு சிரித்தார்கள். பிள்ளைகளோடு பிள்ளையாய் நானும் எட்டிப்பார்த்தேன். ஒபிர் என்னைக் கண்டு காணாதது போல் மண்டையைத் தட்டி சரிசெய்து கொண்டான். ஆவரங்காச்சி

முனி வந்து பாட்டிவீட்டு கூரையில் அமர்ந்தது. காட்டு வாசனை எங்கும். மோப்பம் அறிந்த ஒபிர் சிரித்தான். ஆவரங்காச்சி முனியே... நீ வந்த கதையென்ன... காரிய மென்ன... வந்த காரியம் எதுவாக இருந்தாலும் ஒரு கதைபோடு என்று பெரீய பீடிகையுடன் ஒபிர் கதைக்குள் கதையொன்றை சொல்லவாரம்பித்தான். சீசா நகரத்து குள்ளா ஏழுதலை முறைக்கும் முந்திய காலத்தில் உன்னப் பெத்த அம்மா ஓர் அண்டரண்டா பச்சியாகப் பிறந்தாள். அண்டரண்டா பச்சி போட்ட முட்டைக்குள்ளிருந்து நீ வெளிப்பட்டு விஜயாபுரி இளவரசியின் கண்ணாடி யுள்ளிருக்கும் காதலனாகவிருந்தாய். அந்த இளவரசியை காதலித்த அம்பத்தாறு தேசத்து ராஜாக்கள் வந்து குவிந்தபோது வீதியெல்லாம் கண்ணாடி வைத்து அதற்கு வெளியில் காசுகளைக்கட்டிய பொட்டணத்தை தொங்கவிட்டாள் இளவரசி. கண்ணாடிக்குள் விழும் பணப் பொட்டணத்தை மட்டும் எடுத்து தரும்படி உத்தரவு. வந்திருந்த ராசாவுக் கெல்லாம் சூடு போட்டு அனுப்பினாள். நீ அவளை பார்க்கவுமில்லை. பணமுடிப்பை பார்க்கவுமில்லை. அண்டரண்டாப்பச்சியின் முட்டையை உன்னிடமிருந்து வாங்கிக்கொண்டு போக வந்தேன் என்றது ஆவரங் காச்சிமுனி. சரிசரி வாங்கிக்கோ அதற்குள் இன்னொரு கதைபோடு என்றான் ஒபிர். அப்படியே ஆகட்டும் என்று ஆவரங்காச்சிமுனி அடுத்த கதையைச் சொல்லவாரம் பிடித்தது. அது மாயமாய் மறையும் குதிரை வீரனின்கதை, அவன் ரத்னகிரி நாட்டில் நாவிதனாகப் பிறந்தான். பச்சிலைகளால் வர்ணம்தீட்டி பெரீய சைத்ரீகன் ஆனான். இளவரசியின் தலைமுடியை தங்கப்பேழையில்வைத்து கொண்டுவந்து கொடுத்தார்களாம். அவள் தலை முடியின் நீளத்தை அளந்து அவளையே ஓவியமாக தீட்டினான் நாவிதன். மகாராஜா தூங்கும் போதே முகச்சவரம் செய்து வாசனைத் திரவியங்கள் பூசித்திரும்பிவந்தானாம். மகாராஜா அவன் திறமையைச் சோதிக்க வாழ்நாளெல்லாம் அவனுக்குப் போட்டி வைத்தாராம். கண்ணைக்கட்டி சுற்றிவிட்டு குதிரைலாயத்தை

கண்டுபிடிக்க வேண்டும். லாயத்தில் கட்டியிருக்கும் நாற்பத்தி எட்டு குதிரைகளில் ராஜாவின் குதிரையை கண்டுபிடிக்க வேண்டும். நாவிதன் அதிலும் ஜெயித்து விட்டான். இப்படியாக நாவிதனுக்குப் போட்டிமேல் போட்டி. நாவிதன் கதைக்குள்கதையாக தாண்டித் தாண்டி கடைசியில் எல்லோரும் தூங்கிப்போனதைப் பார்த்து ஆத்திரமடைந்தமுனி பிள்ளைகள் டவுசரில் மண்ணள்ளிப் போட்டுவிட்டு முட்டையை எடுக்க ஓடிவந்தது. ஒபிர் தாவிக்குதித்து சீசாவின் மூடியாக அமர்ந்துகொண்டு சூச் சூச் சூச் சூ.... என்று விரட்டிவிடவும் ஆவாரங்காச்சி முனி காட்டுக்குப் போய்விட்டது என்றான் ஒபிர். திடீரென்று கதறி அழுதான் ஒபிர். யாரோ கழுத்தை நெரிப்பதை நெரிப்பேன் என் முனி சொன்னதாக ஒபிர் சொன்னான்.

ஒபிரின் சீசாவிலிருந்து... குட்டிக்கதையும் ஒரு சிறுமியைப் போல வரும் விடுகதையும் அந்த விடுகதைகளில் ஒளிந்திருக்கும் 'ஒபிர் நகரமும்' தோன்றும். புதிர்களும் திடீர் திருப்பத்தில் வெளிப்படும். ஒபிர் நகரத்தின் சுரங்கவாயிலை அடைந்தேன். நானும் ஒபிரைப்போல குட்டையாக உட்கார்ந்துகொண்டேன். வெட்ட வெட்ட விடுகதைகள் பிறந்தன. அவற்றின் புதிர் தன்மைகள் ஒளி பொருந்திய மாய விளக்கின் சிறு சாயைகள். அந்த புதிர்களின் மீது என் கை பட்டதும் எல்லாமே ஒபிர் நகரம் ஆனது. இதைக்கண்ட ஒபிர் கோடரியைக் கீழே வைத்துவிட்டு 'களுக்' கென்று சிரித்தான். அவன் சிரிப்பில் வெட்டிய மின்னல் பூதத்தைப் போலிருந்தது. சதுக்க பூதத்தின் மூக்கில் ஒரு குட்டி சீசா ஒட்டியிருந்தது. குழந்தைகள் எறிந்து விளையாடும் சீசாவெல்லாம் சதுக்க பூதத்தின் மூஞ்சியில் ஒட்டிக் கொண்டிருந்தது. குழந்தையின் உடலை விட மென்மையாக பூவைவிட மென்மையாக எல்லா உயிர்களும் அதனிடம் வந்து ஒட்டிக்கொள்ளும். அதன் கண்களின் கடைக் கோடியில் என்னைப் பற்றி அதற்கு உணர்விருப்பதாகத் தெரிந்து துள்ளிக் குதித்தேன். குள்ளர்கள் என் உடலை இழுத்துச் சென்றார்கள். ஒபிர் நகரத்தின் பாதாள அறையில்

என்னைப் பூட்டி வைத்தார்கள். அங்கே கிணறு இருந்தது. எட்டிப்பார்த்தேன். உள்ளே வெள்ளைப் பூனை இருந்தது. அது ஆழத்திலிருந்து கோபத்தால் பொங்கி கிணத்தின் மேல் மட்டத்திற்கு வந்துவிட்டது. அதன் நீளமான வெள்ளைக் கால்களை இருட்டில் பார்த்தேன். வெள்ளைப் பூனை ஒய்யாரமாக நடந்து சென்றது. என்னைப் பார்த்து கூச்சத் துடன் ஓடி மறைந்தது. என்னை எலிகள் கடிக்கத் தொடங்கின. என் உடலுக்குள் நூற்றுக்கு மேற்பட்ட எலிகள் என் எலும்பு களையும் காலி செய்வதைப் பார்த்தேன். என் உடல் புராதன உடலாக மாறியது. என் மூளைக்குள் புகுந்த எலிகள் என் மூளை அமைப்பை வளையாக மாற்றியிருந்தது. என் மூளைக்குள் ஒரு மூலையில் நான் ஒளிந்து கொண்டு கைகள் வெட வெட வென்று துடித்துக்கொண்டிருந்தன. என் இருப்பிடத்தின் ரகஸித்தைத் தேடித்தேடி எலிகளும் என் மூளையின் அடிபாகத்தில் என் பெயரையும் என் நிழலையும் இழுத்துக்கொண்டு செல்கின்றன. என் போக்கில் விசித்திர நிகழ்ச்சிகள். வெளியுடன் மனிதர்களை இணைக்கும் உணர் கொம்புகள் என் மூக்கின்மேல் முளைக்க ஆரம்பித்தன. பொருட்கள், காற்றின் அதிநுட்பமான அசைவுகளை உணர ஆரம்பித்தபோது இளமையில் இருந்த விந்தை உறவுகள் எழுந்தது. பாதாள அறையின் இருளில் என் கண்களுக்கு எதுவும் புலப்படவில்லை. நிசப்பதமான இருட்டு. அறையின் ஒரு மூலையிலிருந்து சூரியனின் பிரகாசமான ஒளி தோன்றியது. அந்த ஒளிப்பாதையில் ஒபிர் வந்து கொண்டிருந்தான். அவனே உலகிலேயே அழகாயிருந்தான். அவன் இமை மூடிகளைத் திறந்து என்னைப் பார்த்துக் கண்ணடித்தான். பத்தாயிரம் சிறு கண்ணாடி முகப்புகளின் பக்கவாட்டுப் பார்வையும் கருப்பு வெள்ளை சிவப்பு இளஞ்சிவப்பு ஆரஞ்சு மஞ்சள் பச்சை நீலம் ஊதா இளநீலம் ஆக, நிறங்களின் கோர்வையான விந்தை. அவனது செம்பட்டை தலைமுடி. ஜடை போட்டு பின்னி ரிப்பன் கட்டியிருந்தது. செல்லத்தின் அடையாளம் கன்னத்தில் பொட்டு. ஒபிர் ஜடைகள் மீது சூரியனின்

கதிர்கள் பட்டு ஒளிர்ந்தது. இன்னும் அவன் கண் பார்வை யிலிருந்து மீளவில்லை நான். ஒபிர் முதுகுப்பக்கமிருந்து அவன் தோள்களைத் தொற்றி ஏறும் ஐந்தாறு தலைகள். மெல்ல உயர எழுந்து ஒரே சமயத்தில் என் கண்ணுக்குள் என்ன? என்ன? என்று எட்டிப்பார்த்தன. அவர்கள் மீதும் தங்க ஒளி படர்ந்தது. இப்போது தலைக்குமேல் சாம்பல் நிற வானம் தோன்றியது. ஒபிர் மீண்டும் என்னைப் பார்த்தான். இரண்டு பெரிய கரிய கண்கள். ஒளிக்கிரணங் களைக் கூட்டி மையப்படுத்தும் ஒளி வட்டக்கண்ணாடி களைப் போல் அசைந்தன. எல்லோரும் ஒரே சமயத்தில் என்னை ஊடுருவிப் பார்த்தார்கள். இக்கண்களின் ஒளிப் பதிவு புத்தகங்களில் பதிவுசெய்யும் போட்டோ படங்களைப் போல் தட்டையாக இல்லாமல் பழைய காலங்களில் விடுபட்ட மனித சாயைகளாயிருந்தன. கண்களைச் சுற்றிச் சுழற்றினேன். அதே கணத்தில் ஒபிர் நகரின் விநோதப் பாதைகள் தோன்றின. இந்த நகரம் உங்களுடையதுதானா... என்றேன். குள்ளர்கள் ஜடைகள் அசைய ஆமாம்... ஆமாம்.. என்று கண்களால் ஆமோதித்தார்கள். என்னையே விழுங்கி விடுவதுபோல் பார்த்தார்கள். என்கைகள் பிஞ்சுவிரல் களை நோக்கித் திரும்பின. மனித உணர்வுகளின் மகத்தான வயலின் எங்கிருந்தோ குள்ளர்களால் இசைக்கப்படுகிறது. என்னை உச்சிமுகந்து மறைவது யாரோ; என் உள்ளத்தில் குளுமையான உணர்வுகள் ஏற்படுவது தெரிந்தது. இதை யெல்லாம் வெளித்தெரியாமல் அடக்க முயன்றாலும் முடியவில்லை. துக்கத்தால் என் உடல் குலுங்குவதை பிஞ்சுக்கைகளால் தொட்டு ஆமோதிப்பது போல் இருந்தது. எங்கோ இசைக்கப்படும் குள்ளர்களின் வயலின் கோடுகள் வரும் ஒலிப்பாதைகளில் பறந்து செல்வது யார்?

ஒபிர் இயற்கையில் இருந்த இலைகளைப்போல் மிருதுவான கிளைகளின் வழியே அசைந்துசென்றான். அவனைத் தொடர்ந்து சிறுவர்கள் எல்லைகள் ஏதுமற்ற நிர்வாணத்தில் நடந்து சென்றார்கள். பாதைகள் உயரத்தை நோக்கி சென்றது-என் உணர்கொம்புகள் அசைந்தன. அதில்

கேட்டேன் குழந்தைகள் கேட்கும் மெல்லிய ஒலிகளை. செடிகள் பேசின. அவற்றின் துயரங்களைத் துடைக்கும் சிங்கங்கள் ஓடிவிளையாடிக் கொண்டிருந்தன. காடுகளின் பேச்சு. அதன் குரல் நிறப்பட்டைகளாக வெளிகளாகபெரிய பெரிய இலைகளாக கொழுந்துகளாக பொடி இலைகளாக பிஞ்சுகளாக பூக்களாக நிறங்களாக தககதவென எரியும் சூரியகாந்தியின் வீரியமாக நடுங்கியது. என் முகத்தோற்றம் மாறுதலடைந்தது. கழுதையாக விரும்பினேன். உடனே கழுதைத் தலையுடன் கிழிபட்ட சாம்பல் மூக்கினால் பர்ர்ர்ர்ர் ரென்று தும்மல். முன்னறியாத புதிய உலகில் பிரவேசித்தேன். எல்லாம் எதிர்பாராதது. என் மோப்ப உணர்வு மாறிவிட்டது. என் நேசம் மூச்சாகமாறியது. உயிருடன் இணைக்கப்பட்ட ஒவ்வொரு மரங்களும் என்னைப் பெயர் சொல்லியழைத்தன. நெடுக வளர்ந்த மரங்களின் இலைகள் மனித உணர்வாக மாறியிருந்தது. என் பாதங்களில் வளர்ந்த இலைகள் குமிழ்விட்டு வந்த விரல்கள் ஓர் அமானுஷ்ய சக்தியாக தரையெங்கும் நகரும் எறும்புகளோடு எதைஎதையோ பேசிப் பறிமாறியது. என் விரல்களில் முத்தமிட்ட எறும்புகளின் சின்ன இதயங்களில் தாங்கொனாத் துயரங்கள். ஊர்ந்து செல்வதில் நுண்ணுயிர்கள் அவற்றின் எந்த முகத்திலும் துயரத்தின் சாயைபடாமல் துடைக்கின்றன. உணர்வுகளின் பரப்பாய் மணல் நகரும். ஒவ்வொரு மணலின் வறண்ட ஓசைகளில் புயலின் அசைவுகள் அலையலையாக வினாடிதோறும் மாறும் மணலின் முடிவற்ற பரப்பில் எறும்புகள் சாரைசாரை யாக நகர்ந்து செல்கின்றன. அவற்றிடம் தலைகுனிந்து கேட்டேன் என் செவிப்புலன் கூர்ந்து கேட்டது... புலனுக் கெட்டாத துயரங்களில் அலைந்துதிரிவதேன்? அவற்றின் ஊர்கள் எங்கிருக்கின்றன வென்று... அந்த ஊர்களில் யார்யாரெல்லாம் இருக்கிறார்கள் என்று... எறும்புகள் சொன்னது-ஒரே குரலில்... எங்கள் இதயம் ஒவ்வொரு விநாடியும் உடைகிறது. அடுத்த வினாடியே அதிசயமாக மாறிவிடும். நாங்கள் நகர்கிறோம். ஒருகோடி இதயங்கள்

உடைந்து பிறக்கும் பாதைகளில். எங்களின் நாற்பதாயிரம் திசைகள் உள்ள ஒபிர் நகரம் எங்கோ இருக்கிறது. முடிவடை யாத பாதைகளின் முடிவில் எங்கள் ஒபிர் நகரம் இருக்கிறது. அங்கிருந்து புறப்பட்டு எத்தனையோ நூற்றாண்டுகளாகி விட்டன. திரும்பிப்போகும் தூரத்தை விட முன்னோக்கிப் போகும் தூரம் அதிகமாகிக் கொண்டிருந்தது.

கண்ணாடி மனம் உடைந்தும் உடையாமலும் அதிசய மான நரம்புகள் அதிர்கின்றன. சதாவும் மணல் பாதையில் சறுக்கிச் சறுக்கி நடந்து கொண்டிருந்தேன். சிறுவர்களும் குள்ளர்களும் இறகுகளை முன்னால் நீட்டிப் பறக்கிறார்கள். கண்ணாடிச்சிறகுகள் பறக்கின்றன. வினாடிக்கு ஒருமுறை என் உணர்கொம்புகள் படம்வரைந்து செல்லும். ஜீவனில் உறைந்த கனவுகளை சிறகுகளாகக் கட்டிப்பறந்து கொண்டி ருந்தான் ஒபிர். அவன் என்னருகில் நெருங்கிவந்து என் கழுதைமுகத்தை தொட்டு தழுவுகிறான். அவன் ஸ்பரிசம் பட்டதும் ஒபிர் நகரத்தின் கழுகாகமாறினேன். பல நெடிய காலங்கள் பாதாளச் சிறைகளில் அடைபட்ட புராதனக் கழுகு பறந்து வருகிறது. அதன் சிறகுகள் இரவாக மாறியது. கிரகங்களில் சிறகுகளின் நிழல்படும் போதெல்லாம் இரவுகள் தோன்றும். வளைந்து கொண்டே இருக்கும் அலகில் ஒபிர் நகர சீசா. ஒவ்வொரு வட்டமாக பாதைகளின் விதிகளில் வட்டத்தைக் கடந்து செல்லும். எங்கும் நீல வெளி. மௌனமான வெளியில் கழுகின் மூக்கில் இருந்த சீசா பறந்து செல்லும். எங்கும் வசீகரமான வானவில். சீசாபறந்து கண்ணாடிச் சிறகில் மிதந்து செல்கிறது. வான வில்லின் வட்டத்தில் ஒவ்வொரு நிறமாகக் கடந்து ஒளி வடிவமாக வாழும் சதுக்கபூதத்தின் தோளில் கால்வைத்து அமரும் ஒபிர் நகரத்தின் கழுகு. அதன் இறகொன்றைப் பறித்து வானவில்லின் நிறங்களைத் தொட்டு எழுதிக் கொண்டிருந்தது பூதம். கனவுகளின் ஏடு. அதைப் படிப் பதற்கு முயற்சி தேவையாக இருந்தது. அழிக்கபட்ட பட்சி களின் ஒலித்தொகுதிகள். மறைக்கப்பட்ட சரித்திரத்தின் குறிப்புகள். பூதத்தின் டேபிளில் பெரீய கிராமபோன்

பெட்டி. கருப்பு இசைத்தட்டுகள் அதன் அறைமுழுவதும் குவிந்து கிடந்தது. ஒரே ஒரு குழாயின் முன் நாய் இருந்தது. குழாய்க்குள் முகத்ததை நீட்டி அமர்ந்திருந்தது. கருப்பு இசைத்தட்டு ஓடிக்கொண்டிருந்தது. பூதம் குனிந்து கழுகின் நீண்ட இறகினால் வரைந்த படி... சுருட்டு புகை.

கிராமபோன் பெட்டியை இரண்டு குள்ளர்கள் சுற்றிக் கொண்டிருந்தார்கள். எலிகள் கருப்பு இசைத் தட்டுகளை தெரிவு செய்துகொள்ளும். அங்கிங்கும் உற்சாகத்தில் கத்தி ஓடிவிளையாடும். கருப்புத் தட்டுகள் சுழன்று சுழன்று மாறும். ஒரே லயத்தில் இசையாக மெல்லிய காற்றுப் பட்டலும் அதற்கேற்ப திசைமாறும் கண்ணாடிச் சிறகுகளில் இசையின் திருப்பங்களில் பொம்மைகள் பறந்துவரும்...

அடுத்த இசைத்தட்டு....

பழைய நாட்களில் குழல் ஊதுபவன் அடிவானத்தை நோக்கி ஓடும் பாதையில் ஆயிரக்கணக்கில் எலிகள் அவன் பின்னே ஓடும் இசை.

அடுத்தது....

அன்று ஜீவித்து வந்த பட்சிகளை அவற்றிலிருந்து தோன்றி வழிவழியாக வந்த இன்றைய பறவைகள் நினைத்துப்பாடுவதாக காடுகளின் பாட்டு. அந்தப்பாடல்கள் மணல் பாறைகளில் மோதி எறும்புகள் தோன்றுவதாக...

கடைசியாக எறும்புகளின் பாடல்:

கடுங்குளிர்காலத்தில் பட்டினியால் வாடும் கரடிகளும் கும்பலாய் திரிக்கின்றன... திரிகின்றன... வேடர்களும் மான்களும் பொந்துகளில் மறைகிறார்கள். மறைகிறார்கள்... குளிரில் வாடும் முயல்களும் மந்தை மந்தையாய் சுற்று வதேன்? சுற்றுவதேன்?

முயல்யாரையும் தாக்குவதில்லையே... தாக்குவ தில்லையே. குளிர்பருவப்பறவைகள் தெற்கு நோக்கிப் பறக்கிறது... தெற்குநோக்கிப்பறக்கிறது பறவைகள் ஏன் இடம்விட்டு இடம்விட்டு இடம் மாறுகின்றன? மீன் குஞ்சுகள் கூட்டமாக திரிவதேன்.... தவளைக்குஞ்சுகளும் திரள் திரளாய் அலைகின்றன அலைகின்றன. விட்டில்

களின் பெருங்கூட்டம் மாயவிளக்கில் தீயில்பட்டு எரிவதேன் எரிவதேன்... மாயவிளக்கின் அடியில் கனவு ஏடு புரண்டு புரண்டு எழுதுகிறது... ஒபிர் நகரக் கழுகின் இறகு அசைந்தசைந்து துயரமாய் நகர்கிறது.

42

கருத்தப் பசு

மேலக்கரந்தை புஞ்சைகளுக்கென்று விநோதமிருந்தது. அதைமாற்றவே முடியாது. காடுகளை மனமாகக் கொண்ட கருத்தப்பசு அலையும் அங்கு. இலைகளுக்குள் செடிகளுக்குள் முகம் தெரியும். பசுவின் தனிமையுடன் யாரும் வரமுடியாது. மேலக்கரத்தைக் காட்டில் பிறந்து வளர்ந்த சண்முகத்தாய் அத்தை மட்டும் பசுவின் தனிமையுடன் சென்றாள். எல்லோருக்கும் தெரியும். திருமால்தேவர் இருந்த காலத்தில் கள்ளிக்காடுகளும் அரளிப்பான புதரும் மண்டிக்கிடந்தது. திருமால்தேவருக்கு மந்தையாக மாடுகள் இருந்தன. எல்லாம் ஒவ்வொன்றாக தடம் தெரியாமல் மறைந்தது. காடுகளில் வாழும் பசுவின் தடத்தில் திருமால்தேவரின் காலம் தெரியும். அவ்வளவு கம்பீரமாக வளர்ந்த சோளம் கம்புகள் எங்கு மறைந்தன.

வனாந்திரமான காட்டில் ஊர் இருந்தது. சுற்றிலும் காடுகள். ஆள்நடமாட்டம் இல்லை. அங்குதான் தாயாதிகள் இருந்தார்கள். அவர்கள் மறைந்த பின்னும் வெளியாக மாறியிருந்தார்கள். சண்முகத்தாய் அத்தைக்கு தன்னூரில் இருந்தவர்களைத் தெரியும். அவர்களை நினைக்கிற போதெல்லாம் கசிந்து போனாள்.

இதெல்லாம் விட மனசை ஆற்றுகிற மாதிரி கருத்தப்பசு வந்துவிட்டது. இது ஒன்றே அத்தனை மாடுகள் இருந்ததற்கு அடையாளமாகவும்... இன்னும் அவள் திருமால்தேவருடன் இருந்ததற்கு சாட்சியமாகவும் இருந்துவருகிறது. இப்போது தலையீத்து. நிறைமாசச் சினையில் இருந்தது. பனிக்குடம்

உடைந்து, இப்போது பிறகு என்று இருந்தது. ஈனிவிட்டால் அதுக்கு அழகான கண்ணுக்குட்டி வந்துவிடும். உடம்பு பூராவிலும் நக்கித் தடவி தன் பிரியத்தை நாக்குவழியாக சுரந்து கொட்டும். வாயில்லாச் சீவனின் அன்பில் இருந்த வெள்ளையைப்போல இரவில் நிலவு பொலிந்தது. நிலவு பொலியும் மேலக்கரத்தை காடுகளில் தனிமையில் அலைந்து திரிகிறாள் சண்முகத்ததாய் அத்தை. அந்த பால்போல இறங்கும் வெள்ளை வெளிச்சத்தில் ஏதேதோ விந்தைகள் வருகின்றன. காணாமல் போன பசுக்கள் வருகின்றன... ஓடைப் புஞ்சையில் பருத்திச்செடி வெடித்து உள்ளே இருக்கும் வெண்ணிறப் பஞ்சுகள் மேல்எழும்பி நிலவில் நனைந்து பொன்னாக மாறுவதைப் பார்த்துக் கொண்டிருந்தாள். பருத்தியின் முணுமுணுப்புகள் ஓய்வதில்லை. தூரக்காடுகளிலும் பால் பொழிகிறது... இந்த இரவுக்குமுன் எத்தனையோ இரவுகள் வந்தன... அந்த இரவுகளில் திருமால்தேவன் இருந்தபோது இதே வகை பால் ஒளியில் காடுகளுக்குவந்து பருத்தி வெடிப்பதை பார்த்திருக்கிறாள். அப்போது விரல்களைப்போல் விரிந்த இலைகள் இப்போதும் விரிவதை அதிசயத்தோடு பார்த்துக் கொண்டிருந்தாள். ஊமையான துயரங்களே இரவுகளாக மாறுகின்றன. துயரத்தால் சபிக்கப்பட்டவர்களை இரவுக்குள் அழைத்துச் சென்று அங்கே காடுகளில் பருத்தி வெடிப்பதை பார்க்க வைப்பதே... காடுகளின் செயலாகும்.

கருத்தப்பசுவிற்கு மடிதள்ளிப்போய் இருந்தது. வெகு நீளமான பகலில் நீண்ட காடுகளில் பசு அலைவதும் தூரத்திலிருந்தே தெரியும். அது திரும்பிவருவதை ஊரின் எல்லையிலிருந்து பார்த்துக் கொண்டிருந்தாள். தரையோடு தரையாக சூரியன் மறைவதைக் கருத்தமாடு குளம்புகளால் எத்தி எத்தி உள்ளே தள்ளுகிறது. இவ்வளவு கொடூரமான வெயிலை இதுவரையாரும் பார்த்திருக்கவில்லை. கோடைப் பருத்திகளுக்கு வெயில் நல்ல தென்று சொன்னார்கள். மற்ற சின்னஞ்சிறு புல்பூண்டுகள் கருகிவாடக்கரடுகளாகின்றன. வாடக்கரடுகளை பசு வாய்வைக்கும்போது தாகமெடுக்

கிறது. காடுகளில் அண்ணாந்த பசு சூரியனைப்பார்க்கும். வீசிஎறியும் கதிர்களைக் கண்டு பசு வாதையடையும். குத்துச் செடிகள் கூட தீய்ந்துவிட்டன. சாம்பல்நிறமாகும் காடுகள். கண்களில் வாட்டமுடன் சம்சாரிகள் அலைந்து திரிகிறார்கள். இந்த வருஷம் பருத்தி வெடிப்பை நம்பித் தான் திரும்புகிறார்கள். வீடுகளில் தகர விளக்குகள் அசை கின்றன; சிறு நம்பிக்கைபோல.

அதற்கு இனிமேல் காய்ந்த வைக்கோலைப் போட்டு கஷ்டப்படுத்தக்கூடாது. நிறையவே புல்லையும் அரிந்து போடணும். தூரக்காடுகளுக்கு அப்பால் மாசார்பட்டித் தோட்டக்காடுகளில் பச்சைப்புல் இருப்பதாக சிலர் சொன்னார்கள். மினுக்கட்டாங் கொடிகள் இருக்கும் ரகஸியத்தை மாடு மேய்க்கும் சிறுவர்கள் சொன்னார்கள். சண்முகத்தாய் அத்தை உடனே கடகடப்பெட்டியுடன் புல்லுக்குப்போனாள்.

சண்முகத்தாய் அத்தை காட்டிலிருந்து இன்னும் வர வில்லை. அந்தப்பசுவிற்கு பிரசவம் ஆகப்போகிறது. அதற்காக அவஸ்தைப்படுகிறது. அவள் பக்கத்திலிருந்தால் அதுக்கு சிரமமிருக்காது. இப்போதுகூட அவள் வந்து விடலாம்.

யாரும் இல்லாத தொழுவத்தில் பசுவின் பிரசவ அவஸ்தைகள் முறிந்து அதன் வாயிலும் மூக்குத் தண்டிலும் வெந்நுரையும் ரத்தக் கசிவும் கண்டது. மூக்கில் ரத்தம் வடிந்து நூலாய்ச் சிந்தியது.

'ம்மா....' என்று கடைசியாக ஒரே ஒருமுறை தனது அம்மாவை அழைத்தது. அப்படி ஒரு தடவையும் இதற்கு முன்னால் கூப்பிட்டதில்லை.

அந்த அழைப்பிற்குப்பிறகு, 'கொளக்' கென்று மண்டை யைச் சாய்த்து கால்களைத் தாறுமாறாய் பரத்திப்படுத்து விட்டது.

அதன் கண்ணின் ஓரமாய் திரண்டிருந்த கண்ணீர் நீண்டு வடிந்து, மண்ணில் மூன்று நான்கு சொட்டுக்களாய் விழுந்து மறைந்தது. சண்முகத்தாய் அத்தைக்கு உயிராயிருந்த

கருத்தப்பசு மரித்துப் போய்விட்டது.

அது கடைசியாக சண்முகத்தாய் அத்தையைத்தான் கூப்பிட்டிருக்கவேண்டும். அது கூப்பிட்டபோது அவள் கூட இருந்தாலும் என்ன செய்யமுடியும். பசு மரித்துப் போவதை தடுத்திருக்கமுடியுமா. இனி அவளுடன் வாழ்ந்து கொண்டிருக்கும் பழைய தனிமையும், இருட்டும்தான் துணைக்கு இருக்கின்றன. மாட்டுத்தொழுவமும் ஓடைப் புஞ்சையும் தனிவீடும் ஊமை மாடுகள் சென்றுவிட்ட பாதையை நோக்கி மௌனமாகும்.

தொழுவத்திற்கு ஒரு காகம் வந்தது. அது வழக்கமாக வந்து போகிற காகம்தான். அதற்கு கருந்தப்பசுமேல் உட்கார்ந்தே பழகிவிட்டது அப்படி உட்காரும் போதெல்லாம் பசு, காது களை ஆட்டி காகம் உட்காருவதைப் பிரியமாக ஆமோதிக்கும். இப்போது பசுவின் காதுகள் இயங்க வில்லை. தனக்கு கனத்த உடம்பு இருக்கிற மாதிரித்தான் இந்த காகம்; உடம்பை தூக்க முடியாமல் அசைந்து அசைந்து நடந்து போகும். காகம், பசுவின் உடம்பு நெடுக நடந்துபோய் அதன் தொடைப்பக்கம் இருந்த பழைய புண்ணைக் கொத்திப் பார்த்தது. இப்போது பசுவிற்கு வாலைக்கொண்டு அடிக்கிற விளையாட்டெல்லாம் இல்லை. பசுவின் அகால மரணம் காகத்திற்குத் தெரிந்திருக்க நியாயமில்லைதான்.

ஒரு வித்தியாசத்தை உணர்ந்து காகம் வாய்விட்டுக் கரைந்தது. பசுவை எழுப்பி விட முடியாமல் தோற்றது.

மேல வீட்டு சந்துவழியாக அரவம்கேட்டு காகம் பறந்து போனது. சந்துக்குள்ளிருந்து 'கிய்யாமுய்யா' கூப்பாடுகளுடன் கோழியும் குஞ்சுப்பட்டாளமும் வந்துகொண்டிருந்தது. தொழுவத்தில் செத்துப்போன பசுவைப்பற்றி எந்தவித அக்கறையும் இல்லாமல் அந்தக் கோழிகள் இரையைத் தேடிக்கொண்டு தொழுவைத்தாண்டி வாசலைத் தாண்டி தெருவில், பிரவேசித்தன. ஆனால் கூரைமேல் இருந்த என்வீட்டு வெள்ளைச்சேவல் பார்த்துக் கொண்டிருக்கிறது மௌனமாக.

சண்முகத்தாய் அத்தைமேல் இருக்கிற பிரியத்தைவிட

கருத்தப்பசுமேல்தான் எனக்கு ரொம்ப இஷ்டம். பக்கத்து வீட்டு சேவலின் சொந்தக்காரியான என்னிடத்திலும் பசுவிற்கு பிரியம்தான். அது சண்முகத்தாய் அத்தைக்கு பசுமேல் இருந்த ஆசையைப்போல பெரியது. என்னை சின்னப்பிள்ளை என்று நினைத்துத்தான் கருத்தப்பசு என் பக்கம் திரும்பிப்பார்க்கும். நான் சேவலைத்தூக்கிக் கொண்டு ஓடித்திரிவேன் அங்கும் இங்கும்.

கருத்தப்பசு ஈனிவிடும். வீடே 'ஈனில்' ஆகிவிடும். மனசு போல சீம்பால் கிடைக்கும். சண்முகத்தாய் அத்தை எனக்குத்தான் ரொம்பக் கொடுப்பாள். ஊரிலுள்ள எல்லாப் பிள்ளைகளுக்கும் கொடுத்துவிடுவாள். சமயத்தில் தயிர் கிடைக்கும். தயிரைக் கடைந்து நெய் கொடுப்பாள். மத்தி யான கஞ்சிக்கு தெருப் பிள்ளைகளுக்கு மோர்கொடுப்பாள். கருப்பு மத்துகள் கடைகிற சத்தம் கேட்கும் பாதையில் எல்லாமாடுகளும் சண்முகத்தாய் அத்தையைவிட்டுப் பிரிந்து சென்றன. அவை போனபிறகும் மத்தின் ஒலி எங்கோ கேட்டுக்கொண்டிருக்கும்.

முந்தின ராத்திரிகளில் பசுவைப்பற்றி கனவுகள் வந்தன, சண்முகத்தாய் அத்தைவீட்டு மாமா வந்தார். கெடாமீசை வைத்திருந்தார். கிருதா வைத்திருந்தார். அவர் எப்பவோ செத்துப்போனார். ஆனால் அவர் மீசையும் குண்டாமூக்கும் மறக்கவே இல்லை.

அந்தத் தொழுவத்தின் நாழிஓட்டில் ரொம்பக் கருப்பாகிப் போன பழைய செருப்புகளும் மாட்டுத் தும்புகளும் சுருண்டு கிடந்தன. அதைப்பார்க்கவே பயமாக இருக்கும். ஆனால் சண்முகத்தாய் அத்தைக்கு பயமே இல்லை. அதைத்தான் 'செத்தாள் செருப்பு' என்று அம்மா சொன்னாள். திரும்பத் திரும்ப கருத்தப்பசு கட்டிக்கிடந்த தொழுவத்தின் ஓட்டின் மேல் கிடந்த செருப்புகளை எல்லாம் பத்திரமாய் இருக் கிறதா என்று பார்த்துக்கொண்டாள். அப்படிப் பழைய பாதக்ஷைகளைப் பார்ப்பதில் சண்முகத்தாய் அத்தை கவனமாக இருந்தாள். சில நாளைக்கு அழுதாள். அந்த சுருண்டுபோன கந்தல் பாதரக்ஷைகளை எவ்வளவோ

காலம் பத்திரப்படுத்தி வருகிறாள். காணாமல் போன மாடு களின் தும்புகள் பலகீனமாகிக் கிடக்கின்றன. அதெல்லாம் சண்முகத்தாய் அத்தைவீட்டு, மாமா, மாடுகளுக்காகத் தானே செய்த தும்புகள். அதில் வெண் சங்குகள் இருந்தன. அவையும் சாம்பல் பூத்திருந்தன. மாடுகளோடு பின்சென்ற பாதரக்ஷைகள் எல்லாம் காடுகளில் அலைந்தலைந்து தேய்ந்து போனாலும் தேவையில்லாமல் போய்விட்டாலும் அவை அவர்கள் இருவர் வாழ்ந்த நாட்களில் மாற்றி மாற்றி அணிந்து சென்றதாலும் ரொம்ப வாழ்க்கை நடத்தி விட்டதாலும் அவற்றையெல்லாம் அகற்ற முடியவில்லை. வாழ்வின் சோகங்கள் அவளுக்கு தொழுவத்து மேல் கிடந்த கந்தல் பாதரக்ஷையில் இருந்தது. சுருண்டு வளைந்த கருப்புப் பூனைகளாகத் தெரியும் செத்தாள் செருப்புகள். சண்முகத்தாய் அத்தைக்கு அந்தமாமா எப்போதும் காடு களில் இருந்து உலர்ந்த பழங்களை கொண்டுவருவார். சீமைத்தக்காளிச் செடிகளை வேரோடு கொண்டுவந்து தொழுவத்தில் நட்டிவைப்பார். இருவரும் ஒருவரை ஒருவர் அடித்துக்கொண்டு சண்டை இடுவது ஊருக்கே கேட்டது. வீட்டிலுள்ள மண்பாண்டங்கள் வெடித்து சிதறும். அப்புறம் சிதறிய பாண்டங்கள் எல்லாம் ஒன்று கூடிவிடும். அவ்வளவுக்குள் சேர்ந்துவிடுவார்கள். மாடுகளைப் பார்க்க வேண்டுமே. தொழுநிறைய மாடுகள் அசைபோடும். பருத்தி விதை ஆட்டி தவிடு தள்ளி ஒருவரை ஒருவர் இடித்துக் கொண்டார்கள்.

சண்முத்தாய் அத்தைக்கு பிள்ளைகளில்லை. மாடுகள் அருகருகே தலைநீட்டும். காடிகளில் இருந்து எட்டிப் பார்க்கும். வெள்ளைநிற மாடுகள் எல்லாம் போனது எல்லாமே போய்விட்ட மாதிரி தெருவே வெளிச்சோட்டம் கண்டது. மாடுகள் காணாமல் போனால் இரவுகள் நிசப்த மாக உறையும். இரவு அசைவதே மாடுகளுடன்தான். உயிர் இல்லாத இருட்டில் யாரால் வசிக்கமுடியும். மேலக் கரந்தையில் ஒவ்வொரு தொழுவிலும் காடிகளில் மாடுகள் அசையும் ஒலி கேட்டுக்கொண்டிருக்கும். தூக்கத்துக்கிடையில்

மூச்சுவிடும் இருட்டு கொஞ்சம் கொஞ்சமாய் மூச்சை இழந்து கழுத்தை இறுகக் கவ்விக் கொண்டிருந்தது கிராமத்தை. கருத்தப்பசு மாத்திரமே அண்ணாந்து சினைப் பருவத்தில் சில சாயைகளை சலனங்களாக வெளிப் படுத்தியது. சினைமாடு செத்த தொழுவத்தில் விட்டங்களும் ஓடுகளும் விறைத்து தொங்குவது தெரியும்.

கருத்தப்பசு நின்ற காடுகளும் கொஞ்சங் கொஞ்சமாய் எல்லோரது கண்களைவிட்டும் மறைகிறது. மாடுகள் வரும் சப்தத்தில்தான் காடுகளில் இருக்கும் மூதாதைகள் மரங்களாக மாறுவதாக நம்பினார்கள்.

மத்தியான கஞ்சிக்கு விட்டு, பாடசாலை மணி அடித்தது. தெருப்பிள்ளைகள் வருகிற சத்தம். தொழுவத்தைப் பார்த்து சில பிள்ளைகள் வந்து நின்று வேடிக்கைப்பார்ப்பதாகத் தெரிகிறது. ஒன்றிரண்டு பிள்ளைகளைத் தவிர எல்லாப் பிள்ளைகளும் சண்முத்தாய் அத்தை வீட்டில் கூடி நின்றார்கள். கதவு நாராங்கி போட்டு மூடியிருந்தது. கருத்தப்பசுவின் உடம்பு தாறுமாறாய் கிடப்பதைக் கண்டு சிலபேர் மருண்டு போனார்கள். கருத்தப்பசுவிற்கு பக்கத்தில்போய், அதைப் பார்க்கப்பயமாக இருக்கிறது. அஞ்சாம்வகுப்பு மாரியம்மாள் அழுதுவிட்டாள். அவளது சின்னத்தம்பி அவளைப் பார்த்து அழுதான். இரண்டாப்பு கூட்டம் கொஞ்சம் கொஞ்சமாய் சிணுங்கலில் ஆரம்பித்த அழுகை, ஒரு குறிப்பிட்ட எல்லை வரை நீண்டு திடீரென்று வெடித்து விட்டது. சில பிள்ளைகள் மூக்கை மூக்கை உறிஞ்சுகிற சத்தத்தோடு அழுதன. இப்போது நேரம் ஆகிவிட்டது. பாடசாலைக்கு அழைக்கிற மணியை அடிக்க வேண்டிய சட்டாம்பிள்ளை காளியப்பன் மேலவீட்டு சுவரில் சாய்ந்துகொண்டு நின்றான். அவன் கண்ணீரை விட்டு விடாமல் முங்கிப்போன சோகத்தை தேக்கிக் கொண்டிருக்கிறான். இவ்வளவு நேரம் வரைக்கும் வராமலிருந்த அழுகை எனக்கும் வந்துவிட்டது. திண்ணையில் கிடந்த கயிற்றுக்கட்டிலில் குப்புறப்படுக்கவும் சத்தமில்லாமல் குமுறி அழுகவும் கட்டில் கூச்கீச் என்று சத்தம் போட்டது.

சின்னப்பிள்ளைகள் மனசு ஏன் இப்படி ஆகிறது. குழந்தை

முகங்களில் இப்படி ஒரு துக்கம் படர்ந்துவிட்டால் என்ன மாய் வாடி வதங்கிப்போகிறது.

கொஞ்ச நேரத்தில் எல்லாப்பிள்ளைகளும் கனமான வஸ்துவை சாப்பிட்டு, விழுங்கமுடியாத திணறலில் சொக்கிப்போய் நின்றன.

அப்புறம் ஒவ்வொருவராய் தெருவையே கடக்க முடியாமல் வேறுவேறு சாயல்கள் தோன்றிய வெயிலில் இருட்டிக் கொண்டு நடந்தார்கள். அப்போது அடித்துக் கொண்டிருந்த வெயிலில் வீடுகளும் காரைச்சுவர்களும் என்றுமில்லாமல் கருத்து உறைந்தன. வெய்யிலின் மஞ்சள் நிறம் மாறி வெளிர்ச்சியான வெள்ளை வெயில் தோன்றி அவர்களை அழைத்துச் சென்றது. தொலைவான காடுவரை நீண்ட வெயிலில் எங்கோ ஒரு அடிவாரத்தில் இருந்து சிறுபுள்ளியாகத் தெரிந்த உருவம் அசைந்தசைந்து வந்து கொண்டிருந்தது. மஞ்சள் நிறமடைந்த சண்முகத்தாய் அத்தையின் இரைப்பொலி தலைச்சுமையுடன் நகர்ந்து கொண்டிருக்கிறது காட்டில்.

பாடாசாலை மணி ஒலித்து எங்கும் நிசப்தம். வீட்டைச் சுற்றித் திரும்பவும் கனத்த அமைதிவந்து நின்றது. கட்டிலின் அடியில் விழுந்து கிடந்த கயிற்றின் நிழல் கோடு கோடாய் தெரிந்தது. இந்த நிழலில் என் நிழல் சிறைப்பட்டுப்போன நிலையில் இருக்கிறது.

மனசுக்குள் ரொம்பத்தூரம் இரக்கமும் பயமும் வந்து இறங்கி முன்பெல்லாம் செத்துப்போன பசுக்களைப் பற்றி யும் பெரியவர்களைப்பற்றியும் நினைவு வந்து மெதுவாகக் கரைந்துக் கொண்டிருந்தது.

பள்ளிக்கூடப் பிள்ளைகள் வருவதற்கு முன்னால் ஒரே ஒரு காகம்மட்டும் வந்து, அது புரியாத உணர்வை மட்டுமே கொண்டுபோனது. நாளைக்கு அந்தக்காகம் இந்தப்பக்கம் வரும்போது என்னென்ன நினைத்துக் கொள்ளுமோ. ஆனால் அந்தக் காகத்துக்காகவும் அழுதுபோன பாடசாலைப் பிள்ளைகளுக்காகவும் எனக்கு அழுகை வந்தது.

கடைசியாக சின்னச்சின்ன ரீங்கரிப்பில் ஈக்கள் வந்தன.

இந்த ஈக்களின் பட்டாளம், பசுவின் கண்ணுப்பட்டைக்குள் திறந்தே இருந்த கண்ணில் சுற்றி வட்டமடித்து மொய்த்தன. கருத்தப்பசு கடைசியாக அதன் அம்மாவை அழைத்த போது திறந்தவாயை இன்னும் மூடாமலே இருக்கிறது. அதைச் சுற்றி ஈக்கள் பறந்தன. மூக்கில் எப்போதுமே திறந்திருக்கும் நாசித் துவாரங்களில் உறைந்துபோன ரத்தம் நிரம்பி மூடியிருந்தது. கருத்தப்பசு இறந்த நிமிஷம் அப்படியே ஒவ்வொரு இடத்திலும் பொருளிலும் தூணிலும் உறைந்து விட்டிருந்தது.

சண்முகத்தாய் அத்தை கடகப்பெட்டி நிறைய பச்சைப் புல்லாய் அரிந்து வருகிறாள். கழுத்து ஒடிய பெரிய சுமை யாகச் சுமந்து வருகிறாள்.

ஊர்மைதானத்தை கடந்து நாழி ஓடு போட்ட வரிசைக் கிரமமான இரண்டு மூன்று நான்கு வீடுகளையும் தாண்டி வருகிறாள். அந்த மூடிய நாழியோட்டு வீட்டு வாசலில் அந்த கருத்தப்பசுவின் சாணம்தான் தெளித்திருந்தது. காலையில் தெளித்த சாணத்தின் ஈரம் காய்ந்து போய் தெருவெங்கும் கந்தலாய் விரிந்து கிடக்கிறது. இதெல்லாம் பார்த்து; மேல வீட்டு சுவரைப்பார்த்து கட்டிலில் படுத்திருந்த என்னைப் பார்த்து; தொழுவைப்பார்த்து; கருப்பாய் கிடந்த பசுவைப் பார்த்து.... ஒரு.... பேரிடி இருளடித்து மிரண்டு.... தலைச் சும்மாடு நழுவிய.... புல்லுக் கடகம் சரிந்து விழுந்த இடத்தில் தானும் விழுந்தாள்.

அவள் வாழ்ந்திருந்த காலமெல்லாம் பட்டபாடெல்லாம் மொத்தமாய் ஒரே நேரத்தில் விழுந்திருக்க வேண்டும். அவள் மூச்சை இழந்தாள். கயிற்றுக்கட்டிலிலிருந்து எழுந்து போய், அவளை கைத்தாங்கலாக தூக்கிவந்து கட்டிலில் கிடத்தினேன். முகத்தில் தண்ணீரை அடித்து எழுப்பினேன் அவளை. நிஷ்டூரமாய் மூச்சுவிட்டாள் சண்முகத்தாய் அத்தை. மேலும் மேலும் மூர்ச்சையிழந்தாள். பிரக்ஞை கொஞ்சங் கொஞ்சமாய் இறங்கியது. தன் உசார் இழந்து கொண்டிருந்தபோது கடைசியாக சண்முகத்தாய் அத்தைக்கு கருத்தப்பசுவின் குளம்போசை கேட்டிருக்கும். கூரைமேல்

இருந்த வெள்ளைச் சேவல் திடீரென்ற கத்தியது. கூரையி லிருந்து சடசடத்து கீழிறங்கி தெரு வழியே கத்திக்கொண்டு ஓடியது. தெருவே அதன் சத்தத்தில் மிரண்டு துடித்தது. மேலும் மேலும் தெருக்களின் பல்வேறு மூலைகளில் வெவ்வேறு சேவல்கள் கத்துவது தொடர்ந்து கேட்டுக் கொண்டிருந்தது.

●

43

தச்சன் மகள்

எந்தக் கேள்விக்கும் வெடுக்கென்று பதில்சொல்லி விடுகிறாள் வெங்கிட்டம்மாள். பழுப்பு வளையல் அணிந்த கையால் மற்ற மாணவிகளுக்கு குட்டுவிடச் சொன்னாள் டீச்சர். அதனால் ஏற்படுகிற சீற்றங்களை மாணவிகளிடமிருந்து சந்திக்க நேர்கிறது.

மூன்றாவது டெஸ்க் வாயாடிகள் சொன்ன மாதிரி அவள் பெரிய்ய பாடப்புஸ்தகம் மாரித்தான். 'முந்திரிக்கொட்டை'

ஆனால் வெங்கிட்டம்மாளுக்கும் கூடத்தான் சில கேள்விகளுக்கு பதிலே தெரியாது. அது பாடப்புஸ்தகங்களைத் தாண்டிய கேள்விகளாகத்தான் இருக்க முடியும்.

அவளுக்கு மற்ற கேள்விகளும் சங்கதிகளும் பிடிப்பதே இல்லை. அவளுக்கு தெரியாததெல்லாம் பிடிக்காது. அதற்கெல்லாம் பதில் தெரிந்து கொண்டிருப்பதாக பாசாங்கு செய்தாள். அதை யாரும் நம்பவில்லை என்றாலும் கூட தொடர்ந்து சொன்னதையே சொன்னாள்.

மைனாக் குஞ்சு மாதிரி வாயை வாயைத் திறந்தால் அவள் கெட்டிக்காரத்தனம் போய்விடாதா. யாரும் விரும்பாமல் வலியப் பேசுவதும் அவர்களிடம் வாங்கிக்கட்டிக் கொள்வதும் எப்போதும் தொண்டைக்கடியில் வெட்கத்தையும், துக்கத்தையும் வைத்துக் கொண்டு வெளியிட முடியாமல் சிரமப்படுவதும் தான் அவளுக்கு வழக்கமாசிவிட்டுது. அவளும்தான் எத்தனை தடவை அந்த ஒரே பொய்யை திரும்பத்திரும்ப சொல்லிக் கொண்டிருக்க முடியும். யாருக்கு இஷ்டம் வரும். எல்லோரும் வெங்கிட்டம்மாளை

வெறுத்தார்கள். அவள் பாடப்புஸ்தகங்களை கரைத்துக் குடித்தாலும் வகுப்புக்கு வெளியில் டூ விட்டார்கள்.

அய்யா இருந்தால் இதையெல்லாம் பார்த்துக் கொண்டு சும்மா இருப்பாரா. வெங்கிட்டம்மா வாயில் பொய் வருமா.

இந்த ஆத்தாளுக்குத்தான் எப்போதும் மகள் மீது கவனமே இல்லை. ஆண் துணை இல்லாமல் வசிக்கிறதும் என்ன... கஷ்டமானது. ஆத்தாளுக்கு விடிந்தால் காடு அடைந்தால் வீடு என்றாகி விட்டது.

தச்சனின் மனைவியாக பேர்ப்போக வாழ்ந்த காலமும் கண்ணுக்கு எட்டுகிற தூரம் போல கிட்டத் தெரிகிறது. நடந்து விட்டதெல்லாமும்தான் ஏமாற்றுகின்றன.

ஊரெல்லாம் தச்சு வேலை செய்து ஆலமரத்தில் பட்டறை போட்டு தாட்டியமாக வாழ்ந்த சந்தன ஆசாரி சும்மா போய் விடவில்லை. தச்சனை உரித்து வைத்த மாதிரி கருப்பு மகள் வெங்கிட்டம்மாளை ஆத்தாளுக்குத் துணையாக விட்டுச் சென்றார்.

இந்த வீடான வீட்டை வைத்துக்கொண்டு படிக்கப் போடுகிறாளாம் மகளை... 'பெரீய்ய கலெக்டர் உத்யோகத் துக்கு' என்றார்கள்.

தச்சன் வீட்டைப் பற்றி அவர்கள் பேசினார்கள். ஊரில் பன்னிக்கும் குட்டிகளுக்கும் நல்ல குடிசைகள் இருந்தன. பேர்போன தச்சன் சந்தன ஆசாரி வீடு க்ஷீணதசையடைந்து கொண்டிருந்தது. சாபத்தில் விழுந்த வீடு என்றார்கள். நான்கு சுவர்களுக்குப் பதில் மூன்று சுவர்கள் இருந்தன. முற்காலத்தில் கட்டிய தச்சன் வீடு நாழி ஓடு போட்டது. மிஞ்சிய சில ஓடுகளே தங்கியிருந்தன. ஆயிரத்துக்கும் மேற்பட்ட நாழி ஓடுகள் விழுந்து மறைந்தன. சில நாழி ஓடுகள் காரை பெயர்ந்து விழும் சத்தம் துணுக்காகக் கேட்டது. வெங்கிட்டம்மாளுக்கு கண்ணெதிரில் சிதறி விழுந்தன. துகளாகி காலடி மண்ணாகித் தேய்ந்து கொண்டிருந்தன. தெருவில் நடக்கும்போது ஓட்டுத் துணுக்கள் கிடப்பதைப் பார்த்தாள். பள்ளி செல்லும் வழியில் வீட்டுச் சுவர்கள் அவளோடு சேர்ந்து வந்தன.

தன் வீடு இடிந்து போயிருந்தாலும் வீட்டோடு அதிசயப் பட்டாள். அய்யாவின் கொத்து வாச்சும் இளைப்பு உளியும் மேலும் சில துருப்பிடித்த சாமான்களும் இருந்தன. பள்ளிக் கூடம் விட்டு வீட்டுக்கு போய் அய்யா அவளுக்காக விட்டுச் சென்ற ராஜியத்தில் விந்தையான விளையாட்டுகள் இருந்தன.

'அடீ வெங்கிட்டம்மா... ஏண்டி தாவணிபோடு போடுன்னு எத்தனை வாட்டி சொல்ல தாவணி போடாம ஏண்டி பள்ளிக்குடம் வார' என்றாள் கண்ணம்மா டீச்சர். அவளால் மாணவிகளுக்கு உடனுக்குடன் தண்டனை வழங்காமல் இருக்கமுடியாது. இரண்டு பிரம்புகள் சேர்த்து வைத்து வெங்கிட்டம்மாளின் உள்ளங்கையில் நாலு அடி சேர்ந்தாற்போல கொடுத்து பெஞ்சிமேல் ஏறும்படி கட்டளை இட்டாள்.

வெங்கிட்டம்மாள் எல்லாப் பிள்ளைகளையும் சங்கோஜத் தோடு பார்த்துக்கொண்டு பெஞ்சியில் ஏறி நின்றாள்.

இப்போதுதான் வெங்கிட்டம்மாளின் கிழிந்த பாவாடை யும் அதன் கிழிசல்களும்-நிறமே கண்டுபிடிக்க முடியாத மேல்சட்டையும்-அதில் தான் அந்த சன்னல்களும் கிழிசல் களும் இருக்கின்றன. எல்லார் கண்ணுக்கும் தெளிவாகத் தெரிகிறது. பிள்ளைகள் பர்ர்ர்ர்... என்று பிளசர் சத்தத்தில் வாயை திறக்காமல் சிரித்தார்கள்.

எந்தக் கேள்விக்கும் முந்திக்கொண்டு பதில் சொல்லும் வெங்கிட்டம்மாள் தலையைக் குனிந்து கொண்டு நின்றாள்.

கண்ணம்மா டீச்சர் எல்லாப்பிள்ளைகளிடமும் கேள்வி களாய் கேட்டாள். சரித்திரப் பாடப்புஸ்தகத்தில் ஹர்ஷரது சாம்ராஜிய எல்லைகளைக் கேட்டாள். பாடலிபுத்திரத்தை தலைநகராகக் கொண்ட நாடு, அசோகரின் கல்வெட்டுகள் எங்கே இருக்கின்றன, பௌத்த மதத்தைப் பரப்புவதற்கு இலங்கை சென்ற ராஜகுமாரனும் ராஜகுமாரியும் யார்? யார்?... டீச்சர் கேட்ட எல்லாக் கேள்விகளுக்கும் வெங்கிட்டம்மாளிடம் பதில் இருந்தது. டீச்சர் தான் அவளை சட்டை செய்யவில்லை.

வெங்கிட்டம்மாளுக்கு பதில் சொல்ல வேண்டும்

என்று ஆசைதான். ஆனால் பெஞ்சிமேல் நிறுத்தி விட்டாளே டீச்சர். எல்லாரும் ஊசிக்கண்ணால் வெங்கிட்டம்மாளைப் பார்த்துக் கொண்டார்கள்.

வெங்கிட்டம்மாளுக்குச் சொல்ல முடியாத அழுகையும் பயமும் வந்துவிட்டது. அழுகை வரவும் கொஞ்சம் கொஞ்ச மாக முகமே மாறிக்கொண்டு வருகிறது. பெஞ்சிக்கும் உயரமாக இருக்கும் எழுதும் டெஸ்க்கில் விரித்து வைத்த சரித்திர நோட்டில் பக்கங்கள் ஒவ்வொன்றாய் கிளம்பு கின்றன. காற்று சத்தம்போட்டு பக்கங்களைப் புரட்டுகிறது.

வெங்கிட்டம்மாள் கண்ணீராக உதிர்த்தாள். சத்த மில்லாமல் வாயைக் கோணிக்கொண்டு அழுதாள், அந்த சரித்திர நோட்டில் ஒவ்வொரு பக்கத்திலும் குண்டு குண்டாய் எழுதியிருந்தாள். ஒவ்வொரு பக்கத்திலும் கண்ணீர் துளி துளியாக உதிர்ந்து விழுந்தபோது பக்கத்துப் பிள்ளைக்கு நோட்டில் கண்ணீர்த் துளி விழும் சத்தம் கேட்டிருக்க வேண்டும். கண்ணீரால் எழுத்தெல்லாம் கொஞ்சம் கொஞ்ச மாக நனைந்தன. கரைந்து படிந்தன. சில எழுத்துக்கள் உண்மையாகவே அழிந்து கொண்டிருந்தன.

வகுப்பு முடிந்ததும் வீட்டுக்குப்போக மனமில்லாமல் நடந்தாள். எல்லாப்பிள்ளைக்கும் கடைசியாகத் தான் மட்டும் தனியாகப் போனாள். இருட்டிவிட்டதால் வேலிச்செடிகள் வளைந்து அசைந்து கொண்டிருந்தன. இருட்டுப் பூச்சிகள் உடனே வந்து இருளைக் கக்கத்துவங்கிவிட்டன.

வேறுயாராவது கேட்டிருந்தால் அந்தப் பொய்யைச் சொல்லியிருப்பாள். ‘சீக்கிரமா எங்காத்தா எனக்கு புதூ தாவணி வாங்கித்தரப் போரா... நெசமாத்தான் சொல்றேன் இவளே... நீவேணா பாரேன்...’ மின்னும் அழகில் பொய் சொல்லித் தப்பித்திருந்தாள் முன்பு.

யாரும் கேட்காதபோது அவளாகவே ஒரு பேச்சு பேசுவாள் ‘எங்க வீட்டுக்கு புதூ ஜன்னல் கதவு எல்லாம் வரப்போவுது...’ என்றாள்.

எல்லாவற்றுக்கும் சேர்த்து தண்டனை கிடைத்துவிட்ட அவமானம். இந்தப் பிள்ளைகளும் கண்ணம்மா டீச்சரும்

பிடிக்கவில்லை.

சின்னப் பள்ளிக்கூடத்தில் அஞ்சாப்பு படிக்கும் போதெல்லாம் இப்படி இல்லையே. ஊதாவில் பாவாடை மட்டும்தான் இருந்தது. சட்டை கூட போட்டுக்கொள்ளாமல் பள்ளிக்கூடம் போனால் அந்த வாத்தியார் அடிக்கமாட்டார்.

பள்ளிக்கூடம் போகாத மேலவீட்டு கந்தன் இன்னும் டவுசர் தான் போட்டுக்கொண்டிருக்கிறான். சின்னப்பள்ளிக் கூடத்தைத் தாண்டி பெரிய பள்ளிக்கூடம் வரவும் 'சட்டை போடாமல் வரக்கூடாது' என்றார்கள். அன்று ஆறாப்பில் பேர்சேர்க்கப்போன போது ஆத்தாளுக்கு இருந்த அந்த ஒரே ஒரு மஞ்சள் ரவுக்கையை மேலில் இருந்ததை களட்டி 'மக்கா... இதப்போட்டுக்கடீ... ஆத்தா உனக்கு சீக்கிரமா... புதூசட்டை வாங்கித்தாரண்டீ.... என்று அவளே அந்த ரவுக்கையைப் போட்டு விட்டாள்.

அன்றிலிருந்து ஆத்தா ரவுக்கை போட்டுக் கொள்ளாமலே தான் இருந்தாள். அதைப்பற்றியெல்லாம் அவள் கவலைப் படுவதில்லை.

இந்த வடக்குத்தெருப் பிள்ளைகள்தான் அடிக்கடி புதுச் சட்டைகளும் கலர்க்கலர் பித்தானும்வைத்த சட்டையும் போட்டு வருகிறது.

ஆத்தாள் போட்டுவிட்ட மஞ்சள் ரவுக்கை தொள தொளவென்று துணிபொம்மைக்கு சட்டை போட்டமாதிரி இருக்கிறது.

முந்தி எல்லாப்பிள்ளைகளும் 'ரவுக்கை... ரவுக்கை மஞ்சள் ரவுக்கை. மஞ்சள் பாட்டி' என்று கேலிசெய்தார்கள். அப்புறம் அதையெல்லாம் அவர்கள் மறந்து போனார்கள். மழை எல்லாம் வந்து ஓய்ந்தது போல எல்லாக் கேலிப் பேச்சும் ஓய்ந்து போனது.

ஆறாம் வகுப்பில் எத்தனையோ பரீச்சைகள் வந்தன. லீவு வந்தது. அரைப்பரீச்சை லீவு முடிந்தது. பள்ளிக்கூடம் திறந்தார்கள். அப்புறம் முழுப்பரீச்சை வரப்போவதாக சொல்லிக்கொண்டு எல்லாரும் பயந்து கொண்டே படித் தார்கள். இந்தச் சமயங்களில் தான் எல்லாமே மாறுவது

கண்ணில் படுவதில்லை. யாரிடமும் சொல்லிக்கொள்ளாமல் வெங்கிடம்மாள் கூடத்தான் மாறிக்கொண்டு வந்திருக்கிறாள்.

இந்த மஞ்சள் ரவுக்கைகூட மாறிவிட்டது. அது ஆத்தாளிடம் இருக்கும்போது அடிக்க வருகிற மஞ்சளாக இருந்தது. இப்போதுதான் அது இருந்த கலரை விட்டு இன்னொரு கலருக்கு மாறி விட்டது.

அது எத்தனைதான் மாறிவிட்டாலும் கடவுள் நாயக்கர் வீட்டிலிருந்து ஆத்தா வாங்கிவந்த ஓசி ரவுக்கையைப் பார்த்ததும் ஆத்தாளுடன் பேசக்கூட மறுத்துவிட்டாள் வெங்கிட்டம்மாள். ஓசிவாங்கிய பழையரவுக்கையால் குடுத்தவர்கள் வீட்டுக்கு தரித்திரம் வரும் என்று பாடத்தில் இல்லாத பழமொழி பகர்ந்தாள் வெங்கிட்டம்மாள்.

ஊரைவிட்டு ஓடிப்போன தையல்கார அண்ணாச்சிதான் இந்த மஞ்சள் ரவுக்கையைத் தைத்தாராம். எல்லாக் காலத்திற்கும் ஆத்தாள் ரவுக்கை மட்டும் தையல் விடாமல் இருக்கிறதே. இம்மிகூட தையல் விடாமல் இருந்தது.

வெங்கிட்டம்மாள் வீடுபோய் சேர்ந்தபோது ஆத்தாள் எதிர்த்த வீட்டு உரலில் கம்பு குத்திக்கொண்டிருந்தாள். சாயந்திரம் போய்விட்டு ராத்திரியாக வந்தது.

மங்கலான வெளிச்சத்தில் ஆத்தாள் உரலில் குத்துகிற சத்தமும் நெஞ்சிலிருந்து சக்தி திணறுகிற சத்தமும் கேட்டது. மூக்கையும் வாயையும் உடைத்துக்கொண்டு அடிவயிற்றி லிருந்து ஆத்தாளுக்கு பலம் வந்துகொண்டிருந்தது.

ஓடிப்போய் ஆத்தாளுக்கு உதவி செய்ய நினைத்தாள். இன்று ஏனோ எடுத்ததற்கெல்லாம் எரிந்து எரிந்து விழுகிறாள். ஏத்தா... ஏத்தா.... என்னத்தாநீ நீதானே... முந்தி சட்டை எடுத்து தாரேன்னே... சட்டதான் எடுத்து தள்ள.... தாவுணி யாச்சும் எடுத்து தாயேன்....

'என்னடீ... சொன்ன... ஒங்கப்பன் வச்சிட்டுப்போன வரிசைக்கு தாவுணியாடி கேக்கு... பெரீய்ய மனுசி கெட்டெ....' என்று சீறினாள் ஆத்தா. கோபத்தோடு உரலை ஓங்கிஓங்கிக் குத்தினாள். உரல் நகர்ந்து நகர்ந்து சென்றது.

'ஏத்தா... ஏத்தா... டீச்சர் அடிக்காத்தா... எல்லாரும்

சிரிக்காவத்தா... தாவணி வாங்கி குடுத்தா...' என்று சொன்னதையே சொல்லிக்கொண்டு நின்றாள். வெங்கிட்டம்மாள் சொல்வதை காதில் வாங்கிக்கொள்ளாமல் சண்டைக்காரி மாதிரி முகத்ததை திருப்பிக்கொண்டாள் ஆத்தா.

அவள் கம்பு குத்திப் போடும்சத்தம் மட்டும் பெரிதாகக் கேட்டுக் கொண்டிருந்தது.

திரும்பவும் ஆத்தாள் உணவு தயார்ப்பண்ண அடுப்பு வேலையில் இறங்கவும் 'ஏத்தா... ஏத்தா...' ஆத்தாளுக்கு மோசமான கோபமும் ஆத்திரமும் வந்து கையிலிருந்த அகப்பைக் கம்பால் அடித்தாள். வெங்கிட்டம்மாளின் கால்களிலும் முதுகு-உச்சந்தலை படாத இடமெல்லாம் வெறிகொண்டவளாக அடித்து விட்டாள். அகப்பையும் முறிந்து விட்டது.

வெங்கிட்டம்மாள் வாயைப் பொத்திக்கொண்டு எய்யா... எய்யா... என்று மூடி வைத்து அழுதாள். சத்தம் வெளியில் கேட்டுவிடாமல் அழுதாள். ஆத்தாளைச் சொல்லி அழுகை வந்துவிடாமல் அய்யாவைச் சொல்லி அழுதாள். இதற்கு முன் ஆத்தாள் ஒரு போதும் அடித்ததே இல்லை.

வெங்கிட்டம்மாள் கேவிக்கேவி அழுதுகொண்டு உட்கார்ந்திருந்தாள். சத்தமும் மறைந்து விட்டது. நிலா வெளிச்சம் உச்சிக்கு வந்தாலும் நிலாவை வீட்டுக்குள் உட்கார்ந்து கொண்டே பார்த்தாள். நிலா அவளை அன்புடன் அழைத்தது. மெதுவாக வீட்டை விட்டு வெளியேறி நிலா நிற்கும் ஓடைப்பக்கம் போனாள் வெங்கிட்டம்மாள். ஓடை மணலில் உட்கார்ந்து தனியாக பேசிக்கொண்டே பெரிய தும்பிக்கை உள்ள யானைப்படம் வரைந்தாள். காட்டில் ஆள் எவருமே இல்லை. மெதுவாக எழுந்து மணலில் நடந்தாள். அவள் மூச்சுவிடும் சத்தம் கேட்டது. மணலில் வரைந்த யானையின் தும்பிக்கை நீண்டு அவளைப் பிடிக்க வந்து கொண்டிருந்தது. உடனே பயம் வந்து நடுங்கினாள். பக்கத்தில் வெள்ளையாக எரியும் நிலா அவளுடன் பேசிக் கொண்டே வீடுவரை வந்து விட்டது. வீட்டுக்குள் வந்து வீட்டில் அடுக்குப்பானையையும் அந்தரெங்கூன் பெட்டி

யையும் இடம் காட்டியது. அந்தப் பெட்டியை சத்தம் கேட்காமல் திறந்து அந்தப் பொருளைத் தேடி எடுத்தாள்.

அந்தப் பெட்டிக்குள்தான் எப்போதும் சிரித்த முகத் துடன் இருக்கும் அய்யாவின் போட்டாபடம் இருக்கிறது.

அது சின்ன சதுர மரச்சட்டம் போட்ட கண்ணாடிக்குள் இருந்தது. அய்யா பொட்டுவைத்து நேர் உச்சி எடுத்து சேக்கு சீவி அழகாக இருந்தார். வெலிங்டன் ஸ்டூடியோ சாத்தூர் *1961* என்று எழுதிய மையும் அய்யாவின் சட்டையும் அரிக்கப்பட்டிருந்தது. ஆனாலும் அவரைப் போல யாராலும் சிரிக்க முடியாது.

அவர் உடனே அவளோடு பேசத் தொடங்கினார். கண்ணே... வெங்கிட்டம்மா... என்றார். உடனே பதில் சொல்லாமல் அய்யாவைப் பார்த்து பேசாமலே புரிய வைத்தாள். மனசில் உள்ளதையெல்லாம் அய்யா அவளிடம் ரகசியமாக ஏதோ பேசினார். அந்த சத்தம் கேட்கவில்லை. என்ன பேசினார் என்றும் தெரியாது. இன்னும் கூட அவள் வாய்திறக்க வில்லை. அய்யாவுக்கு அவள் சொல்வ தெல்லாம் தெரிந்து விட்டது. இன்னும் எதேதோ பேசி விட்டு அய்யாவை பத்திரமாக ரெங்கூன் பெட்டிக்குள் வைத்து மூடினாள்.

ராத்திரி எல்லாம் சுவர்ப்பூச்சிகளின் சத்தங்களைக் கேட்டுக் கொண்டு விழித்திருந்தாள். ஆத்தாளோ குப்புறப் படுத்துக் கொண்டு அயர்ந்து தூங்கினாள். காலையில் எழுந்த போது ஆத்தாளின் கண்களும் முகமும் விகாரமடைந் திருந்தது.

அதே ரெங்கூன் பெட்டியைத்தான் ஆத்தாளும் திறந்தாள். பெட்டிக்கு அடியில் ரொம்ப காலமாய் பாதுகாத்து வைத்திருந்த அய்யாவின் கருப்புக்கறை வேஷ்டியை எடுத்தாள். அது ரொம்ப ஞாபகார்த்தமான பொருளாக இருந்து வந்தது.

சற்றுமறைவாக சுவர்ப்பக்கம் ஒதுங்கி உடுத்தியிருந்த சேலையை கலைந்து, அந்த வேஷ்டியை ஒத்தை தட்டாக பிரித்து உடுத்திக் கொண்டாள்.

முன்போலவே, அந்த ஒரே சேலையையும் அவள் தான் உடுத்தி விட்டாள். ஆனால் சேலையை இரண்டாகக் கிழித்து பாதியை ஆத்தா மாராப்பு போட்டுக்கொண்டு காட்டுக்குப் போய்விட்டாள். ஆத்தாள் காட்டுக்கு போகுமுந்தியே வெங்கிட்டம்மாள் பள்ளிக் கூடம் போய் விட்டாள்.

44

நகுலன் இறந்துவிட்ட பின்னும் ஒலிநாடா ஓடிக்கொண்டிருக்கிறது

நகுலன் உடம்பில் முளைத்த வால் பூனையுடன் இணைக்கப் பட்டிருக்க வேண்டும். 'மூன்று' 'ஐந்து' சிறுவர்களின் கைகளில் நகுலன் வால். ஏனோ விமர்சகரின் கட்புலனுக்குள் பூனைவால் அடைபடுவதில்லை. நகுலன் இல்லாதபோதும் அவரது வால்பூனையிடம் அசைந்து கொண்டிருந்தது. 'நினைவு ஊர்ந்து செல்கிறது. பார்க்கப் பயமாக இருக்கிறது. பார்க்காமல் இருக்கவும் முடியவில்லை.'

கதவைத் தட்டுவது யார்?

யாருமில்லை.

நிசப்தம்.

நகுலன் இருக்கிறாரா?

இல்லை.

கதவுமட்டும் திறக்கிறது. உள்ளே இருட்டு. யாரோ நடமாடுவதுபோல் சப்தங்கள். சூரல் நாற்காலியின் ஆட்சே பனை. தீக்குச்சி உரசும் ஒலியில் நெருப்பு தோன்றியது. மெழுகுவர்த்தி ஒன்றில் பல விரல்கள். மஞ்சள் மஞ்சளாய் விரல்கள். விரல்களின் அடைப்புக்குள்ஒவ்வொரு விரலிலும் சுடர். கைகள் தகதகவென்று நடுங்குகின்றன.

நகுலன் இருக்கிறாரா? வெளியிலிருந்து-

விரல்களுக்கிடையில் ஒரு போதையில் நடுங்கும் பனாமாபிளைன் சிகரெட். எழுதிக் கொண்டிருந்த நாவலில் இருந்து ஒரு பக்கத்தைக் கிழித்து தாளைச் சுருட்டி மெழுகு வர்த்தியில் பற்றவைத்து சிகரெட்டு கொளுத்திக்

கொண்டிருந்தார். இப்படிப் பல காகிதங்கள் நாவலிலிருந்து கிழிக்கப்பட்டிருக்கவேண்டும், சிகரெட் பற்றவைப்பதற்கு. ஒரு கசப்பான மேக்டவல் பிராந்திக்குப்பியை கிளாசில் ஊற்றிக் கொண்டிருந்தார். எதிரே இருந்த ஒரு பழைய நாற்காலியில் நகுலனின் நாவல்கள் தீப்பிடித்து எரிந்து கொண்டிருந்தன. எழுந்த தீயில் ஆடும் சர்பங்கள். பச்சைநிற விஷச் சுடர் தீண்டி விகாரமடையும் நவீனன்முகம்.

டால்ஸ்டாயைப் போன்ற ஒரு கிழவன் உடம்பை மறைக்கும் தாடியுடன் வெகு தீவிரமான கண்களுடன் ஜாய்ஸின் 'டப்ளினர்ஸ்' ஸைப் புரட்டிக்கொண்டிருப்பதும், அதை வைத்துவிட்டு போர்ஹேயின் (book of sand) கவிதை களை ஸர்பம் தீண்டிய வெளிச்சத்தில் வாஸித்தபோது திரும்பத் திரும்ப போர்ஹேயின் கவிதைகளிலிருந்து சிலஉருவங்கள் வெளிப்பட்டு அசைந்தன. அப்போது நகுலனின் நெற்றி வரை எழுந்த சுசீலா சில வினாடிகள் அந்தரத்தில் அசைந்து தீக்குள் அமிழ்ந்து ஆழத்தில் ஒரு தீக்குமிழாக சுழன்று கொண்டிருந்தாள்.

திறந்திருந்த கதவு வழியே சென்று தோட்டத்தில் இருந்த செடியில் மஞ்சள் மஞ்சளாய் பூக்கள் அவரை விழித்துப் பார்த்துக் கொண்டிருந்ததை அவரும் பார்த்துக் கொண்டி ருந்தார். ஒரு சில பறவைகள்சற்று மேலே கீழே பறந்து பறந்து பறந்து பறந்தன. காலில் 'நழுக்' கென்ற ஸர்பம், இரவின் ஈரம் படிந்த இலைகளுக்குள் பதுங்கியது. அவருக்குத் தோன்றியது 'சாதாரண பறவைகளும் பூச்சிகளும் மறைந்து விடுமானால் உலகம் வெறிச்சென்றுவிடும்.'

திரும்பவும் - நகுலன் இருக்கிறாரா?

இல்லை.

தோட்டத்தில் புதைந்த பாம்பு இருளைக் கக்கிக்கக்கி நகுலனையே பச்சை நிறத்தால் மறைந்தது. கவுடியார் ரோட்டில் ஆட்டோவில் MYSTIC கிழவன் நகுலன் இரவு முழுவதும் சுற்றிக் கொண்டிருந்தார். ஒவ்வொரு இரவும் சென்ற நூற்றாண்டில் வந்த இரவும் ஆட்டோவில்நகுலன். ஒரு கருப்பு ஆட்டோவில்; மதுக்கடை வாசலில் விழுந்து

கிடந்த அவரைத்தூக்கிக் கிடத்துகிறார்கள். அந்த கடைக்காரி சாராய விளக்குடன் அவர் முகத்தைப் பார்த்தாள். 'எனக்குத் தெரியும்... எனக்குத்தெரியும்....' சாராயக்கடைக்குள் இருந்த குடியர்கள் சிரிக்கிறார்கள். நகுலன் நகுலன்... என்று யாரோ ஒருவர் கடைக்குள்ளிருந்து பெயர் சொல்லி அழைத்தார். ஒரு பெரும் மயக்கத்தில் தலை ஆட்டோவுக்குள்ளிருந்து வெளியே எட்டிப்பார்த்தது. சூசிப் பெண்ணே ரோசாப்பூவே

.... சூசிப் பெண்ணே ரோசாப்பூவே...
ஓடக்காண்பது பூம்புனல் வெள்ளம்
ஒடுங்கக் காண்பது யோகியர் உள்ளம்
ஒடுங்கக்காண்பது... ஒடுங்கக் காண்பது...
யோகியர் உள்ளம்...

ஐயோ நான் கொம்பொடிஞ்ச மாடு... ஐயையோ! ஓஓஓஓ என்ன பிசாசா? விகாரமா நிழல்கள், நிழல்கள், பூதாகரமான

நிழல்கள், விகாரமான நிழல்கள் கரைந்தநிழல்கள்,
நினைவிழந்த நிழல்கள் பட்டம் பட்டமாய், பட்டாளமாய்,
மகாப் பிரளயமாய் வருகின்றன.. நான் ஓடிப் போய்ட்டா!
ஆ! என்ன சூசிப் பெண்ணே! ரோசாப்பூவே! நீ தானா
உன் நிழல் இல்லையே! என்ன சூசிப்பெண்ணே!
கூந்தல்பனையா? பயந்துட்டேன் சூசிப்பெண்ணே!
கிட்டவா! இது என்ன உன் கையா!
கட கட கட கட் கட் கட் கட்'

தனியே பாடியபடி நடுரோட்டில் நகுலன். சாவு வேகத்தில் ஆட்டோவில்; நகுலன், இறந்த அன்று நகுலன் ஆட்டோவில் போய்க்கொண்டிருந்தார். பாளையத்தில் இருந்த ஒரு பிராந்திக்கடையில் நகுலனை பலமலையாள எழுத்தாளர்கள் சந்தித்ததாக. அவர் இறந்த வெகுகாலத் திற்குப் பின் அவரை சந்தித்ததாக மலையாள இதழில் ஒரு குறிப்பு காணப்பட்டது.

மீண்டும் நகுலன் வீட்டுத்தோட்டத்தில் மஞ்சள் மஞ்சளாய் பூக்கள் நவம்பர் மாதம் 14 ஆம் தேதி இரவில் பார்த்துக் கொண்டிருந்தன. நகுலன் வீட்டில் யாருமில்லை, சூரல் நாற்காலியில் நகுலனின் நாவல்கள், நிழல்கள்,

ரோகிகள், யாத்திரை, நாய்கள். இவர்கள், நினைவுப்பாதை. நவீனன் டைரி, வாக்குமூலம், சில அத்யாயங்கள் இவற்றின் மீது 'அந்த மஞ்சள் நிறப்பூனை' அமர்ந்திருந்தது. எரிந்து தீய்ந்த மெழுகுவர்த்திகள். எரிந்த நாவலின் பிரதிதிரும்பவும் பற்றி எரிந்துகொண்டிருந்தது. நகுலன்வீட்டு வாசலில் இருந்த ஒரு மரம் பற்றி எரிந்து கொண்டிருந்தது. அதில் ஒரு வெளிர் மஞ்சளாகப் பழுத்த கனி உதிர்ந்து கீழே விழுந்து கிடக்கிறது. எழுதிய ஒவ்வொரு பிரதியின் தீக்கிறையான பக்கங்களின் சாம்பல் மூடிக்கிடக்கிறது கனி.

எழுத்துகள் உருகி உலோக வடிவம். பாசியடைந்த உருவங்கள். முகங்கள். சுசீலாவின் சிலை. காலங்களில் அரிக்கப்பட்டு சிதைந்த உருவம். பாதிதிறந்த சுசீலாவின் கண்கள் பாசிமூடி மோனத்தில். பாம்புஒன்று மறைகிறது.

நகுலன் இருக்கிறாரா?

வெகுகாலங்கள் நிசப்தம்.

நினைவுப்பாதையில் இருந்த சாயைகள் எழுந்து வருகின்றன. நகுலன் இல்லை. நகுலன்... நகுலன்...

நகுலன் இறந்த இரண்டு நூற்றாண்டுகள் முடிந்தன. சூரல் நாற்காலியில் விரல்களுக்கிடையில் புகைந்து கொண்டிருந்த சிகரெட்டுடன் ஒருபழைய நோட்டு புஸ்தகத் துடன் நாவலைப்பிரதிசெய்து கொண்டிருந்தார் நகுலன். சாயைகள், பற்றி என்ன நினைக்கிறீர்கள்?

'சாயைகள், ஆம் சாயைகளில்தான் எவ்வளவு நிற பேதங்கள் - எங்கிருந்தோ வருகிறோம். எங்கேயோ போய்க் கொண்டிருக்கிறோம். நடுவில் பல தடுமாற்றங்கள். இடை யில் எதிர்பாராத விதமாகப் பல சம்பவங்கள் நடைபெறு கின்றன. அப்படியானால் அனுபவத்தின் சாயல்களைத் தான் சாயைகள் என்று சொல்கிறோமா? பிறகு, புஸ்தகங்கள்- இவன் புஸ்தகங்கள் மத்தியில் வாழ்பவன். அண்மையில் இவன் பாஸ்டர்நாக் பற்றி ஒருகட்டுரையில் படித்தது இவன் உள்ளில் பளிச்சிடுகிறது. இருபொருட்கள் ஒரே தளத்தல் ஒரு இடைவெளியுடன் காணப்படுகையில் ஏன் ஒரு விவரிக்க முடியாத விந்தை உணர்ச்சி நம்மைச் சூழ்கிறது?

இதேமாதிரி பல புஸ்தகங்கள் நமக்குப் பல சாயைகளைத் தருகின்றன. 'சாயைகள் இருப்பதால்' என்று சொல்லிக் கொண்டே இவன் மீண்டும் தன் யாத்திரையைத் தொடர்ந்தான்.'

நகுலன் இருக்கிறாரா?

நகுலன் இல்லை.

நகுலன் இறந்துவிட்டார். நகுலன் இறந்த ஒரு வினாடியின் போது ஒலிநாடா ஓடிக்கொண்டிருந்தது. இறந்த வினாடியில் பல காலங்கள் வாழ்ந்து கொண்டும் இறந்து கொண்டும் வாழ்வைப் பற்றி சாவைப்பற்றி அர்த்தம் பற்றி அர்த்தமின்மைபற்றி எழுதிக் கொண்டிருந்த நாவல் பாதியில் நின்று தொடங்கியது. நகுலன் இறந்த அன்று ஒலிநாடாவில் பதிவாகிக் கொண்டிருந்த எழுதப்படாத நாவலின் குறிப்புக்கள். எழுதப்பட்ட நாவல்களில் திருத்தம் செய்து இன்னும் சேர்க்கப்பட வேண்டிய அத்யாயங்களை ஒலிநாடா பதிவு செய்து கொண்டிருந்தது. எழுத்தாளனுக்கு தான் இறந்த நிலையிலிருந்துதான் மரணம் பற்றிய குறிப்பு களை எழுதிக் கொண்டிருக்க முடியும் போலும். வாழ்வு பற்றியும் இறந்த காலம்பற்றியும் நூற்றாண்டுகளுக்கு முன்பு அடைத்து வைக்கப்பட்ட மதுக்குப்பிகளை கடித்து சுவைப்பதில் தான் எழுத்தின் தீவிர பிரக்ஞை இருக்கிற தென்று இருக்கிறது.

சூரல் நாற்காலி மீது காலிகுப்பிகள், கட்டிலுக்கு அடியில், புஸ்தக அலமாரியில் இருந்த புஸ்தகங்களுக்கு பின்னால், பாத்ரூம், கொல்லைப்புறம், முன்வாசல், தோட்டம், படுக்கை அறை, மொட்டைமாடி, எங்கும் மூடிதிறந்த பிராந்திக்குப்பிகள். இரண்டு நூற்றாண்டுகள் அப்புறப் படுத்தப்படாமலிருந்த காலிக்குப்பிகள். ஒவ்வொரு குப்பி களும் பெயரற்ற உருவங்கள். விதவிதமான குப்பிகள். கால வாரியாக சில குப்பிகள். பெரிய பெரிய குப்பிகள். ஆளையே அடைத்து மூடும் குப்பிகள். ஒரு பிராந்திக்குப்பி இருந்த இடத்தில் இருந்து பெரிதாகிக்கொண்டே இருப்பதை எல்லாக் குப்பிகளும் பார்த்துக் கொண்டிருந்தன.

அவற்றுக்கு சில அடையாளங்களைச் சொல்ல முடியும்.

வந்து போன கவிஞர்கள், எழுதிய கவிதைகள், நாவல்கள், படித்த நாவல்கள், படிக்காத நாவல்கள், இவை எல்லா வற்றையும் விட்டுவிட்டு கொஞ்சம் அழிவதற்காக, காகிதம் கிறுக்கி கவிஞனானேன். தற்கொலையிலிருந்து தப்பு வதற்கு, உலகின் நச்சரிப்பிலிருந்து விடுபட, இருந்து கொண்டே விலக ஒரு ஆவேசத்தில் சுவரில் எறிந்து சில்லு சில்லாய் உடைந்த குப்பிகள். அவையாவும் இன்னும் அப்புறப்படுத்தப்படவில்லை.

200 ஆண்டுகளுக்குப்பின் நகுலன், சூரல் நாற்காலியில், ஒரு நாவல் எழுதிக்கொண்டு. அந்த நாவல் காலங்களின் இணைப்பேதும் இல்லாத குழந்தைகளுக்கானவை. நோட் புக்கில் ஒட்டியிருந்த மஞ்சள்நிறப் பூனையை கிழித்து குழந்தைகளிடம் தருகிறார். அந்தப்பூனை குழந்தைகளின் கைகளில் சிரித்தது. ஆலீஸின் அதிசய உலகம், அந்த ஆசிரியர் லூயிகரோல் எழுதிய ஒருதொடர், 'பூனை மறைந்து விட்டது ஆனால அதன் சிரிப்பு மறையவில்லை.' நகுலன் இருப்பிடத்திற்கு குழந்தைகள் வந்தபிறகு, நகுலன் எழுந்து வெளியே போய்விட்டார். வெளியில் சாலையில் கருப்புநிற ஆட்டோபோய்க்கொண்டிருந்தது. ஆட்டோவுக்குள்சாய்ந்து வெற்றிலை போட்டுக்கொண்டிருந்த MYSTIC கிழவன், சிரித்தபடி ஆட்டோவில் போய்க்கொண்டிருந்தார்.

வீட்டுக்குள்அவர்அறையில் கோட்-ஸ்டாண்டில் நகுலன் உடல்-கருப்பு கோட்டாக தொங்கிக்கொண்டிருந்தது. சூரல் நாற்காலியில் இருந்த அந்த மஞ்சள் நிறப்பூனை எழுந்து சென்று கோட்-ஸ்டாண்டில் தொங்கும் நகுலனின் உடலான கருப்புக் கோட்டில் தன் முன்கால்களை உயர்த்தி சற்று நேரம் அவர் உடலையே உற்றுப் பார்த்திருந்துவிட்டு கோட்டுக்குள் மறைந்தது. கட்புலனுக்குள் அடைபடாத பூனையின் வால் வெளியில் சுழன்றுகொண்டிருந்தது. நகுலனுக்கு பூனைவால் இருப்பதாகத் தோன்றியது. அந்த வாலின் துடிப்பிலிருந்து மிரட்சி அடைந்த எலிகள் காலிக் குப்பிகள் திருடிச்செல்லும் வேலைகளை அப்படி அப்படியே விட்டு விட்டு புஸ்தக ரேக்குகளுக்குள் பதுங்கிக்

கொண்டன. புஸ்தகங்களும் சாயைகள் தானே; எலிக்கடி பொறுக்காமல் புஸ்தகங்களை விட்டு வெளியேறி ஒவ்வொரு சாயைகளின் நிறபேதங்களும் தனித்தனியே காலிக்குப்பி களுக்குள் சென்று ஒளிந்தன. ஒவ்வொரு குப்பிகளும் கதாபாத்திரங்களாக உயிர்பெற்று குப்பிகளே அறையெங்கும் நடமாடத் தொடங்கின. சூரல் நாற்காலிக்குள் நகுலன் சாயை ஒளிந்திருப்பதால் சூரல் நாற்காலியை சுற்றிலும் குப்பிகள். அவற்றோடு வட்டமாக அமர்ந்து இலக்கிய சர்ச்சை செய்து கொண்டிருந்தது சூரல்நாற்காலி. ஒரு புனர் சிருஷ்டி யில் கண்ணாடிக்குப்பிகள் கவிதைகளாக பதுமைகளாக, அதிசயங்களாக, நகுலன் அறையே விந்தை உலகமாக மாற்றமடைந்தது. கண்ணாடிக்குப்பிகள் 'நுரை பொங்கி' வழிந்தன. குப்பிகளுக்குள்ளிருந்து வெண்ணிற யுவதிகள். பழங்கால நடனம், உலகின் அனந்த இசை, இசை எண்கள் திறந்த குப்பிகள் வழியே வெளிப்பட்டுக் கொண்டே இருந்தன. குப்பிகள் உருமாற்றமடைந்தது. கண்ணாடிக் குப்பிகள் பல நூறு நாவல்களில் சாயைகளாயின. கோட்-ஸ்டாண்டில் தொங்கிக் கொண்டிருந்த நகுலன் உடல் இறந்த நிலையில் உணர்ந்து கொண்டிருக்க வேண்டும். அதன் உள்ளே சென்ற பூனை திரும்பி வந்தது. குப்பிகளுக்குள் எரிந்து கொண்டிருந்த நகுலன் நாவலை ஊடுருவித் திறக்கப் பட்ட கதவுவழியே வெளிச் சென்றது பூனை. படிக்கட்டு களில் இறங்கி இருளில் சென்றது. சாயைகள் பின்தொடர்ந்தன. தொலைவில் சென்று முகம் திருப்பி பச்சை நிறமாக எரியும் கண்களைக்காட்டி மிரட்டி பின் தொலைவில் ஒரு பாதையில் அழைத்தது. எங்கும் இருள். அங்கே வானமும் பூமியும் இணைக்கப்பட்டு யாரோ வானத்தையும் பூமியையும் சேர்த்து உழுது கொண்டிருந்தார்கள். உயரத்தில் வால் நட்சத்திரத்தின் தடம் பதிந்து, பல ஆண்டுகளுக்கு முன் பதிந்த தடம் திரும்பி வந்தது. அப்போதிருந்த உலகின் சாயைகளும் மனிதர்களும் வாழ்ந்த மரங்களும் இருளில் பூக்கும் அந்த மஞ்சள் மஞ்சளான பூக்களும் தோன்றின. மனிதர்கள் உயரங்களால் இணைக்கப்பட்டிருந்தார்கள்.

நாவல்கள், இசையின் அனந்தம் எங்கும் இருளுடன் கலந்து விட்ட நிலை. அடிவாரத்தில் வெண்கல ஒளியுடன் சூரியோதயத்தைப் போன்ற பிரகாசத்துடன் வெளிப்பட்ட சுசீலாவின் சிலை.

ஆதிப் பெண்ணுரு பூனையின் பாதையில். காட்டுப்பூனை சிரித்தது. விண்ணுக்கடியில் வாலாட்டி மறைந்தது பூனை. அங்கு சுசீலா சுசீலா சுசீலா சுசீலா... மஞ்சளாக பித்தப் பூக்கள். மஞ்சலான போதை அலையில் தோன்றும் உருவங்கள். கேசவமாதவன், மாதவன், தேரை, அரிகரசுப்பிரமணிய அய்யர், ராமநாதன் இவர்கள் பெயர்கள் கூட மறைந்து விடுகின்றன. எல்லோரும் எல்லோருக்கும் தெரிந்தவர்களாகவே இருக்கவேண்டும். யார் யாரோ வருகிறார்கள். தொலைவில் இருள் பரவிய மரத்தில் இருந்து சர்ப்பம் ஒன்று எழுந்து வருகிறது. கனவுகள் வருகின்றன. கனவுகளில் எரியும் தீயிலிருந்து எழுந்த பிரதிகள் திரும்பவும் உருவங்களாக ஒரு புனர் சிருஷ்டியில் இறந்தவன் இறந்த பின்னும் எழுதப்படுகின்றன. எழுதியவன் இருக்கிறானா இல்லையா என்ற உயரங்களில் கோட்-ஸ்டாண்டில் தொங்கிக்கொண்டிருந்து உரித்துப்போட்ட உடல் மிதந்து கொண்டிருந்தது. செத்த மீன்கள் மிதந்து வருகின்றன. நூற்றுக்காணக்கான எலிகள் கடித்த நகுலனின் உடலை எலிகள் தூக்கி வருகின்றன. இறந்தவன் கையில் பிஜாய்ஸ் பிராந்திக்குப்பி. குப்பியில் கொஞ்சம் பிராந்தி இருக்கிறது. இறந்தவனுக்கு அது போதும். குடித்தபடியே இறந்து கொண்டே எழுதிக் கொண்டிருக்கும் நகுலனின் பிரதிகளில் இறந்தபிறகு எழுதப்பட வேண்டிய நாவல்களும் ஏற்கனவே எழுதப்பட வேண்டிய நாவல்களும் அவர் கைமூலம் எழுதப்பட்டுக் கொண்டிருந்தது.

நகுலன் இருக்கிறாரா?

இல்லை.

நிசப்தம். கோட்ஸ்டாண்ட்-கவிதைகள் திரும்பத்திரும்ப எழுதப்படுகிறது. யார் கைமூலம் என்பதை விட எழுதும் கைமூலம் எழுதப்பட்டுக்கொண்டிருக்கிறது.

இப்போது நகுலன் இல்லை. சில கனவுகள். சில மேகத் துண்டுகள் கரைந்து கரைந்துமிகச் சிறியதாகிக் கொண்டே அது வெளியில் மிதந்து வெளிப்பட்டது. அந்த நாள் இரவு 3-30க்கு 14.11.1991 ல் கோட்ஸ்டாண்ட் கவிதைகளைப் பற்றி பேட்டி நடந்து கொண்டிருந்தபோது திறக்கப்பட்ட சில பிஜாய்ஸ் பிராந்திக் குப்பிகள் முழுவதும் காலியாகி, 200 ஆண்டுகள் அடுக்கி வைக்கப்பட்ட காலிக்குப்பிகள் ஸ்டாக் புக்கில் என்ரீ செய்து ஸ்டாக்கில் அடுக்கி வைக்கப்பட்டது. காலிக்குப்பிகளைக் கண்ட காலிக்குப்பிகள் துணுக்குற்று உருண்டன. ஆனாலும் தம்ளரில் இருந்த ஒரு சரங்கை பிராந்தி மட்டும் நகுலனின் கையில் இருந்தது. அவர் சூரல் நாற்காலியில் அமர்ந்து கொஞ்சம் கொஞ்சமாக குடித்துக் கொண்டும் வெற்றிலை போட்டுக் கொண்டும் என்னைப் பற்றி குசலம் விசாரித்துக் கொண்டிருந்தார்.

அடுத்தபடியாக அவர் என்னையும் கல்குதிரையையும் அழைத்துச் சென்று தோட்டத்தில் செடியில் அப்போது தான் பூத்த மஞ்சள் பூக்களை காட்டிச் சிரித்துக் கொண்டிருந்தார். பேட்டியை ஆரம்பிக்கலாமா. ஆரம்பிக்கலாம்.

கேள்வி: நகுலன் இருக்கிறாரா?

பதில்: நகுலன் இல்லை.

அவர் வேகமாக வந்த கருப்புநிற ஆட்டோவில் ஏறி சாய்ந்த படி சிரித்துக்கொண்டே போய்க் கொண்டிருந்தார். தனி ஆட்டோ இரவைக் கடந்து போய்க்கொண்டிருந்தது. தோட்டத்திலிருந்தபடியே வானத்தைப் பார்த்தோம். நகுலனின் கோட்டு சிறிய மேகத்துண்டைப் போல் நகருக்கு மேல் மிதந்து சென்றது. கோட் ஸ்டாண்டில் உடல் இல்லை.

நகுலன் இருக்கிறாரா?

நகுலன் இல்லை. கோட்டு மிதந்து கொண்டிருக்கிறது நகருக்குமேல்.

●

45

கோகினை தோற்கடித்த கருப்பு தேவதை

கடலுக்குள்ளிருந்து மீனுக்குள்ளிருந்து சிப்பிக்குள்ளிருந்து தேவதைகளின் ராஜ்யத்தில் கடல்பாசிகளால் சூழப்பட்ட அதிசய ஆஸ்ட்ரே கோகினுக்கு கிடைப்பதாக கனவு. நீருக்குள் சிலையைப்போல எழுந்த விடிகாலையில்.... நீரைப்போல் வளையும் வெண்கைகளையுடைய தேவதை யொருத்தி ஒளி பொருந்திய 'கடல்சங்கு ஆஸ்ட்ரே'யுடன் தோன்றினாள். மிக மெல்லிய காற்றில் மறைந்தாள். தேவதைகளின் துயரங்களால் புகைந்தது ஆஸ்ட்ரே. அதுவே கோகின் ஓவியத்தில் டியூலிப்மலரைப் போல இளமையின் விந்தை. ஆஸ்ட்ரே பேசும். சிரிக்கும். ஸ்படிகத்தைபோல ஏதேதோ தோன்றும். கோகின் கேட்டான் எங்கிருந்து வருகிறாய்...

ஆஸ்ட்ரேயிலிருந்து வெளிப்பட்டு, சிகரெட் புகை போன்ற மெல்லிய இலை ஆடைகள் அசைய தேவதை, காதல் வயப்படாமல் கோகினை வரவேற்றது... வெண்ணிற சிகரெட்டுகளால் ஆனயுவனே... ஒவ்வொரு வினாடி யும் விந்தையில் வாழ்பவனே... தீய்க்கப்பட்ட சிகரெட் ஒவ்வொன்றிலும் ஒவ்வொரு காதலியைப் பிரிந்து வேதனை யால் புகை எழுப்பி தேவதைகளை வரைபவனே.. நீல நிறப்புகை ஆஸ்ட்ரேயில் அலைகிறது... உன் விரல்களுக் கிடையில் வெளிர் நீலம் கரைகிறது... வசீகரங்களும் இளமைகளும் உன் விரல்கள் அருகில் மறைகிறது... புகை மண்டிச் சுழல்கிற ஒவ்வொரு புகைக் குமிழில் வெண்ணிற கடல்பாய்கள் படபடக்கின்றன. தகீத்தியைத் தாக்கிய

கருப்பு மின்னலில் பிறந்தேன். கருப்பு தேவதைகள் மறைந்து தீவு தெய்வம் பூதமொன்று வெளிப்பட்டது. பயப்படாதே. எத்தனை யுகங்களின் அழிவிலும் தப்பி வந்தேன். யார் யாரையோ சந்தித்தேன். ஒவ்வொரு யுகத்திலும் வேதனைகள் ஒன்றுபோலவே இருக்கிறது. காதலிக்கிறார்கள் என்னை. நான் கோகின் ஆஸ்ட்ரே என்பதால் என் முதுகில் சுடுகிறார்கள். அரசாங்கத்தை கவிழ்த்தேன். ரெட்லேபிலில் சுருட்டை ஒளித்து வைத்தேன். அதிபர் பதவி இழந்தார். அடுத்த அதிபரிடம் கொஞ்சிப் பேசும் உளவுப் பெண்ணிடம் ஒப்பந்தம் செய்து போராளிகளுடன் உடன் பட்டேன். அவர்கள் இறுதியில் என்னையே குறிவைத்தார்கள். ஈயத்தோட்டாவினால் மிரட்டினார்கள். நெஞ்சுக்கெதிரே மெதுவாக இடித்துச் சென்ற ரவைகளை பத்திரப்படுத்தி வைத்திருக்கிறேன். பயந்தோடியவர்களும் கோழை களும் அறிவாளிகளும் ஓவியர்களும் ஒரே புதரில் ஒளிந்து கொள்வதை அருகிலிருந்து பார்த்துக் கொண்டிருந்தேன். ஏழைகள், பிச்சைக்காரர்கள், ரோகிகளின் எலும்புகள் உலர்ந்த சமவெளி பச்சைக் குழந்தைகளாக செடிகளாக காடுகளாக மாறுவதை வரைந்தான். நெடுந்தூர நாடோடி கோகின் தனிமையில் அலைகிறான். அவன் பயணப்பை கடல் மீது தோன்றிவிடும். கோகின் வருகிறான். ரஷ்ய சுருட்டுகள் அவன் கையில் புகைகிறது. கப்பலில் வளைந்த புகை தூரங்களைக் கடக்கிறது. விரட்டப்பட்ட கோகின் குடித்துக்கொண்டு இருக்கிறான். குடிப்பதற்காகவே படைக்கப்பட்ட டிலான்தாமஸுன் மதுக்கோப்பைகளை உரசிக் கொண்டான். துரோகத்தின் கடுந்துயரான பாதை களை வெட்டிச் செல்கிறவர்களை சந்தித்தான்... கொலை காரர்கள் பும்மைதூணக்காரர்கள் பிழிந்து கொண்டிருக் கிறார்கள் மகத்துவங்களை. எதுவும் கிடைப்பதற்கில்லாத வெறுமை வெளிகளை நோக்கிப் பறந்து கொண்டிருந்த மாபெரும் சிறகுகளுடன் தகீத்திக் கடவுள். எங்கே விடுதலை... குமுறலும் உணர்ச்சியும் ஏமாற்றமும் உச்சரித்த நாடுகளை அடைந்தான். புதையுண்ட உண்மைகளில்

புதையுண்டான் கோகின். அறிவின் கொழுமுனைகளில் உழுது கொண்டிருக்கும் மார்க்ஸிடம் கேட்டான். கிழிந்த கோட்டு ஒன்றை தைத்தபடி பெரிய சுருட்டுடன் பேசிக் கொண்டிருந்தார். சரித்திரத்தின் மதில்களுக்கடியில் சரித்திரங்கள் மறைக்கப்படுவதேன்... எல்லோரும் மறுக் கிறார்கள்... எழுதி அடுக்கப்பட்ட புஸ்தகங்களை விட்டு மனிதர்கள் வெளியேறுவதேன். எறும்புகள் பீரங்கிகளை இழுத்துச் செல்வதைப்போல் ஆபத்துகளை கையோடு இழுத்துச் செல்கிறார்கள்.

மென்பொருள் கழிவுகள் பரவிய தெருவில் அனாதைகள் அலைகிறார்கள். பல யுகங்களின் அனாதைகளைக் கண்டான். ஏழைகள் முகங்களில் கிறுக்கப்பட்ட துயரத்தின் சாயை களை சுமந்து செல்கிறான். கோகினை ஒவ்வொருவரும் சரித்திரத்தைவிட்டுத் தூக்கி எறிந்தார்கள். பலியானவர் களோடு புதைக்கப்பட்டான். எழுத்தாளரின் ஆவி புஸ்தகங் களுக்குள் இருக்கிறது. வேலியடிக்கப்பட்ட அரசியல்வாதி களும் வரலாற்றாசிரியர்களும் எழுத்தாளர்களும் தைலம் பூசிப் புதைக்கப்படுகிறார்கள். தேவதை நீரூற்று அருகில் புதைத்தார்கள் கோகினை. இறந்தவன் உதட்டில் மணிலா சுருட்டுகளை வழங்குகிறார்கள். இறந்து விரைத்த விரல் களுக்கிடையில் புகையும் சுருட்டில் உதிரும் ஒவ்வொரு துளிசாம்பலையும் உள்வாங்குகிறான். கோகினை ஒவ்வொரு இடமாக மாற்றி இழுத்தடிக்கிறார்கள். பயன்படுத்தி விட்டு ஆஸ்ட்ரேயில் எறிந்தார்கள். கப்பலில் இருந்து மீனுடல் பெற்றான் பனாமாவில். சுறாமீன் அவனை இழுத்து வந்தது. கடல் ஆழங்களில் உறங்கினான். பொன்மீன்களின் ஓவியம் பிறந்தது. தீவுப் பெண்கள் அலையும் மீன்களுடன் நீந்தினான். மனிதர்களும் மீன்களாக மாறிவிடுவார்கள். எதையும் வெளிப்படையாகப் பிரதிபலிக்கும் உலகில் எல்லாக் கனவு களுமே வெடித்து விடும். கனவுகள் நீருக்குள் பாய்ந்து விடும். மீன்களே அவற்றைக் கொண்டு செல்லும். கடலடியில் தூங்கும் பாசிகளின் அடர்ந்த கனவு சிப்பிக்குள் அடைத்து தூங்கவைக்கும்.

நான் கோகின்தான். வரைதல் என்ற கேன்வாஸில் ஈடுபடுபவன். பூச்சிஇன ஆராய்ச்சி பறவைகள் ஆய்வு மானுடவியல் மனநோய்-பாலியல் கலகங்களில் மொத்த மாகவும் சரணடைந்துவிட்ட இந்த நூற்றாண்டு அடுத்த நூற்றாண்டில் முன்கூட்டியே தடுக்கி விழுந்து விட்டது. ஆனாலும் காகிதத்தில் வரைவது கஷ்டம். வரைந்த காகிதங் களை சிகரெட்டாகச் சுருட்டலாம். எழுத எழுத சிகரெட் ஆஸ்ட்ரேயில் பலதுண்டு சிகரெட். எரிந்து வளைந்த கருப்புக் குச்சிகள், சாம்பல், மறுபடியும் சிகரெட். ஓவியங்களைச் சுருட்டி சிகரெட்டாகப் புகைத்துக் கொண்டிருக்கிறான். எழுதுபவனுக்கு எழுத்தின்ஊடாகத் தான் ஜீவனே நகரும் போலும் சிகரெட்டைபாதியில் அணைத்து ஆஸ்ட்ரேக்குள் பத்திரப்படுத்திக்கொள்கிறான். வரைய வரைய ஒவ்வொரு காகிதமாக சுருட்டிப் பற்றவைப்பதுதான் வழக்கம். இதைமீறுவதில்லை. எழுதப்படும் ஓவியத்தின் முதல் காகிதத்தைக் கிழித்துச் சுருட்டி புகைத்தபடி அடுத்த பக்கத்தை வரைகிறான். தூரிகை வேகத்தில் புரளும் பக்கம் ஒவ்வொன்றும் வெவ்வேறு வேளைகளில் வெவ்வேறு உணர்வுகளைப் பகிர்ந்துகொள்ளும். நிறங்களை எழுதிச் சுருட்டி நெருப்பில் கொளுத்தி விடு. எரிந்து கொண்டி ருக்கும் கிறுக்கல்கள் தீயுடன் அசையும். பைத்தியத்தின் வேகத்திற்கு ஆட்பட்டுப் போகும் தகீத்தித்தீவின் பரிச்சயம். சிலவேளை அவனுக்கு அவனே அந்நியனாகி விடுவான். இஷ்டத்தைமீறி எதிர்பாராத கிறுக்கல்கள். யாரது. ஒரு பைத்திய நிலையாகிக்கொண்டே சிகரெட்டின் அடிப் பகுதியை பெருவிரலில் அழுத்தும் பழக்கம் அவனுக்கு.

கோகின் அறையுடன் இணைக்கப்பட்ட தகீத்திப் பெண் வீடு. மருந்துச் சீட்டுகள். மனநோயாளியின் குறிப்புகள். சிதிலமடைந்த கனவுகள். திருடப்பட்ட காதலர் கடிதங்கள். சுவர் கீறல்களுடன் ஜன்னல் இருந்தது. வெளியில் எட்டிப் பார்க்கிறான். தேடிவருபவர்கள் இல்லை. சுவர்க்கீறலில் வெளிப்பட்ட இரண்டு எறும்புகள் சமகால ஓவியத்துடன் தொடர்புகொண்டவை போலும் அவனைத் தேடுகின்றன.

தங்கள் உலகின் கொந்தளிப்புகளில் இருந்து தப்பிவந்தவை. கோகினிடமிருந்த காகிதங்களை வாஸித்துக் காட்டினான். காகிதக்கூழ் தயாரிக்கும் அனுபவ யதார்த்த வாதம் அல்லது மனச்சிதிலமுற்ற நோயாளியின் குறிப்புகள். வந்த புஸ்தகங்களில் ஒன்று அவனைச் சுட்டிக்காட்டியிருக்க வேண்டும். புஸ்தகங்களும் சுண்ணாம்புப் பாலைவனம் என்றால் உணர்வுகளும் வறண்டு போகவேண்டுமா. சிறு விமர்சனத்துடன் தங்களை நோக்கி ஈர்த்தன கோகினை. அவனுக்குத் தோன்றியது, புஸ்தகங்கள் எதற்காக அலை கின்றன. யாரைத்தேடுகின்றன. மேலும் மேலும் கூறலில் இருந்து வெளிப்பட்ட புஸ்தகங்கள் ஆஸ்ட்ரேயை இழுத்துச் செல்கின்றன. கூண்டுவடிவ ஆஸ்ட்ரே. கூண்டின் வெளி யோரம் நடுவில் மேற்பாகத்தில் பின்னால் சற்று முன்னால் சிவப்பு ஒயின். தொலைதூர வீடுகளுக்கு அதிசய ஆஸ்ட்ரேயைக் கொண்டுசெல்வதை உற்றுப் பார்த்தான். ஆஸ்ட்ரே அவன் அறைகளின் அதிசயத்துடன் பெரிதாகிக் கொண்டிருந்தது. பாரசீகக் கோடுகளும் அதிகார முத்திரை களும் பதித்திருந்தது. 'சமூகவசதிக்காகவே இங்கு உற்பத்தி செய்து குவிக்கிறார்கள்.' என்று மேலும் பேசத்தொடங் கியது ஆஸ்ட்ரே. பௌதீக வாழ்வுக்காகவே வடிவெடுத்து விட்டார்கள். மனிதர்கள் இறந்த நிலையில் புகைத்துக் கொண்டிருக்கிறார்கள். இங்கு ஒன்றைப் போல் ஒன்று நகல் உற்பத்திதுவங்கிவிட்டது. படைப்பாளியும் இறந்து விட்டான். பனாமாவுக்கு வந்த வாணிபக்கப்பலில் அடிமை களோடு அடிமையாக அவனை இழுத்து வந்தார்கள். முகம் பார்க்கும் கண்ணாடிகள், சீமைக் குப்பிகள், உயர்ந்த சுருட்டுகள் போதும். சுங்கான் புகைகிறது. விலைமாதர் களாக்கப்பட்ட அடிமைகளை சுங்கான் சாம்பலில் உருட்டினார்கள். எரிந்து தீய்ந்த உணர்வுகளின் புகைக் குமிழ். நாட்டியம் ஓய்ந்த இரவுகளை விட்டு வெளி யேறினான். கீழ்த்திசைக் கிறுக்கர்கள் எழுதிய பழங்க கதைகளில் தோன்றுயது ஆஸ்ட்ரே. புரட்டிப்பார்த்த கதை ஏடுகளில் ஒவ்வொரு தேசத்திலும் ஒவ்வொரு உருவத்தில்...

கோபுரவடிவத்தில்... சிமிழில்... ஹீக்காகிண்ணங்களில்... மண்குழிவில்... தங்கப்பூண்வைத்த மரச்சிற்பமாக... பூதங்களின் தலையில்... போர்களில்... துருப்பிடித்த கிண்ணங்களில்... கபாலத்தில்... யானைத்தந்தங்களில்... கொம்புகளில்... உலகயுத்தங்களில்... நொறுங்கிய சரித்திரத்தில்.... சிதறிஉடைந்த வெண்கல பீரங்கிகளை உருக்கி ஆஸ்ட்ரேசெய்வதாக கதையில் எழுதப் பட்டிருந்தது. கோகின் ஆஸ்ட்ரே வாய்பிளந்த ஆகர்சம் சதாவும் தன்பக்கம் ஈர்த்தது. திசை நான்கினை நோக்கிய பூதங்களின் தலைகள். கண்குழிகளில் வந்து கொண்டிருந்த ஒளி, புகைப்பாதையாக ஒளிபாய்ச்சியது எங்கும். அதிக சக்திவாய்ந்த கண்களை உருட்டி விந்தை புரிந்தன. நான்குபூதங்கள் காவல்காக்கும் மாளிகையாக மாறியது கோகின் ஆஸ்ட்ரே. புகை வந்து கொண்டிருந்தது. பூதத்தின் தலைமீது பெரிய அரக்கு நிறச் சுருட்டு புகைந்து கொண்டிருப்பதைப் பார்த்தேன். கிண்ணத்தில் துகள்துகளாக சாம்பல் படிகிறது. சுருட்டின் மேல் நீலநிறப் புகை சிறு மேகங்களாக நகர்ந்தன. அறை தளும்புகிறது. வறண்ட மங்கலான வாசனை எங்கும். வயல்களின் மஞ்சளான வெளி... இளஞ்சிவப்பு நிற தைலம் பூசிய பாதையில் நடந்து செல்லும் பச்சை நிற கோகின் கல்லைப்போன்ற கெட்டியான உருவம். கையில் சுருட்டு புகைகிறது. தனிமையான அந்நிலையில்அற்புத விதைகள் எல்லாம் எட்டிப்பார்க்கின்றன. செடிகளும் பயிர்களும் தாழ்வாக அசையும். சூரியனின் ஒளிமிகுந்த அதிசயம் எங்கும். சுருட்டு வயல் வெளி மீது புகைகிறது. சூரியனின் மறைவை நோக்கி அந்த உருவம் நடந்து செல்கிறது. அதன் கையிலிருந்த சுருட்டு மறைந்து நீளபிரஷ். வயலில் எரியும் சூரியகாந்தி தகதகவென எரிவதைப் பார்க்கிறது. நீளபிரஷ் வயலுக்கு மேல் அங்கிங்குமாக சுழல்கிறது. நடந்தவண்ணம் பொன்னிறப் பூக்களை வரைந்து செல்லும். அதன் மிருது ரோமத்திலிருந்து ஒரு பூபிறந்ததும் அடுத்த பூ பிறக்கிறது. வேறு வேறு நிறங்களிலிருந்து நீளபிரஷ் பட்டதும் பறவைகள் பூச்சிகள் பறந்து செல்லும்.

தொலைவில் ஒருபுள்ளியாய் தெரியும் விதையொன்று வயல்மீது எழுந்து பறக்கிறது. மஞ்சள் மூடியுள்ள விதை உயர உயர பறந்து வான்காவின் பூமியை நோக்கி இறங்கி பெரும் வெளிச்சத்துடன் ஈரமான நிலத்தில் விழுந்ததும் மஞ்சள் மூடிகள்திறந்து சூரியகாந்திப்பூ விரிந்து தககதவென திசை யெல்லாம் ஒளிர்கிறது. பச்சை நிற வான்கா வயல் களின் அடிவாரத்தை நோக்கிப் போகிறான். நீளபிரஷ் மறைந்து மீண்டும் அரக்குநிறசுருட்டு அவன் விரல்களுக்கிடையில். தொடுவானத்தில் அவன் மறைந்த பின்னும் சுருட்டிலிருந்து புகை வந்துகொண்டிருக்கிறது. ஆஸ்ட்ரே மீதுவைக்கப் பட்ட சுருட்டு துகள்துகளாக சாம்பலை உதிர்க்கிறது.

ஆஸ்ட்ரேயில் இருந்த எல்லா பூதங்களும் மறைந்து தகீத்தி தேவதைகளின் வெளிர்நீலப்புகை வாசம். அவன் அறையில் இருந்த புஸ்தகங்கள் யாவும் குளிர்காற்றில் பட்டதும்சிறகு முளைத்துப் பறந்து செல்கின்றன. கோகின் ஜன்னலை விரியத் திறந்து வைக்கிறான். ஒவ்வொரு புஸ்தகமும் சருகுச் சிறகு களுடன் கம்பிகளைத்தாண்டி வெளியுடன் கலந்து மறை கிறது. கடைசிப் புஸ்தகம் அவனைவிட்டு மறைகிறது. இப்போது நூற்றுக்கணக்கான தனிமையில் அமர்ந்திருக் கிறான். கோகின் எதிரில் ஆஸ்ட்ரே. எல்லோரும் தொலைத்து விட்ட பொருளாக அமர்ந்திருக்கிறது. ஆஸ்ட்ரேக்குள் விழுந்து கிடக்கும் ஒவ்வொரு சிகரெட் துண்டையும் பற்றவைத்து தனிமையில் செல்லும்புகையில் லயித்திருக் கிறான். ஒவ்வொரு துண்டிலும் ஒவ்வொரு உணர்வுகள். சந்தித்தவர்கள். வந்து போனவர்கள். திறந்து வைத்த புஸ்தகங்களுடன் கரைந்து தீய்ந்த துண்டுகள். குழம்பிய இரவுகள். மயக்கமடைந்த நீண்ட பகல். கோகின் இல்லா மலேயே அறையில் அங்கங்கே சிதறிக்கிடக்கும் துண்டுகள், மெதுவாகப் புகைந்து கொண்டிருக்கிறது, மெல்லிய காற்றின் அசைவில் கங்குகள் கனிந்து தீவிரமடைகின்றன. வெண்ணிறச் சாம்பல் கவிகிறது. சாம்பலடைந்த கோகின் தோற்றம். சாம்பல் நிற வானம். தீய்ந்து கிடக்கிறது சிகரெட். என்றுமில்லாத வெறுமை. சதாவும் பின்தொடரும் புகை

சூழ்கிற வளையம் வளையமாக. ஒவ்வொரு பொழுதிலும் ஒவ்வொரு மனிதருடன் கடந்து செல்கிற கங்குகள். பறிமாறிக் கொண்ட நெருப்பு தொடர் ஓட்டமாக ஓடிக் கொண்டிருக்கும் சுழற்சியில் வான்காவும் கோகினும் எதிர்ப் புறத்தில் இன்னொருவனோடு நகர்ந்துகொண்டிருக்கிறார்கள். திரும்பிப்பார்க்கிறார்கள். பேசுகிறார்கள் சிரிக்கிறார்கள். தழுவிக்கொள்கிறார்கள். முத்தமிடுகிறார்கள். ஒவ்வொன்றி லிருந்தும் துகள் துகளாக சாம்பல் உதிர்கிறது. ஆஸ்ட்ரேயின் பிளந்த வாய் வசீகரிக்கிறது சாம்பலை. யாருமில்லாத கோகின் அறை மனச்சிதிலமுற்று களைந்து கிடக்கிறது. தாறுமாறாக புஸ்தகங்கள் இரைந்து கிடக்கின்றன. கிழிக்கப்பட்ட காகிதங்களில் படம் வரைந்து கொண்டிருக்கிறான். சிகரெட் பெட்டிகளை இரண்டாக கிழித்து வெடிச்சத்தம். சுவர் களில் கீறுகிறது நகங்கள். அறைக்குள் நிர்வாணமாக இரண்டு உருவங்கள் பும்மை தூணத்தில் கிறுக்குகின்றன கனவின் கோலங்களை. உதடுகளுடன் பறிமாறிக்கொண்டே சிகரெட் கோகின் ஆஸ்ட்ரேயின் தலைமீது புகைந்து கொண்டி ருந்தது. காலி சிகரெட் பெட்டிகள் அங்கங்கே உடைந்து கிடக்கின்றன. வான்கா வந்துபோன ரேகைகள் பதிந்த வெற்றிடங்களில் துடித்துக் கொண்டிருக்கும் வண்ணத்துப் பூச்சி. இனி சந்திக்க முடியுமா. கடந்த வளையங்களில் தேவதைகள் சுழன்று புகைகிறார்கள். கனவுகள் வருகின்றன. நீருக்குள் அசையும் உடல்களுடன்... உள்ளே கைகளும் கால் களும் மஞ்சள் நிறமாக பிணைந்து நீந்துகின்றன. மீன்கள் இழுத்துச் செல்கின்றன. யாரும் இல்லாமலே திரும்ப வரும் நிசப்தத்தில் கொஞ்சமாக போதை மாத்திரையிலிருந்து காரமாகக் கொஞ்சம் திரவத்தை பருகியபடி போதையும் மயக்கமும் பகலும் இரவும் கனவும் தூக்கமும் கழுத்தில் கவ்விக் கொண்டிருக்கும்போது நீருக்குள் இறந்த மஞ்சள் நிற உருவத்தில் மீன்கள் கடித்துக் கொண்டிருந்ததை பார்த்துக் கொண்டிருக்கிறான் கோகின். சும்மா வருவதும் போவதும் நடப்பதும் ஓடுவதும் உருள்வதும் விழுவதும் அழிவதும் கந்து கந்தாய் அழிக்கப்பட்டுக்கிடந்த ஐரோப்பிய

உடலை அறைக்குள் ஆஸ்ட்ரேயுடன் அவன் சர்வசாதாரண மாக சிதைத்து பேசிக்கொண்டிருந்தான். புஸ்தகங்களோடு பேசிக் கொண்டிருந்தான். ஏனோ எல்லா புஸ்தகங்களும் கோகினைத் தனியே விட்டு விட்டு பறந்து சென்றன. ஜன்னலைத் திறந்து வைத்திருக்கிறான். பறந்துசென்று விட்டவை திரும்பி வருவதற்காகவும் அவர்களோடு விளை யாடுவதற்காகவும் கோகின் ஆஸ்ட்ரே புஸ்தகத்துக்கும் சம இடைவெளியுள்ள வெளிச்சம் தோன்றுவதால் விவரிக்க முடியாத விந்தை உணர்ச்சி உண்டாகிறது. அங்கிருந்த கருப்பு தேவதைகள் எழுந்து வருகிறார்கள். தகீத்தீ தீவு வருகிறது. காற்றுவரும். பலவிதமான உணர்வுகளைக் கொண்டகாற்றுடன் தண்ணீரின் ஓசை அலையலையாக. காற்று மிதக்கிறது. தகீத்தீ தீவில் ஒரு துண்டு சிகரெட் கூட அவனிடமில்லை. சாம்பல் குவிந்துவிட்டது. கடைசி துண்டு சிகரெட்டைப் பற்ற வைத்த கங்கு இன்னும் அவன் உதட்டில் புகைந்து கொண்டிருந்தது. கடைசித் துளியிலும் அவன் சிகரெட்டுடன் வாழ்ந்து கொண்டிருந்தான். அந்த துண்டு அவனை அறியாமல் கீழே விழுந்து விட்ட பின்னும் அவனுள் தம்பிடித்து இறங்கிய புகை மெதுவாக வெளி யேறி அவன் கண்ணெதிரே ஜன்னல்பக்கமாகச் செல்வதை கம்பிகளால் தடுக்கப்படுவதை கம்பிகள் வழியே உற்புகுந்து வெளியுடன் மேகத்துடன் கலந்து விடுவதை அவன் பார்த்துக் கொண்டிருந்தான். அங்கிருந்து தகீத்தீ தேவதைகள் அவனை நோக்கி வேகமாகவருகிறார்கள். படிப்படியாக நீரில் மூழ்கிக்கொண்டிருந்தான். எழுதிய காகிதங்கள் மிதக் கின்றன. இலைகளாகமாறுகின்றன. அவன் தூரிகை பொன் மீனாக நீந்திச் சென்றது. கோகின் உடலை மீன்கள் இழுத்துச் செல்லும். ஆஸ்ட்ரே பஞ்சபூதங்களை உள்மடக்கிய ஆமையாக மீண்டும் மாறியது. ஒவ்வொரு கால், கை, தலையை இழுத்துக் கொண்ட சாம்பல் தத்துவம். ஆமை யாகிவிட்ட கோகின் ஆஸ்ட்ரே நீந்துகிறது. அவன் தலை பொன்னிற மடையும். இலைகளால் சூழப்பட்ட கடல் மரத்தின் உச்சியில் உறங்குகிறான். கையில் ஆமை

உருப்புகளை உள்ளிழுத்து ஆழ்ந்திருக்கும் மோனம்.

தகீத்தீக் கனவு 1: பறவைக் கூண்டிலே கோகின் தூங்கு கிறான். மீன்களும் பறவைகளும் கூட்டமாக வந்த அவனுடன் தூங்குகின்றன. கடல் ரோஜாவிலிருந்து ஒவ்வொரு இதழாகப்பிரிந்து நீந்தி வருகின்றன. வெள்ளி மீன்கள் ரோஜா இதழ்களுடன் பாடுகின்றன. எப்போதோ கோகினை வசீகரித்த சிறுமி சிப்பியிலிருந்து வெளிவருகிறாள். அவள் விரல்களுக்குள் ஒளிரும் கடல் முத்து. அதைகொண்டு வந்து பறவைகளிடம் காட்டுகிறாள், அவள் விரல்களை மீன்கள் தொடுகின்றன. கடல் முத்தை அவள் மீன்கொத்தியின் அலகில் வைத்து விட்டு ஓடுகிறாள். மீன்கொத்தி கோகினுடன் பேசுகிறது.

தகீத்தீக் கனவு 2: கடல் நத்தைகள்மீது சிறகு முளைத்த சிறுவர்கள். நத்தையின் முதுகில் சறுக்கி விளையாடு கிறார்கள். நத்தையின் ஈரப்பசையான பாதையில் பூக்கள் முளைக்கின்றன. மொக்கவிழ்ந்த பூவிலிருந்து சிறுவர்கள் பறந்து வருகிறார்கள். நத்தைக் கூடுகளின் அதிசயப்பாதை களில் புதிய விளையாட்டுகள் பிறக்கின்றன. விளையாட்டு முடிந்ததும் சிறுவர்களும் நத்தைக் கூடுகளுக்குள் தூங்கிப் போய் விடுகிறார்கள்.

தகீத்தீக் கனவு 3: கருப்பு இறகுகள் மிதந்து வருகின்றன. காணாமல் போன பறவைகளின் துயரத்தை இசையாக மாற்றும் கருப்பு இறகுகள். பட்டு ரோமங்களின் கணுக் கால்களை உரசி உரசி பாடுகின்றன. திரும்பி வரும் பறவைகளைக்கண்ட இறகுகள் மீண்டும் பறவையுடன் ஒட்டிக்கொண்டன.

தகீத்தீக் கனவு 4: எங்கும் கடலால் சூழப்பட்ட தகீத்தீத் தீவு. காளான் வீடுகள். நிர்வாணமாக திரியும் ஆண்களும் பெண்களும். எப்போதுமே நாட்டியத்தில் ஈடுபட்டிருக் கிறார்கள். ஓய்வில்லாத நடனம். காளான்கள் மீது சிலர் ஆடுகிறார்கள். செடிகளின் இசை. விதவிதமான பூச்சிகள் வண்டுகள் பறந்து திரிகின்றன. ஒரே ஒரு ஆந்தை எல்லோரையும் பார்த்துச் சிரிக்கிறது. ஆந்தை முகத்தில் ஒரு

சிறுமி எட்டிப் பார்க்கிறாள். காளான்களுக்கு அடியில் ராட்டினம் சுற்றி விளையாடுகிறார்கள் சிறுவர்களும் சிறுமிகளும். கோகினைக் கருப்புத் தேவதைகள் அங்கே இழுத்து வந்து சேர்க்கிறார்கள்... கடலை நோக்கி ஓடுகிறான். எங்கும் அலைகள்.... சப்தமில்லாமல் அசைகின்றன.. அலைகள் ஓய்வெடுத்துக்கொள்ளும் கரைகள் வழியே நடந்துபோகிறான் கோகின்.

தகீத்தீக் கனவு 5: பெரிய பெரிய கிளைகள் தாங்கிய கருப்பு மரம். இதுவரை கனவிலும் காணாத மரம் வளைந்து சுற்றும் கிளைகள். கிளைக்குக்கிளை குட்டி இளவரசிகளும் பறவை களும் துயில்வதைப்போல் தோற்றம். ஆனால் யாருமே இல்லை. மரம் நீந்திச் செல்கிறது. இலைகளில் குழந்தைகள் படுத்திருப்பதைப் போல் இலைகள் வளைந்து தூங்கு கின்றன. தண்ணீர் பச்சையாக இருக்கிறது... கருப்பு மரத்தில் மூதாதைகள் இருப்பதாகத் தோன்றியது கோகினுக்கு. தகீத்தீப் பாட்டியின் முலைகள் கனிகளாகத் தொங்கு கின்றன. பெரிய பெரிய முலைகளில் மஞ்சள் நிறமான ஒளி தோன்றுகிறது. அதன்பாதையில் கூட்டமாக நிழல்கள் நகர்ந்து செல்கின்றன. மரத்தின் தொலைதூர வழிகளில் மீன்களும் பறவைகளும் சேர்ந்து நகர்வதாகத் தோற்றம்... ஆனால் மரம் மட்டுமே நகர்கிறது.

தகீத்தீக் கனவு 6: கோகின் அறையில் அங்கும் இங்கும் நடமாடிக் கொண்டிருக்கிறான். கோகினுக்குத் துணையாக டேபிள் மீது ஆஸ்ட்ரே. சிலபுஸ்தகங்கள். கிறுக்கிய காகிதங்கள். பேனா. ஒரு பறவையிலிருந்து உதிர்ந்து விழுந்த கட்டம் கட்டமான இறகு. கையில் சிகரெட் புகைந்து கொண்டிருந்தது. கோகின் ஆஸ்ட்ரேயைப் பக்கத்தில் இழுத்து வைத்துக் கொண்டு வரையத் துவங்கினான் விட்ட இடத்திலிருந்து.

●

46

கண்ணாடியில் புகைந்துகொண்டிருந்த சிகரெட்

தீப்பெட்டிமேல் எடுத்து வைத்த சிகரெட், ரொம்பநேரமாய் மறந்து போயிருந்தது. திரும்ப திரும்ப அதையே உற்றுப் பார்த்த சீனிவாசனுக்கு துணுக்குற்றது. ரொம்ப வருஷங்கள் இப்படியே இருந்து விடுவோமோ என்று பயம். அவனுக் குள்ளிருந்த பிரச்னைகள் எதுவும் தீர்க்கப்படாமல் அசையாப் பொருளாக மாறியது. இப்படியே ஒவ்வொன்றும் காட்சி ரூபத்தில் நின்று புகையடைந்து விடுகிறது.

சிங்கிள் மேன் குவாட்டர்ஸ்ஸில் ஒவ்வொருவராய் சிறைவைக்கப் பட்டிருந்தார்கள். பேச்சிலர்களுக்கான அறையிலுள்ள பொருட்கள் சாம்பல் நிறமடைந்து விடும். பாத்ரூமிலிருந்து வரும் சோப்புவாசனை எல்லாவற்றையும் ஜடமாக்கியது. தனியறை வாசத்தில் தொற்றிக்கொண்ட சுயமைதூணம் காரணமாய் உண்டான பயம், சூழல் எங்கும் சாம்பல் வடிவமாகிறது. அவன் பொருட்கள் மீதெல்லாம் தூக்கம் படிந்தது. அரியர்ஸ்களை திரும்ப எழுதிக் கொண்டிருந்தான். டூடோரியல் சென்டரில் இருந்தான். ரூமுக்கும் ரயில்வே பீடர்ரோட்டில் உள்ள டூடோரியல் சென்டருக்கும் அலைந்து கொண்டிருப்பது ஒரு சிகரெட் கரைவதற்கான தூரம்.

இன்று வகுப்புக்குப் போகாமல் அறைக்குள் இருந்தான். ஜன்னல் வழியாக ஊசிகள் போன்ற வெயில் இறங்கி தலைக்குள் கனமாக ஏறிச் சுழன்றது. ஒரு சிகரெட்டைப் பற்றவைப்பதற்குள் தூக்கம் மேலிடுகிறது. சிகரெட் புகை

வளைந்து சலிப்பூட்டும் பாதையில் காற்றினால் கரைக்க முடியாத புகைவளையமாகச் சுழன்று தலைக்குள் கொம்பு சுற்றி ஆடியது.

திரும்பத்திரும்ப முத்துராஜைப் பற்றி நினைத்தான் சீனிவாசன். அவனோடு பதிந்து சிகரெட் பிடிப்பதால் அவனைவிட்டு தப்பிக்க முடியாமல் கால்களைச் சுற்றி நூலாம்படை படர்ந்திருக்கும். சாலைத்திருப்பத்தில் உள்ள மரங்கள், வீடுகள் தெரு காற்றும் கூட உறைந்திருக்கும். எல்லாவற்றையும் மறந்து தனியாக ஒதுங்கி பெட்டிக்கடை ஓரமாக நின்றுசிகரெட் பிடிக்கும்போது விரல்கள் நடுங்கு கின்றன. முத்துராஜ் இருப்பதாக உணர்வது வெகுநாளாய் பழகிப்போனது.

எல்லாவற்றுக்கும் மேலாக அவன் அடையாளம்பற்றி ஒவ்வொரு கதவுப்பக்கமும் சென்று ஒட்டுக்கேட்டான். கதவு திறந்து கொண்டபோது யாரின் விரல்களையோ அழுத்தமாகப்பற்றி உள்ளிருக்கும் பெருமூச்சு முட்டுகிற ஸ்பரிசத்தில் முத்துராஜ் இருப்பதாகத் தோன்றும். க்ஷண நேரத்தோற்றம் மறைந்து மீண்டும் மீண்டும் அவனது கருப்பு உருவம் கோரைத் தலைமுடியுடன் தோன்றியது. அவனைப் பின்தொடர்ந்து ஓடிக்கொண்டிருந்தான் சீனிவாசன். பல வருஷங்களுக்கு முன்பிருந்த புகையடைந்த ஹாஸ்டல் அறைக்குள் ஒவ்வொரு சிகரெட் துண்டையும் பொறுக்கி மாற்றி மாற்றி பற்ற வைத்தபடி புகையின் ஆழ்ந்த லாகிரியில் முகம்மறை யாத பார்வையுடன் சிரித்துக் கொண்டிருந்த நிமிஷங்கள் கோடுபோல சுற்றிச்சுற்றி நூல் பந்தாக இறுகியது.

முத்து டைபாய்டு ஜுரத்தில் படுத்திருந்தபோது, சீனி அவன் அருகிலேயே இருந்தான். 'செத்திருவேனா... சீனு' என்றான் முத்து. ஜுரவேகத்தில் நெருங்கி நெருங்கி உப்பரிக்கும் உடம்பின் நெடிக்குள் புதைந்து கொண்ட போது அவன் இவனைப்போலிருந்தான். 'எனக்கு பயமா இருக்குடா சீனு...' இவனுக்கு எதுவும் சொல்லத் தோன்ற வில்லை.

ஒவ்வொரு நிமிஷமும் ஜுரவேகம் அதிகரித்துக் கொண்டிருந்தது. கண் சொருகிய நிலையில் 'சீனூ' என்றான் முத்து. அவன் அருகில் விரல்களை மென்மையாகத் தொட்டு 'என்னடா முத்து' என்பதுபோல ஒருநிமிஷம் நீண்டு கனவுபோல் கடந்தது... முடிவற்ற நிமிஷம்.

முத்துவின் விழிபிதுங்கி கண்களில் வெறுமை பதிந் திருந்தது. வெறுமைக்குள்ளிருந்தவாரே அழைத்தான், 'சீனிவாசன் அதோ...' என்று அவன் கண்கள் சுவரில் நகர்ந்து கொண்டிருந்தன.

சுவர்களின் வெள்ளை நிறத்தில் கம்பிபோன்ற சூரிய ஒளி பிரதிபலித்துக் கொண்டிருந்தது. சுவரில் புதைந்த வெப்பத்தில் அடிவயிற்றை வைத்து மூச்சுவிட்டுக் கொண்டி ருந்த பல்லிக்கு இவனைத்தொடர்ந்து பலமாதங்களாய் ஜுரத்தின் ஜுரவேகத்துடன் பழகிப்போயிருக்க வேண்டும். பல்லியின் அடிவயிற்றில் இருந்த முட்டை, நரம்புகள் சூழ்ந்தும் ரத்த நாளங்களிடையேயும் சிக்கி இருப்பதுபோல் விம்முகிற மூச்சை அவன் கண்கள் வெறித்துப் பார்த்தன.

ஜன்னல் கம்பிகளூடே அயர்ச்சியூட்டும் சூரிய வெளிச்சம், நடுவில் இருந்த கண்ணாடிப்பரப்பிற்கு சென்றுவிட்ட பல்லியை அதன் எல்லாப் பரிமாணங்களிலும் அர்த்தப் படுத்தியிருந்தது. பல்லியின் அடிவயிற்றில் இருந்த முட்டை யின் வெள்ளைநிறம் சூரிய ஒளியில் ஊடுருவித்தெரிந்தது. அந்த முட்டைக்குள் பாம்புபோல் சுருண்டு ஒரு குட்டிப் பல்லி தூங்கிக்கொண்டிருந்தது. அதன் குட்டிவால் சதாவும் துடித்தது. தாயிடமிருந்து விடுவிக்கப்படாத முட்டைக்குள் குட்டியின் சாவகாசமான தூக்கம், கனவைப் போல வெண்ணிறமாக இருந்ததை அவன் நினைத்திருக்க வேண்டும். ஜீவனில் உறைந்த கனவை ஜுரவேகத்தில் அவன் கண்டிருப்பான். மீண்டும் முத்துவின் பார்வை சுவர்ப் பரப்பில் ஊர்ந்துசென்றது. கண்களில் விழுந்த கருவளையம் நீண்ட காலம் படுக்கையாய் கிடந்ததை உணர்த்தியது.

வெளிறிய சிவப்புநிற முட்டை, பல்லியின் அடிவயிற்றில் சுழன்று சுழன்று கண்ணாடியில் படிந்த வெப்பத்தில்

உருமாறியது. முத்துவின் ஜுரவேகம் இப்போது முன்னை விட ஆபத்தாகியிருந்தது. சீனிவாசன் அவன் கழுத்தையும் மார்பையும் ஆதுரத்துடன் தொட்டுப் பார்த்தான். முத்து ராஜ் தூங்கிக்கொண்டிருந்தான். திடீரென்று விழித்து பல்லியின் விடைத்த கண்கள் அவனையே நோக்கி அருகில் நெருங்கி சுழல்வதைக் கண்டு வாய்குழறியது. அவனைக் கலவரப் படுத்தியிருக்க வேண்டும்.

மெல்ல அவன் கையைப்பிடித்து 'ஒண்ணுமில்லேடே... முத்து.... தூங்குடா... கண்ணை மூடிக்கோ' என்றான் சீனு.

முத்துவின் குழிந்த கண்களில் நீர் திரைத்து நின்றது. கண்ணீரை அப்படியே சீனுக்குத் தெரியாமல் கண்களா லேயே விழுங்கிவிட நினைத்தான். இமைப்பீலிகள் நீருக்குள் தத்தளிப்பது போல் அசைந்தன. சிறு எதேச்சையான சிமிட்டலில் காதோரம் நீர் வழிந்து தலையணையில் விழுந்து மறைந்தது.

சீனிவாசன் தலையசைத்து கூடாது... கூடாது... கூடாது என்பது போல் அரட்டினான். சைகையால் முத்துவின் கண் களை மூடச் செய்தான். மூடிய இமைகளுக்குள் நடுங்கின. சீனுவின் விரல்கள் அவன் கண்கள் அருகில் சென்று தொடு வதற்குள் நடுநடுங்கி உள்ளுக்குள் குமுறியது மூடிய கண் களில் விரல்பட்டு விடாமல் பின்வாங்கிக் கொண்டான். கண் தூரத்தில் முத்துவின் உருவம் மெல்லிய படலம் போல் எழுந்து நீர் உருவம் போல் அசைந்து மங்கியது. தூக்கத்தி லிருந்தே அசைந்து 'என்னடா சீனு... என்னடா' என்று தன் மதியின்றி பிதற்றினான் முத்துராஜ்.

வரிசை வரிசையான கல்லூரி விடுதிக் கட்டிடங்கள். மாணவர்களின் ஆழ்ந்த குரல் கேட்டுக்கொண்டிருந்தது. அவரவர்களுக்கான அறை. இரண்டு பெட் கொண்ட அறை யில் அவர்கள் இருவரையும் சேர்த்து மூன்று வருஷங்கள் கடந்தது. ஒவ்வொரு சிகரெட்டாய் எடுத்து நிதானமாக பற்ற வைத்து புகைக்குள் புகையாக நகர்ந்து சென்ற நாட்கள் அறைமுழுவதையும் வியாபித்திருந்தது. கரைந்து தீய்ந்த சிகரெட் துண்டுகள், தீக்குச்சிகள் தரையில் கிடந்தன. காலி

சிகரெட் பெட்டிகளை சேகரிப்பது முத்துவின் ஹாபியாகவோ சென்டிமெண்டலாகவோ தொற்றியிருக்க வேண்டும். ஒவ்வொரு நாளின் அடையாளமாகவும் அவர்கள் ஒருவரை ஒருவர் வசீகரித்துக் கொண்ட சிகரெட்டில் நுனிக்கொழுந்து சாம்பலாக மாறுவதில் உள்ள புதிரை விடுவிக்க முடியா மலும், நிமிஷங்களில் தோன்றி சருகாகிற இளமையின் விந்தையாகவும் காலி சிகரெட் பெட்டிகள் ஜன்னலிலும் செல்ஃப் ஓரமாகவும் அடுக்கப்பட்டிருந்தன.

இவ்வறைக்குள் சூட்கேஸுடன் வந்த சேர்ந்தபோதே சாம்பல் நிறப்பல்லி விடுதிகளுக்கான அலாதியில் வசித்து வந்திருக்க வேண்டும். எங்கெல்லாமோ பதுங்கி வந்து கொண்டே இருந்தது. வாழ்வின் அடிவாரங்களில் நிசப்தத்தை ஊடறுக்கும் அதன் சத்தம் பயமாக இருந்தது. பழைய மாணவன் ஒருவனின் தோல்வி அடைந்த வாழ்வின் அடை யாளமாகவும் கட்புலனுக்குள் அடைபடாமல் சுழலும் பல்லிவால் மரணம் போன்ற கரிய இருளாயிருந்தது. பல்லியை விரட்டியடித்தால் முத்துவின் ஜுரம் தணியும் என்று தோன்றியது அவனுக்கு.

கடந்த ஆண்டுகளின் ஒவ்வொரு வினாடியிலும் மரணம் போன்ற குளிர்ந்த இடத்தில் சலனமடைந்த பல்லி, இருவரின் நேசத்தின் சாட்சியாகவும் அதன் சாட்சியம் வெகுகாலம் அர்த்தமடைந்திருப்பதாகவும் உணர்ந்தான் சீனு.

ஏனோ, அதைப்பார்த்துக் கொண்டிருக்கும்போது விபரீதத்தின் எல்லை வரை சென்றான் சீனிவாசன். முத்து இல்லாமல் தான் இல்லையென்று இளகியது ஏனோ, சுய மின்மையாகக் கவிந்து, ஓர் பல்லியாகத்தான் மாறிவிட்டதை உணர்ந்தான். இப்போது அவனைத் தற்கொலை செய்து கொள்ளுமாறு தூண்டியது பல்லி. இவ்வறையில் இருந்த பழைய மாணவனின் தற்கொலைக்கு காரணமாக இதே பல்லி இருந்திருக்க வேண்டும். தற்கொலையில் தொங்கும் நிழல் பல்லியைப்போல அசைந்தது.

ஒவ்வொரு நிமிஷமும் காற்றில்லாமல் அழுத்தமாக இருந்தது. மூச்சு முட்டியது அவனுக்கு. முத்துவின் ஆழ்ந்த

உறக்கத்தினிடையே மரணம் போன்ற கரிய பொருள் படர்ந்து கொண்டிருந்தது.

சீனுவாசன் சிகரெட்டை பற்றவைத்துக் கொண்டான். நிமிஷங்களுக்கு இடையில் சிகரெட்டைத் திணித்து புகையாக மாற்றினான். சாம்பல் குவிசலை காகிதத்தில் தட்டினான். சாம்பல் மீது விரலால் அழுத்தி கோடு வரைந்து கொண்டிருந்தான். ஒரு சில கோடுகள் தனக்குத் தெரிந்தவை போல இருந்தன. அவற்றைக் கூர்ந்து கவனித்த போது ஏற்கெனவே பழக்கப்பட்ட கோடுகளையே திரும்பத் திரும்ப அடையாளம் காணமுடிந்தது அவனால்.

முத்துராஜ் ரொம்ப நேரம் தூங்கி விட்டிருந்தான். கட்டில் ஓரமாக சரிந்து கிடந்தன கைகள். தலையணையில் படிந்த முகம். விபரீதமான கனவு காண்பதைப்போல அவன் முகம் மாறியிருந்தது.

அவர்கள் அறைமுழுவதும் புஸ்தகங்கள், கட்டுக்கட்டாகக் கட்டி டேபிள்மீது அடுக்கிவைக்கப்பட்டிருந்தன. பழமை யடைந்த காகிதங்கள்; பல நெடியகாலம் பழகிப்போன புஸ்தகங்கள்; தனியே அலமாரியில் அடுக்கிவைக்கப் பட்டிருந்தன. பைண்ட் செய்யப்பட்ட நிறம் கூட சீனுவுக்கு பழகிப்போயிருந்தது. காலம் ஊடுருவிச் சென்று எல்லாப் புஸ்தகங்களையும் பழுப்படையச் செய்திருந்தது.

புஸ்தகங்களும் இயக்கமற்றவையாக இருந்தன. பல்லி யின் பெரும்பகுதி இளமைக்காலம் புஸ்தகங்களிடையே கழிகிறது. பக்கங்கள் கூட பல்லியின் மஞ்சளும் சாம்பலு மாக இருந்தன. சுவர்களில் இருந்த பழைய மூட்டைப்பூச்சி கூடுகள். கருப்பு புள்ளிகளாய் சிதறியிருந்தது. அவற்றை நசுக்கிய விரல்கள் பதிந்த ரத்த வடுக்கள். மூட்டைப் பூச்சியின் கருப்பு ரத்தம், பழைய போர்க்களம் போல சரித்திர அடையாளமாக இருந்தது.

சுவர்க்கீறலுடன் இருந்த அலமாரியில் மிகப்பழைய சட்டப் புஸ்தகங்கள் கலிகோ பிளந்து கிடந்தது? அவர் களுக்கான சட்ட நுணுக்கங்கள் அடங்கிய செலபஸ், தொற்று வியாதியைப் போல படைபடையாக சுவரில்

பதிந்திருந்தன. சீனுவின் வேறு சில புஸ்தகங்கள் மீது வியாதி பரவியிருக்கவேண்டும். புஸ்தகங்கள் ஒவ்வொன்றையும் கனபரிமாணத்துடன் விரித்துப் பார்த்தால் உள்ளே பக்கம் பக்கமாக குழிவிழுந்து போனது. எல்லாப் பக்கங்களையும் ஊடுருவி வந்தது ஒரு வெள்ளிப்பூச்சி. ரத்தமில்லாத வெள்ளிப்பூச்சிகள் நூற்றுக்கணக்கில் உற்பத்தியாகியிருந்தன விடுதிக்குள். கருப்பு கவுன் அணிந்து வெளியேறிச் செல்கின்றன. சட்ட நுட்பங்களை கக்கி விட்டு, திரும்பவும் புஸ்தகங்களுக்குள் புகுந்து மறையும்.

அவற்றின் சாம்பல் நிறம், கோதியபடியே அலையும் மீசையெல்லாம் பயங்கரத் தோற்றமுடையவையாக இருந்தன. மீசை முளைத்த வெள்ளிப் பூச்சியை விரலை நீட்டி நசுக்கினான் சீனிவாசன். அதன் வெள்ளி உடல் நசுங்கி புஸ்தகத்தோடு ஒட்டிக்கொண்டது. புஸ்தகத்ததுக் குள்ளிருக்கும் வெள்ளிப் பூச்சியின் கல்லறை. இன்னுமிருந்த பூச்சிகளை நசுக்கிய கோடு புஸ்தகத்தில் இருந்த வார்த்தைகளில் படிந்தபோது சட்டங்கள் உடைந்தன. இன்டியன் பீனல் கோடுகளுக்குள் அரித்துத் தின்றபடி காகிதத்தை உணவாகக் கொண்ட வெள்ளிப் பூச்சியின் உடலில் இருந்த அருவருப்பூட்டிய மினுமினுப்பை உணர உணர அவனுக்குத் தற்கொலை பற்றிய பதற்றம் ஏற்பட்டது.

பழங்கதையில் வரும் வணிகன் ஒருவன் ஒரு சொட்டு ரத்தம் சிந்தாமல் கழுத்தை அறுக்கும் சாம்பல் நிறமான கத்தி இவன் கழுத்தில் பதிவதைக் கண்டு பதறினான்.

ஒரு சொட்டு ரத்தம் கூட இல்லாத வெற்றுப் பூச்சியின் மினு மினுப்பின் மீது ஊசிகள் போன்ற சூரிய ஒளிபட்டு அறையை அதிக வெளிச்சமாக்கி விட்டிருந்தது.

வெள்ளிப் பூச்சியைப் போலவே அவன் உடல் சுருங்கி விடும் என்று பயம். முத்து கண்விழித்துப் பார்த்தான் சீனுவை. அவன் கண்களின் குழிவில் படிந்த கருவளையம். கருவளையத்தில் விழுந்திருந்த வெறுமை. அதை ஊடுருவிப் பார்த்தான் சீனு.

ஹாஸ்டலை விட்டுக் காலிசெய்து வரும்படி முத்து

வீட்டிலிருந்து கடிதம் கிடைத்தது. அன்றே முத்துவை அழைத்துச் சென்றான் சீனு. அவன் விரல்களைப் பற்றிய படி ஊரின் மூலையில் நடந்து ரயில்வே ஸ்டேஷனை அடைந்தான். கருப்புக்கிராதிகளுக்கிடையில் தெரியும் சின்னஸ்டேஷன், சிறுவனைப் போன்ற அலாதியுடன் காத்திருந்தது. ரயில் வருவதற்கான நேரமிருந்தது இன்னும். முத்துவின்படம் போட்ட லெதர்பேக் சீனுவின் தோளில் தொங்கிக்கொண்டிருந்தது.

ஸ்டேஷன்மரத்தடியில் ரொம்பகாலமாய் கிடக்கும் சிமெண்ட் பெஞ்சில் அமர்ந்தார்கள் இருவரும். இதற்குமுன் ஒவ்வொரு நாளின் மூலையிலும் வரும்ஒவ்வொரு சாயந்திர வேளைகளில் அவர்கள் அமர்ந்திருந்த பதிந்துபோன சூழல் திரும்பவும் அவர்கள் முன்னால் விரிந்து கொண்டது.

சீனிவாசன் முத்துவை உற்றுப்பார்த்தான். இருவர்கை களும் கோர்க்கப்பட்டிருந்தன. வெகுதொலைவில் இருந்து வரும் புகைவண்டியின் ஊதல் கோர்க்கப்பட்ட கைகளின் ஆழத்திலிருந்து கேட்டது. மெல்ல மெல்ல ரயில் வருவது போல, சப்தத்திலிருந்து வெளிப்பட்ட காட்சிப்படலம் ஊமைஉருவம் போலத் தோன்றி மறைந்தது. திரும்பவும் சன்னமான குரல் உயிர்பெற்று வந்து.... உள்ளேசென்று... நிசப்தமாக இருந்தது ஸ்டேஷன்.

முத்துவின் எதேச்சையான மௌனத்திற்குள் எப்போதுமே தன்னை ஆழ்த்தியிருந்தான் சீனிவாசன். அவர்கள் பார்த்துக் கொண்டபோது, அவர்களுக்கு இடைவெளியில் இருந்த வெற்றிடத்தில் தொலைவான காற்று வந்து தவித்து முனகியது. அப்போது ஸ்டேஷனில் இருந்த ஒதிய மரத்தில் சாம்பல் நிறஇலைகள் கடலைப் போல சப்தம் எழுப்பி அமைதியடைந்தது. ஒரே ஒரு இலை ஒடிந்து விழும் சப்தத் துடன் பேசினான் சீனிவாசன்.

‘முத்தூ... ஹாஸ்டல் மூடுவதற்குள் வந்திரு... நான் குறித்து வைத்த பகுதிளை படித்துவிடு... நீவராமல் நான் ஊருக்கு போகமாட்டேன்டா முத்தூ’

உலர்ந்து போயிருந்த உதட்டிலிருந்து சிரிப்பு அசைந்தது.

முத்துவின் சிரிப்பிலிருந்த வெறுமையைக்கண்டு சீனு அந்தப்பக்கம் திரும்பி தண்டவாளங்களையே வெறித்தான். இரண்டு மூன்று வளைவுகளாகப் பிரியும் பாதைகள். அவற்றில் இருள் படியத் தொடங்கியது. பார்வையை மீண்டும் முத்து பக்கம் திருப்பினான்.

ரயில் வருவதற்கான மணி அடித்து ஓய்ந்த பின்னும் அதன் ஒலிதேய்ந்து தொலைவில் சென்று யாரோ மறைவது போல் புகையடைந்து வெயில் அசைந்தது. வெப்பத்தை அள்ளி வீசியது காற்று. சூழலில் இருந்த ஒவ்வொரு மரத்தின் சாயலில் ஏதோ ஒன்று மறைந்திருப்பது கண்டு உற்றுப் பார்த்தார்கள். பழைய இரும்பின்மீது புயல்சீறி வருவது போல் சக்கரங்கள் சப்தமிட்டபடி வந்து கொண்டிருந்தன. மிகக்குறைவாகச் சில பயணிகளோடு வந்துவிட்டிருந்தது ரயில். பிளாட்பாரத்தில் தூங்கி வழிந்த இடங்கள் அதிர்ச்சி யடைந்து விழிப்புற்றுப் பிரகாசித்தன.

முத்துராஜ் வண்டியில் ஏறி ஜன்னல்பக்கம் வந்து அமர்ந்து கொண்டான். கம்பிகளுக்கு இடையே இருந்த சிறிய இடத்தில் கையை வைத்தான். வெளியில் நின்ற சீனிவாசன் தனிமையைக் கண்டு பயந்து, தன்கையை அவன் கையுடன் ஒட்டி நின்றான். கைகளுக்குள் அதிக சக்திவாய்ந்த வெப்பம் எழுந்தது. முத்துவின் நீண்ட விரல்கள், சீவப்படாத நகங்கள், எப்போதும் வியர்த்துக் கொட்டும் உள்ளங்கை, அவன் விரல்களைக் கோர்த்துக்கொண்டான். ஒட்டிய கை களுக்குள் மரங்கள் ஆடி ஆடி இலைகளுக்குள் பதுங்கிய முகத்துடன் ஒருவரை ஒருவர் பார்த்து துடித்துக்கொண்டிருந்த போது சக்கரங்கள் மலையுச்சியை நோக்கி ஏறுவது போல் திணறி உருண்டன.

கோர்க்கப்பட்ட இருகரங்கள் வண்டி ஓட்டத்தோடு சேர்ந்து வந்துகொண்டிருந்தது. பிளாட்பாரம் நெடுக ஓடி முடிவு வரை சீனிவாசன் அவன் கையை விடாமல் தொட்டுக் கொண்டே ஓடினான். எஞ்சின் வேகம் அதிகரிக்க... அதிகரிக்க கைகள் பிரிந்த க்ஷணத்தில் அவற்றுக்கிடையே தோன்றிய வேதனை மிருந்த குமுறலுடன் புகை கக்கியபடி

சென்று கொண்டிருந்தது ரயில். கரும்புகை எங்கும் மூண்டு விடும். சரிந்த காற்றின் இழுப்பில் வெகுவேகமாக நாட்கள் பறக்கின்றன.

ஒவ்வொரு நாளும் முத்துவின் வருகைக்காகக் காத்திருந் தான். ஸ்டடீ லீவ் முடிந்து தேர்வு ஆரம்பித்தது. எழுதிக் கொண்டிருக்கும் போதே எட்டிப்பார்த்தான். டெஸ்க் காலி யிடமாக விடப்பட்டுள்ளது. ஹாஸ்டலுக்குச் செல்லுமுன் என்ட்ரன்ஸில் இருந்த தபால்பெட்டியை திறந்து திறந்து மூடியபோது தகரக்கதவு சத்தமெழுப்பியது. வரிசை வரிசை யான அறையில் ஒவ்வொருவரும் ஜன்னி வேகத்தில் ஜுரவேகத்தில் புஸ்தகங்களோடு உருண்டார்கள். அன்றுதான் தன் அறையை நோக்கி நடந்தான் சீனிவாசன். அவன் பெயர் தனியாக அவனுக்கு கேட்டது. திரும்பிப் பார்த்தான் யாரு மில்லை. அறையில் இருந்த ஒரே ஜீவன் பல்லி மட்டும் தான். அதனிடம் முத்து வருவதற்கான அடையாளம் ஏதோ இருப்பதாகத் தோன்றியது. அறைக்கதவை மெல்லத் திறந்து கொண்டு உள்ளே பார்த்தான்.

எல்லாப்பொருட்களும் அப்படி அப்படியே இருந்து விட்டிருந்தன. அவர்கள் கிளம்பிச்சென்ற கடைசி கணம் அப்படியே பாதுகாக்கப்பட்டுள்ளது. முத்துவின் கேன்வாஸ் ஷீ நிறைய சிகரெட் துண்டுகள், ஸ்லிப்பர் மீது பதிந்த விரல்கள், துண்டு காகிதங்கள், மருந்து மாத்திரைகள், ஒவ்வொரு நாள் ஜுரத்தின் போதும்எழுதிய குறிப்புகள், அவன் ஸ்வட்டர், கட்டிலில் படுக்கையாக பதிந்த முத்துவின் உடல் பதிவு. கோல்டு பிளாக் பிளைன் சிகரெட் பெட்டிகள் கால வாரியாக அடுக்கி வைக்கப்பட்டுள்ளன. கடந்த மூன்றாண்டுகளின் ஒவ்வொரு நிகழ்ச்சியின் பதிவுகளையும் குறித்து வைத்துவிட்டுச் சென்றிருந்தான் முத்துராஜ்.

அவர்கள் சேர்ந்து வாங்கிய ஃபுட்பால் பந்து கால்கள் பதிந்து செம்மண் நிறத்தில் டேபிள் அடியில் கிடப்பதை உற்றுப் பார்த்தான் சீனிவாசன்.

அவனோடு மேல் எழுந்த பந்து மெதுவாக அறையை விட்டு வெளிக்கிளம்பி பறந்து சென்றது. சீனிக்கல் பரவிய

மைதானத்தில் இரண்டு அணிகள். கேன்வாஸ்-ஷு அணிந்த கால்கள் - சில பிளாஸ்திரி ஒட்டி காயமடைந்தவை. காயங் களைத் தாண்டி ஸ்பிரிங் அணிந்த வேகத்தில் ஓடுகின்றன. சீனு பந்துக்குமேல் எவ்வி குதிக்கிறான். இங்கும் அங்குமாக வித விதமான கால்கள். பின்நோக்கி ஓடும் கால்கள். சுழன்று சுழன்று ஆடும் கால்கள். பாதங்கள் அகலமான கால்கள் பந்து உதை பட்டுப் பறக்கிறது. கால்கள் மேல் கால்கள் பதிந்து பரவுகிறது. ஓடிச் சறுக்கி எழுந்து ஓடுகிற கால்கள். பந்தை எடுத்து அவுட்டுக்கு தள்ளுகிறது. விசில்... திரும்பத் திரும்ப காதை துளைக்கிறது. *3.40. 3.41: 3.42: 3.43:* சீனிக்கற்கள் பரவிய சரல் காடாயிருந்த பந்தய மைதானம். கண்ணைக் கூசும் வெண்ணிற வெயில். கதிர்கள் நீண்டு முகத்தில் அறைகிறது. பந்தைப் பார்க்க முடியவில்லை அவனால். சூரியன் இருந்த இடத்தில் கருத்து சுழலும் உருளையொன்று வெளிப்படுகிறது.

வெளியில் பொடிப் பொடி வெள்ளிப் பூச்சிகள் கோடி கோடியாக மிதக்கின்றன. அவற்றின் மீது வெள்ளை வெயில் ஊடுருவி வெப்ப ஊசிகளாக பிரகாச மடைந்து மண்டைக்குள் துளைக்கின்றன. உடலை உட்துளைக்கும் அணுக்கூட்டமாக எங்கும் பின்னங்கள். கண்ணுக்குத் தெரியாமல் மிதக்கும் அணுக்கூட்டத்தின் மீது வெள்ளிப் பூச்சியின் மினுமினுப்பு நெளிகிறது. மைதானமே திடீரென்று பிரகாசமடைந்து சுழல்கிறது. அவன் எங்கு மிதக்கிறான். கால்கள் எல்லாம் எங்கே ஓடுகின்றன. அங்கு மிங்குமாக மணலில் பாதங்கள் அழுந்தும் ஓசை. வளையம் வளை யமாக கரும் பந்துகள் சுழல்கின்றன. கருப்பு வளையம் ஒன்றைப் பின்தொடர்ந்து ஓடுகிறான் சீனு. கால்பதியும் உணர்வு மட்டும் இருப்பதாக இருந்தது. பின் அதுவும் அயர்ந்து, காதுக்குள் இரைச்சலாக சூரிய ஒளியின் வெப்பம். ஒரு க்ஷணத்தில் மைதானத்தில் இருந்த எல்லா உருவங்களும் அதிக வெப்பமடைந்து உருகித் திரள்கின்றன. தலையைப் பிடித்தபடி பெருங்கூச்சத்துடன் சுருண்டு விழுந்தான் சீனிவாசன். எல்லோரும் அவனை நோக்கி ஓடுகிறார்கள்.

3.44: 3.44: 3.44... அதிக அழுத்தடைந்த ஒரே கணம் முடிவின்றி பதிந்து கொண்டிருந்தது திரும்பத் திரும்ப.

சீனு மைதானத்துடன் ஒட்டிக் கிடக்கிறான். கைகள் மடங்கி பல்கட்டி இறுகியது. அவன் முகம் தரையோடு பதிந்து மூச்சு விடுகிறது. சில வெள்ளை கற்கள் அவன் மூச்சில் இடம் பெயர்கிறது.

இரண்டுபேர் அவனை தூக்கி நிமிர்த்துகிறார்கள். கால்கள் சரிந்து சரிந்து விழுந்தன. தோளில் தூக்கிக் கொண்டு போய் மரத்தடியில் சாய்த்து உட்காரவைக்கிறது கூட்டம். முகத்தில் சோடாவை பீச்சி அடிக்கவும்... சிலீரென்று உடல்புல்லரித்து மூடுகிறது. ஒவ்வொருவராய் கூட்டத்தை விட்டு விலகிப்போய்க் கொண்டே இருந்தார்கள். அவன் முன்னால் பந்து அமர்ந்திருந்தது. வெற்று மைதானத்தில் இருள் பரவிக்கொண்டிருந்தது.

தொலைவில் இருந்து அம்மா அழைக்கிறாள். நீள வராண்டாவில் அவன்மட்டும். இருள்பரவிய மரங்கள் ஆடி அசைந்தன. வேம்பில் இருந்த சிறுசிறு இலைகள் அபூர்வமான குளிர்ச்சியில் புலம்பிக்கொண்டிருந்தது. நிசப்தமான கடலில் அலைகள் தனிந்து போயிருந்தது. வேம்பிலைகள் கூட்டமாகப் பேசுவதுபோல் சப்தம் எழுப்பி தொலைகிறது. திரும்பவும் அம்மாவின் கையசைப்பு தெரிந்தது தொலைவில். சீனு மைதானத்திலிருந்த மரங் களை விட்டு மெல்லமெல்ல ஒரு பாதையில் நடந்து கொண்டிருந்தான். தனிமையும் கருக்கிருட்டும் வளைந்து வளைந்துசெல்கிறது. மாடிப்படிகள் ஒவ்வொன்றாய் கடந்து கடந்து எண்ணிக்கையில் பிசகி திரும்பவும் கீழிறங்கி எண்ணியபடி மாடிக்குப்போகிறது கால்கள். அவன் கால்பதி யும் சப்தம் தனியாக கேட்கிற தெருவில் அவனுக்காக அவன் அம்மா ஜன்னலில் முகம் புதைத்து கருத்த ஜன்னல் கம்பிகள் விழுந்த அம்மாவின் முகம் கருப்புநிற ஜன்னல்கள் திறந்து வெளிப்படுகிறது எங்கும். வெண்ணிற ஒளிவிழுந்து கிடந்த முற்றத்தில் அவன் கால்கள் பதிந்து சுற்றுமுற்றும் நடந்து ஜன்னலில் தெரிந்தமுகத்தை ஏக்கத்துடன் பார்க்

கிறது. ஜன்னல்வழியே சாம்பல்நிறத்தில் பல்லி கம்பி களுக்கு இடைவெளி வழியாக வெளியேறி வெளிப்புறச் சுவரில் சுண்ணாம்பில் புதையுண்ட வெப்பத்தில் அடிவ யிற்றை வைத்து சுகமாக ஒட்டிக்கொண்டது. பல்லி தலை தூக்கி அதன் விடைத்த கண்களால் அவனை என்றுமில்லாத சலிப்புடன் பார்த்தது. தாங்கமுடியவில்லை அவனால்.

நீளநீளமான தெருக்களில் அமைதியடைந்த வெளிச்சத்தில் கருப்பு ஷீ அணிந்த கால்கள் நடந்து கொண்டிருந்தன. ஒரு நிழலைப்போல உருவம் ஜன்னல்கள் மூடிய வெள்ளைச் சுவர்களைத் தாண்டி வீடுகளின் திருப்பங்களில் பயந்து கால்பதிவில் கிளம்பிய சப்தத்தை அகற்றி மர்மமாக ஏதோ ஒன்று அவன் தோளில் வந்து அமர்ந்து கொண்டதுபோல் தெரிந்தது.

அவன் கைகளை திடீரென்று பற்றி இழுக்கிறார் அப்பா. பதை பதைத்து மூச்சுத் திணறியது. மேல் மூச்சு கீழ் மூச்சு வாங்க... வியர்த்துக் கொட்டியது அவனுக்கு.

'சீனு... சீனு.... என்னடா... என்ன நடந்ததுடாசீனு.. சொல்லேண்டா...' கேட்ககேட்க அவன் பேந்தப்பேந்த விழித்தான். கேட்டபடியே அப்பாவின் குரல் இருளடைந்து குளறியது. அவனை படுக்கையில் கிடத்தி தலைமாட்டில் விடிய விடிய அப்பாவும் அம்மாவும் விழித்திருக்கிறார்கள். டேபிள் மீது நைட் லேம்ப் மஞ்சளுடன் கசிந்தது. அதைச் சுற்றிய பழைய பீங்கான் கிண்ணத்தில் ஒளிபட்டு சக்தி வாய்ந்த வெளிச்சமாகப் பிரதிபலித்தது. பீங்கானை மூடிய கண்ணாடியை ஒட்டி அடைபட்ட பல்லி முழு உடலையும் வெளிச்சத்துள் வைத்து படுத்திருந்தது.

அவன் கை கால்களை அம்மாவின் கைகள் தொட்டுத் தடவுகின்றன. மரக்கட்டை போல குளிர்ந்து விரைத்து விட்டிருந்ததைக் கண்டு அம்மா கலவரமடைந்தாள். வீட்டினுள் எல்லா விளக்குகளும் எரிந்தன.

இரவோடு இரவாக ஜன்னி வேகத்தில் சாவு வேகத்தில் உருமியபடி வந்த ஆட்டோவில் டாக்டர். அவனைப் பரிசோதித்து விட்டு 'ஒன்னும் பயப்பட வேண்டாம்...

அவன் மனநிலை பாதிக்கப்பட்டிருக்கிறான். என்னால் இப்போது டைகனைஸ் பண்ண முடியலை. மானிங் வரேன்...' என்று ஒவ்வொரு படியாகக் கீழிறங்கி எண்ணிக்கை பிசகி விட்டதாக திரும்பவும் படிகளை எண்ணிக் கீழே சென்றார் டாக்டர். சாவைப் போன்ற வேகத்தில் உறுமிச் சென்றது ஆட்டோ. அதன் புகை தெருவில் மிதந்து அசைந்து கொண்டிருந்தது. வீட்டுக்குள் அவன் அறை ஜன்னல்கள் எல்லாம் திறந்து கிடந்தன. டேபிள் ஃபேனின் உறுமல் மட்டும் டேபிள் தகரத்தின் மீது பட்டு அதிக சத்தத்தை உண்டாக்கியது. சப்தம் அவனுக்கு அதிக சிரமத்தை ஏற்படுத்தியது. திரும்பவும் அவன் உள்ளுக்குள் பலவாறு புலம்பினான்.

நைட் லேம்பின் மீது தாமதமாக வந்து சேர்ந்த கடிதம், உடைக்கப்பட்டு அதன் காக்கி உரையும் அதோடு வைக்கப் பட்டிருந்தது. இன்னும் விடிந்திருக்கவில்லை. எங்கும் வெண்ணிறமான குளிர். பளிங்கு போன்ற கண்களைத் திறந்து அவனைப்பார்த்துக் கொண்டிருந்தது. இரவின் இமைகள் பாதிமூடியிருந்த மயக்கத்தில் சூழல் எங்கும் மங்கியது.

டேபிளின் இன்னொரு மூலையில் நேற்று அவன் அப்பா ரிசீவ் செய்த தந்தி அவனுக்குத் தெரியாமல் மறைத்து வைக்கப் பட்டிருந்தது.

MUTHURAJ EXPIRED MUTHU MUTHU *3.44* PM *3.44; 3.44; 3.44; 3.44; 3.44;*... லப்...டப் லப்...டப் லப்...டப்... லப்...டப்... சீனிவாசன் படுத்திருந்த சாயலை யாரோ பார்த்துக் கொண்டிருக்க வேண்டும். வெகுவாகச் சோர்ந்து கிடந்தன கைகள்.

மஞ்சள் நிறமான லேம்ப் வெளிச்சத்தில் முத்துவின் கடிதம். அவன் எழுத்துக்களில் இருந்த கருப்புநிற வடிவம். அறையில் அவன் தூக்கத்தைப் போன்ற அமைதி ததும்பியது. எங்கோ ஆழத்தில் இருந்து ஃபேன் சத்தம் சுழன்று சுழன்று நாலாபுறங்களிலும் இருந்த பொருட்களில் பட்டு அறையை அசைத்துக்கொண்டிருந்தது.

அந்த மங்கலில் வந்த வெளிச்சத்தில் காகிதம் நடுங்குவது தெரிந்தது. கடிதம் யாமில்லாத அறைக்குள் தனிமையில், தானே காற்றில் படபடப்பதால் அறையில் உள்ள நிசப்தம் வெகு ஆழத்தில் இருந்தது. சீனிவாசன் சீராக மூச்சுவிட்டு தூங்கிக்கொண்டிருந்தான். அவன் மெலிந்த கன்னத்துடன் சிறுசிறு ரோமங்கள் வளர்ந்த நாடியின் அருகில் கனவு போல அழகிய ஒளி இவ்விரவின் நெடுங்கால வருகையை அர்த்தப்படுத்தியிருந்தது. அந்த மெல்லிய கனவு இரவில் சலனமடைந்தது; அக்கடிதத்தில் இருந்த எல்லா வாக்கியங் களையும் யாரோ முணு முணுப்பதுபோல் இருந்தது.

அன்புள்ள சீனுவாசன்,

எல்லாம் அப்படி அப்படியே இருந்துவிடுமோ என்ற லேசான பயத்தில் தான் இதை உனக்கு எழுதுகிறேன். இங்கு வந்ததும் ஜுரத்தில்ரொம்ப அவதிப்பட்டேன் தெரியுமா. நீ பக்கத்தில் இருந்திருக்க மாட்டாயா என்று தோன்றியது. அப்பொழுது நீ என்னருகில் இருந்திருந்தால் உன் மார்பில் என் முகம் வைத்து அழுதிருப்பேன். தைரியமற்றுக் கிடந்தேன். ஒவ்வொரு முறையும் உன் நினைப்பு வரும் போது மனசு கனமாகி இசையைத்தான் கேட்கமுடிகிறது. ஏன் இப்படியெல்லாம் எழுதுகிறோம் என்ற குழப்பம் ஏற்படுகிறது.

நம் சந்திப்பு எப்போது நேர்ந்தாலும் வானம் நம் நக்ஷத்திரங்களுடன் தான் இருக்கும் என்பதில் எனக்கு எவ்வித சந்தேகமும் இல்லை. நான் இங்கே இசையைக் கேட்டுக்கொண்டிருப்பது என்னைமட்டுமின்றி உன்னையும் ஆயிரம் ஒளிவருடங்களுக்கப்பால் இருக்கும் கிரஹத்தை யும் பாதித்துக் கொண்டிருக்கிறது. எனக்குத் தெரியும், எதற்கும் ஒன்றிற்கொன்று தொடர்பில்லையென்று சொல்ல முடிகிறதா. இந்த அகண்டாகாரத்தில் நாம் முன்பு இருந்தோம் முன்பு சந்தித்துக்கொண்டோம். பின் இல்லை. பின் சந்தித்துக் கொண்டோம். சந்தித்தோம் சந்திக்கிறோம். சந்திப்போம். காலங்களின் இணைப்பேதும் இல்லாமல் கரிய பனியைப்போன்ற ஒருதுளி உருவாகி உடைகிறது.

நான் எதற்கு காத்திருக்கிறேன். எனக்கு இங்கே என்ன வேண்டும். அசந்தர்ப்பத்தில் மெல்ல சுற்ற ஆரம்பித்த ஒன்றை யாரோ தொட்டு நிறுத்திவிட உள்ளே பெரும் சுழற்சியாக ஒன்று தொடங்கிவிட்டதே. எல்லாமும் என்ன ஆகும். காத்திருக்க எனக்கு எவ்வளவு தூரம் பொறுமை இருக்கும் என்று பயம்.

தரையில் கால்பாவும் பிடிமானங் கூட அற்றுப்போய் இருக்கிறது. இங்கு எனக்கு என்ன தேவை என்று கூட தெரியவில்லை சீனு.

என் உடலில் இதுவரைகண்டிராததொரு சோர்வு ஏற்பட்டு விட்டது. உன்கடிதத்தை எதிர்பார்த்துக் காத்திருந்தது. ஏதோ தூர தேசத்திற்குப் போய்விட்டாயோ என்று இருக்கிறது. அதிகமாக எழுதினாலே கையெல்லாம் வலி ஏற்படுகிறது.

திங்கள் எப்படியும் College வந்துவிடுவேன். என்னால் வீட்டிலேயே இருக்க முடியவில்லை. வெகுநேரம் உறங்க முடியவில்லை. முழித்திருந்து எழுதுகிறேன். டேபிள் லேம்பின் வெளிச்சம் எனக்குப் பிடிக்கவில்லை. இதை எழுதி முடித்தபோது ஏன்? என்று பட்டது. பெரும் அயர்ச்சியாக இருந்தது. சொல்ல மறந்து விட்டேன் உன்னிடம். என் ஹால் டிக்கெட்டை ரூமில்தான் விட்டு வந்திருக்கிறேன், எடுத்துவை. இக்கடிதம் அனுப்பிய க்ஷணத்திலிருந்து பதிலை எதிர்பார்த்துக் கொண்டிருப்பேன்.

உன் முத்து.

●

47

நாற்பத்து எட்டுக் கோடி வார்த்தைகளின் மரணம் அல்லது சும்மாகிட சவமே

பால்வண்ணம் பிள்ளையின் தினக்குறிப்பு:

இந்த வருஷம் என்ன வார்த்தைகளை எழுதலாம். நாடக விமர்சனம் எழுதலாமா. டாக்குமெண்டரி சினிமா பற்றி... நாவல்எழுதலாமா. வேலைக்கு விண்ணப்பங்கள் எழுதலாமா. அறிவொளி இயக்கத்தில் சேர்ந்து கைநாட்டை மாற்றி எழுதப் படிக்கத் தெரிந்தோரை அபிவிருத்தி செய்யலாமா. சென்றாண்டு அறிவெளி பெற்றோர் 80,000 பேர். தினத்தந்தி பேப்பர் சர்குலேஷன் தமிழ் நாட்டில் 50,000 கூடுதல். பாண்டிச்சேரியில் 30,000 கூடியது. 'தோழர்' வந்தார்- 'சங்க'த்தில் சேர்ந்தார்- 'மூலதனம்' படித்தார்- 'உலைக்கள'த்தில் இரும்பால் அடிபட்டார். 'நாவல் கிழார்' 'சர்க்கரை' உற்பத்தி செய்தார்- வெகுஜனங்கள் சர்க்கரைப் பொங்கலிட்டார். அதன் மீது ஆரியவேத மந்திரங்கள் ஓதி 'நைவேத்யம்' செய்தார்.

சும்மா கிட சவமே... சும்மா கிட சவமே... எத்தனை முறை சொல்ல... எழுதாட்டி என்ன அப்படி எழுதாமல் போனால் என்ன...

சும்மா கிட சவமே....

ஏற்கெனவே 35 பதிப்பகங்கள் பதிப்பிக்க மறுத்து- நாவலில் மறுபடி சேர்க்க வேண்டிய எழுத்துகள். நாளைக்காக இன்று குறித்து வைக்கப்பட்டவை. 'ஒரு வார்த்தை'யை கண்டு பிடிக்கப் போய்... தூக்குக் கயிறு சுருங்கத் துடி துடித்த போது மூளை-ரத்தக்குழாய் உடைந்து எல்லா

நாளங்களிடையேயும் பயணமான சம்பத் மரணத்தின் விளிம்பில் ஸ்தம்பித்து நின்றபோது... சம்பத் என்ன சொன்னான்... என்ன சொன்னான்:

'எண்ணங்களைத் துருவி அறியவே ஆசைப்பட்டான். மரணத்தால் முற்றுப்புள்ளி பெறாது, ஆராய்ச்சியின் நுனிக் கொழுந்து வளர வேண்டுமென்ற நினைப்பினால், அவன் ஏற்றுக் கொண்ட சிலுவை அது. அன்று முதல்-ஆம் அது நடந்து வெகுகாலமாகிவிட்டது-இன்று வரை, ஆசைகள் உந்த அழிவு அவனைக் கைவிட மரணம் என்ற விழிப்பற்ற ஒரு சொப்பனாவஸ்தை போல, மூல காரணங்களாலும் நியதிகளாலும் எற்றுண்டு, ஜடத்திற்கும் அதற்கு வேறான பொருளுக்கும் உண்டான 'இடைவெளியில்' அவன் அலைந்து திரிந்தான். ஆசை அவியவில்லை; ஆராய்ச்சி அவிந்து மடிந்து, நியதியையிழந்து விபரீதத்தில் தீவிர கதியில் சென்றது. அவன் இப்பொழுது வேண்டுவது, முன்பு துருவிய இடைவெளி ஆராய்ச்சியன்று; சாதாரண மரணம். உடல் இருந்தால் அல்லவா மரணம் கிட்டும்! ஜடமற்ற இத் திரிசங்கு நிலையில் சமூகத்தில் அடிபட்டு நசுங்கியவர்கள் ஆசைப்படும் மோட்ச சாம்ராஜியம் போல, மரண லட்சியம் அவனுக்கு நெடுந்தூரமாயிற்று.

'பிரம்மராக்ஷஸ்'

II

பிரபல கவிஞரும் பத்திரிகையாளருமான ஒருவரின் நாட் குறிப்பிலிருந்து இடையோட்டம்:

மீனாட்சி பிரொவிஷன் அண்ட் பயர் வுட்ஸ்டோர்ஸ், பூர்வத்தில் பேட்டை பிள்ளை ஒருவரால் பவழக்காரத் தெருவில் நிறுவப்பட்டு, திருநெல்வேலியில் வசிக்கும் பிள்ளைமாரின் சுயஜாதி அபிமானத்தை உபயோகித்து சில காலம் பலசரக்கு வியாபாரம் நடந்தது. அங்கு பெட்டியடியில் மூக்க பிள்ளைதான் குமாஸ்தா. மூக்க பிள்ளை உப்புப்புளி பற்று வரவு கணக்கின் மூலமாகவும் படிக்கல்லின்

மூலமாகவும் மனித வர்க்கத்தின் சோக நாடகங்களையும் மனித சித்தத்தின் விசித்திர ஓட்டங்களையும் அளந்தவர். மூக்கபிள்ளை கவிஞராக மாறி தராசைப் பிடித்து பல கூண்டுப் புலிகளுக்கு சிம்ம சொப்பனமாக இருந்தாலும், பின்னர் அவர் கவிதைகள் பலசரக்கு கமறல்களுக்கு மேல் தாண்டாமல் பிற்காலத்தில் இலக்கிய வியாபாரியாக மாறி பண வசூல், கணக்கு, வியாபாரம் என்ற நாணாவித இலாக்காக்கள் பெருகி இலக்கிய 'மரண விலாஸ்' ஆக மாறியதும் சமீபத்தில் நாடு பிரஸ்தாபித்துக் கொண்டிருந்த விஷயம்.

மெட்டாபிக்ஷனின் ஆதரைஸ்டு டீலர் கும்பகோணம் பிள்ளைவாள் 27 பேர்களுக்கு 'கருப்பு பூணூல்' அணிவித்து இலக்கியப் பிரவேசம் நடத்தியது சற்று முன் முடிந்த விஷயம்.

நவீன தி.க.சி களுக்கும் மூனா அருணாசலங்களுக்கும் ஸ்ரீமான் மூக்கபிள்ளையின் பிடி வாரண்ட்:

ச.ஞ.ட. எழுதிய கதைகள், த.ந.ப எழுதிய நாவல்கள், ப.ம.ய எழுதிய நாடகங்கள், ந.ப.ம புனைந்த கட்டுரைகள், க.பூ.ச. அமைப்பு மைய வாதம். இவற்றை படியுங்கள் என்றார் மூக்கபிள்ளை. லிங்கத்தைக் கட்டி அழுதார் மூக்க பிள்ளை. மரத்தைக் கட்டி அழுத கவிஞனைக் கண்டு மரங்களே தப்பி ஓடுகின்றன. தி.சு.ந. என்பவரை பார்க்கும் போது சொன்னது 'புதுமை வேண்டுமானால் சூ.சா.ரு.தாவை படியுங்கள், கொந்தளிப்பு வேண்டுமானால் டொ. பா. மேவை படியுங்கள். கவிதை வேண்டுமெனில் 'ரிஷி கஞ்சாஞ்சநேய ஹிரிபரி ஆச்சார்யகோவ்'...வைப் படியுங்கள்.

மரண விலாஸ்

'பட்டுக் கோட்டையின் பாட்டு-அது
பதினெட்டு சுவைக்கூட்டு.' நவகவி

மரண விலாஸில் உற்பத்தியாகும் கவிதை-சிறுகதை-லீனியர்-நான் லீனியர்-நாவல்களை எழுதுபவர்களுக்கு

பதினெட்டு சுவை கூட்டுவடை பாயாசத்துடன் இலக்கிய விருந்து. யந்திரங்களால் உற்பத்தி செய்து குவிக்கப்படும் பண்டங்கள் இவை. இவற்றை உண்பதால் இலக்கிய ரஸனை என்பதற்கே எதிரிகளாகி விடுவார்கள். (நான் அழகியல் எதிரி) கால்ரா பவனில் யாரும் உணவருந்த வேண்டாம். மூன்றாம் உலக நாடுகளில் கால்ராபவனும் மரணவிலாஸமும் பல நவீன கரடி வித்தைகள் மூலம் இறக்குமதி செய்யப்படுகிறது. மலட்டுத் தன்மைக்கு எடுத்துக்காட்டு இது.

1-5-1991 மே தினம்

இந்த வருஷம் ரொம்ப அதிகமா ஒண்ணும் எழுதல; எழுதுனது மொத்தம் 4,20,000 வார்த்தைகள் தான். தினப் புரட்சி பத்திரிக்கையில் எழுதினதையும் சேத்தாக்க 6,00,000 வரும். இந்தக் கணக்கில் பழசையெல்லாம் சேக்குரது சரியாதோணல. 50 டாக்குமெண்டரி படம் பார்த்தேன். மக்களுக்கான சினிமா இயக்கம் துவங்கி திருநெல்வேலியில் மட்டும் ஐநூறு கிளைகள் உதயமானது. 20 வருஷ மக்கள் சினிமா திட்டமே இருக்கு. ஆப்லைஃப், சேக்ரிபைஸ் ஆப் பாப்புலால் பொலியா, ஷார்க் காலர்ஸ் ஆப் கோண்டு, டைம்டுரைஸ்...

500 புஸ்தகங்களை புரட்டிப் பார்த்தேன் படிச்சது 200 இருக்கும். 140 கவிதைகள் எழுதினேன். பிரசுரம் ஆகாத கவிதைகள் 260 யும் சேத்தாக்க 400 கவிதை ஆகுது. ஒரு கவிதைக்கு 2 வார்த்தை சேர்த்து தலைப்பு 10×2= 12 வார்த்தைகள் கொண்டிருந்தன ஒவ்வொரு கவிதையும். முழு நீளக் கோவா கலரில் கவிதைகள் போடுரதா ஹைதராபாத் எழுத்தாளரிடமிருந்து கடிதங்கள் வந்து... வந்து சிறு பத்திரிகை விளம்பரம் வந்து அவருக்கு தனி கவனம் எடுத்து நாலு தொகுதியில் இருந்தும் ஒரு வார்த்தையை எடுத்து வார்த்தைக்கு வார்த்தை சேர்த்து 12,000 எதிரொலி களை வார்த்தைகளாக்கி நெடுங்கவிதை... நெடுங்காவியம் என ஆந்தாலஜி வெளியீடு தேதி 29-4-1991. அன்று

சென்னையில் 41.6 செல்சியஸ் வெயில் அடித்தது. இந்த நூற்றாண்டின் உச்சபட்ச வெயில் என்று முன் பக்கத்திலும் ஆந்தாலஜிக் கவிதை பற்றி பின் பக்கத்திலும் விமர்சனம் வெளியானது.

ஸ்ரீமான் பிள்ளையின் பழைய டைரியில்....

பாரதி நூற்றாண்டாச்சே நவகவிதை சீரியஸ் வெளியானது. பாரதி நூற்றாண்டில் எல்லோரும் கவிதை எழுதினார்கள். கவிஞர்களின் பிள்ளைகள் வெளியிட்ட தொகுதிகளுக்கு MGR அரசு காகித மானியம் வழங்கியது. அந்த வருஷம் ஒரு கோடி வார்த்தைகள் தமிழுக்குக் கிடைத்த கொடை என்றார் சின்னத்தம்பி.

பாரதிதாசன் நூற்றாண்டும் வந்து சேர்ந்தது. பாரதி நூற்பாலைகளும், பல்கலைக் கழகமும், கலைக்டர் வளாகங்களும் தோன்றிது. பெயரிடப்படாத ஸ்தலங்களுக்கு பாரதிதாசன் நூற்றாண்டு நினைவு கவிதைப் பூங்கா என்று பெயர் சூட்டப்பட்டது. கவிதைப் பூங்காவில் அமைக்கப்பட்ட கவியரங்க மேடையில் அந்தர்வன், பூவை-அறு-பாலாஜி, தோனி வசந்தன், புரளியன், வாபா செல்லக்கிளி, ராசாக்கனி, சோத்துநிலவன், வேர்க்கிளம்பி, நாடு கலக்கி வன்னியத்தேவன் ஆகியோருக்கு பாரதிதாசன் விருதும் 10,000 பணமுடிப்பும் வழங்கப்பட்டது.

திருச்சி தேவர்ஹாலின் மேற்கூரைத் தகரங்களில் தடதடத்த கவிதைகளால் தகரங்கள் மேலேயிருந்து கீழே விழுந்தபோது 26 ரஸிக சிகாமணிகள் காயமுற்று அரசு மருத்துவமனையில் அனுமதிக்கப்பட்ட பின்பும், கவிஞர்கள் கலைந்து ஓடிவிட்ட பின்னும் மைக் மட்டும் தனியாக நின்று கவியரங்கம் நடத்திக் கொண்டிருந்தது.

தலைநகரின் முச்சந்திகளில் நவீன குளியல், கழிப்பறைகள் நிர்மானித்தார் MGR. அவற்றில் பாரதி, பாரதிதாசன்.. நூற்றாண்டு நினைவு நவீன குளியல், கழிப்பறைகள் என்று பெயர்ப் பலகை மாட்டி திறப்பு விழாக்கள் நடத்தினார் கருணாநிதி. நினைவுக் கழிப்பிடங்கள் ஏலம் விடப்பட்டு

நலிவுற்ற பிரிவு தொண்டர்களுக்கு வாழ்க்கைப் பாதுகாப்பு அளித்தன கழக அரசுகள். அப்போது ஊர் சுற்றிக் கொண்டிருந்த ஒரு நவீன கவிஞர் அவசரமாய் கட்டண கழிப்பிடம் சென்றார். வெகு பாடுபட்டு மலச்சிக்கலில் இருந்து விடுபட்டு உச்சத்தில், ஙப்பா... பாரதி தாசா' என்று உள்ளே இருந்து நினைவு கூர்ந்தார். அவர் கழிப்பறையை விட்டு வெளி வந்தபோது பாரதிதாசன் நூற்றாண்டு கழிப் பறைகளுக்கு அருகில் குஷ்டரோகிகள் பிச்சைக்காரிகள் குழந்தைகள் குடியமர்த்தப்பட்டிருந்தார்கள். அண்ணா சிலையில் இருந்த, ஒரு ஆள்காட்டி விரல் காட்டிய இடத்தில் 'மரண விலாஸ்' ஹோட்டலில் இலக்கியவாதிகளின் நெரிசல் அதிகமாக இருந்தது கண்டு ஓரமாய் நடந்தார். பாரதிதாசன் நூற்றாண்டு மலர் 13 ஆவது பதிப்பு மிருந்த பரபரப்பாக விற்கப்பட்டு வந்த சாலையோரங்களில் நடந்து மறைந்தார் கவிஞர்.

III

சும்மா கிட சவமே

பிரஞ்சு சஞ்சிகையொன்றில் 'வி. வியின் நாட்குறிப்புகள்' நாவலைப் பற்றி ஸ்ரீமான் பால்வண்ணம் பிள்ளையின் விமர்சனம் 25-4-1991.

பனை மரத்தில் ஊசியை சொருவிக் கொண்டு நடந்த பரமார்த்த குருவின் சீடர்களைப் போல் பிரபல எழுத்தாளர் வி.வி.யின் 'கட்டவுட்' டை இந்தக் கள்ளச்சீடர்கள் கதை, கவிதை, கட்டுரை, நாவல், பேச்சு, மூச்சு வரை தூக்கிச் சுமப்பது ஜெயலலிதா கருணாநிதி எம்ஜியார் கட்டவுட் களை தூக்கி நடந்த கழகத்தொண்டர்களின் பத்தாவது பாராளுமன்றத் தேர்தலின் கரடி வித்தைகளுக்கு ஒப்பாகும். இந்த எழுத்தும்போக்கும் அச்சுவடிவத்தில் வந்து கண்களில் கத்தியை ஆழமாய் சொருவுவதை அனுபவித்தவனே சொல்வதில்லை. ஆசையும் சொந்தரசனைகளும் இலக்கிய விமர்சனத்தில் செல்லுபடி ஆவதில்லை. பரங்கிக்காய் குதிரை முட்டை ஆகிவிட்டது.

பாரீஸ் தெருக்களில் 'ஈசாவஸ்யோபநிஷத்' புத்தகத்தோடு ஆல்பெர் காமுவை பார்க்க அலைந்து கொண்டிருந்த திருவாளர் வி.வி; பாரீஸ் தெருக்களில் அன்னாடம் விற்கப் படும் புஸ்தகங்களை வாங்க அன்னாடம் வந்து செல்லும் தமிழ்க்கவிஞர் 'ரிஷிகஞ்சாஞ்சநேய ஹிரிபரி ஹாச்சார்ய கோவ்; சுருக்கமாக 'கோவ்' அவர்களை சந்தித்து கை குலுக்கிக் கொண்டார். பிரிந்து சென்றார். தமிழ் நாட்டில் பிரபல மடைந்த நாவல்களை பாரிஸில்தான் வரவேற் கிறார்கள் என்று மு.போ. எழுத்தாளர் ச.த.ரா. 'என் தோழர்' நாவலை பிரஞ்சு பெண் ஷபீனா மேரிக்கு அர்ப்பணித்து அது 17 ருஷ்ய தேசீய மொழிகளில் மொழி பெயர்க்கப் பட்டுக் கொண்டிருந்தபோதுதான் 'பிரஸ்த்தொரேய்க்கா' தீவிரமடைந்தது.

ஆனால் திருவாளர் வி.வி.ச.த.ரா.வையெல்லாம் சுண்டைக் காயாக்கிவிட்டு பாரீஸ் தெருவில் அலைந்து கொண்டிருந்தார். பெரும் மன நெருக்கடிக்கு உள்ளானவரா யிருந்தார். பாரீஸ் நகருக்கு வெளியில் செங்குத்துப் பாறை மீது இருந்த ஆல்பெர் காமுவின் வீடு அடிக்கடி புயலுக்கு ஆட்பட்டு கதவுகளும் ஜன்னல்களும் தாமே அடித்துக் கொண்டன.

வீட்டுக்கு வெளியே புயலில் அகப்பட்டுக் கொண்டு மிக மோசமான நெருக்கடியையும் பேரின்ப நிலையையும் அடைந்த வி.வி. சவரக்கத்தி போன்ற மொழி வேண்டி காமு வீட்டுக் கதவுகளை ரகஸியமாகப் பார்த்தபடி இருந்தார். புயலுக்குப் பிந்தியும் கூட எந்தப் பொருளும் எதுவாகவும் மாறாமல் இருந்தது.

வி.வியின் மெலிந்த திரேகத்தையும் ஒழுங்கற்ற அவரது ஆடையையும் கண்டு மன வருத்தம் அடைந்த காமுவின் வழக்கமான மூான் தெரு முடி ஒப்பனையாளன் ஜூன் மெரி உல்கா 'ஏன் சார்... இப்படி இருக்கிறீர்கள் என்ன ஓய்!' என்றதற்கு 'என்னைக் கவனிக்கும் போதுகூட பொழுது வீணாகிறதே சார்' என்று சலூனில் சுழல் நாற்காலியில் சாய்ந்து கொண்டிருந்தார்.

மூான் தெரு முடி ஒப்பனையாளன் ஜூன் மெரி உல்கா தன் வாடிக்கையாளர்களில் ஒருவரான 'கோவி'டம் சொல்லும் போது, பாளையங்கோட்டை பப்ளிக் லைபிரெரி பராமரிப் பற்றுப் போய் சிதிலமடைந்தும் பல புஸ்தகங்களும் மொழி பெயர்ப்புகளும் கவிதைகளும் சாஸ்திரங்களும் திருடு போய்விட்டன என்றான்.

இதைக் கேட்டபடியே இருந்த திருவாளர் வி.வி. நூலகப் பராமரிப்பு, புஸ்தகங்களை ஒட்டுவது, வாசகர் வட்டம் ஏற்படுத்தி பைண்டிங் நன்கொடை, லைபிரரிக்கு தண்ணீர் வாளி வாங்கி வைப்பது, புஸ்தக இடுக்குகளில் உள்ள மூட்டைப்பூச்சிகளை குண்டூசி மூலம் நசுக்குவது, டினோ லெக்ஸ் ரெஜினா என்ற மஞ்சள் பூக்கும் புஸ்தக மரங்களை பாளைங்கோட்டையைச் சுற்றி உண்டாக்குவது பற்றி பதிலளித்துக் கொண்டிருந்தார். கவிஞர் கோவ் உணர்ச்சி வசப்பட்டு உன்னதம்... உன்னதம் என்றார்.

பெரும் உன்னத முடிவான பிச்சைக்காரனுக்கு பிச்சை இடுவது தீர்மானத்தில் வருவதற்குள் 64 காலி விஸ்கி குப்பிகளை சுவரில் எறிந்து உடைத்தார்-வி.வி.பிச்சை இடுவதற்கு எதிராக எந்தக் குரலும் எழும்பாது என்ற முடிவுக்கு வந்த போது, பேன்ஸி பனியன் போட்ட அச்சா.. அச்சா... கோவிந்தசாமி என்ற நாவலாசிரியரின் நாவலில் வரும் பனி இரவில் மூத்திரப்பிறைக்கு அருகிலும் அவற்றின் குமட்டலிலும் நீண்ட காலம் தூங்கி வரும் பிளாட்பாரவாசி களில் ஒருவனிடம் 'என் நண்பன் உடனே இருபது ரூபாய் நோட்டை எடுத்து அவனுக்குப் பக்கத்தில் வைக்கவா?' என்று கேட்டுக் கொண்டே அவனருகே போனான்.

'அடேய் முட்டாள்' என்று கத்தினேன். அவன் கையைப் பிடித்து இழுத்து சற்று தூரத்திலிருந்த நடை பாதை ஓரங் களில் உறங்கும் மனித உருவங்களை எல்லாம் காட்டினேன். 'இப்போது நீ இத்தனை பேருக்கும் இருபது ரூபாய் நோட்டு வைக்க வேண்டும்-செய் என்றேன்'...- அச்சா... அச்சா... உன் கருத்தான வசனம்... ஆந்திரா டப்பிங் வசனமாக... உன்னதமாக-ஆக,

வி.வியும் கோவிந்தசாமியும் சேர்ந்து கும்மியடி... கோலாட்டம் ஆடு என்று எதிரும் புதிருமாய் குச்சுப்புடி நாட்டிய மாடினர். அப்போது தமிழ் நாவலின் சரித்திரம் நடுக்கடலில் நங்கூரம் பாய்ச்சப்பட்டதுதான் நங்கூரத்தை அகற்றவோ கப்பலிலிருந்து நாவல் இலக்கியம் தப்பிக்கவோ முடியாமல் போனது. இப்படி இப்படி லட்சிய முலாம் பூசி மூடினார்கள்.

சும்மா கிடசவமே....

இப்படியாக திருவாளர் வி.வி. குஷ்டரோகியைத் தேடிய போது குஷ்டரோகி நகரத்திற்குள் மறைந்து போனான். உன்னத முடிவின் செயல்பாடு தேடித் தெருத்தெருவாக அலைந்த போது மரப்படியில் குஷ்டரோகியைச் சந்தித்தார். தான் தேடிய குஷ்டரோகி அவனல்ல என்று தெரிந்த பின்பும் தன் தீர்மானத்தை நிறைவேற்றும் பேருந்துதலோடு வெள்ளி நாணயத்தை எடுத்து குஷ்டரோகியின் முன் வீசியபோது குஷ்டரோகி ஒரு கணம் நிலை குலைந்து போனான் (ப 85) உன்னதச் செயல்பாடு முடிந்த திருப்பதியில் வி.வி. நிற்கும் போது காசை அவரிடம் தள்ள அவன் கைகளை நாணயத்தின் மீது வைத்தான். பெரும் தத்துவப் பிரச்சினை பூதாகரமாகக் கிளம்பி எது பொருள் எது இருப்பு – எதை நம்புவது – எது பொருள் – எது தத்துவம் என்ற சந்தேகங்களோடு பேராசிரியர் சிங்காரவேலன் வீட்டுக்கு ஓடினான் வி.வி. உன்னதங்கள் சீரழிவதற்காக இரவெல்லாம் தேம்பித் தேம்பி அழுதான். அழுவாதே... அழுவாதே... உனக்கு பத்து பைசா தாரேன்... என்று உச்சிக்குடும்பி இடுப்பை நெளித்து கூத்தாடுகிறான்.

மு.போ. எழுத்தாளர் கோவிந்தசாமிக்கும் உன்னத எழுத்தாளர் வி.விக்கும் வ.உ.சி. உடற்பயிற்சிக் கழகத்தில் நடந்த குஸ்தியில் எல்லா எழுத்தாளர் சங்க பயில்வான் களும் வந்து வி.வியிடம் வர்மப்பிடி கற்றுக் கொண்டார்கள். கோவிந்தசாமி உடல் சுளுக்குகளுக்கு இலக்கிய விளக் கெண்ணெ தடவி போர்டு மாட்டிக்கொண்டு பிரபல எழுத்தாளர் கோவிந்தசாமி என்ற பட்டம் பெற்றார். எங்கும் பரபரப்பாக கோவிந்தசாமின் புகழ் பரவியது. கோவிந்த

சாமியிடம் இலக்கியம் பற்றி அபிப்ராயம் கேட்பது பயில்வானிடம்சுளுக்கு எடுத்துக் கொள்வதற்கு ஒப்பாகும்.

பால்வண்ணம் பிள்ளையின் பாய்ச்சல்:

குஷ்டரோகியின் தெருவைப் பற்றி பால்வண்ணம் பிள்ளையின் வர்ணனை:

வி.வியின் வெள்ளி நாணயத்தை அவன் விரல்களில்லாத கைகளால் தொட்டு அந்தரத்தில் நிறுத்தி வேடிக்கை காட்டினான். தன் நெருப்புப் பற்றும் பார்வையால் இருது வாரமிட்டு தன் அழுக்குச் சட்டையில் புதைந்திருந்த ஊசி நூலை எடுத்து தன் சட்டையில் 1003வது பித்தானாக தைத்துக் கொண்டான்.

அவன் ஒவ்வொரு நாளும் கண்டு வந்த திருவாளர் வி.வியின் முகங்கள் குஷ்டரோகக் குழிகளுக்குள் கைகால் இழந்து முகமழிந்து ஒரு வெள்ளி நாணயமாகச் சுருங்கிப் போவதை அன்றாடம் கண்டு வந்தான்.

அவன் தெருவில் கக்கூஸ்களின் குமட்டல்கள், எழுத் தாளர்கள் தலைவர்களின் பெயர்ப் பலகையில் சிரித்த முகத்தின் ஊத்தைகள், வார்த்தைக் கோழை வடிய வைக்கோல் பொம்மைக்குள் வார்த்தைகள் அடைத்த மத்தியதர வர்க்க அறிவுஜீவித் தலைகளில் இருந்து குமட்டும் ஊரிய வைக்கோல் பேச்சுகள், தோவாணத்தில் இரும்புப் பிளேட்டு திறந்தது போல் இரையும் கோடி கோடி வார்த்தைகளின் தொற்றுநோய்கள், மைனர் குற்றவாளிகள், டாப்பர்கள், அபினி விற்போர், பைத்தியமாவதற்கு முன் பிளாட்பார மனிதனின் கண்களிலிருந்த வெறுமை... பைத்தியம் தொடர்ந்து சிரித்துக் கொண்டிருந்தது. ஒவ்வொரு வினாடி யிலும் உலகின் அமைதிக்காக பைத்தியத்தின் சிரிப்பி லிருந்து கடலின் சிரிப்பு..... குஷ்டரோகியின் இருப்பிடம் நோக்கி தலை வணங்கி நிற்கும் நகரத்தின் அனாதையான மரங்கள். அவற்றின் மீது பைத்தியத்தைப் போல் சிரித்துக் கொண்டு வெளிவரும் சூரியன்.....

சூர்யா... சூர்யா 20 ரூபாயை உன் நண்பன் நீட்ட அதை நீ தடுத்து வசனம் பேசியதும் அந்த வெள்ளி நாணயமும் உன்

வசனமும் வி.வியின் உன்னதமும் உன்னதத்திற்கு எதிராக உன் புளுகும் சூர்யா... அவன் குஷ்டரோகி, அனாதை... கால் மேல் கால் போட்டு படுத்தபடி இப்பிரஞ்ச இயக்கத்தையே தன் வெறுமை நிறைந்த கண்களால் பார்த்துக் கொண்டிருந்தான்.

IV

'பால்வண்ணம் பிள்ளை'

பால் பிரச்சனை அத்துடன் தீர்ந்து போக வில்லை. அவர் மனைவியின் கையில் இரண்டு கெட்டிக் காப்பு இருந்தது. அவளுக்குக் குழந்தையின் மீதிருந்த பாசத்தினால் அந்தக் காப்புகள் மயிலைப் பசுவும், கன்றுக் குட்டியுமாக மாறின. இரண்டு நாட்கள் கழித்து பால்வண்ணம்பிள்ளை ஆபீஸி லிருந்து வந்து புறவாசலில் கைகால் கழுவச் சென்றபோது உரலடியில் கட்டியிருந்த கன்று, வைக்கோல் அசை போட்டி ருக்கும் மாட்டைப் பார்த்து 'அம்மா' என்று கத்தியது.

'ஏலா?' என்று கூப்பிட்டார்.

மனைவி சிரித்துக் கொண்டே-உள்ளுக்குள் பயம்தான் வந்தாள்.

'மாடு எப்பொழுது வந்தது? யார் வாங்கிக் கொடுத்தா? என்றார்.

'மேல வீட்டு அண்ணாச்சி வாங்கித் தந்தாக பாலு ஒரு படி கறக்குமாம்' என்றாள்.

'உம்' என்றார்.

அன்று புதுப்பால், வீட்டுப் பால் காப்பி கொண்டு கணவரைத் தேடினாள். அவர் இல்லை.

அதிலிருந்து பிள்ளையவர்கள் காப்பியும், மோரும் சாப்பிடுவதில்லை.

அவர் மனைவிக்கு வருத்தம். ஒரு பக்கம் குழந்தைகள், மற்றொரு பக்கம் புருஷன் என்ற குழந்தை. வம்ச விருத்தி என்ற இயற்கை அவளை வென்றது.

இப்படிப் பதினைந்து நாட்கள்.

மாட்டை என்ன செய்வது?

அன்று இரவு எட்டு மணி இருக்கும். பால் வண்ணம் பிள்ளையும், சுப்புக் கோனாரும் வீட்டினுள் நுழைந்தார்கள். 'மாட்டைப் பாரும் இருபத்தைஞ்சு ரூபாய்' என்றார்.

'சாமி, மாடு அறுபது ரூபாய் பெறுமே' என்றார்.

'இருபத்தஞ்சுதான். உனக்காக முப்பது ரூபாய். என்ன? இப்பொழுதே பிடித்துக் கொண்டு போக வேண்டும்!'

சாமி ராத்திரியிலா? நாளைக்கி விடியன்ன பிடிச்சிக் கிடுதேன்' என்றார் சுப்புக்கோனார்.

'உம். இப்பவே?'

மாட்டை அவிழ்த்தாகிவிட்டது.

மனைவி 'மாடு எழுபத்தஞ்சு ரூபா இல்லே. குழந்தைக்குப் பால் ஆயிற்றே' என்று தடுத்தாள். 'மேலும் வரும்படி வேறு வருகிறதாம்.'

'என் புள்ளைகள் நீத்தண்ணி குடிச்சு வளர்ந்துக்கிரும்' என்றார் பிள்ளை.

சுப்புக்கோனார் மாட்டை அவிழ்த்துக் கொண்டு போகும் போது மூத்த பையன் 'அம்மா என் கன்னுக்குட்டி' என்று எழுந்து உட்கார்ந்து கொண்டு அழுதான். 'சும்மா கி சவமே' என்றார் பால் வண்ணம் பிள்ளை.

பாரிஸில் மூரன் தெருவில் திறந்த அரங்கில் திரையிடப் பட்ட 'குட்டி ஜப்பானில் குழந்தைகள்' பால் வண்ணம் பிள்ளை பார்த்துவிட்டு சொன்னார். 'என் புள்ளைகள் நீத்தண்ணி குடிச்சு வளந்துக்கிரும்.'

கை கால் வீங்கிய குடியானவர்களும், பிச்சைக்காரர்களும் வண்டிச் சாளரத்திற்கு நேராகக் குச்சியான கை கால்களும் மொடா மொடா வயிறுகளும் ஆடி அசையும் பனங்காய்த் தலையும் உடைய கோரமான குழந்தைகளைக் காட்டி பிச்சை கேட்கும் பெண்களும் ஒரு பிஸ்கோத்துத் துண்டுக்கு பூவேலை செய்த கைக்குட்டைகளையோ தேசிய ஆடை களையோ வாங்கலாம். சலாம் சலாம். குட்டி ஜப்பான்- ஆனந்த்பட் வர்த்தன் பாம்பே அவர் சிட்டி, ' என் புள்ளைகள் நீத்தண்ணி குடிச்சு வளந்துக்கிடும்' என்றார் பால் வண்ணம் பிள்ளை.

V

இருபது வயதுப்பையன் மவுண்ட் ரோட்டில் இருண்டதார் விரிப்பின் ஓரங்களில் தாளை பொறுக்கித் திரிந்தான். பழைய துணிகளை எடுத்து அதிலுள்ள பித்தான்களை அறுத்துத் தன் சட்டையுடன் தைப்பதே அவனது வேலையாக இருந்தது. அவன் வெள்ளை நிற மனித எலும்பால் செய்யப்பட்ட பித்தான்களையே தன் சட்டையோடு இணைத்துக் கொண்டான். (அவன் ஒரு அமைப்பியல்வாதி) மேலும் அவனிடம் பெரிய கோணிப்பை இருந்தது. அதில் இடைவெளி இல்லாமல் பொறுக்கிய தாளை இறுக்கி திணித்துக் கட்டியிருந்தான். அவ்வளவும் அவன் சேகரித்த அச்சுத்தாள். அவற்றையெல்லாம் தன் பேனவால் திருத்தி எழுதியிருந்தான். வரிக்கு வரி வார்த்தைக்கு வார்த்தை எல்லா எழுத்தையும் திருத்தி எழுதியிருந்தது வியப்பாக இருந்தது. அவனைப் பின் தொடர்ந்து சென்றேன் அவனுக்கே தெரியாமல். திடீரென்று அவன் முன் சென்று என்கையிலிருந்த கறுப்பு நிற கர்நாடக முரசை அவனிடம் கொடுத்தேன். அட்டையிலுள்ள எழுத்து வடிவங்களால் ஆதி ஞாபகம் தோன்ற திரும்பத் திரும்ப வாசித்தான். அவன் இரண்டடிப் பேனா ஆச்சரியத்தால் குதித்துக் கீழே விழுந்து இரண்டாய்ப் பிளந்தது. அதன் உள்ளே இருந்து திருநெல்வேலி மாமுனிவர் எழுந்து நின்றார். நான் லீனியர். நான் லீனியர்... என்று பூமி அதிர முழங்கினார்.

திடீரென்று கர்நாடக முரசு அறையப்படும்சத்தம் எங்கும் கேட்டது. அந்த முட்டாள் கர்நாடக முரசை திருத்தி எழுதுவதற்காக குனிந்து பேனாவை எடுத்து ஒட்ட வைத்தான். நெல்லை முனிவர் இரண்டடிப் பேனாவுக்குள் சென்று மறைந்தார். ஒவ்வொரு உடைந்த எழுத்தையும் தாள் வைத்து எச்சில் தொட்டு ஒட்டினான். அவன் வெட்டி ஒட்டிய உடைந்த எழுத்துக்களை கீழ்க்கண்டவாறு நாம் வாசிக்கத் துவங்கலாம்.

கடவுளும் கந்தசாமி பிள்ளையும் டிராம் வண்டியில் ஏறி வந்து மரணவிலாஸில் ரெண்டு கப் காபி அருந்தி விட்டு செல்லாத நோட்டை (100 ரூபாய்) கல்லாவில் இருந்த நெல்லை முனியிடம் கொடுத்துச் சென்றார். அவர் திறந்து கிடக்குமொரு தேதியில்லா பற்று வரவு நோட்டில் 'கடவுள் கணக்கில் ரெண்டு கப் காபி பற்று எழுதி வைத்தார்.

மரணவிலாஸில் பற்று வரவு இல்லாத எழுத்தாளர்களே இல்லை. நூறாண்டு காலமாகிறது. மரணவிலாஸிற்கு வராத எழுத்தாளர்களின் எழுத்துக்களும் மரணமலரில் இடம் பெறச் செய்வது திருநெல்வேலி முனிவனின் கையில்தான் இருக்கிறது. அம்முனிவர் பாவை கூத்திலே வரும் உச்சிக் குடும்பி. தன்தொந்தியால் இலக்கியக் கோட்டைகளை தகர்த்தெறிந்தார். இடுப்பை நெளித்து ஆடுகிறான் உச்சிக் குடும்பி... டம்குடம்குடம்கு... ரோஜாப்பூக்களால் குல்கந்து தயாரிக்கும் படைப்பு அதிகாரிகளுக்கே மரண விலாஸில் இடம் கலைஞர் மு. கருணாநிதியின் வார்த்தையில் சொல்லப் போனால் 'என்றே அண்ணா அன்றே சொன்னார். நான் கல்கத்தாவிலே சித்தார்த்த சங்கர்ரேயை பார்க்கப் போன போது 'தம்பி கருணாநிதி, தமிழ்நாட்டிலே அதிநவீன மரணவிலாஸ் நடத்தி வரும் கோவிந்தசாமியின் இலக்கியப் பணி எப்படி இருக்கிறது என்று கேட்டார். நான் சொன்னேன் கண்ணீரைத் துடைத்துக் கொண்டு. (அழுதபடி)

சித்தார்த்த சங்கர் ரே அவர்களே! கோவிந்தசாமியின் இலக்கியப்பணி மரண உற்பத்தி இஸ்ரேலையும் விஞ்சும் அளவிற்கு ஆற்றல் மிக்கதாக இருக்கிறது. அதன் துல்லியமான கணக்கை திருநெல்வேலி முனிவரிடம் கேட்டுப் பார்த்தேன். அவர் சொன்னார்... கலைஞர் கருணாநிதி அவர்களே!... அச்சா... அச்சா... கோவிந்தசாமியின் இலக்கியப்பணி... மூன்றாவது உலக நாடுகளின் மரண உற்பத்தியை 1.3-1.5 சதவீதம் அதிகப்படுத்தியுள்ளது... 1.3 சதவீதத்தை எல்லா இலக்கியவாதிகளும் அந்த 0.2 சதவீதத்தை கோவிந்தசாமியின் 'ஏ.கே 47' என்ற நாவல் மட்டும் ஈட்டித் தந்துள்ளது என்பதை உங்களிடம் நான்

சொல்லிக் கொள்கிறேன் என்றார்.

திருநெல்வேலி முனிவர். ஆகவே, 'கோவிந்தசாமியின் குதிரை' என்ற நாவலை மரணவிலாஸில் வைத்து வெளி யிடுவதற்கு உங்களுக்கு தேதி குறிப்பிடுகிறேன்... நீங்கள் அதை ஒப்புக்கொள்ள வேண்டும்... என்று கூறி உங்களிட மிருந்தும் கல்கத்தாவிலிருந்தும் விடை பெற்றுக்கொள் கிறேன். தமிழ் வாழ்க!'

வெளிநாட்டு வாணிபம்

முசிறியும் கொற்கையும் புகாரும் துறைமுகங்களாகத் திகழ்ந்தன. கரையிலே பல கலங்கள் காத்து நின்றன. பின் அமைப்பியலும் இலக்கியமும் ஊழல்களும் போர்டு மானியங்களும் சர்வதேசக் கண்ணீரும் கப்பல் கப்பலாக இறக்குமதியாகின.

ஆடுகளும் கோழிகளும் மென்மயிர் தோலும் பதனிட்ட கவிதைகளும் கலப்பு உர நாவல் மூடைகளும் கொண்டு சென்றார் கோடி கோடியாக... சர்வதேசச் சந்தையிலே நமது பொருள் விற்பனையானது. அந்நியச் செலாவணி கொண்டு குவித்தனர்.

சிவகாசி காகா பட்டாசுகள் அமெரிக்காவிலே விண்ணை அரதிர வைத்தன. கோட்சூட் போட்ட புதிய வணிகக் கூட்டம் அமெரிக்க மேடைகளில் 'யேல்' பல்கலைக் கழகத்தில் அண்ணாவைப் போல் முழங்கினர். குட்டி ஜப்பானில் குழந்தைகளுக்கு வெளிநாட்டார் உற்ற நணபனைப் போல் மானியங்கள் வழங்கி குழந்தைகளின் கண்ணீரை தனியே பிரித்து எடுத்து கப்பலிலே கொண்டு சென்றார். கண்ணீர் பணமாக மாறியது. தீக்குச்சி; தீப்பெட்டி; பொன்வண்டு. பணங்காச்சி மரம். திக்கெட்டும் சென்றுகலைச் செல்வம் கொன்று குவித்திடுவோம்: ஜப்பானிலே பம்பாயிலே பாரிஸிலே குட்டி ஜப்பானுக்கு விருதுகளை அள்ளித்தந்தார். மீனம்பட்டியிலே முன்னூறு பேர் செத்தார்.

நவீன உல்டா ரிசிகஞ்சாஞ்சநேயகிரிபரி ஹாச்சார்ய கோவ்களுக்கு... தேவையான வார்த்தை செட்டு: (உ.ம்)

தன்னந்தனியாய் தீவில் உலகப் போருக்காகக் காத்திருக்கும் ஒருவன்.

கருப்பு ரத்தம் சொட்டும் இதயம்
மொசார்ட் இசை ஜன்னலில் வழிய
தூக்குக்கயிறு சுருங்கித் துடி துடித்தது.

அவநம்பகம் கிறுக்கிய முகம். தற்கொலைக் கரங்களின் கண்டுபிடிப்புகள். நவீன பாதிப்புகளின் ரத்தக்காடு. மேற்கத்திய குற்றங்களின் தொட்டில்.

மரண விலாஸில் நடந்த நிகழ்ச்சிகள்

சிறப்புப் பேச்சாளர் பட்டியல்

1 தீப்பொறி ஆறுமுகம் எழுத்தாளர்கோவிந்தசாமி
2 வைரமுத்து படிமங்கள்
3சகோ. தினகரன் நிலவ, தாச, வண்ணன் லவ் லவ் லவ் லவு
4 வாரியார் கி.ரா
5 வானம்பாடிகள் முகில்கள்
6 ஸ்பான்சர் புரோகிராம் ரேடியோ நாடகம்
7பட்டிமன்றம் நவீன இலக்கியம்
8 நாவல் கிழார், டயர் வால் டீப்

நமக × நமக × நமக × ஆமென் × ஆமென்× ஆமென்× அல்லேலூயா × அல்லேலூயா × அல்லேலூயா× மந்திர உச்சாடணம்: ஆஷா ஆஷா ஆஷா ஆஷா ஆஷா ஆஷா ஆஷா

இசை: ரிங் ரிங் ரிங் ரிங் ரிங் ரிங் ரிங்

வார்த்தைகள், வண்ணங்கள், குறில் நெடில், நாலடியார், ஈரடிக் குறள் கடல் நடுவே 130 அடி வள்ளுவர் சிலை. வார்த்தைகள் சொற்கள் பாரக்கள் புள்ளிகள் காமாக்கள், கோடுகள் கோலங்கள் அதிர்வு விழிப்பு முழக்கம் வார்த்தை நடுவில் சப்பணமிட்டு அமர்ந்து அகராதி கோர்த்துக் கொண்டிருந்த மீனாட்சி சுந்தரம் பிள்ளை நதியில் எதிர் நீச்சல் போட்ட சுவடிகள். ‘அவருடைய வார்த்தையில் சொல்லப் போனால்’ வஞ்சப்புகழ்ச்சி, சிலேடை, பெரியார் சீர்திருத்த எழுத்து, ஜாடை மொழி. தட்டெழுத்து Xerox Fax, போட்டோ கம்போசிங், லேசர், அச்சுக்கோர்த்தது, புரூப்

பார்த்தது, புஸ்தகக் கடையில் புஸ்தகத் திருடனின் கண்ணில் பட்ட வார்த்தைகள். தாள் பொறுக்கி, எந்திரங்களின் முழக்கம். கம்யூட்டரில் புகுந்த நாற்பத்தி எட்டுக் கோடி வார்த்தைகள்

கொன்ற சொல். எழுத்தாளர் பாணி: தட்டு-தீனி-விவாதம். நண்பனுக்கு எழுதிய கடிதத்தில் அவனுக்கு சொல்ல முடியாமல் போன வார்த்தைகள்.

எல்லா வார்த்தைகளும் இறந்து போக, வெறுமையில் வார்த்தையை தேடிச் சென்ற முட்டாளிடம் அவர்கள் கேட்டு நச்சரித்த கேள்விகள். பாமரனை தூக்கில் மாட்டியபடியே எழுத்தாளர்களும், கல்விமான்களும், கேட்டது.

'உன் கடைசி வார்த்தை என்ன?'

கழுத்து நெரிபடும்போது கயிறு தடித்து தடித்து கனத்து கொல்லத் துடித்த போது இடைவெளிக்குள் ரத்த நாளங்கள் புடைத்து அந்த 'ஒரு வார்த்தை' அவன் இருந்த அடையாளமாக... அவன் நிழலைப் போல தோண்டத் தோண்ட வராததாக அவனது குறியீடாக மாறிப் போயிருந்தது. நாற்பத்தி எட்டுக் கோடி 'வார்த்தை' இன்னொரு கதைக்குள் ஓடி ஒளிந்து கொண்டது.

●

பின் இணைப்பு:
மரணவிலாஸின் 100 ஆண்டு உத்தேச ஆஸ்தி-பொறுப்பு பட்டியல்:
ஆடிட்டிங்: பால்வண்ணம் பிள்ளை ஆ.அ.

பொறுப்பு	வார்த்தை	சொத்து	வார்த்தை
கம்யூனிஸ்ட் கட்சி மேனிஃபஸ்டோவில்	50,00,000	பல கொடிய எண்ணங்களோடு	12,00,000
உள்ள வார்த்தைகள்		உள்ளே அமர்ந்திருக்கும்	
திருடப்பட்ட காதல் கடிதங்கள்	50,00,000	பயங்கரவாத வார்த்தைகள்	13,00,000
அழிந்த நகரத்தில் இருந்த வார்த்தைகள்	20,00,000	கடிதங்கள் மூலம் வெளியிட்ட	20,00,000
தலைவர்களால் மூளைச்சலவை	10,00,000	மிரட்டல்	10,00,000
செய்யப்பட்டது மறைக்கப்பட்ட	60,00,000	துவைத்து பிழியப்பட்டது	10,000
சரித்திரம்	40,00,000	கந்தலானாலும் கசக்கி கட்டியது	6,000
தலைவர்களை மூளைச்சலவை செய்த	1,00,000	இரும்பு சொற்கள்	25,000
தத்துவங்கள்	1,00,000	உலோகச் சொற்கள்	30,000
கவியரங்க தகரத்தில் விழுந்த	3,00,000	துருப்பிடித்த சொற்கள்	60,000
வார்த்தைகள்	12,00,00,000	பயத்தால் தடதடக்கும் வார்த்தை	
ஏ.கே. 47 நாவலில்		சொத்தின்பேரில் கிரயப் பத்திரத்தில்	70,000
பஞ்சாங்கம்	13,00,00,000	உள்ள வார்த்தைகள்	-
பஸ்ஸில் செலவு செய்தது	1,00,00,000	தற்கொலையை தூண்டும்	
சண்டையில்			

வெளிநாட்டு மானியம்:	1,00,00,000
போர்டு பவுண்டேஷன்	50,00,000
ஜன சேவா சமிதி	
சோசியல் சர்வீஸ் சொசைட்டி	7,00,00,000
மனிதநேய கூட்டமைப்பு லண்டன்	50,00,000
உலக குழந்தைகள் நலவாழ்வு	10,00,000
வாசிங்டன்	10,00,000
புதிய நாவல்கள் இழந்த வார்த்தை	10,44,86,000
புதிய சிறுகதைகளில் இல்லாத	1000
வார்த்தை நவீன கவிதையில்	1000
அழிந்தவை	1000
பேசி பேசி பேசி பேசி பேசி	1000
எழுதிய கடிதங்கள்	
எழுதிக் கொடுத்தது	10,000
வந்த கடிதங்கள்	
நண்பன் ரூமில் குப்பைத் தொட்டியில்	48,00,00,000
எடுத்த வார்த்தைகள்	
48 கோடி வார்த்தைகளுக்கு	
குறுமலை சுந்தரனார் எடுத்துக்	
கொண்டது புதுமைப்பித்தன் முதல்	
கோவிந்தசாமி வரை	

வார்த்தைகள்	-
நடத்திய பத்திரிகையில் சொந்தமாக	
எழுதியது	-
தன் பர்ஸிலிருந்து இலக்கியத்திற்கு	
கொடுத்தது	1,20,00,000
மற்றவர்களிடமிருந்து பிட் பாக்கெட்	2,00,00,000
படித்ததன் மூலம் பெற்ற வார்த்தை	10
பயிற்சி,	
மனப்பாடம், யோகா, ஒப்பித்தல்,	1
திருடுதல்	
அழிக்கப்பட்ட காதல் கடிதங்கள்	10,000
காதலியின் கடைசிக்கடிதம்	3,57,11,011
அவள் கசக்கி எறிந்த வார்த்தைகளை	44,42,88,989
மென்று தின்றது	
100 ஆண்டுகால நிகர	48,00,00,000
நஷ்டம் (-)	

48

தையல்காரன் கதை

ஆள் நடமாட்டம் இல்லாத இரவு வேளையில் தெருவில் நடக்கிறாள் வேலம்மை. சுவர்களை ஒட்டி கால் நிழல்கள் பெரிதாகி அசைய அசைய கையில் அரிக்கேன் லாந்தர் ஆடும். இருளைக்கக்கும் பூச்சிகள் அந்த கிராமத்தை மூடி விடும். லாந்தரைச் சுற்றிலும் சீறும் இருட்டில் வீடுகளும் வானமும் காடுகளும் எல்லோருக்கும் தெரியாமல் மறைக்கப் பட்ட புங்கை மரங்களும் அவற்றின் கிளையில் அமர்ந்து உறங்கும் ஊமக் கோட்டானும் தான் தோன்றியாகவே இருந்து வரும்.

அந்த லாந்தர் வெளிச்சம் மெல்ல நகர்ந்து ஊர்க்கோடியில் இருந்த மருத்துவச்சியின் வீட்டுக்குச் சென்றது. அம்பட்டை யனின் வீட்டில்தான் அவன் தாயாரான மருத்துவச்சி பொந்தாயி இருந்தாள். பேறு காலத்திற்கு முன் தோன்றும் மாறுதல்களை, அவள், இரவில் வரும் நிசப்தத்திலிருந்து வேலம்மையை பேறு பார்த்து கெர்ப்பத்திலிருக்கும் குழந்தையே கடவுளென்று நம்பினாள். வயிற்றுப் பிள்ளைக்கு நேர்ந்த உபாதையை பார்வை பார்த்து அதன் விந்தையான மொழியில் முணுமுணுத்து ஆசீர்வதித்தாள் அம்பட்டை யனின் தாயார். எத்தனையோ பேறு காலங்களைப் பார்த்து கைப்பக்குவத்தில் நாடிபார்த்து அறிந்த அவள் பெரிய மனசு பற்றி சுற்று வட்டாரம் வரை மெச்சிக் கொண்டிருந்தார்கள்.

தைலம் போல கரைந்து மசியும் இருட்டில் பொந்தாயி வினோதமான கிழவியாக இருந்தாள். அந்த சிம்னி வெளிச்சத்தில் அவள் முகம் மட்டும் வெளிப்பட்டது. இரவுகளுக்குள்ளிருந்தே எல்லாமறிந்த மருத்துவச்சிக்கு

வேலம்மையின் சஞ்சலமான முகத்தைத் தேற்ற முடிய வில்லை. இற்றுப் போன உடம்பில் பால் பிடிப்பில்லாமல் போனால் குழந்தையை எப்படி அவளால் ஈன முடியும்? மருந்து வாடைக்குள் இருந்து லாந்தர் விளக்கு திரும்பி நகர்ந்து தெருவைக் கடந்து கொண்டிருந்தது.

வெளித்திருணையில் படுத்திருந்த சங்கு மேஸ்திரி, லாந்தர் வெளிச்சத்தில் பெரீய காளியாக வந்து நிற்கும் வேலம்மையின் ஆங்கார ரூபத்தைக் கண்டு துணுக்குற்றான். வேலம்மை என்று தெரிந்த பின்னும் திகைப்பிலிருந்து விடுபட முடியாமல் இருந்தது அவனுக்கு.

சங்கு மேஸ்திரி எழுந்து நின்று அவளிடம் சற்றும் விரோத மின்றி கைபற்றி அழைத்துச் சென்று நார்க்கட்டிலில் படுக்க வைத்து அவள் நெற்றியில் விபூதி எடுத்துப் பூசி... ஊர் எல்லையில் காவல் புரியும் சடைமாரி அம்மனை வணங்கினான். ‘மாரியாத்தா புள்ளைக்கு நல்ல சுகத்தைக் குடு தாயே’ என்று பெருமூச்சுவிட்டான்.

அவன் காலில் உரசிய பூனையைக்கண்டும் ஒருமுறை திக்கென்று பயந்து, வெளித்திருணைக்குப்போய் படுத்துக் கொண்டான். சங்கு மேஸ்திரியின் தையல் மிஷினில் கோர்த்திருந்த அரக்கு நூல்கண்டு பூனையின் காலில் சிக்கிக் கொண்டது. மெதுவாக மிஷினைவிட்டு இறங்கிவந்து அவள் படுத்திருந்தா நார்க்கட்டிலில் தாவியது. அதன் கண்களில் எரியும் கொள்ளிக் கட்டைபோன்ற தீவிரத்தை உற்றுப்பார்த்துக் கொண்டிருந்தாள் வேலம்மை.

பசிமயக்கம் போல ஒருவடியாக வந்து தரையில் சரிந்து கிடந்தாள் வேலம்மை. அவள் தலைமாட்டின் அருகில் வந்து தன் கபிலநிறக் கண்களை அவளிடம் செலுத்தி வெளியில் வரும்படி அழைத்தது பூனை. அவளை உரசிச் சென்ற பூனையின் வால் கதவிடுக்கில் தெரிந்தது.

மெல்லக் கதவு திறக்கிற கிர்ர்ர் ரென்ற சப்தம். அவள் திருணையைத் தாண்டும்போது கருத்தப்பூனை படிக்கட்டில் இறங்கி தெருவில் நடந்தது. அதைப் பின்தொடர்ந்து நடந்தாள் வேலம்மை.

தெருச் சுவர்களின் ஓரமாக வாலைத் தரையில் பரசியபடி போய்க் கொண்டிருந்தது பூனை. அதன் காலடி ஓசை தரையில் பட்டு விடாதபோதும் இரவின் நிசப்தமானது பூனை யின் கால்பதிவுகளில் ஏற்படும் சன்னமான உரசலையும் வெளிப்படுத்தியது. இப்படிப்பட்ட நிசப்தம் இதற்கு முன் அந்த ஊரில் இருந்ததாக யாருக்கும் நினைவில்லை. ஆனால் எவ்வளவோ தூரத்தில் நின்று கொண்டிருந்தன. வானத்தில் ஏற்பட்ட உறுதியான வெள்ளைப்புள்ளிகள் எல்லாம் அசைவதுபோல் இருந்தது. ஒவ்வொரு வெள்ளைப் புள்ளிக்கும் இருந்த இடைவெளியில் அந்தப் பூனையின் எட்டுகளுடன் வேலம்மையின் கால்களும் நடந்துசெல்வது வானத்தில் பதிந்தது. எரிந்து கொண்டிருந்த லாந்தரில் சிம்ளி யில் அடைக்கபட்ட வெளிச்சம் மஞ்சளாகத் தென்பட்டது. விண்ணுக்கடியில் நடந்து கொண்டிருந்த பூனையிடம் அவள் கேட்டாள் எங்கெங்கோ வளைந்து செல்கிறாய்... வீட்டிலிருந்து வரும் துயரத்தின் அரக்கு நூலைப் பின் தொடர்கிறேன்.... என் கணவரின் கையிலுள்ள கண்டினால் நீயும் நானும் இணைக்கப்பட்டிருப்பதாக தோன்றுகிறது... அவரால் பின்னுக்கு இழுக்கப்படும் போது வீடுதிரும்ப வேண்டியதிருக்கும். என் குழந்தையின் உபாதையை என்னால் உணராமலிருக்க முடியவில்லை. என்னைவிட்டு எங்கே போகிறாய் என்று கேட்டாள் பூனையிடம்.

பூனைதன் சில்லு மீசையை கோதியபடி சிரித்தது. உன் சிசுவின் வாதையை நானும் உணர்வேன். அதோ அந்த மஞ்சள் நிற சிம்ளி விளக்கின் சாட்சியாக உன் சிசுவின் உயிரானது உன் முழுமையான அர்ப்பணிப்பைக் கேட்கிறது. இன்னும் தொலைவில் இருந்த பாதையில் போய்க் கொண்டி ருந்த போது இருட்டு அகலமாகி இருட்டு வானமாக விரிந்து பெரிய்ய அறையைப் போல் ஆனது. உயரமான ஒரு இடத்தில் குழந்தையின் அழுகுரல் கேட்டது.

குரல் இருட்டு அறையெங்கும் எதிரொலித்து இரவு முழுவதிலும் சன்னமாகக் கேட்டுக் கொண்டிருந்தது கரைதல். வேலம்மை அங்கு இல்லை. இருட்டறையில் இருந்தாள்.

அவள் முலையிலிருந்து பொங்குகிற ஒளியில் குழந்தையின் முகம் மட்டும் தெரிந்தது. அதன் பனங்காய் தலை ஈரத்தில் மின்னியது. கைகால்கள் பிஞ்சு நிறத்தில் தெரிந்தது.

பூனை மறுபடியும் தையல் மிஷின் மீது நின்று அவளைப் பார்த்தது, வேலம்மை கட்டிலிலிருந்து கீழே விழுந்து கிடந்தாள். அவளைத் திரும்பவும் கைத்தாங்கலாக கூட்டிக் கொண்டுபோய் நார்க்கட்டிலில் படுக்க வைத்து அவள் நெற்றியில் தைலம் பூசி உச்சியைக் கோதிவிட்டபடி சற்று நேரம் அவள் கட்டில் அருகில் அமர்ந்திருந்தார் மேஸ்திரி.

வேலம்மை கணவரை ஆதூரத்துடன் பார்த்தாள். அவர் கண்களில் எந்த மூலையிலாவது வெறுப்புணர்வு ஒளிந் திருக்கிறதா என்று தேடினாள். திரை விழுந்து கொண்டு வந்த கணவரின் கண்களில் வயோதிகத்தின் சலிப்பு படர்ந்திருந்தது. இமைகள் தடித்து தூக்க மின்மையினால் விகாரமாயிருந்தது.

'என்னால் தான உங்களுக்கு இவ்வளவு தொல்லை. நான் போயிரப் போரேன்... போயிரப் போரேன். என்ன விட்டுருங்க... என்ன ஏன் தொரத்தி அடிச்சீங்க., உங்களுக்கு என்ன செய்தேன்... என்னால உங்களுக்கு ஒரு சுகமும் இல்லியே... நான் பாவியாயிட்டேன்... என்ன விட்டுருங்க...'

'ஒன்னுமில்லை... ஒன்னுமில்லை...' என்று கணவரின் கண்கள் சொன்னது.

அவர் கண்ணின் கடைக் கோடியிலிருந்த வெறுப் புணர்வை அப்போது அவள் பார்த்தாள். என்னை அப்படிப் பாக்காதிக... என்ன கொல்லாதிக... என்னப்பத்தி இத்தனை சங்கடம் எதுக்கு. நீங்க இன்னும் தூங்கலையா... என்றாள்.

தூங்கு... தூங்கு... எல்லாஞ் சரியாப் போயிரும். தூங்குமா... என்றார் கணவர்.

அவள் உதடுகள் கண்டதை எல்லாம் உச்சரித்துக் கொண்டிருந்தது. அவள் கண்களில் இருந்த தைலம் போன்ற ஈரம் சுரந்து மின்னியது... நோய் முற்றியவளாகக் காணப் பட்டாள் வேலம்மை.. நெற்றியில் இருந்த புருவங்களைப் பார்த்தார் கணவர். முன்பொருநாளில் அவன் பார்த்துக்

கொண்டிருந்த போதே கணவனை விட்டு வழிதவறிப் போய்விட்டதாக உணர்ந்தார். அவரால் அவளுக்குத் தர முடிந்த இடம் என்ன... அவளால் இந்தக் குற்றவுணர்வி லிருந்து மீளமுடிகிறதா. அவரது கண்களிலிருந்த விரோதம் எங்கோ மறைத்து வைக்கப்பட்டிருந்தாலும் எதிரும் புதிரு மாகப் பார்க்கிற போது திடீரென்று கத்தியுடன் வெளிப் படுவதை அவள் உணர்ந்தாள். தையல் மிஷின் டப்பாவி லிருந்த கத்திரியை தலையணைக்கு அடியில் எப்போதும் அவள் மறைத்து வைத்திருப்பதாக நினைத்துக் கொண்டாள். அவரை விட்டு விலகிச் சென்ற பல இரவுகள் திரும்பத் திரும்ப வந்து கொண்டிருந்தன.

வேலம்மை கணவனை ஆதூரத்துடன் பார்த்தாள். அவர் கண்களில் எந்த மூலையிலாவது வெறுப்புணர்வு ஒளிந்திருக்கிறதா. அவள் உதடுகள் பயத்தால் துடிப்பதைப் பார்த்து ஒரு அந்நிய ஸ்திரீயிடம் கருணை காட்டுவது போல் உருகிப் போனார் மேஸ்திரி. தூக்கத்தில் புலம்புகிறாள் என்றுணர்ந்தார். கொஞ்ச நேரத்திற்கெல்லாம் சீராக மூச்சு விட ஆரம்பித்தாள்.

எங்கும் ஊர் உறங்குவதைக் கேட்க முடிந்தது. அவரால்; வெறுப்பையெல்லாம் மறைக்க முடிந்த கண்களை மூடி சற்று நேரம் இரவின் ஜீவனில் சுவாசித்துக் கொண்டிருந்தார் மேஸ்திரி.

இரவு கரைவது போல் வானத்தின் அடிவாரத்தில் உள்ள மர்மமான புங்கை மரங்களின் இலைகள் பாரம் தாங்காது சலித்து அலசி அலசி சத்தமெழுப்பியது; வேதனையின் அடிபாகத்தைப் போல் திகைக்க வைத்தது தையல்காரனை. திடீரென்று கிளம்பிய ஓரிரு சத்தங்கள் இரவின் மர்மத்தை உடைத்தெறிந்தது.

★★★

இருள்வாங்கிப்போன முகம். அறையெங்கும் விம்மும் துடிப்புகள். வேர்வை சொட்ட வேலம்மை சாய்ந்திருந்தாள். வேலம்மையைச் சுற்றி ஆணின் புஜங்கள் தகிப்புடன்

இறுகியது. தாலிக்கொடி கழுத்துக்குப் பின்னால் தொங்கியது. முகத்தில் முட்டிய சுவாசம் சீறியது. பற்றி எரியும் தகிப்புக்குள் சுவர்க் கோழிகளின் இரைச்சல். ஆணின் முகம் மங்கலான வெளிச்சத்தில் தெரிந்தது. அவர்கள்முகம் அவர்களுக்கே அதிசயமான வடிவத்தில் இருந்தது. சுவரில் புதையுண்ட முகங்கள் மீண்டும் தோன்றின.

பின்கட்டுக் கதவு கிர்ர்ர்ர்....ரென்று திறந்து மூடுகிற சத்தம். கதவுக்கு இடுவலில் சன்ன வெளிச்சம் கீறியது.

வேலம்மை சாணம் பூசிய ஈரத்தரையில் ஒட்டிக் கிடந்தாள். கண்களில் நீர் திரைந்து காதோரம் வடிந்தது. கரகரப்புடன் தொண்டை உடைந்து உள்புறம் அலறினாள். அது யாருக்கும் கேட்காத தூரம் வரை எட்டி அதிர்ந்தது. அறையிருளில் தனிமையில் சத்த மில்லாத கேவல் வெற்றிடத்தைப்போல் ஒடுங்கிக் கேட்டது. அவளாலும் கேட்க முடியாத சப்தத்தை இரவுதான் கேட்டுக் கொண்டிருந்தது. நிசப்தத்திலும் சோகத்தின் தடம் படிந்தது.

இனி ஏமாற்ற முடியாமல் போகும். கிழட்டுப் புருஷனை சாக்குச் சொல்லி விரலை நீட்ட முடியாது. தையல்காரன் சங்கு மேஸ்திரி கரிபூசிய முகத்துடன் முன் திருணையில் படுத்துக்கிடந்தான்.

ஊருக்குள் மதிப்பிழந்த ஜீவன் ரெங்கன் தான். ஒரு கை ஒச்சம். தொரட்டிக் கம்பாய் வளைந்திருக்கும். பகலில் பார்க்க விகாரமான முகம். மொது மொது வென்று ஒன்று சேர்ந்து போகும் ஆடுகளோடு ரெங்கனின் உலகம். ஆடு களோடு கத்தித் திரிந்தான்.

அவன் மீது அவள்கொண்ட அலாதியான நேசத்துக்கு காரணங்கள் புதிரானவை. ரெங்கனின் உலகம் அப்படி. தாய் தகப்பன் இல்லாத அனாதை. அவனுக்கென்று ஒன்று மில்லை. தரிசு. வெள்ளைத்தரைக் காட்டில் ஆகப்பெரிய மனிதன் ரெங்கன் தான். அவன் கிட்டத்தில் ஆட்டுக் கவுச்சி நாறும். யாரும் அவனோடு ஒட்டுவதில்லை. மேட்டுப் பட்டியில் இருந்த ஒவ்வொரு புங்கை மரங்களுக்கும் அவனைப் பற்றித் தெரியும். செம்பரி ஆட்டுப் பச்சை

மூத்திரத்தில் அவனோட கொட்டாரம் இருந்தது.

வீட்டுச் செலவுக்கு முள்ளுப் பொருக்கித்திரிந்த போது வேலம்மையைச் சுற்றிச் சுற்றி வந்தன மொய் ஆடுகள். அவற்றின் மாயமான செறுமல் சத்தமும் ஆட்டுக்கே ஆன செம்பட்டை தலையுமான மம்பட்டி மூஞ்சி அவளைப் பார்த்து இமை விரித்து நின்றது. செம்பட்டைக் கண்கள் அவளை ஊடுருவி நின்றன.

காட்டில் வேலம்மை எங்கு நின்றாலும் காட்டோடு சேர்த்து அவளையும் பார்த்துக் கொண்டான். கிட்ட வந்து ஏதும் பேசவில்லை. செம்மரி ஆட்டுக் குரலில் ஆடுகளை மடக்கி வட காட்டுப்பக்கம் போய்விட்டான். காடையைப் போல் ஒரு இடத்தில் நில்லாமல் சென்ற ரெங்கனிடம் தன் அடையாளம் எதையோ தேடித்தேடி தவிப்பாகிவிட்டது அவளுக்கு.

வயது முற்றிய பெண்ணிடம் ஏதோ அடங்காத பார்வை. இரவு வெகு நேரத்துக்குப் பின்னால் ஆட்டுக் கம்புடன் வந்து போவான். ஒத்தக் கையால் பின்கட்டை திறந்து வந்து விடுவான். அவன் அவளுக்காக கொண்டு வந்ததென்ன... அவனைப்பார்க்கவும் பிறந்த ஊரில் இருந்த காடுகளைப் பற்றியும் பனைகளைப் பற்றியும் அவளுக்கு நினைவு வந்தது. பனைவாடிக்குள் முள்ளுக்குப்போன சிநேகிதிகள் எல்லாரும் அவளைவிட்டு மறைந்து போய் விட்டார்கள். எல்லா நினைவுகளையும், மறைந்து போன எல்லாருடைய மனசையும் கரடான உள்ளத்தில் தேக்கிக் கொண்டு வந்தான் ரெங்கன்.

காட்டில் ரெங்கனின் மனம் இருந்தது. புங்கைமரங்களின் ஊமைப்பாட்டை முணுமுணுப்பது போல் சங்கேதமான ஒலிகளில் ஏதாவது வெளிப்படும். காட்டில் ரெங்கனின் அதிகாரம் நடந்தது. வேலம்மை முழுவதுமாக சரணடைந் தாள் ரெங்கனிடம். ‘குடியக் கெடுத்தாளே பாதகத்தி... ரெங்கனுக்கு புள்ளபெறபோரா...மேஸ்திரி கண் முன்னால நடக்கு... கிழவன என்ன சொல்ல.... கழுதய அறுத்துப் பத்தாம கொஞ்சுதானே...’

எல்லாம் முடிவான பேச்சுதான். கெர்ப்ப ஸ்திரீயை கண்டு ஊர் ஒன்று சேர்ந்து சிரித்தது. அவள் மனசு உக்கிப் போகும் படி பார்வையால் கொன்றார்கள் அவளை. சட்டமாக ஒடுங்கிப் போனாள் வேலம்மை.

கருத்தப் பூனை வெகு விரைவில் அவளின் முகத் தோற்றத்தை அடைந்தது. ஊர் உறங்கும் வேளை. நடு நிசியில் பூனையின் அழுகுரல். அவள் குரல் பூனையின் அழுகையாய் கேட்கும். குழந்தை வீரிடுவது போல் அழுகை. எங்கும் மையிடுட்டு. அவள் முகத்தோடு முகமாய் மூச்சு விட்டு மெலிந்த துடிப்புடன் பூனைகத்தும்.

வெளித்திருணையில் கணவனின் பாம்புக் காதுகள் கதறும். பூனையின் சஞ்சலத்தை கேட்பதுதுரதிர்ஷ்டம். தைல்காரன் அதைக் கேட்டான். மன இருளில் முகத்தை நீட்டி கூர்ந்த கண்களால் சீறும் பூனையின் ஆங்காரம் கெதி கலக்கும். கேடுகாலம் போல் எல்லாம் நடக்கிறதென்று புலம்பினான். திரைவிழுந்த கண்களில் நீர்திரைத்து நிற்க பூனையின் சன்னமான அழுகை இருட்டுடன் தேய்ந்து அடங்கும். தையல்கார கிழவனின் பாசிமுகத்தில் பச்சை நரம்புகள். கண்களில் முந்திக்காலத்து நம்பிக்கை ஏனோ பதிந்திருக்கிறது. வாழ்க்கையும் தையலும் இணைந்து துடித்த கிழவனின் காலங்கள் கண்மறைந்து விட்டன. சங்கு மேஸ்திரியின் தையல் உலகம் விநோதமானது. புது மேஸ்தர் துணிகளை வெட்டும் திணுசுகளில் தெரியும். எதையும் பார்த்த மாத்திரத்தில் தைத்துவிடுவான்-மேட்டுப் பட்டியில் இருந்த மேஸ்திரிமார் தெருவில் எத்தனையோ தையல் கார்கள் இருந்தார்கள். கைமிஷினை தோளில் தூக்கிய படி கையில்கோர்த்த குட்டைப்பையில் கத்திரி நூல்கண்டு களுடன் கிராமம் கிராமாக அலைந்தார்கள்.

பதினெட்டுப்பட்டியைச் சுற்றியலைந்த தையல்காரர் களைப் பற்றி விதவிதமான கட்டுக்கதைகள் இருந்தன. சிலர் ரெடிமேட் துணிகளை ஏலம் போட்டுத் திரிந்தார்கள். லாந்தர் விளக்குகளோடு ஜவுளிப் பொட்டணத்துடன் கிராமம் கிராமமாய் சுமந்து திரிவதே அந்நாட்களில் நடந்தது.

அவர்களுக்கென்ற காலம் ஒன்று இருந்தது. எத்தனையோ பழைய மோஸ்தர் மனிதர்கள். பாராசூட் காலர் அன்று பிரபலமடைந்திருந்த காலம். கீகாட்டு மனிதர்களுக்கென்றே பேர்ப்போன தையல்காரர்கள் விளாத்திகுளம் தையல்கடை பஜாரில் இருந்தார்கள்.

சங்குமேஸ்திரி பேர்போக வாழ்ந்த தையல்கடையும் அந்த பஜாரில்தான் இருந்தது. கேடிகளுக்கென்றே ஒரு தையல் காரன் இருந்தான். கைதேர்ந்தவன் என்று அவனைச் சுற்றி என்னேரமும் கூட்டமிருந்தது. மறைவு காலம் தெரியாமல் எல்லாமே மாறிவிடுகிறது. சங்கு மேஸ்திரியின் தையல் மிஷினும் கிழடு. வங்கிழடு. அதன் புலம்பல் கூட அவனைப் போல முணுமுணுத்தது. சம்சாரி வீட்டு திருணை களில் சப்பணமிட்டு உட்கார்ந்தபடி வெத்தலையை அதக்கி கடைவாயில் ஒதுக்கி கதைகதையாய் அசைபோடும் சங்கதிகள் அனேகம். கேட்க கேட்க அவன்விளைந்த மனசு மலையைப்போல் உயர்ந்து வளர்ந்து தெரியும். எல்லாக் காலத்திற்குமான வார்த்தைகள் போல சுபாவங்கள் இருக்கவே இருந்தன. எப்பொழுதெல்லாமோ மறைந்து போன சிலரைப்பற்றி ஒரே வார்த்தைக்குள் அடக்கி விட மேஸ்திரியால் மட்டும் முடியும். ஒவ்வொருவரும் மறைந்து போன பின் அவர்கள் விட்டுச் சென்ற உலகத்தைப்பற்றி சில விடுகதைகளும் புதிர்களும் இருந்தன. கிழவனால் தையலில் இணைக்க முடிந்த பிரில் வைத்து தைத்த கவுனில் லேசும் பூவேலைப்படுகளும் விசித்திர நாடாவும் வெட்டுத் துணிகளுக்குள் உருவான பொம்மைகளும் பொம்மைகள் ஒவ்வொன்றுக்குமாக அதிசயங்களும் தனித்தனியாக இருந்தன. தையல்காரன் தன்னைச் சுற்றி நெய்த இழைகளில் வெட்டித் தைத்த கவுன்களும் ரெடிமேட் ஆடைகளும் காலங்களைக் கடந்து வந்து கொண்டிருக்கும், நாகலாபுரம் சந்தையில் கூவிக் கூவி விற்கப்பட்டது... குஞ்சம் வைத்து தைக்கப்பட்டசுருக்குப் பைகள் ஓலைக்கொட்டகையில் வரிசையாக தொங்கி ஆடுகின்றன. லம்பாடிக்காளைகள் பூட்டிய லேக்லா வண்டிகள், சலங்கையின் சீறல்கள்,

காட்டுப்பாதைகளும் மறைந்தன.

சங்கு மேஸ்திரியின் துருப்பிடித்த மிஷின், எண்ணைத் துணியில் துடைத்து துடைத்து வழுக்கும் மினுமினுப்பான இங்கிலாந்து மாடல் தையல் மிஷின். அதன் ஒவ்வொரு நாளிலும் கண்முன் விரிந்த கிராமப்புற மனிதர்கள். அவர்கள் சொன்னபடியெல்லாம் திரும்பித் திரும்பிப் பார்க்கும் அவர்களின் காலம். ஏனோ, கிழவனின் மிஷினுடன் அவனது உடல் உறுப்புகளும் சேர்ந்து விட்டன போலும். தோளில் இருப்பதாகவே தெரியாத கை மிஷின். தோளில் குமரிப் பெண்ணை உட்கார்த்தி வைத்து உல்லாசமாய் தூக்கித்திரிந்த அதே மேஸ்திரிதான் 'ஆசைக்கு ஒரு குமரியை கெட்டிக்கிட்டு வந்திட்டான் பாரு' என்று ஊரே மூத்த குடியாள் இருந்த சுவடுகள் யாருக்கும் ஞாபகம் இல்லை. மூத்தகுடியாள் ராசாமணியை பெற்றுக் கொடுத்து விட்டு சிலகாலம் பிள்ளை நினைவாகவே இருந்து மரித்தாள். ராசாமணி முழுத்த இளவட்டமாகிவிட்டான் இன்று. கல்யாணம் முடிக்கிற வயதில் பையன் இருக்கும் போது ரெண்டாம் கல்யாணம். வேலம்மை வந்த புதிதில் அவளிடம் கிழவனுக்கு கொள்ளை ஆசை. அய்யா கிரங்கிச் சிரிப்பதை பார்த்த மாத்திரத்தில் வெறுத்தான் ராசாமணி. தலைக்கு மிஞ்சிய புள்ளை. சின்னாத்தாளிடம் ஒட்டவில்லை.

வேலம்மை நல்ல குடும்பத்திலிருந்து வந்தவள். வாழ்ந்து கெட்ட மேஸ்திரிமார்கள் விளாத்திகுளம் தோப்புத் தெருவில் இருந்தார்கள். சரிவான தாழ்வாரங்களில் குனிந்து எட்டிப்பாத்தாலே தையல் கடைகள் இருப்பது தெரியும். ஓட்டுத் தாழ்வாரத்தில் கர்னாட்டிங் திரைகள் மிஷினைச் சுற்றி தொங்கும். மேல்மாத்தையிலிருந்து பொட்டி வியா பாரம் செய்து வந்தாள் வேலம்மை. விளாத்திகுளம் தையல் கடை பஜாரில் வைத்து அவளைச் சுற்றி அலைந்தான் சங்கு மேஸ்திரி. விளாத்திகுளம் சந்தைக்கு வரும் போதெல்லாம் அவளுக்கு சட்டை தைத்து கொடுத்தான் சங்கு மேஸ்திரி. விளாத்திகுளம் சுப்பிரமணியர் கோவிலில் தாலிபோட்டு கூட்டிக் கொண்டு வந்தார் மேஸ்திரி. வாராரைய்யா

மேஸ்திரி வழிவிடம்மா வழிவிடு... என்று பொண்ணும் மாப்பிள்ளையும் ஊர் வந்து சேர தெருவே கூடி கேலியும் கிண்டலுமாய் மேஸ்திரி மூக்கை உரித்தார்கள் பெண்கள். இனம் ஜனம் ஒத்துக் கொண்ட கல்யாணம் அது. ஏனோ, ராசாமணி மட்டும் வேலம்மையிடம் முகம் கொடுத்து பேச வில்லை. வேலம்மைக்கு முழுத்த இளவட்டம் பிள்ளை யாகக் கிடைத்தான்.

சங்கு மேஸ்திரி பையன் வேகாரியாய் திரிந்தான் வீட்டில் ஒட்டாமல். சின்னம்மா விழுந்து விழுந்து கவனித்தாள் அவனை. அவனை உற்றுப்பார்த்தான். அவனுக்கு அம்மாவின் நினைவு வந்தது... செத்துப்போன அம்மாவுடன் காட்டுக்கு போன ஞாபகங்களுடன் அம்மாநின்ற இடங்களிலெல்லாம் தேடினான்... யாராலும் தர முடியாத அம்மாவுக்காக ஏங்கினான். தன் தொழில் பழகி அப்பன் வாங்கிக்கொடுத்த ஷிங்கர் மிஷினை தோளில்சுமந்தபடி பட்டிக்குப்போனான். விளாத்திகுளம் பனைவாடிகளுக்குள் செல்லும் வெள்ளை மணலில் ஏக்கத்துடன் இருந்த தனிமை அவனைப் பற்றியது. மணல் சறுக்குள் எல்லாம். பதிவாக கள்ளு குடித்தான் ராசாமணி. நாடார் வீட்டு புள்ளைக்கு கடனாக ஜம்பர் தைத்து மனசில் பட்ட புது டிசைனில் அவளைக் கவர்ந்து சென்றான்.

மிஷினை அடகுவைத்து குடித்தான் ராசாமணி. விளாத்தி குளம் தையல்கடை பசாரில் கண்ட நாலு பெரியாளுகள் கூப்பிட்டு அவனிடம் பேசினார்கள். யார் சொல்லும் காதில் விழவில்லை. குடித்துவிட்டு விழுந்து கிடந்தான் ராசாமணி. ஆட்கள் தூக்கிக் கொண்டுபோய் வீட்டில் போட்டார்கள்.

பனைவாடிக்குள் நிலா எரிகிறது, வெள்ளைத் தரையில் நிலா ஊற்றுகிற மர்மமான வெளிச்சத்தில் பனையேறி மகள் குருவு முகம் ஜொலிப்பதை பார்ப்பதற்காக அவன் ராத்திரியில் வாடிக்குப் போனான். விளாத்திகுளம் தையல் கடை பஜார் என்பது இரண்டு சிறகுகளிலும் தாழ்வான ஓடுகள் கீழே தொங்கும் குஞ்சம் வைத்த சுருக்குப் பைகள் அவற்றை வாங்கவரும் கீ காட்டுப் பெண்கள்.... ஒவ்வொரு தையல்காரனும் வாடிக்குப் போகாமல் முடியாது. ராசாமணி

வாடியிலிருந்து வெறுங்கையுடன் வீடு திரும்பினான். சங்கு கத்தரியை வீசி எறிந்தார் அவன் மீது. அடே... தாயளி வெங்கம்பிலே... ஏண்டா ஒனக்கு புத்தி இப்பிடி போவுது... சங்கு மேஸ்திரிக்கு பெறந்தவனாடா... மடுவ அறுத்து பால் குடிக்க முடியுமாலே வந்தா மிஷியனை கொண்டுக் கிட்டுவா... இல்லே அத்தோட ஓடியிரு... ஏ வேலம்மா... அருதளிப் பெயல நட ஏத்தாதே... நட ஏத்துனே நீயும் விளாத்தியளம் போயிரு. சங்கு மேஸ்திரி வெறுத்துவிட்டான். வேலம்மைக்கு மனசு பொறுக்காமல் ராசாமணியை பின் கட்டு வழியாக கூட்டிக் கொண்டு போய் கேப்பைக் கழியை தாளத்தில் எடுத்து வைத்தாள். சின்னம்மா பார்வையில் இருத்த வெறுமை அவனைத் தொட்டு அழுதது. ஏனோ வியப்போடு சின்னம்மாவின் கண்களில் படிந்த கரு வளையத்தில் கண்களைப் பதித்திருந்தான் ராசாமணி. அவன் மனசு சொன்னது. தாயாரின் அன்பு யாருக்கும் கிடைக்காது. அடுப்படியில் சூழ்ந்த இருளில் வேலம்மையின் கருப்புப் பூனை குழந்தையைப் போல் அழுது கொண்டு அவள் காலுக்குள்ளேயும் கைக்குள்ளேயும் வந்தது. அவன் குனிந்து ஒருவாய் கழியை எடுத்து விண்டான். பூனை அவன் அருகில் மெல்ல மெல்ல வந்து அவன் முதுகுப்பக்கம் வாலைக் கொண்டு அசைத்தது. அவன் தாளத்தை உற்றுப் பார்த்து, முன் கால்களை நீட்டி முதுகை நெளித்தது பூனை. அந்தப் பூனை அவன் அருகில் வந்து நின்றதில்லை. யாரோ எவரோ என்று பார்க்கும். அதைக் கண்டாலும் அவனுக்குப் பிடிப் பதில்லை... இன்று ஏனோ, அவனைக்கண்டு குழந்தை யைப் போல் முகத்தை நீட்டியது. செத்துப்போன அம்மா அவனுக்கு ஒரு மழைநாளில் கூட்டாஞ் சோறு உருட்டித் தந்த ஞாபகம் வந்தது. வேலம்மை அவன் அருகில் வந்து நின்றாள். அவள் கிட்ட வரவும் ராசாமணி தலையைக் குனிந்து கொண்டான். புள்ளே... மிஷியனை திலுப்ப வேண்டாமா... இந்தா கம்மலை கொண்டுபோய் வித்து திலுப்பிக்கிட்டுவா... இதுஎன் அய்யா செஞ்சு போட்ட கம்மல்... நீயே எடுத்துட்டுப் போ சாமி... ராசமணி உம்... மென்று வேலம்மையின்

வார்த்தைகளைக் கேட்டான். சின்னம்மா திடமானவள். அவளது முரட்டுக்குரல் நடுங்கியது.

புள்ளே... எனக்கு எல்லாந்தெரியும்... குருவு மேல உனக்கு ஆசை உண்டுங்கிறது தெரியும் புள்ளே... நீயாவது நல்லாருக்கணும் மாட்டங்காம வாங்கிக்கோ ராசா... சின்னம்மா சொன்ன வார்த்தைகள் முழுவதும் திரும்பத் திரும்ப அவனை அசைத்தது. செத்துப் போன அம்மாவை நினைத்தான். அவன் அம்மா இருந்த ஒரு நாள் பகல் போல இருந்தது. அவன் குருவுவிடம் காணாத ஒன்று சின்னம்மாளிடம் இருந்தது. அதை புரிந்துகொண்டான். இருட்டில் மறைந்திருக்கும் பூனை கோட்டைச் சுவரி லிருந்து அவனைப் பார்த்துக் கொண்டிருந்தது. அங்கிருந்து கீழே குதித்து அவர்கள் இருவருக்கும் நடுவில் வந்து நின்று கால்களை முன்னால் நீட்டி முகத்தை வைத்து படுத்துக் கொண்டது.... ராசமணி பொட்டப்பிள்ளை மாதிரி பொலு பொலு வென்று கண்ணீர் விட்டான். மூக்குடன் குரல் விம்மியது.

'சாப்பிடுய்யா... நீ இம்புட்டு கோழையா இருப்பேன்னு எனக்குத் தெரியாது எப்பிடி அவள தைரியமா கூட்டியாந்து கல்யாணம் மூச்சிடுவே.... பாப்பம்... இம்புட்டுத்தானா... உன் கிம்பிரியம் எல்லாம்... தலைக்கு மிஞ்சிய பிள்ளை யின் கைக்குள் வலுக்கட்டாயமாக கம்மலைத் திணித்தாள் வேலம்மை. அவன் சின்னாத்தாளிடம் வாயைத் திறந்து ஒரு வார்த்தை பேசட்டுமே. கம்மலை வேண்டாமென்று சொல்வதற்கும் முடியாமல் தொண்டைக்குழியில் கழியும் இறங்காமல் முழித்தான். தண்ணி மோந்து கொடுத்தாள் சின்னாத்தா. செம்புத் தண்ணியைப் பூராவும் செலவழித்து விட்டு தட்டிலிருந்து எழுந்தான். அய்யா பின்கட்டுக்கு வரும் அருவம் கேட்பதை உணர்ந்து வேலம்மை 'உஸ்....' சென்றாள். பூனையாய் மெல்ல நழுவினான் ராசாமணி. ஏனோ, பனையேறி மகளோடு ஓடிப்போன ராசாமணி திரும்பி வரவே இல்லை. மேஸ்திரிமார் தெருவே கண்ணை விட்டு மறைந்து விட்டது. தூரதூரங்களில் கிடந்த டவுணில்

சிதறிக்கிடப்பார்கள். பெயர்ந்து விட்டது எல்லாம். கூட்டம் கூட்டமாய் பட்டிக்குக் கிளம்பிப்போன படகுருவிகள் காணாமல் போயின. காட்டுப்பாதையில் சலம்பிக் கொண்ட தையல்காரர்கள், பறவைகள் எல்லாம் புங்கைமரத்தில் அடைகிற நேரம் கூட்டமாக ஒன்றுகூடி திரும்பி வருவார்கள். விளாத்திகுளம் தையல்கடை பஜாரில் வேறு வேறு கடைகள் மாறிவிட்டன. தாழ்ந்த நாழிஓட்டு தாழ்வாரங்களில் இருந்த காரைகளும் உதிர்ந்து மறைந்தன. ஆயிரமாயிரம் நாழி ஓடுகளில் பதிந்த காலம் வெடித்துச் சிதறியதுபோல்... வெறிச்சோட்டம் கண்டது தையல்கடை பஜார்.

கிழவன் இப்போது தனிஆள். தையல் மிஷினை தோளில் சுமந்தபடி ஆளுகளே இல்லாத காட்டுப்பாதை யில் போகிறான். பதினெட்டுப்பட்டிகளுக்கு அலைந்து கொண்டிருந்த தையல்காரர்களின் பாதைகள் மாறிவிட்டன. ரொம்பப் பேர் அருப்புக்கோட்டையில் குடியேறி விட்டிருந் தார்கள். கிராமங்களில் தைக்கப்போட ஆட்கள் குறைத்து விட்டார்கள். எல்லாமே நகருடன் இணைக்கப்பட்டிருக்கும். பழங்கால கிழட்டுப்பறவையின் விநோதமான தையல் ஒப்பனைகள் காலதேச வர்த்தமானங்களில் செல்லாத வேஷங்களாகி விட்டன போலும் சங்குமேஸ்திரியின் பழைய மிஷின் பாராசூட் காலர்களை தேடிச்சென்றிருக்கும். கிராமத்தில் திரிந்த பாராசூட் காலர்வைத்த தார்த்தாரியர் களைப் போன்ற பிரகிருதிகள் எங்கே மறைந்து போனார்கள். காட்டுப்பறவையின் வருத்தங்கள் ஏராளமானவை. அதன் புலம்பல் கேட்கமுடியாதது. தையல்காரன் போனபாதை யில் ஆளேஇல்லை. தோள்பட்டையில் கனக்கிற மிஷினை இறக்கிவைக்க முடியாது. பெண்டாக வளைந்த முதுகை நிமிர்த்த சுமைதாங்கிகள் இல்லை. காடு தீப்பற்றி எரிகிறது. கத்திரி வெயிலில் கொதிக்கிற கிராமத்தின் உருவங்கள் ராசமணி... ராசமணி என்று ஊமங்காடையொன்று பனையி லிருந்து கூப்பிட்டது.

தையல்காரனை மறந்துவிட்டு ஓடிப்போன பையனுக்காக அழுதான். காட்டிலே அந்த வயோதிக மனிதனின் அழுகை

யைக் கேட்ட முள்மரங்கள் இலைகளற்றுக் கருகிய நிறத்தை அடைந்தன. கருவமரத்தின் துயரமானது கிழவனைப் போன்ற வேதனைகள் நிரம்பியது. தனிவழியே இந்தக் காட்டுவழி போகும் ஒருவனை புரட்டிப்புரட்டி படுகுழியில் தள்ளிவிடும். தையல்காரனின் அனாதையான பாதையில் வேலம்மையின் நினைவு தோன்றி வானத்தில் தெரிவது போல் நிசப்தமானது காடு. அவனுக்காக வேலம்மை இருந்தாள்.

வேலம்மையின் பேறுகாலத்திற்கு பணம் காசு சேர்த்தான். துணிதைத்தும் பொம்மைகள் விற்றும் கொஞ்சம் காசு சேர்ந்தது. காசுகள் ஒவ்வொன்றையும் தொட்டுஎண்ணி அவன் தலைமாட்டில் இருந்த சிறு பையில் போட்டு வைத்தான். வேலம்மை சதாவும் அறைக்குள் இருந்த இருட்டுடன் கலந்து விட்டிருந்தாள். கீறல் விழுந்த சுவர்களை ஒட்டி மெலிந்த பூனை அங்கிங்குமாக அலைந்தது. தையல்காரன் இல்லாதபகல் வேளையில் கருத்தப்பூனை அவள் மடியில் வந்து புதைந்து கொள்ளும். பின்கட்டு அறையைவிட்டு வெளிச்சத்திற்கு வரமுடியாது அவளால்.

இருட்டில் இருந்த முகத்தை வெளியில் கொண்டு செல்ல முடியாமல் இருட்டின் கலவையில் மனதை வைத்து பதுங்கி யிருந்தாள் வேலம்மை. உலர்ந்த கண்களில் ஒருவகை ஈரப்பசை மின்னியது. சுட்ட மண்ணாக காய்ந்த முகத்தில் நிறைமாசம் ததும்பி நின்றது. அவள் கிட்டத்தில் நெருங்கி உடம்பைத் தொட்டுப் பார்த்து தனக்குள் புலம்பினான். எங்கோ மனதின் அடிபாகத்தில் ஓடி ஒளிந்து கொண்ட பகையுணர்வுகளை அவனால் முற்றிலும் அப்புறப்படுத்த முடியவில்லை. அவளை நேருக்கு நேர் பார்க்க முடியாமல் பார்த்தான்... தரையில் காற்றைக்காணோம். கருமையான இரவு. அரிக்கேன் லாந்தர் வெளிச்சத்தில் கருகருவென சூலிப் பெண்நின்று கொண்டிருந்தாள். ஆழிமாதிரி நின்றாள். அம்பட்டையனின் தாயார் அவளுக்கு மருந்து மாயங்கள் தந்து ஊக்கம் கொடுத்தாள். காதோடு காதாக மத்திரம் போல் சொல்லிக் கொடுத்தாள். மருத்துவச்சியின் கைகள்

வேலம்மையின் நிறை வயிறைத் தொட்டுத் தடவுகிறது.

பனங்கட்டை விட்டத்திலிருந்து தொங்கும் கயிறைப் பிடித்து நின்றாள் வேலம்மை. அண்ணாந்தபடி மோட்டுக் கூரையில் கண்கள் பதிந்திருந்தன. வலி பொருக்காமல் அவள் கணவரைக் கூப்பிடுகிறாள். வராண்டாவில் தூண் ஓரத்தில் சாய்ந்து, தாடிக்கிழவன் மழை சொல்வதைக் கேட்டுக் கொண்டிருந்தான். இந்த முணு முணுப்புகள் ஊமையாக மனசிடம் ஏதேதோ கூறுகின்றன. தையல் காரனுக்குத் தெரியும், பன்னெடுங்காலமாய் தெருவில் கொட்டும் மழையின் சேதியை அவனால் உணர்ந்து கொள்ள முடியும். கருப்புமேகங்கள் வீட்டுக் கூரைகளை ஒட்டி பக்கத்தில் வந்து அவன் கையைத் தொட்டு விடுவது போல் தாழ்ந்து நகர்கின்றன. ஊரைச் சுற்றிலும் மழையில் களிமண் வாசனை. பாதைகளில் ஆடுகளோடு திரியும் ரெங்கன். ஆடுகள் எல்லாம் ஊர் திரும்பி விட்டன. எல்லோரிடத்திலும் மதிப்பிழந்த ரெங்கன் மழையோடு போய்க்கொண்டிருக் கிறான். ஆடுகள் மே... பே... என்று கூப்பாடு போடுகிற சத்தம் ஊருக்குள் கேட்டுக்கொண்டிருந்தது. சீற்றம். மழை நாட்களுக்கென்று சில நினைவுகள் வந்தன. தையல்காரத் தெருவில் ஒரு சிலர் மிஞ்சியிருந்தார்கள். அவர்கள் ஒவ்வொருவர் வீட்டிலும் உள்ளேயிருந்து பேச்சு சத்தம் கேட்டது. அவர்களும் மழையுடன் ஏதோ பேசிக் கொண்டி ருந்தார்கள்.

அங்கிருந்து மறைந்து போன தையல்காரர்களின் குரலில் மழையடித்துக் கொண்டிருந்தது.

அவனுக்கு ராசாமணியைப் பற்றியும் மூத்தகுடியாளைப் பற்றியும் ஞாபகங்கள் வந்தன. இதே ஒரு மழைநாளில் தான் ராசாமணி பிறந்தான். சப்பரம் தூக்கி தெருவில் நின்று மழையுடன் ஆடிப்பாடிய சந்தோஷமான நாட்களும் இருந்தன. செத்துப்போன மூத்தகுடியாள் குணவதியாக இருந்து போய்ச் சேர்ந்தாள். இன்னும் அவளுக்கான இடத்தில் ஒரு சில வார்த்தைகளை உச்சரித்தான் தையல்க்காரன்.

உள்புறம் தாழிடப்பட்டிருந்த இருட்டு அறைக்குள்

இன்னும் வேலம்மையின் முனங்கல் கேட்டுக் கொண்டிருந்தது. அவளுக்காக அவனிடத்தில் எந்த வார்த்தையும் இருக்கவில்லை... அவளை மன்னிக்கமுடியாத பாவத்திலிருந்து அவரால் விடுபட முடியவில்லை. மழைமட்டும் உயரமான இடத்திலிருந்து பல சேதிகளைப் பேசிக் கொண்டிருந்தது. அவற்றையெல்லாம் சிறுகுழந்தையின் ஆச்சரியத்துடன் பயத்துடன் கேட்டுக் கொண்டிருந்தான் தையல்காரன். இருட்டறைக்குள்ளிருந்து குழந்தையின் அழுகுரல். நீர்க் குணகுணப்பில் அழுதது. கிழவன் முகத்தில் தன்னையறியாத சந்தோஷம். திண்ணையிலிருந்த தையல் மிஷினில் பல பொம்மைகள் கூடிச்சிரிப்பதை உணர்ந்தான். அவற்றோடு கலந்து சிரிப்பது போல் அவன் ஊள்ளூர மனம் விட்டு சிரித்தான். இருட்டறைக்குள் இருந்த மருத்துவச்சி பின் கட்டுவழியாக வெளியேறிப் போயிருக்க வேண்டும். எங்கும் நிசப்தமாக இருந்தது. மழைக்குள்ளிருந்து ஊதிய காற்றில் தாங்கமுடியாத தவிப்பும் வேதனையும் வீசியது. தையல் மிஷினில் இருந்த எல்லா பொம்மைகளும் காணாமல் போயிருந்தன. திருணையில் தையல் மிஷின் மட்டும் அவனைப் பார்த்துக் கொண்டிருந்தது. அவனைப்போன்ற தோற்றத்துடன் இருந்த தையல்மிஷின் மீது அந்த கருப்பு நிறப்பூனை வந்து அவர் காலில் தன் வாலால் உரசியது.

தையல்காரன் இருட்டறையைத் திறந்து எட்டிப்பார்த்தான். அரக்குநிற அரிக்கேன் லாந்தர் விட்டத்திலிருந்து தொங்கியது. அந்த சிம்ளியில் அடைக்கப்பட்டிருந்த வெளிச்சத்தில் குழந்தையின் முகம்மட்டும் தெரிந்தது. பனங்காய் தலையுடன் அதன் கைகால்கள் அசைந்து கொண்டிருந்தன. ஈரத்தலை மின்னிக் கொண்டிருந்தது பக்கத்தில் வேலம்மை சாணம்பூசிய மண்தரையில் ஒட்டிக்கிடந்தாள்.

கிழவன் ஓடிச்சென்று அவளைத் தூக்க முற்பட்ட போது மெல்ல துடித்துக்கொண்டிருந்த மூச்சு திணறியது அவளுக்கு. அவளால் எழுந்து வரமுடியவில்லை. அவள் அருகில் சென்று அவள் தலைமாட்டில் அமர்ந்து குழந்தையைப் போல் எட்டிப் பார்த்தான் அவளை. அரைக்கண் திறந்

திருந்தது. அவள் புலம்புவது கேட்டது. அவள் கண்களைத் திறந்து கணவரின் கண்களைப்பார்த்தாள். அவர் கண்களில் தேடிப் பார்த்தாள் அதன் எந்த ஓரத்திலாவது பகையுணர்வு ஒளிந்திருக்கிறதா என்று தேடித்தேடி உள்ளே போய்க் கொண்டிருந்தாள்.

அவளுக்கு பல்கட்டி இறுகியது. கைகால்களை தேய்த்து சூடு உண்டாக்கினார். நெற்றியில் தேய்த்து அவளுக்கு வெந்நீர் கொண்டு வந்து கொடுப்பதற்காக டம்ளரை எடுத்து மெதுவாக அவள் உதட்டை திறந்து ஊட்டினார். தண்ணீர்கொடுவாயாக வழிந்து கழுத்தை நனைத்தது. அவள் கண்களில் இருந்த வெறுமையைப் பார்த்து திக்' கென்று பயந்தார் கணவர்.

அந்தக் கண்களைச் சுற்றிய கருவளையத்தில் பதிந்துள்ள வெறுமையை அவரால் தாங்கிக்கொள்ள முடியவில்லை. கண் தூரத்தில் அந்த இருட்டறையில் இருந்த வேலம்மை வெளியேறிப் போய்க் கொண்டிருந்தாள். தையல் மிஷின் மீதியிருந்த அந்த கருத்தப்பூனை இருட்டறையை விட்டு அவளை அழைத்துச் சென்றது. உயரத்தில் பதிந்த வால் நட்சத்திரத்தில் எத்தனையோபேர் மறைந்து போனார்கள். வேலம்மை அந்த இருட்டறையைவிட்டு அந்த இருட்டில் போய்க் கொண்டிருந்தாள்.

அவள் உடல் அருகில் பிறந்த சிவப்பு மாறாத குழந்தை அம்மையை உதைக்கிறது.

தையல்காரன் அரிக்கேன் லாந்தருடன் தெருவில் இறங்கி கத்திக் கொண்டிருந்தான்.

'கிராமத்தை அழைக்க வேண்டும்'

49

ரத்து செய்யப்பட்ட சிறுகதை

மரணமுகமூடி அணிந்த வண்ணத்துப் பூச்சியொன்று வெளியெங்கும் இருளை அசைத்தபடி பறந்து பறந்து இறந்தவனை உற்றுப் பார்த்துக் கொண்டிருந்தது. அவனை அதற்குத் தெரியும். அந்தத் தெருவில் நடந்திருந்த சாவு மஞ்சள் வெயிலாக மாறியிருந்தது. வெயிலுக்குள் இறந்தவன் உடல் கரைந்து வந்தது. மூழ்கிய கப்பலில் அவனுடைய வலது கால் சிக்கியிருக்க வேண்டும். அதை மட்டும் கடலில் மூழ்கவிட்டு ஊனமான உடலை எடுத்துவந்திருந்தார்கள். எரியும் கடல் பாய்களுக்கு அடியில் அடுக்கி வைக்கப் பட்டிருந்த டெட்பாடிகளைப் புரட்டிப் புரட்டி முகங்களில் பட்ட தீயொளியில் கூனனைக் கண்டுபிடித்திருந்தார்கள். மற்ற உடல்கள் மூழ்கிவிட்டிருந்தன. ராணுவ மீட்புப் படகில் கூனன் உடல் மட்டும் ஊனமாக ஊரை அடைந்தது. கிராமத்தார் விடவில்லை. இறந்தவனை மறைக்கவோ போக்கடிக்கவோ முடியாதிருந்தது. எல்லா நிழல்களும் அவனைச் சுற்றிக் கூடியிருந்தன. மஞ்சள் தரையுள்ள ஊரில் லேசாய் வெயில்படவும் தாமிரமாக உருகத் தொடங்கியது. பகல்கூட மஞ்சள் நிறச் சுவர்களால் ஆனது. தரையெங்கும் சின்னச் சின்ன கண்ணாடித் தூளாக காக்காய் பொன் மின்னியது. வேறு வகையான மண், எல்லாக் காடுகளும் அப்படி. வீடுகளும் சுவர்களும் முழு ஊருமே காட்டிலிருந்து கொண்டு வந்த மண்ணால் உருப்பெற்றிருக்கும்.

மூழ்கிய கப்பலில் மீட்கப்படாத கொரில்லா உடல்கள் மெல்லிய பனி உருவாகும் பின்னிரவில் கடலும் வானமும்

இணைந்த விரிவான வெள்ளைத் துணியால் கரைபடாத அத்துணியால் மூடப்பட்டிருக்கும். பனியின் மிக மெல்லிய துடிப்பில் உயிர்த்த பறவைகள் வெண்ணிற நட்சத்திரங் களை நோக்கிப் பறந்து செல்கின்றன. அவற்றின் இறகுகள் வெண்பஞ்சாக மிதந்து மிதந்து கூட்டமாய் மூழ்கிய பழைய நட்சத்திரங்களின் ஆழத்தில் வசீகரிக்கப்பட்டிருக்கும்.

கூனனின் சாவு நிறம் எங்கும் மெல்லிசாகப் பரவிப் படிந்தது. வீடுகள் பூட்டிக்கிடந்த தெருவில் யாருமில்லை. சமயம் பார்த்து துண்டிக்கப்பட்ட கூனனின் கால் மஞ்சள் நிலத்தில் உயிருடன் பதுங்கியது. பூமியின் மடிப்பு மடிப் பான பாதையில் தன்னந்தனியாக நடந்து நடந்து உயிர் பெற்றுவிட்ட பாதங்கள் தெருவிலும் பதிந்தன. காய்ந்த சருகை அலகில் சுமந்தபடி அமர்ந்த காகம் ஒன்று வேப்பமரக் கொப்பில் கால் வைத்து நின்றது. இலைகள் உதிரும் வேம்பு காகத்திற்கே சொந்தம். சருகுடன் பதுங்கியது காகம். காய்ந்த சருகுகளால் ஆன கூட்டை தொடர்ந்து பின்னிக் கொண்டிருக்கும். நிசப்தமான தெருவில் படரும் மரணத் துடிப்பில் சருகு வளைந்து துணுக்குற்றுப் புலம்பும் சத்தம் கேட்கும். எல்லா மெல்லிய சருகுகளும் புலம்பும். வேம்பின் நிழலில் மாடு படுத்துக் கிடந்தது. மாட்டின் கண்மூடிய மோனத்தில் தெருவே மயங்கும். மாடு பெரு மூச்சுவிடும் சத்தம். மெல்ல கூளத்தை அசைபோட்டபடி தலையசையும். தெருவே அதன் பார்வையில் மஞ்சளாய் இருக்கும். ஸ்பீக்கரில் கேட்ட ஒப்பாரி சன்னமாக இருந்ததால் அதன் துக்கம் தாங்க முடியாமலிருந்தது. ஒப்பாரி அதிகமாக சாவை விரித்திருந்தது எங்கும். யாரும் காடுகரைக்குப் போகவில்லை. வெளியூரிலிருந்து ஆட்கள் வந்து சேர்ந்தார்கள். மற்றும் சில காகங்கள் சுடுகாட்டுப் புளிமரத்திலிருந்து திரும்பி சிகப்பு ஓடுகளில் அமர்ந்து விருந்தாடிகளின் வரவை அறிவித்தன. விருந்தாடி களின் முகத்தில் படர்ந்த சோகத்தை தனி ராகத்தில் கரகரத்து ஒலித்தது காகம். தெருவில் உயிர் இல்லை. செத்துப் போனவனைப் பற்றி பந்தலில் இருந்த பெஞ்சுகள் பேசிக்

கொண்டன.

'கூனன் போய் சேந்துட்டானே... தாயாரை விட்டுப் போயிட்டானே... எத்தனை காயிதம் போட்டும் தாயாரு பேச்சை கேக்காம போயிட்டானே. தாயப்பாக்க பொணமா வந்திருக்கானே'.

கூனன் ஊரில் இல்லாதபோதும் ஊரில் அவன் நிழல் தோன்றுவதாக ஒரு பெரியவர் சொன்னார்.

'ஆறடி உயரமான ஓங்கு தாங்கான இளவட்டம் கூனன். அவன் நிழல் அவனைவிடப் பெரீசாக விழுந்தது' என்றார் மற்றவர்.

'பரம்பரையா களவு கொள்ளையில் திரிஞ்சவனுக்கு சாவு பக்கமாகத்தான் இருக்கும்' என்றார் சாமிகொண்டாடி.

சின்னப்பிள்ளைகள் கூனனின் டெட்பாடியை மறைந் திருந்து எட்டிப்பார்த்தார்கள். அவனுக்குப் பிடித்த விளை யாட்டுச் சாமான்களை சிலர் கொண்டுவந்திருந்தார்கள். எல்லாமே உடைந்த பொருட்கள் தான். கூனன் எப்போதும் சிறுபிள்ளைகளுடன் பூச்சி பிடித்துத் திரிந்தான். கொண்டு வந்த காட்டுப்பூச்சிகள் விட்டில்களை அவன் டெட்பாடியில் ஒட்டவைத்து கடிக்கவிட்டான் சிறுவன். உடனே கூனன் முழித்துக்கொள்வான் என்றாள் சிறுமி. அடிக்கடி மலைக்கு அப்பால் மறைவான் கூனன். மலைஉச்சியில் நின்று சிறுவர்களை அழைப்பான். பிளசர் மூக்குள்ள மலைச்சரிவு விளிம்பைத் தொட்டுவிட்ட வீரன் கூனன் மட்டும்தான். அவனது மலைச்சரிவு மூக்கு சற்று அதிமாக வீங்கியிருந்தது. 'மூக்காந்தண்டில் அடித்துக் கொன்றிருப்பார்கள்' என்றான் ஒரு இளைஞன். உடனே சிறுவர்கள் மிரள மிரள முழித்தபடி கூனனைக் கிட்ட வந்து கிள்ளிப்பார்த்தார்கள். உடல் குளிர்ந்தது. சின்னக் குழந்தையின் பிஞ்சு மென்மையாக இருந்தது கூனன் உடல். கூனன் திரும்பிப் பாராமல் இருந்தான். உள்கூடத்தில் பெண்கள் இருட்டில் அமர்ந்திருந்தார்கள். வெளியூரிலிருந்து வந்து கொண்டே இருந்தார்கள். அவனுக்குத் தெரியாத பல பெண்கள் வேற்று ஊரிலிருந்து வந்து ஒப்பாரி வைத்து அழுதார்கள். பழங்கதையில் வரும் பெண்களாக இருக்கும்.

குழந்தைகள் எடுத்ததற்கெல்லாம் அழுதன. கூனன் நெற்றியில் புலிக்காசு ஒன்றை ஒட்டவைத்தார் பெரியவர். உடனே ஒரு இளைஞன் காசை பிய்த்து தூர விட்டெறிந்தான். யார் தொட்டாலும் அவன் அசையவில்லை. எல்லோரும் கண் குளிர கூனனைப் பார்த்துக் கொண்டிருந்தார்கள். அவனது உடமைகள் எல்லாவற்றையும் அரசாங்கம் ஒப்படைத்து விட்டது. கூனன் சட்டைகள் ரொம்பப் பெரியவை. பெரிய்ய செருப்பு ஒன்று மட்டும் கூட வந்திருந்தது. இன்னொரு செருப்பு தெருவில் சரக்... கென்று உரசி நடக்கும் சத்தம் கேட்டது. மலைக்கு அப்பாலிருக்கும் நகரத்தில் வெகு காலங்கள் மறைந்துபோன கூனனை ஊர்க்காரர்களே திரும்பக் கொண்டு வந்திருந்தார்கள். கூனன் வயிறு இரைச்சலிடுவதை சிறுவர்கள் கேட்டிருக்க வேண்டும். அவ்னைத் தட்டித் தட்டி எழுப்பிப் பார்த்தார்கள். அசைவேனா என்று கல்லாக இருந்தான். ‘உனக்கு பசிக்கிறதா?’ என்று சிறுவர்கள் கேட்டார்கள் ஒரே குரலில்.

கேதம் விழுந்த ஊரைக் கடந்துபோன மாட்டுவண்டிக்குள் கூனன் உடல் துடித்துக் கொண்டிருந்தது. பிடிபட்ட உலுவை மீனாய் உடல் சடசடத்தது. நெடுக சொட்டுச் சொட்டாய் விழுந்த ரத்தம்; ரத்தக் காட்டேரி அடித்த அரை. வழிநெடுகப் பார்த்துக் கொண்டே வந்த காடுகள் மரங்கள் கூச்சலிட்டன. போகப் போக காட்டின் உருவங்களின் கூப்பாடு அதிகரிக்க அதிகரிக்க பாதையும் கடக்லொடக்கென்று தடுமாறியது. கும்பலாய் வார்வாராய் முள்ளுகளும் கத்தாழைகளும் மறித்துக் கிடந்தன. கூனன் உயிர் இருப்பதாக தலையசைத்தது மாடு. ஊமங்காடை திணறியது. மாட்டு மூக்கில் வாயில் நுரை தள்ளி நூல் நூலாய் எச்சில் வடிந்தது பாதையில். காட்டின் முரட்டுப் பாதையில் பெரியவர் ஓட்டிச் செல்கிறார். வேகு வேகென்று மாடுகள் மூச்சிறைத்தன. அத்துவான வெயிலில் மரங்கள் மறித்து ஆடி அசைந்து எட்டிப்பார்த்தன. அயலூர் வண்டியாக இருக்கும். மசகு போடாமலே துருப் பிடித்த அச்சில் சுற்றும் சக்கரங்கள் சாவின் சமீபத்தை நெருங்கிவிட்ட கூனனை கிர்ர்ர்ர் கிர்ர்ர்ர்...ரென்று திருகி

நடுங்கி அதிரவைத்தது. அவனுக்குக் கொஞ்சம் கொஞ்சமாக உயிர் போய்க்கொண்டிருந்தது. பாதையில் சக்கரங்களின் துருப்பிடித்த ஓசை கேட்டுக்கொண்டு இருந்தது. பெரியவர் முணுமுணுத்தார். கூனனை வெட்டிப்போட்ட இடத்தை அவருக்குத் தெரியும். மாடுகளுக்கு அந்த பட்டப்பகல் தெரியும். காட்டு வெறியில் அடித்த வெயிலில் முளைத்த கைப்பிடி வைத்த வங்கிகள் உரசி எழுந்தன. பதுங்கிப் பதுங்கி ஒளித்துக் கொண்டு வந்த ஆயுதங்கள் பனங்காட்டுக்குள் ஓலைகள் உரசும் ஓசைக்குள் மறைந்து மறைந்து தொடர்ந்தது. உறக்க நடையில் மாடுகள் வண்டியை இழுத்துச் செல்கின்றன. ஆள்வாடை கண்ட மாடுகள் அவசர அவசரமாய் ஓடைக்குள் பம்மின. ஓடையெங்கும் கூனன் வெட்டுப்பட்ட ரத்தம் அக்கினியாய் தகதகத்துக்கொண்டிருந்தது. ஊரிலிருந்த வேம்பை ஒட்டியே வண்டித்தடம் பிரிந்தது. ஊரடி வேம்பில் கூட்டிலிருந்த காகம் முட்டையிடும் முனங்கல். மஞ்சள் வெயிலில் முனங்கிய காகத்தின் குரலைக் கேட்கும் மாடுகள். சருகுக் கூட்டில் வெள்ளை ஓடு இல்லாத சிகப்பு முட்டையிட்டு, அதைப் பார்த்து பதறியடித்து ஊருக்குமேல் கிழித்துப் பறந்தது. அதன் குரல் கருவளையமாகச் சுழன்று மரணபயமூட்டியது. தூரத்தில் மரங்களுக்கு ஊடே மறைந்து மறைந்து செல்கிறது வண்டி. அதன் துருப்பிடித்த அச்சில் சாவு சுழன்று சென்றது.

பகையாளிகள் வெட்ட நினைத்த கை மூட்டோடு சரிந்து கூனன் விழுந்து கிடந்தான். அவன் கைவசம் ஆயுதமில்லாத போது பல இரும்புகள் விழுந்து இடித்தன. கையில்லாத கூனனை வண்டியில் போட்டுக்கொண்டு போகிறார்கள். கூட்டம் கூட்டமாய் வண்டி பூட்டி கூனனை கிடத்திய வண்டி யுடன் சாத்தூர் ஆஸ்பத்திரியில் கூட்டம் நின்றது.

மரங்களில் படர ஆரம்பித்த இருள் எல்லாப் புதர்களையும் பகலையும் மூடியணைத்து கூனனின் வெட்டப்பட்ட கரத்தை எடுத்துக்கொண்டு புதரில் பதுங்கியது. இருட்டுப் பூச்சிகள் வேக வேகமாக கூனன் கையை நக்கிக் கொண்டிருந்தன. பாம்புகள் வந்து அவன் ஒவ்வொரு விரலிலும் முத்தமிட்டு

புதருக்குமேல் ஸ்ஸ்ஸ்ஸ்ஸ்ஸ்ஸ்சென்று விசும்பி எழுந்து இருளில் கண்கள் மினுங்க யாரும் வருகிறார்களாவென்று தேடியது. இருட்டில் யார் யாருடைய சத்தங்களோ கேட்டன. மரக்கிளைகள் உரசி அசைந்தன. மரங்களுக்குள் விளக்கு ஏந்திய காட்டுமனிதர்கள் வெளிப்பட்டு உற்றுப் பார்த்துக் கொண்டிருந்தார்கள். புதர்களில் எழுந்த தீவெட்டிகளுடன் கூனன் கையைத் தேடிக்கொண்டிருந்தது ஊர் ஜனம். இருட்டு மூஞ்சிகள் புதரை எட்டிப்பார்த்து கண்டெடுத்தன கூனனின் வெட்டுண்ட கரத்தை. ஏந்திய கையுடன் தீப்பந்தங்கள் சுற்றிச் சுற்றி இருளில் மறைகின்றன. மீண்டும் இருளில் மூழ்கியது காடு, அந்தப் பாதைக்கு இரவில் வண்டியொன்று திரும்பிக்கொண்டிருந்தது. மாடுகளின் கழுத்து மணி தொலைவில். துருப்பிடித்த அச்சிலிருந்து சக்கரங்கள் இருளைக் கக்கிக்கொண்டி ருந்தன. பிசினாய் ஒட்டும் மையிருட்டில் கிராமம் உறைந்தது.

திரும்பவும் ஒட்டி வைக்கப்பட்ட கரம் கரைந்து காணாமல் போனது. ஆப்ரேஷன் தியேட்டருக்குள் குனிந்து தேடுகிறார்கள் வெள்ளை உடுப்பணிந்தவர்கள். கண்ணாடிக் குடுவைக்குள் செடியைப் போல் வெட்டப்பட்ட கரம் வளர்ந்து கொண்டிருந்தது. குடுவைக்குள் மஞ்சள் நிற மண் துகள்களுக்குள் ஊன்றிய கைஎலும்புகள் சல்லி வேர்கள் முளைத்து ஊற்ற ஊற்ற நீர் அருந்திக் கொண்டு இருந்தன.

முகமூடிகள் அணிந்த மருத்துவர்கள் டேபிள்மீது கிடந்த கூனனின் உடலிலிருந்து இழைக்கட்டு அவிழ்த்து வலது கரத்தை பிரித்து விட்டார்கள். கூனன் கரம் மட்டும் தனியாக இருந்தது.

‘கை இறந்துவிட்டது. கூனன் இறக்கவில்லை’ என்றது ஆஸ்பத்திரி.

வெட்டப்பட்ட கையை ஏந்தியபடி ஊர் ஜனங்கள் கொண்டுபோகிறார்கள். கிராமம் கிராமமாக கூட்டம் நகர்ந்து சென்றது. எல்லோரும் அவன் கையை கண்ணில் ஒற்றிக் கொண்டார்கள். சிறுவர்களும் வயோதிகர்களும் அவன் கை பிரிந்து செல்வதைக் கண்டு கூடவே வெகுதூரம்

பனங்காடுவரை வந்து, கூனன் கை மறையும்வரை பார்த்துக் கொண்டிருந்தார்கள். மேகம் திரள் திரளாய் பின்தொடர்ந்து கீழ்வானம் வரை அடர்ந்து இடியாய் வெடித்தது. மின்னல் வெளிச்சம் பட்டுப்பட்டு காட்டில் நகரும் உருவங்களை வெளிப்படுத்தியது. கையில் ஆயுதங்கள் மின்னி எதிரொளித்தன. கொம்பு சுற்றி ஆடும் சுழிக் காற்றில் மரங்கள் சுழன்று சுழன்று மழையானது. கூனன் ஊர் எல்லை யில் இருந்த சுடுகாட்டுப் புளியமரம் சாய்ந்து கிடந்தது. மழையோடு மழையாக கையை மட்டும் தனியாக அடக்கம் செய்து கொண்டிருந்தது கூட்டம்.

தலைநகரின் மார்ச்சுரியிலிருந்து உடலை டாக்ஸியில் கொண்டு வந்து சேர்த்திருந்தது. மண்ரோட்டில் புழுதிப் படலம் எழுந்து அணைந்தது. திரும்பிச் சென்ற கருப்பு டாக்ஸியைக் கண்டு எல்லோரும் வெகுநேரம் கிராமத்தின் வாயிலில் நின்றிருந்தார்கள். முதலில் டாக்ஸி என்ற கருப்பு உருவம் மறைந்து அப்புறம் புகையும் புழுதியும் மறைந்து மரங்கள் தெளிவடைவது வரை எல்லாக் கண்களும் பார்த்துக்கொண்டிருந்தன.

கூனனின் உடலை எல்லோரும் தொட்டுப்பார்த்தார்கள். ஊரிலேயே உயரமான பரம்பரையைச் சேர்ந்த உடல். மூன்று நாட்களுக்கு முன்பே அவன் உயிர் பிரிந்திருக்கும். அவன் தாயார் அவன் உடலைச் சுற்றி அவன் தகப்பன் போர்வையால் மூடினாள். எல்லாச் சிறுவர்களும் கூனனின் உடலை எறும்பு தொடுவது போல் தொட்டு கிள்ளினார்கள். அவன் தலை திரும்பவில்லை. அவனைப் போர்த்தியிருந்த போர்வையை மெல்ல எடுத்து அவன் உடலைப் பார்த்தேன். என்னையே வெறித்த கண்கள் சற்றும் இமை அசைக்காமல் இருந்தன. மண்வீட்டுக்குள் அவன் அய்யாவின் நாற்காலி யில் உட்கார்ந்திருந்தான். தொய்வான காற்றில் எல்லோரும் சுவாசித்துக் கொண்டிருந்தார்கள். மூச்சு முட்டியது எனக்கு. மஞ்சனத்திப் பலகையில் செய்யப்பட்ட அவன் வீட்டு நாற்காலியில் அவனுடைய உடல் என்னை நேருக்கு நேராகப் பார்த்தது.

செத்தபிறகுதான் அவன் வீட்டு நாற்காலியின் நிறத்தில் அவன் உடல் மாறிக்கொண்டிருந்தது. மஞ்சனத்திநிற உடலைப் பார்த்து கரைந்து கொண்டே இருந்தது தகர விளக்கு. அதன் சுடர் ஓரங்களில் அவன் தாயார் போட்ட உப்புக் கட்டிகள் வெடித்து விழுந்தன. சில பூச்சிகள் மஞ்சள் சுடரைச் சுற்றி சுற்றி வந்து மிக அருகில் நெருங்கி தீக்குள் புகுந்து வெளியேறி பொடிப்பொடித் தீப்பொறியாக இருண்ட அறை முழுவதும் மின்னிக்கொண்டிருந்தன. கூனன் முகத்தில் சில பொடிப் பொடி பச்சைப் பூச்சிகள் அமர்ந்து நெற்றியில் நகர்ந்தன. மூக்கின் மேல் நுனியில் இருந்த பூச்சி திடீரென்று பறந்து பறந்து சுடரின் மேல் விளிம்பிலிருந்து தீக்குள் விழுந்து குபீரென்று உயர எழுந்து பறந்து வளைந்து வளைந்து கோடு போட்டுக்கொண்டிருந்தது. அவனால் பூச்சிகளின் அரிப்பை தாங்கிக் கொள்ள முடியும் போலும். சுற்றி நின்ற எல்லா முகங்களும் நடுங்கின. அவனும் வீட்டு மண்சுவரும் மஞ்சனத்தி நாற்காலியும் மஞ்சள் கசியும் விளக்குடன் விளையாடும் எல்லாப் பூச்சிகளும் ஒரே சுழற்சியில் இருந்தது எனக்கு. எல்லாம் ஒன்றுசேரக் கரையும் அவன் மஞ்சள் உடலை இதற்கு முன்னாலும் தொடர்ந்து பார்த்திருக்கிறேன். சாவுக்குப் பின்னால் அவனுடைய இருப்பு என்னுடன் சேர்ந்து நகர்ந்து கொண்டிருந்தது. அவன் நாற்காலியை விட்டு அசையாமல் தளர்ந்த இரு கைகளையும் கட்டையில் வைத்து எல்லோரையும் சாவின் மௌனத்துடன் பார்த்துக்கொண்டிருந்தான்.

இறந்த உடல்களின் உலகம் வேறுவிதமாக இருந்தது. தலைநகராயிருந்த மார்ச்சுரி மையத்திற்கு ஸ்டெச்சரில் வைத்து கொண்டுவரப்பட்ட கூனனின் டெட்பாடிக்கு விதிமுறைப்படி சீல் வைத்து ஐஸ் கட்டி இழுப்பறையில் வைத்து மூடினார் மார்ச்சுரிக் காப்பாளர். வெகு தனிமையில் நீண்ட காலம் மார்ச்சுரியில் வாழ்ந்திருக்க வேண்டும்.

இறந்த உடல் விலங்குடன் இருந்தது. விலங்குடன் பிணைக்கப்பட்ட அந்த டெட்பாடி உறைந்துவிட்டிருக்கும். அர்த்த ராத்திரியில் நட்சத்திரங்கள் குளிரும் ஐஸ்கட்டி

களிடையே டெட்பாடியில் பூட்டப்பட்ட இரும்பு விலங்கு கரைந்துகொண்டிருக்கும். ரகஸியமாய் உருகிக்கொண்டிருக்கும் வெண்ணிற இரவில் சிறுசிறு துண்டுகளாக துணுக்குற்று உடைந்த ஐஸ்கட்டியை விரைத்த கைகளில் எடுத்து அவற்றின் அதிசயத்தை மஞ்சள் நிறக் கண்களில் பார்த்துக் கொண்டிருந்தது உடல். இதுவரையான வாழ்வின் எல்லா வழிகளும் அடைப்பட்ட வெற்றிடங்களில் உருகும் சிறு பனிக்கட்டி வில்லை மெதுவாக நகர்ந்து சொட்டுச் சொட்டாய் அழிந்து கொண்டிருக்கிறது.

இறந்தவன் மீது எழுதப்பட்ட குறிப்புகள் எல்லாமும் ஐஸ்கட்டிகள் மீது பாதுகாக்கப்பட்டுள்ளன. கூனனின் உடல் பல காலங்கள் மார்ச்சுரியில் உறைந்து கிடக்கும். பனிக்கட்டியில் கரையும் விரல்களின் ஸ்பரிசத்தில் உடல் உறுப்புகளும் கரைந்து காணாமல் போயிருக்கும். சிறுதுண்டு பனிக்கட்டி மட்டுமே ஒரு உடல் ரூபத்தில் சிதறிக் கிடந்தது. பளிங்குத் தரையில் சிதறிய துண்டுகள் நீர்த் திவலைகளாக மாறி மேலும் மேலும் குளிர்ந்து மீண்டும் பனிக்கட்டிகளாக உருமாறின. எல்லா உறவுமுறைகளும் முடிந்துவிடும். நினைவுகள் விருப்பங்கள் குற்றங்களின் கடந்தகாலம் எல்லாம் ஒரே கணமாக உறைந்து அந்தரத்தில் மிதந்து கொண்டிருக்கும் பனிக்கட்டியாகிறது. ஒன்று இரண்டு கணங்களுக்கிடையில் கரையாத துகள்கள் அடுத்தடுத்த பிளவுகளில் குத்திட்டு நிற்கின்றன. ஒரேஒரு வெற்றிடமாக பனிகட்டிகள் கரையும்.

கூனனின் விரல்கள் கரைந்தபடியே மடிப்புக் காகிதங்களில் விரல்களால் தொட்டுச் செல்கிறது. விலங்குகள் கரைவதற்குள் அவன் கடைசி முறையாக தாயாரைப் பார்த்துவிட வேண்டும். இறந்த உடலை ஊருக்குக் கொண்டு செல்ல வேண்டும். முகமூடி அணிவித்து சுருக்குக்கயிறு சுருங்கி வெற்றிடமாகுமுன் மறந்துபோனவை. பயமுறுத்தும் வெற்றிடங்களில் பனிக்கட்டிகள் உருகி வடிந்து கொண்டிருந்தன. கூனன் டெட்பாடி மிதந்து செல்கிறது. மங்கலான மெழுகு உருகும் மெல்லிய ஸ்பரிசத்துடன் அவன் உயிர்

பிரிந்திருக்கும். உயிரின் ரகஸியமெல்லாம் பனிநெருப்பில் மஞ்சள் மஞ்சளாய் பூத்திருக்கும்.

ஆஸ்பத்திரி செல்வார்டில் விலங்குடன் கிடந்த பக்கங் களில் ஸ்டீல் கட்டில் அருகில் காய்ந்த ரொட்டிகளும் கண்ணாடி டம்ளரில் உறைந்த பாலும். திரைச்சீலை வழியாக வந்து இறங்கும் எலி ஊசிமுகத்தால் ரொட்டியை நுகர்ந்த படி இணுக்கு இணுக்காக காய்ந்த ரொட்டியை சுவைத்துக் கறும்பியது. அதை அவன் மஞ்சள் நிறக் கண்களால் பார்த்துக் கொண்டிருந்தான். பெரிய அகன்ற கண்கள் ஈரத்துக்குள் ரகஸியமாக மின்னிக்கொண்டிருந்தன. ஸ்டீல் கட்டிலுடன் சேர்ந்து இணைக்கப்பட்ட விலங்குச் சங்கிலி முணு முணுத்தது. அவன் காலில் வந்து சில எலிகள் கடித்தன. அசையாத மரத்துப்போன காலை கொஞ்சம் கொஞ்சமாக கறும்பிச் சென்ற எலிகள் அவன் வாழ்வின் எல்லாப் பக்கங் களையும் மெதுவாகச் சுவைத்துக்கொண்டிருக்கும். எல்லா எழுத்து வடிவங்களையும் ஒடித்து ஒடித்து துப்பிக்கொண்டி ருந்தது எலி. திரும்பவும் அதிகாலையில் மணிஅடித்த படி நோயாளிகளுக்கான காய்ந்து விரைத்த ரொட்டியும் பாலும் அவன் அருகில் இருக்கும். திரைச்சீலையிலிருந்து குதூகலத்துடன் குட்டி எலி திரும்ப வந்து அங்குமிங்குமாக ஓடி விளையாட்டிக்கொண்டே சிந்திய பால் துளிகளை நக்கிக்குடிக்கும். விலங்குடன் அவன் கைகளையும் எலிகள் கடித்து காலி செய்து கொண்டிருக்கின்றன. அவனைச் சுற்றி யும் எலிகள் வந்துவிட்டன. உடல் உறுப்புகள் ஒவ்வொன்றாக காணாமல் போகின்றன. தனித்தனியாக வந்துவிடும் எலும்புகள் விரல்கள் ஒவ்வொன்றும் எலிகளால் திருடப் பட்டுவிட்டன. அரிக்கப்பட்ட உடலுடன் அவன் மஞ்சள் நிறக் கண்களால் நெருங்கி நெருங்கி வரும் எலிகளைப் பார்த்துக் கொண்டிருக்கிறான் செத்தபடியே. ஸ்டீல் கட்டிலி லேயே காய்ந்த ரொட்டியை எச்சில் வைத்து பற்களால் கறும்பிக் கறும்பி சுவைத்துக் கொண்டிருந்த எலியாக மாறினான் கூனன். பெரும்பசி. எலி வடிவமான அவனுடன் எலிகள் சண்டையிட்டு ரொட்டியைப் பறித்துக்கொண்டன.

இரவோடு இரவாக திரைச்சீலை வழியே இறங்கிவந்த எலிகள் அவனை இழுத்துச் சென்றிருக்க வேண்டும்.

தனி அறையில் அவன் உடல் கொக்கியில் தொங்கிக் கொண்டிருந்தது. எல்லா உடைகளும் களைத்த நிர்வாண உடல். பதனத்தைலம் பூசிக் கொண்டிருந்தான் மார்ச்சுரி களுக்கான நாவிதான். நகரத்தில் நடந்துகொண்டிருந்த சாவுச் சடங்குகளில் துர்தேவதைகளை சங்கூதி அழைப்பவன். சவங்களின் தலைவிதியை நிர்ணயிக்கும் சாத்தானின் தூதுவன். அவன் அணிந்திருக்கும் கருப்பு அங்கிக்கு மேல் கயிறு சுற்றியிருக்கும். அங்கிப் பையிலிருந்து சுருட்டை எடுத்து உதட்டில் வைத்து பக்பக்கென்று புகையை ஊதிய படி உடலை அலங்கரித்துக் கொண்டிருந்தான் கவனமாக. சாத்தானின் வேதத்தை முணுமுணுத்தபடி உயரத்திலிருந்து தொங்கிக் கொண்டிருக்கும் சவத்தை தன் கரிய விரல்களால் தொட்டு ஒவ்வொரு உடல் உறுப்பிலும் பதனத் தைலம் தடவி, கழுகு இறகினால் சாவின் கேலிச் சித்திரங்களை வரைந்து கொண்டிருந்தான். கருப்பு பிடி வைத்த க்ஷவரக் கத்தியை சாணைக் கல்லில் தீட்டும் டிக் டக் டிக் டக் ஒலி நீடித்தது. ஒவ்வொரு மயிர்க்காலையும் மழித்துக்கொண்டி ருந்த க்ஷவர ஓசை. வெளிரிய தோள்பட்டை முதுகு பிருஷ்டம் கால்கள் அக்குள் வரை கத்தியின் ஓட்டம் உடலெங்கும் பரவி உரிக்கப்பட்ட மனித உடல் அசைந்தது.

சடங்கு சம்ரதாயங்களின்படி சாத்தானின் கட்டளைப்படி அவன் கொண்டுவந்திருக்கும் கருப்புகோட்டு, மடிக்கப் பட்ட புத்தாடைகளை அணிவிக்கிறான். கடவுள் கொடுத்த பரிசை மறுக்காமல் அணிந்து கொண்டது உடல். உறைந்து விரைத்த கால்களில் வெள்ளை காலுறை அணிந்து கருப்பு ஷூ போட்டுக்கொண்ட அவன் உடல். அளவெடுத்துத் தைக்கப்பட்ட சவ உடுப்பு பூட்பாலீஸ் போடுகிறான் நாவிதன். தலையுடன் பிணைக்கப்பட்ட இரும்பு வளையம் ஓசையுடன் அங்கும் இங்கும் அசையும். தலைசீவ சீப்பு, தைலம், கருப்புமைப் பென்சில், நகபாலீஸ், செண்ட் அடங்கிய பெட்டி திறக்கப்பட்டது. தலைசீவிக் கொண்டிருக்கிறான்

மறைந்தவன். முகத்தில் பவுடர் அடிக்கிறான் அலங்கரிப்பவன். கருப்புமை தீட்டிய புருவங்கள். கண்இமை முடிகள் தனித்தனியே குத்திட்டு நிற்கின்றன. மயக்கமடைந்திருந்த பளிங்கு கண்களை தனியே கழட்டி தைலம் பூசி திரும்பவும் துவாரங்களில் பதிக்கிறான். தைலத்தில் மிதந்து அசையும் கண்களின் ஆழத்தில் அறையின் தோற்றம் பதிந்து வெளிச்சமாகப் பிரதிபலித்துக் கொண்டிருந்தது. கோட்டுப் பித்தானை போட்டுவிட்டபடியே கோட்டுப்பையில் அவன் பலரை கழுத்தைச் சுற்றி நெரித்துக் கொலை செய்யும் ரூமல் ஸ்கார்ப்பை மடித்து வைக்கிறான் அலங்கரிப்பவன்.

கொண்டுவந்திருந்த க்ஷவரக்கத்தி வைக்கும் பெட்டியிலிருந்து ஒரு அரக்குநிற சுருட்டை எடுத்து உதட்டில் வைத்து வெகுநேரம் பற்ற வைத்து பல தீக்குச்சிகள் கீழே விழுகின்றன. எரிந்து வளைந்த குச்சிகள். சாம்பல் படிந்திருந்தது தரை. மெதுவாக உரசிய தீக்குச்சி சுருட்டில் பற்றிக்கொண்டு எரிந்தது. தம் பிடித்து புகையை உள்ளிழுத்து மெதுவாக அகலமான மூக்குத் துவாரங்களில் புகைமேல் நோக்கி எழுந்து சுவர்களில் படிந்து ஊர்ந்தது. அந்த சுருட்டை ரூமல்ஸ்கார்ப் அணிந்த கூனனின் விரைத்திருந்த விரல்களுக்கிடையில் வைத்துவிட்டு நாற்காலியில் அமர்ந்து பார்த்துக்கொண்டிருந்தான், அலங்கரிப்பவன்.

இறந்து வெளிறிய விரல்களுக்கிடையில் புகையும் சுருட்டு வெகுவேகமாகப் புகையைக் கக்கியது. புகைசுழல் சுழலாக வெளிப்பட்டு ஆடியது. மறைந்தவனின் கண்கள் நாவிதனைப் பார்த்துக் கொண்டிருந்தன. க்ஷவரம் செய்பவன்: ‘பேசு பேசு இதுவரை இங்கு வந்தவர்கள் யாரும் என்னோடு பேசியதில்லை. அவர்கள் எந்த ரகஸித்தையும் என்னிடம் சொன்னதில்லை. நீயாவது உன்னுடைய ரகஸியத்தைச் சொல்லிவிடு’.

பிணைக்கப்பட்ட இரும்பு வளைத்திலிருந்த கூனன் கழுத்து சற்றே சாய்ந்திருந்தது. வளையம் கிரீச் கிரீச் சென்று நிசப்தத்தைக் கீறியது. வெளிரிய விரல்களில் இருந்த சுருட்டு அணைந்து போயிருக்க வேண்டும். நாவிதன் தீப்பெட்டியை

உரசி அவன் சுருட்டை பற்றவைத்து விட்டபடி கேட்டான். 'நீ பேசவே இல்லையே. இப்பொழுதாவது பேசு. பிறந்ததி லிருந்து எதுவுமே பேசியதில்லையே... என்னுடன் பேசு...' க்ஷவரம் செய்பவன் திரும்பத் திரும்ப இறந்தவனைக் கெஞ்சிக் கெஞ்சிக் கேட்டுக்கொண்டிருந்தான். வார்த்தை களை எல்லாம் விழுங்கிவிட்ட சாவின் குளிர்ந்த உதடுகள் அசைந்தன ஊமையாக. அதன் நாவை எல்லாவித வழி களிலும் கட்டிப்போட்டுவிட்ட மரணம் சூதுவயப் பட்ட புன்னகையாக வெளிரிய உதட்டின் கடைக்கோடியில் தென் பட்டது.

அறை முழுவதிலும் பரவியிருந்த சாவு வாடையில் சுருட்டுப் புகை கரகரப்புடன் உறைந்து திட்டுத் திட்டாய் நூலாம்படையாகத் தொங்கியது. அறை முழுவதையும் பின்னிய புகை நூலில் அலங்கரிப்பவனும் சிக்கியிருக்க வேண்டும். தீரவே தீராமல் கரைந்து கொண்டிருந்த சாவின் சுவையை இறந்த உதடுகள் அருந்திக் கொண்டிருந்தன. இரும்பு வளையத்திலிருந்து அலங்கரிக்கப்பட்ட உடலை மெதுவாக கீழிறக்கி மார்ச்சுரி இழுப்பு டிராயரில் வைத்து முறைப்படி சீல்வைத்து அதன் கருப்பு கோட்டில் முகவரி கார்டை இணைத்து பெரும் சத்தத்துடன் மூடிவிட்டு வெளியேறிச் சென்றான் சாத்தானின் தூதுவன்.

இரவு குளிர்ந்து இருள் பரவிக்கொண்டிருந்தது. நகரின் மடிப்பு மடிப்பான தெருக்களைக் கடந்து கருப்பு ஷூ அணிந்த கால்கள் நடந்து கொண்டிருந்தன. வெறிச்சோடிய தெருவில் தன்னந்தனியாக கேட்கும் ஷூவின் கருப்புக் குரல். நிசப்தமான மார்ச்சுரியின் எல்லாக் கதவுகளும் மூடப்பட்டுவிட்டன. மார்ச்சுரிப் பாதுகாவலர்களின் விசில் ஒலி. ஷூவின் கிரீச் ஒலிகேட்டு மார்ச்சுரியின் இரும்பு கேட் துருப்பிடித்த ஓசையுடன் திறந்தது. தன் ரூமல்ஸ்கார்ப்புடன் உடலைப் பெறுவதற்காக அர்த்தராத்திரியில் வரும் சாத்தானைப்போல அந்த உருவம் வாசலில் நின்றது. காவலர்கள் அதன் முகத்தில் டார்ச் வெளிச்சத்தை பாய்ச்சவும் கருப்புக்கோட் அணிந்த கூனன் தலை திருப்பி டார்ச்சை

மூடுகிறான் விரல்களால். காவலர்கள் இருபக்கமும் நின்று கூனனைத் தொடர்ந்து உள்ளே நடக்கிறார்கள். டார்ச் ஒளி தரையில்பட்டு பனிக்கட்டி அறையின் முன் நிற்கிறது. அதன் துலக்கமான பிரகாசத்தில் கூனன் மார்ச்சுரி இழுப்பறையை சத்தத்துடன் திறக்கிறான், அந்த டிராயரில் கூனன் உடல், அசைந்து கொண்டிருந்த சீல் வைக்கப்பட்ட கார்டு மெல்ல எழுந்து வெளியெங்கும் இருளை அசைத்தபடி பறந்து பறந்து பனிக்கட்டியின் உருகும் ரகஸியத்திற்குள் மறைந்தது. கரைந்து கொண்டிருந்த பனிவிரலில் மரண முகமூடி அணிந்த வண்ணத்துப்பூச்சி அமர்ந்திருந்தது.

௫0

பட்டுப்பூச்சிகள் உறங்கும் மூன்றாம் ஜாமம்

பெரியவீட்டின் உள்ளேயும் வெளியேயும் திருணைகளாகக் கட்டிவைத்தார் தாத்தா. ஜாங்கோவின் திருணை சின்னதாக இருக்கும். வானவெளியுடன் இணைக்கப்பட்டிருக்கும். நெல் குதிர் வைக்கப்பட்ட மேலத்திருணையில் பாட்டி இருந்தாள். தாத்தா எப்போதும் வெளித் திருணையில் படுத்துக்கொள்வார். அவனது கருப்பு நாய் புளூடோவுக்கு எல்லா திருணைகளும் சொந்தமானது. பாட்டியின் திருணை விரிவாக உள்கூடமெல்லாம் பரவியிருந்தது. இரண்டு தூண் களும் அவளது மரப்பெட்டியும் அங்குள்ளன. ஜாங்கோ அடிக்கடி திறந்து பார்க்கும் கருப்பு மரப்பெட்டி. ஜாங்கோ அதனுள்ளே ஒளிந்துகொள்வான். புளூடோவிடம் மரப் பெட்டி வாய்திறந்து பேசும். மேலஜன்னல் அருகில்தான் புறையில் அந்தத் தரவிளக்கு எரிந்து கொண்டிருந்தது. வீட்டின் சுவர்களிலெல்லாம் புறையிருந்தும் அங்கு வைக்கப்பட்ட தரவிளக்குகளைப் பாட்டி தான் அப்புறப்படுத்தினாள். எண்ணெய்க்கு விதித்த கேடா... அவற்றை ஊதி மச்சு வீட்டுக்குள் பத்திரப்படுத்தி விட்டாள். அந்த விளக்கு களிடம் ஜாங்கோவுக்கு இருந்த ஈடுபாட்டைப் பாட்டி அறிந்திருந்தாலும் வேறுவழி இல்லை. வெள்ளாமை விளைச்சல் இல்லாத பஞ்சகாலத்தில் விளக்குச் செலவுக்கு எங்கே போவது. குறித்த நேரத்திற்கு மேல் விளக்கைச் சுருக்கி மினுக்கவிட்டே எரியவிடுகிறாள் பாட்டி. தாத்தா வுக்கு கண்பார்வை குறைந்தபிறகு பகல்கூட மங்கலாகி

விட்டது. மங்கிய படலம் போல் ஆட்கள் அசைவது தெரியும். இன்னார்தான் என்று உடனே தெரிந்து கொள்வார். ஜாங்கோவின் குதிகால்கள் ஓரிடத்தில் நிற்பதில்லை. அவனைக் குதிப்பின் மூலமே கண்டு கொள்வார் தாத்தா. கூடுதலான ஒளி ஊரில் யார் வீட்டிலும் ஏற்றப்படவில்லை.

குதிர்களில் கிடந்த பழைய தானியங்களை குத்திப் போட்டு சோறாக்கினார்கள். வேறு தானியங்களும் இல்லை. சொங்குச் சோளத்தை புடையில் வறுத்துப் பிள்ளைகளுக்கு பண்டம் தயாரிக்கிற வீட்டைச் சுற்றி சிறுவர்கள் பலரும் திருணையில் ஒட்டிக்கொண்டு நின்றார்கள். சிறு அளவாவது கொடுக்க அவர்களுக்கு மனமிருந்தது. பிள்ளைகள் முகம் குறாவி கண்கள் பசியுடன் உலர்ந்தன. தின்பண்டம் ஏகமாய் விற்ற சீனிநாயக்கர் கடையில் கருப்பட்டி, தேயிலை, பீடி, வெத்திலை, பாக்கு என்று வியாபாரம் சுருங்கிவிட்டது.

வீட்டிலிருந்த அநேக காலியிடங்களை நிரப்ப ஜாங்கோவின் விளையாட்டுகளால் மட்டுமே முடிந்தது. புளூடோ இல்லாமல் ஜாங்கோவுக்கு விளையாட்டுமில்லை. ஏனோ திருணையில் முன் கால்களை நீட்டி அதில் முகத்தை வைத்து படுத்திருந்தது. ஊரை விட்டுப் போனவர்கள் வீடு இடிந்த பின்தான் வெளியேறி இருக்க வேண்டும். இடிந்த வீடுகளில் கதவுகள்தான் மிஞ்சும். அவற்றை குறைந்த விலைக்கு தாத்தாவிடம் கதவுகளைக் கேட்கும்போது திரும்பக் கொடுப்பதாக தாத்தா சொன்னார். திரும்பித் திரும்பி பார்த்த படி குழந்தைகள் வெளியேறிப்போயின. அந்தக் கதவுகளில் அவர்கள் விட்டுச்சென்ற அடையாளங்கள் அவர்கள்கூடச் சென்று கொண்டிருந்தது. அவர்களது கதவுகளைக் கொண்டு தாத்தா தான் இந்தப் பெரியவீட்டை உண்டாக்கியது. முன்பு இருந்த கூரையைப் பிரித்துவிட்டு ஓடுகளை உண்டாக்கினார். அந்தக் கொண்டிக் கதவுகளைச் சுண்டுவிரல் கொண்டு திறந்துவிடலாம். பழஞ்சாவிகளைப் பேய்கள் எடுத்துச் சென்றுவிட்டன. சில வீடுகள் பூட்டிக்கிடந்தன. கண்ணளவு சாவித்துவாரங்களுக்கிடையில் எட்டிப் பார்த்தான் ஜாங்கோ. யாரும் அங்கு இல்லாதபோதும் உள்ளேயிருந்த வெளிச்சத்தில்

அந்தவீட்டுக் குழந்தைகள் விட்டுச்சென்ற பொம்மைகள் கிடந்தன. ஜாங்கோவைக் கண்டு பொம்மைகள் தலை யசைத்தன. அவர்கள் எங்கு போனார்கள் என்றான். பொம்மைகள் கைவிரித்தன. தேம்பித்தேம்பி அழுதன. அழுவாதே அழுவாதே என்கூட வாரியா... 'மாட்டேம் மாட்டேம்... போ' என்றன பொம்மைகள். அந்தவீட்டின் கதவுகளில் கிறுக்கப்பட்ட சித்தரிப்புகள் யாவும் பொம்மை களுக்குத் தெரிந்திருக்கும். அவர்கள் கதவில் நின்று விளை யாடியபோது வரையப்பட்ட மாட்டுவண்டி கடக்கடக் லொடக்...கென்று சக்கரங்கள் சுழன்று கொண்டிருந்தன. அந்த வண்டியில் ஏறிக்கொண்டவர்கள் யார்யாரெல்லாம் என்று ஜாங்கோ பார்த்துக்கொண்டிருந்தான். அவனுக்குத் தெரியாத முகங்கள் போலிருந்தவர்கள் தெரிந்த முகங ்களாகவே தோன்றினார்கள். புளூடோவும் அவர்களைப் பார்த்தது வா வா நாமும் ஏறிக் கொள்ளலாம். வா புளூடோ வா... என்றான். பொம்மைகள் தனியாகப் பூட்டப்பட்ட வீட்டுக்குள் நடமாடிக்கொண்டிருந்தன. ஜன்னல் வழியாக ஜாங்கோவை எட்டிப்பார்த்தன. ஜாங்கோ புளூடோவுடன் ஓடிக் கொண்டிருந்தான் தெருவில். அவனிடமுள்ள பெரிய நூல்பந்தைக் கவ்வியபடி ஓடியது புளூடோ. அவன் பொம்மைகளுக்கு அம்மா பின்னிய தையலும் இணைப்பும் இல்லாத சட்டைகளை கருப்பு நூல் பந்தினால் உண்டாக் கினாள். அம்மாவும் அப்பாவும் நகரத்திற்குள் மறைந்து போனார்கள். அவனுக்கான பொம்மைகளுடன் கருப்பு நூல்பந்தை பாட்டியிடம் கொடுத்துச் சென்றாள். அந்த நூலிலிருந்து சிறிதளவுகூட யாரும் இரவல் வாங்கி விட முடியாது. அறுந்துவிடாத நூல்பந்தை அம்மா விட்டுச் சென்றபடி வைத்திருந்தான். அம்மா திரும்பி வந்து கேட்கும் போது அவளுக்குக்கூட முழுசாகக் கொடுக்க முடியாத நூல்பந்தை தானே வைத்துக் கொண்டிருப்பான். நூல்பந்தை மார்புடன் அணைத்தபடி திருணையில் மல்லாந்து கிடப்பான்.

ஜாங்கோவின் திருணையிலிருந்து பார்த்தால் வான வெளியில் மிதக்கும் பறவைக் கூட்டங்களின் அலாதியான

அசைவுகள்... க்வாக்... என கடந்துவிடும் சாகுருவிகள்... கரைந்தபடி உருமாறிக் கொண்டிருக்கும் மேகங்கள்... வெது வெதுப்பான காலையொளி அவனை விரல் நீட்டித் தொடும். டவுசர் சட்டை எதுவுமில்லாத அம்மணராஜாவாய் அவன் உறங்கும்சாயல் பாட்டியின் கண்ணில் நிற்கிறது. ஓடுகளால் ஆன நீளத்தெருவில் பெரிய உருவத்துடன் நடமாடும் அவன் பாட்டி யானையைப் போல் அசைந்து அசைந்து வெகுநேரம் செல்ல வேண்டியிதிருந்தது. வீட்டு வேலை களில் ஈடுபட்டபடி பூனைக் கண்களால் அவனை எட்டிப் பார்த்தாள். பாட்டியின் பெரிய உருவத்துடன் இணைக்கப் பட்டவன் போல் அவள் நடமாட்டங்களின் மெல்லிய ஓசையிலும் ஜாங்கோ திரும்பினான். பழங்காலத்தில் இருந்து வரும் பாட்டியின் செதில் செதிலான சுருக்கு விழுந்த கைவிரல்கள் அவனைத் தொடும் போதெல்லாம் தொட்டால் சுருங்கியைப் போல் சுருண்டு கொள்வான் உறக்கத்தில். உவர்மண் வீசும் பாட்டியின் சேலையுடன் சுருட்டிக்கொண்டு பாம்பு சுற்றிக்கொண்ட உடலைப்போல் திருணையில் படுத்துக்கிடப்பான். பாட்டியின் சேலை கற்பனைத் தாவர மாகி அவனைச் சுற்றிக்கொண்டது. பாட்டியின் உடம்பு வாசத்துடன் சேர்ந்து அவன் மோப்ப உணர்வுகள் நரம்புகள் கிளைத்திருக்கும். பாட்டி சொன்ன கதைகளும் சேதி களும் அவன் அப்பா அம்மாவைக் கொண்டுபோய்விட்ட ஆண்டலைப் பட்சியைப் பற்றியதாகவும் இருந்தது. ஒருநாள் வந்து அவனையும் அது அம்மா அப்பாவிடம் கொண்டு போய்விடும் என்று பாட்டி சொன்னாள். முந்திக்காலத்தில் இருந்த திடசரீரங்களையுடைய சுற்றத்தார்களும் தெருக் காரர் களும் எப்போதும் பழைய வீடுகளுக்குள் நடமாடித் திரிவதாகப் பாட்டி முணுமுணுத்தாள். அவள் ஜீவனில் உறங்கும் வேதாளத்தின் கதைகள் ஜாங்கோவின் உலகத்தில் புதிய விந்தைகளை உருவாக்கியது. ஜாங்கோவின் சின்னத் திருணையை பூசிமுடித்தவர் தாத்தாதான். அவரது கனவு களையும் பேரனுக்காகத் திருணையில் பதித்து வைத்தார். அவன் இடுப்பைகிள்ளி இடும்பு செய்தார் தாத்தா. அவன்

மேலும் சுருங்கியபடி பாட்டியின் சேலைக்குள் சுருண்டு கொண்டான். குஞ்சான் விரைக்க நெளித்த படி எழுந்து திருணையில் இருந்தபடி ஒன்னுக்கு இருந்து கொண்டு சுற்றும்முற்றும் புளூடோவைத் தேடினான். பாட்டி அம்மியில் அரைத்து அப்பிவைத்த தொவையலை விழுங்கி விட்டு மேலும் ஒரு விள்ளல் கவ்வி வாயை மூடிக்கொண்டு ஒயிலாக நடந்து அவனைக் கடந்து உள்கூட்டத்தின் வழி யாக தெருவில் பாய்ந்து கும்மாளமாய் கத்தி சண்டைக்கு அழைத்தது. ஜாங்கோ இன்னும் அரைத்தூக்கத்தில் பாட்டி யைத் தேடினான். அவன் தாத்தா மாடுகளை குளிப்பாட்டி துண்டு வைத்துத் துவட்டியபடி செல்லம் கொஞ்சினார். மாடு களுக்குத் தீவனம் வற்றிக்கொண்டு வந்தது. தாத்தாவின் தழுதழுத்த கொஞ்சலில் மாடுகள் உணர்ந்திருக்க வேண்டும். படப்படியில் கூளம் தீர்ந்துவிட்டது, இனி தாத்தா கூளத் திற்கு எங்கு போவார். மாடுகள் ஜாங்கோவை திரும்பிப் பார்த்தன.

அடுப்பிலிருக்கும் பாட்டியின் உருவம். ஊது குழலின் சத்தம். அடுப்படிக்கு ஓடி பாட்டியின் மடியில் சுருண்டு கொண்டான். அடுப்பில் கொதிக்கும் சிறிதளவு குருணை. புடையில் ஏதோ வறுத்துக்கொண்டிருந்தாள். கதகதப்பான அடுப்புக் கங்குகளில் பலவித உருவங்கள் தீயுடன் அசைந்து மாறிக் கொண்டிருந்தன. நெல் களஞ்சியத்தில் போன வருஷம் கொட்டி வைத்த நெல் முழுவதும் தீர்ந்துவிட்டது. விதை நெல்கூட மிஞ்சவில்லை. பெரிய வீட்டுக்குதிரில் தானியம் தடவலாகிவிட்டால் அங்குவந்து குடியேறும் இருட்டு யாராலும் துடைக்க முடியாததாக இருக்கும். வேலிமுள்விறகு நின்று எரிவதை தீயில் கனியும் முள்ளின் கூர்மைகளை, அவை சாம்பலாகி ஒடிவதைப் பார்த்துக் கொண்டு கனவு காண்பான் ஜாங்கோ. தலைக்கு ஊத்தணும் ராசாவுக்கு... கண்ணு பொங்கிப் போச்சு... என்று நல்லெண்ணெய் தேய்த்து விடுவாள் பாட்டி. அம்மியில் அரப்பு அரைப்பது வரை ஒவ்வொன்றாய்ப் பார்த்துக் கொண்டிருந்துவிட்டு, அரப்பும் வெந்நீரும் தயாரானதும்

ஓடி மறைவான் ஜாங்கோ. தெருவில் ஆட்கள் இருந்த வீடுகளுக்குள் ஜாங்கோவைத் தேடுவார்கள் தாத்தாவும் பாட்டியும். என் பேரன் வந்தானாம்மா... எண்ண தேய்ச்சு குளிக்க இப்படி மொரண்டு செய்றானே... என்று தெரு வெங்கும் புலம்புவாள் பாட்டி. ஒளிந்திருக்கும் கள்ளன் உடனே வரமாட்டான். எண்ணெய் தேய்த்த உடம்புடன், புளூடோவைக் கூட்டிக்கொண்டு காட்டுமரங்களுக்குள் ஒளிந்து மறைவான். பலரும் தேடுவர். ஒவ்வொரு முறையும் புளூடோதான் காட்டிக்கொடுக்கும். பலரும் சேர்ந்து ஜாங்கோவை பாட்டியிடம் தூக்கிச் செல்வார்கள். தலைமுடியைப் பிடித்து அரப்பை – அரக்கி நீராட்டுவாள் பாட்டி. நீர்குணகுணப்பில் அழுவான் ஜாங்கோ. அவனுக்கு தாத்தா தான் துவட்டிவிட்டு, தங்கத் துப்பட்டியை ஜாங்கோவின் கழுத்தில் சுற்றிவிடுவார். அதன் குஞ்சங்கள் தரைவரை தொட்டுக் கொண்டிருக்கும். ஜாங்கோ நடப்பதில்லை. பறப்பான். பறந்து நடப்பான். மாரியங்கோவில் பொந்துகளில் மறைந்திருக்கும் தவிட்டுப் பறவைகளுக்குத் தெரியும் ஜாங்கோவை. கோவிலுக்குள் தூணோடு தூணாக செதுக்கப்பட்ட சிற்பங்கள் நிலை பெயர்ந்து நடமாட, பேசும் பதுமை போல் அவற்றிடையே ஜாங்கோ நிற்பான். கோயில் உத்திரங்களில் தலைகீழாகத் தொங்கும் பழந்திண்ணி வௌவால்களுடன் சேர்ந்து வனங்களுக்குப் பறந்து செல்வான். காட்டின் முரட்டு மரங்களில் ஏறும் கால் முளைத்து, உச்சிக்கு ஏறி இலைகளுக்குள் பதுங்கி காட்டின் பயமறியாது திரிந்தான் ஜாங்கோ.

ஒன்னாம் வகுப்பில் பேர் சேர்த்த அன்று சிலேட் புஸ்தகம் கொடுத்துவிட்டார்கள் அவனிடம். வீட்டுக்கு ஓடிவந்து, திருணையில் கிடந்த பாட்டிமீது குபீரென்று தாவி, கட்டிக்கொண்டு அழுதான். எனக்கு சிலேட் புஸ்தகம் குடுத்துட்டாளே... டீச்சர் ... என்று அழுதான். 'இப்படி பிள்ளையும் உண்டுமா? எல்லோரும் ஜாங்கோவைப் பார்த்து சிரித்தார்கள். பள்ளிக்கூடம் போமாட்டேன் போமாட்டேன்...போ... என்று சிலேட்டைத் தூக்கி எறிந்தான்;

மறுநாள் ஜாங்கோவைத் தோளில் தூக்கியபடி தாத்தாதான் சிலேட் புஸ்தகத்துடன் பள்ளிகூடம் போனார். என் கண் மங்கிய காலத்தில் பேரன் படிக்க மாட்டேங்கிறானே என்று சொல்லி டீச்சரிடம் 'அடிக்காதீங்கம்மா என் பேரனை'... என்றார் தாத்தா. தோளிலிருந்து இறக்கி டீச்சரிடம் ஒப்படைத்து விட்டு டீச்சரைப் பார்த்து கண் சிமிட்டினார் தாத்தா. டீச்சர் அவனுக்கு கலர் சாப்பீசும் கலர் குச்சியும் கொடுத்தாள். எல்லோருக்கும் உன்பேர் சொல்லு என்றாள். நான், ஜாங்கோ... என்றான். எல்லாக் கண்களும் இமை விரித்தன. பொம்மைக் கன்னங்களும் செம்பட்டை முடியும் கண்டு உச்சுக் கொட்டினார்கள். பின்முடி வணங்காமல் நட்டுக் குத்தலாய் நின்றது. அதைப் பிடித்து டீச்சர் அவனை இருக்கையில் உட்கார வைத்தாள். கரும்பலகையில் சித்திரங்கள் தோன்றின. எழுத்துகள் தோன்றின. சிலேட்டில் எச்சி தொட்டு எழுதினார்கள். தலைகள் குனிந்து குச்சிகள் கீச்கீச்சென்று சிலேட்டில் ஒலித்தன. தாத்தாக் குதிரை வாசலில் காத்திருந்தது. மணி அடித்ததும் பைக்கூடுகளுடன் பறந்தனர். ஜாங்கோவை தோளில் சுமந்து சென்றார் தாத்தா. அப்புறம் தானாகவே கால்கள் பள்ளிக்குப் போகப் பழகி விட்டன. பழக்கத்தால் ஏற்பட்ட துரதிர்ஷ்டத்தினால் பள்ளி சென்றார்கள் எல்லோரும். ஓட்டுவீடுகளும் கூரை வீடு களுமான சந்து சந்தான குகைவீதிகள் இருந்தன. பள்ளி செல்லும் பாதை விநோதமானது. தெருத் திருப்பத்தில் தீப்பெட்டி கொளுத்தி விளையாடினான் ஜாங்கோ. கருப்புத் தலையும் வெள்ளை உடம்பும் கொண்ட மெழுகுத் தீக்குச்சி களை ஒவ்வொன்றாகத் தீப்பெட்டிக் குள்ளிருந்து எடுத்தான். தீக்குச்சியின் வெள்ளை உடம்பை விரித்துப் பறந்து செல்லும் வெள்ளை இளவரசிகளாக மாற்றினான். கருப்புத் தலைகள் கொண்ட வெள்ளை இளவரசிகள் அவனோடு பள்ளிக்குச் சென்றார்கள்.

மணியடித்ததும் பள்ளிக்கூடத் தெருவைத் தாண்டி சுவர் ஓரங்களில் அமர்ந்து தீப்பெட்டியைத் திறந்து ஒவ்வொரு குச்சியாக எடுத்து வெள்ளை இளவரசிகளாக மாற்றும்

ஜாங்கோவின் மேஜிக்ஷோ. தெருவழியே பல உருவங்கள் அசைந்தன. ரொம்ப வயதை அடைந்தவர்கள் அவனைப் பார்த்து 'யாரு ராசாயிது?' என்றார்கள். நான் ஜாங்கோ... என்றான். பெரியவர்கள் உருவத்தின் முன் நின்று அவர்களுக்குள் தலையைச்சாய்த்து பார்வையை நிலைத்திருப்பான். அவர்கள் யாரும் பள்ளிக்கூடம் போனதில்லை என்றார்கள். வேறு எங்கோ உள்ள கயிற்றினால் இணைக்கப்பட்டது போல் நடந்து சென்றார்கள். மூன்று தெருக்களை வளைந்து தாண்டினால் அந்த மஞ்சள் காரை வீடு பூட்டியிருப்பது தெரியும். அது வெகுகாலமாகப் பூட்டப்பட்டு இருந்தது. இன்று அவன் பள்ளி செல்லும்போது காரை வீட்டின் கதவு திறந்து கிடப்பதைப் பார்த்து உள்ளே வராண்டாவின் ஓரம் படிக்கட்டுகள் வழியாக அவன் கால்கள் ஏறவும் மேலே பழமையாகி கருப்பு படிந்திருந்தன. சில காகங்கள் மொட்டைமாடி மீது கூடியிருந்தன. ஜாங்கோவைப் பார்த்ததும் உடனே பதுங்கி வேறொரு பக்கம் மறைந்தன. மொட்டைமாடியில் கைப்பிடிச்சுவரின் நிழல் தனியாக இருந்தது. அந்த நிழலுடன் சேர்ந்து சாய்ந்து கொண்டான் ஜாங்கோ. யாரும் தேடிவரமுடியாத கருப்படைந்த மொட்டை மாடியில் சிலேட்டுக் குச்சியால் மனம்போன போக்கில் படம் வரைந்தான். அதனுடன் பேசிக்கொண்டு கடல் அலைகளைக் கோடுகளாக வளைத்து வரைந்தான். அங்கு கிடந்த ஒரு செத்தமீன் எலும்புக்கூட்டில் சிற்றெறும்புகள் கூட்டமாக மீனின் முட்களை கரைத்துக்கொண்டிருந்தன. மீன் எலும்புக்கூட்டை வரைந்த கடலலைகளின் கோடுகளில் நீந்தவிட்டான். விடுபட்ட எறும்புகள் திரும்பி வந்து எலும்புக்கூட்டை அடைந்து செத்தமீனை அரித்தபடி கடல் நீரில் இழுத்துச் செல்கின்றன. சுழிகளும் சுழிப்புமான கடலில் கெத்துக் கெத்தென்ற அலைகள்மீது மனிதர்கள் திமிங்கலத்தின் எலும்புக்கூட்டை இழுத்துச் செல்வது தெரிந்தது. மீன் கண்கள் இரண்டும் துவாரமாகித் திறந்து கிடந்தன. அதன் கண்கள் பறிக்கப்பட்டுவிட்டன. அதன் வழியே சாரை சாரையாக எறும்புகள் வெளியேறிச்

செல்கின்றன. அவை கடலின் கரைகளைக் கடந்து காரை பிளந்த மொட்டைமாடியைக் கடந்து வெளியில் எங்கோ போய்க்கொண்டிருந்தன. இறந்த மீனின் பிளவுபட்ட வாய் வழியாக வேறு சில எறும்புகள் வெளிப்பட்டு ஜாங்கோவை நோக்கி வந்து சேர்ந்தன. அவனிடம் சொல்ல நினைத்ததைச் சொல்லிவிட்டு கடல்கோடுகளைக் கடந்து நீந்திச் சென்றன. வேற்றுக்கிரகத்தில் இருந்து வந்த பறவைகள் சில அவன் வரைந்த கடலருகில் கால்வைத்து அமர்ந்தன. தொலை தூரத்தில் இருந்து வந்த களைப்பினால் அலகு திறந்து மூச்சுவிட்டுக் கொண்டிருந்தன. அவற்றின் கால் நகங்கள் தரையில் பதிந்தன. கருப்பு அலகுகளால் கொத்திக் கொத்தி துவாரமிடப்பட்ட மேலும்பல மீன்கள் செத்துக்கிடந்தன. மீனின் கனவுகளையும் நூறு அலகுகள் கொண்டு பறவை ஒன்று கொத்திக் கொத்தி துவாரங்களின் இம்சையில் அம்மீன்கள் செத்த பிறகும் துடித்துக்கொண்டிருந்தன. இறந்த மீனின் எலும்புக்கூடுகளைத் தன் நடுங்கும் கரங ்களால் எடுத்தெடுத்து கருங்கடலில் நீந்தவிட்டான். எல்லா மீன்களின் எலும்புக்கூடுகளையும் போரிடும் அலைகள்மீது எறும்புகள் இழுத்துச் செல்கின்றன. வேற்றுக் கிரகத்துப் பறவைகள் கடல்மேல் பறந்து கருஞ்சிறகுகளை மூடி எலும்புக்கூடுகளை மறைத்தன. ஜாங்கோ... ஜாங்கோ... என்று கூவிப்பறந்தன. ஜாங்கோ டவுசர் பையிலிருந்த கருப்பு நூல் பந்து பத்திரமாய் இருக்கிறதா என்று தொட்டுப் பார்த்துக் கொண்டான். அதையறிந்து பறவைகள் உற்சாகம் அடைந்து ஜாங்கோ ஜாங்கோ... என்னிடம் கொடு ஜாங்கோ... என்னிடம் கொடு, என்னிடம் கொடு என்று ஒவ்வொரு பறவையாக ஜாங்கோ அருகில் பறந்து பறந்து கேட்டன. கொடுக்க மாட்டேன். கொடுக்க மாட்டேன்... என்று கைகளால் அவற்றை விரட்டினான். உயரத்தில் மேலெழுந்து வட்டமிட்டுக் கொண்டிருந்தன பறவைகள். செத்த மீன்கள் எல்லாம் அலைக்கோடுகளில் துடுப்பு களை அசைத்து நீந்தி வருகின்றன. மீன்களுக்கு அவைகள் கேட்காமலே நூல் பந்தைக் கொடுக்க நினைத்தான்.

மீன்களுக்கு உயிருண்டானதுபோல் ஆயிரம் எறும்புகள் இழுத்துச் செல்கின்றன. எறும்பின் கால்கள் பட்டே உலர்ந்த எலும்புகளும் வெளியாகிவிடும். ஆனாலும் கொஞ்சம் கொஞ்சமான நகர்வில்தான் அணுஅணுவாக உலர்ந்தவற்றைப் பார்த்துக்கொண்டிருந்தான். செத்தமீன்கள் நீந்தி வருகின்றன. இருண்ட நீருக்குள் ஓடி ஒளிந்துகொண்ட அவன் காதுகளில் செல்லம் கொஞ்சிப் பேசின மீன்குஞ்சுகள். 'ஜாங்கோ... என் ஜாங்கோ... என்றன.

கடலின் அலைக்கோடுகளின் மீது ஜாங்கோ முழு நூல்பந்தையும் மீன்களுக்காக சமர்ப்பணம் செய்தான். உயரத்தில் பறந்து கொண்டிருந்த பறவை ஒன்று நூல்பந்தை அபகரித்துச் செல்லும் வேகத்தில் கடந்து போயிற்று. அதை எடுத்து மறைத்துக் கொண்டான் ஜாங்கோ. ஏமாற்றத்தில் பெருமூச்சுடன் உயர எழுந்து சென்ற பறவை மீனின் எலும்புக்கூட்டைச் சுமந்தபடி மிதந்து கொண்டிருந்தது. அதிசயமான மீன்களுக்காக நூல்பந்திலிருந்து கொஞ்சம் கொஞ்சமாக அறுத்து ஒவ்வொரு மீனையும் கட்டி விட்டான் ஜாங்கோ. உடனே நூல்பந்தை டவுசர் பையில் மறைந்தான். அந்த அரக்கு மாளிகைக்குள் சென்றுவிட்ட வேற்றுக் கிரகத்துப் பறவையைத் தேடி மொட்டைமாடியில் பதித்த கண்ணாடி வில்லையை அகற்றினான். உள்ளே வட்ட மான துவாரம் சென்றது. எட்டிப்பார்த்தான். உள்ளே பாசி பிடித்த இளவரசி விளையாடிக் கொண்டிருந்தாள். சூரிய ஒளியைக் கண்ணாடிகொண்டு அசைத்து அவளுக்கு முதல் பரிசாக ஒளியின்மூலம் தன் இதயத்தை நீட்டித்தொட்டான். பிஞ்சுபோன்ற அவள் கரும்பாசி உடல்மீது அவ்வொளி பட்டு நடுநடுங்கினாள். வட்டமான துவாரத்தின் வழியாக ஜாங்கோவின் முகம் தெரிந்தது. தன்கையில் இருந்த பிடிலை நெஞ்சுடன் அணைத்தபடி மேலே அண்ணாந்து பார்த்தாள். யாரது? நான் ஜாங்கோ... என் நாயின் பெயர் புளூடோ. எனக்கு பள்ளிக்கூடமே பிடிக்காது. இதோ என் நூல்பந்து என்றான். இதோஎன் பிடில்... என்றாள் இளவரசி. உனக்கு வேண்டுமா... இது உனக்கு வேண்டுமா... எனக்கு

வேண்டாம்... எனக்கு வேண்டாம் அங்கே வந்த வேற்றுக் கிரகத்துப் பறவைகள் எங்கே? அவளுடன் சில பூனைகள் விளையாடிக்கொண்டிருந்தன. ஓ! பறவைகளா... பறவைகள் எல்லாமே வேற்றுக்கிரகத்தில் வாழ்பவைதான். பறவைகள் ஓரிடத்தில் நிற்காதே... என்றாள். என்னோடு புளூடோ இருக்கிறது. நீயும் வருகிறாயா? வர முடியாது. இங்கிருந்து தப்பமுடியாதே. அரக்கன் விடமாட்டான். யார் அந்த அரக்கன்... என் அப்பா... இளவரசி விசும்பி விசும்பி அழுதாள். நினைத்து நினைத்து அழ வேண்டாம் என்றான். பூனைகளும் அழுதன. ஜாங்கோ நூல் பந்திலிருந்து கொஞ்சம் எடுத்து அவளுக்கும் பூனைகளுக்கும் பரிசளித்தான். அவள் அந்த நூலைத் தன்பிடிலில் இணைத்து தன் உடல் நரம்பு களில் ஒன்றாக்கி விரல்கள் மூலம் பிடிலை அதிர வைத்தாள். மெல்ல மெல்ல பிடிலின் நரம்புகள் அதிர்ந்து பூனைகளின் அலாதியான கண்களின் ஒளி பொருந்திய ஆழங்களில் உள்ளே சென்றது. தொலைவில் சுவரின் சிறுதுவாரத்தின் வழியாக, அவளை எட்டுவதற்கு இருந்த அந்த சிறு துவாரத்தில் ஊடுபுகுந்து, அவளைத் தொட்டுவிட நினைத்தான். சுவர் மேலும் வலுவாக இருந்தது. சுவரில் முகத்தைத் திருப்பி ஜாங்கோ தேம்பி அழுதான். தன் அம்மாவின் நினைவு வந்து நூல்பந்தை நெஞ்சுடன் அணைத்தபடி மொட்டை மாடியில் உருண்டு புரண்டு அழுதுகொண்டிருந்தான் ஜாங்கோ. அவன் காதருகில் வந்த மீன் குஞ்சுகள் அழாதே ஜாங்கோ அழாதே என்று கெஞ்சின. அவன் அழுவதை அவள் பார்த்து விடாமல் இருக்க ஜாங்கோ கண்ணாடித் துண்டினால் அந்தத் துவாரத்தை மூடிவிட்டுப் படிக்கட்டு வழியாகக் கீழிறங்கித் தெருவில் நடந்தான்.

இருட்டிப்போயிருந்தது எங்கும். நிசப்தமான தெரு வழியே காற்று ஊளையிட்டபடி வீசிக்கொண்டிருந்தது. தொலைவில் இருந்த பனை மரங்களின் சரசரப்பு ஒலி பெரிய இழப்பின் காரணமாய் ஊரையே சூழ்ந்து கொண்டிருந்தது. தெருவில் அவனைக் கண்ட புளூடோ சிணுங்கியது. அரிக்கேன் லாந்தரும் தடியுமாக அவன் தாத்தா வரும் ஓசை.

தாத்தாவின் நிழல் சுவர் முழுவதும் பட்டு அசைந்தது. நிழல் பேசியது: 'ஜாங்கோ.... எங்கே போயிட்டே.... என் ராசா... உன் பாட்டி காட்டுக்கு உனைத்தேடிப் போயிருக்கா... வாவா... என்றார்.

தாத்தாவின் கைத்தடியைப் பிடித்துக்கொண்டு முன் செல்கிறான் ஜாங்கோ. லாந்தர் ஒளியில் முகத்தை நீட்டிய வாறு புளூடோ பின்தொடர்ந்து சென்றது. தெருவில் இருந்த ஒவ்வொரு வீட்டிலும் மினுக் மினுக்கென்று தகர விளக்குகள் எரிந்துகொண்டிருந்தன. எல்லா உருவங்களும் காட்டின் உருவங்களாய் சிறு ஒளிக்கீற்றின் அசைவில் தென்பட்டன. விளக்குகளின் ஒளிரேகையில் உள்ள கோடு களால் பேசுவதற்கு ஏதுமில்லாத ஆழத்திலிருந்தது இரவு. காற்றின் ஒவ்வொரு அசைவும் ரேகைகளை மாற்றி விடும். அதில் தோன்றும் விந்தைகளைக் கண்டு குழந்தைகள் கண்கள் விரிந்தன. பெரியவர்களுக்கு விளக்கின் அநேக ஒளிரேகைகள் மங்கிப்போயிருந்தன. அதன் ஆழம் தீர்க்க முடியாத துயரங்களுடன் இருண்டிருந்தது. அந்தச் சிறு விளக்கின்றி நகரவே முடியாமலிருந்தது. ஜாங்கோவுக்கும் புளூட்டோவுக்கும் விளக்கிலிருந்து வெளிப்பட்ட குறைந்த அளவான வெளிச்சமே போதுமானதாக இருந்தது. விளக்கின் ஒவ்வொரு ஒளியிழையிலும் பின்னப்பட்ட மெல்லிய ஆடை யுடன் அவன் கண்ட பாசிபிடித்த இளவரசி தோன்றினாள். ஊர் வெறுமையாகிக் கொண்டே வந்தபோதும் தகர விளக்கின் ரேகைகளில் அவள் பெரிய வீடு முழுவதும் அசைந்தசைந்து பிடிலை நீட்டுகிறாள். அதை அவன் இருகை களாலும் வாங்க மறுக்கிறான். வீட்டில் பதிந்த புறைகளில் அவனுக்கு இஷ்டமான பழைய தகர விளக்குகள் எண்ணெய் யின்றியே எரிந்து கருத்த தடங்கள் சுவரெங்கும் பதிந்து விட்டது. இன்னும் அவை ஏற்றப்படவில்லை. அதனாலோ என்னவோ வீட்டில் குடிகொண்ட இருட்டு வெறுமையாகிக் கிடந்த அனேக காலி இடங்களில் புகுந்துகொண்டது. ஏனோ, புறையில் படிந்த கரித்தடங்களில் முன்னாட்களில் இருந்த அதிசயம் திரும்பவும் வந்து இருட்டைத் துடைத்துக்

கொண்டிருந்தது. பாட்டி திருணை முழுவதும் படுத்துக் கிடக்கிறாள். ஊரிலேயே இதற்கு முன்பும் அவ்வளவு பெரிய உருவத்துடன் மனிதர்கள் இருந்தார்களா! விளக்கு வெளிச்சத்தில் பாட்டியின் உருவம் மேலும் பன்மடங்கு பெரிதாகிறது. அவன் கையிலிருந்த நூல்பந்தை ஓடிப்போய் பாட்டியிடம் கொடுத்துவிட விரும்பினான். அசைவற்றுக் கிடக்கும் பாட்டிமீது யார்யாரே தோன்றி வெளியே அசைந்து தெருவில் மறைந்து கொண்டிருந்தார்கள். ஆனால் அவனுக்காக மட்டுமே அவள் கண்களில் பார்வை மெல்ல மெல்ல இறந்து கொண்டிருக்க வேண்டும். அவன் உடனடி யாக நூல் பந்தை பாட்டியிடம் கொடுக்கும் தருணத்தில் வெளித் திருணையில் படுத்திருக்கும் தாத்தா இருக்கிறாரே. பாட்டியிடம் மட்டும் கொடுத்துவிட்டால் தாத்தாவுக்கு எதுவும் தரமுடியாதே. நூல்பந்தை பிரித்து கொஞ்சம் கொஞ்சமாக பகிர்ந்து தந்து அவர்களை சின்ன தாக்க முடியாதே. அவர்களிடம் நூல்பந்து இல்லாவிட்டாலும் அவர்களின் பழமையான உருவம் எல்லா நியதிகளையும் கடந்து அவ்வூரின் தான் தோன்றியான முரட்டு மரங்களைப் போல் பூமியைப் பிடித்துக் கொண்டிருந்தார்கள். அம்மரங ்களின் அசைவுகளில் வெளியுடன் இலைகள் சப்தமெழுப்பு வதில்தான் இருப்பே சாத்தியமாகிறது. புறையிலிருந்த தகர விளக்கில் பின்னலான ரேகைகள் உருமாற்றமடைந்து பாசிபிடித்த இளவரசி தோன்றி மறைந்தாள். காற்றின் அடுத்த அசைவில் அவளது பிடில்மட்டும் தோன்றியது. ஜாங்கோவின் இமைகள் திறந்து விரிந்தன. வாஜாங்கோ வா இதோ உனக்கான பிடில்... எடுத்துக்கொள் ஜாங்கோ... பட்டுப் பூச்சிகள் இலைகளுக்குள் உறங்கும் இரண்டாம் ஜாமத்தில் என் அப்பாபட்டுநூலினால் என்னைச்சிறைக்குள் தள்ளியபடியே இருக்கிறார். அந்த அரக்கன் கனவிலும் பட்டுநூலை நூற்றபடியே என்னைச் சுற்றி சிறையெழுப்பிய படியே இருக்கிறான். ஜாங்கோ, வாவா ஜாங்கோ வா பட்டுப்பூச்சிகள் உறங்கும் மூன்றாம் ஜாமத்தில் என்னை நீ விடுவிப்பாயா... வெறுமையும் இருளுமான நூலினால் ஊர்

முழுதும் பின்னிக் கொண்டிருக்கும் கருப்புநிறப் பட்டுப் பூச்சிகள் இருளைக் கக்கிக்கக்கி தெருவெல்லாம் சுற்றப் பட்டுவிட்டது நூலினால். எல்லோரும் பட்டுநூலினால் கட்டப்பட்டு இருளுடன் இணைக்கப்பட்டுவிட்டார்கள். கயிறுகள் அனைத்தும் உயரங்களால் இணைக்கப்பட்டு அரக்கன் கையில் கொடுக்கப்பட்டுவிட்டது. பெரியோர்கள் எல்லோருமே உறங்கியபடியே சிறுவர்களைச் சுற்றி சுற்றி பட்டினால் நூற்றுக் கொண்டிருக்கிறார்கள். குழந்தைகள் உடலிலிருந்து வந்துகொண்டே இருக்கும் மிக மெல்லிய பட்டு இழைகளால் உயிர் முழுவதையும் அர்ப்பணித்து விட்டார்கள்.

அவர்கள் பிடியிலிருந்து யாரும் வெளியேற முடியாது. எல்லாமே இயற்கையின் நியதிகளாக்கப்பட்டுவிட்டன. இரவுகள் தான் எல்லாவற்றிற்கும் காரணம். கரிய நிறப் பனித்துளிகள் உருவாகும் பின் இரவுகளில் பட்டுப் பூச்சி களாய் மாறிவிட்ட பெரியவர்கள், சதாவும் ஆடை நெய்த படியே இருக்கிறார்கள், வீட்டுக்குள் வெறுமையான தறிகள் சலம்புகின்றன. தையலும் இணைப்புமில்லாத கண்ணுக்குத் தெரியாத அதிசய ஆடையை எங்கே வைத்திருக்கிறாய் ஜாங்கோ. என் அம்மா பிறந்தது முதல் நெய்துகொண்டிருந்த ஆடைகளையெல்லாம் என் பொம்மைகளுக்கே அணி வித்தாள். அவையாவும் நெல்குதிரின் அடியாழங்களில் எஞ்சியிருக்கும் ஒரு சில நெல்மணிகளோடு மறைத்து வைக்கப்பட்டுள்ளன. எனக்காக அவள் பின்னிக்கொடுத்த அந்தக் கருப்புநிற ஆடையைத் தெருவில் கிடந்த புளூடோ வுக்கு பரிசளித்தேன். வாலறுந்த புளூடோவின் அழுகை யின் நீட்சியை அதன் துல்லியத்தை தாங்க முடியாது அதை என் தாத்தாதான் வீட்டிற்கு கொண்டு வந்தார். அது நடந்து வந்த ரத்தம் பட்ட தடங்களில் அதன் அறுந்த வாலை எடுத்தேன். என் முதுகுடன் இணைத்துத் தைத்துக் கொண்டேன். யாருக்கும் தெரியாமல் அதை மறைத்து வைத்தேன். என் அம்மா வருவதுவரை இந்த நூல்பந்தை யாவது நான் அவளுக்காகப் பாதுகாக்க வேண்டும்.

வேகவேகமாக இருள் வீசியது காற்று. தொலைவில் உள்ள பனை மரங்கள் கூத்தாடுகின்றன. அவற்றின் மீது பேய்கள் அமர்ந்துவிட்டன. மரங்களில் இருந்த பறவைகள் யாவும் சிதறியோடுகின்றன. எங்கும் நிலைகொள்ள முடியாத பறவைகள் என்ன செய்யும் இந்த புயலில் எங்கு போகும். பயமாக இருக்கிறது ஜாங்கோ. விளக்கு அணைந்து எல்லாம் அறுபட்டு எங்கும் இருள். அவன் திருணையில் படுத்திருக் கிறான். அவனது நூல்பந்தை நெஞ்சுடன் அணைத்திருக் கிறான். தூணோடு புளூடோ சிணுங்குகிறது. இருளில் கண்கள் மினுங்க அவனைப் பார்த்துக் கொண்டிருக்கிறது. ஜாங்கோ அருகில் பாசியடைந்த இளவரசி. அவன் கைகளுடன் கைகள் சேர்த்து உறங்குகிறாள்.

பட்டுப்பூச்சிகள் உறங்கும் இரண்டாம ஜாமத்தில் அவர்கள் இருவரும் உடலில் புதைந்து உறங்குகிறார்கள். இருவர் கைகளும் தூக்கத்தில் இணைந்தே நகர்கின்றன. அவனை விட்டுத் தப்பிச் சென்ற நூல்பந்து அவர்களைச் சுற்றிச் சுற்றி கனவைப் பின்னுகிறது. யாரும் அதைப் பார்க்காத போது நூலின் விதவிதமான சித்தரிப்புகள் விந்தை யான உருவங்களாகத் தோன்றின. உருமாறும் நிழல் கோடு களாய் நூல் இயங்குகிறது. திரும்பவும் தானே தன்னைச் சுற்றிக்கொண்டு நூல்பந்தாகி தனியே அலாதியாகக் கிடக் கிறது. புளூடோ அதை யார் கண்ணிலும் பட்டுவிடாமல் கவ்விக்கொண்டது; ஜாங்கோ விழிப்படைந்த போது பக்கத்தில் யாருமில்லை. பட்டுப்பூச்சிகள் உறங்கும் மூன்றாம் ஜாமத்தில் குளிர் நடுக்கத்துடன் காற்றில் வரும் பிடிலின் இசை. அவனும் புளூடோவும் பின்கட்டுக் கதவைத் திறந்து தெருவுக்குப் போகிறார்கள். நிசப்தமும் குளிரும் படிந்த தெருவில் நடந்து போகிறார்கள். அந்தப் பிடிலின் துக்கத்தில் விழிப்படைந்த அப்பொம்மைகள் ஒவ்வொரு காலியாகக் கிடந்த வீடுகளின் ஜன்னல் திறந்து வெளிப்பட்டன. எல்லா பொம்மைகளையும் கூட்டிச் செல்கிறான் ஜாங்கோ. பிடில் அதோ அதோ... பொம்மை களை அணைத்தபடி தெருவில் வளைந்து வளைந்து நடக்கிறார்கள். காரை வீட்டில் படி

யில் ஏறினார்கள். ஜாங்கோ இருண்டிருந்த படிகள் மீது தீப்பெட்டியை உரசினான். தீக்குச்சி வெளிச்சத்தில் சுவரில் எழும்பிய நிழல் ஜாங்கோ ஜாங்கோ... போகாதே... போகாதே... குச்சி அணைந்ததும் அந்த நிழல் மறைந்தது. அடுத்த குச்சியை மெதுவாக, துல்லியமாக உரசினான். மீண்டும் சுவரில் எழுந்த நிழல் தடதடவென்று ஆடியது. போகாதே போகாதே... அந்தக் குச்சியும் அணைந்தது. பூதம் மறைந்தது. ஒவ்வொரு குச்சியிலும் ஒரு பூதம் வந்து அவனுக்குப் பின்னால் இருந்த சுவரில் எழுந்து பொம்மை களைத் திருட முயன்றது. உடனே தீக்குச்சியை ஊதி யணைத்தான். பொம்மைகள் கூச்சலிட்டன. மொட்டை மாடியில் திட்டுத்திட்டான மேகங்களுக்கிடையில் நிலா தாண்டித் தாண்டி ஓடிவருகிறது.

இரு ஜாங்கோ இரு... நானும் வந்துவிடுகிறேன்... என்றது நிலா. அவர்களின் ஆதிநிலா தன் முழு ஒளியையும் கருப்படைந்த காரை வீட்டின் மொட்டைமாடி மீது வீசியது. வேற்றுக் கிரகத்துப் பறவைகள் அதிக உற்சாகமடைந்து தக்க தருணத்தில் தங்கள் நீண்ட நீண்ட கோர அலகுகளை நீட்டி எங்கிருந்தோ பறந்து வந்தன. அவை உயரத்தில் பறந்து பறந்து பொம்மைகளைத் தூக்குவதற்கு சரிந்து வந்தன. பட்டுப்பூச்சிகள் உறங்கும் மூன்றாம் ஜாமத்திற்குள் எல்லோரும் வந்துவிட்டார்கள். போ ஜாங்கோ போ... என்றது நிலா. மூடிய கண்ணாடியை அகற்றி துவாரம் வழி யாக எட்டிப் பார்த்தான். பொம்மைகளும் எட்டிப் பார்த்தன. துவாரம் வழியாக நிலா கீழே சென்று அங்கிருந்த தொட்டி யின் சலனமில்லாத தண்ணீரில் தன்முழு அழகையும் காட்டி நீந்தியது. காற்று மெல்லிய அலைகளை எழுப்பியது. அங்கு யாருமே இல்லை. தண்ணீரின் அடியில் பிடில் மட்டும் அதிர்ந்து கொண்டிருந்தது. எங்குமே பார்த்திராத ஓர் அபூர்வமான தங்கமீன் நீந்திக் கொண்டிருந்தது. தண்ணீர் பட்டுவிரிப்பாய் மந்திரம் போல் வசீகரித்தது. அவளைக் காணவில்லை. பட்டுப்பூச்சிகள் உறங்கும் மூன்றாம் ஜாமத்தில் அந்த பாசியடைந்த இளவரசி தன் ஆகிருதி மாறி

மீனானான். மீன்களின் கதை உலகம் மஞ்சள் உலகமாக மாறியது.

ஏமாற்றத்துடன் அவர்கள் வீடுதிரும்பிப் போயிருக்க வேண்டும். பொம்மைகளும் காலி வீடுகளுக்குத் திரும்பி எப்போதுமே தனிமையில் உலவிக்கொண்டிருக்க வேண்டும். பின்னாளில் ஜாங்கோ பாசியடைந்த இளவரசியைத் தேடி எங்கெல்லாமோ அலைந்து திரிவதாகக் கதைகள் சொல்லப் பட்டன. எல்லாவற்றிலிருந்தும் தப்பி விடுவதற்கு அவன் அம்மா கொடுத்த நூல்பந்து தன் புதிர்த் தன்மை வாய்ந்த பின்னல்களால் வாழ்வின் எல்லா விதிகளிலிருந்தும் அவனைத் தப்பவிட்டிருக்கும்.

●

51

மலையின் சாயல்

கோடைகாலம் நெருங்கி வந்து கொண்டிருந்தது. கூடுகளை விட்டு மண் கடந்தைகள் வெளியேறி விட்டன. எங்கும் மண் கடந்தையின் ரீங்காரம். வீட்டுப் பனை விட்டங்களில் பதித்த செம்மண்குவிசலிலிருந்து வெளிப்படும் மண் கடந்தையின் அலைச்சல். செம்பளுப்பான வெயிலின் உடல் காடுகளில் தோன்றி எல்லோரையும் வெயிலுக்குள் இழுக்கும். கடந்தைகளின் தோடி ஒலி, ராகம் நீளும். வெயிலுடன் சேர்ந்து வரும். எல்லாத் தெருக்களிலும் தடம்பதியும் ரீங்காரம். இலைகளுக்குள் சப்தமெழுப்பி நீரின் குணகுணப்பில் நீரின் இசை வெயிலில் கரையும். தாள் அறுத்த நிலங்களின் விருவுகளில் மூச்சுவிட்டு எழும் மெலிந்த மாடுகளோடு அய்யா வெளியேறிப் போகிறார். எல்லா மரங்களிடையேயும் யாராலும் தீர்க்க முடியாத துக்கம். இலைச்சருகுகள் சப்தமெழுப்பி விழுந்தன. அத்தி மரம் எல்லா இலைகளையும் உதிர்த்துக்கொண்டிருக்கிறது. மரங்களைப் போலவே அய்யா உதிர்த்த எல்லா இலைகளும் திரும்பி வருகின்றன. கூட்டம் கூட்டமாய் உடலிலிருந்து இலைகளைக் கொட்டிய அய்யா. உதிர்ந்த ஒவ்வொரு இலையையும் ஈக்கியால் தைத்துக் கொண்டிருந்தவர். இறந்துபோன அம்மாவின் நினைவான இலைப்படுக்கை. அய்யாவே வேய்ந்த சருகுக்கூரை வீட்டில் அம்மா விட்டுச் சென்ற அழுக்குத் தலையணையும் கோரம் பாயும் அம்மா தலைமாட்டில் லாடஞ்செம்பில் வெந்நீரும் ஈயை விரட்டிய பனையோலை விசிறியும். கடைசிவரை அவள் அருந்திய

வெந்நீரின் இளஞ்சூடு வீட்டின் சருகுக் கூரையில் படரும். சருகுகளைத் தண்ணீரில் நனைத்து ஒவ்வொன்றாய் எடுத்து அய்யா வேய்ந்த கூரை பழுத்திருக்கிறது சாம்பல் பழுப்பான கூரையில் அம்மாவின் உதிராத நினைவு. சருகுகள் மீது வைக்கப்பட்ட அம்மாவின் உயிர். உயிரின் மேல் தோடு களாய் பிள்ளைகள் உதிர்ந்தார்கள். எங்கெங்கோ பறந்து மறைந்தார்கள்.

மரங்களில் படிந்த மாசி மாதப்பனி உதிர உதிர கோடை யின் வெள்ளைநிறம் அணுவணுவாய் விரியும். சிறுசிறு பச்சைப் பூண்டுகளும் புல் இதழ்களும் சாய்ந்து அவற்றில் ஒட்டும் வெள்ளைநிறம். வாடக்கரடுகள் மீது வாய் வைத்து நகரும் மாடுகளின் அடி உதட்டின் ஈரம் துளித்துளியாய் தடம் விழ சின்னப்பூச்சிகள் அருந்தும் ஈரத்தையும் வாங்கும் வெள்ளை மண். புழுதி கிளம்பி விட்டது காற்றுடன். காட்டில் சருகுகளின் இடைவிடாத ஓசைகளிடையே அய்யா மாடுகளுடன் தள்ளாடித்தள்ளாடி நடந்து போகிறார். அவரைக் கைவிட்ட சூரியன் சமவெளியின் அடிவாரத்தில் தரையோடு தரையாக மறைந்து கொண்டிருந்தான். மரங் களில் இருந்த பிசினும் பசையும் வாடத் தொடங்கியது. எல்லோருமே மற்றவர்களுக்குத் தீர்வு சொன்னபோது தன் பிரச்சினை தீர வழியில்லை. புதிய வழியைத் தேடிப் போய்க்கொண்டிருந்தார் அய்யா. அன்பே மறுதலிக்கப் பட்டதுதான். எல்லா ஈரமும் காய்ந்து விட்டபின் சருகுகள் எங்கும் உதிரத் தொடங்கி விட்டன. தோல்விகளின் சருகுகள் அவல ஒலியெழுப்பி பறந்து பறந்து முடிவற்ற வெளியில் பறந்து மறையும். குழந்தைகளின் தடங்களைப் பின்பற்றிப் போன அய்யாவை விரட்டி விரட்டிக் செல்லும் அவநம்பகம் கிறுக்கியமுகம். எதனிடமும் தஞ்சமடைய வழியில்லை ஒண்ட இடமில்லை. நடைபாதையில் சற்றே கண்ணயரும் போது முணுமுணுக்கும் சருகுகள் வந்துவந்து சத்தமெழுப்புகின்றன. எங்கும் தலைசாய்க்க இடமில்லை. புதிய புதிய பல் சக்கரத்திற்குள் பிள்ளைகளை உருட்டி கந்து கந்தாய் மென்று துப்பும் நகரங்களுக்குள் மறைந்து

போனார்கள் புதல்வர்கள். அவர்கள் வீடுகளின் அதிகார எல்லைகளை விட்டு துரத்தப்பட்டு பகலிலும் பூட்டப்பட்டு விட்ட கதவுகளுக்குள் எல்லா மனங்களும் கூகையென இருண்டு கதறுகின்றன. முகங்களில் அசையும் பூட்டுகள் திறக்கப்படுவதில்லை. இருபத்தி ஏழாயிரம் பூட்டுகளுக்குள் தன்னை அடைத்துக்கொண்டவர்கள் நாகரீகங்களுக்கு நாள் தவறாமல் வெள்ளையடித்துக் கொண்டிருந்தார்கள். ரயில்வே ஸ்டேஷன் பெஞ்சியில் அனாதையான அய்யா. வழியனுப்ப வந்த மூத்தமகன் கூட்டத்தோடு கூட்டமாய் மறைந்து கொண்டிருந்தான். மதிய வெயிலில் தட்டேந்தி அலையும் பெரியவர்களின் கையில் பிச்சைக் காசின் தகர ஒலி. பசியின் பித்த நிற உடல் நிர்வாணமாய் எழுந்து நடந்து செல்கிறது.

மற்றபடி பிள்ளைகளுக்கு என்ன குறை வைத்தார் அய்யா. சந்தோசத்தையும் துக்கத்தையும் மறந்து உலர்ந்த முகம். சிரிப்பின் அடியில் அனுபவத்தின் வசீகரம். எதையும் பெரிது படுத்திக்கொள்ளாமல் பிள்ளைகளிடம் எதுவும் கேட்காமல் பிரிந்துவிட்ட அய்யா. அழுக்கேரிய கருப்புக் கரை வேட்டியும் மகனின் பழைய சட்டையும் தேசீய அடையாளமாக அணிந்து கொண்டு ரயில்வே ஸ்டேஷனில் பெஞ்சிக்கு அருகில் நின்று கொண்டிருக்கிறார். நிரந்தர வேலை, படுக்கையறை, மனைவி மக்கள், ஷீட் நம்பர், அலுவலகம், சவப்பெட்டி, கிரீன்கார்டு கையிருப்பு கடனும்கூட முன்பதிவு செய்யப்பட்டதுதான் அவர்களுக்கு. அய்யாவை வந்த இடத்தில் நிறுத்த முடியாமல் போகும் இடத்திற்கு கூட்டிச் செல்லமுடியாமல் கைவிட்டவர்கள் பிள்ளைகள் தான்.

கைவிடப்பட்ட முதியோர்களை என்ன செய்ய. அன்பினிடத்திலும் அவர்களுக்கு இடமில்லை. பரிவுணர்ச்சியின் அடியில் தன் பிரச்சினையின் அவசரம். எதைப் பெறவும் அய்யாவின் அன்புமட்டும் போதவில்லை. முதியோர்களை யெல்லாம் முதியோர் இல்லங்களுக்கு அனுப்பிக் கொண்டிருந்தார்கள். குழந்தைகளின் காப்பகம் பொங்கி விடும் சரித்திரத்தில் முதியவர் இல்லங்களோ மரணத்தை

படுக்கை கட்டிலுடன் கடைசிச் சால்வையாக செய்து கொண்டிருந்தான் அவன். கண்காணாத இடத்தில் அவர்களைச் சேர்த்து விடுவதென்று முடிவானது. மெலிந்த மாடுகள் ஒவ்வொன்றாய் சந்தையில் மலிவாகவே விலை போய்விட்டன. எல்லாமே அடிமாடுகளாய் பெயிண்ட் அடித்த கொம்புகளுடன் மந்தையுடன் சேர்த்து தூரதேசங்களுக்கு அனுப்பப்பட்டுவிட்டன. கடைசியாக இருந்த சொந்தக் காளையும் கையைவிட்டுப் போய் விட்டது. அய்யாவுக்கு மாடுகள் மேல் இருந்த பிரியம் மட்டும் அவர் தனிமையுடனும் இருந்து கொண்டிருந்தது. பெரிய பெரிய கொம்புகளுடன் இருந்த மாடுகள் தொலைவான வெயிலில் அசைந்து போய்க் கொண்டிருக்கும்.

காடுகளோடு நடந்த மாடுகள் அய்யாவுக்குச் சொன்னதெல்லாம் உயிர் வைத்துக்கொண்டிருக்க என்னயிருக்கிறது என்பதுதான். சாதாரண உயிர்ப்பிராணியுடன் கலந்துவிட்ட அய்யாவின் மெலிந்த நெஞ்சுக்கூட்டில் மாட்டின் பெரு மூச்சும் வாதையும் எரிகொம்பு வாயும் சுற்றிக்கொண்டு விட்டிருந்தது. அய்யாவின் சுய அடையாளம் அவரது பேரக்குழந்தைகளிடம் இருக்க வேண்டும். அவர்களும் சீக்கிரம் விடைபெற்றுக் கொண்டார்கள். அவர் ரயிலில் ஏறும் போது அவர்கள் கண்களில் பதிந்த தாத்தாவின் உருவம் சாகும் வரை மறையாமலிருக்கும். அவர்கள் கண்கலங்கினாலும் அந்தக் கிழ உருவம் யாராலும் துடைக்க முடியாது தான். அய்யாவைப் பார்க்க வந்த பிள்ளைகளும் மருமக்களும் கிராமத்தை விட்டுக் கிளம்பி விட்டிருந்தார்கள். கூரை வீட்டின் பனை விட்டத்தில் கூடுவைத்திருந்த மண் கடந்தைகள் மேல் எழுந்து மேல் எழுந்து வெயிலில் சுழன்று மறையும். தனிமையாக அசையும் வெயிலில் மண் கடந்தையின் ரீங்காரம் மட்டும். தலையைக் கிறுகிறுக்கும் தனிமையில் அய்யா. பிள்ளைகள் முன்பாகவே முதியோர் இல்லாம் சேர்க்க வேண்டியதிருந்தது அவரை. ஸ்டேஷனை நெருங்க நெருங்க முகம் திருப்பிக்கொண்டார்கள். கடமை தவறாத பிள்ளைகள் என்று ஊர் மெச்சிக்கொள்ளும். ரொம்ப

தூரம் வெயிலில் நடந்த களைப்பில் அய்யா அவர்களைத் திரும்பிப் போய்விடுமாறு சைகை செய்தார். பிள்ளைகள் விடை கொடுத்து அனுப்புகிறார்கள். அவர்கள் கொடுத்த பணத்தில் சிறிதளவே எடுத்துக்கொண்டார். தங்கள் தகுதிக் கேற்ற அன்பும் நயப்பாங்கும் அழுகையும் கண்ணீரும் அளவாகவே சிந்தியிருந்தார்கள். மூத்த மருமகளுக்கு அத்தையின் சொல் பொறுக்காமல் காலம் பூராவும் வருத்தம் தீரவில்லை.

உங்கள் நிலைக்கு நாங்கள் காரணமல்ல இந்த வாழ்க்கையே மொத்தத்தில் சலிப்பானதுதான். நல்ல காற்றும் சுகாதாரமும் அங்கிருக்கும். அங்குள்ள முதியோர் இல்லக் காப்பாளர் களுக்குத் தெரியும். நல்லபடியாகவே உங்களைக் கவனித்துக் கொள்வார்கள். உங்கள் உடமைகள் அடங்கிய உங்கள் காலத்து ரெங்கூன் பெட்டியுடன் உங்களையும் அனுப்புகிறோம். இதுதான் ஒவ்வொரு காலமும் நடந்து வந்தது. சவப்பெட்டி களை வேண்டுமானால் அலங்கரிக்கலாம் நாங்கள்.

விடைபெறுங்கள் மூதாதைகளே... நமது பாட்டிகளின் பாட்டிகளும் பாட்டனுக்கு முந்திய பூட்டன்மார்களும் சொல்லித் தந்ததை எதையும் மறக்காத தகப்பன்மார்களே. எங்கள் தடம் வேறுவழியில் பிரிந்து விட்டது. நகரத்தின் பெருஞ்சுவர்கள் அழைக்கின்றன. எங்களை அழைத்துச் செல்ல நகரத்தின் காவலர்கள் வந்துவிட்டார்கள். அவர் களுக்கு எழுதிக்கொடுக்கப்பட்ட நமது பாரம்பரியத்தின் அடிமைசாசனத்தை எங்கள் முதுகுகளில் எழுதிவிட்டார்கள். அடிமைகளுக்குத் தலைக்குமேல் வேலையிருக்கிறது. தொணதொணத்து அழும் என் சகோதரர்களைச் சீராட்டிய உங்கள் உடல் வியர்வை மணத்தில் கண்ணுறங்கினோம். தாயாரின் தொட்டிலை பிரிந்துவிட்ட உங்கள் பேரன்மார் களுக்கு மென்பொருள் கணினி கசியும் நாற்றத்திலும் மற்ற தொழிற்சாலைகளிலும் வேலை வந்துவிட்டது. பிள்ளையை விற்றுவிட்டு சாப்ட்வேர் கழிவுப் புகைக்குள் அழைத்துச் செல்லப்படுகிறோம். அந்த சாக்குத்தையல் கித்தானில் சுருண்டு கொண்டு கனவுகண்ட நாட்கள்

கண்ணீரின் வெதுவெதுப்பான தாயாரின் மாராப்பு, இதை இனி எங்கு கொண்டு செல்ல முடியும். இதை நாங்கள் என்ன செய்ய முடியும். முடிவாக உள்ளதை ஒத்துக்கொள்ள விரும்பினோம் கையில் கொண்டு செல்வதற்கு உங்கள் கலப்பைகளை அபகரிக்கவில்லை. கலப்பையிலிருந்து பிறந்த எல்லோருமே எங்களோடு வந்துவிட்டார்கள். பாரம்பரியத்தில் வந்த வழிவழியான சமிக்ஞைகளும் நமது அடையாளமும் அடியோடு மறந்துவிடுமா? அதிக அழுத்தமான காற்றில் நமது வீட்டுக் கூரையில் ஏற்படும் அதிசயமான சத்தங்கள் எங்களைத் தொடர்ந்து வந்து கொண்டிருக்கிறதா? தாத்தாவின் இடைவாரும் தோல் பொருட்களும் உங்களுக்கு தேவையிருக்கும். விடை பெறுங்கள் மூதாதைகளே... உங்கள் கண்ணுள்ளபோதே சிதைக்கப்பட்ட நமது கூரைகளில் மூதாதையர்களின் மௌனங்களும் நினைவுகள் சேகரித்திருக்கும் ரத்தமும் எத்தனையோ சூரியோதங்களோடு புறப்பட்டு வந்தது. ஒவ்வொரு பாரம்பரியத்தின் ஒவ்வொரு துளி ரத்தத்திலும் பிறந்த சிசுக்களின் பாதையிலிருந்து எழுந்துவரும் கலப்பை களும் நமது விரல்களும் பூமிக்குள் புதைந்து விட்டது. ஆழத்தில் புதைந்த விரல்களின் வேர் சுருள்கிறது. அடியில் மறைந்துபோன விரல்களும் கலப்பைகளும் எங்கிருந்து உருவாகப் போகிறது. நூதன மனிதராகி எல்லோரும் வெளியேறிவிட்டார்கள். என் தகப்பனுக்குத் தகப்பன் அவனுக்கு முந்திய ஓட்டாண்டிகள் நடத்திச்சென்ற ஏர்க் காலில் சூரியனே கட்டப்பட்டிருந்தது. உழுது உருளும் சூரியனிடத்தில்தான் நமது ரத்த வேட்கையானது எப்போதும் அழுத்தமடைந்து கொண்டே இருந்தது. நகரச் சுரங்கங் களுக்குள் வேலை செய்யும் உங்கள் பேரப்பிள்ளைகளுக்கு நினைவிலிருக்கும் பாரம்பரியத்தின் ரத்த மடு ஆயுளையும் கைகளையும் காப்பாற்றும் என்று நம்புகிறேன். நாங்கள் யாரும் அங்கு திரும்பிவர முடியாதென்றே கருதுகிறேன். உங்கள் கண்ணுள்ளபோதே நாம் கடந்து சென்ற எல்லாப் பாதைகளும் மூடிவிட்டன. நமது சொந்த நிலத்தில்

தோண்டிய கிணறை நாமே பாழைடைய விட்டோம். கமலையில் திரிக்கப்படும் வடக்கயிறுகளின் முரட்டு ஒலி மரங்களுக்கிடையே மறைந்துவிட்டது. நமது எல்லாக் கயிறுகளையும் முறுக்கித் தந்த தாத்தாவும் பூட்டனும் அந்தக் கயிறுகளுக்கான உறுதியை எங்கிருந்து கொண்டு வந்தார்கள். எங்கு அதெல்லாம் வேகமாகக் காணாமல் போய்விட்டது. எங்கள் முகங்களுக்கு அடியில் படரும் அவநம்பகத்தை உங்கள் முகத்திலிருந்தே பெற்றோம். நீங்கள் இதை நம்ப வேண்டும். எங்களுடைய ஒரே சகோதரிக்கு கட்டிவைத்த எல்லா உலகமும் மண்கடந்தைகளிடம் இருந்து கொண்டிருக்கும். கோடை காலத்துடன் கூடுகளிலிருந்து கிளம்பிவிட்ட மண் கடந்தைகள் அவளாகவே சுழன்று வரும். அவளது ரீங்காரமானது எல்லாச் சூரிய வட்டங்களையும் சுற்றிச் சுற்றி உதயமாகவும் அஸ்தமனமாகவும் நிலாவட்டத்தில் முங்கி உதயமாகி சுழன்று அசைந்து வருகிறாள் சகோதரி. அவளிடமிருந்து பிரிந்து வெறுங்கையுடன் செல்கிறோம். என் சகோதரி... என் சகோதரி...

நீங்கள் யாரையும் குறித்து குறைபட்டுக்கொள்ள என்ன இருக்கிறது. எங்களால் முடியவில்லை. உங்கள் பயணம் நல்ல படியாய் அமைய வாழ்த்துகிறோம் இதோ வழிச் செலவுக்கான பணம் கடிதம் போடுகிறோம். மணியாடர் அனுப்புகிறோம் வேண்டியதை வாங்கிச் சாப்பிடுங்கள். பிரியப்பட்ட பண்டங்கள் அங்கு கிடைக்கும். குழந்தைகள் பெரியவர்களாகிக் கொண்டிருக்கிறார்கள். அவர்களை தனித்தனியாக திருப்திப்படுத்தவும் வெறுப்பை உள்ளடக்கிய அன்பானது உணர்ச்சி வேகத்தில் பொங்கிப் பொங்கி எல்லோருக்கும் அழுகையாய் வெடித்தது. மறந்து விடாதீர்கள் மூதாதைகளே! நா தழுதழுக்க தொண்டைக் கடியில் விக்கல் ஊதிப்புடைக்க உணர்ச்சிகரமான வழியனுப்புவிழா நடைபெறுகிறது.

எல்லாமே புறக்கணிக்கப்பட்டுவிட்ட அனாதைகளின் இல்லத்திற்குச் செல்லும் ரயில் புறப்பட்டுவிட்டது. எத்தனையோ பெரியவர்களும் தள்ளாத வயதிலும் ஏறிக்

கொண்டிருக்கிறார்கள். அவர்களுக்கிடையில் அய்யாவும் போய்க்கொண்டிருக்கிறார். கோடைகாலப் பெரும் புழுதியும் வெக்கையும் ஜன்னலுக்குள் புகுந்து அசைந்தது. ஓடும் ரயிலின் கடகடப்பு ஒலி துரிதமடைந்தது. எல்லார்மீதும் கரும் புகையும் கரித்தூசும் படிந்தது. துணிமணிகளைத் துடைத்துச் சரி செய்து கொண்டார்கள். எல்லாவற்றையும் இழந்தவர்கள் எதையும் திரும்பிப் பார்க்கும் திசையில் வளைந்து செல்லும் துருப்பிடித்த தண்டவாளங்கள் அவரவர்களுக்கான நினைவு வழியில் பின்வாங்கி ஓடிக் கொண்டிருக்கிறது. பழைய காலங்களின் முகங்கள் அதிகச் சோர்வுற்றிருந்தன. தனித்தனி மனிதர்களின் தனித்தனி தலைகள் எங்கோ ஆழத்தில் அசைந்து கொண்டிருக்கின்றன. சுடுகாடு வேண்டாம் என்ற பெரியவர்களும் குடும்பத்தை விட்டு வெளியேற்றப்பட்டவர்களும் இங்கு வந்து சேர்ந்தார்கள். மலைப்பிரதேசத்தில் வண்டி நின்றது. இங்குதான் முதியோர்கள் இறங்க வேண்டும். செடியும் புதரும் கிராதிக் கம்பிகளின் பக்கம் அடர்ந்திருந்தது. ஸ்டேஷனையே மறந்து விட்ட ஊர் மலைக்குப் பின்னால் இருந்தது. ரயில் ஏறாதவர்களே அந்த ஊரில் இருந்தார்கள். வெள்ளைக்காரன் தொப்பி தவறி விழுந்து விட்டதால் அந்த இடம் ஸ்டேஷன் ஆனது. கல்லூர்ஸ்டேஷன்மாஸ்டர்அய்யாவுக்குதண்டனைப் பிரதேசம். எரிக்களை முளைத்துக் கிடக்கும். இரவு மெயில் வருவதற்குமுன் நரிகள் ஊளையிடும். அய்யாவை வரவேற்கும் சங்குகள் அவை. இருளோடு இருளாய் இறங்கி நடந்து போகிறார். கையில் கைத்தடி இருக்கிறது. நரிகளை விரட்டியபடிதான் முதியோர் இல்லத்தை அடைய முடியும். அருகில் வந்து வந்து வாலை ஆட்டிச் சிரிக்கின்றன. கரடும் முரடுமான மலைக்குன்றுகள். கோடையில் பூக்கிற உடை மரங்கள் தான்தோன்றியாய் தனக்கே குடைபிடித்து நிற்கும். அந்தப் பிரதேசத்தில் அடிக்கும் வெயிலைப்பற்றி மலையின் பூதங்களுக்குத் தெரியும். புல் பூண்டோடு கருகும் சரல் காட்டில் அய்யா நடந்துபோகிறார். அவரைக் கண்டு மரங்களில் ஒளிந்தபடி கேலி பேசும் விக்ரமாதித்தனின்

வேதாளங்கள். பாரஸ்ட் ரேஞ்சர்கள் வந்துபோன கால் தடங்கள் கிடந்தன. ஒரு பக்கம் சமவெளி மரங்கள் ரொம்ப காலமாய் அத்து வானத்தில் கிளைபரப்பி முதியவரைப் போல் தளர்ந்து தன் நிழலை விடும். அந்த வயோதிக மரங்களில் தவிட்டுப் பறவைகளைத் தவிர யாருமில்லை. கிராதிக் கம்பிகளில் பெயிண்ட் உதிர்ந்து விட்டது. கம்பி களிடையே விடியும் போது தொலைதூர மெயில் தோன்றி மறையும். ரயில் கற்றாலைகளில் சாம்பல்நிறத்தில் கோடை வந்திருந்தது. வண்டிப்பாதைகளும் சாம்பல்நிறம் படிந்து உறைந்திருக்கும். அந்தத் தடத்தைப் பின்பற்றி வெகுதூர ஊர்களிலிருந்தெல்லாம் நடந்தேவரும் முதியோர்களின் வலிய பயணத்தினிடையே சற்றே இளைப்பாற அங்கு குத்துச் செடியின் நிழல்கூட இல்லை. ஸ்டேஷன் வராண்டாவில் கால்களை ஆற்றிக்கொண்டு குடிக்கத் தண்ணீர் கேட்டார்கள். பாசஞ்சர் ரயிலிலிருந்துதான் தண்ணீர் பிடித்து ரயில்வேக்காரர்கள் குடித்துக்கொண்டிருந்தார்கள். அளவான தண்ணீரை அவர்களிடம் பகிர்ந்து கொள்வதைத் தவிர வேறு வழியே இல்லை.

தண்ணீரை இல்லையென்று சொல்ல எந்த மனிதனுக்கு உரிமையிருக்கிறது? கொஞ்சம் நீர் அருந்தி விட்டு முகத்தில் சிறிது தெளித்துக்கொண்டு இன்னும் போக வேண்டிய தூரத்தை நோக்கி எழுந்து நடக்கிறார்கள். நாலுகல் தூரம் அந்த செங்குத்துப் பாறைமேல் ஏறிந்தான் அமிர்தி வரும். அங்குதான் முதியோர் இல்லம் என்ற பெயர்ப் பலகை மாட்டப்பட்டிருந்தது. அந்தப் பக்கம் ஆள் நடமாட்ட மில்லை. எப்பொழுதாவது நாட்டுவண்டிகள் அசையும். மெலிந்த மாடுகளும் வண்டிக்காரனும் எவ்வளவோ இடங் களில் தடங்களைப் பதித்து விட்டார்கள். மலையிலிருந்து பாறைகளைப் பெயர்த்து வண்டியில் பாரம் ஏற்றிக்கொண்டு போகிறார்கள். திரும்பத் திரும்ப வண்டியில் இழுபடும் மாடுகள் தலையாட்டி நகர்கின்றன. பெரிய பெரிய கொம்பு களுக்கடியில் விழுந்த கழுத்துப் புண்ணின் மீது வண்டி மேற்கால் அழுத்திக்கொண்டே இருக்கிறது. அந்தக் கழுத்தில்

பாரம் ஏற்ற ஏற்ற வாதையில் தாங்கமாட்டாத வேகத்தில் வண்டியை இழுத்துக் கொண்டு போகிறது. அமிர்தி மலை களிலிருந்து பாறைகளை பெயர்த்துக் கொண்டிருப்பவர் களின் தோட்டாவில் மலையடிவாரத்தில் வெடித்து உருளும் பாறைகள் மாடுகள் பாறைகளை இழுத்துச் செல்லும் மூச்சிரைப்பு இடைவிடாமல் பாதையில் கேட்டுக் கொண்டி ருக்கும். சரிவான மலைப்பரம்பில் ஏறிப்போனால் செம்மண் குன்றுகளில் செங்குத்தாக ஏறும் பாதை. சில முரட்டுப் பாறைகள் உருண்டு கிடந்தன. விதவிதமான கதாபாத்திரங் களைத் தாங்கிய புராணத்தில் வரும் அரக்கர்களின் ஓங்கார ரூபமாய் மலைப்பாறைகள் சற்றே அசைவாடியவாறிருக் கின்றன. அதன் நடுவில் வளைந்து மறுபக்கம் இறங்கும் சரல் காட்டில் நாலுபக்கமும் பரம்புகளும் குன்றுகளும் பாறைத் திட்டுகளும் சூழ்ந்த அமிர்தியின் முதியோர் இல்லம்.

குத்துச் செடிகளைத் தவிர வேறு நிழலே இல்லை அங்கு. காலத்தால் உருண்டு விழுந்த கற்களும் கூழாங்கற்களும் சிதறிக்கிடந்தன. கல்லூர் ஸ்டேஷனில் பாயிண்ட் மேனிடம் கேட்டால் சொல்லிவிடுவான் 'அமிர்திக்கு வழியா...' என்று கேட்கும் நபரை ஏற இறங்கப் பார்த்துவிட்டு வழியைக் காட்டுவான். அய்யாவுக்கு எந்த ஊரு? என்ற கேள்வியோடு சரி. பாதையைப்பிடித்து நடக்க வேண்டியதுதான். வெறுக் வெறுக்கென்று ஆளை அடிக்கும் தனிமை. அந்த ஒத்தை யடித் தடத்தின் தடுமாற்றமான வளைவுகளில் விழுந்து எழுந்துதான் அமிர்தி போய்ச் சேர முடியும். ஊசி ஊசியாகக் குத்தும் வெயிலில் கூர்மையான கற்கள் ஆளைப் பதம் பார்க்கக் காத்திருக்கும். எத்தனையோ பேர்களைக் கற்கள் வெட்டிப் போட்டிருக்கிறது. ஆழமாகப் பதிந்த காயங் களுடன் இழுத்துக்கொண்டே நடக்க வேண்டும். வெள்ளைக் காட்டில் வந்து அடிக்கும் சூரிய ஒளியின் பிரகாசத்தில் கண்களே குருடாகி விடும். வெளிறிப்போன வெள்ளை நிறத்தை ஊற்றும் வெயிலைப் பார்க்க முடியாது. கண்களைப் பறித்துவிடும் குழிநரிகள் அங்கு பகலிலும் செடிகளுக்குள் அசைந்தன. அங்கு போகப்போக தடைகள் ஏராளமிருந்தன.

பாறைகள் பறிக்கப்பட்ட பள்ளங்கள். கல்குவாரிகளில் விழ வேண்டியதுதான். ஜாக்கிரத்தையாகத்தான் ஒவ்வொரு எட்டையும் எடுத்து வைத்தார்கள். சப்போட்டா கள்ளிகள் ஆயிரம் முள்ளுத் தலைகளுடன் அசைந்து முள்ளில் சீறும். அவற்றிலும் சில கல்லிப்பழங்கள் முள்ளோடு உள்ளே செம்பளுப்பு நிறத்தில் கனிந்திருக்கும். ஒன்றுவிடாமல் முதியோர் இல்லத்திலிருப்பவர்கள் கள்ளிப்பழங்களை தரையில் உரசி அதன் வைலட் நிறத் தசை நாரை உறிஞ்சி விதைகளைத் துப்பிவிட்டு விஷமுள் அதன் அடியில் ஒளிந் திருப்பதை கவனமாக அப்புறப்படுத்தி விட்டிருந்தார்கள். ஒரு சொட்டு ஈரமில்லாத பிரதேசத்திற்கு ஏன் வந்து கொண்டிருந்தோம் என்று அவர்களுக்குத் தெரியவில்லை.

ஸ்டேஷனில் மெயில்பை எடுக்கவரும் அஞ்சல் நிலைய அதிகாரியும் ரன்னருமான சிடுசிடுத்த போஸ்ட் கார்டு சீல்மூஞ்சி தபால் விழுவதைப் போல் வந்துவிடுவார். சில நாளைக்கு வெறும் கையோடு திரும்பிப்போவார். முதியோர்இல்லத்திற்கு தபால்கள் வந்தன. மாத ஆரம்பத்தில் முதியோர் பென்ஷன் மணி ஆடரில் வரும். மற்ற படி அமிர்தியில் இருக்கும் பாறை மனிதர்களுக்கு தபால் போட ஆளே இல்லை இங்கு. முதியோர்களுக்கான ஈமத் தொகை கிடைக்கும். திரும்பிப் போய் விட வேண்டுமென்று தான் சிலர் முதியோர் இல்லத்தை விட்டு வருவார்கள். ஸ்டேஷனுக்கு வந்ததும் அந்த மனநிலையே மாறிவிடும். யாராவது ஊரிலிருந்து வந்து கூட்டிப் போகக்கூடும். ஒவ்வொரு நாளும் ஸ்டேஷனில் வந்து நிற்கும் பாசஞ்சரின் ஜன்னலில் தெரியும் முகங்களைப் பார்ப்பதற்கு சிலர் இருந்தார்கள். அவர்களுக்கு அடுத்த ஆளைப் பார்ப்பதில் அவ்வளவு சந்தோஷமும் சிரிப்பும் வந்தது. ரயிலில் வரும் பழ வியாபாரிகளிடம் ஆரஞ்சுப்பழம், வெள்ளரிப்பிஞ்சு இவற்றை முந்தியில் எண்ணி எண்ணி முடிந்திருக்கும் காசைக் கொடுத்து வாங்குவார்கள். ரயிலோடு பல அனாதைகள் தகர டப்பாவை குழலாக்கி ஊதியபடி பாட்டுப்பாடிக் கொண்டே பிச்சை எடுக்கிறார்கள். ஓடும் ரயிலே அவர்கள் உலகமாக

இருக்க வேண்டும். பழக்கூடைகள் ஜன்னல் ஜன்னலாய் கம்பிகளில் தாவித் தாவி ஒவ்வொரு பயணிக்கும் பழம் கொடுக்கிறார்கள் ரயிலில் பழுத்த மரங்களைப் போல் கிளைகளை ஜன்னல் வழியாக நீட்டி ஒவ்வொரு மனிதரிடமும் பழங்களை நீட்டுகின்றார்கள். கமலா தோட்டத்தில் பறிக்கப்பட்ட ஆரஞ்சுகளோடு நல்லதங்காளின் மஞ்சள் குழந்தைகள் நிர்வாணமாக தண்ணீருக்குள் நீந்திச் சென்று மூழ்கிக் கொண்டிருந்த அம்மாவுக்கு கமலா ஆரஞ்சை அர்ப்பணம் செய்கிறார்கள். அம்மா உயிர் பெற்று நீந்தி வந்து கமலா தோட்டத்தில் அவள் குழந்தைகளோடு தீரவே தீராமல் விளையாடுகிறாள். பிள்ளைகள் உயிரே ஆரஞ்சாக மாறியிருக்க வேண்டும். ரயிலில் திரியும் சின்னப் பையன்கள் அந்த ஆரஞ்சின் மஞ்சள் ஒளியாக எப்போதுமே ஒளிர்ந்து கொண்டிருப்பார்கள். ஆரஞ்சின் செம்மஞ்சளான நிறம் எல்லாப் பயணங்களூடேயும் வந்து கொண்டிருக்கும். ஆரஞ்சுதொலிகள் அங்கங்கே கிடக்கும் ரயிலோடு அசைந்த அந்தப் பழ மரங்கள் காய்க்கும் சிறுவர்களின் தோட்டத்தில் ஒவ்வொரு விரலிலும் ஆரஞ்சு பழுத்துவிடும். அதைக் கொண்டுதான் வாழ்க்கையையே நிரப்ப முடியும் போலும். முதியோர்களும் வாங்கிக் கொள்கிறார்கள். ஒரு விநோதமான ஆரஞ்சுத்தோட்டமும் தோட்டக்காரச் சிறுவர்களும் குழல் ஊதும் குருடர்களும் பாட்டுக்காரர்களும் குழந்தைகளும் பெரியவர்களும் இன்னும் யார் யாரோ சேர்ந்து உருளும் பாசஞ்சரின் உலகம். அந்த அத்துவான ஸ்டேஷனில் அனாதையாக விடப்பட்ட பெரியவர்களுக்கும் ஒரு ஆரஞ்சையாவது கொடுத்தபடி சென்று கொண்டிருக்கிறது ரயில். அந்த ஜன்னல்களில் வரும் ஆரஞ்சு நிற முகங்களில்தான் எத்தனை எத்தனை வசீகரம் இருக்க வேண்டும். யாராய் இருந்தால் என்ன? எங்கிருந்து எங்கு போய்க் கொண்டிருப்பதானாலும் என்ன... முதியோர்களிடம் ஏதோ வகையில் அபூர்வமாகத் தொட்டு அவர்களை உயிர்ப்பில் ஆழ்த்தி விடுகிறார்கள் அவர்கள். ஆரஞ்சை விலை கொடுத்து வாங்கியவர்கள் தன்னிடமுள்ள ஆரஞ்சை யாரும் பிடுங்கிவிடப் போகிறார்கள்

என்றுதான் ஒளித்துக்கொள்கிறார்கள். கிடைத்த ஆரஞ்சை எடுத்து எடுத்துப் பார்த்தபடி செங்குத்துப் பாறை மீது நடந்து போகிறார்கள். மலை உச்சிக்குச் சென்று அந்த செம்மஞ்சள் ஆரஞ்சை எடுத்து கல்லில் அமர்ந்து உரித்து ஒவ்வொரு சுளையாக அடுத்தவருக்குத் தெரியாமல் அனுபவித்து சுவைக்கிறார்கள் பெரியவர்கள். ஆரஞ்சே கிடைக்காதவர்கள் அதை எப்படியோ பார்த்துவிட்டு கண்கலங்கிப் போனார்கள். சிறிய அளவாவது ஒரு சுலையை பிய்த்துத் தர மனமில்லாதது தான் தனிமையிலும் தனிமையாக இருந்தது. அவர்களுக்கு அன்பே அங்கே மறுக்கப்பட்டதுதான். ஏன் இப்படி யெல்லாம் மனிதர்கள் ஆகிவிட்டார்கள். ஒரு துளி ஆரஞ்சின் சாறுகூட அவர்களுக்கு தர முடியாதா? அந்தப் பக்கம் திரும்பிக் கொண்டு கண்ணீர் விடும் பெரியவர்களைக் கண்டுகொள்ள்வே மாட்டார்கள். அதற்காக சமாதானம் சொல்லவும் மாட்டார்கள்.

அய்யா முதியோர் இல்லத்தை விட்டு வெளியேறுவ தில்லை. வெறும் காலுடன் சரல் பாறைக்குள் சென்று பாறைகளை உருட்டித் தேடிக் கொண்டிருந்தார். தான் தொலைத்துவிட்ட ஏதாவது பாறைக்கடியில் கிடைக்குமா என்று பார்த்துக்கொண்டிருக்கிறார் போலும். எல்லாவற்றை யும் வெறுத்துவிட்டு பாறைகளை நோக்கி உச்சி வெயிலில் தகிப்புடன் நடந்து போகிறார். அனல் காற்றின் அசைவில் தோன்றும் கானல் நீரில் நீந்திய படி எங்கோ யாருக்கும் எட்டாத இடத்தில் தோன்றும் சூரியனின் பிளவை நோக்கி நகர்ந்து நகர்ந்து போய்க்கொண்டிருக்கிறார். சூரியனி லிருந்து நேரடியாகப் பிளவுபட்ட பாறைகள் அங்கிருந்தன. அவற்றில் அண்ணாந்து சாய்ந்து மல்லாந்து சூரியனுடன் தன்னையே ஒன்றாக்கி ஒன்று கலந்து விடுவார். அவரால் அந்தப் பாறைகளிடமிருந்து திரும்பவே முடியவில்லை. சூரியனிலிருந்து விழும் அனலின் உக்கிரத்தை வீரியமான தன் பாரம்பரியம் மிக்க தோள்களில் தாங்கிக் கொள்வார். அவர் உயிரே அங்கு பாறைகளால் சூழப்பட்டு விட்டது. இரவு நெடு நேரத்திற்குப் பின் பாறைகளிலிருந்து முதியோர்

இல்லம் திரும்பி வருவார்.

அங்கு வரும் இரவுகளில் மறைந்துபோன எல்லா மூதாதைகளின் எலும்புகளும் உயிர் பெற்று வருவது போல் பாறைகள் அசையும். பாறைகளின் மாறுபட்ட தோற்றங்களில் அமிர்தி மலைப்பூதங்கள் எழுந்து நடமாடுகின்றன. முன்னோர்களின் பாறைகளில் மல்லாந்து கிடக்கும் ஆதி எலும்புகள் தன் இழந்துபோன உலகை நோக்கிக் குலுங்குகிறது. முதியோர் இல்லத்தின் ஜன்னல்களை எட்டிப்பார்க்கும் வேதாளங்கள் அய்யாவை அழைத்துக்கொண்டிருக்கிறது. கண்மூடாமல் கொட்டக்கொட்ட முழித்துக் கொண்டிருக்கிறார் அய்யா.

ஒரு பொட்டு உறக்கம் கூட வரவில்லை. எல்லா இரவிலும் முதியோர் இல்லத்தில் நடமாடிக் கொண்டிருப்பார். ஜன்னல் வழியே எட்டி நிற்கும் சரிவான நட்சத்திரங்கள் அவரை வெகு வசீகரமாக அழைக்கும். முதியோர்களின் எல்லா விதிமுறைகளையும் உடைத்து வெளியேறிச் சென்றார். அவர் போகப் போக அந்தச் சிறு நட்சத்திரம் பின்னோக்கிப் போய்க் கொண்டிருந்தது. மடிப்பு மடிப்பான அமிர்தி மலைத் தொடர்களுக்குள் அவர் கால்கள் போய்க் கொண்டிருந்தன. மலைக்குள் சென்ற அய்யா திரும்பி வரவே இல்லை. பாறைகள் வெயிலில் உருகி செம்பழுப்பாக மாறி அசையும் வேளையில் தொலைவில் செங்குத்துப்பாறையின் மேல் அவர் உருவம் தெரியும். முதியோர் இல்லத்தில் தேடப்பட்டு வந்த அவரை எல்லோரும் வெளியில் வந்து அழைத்தார்கள். அவர்களது கூக்குரல் தனிமையின் ஆழத்திலிருந்து எழுந்து பாறைகளை நோக்கி உருண்டு சென்றது. மீண்டும் அந்தத் தனிமையான குரல்கள் ஆயிரம் எதிரொலிகளாகத் திரும்பி வந்தன. இரவு முழுவதும் பைத்தியம் பிடித்த பூச்சிகள் இரைந்து கொண்டிருந்தன. அய்யாவின் காலடி ஓசை உருண்ட பாறைகளிடையே கேட்கும். சிறுசிறு கற்களுக்கு இடையேயும் அவரது காலின் தொனியை கூர்மையாகக் காதுகொடுத்துக் கேட்டார்கள் முதியோர்கள். அருகில் வருவது போல் வந்து அவர்களை ஏமாற்றிச் செல்லும்

அய்யாவின் காலடி ஓசையை பின்தொடர்ந்து சிலர் நடந்து போய் பாறைகளிடம் பேசிக் கொண்டிருந்தார்கள். எல்லாப் பாறைகளின் உயரத்திலிருந்தும் அய்யாவின் நிழல் அவர் களையும் திரும்பி வரும்படி கூப்பிடும். அவர்கள் அந்தச் சறுக்குப் பாறையில் ஏறி விழுந்து இடித்துக் கொண்டார்கள். காற்றில் முணுமுணுத்து வரும் பாறையின் குரலை எல்லோருமே கேட்கிறார்கள். அமிர்தி மலைத்தொடரின் மடிப்புக்களில் தோன்றம் புள்ளிப்புள்ளியான நட்சத்திர ஒளித்துகளில் அய்யாவின் அரூபம் வெளிப்பட்டு வேக வேகமாய்ப் பாய்ந்து வரும் ஒளி வெள்ளத்தில் பாறைகள் ஒவ்வொன்றையும் பற்றிக் கொண்டு அசையும். சுற்றிச் சூழ்ந்த மலைக்குன்றுகளில் இருந்தெல்லாம் வரும் ஒத்தை யடிப்பாதைகளில் அவர் வருவதாக ஏதாவது தோன்றும். அமிர்தி முதியோர் இல்லத்தில் இருக்கும் சில முடியாத நோயாளிகளின் கனவுகளில் அய்யாவின் உருவம் வந்து அவர்களோடு பேசிவிட்டுச் செல்லும். நட்சத்திரங்களால் உருவான தடியுடன் அய்யா வருவார். மறுநாள் விடியும் போது உச்சிப்பாறையில் வெய்யிலுடன் கற்களைச் சுமந்தபடி அய்யா நிற்பது தெரியும். எல்லோரும் கை வீசி அழைத்தார்கள் அவரை. கிட்ட நெருங்கிப் போகப் போக அந்த பாறையும் பின்னோக்கி நகர்ந்து நகர்ந்து மலைத்தொடர்களுக்குள் தொடர்ந்து போய் மறையும். முதியோர் இல்லத்தில் இருந்த சிலர் வெறும் காலுடன் சரல்பாறைகளுக்குள் சென்று அங்கிருந்த வேறுபட்ட பாறைகளை உருட்டி உருட்டி அய்யாவைத் தேடிக் கொண்டிருக்கிறார்கள். செம்பழுப்பான பாறைக்கடியில் நீர் கசிந்து வருவதைப் பார்த்து எல்லோரும் ஓடிச் சென்று பாறைகளின் ஈரத்தில் உடலையும் முகத்தை யும் பதித்து அழுது கொண்டிருக்கிறார்கள். ஈரமான பாறை களைத் தொடும் அவர்களின் உடலில் தொற்றிக் கொண்ட எத்தனையோ உணர்வுகளை விவரிப்பதற்கு இங்கு முடியவே இல்லை. அன்று இரவில் மலையின் நிழல் மடிப்புகளுக்குள் நட்சத்திரத் தடியுடன் அய்யா தோன்றி மறைந்தார்.

●

52

மணல் முகமூடி

எல்லா வீடுகளை விட்டும் ஊர் வெளியில் இருந்தது. ஊர்களை விட்டு வெளியேறியவர்கள் ஊர்களுக்கே ஆன ரகஸியங்களோடு மறைந்து போனார்கள். கொம்பூதிக் கிழவன் காட்டுத்தனிமையை விரும்பினான். மனிதர்களை விட்டு நெடுந்தூரம் தள்ளியிருந்தான். மனிதர்களின் இருப் பிடங்கள் பிடிக்கவில்லை. எல்லோருமே ரகஸியங்களை உடைப்பதாக முணுமுணுத்தான். குழந்தைகளும் காடுகளும் ஒளிந்து திரியும் மிருகங்களும் அவனுக்குப்பிடிக்கும். வாழ்ந்த இடங்களில் பதிந்த மனிதர்கள்களின் ரேகை களில் ரகஸியங்கள் சங்கேதங்களாகப் பதிகின்றன. பல நூற்றாண்டுகளில் இருந்த முகமூடிகள் காணாமல் போன போது கொம்பூதிக்கிழவன் பித்தாகிப் போனான்.

எக்மோரில் ஹென்றி பாக்கிநாதனின் முகமூடி கீழே கிடந்தது. அதில் ஐம்பதாண்டுகள் நடமாடித் திரிந்த ரயில்வே குமாஸ்தாவின் பூத உடல் மார்ச்சுரியில் பாதுகாக்கப் பட்டு வந்தது. கேட்பாரற்ற மனித உடலை பாதுகாத்து வருவது அரசாங்க மார்ச்சுரிக்கு கடமையாகும். பனிக்கட்டி அறை யில் ஹென்றி பாக்கியநாதனின் உடல் பல காலங்கள் பாதுகாக்கப்பட்டு வந்திருக்க வேண்டும். ஹென்றியின் ரகஸியம் விரைத்த பிரேதத்தின் அடியில் பனிக்கட்டியாய் உருகிக் கொண்டிருந்தது. ஐஸ்கட்டித் துண்டுகளில் அப்படி என்ன அந்தரங்கம் இருந்ததோ, கொம்பூதிக் கிழவன் உருகும் ஐஸ்கட்டியே வாழ்வின் அர்த்தமென்றுணர்ந்தான். மீண்டும் ஹென்றியின் பிரேதத்தை ஐஸ்கட்டிகளால் மூடிக்

கொண்டிருந்தார்கள். எப்போதாவது ஹென்றி எழுந்து நடமாடி விடுவான் என்றும் அவன் முடித்துத் தரவேண்டிய ஃபைல்களும் தஸ்தாவேஜுகளும் மர அலமாரிகளில் பாதுகாக்கப்பட்டு வந்தன. *1894*ஆம் வருஷ ரயில்வே கடிகார முட்கள் ஊர்ந்து சென்று *12, 3, 6, 9, 13, 10, 6, 3, 24* என்ற சுழலும் புதிர் விளையாட்டில் ஹென்றியின் காலத்தை வரைந்து சென்றது. எக்மோரிலிருந்து கிளம்பிச் சென்ற தூத்துக்குடி மெயில் ஹென்றி பாக்கியநாதனாகவே மாறி அரைவட்டப் பாதையில் ஸ்டேஷன்களைக் கடந்தது. எங்கும் துருப்பிடித்த தண்டவாளங்களில் நூற்றாண்டு கிர்கிர்கிர்... ரென்று சுழன்று மறைந்து கொண்டிருந்தது. ஹென்றியின் அரக்கு முத்திரையிடப்பட்ட உடல் தன் எல்லா ரகஸியங் களையும் திரும்பத்திருப்ப வாஸித்துக் கொண்டிருந்தது. அவனது விரைத்த உதடுகள் முணு முணுத்தன. தன் முகமூடி காணாமல் போயிருப்பதே மரணம் என்றான். பல கேள்விகள் சுயத்திலிருந்து குத்திட்டு நின்றன. சுற்றி வளைத்துக் கொண்ட கேள்விகளுக்கு ஹென்றி பதில் சொன்னான்:

'எல்லாம் முகமூடியே'

மார்ச்சுரிப் பாதுகாப்பாளரை அடிக்கடி சந்திப்பது கொம்பூதிக் கிழவனின் வேலையாக இருந்தது. எல்லா முகமூடிகளிலிருந்தும் ரகஸியங்களைத் தெரிந்துகொள்ள விரும்பினான். கல்லறைத் தோட்டத்தில் குழி தோண்டு பவனிடம் சென்று கதைக்குத் தேவையாயிருந்த பழைய நகரின் மனிதர்களின் பாஸ்பரஸ் ஒளிரும் சிறுதுகள் எலும்பை நோக்கி பயணம் துவங்கியது. மிருக முகமூடிகள் தொலைந்த நிலவெளிகளில் நடமாடித் திரிந்தான். மிருக முகமூடிகளோ பாறைகளில் கற்பிளவுகளில் அதிர்வடைகின்றன. பாறைகள் நகரும். இடம் மாறும். அதில் புதைந்த முகமூடிகள் ஒளிந்து மறையும். ஊர்ந்து செல்லும் முகமூடிகள் இருந்தன.

முடிந்த நாகரீகங்களின் ஆறுகள் மீது சாம்பல் படியப் படிய கொம்பூதிக்கிழவன் மூப்படைவான். ஆறுகளின் படிவுகளில் அறுபட்ட முகமூடிகள். ஒவ்வொரு மணலாக மாறி முணுமுணுக்கும் முகமூடிகள். உலர்ந்த காற்றில்

புலம்பி நகரும் மணல் துகள்கள். ஒவ்வொரு மணலாக ஓடி ஓடிக் காணாமல் போகும் ஊர். மனிதர்களே மணலாகி ஓடுவதாக இருந்தது. உருத்தெரியாத மணலில் அவர்கள் விட்டுச்சென்ற ரகஸியங்களைச் சுமந்தபடி புதிர்மண்டிய முகமூடியாய் வெளிப்பட்டான் கொம்பூதிக்கிழவன்.

எல்லாப் பொருளுமான சூரியனின் வெளிச்சத்தில் தென்பட்ட எல்லா வெளிப்பாடுகளும் தோற்றுவிட்ட தென்பான். கண்ணுக்குத் தெரியாமல் வரும் மறைமுகமான முகமூடிகளே எல்லோரையும் எடுத்துச் செல்வதாக எழுதி யிருந்தான் குறிப்பேட்டில். காளான் முளைத்த பழங்கதை களின் பாஷையில் எழுதியிருந்தது. 'அதிசயமான கற்களில் உரசி உராய்ந்து கொண்டவர்கள் விந்தையின் ஆழத்தில் விழுந்துகொண்டே இருக்கிறார்கள் ஹென்றியின் புகை வண்டிச் சக்கரங்கள் உரசும் ஒவ்வொரு ஒலியிலும் வேற்று கிரக வழிகள் திறந்து அதிசயத்தில் சுழல்கிறது உலகம்'.

ஒவ்வொருவருக்கும் ஒவ்வொரு சந்தடி இருக்கிறது. மறைந்தவர்களின் சந்தடிகள் மாயமானவை. அபூர்வமான கற்களில் உராய்கிறார்கள். கற்கள் ஒளி பொருந்திப் பேசு கின்றன. எல்லையற்ற அலாதியில் சந்தடி செய்கிறார்கள். அவர்கள் கொண்டு போன ரகசியங்கள் எப்போதாவது பூமியை வந்தடையும். காற்றில் கலந்த ஓசைகளுக்குள் ஒளிந்து வருவார்கள். மூர்க்கமான மரங்களும் ஒடிகின்றன. அவர்கள் வந்து போன பின் நிசப்தமாகும். காற்றின் மிக மெல்லிய ஸ்பரிசத்தில் சந்தடி செய்கிறார்கள். கேட்கவே மெதுவானது. உணர உணர கால அமைதி உறையும் இருண்ட வனங்களில் சஞ்சரிக்கிறார்கள். கனவுகளில் கிளம்பி வரும் பாம்புகளின் மஞ்சள் ஒளியுடன் எட்டிப்பார்த்து மறை கிறார்கள். முன்னோரின் அரக்கு நிறப் புகைப்படங்களின் கண்ணாடிகள் அடியில் அவற்றின் சட்டங்களில் ஒட்டிக் கொள்ளும் பூச்சிகளாய் பயமூட்டி ஓடுகிறார்கள். பழைய போட்டோவின் முகங்களில் மறைந்து கண்களால் வெறித்து எட்டிப் பார்த்தபடி மிரட்டும் எல்லா முகமூடிகளும் அவர் களாகவே இருக்க வேண்டும். அழிந்த புகைப்படச் சுருளில்

மறைந்து கொண்டு சாயைகள் சுவர்களாக வீடுகளாக காரைகளாக கதவுகளின் பழுப்பு நிறங்களாக சாவிகளின் வடிவமாக பழைய ராஜாகாலத்து நாணங்களாக உருண்டு சுழன்று வருகிறார்கள். புலிக்காசுகள் சுற்றிச் சுற்றி தன் எல்லா வித அலங்காரத்தோடும் எழுந்து வரும் கனவுகளில் எல்லாப் புலிக்காசுகளும் புதையல் பானைகளில் இருந்து அதிசயப் பெண்ணாகி சலசலத்து சலங்கையுடன் பானைக் குள்ளிருந்து வருகிறது. எங்கும் பழம் பானைகள் பழம் பொருட்கள் எழுகின்றன. காலத்தின் கடந்த ஒலிகளாகி கனவுகளுக்குள் வரும் நீரில் மூழ்குகின்றன. நீரின் அடியில் நூற்றாண்டுகளாய் கிடக்கும் சாயைகள் முகமூடிகள் பலவாக எழுந்து கனவுகளுக்குள் வருகின்றன. பலித்து விடும் கனவுகள் எல்லாம் உறக்கத்தினூடே இறந்தோராய் எல்லோரும். அலறியடித்து மிறள மிறள முழித்துக் கொண்டிருக்கிறார்கள். எல்லா நாணயங்களின் மிருங்களும் உருண்டு ஓடி கனவின் ஆழத்தில் மூழ்கும். எப்போதோ பூமியில் விழுந்த விண்கற்களுடன் உறங்கும் சாயைகளும் முகமூடிகளும் மனிதர்களும் சிறுசிறு இலைகளும் ஓலை களும் சுவடிகளும் தாமிரத் தகடுகளும் விந்தையான ஒலி களுக்குள் தன்னைத்தானே எழுப்புகின்றன. எந்த வயதினரை யும் தொற்றிக் கொண்டு கனவுகளாகி நீண்டகாலம் நினைவு களில் புகுந்து வெளிப்படுத்தப்பட்ட சூரியனின் உலகத்தை குருடாக்கி மறைகிறார்கள். மனித அறிவின் மங்கலான பிரதேசத்திலுள்ள இயற்கையின் இருண்ட சக்திகளில் பதுங்கியிருக்கும் கொம்பூதிக் கிழவனின் கற்பனைச் செடிகள் வேக வேகமாய் நகரைச் சுற்றிப் படர்கின்றன. எங்கும் கற்பனை இலைகளாலான வீடுகளில் தாவர மனிதர்கள் நிர்வாணமாய் துயில்கிறார்கள்.

எப்போதோ விழுந்த கற்கள் தரையில் கிடக்கும். குனிந்த கிழவன் அவற்றை எடுத்துப் பார்க்கிறான். எல்லாம் எங்கெங்கோ இருந்து வந்தவை. அவற்றில் படிந்து வந்த வெளி உருவங்கள். மறைந்தவர்களின் ரகஸியம் திறந்து எல்லையற்ற கனவுலகம். திரும்பவும் ஊரின் எல்லைகளில்

நின்று கற்களைத் தேடுகிறார்கள். இல்லாத எல்லாவற்றையும் இருப்பதாகவே உணர்த்தும் மாயக்கண்ணாடிகளை கொண்டு பழங்காலங்களில் மிதக்கிறான் கொம்பூதிக் கிழவன். நட்சத்திரங்கள் வரும் நிறபேதமான பாதைகளின் ஏக்கத்தில் அவன் கண்கள் பெரிதாகியிருக்க வேண்டும். அவனுடன் எத்தனையோ சித்திரக்கோமாளிகள் பழைய ஆறுகளிலிருந்து கரையேறினார்கள். மந்திர ஓலைகளும் தகடுகளும் கொண்ட கணித எண்களே முன்பு கதையாக இருந்திருக்கவேண்டும். பழைய நாகரீகங்கள் விட்டுச் சென்ற சின்னங்களை வளையங்களாக்கி சித்திர எழுத்தாக்கி பதியப்பட்ட தாமிரத் தகடுகளில் புனையப்பட்ட ஆதி நூலாகிய சப்பாத்தில் வரும் வேதாள ஜீவிகளின் ராட்ஸசப் பிறவிகளின் அதீத சரித்திரத்தின் மியூசியத்தில் உள்ள மந்திர எழுத்துக்கள். அவற்றின் ரகசியங்கள் வெளிப்படாமல் மறைந்துவிடும் கோமாளிகள்.

கோமாளிகளே நாகரீகங்களின் கொடிய வதைமுகாம்களிலிருந்து மனிதர்களைத் தப்பவிட்டிருக்க வேண்டும். எல்லாத் தண்டனைகளையும் அனுபவிக்க வேண்டும்படி கோமாளிகளுக்கு விதித்திருந்தது. 1894ஆம் வருச ரயில்வே கடிகார முட்களின் புதிர் விளையாட்டில் கடிகார முட்களைப் பிடித்துத் தொங்கிக் கொண்டே சித்திரக் கோமாளிகள் எக்மோர் ரயில் நிலையத்திற்குள் வந்து விழுந்தார்கள்.

சித்திரக் கோமாளிகளைக்கண்டு எக்மோர் ரயில் நிலையம் நடுநடுங்கியது. அவர்கள் கொண்டு வந்த தொலைநோக்கிக் கண்ணாடிகளைக் கொண்டு வேற்று கிரகங்களுடன் பேசுகிறார்கள். யார்யாரோ பேசுகிறார்கள். இரவெல்லாம் விநோத ஒலிகளுடன் சம்பாஷணை செய்கிறார்கள். பகலில் குறிப்பேடுகளைத் திறந்து நாடகமாகப் பதிகிறார்கள். சதாவும் மறைந்துகொண்டே இருக்கிற பழைய நகரின் ஒவ்வொரு வித அடையாளங்களும் தோற்றங்களும் கோமாளிகளின் பூதக் கண்ணாடியில் படும்போது பழங்காலத் தெருவில் இருந்த உயரமான மனிதர்கள் தோன்றினார்கள். உயரமான ஜன்னல்கள் மீது தோன்றும் சூரியோதயங்களுடன்

வெளிப்பட்ட முகங்களும் கைகளும் நீளநீள விரல்களும் கொண்ட தாவர மனிதர்கள் எட்டிப் பார்க்கிறார்கள். ஜன்னல்களில் தொங்கும் திராட்சைகளில் குழந்தைகள் எட்டிப் பார்க்கிறார்கள். தங்கக் கிண்ணங்களில் குழந்தைகள் கொட்டிக்கொண்டே இருக்கும் திராட்சை மதுவினால் நகரின் பூதம் கனவு காணும்.

★★★

குழந்தைகளை பலூனில் அடைத்து நகரத்திற்கு மேல் பறக்கும் கோமாளியைக் கண்டு எல்லோரும் வியக்கிறார்கள். கோமாளிகளே வீடுகளை விட்டு ஊரை விட்டு வெளியேறி வேற்றுப் பிரதேசங்களை அடைந்து நகருக்குள் உறங்கும் பூதத்தை எழுப்புகிறார்கள். கொம்பூதிக் கிழவனுக்கு சொந்த ஊருமில்லை. வீடுமில்லை. பெட்டி வண்டியே அவன் வீடு. நோஞ்சான் குதிரையே நண்பன். அவனைப் போல எத்தனையோ நாடோடிகள். ஒவ்வொரு காலமும் தெருவில் வரும் மிட்டாய் விற்பவனின் குரல் எல்லா ஆத்மாவிலும் பதியும். நடைவியாபாரி ஒருவன் நகரின் அந்தராத்மாவில் படியும்படி குரல் எழுப்புகிறான். வார்த்தைகளை நித்யத்துவ மாக்கும் கதைக்காரன் அவன். கொம்பூதியபடி தெருக்களில் வருகிறான். 'மிட்டாய் மிட்டாய்... பம்பாய் மிட்டாய்.... மிட்டாய் மிட்டாய் பாப்பா.... மிட்டாய் மிட்டாய்.... ராணி மிட்டாய்....மிட்டாய்.... ராஜா மிட்டாய் மிட்டாய்...' குழந்தைகளை வசீகரிக்கும் கொம்பூதிக் கிழவனின் குரலில் எல்லோரும் பின் தொடர்ந்து ஓடுகிறார்கள். எல்லோரையும் இணைக்கும் நூல்கண்டு அவனிடம். நகரத்தின் அந்தரங்கத்தில் பதிந்து உறங்கும் அவன் குதிரை. அவனே மேற்கில் அஸ்தமனமாகிறான். வெளிச்சமாகும் சுவர்களில் அவன் நிழல் மறைந்து செல்லும். மறையும் வெற்றுப்பூச்சிகளின் விளையாட்டு. நகரமெங்கும் விளையாட்டு. கண்கட்டு வித்தைக்காரனின் பூச்சி விளையாட்டிலிருந்து விந்தை களும் கதைகளும் தோன்றியிருக்க வேண்டும். எல்லோரது கைகளிலும் குழல் வந்தது. எல்லோரும் அண்ணாந்தபடி

குழல் ஊதுகிறார்கள். கண்ணுக்குத் தெரியாத நட்சத்திரங்கள் உடனே வெளிப்படும். பூதங்கள் சிரிக்கும். அவர்களை எட்டிப் பார்க்கும். சித்திரக் கோமாளிகள் பறந்து வருகிறார்கள் ஹைய்ய்ய்ய்ய்.... உற்சாகம்கரை புரண்டது. வீடுகளை விட்டு வெளியேறி தெருக்களில் திரள்கிறார்கள். விளை யாட்டு. இன்று நேற்றின் குழந்தைப் பருவங்கள் மாறாத விளையாட்டுக் கோடுகள். எங்கும் பதியும் தரைக் கோடுகள். சிறுசிறு கண்ணாடிக்குண்டுகள் காணாமல் போகின்றன. தொலைந்துபோன அவரவர் கோலிகள் உருண்டு வரும். சின்னச்சின்னத் துகளில் விரல்பட்டு அதிசயமாகும். தரை யைக் கீறி எழுதிய தாறுமாறான கோடுகளும் தடங்களும் அவனும் இவனும் அவளும் இவளும் தரைக்குள் போய் விட்ட ஒளிப்பூச்சிகளாய் எழுந்து மேலே வருகிறார்கள். தரையையே வெறிக்கக் காத்திருக்கும் கண்களுக்கு கோடுகள் அடையாளங்கள் எல்லாம் மங்கி மறையும். கண்களை உறுத்தும். ஒளிப்பூச்சிகளில் ஒட்டிக்கொண்டு வரும் பொடிப் பொடி விரல்கள் எல்லா இலைகளையும் தொட்டு வரைந்த கதைகளுடன் குருத்து நகங்களில் காணும் அதிசயங்களுடன் தோன்றும். எதை எதையோ தொட்டுத் தொட்டு ஓடிப் பிடித்து விளையாடும். யாருக்கும் தெரியாத உயரத்தில் இருந்து எட்டிப்பார்க்கிறான் கோமாளி.

கோணல் மாணலாக நடந்துவரும் கால்கள் அவனுக்கு. ஹலோ ஹலோ... ஹலோ... காலைமாலை இலக்கிணி கம்மாணி ஹலோ ஹலோ ஹலோ ஹலோ... எல்லோரும் ஒளிந்துகொண்டு பேசுகிறார்கள். நூல்வழி இணைக்கப்பட்ட டெலிபோன் மணி அதிரும். எங்கும் அவசரச் செய்திகள். மிட்டாய்காரன் வந்துட்டான்... மிட்டாய் மிட்டாய். ஹலோ ஹலோ ஹலோ அதிசயக்குதிரை வந்துவிட்டது. அது வண்டியில் பூட்டி நிற்கிறது. வண்டிக்குள் மிட்டாய் தாத்தா ஒளிந்திருக்கிறார். மிட்டாய் மிட்டாய்... ஓடியாங்க ஓடியாங்க... ஒளிஞ்சுக்கோ ஒளிஞ்சுக்கோ... கள்ளன் வாரான் கள்ளன் வாரான் வராதே வராதே... போலீஸ் போலீஸ் போலீஸ் கள்ளன் ஓடுறான் கள்ளன் கள்ளன், ஹலோ ஹலோ

ஹலோ நிழல்களும் பூச்சிகளும் ஒளிந்து ஒளிந்து விரட்டு கின்றன. போன் செய்கிறான் சிறுவன். ஹலோ ஹலோ ஹலோ நகரம் முழுவதும் அதிசயத்தில் இணையும். மரக் கிளைகள் டெலிபோன் இணைப்புகளை ஒழுங்குபடுத்தி யிருக்க வேண்டும். இலைகள் கிசுகிசுத்தன. அவற்றின் அடியில் பதுங்கிய குருவிகள் காகங்கள் கத்திக் கத்தி சிறுவர் களை உஷார் உஷார்... என்றன. கொம்பூதிக் கிழவன் வண்டிக்குள்ளிருந்து எட்டிப் பார்க்கிறான். தெருவில் யாருமே இல்லை. தெருக்கள் கலர் கலர் நூல்களால் இணைக்கப் பட்டு அங்கும் இங்கும் அவசர அவசரமாய் போகின்றன. ஒவ்வொரு நுனியும் கனவில் தோன்றும் மெல்லிய இழை களுடன் இணைந்து விடும்.

பூதங்களின் உலகில் இருக்கும் கனவு எங்கும். யார் யாரோ நடமாடும் தூக்கத்தின் மாயத்துக்குள் திரும்பவும் சந்தடிகள். முன்னாளின் எல்லா வீரர்களும் தெருக்களும் தோன்றி யார் யாரோ உடன் வருகிறார்கள். மிருகங்களின் முகங்கள். பாடும் குழாய்கள் எட்டிப் பார்க்கும். தலை உடனே தாள்முகமூடிகள் அணியும். பயங்கரக் கண்களும் கோரை கோரையான பற்களும் கொம்புகளும் முளைத்த காட்டு மனிதர்கள் வருகிறார்கள் பெண் தலைகள் பச்சைநிற மிருகங்களின் கழுத்துடன் இணைந்தன. நிஜமான பூதங் களாக மனிதர்கள். முகமூடிகள் அழிந்த தோற்றங்களில் எல்லா உருவங்களாகவும் மனிதர்கள். கொலைக்கருவிகளை ஏந்தி அலையும் காடுகள். முட்டி மோதி பயமுறுத்தும் மனிதர்களின் கொடுவாள். ஆமை ரப்பர் முகமூடி அணிந்த சிறுமியின் பயங்கரத் தோற்றம். மெழுகு ரப்பர் முகமூடி களுடன் தூக்கிலிடுபவர்கள். பறவைகளின் தலையுடன் சிறுவர்களும் சிறுமிகளும் கீச்கீச்சென்று காடுகளில் கத்தித் திரிகிறார்கள். முகமூடிகள் தனியே திரும்பிப் பார்க்கும். நிஜமான தோற்றங்களில் மனிதர்கள். ஒவ்வொரு தலையும் மிருகத்தின் பூனைகளின் தலையாக ஆண்களும் பெண்களும். புராணங்களில் இருந்த எல்லோரும் தோன்றி நகர வீதிகளில் ஓடுகிறார்கள். எல்லாத் தோற்றங்களாகவும் மிருகவுருவங்கள்

தோன்றி நகரமே மாயத்தில் பூதத்தின் உருவாக மாறும். ஒருவருக்கொருவர் சண்டையிட்டு குறுக்கும் நெடுக்கும் வெட்டுண்டு கிடக்கிறார்கள். எலும்புகள் பதுங்கும் சுவர் களில் இருந்து எழுந்த உருவங்கள் எல்லா ஆயுதங்களோடும் அலைகின்றன. கோட்டை மதில்களில் பகை முகங்கள் எட்டிப் பார்க்கும். நகரமே குமுறும். எல்லாவிதச் சீற்றங் களோடும் ஒடுங்கும் வீடுகள். தெருக்கள். ஊர்கள். கண்ணாடி யின் முன் முகமூடிகளை அணிந்து கொண்டவர்கள் திரும்பத் திரும்ப போர்த்திக் கொள்ளும் மனித உருக்கொண்ட முலாம்கள் மெல்ல மெல்ல அழியும். மனித முகத்திலிருந்து எழும் மிருகத்தின் மூக்கு. சுய ரூபங்களை இழந்த மிருகங்கள் முணுமுணுக்கின்றன.

சித்திரக் கோமாளிகள் பறந்து வந்து பெரிய வலையை வீசி கடலின் நடுவில் மிதக்கும் கூஜாவை கரைக்கு கொண்டு வருகிறார்கள். கனவின் கதவு திறக்கப்பட்டது. எல்லாத் திசைகளும் மாறிப்போகிறது. கூஜாவின் வாயிலில் நுழைந்த கோமாளிகள் திரும்பி வந்து ரகசிய ஓலைகளை முணு முணுக்கிறார்கள். ஒருவர் முகத்தை ஒருவர் பார்க்க முடியாத பகைமையால் முகங்களை கைகளால் மூடுகிறார்கள் மனிதர்கள். அவர்களின் சுயரூபம் தெரிந்துவிட, உடனே கோமாளிகளின் முகமூடி அணிந்து ஏமாற்றுகிறார்கள். வேறு நகரத்தில் திரியத் துவங்கிய குழந்தைகள் அதிசயமான நட்சத்திரம் ஒன்றின் வருகையால் வியந்து விடுகிறார்கள். அவர்கள் கண்டு கொண்டிருந்த அதிசயங்களைப் பார்த்த சித்திரக் கோமாளிகள் அதிக உற்சாகமடைந்து வேற்று கிரக கற்களை எடுத்து உராய்கிறார்கள்.

அவற்றின் விநோத ஒலியால் பூதங்களை எழுப்பியது. ரகசிய ஓலைகள் வாசிக்கப்பட்டதும் பூதம் வந்து வேறொரு பாதைக்கு இட்டுச் செல்லும். கனவுகளின் மலைத்தொடர். மனிதரின் எல்லாப் பாதைகளும் கனவின் ஆரம்ப எல்லை யில் முடிந்துவிடும். கனவின் எல்லாப் பாதையை காண்பதே சிரமம். மடிப்பு மடிப்பான விந்தை அடுக்குகளில் எல்லா முன்னறிவும் செயலிழந்துவிடும். எல்லோரும் குறட்டை

விட்டு உறங்கும் சாமம். கைகால்கள் அசைவற்று உறக்கம். அறிவின் செயல்களும் திட்டங்களும் பிடிக்க வேண்டிய கோட்டைகளின் போர்த்திட்டங்களும் வாளும் கோடாரி களும் சூழ்ச்சிகளும் இலக்கும் தப்பிய தருணத்தில் அறிவின் முறிவு சத்தத்துடன் மரம் சாய்ந்ததாகி உருண்டு மடிய தன்னைத்தானே பிரிந்துவிட்ட விந்தைகள் கனவின் இருளறைக்குச் சென்று எல்லாக் கண்ணாடிகளிலும் மோதி கனவின் பாதையைக் கிளப்புகின்றன. பூமியின் மீது விழும் வேற்று கிரக ஒளிகளே கனவுக்குள் சென்று கனவு காண விடுகின்றன. கற்பனை ஒழுங்குகுலைந்த வானம். முன் யோசிக்கப்படாத தருணத்தில் மூளை முடுக்குகளில் கீறல் விழ பாதைகள் பிளந்து இருட்டி வரும் மலைத்தொடர் களை நோக்கி நகரும் மடிப்பு வழிகள். வானமும் பூமியும் திசைகளும் ஒன்றேயான நகர்வு. மலைகளில் உறங்கிக் கொண்டிருந்த கற்பனை விருட்சங்கள் விழிப்படைந்து எல்லோரையும் கிளைகிளையான கிளைகள் விழுதுகளின் வழியாக உச்சிக்கு அழைத்துச் செல்லும். இருண்ட ஊற்றை நோக்கி வசீகரிக்கும். ஊற்றிற்குச் செல்லும் பாதைகளில் மிருகங்களும் இறந்த பழைய உலகங்களின் எலும்புக் கூடுகளும் எதிர்கொண்டன. பாறைகளின் சாயல்களில் உறைந்த ஆதிமிருகங்கள் சந்தடி கேட்டு எழுந்து ஓடுகின்றன. மயக்க மூட்டும் மங்கல் ஒளி. காற்றழுத்தம் குறைந்து காற்றின் சப்த நாடிகள் ஒடுங்கி நிசப்தத்தில் புதையுண்ட பழைய மிருகங்களின் கொம்புகளை எடுத்து ஊதிச் செல்லும் கிழவனின் சந்தடி. கொம்பின் ஓசை அதிகரிக்க அதிகரிக்க கற்பனை மலைப்பூச்சிகள் எழுந்து மனிதர்களைத் தூக்கிப் பறக்கின்றன. எல்லோரும் அலறுகிறார்கள். விண்ணை நோக்கி கொம்பூதிக்கிழவன் ஓடுகிறான். கால்களில் பட்டு உருளும் கற்களை ஓடி ஓடிப் பொறுக்கிறார்கள் கோமாளிகள்.

ஊற்றிலிருந்து வரும் நிறக்கோடுகள் கற்பனைத் தாவரங் களாக திராட்சைத் தோட்டமாக மாறி எல்லோரது அடை யாளங்களும் பதிந்த தோட்டத்தில் எல்லா ஜீவராசிகளின் சாயல்களும் மறைந்தோரின் கண்களில் பட்டிருந்த உலகங்

களின் தோற்றங்களாக விரிவு கொண்டது ஊற்று. ஊற்றிலிருந்து வந்த நீரின் சப்தம் கேட்க கேட்க நிறங்களின் வசீகரத்தில் மாய்ந்து போகும்படி இருக்கும். பொருட்கள் யாவும் தொடத் தொட விந்தை உருவங்களாக தொடரும் அடையாளங்களாக தங்களின் சுயத்தில் பட்டு அதிர்வடைவதாக இருந்தது. பனிக்கோடுகளின் ஊடே சில நட்சத்திரங்கள் சரிந்து இறங்கி காலகாலமாகப் பதிந்து விட்ட தீயின் செவ்வொளி பூமியின் எல்லாக் கண்களிலும் படும்படி செய்து உயிர்களின் உயிரினங்களின் கற்பனை மரங்களின் இலைகள் விரியும் வித்தையின் நாடி நரம்புகளாக இலைச் சுருளில் முத்தமிட்டு மறைகிறது தீயொளி. எல்லாமே நட்சத்திரத்தினாலாகும். நட்சத்திரம் உதிர்ந்து ஆறாகிறது. அடுக்கடுக்காகப் படிந்த நாகரீகங்களின் ஆறுகளில் நட்சத்திரத் துகள்களே வந்து வந்து சேகரமாகும். அவற்றின் மாயத்தை விழுங்கும் சூரியனின் கண்களை காலத்தின் சாம்பல் குருடாக்குகிறது. பூமியை உயிர்ப்பிக்கும் சூரியனே கனவுகளை மறைக்கும் அனலாகும். எங்கும் அந்தகார இருள். ஒவ்வொருதுகள் நட்சத்திரத்தின் பொருட்களும் கனவுகளாகின்றன. அவற்றின் துகள்கள் படிந்து படிந்து பூமியே கனவு காண்கிறது. நட்சத்திர மணல் அசைந்து ஜீவராசிகளின் குரல்களில் உராய்கிறது. ஆதியுலகின் நெருப்புத் தோன்ற மீண்டும் இசையாகிறது உயிர். மீண்டும் பிறக்கிறது ஒரு ஆறு, பல ஆறுகளின் போக்கில் வளரும் ஊற்றின் மேற்பரப்பில் நீர் அசைந்து கொண்டிருக்கிறது. பல்வேறு திசைகளில் மடிக்கப்பட்ட நீரின் மேற்பரப்பு உள்ளேயும் திசைகளாக திசைகளின் ஆழங்களாக படித்து மடித்து உருவாகிறது நீர். எல்லா முகங்களும் சேரும் ஒரே ஒரு முகத்தின் முகமாக நட்சத்திரம் ஒன்றின் ஒளிபட்டு உலகின் விந்தைகளுக்கான ஒரே ஒரு கணம் பிறக்கிறது.

மறைந்த ஆறுகளின் ஆதார ஊற்றினை எல்லா விரல்களும் தொடும் போது நட்சத்திர ஒளியை தொடுகிறார்கள். அதன் புதிர் வழியே ஸ்பரிசமானது ஊர்ந்து செல்லும்.

★★★

ஹென்றி பாக்கியநாதன்... மிஸ்டர் ஹென்றி பாக்கியநாதன் அழியுண்ட நகரின் மீது அழியாத சமாதி. நகரத்தின் இடிபாடு களில் ஹென்றி பாக்கியநாதனின் முகமூடி எழுந்து நடமாடு கிறது. அழிந்துபோன நகரின் மீது கொம்பூதிக் கிழவனை யாரோ அழைக்கிறார்கள். குதிரை வண்டியில் யாருமே இல்லாத நகர வீதியில் தனியே போய்க் கொண்டிருக்கிறான் கொம்பூதிக்கிழவன். வண்டிக்குள் அமர்ந்து கிராமபோன் ஊசிகளைத் தேடுகிறான். அரக்கு இசைத்தட்டின் சுழல் கோடுகள் சுழன்று சுழன்று பேரிரைச்சலாகி கிரக கோலங் களின் சுழற்சியாகிறது. கோடுகள் இசைக்கோலங்களாகி முன்னும் பின்னும் ஓடி ஒளிந்து குழந்தைகளை ஏமாற்று கிறது. பழைய நூற்றாண்டின் இசைத்தட்டுகள் சுழன்று பழைய உலகங்களின் தோற்றங்கள் பின்னோக்கி கடந்து அப்போதிருந்தவர்கள் தோன்றுகிறார்கள். ஒவ்வொரு கடந்த வருஷங்களும் பருவங்களும் மரங்கள் உதிர்வதும் தளிர்ப் பதும் நட்சத்திரமே சூரியனாக கிழக்கிலும் மேற்கிலும் உதயமாகி அஸ்தமித்து தோன்றி மறைகிறது. அப்போதிருந் தவர்கள் எங்கிருந்தோ வந்த ஒளிகளில் புதிய யுகத்தை திறக்கிறார்கள். சிறுவர்களுக்குள்ளிருந்த ரகசியமே சித்திரக் கோமாளிகளாகும். நூற்றாண்டுகளைக் குடைந்து வெளிப் பட்டு நூற்றாண்டின் ஆரம்பத்திற்கு போய் ஒளிகிறார்கள். எல்லா நூற்றாண்டுகளின் சதுக்கத்திலும் கொம்பூதிக்கிழவன் கூடாரமடித்து வாழ்கிறான்.

1994ஆம் வருஷ ரயில்வே கடிகாரமுட்கள் பிரிட்டிஷ் ஆட்சியைக் கடந்து தூத்துக்குடி மெயிலைக் கடந்து டீசல் எஞ்சின் வேகத்திலிருந்து எலக்ட்ரிக் எஞ்சினின் சப்தங் களுடன் ஊர்ந்து வந்து 12,3,6,9,18,24.. என்ற சுழலும் புதிர் விளையாட்டில் ஹென்றி பாக்கியநாதனின் முகமூடி கீழே விழுந்த கணத்தைப் பதினெட்டாகப் பிளந்து மரணத் துடன் ஒரு நூற்றாண்டின் சதுரங்க ஆட்டத்தை கொம்பூதிக் கிழவனோடு விளையாடிக் கொண்டிருந்தது. சூதுப்பலகை யில் எங்கும் முகமூடிகள். ஹென்றி ஓடிக்கொண்டிருக்கிறான்.

அவனே அவனைத் தொடர முடியாமல் சின்னாபின்ன மடைந்த வாழ்வின் கொடூரங்களால் தொடர்ந்து சூதாடிக் கொண்டு இருக்கிறான். தான் இறந்து ஒரு நூற்றாண்டு முடிந்த பின்னும் கொம்பூதிக்கிழவனுக்குபுதிய சூதின் வழிகள் புலப்படுகின்றன. ஒவ்வொரு கட்டத்திலும் பழங் காலப்போர் வீரர்களை அடுக்கி மதகுருமார்களை எதிரணி யில் நிறுத்தி வஞ்சகர்களை மிலேச்சர்களை அங்கிங்கும் வைத்து தங்கள் இருப்பிடத்திலேயே வீரர்கள் வெட்டுண்டு கிடக்கிறார்கள். தன்னைவிட்டு, தானே தன்னை எதிர்த்து ஒவ்வொரு வழியாக தப்பித்து தன்னை ஒரு மறைந்தவனாக எதிரே கண்டான் கொம்பூதிக் கிழவன். ஹென்றியின் முகமூடியாக தான் மாறிப்போனதை உணர்ந்தபோது தப்பிச் செல்ல இன்னும் பத்துக் கட்டங்களே பாக்கியுள்ளன. சாத்தான்களால் ஏவப்பட்ட வெளவால்கள் ஹென்றியை எல்லாப் பக்கமிருந்தும் விரட்டுகின்றன. வெளவால்களின் சமீபத்தில் ஒரே ஒரு கட்டத்தில் வாளைச் சுழற்றி அவற்றின் சிறகுகளை அறுத்து வீழ்த்துகிறான் கொம்பூதிக்கிழவன். எல்லாவற்றையும் விட்டுத் தப்பிய தருணத்தில் ஹென்றி இல்லாத இடத்தில் தப்ப முடியாது. தன்னில் உறைந்த சாயைகளாகப் பிரிந்து ஒவ்வொரு சாயைகளின் முகமூடிகள் தன்னிலிருந்தே கிளம்பி சதுரங்கப் பலகையின் சமீபத்தில் மரணம் இருப்பதை அறிவித்துக் கொண்டிருக்கின்றன. தன்னைவிட்டு எல்லாசாயைகளும் பிரிந்து தானே இல்லாது போனபின் சதுரங்கத்தின் விதி சுழன்று ஒரு குதிரையாக டக்டக்டக்டக்டக்டக் என்று சதுரங்கப் பலகைக்குள் ஓடிக் கொண்டிருந்தான் கொம்பூதிக்கிழவன்.

சென்னை மாநகராட்சி சட்டங்களால் அப்புறப்படுத்த முடியாத பெட்டி வண்டியும் குதிரையின் கிழட்டு நடையும் சிக்னல் விளக்குகளைக் கண்டு மிரளாமல் நகர்கின்றன. கொம்பூதிக்கிழவனின் அதிசய உலகம் வட சென்னையி லிருந்து தென் சென்னைக்குப் போய்க் கொண்டிருந்தது. கொம்பூதிக்கிழவன் தனிமையிலேயே வாழ்ந்து முதிர்ந்து முடிவில் இந்த ஒரே குதிரையை பிடித்துக் கொண்டான்.

இருவருக்கும் உயிர் நட்பு ஏற்பட்டது. 'நான் இறந்த பிறகு என்னைப்பற்றி அறிய விரும்புவோர் இந்த டோமோ குதிரையைக் கேளுங்கள் அல்லது குழந்தைகளைக் கேளுங்கள்' என்பான் கிழவன். டோமோ ரேஸ் மைதானத்தி லிருந்து எல்லா சான்ஸையும் துறந்த அதிர்ஷ்டம் கெட்ட கோவேரி. சீமாட்டி ஒருத்தியின் காதலனான ராணுவ ஜெனரலுக்கு பரிசளிக்கப்பட்டு, காதலால் சிணுங்கி கைவிடப்பட்ட அபலையான பெண்புரவி. டோமோ என்றால் பாடல் என்று அர்த்தப்படும். ஜனங்களிடையே வாலையாட்டி நிற்கும். டோமோ கனைக்கும். கிழவன், இந்த உலகையே பந்தயத்திற்கு அழைக்கும் பிரகடன மொழி டோமோவுடையது. கிழவன் கரடித் தொண்டையுடன் டோமோவைப் பார்த்து முணுமுணுப்பான். திட்டுவான். இருவரும் பட்டினி கிடக்கக் கூசுவதில்லை. இருவர் வயிறும் எக்கிப் போயிருக்கும். இருவரும் சேர்ந்தே சாப்பிடுவர். சேர்ந்தே தூங்குவர். பனி வெயிலைத் தாங்குவர். குதிரை யுடன் மட்டுமே பேசுவான்; வேறெவருடனும் கலக்காத கோணல்மாணலான பேர்வழி. வினா-விடை இரண்டும் தன்னுள்ளிருந்தே வரும். சில சமயம் தன்னைத்தானே பல மாகக் கண்டிப்பான்; திட்டுவான். தனக்கு எதிராகக் கலகம் செய்வான். தனக்கு எதிரான கலக மொழி அவனுடையது. சில வேளை தன்னைத்தானே புகழ்வான். மிட்டாய்கள் விதம் விதமாக கண்டுபிடிப்பான். அவற்றின் அதிசயத்தை குதிரை யிடம் புகழ்வான். எல்லாம் குழந்தைகளுக்கான மிட்டாய்; அவன் இல்லம் ஒரு பெட்டி வண்டிதான். அவ்வண்டியை இழுப்பது டோமோ. பாதை மேடாக இருந்தால் இரு வரும் சேர்ந்தே இழுப்பர். கூண்டுவண்டி வீடு. குழந்தைகளின் நாடக அரங்கு. மேஜிக் ஷோ. கொம்பூதிக்கிழவனின் மேஜிக்ஷோ காண்பிக்கப்படும் என்று தகரத்தில் எழுதி மாட்டியிருப்பான். வண்டியில் சினிமா படம் காட்டும் கருவிகளை அவனே செய்து வைத்திருந்தான்.

அந்த வண்டியைக் கொண்டு இந்தியாவைச் சுற்றி வந்திருக்கிறான். ஆள்புகாக் காடுகளில் வட்டமிட்டு

வந்த வண்டித்தடம் இன்னும் இருக்கும். காளான்வீடு, அதன் பக்கம் பக்கமாகப் புரளும் புத்தகங்கள். மடிப்புக் காகிதங்கள். பதியப்பட்ட சித்திரங்கள். சித்திரங்களை வரைந்து கோமாளிகளை உண்டாக்குவான். மேஜிக் வித்தை என்று யாருக்கும் தெரியாது. அவனே ஒரு சித்திரக் கோமாளி. அவன் கோட்டு ஆளை மூடும். கோட்டில் தூதோலைகள். இறகுப்பேனா-மைக்கூடு. வழுக்கைத் தலையைச் சுற்றிக் கட்டப்பட்ட ரிப்பன் பறக்கும். ஒற்றை மூக்குக் கண்ணாடி. வானத்தை அண்ணாந்த மூக்கு. தாடியே உள்கோட்டாக வெள்ளை வெளேரென்று இருக்கும். கோட்டில் தைக்கப் பட்ட எட்டுப்பைகளிலும் குறிப்பேடுகள் - இந்தியப் பயணக்குறிப்புகள். ஹாஸ்யபுத்தகம். மந்திர ஓலைகள். உலோகச் சுவடிகள் தொல் கதை ஏடுகள். கிழவனின் கைகளில் ஆதிவாசிகள் குத்திய பச்சைக் கோலங்கள், மிருகங்கள் பாம்புகள். அழகியின் சித்திரம். உடம்பு முழுவதும் முன்னைய சித்திரங்கள். கழுத்தில் தொங்கும் பையில் விநோதக் கற்களும் அதிசயப்பொருட்களும். வண்டியின் பின்புறம் கண்ணாடி வைத்த கதவு உண்டு. அதில் இருந்து கழுத்தை நீட்டி பிரசங்கம் செய்கிறான். வான மண்டலத்தில் வரும் புதிர்களை ஆராயும் குறிப்புக்கள் வேறு. எல்லா ஆராய்ச்சிகளையும் கதையாகவே முதலில் டோமோவிடம் சொல்லிவிடுவது நல்லது.

முன்போல் எதையும் தின்ன மறுக்கிறது டோமோ. கோபத்தை, அடக்க முடியாமல் அன்று நகர வீதிகளில் டோமோவுக்கு எதிராகப் பிரச்சாரம் செய்தான். முடிவுரை யில் தொகுப்புரையாக அன்று நாட்டில் ஏற்பட்ட அரசியல் மாற்றங்களை விமர்சித்து அறிக்கை விட்டபடி டோமோவை கொஞ்சி கொஞ்சி சிறு சிறு காய்ந்த புல்லை ஊட்டிக் கொண்டிருந்தான் கொம்பூதிக்கிழவன்.

●

53

எட்டாவது குழந்தையின் மூடிய விரல்

திருமால்தேவர் வீட்டுக்குள் அடுக்குப் பானைகளும் வேல் கம்புகளும் ஒரு மீன் முள்ளும் மிஞ்சியிருந்தது. அடுக்குப் பானைகளை பூனை உருட்டிப் பார்த்தது. தின்பதற்கு ஏதுமில்லை. முன்னோர்கள் திருடர்களாக இருந்தார்கள். பூனைக்கும் அது தெரிந்த சங்கதிதான். திருமால் தேவர் களவுக்குப் போய் திரும்பி வரும்போது காலில் உரசும் பூனைக்கு ஏதாவது கிடைக்கும். நாக்கால் அவர் கையை நக்கி விட்டுப் போகும். ஒவ்வொரு இரவும் பூனை வந்து திருடனைத் தேடும். இந்த முறை களவுக்குப் போன திருமால் தேவர் திரும்பி வரவில்லை. பிள்ளைகள் நினைவில் அய்யாவின் நிழல் அசையும். பூனை வரும் போதெல்லாம் சின்னவன் அதைப்பிடித்துக் கொள்வான். பிள்ளைகள் நினைவில் பதிந்த மீன்முள்ளை பனை விட்டத்தில் தொங்க விட்டிருந்தார் திருமால் தேவர். மஞ்சள் நிற மீன் முள், முப்பாட்டன் களவில் பயன்படுத்தியதாக அய்யா சொன்னார். எப்போதும் கம்பும் கையுமாக அய்யா வந்து போவார். சுத்து வட்டாரமெல்லாம் திருடன் பேர் தெரியும். மறைந்து திரியும் அய்யாவைத் தேடிக்கொண்டு நகரத்திலிருந்து தொப்பிக்காரர்கள் வந்து போவார்கள். இருட்டின் பாவத்தில் அய்யா இருப்பார். யாருக்கும் அகப்படாத திருடன். வித விதமான பிடிவைத்த சூரிக்கத்திகள் வீட்டில் தொங்கும். ஒவ்வொன்றாய் எடுத்து இரவில் தீட்டுவார். இருட்டிலும் பளபளக்கும் ஒளி. பிள்ளைகள் அவரைச் சூழ்ந்து கொள்ளும். அய்யாவின் சூரிக்கத்திக்குள் அதிசயம் இருக்கும். சூரியில்

இருக்கும் மின்னலாய் மறைந்து போவார் அய்யா. பிள்ளைகள் கையில் சூரியைக் கொடுத்து 'அய்யாவ குத்துலே... பயலே... என்னக்குத்துலே பாப்பம்... எங்க உன் வீரத்தை காமிலே' என்று பிள்ளைகளுடன் மோதுவார். ஒவ்வொரு கத்தியாக குத்துவாட்டம் பிடிக்கச் சொல்லித் தருவார் பிள்ளைகளுக்கு. இரும்பத் தூக்காதிக... இரும்பத் தூக்காதிக... ஆசராயிடுங்க போயி... ஏழு பிள்ளைகளுக்கு தகப்பனான பெறகு இன்னுமா உங்களுக்கு புத்தி வல்ல' என்று சடைந்து போனாள் அம்மா. 'அட நீ ஒன்னு என்னப் புடிக்க அலையிதானுக... என் புள்ளை கையாலதான் குத்துப்பட்டு சாவனே ஒழுசு பிடிபட மாட்டேன் பாரு' அவள் சொல்லை காதில் வாங்கமாட்டார் அய்யா. கத்தியும் கையுமாக இருளோடு மறைவார் அய்யா. திரும்பிவர நாளாகும். உயரத்தில் கட்டப்பட்டிருக்கும் மீன்முள்ளை குதித்து குதித்து பிடிக்க முயலும் பிள்ளைகள். எட்டாத உயரத்தில் திருடனின் மீன்முள் இருக்கும். அதில் மறைந்திருக்கும் கடல் மூதாதைகள் ஒளிந்திருந்து எட்டிப் பார்த்தார்கள். உயரத்தில் தொங்கும் கடல். சின்னவனுக்கு அதைத் தொட்டுப் பார்க்க ஆசை. மூத்தவன் அவனைத் தூக்கிவிட்டான். சின்னவன் விரல்பட்டு கடலும் மீன்முள்ளும் அசைந்தது. அவன் கையில் ஒட்டிக்கொண்ட மீன்முள் கடல் கசிந்தது. அடிக்கடி அண்ணனை தூக்கிவிடச் சொன்னான் சின்னவன். கடலைத் தொடாமல் இருக்க முடியவில்லை அவனால். வீட்டுக்குள் வந்த அம்மா சின்னவன் உயரத்தில் எட்டித் தொடுவதைப் பார்த்து விட்டாள். உடனே கீழே விழுந்து விட்டான் சின்னவன். அவன் காதைத் திருகி 'ஊனுன விதை தப்பாம மொளச்சிருக்கே' என்றாள். காய்ச்சல்காரனை அடித்தாள் என்பதற்காக பெண் பிள்ளைகள் மூணும் அம்மாவுடன் கோபித்துக் கொண்டார்கள் அய்யாவை நினைத்து அழுதான் சின்னவன். எல்லோரும் அய்யாவுக்காக இரவுச்சாப்பாட்டை வைத்துக்கொண்டு விளக்கடியில் காத்திருந்தார்கள். உயரத்தில் தொங்கும் மீன்முள்ளைப் பார்த்துக் கொண்டே சாப்பிட்டார்கள் பிள்ளைகள்.

திருடன் வீட்டு விளக்கு கருப்பு நாக்கைத் தூக்கிக்கொண்டு சன்னமாய் அசைந்தது. அந்த நாக்கை அசைப்பவன் தீபத்தில் ஒளிந்திருக்கும் திருடனாக இருக்கும். அவன் நாக்கிலிருந்து வெளிச்சத்தைவிட இருட்டே பரவிக்கொண்டிருந்தது. கருப்பு நாக்கை நீட்டி வீட்டையே இருட்டில் மூழ்கடித்தான் திருடன். ஒளியைக் கனவாக மாற்றினான். ஒளியே அவன் கனவுக்குக் காரணமாக இருக்கும். திருடன் வீட்டுக் கனவிலிருந்து மஞ்சள்நிற மீன்முள் அசைந்து வந்தது. அதன் ஒவ்வொரு முள்ளிலும் ஏதோ வெளிப்படும். முட்டி பயமுறுத்தும் முளைகளில் கனவு தோன்றியிருக்கும். விளக்குத் திரியை நடுங்கும் விரல்களால் சுருக்கி ஒளியின் அளவை வீட்டின் ஒரு மூலையில் படிய விட்டாள் அம்மா. திருடனின் மனைவியும் அட்டக் கருப்பாக இருந்தாள். இருட்டில் அம்மா உருவம் தெரியாது. சன்னமான ஒளி எல்லா முகங்களிலும் பட்டு கோடு விழுந்தது. அம்மாவுக்கு ஒளியின் ரகஸியம் தெரியும். அவளைச் சுற்றி இருட்டில் இருந்தவர்கள் சின்னப்பிள்ளைகளாக இருந்தார்கள். முகத்தில் படர்ந்த ஒளியில் அவரவர் சாயல் தோன்றும்படியான அளவே ஒளியிருந்தது. சாயல்களை வெகு ஆழத்திற்கு எடுத்துச் சென்றாள் அம்மா. அந்தக் கடல் மூதாதைகளின் சாயலில் பதித்தாள் அம்மா. இருட்டே அவர்கள் இருப்பிடமாக இருந்தது. விளக்கிலிருந்து ஒரே ஒரு கீற்று மட்டுமே தோன்ற அதிலிருந்து வெளிப்பட்ட கடல் உருவம் மூதாதைகளாக இருக்க வேண்டும். துருப்பிடித்த திருகாணியை மெல்ல மெல்ல உயர்த்தி கீற்றின் ஒரு கோடு நீண்டு வீட்டின் உள்ளிருந்து வெளியேறி இருண்ட வானத்தில் தோன்றிய ஒற்றை நட்சத்திரமாக மாறியது. நெடுங்காலத்திற்கு முன் இருந்த கடலாக இருக்கும். கடல் ஒளிமட்டும் சின்னத் திவலையாக வடிந்து விளக்கில் உப்பு வார்த்தையாக ஒடுங்கியது. கடலைப் பற்றி வீட்டில் எல்லோருக்கும் தெரியும். அம்மாவுக்கு வீட்டுவிளக்கில் துடிக்கும் கடல் ஒளியே சிறு நம்பிக்கை போல.

திருடன் வீட்டில் இருந்த தாட்டியமும் குதிர்கள் நிரம்பிய

தானியங்களும் விநோதமான பொருட்களும் காணாமல் போயின. ஆனாலும் கடலானது எங்கிருந்தாலும் அது ஒளியாகவே உயர்ந்திருந்தது. கண்டெடுத்த பழைய கடல் விளக்கின் ஒளியாகவும் மிஞ்சியிருந்த ஒரே ஒரு சோள விதையாகவும் நம்பிக்கை இருந்தது. சோளத்தையே விதவிதமான பண்டங்களாக மாற்றி மூன்று வேளைக்கும் வடித்துக் கொட்டினாள் அம்மா. பிள்ளைகள் முகம் வாடி விட்டது. துருப்பிடித்த கடல் விளக்கின் கருப்பு நாக்கில் சிறுமின்மினிப் பூச்சியாக வந்தமர்ந்தது நட்சத்திரம். அதிலிருந்து கடல் நாவாயின் திருடர்கள் எல்லோருடைய கனவாகவும் அய்யா வருவார். இருட்டியபின் ரோட்டில் வரிசையாகப் போகும் வெளியூர் வண்டிகள் அடியில் புகையடைந்த அரிக்கேன் ஒளிபாதையெல்லாம் அசைகிறது. இருட்டுக்குள் புலம்பும் கழுத்துமணி தொலைதூரம் வரை கேட்கிறது. சக்கரங்களின் கடகடப்பு ஓசையும் வண்டிக்காரர்களின் பேச்சும் காற்றில் வந்து கொண்டிருக்கும். காற்று கொண்டு வரும் எத்தனையோ ஒலிகளில் அய்யா வரும் கம்புச் சத்தம் நடுச்சாமத்தில் ஊரைச் சுற்றிக் கேட்கும். இடையில் அம்மா முழித்துக்கொண்டு காது கொடுத்து அதைக் கேட்டாள். பாதங்களை தரையில் அழுத்தி நடக்கும் போதெல்லாம் அய்யாவின் நிழல் தோன்றும். இருட்டிலிருந்து வெளிப்பட்ட முகங்கள் அம்மாவைச் சுற்றிப் படர்ந்தன. அந்த இருட்டின் அதிசயமே பிள்ளைகள் வளர்வதற்கான அந்தரங்கமாக இருக்கும். எல்லோரும் தட்டில் சோளக்கஞ்சியுடன் விளக்கைச் சுற்றி அமர்ந்திருந்தார்கள். ஒவ்வொரு இரவுச் சாப்பாட்டு வேளையிலும் காடிக் கஞ்சியை முகம் சுழிக்காமல் குடிக்க வேண்டும். மூச்சு விட்டாலோ அம்மா மணலைத் திரித்து தொடையில் கிள்ளி விடுவாள். அடி வாங்கிய யாரும் அழக்கூடாது. வாயை மூடிக் கொண்டுதான் சின்னவன் அழுவான். அவனுக்கு அய்யா செல்லம் சீக்காக மாற்றி யிருந்தது. மடிக்குள் அய்யா கொண்டு வரும் பண்டங்களில் அவனுக்கு மட்டும் கூடவே ஒரு பங்கு கிடைக்கும். அதைக் கொண்டு அவனுக்கும் சின்னவர்கள் கத்தும்போது

அய்யாவுக்கு அவர்கள் மேல் கோபம் வரும். அவை யிரண்டும் அம்மாபிள்ளைகள். அம்மாவின் தொண்டையை அடைக்கும் விக்கலில் மூத்த பிள்ளைகள் பரிதவித்துப் போகும் 'என் புள்ளைகளா என் ராசா பெத்த மக்களா... சாப்பிடுங்கய்யா' என்ற அம்மாவின் வாக்கினால் கண்ணீர் சிந்தாமல் அடக்கிக் கொள்ளவார்கள் பிள்ளைகள். திருமால் தேவன் பிள்ளைகள் தானியத்தையோ கண்ணீரையோ சிந்தாமல் சிதறாமல் காத்து வந்தார்கள். தனிமையான மலைகளில் உறங்கும் திருடர்கள் அந்தப் பிள்ளைகளுக்கான இருட்டைக் கொடுத்திருந்தார்கள். திருடர்களின் குமிழ் விளக்கில் திரியைச் சுற்றியிருந்த தகர மூடியில் பனிரண்டு திருடர்களின் தலைகள் தகரத்தில் வெட்டப்பட்டிருந்தன. மெல்லிய காற்றிலும் சுடர் அசைந்தது. திருடர்களின் நிழல் சுவரில் பட்டு இரவின் கேலிச்சித்திரங்களாய் தடதடவென்று நடுங்கினார்கள். அந்தத் திருடர்களே அய்யாவை அழைத்துப் போனார்கள். விளக்கு வைக்கப்பட்ட இருட்டில்தான் திருடர்கள் தூங்கிக் கொண்டிருந்தார்கள். அவர்களின் தூக்கம் தான் எல்லோரையும் தூங்கவைப்பதாக அம்மா சொன்னாள். அந்த குமிழ் விளக்கிலிருந்தே இருட்டு பிறந்திருக்க வேண்டும். திரிக்குமேல் தனியே எரியும் சுடரைச் சுற்றி வட்டமான மஞ்சள்கூண்டு தோன்றியது. அந்தக் கூண்டுக்குள் விரல்களை நீட்டிப் பார்த்தார்கள் பிள்ளைகள். விரல்கள் சுவரில்பட்டு திருடர்களின் தலைகளை மூடின. சுவரில் படும் நிழல்கள் அவர்களுக்குள் அளவில்லாத ஆர்வத்தைத் தூண்டியது. அந்தத் திருடர்களின் நிழல்கள் காணாமல் போன குதிரைகளில் வெளியேறிச் சென்றன. சுவர்களைச் சுற்றிச் சுற்றி வட்டமாகச் சுழன்று பறந்தன குதிரைகள். கூட்டம் கூட்டமாய் வந்த திருடர்களின் நிழல்களும் குதிரை களும் வட்டச் சுழலாய் பறந்து மறைந்தார்கள். அவர் களோடு அய்யாவின் நிழலும் இருந்தது. திருடர்களைப் பின் தொடர முடியாது. அவர்கள் பாதையே விந்தையானது. தொலைவில் குதிரைகள் ஓடும் சத்தம் கேட்டது. மலை களின் அடுக்கடுக்கான வளைவுப் பாதைகளில் அவற்றின்

உருவங்கள் அசைகின்றன. மலை உச்சியில் தனிமையான குகைகளில் இருக்கும் அதிசயக் கல்லைத் தேடி அவர்கள் பயணம் செய்துகொண்டே இருந்தார்கள். எத்தனையோ இடையூறுகளைத் தாண்டித் தாண்டி திருடர்களும் குதிரை களும் சென்று மறைந்தன. அய்யாவின் எல்லாக் கத்தி களையும் திருடர்கள் எடுத்துப் போயிருக்க வேண்டும். கத்தியின் பாதையில் திருடர்கள் பதுங்கியிருந்தார்கள். முந்திக் காலத்தில் இருந்த திருடன் அந்தக் குமிழ் விளக்குடன் வெளிப்பட்டான். பூர்வீக ஊரிலிருந்த எல்லோருமே திருடர் களாக இருந்தார்கள். மூதாதைகள் விளக்கிலிருந்து நிழல்கள் தோன்றின. மண்வீட்டின் ஒளியை வெகு ரகஸியமாகப் பாதுகாத்து வந்த குமிழ் விளக்குடன் எல்லோரும் நெருங்கி யிருந்தார்கள். அந்த விளக்கில் தோன்றிய குகையில் கருந் தண்ணீர் தத்தளித்துக் கொண்டிருந்தது. குகையின் இருளாக மாறிய மூதாதைகளின் சாயலை வெளிப்படுத்தியது ஒளி. இருட்டுத் தண்ணீராக மாறியிருந்த அய்யாவை எல்லோரும் அழைத்தார்கள். திருடனே வெகு ஆழத்தில் மறைந்து இருட்டுத் தண்ணீராக மாறிப்போனான். அங்கு திருடர் களின் நிழல் பதுங்கியிருக்க வேண்டும். விளக்கில் அசையும் இருள் குகையே திருடனின் மனமாக இருந்தது. அய்யாவின் நீர் உருவம் குகைத் தண்ணீரில் அந்த மீன்முள்ளை அசைந்துக் கொண்டிருந்தது உருவமில்லாத படகில். கண்ணுக்குத் தெரியாத படகில் உருவமில்லாத அய்யா தண்ணீரின் இருட்டாக அசைவாடிக் கொண்டிருந்தார். எல்லோரும் குகைவாசலில் நின்று குமிழ்விளக்கை நீரில் படிய விட்டு அய்யாவைத் தேடிக் கொண்டிருந்தார்கள். அந்த மஞ்சள் மீன் முள் மட்டும் இருட்டு நீரில் ஒளி வெள்ளமாக அசைந்தது. அய்யாவின் குரல் குகையிலிருந்து கேட்டது. அவர் சுவர்ப் பாறைகளிடம் பேசிக் கொண்டிருக்க வேண்டும். பழைய மூதாதைகள் எட்டிப் பார்க்காமலே விளக்குடன் கூட்டமாய் நிற்கும் முகங்களில் தங்கள் அடையாளங்களைப் பார்த் திருக்க வேண்டும். மூதாதையுடன் அய்யா பேசிக் கொள்வதை எல்லோரும் குகைவாசலில் இருந்து கவனமாகக் கேட்டார்கள்.

குகைக்குள்ளிருந்து திருடர்களின் உருவங்கள் அசைந்து கொண்டிருந்தன. அய்யாவின் நிழல் மட்டும் அவர்களை நோக்கி வந்து கொண்டிருக்கிறது. நடுத்தண்ணீரில் படகில் அந்த நிழல் நின்று மறைந்து விடுகிறது. வானில் எந்த நட்சத்திரங்களும் தோன்றாத இரவில் அய்யா வந்து விடுவதாகச் சொல்லி சென்றார். திருடனின் பிள்ளைகள் கருந்தண்ணீரின் அதிசயத்தில் ஆழ்ந்து எட்டிபார்த்தார்கள். அந்தச் சிறு விளக்கை படகில் ஏந்தியபடி குகை நீருக்குள் கொண்டு போகிறார் அய்யா. குகையின் ஆழத்தில் மறைத்து வைக்கப்பட்ட அபூர்வமான பச்சைக்கல்லை உரசி உரசி தண்ணீர்விட்டுக் கழுவுகிறார். விளக்கில் பச்சை மரகதமாய் ஒளி தோன்றியது. அதிசயக் கற்களை கரைத்தபடி இருந்தார்கள் திருடர்கள். அதன் அதிசயத்தில் சிக்கிய திருடர்கள் உருகிக் கரைந்து உடல் முழுவதையும் கற்களுக்கு அடிமையாக்கி விட்டிருந்தார்கள். இனி மரகதகல்லின் வசீகர ஒளி தீண்டி நிழலாகவே அவர்கள் வாழ்ந்து வர வேண்டும். குகையை விட்டு அவர்களால் வெளியேற முடியவில்லை. கருந் தண்ணீரில் தேடப்பட்டு வந்த திருடர்களின் நிழல்கள் பட்டுப்பட்டே தண்ணீர் கருமையடைந்து கொண்டிருந்தது. சுய உருவை இழந்த திருடர்கள் விந்தையாக மாறி நடமாடிக் கொண்டிருந்தார்கள். நீரின் இடைவிடாத சலனத்தில் திருடனின் மனமும் அலையாக அசையும். அம்மா மட்டும் வயிற்றில் வளரும் எட்டாவது பிள்ளையுடன் குகை வாயிலில் நின்று திரும்பி வரும்படி அய்யாவை அழைத்தாள். அவர் அந்தரங்கத்தில் ரகசியமாக முணுமுணுத்தாள். நீரின் அடியிலிருந்து அய்யாவின் நிழல் வெளிப்பட்டு வந்தது. வயிற்றிலிருந்த குழந்தையின் நீச்சலில் அய்யாவும் மாறியிருந்தார். உள்ளங்கையில் கொண்டுவந்த சிறுபச்சைக்கல்லை அம்மாவிடம் நீட்டி அவள் கைக்குள் திணித்து ‘அந்தக் குழந்தைக்காக இதை எப்போதும் மூடி வைத்திரு’ என்று சொல்லிவிட்டு நீரில் இறங்கி குகையின் வெகு ஆழத்தில் போய் மறைந்தார் அய்யா. பிறகு எப்போதோ குமிழ் விளக்கின் ஒளியில் அய்யாவின் நிழல் அசைந்தது. அந்த விளக்கு

கையில் இருப்பதுவரை திருமால் தேவர் வந்து விடுவதற் கான அறிகுறிகள் இருப்பதாகச் சொன்னது குகை. அந்த குகைக்குள் ஒளி செல்லச் செல்ல நீர்ப்பாதையிலிருந்து யார் யாரோ வந்து கொண்டிருந்தார்கள். காணாமல் போன திருடர்களே நீருக்குள் வாழ்ந்து கொண்டிருக்க வேண்டும். குகையின் அதிசயம்தான் பிள்ளைகளை வெகுவாக ஈர்த்தது. குகை மெதுவாகத் தன் கதையைச் சொல்லவாரம்பித்தது. எல்லாம் முந்திக்காலத்தில் இருந்த திருடர்களைப் பற்றிய கதைதான். அப்போதெல்லாம் திருடர்களுக்கு சாவு என்பதே இருக்கவில்லை. நீண்ட காலமாய் சில திருடர்கள் தனிமை யாக அலைந்து திரிந்தார்கள். சாவின் அமைதி உறையும் மலைகளில் அந்தத் திருடர்கள் பதுங்கியிருந்தார்கள். பிள்ளைகள் ஊம்... கொட்டினார்கள். விளக்கில் இருக்கும் பனிரெண்டு தகரத் திருடர்களும் தலையைத் தலையை ஆட்டி ஆமோதித்தார்கள். திருடன் கருப்பு நாக்கை நீட்டி எல்லோரையும் பார்த்து பயம் காட்டினான். கண்களை மூடிக்கொண்டார்கள். மூடிய கண்ணுக்குள் இருட்டு நீரின் அசைவு தெரிந்தது. அதில் நீர் வடிவமான அய்யா அசைந்து அசைந்து எட்டிப்பார்த்தார் . அவருக்கு முகமோ உடலோ கைகால்களோ இல்லை. திருமால்தேவரின் சுயரூபம் விடைத்த மூக்கும் மீசையுமாக பிள்ளைகளின் கனவில் வந்தது. அவர் சிரிப்பைக் கண்டு குழந்தைகள் சிரித்தார்கள்.

அம்மாவிடமிருந்து விளக்கைப் பிரிக்க முடியாது. சிம்னியை எடுத்துவிட்டால் வீடு அணைந்துவிடும். கண் மூடாமலே வரும் மையிருட்டில் குழந்தைகள் பயந்துவிடும். இருட்டு வீட்டை மூடிவிடும். எல்லோரும் அம்மாவை ஒட்டிக்கொண்டார்கள். பெண்பிள்ளைகள் மூன்றும் அம்மா மீது தலைவைத்துக்கொள்ளும். இருட்டில் அம்மாவின் கைவிரல்கள் பெண்பிள்ளையின் தலைக்குள் கோதும். பேனும் ஈரும் பிடித்த தலையோடு 'சொடுக்'கென்று குத்துவாள் அம்மா. ரிப்பன் கோர்பின்னை கழட்டி விட்டு முடிசிலுப்பி சிக்கெடுத்து கோதிவிடுவாள். மற்றவர்கள் அம்மாவைத் தொட இடம்பிடிக்கும் சண்டையில் தோற்றுப்

போவார்கள். நெஞ்சு திக் திக்கென்று அடித்துக் கொள்ளும். அம்மாவைத் தொட முடியாதவர்கள் இருட்டுக்குள் கால்களால் நீந்தினார்கள். ஒரு மீனைப் பிடிப்பதுபோல் திருடன் அவர்களைப் பிடித்துக்கொண்டு போய் விடுவான்.

யாருடனும் ஒட்டாத குழந்தையும் இருந்தது. அய்யாவுடன் மட்டுமே சேருவான் சின்னவன். ஒருவரோடும் பேசாதிருப்பான். சின்னவன் அலாதி. அண்ணனுக்கும் அவனுக்கும் சீற்றம்தான். அவன் உடல் முழுவதும் இருட்டில் நீந்தியது. அந்த மீனைக் கண்டு விளக்கின் சுடர் தன் எல்லா ஈரத்தையும் அவன் மேல் படியவிட்டது. விளக்கின் ஈரத்தில் குகையின் சாயல்கள் அதிசயமாய் தோன்றின. அது வீடுமுழுவதும் பரவி சின்னவனைப் போர்த்தியது. எல்லா வீட்டிலும் ஒரு சுடர் அவனைப்போல் அப்படி எரியும். துயரங்களை மெதுவாக விரட்டும் முகச் சாயல் சின்னவனுக்கு. அவன் முகத்தில் கசியும் ஒளியைப் பார்த்தே அம்மா தேறுவாளாக இருக்கும். ஒவ்வொரு வருக்குமே சின்னவனோடு ஒட்டிக்கொள்ள விருப்பம் இருந்தது. ஏனோ, அவன் திரியைவிட்டு அலாதியாக அந்தரத்தில் அசைந்து கொண்டிருந்தான். அவனைச் சுற்றி தாய் வயிறுபோன்ற குகை சூழ்ந்திருந்தது. கருந்தண்ணீரே அவன் உறக்கமாக இருந்தது. அவன் கனவுகளில் அய்யாவின் போர்வைக்குள் பதுங்கியிருந்தான். கதகதப்பான குகையின் கற்சுவர்களில் விந்தையான தோற்றங்கள் தென்பட்டன. சின்னவன் பேசாவிட்டாலும் அது எல்லோருக்கும் புரியும். அவன் பேசுவதே இல்லை என்று சொல்ல வேண்டும். அவனுக்கு மூத்தவர்களாயிருந்த மூன்று சகோதரிகளையும் சீக்கிரம் புரிந்துவிடும் அவனுக்கு. எல்லோருடைய விரல்களும் மெழுகு தீக்குச்சியுடன் இணைக்கப்பட்டவை. அந்த மூன்று மெழுகு பொம்மைகளையும் வெள்ளெனவே காரில் வந்து கூட்டிக்கொண்டுபோனார்கள். அவர்களோடு ஊர் பிள்ளைகளையும் கொண்டுபோனார்கள். விரல்களை பிசைந்து பிசைந்து தீக்குச்சிகளை உண்டாக்கும் மந்திரங்கள் தெரிய வந்தது.

பெண் பிள்ளைகளும் மூத்தவனும் நகரத்தின் சுவர் களுக்குள் அழிந்து மறைந்து தோன்றுவார்கள். பிள்ளை களின் எல்லா விரல்களிலும் ஈயப்பொடி மின்னியது. மெழுகு ரப்பர் விரல்கள் தோன்றின. தங்கைகளின் விரல்களில் அட்டைச்சாயம் ஒட்டியிருக்கும். காட்டில் வெள்ளாமையே மறைந்தபிறகு ஊர்க்காரர்கள் வேலி விறகு வெட்டப் போனார்கள். பிள்ளைகளை கொண்டுபோன அரக்கன் பிள்ளைகளை ஏமாற்றி விரல்களை அழுத்தி அழுத்தி தீக்குச்சிகளை உருவி எடுத்தான். விளக்கு எரியும் போது பிள்ளைகள் வீட்டில் இருந்தார்கள். ஒவ்வொருவரின் விரல் களிலும் சாயம் நனைத்து நகரத்தின் சுவர்களில் பதித்தார்கள். குழந்தைகளின் ரேகைகள் பதிந்த அடையாளங்களாக நகர்த்தின் கோட்டைச் சுவர்கள் சுற்றிச்சுற்றி வளர்ந்தது. சாயம்பட்ட காசுகளில் எல்லோரும் பொருட் களை வாங்கி வந்தார்கள். சின்னச் சின்ன விரல்களை மறைத்து வைத்த தாய்மார்கள் விரல்களைத் தொட்டுத் தொட்டுப்பார்த்துக் கொண்டார்கள். எல்லா விரலிலிருந்தும் தீக்குச்சிகள் வெளி வந்தன. தீப்பெட்டிக் காரும் வந்தது.

சின்னவன் அக்கா கொண்டுவந்த தீப்பெட்டிப் படங் களை கதவில் ஒட்டிவந்தான். புதுப்புது தீப்பெட்டிப் படங்களை அக்கா திருடி வந்தாள். அவள் மெழுகுவிரல்கள் உருகிக்கொண்டே குச்சி குச்சியாக மாறித் தீக்குச்சியானது. அந்தக் கதவில் அவன் வரைந்த மெழுகு பொம்மைகளை அக்காவுக்குத் தெரியும். மெழுகு பொம்மைகள் விளக்கைச் சுற்றிக் கரைகின்றன. இரவெல்லாம் உருகும் மெழுகு பொம்மைகளை சின்னவன் பார்த்துக்கொண்டே இருந்தான். அவர்களுக்கான அடிப்படையாக இருந்த நிலத்தடியில் ஈரம் கசிந்தபடி இருந்தது. அது விளையாடும் கால்களைத் தொற்றிக்கொள்ளும்.

எல்லோரும் தூங்கிவிட்டபின் சின்னவன் மட்டும் முழித்துக் கொண்டுகிடப்பான். அய்யா போனதிலிருந்து சுகமில்லாமல் படுத்துவிட்டான் சின்னவன். அதிகமாக அவன் நடமாடுவதில்லை. நீண்டநாள் அடித்த ஜுரத்தி

லிருந்து இன்னும் அவன் விடுபடவில்லை. விளக்குடனும் மெழுகு பொம்மைகளுடனும் விளையாடுவான். இரவுக்குள் வரும் அரக்கு நிறம் பசியைவிட வெப்பமாக இருக்கும். மழையின்றி வறண்ட நிலங்களிலிருந்து வரும் காற்றில் வெப்பம் உள்ளோடியிருந்தது. ஒவ்வொரு நாள் மாலை யிலும் சின்னவன் ஜுரத்தில் சுருண்டு கிடப்பான். முகம் வாடிவிடும். காய்ச்சலுக்குள் விரியும் அரக்கு நிறம் தோன்றியது. அந்த நிறம் ரொம்ப நாள் அவனைத் தொடர்ந்து வந்தது. திடீரென்று விழித்துக் கொண்டு வீட்டுக்குள் தெரியும் அரக்கு நிறத்தைப் பார்ப்பான். கொட்டக் கொட்ட இமைகளை மூடுவான். தூக்கத்திலிருந்தே அவன் ஜுரத்தை அறிந்து அம்மாவின் கைகள் நகர்ந்து அவன் நெஞ்சுத் தடத்தில் புதைந்து நடுங்கும். அனலாய் பொரிந்தது. அந்தக் காய்ச்சலின் நிறத்திலிருந்து சில பூச்சிகள் வெளிப்படும். வீடு முழுவதையும் அரக்கு நிறமாக மாற்றும் காய்ச்சல் பூச்சிகளைக் கண்டதும் ஏதேதோ குழப்பமான உருவங்கள் பெரியதாகி அசையும். விளக்குடன் ஒட்டி விளையாடும் மெழுகு பொம்மைகளின் வெள்ளை நிறம் அரக்கு நிற மாகி விடும். அந்தப் பூச்சிகள் அவனுடன் விளையாடும். அவனைச் சுற்றி ங்கொய்ய்... என்று பறந்து இருட்டில் அதிர்வுகளுடன் வீட்டுக்குள் எரியும் அரக்கு ஒளியில் நீந்தும். அடர்த்தியான இருட்டு மெல்ல மெல்ல விலகி அரக்கு நிறமாக மாறும். பூச்சிகளின் சிறகுத்துடிப்புடன் சின்னவன் நாடித்துடிப்பும் சேர்ந்து துடிக்கும். அவன் துடிப்பதை கேட்க கேட்க உருவங்கள் பெரிதாய் விரிந்தன. அந்த அரக்கு ஒளியில் அம்மாவின் வயிற்றிலிருந்து சுருண்டு வளைந்த குழந்தை மெல்ல மெல்ல மேகக்கூட்டங்களை விலகி விலகி நீந்தி வந்து கொண்டிருந்தது. அதன் தைலமான உடல் பசையை அம்மாவே ஈன்றாள். அவள் வயிற்றின் அரக்கு நிறத்திற்குள்ளிருந்து எல்லா மேகங்களும் மிதந்து செல்கின்றன. தலைகீழாகப் பாய்ந்துவரும் பெரிய தலை யுள்ள குழந்தை கண் திறக்காமல் அவனை நோக்கி நகர்வது தெரிந்தது. அந்த அரக்கு இருட்டில் நீந்தி வருவதை அவன்

ஜுரத்தில் ஜுரவேகத்தில் கண்டுகொண்டிருந்தான். குழந்தையின் திறக்கப்படாத கண்கள் மோனத்திலிருந்து சன்னமாகத் திறந்து அரக்கு ஒளியுடன் அவனைப் பார்த்தன அக்குழந்தை அவனைப் போல இருந்தது. வேறொரு உலகத்திலிருந்து அவனை பார்த்தது. மெதுவாக சுழன்று நீந்தியது. தைலமாக மின்னும் விளக்கில் மஞ்சள் ஒளி அதிகசக்தியோடு பிரகாசமடைந்தது. விளக்கின் மீது நீந்தி வந்த பூச்சிகள் சுற்றிச் சுற்றிப் பறந்தன. குழந்தை அவனை அரக்கு நிறக் கண்களால் பார்த்தது. சின்னவன் லேசாய் சிரித்தான். பூச்சிகள் தலைகீழாக அரக்கு ஒளிக்குள் சென்று திரும்பி வந்தன. அதன் ரீங்காரம் இரவு முழுவதையும் பற்றிக் கொண்டது. வேறு சில பச்சைப் பூச்சிகள் அங்கு தோன்றின. சுடரின் உச்சியைத் தீண்டித் தீண்டி தன் இறகுகளைத் தீய்க்கின்றன பூச்சிகள். சின்னவன் வைத்த கண் வாங்காமல் கருகும் சிறகுகளைப் பார்த்தபடி ஏங்குவான். ஒரு சில பூச்சிகள் மாய்ந்து விட்டன. அவற்றை தரை வெளிச்சத்தில் தொட்டுப்பார்த்தான். உடல் சூடாக இருந்தது. அதன் சூடு அவனைத் தொற்றிக் கொண்டது. வேர்த்து ஊற்றியது அவனுக்கு. அவற்றில் சில தலைகீழாக சுடருக்குள் விழுந்து மறைந்து விடும்.

அவனுக்குச் சினேகமான சில பூச்சிகள் அரக்கு ஒளியில் வெளிப்பட்டு நீந்தின. அவை எங்கிருந்தோ புறப்பட்டு வந்து எங்கேயோ போய்மறைவதைப் பார்த்தபடி இருந்தான். குழந்தையின் மூடிய விரல்களைத் தொடவும் தைலம் ஒட்டியது. பிரிக்கப்படாத குழந்தையின் மூடிய விரல்களில் அவன் விரல்படவும் மெல்ல விரிந்த விரல்களுக்குள் அய்யா கொடுத்த பச்சைக்கல் ஒளி வீசி மின்னியது. இருவரும் அவ்வொரு ஒளி வெள்ளத்தில் இருந்தார்கள். அவ்வொளி மெல்ல மெல்ல சுவர்ப் பொந்துகளில் பட்டு விண்ணக ஒளியுடன் கலந்தது. தொலைவில் குதிரைகளின் குளம் பொலிகேட்டுக் கொண்டிருந்தது. தீபத்தின் அடியில் உருகும் மெழுகு பொம்மைகள் பச்சை நிறமாக மாறியிருந்தது. அய்யா இல்லாத வீட்டின் இறுக்கம் மறைந்து தீபத்திலிருந்த திருடர்கள் பச்சை நிறச்சுடரில் நிறம் மாறிக்

கொண்டிருந்தார்கள். அவ்வொளியின் விந்தையில் சின்னவன் தூங்கிப் போனான். பச்சை ஒளியே அவனைத் தூங்க வைத்திருக்க வேண்டும்.

ஒவ்வொரு நாளும் அய்யா வருவார். உறக்கத்தினூடே சின்னவன் முழித்துக்கொண்டு அய்யாவின் கால்கள் உரசும் சப்தத்தை துல்லியமாகக் கேட்டான். இவ்வளவான சத்தத் துடன் காற்றுவரத் தொடங்கியது. வீட்டு ஜன்னல்களில் அடித்துக்கொண்ட கதவுகளின் கிரீச் ஒலி. காற்றின் மிக மெல்லிய ஓசையுடன் தொலைவில் கேட்கும் வேல் கம்பின் ஒலி. விளக்கின் சுடரில் இணைக்கப்பட்ட குகையின் இருட்டு நீரில் மூழ்கியபடியே இருந்த அய்யா ஒவ்வொரு நாளும் அதிசயக் கற்களுடன் வந்துவிடுவார். பச்சைக் கல்லிலிருந்து வெளிப்படும் அய்யாவின் உருவம். எல்லோரும் தூங்கி விட்டபின் அவ்வீட்டின் ஒவ்வொரு இருட்டின் துகளிலும் அய்யாவின் உருவம் சேர்ந்து வரும். அதைச் சின்னவனே பார்த்தான். பூட்டன் வைத்து விட்டுப்போன மஞ்சள் நிற மீன் முள்ளுடன் அய்யாவின் முழுஉருவம் வாசலில் அசையும். பின் எப்போதோ சின்னவன் தூங்கிப் போவான். காற்று வேக வேகமாக வந்து அவ்வீட்டின் ஜன்னல்களில் புகுந்து எல்லோரது உரக்கத்தினூடே அசைவாடிக்கொண்டி ருந்தது. அவர்களுக்கு மேல் அசையும் மீன் முள்ளின் நிழல்கோடாய் நீண்டு அவர்கள் மேல் படுத்திருந்தது.

●

டிடோ வாத்துகள் யாருக்காகவுமின்றி இசையமைத்துப் பாடுகின்றன. தீராத பாடலின் முதல் வரிகளாக ...

'வைக்கோலிலிருந்து மஞ்சள் வெளிறிய பூக்கள் வரும் நாளில்

நானோ நீங்களோ இருக்க மாட்டோம்...

உங்களுக்கு எனக்கும் மட்டுமே தெரியுமது.'

54

திருவாரூர் ஜட்காவும் இவர்களும்

ஆறு சுழல் கம்பிகளில் பார் விளையாடிக் கொண்டே இருக்கிறாள் அமிர்தா. சின்னஞ்சிறிய கைகள் அனாயாசமாகச் சுழன்று ஒன்றிலிருந்து ஒன்றுக்குத் தாவியபடி கவராயத்தின் துல்லியமான வட்டமடித்து கம்பிகளைத் தாண்டுகிறாள். சாவின் கேலிச் சித்திரத்தை வரைந்தபடி ஒவ்வொரு நாளின் சுழற்சியாக எனக்குள் வட்டமாகக் கிளம்பி வெளியேறி என்னைச் சுற்றி நடந்துகொண்டிருக்கும் எல்லா உருமாற்றத்தின் மீதும் பரவிய அவள் உலகம் வட்டம் பிசகாமல் கவராயத்தால் குனிந்து காகிதங்களில் பென்சில் கோடு வரைந்துகொண்டே இருக்கிறாள். அந்த வட்டப் பாதையின் குறுக்கே பாய்ந்து வட்டத்தின் எதிர்விளிம்புக்கு நேர்கோட்டுப் பாதை அமைத்துக் கொண்டிருந்தேன். குறுக்கும் நெடுக்குமான விட்டங்கள் சென்று ஒரு மையத் தைச் சந்திக்கின்றன. அ, ஆ, இ; ஆ, இ, அ; இ, ஆ, அ; எப்படி வேண்டுமானாலும் மையத்தைக் குறித்துக் கொள்ளலாம். கவராயத்தின் ஊசிமுனை எல்லாக் காகிதத் திலும் பதிந்து எல்லாமே அவளுக்குச் சொத்தமான காகிதங் களாகின்றன. எதுவும் எழுதப்படாத வெள்ளைக் காகிதத்தின் மையப் புள்ளியிலிருந்து என் வாழ்வு சுழன்று கொண்டி ருந்தது. கவராயத்தின் துருப்பிடித்த அச்சில் சுழலும் வருஷங்கள் அதிகரிக்க அதிகரிக்க முதுமையடைந்த சுழற்சியின் துருப்பிடித்த ஓசை என்னைப் பயமுறுத்தியது. என் அமிர்தா தன் கவராயத்தை என்மீது பதித்து என்னைச் சுற்றுகிறாள். அவளின் விளையாட்டு பொம்மையாகி

அவளுக்காகக் காத்துக் கொண்டிருக்கிறேன். என்னைச் சுழற்றுவதை அவள் நிறுத்தவில்லை. அவள் கவராயம் இல்லாமல் என் மையம் வேறு இடத்திற்கு மாறப் போவதில்லை. ஒன்றைச் சுற்றிய ஆழமான உணர்வு எல்லா வாழ்வின் விந்தையாகிறது. விந்தையின் இருப்பு வாழ்வின் மையமாகிறது. அது அமிர்தா என் வாழ்வின் குறியீடாக மாறிப்போனாள்.

வெயில் பரவிக்கிடந்த சாலையில் மடிப்பு மடிப்பாக வரும் காற்று உணர்வில் தொற்றிக்கொண்டு நீள்கிறது. தாகம் மிகுதியான உப்புவெயிலில் அதிக நாவறட்சியால் தவித்துக் கொண்டிருந்தேன். எங்கெங்கோ திருப்பிவிடப்பட்ட சாலைகள் திசைதடுமாறுகின்றன. தாறுமாறாய் திரும்பிப் போகிறேன். பஸ் கண்ணாடியில் பட்டுப் பிரதிபலிக்கும் வெயில். கண்ணாடிகள் இளகி என்தலை நெளிகிறது. சாலையில் கொதிக்கும் தார்க்குமிழியில் மூச்சுவிடும் சூரியன் கூடவே தொற்றிக்கொண்டு எல்லா உணர்வுப் பரப்பிலும் நகர்ந்து சென்றது. உள்ளே மடிக்கப்பட்ட அதிக உஷ்ணமான நாட்கள் அமிர்தாவின் அடையாளத்துடன் வெளியே விரிவடைந்து சாலைகளாக மாறும். ஒவ்வொரு நாளின் மடிப்பிலும் அமிர்தா இறங்கி வருகிறாள். அவள் பயணத்துடன் தொடங்கிவிட்ட என் நாட்கள் ஒவ்வொன்றாய் சுருண்டு அவளிடம் மறையும். என் உணர்வுகள் உருகி இழையும் கம்பிச் சுருளில் அமிர்தா சுழல் வட்டமாகத் திரும்பித் திரும்பி பிளாஸ்டிக் குரங்காய் கம்பியில் அதிர்ந்தபடி கீழிறங்குவாள். அதிரும் பஸ் கம்பியைப் பிடித்துப் பார்க்கிறேன் பிளாஸ்டிக் குரங்கு ஓடிக்கொண்டிருந்தது. வானமும் பூமியும் இணைந்த தொடுவானின் நீலப்புகை மூட்டமான சாவு என்னை நோக்கிக் காத்திருக்கிறது. நான் அதற்கு அப்பால் செல்ல விரும்பவில்லை. அங்கு நீலத்தில் மூழ்கிய மலைத் தொடரில் தெரியும் சாவு அமானுஷ்யமான ஈர்ப்புடன் என்னைக் கவருகிறது. தொட்டு விடும் தூரத்தில் கம்பிகளிடையே தெரியும் நீலம். உடனே திரும்பவும் சாலையில் மரங்கள் அசைந்து உருண்டு பின்வாங்கும்.

இலையுதிர் கால மரங்களில் பற்றியிருந்த வெகுசில இலை களும் ஆடுகின்றன. அவற்றின் காம்புகள் அடியில் துளிர்த்த இளம்பச்சையான இலையில் அமிர்தா ஒளிர்கிறாள் வாழ்வின் நம்பிக்கை போல. மாறிமாறித் திரும்பும் மரக்கிளைகள் சாலையோரங்களில் விதவிதமாக அண்ணாந்து ஏங்கும். மரங்களில் எழுதப்பட்ட எண்கள் மாறி மாறிச் சுற்றிக் கிறுகிறுக்கிறது தலை. இப்போது மறுபடியும் எண்கள் கண்ணில்பட்டு தன்னிச்சையாய் எண்ணத் தொடங்கி விட்டிருந்தேன். மரங்கள் இல்லாத வேறு பக்கம் வெட்ட வெளிக்குள் புகுந்து சென்றது சாலை. தொடுவானை நோக்கிப் போய்க்கொண்டிருக்கிறேன். சாவு என்னை நோக்கித் திரும்பியிருக்கிறது. அதன் வசீகரமான புன்னகையை நெருங்க நெருங்க வாழ்வின் ஈரமான அலைகள் அமிர்தாவை நோக்கி இழுத்துக்கொண்டு போகின்றன என்னை.

பஸ்ஸில் இருந்தவர்களின் மௌனம் அதிக வெற்றிடத்தை ஏற்படுத்தக்கூடியது. ஈயத்தைக் காய்ச்சும் வெயிலில் உருகி ஓடும் பாழ் எங்கும் பரந்துகிடக்கிறது. உடலும் வெளியும் உருகிய நிலையில் வெளியுடன் சேர்ந்துவிட்ட என் உருவத்தைத் தனியே அறுத்தெடுக்க முடியாமல் வெற்றிடத்தின் கண்ணாடித் தகடாய் நானும் நெளிந்து நெளிந்து வளைந்து சாலைக்குள் மடிந்து ஊடுருவிப் போய்க் கொண்டிருந்தேன். என்பக்கத்தில் வான்காவின் ஆரஞ்சுச் சூரியன் தலையில் தட்டித் தட்டி உருண்டு குதித்துக் கொண்டி ருக்கிறது. எரிவதில் ஏற்பட்ட அளவுமீறிய அழிவை நான் பார்த்துக் கொண்டிருக்கிறேன். திரும்பத் திரும்ப என் அருகாமையில் சுழலும் மாயப்பந்து முட்டி எழுந்து துள்ளு கிறது. எரிந்த வடுக்களில் என் முகம் கட்டங்கட்டமாய் வரிக்குதிரையின் முகமூடியானது. என் முகத்தை மூடிக் கொண்டு விரல் இடுக்கில் வான்காவின் ஆரஞ்சைப் பார்த்தேன். அது அமிர்தா. அவள் எனக்காக தன் அருகில் வந்து தோளில் அமர்ந்து ஆழப் பதிகிறாள். அழிந்து கொண்டிருப் பதிலிருந்து விடுபட முடியவில்லை. அவளும் விடுவதாக இல்லை. வெற்றிடத்தில் தகிக்கும் உஷ்ணத்தில் அமிர்தா

புகுந்து போய்க் கொண்டிருந்தாள். அழிவதும் இப்படியாகத் தான் இருக்குமா. அதிலிருந்து தப்ப முடியவில்லை. என் முகத்தில் முகமாகப் பொருந்திவிட்ட அமிர்தா வான்காவின் கோடுகளை என் முகத்தில் பதிந்து சரியாகப் பொருந்தி விட்ட ஒருநிலையில் இரு முகங்கள். அவளைவிட்டு விலக முடியவில்லை. இவ்வுணர்வின் முழுப்பரப்பையும் தகிப்புடன் அணைத்துக் கொண்டிருக்கிறாள். அவளுக்கு என்ன வந்ததென்று தெரியவில்லை. முன்கோபத்தில் விலகி ஓடுகிறாள். மீண்டும் திரும்புகிறாள். எதிர்ப்பக்கம் செங்குத்தான தரைக்குக் கீழாக மலைகளுக்கு அப்பால் புகுந்துகொண்டு மாயாஜாலம் புரிகிறாள். எல்லாப் பக்கமும் பரவிய வான்காவின் வயல்வெளி அவள் உடல் கரைந்து என்னை மூழ்கடிக்கிறது. சாலை முழுவதையும் செவ்வொளி யில் ஆழ்த்தும் அடிவானில் தகதகவென்று கங்கு எரிந்து பழுத்து ஒளி வெள்ளமாய்ப் பாய்கிறது. அவளை ஊடுருவிச் செல்லும் பயணம். உலகின் எல்லாப் பொருட்களும் அவள் நிறமடைந்து மனிதர்களும் மரங்களும் வீடுகளும் தெருக் களும் அவள் நிறமாக மாறுகின்றார்கள். என் உள்ளிருந்து பாய்ந்து வெளிப்பட்ட அமிர்தா ஒளிவெள்ளமாக என் பாதை எங்கும் நிரம்புகிறாள்.

பஸ் முழுவதும் இவ்வொளி பாய நான் அவள் மாய சக்திக்குள் மறைந்துகொண்டிருக்கிறேன். அவள் என்மீது எறிந்த ஒவ்வொரு பொம்மையும் ஊர் ஆலமரத்தடியில் புதைந்து வைத்திருந்தவை. எழுந்துவருகின்றன. அவற்றுக்கு என்னைத் தெரியும். வெட்டுத் துணியில் நான் செய்து கொடுத்த பொம்மைகள் எட்டிப்பார்க்கின்றன. அடிவானில் இருந்து சிரிக்கின்றன. கால் கைகளை ஆட்டி கூவி அழைக் கின்றன. தலைகள் அசையும் அடிவானின் விந்தைப் பரப்பிலிருந்து அமிர்தா பொம்மைகளுடன் விளையாடிக் கொண்டிருக்கிறாள். அவள் என்னைப் பற்றி பொம்மைகளின் காதில் ரகஸியங்களை முணுமுணுக்கிறாள். பொம்மைகள் தலையாட்டித் தலையாட்டிக் குதிக்கின்றன. சாலையில் இருந்த எல்லா மரங்களுக்கும் அந்த ரகஸியம் தெரிந்திருக்க

வேண்டும். மரங்கள் கூட்டமாய் சேர்ந்து முணுமுணுக் கின்றன. பொம்மைகள் தலையாட்டிக் குதிக்கின்றன. சாலையில் இருந்த எல்லா மரங்களுக்கும் அந்த ரகஸியம் தெரிந்திருக்க வேண்டும். மரங்கள் கூட்டமாய் சேர்ந்து முணுமுணுக்கின்றன. இம்மரங்களுக்குள் எரியும் தீயில் ஒருசில வெப்பப் பறவைகள். கிளைக்கு கிளை தாவித் தாவி என் தாபத்தை கொண்டு தீப்பற்ற வைத்து மரத்துக்குமரம் தாவி ஓடுகின்றன. இலைகளில் எரியும் ஜுவாலையில் அணுவணுவாக இருள் பரவத் தொடங்கிய மாலை. மெல்ல மெல்ல அடிவானம் கருந்து மங்கலாகும். எல்லாவற்றையும் பற்றிக்கொண்ட அமிர்தா மயக்க மூட்டப்பட்ட தடங்களில் அடிவானத்தை நோக்கிப் போய்க் கொண்டிருந்தாள். அவள் தோளில் கைபோட்டு ஒருவரை ஒருவர் அணைவாகத் தாங்கி சூரிய அஸ்த்தமனத்தின் நித்தியத்துவத்தின் மீது நடந்து போய்க்கொண்டிருந்தோம். மறையும் சூரிய வட்டத்தி லிருந்து வெளிப்பட்ட பறவைக் கூட்டம் சுழிக்காற்றாய் சுழன்று சப்தத்தின் சுழற்சியாக மறையும். எல்லாம் மங்கலாகிப்போய் விட்டிருந்தது. மயக்கத்தில் அவள் அருகில் தோளில் முகம் புதைந்து சாய்ந்திருக்கிறேன். என் கைத்தாங்களில் சரிந்த அவள் தோள்கள் வசீகர உணர்வால் பிணைக்கப்பட்டிருந்தது. என் மறதியின் எல்லாப் பக்கமும் ஒளி வெள்ளமாய் ஓடி மறைகிறாள். அடி வானைத் துளைத்துக் கொண்டு இருட்டுப் பூனை என்னைத் தொடுவதற்கு ஊர்ந்து வந்து கொண்டிருந்தது. மயக்கமடைந்த குழலைத் திரும்பிப் பார்க்கிறேன். அருகில் இருந்த அமிர்தா காணாமல் போய் விட்டாள். என் உதடுகள் தவிப்புடன் அமிர்தா... அமிர்தா... என்று அசைந்து கொண்டிருக்கின்றன சத்தமில்லாமல். அங்கு வந்து திரும்பியதுவரை அவளிடம் எதையும் வெளிப் படுத்த முடியவில்லை. நேரில் சந்தித்துக்கொண்ட விநாடி யில் உயிர்ப் படைந்த ஒன்று கூடவே வந்து கொண்டிருந்தது. உருகிக் கரையும் உயிரை திருவாரூர் தெப்பத்தில் விட்டு விட்டு அப்படியே திரும்பி விட்டேன். எதற்கும் அவள் மௌனமான பார்வைதான் அடிப்படையாகிறது. அமிர்தா

எப்போதும் மௌனததைப் பரப்பியபடி இருந்தாள். அவள்கூட தோளில் சாய்ந்து திருவாரூர் ஆற்று மணலில் போய்க்கொண்டிருந்தது. தூரங்களில் ஆற்றின் மறுகரையில் அரளிப்பான மரங்கள் அசைந்து கொண்டிருந்தன. ஆற்றுப் பாலத்தில் வாகனங்கள் அங்குமிங்குமாக போய்வந்து கொண்டிருந்தது. பாலத்தில் சிலர் அமர்ந்திக்கிறார்கள். சலங்கை கட்டிய காளைகள் வண்டியில் பாரம் ஏற்றிச் செல்லும். கூண்டு வண்டிகள் மணலில் இறங்கி நகரும் மணலின் சரசரத்த ஓசை. வண்டிக்கடியில் எரியும் ஹரிக்கேன் லாந்தரில் மாட்டில் நிழல் பெரிதாகி சக்கரங்களின் நிழல் களும் எதிர்ப்பக்கம் விழுந்துகிடந்தன. வண்டியோடு செல்லும் தலப்பாகை கட்டிய கிராமவாசிகளின் பேச்சு தூரத்தில் தெளிவில்லாமல் கேட்டுக் கொண்டிருந்தது. அவர்கள் கிராமத்தை நோக்கித் திரும்பிப் போகிறார்கள். மணல் கூட்டி கோபுரம் அமைத்து அதைச் சுற்றி மணல் கோட்டைகட்டி பாதைகள் அமைந்துக்கொண்டிருந்தாள் அமிர்தா. நானும் அவளும் நில ஒளியின் லோசான கசிவில் எங்கள் மணல் கோபுரத்துக்குள்ளிருந்து ஒவ்வொரு மணலாக எடுத்து அடுக்கிக் கொண்டிருந்தோம். விரல்கள் மட்டுமே பேசிக்கொள்ளும். மணலைத் தொட்டதும் எல்லா மணலும் விந்தைப் பொருளாக மாறிவிட்டிருந்தது. அவள் விரல் களால் வரைந்த யானை, சிங்கம், மான், பூனை, நாயின் சித்திரங்களை நான் பார்த்துச் சிரிக்கிறேன். எல்லாவற்றை யும் அப்படி அப்படியே விட்டுவிட்டு தண்ணீர் ஓடும் சிறு ஓடையில் கையலம்பி நீருடன் நடந்து போகிறோம். சரிந்து சரிந்து ஒருவர் மீது ஒருவர் சாய்ந்து நடந்து வருகிறோம். பாலத்தில் இருந்த உருவங்கள் போய்விட்டிருந்தன. அகல வாய் திறந்த பாலத்தின் அடியில் யாரோ போகிறார்கள். குறுத்து மணலில் நடப்பதற்கு சுகமாக இருந்தது. அதில் பதிந்த எங்கள் தடத்தை நாங்கள் திரும்பிப் பார்க்கவில்லை.

அவள் வீடு இருந்த புஸ்பவனத் தெருவில் எல்லா விளக்குகளும் மங்கி எரிகின்றன. திருணைகளில் சமைத்த பெரியவர்கள் எங்கோ ஆழத்தில் பேசிக்கொண்டிருந்தார்கள்.

முன் வராண்டாவில் இருந்து அவளைக் கூப்பிட்டேன். 'அமிர்தா' அவள் புகைக்காரை படிந்த வீட்டுக்குள்ளிருந்து கரைந்து பாழ்விழுந்த முகத்துடன் திரும்பிப் பார்த்தாள். கன்ன எலும்புகள் குருத்துக் கைகால்கள் மெலிந்து தீண மான குரலில் 'நீயா' ஏன் வந்தாய் என்ற பார்வையை வீசி வெளியே விரட்டினாள். உள்கூடத்தில் வானெளியில் பூஜை அறையில் யாருமே இல்லை. ஆனால் எல்லோரும் இருப்பது போல அவ்வீட்டின் அக இருளில் அவர்கள் முணுமுணுத்துக் கொண்டிருந்தார்கள். அமிர்தாவைப் பார்த்து எத்தனையோ காலமாகிவிட்டது. அதே தெருவில் அதிக வெளிச்சமில்லாத விளக்குகள் திரும்பி என் முகத்தைப் பார்த்துவிட்டு வழக்க மான உறக்கத்தில் ஆழ்ந்து விட்டிருந்தன.

திருவாரூரில் வேறு வேறு தெருக்களில் குடியிருந்தோம். ஆனால் அமிர்தாவின் வீடு எவ்வளவோ காலப் பழக்கத் திற்குப்பின்னும் பூந்தோட்டத்திற்குப் போகும் பாதையில் இருந்தது. அவள் வீட்டுச் சுவர்கள் க்ஷீணதசையடைந்து விட்டன. காரை பெயர்ந்துவிட்டது. ஏனோ பழகிய இடத்தில் திரிந்த ஆன்மா அதைவிட்டு வெளியேறாது போலும். ஆற்றுக்குப் போகும் பாதை அவள் வீட்டருகில் இருந்தது. அவள் தெருவே மணல் நிரம்பியது. ஒவ்வொரு காலமும் விளையாட்டுகள் தோன்றி மறையும் அங்கு. எங்கள் முன்கிடந்த ஒவ்வொரு சிறு துகளையும் வைத்து விளையாடிக் கொண்டிருந்தோம். அந்தத் தெருவின் விநோதங்களே எங்கள் ஒவ்வொருவரையும் தொற்றிக் கொண்டிருந்தது. நடமாடித் திரியும் மனிதர்களும், குழந்தை களும் பூனைகள், நாய்கள், காகங்கள் இவற்றின் சந்தடிகள் கேட்டுக் கொண்டிருக்கும். வீடுகளுக்குமேல் விரிந்த வானத்திலிருந்து நட்சத்திரத்தூசு கொட்டிக் கொண்டிருக்கும். அவள் தன் சாம்பல்நிற கவுனைப் பிழியும் போதெல்லாம் நட்சந்திர தூசுகள் உதிர்ந்தன. ஒரு விட்டிலாக முடிவதி லிருந்து திருவாரூரின் எந்த உருவாகவும் அவளால் மாறி விட முடிந்தது. பாயும் விட்டிலின் பின்னால் ஓடினோம். அவளோடு கூட விளையாட வந்த சிறுவர்களும் சிறுமிகளும்

வேறு வேறு தெருக்களில் தோன்றிவந்தார்கள். அவர்கள் தெருக்களில் இருந்து கொண்டுவந்த அதிசயங்களை பகிர்ந்து கொண்டோம். இருட்டுவேக வேகமாக வந்து விளையாட்டிடையே புகுந்துகொண்டு தொட்டுவிடும். அந்தத் தெருக்காரர்கள் பிள்ளைகளைத் தேடிக்கொண்டு வந்துவிட்டார்கள். பிள்ளைகளைக் கண்ட மாத்திரத்தில் குதூகலமடைந்தார்கள். எல்லோரும் விளையாட்டை மறந்து வீடு திரும்பிப் போன பின் நாங்கள் இருவர் மட்டும் அந்த இருட்டு பேசிக்கொண்டிருந்த அதிசயமான விளையாட்டைத் தொடர்ந்தோம். இருட்டின் பின்னே மறைந்து மறைந்து ஓடினோம். உச்சி வானில் கை நீட்டித் தொடும் தூரத்தில் முளைத்த எங்களுக்கான சிறிய சிறிய வெளிச்சப் புள்ளி களை விரல்களால் தொட்டபடி அதிசயமானோம். ஒருவரை ஒருவர் கரம்பற்றி குறுமணலில் சரிந்து சரிந்து நடந்து போகிறோம். இரவு கடந்து கொண்டிருக்கிறது. அவள் வீட்டு வாசலில் அசையும் உருவத்தைக் கண்டு பயந்து ஓடுகிறாள். என்வீடு இருக்கும் தொலைவை நோக்கித் திரும்பிப் போகிறேன். பல மாலைகளுக்குப் பின்வந்த ஒரு மாலையில் ஊரைவிட்டு மாற்றிப் போய்கொண்டிருக் கிறோம். நாங்கள் குடியிருந்த வேறுவேறு ஊர்களின் தெருக்களில் இன்றும் இருப்பதாகவே தோன்றிய பெட்டிக் கடைகளில் நான் வாங்கிய கலர்படங்கள், பொம்மைகள், பூதக்கண்ணாடிகள் எல்லாவற்றிலும் அமிர்தா என்னைப் பிரிந்த சங்கடம் ஒட்டப்பட்டிருக்க வேண்டும்.

ஊர் ஊராக மாறிப்போன இடத்தில் அந்த வீடுகள் சொன்ன சேதியிலிருந்து அவளுக்காக நான் எழுதிய கடிதம் முதல் வரியோடு நின்றுவிட்டது. முதல் எழுத்தில் இறங்கிய இருட்டுத் தண்ணீருக்குள் போய்க் கொண்டு இருக்கிறேன். அதற்குள் இருப்பது அவள் தான் என்று படுகிறது. தண்ணீரான அவள் உருவம் இறங்க இறங்க இழுத்துக்கொண்டிருக் கிறது. மூழ்கிக் கொண்டிருக்கிற போது அவள் எதையும் தரவில்லை. நானும் கேட்கவில்லை. அடிமட்டத்தில் தீக்குமிழாக மாறி சுழன்று கொண்டிருக்கிறாள்.

ஒவ்வொரு தாள் மடிப்பிலும் ஒவ்வொரு முதல்வரி தனித்தனி இடங்களிலிருந்து எதிரும்புதிருமாகத் துவங்கி அறுபடுகின்றன. ஒன்றையொன்று சந்தித்துக் கொள்வதில்லை. விலகி விலகி விழும் முதல் வரிகள் அடங்கிய கடிதங்கள் தாறுமாறாய் சிதறிக் கிடக்கும் என் வீடு. எந்தக் கடிதத்தையும் அப்புறப்படுத்த முடியவில்லை. ஒவ்வொரு கடிதத்தின் முதல் வார்த்தையில் இறங்கும் இருட்டுத் தண்ணீர் சலனமடையும். எந்த எழுத்தைத் தொட்டாலும் தண்ணீராக மாறிவிடக்கூடிய உருமாற்றம். நான் எழுதிய எழுதாத வார்த்தைகள் குவிந்த அச்சுப் பிரதிகளும் கைப் பிரதிகளும் தொட்டதும் தண்ணீராக உருமாறுகின்றன. அவற்றைத் திரும்பவும் வார்த்தைகளாக மாற்ற; தண்ணீரால் வார்த்தைகளுக்குள் அடங்க முடியவில்லை. சதாவும் சலன மடைந்தபடியே சேர்ந்து சேர்ந்து ஒன்றாகும் வார்த்தைகளை என் விரல்கள் வேகவேகமாகத் தொட்டுக் கொண்டே நகர்கின்றன. உணர்வில் மட்டுமே கரையும் அவளும் அவள்பெயரும் திருவாரூரும் வார்த்தையென்றால் நான் அவளுக்குத் தெரியாமல் அவள் நினைவின் உடலைத் தொட்டுவிட்டிருந்தேன். அவளும் அவள் ஊரும் தெருவும் கோவிலும் தெப்பத்தின் ஆழத்தில் இருட்டுத் தண்ணீராய் அசைந்து கொண்டிருக்கின்றன. தெப்பத்தில் மறைவது அவள்தான் என்று படுகிறது. அவள் நீர் உருவம் இறங்க இறங்க இழுத்துக் கொண்டிருக்கிறது. அவளுக்குத் தெரியாமல் தொடரும் இந்த உருமாற்றத்தில் அடுத்த எட்டை வெறுமையில்தான் எடுத்து வைக்கிறேன். தெப்பத்தில் நான் மூழ்க மூழ்க அவள் இழுத்துக்கொண்டு போகிறாள். ஆழ மான தெப்பத்தின் அடிக்குள் தரை இல்லை. ஆழத்துக்குள் ஆழமாகப் புதைந்துகொண்டு இருக்கிறேன். தெப்பத்தின் அடியில் வரும் மறுபக்கத்தில் தெப்பமொன்று இருந்தது. நான் தலைகீழாக நடந்து போகிறேன் அங்கு. தெப்பத்தைச் சுற்றிய தெருக்களில் எங்களோடு விளையாடிக்கொண்டிருந்த சிறுவர்களும் சிறுமிகளும் திருவாரூர் ஜட்காவுக்குப் பின்னால் ஓடிக் கொண்டிருக்கிறோம். தலைகீழாக ஓடும்

ஜட்காவில் குதிரையும் தலைகீழான சாலையில் தலை கீழான கால்களை மாற்றி மாற்றி ஓடுகிறது. எட்டிப்பார்க்க இருந்த ஆழமான வானத்தில் அப்போதுதான் தோன்றிய ஒற்றை நட்சத்திரத்தின் ஓரங்களில் அலைகள் கிளம்பின. எட்டிப் பார்க்கவும் வானம் அலையலையாக மேகங்கள்கூட மடிந்து மடிந்து சிதைத்தன. ஒவ்வொரு நட்சத்திரமாக அசைந்து நீர்த்திவலையானது. உடனே நாங்கள் நட்சத்திரத் திவலை களை கையில் ஏந்தி விளையாடினோம். அதற்குள் முகம் பார்த்துச் சிரிக்கிறாள் அமிர்தா. கொட்டிய நீர்த் துளிகள் அந்தரத்தில் தொங்குகின்றன. அலை தனித்தனியே அங்கங்கே தங்கி நிற்கின்றன. வாவென்றால் வரமறுக்கும் நட்சத்திரத் துளிகள் சின்னச்சின்ன விரல் விளிம்பில் பட்டு ஒளிர்கிறது.

அவளுக்கிருந்த சினேகிதிகள் எல்லாம் காணாமல் போன தெருவில் திரும்பித் திரும்பி நடந்து போகிறேன். தெருவைக் கடந்துவிட்டால் மரங்கள் வெட்டப்பட்ட பார்க் வரும். துருப்பிடித்த அதன் கம்பிக் கதவுகள் அகலத் திறத்து வெறிச்சோடியிருந்தது. மரங்கள் இருந்த கூட்டத்தில் அவள் மறைந்து போயிருந்தாள். திரும்பவும் பார்க்கில் தேடிய அவள் சுவடு ஒவ்வொரு செடிகளின் அழிந்த உயிரோட்டத்தில் சுருண்ட இலைகளில் தென்பட்டது. பூச்செடிகள் அரிக்கப்பட்டு விட்டிருந்தன. காய்ந்த கோரை களின் அடித்தண்டில் உயிரின் கருமுளைகள் அதிர்ந்தபடி இருக்கும். தண்ணீரின்றிக் காய்ந்துபோன வட்டத் தொட்டிகள் நடுவில் பேசாதிருந்தன. குடம் ஏந்திய பெண் சிலைகள். குடத்திலிருந்து சாய்ந்த நீர் கொட்டிக் கொண்டிருந்தது. நீரின் குளிர்ச்சி அதிக வெப்பமடைந்து குமிழ்விட்டு வெகு ஆழத்தில் சலனமடையும். இப்போது சாய்ந்த குடங்கள் வெறுமையைக் கொட்டிக் கொண்டிருந்தன. என்னால் இவ்வுணர்விலிருந்து தப்ப முடியவில்லை. பார்க்கின் வெறிச்சோட்டம் என்னைப் பற்றிக் கொண்டு உடல் முழுவதும் பரவி வெயிலோடு உருகி அழிகிறேன் ஒரு குமிழாக. இருட்டு நீரில் மூழ்கிக் கொண்டிருந்தபோது

ஏற்கெனவே அவளும் அதில் எத்தனையோ காலத்திற்கு முன் அங்கு காத்துக்கொண்டிருக்கிறாள். நானும் அவளும் திருவாரூருக்குள் திரிந்த அந்த நாளை ஒவ்வொரு மாலை நேரத்தில் நடந்த ஏதேச்சையான சம்பவங்களை வெற்று வெளிக்கு எடுத்துச் செல்கிறேன். இப்போது திருவாரூர் விதிகள் என்னுடன் இல்லை. அவள் அந்த கோவில் கல் தூண்கள் ஓரம் நடந்து போகிறாள். நாங்கள் சந்தித்துக் கொண்ட முதல் காதலின் தடம் அங்கிருப்பதை நான் மறந்து விட்டேன். ஆயிரங்கால் மண்டபம் பூர்த்தியாகாமல் மூளித்தூண்கள் பளுப்படைந்து அண்ணாந்து நிற்கின்றன. தூணில் ஒளிந்து ஒளிந்து பின்பக்கமாக வந்து திடீரென்று கூவும் அந்தச் சுட்டியின் வேகம் கால்களில் தடம் தடமாக கோவில் வெளிப்பிரகாரக் கற்களுக்கிடையில் பதிந்து கிடந்தது. தாறுமாறாய் களைந்து கிடந்த பழங்காலக் கற்களில் அந்த நாட்கள் இருந்து கொண்டிருக்க வேண்டும். ஒவ்வொரு சிலைகளுக்கும் அவளைத் தெரியும். சிரித்து மகிழ்ந்த கிளிகள் இன்னும் அழைத்தபடி இருக்கின்றன. பெரிய பெரிய மதில்சுவர்கள் சப்தங்களை உள்வாங்கி மௌனமாக இருக்கிறது. தூண்களைக் கடந்து நடந்து போகிறேன். நான் அவளைத் தேடி வந்தபோது அவள் வீட்டிலுள்ள ஒவ்வொருவரும் என்னை தெரிந்து என் அடையாளம் கண்களில் படர சிரித்தபடி அழைத்து அருகில் அமரச் செய்தார்கள். வயோதிகத் தாயாரும் தகப்பனாரும் நரம்பு துருத்திய கைகளில் என்னைத் தடவி பார்த்து விக்கினார்கள். அவள் உள் கூடத்தில் இருந்து வெளிப் பட்டாள். அவளைப் பார்த்ததும் எங்கில்லாத மெலிவு தோன்றி திரும்பிப் பார்த்தேன். என்னைக் கூட்டிக்கொண்டு மரங்கள் வெட்டப்பட்ட பார்க்கில் இருந்த தூங்கும் கட்டை யில் அமர வைத்து விட்டு பார்க்கில் இருந்த தீபம் ஏந்திய வெண்சிலை களைக் காட்டினாள். ஒரு அமெச்சூர் சிற்பியின் கைவண்ணத்தில் உருவான ஆங்கிலேயர் காலசிலைகள் அவை. தூண்களில் இருந்த கண்ணாடியும் மிக மெல்லிய வெளிச்சத்தில் கசிந்தது. தூண்களிலிருந்த சிங்கங்களுக்கு

ஈயபெயிண்ட் அடித்திருந்தது.

பார்க்கை விளையாட்டு மைதானமாக்கியிருந்த சிறுவர்கள் தொடர்ந்து கிரிக்கெட் விளையாடிக் கொண்டிருக்கிறார்கள். துருப்பிடித்த இரும்பு கேட்டுக்கு அந்தப் பக்கம் திருவாரூர் ஜட்கா. மோட்டார்கள். சைக்கிள் ஒலிகள் அங்கிங்கும் ஓடிக் கொண்டிருந்தன. நேரத்தை அறிவித்து வந்த பார்க் சங்கு பழைய பில்லரில் வெகு காலத்திற்கு முன்பிருந்து செயல் படவில்லை. அதன் தொண்டைக்குள் சிக்கிய விழுங்க முடியாத காலம் அப்படியே நின்று விட்டிருந்தது. வெறிச் சோடிய பார்க்கின் நடுமையத்தில் வட்டமான திறந்த வெளிக் கூடாரம். அதில் உள்ளடங்கிய பலகைகளில் பலவும் சிதைந்து விட்டன. வட்டக்குடையைத் தாங்கிய கம்பிகள் இற்று அசைந்து கொண்டிருந்தன. அதில் சிலர் பல காலமாகத் தூங்கிக் கொண்டிருக்கிறார்கள். ஒரு சில காகங்கள் எப்போதும் தூங்குகிறவர்கள் மீது எச்சமிட்டுப் பறந்து குடையில் அமர்ந்து தனித்த கார்வையுடன் கத்தியது. காகம் தலையைச் சாய்த்து எங்களைப் பார்த்து சிறகைத் தட்டிக் கொண்டது. செயற்கையாக உருவாக்கப்பட்ட சிமெண்ட் பொம்மைகளில் குத்துக்குத்தாய் கம்பிகள் எட்டிப்பார்த்தன. அவற்றிற்கும் ஈயபெயிண்ட் அடித் திருந்தது. மரங்கள் வெட்டப்பட்ட நாளிலிருந்து பார்க் ரேடியோவில் ஒலிபெருக்கி குழாய் துக்கத்தில் கரகரத்துப் பாடிக் கொண்டிருந்தது.

வெட்டிக் கிடந்த மரக்கட்டையில் அமர்ந்து பார்க் வெறுமையானதைப் பார்த்துக் கொண்டிருந்தோம். வழக்க மான முதியவர்கள் வட்டக் குடைக்குள் இருந்த சிமெண்ட் சாய்மானங்களில் அமர்ந்து முதுமையடைந்த பார்க்குடன் சேர்ந்து போயினர். சிறுவர்களின் கூச்சல் பந்து வீச்சுடன் அதிர்ந்து கொண்டிருந்தது. அவளுக்கும் எனக்குமான பேச்சு வெகுதூரத்தில் இருந்ததால் தனிமை அதிகரித்தது. சிறுவர்களின் கூச்சல் எங்களுக்கிடையான வெற்றிடத்தை நிரப்பியது. நாவறட்சியாக இருந்தது. வார்த்தைகள் உலர்ந்து விட்டிருந்தன.

‘எப்போ திருப்பி வருவீர்கள் உங்கள் பேச்சை நம்ப முடியவில்லை’

‘இல்லை அமிர் எப்படியும் திரும்பி வருவேன், போய் வரத்தான் வேண்டும். சுற்றிக் கொண்டிருப்பது ஒரு பக்கம் குற்ற உணர்வாக இருக்கிறது’.

‘பிறகேன் வந்தீர்கள்’

‘?’

‘நேரமாயிருச்சி நான் வீட்டுக்குப் போனும் வேலை கிடக்கும்’

‘இரு போகலாம்’

‘பார்க்கை மூடிவிடுவார்கள். இதற்குமேல் இருக்க வேண்டாம்’

‘அவசரப்படாதே அமிர்’

‘எனக்கு கஷ்டமாக இருக்கு’

‘என்ன செய்ய முடியும் சொல்லு அமிர்’

‘ஒண்ணும் செய்ய வேண்டாம். பேசாமல் ஊருக்குப் போங்கள். நீங்கள் திரும்பி வரவேண்டாம்.’

பேசும்போது பார்க் பெஞ்சுகளையே உற்றுப்பார்த்துக் கொண்டிருந்தாள். ஆள்மாற்றி ஆள் பெஞ்சை காத்துக் கொண்டிருந்தார்கள். இருள ஆரம்பித்த பின்னும் சிறுவர்கள் பந்தைக் குறி பார்த்து பேட் செய்து கொண்டிருக்கிறார்கள். வெகுநேரம் பேசாமல் அமர்ந்திருந்தோம். வார்த்தைகளுக்கு எந்த அர்த்தமும் இருப்பதில்லை. பேசப்பேச மோதல்தான் வளர்ந்தது. இடைவெளியில் மௌனம் அதிக தீவிரமடைந்து விட்டிருந்தது. சிறுவர்களின் கூப்பாடு உயிர்ப்படைந்து மெல்ல மெல்ல வெற்றிடங்களை நிரப்பிக்கொண்டிருந்தது. வார்த்தைகள் அற்றுப்போன மௌனத்துடன் என்னை ஆழ்ந்து பார்த்துக் கொண்டிருந்தாள் அமிர்தா. அதற்கு என்ன அர்த்தமென்று விலங்கவில்லை. ஒரே குழப்பமாக இருக்கிறது.

நாங்கள் இருவரும் அமர்ந்திருந்த மரக்கட்டைக் குள்ளிருந்த மரவண்டு தன் கூட்டை விட்டு வெளியேறி எங்களை எதிரியாக நினைத்து மோதத் தொடங்கியது. தன்

புராதன வீட்டை அழிக்க வந்தவர்கள் என்று இரைச்சலுடன் சுற்றிச் சுற்றி அவள் மௌனத்தைவெட்டிக் கொண்டிருந்தது. நாங்கள் எழுந்து அந்தப் பக்கம் இருந்த பழைய நடை பாதையில் சாய்ந்து சாய்ந்து நடந்து கொண்டிருந்தோம். பார்க் விளக்குகள் கசிந்த ஒளியில் நிரந்தரமான பார்க் மனிதர்கள் நிழலுருவங்களாக அங்கிங்கும் நிம்மதியின்றி அலைந்து கொண்டிருக்கிறார்கள். விளக்கேற்றப்பட்ட திருவாரூர் ஜட்கா சத்தத்துடன் ஓடிக் கொண்டிருக்கிறது. தெரு விளக்குகளில் பூச்சிகள் சுற்றி விளையாடத் தொடங்கி யிருந்தன. பாதசாரிகள் அதிக அழுப்புடன் வீடு திரும்பிக் கொண்டிருந்தார்கள். தெப்பத்து பிள்ளையார் கோயிலில் விளக்கேற்றும் நேரம். அவள் மட்டும் தனியாக அங்கு போய்க் கொண்டிருந்தாள்.

இருட்டுத் தண்ணீருக்குள் அசைந்து கொண்டே இருக்கும் சிலையை வெகுநேரம் கண்ணிமைக்காமல் பார்த்துக் கொண்டிருந்தபோது அவளை திருவாரூர் தெப்பத்திலிருந்து மீட்க முடியவில்லை. அங்கிருந்து மடங்கிச் செல்லும் தெருக்களில் திருவாரூர் ஜட்காவுக்குப் பின்னால் அடுத்த காலத்திற்கான குழந்தைகள் கூச்சலிட்டபடி ஓடிக் கொண்டி ருந்தார்கள். எனக்கு தாகமாக இருந்தது. கடையில் வாங்கிக் குடித்த தண்ணீரில் தாகம் அடங்கவில்லை. தொண்டைக் கடியில் வறட்சியாக இருந்தது. பஸ்ஸில் ஏறவும் லேசான காற்றும் இருளும் சில காட்சிகளும் கனவு கலந்த மயக்கத்தில் தென்பட்டன. பக்கத்தில் அமர்ந்திருப்பவர் மீது புரண்டு விழுந்தேன். அவர் என்னைக் கண்டு எரிச்சலைந்தபடி விலகி அமர்ந்தார். அவளுக்கு எழுதிய காகிதங்கள் தாறு மாறாய் சிதறிக் கிடக்கும் என் அறை. என்னோடுகொண்டு செல்லும் எத்தனையோ காகிதக் கற்றைகளை புரட்டிப் புரட்டி அதில் படிந்த பழுப்பு நிறத்தையும் எழுத்தின் மீது ஒட்டிய சாம்பலையும் அப்புறப்படுத்தாமல் பார்த்துக் கொண்டிருந்தேன்.

என் அறை மூலையில் மரஸ்டேண்டில் வைக்கப்பட்ட மெழுகு திரியில் தனியே மிதக்கும் சுடரில் புகுந்து அசைவது

அவள்தானா. என் காகிதங்களை தலைகீழாகப் பிடித்து எனது எல்லா வரிகளையும் சுடரின் கண்களால் நகர்ந்து கொண்டிருக்கிறேன். விரல் மடிப்பில் வந்த எழுத்துகள் வித விதமான நிறக்கோடுகளாக சுடரில் ஒடுங்கி குமிழ்கிறாள். என் கைப்பிதியில் படியவிட்ட மெழுகு திரியின் சுடர் படபடத்துப் பற்றிக் கொண்டு காகிதம் முழுவதும் பரவிய தீயில் எழுத்துக்கள் உருகி தண்ணீராக உருமாற்றமடைத்தன. எரியும் தீயிடமிருந்து தண்ணீரை எடுக்க முடியவில்லை. கொஞ்சம் கொஞ்சமாக தீயின் வெம்மையால் காகிதம் கருகாமல் உலர்ந்து கொண்டிருக்கிறது. ஒவ்வொரு வார்த்தை யும் காகிதத்தை விட்டு மறைகின்றன. வெறும் வெள்ளைக் காகிதங்கள் என்று விட்டுவிட முடிகிறதா. அவற்றில் அனுபவத்தின் சாயல்கள் படிந்து வார்த்தைகள் மறைந்து விட்ட வெண்மை. வெறுமையான ஒரு மௌனம். என் அடுத்த எட்டை வெறுமையில்தான் எடுத்து வைக்கிறேன்.

●

55

தீண்டப்படாத தண்ணீர்

விளக்குத் தூணில் கட்டி வைத்திருந்தார்கள் திருடனை. ரொம்ப காலமாய் வளர்ந்து கொண்டே வந்தது அவன் நிழல். இரவு முழுவதும் அசைந்தபடி பேசியது. ஊரையே பிடித்துக் கொண்ட திருடனின் நிழலைக் கண்டு எல்லோரும் பயந்தார்கள். திருடனை விட்டு அவன் நிழலும் திருக்கை வாலும் பிரிந்து சென்றது. அந்த நிழலுக்குப் பின்னால் சிறுவர்கள் பின்தொடர்ந்தார்கள். குழந்தைகளோடு விளையாடியது திருடன் நிழல். அதை விடாமல் அவரவர் வீட்டுக்கு கூட்டிப்போய் விளையாட்டுச் சாமான்கள் இருந்த இருட்டறைகளைத் திறந்து மரப்பாச்சிகள் சொன்ன ரகஸியங்களைக் கேட்டார்கள். மரப்பாச்சிகளோடு திருடன் நிழலும் சேர்ந்து கொண்டது. பிள்ளைகள் நிழலும் திருடன் நிழலும் ஒன்றாகவே திரிந்தன. திருடன் சொல்லிக் கொடுத்த நிழல் விளையாட்டுக்களை மறக்காமல் இருந்தார்கள் பிள்ளைகள். மரங்களின் பெரிய பெரிய நிழல்களில் திருடன் கதை சொன்னான்.

திருடன் தன் கையிலிருந்த திருக்கை வாலைச் சுழற்றி எல்லோருக்கும் பின்னால் ஓடி வந்தான். விளக்குத் தூணுக்கு வரும் இருட்டுப்பூச்சிகளும் குழந்தைகளும் திருடனோடு ஒட்டிக்கொண்டன. அவனைப் பற்றிய பயமெல்லாம் மெல்ல மறைந்து கொண்டிருந்தது. திருடனை மறைந் திருந்து எட்டிப்பார்த்தார்கள் பிள்ளைகள். வீட்டிலிருந்து கொண்டுவந்த பண்டங்களில் அவனுக்குக் கொஞ்சம் கடித்துக் கொடுத்தார்கள். திருடன் குழந்தைகளை ஏமாற்றி

ஏமாற்றி வாங்கித் தின்றான். குழந்தைகளைக் கண்டு சிரித்தான். அவன் மீசையும் சிரித்தது. பயங்கரமான கண்களில் ஒளிந்திருந்த குழந்தைகளின் நிழல் அசைந்தது. ஊரில் எல்லாப் பிள்ளைகளும் ரகஸியமாகச் சந்தித்து வந்தார்கள் மதலைத் தேவனை.

திருடன் தப்பியோட விரும்பவில்லை. கையிலிருக்கும் ஆயுதத்தை கீழே போட மறுத்துவிட்டான் மதலைத் தேவன். நாளாக நாளாக அவன் கையுடன் இறுகியது திருக்கை மீன்வால். அந்த ஆயுதத்தை யார்மீதும் பிரயோகிக்காமல் இருந்தான் மதலைத் தேவன். கூட்டத்தைப் பார்த்து திருடன் நிழல் கர்ஜித்தது.

'திருக்கை மீன் வாலைக் கொண்டு அடித்தால் மட்டுமே இதை என்னிடமிருந்து பிரிக்க முடியும்'.

கூட்டம் முணுமுணுத்தது 'நம்மால மதலைத்தேவன் வாலைப் பிடுங்க முடியாதோ' என்று.

'என்ன ரகஸியம் பேசுகிறீர்கள். என்னை அடிங்க என்னை அடிங்க தைரியம் இருந்தா என்னை அடிங்க பாப்போம்' என்று கூட்டத்தின் முணுமுணுப்பைக் கண்டு கிம்பிரியம் பேசினான்.

'திருடனைக் கெட்டிப் போட்டு உங்க வீரத்தைக் காட்டினா அவனை ஜெயிக்க முடியாது' என்றார் கட்டக்கோனார்.

'அவிழ்த்து விட்டால் ஓடி விடுவான்' என்றார்கள் எல்லோரும்.

'இன்னொரு வால் இதே வால் கிடைத்தால் அந்த வாலைக் கொண்டு மதலைத் தேவனை அடித்து திருக்கை வாலைப் பிடுங்கி விடலாம்' என்று யோசனை சொன்னார் கட்டக்கோனார். எல்லோரும் ஆமோதித்தார்கள் அவர் பேச்சை.

அவன் கையிலிருந்த திருக்கை மீன்வாலை எல்லோரும் ஒன்று சேர்ந்து பிடுங்கிப் பார்த்தார்கள். மீன் ஆயுதத்தை அவனிடமிருந்து பிரிக்க முடியவில்லை.

எல்லா ஊர்களுக்கும் ஆள் அனுப்பித் தேடினார்கள். இதே மாதிரித் திருக்கை மீன் வாலைக் கொண்டு வருபவனுக்கு

தகுந்த மரியாதையும் பரிசும் தருவதாக ஊர் முடிவு செய்தது. சுற்று வட்டார மெல்லாம் மதலைத்தேவன் திருக்கை வாலைப் பற்றிப் பரவியது.

'அது இருக்கும் தட்டியும் கடவுளாலும் அவனை ஜெயிக்க முடியாது' என்றார்கள் வழிப்போக்கர்கள். தேடிப் போனவர்கள் விதவிதமான ஆயுதங்களைக் கொண்டு வந்தார்கள். ஒவ்வொரு ஆயுதத்தின் பூர்வோத்திரங்களை பரிசீலித்துப் பார்த்தார் கட்டக்கோனார். போராசைக்காரன் கொண்டுவந்த எல்லா வாளும் காலாவதியாகி விட்டன. போர்களின் வடுக்களால் துன்புற்றிருந்தன. தவறுதலாக விழுந்த ஆயுதங்களை தூர எரிந்தார் கட்டக்கோனார். பட்ட காயங்களும் கெட்ட குடிகளும் வாளின் முனைகளில் எழுதப்பட்டிருந்தது. கட்டக்கோனாருக்கு ரணத்தின் காந்தல் ஏற்பட்டது. எல்லா ஆயுதங்களும் பாழாகின்றன. அவற்றை வெற்று இரும்பாகவே மதித்தார் கட்டக்கோனார். உதவாக் கரை வாளைத் திருப்பி அனுப்பினார்கள் ஊரைவிட்டு.

'யார் மீதும் பிரயோகிக்கப்படாத வால் உலகத்தில் இருக்கிறதா... அந்த வால்தான் மதலைத்தேவன் கையில் இருப்பது' வாலின் நிழல் நீண்டு ஊரையே தன்வசப்படுத் தியது. எல்லோரும் விளக்குத் தூணில் கட்டப்பட்ட திருடன் முன் அமர்ந்திருந்தார்கள். அவன் முதுகில் ஒட்டியிருந்த திருக்கைவால் அசைந்து பேசியது.

திருக்கைமீன் வாலின் பூர்வக் கதையை கேட்டார் கட்டக் கோனார். விளக்குத்தூணிலிருந்து நீண்டு வந்த திருடன் நிழல் தனக்குள் மறைத்து வைத்திருக்கும் திருக்கை மீனின் ரகஸியத்தைச் சொன்னான். ஆதியில் இருந்த திருடன் திருக்கை வாலோடு இருந்தான். அவன் உடல் மீன்செதில் களால் மறைக்கப்பட்டிருந்தது. திருடனின் பரம்பரைக்கே திருக்கைவால் சொந்தம். பூட்டன் தன் பேரனுக்கு திருக்கை வாலை அறுத்துக் கொடுத்தான். தலைமுறைக்கு விதை உன்றினார்கள். பழைய மூதாட்டியிடம் அந்த வாலால் ஜெயித்த வால் மறைத்து வைக்கப்பட்டிருந்தது. மதலைத் தேவன் தகப்பன் களவில் கொல்லப்பட்ட போது திருக்கை

வால் தவறி விழுந்து விட்டதால் அவன் உயிர் பலியானது. அவன் தகப்பன் மகனுக்கு கொடுத்த கடல்மீனின் வால்தான் அது. தன் வாலை அறுத்துக் கொடுத்து விட்டு அந்த மீன் தண்ணீரில் மறைந்தது. அந்தப்பூர்வ மீன் பனி கக்கும் மலையில் இருக்க வேண்டும். அங்கே அதன் பாதி உடல் பனியாக மாறியிருக்கும்.

பின்னால் வந்தவர்கள் ஒவ்வொரு களவின் போதும் பனியைப் பார்த்தார்கள். யுத்தத்திற்கு முன் மரணம் பனி யாகத் தெரிந்தது. 'திருடனுக்கு திருக்கை வாலைக் கொடுத்த திருக்கை மீன் இப்போது இருக்கிறதா?' என்று ஊர் மக்கள் ஆவலோடு கேட்டார்கள் மதலைத்தேவனை. மனிதர்களால் தீண்டப்படாத தண்ணீர் எங்கிருக்கிறதோ அங்கு திருக்கை மீனின் பாதி உடல் ஜீவித்திருக்க வேண்டும். ஊரே அதை ஆமோதித்தது.

சிறுவர்கள் இன்னும் பக்கமாக நெருங்கி வந்து அதைக் கேட்டார்கள். மதலைத்தேவன் முகத்தையே உற்றுப் பார்த்தார்கள். வெயிலும் மழையும் இருளும் ஒளியுமாக உருவான திருடனின் முகத்தில் அவன் முன்னோர்களின் சாயல் இருந்தது. சிறுவர்கள் திருடன் அருகில் சென்று மீன் வாலைத் தொட்டுப் பார்த்தார்கள். திருடன் முகத்தில் மீன் துள்ளியது. குழந்தைகளோடு மட்டுமே திருடனால் சிரிக்க முடிந்தது. திருக்கை வாலைத் தொட்ட எல்லோரையும் கனவுகள் வந்து மூடிவிட்டன. விளக்குத் தூணைச் சுற்றி பூச்சிகள் பறந்து கொண்டிருந்த பின்னிரவில் கயிற்றை அறுத்துக்கொண்டு தப்பியோடினான் மதலைத்தேவன்.

திரும்பவும் கீகாட்டுத் திருடனைப் பிடிக்க முடிய வில்லை. அவன் கையில் இருந்த திருக்கைவால் யாரைக் கண்டாலும் முறுக்கியது. 'கிட்ட வந்தால் குத்துவேன்... தூரப் போனால் வெட்டுவேன்... ஓடிப்போனால் நீண்டு வருவேன்' என்றது ஊருக்குள் புகுந்த மதலைத்தேவனைச் சுற்றி வளைத்துக்கொண்ட சமயத்தில் எல்லாருடைய விரல் களையும் தீண்டிச் சென்றது மீன்வால். அதன் சுழற்சியைத் தாக்குப்பிடிக்க முடியாமல் தப்பவிட்டார்கள் திருடனை.

சிறுவடுவாக மாறிய திருக்கை மீன் அடையாளம் எல்லார் கையிலும் இருந்தது.

தேள் கொடுக்கு மீசையை திருக்கிவிட்டு கொறடையும் போர்வையும் தோளில் போட்டு திருக்கை வாலை இடுப்பில் சேர்த்துக்கட்டி வனந்திரியும் 'இருளனாய் வேட்டைக்குப் போனான் மதலைத் தேவன்.

வழிப்பறிகள் ஏராளம். கன்னம் வைத்து திருடுவான். திருட்டுக்கு நாள் குறித்து வருவான். ஆற்றுப்பாலத்தில் மாறு வேஷத்தில் வழி மறிப்பான். பெண்கள் யாரையும் துன்புறுத்த மாட்டான். காட்டிக் கொடுக்க ஒருவருமில்லை. ஜில்லாகேடி என்று பேர் விளங்கியது. மதலைத்தேவன் ஒளிந்திருக்கிறான் என்று இரும்புத் தொப்பிகள் இருநூறுடன் காலன் துரை முற்றுகையிட்டான் ஊரை. 'மதலைக் கருப்பன் வீட்டுக்குள் இருக்கானா... ஒளித்து வைத்தவர் தலையை எடுப்பேன்... சொல்லுங்கள் அவனை...' என்று வீடு வீடாய் போலீசு உருட்டியது. ஓட்டடுக்கு வீட்டுக்கு மேல் கூரை பிரித்து வீடுவீடாகத் தாவி இரும்புத் தொப்பிக்கு மேல் ஓடினான் மதலைத்தேவன். போலீஸ் விரட்டி விரட்டி ஓடியது பின்னால். திருடன் மறைந்த திக்கில் கள்ளிகள் தலையை அசைத்து அவன் இல்லை இல்லையென்று மறுத்தன. காட்டு முள்ளில் காக்கிச் சட்டைகள் சிக்கித் தொங்கின. பாதை மிரட்டும் திக்கில் ஓடி மறைந்தான் மதலைத்தேவன்.

அவன் தலைக்கு விலை வைத்து காலன் துரை பல்லை நெறுநெறுவென்று கடித்துத் திரிந்தான். வெள்ளைக் குதிரையில் கள்ளிக்காட்டை எட்டிப்பார்த்தான். காலன்துரையைக் கண்டு கள்ளித்தலைகள் அசைந்து இல்லை இல்லை இல்லை என்றன. இனி மதலைக் கருப்பனை உயிரோடு விட்டால் வெள்ளையன் தொப்பி தவறி விழும் என்று பெஷல் ரேஞ்சுகள் கூடார மடித்துச் சுற்றிவந்தன காட்டை. பனங்காட்டு நரி தொலைவில் இருந்து ஊளையிட்டு காலன் துரையின் காதைக் கிழித்தது. எதிரி வாரான் என்று மலைக்கு மேல் ஒளிந்துகொண்டான் மதலைத் தேவன்.

திருடனைப் பிடிக்க காய்ச்சல் தட்டுகளை வைத்தார்கள் கட்டக்கோனாரும் வெள்ளூலுவைப் பயலும். எளிதில் அகப்பட்டுக் கொண்டான் திருடன். கட்டப்கோனார் கிட்ட வந்து பார்த்தபோது தட்டுகளில் பறவைகள் விழுந்து கிடந்தன. மதலைத்தேவன் தப்பிவிட்டான். காய்ச்சல்கள் கூட்டமாய் திருடன் தப்பி விட்டத்தைக் கத்தின. இந்த முறையும் ஏமாற்றி விட்டான் திருடன். அவன் விட்டுச் சென்ற தடத்தில் மிருகத்தின் விரல்கள் பதிந்தன. கட்டக் கோனார் வெள்ளூலுவைப் பயலை தோளில் தூக்கிக்கொண்டு மிருகத்தின் விரல்களைத் தொடர்ந்து போனார். குறிப்பிட்ட தூரத்தில் அவன் தடம் காணாமல் போனது. காய்ச்சலுக்கும் வெள்ளூலுவைக்கும் திருடனைத் தெரியும். மாறிமாறிக் கால் சிக்கிய காய்ச்சலை விடுவித்தார் கட்டக்கோனார். எல்லாம் குய்யா... முய்யா... என்று கூவிப் பறந்தன. வெயிலின் வெம்மையிலும் அழுத்தத்திலும் பறந்து சென்ற காய்ச்சல் பறவைகள் திருடனிடம் போய்ச் சேர்ந்தன. 'எப்படியும் தப்பிப் போனவன் அகப்படுவான்... ஒருநாள் இல்லாட்டியும் ஒருநாள் மதலைத் தேவன் என் தட்டில் அகப்படாமலா போகிறான்' என்று வெறும் தட்டுகளோடு திரும்பி வந்தார் கட்டக்கோனார். அம்மணச்சிறுவன் உலுவை மீனாக ஊரெங்கும் நீந்தித் திரிவான். வெள்ளை வெளே ரென்று அவன் வெள்ளூலுவையாட்டம் எல்லா உயரங் களிலும் நீந்தினான். அவன் தாயார் அவனை தவிட்டுக்கு வாங்கியதாகச் சொன்னார்கள். திருடனைக் காணாமல் தட்டளிந்தான் வெள்ளூலுவை. நிலா வெளிச்சத்தில் வெள்ளூலுவை மின்னியது. திருடன் நிழல் விழுந்து கிடந்த ஊரில் வெள்ளூலுவைக்காகவே திருடன் அங்கிருந்தான். ஒளி மீனைக் கண்ட அதிசயத்தில் திருடன் மயங்கி விட்டான். எப்படியும் வெள்ளூலுவை மீனைத் தேடி திருடன் வருவான் என்றார் கட்டக்கோனார். மீனை வைத்து திருடனைப் பிடிக்க நினைத்தார்கள் ஊரார்.

எந்த வீடும் சொத்தமில்லாத வெள்ளூலுவை நிலா வெளிச்சத்தில் திருடன் நிழலைத் தேடியது. திருடன் எங்கும்

இருந்தான். காட்டுக்குள் அவன் உருவம் அசைந்தது.

'வெள்ளுலுவே... என் வெள்ளுலுவே... என் மரப்பாச்சி பெத்தமகனே' என்று மதலைத் தேவன் காட்டிலிருந்து வெள்ளுலுவையை அழைத்தான். போகப்போக அசையும் ஒளியில் தள்ளிப் போய்க்கொண்டிருந்தான் திருடன். வெகு தூரத்தில் நின்று சின்ன மீன் நீந்தி வருவதைப் பார்த்துக் கொண்டிருந்தான். சுண்ணாம்புப் பாறையில் அடிவயிற்றை வைத்து வெப்பத்தை உள்வாங்கும் காட்டுப் பல்லியாக மதலைத்தேவன் பாறையில் ஒட்டியிருந்தான். பசியில் அடிவயிற்று நெருப்பை பாறையில் ஒட்டவைத்துப் பாறை வடிவத்தையடைந்தான். பிய்த்தெடுக்க முடிய வில்லை திருடனை. அடிவயிற்றிலிருந்து சத்தம் வந்தது. 'வெள்ளுலுவே... என் வெள்ளுலுமே' திருடனின் தனிமை யான குரல் காட்டுக்குள் எதிரொலித்தது.

உயரமான மரங்களிலிருந்து கூவி அழைத்தான் சிறுவனை. இருண்ட மரங்களின் அடியில் நீந்திச் சென்றது வெள்ளுலுவை. எங்கும் திருடனின் கால்தடம் கிடந்தது. செடி மறைவில் கற்களின் ஓரங்களில் அவன் அடையாளம் இருந்தது. எல்லாவற்றையும் தொட்டுப்பார்த்தான் சிறுவன். காட்டின் எல்லையற்ற விரிவுமேல் எழுந்து தனக்குள் மறைத்துக்கொண்ட திருடர்களின் ராஜ்ஜியத்தை மெல்லிய வரைகோடுகளாக எடுத்துக்காட்டியது காடு. காணாமல் போன திருடர்களின் மறைவிடங்கள் தெரிந்தன. அவர்கள் எல்லோருமே அங்கு மறைந்திருக்கிறார்கள். மெல்ல முணு முணுத்தது காடு. காட்டின் முறட்டு வடிவத்தில் திருடர் களின் கை கால்கள் முளைத்திருந்தன. கூப்பிடக் கூப்பிடத் திரும்பிப் பாராமல் நடந்து போகிறான் மதலைத்தேவன்.

வெள்ளெருக்கம் பூவின் அடியில் சாரைச் சாரையாக காட்டெறும்புகள் திரும்பிப் பார்த்தன. காட்டுச் செடியாகி திருடன் அசைகிறான். காட்டெறும்புகள் போகும் திசையில் திருடன் தடம் கிடந்தது.

வெள்ளுலுவை திரும்பி வந்தான் காட்டிலிருந்து. ஊருக்குள் திருடன் அடையாளம் விழுந்தது. இரவாக

வெளிறிய கற்றாலையின் நிறத்தில் வெளிச்சமடைந்தது ஊர். இரவின் கற்றாலை நெடிக்குள் ஊரே நிசப்தமாகி மயங்கியது. அங்கு யாருமே இல்லை. வெள்ளூலுவை மின்னி மின்னி நீந்திச் செல்கிறது ஊருக்குள். வெளியில் உருவான பனி அணுக்கள் பொடிப் பொடியாக தெருவில் இறங்கியது. அவனை மூடும் பனி அணுவை ஒவ்வொன் றாகப் பிடித்து விழுங்கியபடி எட்டிப் பார்க்கிறான். அவனுக்கு அருகில் திருடன் நடந்து வருகிறான். வீடுவீடாய் எட்டிப் பார்த்தான். ஓட்டு வீடுகளின் நிழல் நீண்டு விழுந்தது. அதன் ஓரமாக நடந்து கொண்டிருந்தான் திருடன். குழந்தை யின் அழுகுரல் கேட்டுப் பதைக்கும் அவன் உருவம். ஊரைவிட்டு வெளியேறாத அவன் நிழல் தெளிவடைந்து பாறைகளும் பழங்கால வீடுகளும் தோன்றிய ஊரில் அதிசயங்களைத் தேடிக்கொண்டிருக்கிறது. எல்லாமே திருடுவதற்காக விடப்பட்டுள்ளன. எதையுமே அவன் எடுக்கவில்லை. உறங்கும் எல்லா முகங்களிலும் பழுப்பு ஒளிபடும். ஓட்டு வீட்டுக்குள் உறங்கும் அவர்களோடு சேர்ந்து உறங்குவதற்காக திருடன் உருவம் வீட்டுக்குள் எட்டிப்பார்த்தது. அவர்களோடு கண்மூடி உறங்குகிறான் திருடன். அவனுக்கு உறக்கம் என்பதே இல்லை அவர்கள் எல்லோரும் உறங்கும் இடத்தில் தோன்றும் விவரிக்க முடியாத விந்தை உணர்ச்சியில் திணறிப் போனான். உறக்கத்தின் சாயலைப் பார்த்தபடி அமர்ந்திருக்கிறான். உறக்கத்தின் சாயலில் எல்லோரும் கண்மூடி அசைகிறார்கள். உறக்கமும் வெளிர் ஒளியும் கலந்த நீரில் ஊர் மூழ்கியிருக் கிறது. அந்த வெளிறிய நீரில் வெள்ளூலுவை மட்டும் நீந்திவந்து ஒளிமிகுந்த திருடன் முகத்தில் ஒட்டி அசை கிறது. திருடன் தோள்களில் மார்பில் குதித்து நழுவிப் போகிறது. அதை அவனால் பிடித்த வைக்க முடியவில்லை. ‘வெள்ளூலுவே... என் வெள்ளூலுவே...’ திருடன் உதடுகள் முணுமுணுத்தன. அவனை விட்டு வெள்ளூலுவை நீந்திப் போகிறது. எல்லா உறக்கத்தின் ஊடேயும் அவற்றின் சாயலாய் நீந்திச் செல்கிறது. கனவுக்குள் மின்னி அசையும்

வெள்ளூலுவை உறக்கத்தின் புதிருக்குள் காணாமல் போகிறான்.

வீடுகளின் ஜன்னல்களும் கதவுகளும் தெருவும் திறந்த ஒளியாக அசைகிறது. எல்லா வழிவழியாகவும் வெள்ளூலுவை நீந்திப் போகிறான். அவர்கள் உறக்கத்தைப் பார்த்து தானும் கண்ணை மூடித் தூங்கிக் கொண்டிருக்கிறான் திருடன். அவர்கள் கைகள் புரள்வதை கால்கள் தானான அசைவதை கர்ணமடித்துச் சுற்றுவதை கால்மாடு தலைமாடாக உறங்கும் குழந்தைகளின் சாயலை கனவில் அசைவதை அதிசயமான உருவங்கள் நீந்தி வருவதை உறக்கத்தின் சாயலில் பார்த்துக் கொண்டிருக்கிறான் திருடன். முகங்கள் அண்ணாந்து கண் இமைகள் சலனமற்று உறக்கத்தில் மூடியிருப்பதைப் பார்த்தபடி இருக்கிறான். திருடன் நிழல் வீட்டுக்குள் படிவதை வயோதிகர்கள் உணர்ந்திருக்க வேண்டும். உறக்கத்தினிடையே முணுமுணுக்கிறார்கள். எத்தனையோ இரவுகள் அத்த ஊரின் உறக்கத்தை ஜீவனின் சுவாசத்தை கேட்டபடி விழித்திருக்கிறான் திருடன்.

இரவில் மெல்ல ஊர்ந்து வரும் கதவுகள் இல்லாப் பெட்டகம்தான் திருடன் மனம். அதிலிருந்து அணுவணுவாக விழும் மணலைப் பார்த்து அந்த ஊர் நீண்ட இரவுகள் வாழ்ந்துவிட்டதை திருடன் கண் திறந்து பார்த்துக் கொண்டிருக்கிறான்.

தவிட்டுப்பனி விழும் ஒளியில் அவன் உருவம் அசைந்து போவதை எல்லோரும் ஊர் எல்லையிலிருந்து பார்த்தார்கள். எத்தனையோ நாள் விழுந்த தெருநிழலில் தென்படுவான். தெருவைக் கடந்து மறைவான். ஊருக்குள் ஓடி ஒளியும் அவன் நிழலைப்பிடிப்பதற்கு ஒருவராலும் முடியவில்லை. பால் ஒளியின் ஈரத்துடன் திருடன் சுவடு விழும்.

மழையும் காற்றும் சீற்றத்துடன் சத்தமெழுப்பியது. இரவின் குளிர்ந்த தோற்றத்தில் ஊரே உறங்கியபடி கேட்டுக் கொண்டிருந்தது. மண்சுவர்களுக்குள் ஈரம் இறங்கி உறங்கும் உடலில் புகுத்து எங்குமில்லாத இதத்தைக் கொண்டுவந்தது. உறக்கத்தினிடையே வரும் விந்தையாக மழைக்காற்று

குளிர்ந்து இறங்கியது. ஜன்னல்களையும் கதவுகளையும் தட்டுவது திருடனாகத்தான் இருக்க வேண்டும். இடி இடித்தது. வீடுவீடாய் கதவைத் தட்டுவது அவனாகத்தான் இருக்கும். தெருவில் தண்ணீருக்குள் பலவிதமான சத்தங்கள் வந்து கொண்டிருந்தது. காற்றின் சீற்றம் கூரையிலிருந்து கீழ்நோக்கிச் சரிகிறது. போய்த் திறந்து அவனை உள்ளே அழைக்க யாரும் முன் வரவில்லை. மழைத்துளிகள் தெருவிலேயே விழுகின்றன. மழையின் எல்லா சத்தங்களோடும் திருடன் முகம் எட்டிப் பார்த்தது. ஒவ்வொரு வீட்டின் ஜன்னல் வழியாகவும் சாய்ந்து விழும் தூரலும் காற்றும் குளிர்ச்சியுடன் படிகிறது வீட்டுக்குள். மழைக்காற்றின் ஈரப்பதபதப்பில் திருடன் எட்டிப் பார்த்தான். ஓட்டு வீடுகளின் மேல் விழுந்து நொறுங்கும் ஆலங்கட்டிகள் உருண்டு சத்தத்துடன் கீழே படிகின்றன. தண்ணீரின் ரகஸிய அற்புதமானது ஆலங்கட்டிகளுக்குள் ஒளிந்திருக்க வேண்டும். எல்லோரும் ஓடி ஓடிப் பொறுக்குகிறார்கள். கையில் எடுத்தவுடன் தண்ணீராக மறைவான் திருடன். மழை ஓய்ந்த தெருவில் அவன் வந்து போன அடையாளங் களை குனிந்து தேடுகிறார்கள். மழைச்சுவடுகளில் தெருவே அரிக்கப்பட்டு மணல் மேவுகிறது. அதன் மீது குத்துக் குத்தாய் துவாரங்கள். வெவ்வேறு நிறமணல் தோன்றி வளைந்து வளைந்து பரவியிருந்தது. நீரின் தடத்தில் திருடன் உருவைக் கண்டு முன்னாளில் இருந்த எல்லோரது வாழ்வின் மழைநாட்கள் நினைவில் தோன்றும்.

எந்த திருடனாலும் இன்னொரு திருடனைப் பிடிக்க முடியாது. மதலைத்தேவன் மலைக்கு மேல் பதுங்கி யிருந்தான். பொந்துபுதரும் அவனைக் காத்து வந்தது.

தனிமையடைந்த மலையில் பல உருவங்கள் இருந்தன. அதைக்கண்டு ஊரே நடுங்கியது. உச்சி மலையில் தலை வைத்துப் படுத்திருந்தான் மதலைத்தேவன். அங்கு யாரும் வர முடியாது. எல்லா உயரங்களிலும் சாவின் அமைதி. அது கலங்கப்படாமல் இருந்த இடங்களிலேயே சஞ்சரித்தான். அவனுக்காக இந்த உலகத்தில் யாருமே இல்லை. அலாதியான

மலைகளில் தான் தோன்றியாகத் திரியும் மிருகங்களோடு நெருங்கியிருந்தான் மதலைத்தேவன். உச்சியை மூடும் பனிப் போர்வை மதலைத் தேவனைப் போர்த்தி அரவணைத்துக் கொண்டது. காலன் துரையால் தேடப்பட்ட மதலைத் தேவன் பனியில் உறைந்துகிடக்கிறான். அவன் திருக்கை மீன்வாலைப் பனி மூடிவிட்டது. கொறடும் அவன் போர்வையும் தனியே கிடக்கிறது பனியில். எல்லோரும் கைவிட்டுப் சென்றபின் கடைசியாக அவன் தாயாரைப் பார்க்க நினைத்தான். அங்குதான் காவல் அதிகமென்று தெரிந்தும் புறப்பட்டுப்போனான். தொலைவான கிராமத்தில் அவள் இருந்தாள். இப்போதோ பிறகோ என்று அவள் உயிர் மகனுக்காகக் காத்துக் கொண்டிருந்தது. அங்கு எப்படியும் மதலைத்தேவன் வருவான் என்று இரும்புத் தொப்பிகள் காத்துக் கொண்டிருந்தன. அவன் வருவதை அறிந்த பூனைகள் தொலைவிலிருந்து ஓடிவந்து அவன் அம்மா மீது வாலினால் அடித்தன. பூனை வாலின் அடிபொறுக்காமல் திரும்பிப் பார்த்தாள். பூனைவால் நகர்வதுபோல் தரைக்கு மேல் உரசிச் சுழன்று வந்தான் காட்டிலிருந்து. யாருடைய கட்புலனுக்கும் அடைபடாத சுழிவில் அம்மாவிடம் வந்து சேர்ந்தான் மதலைத்தேவன். மகனைத் தாயார் கட்டிக் கொண்டு விசும்பினான். விளக்கைத் தூண்டி மகன் முகத்தி லிருக்கும் ஒளியை கொஞ்சநேரம் பார்த்தாள். விளக்கு பிரகாசமடைந்து நடுங்கியது. அவள் தகப்பன் பூர்வீகத்தில் மகளுக்குக் கொடுத்த திருடர்களின் பாம்பு நெளிவு மோதிரத்தை நரம்பு முற்றிய விரலிலிருந்து களட்டி அவன் கைக்குள் திணித்து. 'நீ வச்சுக்கோய்யா... எப்பவும் உன் கூடவே இருக்கட்டும்' என்று அவன் கையை மூடிக் கொண்டு முணுமுணுத்தான். பச்சை ஒளியாக அவள் கண்கள் மின்னியது. கொள்ளிக்கட்டைகளாக பளிச்சென்று இருட்டில் நிலை குத்தியது. நாக இனத் திருடர்களை ஒரு கணம் நினைவு கூர்ந்தாள் கிழவி. அவர்கள் எல்லோரும் அதே இருளில் அவள் கண்முன் அசைந்தார்கள். அவர்கள் எல்லோரிடமிருந்தும் கைமாறி வந்த பாம்பு நெளிவு

மோதிரம் மகனிடம் கைமாறியது.

பாதங்கள் உரசின வெளியில். வேற்று நாகர்களின் வாடையை உணர்ந்த கிழவி விளக்கை ஊதி அணைத்தாள். கடைசி இருள் குபீரென்று தாயாரை மூடியது. அவன் கைகள் அம்மாவைத் தொடுவதற்கு இருட்டில் தட்டளிந்தன. அம்மா இருந்த இருளில் இருந்து பிரிந்து எழுந்தான். அதற்குள் வீட்டைச் சுற்றிக்கொண்ட கண்களை அவன் உணர்ந்திருக்க வேண்டும். சுற்றிவர கத்திகள் வெளிச்சமடைந்தன. இருட்டின் எல்லா இடத்தையும் கிழித்து மின்னிய கத்தி வேகத்தில் ஒரு இரும்புத்தொப்பியை சூரியால் குத்திச் சாய்த்துவிட்டு ஓடிப் போயிருந்தான் மதலைத்தேவன். பூனையின் தடத்தில் வந்து போனான் திருடன். கானகத்தின் முதல் மரங்களை அடைந்த போது அபாயச்சங்கு ஒலிப்பது அவன் காதில் விழுந்தது. விடிவதற்குள் அவன் தாயாரை எடுத்து ஊரே அடக்கம் செய்தது. பதினாறுநாள் மகனுக்காகக் காத்திருந்து தாயாரின் ஆவி ஊரைவிட்டு மூதாதையரின் இருப்பிடத்திற்குச் சென்றது. அவனை காணத்துடித்த தாயாரின் ஆவியை திரும்பிப் பாராமல் மறைத்து கொண்டிருந்தான். நாகர்களின் அதிசயங்களால் எழுப்பப்பட்டிருக்கும் உலகத் திற்கு தாயார் போகிறாள். வீட்டுப் பூனைகள் ஆவியின் தடத்தில் ஓடிக்கொண்டிருந்தன. தனியாகச் செல்லும் அவளுக்குப் பூனைகள் துணையாகப் போகின்றன.

உயிரோடு இருந்த கிழத்தாயின் தழுவலை உடம்போடு எடுத்துச் செல்கிறான். அந்த உணர்வுகள் அவனை மலை யுச்சிக்கு கொண்டு போனது. அம்மா கொடுத்த உணர்வு களை சாவின் அமைதியில் படியவிட்டான். அம்மாவைச் சந்தித்த கடைசி கணங்கள் பனிச்செடியாக மாறி மலை யுச்சியில் இருந்தது. உருகி வடியும் பனி இலைகளைப் பார்த்த படி வெகுகாலம் உரைந்து கிடக்கிறான் திருடன். என்றுமே திரும்பி வர முடியாத தொலைவில் மறைந்துபோன அவன் அம்மாவின் போர்வையை எடுத்து மூடியது பனிக்காற்று. அதனுள் உறங்கும் அவனை யாரும் எழுப்பமுடியாது. அம்மாவுக்காக அவன் திரும்பி அழவுமில்லை.

633

பனி உருகி உடையும் காலத்தில் மறைந்துபோன அந்தப் பனிப்போர்வை தண்ணீராக மாறியிருந்தது. மலையுச்சியில் அமர்ந்து அம்மா கொடுத்த நாகர்களின் பாம்பு நெளிவு மோதிரத்தை உருட்டிக்கொண்டிருந்தான். அந்தப் பாம்பு கக்கிய பனிநுரையில் அதிசயக் கல்லைக் கழுவிக் கழுவி அதனுள் பார்த்துக் கொண்டிருந்தான். தன் பாதையை மலையுச்சியிலிருந்து காட்டியது பாம்பு. பச்சை ஒளியாக மாறிய நாகர்களின் உருவம் திரும்பவும் மோதிரமாக மாறியது. அதன் தலையில் இருந்த புராதனமான பச்சைக் கல்லின் பட்டைகளில் விதவிதமான நாகர்களின் சாயல்கள் வெளிப்பட்டன. வெகு தீவிரமடைந்த பச்சை ஒளியில் மதலைத்தேவனின் நாக மூதாதைகளின் நிழல் தோன்றியது. பச்சைக்கல்லை சுமந்து சுமந்தே நிழலாக மாறியிருந்தது பாம்பு. தானே கக்கிய பச்சைக்கல்லைக் கண்டு தானே அதன் ஒளியில் சென்று நாகர்களின் சாயல்களில் நடமாடியது பாம்பு. அதன் கட்டுக்கட்டான அடுக்குச் சுவடுகளில் நடந்து கொண்டே இருந்த குலத்தந்தையரின் இருப்பிடங்கள் தோன்றத் தொடங்கின. அவர்களைச் சுற்றி பாம்பின் சுருள் மூச்சே எரியும் ஸ்ருதியாக மாற; அவர்கள் கல்நாயனத்தைப் பிழிந்து இசையை எழுப்பினார்கள். பழங்கால நாகர்களின் சாயலில் இருந்த எல்லா ஒளியையும் கண்டு மயங்கிய பாம்பு தன் முழு ஆகிருதியையும் இழந்து கல்லுக்கு அடிமையாகி அதனைச் சுமந்து கொண்டிருப்பதே பாம்பின் செயலாக இருக்க வேண்டும். பாம்புச் சுவடுகளில் இருந்து அதிசயங்களுக்கு அடிமையான நாகர்கள் வெளிப்பட்டார்கள். அவர்களின் நிழல் மட்டுமே அசைந்தது. எல்லாம் அந்தப் பாம்பு நெளிவு மோதிரத்தில் இருக்கும் புராதனக் கல்லின் விந்தையால் வந்திருக்கும். மோதிரமாகச் சுருங்கி நிழலாக மாறியிருந்தார்கள் நாகர்கள். இரவு முழுவதும் மலையுச்சி யில் தோன்றும் பச்சை ஒளியில் யாராலும் தொடப்படாத தண்ணீர் அமைதியாக உறங்கிக் கொண்டிருந்தது. தண்ணீரின் மீது பச்சை ஒளி படவும் முதன் முதலாக ஒரு அலைதோன்றி திருடனைத் தொட்டது. அதன் முதல் ஸ்பரிசத்தில் எல்லா

நாகர்களின் ஆதாரமான உணர்வு தோன்றியது. உறங்கும் தண்ணீரை எழுப்பாமல் பாம்பின் சுருள் மூச்சில் கடந்து சென்றான் திருடன். ஊர் வாசலைத் தீண்டிய பச்சை ஒளி ஊர் முழுவதையும் பற்றிக் கொண்டு பரவியது. அவ்வொளியில் மயக்கமடைந்த மனிதர்கள் கனவுகளால் மூடப்பட்டு யாராலும் தீண்டப்படாத தண்ணீரைக் கண்டார்கள். திருடன் ஒவ்வொரு முகத்திலும் தொடப்படாத தண்ணீரின் முதல் அலையைக் கண்டான். அந்த ஊரார் மறைத்து வைத்திருக்கும் அதிசயமான பொருட்களில் தொடப்படாத தண்ணீரின் அதிசயமே இருந்தது. திருடனின் சந்தடியைக் கேட்கும் பாம்பின் சீற்றத்தை உணர்ந்ததும் யாராலும் கனவிலிருந்து விடுபட முடியவில்லை. திருடன் போன பின்னும் அந்த ஊரின் இரவு பச்சை ஒளியாக தெருவெல்லாம் இருப்பதைப் பார்த்தார்கள். கைபடவும் கையில் ஒட்டிக் கொண்டது ஒளி. எல்லா உருவங்களும் பச்சை ஒளியாக மாறியது. ஒவ்வொரு இரவும் தோன்றிய அவ்வொளி மலையுச்சியிலிருந்து ஊரை நோக்கி வேகமாகச் சரிந்து வந்துகொண்டிருந்தது. உறங்கும் நாகர்களின் கனவுகளில் புகுந்து எல்லோரையும் தீண்டப்படாத தண்ணீரின் ஆதார ஊற்றிற்கு அழைத்துச் சென்றது. தண்ணீரில் பட்ட எல்லா விரல்களும் மீண்டும் அலையெழுப்பின. சீற்றமடைந்த புராணகால நாகர்களின் தண்ணீர் மனிதர்களைக் கவ்விப் பிடித்துக் கொண்டு 'யாரது?' என்றது. அதில் ஏற்பட்ட நீர்ச்சுழியில் திருக்கை மீனின் கண்கள் தோன்றின. அந்தக் கண்களின் ஆழத்தில் உலகம் தோன்றிய காலத்திலிருந்து எல்லா நினைவுகளும் நீர்க் கோடுகளாக தோன்றியபடி இருந்தன. தண்ணீர் தூங்கியபடியே அவர்களைத் தன் நினைவாற்றலின் பல்லாயிரம் தலைமுறைகளைப் பற்றி யோசித்துக் கொண்டிருந்தது. திருடர்களுக்கு முந்திய நாகர்களின் பாரம்பரியத்தைப் பற்றி அதன் நினைவுமெல்ல அசைபோட்டு அசைபோட்டு அவர்கள் எல்லோரையும் வானவில் நீர்ப்பாம்பு தன் நீர் உடலாக மாற்றி தன்னோடு இணைத்துக்கொண்டது. எல்லோருமே தண்ணீராகக்

கரைந்து தீண்டப்படாத தண்ணீரின் மீது வெள்ளுலுவை மட்டும் தனியாக நீந்திக் கொண்டிருந்தது. மனிதர்களால் தேடப்பட்டு வந்த எல்லா அர்த்தங்களும் வெற்று அறைகளில் நிரம்பிய தீண்டப்படாத தண்ணீரின் வெளிர் நிறமாக இருக்க வேண்டும். நீர் நிரம்பிய வெற்று அறைகளில் கண்ணாடித்தூள் ஒன்று மின்னி மின்னி மறைந்தது. அதுவே நாகரின் குறியீடாக மாறியிருக்க வேண்டும்.

ஊரில் ஒவ்வொரு இரவும் தொடப்படாத தண்ணீரின் அடியில் உறங்கும்பதுமைகளைத் தேடி திருடன் வந்து கொண்டிருந்தான். கனவுகளின் புதிர்வழியே நாகர்களுடன் சாய்வாக நீந்தி மறைவான். நீரின் அடியாழத்திலிருந்து 'வெள்ளுவே... என் வெள்ளுலுவே' என்று குரல் எதிரொலித்தபடி இருந்தது.

●

56

கண்ணாடியுள் அதீத சரித்திரத்தின் மியூசியம்

எல்லைகளைக் கடந்து போய்க் கொண்டிருந்தான். அபாய அறிவிப்புப் பலகையில் துருப்பிடித்து எழுத்துகள் அவனைப் பார்த்து எச்சரித்து அதிர்ச்சிக்குள்ளாயின. எல்லைக்கோடு களால் கீறிக்கீறி பூமியைதுண்டு துண்டாகப் பங்கிட்டு அவனுக்கான எல்லை வரம்புகளை நிர்ணயித்தவர்கள் மனிதர்களாகத் தான் இருக்கும். அவன் விவகாரஎல்லை முடிந்து விட்டது. அடுத்த பிரதேசத்திற்குள் கால் வைத்து விட்டதால் பிடித்துக் கொண்டன கரையான்கள். விரல்கள் காகிதங்களில் கரைந்து ஓடுவதை மனோகரனால் நிறுத்த முடியவில்லை. மனோ மனோ?... நில்லு நில்லு... இதோ நானும் வந்து விடுகிறேன். நில்லு மனோ... நில்லு... அவனை நெருக்கமாகக் கூப்பிட்டபடி விரட்டிப்பிடிக்கத் தொடர்ந்த கால்கள் மெதுவாக சப்தமில்லாமல் அவனைத் தொடுவதை அவன் பார்த்துக் கொண்டிருந்தான். அதன் கால்கள் அவன் மீது தந்தியடித்துக் கொண்டிருந்தன. தொடாதே என்னைத் தொடாதே அற்ப ஜந்துவே... விடுவிடு என்னை. கரையான் சிரித்தபடி அவன் மீது பதியும்போது கொஞ்சம் கொஞ்சமாய் பொத்தல் விழுந்தது. எதிலெதிலோ கீறல்கள் விழும் ஒலி துணுக்காகக் கேட்டது அவனுக்கு. சில்லுச்சில்லாய் உடைந்த கண்ணாடி அறைகளில் சடசடத்த கீறல்களின் விநோத ஒலியில் எல்லாமே நிலை குலைந்து போனது. என்ன செய்ய? என்ன செய்ய? இனிமேல் என்ன செய்ய முடியும் அவனால்? இன்னும் எழுதி முடிக்க வேண்டியவை இருந்து கொண்டிருக்கும்போது இவ்வளவு

சீக்கிரத்தில் அவனை உடைத்து அவன் சிமிழிகள் எல்லாமே உடைந்து கொண்டிருந்தன. ஒவ்வொ சிமிழும் ஒவ்வொரு வருக்காகப் பாதுகாத்து வந்தவை. ஒரு சுடரின் தனித்தனி சாயல்கள் கண்ணாடிகளில் பரவுகின்றன. மூடிப் பாதுகாத்து வந்த ஒவ்வொன்றும் துணுக்குற்று உடையும். சிறுமி களிடம் கொடுக்கப்படாதவையும் தொலைந்து போயின. டிடோ வாத்தையும் இழந்து விட்டிருந்தான். விடாமல் துரத்திக் கொண்டு வரும் கரையானின் கால்களிடமிருந்து டிடோவாத்திடம் கொடுக்க வேண்டிய சிமிழிகள் தப்ப முடியாமல் போய்விடுமோ. ஒவ்வொரு மிருகமும் தந்த சிறு சிமிழிகளுக்குள் எதை எதையோ தடுமாற்றங்களுடன் பதிந்து வைத்திருந்தான். எல்லாவற்றையும் கரையான் உடைந்தது. சிலவற்றையாவது காப்பாற்ற வேண்டும். உடைந்தவற்றின் எதிரொலிகள் சதாவும் உருண்டு கொண்டி ருந்தன. கரையானிடமிருந்து தப்ப முடியுமா? தன்னைச் சுற்றிச் மடிக்கப்பட்ட கண்ணாடிச் சுவர்களில் சிறுமிகள் பதுமைகளாக உறங்குகிறார்கள். அவர்கள் என்றுமே உறங்கும் அவனது கண்ணாடி மடிப்புகளில் கரையானின் கால்கள் பதிந்து கீறுகின்றன. உறங்கும் பதுமைகளை எழுப்பாதே.. அவைகளை ஏன் அப்புறப்படுத்த நினைக் கிறாய். கண்ணாடிகள் எங்கும் கரையான். அவனுள் மடிப்புக் கண்ணாடி அறைகளில் சிறுமிகள் விளையாடும் கனவுத் தோட்டம் உருமாறும் ரோஜா இலைகள் சிரித்து அசைந்து கொண்டிருந்தன. ஒவ்வொரு இலையிலும் அவர்கள் எழுதிய கதைகளும் படங்களும் குறிப்புகளும் ஓடிகின்றன. இலைகளில் கால்கள் நகர்ந்து அழிவின் கதையொன்றை கீறிச் செல்லும் கரையான். உடைந்து விட்டால் ஒட்ட வைக்க முடியாமல் போகும். உருவாகும் கண்ணாடிச் சருகுகளின் காகிதச் சுருள்களில் சிறுமிகள் படம் வரைந்து கொண்டு இருக்கிறார்கள். சருகுகளில் சத்தத்துடன் நடமாடித் திரிகின்றன கரையான்கள். கால்களில் உருவாகும் கீறல் மறுதலிப்புகள். அவனை மறுதலித்தபடி சுவர்களில் சுற்றி வந்து கொண்டிருந்தது.

கரையும் விரல்களைச் சுற்றி காகிதங்கள் சுருண்டு ஸ்படிகமாய் ஊடுருவும் ஒளி கரையானின் அரக்குநிறக் கால்கள் படிந்து வந்தது. அவன் வார்த்தைகள் ஒடிந்து விழுந்தன. சம்பவங்கள் அழியத் துவங்கின. பிளவடையும் எழுத்தில் தோன்றும் வெற்றிடங்களில் கதாபாத்திரங்கள் உருகத் தொடங்கியது. அவனால் எழுதப்படாமலிருந்த கதையின் மறுபக்கத்தில் கரையான்களின் கால்கள். எழுத முடியாத பக்கங்களில் இருந்தவர்கள் எட்டிப் பார்த்துக் கொண்டிருக்கிறார்கள். புனைவு வேகத்துடன் தொற்றிக் கொண்ட கரையான்கள் அவன் நினைவுப் பாதையில் ஊர்ந்து வருகின்றன. விரல்களின் காகித ஓட்டத்தை தாண்டி ஓடும் கரையான்கள் அவனைத் திரும்பிப் பார்க்கின்றன. புனைவிலிருந்தவை பதிவு செய்து கொண்டிருந்தவைகளின் மீது கரையான்கள் வார்த்தைகளை அரிந்து செல்கின்றன. அரிக்கப்பட்ட சிதிலங்களில் எழுதப்பட்டவர்களும் தொலைந்து போனவர்களும் எட்டிப் பார்க்கிறார்கள். அவர்கள் மீதும் தன் கால்களைப் பதித்த கரையான் அவர்களைப் பிடித்துக் கொண்டது. அவர்களுக்குள் குடைந்து தொற்றிப் படர்கிறது. எல்லாம் கரையானின் கண்களில் அரக்கு நிற வெளியாகி விட்டன. பழமையடைந்த அவனும் அவர்களும். இன்னும் வேக வேகமாக ஓடுகிறார்கள். மூச்சிரைக்க ஓடுகிறான். சுற்றி வந்து கொண்டிருக்கும் அழிவின் சமீபத்தில் எல்லைகளைக் கடந்து ஓடிக் கொண்டிருக்கிறான். அவன் கொண்டு செல்லும் இன்னும் மிச்சமிருக்கும் சிமிழ்களில் சிறுமிகள் உறங்கிக் கொண்டிருக் கிறார்கள். அவர்களுக்காக அவன் கரையானிடமிருந்து தப்பிவிட நினைத்தான். அவன் அறை முழுவதும் கறையான் தின்ற புஸ்தகங்கள். சுவர்களில் ஏறி நகர்ந்து கொண்டி ருந்தன. சிறகு முளைத்ததும் பெரியதும் சின்னதுமான கூட்டம். ஜன்னல் மரச்சட்டங்களின் கீறல்களில் செம்மண் கூடுகளில் கூடாரமடித்து வாழும் கரையான்கள். துருப் பிடித்த ஆணிகளில் கொட்டிக் கொண்டிருக்கும் துரு. சிறு ஓட்டைகளிலிருந்தும் பொந்துகளிலிருந்தும் வருகின்றன.

புஸ்தகங்களில் பழுதடைந்த மர செல்ப்பில் அடுக்கி வைக்கப்பட்ட எல்லாருடைய எழுத்தையும் வரி விடாமல் வாசித்து சலித்துப் போன கரையான்கள். எல்லா வார்த்தை களையும் நிறுத்தி அசைபோடும். கதாபாத்திரங்களின் கூக்குரல். விருந்து மேஜைகள் இத்து உளுத்து உதிர்கின்றன. எல்லாக் கோப்பைகளிலும் கரையான் ஒடித்த கதாபாத்திரங் களும் காவியங்களும் நிரம்பி விட்டன. எதையும் அப்புறப் படுத்த முடியவில்லை. ஏக காலத்தில் வந்து சேர்ந்து விட்டன. அவனுக்குத் தெரியாமல் அவன் தோற்றம் பதிந்த ரேக்குகளை காலி செய்து கொண்டிருக்கின்றன. அவன் எழுதிக் கொண்டிருந்த வேகத்திற்கு கரையான்கள் அவனை அரித்து வந்தன. அவன் நாற்காலி கூட ஆடத் தொடங்கி விட்டது. எல்லா அளவுகோலையும் மீறிவிட்டன. நிசப்தத்தில் விழுந்த கால்கள் ஒலி எழுப்புகின்றன. அவன் அரூபத்தில் விழுந்த கால்கள் சிறு சிறு துவாரங்களாக கண்கண்ணாக அவனைத் துளைத்து அரூபத்திற்குள் புகுந்து அங்கிருந்த எல்லாவற்றையும் மென்று மென்று அவனையும் அவனுள் இருந்த பிம்பங்களையும் கண்ணாடித் தோட்டத்தில் அழும் டிடோ வாத்துக்கள் போடும் கதைகளையும் கிளைக் கதைகளையும் குறுக்கிட்டுக் கீறிக் கீறி கால்களைப் பதித்துச் சென்று கொண்டிருந்தது. எங்கிருந்து வருகிறாய்... என்று மறுபடி கேட்டுக் கொண்டிருக்கிறான் கரையானிடம்.

'போர்க்களத்திலிருந்து வருகிறேன். எல்லோரும் மடிந்து விட்டார்கள். எல்லா ஆயுதங்களையும் கீழே போடாத எலும்புக் கூடுகள் நடமாடித் திரிகின்றன. மனித எலும்பு வியாபாரிகள் வருகிறார்கள். அவர்களையும் நாங்கள் பதம் பார்த்து விட்டோம். எனக்கு இந்தப் பாதைகள் அலுத்து விட்டன. உலகமே அருங்காட்சியமாக இருப்பதை என்னால் சகிக்க முடியவில்லை. நான் மட்டும் அருங்காட்சியகங் களைக் கடக்கிறேன். நீயோ என் கால்களின் பின்புறத்தில் ஒரு நூற்றாண்டு பின் தங்கிவிட்டாய். எல்லோருமே வீணடிக்கப்பட்டவர்கள்தான். ஒரு வகையில் நீயும்...' என்று அலட்சியமாகப் பேசிவிட்டு, விட்ட இடத்திலிருந்து தன்

பயணத்தைத் தொடர்ந்து கொண்டு பேசியது: 'நான் எங்கிருந்து வருகிறேன் என்று எனக்குத் தெரியாது. பேசுவதற்கு நேரமில்லை. பேசுவதில் அர்த்தமில்லை. நீயோ ஒரு நூறு ஆண்டு பண்டைய மனிதன். என்னை விடு' என்றது. ஒரேயடியாக அலுத்துக் கொண்டது. அதன் அதிரடி விமர்சனத்தால் கலங்கிப்போனான். பேசிக் கொண்டு தன்னை நோக்கி வந்து கொண்டிருப்பதால் பலவிதமான உறுதியான பொருட்களைதடையரணாக வைத்துப் பதுங்கிக் கொண்டான். எந்த வலுவான கோட்டையும் தூள் தூளாகி விடும் அதன் கால்களிடம், தடைமதில்கள் தகர்ந்தன. நீள நீளமான கால்களுடன் சுண்டினால் ஒடிந்து விடும் சன்னமான கால்களை அசைத்தபடி அவனைப் பார்த்துக் கொண்டிருந்தது. அவனை விட உயரமாக வளர்ந்து விட்ட கரையானின் கால்களைக் கண்டு கலவரமடைந்தான். அவனுக்கு எட்டாத இடம் புகுந்து ஓடிவரும் நீண்ட கால்கள் கண்ணாடி மடிப்புகளில் ராட்சத வடிவமடைந்து அதிக சக்தியுடன் தாக்குதலைத் தொடர்ந்தது.

கரையானின் சரித்திரம் வேறு வகையாக இருந்தது. சந்தித்த போர்களில் எல்லா வீரர்களுமே அதன் காலடியில் வீழ்ந்தார்கள். எல்லா அரசர்களும் அதனிடம் பதவி யிழந்தார்கள். மகா அலெக்சாண்டரும் கிரேக்கத்தின் புராண வீரர்களும் போர் தெய்வங்களும் கரையானால் மடிந்து போனார்கள். புதையுண்ட அதீத சரித்திர நாயகனான கரையானை அறியாமல் ஐந்துவென்று அவன் சொன்னது தான் வினை. காட்டு மிராண்டிகளின் படையெடுப்பிலிருந்து இரண்டாவது உலக யுத்தம் வரை எல்லாப் பாதைகளிலும் அதன் தடம் விழுந்தது. கற்காலத்திலிருந்த பட்டிணங்களின் கரடுமுரடான கருவிகளை முத்தமிட்டது. எரிமலைக் குள்ளிருந்து வெளிப்பட்ட கரையான் படையை வெல்ல யாருமே இருக்கவில்லை. ஹசன்டாக் எரிமலையின் பக்க வாட்டில் தீட்டப்பட்ட கரையானின் போர் வரைபடங்கள். சுமேரியச்சுட்டமண் தகடுகளில் பதிக்கப்பட்ட கரையானின் யுத்தச்சடங்கு சம்பிரதாயங்கள். தென் ஈராக்கில் நடந்து

கொண்டிருந்த போர்கள் வரை ஒவ்வொரு ஆயுதங்களின் அடியில்... அசையும் இறந்து கிடந்த வீரர்களுக்கு அடியில்... கரையான்கள். புவியும் பிரபஞ்சமும் இணைக்கப்பட்ட மேருமலையின் அச்சாணியில் துருப்பிடித்த ஓசை, கரகர கரகரவென்று கரையானின் சுழற்சியாகத்தான் வருகிறது. எல்லாவெளிகளும் மூப்படைந்து விட்டன. மேருமலை யுடன் எல்லாமே இணைக்கப்பட்டிருக்க வேண்டும். மலைப் பாறைகளில் எழுதப்பட்ட புலவரைபடங்கள் கடல் பயணங்களில் தொலைந்து போன கடல் கிழவர்கள், கழுகுகள், திசைகாட்டிப் பறவைகள், பண்டைய கப்பலின் மரத்துண்டுகள், மச்ச அடையாளமிட்ட தகடுகள், கடல் வழிகள், பண்டைய தீவுக் கூட்டங்கள், மூழ்கிய தீவுக் கூட்டங்களில் இருந்த புராதன மனிதர்கள், அவர்களின் சிறுபட்டினங்கள், அப்போது வரையப்பட்ட சில வரைபடங் களில் கரையானின் கால்கள் நகர்ந்து நகர்ந்து வருகின்றன. கரையானின் புராதனமான அரக்குநிறம் பூமியின் எல்லாப் பரப்பையும் தொற்றிப் பரவிக் கொண்டிருக்கிறது. எரிகிற வெப்பமான அரக்குநிறம் பூமியின் எல்லா ரேகைகளிலும் சாவு வேகத்தில் தொற்றியிருக்க வேண்டும். நடந்து கொண்டி ருந்த நாகரீகங்களின் அடையாளங்களைத் துளைத்துக் துளைத்து பொத்தல் பொத்தலாய் ஒவ்வொருவரின் உருவிலும் துவாரங்கள். குருக்ஷேத்திர யுத்தம் தொடர்ந்து கொண்டு இருக்கிறது. யார்யாரோசகுனிகள். கிருஷ்ணனாகி வருகிறார்கள். சூதுவயப்பட்ட குருக்ஷேத்ர யுத்தத்தில் மடிந்து கிடக்கிறார்கள். அவர்களை கரையான்கள் இழுத்துப் புரட்டுகின்றன. கிருபர், பீஷ்மர், பீமன், அர்ஜுனன் எல்லோரையும் கரையான்கள் தெருக்களில் இழுத்துச் செல்கின்றன. புராணப் புஸ்தகங்களில் தர்ம சாஸ்திர வேதங்களில் ரிஷிபுங்கவர்களின் தாடி எல்லாவற்றின் மீதும் கரையானின் படைகள் முன்னேறிச் செல்கின்றன. அதன் கால்களில் அடுத்த எட்டில் கால அடுக்குகள். செங்குத்தாக அடுக்கி அடுக்கி எடுத்து வைக்கிறது கால்களை. பாழ் வெளியில் காகங்கள் பறந்து செல்லும். கர்ணன் வீழ்ந்த

இடத்தில் கிடந்த குதிரையின் எலும்புக்கூட்டில் கால் வைத்துக் கரையும் காகங்கள். தேர்ச்சக்கரம் பலநூறு காலங்களால் அரிக்கப்பட்டு சிறு மரத்துண்டு மட்டும் பாழ்வெளியின் வெள்ளைநிறச் சூனியத்தில் முணுமுணுத்தப்படி உருண்டு கொண்டிருந்தது. காற்றில் உருளும் குருக்ஷேத்ர யுத்தத்தின் கடைசி மரத்துண்டு. அதிலிருந்து யார்யாருடைய குரலோ கேட்கிறது. பழைய நூற்றாண்டிலிருந்த அவன் அறையில் நுழைந்த கரையான் படைகள் உடனடியாக அறையின் தோற்றத்தை ஒரு பார்வை பார்த்துவிட்டு அவனைக் கைது செய்தன. எல்லா இயக்கத்தின் வெளிச்சத்தின் மீதும் கரையானின் பூட்டு. காலவாரியாக அடுக்கப்பட்ட கடிதங்கள், ஃபைல்கள், ஸ்டாம்ப் ரிஜிஸ்டர்கள், கதை டெஸ்பாச்சிங் ரிஜிஸ்டர், பத்திரிகைகள், ஒவ்வொரு காலையிலும் வந்து விழும் தினசரி, தினசரி காலண்டர், பேப்பர்கள், பேடு, மைபுட்டி, பேனா, பழைய பேனாக்கள், மர டேபிள், நாற்காலி, துருப்பிடித்த சேவிங்கெட், வேண்டாத தகரங்கள் அவற்றில் இறந்த காலங்கள், சிறு சிறு மரத்துண்டுகள், சீட்டுக்கட்டுகள், ஒரு ஆட்டீன் ராணி கரையான்களைக் கண்டு அறையைவிட்டு ஓடுகிறாள். கதவைத் திறக்க முடியாது. வெளிப்புறம் தாழிட்டு பூட்டு போடப்பட்டு அதில் அரக்கு முத்திரை வைக்கப்பட்டு விட்டது. அவனுடன் அடைப்பட்ட சீட்டுக்கட்டு எண்களும் சூதாட்டக்காரிகளும் புதிய கதைகளும் அதில் உள்ள வெளியுலகமும், காற்றும் வெளிச்சமும் ஜன்னல் வழியே நுழையும் அதிகாலை வெளிச்சத்தில் வரும் வழக்கமான குருவிச் சத்தம். எல்லாமே உடனடியாக நிறுத்தி வைக்கப்பட்டு ஒவ்வொன்றின் மீதும் துருவின் வாடை. கரையான்கள் நகர்ந்து நகர்ந்து படை வரிசையாக சேர்ந்து சுற்றுகின்றன. ஒவ்வொரு பொருளிலும் செயலிலும் இயக்கத்திலும் அரக்கு சீல் வைத்து முத்திரை அடையாளமிட்டு ரத்து செய்யப்பட்டுள்ளது. சீல் வைத்த அடையாளத்தில் சீட்டுகள் ஆட்டீன், டைமன், இஸ்பேடு, கிளாவர் ராணிகளும் ஜாக்கிகளும் காவல் வைக்கப்பட்டுள்ளார்கள். புராண

காலம் திரும்பியிருந்தது அவன் அறையில். அவன் பேனா பேப்பருடன் அவசர அவசரமாக அங்கு நிலவிய காலத்தைத் தாண்டி எழுதி ஓடிக் கொண்டிருந்தான்.

கரையான் கால்வைத்த கணமே எல்லாமே மியூசிய மாக்கப்பட்டிருந்தது. அவனால் அசையமுடியவில்லை. ஒரு முழு சிகரெட்டை பற்றவைத்து வெகு நிதானமாகப் புகைத்துக்கொண்டிருந்தான். சீல் வைக்கப்பட்ட அவன் அறையில் புகைமட்டும் வளையம் வளையமாகச் சுழன்று அரை முழுவதும் சென்று ஜன்னலைக் கடந்து வெளியேறிக் கொண்டிருந்தது. சாம்பல் உதிராமல் முழு சிகரெட்டையும் புகைத்து, தன் மீது படியவிட்டான் சாம்பலை. அவன் அறையின் சாம்பல் நிறம், சீல் வைக்கப்பட்ட அவன் இயக்கம் - பொருட்கள் ஒவ்வொன்றின் மீதும் தொற்றிக் கொண்டு பரவியது. அரக்கு முத்திரையிடப்பட்ட அறையின் சாம்பல் அழகு வசீகரமாயிருந்தது. ரத்து அடையாளமிட்டு ஒவ்வொரு பொருளையும் பார்வையிட்டது கரையான். எல்லாவற்றின் மீதும் காலம் ஊடுருவி பழுப்படையும். அவன் முகம் வெளிறிவிட்டிருந்தது. அவன் எழுதிக் கொண்டிருக்கும் கணத்திலேயே எழுத்தின் தீவிரகதியுடன் சுழன்று பதியும் அவன் வார்த்தைகளும் மடிந்து கொண்டிருந்தது. எல்லா நடவடிக்கைகளும் கரையானின் உத்தரவுப்படி இயங்கியது. எரிந்து கொண்டிருந்த புகைப் படங்களின் ஒளியில் அவன் முகம் நடுங்கியது. அவன் முகத்தை மூடிக்கொண்டு கரையான் தன்னை நோக்கி வருவதை பார்த்தான். வசீகரமான தீயின் ஒளியாக அதன் கண்கள் திறந்தன. அவனது அடையாளம் பதிந்த கரையான் அது. அரக்கு நிறமான கால்கள் வேக வேகமாக அவனைத் தொலைத்துவிடும் வேகத்தில் வருவதை ஓரக்கண்ணால் பார்த்து அதன்மீது பொருட்களைக் கொண்டு எறிந்தான். எல்லாமே சீல் வைக்கப்பட்டுவிட்டன இங்கு. நாற்காலி யுடன் இணைக்கப்பட்டு நிறுத்தி வைக்கப்பட்டிருந்தது அவன் இயக்கம். நாற்காலியின் கைகள் நீண்டு பேப்பரில் தன் மரத்துப்போன மரக்கட்டையின் ஊசி முனையினால்

சீல் வைக்கப்பட்டு உறைந்த அரக்கு மையினால் எழுதிக் கொண்டிருக்கிறது உத்தரவுகளை. கோப்பைகளில் சவமாய் உறைந்து கிடக்கும் வார்த்தைகளை எடுத்து ஒட்ட வைத்துக் கொண்டிருந்தான்.

மரக்கட்டை எழுது கருவிகளில் நீர்த்துச் சரிந்தது எழுத்து. வார்த்தைகளில் அரக்கு முத்திரை. அணுவணுவாகத் துளைத்து கொலை செய்யப்பட்டுவிட்ட போராளிகளை கூட்டம் கூட்டமாக அடுக்கி அடுக்கி இலக்கிய முத்திரை பதித்த தாள்கட்டுகள் அவன் டேபிள் மீது குவிந்து கிடக்கின்றன. அவன் நாற்காலியுடன் இணைக்கப்பட்டு கால வரையற்ற உறக்கத்தில் மூச்சுவிட்டுக் கொண்டிருக்கிறான். எதையும் பார்க்காதே எதையும் தொடர்ந்து எழுதாதே என்ற உத்தரவுகள் அவன் அறையில் பிறப்பிக்கப்பட்டிருந்தது. மூடிய இமைகளின் மீது முத்திரையும் ரத்து அடையாளங்களும், அவனால் பூட்டிய கண்களைத் திறக்கமுடியவில்லை. ஜன்னல் கம்பிகள் சிறைக்கம்பிகளாக வெளிச்சம் கொஞ்ச கொஞ்சமாகக் குறைந்து இருள் பரவிக் கொண்டிருந்த அறையில் அவன் இதயத்துடிப்புமட்டும் கரையான்களால் சுற்றி வளைக்கப்பட்டு அதை நிறுத்துவதற்கான முற்றுகை. அவன் இறந்தபடி போராடிக் கொண்டிருக்கிறான். அவனுக்குள் புகுந்த கரையான் படைகள் அவனது ரகஸிய அறைகளில் இருந்த அதிசய மிருகங்கள் அலைந்து கொண்டிருக்கின்றன. கற்பனைத் தாவரங்களில் கரையானின் கால்கள் பதிந்து விட்டன.

ஒரு துளி இரு துளி என்ற அளவில் சிறுசிறு நீரூற்றுகள் அவனுள் ஒளிர்ந்து கொண்டிருந்தன. நீருற்றுகள் தானே துவங்கியவை. இயற்கையில் தான்தோன்றியாகவே உதித்தவை. அவற்றின் இடம்தேடி அலைகின்றன கரையான்கள். கண்ணாடித்தூளை விட அதிக ஒளியான தண்ணீர் சுரந்து கொண்டிருந்தது உள்ளே. யார் யாரோ கண்ணாடித் தண்ணீரில் அசைந்து கொண்டிருந்தார்கள். அவன் இருப்பிடத்தின் ரகஸியமறிந்தது கரையான். நீருற்றின் அடியிலிருந்த நிழல்களும் தாவரங்களும் அவனது சிறுமிகளின்

கண்ணாடி வாத்துகளும் ஊற்றின் மடிப்பு மடிப்பான படுகையில் அசைகிறார்கள். ஆயிரக்கணக்கில் தோன்றத் துவங்கியிருந்த ஊற்றின் ஒளியோட்டத்தைச் சுற்றிச் சுற்றிக் கரையானின் கால்கள் ஓடிக் கொண்டிருந்தன. எல்லாமே சிறுசிறு கண்ணாடித் தூளைப்போல மின்னி மின்னி கரையானை வசீகரித்து அதனை மயக்கமடையச் செய்தன. தான் அறியாத போதும் கரையான் வந்த தடம் நிர்மூலமாகி விட்டிருந்தது. நீருற்றுகள் குட்டிக் குட்டி சிமிழிகளாக மாறின. சிமிழிகளில் இருந்த துளித்துளியான நீரில் கண்ணாடி வாத்துகள் தூங்கிக் கொண்டிருந்தன. அவற்றின் கண்கள் மூடியிருந்தன. அதில் எதோ ஒரு சிமிழியில் அவன் சிறுமிகள் மூவரும் சேர்ந்து உறங்குகிறார்கள். கனவு கண்டபடி உறங்கும் சிறுமிகள். அவனும் சிறு கண்ணாடி வாத்தாக நீந்திக் கொண்டிருந்தான் அங்கு. கரையானைச் சுற்றிலும் நீரூற்றுச் சிமிழிகள். தானே அங்கிங்கும்இடம் மாறுகின்றன. உள்ளே நீந்தி விளையாடிக் கொண்டிருக்கும் குழந்தைகள். இதுவரை கண்ணால் பார்த்த யாவரும் பதுமைகளாக அவனுள் நீந்து கிறார்கள். கண்ணாடிச் சிற்பங்கள் ஒளி ஊடுருவும் ஸ்படிக மாக இருந்தன. நிர்வாணமான சிலையாக நீந்தும் அவனை எட்டி அழைத்தது கரையான். எல்லாமே உன்னுடையது தானா... எல்லா நீரூற்றிலும் பனி கொட்டுகிறதே... வானம் தோன்றுகிறதே... மின்னல் சீறுகிறதே... அது நீதானா... ரகஸியமான குரலில் கேட்டது கரையான். அவன் கரையானை ஆச்சரியத்துடன் வியந்து பார்த்துக் கொண்டிருந்தான். எதுவும் சொல்லத் தெரியாத அவன் கண்களால் ஊடுருவி கரையானின் அரக்கு நிறக் கண்களைப் பார்த்தான். பனி கொட்டும் அவன் கண்கள் கரையானின் அரக்கு நிறக் கண்களை குளிர வைத்திருக்க வேண்டும். படபடத்து மூடியது கண்கள். வாவா... வாவா என்று சிறுவனை அழைப்பது போல் அழைத்தது. கண்ணாடிச் சிமிழிகளுக் குள்ளிருந்த கண்ணாடிச் சிறுவனுக்கும் கரையானுக்கும் உள்ள சம அளவுள்ள இடைவெளியில் விவரிக்க முடியாத விந்தை உணர்ச்சி தோன்றியது. கனவு மிருகங்கள் கூச்சலிட்ட

படி இருவரையும் பார்த்துக் கொண்டிருந்தன. அவ்விந்தை உணர்ச்சிகளின் சுழற்சியில் கண்ணாடிச் சிமிழிகள் அங்கும் இங்குமாக இடம் மாறிக் கொண்டிருந்தன. சிமிழியின் நடுவில் அகப்பட்டுக்கொண்ட கரையான் மெல்ல மெல்லத் தன் கால்களை விந்தையின் சுழற்சிக்குள் பதித்ததும் உடனடியாக கரையானின் உடல் முழுவதும் கதை தொற்றிக் கொண்டு பரவியது. அதன் கால்கள் செயலிழந்து விட்டன. சுழன்று சுழன்று எல்லாவிதச் சிமிழிகளின் அதிசயக் சுழற்சியின் கனவு வயப்பட்ட மாயத்தில் தன்னையே இழந்து விட்டது கரையான். தனியொரு சிமிழியில் அவன் நீந்திக் கொண்டிருக்கிறான். அவனை எட்டிப் பிடிக்க ஆவேசமிக்க தன் உணர்ச்சியுடன் ஒரு காலை நீட்டி நடுக்கத்துடன் அவன் விரல்களைத் தொட்டது கரையான். அதன் தொடு உணர்வில் இழந்து போன கனவுகள் உலகெங்கும் திரும்பி வந்தன. காணாமல் போன சிறுமிகளும் சிறுவர்களும் தங்கள் எல்லா அதிசயத்துடனும் டிடோவாத்துடன் விளையாடத் தொடங்கியிருந்தார்கள். கரையான் கண்களில் வியப்பு எழுந்தது. இமைகள் படபடத்தன. அவனை ஊடுருவிய துன்பத்தில் இருவருக்குமான ஓர் கணம் பிறந்தது. நினைவுகள் எல்லாவற்றிலும் கடந்துவந்த ஏக்கம். அதனுள் ஆழ்ந்து ஊடுருவிப் பார்த்துக் கொண்டிருந்ததான். சிறுசிறு துளிகளாக வெறுமையின் தடங்கள். வெள்ளை நிறப் பாதை தோன்றிச் சென்றது. அதில் கால் வைத்து தடுமாற்றத்துடன் கரையான் திரும்பிச் செல்கிறது. தொலைவில் மிகத் தனிமையான இடத்தில் அவன் விளையாடிக் கொண்டிருக்கிறான். எல்லாம் மறந்து விட்டது. திரும்பவும் அவனை எட்டிப் பிடிக்க வருகிறது. அதன் கண்களில் வளையம் வளையமாகச் சுருண்ட கண்ணாடிகள் அசைந்தன. அந்த அரக்குக் கண்ணாடிகளில் பதியப்பட்ட காலங்களின் நிறபேதமான மங்கிய தோற்றங்கள் படலம் படலமாக அழிந்து அழிந்து திரும்புகின்றன. கண்ணாடித்தூளின் சிறுசிறு அசைவுகளில் நூற்றாண்டுகளின் சுழல் அடுக்கு. செங்குத்துப் பாதையில் யாளியின் தோற்றம். அங்கும் இங்கும் ஓடிக்கொண்டிருக்கும் யாளியின் நகர்வுகள்

பகல் இரவுகளில் சலனமடையும் மிருக முகங்கள் முடி வில்லாமல் அதீதத்தில் இருக்கின்றன. பூமியின் பின்புறத்தில் பேசும் மரங்கள் நீண்ட காலமாய் இருந்துவந்த மரங்கள் முற்றிய இலைகளுடன் பேசுகின்றன. கரகரப்பான சலிப் படைந்த வார்த்தைகள் இலைகளாக ஒடிந்து விழும் துணுக் கான சப்தம் வெறுமையில் அதிர்கிறது. அவன் தனியாக நடந்து போகிறான். அவனுக்கும் கரையானுக்குமான இடைவெளி அதிகரிக்க அதிகரிக்க இணைக்கப்பட்ட கயிறு போன்ற தொடர்பு எங்கும் இருப்பதாகப்படுகிறது. அவனால் அப்புறப்படுத்த முடியாத அவள் அழிவின் உயிர் கரையானாகத்தான் இருக்கும். அதைவிட்டு அவனால் ஓடமுடியவில்லை. அதனோடு சேர்ந்திருக்கவும் வழி யில்லை. இரண்டு ஜீவனுக்குமான இணைவின் தோற்றமே விவரிக்க முடியாத அந்த புனைவு உணர்ச்சியாக இருக்க வேண்டும். அவன் கடந்து கொண்டிருந்த எல்லா வெளியிலும் கதையின் அரக்கு நிறம் பரவிப் படர்கிறது. எல்லா அழிவு களின் பாதைகளிலும் வந்து சேர்ந்த கதைகள் ஒவ்வொரு வினாடியிலும் அவனைத் தொட்டு நகர்ந்து வருகிறது. அவனை விட்டு இருக்க முடியாது போலும் பின் தொடர் கின்றன கதைகள். துயரமான பாதையை கதை திரும்பிப் பார்க்கிறது. சுற்றிலும் முற்றுகையிடப்பட்டிருந்தான். அவன் இருப்பிடம் தெரியாமல் அவன் பெயரை ரகஸிய மாக முணுமுணுத்தப்படி புனைவு திரும்பிச் செல்வதும் திரும்பி அவனை தேடி வருவதுமாக இருந்தது.

அவன் இருப்பிடம் சிலவேளை அவனுக்கே தெரியாமல் போவதால் கரையான் அவனை விட்டுவிட்டு அவன் பெயரை மட்டும் பிடித்துக் கொண்டு தாக்கத் துவங்கியது. பெயர்களின் பூதாகரமான தோற்றத்தில் எழுத்தாளனின் பயங்கரத் தோற்றம் அளவை மீறி ஊதப்பட்டிருந்தது. அதன்மீது தாக்கத் தொடங்கியது கரையான். அவனது பூதாகர பெயருடன் முட்டி மோதிச்சண்டையிட்டு கொஞ்சம் கொஞ்ச மாக அவன் பெயரை மென்று சிறுதுகளாக அழித்து விட்டு அந்தத் துகளில் ஒரு துகளை உணவாக எடுத்துக் கொண்டு

தன் பாதையில் மறைந்தது கரையான். கதையின் கடும் புதிரான பாதையைப் பற்றி அவனால் அறிய முடியவில்லை. இப்போதுதான் சில விநாடி இடைவெளிக்குள் புகுந்து மறைந்ததும் அவனைச் சுற்றியிருந்த அறையின் சுவர்கள் படபடப்புடன் பெருமூச்சுவிட்டு பயத்திலிருந்து விடுபட்டன.

வெகுவேகமாகச் சுழன்று கொண்டிருந்த பூமியின் துருப் பிடித்த சுழற்சியிலிருந்து அதன் வேகத்திலிருந்து கால்களை நீட்டி அவனை மட்டும் எட்டிப் பிடித்துக்கொண்ட கரையானிடமிருந்து அவன் எழுத்துகள் எதுவும் தப்ப முடியாதென்று புரிந்து போன பிறகு அவன் கரையானின் வேகத்தைவிட இன்னும் வேகமாக ஜன்னி வேகத்தில் காகிதங்களின் மடிப்புக்குள் கிறுக்கி கிறுக்கி எழுத்தின் அதிவேகமான மரண பயத்தை அடைந்திருந்தான். கரையான் ஒடிக்க முடியாத வார்த்தைகளைக் கொண்டு அது பின் தொடரும் பயத்திலேயே ஜுரத்தில் பயந்தபடி கரையானின் மஞ்சள் அரக்கு நிறம் அவன் அறை முழுவதையும் சூழ்ந்துவிட்டதைக் கண்டதுமே அவன்கட்டுக்குள் இருந்த விரல்கள் அவனைத் தாண்டித் தாண்டி மரணத்துடன் நகர்ந்து கொண்டிருந்தன. இப்போது எழுதிக் கொண்டிருக்கும் விரல்கள் அவனுடைய விரல்களா என்று அவனுக்குத் தெரியவில்லை. அவனை அவனிடமே கொண்டுவர முடியாத தத்தளிப்பில் இருந்தன விரல்கள். அவனுக்கும் மரண பயத்திற்கும் இடையே இங்கும் அங்குமாக ஓடிக் கொண்டிருந்த வரிவரியான எழுத்தை அவன் கண்கள் வாஸித்துக் கொண்டிருந்தபோது வெகு சூடான வெளிச்சத் துடன் கரையானின் அரக்கு நிறம் காகிதத்தைத் தொற்றிப் பரவிக் கொண்டிருக்கிறது. அவன் மற்றொரு சிகரெட்டை பற்றவைத்து சாம்பல் உதிராமல் புகைத்துக்கொண்டிருக் கிறான். சிகரெட் வெகுவேகமாகப் புகையைக் கக்கிக் கொண்டு அவனைத் தன்னிலைக்குள் கொண்டுவர முயன்றது. அவன் எல்லைகளைக் கடந்து ஓடும் விரல்களின் புதிரை அவனால் விடுவிக்க முடியவில்லை.

●

57

மண்புழுவின் நாட்டியம்

நட்சத்திரங்கள் கூட்டமாய் மூழ்கிய கடலுக்கடியில் மயில்ராவணன் கோட்டை இருந்தது. நான்கு பில்லியன் வருஷங்களுக்கு முன் ஏவப்பட்ட எரிகல் கடலில் மூழ்கி சிதறிய துண்டுப் பாறைகளை அறுத்து கட்டியிருந்தான் கோட்டையை. வானசாஸ்திரப்படியும் மனையடி சாஸ்திரப் படியும் தண்ணீரின் அடியில் கோட்டை எழும்பியிருந்தது. வெப்ப எரிகொம்புகள் கடலுக்கு அடியிலும் எரிந்தபடி இருந்தன. தண்ணீரை தகடாக நீட்டி முதன்முதலாக கண்ணாடி மாளிகை கட்டினான் மயில்ராவணன். அசையும் கண்ணாடித் தண்ணீரில் பதிந்த வானசாஸ்திரத்தில் எல்லா நட்சத்திரங்களும் நகர்ந்தன. எங்கிருந்தோ ஏவப்பட்ட வால் நட்சத்திரங்கள் சொல்ல வந்த சகுணங்கள் அதிர்ஷ்ட துரதிர்ஷடவசப் பின்னல்களால் ஆனது. க்ஷத்ரிய வம்ச வீழ்ச்சியை குறிவைத்து தெற்கு நோக்கி வந்து கொண்டிருந்த வால் நட்சத்திரம் நிலப்பரப்பையே தாக்கியது. மயில் ராவணன் தலை தப்பியது. சூதின் போக்கையே மாற்றி விடும் வெப்பம் விரும்பும் 'மண்புழு'வில் மயில் ராவணன் உயிர் மறைத்து வைக்கப்பட்டிருந்தது.

முன்னோர் காலத்தில் வால் நட்சத்திரத்தின் சகுணங் களில் அந்தப்புரத்தில் இருள் படிந்து வர ஸ்திரீகள் பதறிஓட அரசர்கள் மரணப்படுக்கையானார்கள். தேசத்தை வால் நட்சத்திரம் விழுங்கியது. சாஸ்திரமறிந்த மயில்ராவணன் ரஸவாதத்தினால் சாஸ்திரங்களையும் சகுண குரோதங் களையும் வென்று கூடுவிட்டு கூடு பாயும் பாகாயத்தில்

தன் உயிரை தனியே பிரித்து உலகிலேயே பாவப்பட்ட ஜென்மத்தின் உடலில் மறைந்தான். ஆனாலும் வால் நட்சத்திரம் தனுஷ்கோடி வரை நீண்டு ராமபிரான் என்ற புராணபிரானின் வில்லில் ஒரு சொல்லாக நின்று நீருக் கடியில் அம்பைச் செலுத்தி மயில்ராவணனை வதஞ் செய்யுமாறு தூண்டியது. ஆயிரம் அம்புகள் தண்ணீருக்குள் ஏவப்பட்டன. வில்லை தலைகீழ் திசையில் செலுத்தினான் ராமன். தலைகீழ் ஆக்கம் அடைந்த தண்ணீர் கோட்டை யானது. அவ்வம்புகள் காற்றுக்குமிழாகிச் சிதைந்தன. திரும்பத் திரும்ப கரையோரங்களில் முழங்கால் அளவு தண்ணீரில் நின்று வில்லில் ஏற்றிய அம்புகள் தண்ணீரின் மாய சக்தியால் திசை மிரண்டு அலைந்தன. ராமன் தடுக்கித் தடுக்கி விழுந்தான். அவன் தம்பியால் ஏவப்பட்ட வானரங்கள் நீர்ச்சுழியில் சிக்கிச் சீரழிந்தன. வில்லுக்கு விஜயன் சொல்லுக்கு அர்ச்சந்திரன் க்ஷத்தியனில் சிறந்தவன் ராமன் அவன்காலை வாரிவிட்டான் உச்சிக்குடுமி. தடுக்கித் தடுக்கி விழுந்து மண்ணைக் கவ்வி முகத்தைத் துடைத்துக் கொண்டு எழுந்தான். வில்லும் அம்புராத் துணியும் அம்பு களும் அங்கவஸ்திரமும் தனித்தனியே சிதறிக் கிடந்தன. உச்சிக் குடுமி விழுந்து விழுந்து சிரித்தான். கொன்னவாயன் வக்கனை அடித்தான் ராமனை. ‘சண்டைக்கு வாரியாடா சுண்டைக்காய் மகனே...’ என்று வம்புச் சண்டைக்கு இழுத்தான். மரத்தின் மேலிருந்த உச்சிக்குடுமி ஆடி ஆடி கூத்தாடுகிறான். ‘நீ வீரனும் இல்லை சூரனும் இல்லை. என் காலைத் தாண்டு பாப்போம்’ என்று படைவரிசைக்கு குறுக்கே உச்சிக்குடுமி காலை நீட்டி அமர்ந்தான். காட்டின் அடிவாரம் வரை அவன் கால் நீண்டது. ராமன் பதறிப் போனான். காலைப் பிடித்து கெஞ்சிக் கூத்தாடி ‘புராணத்தில் உள்ளபடி நான் மயில்ராவணனை ஜெயிக்க வேண்டும். ரிஷிபுங்கவர்கள் ஆணை... கடவுளான என்னைக் காப்பாற்று. ரிஷிகளின் சாபத்தினால் என் தந்தை தப்பித்தாரில்லை. என் தலை தப்பவேண்டும். அய்யாசாமி என்னைக் காப்பாற்று என்று காலில் விழாக் குறையாக ராமன் கண்ணீர் சிந்தி

புராணத்தை உச்சிக்குடுமியிடமிருந்து மீட்டிச் சென்றான். 'ம்ம்… அப்பிடிவா வழிக்கு' என்று உச்சிக்குடுமி நொண்டிக் காலோடு கூத்துக்குள் ஓடி குதித்துக் குதித்து ஆடினான். நொண்டி வீரனிடம் மண்ணைக் கவ்விய க்ஷத்திரிய வம்சம் முழங்கால் அளவு தண்ணீரில் சுற்றிச் சுற்றி சுழன்றது.

ஏழுகடல் தாண்டி ஏழுமலை தாண்டிப் போனால் நீருலகின் அரசனை 'மண்புழு' எனச் சித்தரிக்கும் ஆதி குடிகள் இருந்தார்கள். வாய்வழியாகச் சொல்லப்பட்டு வந்த ஆதிமக்களின் கதைகளுக்கு மட்டுமே எந்த நேரத்திலும் மூழ்கும் தன்மை இருந்து கொண்டிருந்தது. அக்கதைகள் வெகுகாலங்களுக்கு முன்பு 'மண்புழு' என்ற அரசனைக் கொன்ற ரகஸியத்தை யாருக்கும் வெளிப்படுத்தாமல் மூழ்கியது. மேல் தளத்தில் மிதந்து வந்த கதைக் கூட்டங் களையே பிடித்துக் கொண்டார்கள் தலைமுறைகள். கடலின் அடித்தளத்தில் சொல்லுக்கு அடங்காத நிரந்தர சோகத் துடன் 'மண்புழு' என்ற எழுத்து அசைந்தபடி இருந்தது. அக்கணக்குழுவின் தலைவன் அதீதமான மோப்பசக்தி யுடையவன். அவன் பரம்பரைக்கு மோப்பசக்தி அதிக முண்டு. அதைக் கொண்டு பொருளையும் இயற்கையை யும் பருவங்களையும் புரிந்து கொண்டார்கள். மோப்ப உணர்வுடன் கால்கள் நகர்ந்தன. தடங்களைப் பதித்துச் சென்ற ஆதிகுடிகளின் எழுத்து முறையிலிருந்து அவ்வரசன் 'மண்புழு' என அழைக்கப்பட்டான்.

மயில்ராவணன் சபையை மண்புழுவின் நாட்டியம் என்றும் அவன் சூதாட்டத்தை மந்திரவாதம் என்றும் புகழ்ந்த நாடோடிகள் அவன் உயிரின் இருப்பிடம் 'மண்புழு' என அறியாததால் மரணத்திலிருந்து தப்பியிருக்க வேண்டும்.

கண் தெரியாத மண்புழு வடிவமைத்த கோட்டையின் வரைபடத்தை நாடோடிகள் பகைவர்களுக்கு கற்றுத் தந்திருக்கலாம். போர் நடந்துகொண்டு இருந்தது. மயில் ராவணன் உடல் பட்ட பழம்போர்களின் வடுக்கள் பரம்பரை யானது. அதனை வாளின் பெருமை என்றும் வீரம் என்றும் பழப்பாடல் கூறும். போர்களின் காயங்களின் வடுப்பட்ட

அரசன் தூங்காது சூதாடிக்கொண்டு இருந்தான். தன்னந் தனி நீர்ப்பலகைகளை அடுக்கி போர்க்கள வரைபடத்தில் கோடுகள் வரைந்து காய்களை நகர்த்திக் கொண்டிருந்தான். அவன் படைகள் நீருலகில் இருந்ததால் ஒன்று நூறாகத் தோன்றும். குறுவாள் ஈட்டியாக நீளும். கண்ணாடிகள் கொண்ட நீரின் மாயசக்தியை ஒருவராலும் வெல்ல முடிய வில்லை. தண்ணீரை இசை என்றும் கதைகளின் தொன்மை என்றும் அழைத்தான் மயில்ராவணன்.

மயில் ராவணனான 'மண்புழு' வெப்பத்தை நோக்கி உயர எழுந்து உடல் முழுவதையும் சூரியவட்டமாகச் சுற்றி வெப்பமண்டலத்தில் புதையும். வெப்பத்தை உயிராகக் கொள்ளும். சதாவும் சூரியனுக்குள் நுழைந்தபடி வாடும். உலர்ந்த மண்புழுவின் வாடும் உயிர் மழையாகி புயலாகிச் சுழலும்.

காலத்தின் உரைக்குள் இருந்த குத்துவாளை உருவி மண்புழுவை குத்தி வாளின் நுனியில் ஒட்டும் ஒரு வார்த்தை யின் உயிர் ஜீவ கோடி ரகஸியங்களின் பாதையாகும்.

அப்போதுவரை எந்த உயிருக்கும் பெயரிடப்பட வில்லை. ஒரு வார்த்தையில் எல்லா உயிரினங்களையும் உச்சரிக்கும் காலமொன்று இருந்தது. எல்லா உயிர்களின் சுருள் சுருளான குரல்களும் வெகு ஆழத்தில் சுருண்டு இருளைக் கக்கிகொண்டிருந்த மரங்களுக்குள் உயிரின் கனவில் சுருண்ட 'மண்புழு' என அர்த்தப்படும். வெப்பம் விரும்பும் மண்புழுவின் பாதை ஒவ்வொரு தீவுகளின் சரிவுகளில் மலைகளில் கடல் ஆழங்களில் வெளிச்சம் துளைக்கமுடியாத வனங்களில் இருண்ட கண்டங்களின் பிளவுகளில் படிந்து பூகவியலின் பிரதேசங்களிலும் துளைத்துச் சென்ற மண்புழுவின் வெப்பம் தகிக்கும் பாதை யானது; ஆதி இனங்களின் காலடித்தடங்களாக மிருகங் களின் பசித்த அலைச்சலாக மின்னலின் ஒளிக்கோடுகளாக மண்புழுவின் பாதை பதிந்து கிடந்தது. அவற்றின் சிறு பதிவும் நுண்ணிய பொருளின் மீதும் கீறி நகரும். மண் புழுவின் தாபம் அதிகரிக்க கோண்ட்வானா கண்டங்களாகப்

பிரிந்து லட்சக்கணக்கில் விரிசலடைந்த நிலப்பரப்புகள் தீவுக் கூட்டங்களாக மாறி, மூழ்கியும் வெளிவந்தும் இருண்டும் வெளிச்சமடைந்தும் மாறிக் கொண்டிருந்த நிலங்களின் வரிவரியான கோடுகள் மண்புழு சென்ற தடம் என அறியப் பட்டது. வெகுதூரம் பிரிந்துவிட்ட கண்டத்திலிருந்தும் வெப்பம் விரும்பும் மண்புழு ரத்தவேட்கையால் சூரியனை கடலுக்குள் இழுத்து விழுங்கி இரவானது. ஒரு கோடி நட்சத்திரங்கள் பிறந்த இரவில் ஒவ்வொரு ஒளிப்பாதை யிலும் உயிரின் தனிமை 'விந்தை' என்ற வார்த்தையால் உச்சரிக்கப்பட்டது. அந்த இரவு நட்சத்திரங்களோடு இணைக்கப்பட்ட ஒவ்வொரு உயிரினத்திற்கும் அதன் முதுகில் பச்சை எழுத்துக் கோலங்கள் பதியப்பட்டது. ஒவ்வொரு பச்சை மகரமீன்களின் எலும்பிலும் பெயர் உச்சரிக்கப்பட்டது. எவை எவற்றின் வயிற்றிலோ சென்று சேகரமான பச்சைக்கோலங்களின் விநோதங்கள் பேய்க்கதை களாக மாறியிருக்க வேண்டும். முற்காலங்களில் கூவி அழைக்கப்பட்ட உயிரின் பெயர் ஆயிரம் ஒளிமீன்களாகத் திரும்பி வந்தன. நீலமடைந்த ஆழங்களில் நீரின் நிச்சலன மான ஸ்படிக உறைவில் பல அபூர்வ நட்சத்திர மீன்கள் எண்ணற்ற உணர்கொம்புகள் அசைத்து வெகு ரகஸியமாக மூதாதையர்களால் மறைத்துவைக்கப்பட்ட விளையாட்டுப் பலகையை வரைந்து கொண்டிருந்தன. எல்லா ஜீவராசி களும் ஒட்டிக்கொண்டு நீந்திய விளையாட்டுப்பலகை யில் அபூர்வமான ஒளிபதிக்கப்பட்டு ரகஸியங்களைக் கீறி வரைந்தன. உயிரினங்களின் நட்சத்திரங்களின் பாதையும் சூதுவயப்பட்டதாக இருந்தன. ஆயிரம் ஒளி வருடங்களைப் பற்றிய குறிப்புகள் காணத் துவங்கின. சூதுவயப் பட்ட வெற்றிடங்களில் நீலநிற ஸ்படிக, வெறுமை தோன்றியது. ஸ்படிக வெறுமையில் தொன்மைகளும் கனவுகளும் சேகர மாயின. ஒவ்வொரு பொருள் பொருளற்ற எழுத்தும் கதை என ஆகும். கால-இடரீதியான எல்லா அலகுகளும் மாறிப் போயின. மனிதன் என்பவன் கதையால் உண்டானான்.

தீராமல் ஆடிக்கொண்டிருந்த மண்புழுவின் நாட்டியத்தி

லிருந்து மயில் ராவணணன் சூதின் விதிகளைக் கண்டான். சூதுவயப்பட்ட புராணங்கள் பிறந்தன. அதில் நடந்த போரின் கொடுமைகளை பாடல்களாக கதைகளாகப் பதிந்தார்கள் நாடோடிகள். புராணங்களிலிருந்து வெளிப்பட்ட பகை வர்கள் தலைமுறை தலைமுறையாக மயில்ராவணன் உயிரைத் தேடி அலைந்து கொண்டிருந்தார்கள். பழைய யுகத்தின் பகைவர்களும் நண்பர்களும் தோற்றுக்கிடந்தார்கள்.

மூதாதையர்களால் வெகுரகஸியமாக மறைத்து வைக்கப் பட்ட விளையாட்டுப் பலகையில் எல்லோரும் அமர்ந் திருந்தார்கள். காலஇடரீதியான கட்டங்கள் மாற்றப்பட்டு குதிரைகள் மேலும் கீழும் பயணமாகும். சதுரங்கப் பலகை யல்ல அது, கிரகங்களின் பிளவுண்ட ஜீவப் பொருள் என அறியப்பட்ட காலத்தில் உலகில் ஏழுபேர் மட்டும் மிஞ்சி யிருந்தார்கள். சுருளான மயில்ராவணனின் கோட்டைக்கு கதவுகள் இல்லை. யாரும் நுழைய முடியாத கோட்டைக்கு சுழல் வழிகள் இருந்தன. நாம் அறியாத போது எண்ணற்ற காலமாய் மயில்ராவணன் சபை நடந்து வந்தது. தோற்றுப் போனவர்களைத் தேடிதண்டனை விதித்தபடி டைமன் ராணி அலைந்து கொண்டிருந்தாள். ஒவ்வொரு நூற்றாண்டிலும் ரகஸியம் என்பது சூதுவயப்பட்ட கணித எண்களால் ஆதி மக்களின் மூழ்கும் கதைகளால் மாற்றமடைந்து கொண்டு இருந்தது. முதன் முதலில் உச்சரிக்கப்பட்ட 'வார்த்தை' கடலுக்குள் விழுந்து மூழ்கி மயில் ராவணன் கோட்டையின் அடியில் பதிந்து எழுத்தின் ஆதிவடிவத்தில் வாழ்ந்துவரும் மண்புழுவானது. பகைவர்கள் பரமபதம் ஆடியதில் சூதுப் பாம்புகள் கீழிறக்கியது அவர்களை. எல்லா வழியாகவும் விரிந்த மயில்ராவணன் கதைக்குள் நுழைந்த உச்சிக்குடுமி யும் பத்துப் பைசாவும் மயில்ராவணன் சபைக்குள் வந்து குசும்பு மூட்டுகிறார்கள். சிரிக்க வைக்கிறார்கள். திடீர் திடீர் என்று சூதின் போக்கையே திசை மாற்றுகிறார்கள். யாராலும் வெல்ல முடியாத ஆட்டின் ராஜாவும் கிளாவர் ஜாக்கியும் மயில் ராவணனுடன் அமர்ந்து சூதாடுகிறார்கள். அவர்களுக்கு நடுவில் நுழைந்த ஜோக்கரான உச்சிக்குடுமியும்

பத்துப்பைசாவும் விழுந்து விழுந்த சூதாட்ட மேஜையை அசைத்து வந்ததைக் கண்டு ராஜாக்கள் திகிலடைந்து விட்டார்கள். வந்தவர்கள் இருவருக்கும் தக்க ஆசனங்கள் தந்து நிலப்பரப்பில் நடந்து வரும் சூதாட்டங்களைப் பற்றி கூறுமாறு மயில்ராவணன் கேட்டுக்கொண்டான்.

அவ்வாறு ஆகட்டும் மஹாப் பிரபோ... நான் என்னத்தே சோளப் பொறி... நான் என்னத்தே சோளப் பொறி... என்று சிரிக்க வைத்து சபைக்கு வந்தனங்கள் என்று கூறி ஆரம்பித்தான் கதையை. 'மண் வெறிபிடித்த சூதாடிகள் எங்கள் உலகத்தில் இருந்தார்கள். அவர்கள் வரைந்த பதினெட்டாம் புலிக்கோடுகள் தரையில் வெட்டுப் பட்ட காய்கள் சிதறிக் கிடந்தன. புளிய மரத்தைச் சுற்றி சுட்ட மண் குதிரைகள் தலைகள் அறுந்து கிடந்தன. சூதாடிகள் நிலங்களை உழுதபடி இருந்தார்கள் அங்கு. கலப்பையின் கொழுமுனை சூதுவயப்பட்டது. நிலங்கள் வறண்டு கிடந்தன. வெக்கையைக் குடித்த மனிதர்கள் நிலங்களில் வீழ்ந்து கிடந்தார்கள். கிராமம் கிராமமாய் சூதுவயப்பட்ட வெயில் பட்டு கருகின. முன்னோர் ஆண்ட கோட்டை மேடு இடியாமல் இருந்தது. ஏழு சுற்றுக் கோட்டை அது. இப்போது இருப்பது ஒரு சுற்று...' சுற்றிக் காட்டினான் உச்சிக்குடுமி. கோட்டைகளை தொந்தியால் இடித்து தள்ளினோம். கோட்டை புழுதியானது. கோட்டையை ஆண்ட கஞ்சப்பிரபு பஞ்சத்திலும் குதிரை வளர்த்தான். கஞ்சிக்கு இல்லாத போது குதிரைக்கு காணை அவித்துப் போட்டான். தொடர்ந்தது சூதாட்டம். ஊர் ஊராய் பஞ்சம் பிழைக்கக் கிளம்பிப் போனார்கள். எங்கள் கஞ்சப்பிரபுவின் சூதுக் குதிரைகளின் பிடரிகள் துள்ளின. சொத்தை விற்று சூதாடினோம். கஞ்சப்பிரபு இருக்கிறதையெல்லாம் சூதாட்டத்தில் தொலைத்தான். பசியும் பட்டினியும் சூழ வேதாளம் முருங்கை மரத்தில் ஏறி விக்ரமாதித்தனுக்கு கதை போட்டது. சூதுக்கட்டங்களில் விக்ரமாதித்தன் தலைவெடித்து எல்லாக் குதிரைகளும் வெட்டுப்பட்டுச் சிதறின சூதாட்டத்தில் எங்கள் குதிரைகள் தோற்றுவிட்டன.

முன்னோடும் அரக்கு நிறக்குதிரைகளை நம்பி கஞ்சப்பிரபு தன் பேராசை எல்லாம் தீர கோட்டையை வைத்து விளையாடினான். அவன் வளர்த்த குதிரை நொண்டி நொண்டி ஓடியது. எதிரி சுதாரித்துக்கொண்டு குறுக்கே பாய்ந்து கஞ்சப் பிரபுவின் குதிரையைத் தாண்டிப் பறந்தான். அவன் குதிரை நொண்டியதால் அதை சூதுவயப்பட்ட வெறியுடன் சுட்டுத்தள்ளுவது அவன் நாட்டுக்கட்டை துப்பாக்கியின் தீர்வாக இருந்தது. கடைசியில் கோட்டைக்குள் செத்துப் போனான் கஞ்சப்பிரபு. அவனுக்கும் நொண்டிக் குதிரைக்கும் பகைவர்கள் சமாதி கட்டி வழிபட்டு அந்த இடத்தில் தரையில் கோடு கிழித்து மறுபடியும் பதினெட்டாம் புலி ஆடிக்கொண்டிருந்தார்கள். உழுத நிலத்தில் முளைத்துக் கிடந்த கஞ்சப் பிரபுவின் குதிரைக் காதுகள் திரும்பவும் காய்களாக பதினெட்டாம் புலிக் கோபுரக் கட்டத்தில் அமர்ந்தன. நொண்டிக் குதிரையின் காதைத் திருக்கி சூதின் விதியை மாற்றிக் கொண்டிருந்தான் கஞ்சப்பிரபு. அவன் குதிரைக்காதுகள் எங்கள் நாட்டைவிட்டுத் தப்பிவிட்டன. அதில் கஞ்சப்பிரபு பதிந்து வைத்த எழுத்து முறையைத் தேடி அலைந்து கொண்டிருக்கிறோம். உங்கள் உலகத்திற்கு எங்கள் காதுகள் வந்தால் நீங்கள் அதை ஜெயிக்க முடியாது மஹாப்பிரபோ...' என்று மயில்ராவணனுக்கு எச்சரிக்கை விட்டான் உச்சிக்குடுமி. பத்துப் பைசாவை கொடு மாப்ளே... என் பத்துப் பைசாவைக் கொடு மாப்ளே... என்று நில்லாமல் ஓடிக்கொண்டிருந்த பத்துப் பைசாவைப் பிடிக்க மயில்ராவணன் சபையைச் சுற்றிச் சுற்றி ஓடிப் பிடித்து திடீர் திடீர் என்று பத்து பைசாவை அடித்து வெளுத்துக் கொண்டிருந்தான் உச்சிக்குடுமி. அவன் குடுமி கேள்வி கேட்பது போல எல்லோரையும் பார்த்து ஆடியது. சபை பெரும் கூச்சலும் குழப்பமும் ஆகிவிட்டது. இருவரும் மயில்ராவணன் கோட்டையை விட்டு கடலுக்கு புகுந்து விரட்டிக் கொண்டு ஓடினார்கள்.

மயில் ராவணன் கோட்டை அவர்களுக்குத் திறந்து வழிவிட்டது. பச்சைநிறமடைந்து தண்ணீருக்குள் மிதக்கும்

மயில்ராவணன் கோட்டையில் புராதனச் சூதாடிகளும் நாடோடிகளும் செதுக்கிய எழுத்து முறைகளை வாசிக்கக் கற்றுக் கொண்டவர்கள் கோட்டையில் இருந்தார்கள். கடல் வாசியாக மாறிப்போன சூதாடிகளும் நாடோடிகளும் கூட்டமாய் உறங்கும் ஜீவராசிகளுடன் சேர்ந்து உறை கிறார்கள். காளான்கள் முளைத்த கோட்டைச் சுவரில் எல்லா எழுத்து வடிவங்களும் செதுக்கியிருந்தது. எல்லோரும் இழந்து விட்ட கனவுகள் திரும்பி வந்தன. மயில்ராவணன் கதைக்குள் வரும் கனவு காணும் சிறுமி எப்போதும் கனவு கண்டு கொண்டு இருந்தாள். தொலைந்து போன மிருகங் களின் தோலை எழுது தாளாக்கி அதில் வரைந்த கணக் குழுக்களின் சித்திர எழுத்துகள் மீன்களாக மாறி கோட்டை யின் சுவர்களில் ஒட்டிக் கொண்டன. பச்சை நிறமடைந்த கோட்டைச் சுவர்களில் பாசி படர்ந்து அவற்றின் இரைச்சல் மண்டிய புதரானது சுவர்கள். கொடிகளின் இண்டு இடுக்கு களில் ஒளிந்திருக்கும் ஜீவராசிகளின் கனவுகளை இஸ்பேடு ராஜாக்கள் சூதுவழி இழுத்து வருகிறார்கள். தண்ணீரின் பாதைக்குள் கிளாவர்ஜாக்கிகள் உலாவிக் கொண்டிருந்தார்கள். கோட்டைக்குள் சப்ரமஞ்சக்கட்டிலில் மயில்ராவணன் தூங்கிக் கொண்டிருந்தான். அற்புத ஒளியாக மாறிய சதுரங்கப் பலகை பூமியின் எல்லாப் பரப்பிலும் தோன்றத் தொடங் கியது. கனவு காணும் ஜீவராசிகளுக்கும் குவாக்... பறவை களுக்கும் கனவுலக வாசிகளுக்கு மட்டும் முதன் முதலில் தோன்றியது விளையாட்டுப்பலகை. எல்லோரும் மறந்து விட்ட விளையாட்டுப் பலகையில் பதியப்பட்ட உருவங்கள், கேலிச்சித்திரங்கள், எழுத்துகள் நகர்ந்து மொழி விளை யாடத் துவங்கிவிட்டன. கட்டங்களில் ஆழப்பதிந்த சூதாடிகளின் சூது வயப்பட்ட விரல் ரேகைகள் யாரும் அறிந்திராத சூதாடிகளின் கதைகளைச் சொல்லிக் கொண்டு நகரும். கதைசொல்லியின் விரல் நகர்வில் இறந்துபோன வீரர் களும் எழுந்து வருகிறார்கள். காலங்களின் அடுக்குகளில் தோல்வி கண்ட எல்லோரும் மீண்டும் வெவ்வேறு இடங் களுக்கு மாற்றப்பட்டு வெவ்வேறு காலங்களில் தோல்வி

யடையுமாறு விதிக்கப்பட்டிருந்தார்கள். கவிழ்க்கப்பட்ட சீட்டில் மறைந்திருக்கும் எண்களைக் காணும் வசீகரமே முன்பு நாடோடிக் கதைகளாக இருந்திருக்கும். எல்லா கண்களும் எழுத்துக்களும் எல்லை கடந்த தோல்விக்குப் பின் சூதாடிகளின் சூதாட்ட வெறிப் போக்கில் பதிந்து வைக்கப்பட்டவைதான். சறுக்கிச் சறுக்கி விழும் ஜாக்கிக் குதிரைகள் ஒவ்வொரு விளையாட்டிலும் ரெம்மியாக்கப் பட்டு விளையாட்டின் விதிகளுக்குள் எதிரெதிர் பாதைகளில் நகரும் சந்தர்ப்பங்களில் அதன் அதிகபட்ச சாத்தியங்கள் இருக்கும்போது சக ஆட்டக்காரர்கள் குதிரைகளைக் கவிழ்த்து விடுகிறார்கள். தோல்வி கண்டவனைச் சுற்றிச் சுற்றி எண் களின் அதீத கற்பனைகள் படர்கின்றன. எண்களின் கட்டுக் கடங்காத பிரவாகத்தில் திணறிப்போன மனிதர்கள் சூதின் உடனடி சுழல் பாதைகளில் குறுக்கும் நெடுக்கும் வெட்டுப் பட்டுக் கிடக்கிறார்கள். கிரகங்களின் ஆதிக் குறிப்பில் இருந்த பச்சை எழுத்து முறையில் இருந்து சூதுப் பாம்புகள் எல்லோரையும் சூதின் வலையில் சிக்க வைத்திருக்கும்.

நீருலகின் அரசனான 'மண்புழு' முழு வேகத்தில் நாட்டியமாடிக் கொண்டிருந்தது. உயிரினங்களையும் கணித விதிகளுக்குள் அழைத்து வசீகரமான துள்ளலில் மயக்கு கிறது. கோட்டையின் பசுமையடர்ந்த சுவர்களில் ஒட்டி நீந்திக் கொண்டிருக்கும் கடல் வாசிகளும் உயிரினங்களும் அதன் நாட்டியத்தின் அபூர்வ உடல் அசைவுகளால் ஒளிக்குள் வசீகரித்து அழைத்துச் செல்லும். மகர மீன்கள் பச்சை ஒளியில் நீந்தி வருகின்றன. நீர்ப்பறவைகள் பறந்து வரும் ஒலி. அதிக வெப்பமடைந்த எரிகற்கள் எரிகொம்புகளாக மாறி கோட்டையே மீன்களோடு நகர்கிறது. சுற்றிலும் ஜீவ ராசிகள் ஒட்டி மிதக்கின்றன. ஆழமான பச்சை ஒளி சூழ்ந்த கோட்டை நகர்ந்து செல்கிறது. கனவுகளில் நகரும் பாதைகள் தோன்றுகின்றன. கடல் மரங்கள் கிளையசைத்து நகர்ந்து வருகின்றன. எல்லா இதழ்களும் விரிந்து துடுப்புகளாக அசைந்துவரும் பச்சை ரோஜாச் செடியின் எல்லா இலை களும் அசைந்து வருகின்றன. அதைச் சுற்றி மீன்கள் நீந்தி

வருகின்றன. மனிதர்களின் கடந்த உருவங்கள் நகர்ந்து வருகின்றன.

ஜீவராசிகளின் 'ஒரே வார்த்தை' மறைந்திருக்கும் மடிப்பு மடிப்பான வெற்றிடப் பாதைகளில் எல்லா விதைகளும் தூங்குகின்றன. அவற்றின்மீதும் ஆழ்ந்த கால அமைதி கலங்கப்படாமல் ஊடுருவி மண்புழு அசைந்து செல்லும். அதனோடு எல்லாம் சேர்ந்து கூட்டமாய் நகரும். உள்ளே போகப் போக ஒளி வடிவமான பச்சைக் கல்லில் கனவு காணும் மயில்ராவணன் கண்கள் எல்லையற்ற இருளில் தனிமையில் வாழ்ந்து கொண்டிருந்தன. பேர் சொல்லி அழைக்க முடியாத அந்த மயில்ராவணனுக்கு கைகள் சிறகு களாக கால்கள் துடுப்புகளாக உடல் மீனாக இருந்தன. இருளை நோக்கி மீன் சிறுமிகள் நகர்ந்து செல்கிறார்கள். இருளின் ஆழத்தில் தென்பட்ட பச்சைக் கல்லின் ஒளியிலிருந்து மயில் ராவணன் உயிர் துயரங்களால் தன்னையே புராண மாக வரைந்து புலம்பிக் கொணடிருந்தது. வார்த்தைகளால் நிரப்ப முடியாத அவன் துக்கம் மண்புழு ரூபத்தில் அசைந்த படி அங்கும் இங்கும் பைத்தியமாய் நகர்ந்து கொண்டிருந்தது. சிறுமிகள் வெற்றிடத்தில் விரல்களை நீட்டி கனவு கண்டபடி மயில் ராவணனைத் தொடுகிறார்கள். அவ்விரல்களில் மயில் ராவணனின் நீர் உடல் பட்டு பச்சை ஒளியாய் விரல்கள் மாறுகின்றன. எல்லோரும் தங்கள் விரல்களால் மயில் ராவணனைத் தொட்டுக் கொண்டு கனவுக்குள் கனவாகச் சென்றபடி கோரஸ் பாடலுக்கான மெல்லிய கடைசி உச்சரிப் புடன் முணுமுணுக்கிறார்கள். அவர்களின் முணுமுணுப்பு தூங்கும் மயில்ராவணனின் கனவில் வந்து விந்தையாகிறது.

தூங்கும் மயில்ராவணன் உடலில் புதைந்து எல்லோரும் உறங்குகிறார்கள். அவர்கள் உடல் எங்கும் மண்புழுவின் வெப்பம் பரவும். வாய்வழியாகச் சொல்லப்பட்டு வந்த கதைகளின் வெற்றிடங்களில் அதிசய ஒளி பரவி எல்லா ஜீவராசிகளும் கடல் உயிரினங்களும் மூழ்கிய கதைகளாகி எல்லோருடைய கனவிலும் தொற்றிப் பரவுகிறது. உறங்கும்

மயில்ராவணனுடன் குழந்தைகள் எல்லோரும் சேர்ந்து உறங்குகிறார்கள். மயில்ராவணன் உடல் அதிக உயிர்ப் படைந்து தன் உயிர் முழுவதையும் பழங்கதைகளில் படியவிட்டு அந்த 'ஓர் வார்த்தை' தோன்றிய கதையை செல்லத் துவங்குகிறான். பெரும் ஏக்கத்துடன் கண்விழித்த குழந்தைகள் எல்லா நகரங்களின் விளிம்பிலும் வீட்டு டிராயரிலும் சந்துகளில் திருப்பங்களில் மைதானங்களில் அந்தக் கதையைத் தேடி அலைகிறார்கள். பச்சைநிறக் கோட்டையின் விந்தையான சுருளான பாதைகள் மடிப்புகளா கின்றன. அவற்றின் வெற்றிடங்களில் கனவுகள் திரும்பி வேற்றுலகங்களின் சாயைகளை அழைத்து வருகின்றன. அந்த மனிதர்கள் எல்லோரும் புராணங்களின் மடிப்புக் காகிதங்களிலிருந்து மடிப்பு மடிப்பாக வெளிப்பட்டு நிர்வாணமான மயிரடர்ந்த உடலின் கைகளில் வேட்டைக் கருவிகளுடன் நீந்தி வருகிறார்கள். மீன்கள் கடந்து செல்லும் வழியாக நீரின் பாதை செல்லும். நீர்த் தாவரங்களும் உயிரினங்களும் கடலடியில் புதையுண்ட எல்லா நகரங்களின் தெருக்களிலும் சுற்றித் திரிகின்றன.

மயில் ராவணன் உயிர் தனியாக ஏழுகடல் தாண்டி ஏழுமலை தாண்டி இருக்கும் ஆயிரமாயிரம் தீவுக் கூட்டங் களில் 'மண்புழு'வின் இடைவிடாத நாட்டியமாக தொடர்ந்து கொண்டிருக்கிறது. புதிர்வயப் பட்ட மயில்ராவணன் கோட்டையில் எல்லோருடைய கனவுகளும் பதிந்து வைக்கப்பட்ட சுவர்களில் மீன்கள் அவர்களுடைய கனவு களைக் கரும்பிச் செல்லும். கோட்டையைச் சுற்றிலும் பகைவர்களின் அம்பும் ஆயுதங்களும் வந்து முட்டி பயமுறுத்துகின்றன. அதன் சுவர்களில் பதிந்த கதைகளை பறித்துச் செல்லும் அம்புகளைத் தொடர்ந்து பகைவர்கள் சூழ்ந்திருக்கிறார்கள்.

ஆனாலும் எல்லா உயிரினங்களின் கதைவயப்பட்ட அந்த 'ஓர் வார்த்தை' உச்சரிக்கப்படாமலே கடல் ஆழத்தில் மூழ்கியபடி இருக்கிறது.

●

58

பனிவாள்

தானாக இருந்த நீரில் ஒரு துளை விழ அதன் வழி ஆலீஸ் பிறந்தாள் என்பதைச் சொல்ல வேண்டும். எல்லாத் துளை களிலும் ஆலீஸ். நீரினால் சுற்றப்பட்டு சுழல்கிறாள் ஆலீஸ். அவளுக்கு அவளைத் தெரிவதுபோல் மற்றவர்களையும் தெரிந்து விட்டிருந்தது. எல்லா வெற்றிடங்களிலும் நீர் புகுந்து மேலேறி மூர்ச்சையடைந்து கிடக்கிறாள். ஒவ்வொருவரும் ஓடி ஒளிந்து கொள்கிறார்கள். தொட்டுவிடப் போகிறாள் என்று பயமாக இருக்கும். அப்படி மறைந்து கொள்வதில் தான் நீரின் விளையாட்டு சாத்தியமாகும். எதனாலும் நீரைப் பிரித்து அவளைப் பிடித்து விட முடியாது. எந்த எல்லையிலிருந்து நீரைத் தொட்டாலும் ஆலீஸ் உடனே சலனமடைந்து அலையாகிறாள். எல்லோரும் அவளிடம் தோற்றவர்கள்தான். தோற்றவர்களிடம் ஆலீஸ் தோற்று விடுவாள். எல்லோரும் ஒரு நீர் நிலையத்திலிருந்து புறப்பட்டு மற்றொரு இடத்தை அடைந்திருந்தார்கள். முயலுக்குப் பின்னால் ஓடிக்கொண்டிருந்த ஆலீஸ் விந்தை யின் ஆழத்தில் விழுந்துகொண்டு இருக்கிறாள். அந்த ஆழத்தில் எல்லோரும் எட்டிப் பார்த்துக்கொண்டிருந்த போது உறைந்தும் உறையாத நீரில் பனிவாளாக மாறித் தத்தளித்துகொண்டிருக்கிறாள். போகாதே... போகாதே... எல்லோரும் கூப்பிடுகிறார்கள். பனிவாள் விந்தையானது. அதைத் தொடர்ந்து ஓட முடியாதவர்கள் கைகளை நீட்டி அதைப் பிடிக்க எத்தனிக்கிறார்கள். ஒவ்வொரு நொடியிலும் உருகிக் கரையும் பனிவாள் சிறிதாகிச் சிறிதாகி கண்ணுக்குத்

தெரியாமல் மறையும். திரும்பவும் ஒரு துளி நீர் 'ஆலீஸ்'... என்று கத்தியபடி உறைந்து வேகமாக வளர்ந்து அவன் உயரத்தைத் தாண்டி வானத்தின் குறுக்கே கிடக்கும் உருகும் பனிவாளைக் கையிலேந்தி யாரும் குத்துவாட்டம் பிடித்துப் பார்க்க முடியவில்லை. நீரை வாளாக ஏந்தி வாளின் கூர்முனை கொண்டு நீரில் ஒரு துளை விழ அவள் பிறந்தாள். எல்லா நதியும் ஒரே வாளில் சுற்றப்பட்டுச் சுழல்கிறது. நீர் வாளின் உரையாகும். நீரே பனிவாளும் ஆலீஸிம் ஆகும். நதியுடன் நடந்து வந்த மூதாதைகள் பனிவாளைத் தவற விட்டிருக்க வேண்டும். எப்போதோ பனிமனிதர்கள் நீருடன் ஓடிப் போயிருந்தார்கள். அவளை வாளாக வார்த்த ஆலீஸின் தாய் நதியிடம் அவளை விட்டுச் சென்றாள். பனிவாளுடன் பிறந்த அவளைச் சுற்றிலும் விரோதிகள். தென் துருவத்தில் பனியுகம் தோன்றியபோது தேடப்பட்டு வந்த ஆலீஸை மூதாதைகள் வெகு ரகஸியமாக ஒளித்து வைத்திருந்தார்கள். ரகஸிய இடத்திலிருந்த ஆலீஸ் இயற்கை உணர்வுகளில் தான் தோன்றியாக கானகத்தில் மிருகங்களோடு அசைவாடித் திரிந்தாள். விரோதிகளைக் கண்டதும் தொட்டால் சுருங்கி யைப் போல் உடன் பனிவாளாக மாறினாள். கடல்நீர் உறைய உறைய நீர் மட்டத்திற்கு மேல் தோன்றத் தொடங்கினாள் ஆலீஸ். பழங்குடியினரின் நம்பிக்கைகள் சடங்குகளின் குறியீடான பனிவாள் தாழ்ந்த நீர்மட்டத்தில் அமிழ்ந்து விட்டிருந்தது. எல்லாவித சடங்கு சம்பிரதாயங்களுடன் அவர்கள் தொடுத்த போர்களில் பனிவாள் மறைந்தது. அதற்குப் பின் வந்த பனிமனிதர்கள் கதகதப்பும் ஆவியும் கிளம்பும் வடதுருவத்தில் தொடுத்த போர்களில் பனிவாள் நெஞ்சுலர்ந்து உருகிக் கரையத் தொடங்கியது. குற்றமற்ற ஆலீஸை மாசுமறுவற்ற வெப்ப மனிதர்கள் கைப்பற்றிக் கொண்டார்கள். அதனால் தென்துருவப் பனிமனிதர்கள் ஓநாய்களின் தடத்தில் திரும்பிச் சென்றார்கள். அவர்களின் நம்பிக்கையின் குறியீடான ஆலீஸை இழந்தபோது பூமியின் பெரும் பரப்பளவு விரிசலடைந்து ஆயிரக்கணக்கான தீவுக் கூட்டங்களில் ஆலீஸ் மிதந்து கொண்டிருந்தாள். மூழ்கிய

தீவுகளும் மிதக்கும் தீவுக் கூட்டங்களும் அடிக்கடி மேலே தோன்றும்போது அங்கு ஆலீஸ் இருந்தாள். மூழ்கியபோது பனிவாளாக மூழ்கி நீருலகில் வாழத் தொடங்கினாள் ஆலீஸ். வெப்ப மனிதர்கள் அவளை இருளைக் கக்கிக் கொண்டிருந்த மரங்களடர்ந்த தீவுக் கூட்டங்களில் மறைத்து வைத்தார்கள். பனிமனிதர்கள் காணாமல் போனார்கள். ஆலீஸின் மூதாதையரான பனிமனிதர்கள் பனியாக மாறினார்கள். பூமியின் அடிவாரங்களில் அவர்கள் விட்டுச் சென்ற பனிவாள் சலனமடைந்தபடி இருக்கிறது. ஆலீஸின் தனிமையை என்றும் போக்க முடியவில்லை. பனிமனிதன் விட்டுச் சென்ற ஆன்மா உருகும் பனியானது. ஒவ்வொரு கணமும் உருகும் ஆலீஸ் கரைந்து கொண்டு இருக்கிறாள். அவள் துயரம்தான் என்ன? பனிமனிதர்கள் திரும்பி வருவார்களா? பனிமனிதன் தங்கள் மகளை பனிக்குள் பொதிந்து ஆன்மாவைச் சுற்றிச் சுற்றி நெருங்க ஒட்ட வைத்து அவளை யாரும் அபகரிக்க முடியாத பனிவாளாக வார்த்து பூமிக்கு மேலும் கீழும் மிதக்க விட்டார்கள். அவர்கள் விட்டுச் சென்ற ஆன்மா புகையும் ஆவியாக பூமிக்கு மேல் அலைந்து திரிகிறது. நம்பிக்கைக்கு எதிராக எந்த உயிரினத் தையும் அவர்கள் பலியிடவில்லை. பறந்து செல்லும் பனி வாளில் அடிபட்ட மிருகங்களை உணவாகக் கொண்டார்கள். எதையும் சேமிக்கத் தெரியாத அவனது விரல்கள் எப்போதும் பனிவாளில் பட்டு அசைந்தபடிஇருந்தது.

வெப்ப மனிதர்கள் தொடுத்த போர்களில் எந்தவித ஞாயமும் இன்றி நாடு பிடிக்கும் ஆசைகளால் மறைந்திருந்து தாக்கினார்கள். கோழைகளைப் போல், ஒவ்வொருவனும் பழிபாவம் அறியாத நிராயுதபாணிகளைக் கொன்று குவித்தார்கள். அப்படித் தீட்டப்பட்ட வாளில் இருந்த விந்தை ஓடிப்போனது. அந்த யுத்தத்தை மூதாதைகள் ஒத்துக் கொள்ளவில்லை. தங்களுக்குப் பின் நடந்தவர்கள் என்று ஒத்துக்கொள்ள மறுத்தார்கள். தவறாக நடந்த யுத்தத்தில் வென்றவர்களை கழுமரம் ஏற்றினார்கள் மூதாதைகள். முன்னாளில் நடந்த யுத்தத்தில் ஊதப்பட்ட கொம்புகளில்

எழுந்த ஒலி புராதன தெய்வங்களின் காதுகளில் விழுந்து மறைத்து வைக்கப்பட்ட பனிவாளை அனுப்பின. அந்தப் பனிவாள் உள்ள வரை யுத்தத்தில் குழந்தைகளோ, புழுப் பூச்சிகளோ, பறவைகளோ, பெண்களோ பலியாகவில்லை. ஆகவேதான் ஆலீஸின் மறைவிடம் குழந்தைகளுக்கும் பெண்களுக்கும் பறவைகளுக்கும் தெரிந்துவிட்டிருந்தது. அவர்கள் யாரும் ஆலீஸின் இருப்பிடத்தை சொல்ல மாட்டார்கள். அவர்கள் யுத்தத்தை உயிர்வதையை விரும்ப மாட்டார்கள். அவர்கள் இதயம் கட்டற்ற வெளியில் பறந்து திரிந்தது. ஆலீஸும் குழந்தைகளும் தொட்டால் நீராக கரைந்து விடுவார்கள். பனியாக மாறி விடுவார்கள்.

அதற்குப் பின் வந்த சந்ததிகள் கண்டெடுத்த போது கை தவறிச் சென்றது பனிவாள். ஒவ்வொரு காலமும் ஆலீஸ் காணாமல் போனாள். தேடி எடுத்தவர்களிடம் நெடுநாள் நீடித்து இருப்பதில்லை. பனிவாளை உணர்ந்தவர்கள் ஆலீஸுடன் சேர்ந்து காணாமல் போவது நடந்தது. காணாமல் போனவர்கள் எண்ணிக்கை நாளுக்கு நாள் பெருகி வந்தது. பனிவாளைக் கண்டவர்கள் ஒரு இடத்தில் இருப்பாக இருக்கமுடிவதில்லை. அதைத் தொட்டும் உணராதவர்கள் வன்முறையின் பாதையில் விரிந்த வாளிடம் எல்லோருடனும் போட்டியிட நேர்ந்தது. இருவருக்கிடையில் நடந்த யுத்தத்தின் பழங்காயங்களால் வாதையுற்றது பனிவாள். தவறாக நடந்த ஒவ்வொரு உயிர்ப்பலிக்கும் பொறுப்பேற்கும் படி விதித்திருந்தது. அப்படி நடந்த கொலைகளின் வன்காயங் களின் துர்க்கந்தத்தை தாங்கி நின்றது வாள். உளவாளிகள் ஆலீஸைக் கடத்திக்கொண்டு போய் விரோதிகளிடம் பேரம் பேசினார்கள். சந்தைப் பொருளாகக் கூவி விற்றார்கள் அவளை. ஒவ்வொரு காலமும் நட்பு முறையில் முதுகில் செலுத்தப்பட்ட வாளிடம் பேசிக்கொண்டிருந்த நாடகங் களின் கதாபாத்திரங்கள் ஆலீஸ்... என் ஆலீஸ்... உன்னைத் தவறாகப் பயன்படுத்த நினைத்தேனே ஆலீஸ்... என்னை மன்னித்து விடு ஆலீஸ்... ஒப்பனைக் கண்ணாடிகளில் சிரிக்கிறாள் ஆலீஸ். நீங்கள் நடிக்கிறீர்கள்... நடிக்கிறீர்கள்...

எல்லாம் நடிப்பு... நீங்கள் என்னைச் சிரிக்க வைக்கிறீர்கள்... நான் அழுது கொண்டிருக்கிறேன்... மறைமுகமாக என்னைப் பயன்படுத்த எப்படி வந்தது... எப்படி முடிந்தது... எல்லாமே உடைந்து விட்டது... என்னை ஏமாற்றி விட்டீர்கள்... பனிவாள் ஒருபோதும் மனிதர்களை மன்னிப்பதில்லை. அப்படி முதுகில் பட்ட வாளில் இருந்த ரத்தம் துடைக்கத் துடைக்க வந்து கொண்டு இருந்தது. எந்த நதியிலும் துரோகத்தை கழுவ முடியவில்லை. வஞ்சகமாகக் கொலை செய்யப்பட்ட வாளின் ரத்தம் திரைச்சீலைகளில் துடைத்துக் கொண்டிருந்த நடிகர்கள் தன்னையறியாமலே குற்றவுணர் வுக்கு ஆள்பட்டு விறுவிறுப்படைந்தது நடிப்பு. வாளால் எழுதப்பட்ட திரைச்சீலைகளில் ஒவ்வொரு நாடகங்களும் சுருட்டப்பட்டு அரங்கை விட்டு வெளியேறிச் செல்கிறது. அதன் ஆற்றொனாத் தழும்புகள் வெற்று அரங்கில் சுடப் பட்டுப் புலம்புகின்றன. வாளின் எழுதப்படாத பழங் கதைகள் போட்ட கிழவிகள் காணாமல் போனார்கள் கூடாரங்களுடன். அவர்கள் கூடாரமடித்து வாழ்ந்த தொலைந்த நதிக்கரையில் பழைய நகரங்களின் வெளிப் புறங்களில் சிதறிக்கிடந்த பழங்கதைகளின் ஒவ்வொரு அடையாளங்களை வைத்தும் கதைபோடும் கிழவிகள் இன்றியே அக்கதைகள் வாய்வழியாகவே ஒளிந்து வந்து கொண்டிருந்தது. அக்கதைகளில் நடந்த யுத்தத்தில் இறந்து கிடந்த மகனைத் தேடி கைவிளக்குடன் இறந்தோரைப் புரட்டிப் புரட்டி அலைந்து கொண்டிருந்த தாயின் மனநிலை யைப் பற்றி கீழே கிடந்த வாளிடம்தான் கேட்க வேண்டும். அவள் மகன் முதுகில் காயமடைந்திருக்கிறானா என்று முதுகைப் புரட்டி தடவிப் பார்த்து விட்டுத்தான் அவன் தாயார் அழுதாள் என்று வாளின் கதை எழுதப்பட்டிருந்தது.

பழங்கதைகளை நினைவில் தேக்கியிருந்த ஆலீஸின் ரத்தத்தின் நினைவாற்றல்கள் வெகு விநோதமாகவிருந்தன. எல்லாக் காலங்களின் வாழ்க்கையும் அவள் நினைவில் அடுக்கப்பட்டிருந்தது. ஆலீஸின் நினைவுகளில் தேக்கி யிருந்த ரத்தத்தின் அடுக்குகளில் எல்லாப் பாரம்பரியங்களும்

அவர்களுக்கு முந்திய முன்னோர்களும் அவர்களின் பூட்டன் மார்களின் பாரம்பரியங்களும்; அந்த நினைவுகள் இழக்கா மலிருந்தாள். பாரம்பரியங்களை இழக்காத பனிவாளிடம் நெருங்கியிருந்தார்கள். அவர்கள் பார்த்துக் கொண்டிருக்கும் போது தோன்றும் பனிவாளை ஏந்தி நடத்திய போர்களில் பச்சைவெட்டாக வீழ்ந்து கிடந்தவர்களை எதிரிகள் என்று புறமொதுக்காமல் யுத்த மரியாதைகளுடன் அடக்கம் செய்து வீர வணக்கம் செய்தார்கள். ஒவ்வொரு இனத்தையும் அந்த எதிரிகளையும் அறிந்திருந்தார்கள். துருவ நட்சத்திரங்கள் வசீகரித்துக் கொண்ட பாரம்பரியம் மிக்க போர்களின் கதைகளை தென் துருவத்திலிருந்து வந்ததென்று சந்ததி களின் ரத்தத்தில் சேர்ந்து தொடர்ந்து வந்து கொண்டிருப் பதாக தங்களுக்குள் பேசிக் கொண்டார்கள். பாரம்பரியத்தின் அடையாளங்களை இழக்காமலிருந்தார்கள். முகத்தில் அணிந்த ஆதி முகமூடிகளில் விதவிதமான கதை களை கோடுகளாக கண்களாக சாந்துகளைக் கொண்டு பூசி எல்லா முகமூடிக்கும் இனக்குழுவின் அடையாளம் பதித்தார்கள். ஆலீஸ் முகத்திலும் கைகளிலும் பச்சை குத்திக் கொண்டாள். உயரமான மரங்களில் தொட்டிலிட்டு அவள் ஊஞ்சலாடி காட்டுப்பறவையைப் போல் வாழ்ந்தாள். மனதில் உள்ளதையெல்லாம் உடம்பில் வரைந்து கோல மாக்கினாள் ஆலீஸ்.

ஒரு பறவையின் அலகிலிருக்கும் எதேச்சையான இரை தேடலை அவர்கள் மேற்கொண்டார்கள். எதையும் சேமித்து வைக்கவோ அபகரிக்கவோ அவர்களுக்குத் தெரியவில்லை. இதற்குமுன் அவர்கள் வார்த்த அதிக சக்தி மிக்கவாளை விதவிதமாக உருவாக்கிக் கொண்டார்கள். வேட்டைக்குத் தேவையான வில் அம்புடன் ஓடித் திரிந்தார்கள். எல்லா வாளும் நெடுங்காலம் மோதி உரசிக்கொண்டன. ஆலீஸை அழவிடாமல் செய்வதற்கு வீரவிளையாட்டுகள் தோன்றின. விளையாட்டாக வாளால் இடித்துக்கொண்டார்கள். யுத்த தெய்வம் பாதுகாத்து வந்த பனிவாளை மட்டும் அவர்கள் ஆதிமுகமூடிக்கு எதிராக ஒருமுறையேனும் பயன்படுத்திய

தில்லை. காட்டு இளவரசியான ஆலீஸை நிந்திக்கத் துணிய வில்லை யாரும். யுத்தத்தில் ஏற்பட்ட தவறினால் சொந்த மகனை கழுமரத்தில் ஏற்றிய அரசன் அங்கு இருந்தான். ஒரு போதும் அவன் தவறிழைக்காதபோது காட்டு இளவரசனைக் கொன்றதற்காக பனிவாள் உடனடியாக அவர்களை விட்டுப் பறந்து சென்றது மலைகளுக்கு அப்பால். இறந்த மகன் 'ஆலிஸ்'... என்று கத்தியபடி முறிந்து விழுந்த குரல் மலைகளில் எதிரொலித்தது. கைதவறிவிட்ட பனிவாளை அந்த இனக்குழு தேடித் தேடி கானகத்தில் அலைந்து கொண்டிருக்கும். காணாமல் போன பனிவாள் ஒருபோதும் அகப்பட்டுவிடாது. ஒரு காட்டுப் பறவையின் தனிமையை வாழ்ந்தது பனிவாள். யுத்த தேவதைகள் அவர்களை விடுவதில்லை. அசரீறு சொன்னது. 'தவறாக ஒரு காட்டு இளவரசனைக் கொன்ற பழிபாவம் இனக்குழுவின் பாதை களை புதிர்வழியே மாற்றும்' என்பதுதான் அதன் அசரீறு. அசரீறு பலிக்கும் என்ற நம்பிக்கை இருந்தது. மறைந்த பனிவாளைத் தேடிச் சென்றவர்கள் திரும்பி வருவதில்லை. புதிரான புதிய உலகில் சிக்கிக் கொண்டார்கள். எப்போதும் திரும்பத் தோன்றாத பனிவாளைப் பற்றி எத்தனையோ கதைகள் சொல்லப்படும். வேறொரு இனக்குழுவில் வாழ்ந்து கொண்டிருக்கும் பனிவாளை மீட்பதற்கு யுத்தம் தொடுக்க வேண்டியதிருக்கும். ரத்தப்பலிகள் பல நடந்தபின் வந்துசேரும் பனிவாள். அதற்குள் இனக்குழுவின் அரசன் இறந்துபோயிருப்பான். இழந்துவிட்ட காட்டு இளவரசனின் ஏக்கத்தில் தந்தையின் எலும்புகள் காடோ செடியாக அலைந்து திரியும். மகனைப் பிரிந்து வாழவும் முடியாத தகப்பன் எலும்புகள் மகனின் ஆவி அதிர்வடையும் திசையில் போய்க்கொண்டு இருக்கும். பனிமனிதர்களின் ஏக்கமும் அனாதைத்தனமும் சஞ்சரித்துக் கொண்டிருக்கும் தென் துருவப் பனிப்பிரதேசத்தில் அரசனின் எலும்புகள் தங்கள் மூதாதையர்களின் பனியுகத்து மனிதர்களின் ஆவியுடன் போய்ச் சேரும். அங்குதான் ஆலீஸை இழந்த பழம் மூதாதைகள் பூமியின் அடிபாகங்களில் அலைந்தபடி

இருக்கிறார்கள். அன்றுவரை சொல்லப்பட்டுவந்த கதைகள் எல்லாம் பனிவாளுடன் சேர்ந்து மடிக்கப்பட்டிருந்தது. பனிவளைத் தொலைத்தவர்கள்தான் எல்லோரும். ஒரு காலத்தில் எல்லோரிடமும் பனிவாள் இருக்கும். அது கதை தரும். விந்தையில் ஆழ்த்தி விழுந்து கொண்டேதான் கதைகள் நகர்ந்து செல்லும். அவசர அவசரமாகத் தவற விட்டவர்கள் கையெட்டும் தொலைவில் பனிவாளை எட்டி எட்டிப்பிடிக்க திண்டாடிக் கொண்டிருக்கிறார்கள். ஒவ்வொரு வரும் தொலைத்திருந்தார்கள். எப்பொழுதோ அது தன் கையிலிருந்த தடம் இன்னும் உணர்வாக இருந்து கொண்டிருந்தது. அதைப்பற்றிய ஏக்கத்தில் நாடோடிகளாக மாறியவர்கள் வாளின் வசீகரத்தில் சிக்கிக்கொண்டார்கள். சிறுபெண்ணை இழந்த ஏக்கம் உறக்கத்திலும் சேர்ந்து உறையும். நீண்டகாலம் உறங்கிவிட்டபின் ஆலீஸ் அவர் களை வாவாவென்று வெற்றுவெளிக்கும் மலைகளுக்கும் நதிகளுக்கும் இயற்கையின் தான்தோன்றியான தவிப்பின் உறைவிடங்களுக்கும் கூட்டிச் செல்கிறாள். நாடோடி களின் காலில் தடுக்கிய இடத்திலெல்லாம் விதவிதமான வாளின் கதைகள் நினைவுகளின் உறைக்குள் சொருகப் பட்டிருந்தன. ஒவ்வொரு வாளின் விளிம்பிலும் திரும்பி நகர்ந்த சரித்திரத்தின் மடிப்பான சுழல்பாதைகள் வாளின் பிடிக்குள் இருந்த வெண்கொம்புகளில் அதிர்ந்துகொண்டி ருந்தது. இரும்பாயுதங்களின் கடந்த காலம் இன்னும் மோதலுடன் ஒலியெழுப்புகின்றன. ஒவ்வொரு காலத்திலும் உருவிய ஆயுதங்களை மனிதர்கள் ரத்தத்தில் துடைத்து மடித்தார்கள். ஆயுதங்கள் மனிதர்களை விடுவதாக இல்லை. பனிவாள் மறைந்த பின்னும் அதன் உரசல் ஒளி வெளிகளில் முணங்கியது. எல்லா ஆயுதங்களும் சரித்திரத்தால் வார்க்கப் பட்டு பழமையடைகின்றன. மணலாக மாறுகின்றன. பனிவாள் கிடந்த இடத்தில் மணல் மட்டும் மிஞ்சியது. அதிலிருந்த ஆலீஸ் எழுந்து மணல்வெளியில் நடந்து போகிறாள். வாளாக எழுந்த மணல் சுழன்று சுழன்று சுழிக் காற்றாய் சுழன்று நகரத்திற்குள் சென்று ஜன்னல்களைத்

தட்டுகிறது. முகங்களும் கதவுகளும் அகலமான அறைகளில் வசித்தவர்களும் தெருக்களில் நடந்துகொண்டு இருப்பவர்களும் மணலுக்குள் சிக்கிச் சுழன்று மணல்குவியலாக மாறுகிறார்கள். நகரத்தின் எல்லாத் தெருக்களிலும் மணல் குவியலாக மாறுகிறார்கள். நகரத்தின் எல்லாத் தெருக்களிலும் மணல் நிரம்பி விட்டது. ஒவ்வொரு பொருளும் மணலாக மாறிவிடும். மரங்களும் இலைகளும் மனிதர்களும் மணலுக்குள் மணலாகிச் சரிகிறார்கள். அங்கிங்குமாக மணல் துகள் ஓடிஓடி இடம் மாறுகின்றன. நகரத்தின் மேல்மட்டம் கீழே புதையும். உயரங்களில் இருந்தவர்கள் காணாமல் போகிறார்கள். இருபதாயிர வருஷ ஒரு மணல்.

பின்னிரவின் குளிருடன் தோன்றும் பனிப்படலம் மணல் நகரத்திற்கு மேல் மணலுடன் இணைந்து ஊடுபாவாக நெய்து கொண்டிருக்கிறது. மணல் துகளுக்கும் பனித்துகளுக்கும் இடையில் தோன்றிய பனிவாள் மட்டும் தனியே தத்தளித்துக்கொண்டிருக்கிறது. அதைப் பற்றிப் பிடிக்க நகரத்தில் ஒருவர் கூட மிஞ்சியிருக்க வில்லை. காற்றின் பெருத்த ஊளையுடன் எழுந்த மணல் வாரிச் சூறை கொம்பு சுற்றி ஆடுகிறது. எல்லா இடைவெளிகளிலும் மணல் புகுந்து விட்டது. மனித ஓசை இல்லாத மணல்வெளி மீது பனிப்படலத்துடன் மிதந்து வருகிறாள் ஆலீஸ். அவளைக் காண்பதற்கு அந்த நகரத்திலிருந்து ஒரு சிறு குழந்தையும் வரவில்லை. தேம்பித் தேம்பி அழுகிறாள் ஆலீஸ். அவள் விசும்பல் மட்டும் விட்டுவிட்டு நகரின் மீது கேட்டுக் கொண்டிருந்தது. அவள் விசும்பலைச் சட்டை செய்யாத சாவின் சூதாட்டத்தை வெள்ளை ஆவிகள் தொடர்ந்து நகரின் மேல் அமர்ந்து ஆடுகின்றன. சூதுக்கட்டைகள் உருண்டு உருண்டு எல்லா மணலும் மனிதர்களை மூடுகிறது. ஒவ்வொருவராய்த் தோற்று மணலில் வீழ்கிறார்கள். அடிமணலில் வீழ்ந்த நாகரீகங்களும் அவற்றின் மாந்தர்களும் ஏடுகளும் நிர்மாணங்களும் ஒவ்வொரு சிறுமணல் துகளாக உருண்டு மறைகிறார்கள். காற்று நடு உச்சிவானில் மையமிட்டு பனிவாளை ஏந்திச் செல்கிறது உயரத்திற்கு.

காற்றில் எழுந்த மணல்விரல்கள் பனிவாளைப் பிடிக்கும். ஒவ்வொரு மணல்துகளையும் பனியாக்கி தன்னுள் ஈர்த்துக் கொள்ளும். எல்லாமே இங்கு அரிமானமடைந்து கீறல் கீறலாய் அரிக்கப்பட்டுவிட்டிருந்தது. தன்னை ஒரு மனிதக் கரம் பற்றுவதற்காக பனிவாள் தன் தவிப்பையெல்லாம் உள்ளடக்கி எட்டாத உயரத்தில் மிதந்துகொண்டிருக்கிறது. சூதாடிக் கொண்டிருந்த ஆவிகளும் புரண்டு ஓடுகின்றன காற்றில். இப்போது எதன் ஓசையும் இல்லை. காற்றின் அடுக்கடுக்கான பாதைகளில் கீழிறங்கி பனிப்படலம் பூமியைநோக்கி அதிக ஆர்வத்துடன் வந்து மணலைத் தொட்டு ஒரே ஒரு மணல் மனிதனை எழுப்பி அவன் கையில் பனிவாளைக் கொடுத்து குளிரும் இதமுமான... ஆலீஸின் அதிசய உலகிற்கு அழைத்துச் செல்கிறது. பனி வாள் மேலும் மேலும் விசும்பி விசும்பி மணல் மனிதனின் விரல்களில் கேட்ட நரநரத்த மணல் ஒலியால் அதிகச் கூச்சமடைந்து நழுவி நழுவி ஓடுகிறது. அந்த மணல் மனிதன் தனக்குமுன் எட்டி விலகிச் செல்லும் பனிவாளைப் பிடிக்கும் ஆர்வத்தால் தூண்டப்பட்டு வெற்று வீதிகளில் சுற்றிச் சுற்றி ஓடிக் கொண்டிருக்கிறான். இவ்வாறாக இழந்த உயிரின் ஒரு அலகில் நரகம் உயிர்ப்புற்று மீண்டும் மணலால் கட்டப்பட்ட நகரம் மீண்டும் மணலில் பிறக் கிறது. முகமும் உடலும் மணலால் ஆன மனிதர்கள் தங்கள் வசிப்பிடங்களில் உயிர்ப்படைந்த பாகங்களை புத்துயிருடன் தேடித் தேடி பார்த்துக் கூச்சலிடுகிறார்கள். பனிவாள் நகரத் திற்கு மேல் பறந்து செல்கிறது.

நகரத்தின் வரைபடத்தில் பதிந்த பனிவாளின் தோற்றம் ஒவ்வொரு நாள் இரவிலும் விடிவதற்கு முன் பனிப்பாதை யில் இருந்து கீழிறங்கி இலைகளின் மீது மரஉச்சியில் புல் பூண்டுகளில் சிறுசிறு பூச்சிகளில் ஒட்டும் பனிப்படிவாக மாறும். புல்லின் அசைவில் தொங்கும் பனிநுரைகளில் ஆலீஸின் முகங்களை சிறுவர்கள் பார்த்து விடுவார்கள். அவர்களுக்கு மட்டும் தெரிந்த ஆலீஸ் ஊரின் வெளிப் புறத்தில் ஒவ்வொரு மணலிலும் ஒட்டிக் கொண்டிருப்பாள்.

சிறுசிறு மணல் அசைந்து இடம்மாறும். அவளது காலடி ஓசை மணலுடன் மணலாய் உராய்கிறது. அவள் எதிரே நண்பனோ விரோதியோ இல்லை. அவளுக்குத் துணையாக அங்கு ஒருவருமில்லை. அவள் தனிமைக்கு அளவு இல்லை. அவள் விரல்களில் உள்ள மணலால் ஒவ்வொரு இடத்தையும் உயிருண்டாக்குகிறாள். பைத்தியம் பிடித்து விட்ட வளாகத் தள்ளாடுகிறாள். காற்று அவளைச் சுற்றிச் சுற்றி கெக்கெலி கொட்டிச் சிரிக்கிறது. அலையலையாக வரையப்பட்ட மணல் அடுக்குகளில் அவள் தடம் ஒவ்வொன்றாய் தனித்தனியாக எந்த வித நோக்கமற்று வரிசையாகப் பதியும். உடனடியாக அவள் தடம் புதைந்து அவள் மணல் சறுக்கில் சாய்ந்து சாய்ந்து வெகு தூரம் போய்க்கொண்டிருந்தாள். மணல் உருண்டு உருண்டு அவளைப் பின்தொடர்ந்து செல்லும். அவள் பாதத்தை அரித்துச் செல்லும் மணல். மணலோடு மணலாக மறையும் தடங்களை அவள் திரும்பிப் பார்க்கவில்லை. பனிவாள் மட்டும் நகரத்தின் மீது பின்னிரவின் பனிப்படலத்தில் உயிர்ப்படைந்து மனிதனின் கை ஸ்பரிசத்திற்காகக் காத்திருக்கிறது. யாராலும் எடுக்க முடியாத பனிவாளின் மீது பனித்துளிகள் படிந்து கொண்டிருக்கிறது. வெள்ளை மணல்வெளியாக மாறிய நகரத்தில் ஒவ்வொரு மணல் மனிதனும் பனிவாளுடன் திரிந்து கொண்டிருக்கிறார்கள். அவர்கள் அவளுடைய மூதாதையரைப் போல் இல்லாமல் அவர்களுக்குள் ஒளிந்து கொண்டு ஒருவரை ஒருவர் தாக்குகிறார்கள். சுவர்களில் பகைமையின் ஓசை அதிர்ந்தபடி இருக்கிறது. எல்லா நகரங்களை விட்டும் வெளியேறிச் செல்கிறாள் ஆலீஸ். பனிவாளின் பயணத்தைப் பின் தொடர முடியாத மனிதர்கள் தோற்று விடுகிறார்கள். பூமியின் எல்லா விளிம்பிலும் பனிவாளைத் தேடிச் சலித்துப் போனார்கள் எல்லோரும். ஆலீஸ் விட்டுச் சென்ற தடங்களில் வாளின் அடையாளம் தோன்றத் தொடங்கியது. அவள் ஒவ்வொரு எட்டிலும் அடர்ந்து வந்த கானகத்தில் தடங்கள் பதியும். பூச்சிகளின் இடைவிடாத இரைச்சல் பின்தொடர ஆலீஸ் நீந்திச்

சென்றாள். ஒவ்வொரு இரவிலும் நட்சத்திரங்களின் மினுங்கலில் கண்சிமிட்டி மறைகிறாள் ஆலீஸ். மனிதர்கள் கண்பார்வைக்கு அப்பால் விரியும் ஆலீஸின் உலகில் அவளது பனிவாள் துளிர்விடும். வெப்பம் மிகுந்த சமவெளியின் மீது ஒரு துகள் பனியாகத் தொங்கி ஆடுகிறாள் ஆலீஸ். ஈரமான வாழ்வின் சுழல்வட்டத்தில் ஓடித் திரிந்தாள்.

யாரும் பாத்திராத காட்டுமிராண்டிகளின் தடங்களில் புதர் வழியே குகைக்குப் போகும் பாதையில் பனிவாள் செல்லும். குகைக்குள் போகப் போக இருட்டில் அந்த வாள் புதையும். உள்ளே போகப் போக வாளின் குளிர்ந்த உறைவிடம். அங்கு வெண்மையாக ஒளிரும் கல்லாக பனிவாள் வைக்கப்பட்டிருந்தது. மனிதர்கள் இழந்திருந்த கல்லின் உறைவிடத்தில் அபூர்வமான வெதுவெதுப்பில் மிருகங்களின் அலறல் கேட்டுக் கொண்டிருந்தது. மூர்க்கமான வாளில் கைவைத்து உறங்கும் அவளை யாரும் நெருங்க முடியவில்லை. தீ எரிந்து கொண்டிருக்கிறது குகையருகில். நிர்வாணமான ஆதிப்பெண் அந்த வாளுடன் குகைக்குள் மூச்சு விட்டுக் கொண்டிருக்கிறாள். மிருகத்தின் குரலில் அலறுகிறாள். அவள் உடம்பில் வீசும் மிருகத்தின் வாடையால் குகையே உயிர்ப்புற்றிருந்தது. கற்சுவர்களில் மறைந்த மனிதர்களின் நிழல்கள் அசைந்து கொண்டிருந்தன. மிருகத்தின் உறுமலில் யாரிடமோ உறவாடிக் கொண்டிருக்கிறாள். குகையின் சுழல் வட்டத்திற்குள் சுருண்டு இரு மிருகங்கள் ஒன்றையொன்று முட்டிப்புணர்ந்து அலறுகின்றன. தீயில் சடசடத்த மரங்கள் ஒடிந்து குகைக்குள் தீ பரவுகிறது. வெகு தொலைவில் பதிந்த மிருகங்களின் கால் தடங்கள் அங்கு வந்து அவளையும் வாளையும் நுகர்ந்து வெறியடைந்து உறுமுகின்றன. குகைவாய் கானகத்தின் பேரோசையுடன் அலறிக் கொண்டிருக்கிறது. இருளின் மூச்சு அதிகரிக்க குகையிலிருந்து பல மிருகங்கள் எழுந்து ஓடுகின்றன. இனந்தெரியாத இடங்களில் அவள் அலைந்து திரிந்தாள். மலைகள் மீது கிடந்த கல்ஆயுதங்கள் மீது அவள் கால் தடம் விழுந்தது. பூமிக்கு மேல்

பனிமனிதர்கள் விட்டுச் சென்ற கல் ஆயுதங்கள் தனியாக நீந்திக் கொண்டிருந்தன. அதைக் கடந்து மிருகங்கள் உறையும் புதர்கள் இருந்தன. பகலில் தோன்றி இரவிலும் அலறும் மிருகங்களுடன் சேர்ந்து உறங்கினாள் ஆலீஸ். அவள் முகத்தோற்றம் மாறத் தொடங்கியது. கொள்ளிக் கட்டையைப் போல் எரியும் கண்களுடன் இருட்டில் நடமாடித் திரிந்தாள். அவள் உடம்போடு உடம்பாய் இணைந்துவிட்ட பனிவாளின் ஸ்பரிசத்தில் இன்னும் அதிக தூரம் சென்று அந்த இடத்தை விட்டும் நகர்ந்தாள். துர்நாற்றமும் மிருக உடலும் கொண்ட அவள்; அதையும் கடந்து வெளியேறிச் சென்றாள்.

பறவைகளும் கழுகுகளும் ஆந்தைகளும் பழம் பறவை களும் சஞ்சரிக்கும் அடர்ந்த கானகத்திற்கு இழுத்தது பாதை. மரத்திற்கு மரம் தாவித் தாவி மரங்கள் உச்சி மீதே சுழன்று சென்றாள். குரங்குகள் அவளைப் பின்தொடர்ந்து சென்றன. வளைந்த கொம்புகளில் பரண் அமைத்து காற்றின் தன்னிச்சையான ஊஞ்சலில் அசைவாடினாள். அவளைச் சுற்றிலும் குரங்குகளின் வாடையடித்தது. பறவைகள் அவள் மேல் கால் வைத்து அமர்ந்து கருஞ்சிறகினால் அவள் கழுத்தை மூடிக் கதறின. எல்லாப் பறவைகளும் அவள் உடலில் உரசிப் பறந்து சென்று எச்சமிட்டன. மரமாக அண்ணாந்த நிலையில் பல காலம் அங்கிருந்தாள். சிறகினால் அவளை மூடிப் பாதுகாத்து வந்த பறவைகளை விட்டு அவளால் வெளியேற முடியவில்லை. எல்லா ஆயுதங் களுமே பூமியின் கதகதப்பிற்காக ஏங்கின. வெப்பத்தில் உருளும் பூமியின் மீது கூட்டமாய் பறந்து சென்ற தென் துருவப் பறவைகளுடன் பனிவாள் நீந்திச் சென்றது. தொலைதூரத்தில் பனிமனிதர்களின் அறுபட்ட ஆன்மா எரிமலைகள் மீது அவளைத் தேடிக் கொண்டிருந்தது. வெடித்துப் புரண்ட பனிமனிதனின் ஆன்மாவில் குடி கொண்ட தவிப்புதான் அவள் ஆன்மாவில் படிந்திருக்கக் கூடும். எரிமலையின் சரிவுகளில் அவளது மூதாதைகளின் கல்லாயுதங்கள் எரிந்த படி மிதந்து கொண்டிருக்கின்றன.

உரிய காலத்திற்காக மூதாதையரின் ஆன்மா தென் துருவத் திலேயே அவளுக்காகக் காத்திருக்கிறது. மீண்டும் எரிமலை களுக்குள் பனிவாள் மறைந்து விட்டதாக பழங்கதைகளில் சொல்லபட்டன. பனிமனிதர்கள் எரிமலைகளின் பனிப் பாதைகளில் வந்து உருகிக் கரையும் அந்த பனிமகளை தங்கள் இதயத்தால் தாங்கியபடி எடுத்துச் சென்று விட்டதாக அவளைத் தேடித் தேடிச் சலித்துப் போனவர்கள் சொல்லிக் கொண்டிருக் கிறார்கள். அடுத்த தலைமுறைகள் வந்து அவளைக் காண்பதற்காக தென்துருவத்தை நோக்கி பனி ஓநாய்களின் பாதையில் உயிரைப் பணயம் வைத்துச் சென்று கொண்டிருந்தார்கள். பனிவாளின் வெள்ளை உருவம் துருவ நடத்திரத்தில் தோன்றுவதாக விழித்திருந்து பார்த்துக் கொண்டிருக்கிறார்கள் சிலர்.

●

59

பாதரஸ ஓநாய்களின் தனிமை

உருவற்ற வனமே சுருண்டு பாலை எனும் சலஸ்திரீயாகி ஆழ்சுனையில் தூங்கியது. ராக்கிப்புடவுக்குள் தீண்டாத குருதி எரியும் வெளிச்சத்தில் மறைந்திருந்த ஆறலைக் கள்வர் கொங்கைகளின் தாஷ்டிகத்தில் மயங்கி வழிப்பறி யில் ஈடுபட்டு அதிசய முத்துக்களுடன் மறைவர் புடவில். அம்மணராக்கியர் நவரத்தினங்கள் மேல் ஆசையாய் இருந்ததை காட்டுப் பூனை அறியும். நோயுற்றவன விருட்சங் களின் வேர்முண்டில் குழல் ஊதி சிகிச்சை செய்யும் வனராக்கியே பாலையின் தாயாக இருந்தாள். வலியால் சுருண்ட செடி இலைகளைத் தொடவும் கூசி நரம்பு நீட்டி உயிர்பெற்றுவிடும். ஆறலைக் கள்வர் பட்ட காயங்களில் பூனை ஈரலால் தேய்த்து ஒருவருக்கொருவர் பரிமாறி வௌவால் முதுகுத்தொலியால் சாறெடுத்து பூசுகிறாள் மருத்துவச்சி. தாழியில் ஊறவைத்த பருந்துப்பிடரி கூகை முகம் ரத்தமுள்ளாண் கொண்டலத்திநாக்கு நண்டு கீரிச்செவி காட்டுஓணான் தேரைவால் மீது கள் கலந்து தைலம் எடுத்து புடவில் வடுப்பட்ட கள்வருக்கு பக்குவம் பார்த்த வனமந்திர அகராதியை வெட்டிவைத்த கல்வரிகள் உறைந்திருக்கும். உயிருடன் இருந்த வனராக்கியே கள்வரின் தாயாக இருந்தாள். செந்நிலத்தில் பாறைகளை நோக்கி கூட்டமாய் சாம்பல் ஆமைமுக ஆறலைக்கள்வரும் பச்சையடர்ந்த ராக்கியரும் சினைச்சிசுவின் முனகலுடன் உடும்புகளும் மிருகங்களும் ஊர்ந்து செல்லும் மயக்கப் பாலையில் உலர் தொலி வரைவு லிபிகளை சேகரித்து மறைந்து திரிந்தனர்

கற்றாழைகளுக்கிடையில். மனம் போன ஒத்தையடிப் பாதைகள் மைப்பாறை கருக்க மறித்திருக்கும். விதம்பல தடுமாற்றங்களையுடைய காடு. புதர்கள் மறைத்தும் எப்புறமும் பாதை தோன்றி தடங்களாக மயக்கும். வெண்காந்தள் அடி புகுந்த சுரும்புகள் சுழல் விழி மயங்க புலர்வாடி அடிக்காம்பில் கொம்பு நீட்டி தேன் உறிஞ்சி தேனிற ரீங்கார வளைபாதை கோடுபட உருவடையும் தடத்தில் ஆறலைக்கள்வர் பின்பற்றிப்போக அரக்குநிற வெளியில் நாகரத்தினமும் கமலமும் கொண்டு போன காரண்டப் பட்சியிடம் களவுக் குறிகேட்டு கள்ளிப்புதரில் மறைந்திருப்பர். அவ்வழியூடு வேறுயாரும் கடந்தால் கள்வர் சருக்கம் சொல்லவந்த நுண்பூநாகம் உறிஞ்சிய வடுவாழ்வினரின் குற்றப்பரம்பரைக் கதாச் சுருட்டை விரித்து தன் மந்திரத்தால் அதர்படாத பாலைப் பெண்ணின் நடுகற்கள்வரை சொல்லிவிடும் கதாச்சுருள் பாதையது. சில ஒரு தப்படிகளில் திகைப்பூண்டில் கால் தொட வழிமாறி அகப்பட்டுவிடும் புதிர்பாலை அது.

புலப்படாத வனஉரு தான்தோன்றியாய்க் கிடந்தது அனாதியில். எரவப்பநாயக்கன் குறுநிலத்தில் தானியக் களஞ்சியத்தை கொள்ளையிட்டு நெடுகச் சிதறிக்கிடந்த சாமையில் காட்டு இலைகளாய் படர்ந்து மிரட்டினார்கள் எரவப்பனை. கடகப்பெட்டியில் காடைக்கண்ணி தவசம் அளந்து அநாதையாய் வந்த புள்ளம்மாவின் ஆவியை தவசத்தில் வைத்து அருகம்புல்லை அவள் ஆவிமேல் வைத்து வௌவால்தொத்தியிலிருந்து வெப்பக்காடு வழி கிளம்பிப்போன ஆறலைக்கள்வர் கூட்டம் இடைவழியில் தாமசித்த இடத்தில் எரவப்பன் படை எதிர்த்துவர வழி விட்ட கிழவன் இலுப்பை விருட்சமாய் சாய்ந்து மூடிய ஆப்ப நாட்டில் குடிபோட்டு சுற்றிவர வேல்கம்புகள் நட்டி கன்னக்கோல் தொரட்டிகளை கதவுகளாக அடைத்து காற்றுக்கு விலகிய கதவுகளுக்குக் குறுக்கே கம்பரக் கத்திகளும் தேள்ச் சூரியும் கொத்தியும் ஈக்கி ஈருளியும் சொருகி வைத்தனர் குடியில். ஆணிரைகள் எருமை நிரைகளைக் கவர முற்பட்டு

எதிர்த்துப் போரிட்டு மடிந்த நடுகல்லின் அடியில் யாரும் பார்த்திராத தண்ணீர் காற்றின் தொடுதலால் சலராகங்களாய் கொடிய பாலையில் அலைவுறும். நீர்க் கூவலில் கிடந்த வெப்பநீர் குளிர்ந்து பொழுதுமாற சுனை அலையில் ஊறும் நீலங்கள். கற்களாயினும் யாரும் பார்த்திராத பாலையின் அந்தரங்கத்தில் நகர்ந்தன நீலங்கள். சுனையில் கழுவிக் கழுவி சாம்பல் நீலக் குருதி கண்ட ஆறலை ஸ்திரீ நீலக் கல்லை தாலியாகக் கோர்த்து ஒட்டுத்தாலியில் மருக்கொழுந்து சூடி களவுக்குப் போன முறைகாரனுக்காகக் காத்திருந்தாள். சுனையில் ஆவி கொண்ட நீலங்களில் களவுகளின் வேகம் அசைவாடியது. பாலை ஓமை இலுப்பை விருட்சங்களில் மொடுமொடுத்த குரல் நீலங்களை அழைக்கும். நிணத்தின் வாயள் நுணங்கை தூங்க நீலக்கல் பழுத்து வெளிச்சமாய் அசைய ஆறலைக் கள்வர் அவற்றின் நிழலாய் மறைந்தனர். ஆள்புகாக்காட்டில் சலராகங்கள் சுனை நீரில் அசைந்து வந்த வெப்பதட்ப அழுத்தத்தில் உருவடைந்த பாதரஸ ஓநாய் களின் நுரையீரலில் நிரம்பிய காற்று கள்வரின் ஜீவனில் புகுந்து சலனங்கொள்வதை மூலிகை ராக அகராதியில் ஓலை முறியில் தீட்டி வைத்திருந்த சலஸ்திரீ வனந்திரிந்தவாறு கீறிவந்தாள் கூந்தப்பனை ஓலையில்.

கஸ்தூரித்தூள் பூசிய ஏடுகளில் தோன்றும் தாந்திரீக லிபிகள் பூடகக்கட்டங்களில் ஓடும் கன்னிவர்க்கவேட்டை நாய்களால் எட்ட முடியாத தடங்களைக் கொண்ட சிரிக்கும் பாதரஸ ஓநாய்கள் சூழ நீருடல் மறைந்து காணாமல் போயிருந்தாள் சலஸ்திரீ. முன்பில்லாத ஏதோ வேகத்தில் ஓடுகிற பாதரஸலிபிகள் மர்மங்களாய் உறைந்து விட்டிருந்த வெண் திரவத்தில் உருகி ஊளையிடும் ஒலிநாவுகள் விரல் களை நக்கி ஈரமாய் உள்பரவும் சுழி. உருமாறுகிற ஓநாயின் பெண்ணுடலை யாரும் பார்த்து விடாமல் மூலிகை ராகத்தால் மூடியிருந்தது ஓநாய். ஏடுகளுக்குப் புலப்படாத பாஷையில் எழுத்தாணி கொண்ட அவளுக்குத் தெரிந்த சங்கேதவரி ஓடும் பாதரஸஓநாய்களின் மொழி மண்டலத்தில் நவபாஷாணக் கல்வெட்டில் செதுக்கியிருந்தது. கரையான்

தின்ற பூடகமந்திர மூலிகை அகராதி பூச்சியாக மாறி இறகு முளைத்த ஈசலாகி மண் குவிசலுக்குள் புகுந்துகொள்ள ஏடு கீறும் அவள் பூமியில் காதுவைத்து சிலம்பப்பாடிய சுழல் சுரும்பின் பாலைப்பண் கேட்டு செம்புதர் ஈசல் மேல் கிளம்பி பறந்துவர பாதரஸஓநாய்கள் பார்த்திருக்கும். நவபாஷர்ணக் கல்வெட்டில் உயிர்கொண்ட ஓநாய்களின் பாதரஸமொழி காகப்பாஷாணக் கல்லில் ரத்தப்பாஷாணக் கல்லில் உயிர் ஓடும் சமிக்ஞையாகும். நீலக்கல்வெட்டி லிருந்த பாலைநிலக்கள்வர் மந்திரமும் நாகபாஷாணக் கல்வெட்டின் அடிபுதைந்த தலைச்சன் எலும்பும் பஞ்ச பட்சிக்கல்வெட்டில் பறவை ராசியின் தொகையும் நகர்வும் பார்வை கொண்டிருந்தது பாலையில். சிறகு பெற்றிருந்த மலையின் அடுக்கில் குடைந்த ராக்கிப்புடவில் கள்வர் பதுங்கியிருக்க பறந்ததாக மலைகள் இராவிருட்டில் உயரம் கொள்ளும்.

சிறகுமலைக்குள் ஆறலைக்கள்வர் மறைந்து கொள்ள சப்த சமுத்திரங்களைச் சூழ்ந்து எழுந்த மலை அடுக்கில் மோதும் அலைகளால் சுறாவின் தாக்குதலால் புரானிக முதலைகளின் கொடுவால் இடியும் நீர்வாளின் மின்னலும் சேர்ந்து நடுங்கும் ஏழுதொடர் அடுக்கின் எதிரொலிகளும் சக்ரவாளமாக உருமாறி பூமியை வளைத்துக்கொண்ட மலையின் மையிருளில் பஞ்சரகஸியக்குரல்கள் மெல்ல எழுந்து சக்ரவாளமலைச்சிறகுகள் இரவாக விரிந்து அசைய திக்குகள் எட்டும் இருட்டுஅரசிருக்க மலைஇறகு மடிப்புக் கோதுகளில் பீலிகளுக்கிடையில் குத்தி நின்ற அண்டகோச அடுக்கு சுழல்கொள்ள ராட்ஸதரூப சிறகு மர்மமாய் ஒடுங்கி உள்மறையும் பாலை நிலம். கடல்கோளில் அறுபட்ட சக்ரவாளமலைச் சிறகுகள் துன்பம் பொறாமல் பிளவில் மலைகளின் உதிரம் விழுந்த இடத்தில் பவளம் உண்டா யிற்று. மரம் கல்லானது. பாதாளத்தில் திறந்த பவளப்பாறை களில் கண்வைத்த கள்வர் பேராசையால் உடல் மறைந்து பவளங்களின் நிழலாயினர். வனராக்கு உடலே பவளங்களால் மூடியிருக்கும். சலஸ்திரீ அமர்ந்திருந்த நவபாஷாணக்

கல்குகையில் சூரிக்கத்தியில் எரியும் கஷாய வேகத்தில் அறுத்துப் புடமிட்ட ஏட்டுச் சுருளை வெள்ஆம்பல் கல்வத்தில் பொதிந்து திரும்ப வேறொரு சுருள் எடுத்து எரியும் பாதரஸ ஊசிமுனையில் துகள்துகளாயிருந்த பதக் கூட்டங்களிலிருந்து அட்சரம் கோர்த்து மலையின் குருதியில் தோன்றிய மொழியை எழுதிக்கொண்டிருந்த சுருள் பாலை இசையில் எரிய உருவற்ற வனம் ஐந்திணை யாழ் ஸ்வர வரிசைகளை ஆறலைக் கள்வர் இனம் தங்கள் தனி மொழி யாக யாழின் நரம்பு எரியும் இசையை மூலிகை இசை அகராதியில் குளிர்பதுமத் தைலங்களில் பொதிந்து மறைமுக மாய் ஒளித்து வைத்திருந்த சிலம்பு ஏட்டுச் சுருள் நீர் ஆம்பலில் தோன்றி விடிந்தது.

நாமறியாத கிரகத்தில் சுழலும் பாதரஸஓநாய்களின் நரம்புகள் மெய்யெழுத்தொலியாய் நீண்டுவர ஒலி அலகு களில் வளையும் கமகங்கள் கிரக இடை சூன்யத்தில் ஆலாபிக்க வேறு இருகால அடுக்கில் பின்முன்மொழிமாற காலத்துகள் நுண்மையாய் சேரும் பொழுதுகள் புலர்ந்து பச்சிலைகளின் அகர வரிசை பதினாயிரம் இசைக் குறிப்பு களாய் பெருகி உயிர்மெய் சுருள்வில் ரசாயன அகராதி யில் அணுக்கவைகள் புரண்டு மனிதப் பேச்சை விடவும் புலனுக்கு எட்டாத நுண் ஒலிகள் மட்டும் பாதரஸ ஓநாய்கள் தொனிக்க வேதியிலை நரம்புகளின் பரிபாஷை ஓநாய்களின் உரையாடலாய் பச்சை உலகின் அந்தரங்க நுரையீரலில் சரமூச்சு திருகி அதிரும் ஓநாய்களின் மண்ணீரல் சவ்வு களில் பரவிய துடிப்பறையில் பாலைநில எயினர் விரல் அலகுத்துடி மாற செந்நாய் தோன்றி மைவரைமேல் நின்று ஊளையிட்டது உருவற்று. காற்றில் இலைகள் ஆடுவதான செந்நாயின் காதுகள் அலைந்தன. மலைகளின் தீராத உதிரம் கலந்த மணல் உயிருடன் புலம்பிய பாலைவழி. காலுக்குக் கீழாக மணல்துகள் பளபளத்துக் கொடிய வெறுமையின் வனாந்திர மௌனத்தில் நிலவு தடுமாறி அலைய கவண்கல் எரியும் கள்வர் பனைமர வாசனையில் தரையில் குத்தி நின்ற கால்களில் முள்கரணை விருவுகள் வெடித்தும் தனித்த

ராட்ஸத உருவங்களாய் பகைவரை எதிர்நோக்கி யுத்தத் திற்குக் காத்திருந்தனர் காயும் நிலவில். எதிரே குன்றுகளுக்கு மேலாக துருவநட்சத்திரமும் பெருங்கரடியும் இடம்மாறிக் கொண்டிருக்க பூமியைத் தொடுவதற்கு சூரியன் விழுந்த வேளை எரிந்த மணல் சூடு ஆறாமல் இன்னும் கனன்று கொண்டிருக்கும். செந்நாயின் தடங்களை மட்டுமே நம்பின கள்வர் குழந்தையாக ஒலி மிளற்றும் செந்நாயின் ஒரு சில வார்த்தைகளைக் கேட்டு களவு விழும்பக்கம் திரும்பி இருட்டும் பாதையைக் கடந்து போய் மண்கோட்டை சுற்றி மதில்களை கன்னம் வைத்து முரட்டு மாடுகளை காடியிலி ருந்து அவிழ்க்கவும் கோட்டையார் காவலன் உளியால் கள்வன் உள்ளங்கையில் பாய்ச்சி தரையோடு பதித்தான். கூச்சலிடாமல் வேற்று உருவந் தேடி காவலர்கள் இருள்புக பாலை அருவாளால் மண்ணோடு முளை பதித்த உளியை மறுகையால் பறித்து அகற்றிக் காளையோடு கன்னப் பொந்து வழிவெளியேறி மிரட்டும் கொடிய கான் புகுந்தான் ஆணிபட்ட கள்வன். சமவெளி இருள்சூழ்வதை வெறுமை யாகப் பார்த்துக் கொண்டிருந்த பழமையான கண்கள் மஞ்சள் நிற மணலாய் கரகரப்பாக இருந்தது. எச்சரிக்கை உணர்வைத் தூண்டும் லேசான சலசலப்பிலும் ஓநாய்கள் தோன்றிவிடும். கள்வன் கை உதிரம் படிந்த பாதையெங்கும் நிலவின் பால் எரிந்து கள்வன் குருதி கமலமாய் மாறக்கண்ட சலஸ்திரீ அலைகளை கொறித்து சுனைநீரில் கழுவக்கழுவ நீலமாக மாறியது குருதிக்கல். பால்ஒளியில் குளிர்ந்த பாலையில் உயிர்கொண்ட பாதைகளில் மணல் சிலந்தி எனும் பெண் பாலை வெறுமையை நூலாக்கி பின்னி தாவரங்களுக் கிடையில் நெய்துகொண்டிருந்தாள். சூடான மணலில் கால் பதியாமல் நடந்தன திருடப்பட்ட மாடுகள். கள்வர் இஷ்டப்படி களையாமல் பின் நடந்து மூச்சுவிட்ட ஒலி பாறைகளை உயிர்ப்பித்தன. குளம்படி பார்த்து பின் தொடர்ந்த ஈட்டிக் காவலர்கள் பாதரஸ ஓநாய்களின் ஓலத்தால் தயங்கிவிட்டிருந்தனர் தொலைவில்.

பாலையில் நின்ற அருவருப்பான தோலும் புள்ளியும்

செதிலும் முள்ளும் முளைத்த ஜந்துக்கள் உயிர்த்துடி துவங்கிய ஒவ்வொரு சிறுநாசியிலும் ஊறும் இசை பொடி இலைகளிலும் கொடிப் பாசியில் உருளும் பரப்பில் சமிக்ஞைகளின் உயிர்த்தூண்டல் அலோகமும் உலோகமும் இணைந்த மைவரையுள் அடர்ந்த இருள் நரம்புகள் ஆதார ஸ்வரக்கற்றையாய் அணுநடுங்க மரப்பட்டை நிற மணல் பழுப்பின் தோற்றத்தில் மஞ்சள் வெளிர் தோல் கொண்ட கெவுளி பாலை நிலமெங்கும் நீண்டு சுருங்கும் மடிப்புத் தொலிக்குள் இருந்து தொடுகுறியும் முன்னுணர்வும் கூற வட்டத்தலையை சலஸ்திரீ உடலில் பதிந்து ஊர்ந்து அவள்தலைக்குமேல் கொண்டையாய் தலையசைத்து நீட்டி திட்டியவாறு அவளுள் மறைந்துகொள்ளும். சுழல் மண் கோட்டையுடன் இருந்த பாலையூர் ஒரே வீடாக முடிவற்ற அறைகளுடன் அடுக்கியிருந்தது. சுவர் வளைவுகளில் விநோத இயல்புள்ள பாணர்களும் காப்பியக்குடிகளும் தன் ஆவியுடன் பாதரஸ ஓநாய்களாக உலவும் மொழிக்குள் மறைந்துகொண்டு ஆளற்ற ஊராக இருந்தது பாலையூர். மலை விளிம்புகளுக்குச் செல்லும் பாதைநெடுக பாலைப் பண் இசைத்து மலைமாடுகளை மயங்கவைத்து காராம் பசுவில் பால் கறக்கும் பாடினியரை தொலைவில் பார்த்து பண்ணில் மயங்கினர் கள்வரும்.

மண்நிற கெவுளியாகக் கிடந்த ஆறலைக்கள்வர் சப்த நுணுக்கங்களை அலகு பிரித்து ஒலிக்கும் கெவுளியிடம் அறிந்தனர் பிறப்பில். சிவந்து இறுகிய புலமாக எரிமேய்ந்த பாறைகளுக்கிடையே வாடிய மந்திகளோடு ஈண்டிக் கிடந்த விநோத மூச்சு, குடல் வயிற்றில் மண்டிய புதரில் விலங்குகள் குடிபுகும். பற்றிக்கொள்ளும் காட்டுத்தீயில் ஊடாடிவரும் காற்றில் மூச்சுவாங்கிக் கிடந்த கெவுளி பழங்கால உருவில் புதைந்து பாறையில் ஒட்டிக்கொள்ளும். மாறும் பருவங்கள் வரை கல்லோடு உறைந்து வளம் திரிவுற்ற கடுமையான காடு பற்றி சப்தித்தது இடை வெளி விட்டு. கரிந்து வறண்ட அந்நில ஊர்வன தரையோடு கிடந்த வேடர்களுக்கு கொடுத்த புலத்தில் அசையாத அனந்தம்

முணுமுணுத்தது. நீர் வேட்கையால் கல்லும் கூவியது. அண்ணாந்து கானலை அளாவி மூச்சை உள்ளிழுத்து நாவின் அடிஊறும் உமிழை தாடைகளில் அதக்கி வெயில் காய்ந்தது தலைதூக்கி. ஓநாய்களின் வெப்பக்குகையின் வடிவில் அமைந்திருக்கும் பாலையூர். பௌதீக விதிகளுக்குப் பொருந்தாத சுவர்களைக் கடந்து சுற்றி மேல் விழும் சூரிய வெப்பத்தில் மூழ்கி கெவுளி தொண்டைக்கடியில் உள்ள வெந்நீர் பைகள் நிரம்பி நடுங்கும் குரல் சுழற்சியில் கலகல வென வெந்நீரில் பாசி உருள உலோக ஓசை எழும்பி ஓநாய்களின் பாதரஸமொழி மண்டலத்தின் மடிப்புகளில் வெந்நீர் இசை. ஆவியாய் வளைந்துவர தாவரத்தலைகள் மெல்ல அசையும் ஆவிரூப மெல்லோசை. மயக்கமூட்டும் கலவியின் பலதின் யோனிபேத மயக்க இசையின் வெப்ப அலை பெருகிய ஊரின் தெருக்களில் அலைவுறும் உயர் வெப்ப அழுத்தக் கோடுகள் மின்கம்பிகளில் சரிந்து சிரிசிரி யெனச் சிரிக்கும் பாதரஸ ஓநாய்கள். உருமாறும் ஓநாயின் பாதரஸ ஸ்திரீ. ஓநாயின் பற்கள் வெளிர் மஞ்சளாய் திறந்து தாடைகளின் பனங்கருக்குநெளிவு மேல் ஊசிவெள்ளைப் பற்கள் மெல்லிய பூக்களாகி சுழன்று வெளியெங்கும் ஒளிர்வடையும் மிருகக்கூட்டங்களின் முனகல். தடங்களில் முளைத்த வெள்ளெருக்கம்பூவின் நெடிபரவ உதிர் பன்னீர் பூக்கள் சின்ன நாதசுரங்களாய் தோடியில் ஆலாபித்து தலை தூக்கிய ஓநாய்களின் ஊளை பிரதிகொள்ளும் மறைந்து.

பாதரஸப்பூக்கள் நீண்டு கெவுளியின் நாசியைத் தொட பேசும் தாவரங்கள் விநோதமாய் கிசுகிசுத்து பாலைக்கு அப்பால் மூழ்கிவிடும் சூரியனை நிந்திக்கும் சாம்பல் கெவுளி யின் சாபம் தொடுவானின்பின் மறையும் சூரியனைப் பழிப்ப நடுக்கத்தோடு கண்களில் உருளும் சினத்தீக்கு எதிரில் சூரியக்கற்றைகள் மடங்கி மறையும் மறுநாளும் தோன்றும் சூரியனுக்கு எதிராய் வெந்நீர் இசை மின்காந்த வளைவுகளாய் சுழன்று சாம்பல் ஊரே இதழ் விரித்து முடிவுறாத கட்டிடங்களின் புதிரில் கெவுளி நகர்ந்துவர தாவரங்களின் இசை அகராதியில் புரண்டு வரும் ஆயிரம்

குரல் உயிர்கள் இசைப்ப வெந்நீரின் கூட்டு இசையுள் கலந்து மங்கலான பித்தளைத் தட்டுகள் எல்லையற்ற மணல் குன்றுகளுக்கு மேல் தாழதொங்கும் நாட்களில் வானத்தின் வெண் சாம்பல் தரைபட்டுக் கொளுத்தும் வேற்றுலக வாசியான சூரியனில் உமிழும் பிழம்பில் மெல்லிய தோல் பைகளில் நிரம்பிய வெந்நீர் இசை ஊற்றுகள் சூரிய நரம்பு களில் தொற்றி கழுதையென பிடரி துள்ளும் சூரியனின் பைத்திய நரம்புகள் அதிர்ந்து எதிர் இசை தொடுக்க மண் நிறஊர் சிறுபூச்சியாய் உருமாறிப் பறந்தவாறு பொடி இலை களை நீட்டி பச்சை உலகம் விரிவுகொள்ளும் தனிமை.

வெந்நீரின் இசையில் நீர்நரம்புகள் சலனமடைந்தவாறு சலஸ்திரீ உருவெடுத்து ஓநாய்த்தோல் போர்த்தி பாலை யாழின் செந்நரம்பு தடவ அலையலையாக உறையும் மணல் சரியும் கணம் வெளிர்த் தாவரத் தண்டுகளில் தாக வெம்மைப்பூ ஒன்று சுழன்று சுழன்று துகள் துகளாய் உடைந்து சிதறி விரிவுகொள்ளும் வெம்மை நடுக்கத்தில் உருளும் மணல் ஒலிகோர்வையாய் அலை கொள்ள வெந்நீரில் எரியும் நாண்கள் எங்கிருக்கக்கூடும். உள்ளூர மணலில் உஷ்ணமேறி குன்றுகள் தோன்றி கரைந்து போயின புலப்படாமல். மூச்சடக்கிய உச்ச வெப்பத்தில் ஒரு மணல் உலர்ந்து நடுங்கி ஈரமற்ற வெம்பாதைகளில் கவனமான தடங்களை விட்டுச் சென்ற பாதரஸ ஓநாய்களின் விரல் மூன்றின் கோடு மாறிமாறி ஓடும் சுழல் அடிவானப் புகைச் சுருளில் வளைந்து எழுதப்பட்ட பாலைமணல் கீறல்களில் சாவின் விதிவரை கீறிய புனைவிளிம்புகள் சூனியத்தில் ஒளிர வெண்கல ஓசையுடன் சூரியனுக்குள் உருளும் ஒற்றை மணலின் திசை எட்டுக்கோணத்தில் வெந்நீர் இசைபாய கெவுளியின் மெல்லிய தொண்டைப்பையில் சுருண்டது மணிமிடற்று.

நீலநிறமாக மாறிய மணல் பரப்பில் குத்துத்தாவர இலைகள் அகன்று வெளிபடர்ந்து அழைத்த அசைவில் மறைந்துகொள்ளும் ஈசநாட்டுக் குள்ளர் மணலில் வளை தோண்டி பதுங்கி மூச்சுவிட்டனர் இடம்மாறி. கருங்குள்ள

இனம் மணலை விரிக்கவும் குன்றுகளாகச் சுருட்டி கோட்டை வடிவில் யுத்தத்துக்கு ஆயத்தமாகியும் மணல் பூனைகளின் பூவாசனைகளை ஏவி பாலைப்பூ ஊருக்கு எதிராக யுத்தம் தொடுத்தவாறு வெள்வேலி மரங்களில் ஏறி முதுகழுகை வணங்கி பானபலிகளிட்டு எதிராய் வேட்டையாடினர் கன்னிவர்க்க நாய்களுடன். தொன்றுதொட்டுவரும் மணல் பூனைகளின் மாயத்தடங்களில் உலவி பச்சைக்கண்கொண்ட பூனைகளோடு உரையாடினார்கள். பாலை நிலங்களை கழிகளால் குத்தி தவசமாக மாற்றி சாமை வரகு குதிரை வாலிப் புல்லிதழில் அசைவாடித் திரிந்தனர் அலாதியாய். காற்றை ஏவும் பூனைகளிடம் எப்போதும் பலிமிருகங்களை ரத்தவாடை காட்டிக் கடிக்கச் செய்தனர் தங்களை. ஓநாய் களின் பல்வரிசையைவிட கூர்மையான பின்னல் சவுக்கு களால் சுயவதை செய்து காட்டுப் பூனையின் சிரிப்புக்கு குருதி வார்த்து புல்லிதழ்களை அசைத்து காற்றை ஏவுகிறார்கள். தங்களுக்குள் மென்மையான மொழியில் சலசலத்துக் கிசுகிசுக்கும் ஈசநாட்டுக் கருப்பர் பிரகாசமான தெற்கு நட்சத்திரங்கள் மணல்மேல் எழுந்து நிற்கும் போதெல்லாம் அமைதியாகவும் அசைவற்றும்போன மணலாகி விடு கிறார்கள். தொலைதூர மணல் குன்றுகளுக்கு மேல்நின்று வயதான வெள்ளாடு வலப்பக்கம் திரும்ப செம்மறிகள் அதைப் பின்தொடர்ந்து வளையும் பாதையில் வளைதடியில் சாய்ந்துகொண்டு ஈச்சங்கள் புளித்தகாடி கண்களில் புளிக்க சூரியனின் செங்கதிர்களை மயக்குகிறார்கள்.

அவர்களுக்கு மேலே கீழே குழிப்பறிச்சாண் குருவிகள் பாடும் ராக சஞ்சாரத்தில். மதகு திறந்த மேகாற்று ஆடு களையே உருட்டும் கோர விசில் கற்றை சுரி சுழியால் மணலை உருட்டி சுழியும். கள்வெறி கனக்க ஊளையிடு கிறான் கருப்பன். சிறகு அரிந்த தங்கள் முதுமலையின் துயரத்தை குறிஞ்சிப்பண்ணில் குரல் மெலிய ஆடுகள் சூழ்ந்து மிருதுவான காதுகளை அலையும். சுண்ணாம்புப் பாறைகளில் காட்டுப் பல்லியாக ஒட்டி சுகங்கண்டு கெச்சலிக்கிறான் ஈசநாட்டுக்கருப்பன். பழம்பாடலின் ஏற்ற

இறக்கத்தோடு மேடு தாவுகளான நொடிக்காடு. முள்ளும் முடலும் நிலவேம்பும் குடைவேலா வெட்ட வெளிநோக்கி விரியும் கிளைபரப்பி. ஊசி முல்லை ஆள்வாடை கண்டு உதிரும். விஷமுட்டிக்கொடியில் கால்படாமல் தாவும் கிழவெள்ளாடு. தினம் தோன்றி மறையும் பாதைகள். கிழமேல் வண்டிச்சோட்டில் பிரியும் பனையூர் வழி. எட்டிய தொலைவில் கூரைவீடுகளின் வரைவு உருவங்கள். வன விலங்காகத் தோன்றும் வீடுகளின் மண்சுவர்கள் தீராமல் உதிரும். சிறகுமலை திறந்து வரும் மேகாற்றில் மூழ்கிய ஊர். காற்றின் தீராத அலைக்குள் நீந்திச்செல்லும் செம்மறிகள். நாலுபக்கமும் ஊரே இல்லை. நீர்ச்சாரம் இழந்து எரிக்களை முளைத்துக் கிடந்தது. பாறையைத் துளைத்து வெப்பத்தில் இறங்கும் எரிக்களை. வேரின் ஆழத்தில் காட்டின் நிசப்தம். இந்த அபாந்திரத்தில் மெல்ல உருவான காலம் வெள்ளை எரிக்களைப் பூவின் உதிரம்.

கண்ணுக்குத் தெரியாத விநோத சாயல்கொண்ட ஈச நாட்டுக் கருப்பர்கள் ஊரைச் சுற்றிப்படர்ந்து மணலுக்குள் குழிபறித்து உள்ளேபதுங்கி மூச்சுவிடுவார்கள் கள்வரைக் கண்டு. நில அடிவாரம் வரை வெண்புகை மாய்க்கும். தூரத்தில் பனைவிடலிகள் தெரிய ஆரம்பித்தன. பனை மரங்கள் உரசும் ஒலியின் நூறுகவை கூட்டிசையில் துயிலும் மண்கூரை முகங்கள். வறண்ட கண் உள்ளே காய்ந்த பனை ஓலையின் இற்ற சாம்பல். கருவாட்டு முள் கிழிக்கும் பார்வை துல்லியமாய் மணல் வெளியைப் பார்த்தது. உயிரற்ற சூடான மணல் மட்டுமே நிலமாகக் கிடைத்த வயதான வெள்ளாட்டின் புலம்பலைக் கேட்டு மருகினார்கள் ஈச நாட்டார். சரிவுகளில் செந்நிற கசகசாச்செடியும் மணல்பூடு களும் வாடக் கரடுகளும் வாய்வைக்க முடியாமல் காயும். கழுகு தலைக்கு மேல் வட்டமிட்டது. கைவிடப்பட்ட பழங்கிணறுகளில் பேய் குடி வந்தது. சைகை செய்தால் குகைகளை விட்டு வெளியேறும் நரிகளுடன் உறவாடி அதன் வாலில் இருந்த அதிசயங்களைத் தொடுகிறார்கள்.

ஆறலைக்கள்வர் கூடிய சந்தைக்கு எதிராக களவு ஆடு

களை மீட்க ஈட்டிகளை நீட்டி இழந்து ஆடுகளை மூதூரை மீட்க ஏங்கி துயரில் மூழ்கி கருமையடைந்துவிடும் இளகிய மனம் பனையூரர்களுக்கு. கருப்பன் எங்கு போனாலும் கரும்பனை வாடை சுற்றிப்பரவும். ஈரக்குருத்து ஓலையாய் விசிறிமடிப்பான பாதையில் வளைகிறான். மண் சுற்றிக் கட்டிய பாலையூர் மதில்களுக்குள்ளே கள்வர் இனத்துக்கு எதிராக மணல் அலைகளை எழுப்பி கோபத்தால் செஞ்சிவப் பான சூரியனையும் மணலையும் ஆயுதமாக ஏந்தி யுத்தத் துக்குக் காத்திருக்கிறார்கள். களவுபோன ஆடுகளை மீட்காமல் முடியாது. கெவுளியின் உதாசீனமான நிந்தனைகளுக்கு கோபமடைந்த சூரியனின் கதிர்கள் சிவந்து மணல் அலை தீவிரமடைந்துவிடும். சூரியன் ·தரைதொட்டு நொறுங்கி துகள்துகளான மஞ்சள் மணலாகி வெப்பம்கொண்டு இரவின் இசை உள்ளே தொடங்கி நட்சத்திரங்களுக்குள் சுழன்று சுற்றி ஒளிவேகத்தில் ஓடிமறைவார்கள் கருங்குள்ளர்கள்.

நில அடிவாரம் வரை வெண்புகை மாய்க்கும் உலர்ந்த சிறு புதர்களில் பற்றி எரியும் பசுமிலை நரம்போடிய கானல் அலை. அருகருகே நடுகல் குத்திட்டு வெளியை அசைத்த வாறு பார்வை கொள்ள தொலைவில் குருத்து விரிந்த பனைவிடலிகள். தனிமையான மேகாற்று உரசி உரசி மேல் கீழாய் ஆலத்தி எடுத்த சப்தாஸரத்தில் மெல்ல ஊர்ந்து வளையும் விஷப்பூச்சிகள் மயங்கி காற்றைக் குடித்து ஒட்டிக் கிடந்த தரை. உடைந்த மண் ஓடுகளும் உவர் மண்ணின் காரநெடியும் காலுக்குகீழ். முறுக்கவிழ்ந்த சாம்பல் கோரை களில் வாடாத நீலப்பூ பார்த்து குனிந்த கருத்தப்பெண்ணின் மையுண்டகண்களின் ஆழத்தில் கருப்பர்களின் குள்ள விலாஎலும்புகள் புதைந்த இடத்தில் காவுமுள். எரிகிற திரியிலிருந்து சொட்டிக் கொதிக்கும் நெய்யான கண்ணீர் நடுகல்லில் வழிந்து உலரும். ஐஞ்சிலை மரத்தில் செய்த வலிமைமிக்க வில்லுடன் வளைந்து முறுக்கமைந்த நாண் கயிற்றில்தெறிக்கும் சமவெளி. கருப்பர் குரல்கேட்டு ஓடும் விலங்குகள் வில் அதிர்வில் சிதறின. கொடிய ஆற்றல் கொண்ட ஈசநாட்டுக் கருப்பர் வருவது கடிய துடியின்

ஒலியோடு கேட்கும். புரிநாணின் விறைத்த கழுத்தில் தாஷ்டிகமான தசைநார். காட்டு மானின் கொம்புகளாகக் கருப்பர் தாடி முறுக்கித் திருகித் தாழ்ந்து தொங்கும். வெம்மையான கொடுஞ்சினமுடைய அவர்கள் செய்யும் தொழிலோ தாந்திரீக வனத்தில் பூடகமாக மறைந்திருக்கும். ஆறலைக்கள்வர் நேருக்குநேர் தாக்கிய புண்களை வடுக் களைப் பார்த்து காயம்பட்டவரை தோளில் தூக்கி விசில் ஒலியால் ஆடிக் கூத்தாடும் விநோதம். தீயைச் சுற்றி குலவை யிட்டு ஈட்டிகளை உரசி ஒலியெழுப்பி மூதோர்களை அழைத்தார்கள் அருகே. அவர்களைச் சூழ்ந்த செவ்வரக்கு நிற இருட்டை ஆறலைக்கள்வர் அண்டுவதில்லை. உடலைக் கிழிக்கும் செவ்வரக்கு இருட்டே அவர்களைச் சூழ்ந்து மெதுவாக நகர்ந்து சென்று மணல் புடவுகளில் மறையும். ஆள் நடமாட்டம் இல்லாத பனையூரில் சில ஒரு வயோதிகர்கள் வண்டிச் சட்டத்தில் படுத்து, நடமாடும் ஐந்துக்களுடன் தனிமையில் பேசி உறவு கொள்ள ஆள்க் காட்டி ஓநாணின் கிச்சலிப்பால் எதிரியை உணரக்கூடும். பாழ்படும் மண்சுவர்கள் காட்டு மண்முகங்களில் வெறித்த ஸ்திரீகள் ஈண்ட சிசுக்களோடு உடல் சோர்ந்து அண்டி தள்ளிய சவளைகளோடு தரையில் ஒட்டிக் கிடந்தார்கள். சாணம் பூசிய தீர்த்துக் கோடுகளில் செவ்வெரும்புகள் தானிய மணிகளை மெல்ல நகர்த்திக் நகர்த்திக் கீறல்களில் மறையும். பாச்சான் பல்லிகளின் ஒலி இரைந்து கொண்டே இருந்த அரக்கு இருட்டில் பிள்ளைகள் தவண்டு கிடந்தன. பூச்சிகளின் ஒலிக்கவையே ஜீவனில் உறங்கியது.

எல்லாம் இழந்துபோனவர்கள் இருந்திருக்கக்கூடும். ஈசநாட்டு மண் சுவர்சுற்றி அமைந்திருந்தது ஊர். உடை மரங்களில் தொங்குகுருவிகள் சுழல் சுற்றிச்சலம்பி படையாய் அலைவுறும். தரையோடு கிடந்த மண்குதிரைகள் சிரித்து உடைந்து சிதறி சூழல் எங்கும் பரவ உடைமரத்தடியில் சுடலைமாடன்கோயில் காவுமுள்ளில் உறைந்த பலிமிருகங் களின் உதிரம் துடிபரவும். வெள்ளைத்தரைக்காட்டில் வரகும் சாமையும் வளைந்திருக்கும் சாம்பலோடு. சீவுப்

புதரில் அடையும் காணாங்குருவிகள் கூவல் எதிரொலி பிரதி கொள்ளும் வெளியில். பனிகக்கிய அரவுகள் வளைந்து திரிந்த நத்தைக்கூறில் புற்று உறையும். குத்திட்டு நின்ற பனைகள் காய்ந்த ஓலைகளில் சரசரத்த நூறு விநோத ஒலி கரையாமல் கூடவரும் பாதையில். மண்தாங்கிப் பலகை யில் செதுக்கிய வரிக்கிளியும் ஆந்தைகளும் வீட்டுக்குள் அரசிருந்த இருட்டில் பதுங்கிய கருப்பர்களோடு ரகஸியமாய் சொன்ன சங்கதிகள் எச்சரிக்கையானவை. இரவுக்குள் சேர்ந்த கள்வர் கிடைஆடுகளை திருட வரக்கூடும் என்பது தான் பனங்காடை சொன்னது. தெருவில் காயும் நரித் தோலில் மந்திரம் உலவும். வீட்டுக்குள் வெளியேறாத இருட்டில் சுவர்க்கோழி இரைந்து உயிரில் கரையும் மெல்ல. குழந்தைகள் இரைச்சலில் சுழலும். கூரையை வேய்ந்த கொத்தன் மண்கூரைக்குள் ஆவியாக இருப்பான். மனதை வதைத்தெடுக்கும் மந்திரம் வேய்ந்த ஈச்ச ஈக்கி நெய்திருந் தான் ஊரில். ஈஞ்சம் புதரில் அறுத்த ஓலைகள் இற்று ஓடியும் ஒலி. ஈக்கி ஈக்கியாய் குத்தும் கூரைகள் மேல் காட்டு மௌனம். உருக்குலைந்த வீடுகளில் குடியில்லை. கதவுப் பூணில் களிம்பு கக்கும் தாழ். கொண்டிக்காவலுக்கு ஆள் இல்லை. நரி மூச்சு ஊரைச் சுற்றி. இருட்டைப் பல்லால் கீறித் துலங்கிய உருவற்ற நரியின் சிரிப்பு. கனவில் கண்ட உருவங்களின் சகுனங்கூறும் நரி. குழந்தைகள் நடுச்சாமத்தில் தானே எழுந்துகொண்டு அழுதால் குரல் அருகில் அழும் நரியும். மணல் பூனை ஊருக்கு வெளியில் புதரில் வேட்டை யாடும் காச்சல் பறவைகளை. காமம் தீராமல் அழும் காட்டுப்பூனைகள் மனிதரை அழைக்கும் அழுகுரலைக் கேட்டு இருட்டு சுருளும். திரியில் கொழுந்து விட்டு எரியும் பச்சை ஒளியில் விகசித்த பாம்புகள் அந்தரத்தில் நெளிந்து கலவிகொள்ளும். சுவரில் படபடக்கும் நிழல்களின் உரை யாடல். சுவர் பல்லியின் நாசியில் ஈரமாய் ஒட்டி உராயும் மிருதுவான இரவு. வனமூலங்கள் தீப்பிடித்துக் கொள்ள துர்தேவதைகள் சுற்றி அமர்ந்து கதைபோடும் காட்டில் கருப்பர்கள் பதுங்கிக் கேட்கிறார்கள் பழங்கனவுகளை

யாருடைய நிழலோ அசையும் வெளியில். அழைத்தவாறு ஊரைக்கடந்துபோன அரூபங்களின் சாயலை யாரென்று பார்த்து பேர் சொல்லி அழைத்தாள் மூதாள். தொங்கல் விழுந்து காது வடித்துச் சுருங்கிய கிழஓணானின் முகம் கொண்ட மூதாள் மரப் பொந்துக்குள் குடியிருந்தாள் செந்நாயுடன். அவளுக்கான ராப்பசியில் ஜந்துக்கள் பூனை களும் காணாமல் போகும். கல்லோடையில் நடுநிசியில் குலவையிடும் மூதாள் துர்தேவதைகள் வருவதைப் பார்த்து வழிமறித்து ஓலமிடுகிறாள். இழந்த சடங்குகளில் கூவிய பலிமிருகங்களின் குரலை எதிரொலித்தாள். அவளோடு வாதாடும் மணல்பூனைகள் புதரில் பதுங்கி உருவற்று பதில் கொடுக்கும். மரஅரக்கில் ஈரவாடைவீச ஓடும் செந்நாயின் பாதையில் நடந்தாள். ஊருக்குக் கிழக்கில் கணவனின் நடுகல். மண்மேட்டில் நடுங்கும் அவன் கபாலத்தின் அருகில் குனிந்து மண்ணைத் தழுவுகிறாள் முதிர்ந்த விரல் களால். பேய்ச்சுரைவாத்தியத்தில் அதிரும் பழமையான பாடலை தவளைகளின் அறுபத்தி நான்கு ஒலிநாவுகளை உருக்கொடுத்து அசைக்கிறாள். அரவங்களும் உரசும் பனை ஓலைகளும் காற்றில் இணைந்து ஒலிக்க ஊர்வனவும் சாம்பல் புறாக்களும் ஊமைக்குரல் கொடுக்க மணல் சிலந்தி இருளை நூல் நூலாக நூற்று நெய்து கொண்டிருந்த பேய்ச் சுரை நரம்புகளின் விநோத அதிர்வுகளில் முன் அறியப் படாத ஒலித்தொகை. வளைந்த கதிர்களில் பாசிவெடித்து உருளும் ஒலி. காட்டு மரிக்கொழுந்தின் நெடி. துளசி வாசம். ஈசநாட்டு செம்போர்தரை ஆயிரத்தி இருவாசனை மூலகங்களோடு கூடும் பேய்ச்சுரை வாத்தியத்தின் பாடல். நட்சத்திரங்கள் இடம்மாறி ஓட யாருக்கும் தெரியாத காட்டு நாண்களின் கரகரத்த மணல் குரல்வளையில் ரத்தநார்கள் விடைத்து நெளிய பழங்குருதியில் கருப்பின மூதாளின் அரளிப்பான குரல் மறைந்த செம்மறிகளின் பாதைகளைச் சுற்றி அலைவுறும் கால்களின் வரிசைமாறாத தொனிகளில் செல்லும். வெளிறிய விரல்களால் மறுகண்ணை அரிந்து ரத்தவிளாறோடு தொலைநின்ற மலைமீது எறிந்தாள்.

மூதாளின் தழல்கண் சிறகுமலைமேல் விழுந்து நொறுங்கியது மலை மடிப்பு. எரிநட்சத்திரமாக சரிந்து வரும் மூதாளின் கண்பார்த்த ஆறலைக்கள்வர் பயந்து நடுங்கிராக்கிப்புடவுக்குள் ஒடுங்குகிறார்கள். விண்மீது பாதரஸ ஓநாய்கள் கிளம்பி விரைய மூதாளின் கண் திரும்பி வால் நீண்டு அவளிடமே செல்ல பின்தொடர்ந்து ஊளையிடும் பாதரஸஓநாய்கள். வெள்ளிமுடியைக் காற்றில் விரித்து உடங்கம்பால் அசைத்து பாதரஸ ஓநாய்களை நிறுத்தி உரையாடுகிறாள் மூதாள். பாதரஸஓநாய்களின் மொழி மண்டலத்தில் திறந்து கொண்ட பாலையாழின் ஸ்வர வரிசையைக் கேட்டு மூதாளின் பேய்ச்சுரையாழ் அதே பாடலின் பதம் பொருளை மாற்றிக் கருப்பர் சுருள்நாண் வில்துடிக்க உயிர்ஒலிமிளற்ற அகம் கொப்பளித்தது பாதரஸ மொழி. உதிரம் குடித்த அவள் கண்கள் பாதரஸ ஓநாய்களை ஊடுருவிப் பார்த்ததும் பகைமையில் கனன்று கொண்டிருந்த முதுகண்களிலிருந்து விலகி ஓடின பாதரஸ ஓநாய்கள். உள்நுழைய முடியாத ஊரின் பாதைகள் திசைமிரண்டு கிழக்கிலிருந்து வடக்கே திரும்பி மேற்கில் சுரிந்து கல்லோடைக்குள் இறங்கி உருண்டு கற்களிடை பாதங் கவ்வி ஊருக்குள் புதர்மண்டி வளைந்து புகுந்தது பாதை.

ஆறலைக்கள்வர் இன்னும் சந்து பொந்தாகச் செல்லும் மறைமுகப் பாலைப்பூவை ஊராக அமைத்திருந்தனர். பசுமிலை நரம்போடிய பாசிஊர் மண்மாட மேல் தளத்திலுள்ள நத்தைக்கண் சுருளும் கள்வர் நூதனத் திருட்டுகளில் வல்லவர் துரைச்சாணிகளின் ஆசைநாயகர்களாய் இருந்த மாயனை கள்வரே பழி தீர்த்தனர் ஒன்றுக்குள் ஒன்று கொடுத்து வாங்கி ஊரைச் சுற்றிப் படர்ந்திருக்கும் பகை. கள்வர்குடியில் குறுவாட்கள் சண்டையிட்டன ஜென்மப் பகையால் அருவாளை தரையில் ஊன்றி துயில்கிறார்கள் ஊருக்குள்.

கண்புலம்பும் செம்பாலை தனித்திருந்த முதுவேனில் துயரம் பொழுதின் விளிம்பில் திரிந்து புகையாய் சூழ்ந்துள்ள முன் பனிக்காலம் வண்டார்க்கும் புதரெல்லாம்

உதிர்முல்லை அரும்பில் கோர்த்த பனித்துளிகள் பாதரஸக் கண்களாகி உள்சுழலும் குளிர்ந்தபாலை. நிலா எரிக்கும் ராக்கால மணல் வடுக்களில் ஆறலைக்கள்வர் இருட்டிச் சென்று துயிலும் கிடைஆடுகளை தோளில் தூக்கி வளைந்து வரும் பாதைகளில் செந்நிற மணல் மேடுகளில் சாயல் அழிந்த மூதோரின் ஆவிகள் கருப்புநாய்களாகி எக்குப் போட்டு களவு ஆடுகளை நக்கி கள்வரின் மேல் கால்தூக்கி வாலாட்டி சிணுங்கி அழும் வேளை வேங்கைப்பூக்கள் உதிர்ந்து முற்கால நிலவெளி ஆட்கொள்ள வெண்கடம்ப விருட்சங்கள் தலைவிரித்து ஆட மலை இடைவழியே ஆவிகள் உயிர்த்து கூட்டமாய் கள்வரைச் சூழ்ந்து வடி நரம்புகள் தேன் ஊத கள்வப்பெண்கள் முலையேந்தி கனலும் பால்சுரந்து முன்காணா செடிகளில் கோட்டுப்பூ நீர்ப்பூக்கள் சிவந்து உதிர்ந்தன ஒலியுடன். ஸ்திரீகளின் மடுவில் ஊறிய பால் ஒளியாக துளிர்த்தது. கடுமையான பனி காற்றுடன் உதிர்ந்துவர ஓடுகிறார்கள் திருட்டாடுகளைச் சுமந்து. வளித்து ஆழக்குரல் சுழற்றும் ஆந்தை விழுந்த திசைநோக்கி திரும்புகிறார்கள் இருட்டில். மணலில் நீர் நிறைந்து சலம்புகின்றன ஓடும் கால்கள். துரத்திவரும் கருப்பர் ஈட்டிகள் பளிச்சிடும் ஒளி பார்த்து கருநீர் சப்த மொடுங்கி ரகஸியமாய் போகாதே... போகாதே என்றது நீர். கருமணல் வரிகளில் கால் பதியாமல் ஓடுகிறார்கள் திருகி. காற்று ஊளையிட்டு போ...போ... வென அழுதது. காலைச் சுற்றும் பாம்புகள் தீண்டிய கொடுமுட்கள் பனிப்புதர்கள் தாண்டி மறைந்தனர் ஆடுகளோடு. ஆட்டுத் தொண்டை எலும்பை இடம்மாற்றி ஒதுக்கியதை நேர்செய்யவும் கத்தின பே... ம்மே.. என்று. தெருக்கூடி குலவையிட்டு நடுகற்கள் முன் வனராக்கிக்கு அருள்வந்து ஆடி கள்வர் களைப் பார்வை கொண்டு ஊதி விழித்த கண்ணில் விடிந்தது பாலையூர்.

நூதனத்தோல் ஏடுகள் தயாரித்து சிறகுமலைக்கள்வர் சருக்கமும் பட்சிகளின் முன்குறியும் களவுச்சகுனங்களும் சடங்கு மந்திரக் கட்டங்களும் பூடக சாஸ்திரத்தில் எழுதி

வந்த சலஸ்திரீ மிருகங்களின் சருகு உடல் கூடுகளை பதனிட்டு உப்பும் தாதும்பூசி உலர்ந்து கொண்டிருந்தன வீடுகளின் கூரையில். சித்திரப் பதங்களை சிறு கருவிகளால் பதித்து இலைவடிவ முத்திரையிட்டு சுரங்க வழிகளில் நடமாடும் சலஸ்திரீ மிருக ஒலிகளால் 'கள்வர் இதிகாசம்' பனைமுறியில் கீறினாள். மண்மாடக் கூரையில் பாதரஸப் பதங்களைக் கீறி பழைய தோல் ஏடுகளைப் பிரதி செய்து ஒடிந்தவற்றைத் தைத்து மூட்டி ஓலைத்தூக்கில் பதன மிட்டாள். பாலைநிலக் கருப்பரின் முன் ஏடுகள் இருக்கும் அவளிடம். பாசி அடர்ந்த சருக்கத்துள் புகமுடியாத தட்டுத் தட்டாய் கொடிப்பாசி உயிர் மூச்சும் ஜந்துக்களின் உடல் வடிவக் கணிதமும் எண்களும் சடங்குகளின் கொடூர அலறல் களும் அவ்வேடுகளில் கீறப்பட்டிருந்தது ஏற்கனவே. யாரும் புகமுடியாத தடுப்புத் தாவரங்களும் மணல் சிலந்திப் பெண்களும் காற்றின் ஏவலும் மூதாளின் பாதரஸக்கண் சுழல் சுற்றுடைய கருப்பர் சரிதத்தை நெருங்க நெருங்க விலகி ஓடி கானில் மறையும் மிருகலிபிகள்.

பூடகமந்திர முறிகள் மூதாளின் பாதரஸக்கண் சுழற்சியில் வளைந்து சுற்றி எழுதிய மொழி சாயல் அழிந்து தொலைவில் தனித்திருந்தது மூதாளின் மந்திரத்தால். இவ்விரு இனங் களின் போர்க்குணம் வாய்ந்த இதிகாசம் காப்பியக்குடியின் லிபி அறைகளில் கிடந்து காலம் ஊடுருவிப் பழுத்து உதிர்ந்து காடுகள் வரை துகள் துகளாகிப் பறந்து தூசுச் சுழற்சியில் மங்கி அழுக்கடைந்த ஊர் வெண்புகை மூட்டமான சருக்கமாய் கரைந்துவரும்.

துயிலில் மூழ்கிய நாட்டுச் சருக்க ஏடு நடுகல் வழி பாட்டில் வணங்கப்பட்ட எலும்புகளுக்குள் சொல்லப் பட்ட பயங்கரச் சடங்கு மந்திரத்தில் உயிர்த்தது. வனத்தில் நடுங்கும் நவபாஷாணக்கல் வெட்டில் அசைந்த பாஷைகள் அலைவுற்று ஊரை ஆட்கொள்ள கள்வர் வாளால் விழித் துறங்கினர் எச்சரிக்கையாய். திசைகளில் எரிந்து கொண்டி ருக்கும் மூதாளின் கண்களின் செந்நிறத்தில் கக்கிய பகைமை யால் குறுவாட்கள் தொல்குடி ஆயுதங்கள் கோட்டைக்குள்

பதுங்கிக் காத்திருந்தன.

வளரி எனும் பறக்கும் சுழல் ஆயுதத்தில் ஆதி குடிக் கருப்பர் போர்க்குணங்களின் பாடலை எழுதி கள்வர் ஊரின் தலையை அரிய வீசினர் வானில். சுழன்று கள்வர் தலைசுற்றி பதினொரு வீரர்கள் தலைகளை அரிந்து திரும்பி வந்த வளரியில் கீறிய பாடல் குருதி தோய்ந்திருந்தது நீலமாய். கள்வர் உதிரத்தை வெள்ளிக்கூந்தலில் பூசிச் சிரித்தாள் மூதாள். அகப்பட்டுக்கொண்ட போர்முனைத் துருப்புகள் வளரி சென்ற சுழல்பாதையில் மீட்கப்பட்டு கானில் மறைவதைக் கள்வர் கூட்டம் எட்டிப் பார்த்தது மண்கோட்டை யிலிருந்து. கண்காணிக்கப்பட்ட தங்கள் ஈட்டிகளை கீழே போட்டு பிடிபட்ட ஆறலைக்கள்வர் யுத்தம் தொடங்கிய முதல்நாளே ஆறலைத்தலைவனும் மூதாளிடம் செய்த சாசன ஒப்பந்தமெல்லாம் தூசியாகச் சிதறிப்போக அந்த யுத்தத்தின் முடிவு நிச்சயமற்றது தவிர வேறு எதுவுமே நிச்சயமல்ல.

கருங்குள்ள இனம் மணல் புயலை ஏவியது வெண் பாம்பாய் மாறி கள்வர் தலைவன் முன் ஊர்ந்து வந்து ஊசியாக மாறிப்போய் உலகம் இருண்டு அவ்வூசி ஒளியில் ஆறலைக்கள்வர் ஊர் விழித்திருந்தது உஷாராய். கள்வரிடம் கிடைத்த மணல் ஊசி கண்மயங்கும் வேளை பாம்பாக மாறி வந்த தடத்தில் விநோதமாகத் திரும்பிச் சென்று தொலைவில் வெண் புயலாக மாறி மணல் பூனையின் ஒளி உமிழும் பச்சைக் கண்களில் மறைந்தது. இருபதாயிரம் படைவீரர்களை விநாசம் செய்த வெண்புயலின் பாடலை பாலை ஊரின் மூடிய ஜன்னல்களின் கீறல் வெளிச்சத்தில் கேட்ட கள்வப் பெண்களும் வீரர்களும் வீட்டுக்குள் ஊடுருவிய புயல் கொட்டிப்போன மணல் துகள்களில் பூனையின் சிரிப்பு நகர்ந்து மறைவதை ஸ்திரீகள் பார்த் திருந்தனர் வியந்து. தாவரங்களும் வாயில்லாப்பூச்சிகளும் விநாசமாகி மலைச்சரிவுகளில் தம்மைக்காட்டிலும் அதிக பலமுள்ள கருங்குள்ளத் துருப்புகள் சண்டையிட்டு மடிந்தனர். பாலையூர் மேல் அசைந்து கொண்டிருந்த

பூனைவால் நட்சத்திர ராசியைத் தொடும் நீளத்தில் நீண்டு சுருண்டு சுழற்றியது கள்வருக்கெதிரான மிரட்டலை. ஆயுத மில்லாத ஆறலைக்கள்வர் நரவேட்டையாடப்பட்டு குருதி கொட்டிய யுத்த களத்தில் பேய்கள் புலம்பியழ அட்டை யினால் கட்டி முடிக்கப்பட்ட கோட்டையை வீழ்த்த வெகு காலமில்லை என ஆறலைக்கள்வர் துருப்புகள் மறைந்து தாக்கும் படை படையாய் பிரிந்தனர் சிறகு மலையின் மைவரையில்.

இருநிலத்தார் எட்டுநாடு பதினெட்டுப்பட்டிகளில் திரட்டிய வேல்கம்புகள் மீன்முள் திருக்கைவால் கொண்டு நாள் குறித்த கல்வெட்டு முன் எழுத்து சொன்ன யுத்த மரபில் போர் தொடுத்தனர் நேருக்கு நேராய். சூரியன் மணலைத் தொடவும் நின்றது யுத்தம். வளரியும் செந்நாயும் முன்னோட விலங்கு மலைமீது வெஞ்சுரம் இசைத்த மூதாள் பேய்ச் சுரைக்குள் பதுங்கிய வில்வேடர் தெறித்த பாணவர்ஷத்தில் சரிந்து கிடந்த கள்வர் உடல்கள் சங்கிலிபூதத்தான் மேட்டில் ஈமக்குழியில் இறக்கி சங்குருதி நட்டிவைத்த கல்லை வணங்கி மண்தொட்டுக் கிளம்பினர் மைவரைக்குள். அழிவும் புகை யும் சூழ பேய்கள் அசையும் கரியமலைக்குள் இருட்டிய ஊழிக்கால மூதோர் குருதி அசைந்து நாண் அதிர்வித்த மூதாள் மையில் மறைகிறாள். கவண்கல் தெறித்து விரட்டிய ஈசல்நாட்டுக் கருப்பர்படை மணல்புடவில் மறையும். கவண்கல்பட்ட வடுவும் குருதியும் சிதறி பாறைகள் சிவந்து தோன்றிய பழங்கால மடுவில் தோல்பறை புடைத்து தீப்பந்தங்கள் சுழற்றி ஆடிய காட்டேரிகளின் நடனத்தில் மலைமூலிகை வேகமாய் நெடித்து யுத்தவடுவும் காயங் களும் மறையும். மரத்துக்கு மரம் தாவி தரையில் கால் படாமல் தெறித்தனர் குறுஅம்புகளை. வனந்திரியும் சங்கிலிபூதத்தான் திசைகள் குலுங்கி அலறும் சடங்கில் இரு நிலத்தாரும் ஒன்றுகூடி பானபலிகளிட்டு காவு கொடுத்து விடை கேட்டிருந்தனர். கொடிய கள்வரின் பாதரஸ ஓநாய்கள் கிளர்ந்து சங்கிலிபூதத்தான் இருவேறு யுத்த துருப்புகளுக்கிடையில் பூடகமந்திர ஏடுகளை

ஆவிகளின் குரலில் வாஸித்து புயலில் சுழலும் பாதரஸ ஓநாய்களை அழைத்து எழுதாக்காவியமான இரு கணங் களின் சருக்கத்தைக்கூற பந்தங்கள் பின்தொட ஓடுகிறான் சங்கிலிபூதத்தான். கானகமெங்கும் விருட்சங்களில் மோதிய சங்கிலிகளின் குலுங்கல் ஓசை. எரியும் பந்த நெருப்பின் பின்னே அசையும் நிழல்கள் வேட்டைக்கு ஏவிய சங்கிலி பூதத்தான் பின்னே.

யுத்தமடுவில் சேதப்படாதிருந்த ஊருணிநீரில் தெரிந்த பிம்பத்தில் அந்நியரின் தலைகள் அசைந்து பேசின புரியாத மொழியில். வந்த வெள்ளையர் தொலைவில் நின்றே பொடிகளையும் வைத்துச் சுட்டு வீழ்த்திய பறவைகளும் மனிதரும் தரையில் கிடந்ததைப் பார்த்தார்கள் கள்வரும் ஈசல்நாட்டுக் கருப்பரும். சாம்பல் நிறத்தொப்பியுடன் வந்தவன் அழிவை உணர்த்தும் ஜாடையில் சிரித்தான் முதலில். அவர்கள் பின்னே பூர்வீகத் தாவரங்களும் ஜந்துக் களும் விநாசமாகிக் கிடந்தன. வாயில்லாச் சீவனை அழித்து வந்தான் சுடு கருவியால்.

பலிபாவம் அறியாத விருட்சங்களின் அடியில் வெட்டுக் கோடாரிகள் பதிந்தன. குருதியுற்ற விருட்சங்களின் அலறல் வனத்தின் விநாசத்தை முன் அறிவித்தது. நவபாஷாணக் கல்வெட்டில் வெட்டியிருந்த பழைய சாஸ்திரங்களின்படி பின்னால் வரும் வெள்ளையரைப் பற்றிக் குறித்திருந்த சாம்பல் லிபிகளை வாஸித்த கள்வர் மணல்புடவில் பதுங்கி கவனமாயினர் உ்டனே. புகை அழல் அதர்பட விருட்சங் களில் புகுந்த தோட்டாவின் துளையிலிருந்து கசிந்த உதிரவடுவில் தாலியில் பூச்சூடிய ராக்கியர் குறிஞ்சிப் பண்பாடி ஊதியமந்திரப்பார்வை தெளிவித்தது விருட்சங் களை. செம்மறிகளோடு வந்த மூதாளின் சுரைஇசையில் சுழலும் ஓசை இலைகளை மெல்ல வருடி துன்புற்றது காற்று. உதிரவாடையால் புலம்பி அழுத ஸர்ப்பங்களை மூதாள் அணைத்து அவற்றின் விசாரத்திலிருந்து உயிரின் தொன்மத்தை இசைத்தாள் உருகி.

ஸர்ப்பங்கள் விசும்பி எழுந்து சுரை நரம்பில் முத்தமிட

கூட்டிப்போகிறாள் கானின் அடிவாரங்களுக்கு. கானில் உலவும் ஏகாந்த ஸர்ப்பங்களின் சுருள் மூச்சில் தனிமை கொண்ட மூதாள் தொடுவான்வரை வளைந்து செல்ல சுருள்வில் இசை மூச்சில் ஸர்ப்பங்களோடு மயங்கி துயில் கிறாள் மைவரையில்.

குத்திட்டு எழுந்த நடுகற்கள் அடிபுதைந்த மூதோர்கள் மாறிப்போன துருப்பிடித்த குத்துவாளுடன் நிழல் நிழலாய் வந்து சண்டையிட்டு ஓய்ந்தனர் வெள்ளைப் பரங்கியர் முன். துயிலும் படைவீரர்களின் களங்கமற்ற அமைதியில் மூதோரின் நிழல்கள் விளக்குடன் வந்து சாடைபார்த்து சாம்பல் ஆமை முகங்களில் எழுதிய பதங்களில் தாவரங் களின் பூடக மந்திரம் கோடு கொள்ளும். காக்கைக்குறவர் முது குடியர் சாம்பான் செம்பியர் கள்வர் ஈசல் நாட்டார் ஆப்பநாட்டார் தன்னரசாண்ட நிலம் கைவேல் பாய்ச்சி நட்ட கல்லும் பகையாகி மூதூர் அழிய பீரங்கிப் படை யுடன் புகுந்தான் ஊடே. கல்வெட்டில் உறைந்த குருதி ஈரமாய் வடிந்திருந்தது பாலையில். வளைத்துக்கொண்ட பரங்கிப்படை கள்வரையும் கருப்பரையும் சிறை பிடித்தது கூட்டம் கூட்டமாய். வெள்ளையன் இட்ட நெருப்பில் உலர்ந்த மலை மூங்கில்களோடு வலுவான கணைய விருட்சங்களும் பற்றிக்கொள்ள புதர் அழிவில் பறவைகள் கிளர்ந்து அலறிப் பறந்த வெளியில் குழந்தைகளின் ஓலம். மடிந்த ஒரு பரங்கித் தலையனுக்காக ஈவிரக்கமின்றி வனத்தைத் துளையிட்டு நெருப்பிட்டனர் வெள்ளையர்கள். தொலைவில் கேன்களுடன் நின்று கருப்புப் புஸ்தகம் ஒன்றை நீட்டி வன்ராக்கியருக்கு எதிராக போதகர்களை அழைத்து வந்திருந்தனர் கூடவே.

வெள்ளி உருக்கிவார்த்த வெள்ளைக்காரன் கோட்டை கட்ட ஆயிரம் தச்சர் கூடி ஆகாயத்தில் கூடுகட்டினான் பரங்கித்துரை. நாழிகை ஒன்றுக்கு நானூறு கப்பல்வர ஜனங்களெல்லாம் கூடிப் பார்க்க பேரான பேர்பெற்ற சென்னபுரி ஆளும் சின்னதுரை பெரியதுரை வெள்ளைக் குதிரையேறி துரைச்சாணிசாரட்டில் மூடுதுணி அசைகிறது.

காட்டுக்குள் கோட்டை கட்டி வெள்ளி மின்னல் தெறிக்க தங்கம் இழைத்த தூணில் குதிரை லாடம் வழுக்கும். அந்த ராஜாவுக்கு ஏதோம் தேசத்தில் சிவந்த சமுத்திரக்கரையிலே ஏலோத்துக்குச் சமீபத்திலுள்ள எசியோன்கேபேரில் கப்பல் களைச் செய்வித்தார்கள். அந்தக் கப்பல்களில் ஈராம் சமுத்திர யாத்திரையில் பழகின கப்பலாட்களாகிய தன் வேலைக்காரரை சாலொமோனுடைய வேலைக்காரரோடே அனுப்பினான். அவர்கள் ஒப்பீருக்குப் போய் அவ்விடத்தி லிருந்து நானூற்று இருபது தாலந்து பொன்னை ராஜாவாகிய சாலொமோனிடத்தில் கொண்டு வந்தார்கள். வெண் கடவுளின் நாமத்தைக் குறித்துச் சாலொமோனுக்கு உண்டா யிருந்த கீர்த்தி சேபாதேசத்து ராஜஸ்திரீக்குக் கேள்வியான போது அவள் விடுகதைகளினால் அவனைச் சோதிக்கிற தற்காக மிகுந்த பரிவாரத்தோடும், கந்தர்வங்களையும் பொன்னையும் இரத்தினங்களையும் தென்முத்தையும் ஒன்பது நவதானிய நிறை முத்துகளையும் விடுகதையோடு வழங்கினாள். ஒவ்வொரு விடுகதையின் புதிரிலும் தென்முத்தை ஒளித்து வைத்தாள் சேபாதேசத்து ராஜஸ்திரீ. ராஜாவுக்கு அவள் கொடுத்த வராகனை பிற்பாடு யாரும் கொடுத்த்தில்லை.

ஒப்பீரிலிருந்து பொன்னைக் கொண்டு வருகிற ஈராமின் கப்பல்களும் ஒப்பீரிலிருந்து வாசனை மரங்களையும் இரத்தினங்களையும் கொண்டு வந்தது. அந்த வாசனை மரங்களால் வெண்கடவுளுக்கும் தனக்கும் ஊன்று கால் களையும் சங்கீதக்காரருக்குச் சுரமண்டலங்களையும் தம்புருக்களையும் உண்டாக்கினர்ன். அப்படிப்பட்ட வாசனை மரங்கள் பிற்பாடு வந்ததுமில்லை.

சேபாதேசத்து ராஜஸ்திரீக்கு விடுகதையின் புதிரை விடுவித்து வெகுமதி கொடுக்க அவள் தன் பரிவாரத்தோட சேபாதேசத்திற்கு திரும்பிப் போனாள்.

தென்முத்து ஒளிவிட்ட பாதையில் நீர்வழி கடந்து நன்னம்பிக்கை முனை வழிவந்தான் போர்த்துக்கீசியன். கள்ளிக்கோட்டையில் அரண் கட்டி சுகந்துதிரவிய

வர்த்தகராலும் அரபிதேசத்துச் சகலராஜாக்களும் கொடுத்த பொன்னையல்லாமல் ஒவ்வொரு வருஷத்திலும் பேரரசிக்கு அறுநூற்று அறுபத்தாறு தாலந்து நிறையாயிற்று. வெண்பாய் மரக்கப்பலிலே வந்துதித்த ராணிக்கு பழையகாயல் முத்தால் பந்தல் அமைத்து வெள்ளி உருக்கி வார்த்த கோட்டையில் இருக்கப் பண்ணினான் பெரியதுரை.

நீர்மேல் வந்த கப்பல் கொடிமரத்தில் நாலாறு தேசத்தாரும் சூழ்ந்து வர ரெட்டைக்கயல் கொடி பறந்த ராசாக்கள் அடித்த பொன்தகட்டால் இருநூறு பரிசைகளைச் செய்வித்தார்கள். ஒவ்வொரு பரிசைக்கும் அறுநூறு சேக்கல் நிறைபொன்னும் ஐந்து தானிய நிறைமுத்தும் சென்றது. ரோமும் கிரீசும் அராபிய ராஜாவும் கீழைமுத்துப் பித்தர்களாயினர். பான பாத்திரங்களில் உருண்ட ஸ்படிகமுத்தில் கடல்கண்கள் முளைத்து அழைத்தன பளிங்கு ஈரத்தை நோக்கி. அந்நிய தேசத்துராஜாவின் கனவுமேல் பாய்மரமேறி வந்தான் மார்க்கோபோலோ. பழையகாயல் ஆண்ட ஐவர் ராஜாக்கள் போலோவைக் காணவும் ஜனங்கள் வாய்களில் 'டெம்புல்' எனும் இலையை என்னேரமும் வைத்துக்கொண்டு பேசினார்கள். தொடர்ந்து இலையை மென்றவாறு வெளியே கடல்புகும் ஆவலால் இலையை மெல்ல சிறுசுடர் கூட்ட மாய் ஸ்படிகமுத்து அழைத்த பாதையில் ஆழ்கடல் ஏகினர் செட்டி நாட்டார். கொற்கையும் புகாரும் தொண்டியும் தேங்காய்பட்டினமும் பட்டினப்பாலை ஆனது.

கோகினூர் வைரம், குறுமிளகு ஏலம் கடுக்காய் ஆயிரமாய் விலை மதித்து ஆணிமுத்து வாங்கிப்போகும் குலசேகரப்பட்டினம், நரிக்குழிப்பார், வேம்பார், பாசிப் பட்டினம், காரங்காடு, கிழிஞ்சுன்பார், வலைத்தீவுபார், கோடமுத்துப்பார், தெற்குத் தொள்ளாயிரம்பார், மணப்பாடு, சைத்தான்பார், படுத்தமரைக்கான் துண்டுப்பார், கானாந்தீவு, பழையகாயல் ராமேஸ்வரம் வரை செழுமதி குலத்தவர் தென்டிரை குளித்த நித்தில வளஞ்செறித்திலங்கும் திரு மந்திர மாநகர் எனும் திவ்யதஸ்நேவியஸ் அன்னையே என

முறாயிஸ் செய்யுளில் முத்துநகர் எனச் சந்தனமாரியம்மன் முளைப்பாரிப் பாடலில் வளர்ந்தது முத்துப்படுகை. ஜுலியஸ்சீசர் கிளியோபாட்ரா வசம் கொடுத்த தென்முத்து இரண்டை மார்க் அந்தோணியாவுக்கு விருந்தில் அளிக்க, பதினெட்டு லட்சம் பொன் வராகன் விலைகூறிய கீழை நித்திலச்சிப்பியுள் புதைந்த சுடர் தழல்முத்து ஒன்றை ஹெலேனாஸ்ராஜா மகள் ஹெர்னாகிளஸிடம் கொடுக்க பித்துப்பிடித்த இளவரசி கீழ்திசைப் படுகையை நீர்மேல் கண்டு சலனமாகிறாள். கிளாடியஸ் அரசன் நாற்பதாயிரம் பொன் வராகன் பெறுமதியுள்ள தென்முத்தை சாம்பலாக்கி திராட்சைச் சாற்றுடன் கலந்து பருகி நெடுமரம் மீது பாய்கள் சிவந்து படபடக்க கீழே எட்டிய கடல் வெறியில் நீந்தி அலை வுறும் சிப்பி உயிரை உடல் மீது ஒட்டி கடல் ராசியானான்.

போலோவின் பாய்மரத்தில் எழுதியிருந்த முத்துச் சலாபம் நெடுங்கடல் கடந்து செல்ல, கரை சேரும் முத்துக்களுக்காக வாஸ்கோடாகாமா காத்திருந்தான் கடல் மீது வெறித்தவாறு. காமாவின் போர்ச்சுக்கல் அரசன் சென்பிரான்ஸிஸ் சேவியருக்கு வரைந்த மடலில் ஒட்டிக் கொண்டது பாண்டிமுத்து. ரகுவம்சத்தில் ஊறிய மதுப் பாத்திரத்தில் உருண்டுபோன சிறு கண்முத்து வராகமித்திரரின் மிருகத் சம்ஹிதாவும் தாமிரபரணி நதிதீர முத்துப் பொதிகை மைவரை பிளந்து ஒளியுமிழ்ந்து செல்ல கள்வர் கூட்டம் ஒவ்வொரு முத்தின் அதிசயத்தில் பேராசை கொண்டு சாயல் அழிந்து நிழல்களாக நடமாடுகிறார்கள் வேனல்சார் பாலையில். ஊறிவந்த நீரிலே ஒட்டிவந்த கட்டி முத்தைத் தேடித் தேடி வெள்ளையன் முத்துப்படுபரப்பின் கொற்கை முன்துறை அடைந்தான்.

கடலுக்குமேல் ரத்தினக்கோட்டை. பாங்கான ஓங்கு மரம் கட்டிப் போகிறது கப்பல்பாய். ஏழாயிரம் யோசனை தூரம் ஓடும் கப்பல் பேரான பேர்பெற்ற சென்னபுரி ஆளும் இங்கிலீசுக்கடிகாரம். ஆகாயப்பாலம் கட்டி வெள்ளை ரயில்போகும். வில்லு வைத்த மோட்டார்கார். வில்லும் ஒடிந்து வீமர் படை சாய்ந்தது. உறுமும் ரயில் ஏறி சேனை

எத்தனையோ மேஷர்கள் சோல்ஷர்கள் நாலாயிரம்பேர். அமல்தார் சமைதார் இருநூறுக்கு மேல் ஆணழகன் பானர்மேன் தொந்தி துருத்தி வெள்ளைச்சட்டை புஸ்கோட் துப்பாக்கிமேல் கைவைத்து சுற்றிவர படைஉடைகள். வெள்ளைத்துரைச்சாணி பெற்ற குழந்தையைக் காண தூயபர்ணாந்து ஊசிக்கோபுரத்தின் ஒலிமுகவாசலில் முன் திரண்ட ஜனம் நுழைந்து அதிசயத்தால் குழந்தையைத் தொட்டுக் கிள்ளிமுத்தமிட்டு சாஸ்தா, மாடன், சங்கிலி பூதத்தான், வெள்ளைக்காரன்சாமி பேரில் வேண்டுதல் செய்தார்கள்.

தொன்றுதொட்டு வெட்டிவைத்த கல்வெட்டில் பெயர்ந்த வெள்ளைச்சாமி காடு மலை திரிந்து வழிநெடுக பூர்வீகத் தாவர மனிதரான பாசிகள் இனத்தைப் பதுங்கி அழித்தான். நாடோடிப் பாசி இன என்புகளை ஸ்லிப்பர் கட்டைகளாகக் குறுக்கே அடுக்கி கம்பிகளைப் பாய்ச்சி வண்டிகளை விட்டான் வெள்ளைக்காரன். வேனல்சார் பாலையில் விளையுமாம் பருத்தி, உகாண்டா, அவுரி, நித்தியகல்யாணி நாட்டுப்பருத்தி மானாவாரியாய் வெடித்திருக்க காகிதம் போட்டான் வெள்ளைக்காரன். ரயிலேறிவந்து மனம்போல சுளை எடுத்தான் வெள்ளைத்துரை. போகிறது வண்டி கரிசல் மண்அதிர. மறைந்து திரியும் பாசிஇன நாடோடிகள் வளர் கூந்தலில் வெட்சிப் பூச்சூடி கவர்ந்தனர் வெள்ளையரை. வெள்ளி உருக்கி வார்த்த வெள்ளைக்காரன் கோட்டைக்குள் கலெக்டர் துரை கழுத்தில் வளர்கூந்தலால் சுற்றி வளைத்து சுருக்கிட்டு சங்கெலும்பை இடம் மாற்றி கூந்தலை முடிந்து பரங்கித்துரைகளை கொன்றார்கள் வஞ்சிப்பூச்சூடி. கல்லாய் இருண்ட மைவரையை கண்டித்தான் இரண்டாய். கல்குடைந்து குகை நுழைந்த ரயில் திசைகள் அதிர சேனை யேற்றிச் செல்லும். கரந்தைப் பூ அணிந்து ஆறலைக்கள்வர் குற்றப்பரம்பரையாய் சிறைபுக மீட்டு வந்தார்கள் கைதி களை. இரும்பான மலையை இடித்தான் பரங்கி. சிறகு மலை பிளந்து போன ரயில் மேலே நீட்டி விட்டான் காந்தக்கம்பி. தொட்டால் பிடித்திழுக்கும் துடிகாரன் போட்ட கம்பி.

பேரான பட்டினங்கள் பழையகாயல் பாம்பன்துறை தேவிபட்டினம் தொண்டி பாண்டியன்தீவு தனுஷ்கோடி நாழிகை ஐந்துக்கு ஓர் கப்பல் வர அடக்கி அரசாண்டிருந்து ஆணழகன் பரங்கித்துரைச்சாமிக்கு வருஷக்குடை நடக்கும் தனுஷில் பாடிவரும் நெய்தல் நில கிராமத்தில் தத்தி நடை பயிலும் வண்டியுருட்டி தவழ்ந்து வரும் சின்னத்துரைச் சாமிக்கு வெள்ளைமேலங்கி நீண்டகால்சட்டை பெரிய துரைக்கு சாம்பல்தொப்பி மூடுசெருப்பு கைத்துப்பாக்கி இருக்க ஒரு குறிச்சி சாராயம் பிராந்தி சுருட்டு சுட்ட சேவல் படையல். பரங்கித்துரைக்கு பாய்மரக் கப்பல் கட்ட ஆயிரம் மாந்தையர்கூடி துரைமகனார் கப்பலுக்கு மரம்தேடி காக்காச்சி மைவரைக்குள் அத்தி, இச்சி, ஆல், அரசு, அடுக்குக் காய்நெல்லி, பூவரசு, ஆளி, புளி, தேளுலுவை, ஆனிஞ்சி, குருவிஞ்சியும் வெத்தி, கருங்காலி, வேங்கை, கருவேங்கையும் ஆகாமல் விலகிப்போன இருட்டில் நீலத் துளைவிட்ட கண்பார்த்து மஞ்சணத்தி, மாமருது, தேக்கு, சந்தனம், கருநாங்கு கணுவிருந்தால் மொலி சிதறிவிடும். பார்த்து தேர்ந்து வெட்டி வெட்டிப் போன மைவரைக்குள் வெளிச்சம் துளைத்துக் கானைவிட்டுக் கப்பலேறி லண்டன்புரி ஏகினர் கொத்தன்களும் மாந்தை யரும். கொடிமரம் தேடித் திரும்பி வந்து தேடித்தேடி பரங்கித்துரை முட்டிக்கொண்டான் செங்கிடாய்க்காரன் கொம்பில். பெரிய துரை வெட்டுமென்று சொன்னதால் செங்கிடாயன் குருதிகொட்டி சாய்ந்த செங்கிடை மரமாய் பாறைமேல் மோதி மாண்டனர் இருதுரையும். செங்கிடை மரத்தில் உறைந்த துடியான செங்கிடாய்க்காரன் பழிக்குப் பழிகொண்டு தான் பீடித்த ஆளுகைக்குள் அடங்கிப்போன பரங்கிச்சாமிக்கு வருஷமொரு கொடையும் தனுஷில் பாடும் வாய்வழி மரபும் தொடர்ந்தவாறு.

சட்டைக்காரன் பானர்மேன் மாட்டுக்கொழுப்பும் ஈயரவை மருந்தும் கிட்டித்த வேட்டு அதிர வெள்ளைக் குதிரைப்படை மண்கோட்டை நோக்கி ஏக கருப்பன் குடல் சரிய விரட்டி விரட்டிவர சட்டிப்பகடை குலவை இட்டான்

ஈட்டியோடு. மின்னல் பறக்கிற கல்வெடிக்காரனும் கறட்டுப்பொட்டிப்பகடையும் புளியந்தோப்பு நிழலில் பதுங்க நீராவிக் கரையோரத்தில் பீரங்கி நிறுத்தி மேஷர் நிற்கிறான் ரெடியாய். கூலிப்பட்டாளம் ஏகமாய் மண் கோட்டைக்குள் புகுந்து துப்பாக்கி வெடிக்க முத்தன்பகடையும் கத்தி வீசி சீமைத்துரையை குத்தி குடல் வயிறு சரிய ஈட்டி சமுதாரி கத்தி பிச்சுவா எரியீட்டி குத்து வெட்டாய் உடல்கள் சரிய நாற்பதாயிரம் நட்சத்திர முத்திரை பதித்த பழம்பொன் நாணயங்களை பரங்கிவாரிச் சென்றான் பொம்மன் கோட்டைப்பேழையிலிருந்து.

புலிப்பல்லுக்கும் தோலுக்கும் மான் கொம்புக்கும் புள்ளிமென் தொலிக்கும் கொண்டுவந்த கேனிலிருந்து அறியாத திரவத்தைக் கொடுத்து சிலரை விலைக்கு வாங்கினான். அவர்களைக் கொண்டே கடம்ப விருட்சங்களை வீழ்த்தி வந்தான் திட்டத்துடன். பூர்வீகவனத்தில் எந்நேரமும் புகைந்து கொண்டிருந்த வெள்ளையன் சுருட்டில் பாலையின் வரைபடமே பிடிபட்டது. வளைத்துக் கொண்ட கள்வரை சிறைபிடித்து மணலில் ஆழக்குழிவெட்டி கழுத்தளவு மண்போட்டு மூடி காவலிருந்த பரங்கித்துருப்புகள் குதிரைகளைக் கொண்டு மிதிக்கச் செய்தனர் கள்வர் தலையை. ஆயுதமேந்தக்கூடிய கருப்பர் கள்வருக்குமான பகை பகிரங்க மோதலாக வெடித்தது. பாலையூருக்கு அகம்-புறமாக இருந்த இவ்விரு இனம் பிளவுண்டு திறந்து கிடந்த ஊருக்குள் புயலாய் நுழைந்தனர் வெள்ளைநிறத் தொப்பிக்காரர்கள் தங்கள் எருதுகளின் தோலைக் காலில் அணிந்து ஆணிகள் பதித்து நசுக்கினர் பிடிபட்ட கருப்பரை. விலங்கு பூட்டிய அடிமைகளாய் மரம் அறுக்கும் சாமில்லில் வதைத்தான் வெள்ளையன்.

வந்தவெள்ளையனே மூதாளின் பாதரஸஓநாய்களின் அலாதி உலகுக்கு எதிராக சுடுகருவியை நீட்டியது. ஈச நாட்டுக் கருப்பர் காடுகளின் அடிஆழத்தில் பின்வாங்கி வெப்பமணலில் புதைந்திருந்தனர் வீடுகளின்றி. சினைச் சிசுக்கள் அலற முற்றுகையிட்ட ஊருக்குள் பட்டினித்

துன்பங்கள் வீடுகளை வளைத்துக்கொள்ளக் கருப்பர் பசிக்கு யுத்தமே மார்க்கமென மடிந்த துருப்புகளும் சரணடைந் தவர்களும் பலராயிருந்தாலும் யுத்தங்களின் சருக்கத்தில் அதுவரை அறிந்திராத சடங்குகள் கௌரவமாக இருந்தது பாலையில். தாலியில் பூச்சூடிய கள்வர் ஸ்திரீகள் ஒட்டுத் தாலி கட்டி யுத்தத்தில் ரத்தம் தோய்ந்த கொடுவாளுக்கு தாலி கட்டியும் களவுத்தொரட்டிக்கு முறைப்பெண்ணை தாரமாக்கும் முறைமை தவறாது சென்ற பாதையில் களவு வழிப்பறியில் இழந்த பாலை தொலைவாய் இருந்தது. பரங்கியரின் படுதாக்கள் மீது கவண்கல் வைத்து குறி பார்த்திருந்தனர் மரங்களின் மேலிருந்து. கூட்டம் கூட்டமாய் வந்து ஏடுகளில் கைரேகை பதித்துச் சென்றனர் ஆறலைக் கள்வர். ஆஜராகாத கள்வன் மலை அடிவாரத்தில் சொந்த மரக்கிளையில் தூக்கிலிடப்பட்டான்.

பொடி வைத்துச் சுடும் கருவிகளுடன் மூடியிருந்த கருப்புத் தோல் புஸ்தகப் பலகையின் முன் மண்டியிட்ட கருப்பரும் அடைபட்ட கள்வரும் அங்கிகளோடு வந்த போதகர்கள் தூக்கிய சிலுவை நிழல்போன பாதையில் அதன் நிழல் தொற்றிக் காணாமல் போயினர் கானிலிருந்து. அவர்கள் சுமந்த நிழல்கள் அந்நியமாயிருந்தாலும் கள்வரின் ஆதிக்கத்திலிருந்தும் வெள்ளையரின் சித்திரவதையி லிருந்தும் நீங்கியிருந்தார்கள் கொஞ்ச தூரம். மலைமுகடு வரை வேட்டையாடிய மிருகங்களின் நாக்கை அரிந்து பருந்துகளை விண்மேல் சுட்டு அதன் பிடரியில் தீமூட்டி குளிர் காய்ந்த பரங்கித் தலைத் தொப்பி மீது கவண்கல் அடித்து வீழ்த்தி கைப்பற்றிய முதல் சுடுகருவியை சிறகு மலைக் கள்வர்கள் தொட்டுத் தொட்டு அதிசயித்தார்கள் சிரித்து.

பாலையில் சஞ்சரித்த பெரும் போராளிகளான கருப்பர் எல்லாவற்றையும் விட்டு சிலர் எலிகளாகப் பதுங்கி வெள்ளையர் தடத்தில் பின்னோட சட்டத்தால் உருவெடுத்த நீலநடுகல் ஊர்ஊராய்த் தோன்றியது பின்னே. மூடு செருப்பும் புஸ்கோட்டும் நீலமாய் பரவி வந்தது பாலையில். கள்வரும்

பரங்கியரைப் பின் தொடர்ந்து ஐந்துக்களாயினர், கல் வைத்த மதில்களுக்குள். வனராக்கியர் தொலைவில் மறைந்தனர் மெல்ல. மூதாளின் மாயமான தடத்தில் சிலரே தொடர்ந்து செல்ல தொலைவில் மலையில் புகுந்த சில கள்வர்கள் பாதரஸ ஓநாய்களின் கவனமான தடத்தில் செல்லக்கூடும். ஆனால் வெள்ளையர்கள் பாலையில் குதித்த சூரியனைக் காய்ந்த சுரம் இசைக்கும் கெவுளியின் செந்நிற மணல் மேடுகளைக் கண்டு அஞ்சினார்கள். வாழ்வின் அழுத்தத்தில் அகம் கொப்பளித்த கெவுளியின் ஆவியிசையில் மூதாளின் கண்கள் நகர்ந்தவாறிருக்கும் பாலையில். புலப்படாத கள்வரைத் தேடி துப்பாக்கிகள் நீண்டுவர கவண்கல் இரும்புத் தொப்பியில் தெறித்த ஒலி இரும்புக்காலத்திற்குத் தாவியது வேகமாய்.

60

தறிவீடு

முடிவில்லாத கேன்வாஸில் புழுக்கள் கூடுகட்டும் வேளையில் நிமிடத்திற்கொருமுறை மாறிக்கொண்டும் வளர்ந்து கொண்டும் சிறகு முளைத்த பூச்சியாக மாறி உடனே அந்த நெடிய இருண்ட இரவில் நீளமான செங்கூத்தர் தெருவுக்குள் பறந்து சென்று திருட்டுத்தனமாக அம்மாவின் ஜன்னலை எட்டிப்பார்த்தது பூச்சி. கர்ப்பவதியான அம்மா தறிக்குழியில் பதுங்கி பட்டு நூலின் அறுந்த முனைகளை எச்சில் தொட்டு இழைமுடிந்துக் கொண்டிருந்தாள். கர்ப்பத்தில் சுருண்ட பூச்சி கண் மூடிகளைத் திறந்து பார்த்தது. லட்சம் நூலினால் பின்னப்பட்ட தாய் வயிற்றில் தன் பிஞ்சு விரல்களால் மெதுவான சல்லாவை நெய்கிறாள் சிறகு முளைத்த குழந்தை மாயா. ஜன்னல் வழி நீட்டிய பூச்சியின் பட்டு இழைகள் கர்ப்பத்தில் படர்கிறது. அவள் நூல்கொண்டு வரைகிறாள் அந்த உலகை. வயிற்றிலிருக்கும் பிள்ளைக்கு தறியின் குரல் கேட்கும் முதலில். அப்புறம் அம்மாவின் முனகல் கேட்கும். தறியின் சப்தத்தில் மெல்ல உருவாகும் பெண் குழந்தை. தன் விந்தை உலகமெங்கும் தறியின் இசை. தாய் வயிற்றின் நூல் பாதைகளில் பிரபஞ்சத்திலிருக்கும் விண்மீன்கள் சுழன்று நீந்துகின்றன. மீன்கள் கரும்பிச் செல்லும் நூல் இழைகளில் உருவான மெல்லிய சல்லாத் துணி பஞ்சினால் ஆனது. காட்டுப் பஞ்சை விடவும் மெதுவான பஞ்சினால் உலகம் மூடியிருக்கிறது. காண்டா விளக்கின் ஒளியிலிருந்து தீட்டப்பட்டு வரும் ஓவியத்தில் எல்லோருடைய விரல்களும் சேர்ந்து நகரும். மாறிக்

கொண்டே இருந்த மாயா பென்சில்கால்களுடன் அரை வட்டமாகச் சுழன்று விளக்கு மேல் பறக்கிறாள் ஈசலாக. அவள் ரீங்காரம் கண்ட பூச்சியும் சேர்ந்து பாடியது தறியின் பாடலை. கலர் பென்சில் வைத்திருப்பவள் மாயாதான். மாயா இல்லாமல் இரவின் ஓவியம் உருவாவதில்லை. சாய்ந்து சாய்ந்து அசையும் விளக்கு அந்த ஓவியத்திற் குள்ளிருந்தது. இப்போது அவள் பென்சில் கால்கள் இடம் விட்டு இடம் நகரும் மணல்பூச்சியை வரைந்து கொண்டிருக் கின்றன. வெண்ணிறப்பட்டுக் கூடுகளில் துயிலும் புழுக் களை வரைந்தாள் முதலில். அவை தாமே உருமாறி இறகு முளைத்து கலர் பென்சிலில் தானே வர்ணங்களை உரசிக்கொண்டு கேன்வாஸில் இருப்பிடமற்று அலைந்து வந்தது. தன் உமிழ்நீரில் தோன்றும் கண்ணுக்குத் தெரியாத நூலினால் ஓவியத்துக்குள் ஓவியத்தை தொடங்கியிருக்க வேண்டும். உமிழ் நூலினால் வெளியும் மணலும் இணைந்த வெண்பரப்பை நெய்து கொண்டிருந்தது மணல்பூச்சி. உயிர்படர்ந்து வளையும் நூலில் சின்னச் சின்னப் பின்னலில் உருவாகும் லேஸ் வலை. ஈர நூலின் மிகமெல்லிய இருப்பை கர்ப்பஸ்திரீகளின் வயிற்றிலிருக்கும் சிசு உணரக்கூடும். சிட்டம் சுற்றும் இழைகள் எல்லாம் பூச்சி தந்தது. வாயில்லாப் பூச்சிகளின் சோகத்தில் நூற்கும் பூச்சிகளின் அடையாளங் களை கண்களால் ஆமோதித்தார் நெசவாளர். இலைக் கொழுந்தில் படரும் தைலத்தை ஊமையான சோகத்தில் நூற்கும் பூச்சிகளின் ஓயாத இதயத்துடன் சேர்ந்து நேசத்தால் சோகமடைந்த நெசவாளர் தறிக்குழியில் பதுங்கியிருந் தார்கள். பூச்சிகளின் மெழுகுக் கண்களில் ஒட்டிக்கொள்ள அவர்களால் முடியும்.

அம்மாவின் இருண்ட நிழல் தெருவில் படரும். தறியின் நிழல் அசைந்தவாறிருக்கும் தெரு. தறி வீடுகளில் கஞ்சிப் பசையின் பிசுபிசுப்பு ஒட்டிக் கொள்ளும். விநோதமான அந்தக் கஞ்சிப் பசையின் வாசத்திலிருந்து பிள்ளை களுக்கு முன்னோரின் தறிநெசவு பற்றியெல்லாம் நினைவு தோன்றும். நெசவாளி வீட்டுக் குழந்தைகளுக்கு ஈர நூலின்

பாதைகள் தெரியும். இலைவீடுகளில் துயிலும் பூச்சிகளின் மனத்தோற்றங்கள் மெழுகினால் உருவான வீடுகளாகும். மாறிக் கொண்டே இருக்கும் மெழுகு வீட்டில் பட்டு அரும்புகள் காத்திருக்கும். அதையாரும் அணுகமுடியாது. நெசவாளர் குழந்தைகள் நூல்வழியே சென்று ஒவ்வொரு சிறு அரும்பிலும் கண் வைத்து மாறும் தோற்றங்களில் பிரபஞ்சத்தின் மிகச்சின்ன அசைவில் மயங்கும். குழித்தறிகளில் தோன்றும் நூல் பாதைகள் வேறு எங்கெங்கோ செல்லும். இளநீலநூலும் இரத்தாம்பரநூலும் சிவப்பு நூலும் மெல்லிய பஞ்சு நூலும் சேகரிப்பார்கள். அதுகளை ஒன்றாக இணைக்கும் இரு தோள் துண்டுகளில் அதன் இரு முனைகளும் சேர்ந்துவிடும். ஜனத்தின்மேல் இருக்க வேண்டிய விசித்திரமான கச்சை கொடுப்பார்கள். திரித்த மெல்லிய பஞ்சு உலர்ந்து விடும்போது காற்றடிக்காலம் தெருக்களில் பல மாறுதல்களாயிருக்கும். தக்களி விசையில் சுழியில் காற்றில் பருத்தி உலரும். தொலைவில் ஊர் தடங்களில் கேட்கும் சன்னமான தறியின் குரல் கரைந்து மறைந்து மறைய பெண்கள் சுமந்து சென்ற கச்சையை எதிர்பார்த்திருக்கும் ஊர்க்காரர்கள்; மஞ்சத்தானியம் கொடுத்து பரிமாறிக்கொள்வார்கள் கச்சையை.

வெடித்த பருத்திக்கும் மாற்றிக்கொள்ளலாம். நூல் வழி உறவுகள் அவை. வீடு வீடாய் கோடியுடுத்தி வரும் தானிய காலம். பருத்தியின் பால்பருவ நீரோட்டத்தில் கிராமத்தாரின் கனவுகளை மெல்லிய பஞ்சுச் சல்லாவாய் நெய்துதர மெலிவான கரங்கள் இருந்தன. கஞ்சிப்பசை ஒட்டும் கரங்கள் அவை. மணல் குருணை அருகில் ஒவ்வொரு மணலையும் உமிழ் நூலில் கோர்க்கும் விநோத வலை ஆரம்பமானது. வெளியை மிருதுவான நூலினால் பின்னத்தொடங்கியது மணல்பூச்சி. ஒரே நூலின் நுனியில் தவிக்கும் உயிரின் இருப்பை அறியாத போதும் நூற்கின்றன. பருத்திக்குள்ளிருந்து வந்த இளவரசி மாயா. அவள் உருவை தைல வண்ணத்தில் தூரிகை கொண்டு வரைகிறான். அவன் மாயா எங்கு ஒளிந்து கொள்கிறாள். அவளுக்காக

வரையத்தொடங்கிய ஓவியத்தில் தோன்றுகிறாள் மாயா. அவன் அலைந்து திரியும் தூரிகையால் ஆன நாடோடி. பித்துப் பிடித்த கண்களுடன் நூல் வலைக்குள் அகப்பட்டு விடுபடமுடியாமல் தவிக்கிறான். மாயா விரிக்கும் மயக்க வலையின் ஒவ்வொரு இழையிடமும் பிரேமை கொண்டு இழைகளைக் கதிர்களாக்கி இறகில் வரைந்து காற்றில் மிதக்கவிடுகிறான். தன்னந்தனிமையில் அலையும் இறகானான். இறகு முளைத்த முதல் சிறுமி மாயாவை அடையும் அந்த பஞ்சு இறகை மாயா கண்களில் ஒற்றிக் கொண்டு உருகுகிறாள். திரும்பவும் தனக்குத் தெரியாமல் இருக்கும் திசைகளில் மிதக்கவிடுகிறாள் இறகை. மிதந்து மிதந்து அலையும் இறகு நூல் பாதைகளில் மறையும். அவள் கண்ணீரில் தத்தளிக்கும் மிகவும் சிறுமி. அந்தச் சின்ன அரும்பில் பிரபஞ்சத்தின் துல்லியமான ஒடுக்கம். ஒவ்வொரு நூலின் மெலிந்த ஒடுக்கத்திலும் மாயா கரைகிறாள். மெல்லிய நூலிலிருந்து செல்லச் செல்ல தலைகீழாய் திரும்பும் நூல்பாதைகள். நெசவாளர் தெருச் சிறுமிகள் நூல் வழியே செல்கிறார்கள், பாடியபடி... 'எலும்பையே தறியாக்கி... எல்லாரும் நூலாகி... நூல் கண்டுக் கப்பல் அதோ தோணுதே... நூலிழுத்து நூலிழுத்து மறையுதே... தூக்கத்தில் மறையாது அசையுதே... தூரத்தில் சிறுமச்ச மாகத் தெரியுதே... கைத்தறிகள் கொண்டு போகுதே... கடலிலே முழுகுதே முழுகுதே...' கப்பலிலிருந்தவர்கள் தனித்தனி நூல்வழியே இறங்குகிறார்கள். கட்டைவிரல் இழந்தவர்கள் குருதி கொட்டி பஞ்சு நனைகிறது... பருத்திப் போராக்கள் பற்றி எரியுது. குருதியும் வியர்வையும் கலந்த சிவப்பு நூல் பாதைகளில் வளைந்து பரவும் பஞ்சின் நெருப்பு வந்து வந்து கேட்கிறது. தீக்குள் யார்யாரோ நகர்ந்து போகிறார்கள். எரியும் நூல்பாதையில் எல்லோரும் தணியாத தாகத்தால் விலங்குகளுடன் இழுத்துச் செல்லப் படுகிறார்கள். விலங்குகள் குலுங்கும் கப்பலுக்கு மேல் வெண் பஞ்சு மிதந்து மிதந்து தவிக்கிறது. காய்ந்த பருத்தி வெடித்து உள்ளிருந்த நெசவாளர் கூட்டமாய் வருகிறார்கள்.

தீப்பந்தங்களுடன். செங்கூந்தர் தெருவுக்குள் துணுக்குற வைக்கும் இரும்புத் தொப்பிகள் அசையும். கோலியப் பெண்கள் கருவில் வளரும் சிசுக்களுக்கு தறியின் பாடலைப் பாடுகிறார்கள். முரட்டுக்காடாநூல் நெறுநெறுவென்று நெரிந்து கோபத்தில் உறுமும். தக்களிகள் சுழன்று சுழன்று சுழிக்காற்று எங்கும் பரவும். நெசவாளர் தெருப்புழுதியில் கேட்கும் தறியின் ஓசை. அலைவுறும் பஞ்சின் தவிப்பி லிருந்தே மணல்பூச்சி உயிரையே அர்ப்பணம் செய்து உருகிக் கரைந்து நூலாகியிருக்க வேண்டும். பஞ்சின் இழைகள் அதிர்ந்து அசைக்கும் நுண்ணிய இடைவெளி களில் பிரபஞ்சத்தின் அலைகள் வருகின்றன. கைச்சிட்டமே பாணமென சுற்றிச்சுற்றி நெசவாளர் உயிர்சுழற்சி பெறுகிறது. கொஞ்சம் கொஞ்சமாக மெல்லிய லேஸ் வலையைக்கட்டி வரும் மணல் பூச்சி. வலையின் ஒவ்வொரு துளையில் தோன்றும் கிழிசல்கள். கந்து கந்தலாய் ஆகிவரும் அந்த எளிய நேசத்திலான வலையை வெகு நிதானமாக அந்த நெசவாளி சரிசெய்து கொண்டிருக்கிறார். பகைமுகங்கள் எட்டிப் பார்க்கும். அதன் கிழிசலில் படமறுத்த பிடிக்க முடியாத விண்மீன். அதன் ஒளி, வலைமீது வந்து பரவி நெசவாளியின் விரலை நனைக்கிறது. அவர் விரல் வழி கசியும் உதிரத்தில் எரிகிறது பஞ்சின் மென்மை. முடிந்த வரை மெலிந்துபோன தோற்றத்துடன் விசித்திரமான கச்சை அணிந்திருக்கிறார். அவர் சுடர் விடும் கண்கள் நூல் பாதை யில் அசையும். கைத்தடி தரையில் தட்டும். திறக்கப் படாத கதவுகளில் தட்டுகிறது. எல்லாக் கதவுகளும் இறுக மூடியிருக்கும்.

அவர் கண்பட்ட இடமெல்லாம் பாதைகள் நிறம் மாறின. நூல் பாதையில் நகர்ந்து செல்லும் கூட்டத்துடன் கைத்தடியின் சப்தம். அவர் ஓவியத்தை தீட்டத் தொடங்கிய சிறுமிகள் கண்களில் வரையும் பென்சில் கலர் திரவ அசைவில் மயங்கும். அவர் கண்களில் பிஞ்சு விரல்கள் பட்டு மெல்லிய படலமாக கேன்வாஸ் முழுவதும் விரிந்து விடுகிறது ஓவியம். மணல் வெளியில் அவர்போன தடம்

710

பதிந்திருக்கிறது. அந்த வெளியைத் திரவமாக்கிவிடும் ரஸ மாற்றத்தில் கிழவர் எந்த முனையில் தொட்டாலும் திசைகளில் பரவும் அதிர்வுகள். தொலைவில் பற்றும் நெருப்பின் நிழல்கள் அசையும். புரிபடாத நிறக்கோடுகள். தாத்தாவின் கனவுகளால் நூற்கப்படும் கோடு, சுற்றிப் பரவுகிறது எங்கும்.

எல்லோரும் ஒரே நூலில் சுற்றப்பட்டு முடிவு காண முடியாத ஒரே நூலின் எந்த முனையென்று காணமுடிவ தில்லை. ஏனோ, அவரவர் இருப்பது அவரவருக்குத் தெரியும். வெவ்வேறு ரூபத்தில் கேன்வாஸில் மறைந்திருப் பவர்கள் கடலாக ஸ்படிகநூலாக மணலாக நீர்நிறமாக வரைந்துகொண்டிருக்கும் பென்சிலாக அலையும் தூரிகை யின் தேடலாக சுற்றி வட்டமடித்துத் திரியும் சிறுமியாக பார்த்துக் கொண்டிருக்கும் கண்களாக கண்ணாடியில் மாறும் பிம்பங்களாக பூச்சியின் கண்களில் தோன்றும் மயக்கப்பரப்பாக பின்னப்படுகிறார்கள். அவரவர் கோடு களை வரைந்துவிடும் மணல் பூச்சி. அதன் உமிழ் இழைகள் பின்னலாக மாறி வந்தன. இசையிலான லேஸ்வலை உருவாகிவந்தது. இன்னும் கட்டி முடிக்கப் படாத லேஸ் வலைக்குள் யார்யாரோ பரவிவந்து தன் விரல் நீட்டி நெய்து கொண்டிருக்கிறார்கள். மிதக்கும் பெரும் பாறையொன்று வலையால் மூடப்பட்டு கடல் அடியில் ஒளிர்கிறது. மணல் வெளியிலிருந்து பறந்து சென்ற மணல்பூச்சி கடல் பளிங்கில் மிதக்கும் ஸ்படிக கல்லாய் உருளும் அந்த உலகைத் தொடுவதற்காக கண்ணாடி இறகில் மிதந்தபடி பார்த்துக் கொண்டிருந்தது. ஸ்படிக உலகை மூடிய லேஸ்வலைக்குள் எல்லோருடைய உருவமற்ற சாயைகள் இருக்கக்கூடும். மணல்பூச்சி தன்னிலையிழந்து அந்த லேஸ் வலையைத் தொட்டு முத்தமிடுகிறது. கடல் பளிங்கில் சறுக்கிச்சறுக்கி விழுந்து கொண்டிருக்கிறான் அந்த தூரிகையான நாடோடி. அவனால் கடல்பளிங்குகளைவிட்டு வெளியேற முடிய வில்லை. லேஸ் வலைக்குள் தவித்துக் கொண்டிருக் கிறான். தான் யாரென்று தெரியாத மணல் பூச்சியுடன் ஓர்

அமீபாவின் நிலையில் உறவு கொண்டிருப்பதாக உணர் கிறான். கண்ணாடிச் சிறகில் மிதந்த மணல்பூச்சி கடல் பளிங்கில் அசையும். அதன் ரகசியப் பாடலை அவன் கேட்கிறான். தறியின் பாடலது. நீரைச் செதுக்கிச் செதுக்கி அபூர்வ ஒளியுண்டானது. கண்ணாடி இறகுகள் பறந்து ஒளிப்பட்டைகள் இருளிலிருந்த கைத்தறிக் கப்பலை வெளிப் படுத்தியது. தொடுவானம் வரை நீண்ட கப்பல் கடலின் கரிய நீரிலிருந்து எழுந்த தழல் பளிங்குமேல் தோன்ற, கப்பல்மீது கண்ணாடிச்சிறகுகள் பதிந்தன. அடிவானம் கிழிபட்டு இரவின் இருளை தழல்வாள் கொண்டு வெட்டிப் பிளந்து வரும் ஸ்படிக உலகைக் கப்பல் சுமந்து செல்கிறது. அகன்ற பாய்களின் நீலப்பட்டைமீது எழுந்த எரிபந்துகள் சுழன்று கடல் பளிங்குகளில் மறைந்தது தறிக்கப்பல்.

மெல்லப்படரும் காற்றின் தொடுதலில் இசையாகி விடும் லேஸ்வலையது. அதன் அதிர்வில் சென்ற பூச்சியின் தன்னிச்சையான நெசவு. மாயத்தறி பிரபஞ்ச இயக்கமாக எல்லாச்செங்கூந்தர் தெருவிலும் சலம்பிக்கொண்டிருந்தது. மாயாவின் அம்மா கைச்சிட்டம் சுற்றிக்கொண்டே இருக் கிறாள். வீடு முழுவதும் சுற்றிப் பரவும் நூலில் மாயா மேலும் கீழும் போய்வருவாள். தரையில் கால்பதியாத சிறுமியவள். அம்மாவின் ஓய்வில்லாத சிட்டத்திற்கு அருகில் கைவிளக்கு எரிகிறது. நிறை கர்ப்பத்தில் மஞ்சள்ஒளி கசியும். பெண்சிசு தொப்பூழ் ஈரக்கொடி வழி கேட்கிறது தறி ஓடத்தின் குரலை. நூலில் நனையும் ஒளி கதிர்கதிராய் பிரிந்து அம்மாவின் விரல் தொட்டு ராட்டையில் சுற்றிக் கொள்ளும். நிறை கர்ப்பத்துடன் அம்மா எழுந்து தறிக்குழியில் பதுங்கி இரவின் மயக்கத்தை தறியில் நெய்து கொண்டிருப்பாள். அம்மாவிடம் வயிற்றிலிருக்கும் சிசு கேட்கிறது. ‘என் உடலோடு சேர்ந்து தறியின் கால்கள் நகர்கின்றன... நீ சொல்லித் தருகிறாயா...’ தன்னையறியாமல் பதினெட்டுக் கால்களில் பதியும் தோற்றங்கள் தனித்தனி அதிர்வுகளா கின்றன. செங்கூத்தர் உறங்கும்போது கண்ணும் கருத்துமாய் நூலில் விழித்திருப்பாள். ஒவ்வொரு நூலின் அதிர்விலும்

பிள்ளை நகரும். மெல்லக் குளிர்ந்து பின்னிரவின் வெம் பரப்பான ஒளியை துப்பட்டியாக நெய்கிறாள். ஈர நெசவில் தோன்றும் கலைக்கமுடியாத கனவுகளை ஜுரவேகத்தில் கண்டு வந்த குழந்தை நூலில் படும் அம்மாவின் விரல் ஸ்பரிசத்தில் கண்திறக்கிறது. அதன் நினைவில் வரும் நூல்பாவைகள் எல்லோருமே தறிக் குழியில் இறங்கி அம்மாவோடு தறி முடுக்குகிறார்கள். சாம்பல்வானில் இரவு மறைய பறவைகளின் சலம்பல் ஒலியுடன் தறியின் குரல். வாசலில் நீர் தெளிக்கிறார்கள். காற்றின் மிதமான அசைவு. விளக்கு மங்கித் திரிகருத்து எண்ணை தீர்ந்து புகை மண்டும். ஜன்னலைத் திறந்த வெளிச்சத்திலிருந்து இறங்கும் வெயில் ஒளியில் நூல் விழித்துவிடும் அதனதன் நிறத்தில். உலர்ந்த நூலின் வெதுவெதுப்பான சுகத்தில் மாயா உறங்குகிறாள். ரகஸியமாக 'சாயப்பட்டறை திறந்து விட்டது. மாயா எழுந்துகொள்'. நெசவாளியின் ஒரு கண்ணி லிருந்து மறுகண்ணுக்குள் அடுத்தகண்ணில் நுழைந்து இன்னொரு கண்வழியே ஊடுருவி நகர்ந்து செல்லும் அபூர்வ நூலில் தொட்டுக் கொண்டு சாயப்பட்டறைச் சிறுமிகள் தன் விரல் நனைத்து ஒவ்வொரு நூலுக்கும் வர்ணமடிக் கிறார்கள். குள்ளங்கம்பிலும் நவதானியத்திலும் நனைந்த பாவு விரிகிறது. செங்கூந்தர் தெருவே தானியப் பசையின் உலர்ந்த வாசமாயிருக்கும். தெருப்புழுதியில் உதிரும் பசை போட்ட நூல் ஒட்டிக்கொள்ளும். சுவரில் படரும் கஞ்சியின் வாசனை. காட்டிலிருந்து கொண்டுவந்த இலைகளில் அவுரியில் பூவில் சேப்பங்காயில் செடியில் மண்ணில் இருந்தெல்லாம் நிறங்கள் வரும். தன்னை இழந்து கரையும் செடியாக இருக்கக்கூடும் நெசவாளர். அந்தச் சிறுமிகளின் விரல்களுக்குள் ஒளிந்துகொள்ளும் மணல்பூச்சியின் காது களில் ரகஸியம் பேசுகிறார்கள். 'உயிருக்குள்ளிருந்து வரும் நூலைக் கொடுத்தபடி மெலியும் மணல் பூச்சியே கலங்காதிரு... உன் ஒவ்வொரு இழையிலும் எங்கள் உயிர் கொண்டு சாயமிடுவோம்' என்கிறார்கள். கம்பளங்கள் நெய்து தருகிறார்கள் யார் யாருக்கோ. ஒன்றைப்போல் ஒன்று

இருப்பதில்லை. தனக்கென்று ஒரு உதிரி நூலும் வைத்துக் கொள்வதில்லை. நெசவாளரின் இடைவிடாத அலைச்சலில் கடக்கமுடியாத பாலைவெளியின் ஒவ்வொரு மணல் நிறம் கொண்டும் கோர்க்கப்படும் வலைக்குள் முணுமுணுப்பது யாரென்று தெரியவில்லை. பென்சில் கால்களால் நடந்து போகிறாள் மாயா. பென்சில் கழுத்து நீளும். நினைத்தால் சுருங்கிக் கொள்ளும். செங்கூந்தர் தெருப்பிள்ளைகள் ஒவ்வொரு வீட்டிலிருந்தும் கொண்டு வந்த நூலினால் சுற்றிச் சுற்றி உருவான நூல் பொம்மைதான்மாயா. அவள் உடலிலிருந்து தீராமல் நூல் வந்து கொண்டிருக்கும். எல்லாத்தறிகளுக்கும்போய் கெச்சலை நூல் எடுத்து வருவார்கள் பிள்ளைகள். பென்சிலில் சுற்றிய நூல் மாயாவாக மாறியது. மாயா நூலில் மறைந்திருக்கிறாள். எல்லாத் தறிகளிலும் பாவு ஓடுகிறது. செங்கூந்தர் தெருவில் நீளமாக பாவு விரித்து குறுக்குப் பிரம்புகளால் நூல் பாதை அமைக்கிறார்கள் நெசவாளர்.அந்த ஊஞ்சலில் மாயாவை அமர்த்திப்பாடு கிறார்கள் சிறுமிகள். அது உடைந்துபோன தறிக்கப்பலின் பாடல். கடல் மீன்கள் மஸ்லின் துணியை இழுத்துச் செல்கின்றன. நடுக்கடலில் மூழ்கி மஸ்லின் ராட்டை மறைகிறது. நீருக்கடியில் மஸ்லின்ராட்டை சுற்றுகிறது. வெண்ணிற மஸ்லின் வலையை கோலியப்பெண்கள் நெய்கிறார்கள். அவர்களுக்கான எல்லா நூலையும் தன் உடலிலிருந்தும் சுவாசத்திலிருந்தும் தருபவர்கள் மடிந்த படி இருக்கிறார்கள். மிக மெல்லிய மஸ்லின் துணியில் தீட்டப்பட்ட உருவங்கள் பூ அழிந்து வர்ணமழியுது. தறிக் கப்பலின் செந்நிறப் பாய்கள் கிழிபடக் கிழிபட சதாவும் தைக்கத் தொடங்கியது மணல்பூச்சி. வறண்ட மணலில் புதைந்த மஸ்லின் கப்பலில் மறைகிறாள் மாயா.

கப்பலைச் சூழ்ந்து பரவிவரும் வெற்றிடங்களில் விரியும் மணல்பூச்சியின் லேஸ்வலை. அதன் சுடர் விரல்கள் நீரையும் நிலப்பரப்பையும் ஒரே நூலில் இணைந்து வரும். பூச்சியின் உமிழ் இழைகள் உடைந்த கப்பலைப் போர்த்திய வெளிர் நீலப் பளிங்காகக் கரையும். மெதுவாக அசையும்

மஸ்லின் வலை கீழ்வானில் சுருண்டு மடங்கியது. கடலில் தோன்றிய அலைகள் துணியிலான மடிப்புகளாக அசையும். காகிதங்கள் கிழிபடும் சப்தத்தில் மணல்பூச்சியின் ரீங்காரம் தரையில் புதைந்த கப்பலைச் சுற்றிக் கொண்டிருந்தது. வெந்நிற அலை அசைய மயக்கவெளியில் தடுமாறிக் கொண்டிருக்கிறான். அந்த நாடோடிச் சிறுமிகள் வரைந்த கப்பலில் யார்யாரோ பதுங்குகிறார்கள். பித்துப்பிடித்த கடல் பாய்கள் கிழிந்த பைத்தியமாகி நிலைகுலைந்து நிற்கிறது அவாந்திர வெளியில். வெளிப்பட்ட உருவங்கள் மயக்க வெளியில் கம்பங்களில் ஏறி கிழிந்த பாய்களைக் கடந்து பெரும் தாகத்துடன் உயர்கின்றன சூரியனை நோக்கி. மணல் வெளியின் வெப்பத்தில் சூரியனைப் பார்த்து கைகளை விரித்து நிற்கிறார்கள். மறைகிறார்கள். அவாந்திரத்தில் நிற்கும் தறிக்கப்பலைப் பார்த்தபடி நிற்கிறான் அந்த நாடோடி. வெறிபிடித்த காற்று கப்பலை அசைக்கிறது. உதட்டில் கரையும் சிகரெட். அவன் விரல்களுக்கிடையில் இருந்த தூரிகையிலிருந்து வெளிப்பட்ட காகங்கள் கூட்டமாய் பறந்து போய் கப்பலில் பல நிலைகளில் அமர்ந்து பாவனை செய்கின்றன. தலைசாய்த்து அவனைப் பார்த்தது காகம். கப்பலுக்கு மேல் கருமை பூசிய சிறகுகளை அசைத்து மறைகின்றன காகங்கள். பாலைவெளியில் மயங்கும் கப்பலுக்கு மேல் இருந்த இருளில் நீந்தும் விண்மீன்களைப் பிடிக்க லேஸ்வலையை விரித்துக்கொண்டே இருக்கிறாள் மாயா. ஸ்தம்பங்கள் ஒடிகின்றன. அவாந்திரத்திலிருந்து தப்பமுடியாது இனி. பழைய மரத்துண்டுகளின் முனங்கல். கப்பலின் துருப்பிடித்த ஓலங்கள். மணல்பாடுகளைத் தாண்டிவரமுடியாது அவர்களால். அந்த புராதனமான மஸ்லின் கப்பலில் இருந்த மரத்துண்டுகள் அசைந்து நகர்ந்து மணல்வெளியில் தூள் தூளாகின்றன. அடிவானில் சிறுபுள்ளியாக வந்த வெளிச்சத்தை நோக்கி கிழிபட்ட பாய்கள் திரும்பிப் பார்க்கின்றன. தொலைவில் மறைந்து மங்கும் தறிவிளக்கில் கண்மூடித் தூங்குகிறாள் ஒண்டியான அம்மா. வெளியேயும் உள்ளேயும் நீந்தும் ஸ்படிக மீனைப்

பற்றி அம்மாவுக்குத் தெரிந்திருக்கக்கூடும். தறி இழைகளின் ஈர வாடையில் வந்து ஒட்டிக்கொண்டு துயிலும் ஸ்படிக மீனிடம் அம்மா முணுமுணுக்கிறாள். முன்பொருநாள் கடலுக்கு அப்பால் சென்றவர்கள் திரும்பி வரவே இல்லை. காணாமல் போன நெசவாளர் திரும்புமாறு ஸ்படிக மீனிடம் கேட்கிறாள். கண்ணாடித்தூளில் அம்மா ஒளிந்து கொள்கிறாள். நுண்ணிய கண்ணாடித்தூளில் ஒட்டிக் கொண்ட அம்மாவை ஸ்படிகமீன் விழுங்கிக்கொண்டு செல்லும் கப்பலைத்தேடி.

இன்னும் முடிக்கப்படாத மணல்பூச்சியின் லேஸ்வலை விரிகிறது. ஒவ்வொரு மணலையும் உயிருடன் சேர்ப்பதில் தான் ஓவியம் உருவாகக்கூடும். வலையில் படும் ஒவ்வொரு நட்சத்திரமாக தொட்டுச் செல்கிறாள் அம்மா. கண்ணாடித் தூளில் வந்துபடிய அம்மாவுக்கும் விண்மீன்களுக்கும் என்ன தொடர்ச்சி இருக்க முடியும்? பூச்சியின் மயக்க உலகில் ஒவ்வொரு மணலுமே நட்சத்திரமாக மாறிவிடுகின்றன. என்றோ வந்துவிழுந்த நட்சத்திரத் தூசிதானே மணல். அதன் வயதைப் பற்றி யாருக்கும் தெரிவதில்லை. கடலுக்குத் தெரிந்திருக்கும். சதாவும் அலைகள் ஸ்பரிசித்தவாறிருந்தன அந்தக் கப்பலை. அலையின் தழுவலில் உருமாறும் கப்பல். சாம்பலடையும். பழுப்பு ஒளி தோன்ற அதன் தனிமை யாருமற்றிருக்கும். கூழாங்கற்கள் தவழுகின்றன. ஒடிந்த மரக்கம்பங்கள் உதிரும். திரளும் மணல் உள்ளே குவிகிறது. கப்பலின் உருவத்தை மெல்ல அழிக்கும் காற்று. பாசி படரும். காட்டுப்பூச்சிகள் வந்தடையும். மணல் பறவைகள் நீளமாய் பறந்து வந்து அதன் கம்பங்களில் அசையா திருக்கும். கீழே தளத்தில் பூச்சி அரவங்களில் கால்வைத்து இரைதேடும். பொந்துகளில் குடியேறிய சாம்பல் புறாக்கள் ஊமைக்குரல் எழுப்புகின்றன. இழந்த துக்கத்தில் கதறும், மரத்தளத்தில் கிடந்த கிண்ணத்தில் ஒரே ஒரு ஸ்படிகமீன் நீந்திக் கொண்டிருக்கிறது. தன் துயரத்தைச் சொல்ல கப்பலிடம் வந்திருக்கிறது. சவுக்குக் கம்பங்கள் மூளித் தூண்களாக நிழல் வடிகின்றன மணலில். மணல், நிழலை

விட்டு உருண்டு ஓடினாலும் அந்த வெறுமையான தூண்களை அசைக்க முடியவில்லை. மண்டியும் மகிளியும் கடல் தாவரங்களும் அண்டி சில அபூர்வ காந்தப் பூக்கள் மீது வர்ண மடித்துக் கொண்டிருக்கிறாள் மாயா. தன் கலர் பென்சில்களுக்கு தீரவே தீராமல் படம் வரைய வேண்டியதிருக்கிறது.

கடல்நீர் கழுவிக் கழுவி நட்சத்திரமாகிவிடும் மணல். உப்பு நீரின் தொடுதலில் ஒவ்வொரு மணலும் துடித்து ஒளியாகிறது. நட்சத்திரங்கள் கழுவப்படுகின்றன. கப்பலை நோக்கிச் சரியும் நட்சத்திரங்கள் வெகு அனாதியான காலத்திற்கு நகர்கின்றன. அதனால் எல்லோருடைய கனவுகளும் மாறிப்போகின்றன. நீர் பட்ட கப்பல் நட்சத்திரங்களோடு நகரும். இழந்த ஒவ்வொரு துகளையும் வைத்தே விண்மீனின் இருப்பு சாத்தியமாகும். தேய்ந்த கப்பலில் கடல்கிளிஞ்சல்கள் கூச்சலிடுகின்றன. கிளிஞ்சல் தேய்ந்து நட்சத்திரங்களாகும். ஏனோ, உலர்ந்த மணல் ஒவ்வொன்றின் மீதும் பிரேமை கொள்கிறாள் மாயா. அமைதியான ஒரு மணலில் ஒளிந்து கொள்ளும் அந்தக் கப்பலின் கற்பனை வேகத்தை யார் அறியக்கூடும். இரவின் அவாந்திர வெளியில் நகரும் கப்பலில் யார்யாரோ செல்கிறார்கள். அதன் மயக்க வெளியில் நீலக்கண்கள் முளைத்து கப்பலில் படும் விண்மீன்களை மயக்குகிறது. நூறு நூறு மெல்லிய பஞ்சு நூல்கொண்டு இணைக்கப்பட்ட கப்பலில் விரிவுகொள்ளும் லேஸ் வலை. ஈரக்காற்று எல்லா நூலிலும் பட்டு குளிர்ந்த இழைகளாகும். ஒவ்வொரு நூலாக மாறிமாறிச் சுற்றுகிறாள் மாயா. கப்பலின் கேலிச் சித்திரத்தை வரைந்தபடி வட்டமாகச் சுழன்று விளையாடுகிறாள். நினைவாற்றல் மிகுந்த கப்பலின் அடையாளங்களை முன் வைத்து பென்சில் கால்கள் படம் வரைகின்றன. நிமிடத்திற்கு நிமிடம் மறதியடைந்துவிடும் கப்பலது. நூல்களால் இணைக்கப்பட்ட கப்பல் நூல்பாதையில் செல்லும். கப்பலில் அசையும் லேஸ்வலை விரிந்து நட்சத்திரங்கள் கீழிறங்குகின்றன. நூலில் படும் விண்மீன் வலைக்குள் மாட்டுகிறது. எங்கிருந்தோ வரும் பூச்சியின் உமிழ்கோடு கப்பலுக்குள் நீள்கிறது. கப்பலில் தென்பட்ட

பூச்சியின் பச்சை நாக்கு வெள்ளிச் சாறு கக்கிக் கக்கி பச்சை நிறமானாள் மாயா.

எல்லாப் பென்சில் கால்களும் வட்டமடித்துச் சுற்றிச் சுற்றி மாயாவை இழுத்துக் கொண்டு கேன்வாஸின் அடியாளத்துக்குச் செல்கின்றன. அங்கு தீப்பற்றி எரியும் புராதனக் கப்பலில் மஸ்லின் திரைச்சீலை பற்றி எரிய பதறி ஓடுகிறார்கள். கப்பல் தளத்தில் மாயா மூர்ச்சையடைந்து கிடக்கிறாள். கேன்வாஸில் நெருப்பு நிறத்தை வரைந்து விட்டு அதில் ஒரு சிகரெட்டைப் பற்றவைத்து இழுத்தபடி எரியும் கப்பலைப் பார்த்தபடி புகைக்கிறான் நாடோடி. சிகரெட்புகை படர்ந்து கப்பலுக்கு மேல் கரைந்துபடியும் வெண்ணிறம். மயங்கிக் கிடந்தவளை தூரிகையால் எழுப்பி கனவு நூலில் கோர்த்து விடுகிறான் மாயாவை. அவன் தூரிகைக்கு அகப்படாத பூச்சி தன் ஒடிசலான கால்களில் நூல் நூற்றுக் கொண்டே நகரும். உமிழ் ஈரத்தில் புதைந்த கனவுக் கோட்டில் நடந்து செல்கிறாள் மாயா. முடிக்கப்படாத லேஸ் வலையைத் தொடரும் மணல்பூச்சி. கப்பலுக்கு முன்னால் தென்படும் லேஸ் வலைக்குள் நூறு நூறு விண்மீன்கள் வாலைச் சுழற்றிச் சுழற்றி தன்கதியில் நகர்கின்றன.

மீனின் கண்ணிலிருந்து கீழ்வந்த ஒளி கப்பலைத் தொட்டு வெளிர் நீலமான மயக்க வெளியாக மாறியது. நீல ஒளி பென்சிலில் இறங்கி நகரும். வெகுவேகமாக பென்சில் மறைந்து ஒளி தென்படுகிறது. திரும்பவும் தனியே தானே வரைகிறது பென்சில். நீல ஒளியின் ஸ்பரிசத்தை அடைய பிரயாசைப் படுகிறான் அந்தக் கப்பலில் வந்த நாடோடி. நட்சத்திரங்களைஅடையும் கால அளவு அவன் கால்களுக்கு இடையில் கிடந்த மணலிடம் இருக்கக்கூடும். இன்னும் அவன் விண்மீனை நோக்கி நடந்து கொண்டிருக்கிறான். அவனுக்கு வைத்த பெயர்கூட மறைந்துவிட்டது. பெயரிடப் படாத கப்பலில் வந்தவனுக்குப் பேர் நாடோடி. தன்னை பூமிக்கு மேலேயும் கீழேயும் புதைந்துக் கொள்கிறான். அவனால் எங்கும் தொலைய முடியவில்லை. கீழே வெகு ஆழத்தில் ஓடும் அரக்கு நதியில் தனியே செல்லும் கப்பல்.

வேறு யார் யாரோ அவனுடன் வந்த நாடோடிகளோடு அதில். முடிவில்லாத கேன்வாஸில் காதைவைத்து அடியாழத்தில் ஓடும் அரக்கு நதியிடம் பேசுகிறான் நாடோடி. மணல் கண்டத்திற்கு அப்பாலிருந்த அந்த அரக்கு நதியைத் தொட அவன் தூரிகை நீண்டு செல்கிறது. லேஸ் வலைக்குள் பின்னிக் கொண்டே மறையும் மாயா அரக்கு நதியிடம் குனிந்து தன் விரல்களால் தண்ணீரின் தேசல் ஒளியை தொட நினைத்து அதைத் தொடாமல் நீரின் அதிர்வுகளில் எதை எதையோ கேட்கிறாள். அவளோடு நதியில் மறைந்திருக்கும் வேற்றுக் கிரகத் தாவர மனிதர்கள் அவள் காதுகளில் முணு முணுக்கிறார்கள். பச்சை நிறமான மாயா நிர்வாணமாய் அரக்கு நதியில் நீந்திச் செல்கிறாள். அவள் அரக்கு நதியின் ஆழத்தில் இருக்கும் நதிமடுவில் உள்ள குகைக்குச் செல்லக் கூடும். குகையில் அவள் வெள்ளிச்செடிகள் துயிலக்கூடும். மணல்வெளியில் அவள் விட்டுச் சென்ற அடையாளங் களைத் தேடி ஒவ்வொரு மணலிடமும் சென்று கெஞ்சு கிறான் நாடோடி.

உருவங்களையெல்லாம் மெல்ல அழிக்கும் மணல் யாருக்காகவுமின்றி ஓடிச்செல்கிறது. ஓடிக்கொண்டிருக்கும் ஒவ்வொரு மணலின் ஒளியின் ஊடேயும், மாய மீமனிதர்கள் ஒளிந்திருக்கக்கூடும். எதிர்பாராத திசைகளில் மறைந் திருக்கும் நூல் இழைகளில் மெல்ல அசைகிறார்கள் நெசவாளர். செங்கூந்தர் தெருவில் விரிந்த பாவு வெண்ணிறமாக இருக்கிறது. எல்லோரும் அந்த எல்லாப் பாதைகளி லிருந்தும் நூல் கற்றையை விரல்களால் தொடுகிறார்கள். கடலில் செல்லும் அந்தக் கப்பல் வெறும் வானவெளியில் சிதறுகிறது துண்டு துண்டாய். கப்பலின் கத்திகள் அறுத்த கடல் துளைகளை மூட முடியவில்லை. கடல் மார்பில் பதிந்த அந்தக் காயங்களை சிகிச்சை செய்ய யாருமில்லை இங்கு. தண்ணீருக்குள் கத்திகள் துளைப்பதை யார் சகிப்பது? கடல் மடுவில் துயிலும் மீன் தேவதைகள் கடல்குகைகளை விட்டு வெளியேறிவிடக்கூடாது. அந்தப் புராதனக்கப்பலின் கனவுகளைக் கலைப்பதற்கு துப்பாக்கிகள் தலைகீழாகப்

பாய்ந்தன. உப்புநீரில் செத்த மீன்கள் சில நீந்திவருகின்றன. உப்பும் குருதியும் கலந்த கலகங்கள் மூண்டெழுகின்றன. நீரின் அலாதியை சலனமுறச் செய்யாமலிருக்குமாறு மீன்கள் கெஞ்சுகின்றன. 'வரவேண்டாம் வரவேண்டாம் தேவதைகள் கனவு காணும் போது துயிலை கலைக்க வேண்டாம் போதும் போதும்' என மீன்கள் வெளிவந்து கெஞ்சுகின்றன. இருண்டு திரண்டு கிழிகிற வானின் அடியில் மணல்பூச்சி யின் கண்ணாடி இறகுகள் பதிகின்றன. ஒளிப்பட்டை களாய் விரிந்து அடிவானில் வெட்டும் சிறகுகளாயின. கடல் பளிங்குமீது எப்போதும் பார்த்திராத அந்தத் தறிக் கப்பலின் நிழல் தோன்றிமறைந்தது. அவாந்திரத்தில் யாருமின்றி மிதந்து கொண்டிருந்த நூல் பாதையில் அந்த நாடோடி மட்டும் தனியே போய்க் கொண்டிருக்கிறான். மிக மெல்லிய வெண்ணிற லேஸ் வலை பூமியைத் தழுவி மூடியிருக்கிறது. அதில் அகப்பட்ட நூறு நூறு விண்மீன்கள் வாலைச்சுழற்றிச்சுழற்றி முயங்குகின்றன. மீன்கள் இழுத்துச் செல்லும் லேஸ்வலை உலகைச் சுற்றிப்படர்கிறது.

●

61

நட்சத்திரம் உதிர்ந்த மந்திரச் சிமிழ்

ஆந்தை இறகு பூனையிடம் கேட்டு எழுதிவரும் இந்தநூல் சுவடிகளை ரவுக்கை போட்ட எலிகள் கடத்திச் செல்ல வந்து மறைந்தவற்றைத் தேடுமாறு காக்கையிடம் சொல்வீர் வாசகரே! நீருரில் பதம் பொருளாய் ஒளிகள் வீசக் கோட்டூர் சித்தர் வாசியாநின்ற நக்ஷத்திரவாஸியின் இடது பாத லிபிகள் காப்பு.

'சில்பியின் நரகம்' விழித்த கிளி கிருதமாய் நதி ஏகி நீர்படரும் தடாதகையின் தோளில் அமர்ந்து தனிமொழி பேசி படபடத்த கண்ணால் தேடும் பாசுரங்களின் ஆதார ஊற்றில் பைந்துழாய் முகம் பிறந்த ஆண்டாளின் நீர் நகரில் அலைவுற்ற கவிகீறிய விரலில் கால்வைத்து சூடிக்கொடுத்த மாலையில் குழல் கேசமொன்று மார்கழித் தெருவாய் நீண்டு மனக்கோட்டை நோக்கி படர்ந்து செம்பு மணல் நடுங்க எழுந்த ஆங்கார யாளிகள் அடக்கிய நாகசுர மூச்சில் நட்டுவனார் இசைத்த தொன்மத்தில் தவில் முழக்க எமன் தோலில் பிறந்த சொல் டமருகத்தில் மோத வாய்பிளந்த தேவாசுர யுத்தத்தில் சிதறிக்கிடந்த நக்ஷத்திர அண்டகோள விலாசம் உருத்திரண்டு கண்ணாடியுள்ளிருந்து எழுந்தான் நக்ஷத்திரவாஸி. மீண்டும் கவிதை. உன் கை மண்ணில் நக்ஷத்திரக் குவியல்; கொறிக்கும் சிவப்பு அலகுடன் பச்சை சிறகு.

கபால வழி திறக்க பூனை உருட்டிய மண்வீட்டுப் பானைகளில் தவச வாடையில் கிடைத்த சுவடிகள் குதிரை வாலித் தவசமாய் மாறியதால் 'சேற்றில் விழுந்த சொற்கள்

தானியமாயின. மாளிகையோ குடிசையோ என்றெனக்குத் தெரியாத ஒரு பூமித் தளத்திலே குழந்தைகளாயின. தானியம் கனிந்து உயர விடிந்தது'. தானியத்தில் மறைந்த ஏடுகள் எரியும் கலப்பை மேழிகளில் திணறுவதை உழுதவாறே வெறுமை புரளும் மண்கட்டிகளில் வளரும் குதிரைவாலி நாற்றில் பச்சைக் கோடு கோடாய் வாக்கியங்கள் விரிவதை வாஸிப்பீரே!

ஆயிரம் கபாலங்கள் நெருப்பில் விழாமல் பிடித்தவாறே ஸ்திரீகள் பஞ்ச மூலகமாய் வாசனைகளில் அலையலையாய் உரையாடும் மௌனம். பூனை சொன்ன ரஸவாத மூலிகை மை ஈரம் உலராமல் எழுதிவந்த ஏடுகளால் கூரைவீடே எரிந்து ஏடுகள் பற்றி நெருப்பு ஓலமிட அணைக்கவந்தவர் மீது ரஸவாதியின் அட்சரங்கள் தொற்றி விரட்ட எரிந்த கூரையின் மொட்டைமச்சில் மீந்த ஏடுகளை தீய்ந்த துண்டு களை நெருப்பின் இருளில் புதைத்த வார்த்தைகளை எட்டுக் கழுதைகளில் சுமந்துபோன ஏகாளி வாஸிக்க வாஸிக்க ஓடும் ரஸவாத பாதரஸமொழி பித்தத்தின் எரிகொம்பு களாகி ரஸஎழுத்தின் துடி பொறுக்காமல் மாண்டுபோன பலரும் வெள்ளி நாயின் ஊளையைத் தொடர எழுதுவதை விட்டு ஆந்தை ஓயாமல் கனியுண்ணத் துயில் கனவை சூட்சும சக்கரத்தில் தீட்ட ஆந்தைக் கண் ஏடுபார்த்து பிரமை கொள்ள வேண்டாம் வாசகரே!

பக்கங்களினுள்ளே ஆழ ஓடும் இருட்குகையில் நிறுத்தி விட்டு மறைந்துவிடும் மனவுலகினுள் உலவி எழுதும் மௌனியின் சொல் அமைப்பு தேவரடியார் தந்த பூர்வீக இசை மூலத்தின் வலு நடையால் 'தலைகீழ் சுடரின்' நிழலாய் இருளின் கால்களுடன் யாளிகள் வருகின்றன பின்னே. புறவுலகைக் கிழிக்கும் விஷக் கணையானால் உருவம் தான் வேகம். அதுவரையான வெற்று வாஸிப்பில் ஓயாத பெரும் சப்தம். நிற்காது தலைக்குள் கூச்சலிடும் பகலைத் தாண்டி கால் நிற்கிறது எல்லையற்ற அந்தகாரத்தில். சப்தப் பிழை களைவிட்டு நழுவி விலகித் தென்படும் உன்னத இசை யின் குரலைத் தனித்து உணரும் சுரணையாக ஏற்பட்ட

விழிப்புத்தான் 'சில்பியின் நரகம்'

கடந்த உலகுக்கும் தாவரங்களுக்குமிடையில் மறு நூற்றாண்டுகளின் கலைந்த அடுக்கில் காந்தள் கருவுற எறிந்த படிமம் வீழ்பனிவாய் தழல்கொள்ள பாறை அடுக்கு களில் வெளிச்சம்புகாவனத்தில் கடல்மடுவில் யுகாந்த வெளியில் கானக நிலங்களில் பசுமைச்சாறு பொங்க விளைந்து கொண்டிருந்தது படிமம். கேழ்ஏவரையும் இல்லோன் கபாடபுரக்கிளி அன்ன யாழ் ஏர்மொழிப்படிமம் வீசி வீசிச் சுழலும் நக்ஷத்திரவாஸி. ஐந்து தானிய அடர்வி லிருந்து 1888 தானிய நிறைசேர விளைந்த கடல்முத்து சுடரப்பிறந்த படிமஉலகம்.

மிதக்கும் கீழ்திசைத் தீவிலிருந்து முளைத்த வெள்ளி கைப்பிடியளவு கடலில் விரிந்தது. இப்போதும் ஸப்த சமுத்திரங்கள் மணல் காணும் ஆழத்தில் நக்ஷத்திர வாஸி யின் ஈமப்பேழையுள் வசிக்கிறது கபாடபுரக்கிளி.

ஐந்து நிறங்கொண்ட திணைகளில் அமர்ந்திருக்கும் அறுபத்திநாலு புராணக் கிளி நக்ஷத்திரங்களோடு சூதாடி திசைநான்கில் பறக்கும் லங்காபுரியானையின் தந்த மொழி பேசும். ரத்தத்தின் குணரூபமான உன்னை எதிரியாக்கும் சனாதன வக்ரப் பார்வையில் தப்பி பிறை கவ்வி மலை நடந்தது. கண்ணுக்குள் கண் சுற்ற கண்ணாடி ஒன்றுக்குள் ஒன்று மாறிச் சுற்றிவரும் கபாடபுரக்கிளி இறகு ஆறு கோடிழுத்து கண்ணாடி பனிரெண்டாகி ஆடியுள் ஆந்தை இறகு ஆறுகோடிழுத்து அறுபத்தி நாலு கிளிகளுக்கும் கூடு வரைந்து திசைக்கொரு ரஸஆடி கிழக்கு முதலாய் திக்குகள் எட்டும் விரிய கிளியைப் பூனை கவ்வவர எதேச்சையில் நின்ற கலையின் ஆரூடச் சக்கரத்தில் யானை முயல் காகம் பாம்பு எலி கருடன் பூனை கொக்கு காடை நரி குருவி மாறிமாறித் தோன்றும் ஆடி சுழல கதித்தகுரல் வல்லூறு கீழ்திசை மாயத்தில் கண்ஏடு திரும்பும் பக்கங்களில் நக்ஷத்திரவாஸியின் சிறகு நீட்டித் தொட சக்கரம் நின்ற கட்டத்தில் சரசப்பொற்கோழி தீபச் சிமிழுக்குள் மறைய மையிருட்டில் ஆந்தைக் கண் ஏடு புரண்டு நின்ற பித்தனும்

மௌனியும் ஜிப்சிகளின் டேரட்கார்டுகளை குலுக்கியவாறு கைதட்டிக் கைதட்டிக் கதைகூறும் நவீன சதுக்கத்தில் புத்தகப் பலகை விரிந்து மாறும் எழுத்துக்கள். பொற்கோழி மஞ்சநிறப் பாவையாகி கண்ணாடிச் சிம்ளிக்குள் மெல்ல சுடர ஏட்டுப்பலகையில் உதிரத் தொடங்கிய திணைகள் உருண்டுஉருண்டு நிலத்தில் மறைந்து பின்சென்ற வாசகர் கண்ட ரகஸியப் பேழையில் மாபெரும் இறகுடன் எழுதிக் கொண்டிருக்கிறான் நக்ஷத்திரவாஸி.

நக்ஷத்திரவாஸி வார்த்தையில் திறந்துகொண்ட கபாட புரம் ஞாபகம் காண மறதியைத் தேடுவதில் ஜடமென இருநூறு வருஷங்கள் நாற்காலிகளில் வீற்றிருந்தார்கள் எழுத்தாளர்கள். கபாடபுரமெங்கும் சுவரில் படரும் நக்ஷத்திரவாஸியின் ஒளிகண்டு கண்ஏடு திறக்க எதார்த்த வாதக்கதை உலகை இருள் கொண்டுவிட்டது. கபாடபுரத்தி லிருந்து திரும்பிப்பார்க்கிறான் நக்ஷத்திர வாஸி. அறுபத்தி நாலுகிளிகளும் கபாடபுரப்பொந்துகளில் இருந்தவாறே ஒவ்வொரு கிளியாக நக்ஷத்திரவாஸியின் கனவுகளின் தனிமொழியால் உதிரும் ஏடுகளை மொழிய முகச்சாயல் பார்த்து முற்பிறப்பின் கதை கூற பூனையிடம் சொல்லாததை கருடனிடம் கேட்டு சிங்கத்தை அடைக்க முதலையிடம் மந்திரம் கேட்டு 'கட்டிலைவிட்டிறங்காக் காதலி'யிடம் ரவுக்கை கேட்ட எலிகளின் தந்திரத்தை எழுதி மறையும் யானையை முயலிடம் பார்த்து 'வேதாளம் சொன்ன கதை' யில் விடுவிக்கப்படாத புதிரை அடுத்த கதைக்கு நகர்த்தி பாம்பின் சுருள் எழுத்து ஊர்ந்து நீண்டுவரும் கனவு சுருள நாயின் தடம் பதிந்த மொழிபேசி நரி ஏமாந்து ஊளையிட்ட திராட்சைத் தோட்டத்தில் புளித்த சுரைக்குடுவைக்குள் புதைந்து ஊறும் கதை ஏடு கபாட புரத்தின் புராதன நரம்பு களோடி பிசின்நிறத் திராட்சை நிறமாகிக் கால மயக்கத்தில் மூழ்கிய கபாடபுரவாஸிகள் இழந்த பொற்கோழியை தொல்கதையில் தேடித்தேடி தோற்றுப்போனார்கள். நிலவில் பழுத்த கபாடபுரத்தின் மாய விளக்கின் பன்முகவாசலில் வெவ்வேறு அர்த்தப்புனைவில் சுடர்ந்த பிரதிமைகள்

ஒளிநாவுகளாய் சுழல மாயவிளக்கில் மறைந்து கூவியது பொற்கோழி. விநோதக் கண்ணாடியிலிருந்து ஓடிவந்த கருப்பு வர்ண நூல் பொம்மை தன்மார்பில் ஒளித்துவைத்த ஒரு பொன் முட்டையை கையில் ஊதியபடியே 'பிறப் பதற்கு வாழும் கணமே சாவாக வேண்டும்' இருபத்திநாலு மாயச்சிமிழ் வித்தையே கவிதை என கருப்பு மேஜிக் புத்தகமாகிச் சுற்றிய முட்டைமேல் பாஷாண மையினால் நீண்டவால் பூனையை வரைந்துவர இராவிருட்டில் முட்டை மேலோடு விம்மி வட்டமான புத்தகமாய் சுழல சித்திரப் பூனை நகர்ந்து சிரித்தவாறு முட்டைக்குள் மறைய நீந்திய சிரிப்பு மட்டும் பூனையின் பிரதிமைகளாய் உள்ளூறைந்த பழுப்பு நகரைச் சுற்றி பூனைவால் மட்டும் நுழைந்து கபாடபுரத்தின் தெருக்களில் திரிந்த ரவுக்கைபோட்ட எலிகளைத்தேட சந்து பொந்துகளில் மூக்கைப் புதைத்து நகருக்குள் ஊர்ந்துவரும் நீண்டவால் பூனையின் சிரிப்பு மறையாமல் இருப்பதை துயிலும் கபாடபுர வாஸிகளுக்குத் தெரிவிக்க ஓடோடி விட்டது. ஒளிவீசித் தொட்ட மாய விளக்கிடம் மாட்டிக் கொண்ட எலிகள் தொட்டதும் அழகான இளவரசியாகத் தான் மாறியது பொற்கோழி. இளவரசி பார்த்த கண்ஏடு கபாடபுரத்தின் புராதன ரஸ ஊற்றில் மொழிமாறிக் கொண்டே இலைகளும் கொடிகளும் படர்ந்த லிபி பாசிகளுக்கிடையில் கண்கள் ஆயிரம் முளைத்த வெள்ளித்தாவரங்கள் எட்டி வளைந்து மேருமலை மீது உதிர்ந்த படிமம் மந்திரச் சிமிழில் சுழன்றது தலைகீழ் சுடராய். மாயவிளக்கை அரசாளும் கழுகிடம் அடிமை களாகி கிழக்கழுகரசன் காத்துவரும் நக்ஷத்திர வாஸியின் ஈமப்பேழையில் மறைந்தது பொற்கோழி. தேடித்தோற்ற வர்கள் ஏழுகன்னிமாரின் சமையலறை ஏவல் பணியாளர் களாய் உருவிழந்து சாயைகளாய் மந்திர ஓநாய்களின் பிளந்த வாயிலிருந்து தலைநீட்டி ஏழுகன்னிமாரிடம் சாப விமோசனத் திற்காய் நிமித்திகம் கேட்டு வாய்மொழியின் சப்தாக்ஷரத்தைக் கிளியாக்கி அகத்தியர் வகுத்த எல்லா ஏடுகளின் வெள்ளித் தாவரங்களின் உரையாடலைத்

தொடங்கியது கபாடபுரக்கிளி. போகரின் தொடுகுறியும் கூற எழுதா மொழிப்பாதையில் கிளம்பிவந்த அரூபமான வர்கள் மரணத்தின் பின்னும் ஞாபகம் தனியே விலகி நடமாடத் துவங்கியது.

கண்ஏடு பார்த்துக்கூற கடுகு ராஜியத்தின் இளவரசி காதலால் கனிந்த அலகு சிவந்து ஆரூடம் மொழிந்த கிளி யிடம் காகங்கள் கூடி வாக்குவாதம் செய்து சாவில் விழுந்த தீக்கனவில் காக்கை மூக்கை நீட்ட செஞ்சேவல் பறந்து சென்று துயர இருள்வீசும் யாழ்நகரின் குருதி தோய்ந்த மதில் மீது இறகுநீட்ட எழுதிச் செல்கின்றான் அடையா தேச விடுதலைக் கீதத்தை. லங்காபுரி யானையாகிப் பறக்கும் திசை நான்கில் நக்ஷத்திரவாஸி.

செஞ்சேவல் மதில் மீது நின்று கூவ நகருக்கு வெளியே பொட்டணங்களோடும் கால்நடைகளின் எலும்புதுருத்திய நடையோடும் இறந்த மாட்டின் தோலில் சுருண்ட பசியுடன் கூட்டமாய் பெருஞ்சுவர் நோக்கி வளைந்த முதுகுகளில் பாரங்களோடு வண்டிகளை இழுத்து நகர்கிற பாதையில் துப்பாக்கிகள் தோட்டாக்களில் கரு வெடித்தது. அழிவு இப்படியாக ஆயிரம் பறவைகள் தலைகீழாய் குதித்த அலகு எரியும் கபாடபுர மொழியின் தீ நிழல் போர் மூண்ட இருளாய் அசைய விஷம் சுமந்த கண்டத்தில் கடித்த குப்பி களில் கழுவக் கழுவ கை விரலில் எஞ்சியது சாம்பல் நீலக்குருதி.

உயிர் மாய்ந்த கபாடபுரக் கிளிக்கூட்டம் தேடிப் பறந்து வந்த செஞ்சேவல் நெருப்பாய் உமிழ்ந்த தண்ணீரில் உள் சுழல்கிறது பரிதியின் செங்கோளம். 'தீகருக்க சுவரெங்கும் நிழல் கீறி விரிசல்களாயிற்று'காலெடுத்துப் பரந்து வந்த செஞ்சேவலை ஆந்தைக்குக் காகம் சொல்ல நீர்க்கரையான் அரித்த ரஸவாதச் சுவடிகளைப் புரட்டிப் புரட்டி வரிவரி யாகத்தெரு எரியப் பொல்லாச்சாவே சாம்பல் மூட கண் ஏட்டில் செஞ்சேவல் சித்திரத்தில் பாஷாணமூலிகை தடவிய எழுத்தை ஆந்தை இறகு எழுதி நகர ராசிமண்டல ஸ்ருதிகளை இருபத்திநாலாய்ப் பிரித்து குறிஞ்சியாழில்

எட்டுக்கிளிகளும் நெய்தல் யாழை அடுத்த எட்டும் மருத யாழில் பாலையில் அறுபத்திமூன்று கிளிகளும் மாறிமாறி மொழிந்த சுரப்பாதைகளை துளசியில் பிறந்த ஸ்திரீயின் பாசுரங்களை பிரித்துப்பாட பூவில் மறையும் நகரங்களை திறந்து காட்ட ஏதோ வெண்பூ விரிந்து செவந்திப் புராணத்தில் சிவன்பாதம் தூக்கி எல்லையற்ற ராத்திரியில் நிற்க காகம் செம்புநிறமாகி கிளி கொறிக்கா ஓர் நெல்லின் அடியில் புதைந்த கன்னியின் தலை மட்டும் பீடத்தில் ரத்த விளாறாய் பிய்த்தெடுத்த நரம்புநாண்களுடன் உதிரம் தோய்ந்த கேசம் படர்ந்தது திரிசடையாய். கபாடபுரத்தின் தனிப்பாடலை ஊமையான ருத்ரகணிகையொருத்தி வில்மேல் தெறித்த தென்முத்து சுழன்று ஹிரண்ய ஹர்ப்பத்தில் துளைந்து ஒளியுமிழப் பறந்தது சென்று. ருத்ரகணிகையர் நெஞ்சறுக்கும் பெண் சோகத்தில் எல்லாக் காலத்திற்குமான அனந்தத்தின் கார்வையில் இசைத்த யாழில் திரிபுரம் எரிந்து சுழல்கிறது.

'உவமை, உருவகம், மூர்த்திகரம் திறக்கும் கற்பனை வேகத்தில் இழையும் பித்த நிலையே படிமம்' என்றான். மிருகங்களின் காலடிகளும் பறவையின் நக்ஷத்திர தடங் களும் காற்றின் மிகமெல்லிய துயரமும் படிய மணல் பாதையில் காத்திருக்கும் சாவை தள்ளிப்போட்டவாறு தனிமை குடித்த நக்ஷத்திரவாஸியின் மூச்சில் விலகும் விண் கோள்களும் உரசும் சுற்றுவிதிகளும் தாண்டி மௌனத்தில் கலந்து சாவின் அமைதியில் இறகுகளை மாற்றிப்பின்னி அசைவின்றி மிதக்கும் அரூபத்தில் கரை கிறான் நக்ஷத்திரவாஸி.

'அகநானூறு மன உலகப்பரிசோதனைகள் இடைக்கால இருளின் முன் மறக்கப்பட்டுவிட இன்று ஒரு புதுவிழிப்பில் முழுசாக உணரப்படாமல் பண்டிதப் படிப்பு அகஉலக ஓட்டத்தை எட்டவில்லை. எனினும் மூதாதைக் கவிகளைப் போல் இயல்பிலேயே சுரணையுள்ள படைப்பாளி உணர்ந்து கொண்டான். அகநானூறின் மனஉலகம் இந்தப் பண்டிதர் களுக்குத் தெரிந்திருந்தால் பித்தனும் மௌனியும் புரிய வில்லை தெளிவில்லை என சொல்லமாட்டார்கள்' என்றான்

வேகத்தில். இந்த நூற்றாண்டு முடிய இன்னும் இரண்டு தப்படிகளே எஞ்சியுள்ள தருணத்தில் இரண்டுதப்படிகள் சந்தித்த சாவின் நீலநிறக் கண்மூலம் பார்த்துக் கொண்டிருக்கும் நக்ஷத்திரவாஸி தனிமொழியின் நிலப்பரப்பில் மேல் நோக்கிய பயணம். உலக மொழிகளுக்கு மாறி படிமம் சுழலும் கிரகவிதியின் கணிதார்த்தமாக எண்களை மாற்றி கடந்து சென்றான் பெயர்களை. அசுரர் இனம் பதிந்து வைத்த கீழ்திசை சுவடி அறையில் நக்ஷத்திரவாஸி குருதியின் ரகசிய இழையில் பயணமாகிறான். கருப்புநகரின் கடற்கரையில் நடந்து அப்பால் இருந்த தீவைப்பார்த்து யானைகள் ஒளிவெள்ளத்தில் பறக்கும். தொலைந்து போன லெமூரியாவின் அதிஅற்புதக் கற்பனை கொண்ட எழுத்து முறை கண்ணாடியுள்ளிருந்து. லெமூரியாவைத் தாக்கிய சுருள் மின்னல் வில் அதிரும் காலாதீதத்தில் சரிந்து வெடித்துச் சுழலும் கவிதை. விண்மீனிலிருந்து இன்னொரு விண்மீனுக்குத் தாவும் படிமம். மாபெரும் துணைக்கண்டத்தின் அடியில் விலகிய சிறுநிலத் துண்டின் 'சிறகிலிருந்து பிரிந்த இறகொன்று காற்றின் தீராத பக்கங்களில்' வரைந்து கொண்டிருக்கும் மனித முழு விடுதலைக்கான கவிதையை, மறை பொருளாகவுள்ள மொழியின் நூற்றாண்டுகளுக்குப் பின் முன் உருகி நகரும் விடுதலைக்கான தேடலின் தொடர் கண்ணியை காணும் வேட்கையில் அரூபத்தில் கரைகிறது உயிர். மரபின் தொடர்ச்சியை இயல்பிலேயே சுவீகரித்துக் கொண்டவன். இனகாழ்ப் புணர்ச்சியும் வர்ணாசிரமகாழ்ப்புணர்ச்சியும் ஓநாய்களாய் விரட்டிய கருப்புநகரின் சந்துகளில் தப்பித் திரிந்த வருஷங்கள் வக்ரமன விகல்ப்பர்கள் பின் துரத்த மௌண்ட்ரோட்டில் பட்டினியும் வறுமையும் உருவெடுத்து மறித்த இடம் விலகி நகர்கிறான் நக்ஷத்திரவாஸி. அன்றாட மனிதனின் மலம் சுமக்கும் குடலில் அறுத்தெடுக்கமுடியாதது கலையென்று குரூர மனவிகாரங்கள் வளைத்துக் கொண்டபுறத்தின் எல்லை தாண்டி அனாதியான கானகத்தில் மறைகிறான் நீலநக்ஷத்திரவாஸி. மௌனத்தின் அடியில் நொறுங்கிய

சிருஷ்டிகளின் அதிர்வு. கரையான் தின்ற ஏடுகளில் கோர்த்துச் செல்கிறான் அடுத்த வாக்கியங்களை. இருளில் புகுந்து அடிக்குரலில் குமுறும் கபாடபுரப் பறவை ஒன்றின் சோக மென ஊமையான அவன் முகம். மரணத்தின் ஆழத்தில் கண்கள் புதைந்து உள்ளே சஞ்சரித்துக் கரு வெடித்துப் படரும் இன்னொரு உலகைக் கருக்கொண்டு.

சரிந்து விழும் கதைகள் சுவர் எழுப்பிய கபாடபுரம் கண் முன். 'மண்டபத்தின் கீழ்மேல் தரைக்கூரை எதிரொலிக்க நகைத்தது பெண்குரல்' செவிப்புலனாம் ஓசை கேட்டுக் கட்புலனாம் பொருளுணரும் தொல்லோர் திணைப்பூக்களின் வாசனைக்குள் 'அணுகி அலைந்த சிரிப்பின் கலீர் ஒலி தீண்டி சுவர்கள் பதறின' நக்ஷத்திரவாசியின் பேழை திறந்தது. பாதங்களின் கீழ் நக்ஷத்திர ராஸிகள் திரும்பின. அவன் உடல் எங்கும் ஆயிரம் உதிரநிறங்கொண்ட வண்ணத்துப் பூச்சிகள் சிறகடித்த அதிரொளி ஞாபகங்களின் தும்பிகளை நீட்டி உறிஞ்சிய ஈர்ப்பில் நிலங்களாய் விரிந்த படிம கோளங்கள் விருட்சங்கள் பர்வதங்கள் நவகண்டத்தின் பிரமாணமும் மடுஉய்யானங்களும் தும்பிகள் உதிரவீச்சில் பறந்து வருகின்றன அவனை நோக்கி. முயங்கும் புஷ்பத்தின் மது உள்ளறைகளில் சுருளும் தும்பிகளின் முகவாசனை.

ஈசனார்பதிக்கு தென்பாற் சிகரத்தின் மேல் மொழிகீறிய அம்புடன் நக்ஷத்திரவாஸி.

மரணமடைந்தவர் சொல்லாநின்ற சித்திரபுத்திரர் சொற்படிக்கு அதட்டி விரட்டி அடிக்கிற காலதூதர்கள் சூழ் சம்யமணியாகிய எமபுரத்தில் சுவடி ஏந்திய பித்தன் 'அதன் நாபியிலும் இதயத்திலும் ஜீவரஸத்தை தடவு!' என்றான் 'மின்னல் வீச்சு சட்சடாவென கம்பிகள் வழியாகப் பாய்ந்து குகைமுழுவதும் ஒரே பிரகாசமாகிக் கண்ணைப் பறித்தது. நன்னயப்பட்டன் முகமும் உடலும் கோர உருப்பெற்றது. பேய்ப்பாய்ச்சலில் சென்று மறையும் ஒரு பெண்ணுருவின் சடையைப் பிடித்துத் திரும்பி குகையுள் மறைந்தான். குகைக் குள்ளே பேயுருவில் நடமாடுகிறான் நன்னயப்பட்டன்.

நக்ஷத்திரவாஸி வார்த்தையில் கபாடபுரத்தின் மறையாத

யார் யாருடைய காலடிகளின் வளைந்த ரேகை. நக்ஷத்திர வாஸியின் இடதுபாத லிபி. முன்னோர் கலாச்சாரம் மூழ்கிய கடலினுள்ளே தொல்காப்பியத் திணைப்பூவில் விரியும் கடல் கொண்ட கபாடபுரம். வெறுமையாகி நின்ற தெருக் களில் உலவும் முன்னறியாத கதைகள் யுகங்களை விழுங்கி கிழக்கோட்டானாய் தனிமொழியில் சொல்லத் தொடங்கிய ஞாபகங்கள் மோதித் தெருக்கள் எதிரொலிக்கின்றன. கபாட புரத்தின் தெருவில் நக்ஷரத்திரவாஸியுடன் பேசுகிறது நகரம். கடல் கொண்டழிந்த தெருக்களில் வசித்தது தனிமை. மௌனியின் எட்டிய வெளிக்கும் அப்பால் கபாடபுரம் விரிவதைப் பார்வை கொள்ளச் சிறிது நேரம் ஆகியது போலும். பின்னும் முன்னும் இழந்து கொண்டிருக்கும் பிரம்மாண்ட கலாச்சாரத்தின் பாழ் தோற்றம். நீரடிப் பாதையில் புதைந்த சுடுமண் தாழியில் செதிலாய்த் தோல் சுருண்ட நக்ஷத்திரவாஸி. விரல்களில் கிளி நகங்கள் முளைத்து இறகடர்ந்த கபாடபுரக்கிளியாகி பச்சை குத்திய மீனராசி மண்டல வடிவம் உடலெங்கும் நகர்ந்து தாவரங் களும் இலை நரம்பின் வெப்பமும் சர்ப்பவளையில் விழுங்கப்பட்ட சந்திரப்பெண்ணும் சுருண்ட சர்ப்ப மூச்சின் பயமும் தொட மீன் செதில் குத்திட்டு அசைய நக்ஷத்திரவாஸி இடது பாத மொழி பிறப்பின் ரகஸிய உரையாடலாய் உயிரைத்தொட சாவில் கால் நீட்டி அசைந்து கொண்டிருந்த லிபிகள் அருகிருந்த பஞ்சலோகப் பட்சி காரண்ட இருள் வீசிப் பறக்க பிறையும் நக்ஷத்திரமீன்களும் உதயமாகிப் புலப்படாத கிரக கோளத்திலிருந்து வந்த நக்ஷத்திரவாஸி வளர் சடை இருள் விரிக்க சிரசு ஆந்தையாக எலிகள் விலாவில் சேர கீழ்முதுகு விரிந்த சிறகுடன் இருபத்தி நாலு கழுகெலும்புகளாய் கோர்த்திருக்க மேல் முதுகு கருடனாய் காலும் கையும் அன்னமாய் மூட்டு அருவி காட்டாணிவிரல் எழுத்தாணியாய் எழுத்தோ ஸர்ப்பமாய் சடை முடிவிலா கானகமாய் அலைபடும் ஆழிவளர் சடை கபாடபுரமாய் கோடு சுருள் முடி சுழித்து புகுந்த கனவு திறந்த கோர வல்லூறு வாய்திறக்க விரிந்தது கபாடபுரம்.

உறைநிலையில் இருந்த பூதக ஏடுகள் நுரைபொங்கிவர நக்ஷத்திரவாஸியை இழுத்த சர்ப்ப அலைகளால் விழுங்கப் பட்டு மீண்டும் சர்ப்ப வாய் திறந்து வெளிப்பட்டான். ஞாபகங்களில் ஊர்ந்து வரும் ஏடுகளில் நிழல் கோடுகள் எதிரே ஒளிபடர்ந்த தரையில் நீண்டு வளர்ந்து ஆடும் நிழல்கள். எவற்றின் நடமாடும் நிழல்கள் நாம். ஊழிப் பெருவெளியில் வெட்டி வெட்டிப் போன எழுத்துக்கள் நிழல்களாகி விரட்ட கூட்டமாய் கடலுக்குள்ளிருந்து நுழைய கபாடபுர நிழலின் அசுர ஓட்டத்திலிருந்து தப்பி ஓடுகிற நிழல்கள். தவளைகள் குரல் சுழற்சியில் உருவெடுத்த கபாடபுரம் நீருக்குள் சுழி சுழியாய் சுழல்கிறது. நகரும் பவளப் பாறைகளில் பிசாசுப்பாறையில் இடம்மாறி நகரும் நாவலந்தீவு. எட்டுத் துதிக்கைகள் கொண்ட கடல் ராசியாக மாறி நாவலந்தீவு தோன்றி மறைய பித்தன் தலையில் விழுந்த துதிக்கையின் ஸ்பரிசம் பட்டு கற்பனைத் தீவுகளின் விசித்திர நீர்ச்செடிகள் ஒளிர்வடைந்து புதைபாதையில் சுழற்றி இழுத்தது பித்தனை. செல்லும் வழி இருட்டு. செல்லும் மனம் இருட்டு. சிந்தை அறிவினிலும் தனி இருட்டு. பித்தன் தானே விசித்திரப் பிராணியைத் தேடிப் போகிறான்.

பனையோலைச்சுவடிகள் நீந்திவர ஓங்காரமிட்டு அலறித் துடிக்கிறது கடல். இருள் படிகளில் புதுமைப்பித்தன். உள்ளே மௌனி வடித்த பெண் சப்தம். ‘யார் நீ என்றேன். நீ முளைத்த நாளன்றே முளைத்து முளைத்துன் முகத்திசைக்கு எதிர்திசை நோக்கி விழித்திருப்பவள் என்றாள். ஜலத்தின் கதவுகள் அலையோடித் திறக்க’ கேட்டு கேட்டு மறையும் பிரபஞ்சகானம் என்றான் நக்ஷத்திரவாஸி. வான வெளிச்சம் ஜலப்பரப்பின் மேல் படர்ந்து தத்தளித்துக் கொண்டிருந்தது. மெல்லெனக் காற்று வீசியது. அல்லிப்பூக்களின் தலைகள் ஆடின. பிரபஞ்சகானம் அவளுள் அடைபட்டுவிட்டது. அடைப்பட்ட சங்கீதம் விரிந்து வியாபகம் கொள்ள வெளியுலகம் கொஞ்சமாய் மாறுதல் அடைந்தது. தலை கிறுகிறுத்தது. ஒன்றும் புரியாமல் இவன் தூணோடு தூணாகி

விட்டான். அவள் சங்கீதத்தின் ஆழ்ந்த அறிதற்கரிய ஜீவ உணர்ச்சிக் கற்பனைகள் காதலைவிட ஆறுதல் இறுதி எல்லையைத் தாண்டிப் பரிமாணம் கொண்டன. மேருவை விட உன்னதமாய் மரணத்தைவிட மனதைப் பிளப்பதாய் அலைகள் வந்து வந்து மோதிச் செல்கின்றன. கபாடபுர இசைப்பறவைகளின் எச்சம். வழிவழியாய் குரல் கொடுக்கும் கோயில் பிரகாரங்களில் நடந்துபோகிறான் மௌனி. சிலைகள் உருவெடுத்து மறையும். கோபுரமெல்லாம் மூளிக் கலசங்கள். மோதும் சிறகுகளோடும் காதல் வடித்த கண்களோடும் கபாடபுர இசைப்பறவை. பறந்து பறந்து துடிக்கும் குரல். பித்தனை எந்த யுகத்திலோ பின் தொடர்பவள். பேசாமடந்தையாகி கடல் கொண்டும் கல்லாய் கன்னியே கல்லாகிக் கண்மூடிப் பொய்ப்புன்னகை புரிந்து நிற்கிறாள். எதையோ கல்பதுமையிடம் இழந்து பித்தன் கதறுகிறான். கர்ப்பகிரஹ இருட்டு துயரங்களில் மூழ்கிக் கிடக்கிறது. இருளை மீறி முனகல் கேட்கிறது. மனம் கீறும் கண்களோ, இரு தீப்பொறிகள் உள்ளே தெறிக்கின்றன. நிருதியின் திசையிலிருந்த பலிபீடத்தின் மீது தலை அமர்ந்திருந்தது. கன்னியின் தலை. பீடத்தில் பலியிடப்பட்டு கடலில் எறியப்பட்ட சப்த கன்னிமாரின் எலும்புகளின் குமுறல் அறைகளுக்குள் அடைப்பட்ட கடலாய் சீறுகிறது. கன்னியின் சிரசு கல்லாகி ஆமையோட்டு நிறத்தில். அவள் எல்லா முகத்தோற்றங்களையும் காட்டுவதாக, பித்தன் பார்த்தவாறு நிலைகுத்தி வெறித்தான். அவனது தந்தையின் தந்தை முகத்தை நினைத்துப் பார்த்து அதில் பிரதிபலிக்கக் கண்டான். பிறகு பாட்டியின் முகத்தோற்றத்தை நினைக்க அதுவும் இருந்தது. தாய் முகம் அத்தை முகம் புராதன முகங்களையெல்லாம் காண இருந்தது. அனுபவத்திற்கு அப்பாற்பட்டதையும் அதில் காண முடியும். பித்தன் கற்பனையில் வாழ்ந்தவர்கள், கடந்த காலத்தைச் சேர்ந்த கட்டுக்கதைகளின் வீரர்களது முகத்தோற்றங்கள், கேள்விப் பட்ட கதைகளிலுள்ள அதிமானுடர்களது சாயலில் பிரம்ம ராக்ஷஸ் தோற்றம் கொள்ள எல்லா முகங்களின் ஒரே

முகமாகக் கன்னியின் உதிரத் தொடங்கிய குரல்களில் விரிந்து வந்த நிலத் தோற்றங்களைப் பார்வை கொண்டு கரிய கடலான இருளில் உறைந்து போன கற்கள் கணம் விலகி நகர்கின்றன. கணநிலையாகத் தங்குகின்ற கரியநிற இருளடைந்த கடல் துளி விரிந்து துளிக்குள் விரியும் கபாடபுரம் பயங்கரம் நிரம்பி மங்கலாய் தெரிகிறது. நகரம் நீரில் அசைகிறது. பித்தனின் வார்த்தையில் உயிர்க்கும் கபாடபுரம்.

இருக்கும் கன்னியின் சிரசு அதன் அலகபாரம் ரத்த விளாறாகப் பலிபீடத்தில் விரிந்து கிடக்கிறது. அவள் கூந்தல் வளர்ந்தபடியே இருந்து கட்டுக்கட்டாய் அலை யலையாய் வெளியேறிப் போனது அவள் அரூபத்துடன். கானகங்களில் மிருகங்களின் புராதன மூச்சின் மேல் துயில் கிறாள் கன்னி. பூத்த உடைமரக்குடைமுள் படுக்கையில் குத்தும் இராவிருட்டு. திரும்பவும் கடலில் புகுந்து பலி பீடத்தில் தலையாகி விடுகிறாள். மனிதவம்சத்தின் ஞாபகச் சரடாய் இருந்து வருகிறாள். பலிபீடத்தில் பேசுகிறது தலை. சண்பகப்பூவின் வாசம் கலந்த மெல்லிய காற்று ஊசலாடியது பலிபீடத்தில். காற்று எங்கிருந்து வருகிறது. கற்குகைக்குள்ளே தோன்றி அதனுள்ளே மடிகிறது போலும்.

'இம்மாதிரிக் காற்றடித்தால் சூரியன் உதயமாகிவிட்டது என்று அர்த்தம். அஸ்தமனமாகும்போது மல்லிகையின் வாசம் வீசும்' என்றது கன்னியின் தலை.

'நீ யார்'.

'மூன்று கர்ப்பகாலம் கடந்துவிட்டது. எத்தனைகாலம் பிரக்ஞையுடன் இருக்க இச்சைப்படுகிறேனோ அத்தனை காலமும் வாழமுடியும்'

சிரசு மறுபடியும் பேச ஆரம்பித்தது.

'உடல் இழந்து வாழ்வு ஏற்பட்டதை கேட்காதே. ரகஸியம் உனக்குக் கிடைக்காது. பரம ரகஸியமாய் ஹிரண்ய கர்ப்பத்தில் சென்று ஒடுங்கிவிட்டது. இது திசைகள் அற்றுப் போன இடம். எந்தவழியாகச் சென்றாலும் ஒன்றுதான்.'

பிலத்திலிருந்து எழுவதும் மறுகணம் அடியோடு

மறைவதுமாகத் தெரிந்தது. பூமிக்கு அடியிலிருக்கும் எரிமலைதான் இப்படி அக்கினி கக்கும் தென் கீழ்திசையில் இரண்டு தலையும் மூன்று கால்களும் நான்கு கொம்புகளும் செம்பூ சிவந்த ஆறு கண்களும் ஏழு நாக்கும் எழுகைகளும் உடைத்தாகி அசவாகனமும் சுதை சுவாகா எனும் பாரியை யுடைய புகையைத்தானே கொடியாகக் கொண்ட அக்கினி சுரைவிதைப் பற்கள் நெறுநெறுக்கக் கோபத்தில் உமிழும் ஒளிப்பிரவாகத்துடன் மண்டபத்தூணில் நிலைபெயர்ந்து ஆட பூமியின் அடியில் கபாடபுரத்தின் பெருங்குமுறல் கேட்டுக் கொண்டிருந்தது. பிலத்துக்குள் சென்றான் பித்தன். ஒரே இருட்டு.

கடல் குகைக்குள் மறதியில் மூழ்கிய கபாடபுரவாஸிகள் தங்கள் தனிமொழியால் இசைக்கும் மகரயாழில் மறைந்த 'வார்த்தை'யின் சங்கேதப் பாடலை இசைக்கிறார்கள். அவர்கள் கையிலிருந்தது ஐந்து தானிய நிறைகொண்ட தென்முத்து மட்டும்தான். ஒவ்வொரு பூவைச் சேர்ந்த தானியத்திலும் ஒரு கன்னியின் தனிப் பாடலை இசைத் தார்கள். அந்த வடிவங்களைக் கேட்கக் கேட்க பல குளிர் காலங்களுக்கு கூடலிழைத்தல். சுடரொடு புலம்பல். மின்னிடை மடந்தைஅன்னமோடாய்ந்தது. தேர்வழி நோக்கி கடலொடு கூறல். கூதிர் கண்டு கவர்ந்தும் முன்பனிக்கு நொந்துரைத்தது யாழ். கோடைகளுக்கு பாலைகளின் பாதை களுக்கு இருங்கூதிரெதிர்வு கண்டு கருங்குழலி கவலை யுற்றது. பின்பனி நினைத்திறங்கி இளவேனில் கண்டு இன்னலெய்தியது பாலையாழ். மென்னகைப் பேதை கையில் யாழின் மொழி இருளா நின்ற கோகிலம் ஒரு காலைக் கொருகால் நிறம் பெற்று இருளா நின்றன குயில்கள். முல்லை நிலங்களுக்கு மருதநில மரங்களின் வளைவில் ரம்பையர்கள் போகமுற்று வேனல்சார் பாலையாழில் வண்டு உழுது சப்தியாநின்ற அகில் விருட்சங்களும் செண்பகப்பாலையும் ஆகாசமளாவி அசைந்தது. குமரிக் கண்டத்தில் சிலா நதிக்குத் தெற்கிருந்த நெய்தல்யாழில் முத்து ஊர்ந்து ஒளியுமிழ்ந்தது மொழியாய். மந்திரவயப்

பட்ட குறிஞ்சிக்கு நெய்தலின் தீராத அலைகளுக்கு அவர்களது தனிப்பாடல் இழுத்துச் சென்றது. கடல்குகையின் கதகதப்பான சுவர்களில் இருந்த பெருமூச்சில் விரிந்த யாழின் நரம்புகள் தீரவே தீராமல் அதிர்ந்து கொண்டே இருக்கவும் இதயத்தை அறுக்கும் சோகத்தை இசைக்கவும் மகரயாழ் கல்லில் மோதி விழுந்தது. கை தவறிவிட்ட மகரயாழ் கடலில் மூழ்கியபடியே அலைகளால் அதிர்கிறது. தானே வாசித்துக் கொண்டிருக்கும் யாழ் மூழ்கிய இனக் குழுவின் தனிப்பாடலின் அடியில் மௌனித்து.

உள்போய்ப்போய்க் குமுறிக் குமுறிக் கதறுகிற யாழ். பாறையில் மோதி யாழ் அலைகள் அழி அழி எனக் கதறும். வானளாவிய கோபுர நிழல்களைக் கடல் அரிக்கிறது. கடல் மோதி மோதி கோபுரத்தைக் கொல்கிறது. கோபுரம் உருவெடுத்துப் பெருகி வளர்கிறது.கபாடபுர வீடுகளில் கருமையான கடல். பாறைகளில் பாதம் படர்ந்து கடல் நீலமாகிவிட்ட பித்தன் எப்போதுமே கடலின் மேல் நடமாடுகிறான். கபாடபுரம் ஒளியில் லேசாய் மினுங்கும். சில ஜன நடமாட்டம் தெரிகிறது. தெருக்களில் மீண்டும் நடமாடும் அரூபமானவர்கள் கபாடபுரத்தில் இன்னமும் எஞ்சிப் போயிருக்கிறார்கள். எங்கோ மறைந்து போய் ஆள் அருவம் கேட்டு கடல்கோட்டையில் மறைகிறார்கள். என்றைக்குமான மனிதர்களுடன் பேசிப்பேசி வார்த்தை இழந்து நிற்கின்றன கபாடபுரத்தெருக்கள். சுருக்கங்களே முகமாகிப்போன மனித அரூபங்கள் படபடத்து தெருக்களை ஊடுருவி நகரும். கரும்பூமி கபாடபுரத்திலும் இருந்து, அங்கே மொழி கருத்துப்பிறந்த கதைகள் கொடிசுற்றிக் கொள்ளும். சில இடிந்த கோயில்களில் சிலை செதுக்கும் சப்தம். கல்லின் வறண்ட ஊற்றை நோக்கி உளிகள் நகரும். உளிகளில் அலைகள் கோடு கோடாய் சுழலும்.

கடல்பறவை கூட்டம் கூட்டமாய் அமரும் கபாடபுர மதில்கள் கரைந்து பரந்த மணல்வெளியில் கால்வைத்த மணல் கொறிக்கும். பாழ்வெளியே சிறகு முளைத்து மணல் சிறகில் பறந்து செல்லும் கபாடபுரக்கிளி, அலகில் வளைந்த

நூற்றாண்டுகளாக தனிமை வாசத்திலிருந்த ஒரு மஞ்சள் தானியம்.

இரவின் இருள்வழியே உருவற்று ஊளையிட்டோடியது எட்டிப்போகும் நரி. தொன்மக் கதைகளுக்கு ஊசியாகும் முள்ளெலிகளோடு வருகிறான் நக்ஷத்திரவாஸி. கிளை களிலிருந்து சுருண்டு தொங்கும் நாக சர்ப்பங்கள். கடல் வேடன் கொண்டு செல்கிறான் நக்ஷத்திரவாஸியின் ஈமப் பேழையை. அதில் கபாடபுரக்கிளி வந்து காகம் செத்து விழக் கண்ட கனவுகூறி நக்ஷத்திரவாஸி நாடிகளுக்குள் பஞ்சபூதங்கள் சுழன்று அவன் பிரதிமைகளாய் அசையும் ஏழு கன்னிமாருடன் நிலப்பட்சி கடந்து வந்த புலத் தோற்றங்களில் கபாடபுரக்கிளி மறைய ஆந்தை சிவப்பான கண்கொண்டு பார்த்த பச்சைநிற இறகடர்ந்த நக்ஷத்திரவாஸி உடல்தோலில் சுற்றிப்படர்ந்தன படபடத்து. உறங்கும் நாழிகையில் நக்ஷத்திரவாஸி இடதுபாத லிபி சீறி நகர கெடுதியறிகுறி கண்ட கல்லாந்தையொன்று தெற்காகப் பறந்து இருள் வீசி சிறகுகளை மடித்து கபாடபுரம் ஏகியது. நரியின் ஊளையில் புரளும் நாக சாரைகளின் காட்டுக் கலவி புறங்களில் விம்ம ஒலிபுரளும் உறுமிக்குள் சாரைகளின் சீற்றம். இருளின் கால்கள் திரியும் வேட்கையில் ஊளை யிடும் அரூபவனம். விட்டுக் கேட்கும் உருவற்ற ஊளை. மரண நடனமிடும் முள்ளெலிகளுடன் நரிகளும் தொடர இடுகாட்டில் மூதாதையின் எலும்புகள் உறுமும். ஆயிரம் கபால வழிதிறக்க குறுக்கோடும் வெருகுப்பூனை கபால வெளிச்சத்தில் விழுந்து மிதந்து மறைந்த கண்ணாடி யுள்ளிருந்து நக்ஷத்திரவாஸி வருகிறான். தொலைதூர நரியின் குரல் தேய உடனே இடது பாதத்தில் ஊறும் லிபி. உறுமியில் பற்றும் தூக்கிய பாதச்சொல் தோலில் நகர்ந்து அதிர பிரபஞ்சகானமது நரியின் ஊளை. எழுத்தாவிகளின் இருள் கூட்டம் முற்பிறப்பு எலும்புகளில் சுற்றிச் சுழல கண்களைப் பறிக்கும் எலும்புத்துகள்கள் மணலில் சுற்றி உலகத்து ஜீவராசிகளின் எலும்புக்கூடுகள் பாதி புதையுண்ட மொழி மணிபல்லவத்தில் மாந்திரீகப் பாத்திரத்துடன்

ககனங்கள் துகளாகும் வெறியுடன் பிறந்தகோலத்திலே வாலைக்கனிவு குன்றாத கன்னியுருவம். அசைவற்று நிற்கும் உருவத்தின் முகத்தில் புன்னகை. உயிர் குடிக்கும் கொடூர உணர்ச்சிக்கும் அப்பால் வேட்கை பெருக்கெடுக்கும் இதழ் நடுக்கம். சப்த உலகங்களும் மோதுவனவாகும் பேரிடி. 'உருவம் இருந்தாற்போல் ஏய்த்து உருமீறி திசைகலங்கிப் புலனொடுங்க குரலற்று உறுமும் பெயரற்ற மிருகம்' 'வெற்றுவெளியில் ஒளியின் பிலம்' கானத்தில் நாயின் ஊளை திருகத் திருக நக்ஷத்திரவாஸி. பாறை ஊசிகள் இருகூறாகப் பிளக்க மாட்டுத்தோலில் உறுமும் பறைச்சேரி நாய்க்குரைப்பே பிரபஞ்சகானம்.

வாலைக்கனிவு குன்றாக் கன்னியிடம் அடைபட்ட உன்னத கானம் பாம்பு மணி உமிழப் பனியிருள் ஒளிர்ந்து ஆம்பல் எனும் பண்ணில் ஐம்பது பதிவிரதைகளின் நாத ஒலி எட்டாத் தொலைவில் நரியின் ஊளை. பிரபஞ்ச கானம் அவளுள் அடைபட்டு வெளியில் படரும் நாளை வேண்டிக்கூறும் பிரலாபிப்பே என விழுந்த மௌனி காதில், உரசும் மாட்டுத்தோல் உறுமி ஒரே இடத்தில் படபடக்கப் பதிந்து பரவும் மிகக்கோரமான பறைச்சேரி நாய்க்குரைப்பே பிரபஞ்சகானம் வசீகரமென தோலின் மீது எழுதப்பட்ட மாந்திரீக மொழி நக்ஷத்திரவாஸியின் இடதுபாத லிபி. கட்புலனுக்கு அடைபடாத பறைச்சேரி எமன் தவில் முழங்க நாயின் முதுகெலும்பு வளர்ந்து நாதவிந்தாய் ரூபடையும் தொன்மம். வர்ணபேதங்கள். சிற்பசௌந்தர்யங்கள். சக்திப்பிரளயம். காவல் தெய்வம். இருட்டு. பின்தொடரும் ஞானக்குகை. சப்த நுணுக்கங் களில் சஞ்சரிக்கும் கிரியாசக்தி. மோப்பம் தொண்ணூற்று ஆறுவகை ஞானம். மனிதனைக் கடைசிவரை தொடரும் அனுபூதியென நாயின் மூக்கால் எழுதிச்சென்றான் நவீனன். இந்த ஊரில் மேட்டுத்தெரு என வீதி. வண்ணான் குடி. கசாப்புக்கடை. மனித சமூகத்தின் எச்சங்கள் தெருநாய்கள். காகாவென கத்தும் விகாரமான காகங்கள். கோடியில் நின்று பார்த்தால் மறுகோடியில் பார்ப்பனர்கள் மயானம்.

எட்டியவெளி சாம்பல்.

பிணம் தள்ளும் கோலுடன் சுடுகாட்டுச் சாம்பலில் புரண்டு நிணம் எரிய கோடி கோடி யோனி பேதங்களில் துவாரங்கள் சுருண்டு ஊளையிட அனந்த கோடி ஜீவராசிகள் பட்சிஜாலங்கள் இரைச்சலும் ஊளையும் தொடர வருகிறான் நக்ஷத்திரவாஸி. மயான பூமி இடிபட அவாந்திரவெளியில் நெருப்பாறு பாய நக்ஷத்திர மண்டலங்கள் திறந்து அப்போது துக்க ஓலத்தில் வாடைக்காற்றுடன் ஊர் கோடியில் நாயின் ஊளை. முன்வரிகளின் சாம்பலின் மேல் நக்ஷத்திரவாஸி யின் இடதுபாத லிபி. முகில் கூட்டம் புகைந்து மேலோங்க தொலைவில் நட்சத்திரம் உதிர்ந்த மந்திரச்சிமிழ். சுற்றி வந்து தலை தூக்கி ஊளையிடும் உருவற்ற நரிகள். கபாடபுரக் கிளிகள் மறைந்துறையும் ஈமப்பேழையில் நக்ஷத்திரவாஸி.

●

62

உப்புக்கத்தியில் மறையும் சிறுத்தை

முன் அறியப்படாத உயரமான மஞ்சள்நிற அலியின் தலை முடி வாசனை அந்த அறையை ஊடுருவி இருளில் புரண்டு மூச்சுவிட சுருங்குழல் நாசிகள் கைகளில் ஈரம்படரத் திறந்து கொண்ட ஒற்றை முடிச்சுருளில் இவன் இருள் கோடாய் நீண்டு நகர்ந்து கீழிறங்கிய அலியின் கேச அலைப்படிகளில் சுவாசித்த கல் மூங்கில் குரல் பலவாய் மாறிமாறித் தேம்ப புதர்நரம்புகள் விம்மி எழுந்த வெந்நாகப்பூவில் அதிரும் வண்டுகளின் மோனம் முகம் முகமாய் வந்து குழல் மூங்கிலைத் துளைத்து ரீங்காரமிட தீவிரமாய் எரியும் காற்றை செங்காந்தள் விரல் வளைத்துச் சுட்டும் இசை துடித்து ஓடும் நடுக்கத்தில் அதுவரை கேட்டிராத மிருக உறுமல் கல் மூங்கிலில் ஊடாடி அலறித் தொலைந்து மஞ்சள் அலியின் வியர்வைநெடி அரும்பி மெல்லிய ஓநாயின் ஊளையாய் பரவி பூவின் அருகே செல்ல ஓநாய்களின் மௌனமான கேள்விகள் ஏன்... இங்கே... என பிலத்தில் மின்னிய பளிங்குப் பற்கள் தீமுறிப்பூண்டு வாசனை நெடிக்க பற்களின் ஊசிஒளி கண்களாக மாறி ஈர்த்த கற்சுவர் சூழ்ந்த குகையில் வெறிமிக்க குரைப்புகள் ஆழத்தில் தேய்ந்து நாறுகாந்தப் பூவைத்தொட மஞ்சள் நீளவிரல் பிடியில் கல்மூங்கில் மூச்சுக்குள்ளிருந்த சிறுத்தைத் தோல்கொண்ட யுவதி வால் சுழற்றிச் சிரித்தாள் அருகில்.

கரையும் கல்மூங்கில் பாசீ...பாசீ... என தண்டில் சுட்ட தீத் துளைகள் ஆயிரம் வாஸித்த மிருக மூர்க்க மூச்சின் நிறம் கலந்து சிறுத்தை முகம் திரும்பிப் பார்த்தது மஞ்சள் அலியை.

எலும்புகளுக்குள் புகுந்து சுழலும் காற்றில் சிறுத்தையின் பாடலை வாசித்தான் மயங்கியவாறு. மறைந்த மிருகத் தொலி உரித்து அதிரும் ஊனின் வெறிமிக்க வாத்தியம் காட்டுப்பகடைகள் முழக்க சுடுவனப் புலால் கடிபடும் எலும்பின் ஓசை சிக்கிமுக்கியில்உராயப்பரவும் தீயில் தவில் விரல்கள் எரிந்து பரபரக்க அலியின் காதருகில் கல் மூங்கில் அசைந்து 'விலாஎலும்புச் சுருளில் சரம் ஓட ரத்தம் சூடேறப் பாடு சிறுத்தையின் பாடலை. சஞ்சலச் சங்கும் வலம்புரியும் கபாலங்களால் ஊத கருங்கிளி பாடுகிறது அதோ' என்றது கல் மூங்கில். 'கருங்கிளிதான் பாசீ சகஜாதி என அறியப்பட்ட சதுர் கூடத் தூணில் மறைபவள்' என கல்மூங்கில் ரகஸியம் சொல்ல சிறுத்தையானாள் பாசீ. ரகஸியக் குகையில் கருங்கிளி மறைந்து சொன்ன குகை யின் வடிவத்தை துளைதுளையாய் திறந்துமூடி மறைத்து மூச்சவிழ்ந்து சொன்னது கல்மூங்கில்.

உப்புக்கத்தியுடன் சிறுத்தைக்கு அருகில் சென்று பாசீ... என கொஞ்சமாக முனகினான் அலி. 'பாசீ... இல்லை' என்றது கருங்கிளி மறைந்தவாறு. உப்புக்கல் பலகையில் கத்தியை ஓடவிட்டு மடித்துத் திருப்புகிறான் உரசி. சிறுத்தை யின் கண்ணுக்கும் நாசிக்கும் மிக நெருக்கமாக நகர்த்தி அதன் மென்தோலில் படாமல் நக அளவு இடமொழிந்த இடைவெளிமேல் தீட்ட வடிவொத்த சிறுத்தையொன்றின் ரூபத்தை அபிநயித்து கத்தியால் கீறி கோடுகள் பதித்தான் வேகத்தில். நழுவி ஓடிய சாம்பல் கத்தியின் வெளிச்சத்தில் உதிர வாசனையை நுகர்ந்து கேவுகிறான் சப்தமில்லாமல். சிறுத்தையின் மூச்சு வெப்பமாய் கத்தி விளிம்பைத்தொட எரியும் குருதியின் இசை கூர்முனையில் நடுங்கி நேர் பளபளப்பில் ஊர்ந்து நகரும் எரியும்குருதி கல் மூங்கிலில் துகள் துகளாய் உறைந்த உப்பாகி மங்கிய இசையை உறைய வைத்த உதிர உப்பு சாம்பல் வனங்களின் காற்றாகி பயங்கரச் சடங்குகளில் ஊதும் பஞ்சசன்னிய மெனும் வலம்புரி அடைத்த மூச்சு விம்மி பாறைகளும் குன்றுகளும் உப்புப் பளிங்குகளாய் வெண்மைகொள்ளும். இவனை ஆட்கொண்ட

மூச்சின் திணறலோடு உப்புக்கத்தியால் காற்றைத் துண்டிக்க ஓடி ஓடி உறைந்து போகிறான் காலத்தில்.

உப்புப்பாறை மீது சிறுத்தை அமர்ந்து பஞ்சசன்னிய முழக்கமிட சாம்பல் வனக்குன்றுகளில் மறுகுரல் கேட்கும். கல்மூங்கில் உப்புத்துளைகளில் சிறுத்தைப் பெண்ணின் நாசி ஈரம் தொட மெல்லிய வெண் குருதியோடு காற்று கரகரக்கிறது. உப்புக்கல் பறக்கும் வனமூங்கில் காற்று அநாதியில் உறைந்த குரல்களோடு மீண்டும் வர உறைந்த விலாஎலும்பிலிருந்த மூச்சு சுழன்று பறவைக் கூட்டமாய் உள் சுழல்கிறது. பறவைக் கூண்டெனும் சிறுத்தையின் எலும்புக்கூடில் சுண்ணாம்புநிற கடல் ஆலாப்பறவை அலைவுறுகிறது துயரத்தில். பஞ்சசன்னிய முழக்கத்தில் பறந்த சுண்ணாம்புநிற ஆலா கிறீச்சிடும் உப்புவனப் பாறைப் பிளவுகளின் மூச்சு சிறகில் படர சிறுத்தையின் பாடல். பிலவாயில் திறந்து அழைக்கும் வெண் சாம்பல் ஆலா அலறிப் பறக்கும் உப்பின் பளபளப்பாக வளி மண்டலச் சூறையில் சிறகு பதிந்த தடம் உறையும் மெல்ல.

நெஞ்சுத்தடம் மீது வைத்த சிறுத்தையின் காலடி கவ்விய நகப்பிடியில் இவன் ஈரல் காமத்தில் எரிகிறது காந்தலாய். சிறுத்தையின் அருகில் திரும்பிய உப்புக்கத்தி கேச அலையை நீவி அதன் அலாதி கஸ்தூரி நெடியில் மூழ்கிய கத்தியின் வெளிச்சத்தை தவறவிட மெல்ல சரிந்து நழுவி அலை களுக்குக் கீழே சென்று மூழ்கியபடி பளிச்சிடும். தைல அலைமிதப்பின் ஆழ்தொலைவில் தத்தளிக்கும் உப்புக்கத்தி யில் சுடரும் அசைவில் பருகாத குருதி நெடிக்கசிவின் துர்கந்தம் கருநத்தையின் நீலநிற ரத்தம் கத்தியில் கோடாய் நீண்டுவர குரல் அறுபட்ட புள்ளொலிக் கூட்டமும் மீன் எறிசிரல் பறவையின் இனிய ரத்தமாகி சாம்பல்கத்தி ஊர்கிற அலையலையான கேச அலைச்சுருள் படிகளில் அலறும் குருதி தோய்ந்த சிச்சிலி சிறுபறவைகள் வழிமாற பாறைகளில் அலகு தேய்ந்த பூழான் பறவைகள் இருளில் பதுங்கி 'வா... வா...' என அழைக்கும். கேசச் சுருளில் இறங்கி மஞ்சள் அலியின் நிசப்தமான அறியப்படாத

கிரகப்பரப்பில் கால்படாமல் உப்புவனத்தில் வெண்நிறப் பரப்பில் நடந்து போகிறாள் தனிமையில். உள்கொண்ட வெறுமை வெளியில் படர்ந்து மயக்கமடைந்து உப்புப் பாறையின் அடியில் சிறுத்தையின் தடம் பற்றி உள்போய் மயங்கித் திரிந்து கொண்டிருக்கிறாள் தீராமல். வளைத்துக் கொண்ட மிருகங்களின் கண்களில் வெண்பூ இதழ் விரிந்த நிலப்பரப்பில் முன் அறியப்படாத மஞ்சள் அலியின் வாசனைகளில் என்றுமே காணாத பெண்சாயைகள் நிர்வாண விளிம்பில் மிருகவால் சுழற்றி கண்களைமூட அருகே போய் வெப்பம் தாங்காமல் கதறுகிறாள் மிருகங்களைக் கண்டு. அவற்றின் மாமிச அணைப்பில் நழுவி விழுகிறாள் பாறைகளில்.

குருத்துப் பாறையில் அமர்ந்து நட்சத்திர ராசிகளோடு உரையாடும் சிங்கத்தை அருகில் காண விரல் நீண்டபோது அதன் கேசக்கற்றையில் கதிர்விரியும் சூரியன் ஓலத்துடன் பறந்து சரிகிறது கீழே. சிங்க முடி அடர்ந்து கட்டுக்கட்டான மஞ்சள் அலிமீது சிவந்த அலகைத் துடைக்கும் கருங்கிளி தேய்ந்த அவன் அடையாளம் உப்புவனத்தின் படிவாய் சிக்கி இருப்பது கண்டு சிறுத்தையிடம் சொல்லிவர பில வாயில் திறந்து உள்சென்று புலம்பியது மெதுவாய். வெண் தந்தமான தொலியில் மயங்கிய பறவை அலகால் இவனைக் காட்ட பாறைகளிடையில் நிர்வாணமாய் ஓடுகிறான் கத்தியுடன்.

பாறைப்பிளவில் யுவதியின் தேகம் கீறி வெளிப்பட ரத்த உப்புகள் கசியும் ஒரு துளி நீலநிற நத்தைச் சுருளில் சுழன்று நெருங்க கேச அலையால் தாக்கப்படுகிறான். நழுக்கென்று அரவங்களாய் நெளியும் சாவதானமான கொடிகளில் நீலப் பனி நுரை கக்கும் வெள்ளிப் புழுக்கள் நெளிந்தோட பனிஉமிழ் படலத்தில் அரை மயக்கமாய் மிதந்துகொண்டே நழுவிய கத்தியை விரலால் தொட ஒவ்வொரு விரலிலும் தீண்டிய கீறலில் ரத்த உப்புக்கல் விரல் இடுக்கில் மறைந்து ஒளிர்கிறது ஜுவாலையாய்.

பாசீ அருகில் நெருங்கி மார்பில் பதித்த உப்புக்கல்லை

அருந்தக் கொடுக்கிறான் தாபத்தில். அவள் உடல் தோல் கடந்து உள் புகுந்த கல் உப்பில் கரகரப்பான காரல் வேகத்தில் சாவின் அருகில் சென்று திரும்பி அழைக்கிறாள் 'தாதூ'... அவன் அதரத்தில் சாம்பல் நீலக்குருதித்துளி இடம்மாறி ஒட்டிக்கொள்கிறது இவள் நாசியில். அதை மஞ்சள் அலியின் கேச அலையில் கழுவிக்கழுவி வாசனை யூட்டுகிறாள்.உதிரத் தூளின் நெடி மூச்சை அடைக்கிறது. ஏனோ மஞ்சள் அலியின் சாம்பல் நீலக் குருதி கரைய மறுக்கும் பாதரஸம். அதில் அசையும் ஒற்றை முடிச் சுருளின் ரகஸியத்தில் தீவிரமடையும் சிறுத்தையின் ஓலம் உப்புக்கத்தியின் ஒளியில் பாய்ந்து ஓடுகிறது கானகத்தில். பாசீ... என்றான் கேவலின் ஊடே கத்தி மீது பதிந்த பார்வையைத் திருப்பாமல். நிலைகுத்தி வெறித்த சாம்பல் நீலக்குருதி அருகில் முன் அறியப்படாத சிறுத்தையின் உதயகால வெளிர்ப்பிரதேசத்தில் நெருஞ்சிகளும் அருகும் நில ஆவரைகளும் வெண்பூடுகளின் காரநெடியும் பரவி ஆட்கொண்ட நினைவுகளில் உயரமான அலியின் சாயைகள் ஊடுருவிய பழுப்பு மஞ்சள் பிரதேசத்தில் சூரியோதயத்தின் குளிர்ந்த வட்டத்தில் பறவைகளும் இலைப்பூச்சியும் குச்சித் தட்டாணு‚ம் வண்டுகளும் சுழன்று சுற்றி மென்துகள்கள் தொலைவில் வட்டமிட்டு வெளிர்மஞ்சள் வெப்பமாய் சுற்றிவர வெண்நகங்களை சூரியன்மீது தீட்டும் மிருகங் களின் விடிகாலை வெம்பரப்பில் மிதந்தது காடு.

இவன் உடலைச் சுற்றிக்கொண்ட சிறுத்தை வால்நுனி யில் அலகு தேய்த்த கருங்கிளி பேசியது அவளிடம் 'பாசீ... சாம்பல் உப்புக்கத்தியால் குருதி உறிஞ்சப்படும் வரை பேச முடியவில்லை என்னால். இக்காமுகன் பழைய எரிதுநகரின் பாழ் அறைகளில் ஜீன்களாகி அலைவுறும் யுவதிகளின் துயிலில் ரகஸியமாய் சென்று உப்புக் கத்தியால் சுரோணிதப் பைகளைக் கீறி மர்மமான கமலக்கல்லை எடுத்து தன் சுருளும் கருநத்தைக் கண்கள்மீது பதித்து கண்மேல் கல் சுழற்றி புதிர்ப் பார்வையில் வேறொரு தாவரகிரகப் பூச்சியின் பச்சை மோப்பத்தை நுகர்ந்து வேறுகிரகப்

பார்வையால் சுரோணித நெடியில் காமுறுகிறான் பலரிடம். உருவமில்லாத ஜீன்கள் காத்திருக்கிறார்கள் பரம்பரையான தாம்பத்தியக் கட்டில் குமிழ்கள் உள்ளே'.

கருங்கிளி விரித்த பாதரஸப்பரப்பில் மயங்கியவாறு இவன் சிறுத்தையின் வாலில் சிக்கியிருந்தான். சுருளும் நத்தைக் கண்ணில் சுரோணிதக் கமலத் துளையில் சிசுக்களின் நீச்சல் பிரபஞ்சமெங்கும் பறந்து சிறுபுள் இறகுகளைக் கோதி இவன் கண்பரப்பில் வரைகிறார்கள் வேறு வேறு கண்களை. கமலக்கல் பட்டைகளில் வெட்டப்பட்ட பிறவாத குழந்தைகளின் மழலை அசைந்து பார்வைப் பரப்பில் இழுத்த கோடுகளில் மிருகங்கள் மீது துயில்கிறார்கள் சிறகு குவித்து. அதை அறியும் கருங்கிளி பேசியது பதற்றத்துடன் 'ரத்த விடுதிகளில் வாடும் பும்மைதுனக் காரர்களின் உடல் விளிம்புகளை உப்புக்கத்தியால் தொட்டு கத்தி வெளிச்சத்தில் மறைகிறான் இருளில். தாது எனும் வசீகர அலியான இவனைத் தேடி யார்யாரோ வருகிறார்கள் ரகஸியமாய்' என்றது.

பழங்கண்ணாடி வேவு பார்க்கும் பாழ் அறைக்கு ரகஸிய அலிகளும் யுவதிகளும் வந்து உப்புக்கத்தியைத் தேடுகிறார்கள். சாம்பல் கத்தியில் மறைந்த ரகஸியக் கடிதங்களை எரிப்பதற்காக அந்நகரின் வேசைகளும் அலைந்தவாறிருந்தனர். எல்லோரது கால் தடங்களையும் உளவு பார்க்கும் கண்ணாடியில் மஞ்சள்தாது நிர்வாணமாய் நின்று கேச அலைச் சுருளை விரித்து அலைபாய சுழற்றுகிறான். ஒவ்வொரு முடிச்சுருளும் தவித்து தானே வாய்திறந்து மூச்சுவிட மஞ்சள் அலியின் உடலை ஈர நாவினால் ஸ்பரிசிக்க காமுறும் கருங்குழல் நீண்டு வளர்ந்து கொண்டே எங்கும் விரிகிறது முடிவற்று. நக அளவு இடமொழிந்த இடைவெளி மேல் நழுவி ஓடும் கத்தியிடம் விடுகிறான் தன்னை. கூர்ந்து பார்த்தான் கண்ணாடியில். வேறு யாரோ இருக்கிறார்கள் உள்ளே. கூட்டமாய் வரும் மிருகங்கள் மஞ்சள் அலி மீது ஊர்ந்து நெருங்க உடலனைத்தையும் கொண்ட மிருக மூர்க்க வெறி தாபமாய் சிதறி வெடிக்கக்

காத்திருக்கிறான் கண்ணாடி முன்.

ஆட்கொண்ட வெறுமையில் வெற்றுக்கூடான நிலையில் சுட்டுப்பொசுக்கும் கண்ணாடியின் பார்வையிலிருந்து விலகி ஓட பின் தொடர்கிறது சந்து சந்துகளாக. கருநத்தைக் கண்கீறிப் பதித்த சுரோணிதக்கல் தன் விநோதப் பார்வையால் அழைத்துச் செல்கிறது எங்கோ. உளவுக்கண்ணாடியிடம் பிடிபடுகிறான் மீண்டும். அதே பழம் அறையில் உப்புக்கத்தியை விரல்களில் தீட்டியவாறு மேலும் கீழும் நடந்தான். கண்ணாடிக் கதவை மெல்ல வருடி சிரித்தவாறு தாளமிடுகிறாள் பாசீ. அவன் காதில் விழாத பாதங்களின் நகர்வு தரையில் சுழல இரவு வந்துவிட்டதென்று கத்தியை வாங்கி முகம் பார்த்தாள் பாசீ.

முத்துக்கற்கள் பதித்த கருக்கலான ஆடியின் பார்வை மங்கித் தெரிய அரவங்கள் கக்கிய நீலக்கல்லின் விஷ ஓட்டம் கண்ணாடிச் சட்டங்களிலிருந்து பாதரஸப் பரப்பில் தொற்றிக்கொள்ள அவன் பிம்பத்தை பச்சை மஞ்சள் என இருவேறு பாகமாகக் கீறினாள் பாசீ. கண்களில் ஓடி மறைகிறார்கள் வெட்கத்தில். தூணில் பதுங்கிய வேறுவேறு அலிகள் நிறங்களைப் பகிர்ந்து கொள்கிறார்கள் அருகே. எரிது நகரின் காமுகர்கள் கிழித்தகோடு அலிமுகமெங்கும் பச்சை வடிவமடைந்திருந்தது. அதை உப்புக்கத்தி வெளிச்சத்தில் வாஸித்து தாபமடங்காமல் சுரோணிதப் பைக்குள் கை நுழைத்து காணாமல் போன வைரங்களைத் தேடி அலறுகிறாள் பதற்றத்தில். அலிமுகம் மோனத்தில் அபூர்வ சாயல்கொண்டு ஆடியில் பதிந்த நாகக்கற்களைநுனி நாக்கினால் ஸ்பரிசித்தவாறு கண்டத்தில் ஏறும் விஷத்தை மெல்லச் சுவைத்துக் கண்களில் பதித்த கமலக்கற்களால் அலியுலகின் அனாதியுடன் தன் மார்பு மீது விரல் அழுந்த ஊளையிடுகிறான் தேம்பியவாறு. தொட்டால் சுருங்கி விடும் கூச்சத்தில் கண்ணாடிக்குள் மறைகிறான் அலி.

தூண்மறைவிலிருந்து சகஜாதியும் தாதியும் வெளிப்பட்டு ஒருவரையொருவர் காமுற்று மறதி ஆடியை மூடி நெருங்குகிறார்கள் இயல்பில். உப்புக்கத்தியை தரை

விரிப்பிலிருந்து நகர்த்தி ஒருவருக்குத் தெரியாமல் ஒருவர் உப்புக்கத்தியை தொட்டு ஸ்பரிசித்தவாறு உடல் படத்தில் மறைகிறார்கள் யுவதிகள். உருவே கண்ணாடியாகி உள் மறையும் வெண்பரப்பிலிருந்து அறையின் புறவெளி சூன்ய மாகி உப்புக்கத்தி மட்டும் சரிந்து கிடக்கிறது தனிமையில்.

ஆடியுள் அசையும் பெண்வடிவம் திரும்பவும் கத்தி யைத் தொட உயிர்க்கிறது அறையில். கண்களில் சுழலும் கத்தியை உடனே மறைத்து விஷத்தில் மிதந்து உடல் ஸ்பரிசத்தில் அறை வெதும்பி உப்பின் வேகத்தில் நரம்புகள் துடித்து சுற்றிக் கொண்டு ஒருவரையொருவர் காமுற்று துளைத்த பச்சை விஷத்துளி கத்தியில் பூசிக் காத்திருக் கிறார்கள் இடைவெளியில். விஷ நெருக்கத்தில் ரத்த நாளங்கள் வெடித்து உறைகிற உப்புக்கல் தரையில் உருண்டு ஒலித்தது துணுக்குற.

ஒவ்வொரு விஷக்கல்லையும் வளைந்த அலகால் கொறித்து ருசித்த கருங்கிளியின் மஞ்சள் வட்டக் கண் விரிந்து பரவிய கதிரில் குறுங்கோடுகள் வெளிர் தீபச் சுடராய் எரிய அதில் வந்த விஷமருந்திய கிளிமுகங்கள் நிர்வாண மஞ்சள் அலியாக மாறி நீலம்பாரித்த கண்டத்தில் கத்தியால் கீறி விஷக்கல்லை எடுக்க அருகில் வருகிறாள் பாசீ. கிளிவர்ண தோகையுள் மஞ்சள் அலி சிறகசைக்க கேச அலைகளில் பிஞ்சுப் பூச்சிகள் இரைந்து சுற்றி ஓடும் அலி நிழல்களைப் பின்தொடரும். காணாமல்போன அலியின் இடுப்புவாரில் பாஷாணம் பூசிய ஏழு வகை உப்புக்கத்தி களை உறையிட்டு சொருகியவாறு வெள்ளை முகமூடி அணிந்து வந்து சாம்பல் நீலக்கத்தியின் பாஷாணத்தை கண்ணாடி மீது நீவிக் கொண்டிருந்தான். மெதுவாக நிறம் மாறிய ஆடியுள்ளிருந்து சகஜாதியானவள் வெளிப்பட்டு இரும்பு ஜன்னலுக்கு ஓடிச்சென்று அதன் வழியாக எரிது நகரில் அசையும் விளக்குகளில் சுற்றும் பிஞ்சுப் பூச்சிகளைப் பார்க்கிறாள்.

எதிர்பார்த்திருந்த அலிகளின் சாயைகள் விளக்குகளில் நீளும் நிழல்களுடன் மெல்ல நகர்ந்து செல்கின்றன வீதியில்.

பதினாயிரம் தினார்களுக்கு விற்கப்பட்ட உயரமான மஞ்சள் அலி நீலமஞ்சள்வர்ணவிளக்குகளுக்குள் சுழன்று கொண்டிருக்கிறான் அகாலத்தில். மெலிந்த இரவின் வெளிர் தோற்றத்தின் நிசப்தத்தில் பனிநீலம் உதிர்ந்து துகள்துகளாக துளைந்து உருக ஆரம்பித்திருந்தது. மொகலாயர் விட்டுச் சென்ற கூஜாச் சிம்ளி மூடிய ஆழ்ந்த நகர் விளக்குகளை நகருக்கே ஆன பைத்தியக் கார அலிகள் காலந்தவறவிட்ட இளமையைத் தேடி நீல ஒளியை எட்டிப் பார்த்தவாறு ஈரல் நடுங்க ஆண் காதலிகளின் சாவு மௌனத்தைத் துடைத்த வாறு தலைகுனிந்திருக்கிறார்கள். அவ்வுப்பு வீதிகளில் வெண் குருத்தாக எரியும் ஜீவனில் உப்புக்கட்டிகளைப் போட்டு அணையாமலிருக்க சாம்பல் கிண்ணங்களை ஏந்தியவாறு கருங்கிளிகள் பறந்தவாறு அசைக்கும் சிறகு களில் இருள்.

எரிது நகரின் பாழ்விளக்குச் சிம்ளியைத் துடைக்கும் பரம்பரையான அடிமை அலிகள் விளக்குத்தைல சீசாவும் திரிக்கற்றையும் கொண்டு ஒவ்வொரு விளக்கிடமும் சென்று கேட்கிறார்கள் தாங்கள் யாரென்று. அலிகளின் கேள்வி களால் துணுக்குற்று உடையும் சிம்ளிக்காக அழக்கூடும் அடிமை அலி. ஏனோ தெருச்சிம்ளிகளிடம் குழந்தையாக நடந்து கொள்கிறான் மஞ்சள் அலி. உருவை அசைத்து அசைத்து பாதங்கள் உரசி நகரும் வயதான அலிகளின் கண்களில் வடிந்த புகையும் இருளைத் துடைப்பதற்கு ஆளே இல்லை இங்கு.

எரிது நகரின் சோபை தினந்தினம் மெலிந்த ஒளியால் உயிர் பிரியும். ஆண் விரும்பிகள் மீது வீசப்பட்ட கல் உருக அகால விளக்கு எரிகிறது தனிமையில். கிரிமினல் குற்றங்கள் பரவும் சுவர் ஓரம் விரல் பதித்து நடமாடும் மென்மையான இருளில் திரிபோட்டு தைலமிட்டு தழுவுகிறார்கள் இரவை. அவ்விளக்குத் தூண்களை வைத்த முன்னோர் நகர்நீங்கி வெளிப்புறத்தில் நகரை நோக்கிய ஏக்கத்தில் சமாதிப் படிகத்தில் உறைந்து விட்டிருந்தனர். நகரே சரிந்து விழும் ஏரிப் படிகத்தில் ஒவ்வொரு ஒளிப்புள்ளிகளும் நகர்ந்து

வருகின்றன பழையவர்களை நோக்கி. நீரில் நெளியும் ஒளிப் பூச்சிகளைப் பிடித்து கெண்டை மீனுக்குக் கொடுத்து நகரின் படிவுகளை கரும்பிவிடும் மீனுருவாகி விடுவார்கள்.

அறியப்படாத தோல் நகரின் அழுக்குக் கோடுகள் நடமாடித் திரிந்த இடங்களாக இருக்கும். புலத்தில் விழுந்து பதிந்த பாதங்கள் திரும்பத் திரும்ப வரும். அடுத்த காலத்தவரும் பாதங்களை அங்கே நகர்த்திச் செல்வது ஏனோ. மிருதுவான புலங்களில் பாதம் படியப்படிய பறவைகளும் விநோத உணர்வுகளும் வந்து கண்ணுக்குத் தெரியாத அந்தரங்க இழைகளால் பின்னப்படும் பிரேமையின் கதகதப்பை நகரே அடைந்துவிடும். அங்கே தோல் இரவுகளை உலர்த்தி பதனமாக்கிய தொலியில் எதை எதையோ கிறுக்கிவிடும் மென்மையான பாவங்களை வீட்டிலுள்ள ஸ்திரீகளே எழுப்புகிறார்கள். ஏணம் தவறி விழுந்ததும் கரண்டிகளும் முணுமுணுக்கின்றன. தண்ணீர் சிந்தும் ஓசையிலிருந்தோ சூடான கொதிநீரை ஆற்றும் விரல்களிலோ அதிசயம் சேர்ந்துவிடும். சாதாரண குரல்களுக்கிருந்த அர்த்தமே நகரை உயிர்ப்பிக்கக்கூடும்.

உயரமான மஞ்சள் அலி ஒருவனின் தோலில் வரையப்பட்டிருக்கும் பச்சை நிற கோடுகளில் பரம்பரையான அலிகளின் கதாசருக்கம் கரைந்து எழுந்த தெருக்களில் ஸ்திரீகளின் முகவெட்டுடன் அலிகளின் அழைப்பு. கதாச்சுருளை கடத்திச்செல்லும் உப்புமனிதன் அந்நியனாய் மெல்ல வந்து பச்சைக் கோடுகளை வாஸிக்கிறான். கைகளில் உடலில் திறந்த ரணமான காயங்களை தையல் போட்டு மூடியிருந்தான். வண்ணத்துப்பூச்சிகளை அலி உடலுடன் சேர்த்து தைத்துவிடும் அந்நியனைத் தேடி பலர் வந்து போகிறார்கள். வர்ண இறகின் நிறப்பொடியால் ஆணைப் பெண்ணாக மாற்றும் தையல் வேலை நடந்து வந்தது ரகஸியமாய். அடைத்து வைக்கப்பட்டவர் உடலில் காளான் வளர, கல் உப்புக் காளான் ஆண் பெண்ணுமான உருவுடன். வெட்கத்தால் மறைந்து திரிகிறார்கள். கல்உப்புக் காளானாகி விட்ட பெண் உருவங்களை கத்தியால் கீறி வைலட் பூவைத்

தேடுகிறான் தாது. பூனைத்தோல்கொண்ட அலி சுரோணிதச் சந்துகளில் அருவருப்பான ஜீவ ஜந்துக்களைப் பிடித்து சீசாவில் அடைத்து தாதுவின் அறைக்குள் திறந்துவிட தனிமையில் துயிலும் உப்புமனிதனான தாது மீது ஊர்ந்து நகரும் ஜந்துக்களின் அடிவயிற்று வெப்பத்தில் காமாக்கினி பொங்கி வெடிக்கும் உப்புக்கட்டிகளின் நெடி அறையை மூழ்கடித்தது.

அலிகள் அலைவுறும் சந்துகளில் ஒவ்வொருவரின் உடலுடன் விநோதப் பிராணியை ஒட்டித் தைத்து தோல் தையலில் இழைக்கட்டு பிரிந்ததும் இணைந்து கொண்ட இரு உயிரினமாகிவிடும் விநோதம் நகரை நெருக்கடியில் சிக்கவைத்தது. குள்ளநரிகள் கூட்டமாய் உடலில் புகுந்து சிரித்து ஊளையிட ஊசிப்பற்களில் நடுங்கும் நகரம். பல்லி ஓணான்களின் நாசிகளில் ஈரம்படரத் தெருக்களின் சுவர் ஓரம் சாய்ந்து மயங்குகிறார்கள் காமாந்தக வேகத்தில். வெந்நீர் கோப்பையிலிருந்து சுடு ஊசியில் ஏற்றிய மஞ்சள் திரவத்தை தானே கையில் குத்தி ஏற்றி துடைத்த பஞ்சில் நெடிக்கும் திரவத்தை நுகர்ந்தவாறு மஞ்சள் அலையில் தடுமாறி விழும் அலிகள் எதிர்ப்படும் விநோத சாயைகளை கூடவே அழைத்தவாறு சுவர்களில் மறைந்திருக்கிறார்கள்.

எழுத்தாணிக்காரத்தெரு நகரும் பனையோலைச் சந்துகளில் கல்பாவிய வெண் குருத்தில் சிறுமிகளின் பாத தூளிகள் தொட்டுப் பதிந்துவிட்ட ரேகையில் அசையும் உருவுகளை வெறித்த கண்களால் நகரே பார்க்க மெல்ல மெல்ல சுழலும் கோடுகள் சுவர் ஜன்னலில் பாவுகளாய் சுழிந்து சுரிந்து உள்புக பட்டுத்தறியில் அலிகளுக்கான ஆடையை நெய்து கொண்டிருக்கிறார்கள் சிறுமியர். அலைவுறும் ரேகை நூலால் உருவாகும் மஞ்சள் அலியின் மாயக் கம்பளத்தில் யார் யாரோ வந்து அலிகளை ஏலமிடுகிறார்கள். பாதச்சிறுஇழைகள் கல்லில் படியப்படிய நூலாகிவிடும் வேகத்தில் இடமற்று ஊர்ந்துவரும் ஜன்னல்களில் பாவுஓட உள்கூடத்தறியில் வயதான அலியொருவர் அறுந்த இழைகளை முடிந்து துக்கம் பெருக சிறுமியரை நோக்கி கை

நீட்டி அழைக்க புள்ளொலிக் கூட்டமாய் வந்து வயோதி கரை ஒட்டித் தங்கள் ரேகைகளை அவர் உடல் மீது பதித்து விடுவார்கள். எண்ணமுடியாத சங்கேத வரிவரியாய் பிரியும் சிறுமியர் பாதரேகையே எரிது நகரின் அந்தரங்க வரை படமாய் விரிய தறிக்கூடச் சலம்பல் நகருக்கு வெளியில் கேட்கும். சாதாரணமாக விடுபட்ட பிஞ்சுப்பாதப் பதிவு களை அசாதாரண ஆழத்தில் நூற்கிறார்கள் அலிகள். சிறுமி யின் கண்ணில் நகரும் புலப்படாத ஒளி இழை சுழன்று ஓடுகிறது எங்கும்.

ஏனோ, ருதுவான யுவதியின் ஆடைகளைத் திருடும் அலிகளை விலங்கிட்டு சுவர்களில் அறைகிறார்கள் கொடியவர்கள். கருங்கல்சுவர் நடுங்க மனித வாடைக்காகக் காத்திருக்கும் மஞ்சள் அலி சிறுமியர் தடம் நகரெங்கும் படர வேண்டிக் கனவுகாணும் அறையில் அசைவற்றுக் கிடக்கிறான். ஸ்திரீகளின் ஆடையுடுத்தி ஒப்பனையில் கானகம் புகுந்து மறையக்கூடும். நிறம் அழிந்த ஆடை களில் உவர் வாசம் கனவுகளில் நெடிக்கிறது. தண்டுவட எலும்புச் சுழலில் வளைந்து படரும் உவர் மண்வாசனை கொண்ட எலும்பினாலான பிடில் அலியின் குமுறலாகி அடைபட்ட சலவைத் துணிகளின் அலைவு உவர்த்து உள்தேம்ப எலும்பில் ஸ்பரிசிக்கும் சலவைக்கல் உருக்கள் அனாதரவான ஏரிக்கரைகளில் தேய்ந்து உருக துயருற்ற அலிவண்ணானின் விரல்கள் வியர்வையும் உப்பும் பொதிந்த துணிகளைக் கழுவக் கழுவ வெளுத்த ஆடைகளில் மறை கிறார்கள் நிர்வாண மனிதர்கள். துவைக்கிற கல்லுக்குள் படிந்த பூநிறங்களை நில வெண்ணிறத்தில் காண இவன் காத்திருக்கிறான் அங்கு. மூழ்கியவாறு கனவில் கண்ட சிறுத்தையின் அருகாகப் பல கூண்டுகளில் பஞ்ச நிறக் கிளிகள் அடைபட்டு துயிலில் கண்ட கனவு நிழல் கம்பி களோடுவெளிரூபமடைந்து சிறுத்தைப் பெண்ணுடன் பழுப்பு மொழிபேச இவன் ஏதும் புரியாமல் காதுமடல் சிவந்து தனித்தனி சப்தங்களை சேர்த்து மயங்கி கனவில் கண்டான் தாதுமூல மொழியை.

போதையூட்டப்பட்ட நகரின் சுவர்கள் தள்ளாட நடந்து திரிகிறார்கள் பும்மைதூனக்காரர்கள். நிழல் சாலை மதுக் கூடம் குப்பிகளை உரசி உடைத்த பாட்டில்களில் கீறிச் சப்தம் செய்த குருதி விரல்களில் மஞ்சள் மதுவும் கரைந்து காயங்களை மறைக்கும் தையல் கோடுகளில் குருதியை முத்தமிடும் இரவு. திரண்ட தோளில் கைவைத்தவாறு கிரிமினல் குற்றவாளிகள் குற்றங்களை உளறி மர்மங்களை வெளிப்படுத்தச் சீறும் உயிர் ஊற்றுகள் ரத்தத்துடன் கலந்து இருள்கிறது குப்பிகளிடையே. ஒருவரையொருவர் பார்த்துக் கொள்வார்கள். துவண்டு அழுகிறார்கள் எச்சில் ஒழுகி. வாய் கோணி ஊளையிட குப்பிக்குள் உறுமும் விலங்குகள் ஒயின் நிறத் திராட்சைத் தோட்டத்துள் மறைகின்றன. நெருப்பில் வாட்டிய மீன் உடல் உலர்ந்து கருக தன் குடலை அறுக்குமாறு தூண்டுகிறார்கள் முரடர்கள். புலால் தோலில் நகரும் ஈரல் துடிப்பில் தோன்றும் இவன் முகம் உப்புக் கத்தியின் வெட்டு அடையாளத் தழும்பில் ஒளிர்கிறது.

சிதைந்துபோன ஒயின் தோட்டத்தில் பாம்புகளின் மூச்சு சுழன்று சுழன்று காலிக்குப்பிகளின் மூச்சாகி சுழல் கிறது. நொறுங்கிப்போன கனவுக்குமிழ்களில் சீசாக்களில் கண்ணாடிச் சில்லுகளை குற்றமற்ற மதுக்கூடச் சிறுவர்கள் பிஞ்சு விரல்களால் உமிழப்பட்ட வார்த்தைகள் அடியில் பகையும் உதாசீனமும் நெடிப்பதை குருதியும் ஒயினும் கலந்து மயங்கிய உறவை காயங்களை தைலம்பூசி காலிக் குப்பிக்குள் பதுங்கி துயில்கிறார்கள். பின்னிரவில் கழுவப் பட்ட மதுக் கூடத்தைத் தேடி கீறலில் எட்டிப்பார்த்து சிறுவர் கரங்களில் கீறிய பீங்கான் கீறல்கள் தொட்டுக் கரைகிறான் உப்புக்கத்தியுடன்.

கனவில் கண்ட பிலம் விலகி தெளிவற்ற உருவில் சிறுத்தையின் தொப்புள் அடியில் எரியும் வைலட் பூ கதிர் நிழல் காட்ட நிழல் ஓநாய்கள் விரட்ட தன் ஆடைகளைப் பிய்த்தெறிந்து நிர்வாணமாய் எரியும் பாடல்களுக்கிடையே கிளிகளின் குளறுமொழி இளஞ்சிவப்புக் கண்கள் கீறி மெல்ல காற்றில் கரைந்து இவன் மெய்யுருகி உள்ளீரல் பற்றி

எரிவது அவியாது வளைந்து நின்று ஒலி எழுப்பிய ஓநாய்க் குகைச் சுவர்களில் அடர்ந்த கிளி இறகு அசைந்து பில வாயில் தாண்டி கடலுக்குள் விழுந்து அடித்தளம் புகுந்தது கருங்கிளி. நீரில் தீப்பிழம்பு உமிழும் பாடல் உராயும் நகங்கள் மீன்களை எழுப்பி 'துயில வேண்டாம்' என முணுமுணுத்தது அயிறைகளிடம்.

குகை சூழ்ந்த நீரில் சிறுத்தையின் உடல்புள்ளிகள் அலை வண்ணத்துப்பூச்சிகளாய் சிறகலைந்து இவன் உடலில் ஒட்டி சிறகு குவித்து தும்பிகளின் உதிர உறிஞ்சல் ரத்தப்பெருக்கில் சிறகு படபடவென ஆயிரம் அலைச்சிறகு விரித்து செந்நீர் கசிந்த மர்மப்பரப்பில் யார் யாரோ கருநீர் உருவங்களாய் நழுவிச் செல்ல முன் அறியப்படாத மஞ்சள் அலியின் சருமத்துவாரங்களில் வாய் திறந்த சுரோணித உயிர்த்திரள் வெப்பத்தால் உயிர்நெருக்க தொல்எலும்பில் பதுங்கிய ஓநாய்கள் மயங்கும் மெல்லிய விலாஎலும்பின் மின்பரப்பில் அலைகள் வால்துடிக்கும் மீனுருவங்களாய் முயங்கிப்பெருகிய முட்டைகளின் உயிர்மின்னல் உப்பு நீரில் கரிந்து வளைந்து சிறுத்தையின் நாசியில் அலியின் குருதியின் மர்ம வாசனையில் இவள் கூந்தல் இழைபூசி ஒவ்வொரு நீண்ட முடிச்சுருளும் உதிரத்தில் தோய கிளி சொன்ன தாதுமூலக் கனவில் பழுப்பு வண்ணத்துப்பூச்சி மோதிரமாய் வளைந்து இவள் காட்டாணி விரலில் சுற்றிக் கொண்டது. மோதிர வளைவில் சென்ற சுருண்ட நிலப் பரப்பின் உச்சி மீது கமலக்கல்.

வைலட்கல்பூவில் பட்டை வெட்ட வெட்ட உருமாறும் வைலட்கல் சதுக்கத்தின் புதிர்பாதையூடே மறைந்து பாயும் வைலட் சிறுத்தை. அதை அடைய விலா எலும்பில் உறையும் பறவைகளை சிறுபுள் கூட்டங்களை எழுப்பிக் கூகையின் சுருள் மூச்சை ஏவுகிறான் சிறுத்தை மீது. இவன் உதிரத்துளி வைலட்கற்களாய் சிறுத்தையின் நாசியில் பட யுகாந்தகால நெருப்பில் காத்திருக்கிறாள் இவனுக்காக. ஏனோ இருவேறு கால சுழற்சியில் மறையும் பூச்சிகளாய் மயங்குகிறது வைலட். முடிவற்ற வெறுமை சூழ்ந்த

இருப்பில் இவன் விழித்தபோது வைலட்பூ சிறுத்தையின் கண்களில் மறைவதை அடையாளம் காணசாவின் உச்சி மீது காத்திருக்கிறான். சிறுத்தையின் உடல் புள்ளி இருப்பின் குறியீடாகத் தோன்றியது இவனுக்கு.

இவையெனச் சிறிதும் பெரிதுமான புள்ளிகள் ஒழுங்கற்றுப் பரவிய மென்தொலிமேல் கானகத்தின் வடுக்கள். தத்தளித்தவாறு நீரில் ஆரஞ்சு நிறமாய் மாறிவிட்ட அலியின் உடல். சிறுத்தை உடல் புள்ளிகள் பிரபஞ்சத்தின் கண்களாய் பல திறக்க அச்சத்தில் மூழ்கியபடி இருந்தான் எல்லையற்று. ஆட்கொண்ட வெறுமை நீர் பூச்சிகளாக வெம்பி உடலைக் குடைந்து நச்சரித்துக் கொண்டிருக்கின்றன. வெற்றுக் கூடான உடலில் உப்புத்துகள் படலமாய் உதிர இக்கணம் உருவற்ற சூனியத்தில் திரண்ட உதிரக் கற்கள் உப்புத் தூண்களாய் சமைந்த தெருவில் மெல்ல கரையும் உவர் காற்றில் நாசியில் அறுக்கும் அமிலநெடி சூழ்ந்துகொள்ள மூழ்கும் நகரின் கீழ்தட்டு அறையில் சுவர்கள் பொதும்பி தாரை தாரையாகக் கசிவதைப் பார்த்துக் கொண்டிருக்கிறான் உப்புச் சுவர்களுக்குள். எழமுடியாத கனமாக உப்பு நீரில் நழுவி வந்த நிலவைச் சுற்றி பொடி மீன்கள் கரும்பி தூள்தூளாக நிலவுப்புழுதி பறக்க கரும்பும் பற்களுடன் உள்ளே போய் திரும்ப முடியாமல் நிலவுவாசியாகி நீருக்குள் வரமுடியாமல் ஆனால் நீரால் சூழப்பட்டு உலர்ந்து கொண்டிருக்கும் அயிரைமீன் சிற்றுடல்கள் உப்புமூடி உறைந்துகொண்டிருந்த நிலவின் உவர் ஒளி இவன் வெறுமையுள் படர்ந்து உருகியது கரிப்பாய்.

இவன் சாம்பல் கத்திகொண்டு உப்புப் பாறைகளைக் குடைந்து உள்போய் சுரங்கம் தோண்டி மறைந்து கொள்கிறான். ஆரஞ்சு உடலை உப்புக்குள் புதைத்து கால நீட்சியில் வளைகளைக் குடைந்து இரவு பகல் தெரியாத பாதரஸ வெளியில் ஊர்ந்து கொண்டிருக்கிறான். உப்புச் சுரங்கவாசிகளான ஆரஞ்சுநிற அலிகள் சிலரும் பொந்துகளில் முகம் நீட்டிப்பார்க்கிறார்கள். அவர்களும் இவனைத் தெரிந்து கொண்ட பயத்தில் இடமற்றுத் துளையும் ஊசிகளால்

பொந்துகளின் நூறுகிளைகளில் மறைகிறார்கள். குடைந்த உப்புக் குழல்களில் கானகக் குரல்கள் சுருண்டு வரும். அலையில் மறைந்திருக்கும் இறந்தவர்களும் எரிதுநகரின் கீழ்சந்துகளில் சமாதியில் உலவும் ஸ்திரீகளும் நகரின் மேல் நடக்கும் சோக நாடகத்தை உணரக்கூடும். பழமையான ஆடியில் உப்புக்கத்தியை உரசியவாறு எதை எதையோ தேடுகிறான். மாய உப்பு உருவங்கள் தோன்றி மயக்க, வெளிறிய முகத்துடன் உடலற்ற ஜீன்கள் துயிலின் ஊடே புகுந்து இளமையான உருவை விரித்து சரசமாட அசையாத கண்களுடன் பயங்கர நினைவுகளை முணுமுணுத்தன. நகரின் அடிக்கற்களுக்கு அடியில் உப்புக் குன்றுகளில் மாயஉப்பு மனிதரின் குகைகளில் மெலிந்த கல்படுக்கையில் நிர்வாண உடல்களை உலர்த்தி வரும் பலருடன் இவனும். உப்புக்கல்படுக்கையில் உதிர்ந்த உணர்வுகளை சேர்த்து கதிர் கற்றைகளாக ஏந்திய அம்மண உருவிலான கிழமனிதன் சம்மணமிட்டு கற்பகாலமாய் அமர்ந்திருக்க அவ்வுருவின் மோனச்சிறுபுன்னகை காண பித்தத்தில் சுழலும் உப்புக் கோளங்களை மணியாக தலைக்குமேல் ஏந்தி அவ்வுருவின் கீழ் உதடு முணுமுணுக்கும் மர்மமான ஒலியை ஆரஞ்சு நிறமான இவன் காதுகள் உள்ளீர்த்து அழக் கேவும் மூச்சை அடைத்த உப்பு விரல்கள் இவன் சிரசைத் தொட்டு ஒவ்வொரு சுரி குழலையும் தடவ அதிரும் ஒற்றை முடிகளின் சலனத்தில் இவன் என்புகளுக்குள் சுருளும் அண்டகோசத் திரள் சுழிக்க உப்பு நகங்களால் மஞ்சள் அலியின் தலைமுடி பறிக்க நீளும் விரல்களிலிருந்து விலகி விலகி ஓடுகிறான் கத்தியுடன். மெலிந்த கல் திட்டு களைச் சீவிச்சீவி ஸ்படிகத்தில் அசையும் ஆவிகளிடம் முற்பட்ட அம்மண மனிதர்களின் மாயங்களைக் கேட்டவாறு முக்காலங்களின் இணைப்பைத் துண்டிக்க ஒற்றை முடி பறிப்பதால் ஆகும் வினையிலிருந்து நழுவி எல்லாக் காலத் திலும் உருகும் கற்களில் உரசினான் கத்தியால்.

தலைகீழ் பாதைகளில் சென்ற குகைகளில் யார் யாரோ கடந்துவர உப்புக்கத்தியால் நிர்வாண உடல்களைத்

தொடாமல் சீவி வடித்த உப்பு வடிவங்களின் ஊடே வைலட் சிறுத்தை. நின்று போயிருந்தான் கத்தியுடன். பாய்வதற்கான தருணத்தில் பசித்த கண்களால் இவனைக் குடைய உதிர உப்பு உருண்டு சிறுத்தையின் அருகில் சென்றது. உப்பின் வெளிச்சத்தைக்கொண்ட சாம்பல் கத்தியால் சிறுத்தையின் அருகில் நெருங்கி உடல் புள்ளிகள் கண் திறந்து வைலட் ஒளி உமிழ ஊர்ந்து நகரும் வைலட்பூ நெடித்த சதுக்கத்தில் தள்ளாடி சரிந்து சரிந்து விழுகிறான். இவன் கைப்பிடியில் அழுத்தமாக இருந்த உப்புக்கத்தியில் சாம்பல் நீலக்குருதி சுருண்டு சுழன்று குகைச் சந்துகளின் நூறுகிளை கிளையான பாதைகளில் ஓட வைலட் நிற கல் சுழலில் ரத்தவாடை தேடி அலைந்த சாம்பல் நீலக் கத்தியில் ஒரு துளி பாதரஸம். அதை துகள் துகளாக வெட்டி தீட்டுகிறான் கத்தியை அதில். பாதரஸம் பூசிய கத்தியின் வெளிச்சத்தில் ஓடி மறைந்தது வைலட் சிறுத்தை. அதுவிட்டுச் சென்ற தொலியை உப்புக் குகையில் உலர்த்தி சருகாகக் காயவைத்துக் கொண்டிருக் கிறான். மெல்லிய ஓநாய்களின் குரைப்பு குகைக் கிளை களில் கேட்க சிறுத்தைத் தொலிக்குள் தன்னைச் சுற்றிக் கொண்டு துயில்கிறான் அந்த உயரமான ஆரஞ்சுநிற அலி. சிறுத்தையின் உடல் புள்ளிகள் பிரபஞ்சத்தின் ஆயிரம் கண்களாகத் திறந்து வைலட் கற்களை உமிழ்ந்து கொண்டிருக்கும் தீரவே தீராமல்.

●

63

அல்ப்ரூனி பார்த்த சேவல்பெண்

பஞ்சமாபூதம் பார்த்த மொழி ஆடிகளில் நான்குவரி கொண்ட இருபத்தி நாலு ஆதி எழுத்துகளை வரிவடிவங்கொடுத்த கோடு முழுபூமியையும் வளைக்கிற சேதுபுராணமாய் நீண்டிருந்த வில்முனை உடைத்த சேதுபந்தநம் நோக்கி பாயே ஒரு படகில் பாய்மரமும் ஒரு படகில் மிதந்து இரவில் சொன்ன அரேபியப் பேழையுடன் வந்த அல்ப்ரூனி எனும் யாத்ரீகனின் பயணக்குறிப்புகளில் காலமற்ற உறை நிலை யின் கணம் உருகித் திரண்டு ஆயிரத்தி ஒரு கதைகளில் விழித்த விருச்சிகப் பெண்ணின் ஸர்ப்பச் சுரிகுழலின் ஒலி நாவுகள் சீறி நெளியும் புரானிகவரிகள் எழுதப்பட்டிருந்த சாம்பல் தீவுகள் பதினாறில் பத்மபுராணம், அத்ரி ஸ்மிருதி, ஜாபாலி, நாரதர், தேவலர், மனுஸ்மிருதி, மார்க்கண்டேய புராணங்களில் திருப்புல்லாணிநொண்டி நாடகம், பல பட்டடையின் தேவையுலாவும் வில் முனையால் கீறிய தனுஷ்கோடி எனும் தீவின் சாயைகள் சிதைந்த ஓலைத் தூக்குகளில் புரட்டிப் பொதிந்த அரேபியனின் வரை படத்தில் கதாரூபமாய் நின்ற நடுகற்கள் எண்ணாயிரத்தில் பொறித்த இடதுகை வில்லும் வலதுகையில் குறுவாளும் காலுக்குப் பக்கத்தில் பாயும் நாய்களும் நெற்றியில் பாய்ந்த அம்புகளுடன் சிதை புதைந்து கிடந்த தனுஷ்கோடி மூழ்கிய துயரம் வாய்வழிக் கதையாகி கரகரத்துச் சுழலும் பூமி விசையின் துருப்பிடித்த ஓசையுடன் வில்வடிவில் வளையும் ராமேஸ்வரத்தீவுக்குள் கருநாக்காய் நீளும் ரயில்தொடரின்

கதவுகள் பரந்த வெளியில் கிடுகிடுக்க மஞ்சள் பிடிகம்பியில் கைவைத்து நின்ற பழைய நாடோடி அல்ப்ரூனி மீண்டும் திரும்பிவரும் பிரமிப்பிலிருந்து பேசும் ஜன்னல்கள் ஆயிரம் கண்களாய் ஊர்ந்து செல்லும் ஒலிமுகவாசலில் நகரும் படிக்கட்டுகளில் கால்வைத்துக் குனிந்து தரையில் சுற்றி பின்போகும் மரங்களில் காற்று கிசுகிசுத்த சொல்மடிப்பில் அவன் கடந்த நகரங்களின் நிறங்களும் உதிர்சுவர்களும் சிமிளிகளும் குதிரைலாட ஒலி தெறித்த பொறியும் ஈட்டி களின் வேகத்தில் நீளும் ரயிலருகில் விண்...ணென்று இரையும் தந்திக்கம்பிகளின் குளிரில் அமர்ந்த கருங்குருவி களின் தனிப்பாடலை அண்ணாந்த அலகுகள் கொறித்து சிறுசிறு கண்களுக்குள் புகுந்து செல்லும் பழுப்பு ரயிலில் தொலைந்துவிட்ட அதிசய ஜன்னல்கள் எதிரெதிரே பார்வை கொள்ள உருளும் நகரங்களின் அடியில் எழும் குகைகளின் கிளைகளில் புகுந்து வளையும் ரயில் பனிஉதிர் வெள்ளிச் சிதறல் மங்கிய பாதையாகி நீள முணுமுணுக்கும் கோலியப் பெண்களின் விரல்கள் ரயில் கண்ணாடிகளில் தாளமிட கண்கள் பார்த்து படபடக்க திறந்த கதவுகள் மீது அசையும் உருவங்கள் சாம்பல் நிற வரி அசையும் ஞாபகச் சந்துகளின் அலறல்கள் ஓடும் குவிமாட லாந்தரில் சுழலும் ஸ்திரீகளின் தும்புருவாத்திய அதிர்வுகள் சாயும் தலைகள் முனகும் ஏதோ மனிதரின் ரகஸியக்கூவல் மூக்கை நீட்டும் கண்களின் ஈரத்தில் அடையும் இருட்டில் வரும் பாலங்கள் தானே பேசிப்பேசி உதிரும் காரைகளின் முணுமுணுப்புடன் கதகதப்பான குருதி இழைகள் விந்தையாய் குமுறும் கடல் பேச்சின் நாழிகை சென்ற சாதாரண வாழ்வின் ஒப்புதல் தண்டவாளங்களில் கரிய துருப்பிடித்த உறுமலில் உடைந்து சிதைந்த நிழல் கூட்டமாய் ஓடிவரும் அடிவானில் இருள் படரும் கரிஎஞ்சின் புகைவாலாய் சுழற்றும் புகை வளைந்து நெளிந்து மறைந்த நகரின் உயிர்ப்படலம் கடல்கொள்ள புகைவால் வெட்டிய பழுப்புநிற நகரின் ரயில்நிலையம் நிசப்தத்தின் ஆழத்தில் அசைய கடலடியில் புலம்பும் நீர்ரயில் பாம்பன் பாலத்தில் அதிரத்தூண்டிய நினைவுகளில்

திறந்த கடல் ஆடிகளின் ஜன்னல்களில் அசையும் சிறுவர்களின் மர்மமான கண்களில் உதயமான சூரியோதயத்தின் செந்நிற விடிவு தலைகீழாய் ராமேஸ்வரக்கோபுரம் சுற்று வீதிகளும் மேல்வரும்.

எலும்புமீன் செதில்முட்கள் கடல்சிப்பிகளால் கட்டப் பட்ட மண்டபம் கேம்ப் ரயில்நிலையச்சுவர்கள் உதிரும் காரைகளில் குடையும் பூச்சி. நின்றுபோயிருந்த ரயில் திகைத்துப் பார்த்த வெளிறிய உப்புநீர் ஆடிகளில் வந்த பிரதியொரு ரயிலின் மீது மழைத்தாரைகள் கண்ணாடிகளில் தெரித்து மெலிந்தது. மயக்கமூட்டும் பழுப்பு ரயிலில் எலும்பு துருத்திய மனிதர்கள் உடைந்த வல்லத்தின் மரத்துண்டுகளுடன். சிறுவர்கள் கைகளின் மீன்படகுகள் பத்திரமாய். நச்சுவலைகளில் மூடிக்கிடந்த மனித உருக்கள். விலங்குகள் பட்சி சாலங்கள் கதுவாலிக் கூண்டுகள் மற்ற அகதிகளான இனச்சேவல் கூடுகள் மண்டியும் மகிளியுமாய் பாசிபடர்ந்து வெளிறிய தனுஷ்கோடித் தாவரங்களின் இலை தழைகளுடன் வாசம் பரவி வந்தரயில் பக்கத்து பிளாட் பாரத்தில் நின்று கொண்டிருந்தது. வாசலில் தலைப்பாகை கட்டிய கிராமத்தார் புகைபிடித்தவாறு பொட்டணங்களுடன் தூங்கி வழிகிறார்கள். கக்கூஸ் குமட்டலில் நெருக்கியடித் திருந்த குழந்தைகளோடு பெண்களும். இடம்விட்டுஇடம் மாறிப்போகும் லம்பாடிக்கூட்டம் அடுத்தடுத்த பெட்டி களில். தேசங்களுக்கிடையில் அலைந்து கொண்டிருக்கும் அனாதிரயில் தொடராயிருக்கும். அது சென்ற வெளியெங்கும் சிதறிக்கிடந்த கடலடிப்பவளக்கூம்புகளில் சங்குமுட்களின் உலர்ந்தமீன் வாடையில் பழமையான நிலத்தோற்றங்கள் வளையும். ரயில் பெட்டிகளின் மேல்கூரையில் குத்தி முளைத்த நீர் அல்லிகள் கோரைகள் பழுப்புவேர் இறங்கி விளக்குகளில் புதைந்திருந்தது. நீர் கசியும் கண்ணாடிகளில் சாம்பல் ஆமைகள் சின்னச் சின்னக் கையசைத்து மிருது வான விரல்களால் நீரைத்தழுவும் அசைவு சாவின் நிசப்தமா யிருந்தது. அரித்த உடல் கூடுகளில் வளைந்த எலும்புகளில் உலகின் புதிரான வரைபடம். அறுந்த கடல் வாலாய் துடித்த

தனுஷ்கோடி ரயில் ஹோ... ஹோ... யென அலறும் இருட்டு. அலைமேல் சுழன்றுவரும் விநோதப் பக்கங்களில் அரேபிய நாடோடியின் குறிப்புகள் கற்களின் வட்ட எழுத்து சிதிலக்கல் வரியில் பார்த்த லிபிகள் ஊமை மீன்களின் துயரத்தில் சப்தமிட்டு மெல்ல ஊர்ந்து காதுகளில் கொஞ்சும் குரல்கள். ஈரக்காற்று ஊளையிட்டது. குளிர்பதன அறையில் வைக்கப் பட்ட பஞ்சமாபூதத்தின் கனவு உயிர்த்திருக்கும் வரிகள். இடமற்று ஓடிய பாதைகளில் அவன் நின்ற நகரமான அலாதித் தனுஷ்கோடியில் நீர் வீதிகள் பார்த்த பழுப்பு ரயிலில் இறங்கிய அகதிகளை நகரின் புதைபேழைகள் மீது அமைத்த கூடாரங்களில் அடைத்திருந்தனர். கயிறுகளில் கட்டித்தொங்கும் தலை களுடன் இறகுபறித்த மனிதஉரிமை களோடு பாதுகாத்த துருப்புகள். உறைநிலையிலிருந்த சில நிமிஷங்கள் உள்ளே பல வருஷங்களாக மாறி அகதிகள் முகாம் கோழிப் பண்ணையாக உருமாறியிருந்தது. பெண் அகதிகள் உடல் மீன் வலையால் மூடி திறந்தவெளியில் விடப்பட்டிருக்கும். வகைவாரியாய்ப்பிரித்து தனிக்கூடு களுக்குள் ரெக்கை படபடக்க தலைகீழாய் கட்டியிருந்தது பொது பலிபீடங்களில். காவல் துருப்புகளின் சாம்பல் துப்பாக்கிக் குழல்கள் ஊளையிட்டன கோழிகளைப் பார்த்து. அதிகக் கதிர் வீச்சில் எரியும் விளக்கு ஒளியுள் தலை நீட்டி வரிக்கொண்டைகளை அசைத்துப் பார்க்கிறார்கள். பைத்திய மான யுவதி உயரமான சேவலின் கழுத்தைக் கட்டித் தழுவிய வாறு அதன் கோர அலகில் ஊஞ்சலாடுகிறாள். இடை விடாத கலவியில் மயங்கிய சேவலும் யுவதியும் நீண்டு வளரும் சேவல் கழுத்தில் ஸர்ப்பமாய் பிணைந்து நடுகற் களில் செதுக்கிய வீரர்களின் கல் பார்வையை ஆட்கொண்டு பெருங்காமத்தில் துடிக்கும் அரக்கநடு கற்களின் லிபிகள் தானே பேசத்துவங்கி சேவல்கள் தானே போய் காவு முள்ளில் உடல் புதைந்து சாவு மௌனத்தில் குருதியுமிழ்கின்றன புராணங்களின் வாக்கில் உள்ளவாறு. அலையடித்து சிதறித் தெறிக்கும் கல்தூண்களிலிருந்து மரணமெய்திய யுவர்கள் இராவெள்ளியுடன் காத்திருந்தார்கள். சேவல்பெண்ணை

தனிமையில் சந்திப்பதற்காக. கழைக்கூத்தாடியான சேவல் பெண்ணின் முகத்தில் கருமை குடித்த கண்கள் படமாய் நெளிந்து பாம்புச்சட்டையுள் புகுந்து உடல் கண்ணாடியின் பார்வையால் கடலையே வசப்படுத்தி அலைவீச்சை நிறுத்தி சப்தாசரத்தைக் குடித்து நிசப்தத்தில் மூழ்கடித்தாள் கடல் மந்திரத்தால். நெருப்பு உமிழும் தாஷ்டிகமான கொங்கை களை விரலால் திருகி அரிந்த பறவை முட்டைகளை வீசினாள் கடல்மீது. நீர் சுழியில் ஊடுருவிய சாம்பல் முட்டைகள் சுழன்று கருக்கொண்ட உலகங்கள் திசாதிசை களில் சீறித்திரிந்தன நிலப்பரப்பில். முட்டை ஓடுகள் கீறிய திசைகளில் வலிய பிடரியுடன் ஜனித்த ஈழாப்பறவைகள் அவள் திரும்பும் பார்வையில் பறந்து சரிந்து அவள் தோளில் அமர்ந்தது கால் வைத்து. விதவித உச்சிக்கொண்டையின் கருஞ்சிவப்பு தும்மர், யாக்கூத், வெளிர்அரக்கு பீலா, சேவல் தலைகளில் அசைந்தசைந்து பயமுறுத்தும். நெற்றியிலிருந்த சேவல் கொண்டைப்பூவின் மடிப்பில் கருங்கீரி, செங்கீரி, மிளகாய் பழங்கொன்றம், அசீல் ஒவ்வொரு இனத்தின் ரகஸிய அடையாளம். வெள்ளைச்சீதா, சடையபாளையம் நூழா, கள்ளக்கெட்டு கத்திகள் பாய்ந்து கூட்டம் வெளி யேறும் கோழிகளின் கத்தி சொருகிய வர்ணஇறகுகள் உள்நாட்டு இனத்தவை நூழா. மாறிப் பிறந்த கலப்பின மேனியில் பதித்த கத்திபட்ட அடையாளங்களில் மரண முத்திரை. நகரின் இடிபாடுகளின் மேல் காவல் காக்கும் சண்டைச் சேவல்கள் மஞ்சள் அலகு திறந்து கொக்கரித்தன சீட்டு விளையாடும் துருப்புகளைப் பார்த்து. கழைக்கூத்தாடி டேரட் கார்டுகளை போட்டுக் குலுக்கியவாறு வலம் வந்து கொண்டிருந்தாள் முகாமைச் சுற்றி. நடக்க இருப்பதின் முன்குறிகள் கூறிச் சிரித்தாள். சேவல் பண்ணையில் ரத்தம் பூசிய வட்டத்திடலில் மூணுசீட்டு ஆடும் கிரிமினல் காவலர்கள் மற்றும் நேசத்துருப்புகள் பரிமாறிக்கொண்ட திருட்டு கட்டு வைத்தும் அகதிகளின் குடலில் அறுத்தெடுத்த தானியங்களையும் பொற்காசுகளையும் சூதுமேஜையில் கடல் உலாவி நீந்தும் பாபர் வளர்த்த அசீல், ஹெதர் ஜாவா

கத்திச் சேவல் வர்ண இறகு தூக்கி விரித்து விசிறி உரசும் சேவல் கட்டு. நேசநாடுகள் இரண்டுக்கும் இடையில் வெற்கால் போர் முடிந்து சூரிமுட்கள் கட்டிய மஞ்சள்கால் கரணையில் தெறித்த இனரத்தம் குமுற வெறிபரக்கும் வதைமுகாம். சேவல்கள் மீதும் அவற்றின் ஒய்யாரக் கொண்டைகள் மீதும் பணம்கட்டி கத்திக்கட்டு யுத்தம் நடந்த எல்லைகளில் தெறித்த அகதிப் பெண்களின் குருதி யின் மறைமுகப் பாதைகளில் வெப்பமான அதிர்வுகள் முகாம்களைத் தாண்டி தனுஷ்கோடி வீதிகளில் உலவியது. முகத்தொலியை சிராய்த்தும் கத்திக்கீறல் குத்துத்துளை களில் கசிந்த வீடற்றவர்கள் உதிரம் கல்வில்லில் தெறித்து புராணம் சிலிர்த்தது. நாக்கை நீட்டி கட்டுக் கத்திகளை உடலில் பாய்ச்சி குருதியுற்ற சேவல்கள் சரிந்து குதித்து ரெக்கை வெட்டி சடசடத்து கிறங்கி குளிர்ந்தது உயிர். அகதியின் ஒவ்வொரு மரணமும் லட்சம் கழுமுள்ளால் குத்திட்டு நின்றது ஏனோ.

மஞ்சள் கரண்டி மூக்கில் விடும் சிறு மூச்சின் அதிர்வில் குழந்தைக் குரல் கொண்ட பேதை வாத்துக்களோடு அலைந்து திரிந்த பைத்தியக்காரிகளையும் கொண்டு வந்தார்கள் தனுஷ்கோடிக்கு. நீளமான கழுத்தில் இணைந்த பெண்கைகளும் வாத்துக் கழுத்தும் வடிவொத்த சித்திரமாய் கூடாரத்துள் கலந்திருந்தனர் மறைந்து. பேதைவாத்துக்களின் நீட்டிய கழுத்திலிட்ட இரும்பு வளையங்களின் அடிமை சாஸனம். மடவாத்தின் சாந்தமான கண்களிலிருந்த சாதாரண நியதியை அழிக்கமுடியவில்லை எவராலும். குள்ளக்கால் களிலிருந்த நட்சத்திர விரல்கள் பதித்த சுவடுகளில் அகதி களின் அடையாளம். பழுப்பு நகருக்குள் படைபடையாய் அழிக்கப்பட்ட வாத்துக்களின் கண்கள் மிதக்கின்றன கடல் மீது. அவற்றின் பார்வைகொண்ட நீல ஒளி கடல் ஆடிகளில் சுழன்று உயர எழுந்து நீல அலைகள் சுருண்டு மடிகின்றன நட்சத்திர ரேகைவிரல்களில். மஞ்சள் நட்சத்திரவிரல்கள் அடுக்கி அடுக்கிப்போன பாதையில் மடிப்புமடிப்பாய் செல்லும் அலை. அறுபட்ட மீன் தலைகளை முகமூடிகளாய்

அணிந்த சேவல்கள் மதில் மீது அமர்ந்து பார்க்கின்றன தனுஷ்கோடியை. மீன்கண்களின் கபிலநிற சுழல் பாதையில் ஆதியின நூழா வகை கழுத்து வளைந்து அலகு நீட்டிப் பயத்தில் துணுக்குறும் நிசப்தம். நகரை ஊடுருவிச் செல்லும் கொக்கித்தலை வாத்துகள் குழந்தைக் கால்களை அசைக்கும் துயரமான மணல்படுகை. இல்லை யாரும் அருகே. ஆளற்ற வெறும் நகரில் மரபுரிமையிழந்து உயிரோடு புதைந்த அகதிகள். பஃறுளி ஆற்று பொன்றச் சேவல் வந்திறங்கிய படகுகளின் சாம்பல் வானம் முழுவதும்வெளிறியது. சொந்த இனக்கோழிகள் தலைமீது பொருந்திய மீன்முகமூடிகளில் பழந்தீவுகளில் இருந்த மொழியின் வரி. அரக்குச் செவுள் திறந்த மீன்முகமூடிகளின் சித்ரவதை முகாம்களில் மீன் முள்ளில் கழுவேற்றும் படலம். விசிறிய செவுள் அடுக்கில் நினைவுகள் சுருங்கி விரிந்து மூச்சுவிட மாற்றிக்கொண்ட முகமூடிகளில் அதிரும் சாவு. ஒவ்வொரு நிமிஷமும் பதைப்பு. விதிவசத்தால் நாடு கடத்தப்பட்ட குழந்தைகளுடன் தனுஷ்கோடி ரயிலில் உலவும் சாம்பல் ஆமைகள் நீந்திச் செல்லும் பழுப்புரயில் கடல் மடுவில் புகுந்து மறையும். நீர்மூழ்கிய ஸ்டேஷனில் சிதிலமான பெட்டிகளில் புயலில் சிக்கிய குழந்தைகள் மரங்களாகி அசைந்து அழைத்தவாறு முணுமுணுக்கிறார்கள். பச்சைக் கபாலங்களில் விழித்த கண்கள் வேறுமுகமூடி இனத்திலிருந்து அறுத்து உருமாறும் இனத்தில் பொருந்திய கழுத்துடன் தைக்கப்பட்டிருந்தது முகமூடி. மணல் மேடுகளில் முகமூடிகளின் கூக்குரல். எங்கிருந்தோ சுழலும் குரல்களின் அனாதித்துயரம் மணல் சுற்றிப் படரும். கூட்டமாய் நீட்டிய கழுத்து நீண்டு வாய்திறந்து அலறும் சிதிலங்களின் கீறல் ஒலி. செந்நாவுகள் சுழற்றி எரிந்து பரவும் நெருப்பின் ஆடல். வா...வா...வென அலைகள் மேல் சுருண்டு கவ்வும் கால்களை. விரைத்த மஞ்சள் நிற நட்சத்திரப் பாதங்கள் நீரில் மிதக்கின்றன உறைந்த நினைவுகளில். கொக்கிகளாய் கழுத்து வளைந்து தொங்கும் அசைவில் சாவு. கூட்டம் கூட்டமாய் கழுத்தை நீட்டி சோக நாடகத்தில் அசீலின்

உரையாடல். ஈயபெயிண்ட் அடித்த கோழியினத்தை பிரத்யேகக்கூண்டுகளில் அடைத்து துப்பாக்கிரவைகளை ஈயத்துகள்களை இரையாகத் தூவினார்கள் நேசத்துருப்புகள். மஞ்சள் அலகுதிறந்து நாக்கை நீட்டி கொக்கரிக்கும் தொல் இனப் பொன்றச் சேவல் கழுத்தை நீட்டி நடமாடும் முகாம் களைச் சுற்றி கம்பிவலை அடைத்து தீவனச்சாக்குகளில் சேவகர்கள் தூவிக் கொண்டிருந்த இரைத் தவிடு சிதறிய தூசுப்படைக்குள் சிவப்புக் கொண்டைகள் அசையும். வட்டக்கண்களில் தெரிந்த சாவின் வசீகரத்தில் இருள் துகள்களை மரண ஒலியுடன் கொறித்து அங்கும் இங்கும் சுற்றி நடமாடும் இருளின் கால்கள். அகதிகள் முகாமில் ஆதியின அசீல் சேவல் தனித்து அடைபட்ட சல்லடை வலைக்குள் அதிக வெளிச்சமுள்ள மின்விளக்கடியில் மேஜை மீது நின்று சிதறிய விநாடிகளை கொத்திக் கொத்தி தலைதூக்கிப் பார்த்து உஷாரடைந்து விரையும் துருப்பு களுக்குக்காவு கொடுத்து நேயவிருந்து மேஜைகளில் அமர்ந்த கிண்ணங்களில் நீர் பருகின அண்ணாந்த சேவல்கள். தினம் பழுப்பு முட்டைகள் விளையாட்டுக் கைத்துப்பாக்கி குறுத்து எலும்புகளில் நர்த்தனமிடும் முட்டைக்குள் கண்திறவாத குஞ்சின் பாடல் விடுதலையில் கீறல் விட்டு வெளிவந்து விடும். தீவின் தனிமையில் கீறிப்பறக்கும்.

மாயத்தைப் பிரிக்கும் சாம்பல் கத்திகளில் துரோகத்தின் கண் பளிச்சிடும். பின்னோக்கிச்சுடும் துப்பாக்கிகளின் உறுமல். முட்டைகள் உள்ளிருந்து பாயும் கடலைக் கிழித்து நீரில் புதைத்து பிறந்துவிடும் நீர்கோழியின் அனாதித் துயரம். வெளியில் மிதக்கும் விலாவில் கசியும் பறவைகளின் ரத்த வாடை கண்ட கருப்புபூனைகள் வாலைப்பரசி முகாம்களுக் கிடையில் அலைவுறும் கண்களின் சந்தேகங்கள்.

துருப்புகளின் அமைதித் துப்பாக்கிகளுடன் இந்தோ-சிலோன் போட்மெயில் அதிர்வுகளில் தப்பி மறையும் முகங்களில் எழுதப்பட்டிருந்த வார்த்தை 'அகதி', இறந்த மீன் கூடைகளுடன் கடத்தப்பட்ட ரகஸியக்கடிதம் பெயர் தெரியாத பெண்ணின் முகத்திலிருந்த மருட்சியில் கடலுக்கு

அப்பாலிருந்த தேசத்தின் இருள். இந்த இரவில் காலியாக இருக்கும் ரயில் பெட்டிக்குள் எரியும் மங்கலான டியூப் விளக்குகளின் தனிமை. பாம்பன்பாலத்தில் செல்லும் எஞ்சின் ஹெட்லைட் மஞ்சளாய் நீண்டு முன்விழுந்த வெளிச்சத்தில் மணல்மேடுகளும்கூட நகரும். வந்த அராபியனின் இறகுவிரல் எழுதிச்சென்ற குறிப்புகளில் தனுஷ்கோடி ரயிலின் பழுப்புநிற வரை உருவம் சித்திர வரிகளில் முடிவற்றுப் புரண்ட பக்கங்கள் பாம்பன் பாலத்தின் மீது மேல் வந்த் நீர் சுழிகளின் பாடலை இளகிய நாவினால் அராபிக் ஒலியசைகளில் கீறிக்கொண்டிருக்கிறான். பாத வடிவத் தீவின் வரைபடத்தில் ரேகைச் சுழிகளாய் நீர் தடம். சேதுபுராணத்தின் நிலத்தோற்றங்கள் நீர் பறவை களாய் தலைகீழாய் பாய்ந்து ரயில்ஜன்னலுடன் சேர்ந்து மிதக்க அவற்றின் கண்களிலிருந்த தனுஷ்கோடியின் மறை பொருளான இழந்த சொர்க்கம். நிலப்பார்வையில் மேல் வந்த கரும்பனைகளும் வெண்ணிற மணல்பாடுகளும் ஊடே செல்லும் பாதங்களின் தனிமையும் வந்தவனை ஆட்படுத்திய ஓலைகளின் உரசலில் உதிர்புராண அசுரர் காவியம் வில்லாய் பூமியை வளைத்து விண்...ணென்று தெறித்த முட்டைகள் உலகங்களாய் சுழன்று கிரகராசி களோடு எரிந்து பறக்கும் தனுஷ்கோடிமுனை. தூரதூரமாய் நின்றபனை முட்டிகளின் புலம்பல். ஒவ்வொரு மணல் மேட்டிலும் புதைந்த பானைகளில் மர்மப்பூச்சிகளின் சுழல் இரைச்சல். கேங்க் கூலிகள் தண்டவாளங்களை மூடும் மணலை இரவுபகலாய் அப்புறப்படுத்தும் அசைவு. இரும்பின் ஓசை எங்கும். பனி கக்கும் மணல் முகத்தில் அகதிப் பெண்ணின் பதைப்பு. இருப்பதற்கோ என்ன ஏதென்று தெரிந்துகொள்ள முடியாத தொலைவுக்கு தொலைந்துவிட்ட அராபியன் திரும்பவும் இரவிற்சொன்ன அராபியக் கதைகளின் போக்கில் கடந்து கொண்டிருந்தான் புரானிக நிலப்பரப்பை.பெயர்மாற்றி அழைக்கப்பட்ட அவளை வேறு பேரில் கூவினான். திரும்பிப் பார்க்கிறாள். நீர்மேல் பெரிய முள்சுமந்த மீன்கள் உலர்ந்த எலும்புகளாய்

நீந்தி வருகின்றன அவனை நோக்கி. செத்த மீன்கள் குத்தும் ஊசி ஊசியான முள்ளின் அருகில் சாவின் அசைவு. சாவைத் தள்ளிப்போடும் கடற்பயணத்தின் அதிசய வர்ணங்களை தனுஷ்கோடி வில் வர்ணங்களாகத் தீட்டி மறுசொல்லில் புத்துருவாக்கமடைந்து கொண்டிருந்தது அராபியப் பேழை. பெரும்சத்தத்துடன் எஞ்சினிலிருந்து நீராவி பிரிந்து வெளிப்பட்டது. கடும் இருட்டு உறுமிய தனுஷ்கோடி ஸ்டேஷனில் இருள் வரையுருவங்களாய் யார் யாரோ காத்திருக்கிறார்கள் அராபியக் கதாச்சுருளுக்காக. துப்பாக்கி ஏந்திய எல்லைத் துருப்புகளின் கவனமான கண்களின் ஓரம் தப்பிவிடும் இருட்டில் மழை தூவிக்கொண்டிருந்தது சத்தத்துடன். இடையிடையே லாந்தர்களின் ஒளி அருகில் வருவதும் தொலைவில் தேய்வதுமாய் நகர்வு. முணு முணுக்கிறார்கள் சிலர். மணலில் பாதங்கள் பதியாமல் நடந்த கால்களின் ரேகையை படமெடுத்துக் கொண்டிருந்த நிபுணர்கள் மனிதநேயக் கூட்டமைப்பின் போதகர் சிலரும் குனிந்து மணலில் பிடித்த ரேகையில் தப்பியவர்களின் அடையாளம் பதிவதை நூதனக் கருவிகள் பதிந்து கொண்டே சுற்றியது கடற்கரையில். இந்த வெறுமையான ஸ்டேஷன் அல்ப்ரூனிக்கும் சேவல் பெண்ணுக்குமிடையில் அசைந்தது. மணல் காற்று எல்லோருடைய அர்த்தத்தையும் மூடிவிட மணலில் பதிந்த பெயர் தெரியாதவர்களின் சாயலை மணல் காற்று கிழக்காக அடித்துச் செல்லும். புயலால் சுழற்றி எறியப்பட்ட நகரம் பல்வேறு கண்களால் பார்த்தது. அந்த ஒவ்வொரு கண்ணுக்குள்ளும் மறையும் அகதிகளை தேடும் துருப்புகளின் இருள் காலணிகள் தனியே அசையும் மணலில். தனுஷ்கோடியில் விழுந்த நட்சத்திரங்களில் இருந்து பெயர்ந்து வந்த எலும்புகளால் ஆன நகரம் காரை உதிர்கிறது தீராமல். குடிமயக்கத்தில் தள்ளாடும் தனிமைக் கோட்டையின் துருப்பிடித்த ஆணிகள் பலகைகள் மரக் கதவுகளின் பித்தளைப்பூண்களின் களிம்பேறிய நிறங்கள் அசையும் துருப்பிடித்த பூட்டுத் துவாரங்களின் ஊளை ஓநாய்களின் மோப்பமான பாதையில் மீன் முட்களின்

கொடிய ஊசிப்பார்வை சென்றது எலும்புக் கோட்டைக்கு. திசா திசையைச் சுற்றி வளைத்த மதில்களின் உலோகக் குமுறல். கடல் கூம்புப் பவளப்புனல் சங்குகள் ஆயிரம் பேதங்களில் விசில் ஊதிய கற்றை ஒலி நூல்களில் தொங்கிய இரும்புத் தலைகளுடன் காவல் துருப்புகளின் கண்களில் புதையும் பார்வை. பச்சைக்கபாலங்கள் சுவர்களில் புதைந்து வெளியைத் தழுவும் அபாயமான காற்று.

அகலமான கதவுகளும் நங்கூரச் சங்கிலிகள் குலுங்கும் திமிலங்கத்தின் தாடை எலும்புகளால் கதவு நிலைகள் பொருத்தப்பட்டு கடல் பசுவின் துருத்திய பிடரி எலும்பு களாலான சாளரங்களில் தேயும் காற்று நிலை கொள்ளாமல் பேசியது. கடலடிக்கற்களின் ஓசை கோட்டைச் சுவர் சுற்றி எதிரொலித்தது. கடல் ராசிகளின் மௌனமான உரை யாடலால் தைக்கபட்டிருந்த அடுக்கு அறைகளில் ஆவிமீன் வேதாளங்களின் மொழியில் பாடியது தனுஷ்கோடி வில் அதிர்வை. பதினாறு தீவுகளில் இருந்த அசுரர்கள் அவ்வெலும்புச் சுவர்களில் உதிரும் புராணங்களின் துகள் களில் தங்கள் இனத்தின் வேதாளிகளின் காமத்தில் எரிந்து கொண்டிருந்தது தனுஷ்கோடி வளைவு. கடலில் மூழ்கி இறந்தவர்களின் கனமான சாவும் அமைதியும் உணர்வு களை ஊடுருவியது. பெருமூச்சுவிட்ட மதில்களில் உலகின் பாஷைகளால் செதுக்கப்பட்டிருந்த மந்திரவெட்டுகளை வந்த அல்ப்ரூனி வாஸித்தவாறு வரிகளில் அலைவுறும் வெண்ணிற என்புகளின் பழுப்பு நினைவுகளில் மூழ்கி மலைத்து மெலிந்துவிட்டிருந்தான். தோளில் ராஜாளி ஒன்று பாஷைகளின் ஒலித்தொகையும் தானே பரவி அலைந்தது மதில்வெட்டுக்களில். பொந்துகளில் வளைந்து கொக்கி மூக்கில் தொங்கும் ராஜாளி அராபியப் பேழை மீது காதல் கொண்டு ஐந்து நாளாய் மழை அடையடையாய் சாம்பல் கக்கி புயல் சுற்றி அடிபட்டுக் குடல் சிதற வல்லங்களும் லாஞ்சுகளும் வளைக்கச் சென்ற தோணிகளும் அடிபட்டு இழுக்கும் சாமச்சூறை சூறாவளியாய் சுற்றி ஊரழிந்த சருக்கத்தை சொல்லிவர தலைக்குமேல் நீர் புரண்டு

வந்த வீடுகள் புதை மணலில் முங்கியது. இடிமழைக்கு அசையாத சேதுப்பாலம் குமுறியது துயரத்தில். புயல் அலைகள் தாவி விழுங்கிய தனுஷ்கோடி மேல் எழுந்த எலும்புக்கோட்டை எல்லாஜீவனின் குரல்களால் அலறியது சன்னமாய். இரையும் ஊளையில் யார்யாரோ ஓடும் பதைப்பு. இரும்புப்பாலத்தை மடக்கி எறிந்தபுயல் கோட்டை முன் சுழன்று பாடியது. ஆங்காரவேகமுடன் வாரி அடித்த மணல் வாட்களின் வீச்சில் அசுரர்கள் வெகுண்டெழுந்து வில்முனையை உடைத்து வந்த குருதியின் ஞாபகம் புராணங்களில் ஊர்ந்தது. செத்த மீன்கள் நீந்தி வர அலையும் புயலும் தீராத்துயர்கொள்ள கிழக்கில் மணல் வீடுகள் கீறும் வளையர்கள். துருப்பிடித்த பூட்டுகள் அசையும் நிசப்தத்தின் நடுக்கம். கோட்டைக்குள் பச்சைக் கபாலங்களின் சிரிப்பு. சுண்ணாம்புச்சிப்பிகளின் முனகல். அசையும் கோட்டைக்குள் பதுங்கிய என்புகள் கொதிக்கின்றன இரைந்து. இருளாகவும் மழையாகவும் வந்த சாவின் சமீபத்தில் மதில்களின் திணறல். நிழல் கூட்டங்கள் பதுங்கும் தனுஷ்கோடியின் என்புக்கோட்டைக்குள் பலிபீடிகை. மூழ்கிய காப்பியங் களில் வரும் மூதோர் திரும்பத் திரும்ப பலிகொள்ளப்பட்டு குருதி வார்க்கப்படும் கழுமுள்ளில் அசுரரின் உதிரம் உவர் நீரில் கலந்து நீலச் சாம்பலாகிறது உதிர்ந்து. காணாமல் போனவர்கள் பற்றி சேவல்பெண் டேரட் கார்டுகளைக் குலுக்கி எடுத்த சித்திரத்தின் விதியை ஒப்பித்தாள் மெதுவாக. அவள் சொன்ன வார்த்தைகள் ரயில் முழுவதும் திரும்பத் திரும்ப ஒலித்தன ரகஸியமாய். சேவல் உயரமான கழுத்து நீட்டி கொஞ்சம் கொஞ்சமாய் வளர்ந்து பெரிதாகி தொலை தூரத்திற்கு நகர்ந்து கொண்டிருந்தது அவளுடன். இந்தக் கணத்தில் சற்றுச் சற்றாகப் போய்க் கொண்டிருந்தாள் அராபியனைவிட்டு. பாலத்தில் அதிரும் ஓசை எப்போதுமே பிரக்ஞையைத் தட்டுகிறது. ஒளி வருடங்களில் அதிரும் இரும்புப்பாலத்தின் அசைவு. தங்கச்சிமடம் ஸ்டேஷன் எங்கும் குத்திட்டு நின்ற பூம்பனைகளின் சாம்பல் உருவத்தில் இனசனங்களின் இருட்டு மணலில் நிழலாய் படிந்து கீறிய

ஓலை மடிப்பில் மணலின் வெண்ணிறம். குளுமையும் காற்றும் தூறலாய் மணலைத் தூக்கிச் சுழற்றிச் செல்லும் சுழிக்குள் வார்த்தைகள் மடிந்து நெளிகின்றன ஓசையாய். மணல் வாரிக் காற்றின் புலம்பல். நட்சத்திரங்களை மூடும் உயரத்தில் எழுந்த மணலில் உயரமான கழுத்தில் சுற்றிய சேவல்பெண்ணின் உரு தோன்றி மறைகிறது அங்கே.

சாம்பல்நிறத் தீவுகளில் இருந்த ஆமைகள் வெந்நண்டுகள் வரிச்சங்கு சிப்பிகள் மெதுவாக ஊர்ந்து முயங்கிப்புதைந்த அவள் உடலில் பாசிபடர்ந்த சிறுமிகளும் மீன்கன்னிகளும் செதில்முகச்சிறுவரும் ஒட்டி ஓசைப்படத் திரும்புகிறாள் கடல் ஆடியில் தெரிந்த சேவல்பெண். மனிதர்களின் விதி களுக்குப் புறம்பான நீர் அனந்தகோடி ராசிகளின் ஒலி நாவுகளில் அகம் கொப்பளித்து உயிரூட்டிய கனவு தனுஷ் கோடியில் அலைவுற்றது தீராமல். சேவல்பெண்ணின் உடம்பிலே நாடோடி ரத்தம் ஓடுகிறது. விசித்திரமான முத்துவெள்ளை நிறமாக அவள் இருந்தாள். காற்றும் கடலும் இசைத்த பின்னணியில் ஒலித்தமணி அதிரும் ஊசிக்கோபுரம் மணல்மூடிக்கிடந்தது. நாள் பூராவும் மணல் கரையில் சேதுக்கடல் குரல் தருவதையே கவனித்தவாறு புலம்பினாள். காதில் விழாமல் பாடும் கடல் மெதுவாக அலைகளால் அவளைத் தொட்டது. இரு பெரிய கரும் பாறைகளுக்கிடையில் உலர்ந்து கிடந்த அவள் சோம்பலான வெண்மணலில் அமைதியாக துயிலும் குழந்தையாக கிடந்தாள் காலமற்று. அவள் உடலை மிருதுவாகத் தொட்டுச் செல்ல, மறுபடி வந்து அவள் தலை முதல் கால்வரை தழுவிச் சென்றன அலைகள். வெளிர் நீலக்கடலுடன் கிசுகிசுந்துப் பேசினாள். ரகஸியங்களைத் திறந்து கொட்டியது கடல், சேவல்பெண்மீது. கொஞ்சிய கடலின் ஸ்பரிசமானது அவள் உடல் எங்கும் பரவி வெதுவெதுத்தது. வானம் இருண்டு அவள் தூங்கிக் கொண்டிருந்ததும் விழித்துக் கொண்டிருந்ததும் கலந்து மயங்கிய வேளை, சேவல் பெண்ணின் கண்களுக்கெதிரில் தூரத்திலிருந்து லட்சக் கணக்கான சிறு சுடர்கள் நகர்ந்து வருவதாக இருந்தது.

அருகில் வந்ததும் ஜுவாலையில் அசைந்து உயரம் வரை எழுந்து நீருடல்கள் ஆடின லயத்தில். ஒவ்வொரு சுடரும் ஒரு பெண்ணாக மாறியது. ஆயிரக் கணக்கில் பெண்களின் முகங்கள் இருண்டும் வெளுத்தும் பளபளத்த கடல்மேல் மின்னலாய் வெட்டிப்பிளந்து அசைந்தன விநோதமாய். சிறுசிறுகைகள் கடல் நீரில் அலைகள் மேல் தோன்றி அழைத்தன சேவல்பெண்ணை. திவலைகள் சுருண்டு உள்ளிருந்த முத்து வெள்ளைகள் திறந்தன கண்களை. வர்ணஜாலம் முத்துவெளிர் தேகத்தில். மீன் கன்னிகள் துடுப்பசைத்து கிசுகிசுத்தனர் சேவல்பெண் காதுகளில்.

வந்ததும் காணாமல்போன சிறுசுடர்கள் பாதங்களைத் தூக்கி அசைக்க விரல்களில் நெளியும் மீன் கண்கள் ஜுவாலை களாய் உறிஞ்சிய கருந்துளைகளில் சேவல் பெண்ணின் தன்யங்கள் திருகிய சாம்பல் முட்டைகள் கன்னிகளின் தோளில். உருண்டு நகர்ந்தன இடமற்று. கற்றை ஒளி இழைகள் புரண்டு சீவி வளைந்து கடல் கூந்தல் கொண்ட அலையலையான அப்ஸரஸ்கள் நடுக்கடலில் அசைகிறார்கள் மோனத்தில். அப்பாலிருந்த சாம்பல் தீவுகளின் கடல்மடு சுரந்த முத்து வெள்ளையில் உடல் கொண்ட ஒளிர்வு உயரம் வரை எழுந்து ஆட கடல்காற்றின் நூறு ஸ்வரக் கோர்வை பிரதிகொண்டு அலைந்தது அலைகளில். திருகிய தன்ய மயக்கத்தில் விசிறிப் பறந்த முட்டைகள் தொலைதூரக் கண்களாய் பார்வை கொள்ள கீழே நீர்நகரம் கடலடியில் ஊர்ந்து நகரும். தனுஷ்கோடி விளக்குகள் மேல் சிறுசுடர்கள் ஸர்ப்பங்களாய் விசும்பி எழுந்து நீரடி உலகில் மெதுவாய் செல்ல கூடவே ஆயிரம் கைகளுடன் துடுப்புகளின் சலம்பல். வீடுகளில் புதையுண்ட படகுக்காரர்கள் வளையர்கள் தீராத மீன்வலைகள் பின்னியவாறு மீன்கன்னிகளோடு உரையாடும் பாடல். ஒளிவிட்டுப் பிரகாசித்த அராபியப் பேழை திறந்த நகரின் மீது மேல்வந்த சிறுசுடர் விரல்கள் வெளிச்சத்தில் கீறும் கோடுகளில் இரவு வரிகள் கூம்பு களாய் உயர்ந்து மர்மமான கடல்ரேகை மணல் வெளியில். தனுஷ்கோடி மூழ்கிய நீர்விதிகளில் பசுமை உலகமானது

பத்தாயிரம் நுண்ணிய வாய்களால் குமிழ்மூச்சு விட்டன வீடுகள். துயிலமைதிகொண்ட நீரைத்தவிர வீடுகளின் கற்களாலான பவளஇதயம் சுழன்றது அலையாய். நீர் தேவதையின் வெண்ணிறமான தொண்டைக்குழியில் ஒட்டி இருந்தது கடல் சங்கு.

திசாதிசைகளிலிருந்து வருகிற ரயிலுக்காகக் காத்திருக் கிறான் அராபியப் பேழையுடன். குறிப்புகள் நிரம்பி வழியும் அவன் பயணப்பையில் உதிரும் கோடுகள் கைவிடப்பட்ட நகரின் அனாதியுடன். பலமுகங்கள் எட்டிப்பார்த்து அழைக் கின்றன சமிக்ஞையாய். எட்டிய நீர்வெளியில் மூழ்கிய நகரம். நீர் வீதிகளில் சிறுவர்களும் சிறுமிகளும் விடுபட்ட காலத்தின் துடுப்பசைத்து மீனுருவினராய் வயது வரம்பற்ற நீர் ஜன்னலில் எட்டிப்பார்த்து மௌனமாக உரையாடு கிறார்கள் கண்களால். முத்துவெள்ளைக் கண்களே ஆழத்தில் புதைந்து சிப்பிகளால் மூடியிருந்தது. கண்ணைக் குருடாக்கும் கொடிய இருட்டில் விளைந்த கடல்முத்து தானே திறந்த பளிங்குப்பார்வை நகர்ந்து செல்ல அவற்றின் ஊமையான பாஷைகளை ரயில் கதவுகளில் எழுதுகிறார்கள் சிறுமிகள். குகையுள் கிளைபரப்பிச் செல்லும் பழுப்புரயில் தாவரநீர் மட்டத்தின் வெளிர்தண்டுகளில் தலைகீழாய் நகர்ந்து ஊதும் விசில். இலைகளில் துயிலும் சிறுவர்களும் ஆமைக்குள் ளிருந்து வெளிப்பட்ட பிஞ்சுக்கரங்களும் தழுவிப் பிணைந்த மெந்நீரின் உயிர்ப்பசை பூசிய தனுஷ் கோடி ரயில் கருநீர் சுழிகளுக்குள் வளையும். தொடர் வண்டிக்குள் மீன்முகச் சேவல்கள் கூட்டமாய் அமர்ந்து இமையில்லாத வட்டக் கண்களுக்குள் பாழ் விதி ரேகை ஓடுவதை யாரோ கண்டு கொள்ள வளையும் கழுத்து திரும்புகிறது உள்ளே.

வளைந்து குலைந்த பித்த உருக்கொண்ட கல்லுருவான அவனைப் பீடித்த சேவல் பெண்பார்வை பின்தொடர தனுஷ்கோடி ரயில் நிலையத்தில் காத்திருக்கும்போது சில நேரங்களில் கடற்கரையிலிருந்து ஒரு சொற்றொடரானது நீரில் நழுவி ஊர்ந்து தெளிவில்லாத பேச்சின் தொனியில் கடந்துவரும். யாராக இருக்கும். திரும்பிப்பார்த்தான் ஊர்

சுற்றி. முன்பே தன்னைக்கடந்து போனவர்களிடமிருந்து நழுவி வந்த வாக்கியமா. வெறிச்சோடிய ஸ்டேஷனில் யாருமில்லாதபோது முடிவுபெறாத பிரிவுகளை கேவல்களை தனிமைகொண்ட ஸ்டேஷனின் புலம்பலை வாக்கியங் களின் மறதியிலிருந்து கொண்டுவருவது காற்றின் மௌன மாகத் தானிருக்கும். திறந்தகதவு வழியே காணாமல் போகிறார்கள். திரும்பவும் திறந்த கதவுக்குள் நுழைந்து காக்கி மஞ்சள் மர இருக்கைகளில் எதிரெதிர் பார்த்து தனக்கு முன்னே அமர்ந்து ஜன்னலோடு நகர்கிறார்கள் கடல் வெளியில். லட்சக்கணக்கில் நீர் இழைகள் சப்திக்கும் ஏற்ற இறக்கங்களோடு நீர்மேல் வகுந்து நுழையும் தனுஷ்கோடி ரயில். மணல்மீது நகரும் உரசல். திரும்பித் திரும்பி வரும் வில்முனையில் அதிரும் சாம்பல் முட்டை ஒன்றுமேல் ஒன்று சுழல்கிறது அதிசயமாய். காற்றை ஊதி ஊதி முட்டையின் அதிசயத்தில் கண்கள் விரிய ஏதோ தோன்றிவிடும் மர்மத்தின் பாதாளத்தில் தலைகீழாய் நகர்ந்து கொண்டிருக்கும் நூறு நூறு சக்கரங்களின் மணல் உரசலில் ஒளியும் ஜன்னல்களும் பார்க்க சுழிநீர் புகுந்து ஓலமிடுகிறது புயல். மறைந்துபோன தனுஷ்கோடி ரயில் நிலையத்தில் மீதமிருந்த சில கோடுகளில் மறைந்தவரின் ஓசை விட்டுக்கேட்டும் தேய்ந்தவாறு. அவன் மணல் அருகில் புதைந்தவர் ஓசையைக் கேட்டான் மறதியிலிருந்து. கரைந்து படிந்த மணல் வடுவில் தேயும் நுண் எலும்புகளின் ஓசை வருஷங்களுக்குப் பின்னே அலைவீசிச் சுழன்று வரும். ராட்சஸக்கல்லறை அவர்களுக்குள் மொத்தமாய் பதிந்த ஈமப்பேழைகளில் பதிந்த தனுஷ்கோடியின் வில் எழுந்து அதிர்ந்து பாய்ந்து செல்லும் பழுப்பு முட்டைகள் திசாதிசை நகரங்களாய் சுழலும் வெளி. கல்வில்லில் வரிகொண்ட ராவணம் கொதித்துச் சீறும் நரம்புகள். புராதன எலும்பு களின் ஆழ்ந்த அமைதி கலங்கப்படாமல் துகள் துகளாய் வெடித்த நகரின் மீது எலும்புக்கோட்டை தனிமைகொண்ட வெறுமையில் காவல் புலிகளுடன் காத்திருக்கும். உள்ளே பலிபீடிகையில் ஊறும் ரத்தம் இடைவிடாமல் உரையாடும்

சுவர்களுக்குள் அரக்கர் கபாலங்களின் ஊளை. பழம் போராளி களின் எலும்புகளைத் திருடும் கள்ளர்கள் இரவெல்லாம் கோட்டைக்குள் ஊர்ந்து தோண்டும் இரும்பு ஓசை. எலும்பு களின் ஞாபகங்கள் நீர் வீதிகளில் உலவிவரும் வேளை உப்புடன் கலந்த நீராய் புராணவரி படிந்த பாழ்நகரின் இடிபாடுகளில் கடல் தேவதைகளால் பேசப்பட்டு நீர் ராசிகளின் செவுள்களில் சேகரமாகும். பாணவர்ஷங்கள் பாய்ச்சிய புராணஉடல் புதைந்த ராட்ஸதக் கல்லறைகள் தனுஷ்கோடிக்குக் கீழே.

தனுஷ்கோடி ரயிலில் வந்த நேசதேச எலும்புகளைப் பிரித்து ஈமப்பேழைகளில் வைத்து கபாலங்களைக் கழுவிக் கழுவி மந்திரத்தை பூசினால் முறுக்கும் பேழை திறந்து எவையெவற்றின்சாயைகளோகடந்து போகின்றனஇருட்டில். கிழக்கில் வெகுதூரம் போய் சூனியக்காரிகளை அழைத்து வந்து ஈமப்பேழைகளில் மறைந்து கொள்ளுமாறு சடங்கு களில் எழுதப்பட்டிருந்தது. ஆழ்துயில் கொண்ட நீரில் நட்சத்திரங்களும் நகரவிளக்குகளும் பாய்மரக்கூட்டமும் சிறு துயிலில் மயங்கும் வெளிச்சம். தலைசுற்றும் தொலைவைக் கடந்து வெகுதூரக் கோளினுடைய நெருப்பு ஊசிகளை கையில் வைத்து கிழிந்து கந்தலான நகரின் அதிசயத்தைத் தைக்கும் சூனியக்காரிகளால் பீடித்த வெறுமை குடிகொண்டிருந்தது தனுஷ்கோடி. வெள்ளிக்கண் கொண்ட அவர்கள் ஊசி ஒளியால் கோர்க்கும் கடல் முத்தின் பழுப்பு வெளிச்சத்தில் நிசப்தமான கடல். வெள்ளை மணல் ராட்ஸத சுறாமீன் எலும்புகள் மணலில் கலந்து பிணைந்த ஊழியிலிருந்து மணலையும் சுறா எலும்பையும் பிரிக்கும் நிலவு காயும் மயக்கத்தில் கரிய கடலின் வட்டமான கருவிழி நகர்ந்து மெல்ல நீளும் கடல் துயரம். எலும்புத் துகள்களில் பிறை ஒளிநகர உள்நாட்டு யுத்தத்தில் கொண்டு வரப்பட்ட சிதைந்த போராளிகளின் சமீபத்திய துகள் உறுப்புகள் மின்மினிகளாக மணலில் ஊர்ந்து இறந்தவர்களின் ஒளி மிளிற்றும் தனுஷ்கோடி முனை.

மின்மினியின் நிழல்கூட மின்மினிதான்.

சூனியக்காரிகளின் கையிலிருந்த யுத்த வாக்கு உவர்நீரில் கலந்து உதிரவாசனையாய் ஏதோதோ பழம் நினைவு களைக் கூற தீவுகளில் மறையும் கன்னி மீன்கள். கல்லறைப் படிவங்களின் மீது அமைந்த தனுஷ்கோடி நகரின் வீதி களுக்குள் புகுந்த கருநீர் இருட்டாகி மையுறும்.

இருளில் நகரும் கோடுகளில் பயணமான ரயில் தொலைவில் பாம்பன் பாலத்தில் நகர்ந்துவர தண்டவாளங் களில் சீறும் ஒலி ஒளிவருடங்களுக்கு முன்பிருந்த நீர் ராசிகளின் நாவுகளாய் சுழல் கொள்ளும். போட் மெயில் வந்து சேரும் நேரத்தை அனுமானிக்க முடியவில்லை. தனுஷ்கோடியில் கடலுக்குள் துருத்திக் கொண்டிருக்கும் பாலத்தின் அருகில் சிறு லாஞ்ச் டி.எஸ்.எஸ். இர்வின் நிறுத்தப்பட்டு இருந்தது. கடலுக்கு அப்பால் செல்லும் செட்டிநாட்டு வியாபாரிகள் வழக்கமாக தங்கும் விடுதியில் நிழல் தங்கியது. வெறிச்சோடிய ஸ்டேஷனில் காற்று வரும் புகைச் சுருள் மணல். நகரும் மணல்மேடுகளின் உயரத்தி லிருந்து திகைத்துவரும் போட்மெயில்.

கடல்வெறி கொண்ட நாய்கள் நின்று போயிருந்த மணல்மேடுகளில் விதம் பல மணல் உருளும் ஓசையைக் கேட்டவாறு சென்று விடுகிற துகளை பின்தொடர்ந்து ஓடி வருகிற வேகத்தில் கடல்நாய்களின் ஊளை சுருண்டு எழுந்து மணல் சுருட்டுகளாய் சுழற்றி இடிபாடுகளில் செங்கல் சுவர்கள் ஊடே துளைக்கும் ஜன்னல்கள் விரைந்து வருகிற வேகத்தில் மணல் வெறிச்சோடிய தனுஷ்கோடி ரயில் நிலையத்தில் காத்திருந்தான் அல்ப்ரூனி. உயரம்வரை அலைநீட்டி எழும் கடல் ஆடிகளில் சேவல்பெண் தோன்றி ஆழப்புதைந்தவாறு நீரின் இருட்படலத்தில் சிரிக்கிறாள். கருநீர் ஆடிக்கு அருகில் போய் மெல்ல தொட்டு தாளமிடு கிறான் அவள் உடலில். நீர்ப் பதிகத்திலிருந்த சேவல் பெண்ணின் மெல்லிய உடலைத்தூக்கி தழுவ அவள் உருமாறி வேறு பெண்ணாகிறாள். உடனே கலவரத்தில் திரும்பவும் அவளை நீர் ஆடிக்குள் விடுவித்து பைத்தியம் பிடித்த காற்றில் படபடத்து நிற்கிறான் அல்ப்ரூனி.

திரும்பவும் அடிவானில் கோடு கோடாய் அலையும் நீர்ப்பதிகத்தின் வசீகரத்தில் அவளை நோக்கி ஓடுகிறான். சுழல் சுற்றுடைய அலைகள் அவனை வெளியே தூக்கி தத்தளிக்கின்றன தழுவி. திரும்பவும் வெறிச்சோடிய ஸ்டேஷனின் கருகருப்பான இரும்புக் கோடுகளில் விறைத்த ஸ்லிப்பர் கட்டைகளைப் பார்க்கவும் எல்லாம் உறைந்து விட்ட நிலை. வெறும் ஆடி மட்டும் கடலில் தோன்றி சாம்பல்தீவுகளில் இருந்த பவளப் பாறைகளில் புராண காலச் சொற்களின் ஒழுங்குவரிசையில் புதிரும் ஒளியும் நிழலும் பின்னிப்பிணைந்த சாம்பல் ஆமைகளும் பழுப்புக் கோரைகளும் மூடி மண்டிய சேவல்பெண் உடல் பச்சையாகி அவனை அழைக்கும் கண்ணாடிகளின் சமிக்ஞை. பவளச்சிப்பிகள் ஊர்ந்து வருகின்றன அவனைநோக்கி. நீர் மடிப்புகளில் மாறும் பலமுகம் கொண்ட சிறுசுடர்கள் நெளிந்து மேல் சுழித்து குமிழ் நெருப்பு உள்பரவ எல்லா மனிதரின் சாடையும் சேவல்பெண் முகவெட்டில் தோன்ற வெட்கத்துடன் வெறிக்கிறான் ஆடியை. தனித்தனியே சூழ்ந்த பதினாறு தீவுகளின் பாகமாக மறைகிறாள் சேவலோடு பிணைந்த யுவதி. அவள் உருவத்தில் கிறுக்கிச் சென்ற பவளப்பூச்சிகளின் விரல்அடுக்கில் கடலின் மர்மமான வரைபடம். குருசடைத்தீவை நோக்கித் திரும்பிப் பார்த்தான் ஸ்டேஷனிலிருந்து. சேவல் பெண்ணைப் பின்பக்கமாகத் தொட்டுத் திரும்பும் பார்வையிலிருந்து விலகி விலகி மணலில் சரிந்து விழுகிறான். கச்சத்தீவு நண்டுகளாக உருமாறி மூழ்கி மேல்வர வரைபடத்தில் மிதக்கும் தீவுகள் பதினாறும் புராதனக் கடல் விலங்குகளாக மூழ்கி மேல் எழும்பி சீறி உமிழும் ஜுவாலையின் வெளிச்சத்தில் தனுஷ்கோடியின் அடியில் அரிக்கப்பட்ட பாதவடிவத் தீவின் விரல்களில் படிந்த கோடுகளில் வளையும் கரு மணல் வரிகளில் அதிர்கிறது சூறை. கிளிஞ்சல்கள் பாசி படர்ந்த இடிபாடுகளுடன் மனிதரை இழந்த அகாதத்தில் சூல்கொண்டு வளைந்த மணல் பரப்பு. அதுவரை புலப் படாதிருந்த எலும்புக் கோட்டையின் சித்திரம் அழிந்த

கல்விதானத்தில் நண்டும் ஆமையும் முள்ளானும் கீறிய வரை உருவக் கூம்பின் புனல் ரூபத்தில் மீண்டும் உருவாகி யிருந்தது தாவரவில் அதிரும் தனுஷ்கோடி. நீர்வீதிகளில் ரயில் வந்து கொண்டிருந்தது குழந்தைகளோடும் கோரைப் பூச்சி நண்டுகளின் கால்களோடும். அனந்தகோடி நீர் புழுக் களின் நிசப்தமான ஒளியுடல் நெளிந்து ஆடும் நாட்டியத்தில் குட்டித்தொடர் வண்டிகள் சின்ன உயிர் பசையில் லட்சம் நாக்குகளில் ஜுவாலை நடுங்க நீரை உறிஞ்சும் பூச்சித் தொடர். காற்றின் அழுத்தத்தில் விசில் பறக்கும் கடலின் மூச்சு சுருண்டு மேல்பரவும். கூடவே மிதந்துவரும் தீவுகள் விநோத நிறங்களாகி படர் பாசிகள் முளைத்து நீள இலைக் கற்றைகள் அசைய ரயிலுடன் சேர்ந்து சுழன்று வரும் நீர்பாதை. ஊமை வார்த்தைகள் நீர் ஜன்னல்களில் கசிந்து உவர் நீரில் கரையும் சப்தமே சிற்றலைகளாய் தேம்பும் உயிர்ப்பரப்பு. குழந்தைகளின் அதிசயமுத்து வெள்ளையான உடல்நீந்தி வண்டித்தொடரின் திறந்த கதவுகளின் மஞ்சள் பிடிகம்பிகளில் தலை தொங்கி கடல்பார்த்து கூச்சலிடும் சுழல். தனுஷ்கோடி ரயில் ஜன்னல்களில் உருளும் நிழல் கோடுகள் சப்தங்களுடன் வேறெங்கிருந்தோ தொலைந் துள்ள எந்திர அமைப்பிலிருந்து சுழல்கிறது.

கண்ணுக்குத் தெரியாத மாயங்கள் நிறைந்த மணல் இடமாறிக்கொண்டே இருக்க வேண்டும். மணல் கோடுகள் நிறைந்த நீர்மேல் கண்வைத்துப் பார்த்தான் யாத்ரீகன். மீனுருவான கண்களிடம் நகர்ந்து செல்லக்கூடும் கூம்பு வடிவ தனுஷ்கோடி. பிறந்ததும் வலையில் அகப்பட்டுப் போகும் மீனின் கண்களை உற்றுப்பார்த்தால் தெரிந்து விடும் தனுஷ்கோடியின் பழமையான உலகம். மறையும் தனுஷ்கோடி மீது எழுந்த காளான்களுக்குள் முளைத்த சேவல்பெண் இருட்டுக்குள் திரியும் மீன்களைக்கூவி அழைத்தவாறு உள் புகுந்த படகில் போகிறாள் தனிமை யில். கடல்கோடுகளில் நிழல்மீன்கள் வந்து அவளோடு பேசுகின்றன முணுமுணுத்து. நீர் பூடுகளும் மகிளியும் அடர்ந்து தாவர ராஜியத்தில் இடமற்று நகரும் தனுஷ்கோடி

நகரம். அதன் நீர்விதிகளில் அலைவுறும் சேவல்பெண்ணைத் தேடி தாவரராசிகள் படர்ந்து சுற்றிக்கொள்ள நழுவிச் செல்லும் துடுப்புகளுடனான பழுப்புப் படகில் அவள் சலனமடையாத நீரைக் கடக்க உடன்வரும் கூட்டமான நிழல் உருவங்களோடு மணலும் சேர்ந்து நகர்கிறது தேய்ந்தவாறு. சுறாவின் தண்டுவட எலும்பில் நீண்ட நிலப் பரப்பாய் வடிவடையும் தனுஷ்கோடியை நீருக்குள் ஓடும் ரயிலில் இருந்தவாறே பார்க்கிறார்கள். மூழ்கும் ஜன்னல் களில் சிறுமியர் முகங்கள். உயிருடன் இருந்த வீடுகளின் கதவுகளில் கடல்பசுவின் தந்தம் கைப்பிடியாக இருக்கும். மணல்கால ஜன்னல் உருளும் ஓசை முடிவில்லாமல் கேட்கிற சிப்பிகளின் கூடுகளில் புகுந்த நீர் உறுமியபடி ஆமைகளிடம் மிருதுவான விரல்கள் சாவதானமாய் அசைய தனுஷ்கோடி ரயில் ஜன்னல்களில் பிடித்திருந்த விரல்கள் அசைப்பது குழந்தைகளாகத்தானிருக்கும். திறந்த வெளியை பயங்கர சித்ரவதைக்குள்ளாக்கியது இழந்த பள்ளிக்கூடம் தான். கருங்கூரையின் கீழ் சிறுமிகள் துயில் கிறார்கள். இருளை நோக்கி முன்னேறி வரும் அலைகள் திறந்த கண்ணின் அமைதியில் பின்வாங்கி மடிகிறது மெல்ல. புலம்பலும் இரைச்சலும் நுரையும் பாடலும் மீன்முள்ளின் அடுக்கைக் கொண்ட விசில் கற்றையும் நொறுங்கிப்போன தனுஷ்கோடி ரயில் நிலையத்தில் அலைவுறும். தனிமையில் வந்தவன் தொலைதூரம் போய்க் கொண்டிருக் கிறான் நீர்மேல். அவன் கக்கத்தின் ஒருபக்கம் அராபியப் பேழை மறுகை இடுக்கில் தனுஷ்கோடியில் கண்டெடுத்த சேவல் பெண். எட்டிய கடல்பளிங்கில் ஸ்படிக அடுக்கில் நடந்து மறைகிறான்.

●

64

கிணற்றடி ஸ்திரீகள்

கண்முன்னே தோன்றித்தான் காணாமல் போகிறார்கள் ஸ்திரீகள். இப்போது அவர்கள் வசிக்காத அந்தப் பழைய தெருக்களில் செங்கல் சுவர்களைக் கடந்து அவ்வுருவங்கள் வெளிர் நீலத்தில் கரையும். சுண்ணாம்பு பழுத்த மாடிகளைக் கொண்ட அவ்வீடுகளில் தூங்காவிளக்கு கண்ணாடி பதித்த மரக்கூடங்களில் சுற்றும். தனிமையில் நிழல் படாமல் விழித்திருந்த சிறுவிளக்கின் ஒளி யாருமின்றி கண்ணாடியில் நீந்தும். மேலே படிந்த புகைப்படத்தில் யார் யாரோ மங்கலாய் தெரிகிறார்கள். உள்கூடங்களில் வரும் மரவாசனை யிலிருந்து ஸ்திரீகள் தோன்றினர். வெளுத்த கல்படிகளில் போன தடம் வழுக்கிவிடும். ஆனைக் கிணற்றில் வேதனை தரும் நிறத்தில் அரளிப்பூ கூப்பிடும். இருளில் புதைந்து கிடந்த உணர்வுகள் ஸ்திரீகளை ஊடுருவி தாபத்தை விரித்து ஆடும். வானத்தில் ஒரு சில வெள்ளிகள் தோன்றி கிணற்றடி ஸ்திரீகளை ஒளியால் தீண்டும். தாபமடைந்த பூச்சிகளின் இரைச்சல் வேகமடைய கிணற்றின் மௌனம் தாங்க முடியாததாகிவிடும். வெள்ளை அரளிப்பூ ஒன்று தாபத்தில் வெடித்து கீழே உருள்கிறது. சருகுகளுக்குமேல் பூ விழ, துக்கத்தில் ஒடிகின்றன சருகுகள். உருவங்கள் சிதைந்த தெலாக்கல் யாரைப் பிடிக்குமென்று தெரியவில்லை. அதிலிருந்த மூன்று துவாரங்களையும் ஊடுருவிப்பார்த்தால் காணாமல்போன பெண்களின் வழிகள் தெரியக்கூடும். அந்த நினைவுகளைப் பின்தொடராமல் இருந்தார்கள் பெண்கள். அகாலத்தில் நீர் எடுக்கப்போகிற பெண்களைப்

பற்றி எல்லோருக்கும் தெரியும். ஆனைக்கிணற்றைச் சுற்றி இறந்துபோன ஸ்திரீகளின் பேராசைகள் சுற்றி வந்து கொண்டிருந்தன. அடிப்பாறைகளில் உறைந்த அபிலாசைகளில் ஸ்திரீயின் குணம் மாறிவரும். ஒவ்வொரு ஸ்திரீயுமே ஆனைக்கிணற்றுடன் பந்தப்படுகிறாள். உறக்கத்திலும் அந்தக் கிணற்றுக் கல்லில் பதிந்த கல்யானையின் காதுகள் அசையும். யாரும் பார்த்திராத யானைக்குப் பெண்களைத் தெரியும். யாரும் பார்க்காமலே கல்யானையின் நினைவு வரும். ஒவ்வொருவரும் அதைக் கடந்தே போயினர். கல்யானையைத் தொடாமல் விலகி மறைகிறார்கள். அதற்குச் சொந்தமான கிணற்றை விடாமல் பற்றியிருக்கும். நீர் வற்றிப்போன இந்த நாட்களில் அடி ஈரம் கசிந்துகொண்டே இருந்தது. மற்ற எல்லாக் கிணறுகளும் தூர்ந்திருக்கக்கூடும். தொலைவில் அவற்றின் முணுமுணுப்பு வரும். சோகத்தில் ஆழ்ந்த யானையின் பெரிய உரு அசையாமல் நிற்கிறது எல்லையற்ற ராத்திரியில். இடம் பெயர்ந்தவர்களும் கல்யானையை நினைவுடன் கொண்டு போகக்கூடும். அதன் துதிக்கை நீண்டுவரும் கூடவே. எவ்வளவு இருட்டானாலும் அதன் கருமை வெகு ஆழத்தில் உயிர்கொள்வது.

சிறுவர்களையும் சிறுமியையும் கூட்டிக்கொண்டுதான் ஆனைக்கிணற்றுக்கு வருகிறார்கள் பெண்கள். குழந்தைகளின் கண்களில் விரிந்த சாதாரணமானவற்றிலும் விநோதங்கள் கூடிவிடும். தெரியப்படுத்த முடியாத வெளிச்சங்களைத் தன்னுள் கொண்ட கல்யானை சின்னச் சின்னதான கண்களில் தான் எல்லா மறைமுகங்களையும் ஒளித்து வைத்திருக்கக் கூடும். அதைக் கண்டதுமே ஸ்திரீகள் அலாதி அடைகிறார்கள். எல்லோருடைய மறதியையும் தலைகீழாக உணர்ந்தது கல்யானை. அதற்கான மணிகளை அது அசைக்காமல் இருந்தது. ஆனைக்கிணறு தன் அகால சப்தங்களால் ஆழமான பாறைகளுக்குள்ளிருந்த நிற அலைகளை வீசியது மனவெறியில். அதுவரையான கந்தப் பூண்டுகளில் கத்தரிப் பூக்களில் இருந்த நிறங்கள் பேதமடைந்து ஊரெங்கும் பரவி ஸ்திரீகளின் உணர்வுகளை ஆட்கொண்டன. ஸ்திரீ மனம் நீர்

முள்ளில் குத்திக் கிழிபட்டு நிறங்கள் உருமாறின. தாவரங்களின் பிரண்டைகளில் மயங்கிய நிறம் தோன்றும். எப்போதுமே காணாத உணர்வுகளுக்கு ஆளாயின கோரைகளும் நெருஞ்சிகளும். தூக்கத்திலிருந்த புல்நிறம் மாறி ஸ்திரீகளை எட்டிப்பார்த்தது. காணா நிறங்களில் வந்த உணர்வுகளுக்கு மாறினர். திரட்சியான கனவுகளை அடைந்த இரவு உயிர் வகையில் உரசிக் கொண்டிருந்தது. எல்லா ஸ்திரீகளும் அரளியில் வீசிய காந்த அலையில் பல முன் சொல்லப்படாத நினைவுகளை எட்டினர். இழுபடும் அலைகளில் ஊர்நிறம் மாறும். கூரைகளில் ஓடுகளில் வேர் குருத்துகள் வளர்ந்தன. நிறக்கிளைகளில் பாறைத்துகள்கள் பரவி வந்து கரையும். தெருக்களில் பரவிய பட்டைக் கற்களில் வறண்ட அலைகள் எழுந்து கரையாத காங்ரீட் சுவர்களுக்குள் பதுங்கிய கம்பிகள் முறுக்கேறிப் பெயர்ந்து கரைய கட்டுக் கம்பிகள் தெறித்து எல்லாப் பில்லர்களும் நடுக்கத்தில் உளறிக்கொண்டிருந்த வார்த்தைகளைக் கேட்டு ஊரிலிருந்தோர் நிலைகுலைந்து பிதற்றிக்கொண்டிருந்தனர். சிமெண்ட் கம்பிகளை வைத்துச் சுருட்டிய அலைகள் உடைந்த பைப்களுக்குள் புகுந்து எல்லா வீடுகளுக்குள்ளும் அசைத்தன. மின் கம்பிகளை ஊடுருவிய கிணற்றுத் தவளைகளின் குரல் சுருள்சுருளாகச் சுற்றிச் சென்று அறுபத்திநாலு ராகங்களாய் மாறிவிடும். பின்னோக்கித் திருகிய நட்டுகள் பயத்தில் கழன்று ஓடியது அலையில். கிணற்றைச் சுற்றிச் செல்லும் பழைய தண்டவாளங்கள். அலையில் பெயர்ந்த தண்டவாளங்களுக்குக் குறுக்காக தறையப்பட்ட ஸ்லிப்பர் கட்டைகளைக் கடந்துபோனரயில் தனிமையான சின்ன ஸ்டேஷனில் நின்று போயிருந்தது. ஸ்லிப்பர் கட்டைகளில் முறுக்கப்பட்ட நட்டுகள் மூச்சுத்திணறி ஆணிகளை வளைக்கும் அலை. திருகிச் சுழலும் நிறஅலை சூறையாக எழுந்து தந்திக்கம்பிகளில் அதிர்ந்து கொண்டிருந்தது தொடர்ச்சியாய். ஆழங்களில் இருந்த கல் அசைந்து வெளி வந்து கொண்டே இருந்த உராய்வுகளில் முன் நினைவுகளை வெளிப்படுத்தியது ஆனைக்கிணறு. வீடுகளுக்குள்ளிருந்த

நிலைத் தூணில் தட்டித் தட்டி விதவிதமான சப்தங்களைக் கேட்டனர் சிறுவர்கள். தரையில் அதிர்வதால் காதுகளை வைத்து ரகஸியமாய் ஓடும் அலைகளைக் கேட்கிறார்கள் சிறார்கள். அவர்களை அழைக்கிறது நீரில்லா அலை. தெருவின் எல்லாத் திருப்பங்களிலும் யாரோ வருகிறார்கள்; மறைகிறார்கள் அலையில். அவர்கள் யாரும் இல்லாமலே திரும்பத் திரும்ப இடங்களில் படும் முகங்களால் இடம் தன் வசீகரத்தைக் கொள்கிறது. வேதனை தரும் வெள்ளை அரளிப்பூவின் வாசனையில் சுண்ணாம்பு வீதியின் சாயைகள் படரும். தூக்கமயக்கமான அத்தெரு தன் சமீபத்தில் ஆள் நடமாட்டமின்றி நிசப்தம் கொள்ளும். நேரம் தவறி வந்த பாசஞ்சர் ரயிலில் இருந்து அந்தத் தெருவின் பூக்காரன் குடித்து விட்டுத் தள்ளாடி நடந்து போகிறான். வெறும் பார்வையில் அவனைத் தெரு பார்த்திருந்தது.

உயரமான காரை வீடுகளை யாரும் தொடுவதில்லை. ஊமைப் புறாக்கள் சில உயரத்தில் பதுங்குகின்றன. அவற்றின் துயர முனகலை தெரு கேட்டிருந்தது. யாரும் வசிக்காத உயரத் தெருவில் நடந்து கொண்டிருக்கும் வெகு சிலரும் கரைகிறார்கள் தொலைவில். மரப்படிகளில் ஏறி ஏறி மறைகிறார்கள். ஜன்னல்களில் இருந்த மரக்கதவுகள் கிர்ர்ர்ர்... ரென்று மறுப்பில் திறந்துகொண்டது. ஸ்திரீயின் கைகள் வருகின்றன. கம்பிகளில் தட்டும் ஓசை. இடை விடாமல் தெருவில் வருகிறாள் ஒரு ஸ்திரீ. சுவர்களில் ஊர்ந்து திரியும் பல்லி உள்ளிருக்கும் ரகஸியங்களை அறிய ஜன்னலில் திரும்பும். ஜன்னல் கம்பிகள் உருகி அழுது நிழல்வடிகின்றன தெருவில். சுண்ணாம்பு பெயர்ந்து உதிர்ந்த நிறம் வெண்படலமாய் மனதின் தோற்றம் கொள்ளும். தெருவில் மெலிந்த யுவன் ஒருவன் வீட்டுக்குப் போகிறான். அலைகளால் புரட்ட முடியாத தெரு நிழல்களில் ஸ்திரீயின் அரூபம் நிற்கிறது. கிணறு தன் வசிய நிறங்களால் பேசுகிறது நிழல்களுடன். இரவில் பதிமூன்று வெள்ளிகள் உதிர்ந்து விழுவதைப் பார்த்தவர்கள் ஆனைக்கிணற்றுக்குள் எட்டிப் பார்த்தனர். உதிர்ந்த வெள்ளி வால் முளைத்த பூச்சியாகி

கிணற்றுக்கு மேல் எகிறி கிணற்றின் கதைகளைச் சொல்லும். நீர் இழுக்கும் வாளியில் ஓர் வெள்ளிவால் தகதகக்கிறது. இடைவிடாது பேசுகிறது மௌனத்தில். கையில் அள்ளிய நீரில் வெள்ளிப்புழு நழுவி ஓடி எட்டிய சூனியத்தில் துளைந்து உள்புதைகிறது. வெள்ளிப் புழுவின் ஸ்பரிசம் அடைந்த ஸ்திரீ உடல் இளநீலத்தில் கரைகிறது. தொலைவில் ஓடிய வால்வெள்ளி அசைவதைப் பார்க்கிறார்கள் ஸ்திரீகள். அதன் வால் நெளிந்தபடி இருளில் கீறுகிறது. பிளவுபடும் இருளில் நெளியும் சுடர் பிரபஞ்ச அசைவில் நடுங்குகிறது.

நட்சத்திரங்களோடு ஊமத்தம்பூக்கள் தலை திரும்பு கின்றன. எல்லாம் கனவாக ஆகும். கண்களைத் துடைத் தாலும் கனவு ஒட்டிக்கொள்ளும். எதிரே கிணறு. வெற்று அலைகள் தெத்தும் ஆழங்களில் கனவு வரும். வெள்ளி மணல் உருண்டுருண்டு ஊரின் நினைவுகளை இழுத்துச் செல்கிறது. ஊருக்குமேல் விழும் வேற்று மணல் இருட்டில் புதைந்து அலையும். தெருவில் வந்துவிடுகிற மணலில் யார் யாரோ தோன்றி கிணற்றுப்பாதையில் மறைகிறார்கள். நீரில் தெரிந்த வெள்ளிப்பூச்சிகள் நீரில் கோலமிட்டவாறு கனவுக்குள் சுழன்று செல்லும். கனவுகளில் வந்த வெள்ளிப் பூச்சிகளை எல்லோருமே தொடுகிறார்கள். வெற்று அலைகள் வருகின்றன. கனவுக்குள் போய் மறைகிறார்கள் ஸ்திரீகள். வெள்ளிகள் கரையாத அலைகளில் சப்தருதுக்கள் சரிந்த படியே அலைகிறார்கள். உடம்பில்லாதவர்கள் கொடிப்பாசி யாக நீண்டு பாறைகளின் குரல்களாகி சுழன்று ஆழத்தில் செல்லச் செல்ல வெறுங்கிணற்றின் சருக்கத்தை கிணறே சொல்லச் சொல்லக் கேட்டிருந்தது ஊர். சுவர்ப் பாறைகளில் நிறைவேறாத அபிலாசைகளை ஸ்திரீகள் விட்டிருக்கக் கூடும். அதன் குரல்களில் மறைகிறார்கள் ஸ்திரீகள். என்றோ ஒரு பொழுதில் அமலை வந்து தன் சிநேகிதியை விசாரிக் கிறாள் கிணற்றிடம் ‘எங்கே என் செண்பா’ என்று. அடியி லிருந்த ஒளிமீன் துள்ளி மேல் வந்து ‘செண்பா செண்பா’ எனப் பேர் சொல்லி அவள் அபசருக்கத்தைச் சொல்லச் சொல்ல ஒளிமீனின் செதில்களில் கொடி படர்ந்து, தீவினைப்

பூக்களில் பதுங்கியிருப்பதாய் சொன்னது ஒளிமீன். அவளுக்காகவும் அவளுக்கு முன் மறைந்த மூத்தவள் அஞ்சனாவதி எனும் ரூபவதிக்காகவும் தன் படர்கொடி விரித்து காத்திருந்தது ஆனைக்கிணறு.

எல்லாக் காலத்திலும் வாழ்ந்த அஞ்சனாவதியைத் தேடுவோர் யாருமில்லை. கல்தச்சனின் ஒரே மகளான அஞ்சனாவதி பெரிய பெரிய பாதங்களுடன் பெரிய வீடுகளுக்கு நீர் எடுத்து கல்தொட்டிகளை நிரப்பினாள். அவள் சாயை படர்ந்த சமையலறையின் இருட்டு இன்னும் உயிருடன் இருந்தது. சுவர்க்கருப்பில் இருந்த அவள் விரல் தடங்களில் அவள் நடுக்கம் இருந்தது. காளியங்கோவில் பொந்துகளில் மறையும் கல் ஆந்தையின் குரலில் அவளைப் பற்றிய சாவு பயம் தொற்றிக் கொள்ளும். தகப்பனுக்காக நித்தநித்தம் காளிகோயிலில் விளக்குச்சரம் போட்டு கிளியாஞ்சட்டி தீபம் ஏற்றி உருகி மருகினான். பெரிய மொடாப் பானைகளின் சுமைதாங்கிக் குட்டையாக இருந்த அவள் உருவம் ஏனோ கிணற்றுடன் பதிந்திருந்தது. மற்றொரு வேளை வாழைத்தோட்டத்திலும் காய்கறிப் பாத்திகளிலும் வாழைப்பூ அருகில் மறைந்து கொண்டிருந்த தோட்டக்காரி குலைதள்ளும் வாழையிலிருந்து வெளிப்பட்டாள். வாழை மடல் காதுகளைக் கொண்ட தமயந்தி குடத்தை வைத்து மர ராட்டைச் சுற்றவிட்டு கிணற்றை எட்டிக் கேட்கிறாள். 'வாழைத் தோட்டங்கள் முறியாமல் பூக்கும் பருவத்தி லிருந்த என் சகோதரி கௌரியைத் தேடி வந்தேன் சொல்' என்றாள். ஒரே சமயத்தில் ஆறேழு ஒளி மீன்கள் துள்ளிமேல் எழுந்து உயரத்தில் அசைந்தவாறு கிணற்றின் சருக்கத்தில் மறைந்துகொண்டிருந்த கௌரியைச் சொல்லியிருக்கக் கூடும். வாழைக்குருத்துள் சுருண்டிருக்கிறாள் கௌரி. ஒவ்வொரு அகன்ற இலையுமே அவள் என்றபடி தலை கீழாய் மறைந்தன ஒளிமீன்கள். காய்கறித் தோட்டங்களில் சிரித்த கத்தரிப்பூ நிறவெளிச்சங்களில் கௌரி பாத்தி விலகி ஒவ்வொரு செடியிடமும் பிரேமை கொள்கிறாள். கமலையில் கூனை ஒழுகிய நீரில் அவள் கண்

பதியும். வெண்டைக்குள் அடுக்கடுக்காக இருந்த பிஞ்சு விதைகளில் அவள் கனவும் மறைந்திருந்தது. என்னேரமும் காய்கறிச் செடியில் வந்த சுருட்டை நோய்க்கு மனம் வெதும்பிப் பக்குவம் பார்த்திருந்தாள் கௌரி. அவள் தோட்டமே அவள் மனதாக விரியும். அவள் போனபின் இலைகள் சுருள்கின்றன. வாழைப்பூவில் இருந்த வைலட் மடல் காய்ந்து கொண்டிருந்தது அவளின்றியே. ஊமத்தம் பூவில் விடிந்தபோது ஆனைக்கிணற்றைச் சுற்றிலும் அரளி வகைகள் தென்பட்டன. எப்போதுமே ஸ்திரீமுகம் பார்த்து வளரும் எல்லா அரளிகளும். இலைமறைவில் கொத்துக் கொத்தாய் அரளிக்காய்கள். மொட்டை மாட்டுவண்டி தனியே போகிறது. மாடுகள் பார்த்திருக்கும் அரளிக் காய்களை. கிணற்றுச்சரிவில் வண்டிச்சோடை. கடக்... லொடக்கென்று சரலில் இறங்கியது சக்கரம். அரளிக்காய்கள் பாலும் நஞ்சும் கலந்து வண்டுகளுக்கு ஊட்டும். அரளிப்பூக்களில் தேன் உறிஞ்சும் வண்டுகள் அடிவயிற்றில் தேக்கிய நஞ்சுடன் மயங்கி மயங்கிச்சரிந்து சுழன்றுவரும் அவாந்திர வெளியில் மறைய தொலைவில் வரும் மாடுகள் தலையாட்டுகின்றன. கொம்புகளில் பூசிய அரளிப்பால் கண்டு வண்டிக்காரன் புலம்புகிறான். கீழக் குடிசையில் காடு காத்து வந்த குமறு தெய்வானை அம்மியில் நசுக்கிய அரளிக்காய்களைப் பாலுடன் பிழிந்து கொஞ்சம் கொஞ்சமாய் உயிர் விட்டுக் கொண்டிருந்தாள். தாயார் சொன்ன சொல் பொறுக்காமல் பூட்டிய வீட்டுக்குள் அரளிப்பச்சை உடலில் படர சுவரில் பதிகிறாள். சாணம் பூசிய மண் தரையில் அரளிப்பால் கொட்டி பாச்சாண்கள் இறந்துகிடந்தன. அரளிப்பாலை மிதித்த பல்லியொன்று கால்களை உதைத்து உதைத்து நடுங்கிக்கொண்டிருந்தது தரையில். அவள் கண்கள் மருகித் திறந்திருக்கின்றன. தெய்வானையின்றி காட்டுச் சோளம் கொண்டைகளை அசைத்து தலைகவிழும். கிணற்றின் அகாலமான குரல் கேட்டு வண்டி கடந்து போனது. மாடு களின் வெள்ளை நிறத்தின் மீது சாவு உறைந்திருந்தது. தெருவில் மாடுகள் அசைகின்றன வெள்ளையாய்.

குரல் அறுபட்டுத் துடிக்கின்றன அரளிக்காய்கள். அம்மி உருண்டு புதைகிறது ஈரத்தில். கிணற்றில் தெளிவில்லாத விடிவெள்ளி முளைத்திருக்கும். அதன் ஒளியில் பிறந்த நஞ்சுடன் அரளிக்காய்கள் கொத்துக் கொத்தாய் அசையும். குடங்களை புளி உப்பு நார்தேய மினுக்கி களிம்பு அப்பிய பித்தளைக் குடம் தெளிவடையும். நிறை குடத்தில் அரளி இலைகளும் ஒரு பூவும் கொண்டு போகிறார்கள் பெண்கள். அரளியில் நீலம் பாரித்துக்கிடந்த குமரை குளிப்பாட்டி அவளுக்கு பூச்சூடி அலங்கரித்து உரலில் அமரவைத்து சுற்றிலும் பெண்கள் முகம் பாறைகளில் மோதி அலையா கிறது. அரளிப்பூவாசத்தில் கிணற்று நீர் சுரக்கும். வாளியை இழுக்கும் மரராட்டு கடகடவென்று சுற்றுகிறது. ஒவ்வொரு பூவாக அரளி வெடித்து குடத்தில் மூழ்குகிறது யாருக்கும் தெரியாமல். குடங்களை வைக்கவிருந்த குழிகளில் நீர்ப்பாசி முளைத்திருந்தது. கிணற்றைச் சுற்றிய பனிரெண்டு குழி களில் ஒவ்வொரு ஸ்திரீயின் இஷ்டமான இடமிருக்கும். அந்தப் பொழுதுகள் இருண்டு கருகுகிற வேளை கிணற்றடி ஸ்திரீகளின் சப்தங்களில் கிணறு மங்கலாய் தெரியும்.

எந்தப் பக்கமிருந்து நீர் இறைத்தால் கிணறு தரும் உணர்வைத் தானே பெற முடியும் என்பது ஸ்திரீகளுக்குத் தெரியும். அவரவர் வீட்டிலிருந்து அந்தரங்கமாய் கொண்டு வந்ததை கிணற்றுடன் பரிமாறிக் கொள்வார்கள். நீர் இழுக்கும் கயிறுகள் ஆழமாய் போய் அடித்தூரில் கிடந்த சிறு அளவான நீரைச் சுரண்டும் வாளியின் அவலஒலி இரவின் ஆழத்தில் பதியும். குடத்தில் துணியால் வண்டு கட்டி நீரைப் பிழிகிறார்கள். பாறை இடுக்கில் கசிந்த நீரில் ஆனைக்கிணற்றின் ஊற்றுக்கண் திறந்து எல்லோரையும் பார்க்கும். இருண்ட ஆழங்களில் ஒரு துளைவிழ உயரத்தி லிருந்த நீல ஒளியாக அதன் கண் நகர்ந்து செல்லும் மேலே.

பாறைகள் பிழிந்த நீரில் ஊரின் தாகம் அதிகரிக்கக்கூடும். என்னேரமும் கிணற்று மேட்டில் ஆட்கள் நிற்கிறார்கள். ஆழ்ந்த மௌனத்தில் உருகும் பாறைகளில் நீர் ஊறிவிழும் ஒலி. ஒவ்வொரு துளியையும் எதிர்பார்த்துக் காத்திருக்

கின்றனர் உறங்காமல். கயிறு கொண்டு இழுக்கிறாள் சிறுமி, கிணறையே வெளியேற்ற. மர ராட்டு வெறுமையில் கடகட வெனச் சுற்றி ஆழத்தில் மறையும். ஒவ்வொரு பாறையாக எடுத்தாலும் கிணறு மறைந்து கொள்கிறது. உள்ளே ஒளிந்து கொண்டு சிறுமியை அழைக்கும் ஆனைக்கிணறு. கற்கள் உரசும் ஒலி. மேலேறி வரும் நீர் விரல்கள் நழுவி தலை கீழாய் சுழல்கிறது குரல். முடிவில்லாத ஆழத்தில் போய்க் கொண்டே இருந்தது கிணறு. எல்லோரும் போனபின் வெற்று அலைகளை வெளிப்படுத்தி வசியத்தில் ஆழ்த்தும். கயிறுடன் பிணைந்த ஒவ்வொரு ஸ்திரீயாக கிணற்றில் மறைவதை பார்த்திருந்தோர் விலகி மறைந்தனர். ஏனோ, அதிரும் இருள்கொண்ட பாறைகளில் மறைகிறார்கள். கிணறு தன் சருக்கத்தில் மறைந்த ஸ்திரீ முகங்களின் மௌனத்தை வெளிப்படுத்தும். கிணற்றைச் சுற்றி நின்ற கல்தூண் பழுத்து அதில் கட்டியிருக்கும் பழமையான காண்டாமணி ஸ்திரீகளின் இருப்பை உணரும். காண்டா மணிக்குள் தலைகீழாய் தொங்கும் வௌவால் கூட்டம் கூட்டமாய் வெளியேறி மரணபயத்தில் அலறும். அரளிக் கொடி படர்ந்து காண்டாமணியில் பிஞ்சும் பூவுமாக இருந்தது. அரளிக்கொடிகள் பரவிய கிணற்றுப்பாதையில் பிஞ்சும் பூவும் நெடி வீசும். குருத்துப்பாதங்கள் பாதையில் மறையும். வைலட்பூவின் நிறம் பரவிய வெளிச்சத்தில் கிணறு தன் மனத் தோற்றங்களை விரித்து தானே பார்க் கிறது. நடுங்கிய தூணில் பெரிய மணி அதிர்வதை கேட்க ஆளே இல்லை. காண்டாமணிக்குள் பதுங்கிய விநோதப் பூவின் வைலட் அலை சூழல் எங்கும் பரவியது. அந்த வெளிச்சத்தில் மணல் ரேகைகளை யாரோ தொட அலையாக எழுந்து காண்டாமணியில் வகை வகையான விநோதத் தோற்றங்களில் ஸ்திரீகள் வருகின்றனர். கிணற்றிலிருந்த நீர் கண்ணாடியில் படியவிட்ட கன்னிமையின் சாயலை கிணறு பார்த்துக் கொண்டிருந்தது. கிணற்றில் படும் வெள்ளியின் ஒளி வசீகரத்தில் நீந்தும். நீரில் ஆடும் சுடரில் செண்பாவும் அவள் நிழலும் பெயர்ந்து நீந்தி சுற்றிச் சுழல்கிறது நிழல்.

வெள்ளிச் சிலந்தி ஆயிரம் கால்கள் கொண்டு பின்னிய வலைக்குள் செண்பா வலை பின்னியவாறு நீரில் துடிக்கிறாள். எல்லாத் திசையிலும் அதிர்கிறது சிலந்தி வலை. நீரில் மிதக்கும் வெள்ளிச்சிலந்தியாய் மாறிய செண்பா அவள் உடல் சுருங்கி சிறு பூச்சியாகி சிலந்தி வலையில் சரிந்து ஓடுகிறாள் நீருக்குள். கல்யானை மீது துணி உலர்த்திக் கொண்டிருந்த செண்பா உடம்பெல்லாம் ஊக்கு மாட்டித் துணி விலகாமல் கிணற்றில் தலைகீழாக விழுந்து மறைகிறாள். வௌவால்கள் பறந்து பறந்து கூப்பிடுகின்றன... 'வந்துவிடு செண்பா வந்துவிடு...' உலர்ந்து விட்டிருந்த அவள் ஆடைகளை மார்பில் புதைந்து கதறுகிறாள் அமலை. கை நீட்டி அழைத்தவாறே மறைகிறாள் அமலை. பின்னொரு இரவில் நிசப்தத்தில் மூழ்கிய கிணற்றடிக்கு செண்பா தெரு வழியாக வந்து போனாள். தெரு பார்த்திருந்தது அவளை. சாவின் பதற்றத்திலிருந்த கல்யானையை தொடுகிறாள் மௌனமாக. கல்யானை காதுகளை அசைத்துக் கொண்டிருந்தது. நினைவுகளில் மறுபடியும் மூழ்கிப்போகிறது கல்யானை. அரளிப்பூ எல்லோருடைய தூக்கத்திலும் எட்டிப்பார்த்தது. தலையணையில் முகம் தூக்கிப் பார்க்கும் பெண்களுக்கு அரளியில் மறைந்திருப்பவள் யாரென்று தெரியும். பின்னொரு வேளை வேறொரு பெண்ணாக அறியப்பட்ட புவனேஸ்வரி அரளிக் காய்களை நசுக்கி வெள்ளிக் கிண்ணத்தில் பிழிந்து சுண்ணாம்பு யானைகள் பதிந்த மாடவீட்டின் உள்கூடத்தில் நஞ்சுப்பாலில் மெல்ல மெல்ல கண்மறுகி சரிகிறாள். மரவாசனைகள் வீசும் வீட்டுக்குள் கண்ணாடிக் கதவுகள் திறந்து சப்தமெழுப்பி அடித்துக் கொள்கின்றன. அவள் இறந்தபடி கூடத்தைப் பார்க்கிறாள். பலபிம்பமாக அவள் இறந்து கொண்டிருந்தாள். ஒவ்வொரு பிம்பத்தின் கண்களிலும் குடிகொண்ட விஷ மயக்கத்தில் கண்ணாடிகள் சுழல்கின்றன. அன்று அவள் அணிந்திருந்த தங்கவைர தாமிரவருணிப்படுகை முத்து ஆபரணங்களில் விஷம் வடிந்து துளிகள் தரையில் விழுந்தன. நஞ்சின் நெடி அதிகரிக்க அதிகரிக்க கூடமே

ஒளிர்வடைந்த கடைசி கணம் உறைந்துவிட்டிருந்தது வீட்டுக்குள். பூண்போட்ட கதவு திறந்து வந்த செட்டியார் தன் செல்லமகள் அரளிக்குள் மறைவதைக் கண்டு வெற்று அறைகளைத் தடவித் தட்டழிந்து நடமாடியபடி இருக்கிறார். செட்டியார் மகளுக்குச் சேர்த்து வைத்த தங்கக்காசு மாலைகள் கட்டிமுத்து பதுங்கிய ரெங்கூன் பெட்டிகள் பீரோவிலிருந்த பட்டுகளும் பாசிகளும் கற்களும் ஒளி இழந்து துடித்தன. வசீகரத்தை இழந்த வீட்டுக்குள் புதைவு கொண்ட வசீகரமென மறைந்து திரிகிறாள் புவனேஸ்வரி. பெரிய பெரிய மர பீரோவில் ஒளிந்து கொள்கிறாள். ஒவ்வொரு அறைக்குள் நடுவீட்டில் மாடத்தில் வானெளியில் தோட்டத்தில் அரளிகளில் வெற்றிடமாய் பரவுகிறாள். புவனேஸ்வரிக்காக அந்தத் தெருவிலிருந்த வெற்றிடங்களை யாரும் தொடாமல் நகர்ந்தனர். தெருவில் ஆனைக் கிணற்றின் நிழல் விழுவதாக பேசியது தெரு. புவனேஸ்வரி இந்த அகாலத்தில் நீர் இறைக்கும் சப்தம் கேட்கும். சுவரில் உரசும் வாளி கிணற்றில் நீரைச் சுரண்டும் ஒலியில் கனவிலிருந்து கேவிக்கேவி வியர்த்து ஊற்ற அரை மயக்கத்தில் புரண்டு பிரமையென செட்டியார் தலையணையில் முகம் புதைவார் பயத்தில். கோயில்மேட்டின் இரக்கத்தில் இருந்த ரேழி வீட்டுக்காரர்கள் அங்காளஈஸ்வரியைக் கம்பி அழிப் பாய்ச்சிய வீட்டில் பூட்டி வைத்தனர். உடம்பில் துணியே இல்லாமல் உள் கூடத்தில் எரியும் மங்கலான அரக்கு வெளிச்சத்தில் கரைகிறாள். எப்போதுமான இருட்டில் பழகியிருந்தாள். உயரத்திலிருக்கும் ஜன்னலில் எட்டிப் பார்க்கிறாள் ஆனைக்கிணற்றில் நிற்கும் கல்யானையை. அவளைப் பார்த்து தன் சிறு கண்களால் பேசக்கூடும். கிணற்றில் நீர் இரைக்கும் சப்தம் கேட்கும் அகாலத்தில். அவள் யாரென்று பேர் சொல்லிக் கூப்பிடுகிறாள் அங்காள ஈஸ்வரி. பிரிந்து சென்ற அவள் நிழல் ராப்பூராவும் கல்யானை அருகில் மௌனத்தில் பார்த்திருக்கும். அரக்கு ஒளியில் அவள் நிழல் இன்றி நடமாடினாள். அவளை நோக்கிவரும் நிழலைக்கண்டு அஞ்சினாள். கூச்சலிட்டு தன்

முன் நிழலை விரட்டுகிறாள். அவளோடு பெயர்ந்து ஓடும் நிழலை துரத்தித் துரத்தி ஓய்ந்து சரிகிறாள் பூட்டிய வீட்டுக்குள். அவள் நிழல் அழிப்பாய்ச்சிய கம்பிகளில் நின்று ஈஸ்வரி...ஈஸ்வரி என அழைத்தவாறு இருக்கும். வீட்டு உள்ளில் நிர்வாணமாக நடமாடும்போது ஏதேதோ விநோதங்களில் ஆழ்ந்து முணுமுணுக்கிறாள். யாரும் அடையாத புதிய வெளிச்சங்கள் வந்து மறைந்து எட்டிப் பார்க்கும். அவற்றுடன் பேசுகிறாள் அவற்றின் குரலில். ஒளியின் சப்தங்களை அறிந்து துடிக்கிறாள். விளக்கிலிருந்த அரக்கு ஒளி உடலில் படர்ந்து தைலமாய் மினுமினுத்தது. முதுகில் அரும்பிய கருப்பு ரோமங்கள் சுழி சுழியாய் படரும் பூரானாய். சுருட்டை முடியை விரித்து அறையில் சாய்ந்தவாறு மேல் ஜன்னலில் வரும் வெளிச்சத்தில் மறைகிறாள்.

கிணற்றில் கடகடத்து உருளும் மரராட்டில் கீல்மையாகக் கசியும் இருட்டு. விநோத சப்தங்களுடன் ராட்டு புலம்பும். ஸ்திரீகள் மாறிமாறிச் சுற்றுகிறார்கள். அதே தெருவில் இல்லாத பலரும் தோற்றத்தில் தெரிந்தவர்களாக மாறி கிணற்றில் குனியும்போது அவள் பெயர் சொல்லிக் கூவிக்கூவி தெரு அதிரும். தெரியாத பாதங்கள் உரசும் ஒலியில் விழிப்படைந்து ஜன்னலில் எட்டிப் பார்க்கிறாள். உள்ளே இருளான அறைகளுக்குள் நடந்து நடந்து பழகிப் போயிருந்தது. எத்தனை வருஷங்கள் பூட்டிய வீட்டுக்குள் நடமாடுகிறாள் என்று தெருக்காரர்கள் அறிந்திருக்கவில்லை. ஆனைக்கிணற்றிலிருந்த அரளிவாசம் அவளை நோக்கி வீசும். அவள் சிநேகிதிகள் வாசனையாக வந்து அவளைப் பார்த்து வேதனை கொள்கிறார்கள். பூப்பதும் உதிர்வதும் இல்லாத கன்னிமையின் நெருக்கத்தில் ஸ்திரீகளைத் தொடுகிறாள். கிறுகிறுத்துச் சுற்றும் காந்தவாடையில் உலர்ந்த பாறைகள் நகர்கின்றன. வெள்ளை அரளிப்பூ ஒன்று ஈஸ்வரியின் முதுகுத்தண்டில் சுள்ளென்று ஊடுருவும் வலி. இருண்ட சுவர் உச்சியில் இருந்தது நிஜமானின் கொம்புகளுடன் மரத்தால் ஆன மான் தலை. அவளோடு

சிநேகம் கொண்ட மான்தலை மூடியிருக்கும் கதவை மலங்க மலங்கப் பார்த்தபடி நிலைத்த கண்கள் மான் முகத்தில் தீட்டியிருக்கும். மரமான் திரும்பி பக்கமெல்லாம் கானகப் பூ விரியும் சுவரிலிருந்து பிய்த்துக்கொண்டு ஓட மூடிய கதவுகளை சுவர்களை மோதி வெளிப்படத் துடிக்கும் கிளைகிளையான நிஜக்கொம்புகள்.

இமை மூடாமலே அவள் கண் அசைகிறது. கையும் படியாமல் காலும் படியாமல் விழும் அவள் தனிமை யின் தடம் குளிர்ச்சியான கிணற்றுச்சுவரில் அடிவயிறு படியக் குனிகிறார்கள். வாசனையுள்ள காற்றை சுவாசிக் கிறார்கள். கண்பரப்பில் வெண்ணிறநீர் உயர எழுந்திருந்தது. எல்லோருமே நீரடியில் அலைவுறுகிறார்கள். ஸ்திரீகளின் உருவங்கள் நீரில் தெரியும் வைலட் பூவில் மறைந்தவாறு இருக்கின்றன. சுழலும் அலையாக வைலட் பூ வெளிச்ச மடைகிறது எங்கும். கண்ணுக்குத் தெரியாத வெளிச்சங்கள் தோன்றி வெண்ணிறப்பூவின் நறுமணம் ஈட்டியெனப் பாய்கிறது மல்லிகா மீது. அவள் ஏக்கம் செடிகளுக்குப் பரவி அசையும். அவள் உரு சலனமடைந்து வேறொரு பெண்ணாகிறாள். அருகில் வருவதுபோல் வந்து மறை கிறாள் மல்லிகா. தெருவெங்கும் அவள் நினைவு நீள்கிறது. அவள் வெண்ணிறக் கைகளும் உடலும் கரைந்து விளக்கில் ஒளிரும். நீர் முகர்ந்து குடத்தில் ஊற்றும் சப்தம். மினுக்கித் தேய்த்த அவள் குடம் தெளிவடையும் கால்களைப் பார்த்ததுமே அவள் யாரென்று தெரியும். வெண்மை குளிர்ந்த அவளின் பாதங்களில் அலையலையாக ரேகைகள் போகின்றன பாதையில். ஓட்டு வீடுகளில் துயிலும் ஸ்திரீ முகத்தில் மழையின் ரூபம் வரைந்திருக் கிறது. வெப்ப மடைந்திருந்த ஓடுகள் மீது முதல் மழையில் விழுந்த ஆலங்கட்டிகள் சடசடத்து உருள்கின்றன. ஆலங்கட்டியின் ரகஸியத்திற்குள் ஒளிந்திருக்கும் ரூபவதியான கஸ்தூரி வெண்ணிறஸ்திரீயானாள். தெருவில் பாதம் பதியாமல் தெருவின் ஆழ்ந்த இயல்பில் நடந்து போகிறாள். யாரும் பார்த்தாலே மறைந்து கொள்ளும் கூச்சத்தில் அவள் நிறங்கள்

மாறும். கஸ்தூரியால் ஆன வெள்ளை அரளிப்பூ இதழ் விரிக்கிறது. மஞ்சள் அரளிப்பூவிலிருந்து செண்பா வரு கிறாள். கஸ்தூரியும் செண்பாவும் நிறங்களை மாற்றிக் கொள்கிறார்கள். ஒரே உருவில் பிரிந்தும் சேர்ந்தும் தீவிர வாசனையில் மூழ்குகிறது கிணறு. உள்ளே எட்டிப் பார்த்த வாறு தலைகீழாகப்பாய்கிறாள் கிணற்றில். வெண்ணிற நீர் அலைகள் அவளை இழுத்துக் கொண்டே போகிறது. ‘கஸ்தூரி... கஸ்தூரி... போகாதே... போகாதே...’ என செண்பா அழைத்தவாறு சுவர் மீது எட்டிப் பார்க்கிறாள். அலைகளுக்குள் கஸ்தூரி சிரிக்கிறாள் அலையாக. கல் யானை காதுகளை அசைத்து அவள் நினைவில் ஊடுருவித் தோற்றம் கொள்கிறது வெண்ணிறத்தில். கிணற்றில் படிந்த வெண்ணிலவு நகர்ந்து பூவைத் தொடுகிறது. கஸ்தூரியின் வெள்ளை அரளிகள் பனி ஊசிகளால் முதுகைத் துளைத்து குளிர்கிறாள் செண்பா.

எல்லாப் பெண்களின் துயிலின் ஊடேயும் நீர் நிரம்பி யிருக்கிறது. ஓடுகளில் தூறல் நிற்கவில்லை. நீரடியில் எல்லோரும் கஸ்தூரியை அணைத்து உறங்குகிறார்கள். நீரினால் சூழப்பட்ட ஊரில் வீடுகளும் தெருக்களும் மூழ்கி யிருந்தது. வெள்ளிவால் முளைத்த ஸ்திரீகள் நீந்தி அலை கிறார்கள் தெருக்களில். ஒவ்வொரு வீட்டு ஜன்னலிலும் வால் முளைத்த வெள்ளிகள் தோன்றி எதையோ சொல்ல வருகின்றன. ஊர் அழியாமல் நீருக்குள் துயில்கிறது ஊர். ஆனைக்கிணற்றை எட்டிப் பார்த்து நின்ற பழந்தூணி லிருந்து அறுந்து விழுந்தது காண்டாமணி. கலவரமடைந்த வெளவால்கள் நீருக்கு மேல் வந்து பறந்து பறந்து விபரீத மாய் கத்துகின்றன. கிணற்றில் விழுந்த காண்டாமணி நீரில் மிதந்து இறங்குகிறது. அரளியின் வெளுப்பேறிய நிலவும் பறவைகளும் ஸ்திரீகளும் நீருள் மிதக்கும் வெண்ணிற மணியுள் பதுங்குகின்றனர். கஸ்தூரி வெண்நிற மணியில் ஊடுருவி மறைகிறாள். கிணற்றில் இறங்கும் காண்டாமணி தலைகீழ் கிணறாக மாறும். நீரிலிருந்த எல்லா அலை களும் தனியே வெளியேறிப் போகின்றன. மணி

அலையலையாய் அதிர்கிறது. எங்கிருந்தோ அலைகள் எழும்பி மடிகின்றன. சுழிசுழியாக வரும் சப்தத்தில் ஸ்திரீகளின் குரல் சேர்ந்து இணையும். வெண்ணிற ஸ்திரீ மணியின் உள்சுவர்களில் சரிந்து அலையாகிறாள். அந்த ஊரில் காணாமல் போன பெண்களும் ருதுக்களும் கதையானவர்களும் வைலட் பூக்களைக் கையிலேந்தி மணியின் கூண்டுக்குள் ஆழ்ந்து சுற்றுப்பாதையில் மறைகின்றனர். மணிச்சுவரில் வரிவரியாக கோடுகள் வெளிப்படுகின்றன. முன் சொல்லப்படாத தலைகீழ் கிணற்றில் ஸ்திரீகள் எப்போதுமே உள்ள உலகிலிருந்து விலகி தனிமை கொள்கிறார்கள். குழிவு கொண்ட மணிச்சுவரில் சாவின் அமைதியில் துயிலும் கர்ப்பஸ்திரீகள் உயிர்பெற்று தன் பிறவாத சிசுக்களின் கனவுக்கோலங்களைத் தீட்டுகிறார்கள் மணிச்சுவரில். புள்ளிக்கோலத்தில் இருந்த பூச்சிகள் எல்லோருக்குமான கோலங்களை வரைந்தபடி நீந்துகின்றன. மேல் சுவர்களில் இருந்த வெண்ணிற யானைகளின் உருவங்களைத் தீட்டியது யாரென்று தெரியவில்லை. வெண்யானை யொன்று மணிக்குள் மூழ்கியபடி காதுகளை அசைக்கிறது. அதன் வெண்காது மடல்கள் விரிகின்றன சிறகுகளாய். தீட்டப்பட்ட புறாக்களின் கழுத்து அசைவுகள் ஆயிரம் பெண்சாயல்களை வெளிப்படுத்தின. வெளுத்தபாசிகள் படர்ந்த சுவர் கீறல்களில் கண்கள் பதிந்திருக்கின்றன. உள்பதுங்கிய நிலவு பச்சையாகி இலைகளுடன் வெளிர் தண்டுகளுடன் பெண்ணின் விரல்களுடன் எல்லாநிற அரளியின் சாயலுடன் வியாபித்திருக்கிறது மணியுள். இன்னும் யார் யாரோ படிகிறார்கள் உள்ளே. மணியின் கர்ப்பக் குகையில் பாசியும் செடிப்பூண்டுகளும் வெண் சுரண்டைகளும் அடர்ந்து உள்செல்ல முடியாமல் புதர் மண்டிக்கிடக்கிறது. அதற்கு மேலே அலைகளும் சுழிகளும் சாவின் இழுவையும் காத்திருந்தது. தலைகீழ் கிணற்றில் பதினெட்டு நாழிக் கிணறுகள் தலைகீழ் மணிகளாக மாறியிருக்கக்கூடும்.

ஒவ்வொரு நீருமே வேறு வேறு நிறங்களில் சப்த மெழுப்பும் ஸ்திரீகள் ஒவ்வொருவராய் வேறு வேறு

கிணறுகளிலிருந்து வெளிப்படுகிறார்கள். அரளிகள் வீசின நெடியதாய். தொலைவில் வந்து கொண்டிருந்த தண்டவாளங்களில் நின்று போயிருந்த பாசஞ்சர் ரயில் ஓடத் தொடங்கி இடமற்று ஓடியது. கிணற்றின் ஆழத்தில் வரும் அதன் விசில் சப்தம். ஜன்னல்களில் அசையும் பயணிகளோடு மங்கும் விளக்குகள். மழை இரவில் ஓடும் ரயில் தண்டவாளங்களில் பிரக்ஞை அதிகரிக்கக்கூடும். மழையுடன் போகும் பாசஞ்சர் கிணற்றடி ஸ்திரீகள் நிற்கும் தோற்றத்தை கடந்து கடந்து போகும். ஸ்லிப்பர் கட்டைகள் முன்வந்து பின்வாங்கி மாறுகிறது திரும்பத் திரும்ப. மங்கலான ஹெட்லைட் முன்னே அசைய கரி எஞ்சின் மழையில் முடிவில்லாமல் போய்க் கொண்டிருந்தது. மூடிய கண்ணாடி ஜன்னல்களில் மழைத்தூறல் பட்டுப்பட்டுக் கண்ணாடி மெல்லியதாய் மாறிக் கொண்டே செல்லும். உள்ளே இருக்கும் உருவங்களோடு கரையும் கண்ணாடியின் தோற்றங்கள் மாறு கொள்ளும். ஆனைக்கிணற்றைத் தாண்டும்போது கிணறு ஸ்திரீகளோடு நகர்ந்து பின்வாங்கி எங்கோ தொலைவு கொள்ளும். திரும்பவும் கிணற்றடி ஸ்திரீகளோடு கிணறு வரும். வட்டமாகச் சுற்றிக் கூடவே வருகிறது ரயிலுடன். அகாலத்தில் உறங்கும் மயக்கமான வெளிச்சத்துடன் கடந்து கடந்து போனது ரயில். அகாலத்தில் உறங்கும் மழையில் மறைகிறது கிணறு.

●

65

நத்தைக்கூடெனும் கேலக்ஸி

வெளியில் தெரியாத அந்த நீர்வீழ்ச்சியின் அனாதியான சப்தம் கேட்டு மலை இடுக்கில் உயரும் நத்தையின் உணர் கொம்புகள் மெதுவாகத் தொட்டு மூங்கில் புதர் எரிகிறது. எழுந்த தீயில் அசையும் விரல்கள் சாண்குழல் கொண்டு மாடுகளின் பெருமூச்சை வாசிக்கின்றன. பரட்டைத் தலையும் செம்பட்டைக் கண்களும் வெளிப்பட்டு கருத்த உதடுகளில் நுரைபொங்கி மறையும் பால்வெளியை இசைக்கும். உடங்கம்பில் சாய்ந்தவாறு மோனத்தில் மறைகிறான் மாட்டுக்காரச் சிறுவன். மலைவிறகு உடைக்கும் காட்டுச்சிறுமிகளின் ஆயுத ஒலிகள் மலைகளில் தெறிக்கின்றன. அருவாள்களை வீசி எழுகின்றது வயல். மஞ்சள் வெளிறிய நெல் வெய்யிலில் கரையும். நெல்லின் பால் பருவத் தம்பலப்பூச்சிகள் ஆயிரம் நிறங்களைப் பகிர் கின்றன பூமியோடு. காட்டிலந்தை முள்ளுகளின் உச்சியில் தம்பலப்பூச்சிகள் பதிந்து சிறகுகள் படபடக்கின்றன. முள்ளில் சிக்கிய காற்று பரபரவென்று கிழியும் ஓசை. தம்பலப்பூச்சிகள் பறந்து தலைகீழாய் நகர்கிறாள் ஓசே. அவற்றின் ஆயிரம் நூல்கள் பாதைகளாய் நீளும். தலைகீழாய் பறந்து வந்த பெண்பறவையின் நீண்ட அலகு நகரின் மீது மோதி பற்றி எரிகிறது பறவை. வாயில்லாப்பூச்சிகளின் மௌனங்களை வீடற்றவன் திசைகளிடையே வாசிக்கக் கூடும். நெஞ்சுக்குள் பதிந்த இரட்டைக்குழல் ரத்தநாளங் களிடையே பயணமாகின்றது. இருவேறு காலங்களில் வாசிக்கப்படும் குழலாக இருக்கும். அமெச்சூர் நாட்டியங்

களின் பெரும்சலிப்பில் வாசித்துக்கொண்டிருந்த இரட்டைக் குழலை தோளில் சுமந்தவாறு இனம் புரியாத பயத்தில் குடித்துவிட்டு தள்ளாடி ஒரு அகதி போகின்றான்.

வேறொரு நகரில் தொலைந்து, இன்னொரு நகரில் தேடப் பட்டு, தலைநகரின் தெருவில் சுடப்பட்டு மலை நகரில் அந்நியனாக இருக்கும் அவன். இரவுப்பகுதிகள் எல்லாம் மூடிய பின்னும் குடிப்பதற்காக அவன் நாக்கு பரபரத்தது. இருளில் பாடியபடி நடந்து போகின்றான். நட்சத்திரநகரில் அவர்களும் இவர்களும் இவனும் நானும் நீயும் அவனும் பெயர்களை மாற்றி மாற்றி நடந்து போகின்றார்கள். மலைகள் நகர்கின்றன நட்சத்திர நகரை நோக்கி. காணாமல் போன அவன் பெயர் மாற்றிக் கொண்டு அந்நிய நகரில் திரியக்கூடும். நிறக்கண்ணாடிகளால் மாறும் கூம்பு வீட்டின் ஜன்னல் திறந்து வெண்ணிறமாக சீனிவிரல்கள் கீழேபோகும் அவனை சைகை செய்து அழைக்கின்றன. கண்ணாடியில் தாளமிட்டவாறு பழைய வால்ட்ஸ் நடன இசைத்தட்டு களை சுழலவிட்டு கதவுத் துவாரங்கள் மரச்சட்டங்களின் இடுக்குகளில் கசியும் மொசார்ட்டின் சிம்ஃபனி இசைக் கோலங்களில் இலைகள் படர்ந்து மலைப்பூச்சி மனிதர்கள் ஊர்ந்து வருகிறார்கள். கல்கோடுகளில் வாழ்ந்த ஊசிகள் தரையில் க்ளிங்...கென்று தெறிக்கின்றது. கிராமபோன் ஊசிகளில் பதுங்கி வரும் மலைப்பூச்சி மனிதர்கள் மொசார்ட்டிடம் தொடங்கி எங்கே போகின்றார்கள் என்று தெரியவில்லை. மொசார்ட்டின் கையெழுத்தில் அவரின் பெயரே நத்தைக்கூடு நகரும் வடிவம். முடக்குவாத விஷம் வாய்ந்த உலோகக்கலவையால் நீலம் பாரித்த அவன் இறந்த படி தனக்காக எழுதிக்கொண்டிருந்த அஞ்சலி இசைக் குறிப்புகளை தன் சீடன் சுஷ்மேர் நிகழ்த்த மௌனமாகக் பணித்தான். அது இசைக்கப்படமொசார்ட் இறந்த போது இளங்காற்று அலையெடுத்து மெலிதாக எங்கும் வீசியது அவனின் மூளை அசைத்து. அக்காற்றினூடே மொசார்ட்டின் அம்மண உடல் ஒரு லிணன் துணிக்குள் வைத்து அந்நகரின் கல்லறைக்குள் இறக்கப்பட்டது. மொசார்ட்டின் சாம்பல்

நிற நீரின் பாதைகள் தொடங்கிவிட்டன; அவற்றின் அனாதியான சொற்றொடர்களை நீர்வீழ்ச்சி உச்சரித்தபடி இருக்கிறது. உயரத்திலிருந்து தொங்கும் சாம்பல் நீரின்மீது பக்கபக்கமாய் வெண்ணிற யுவதியின் வரைபடங்கள்; பாடலில் முடிவுபெறாத வாக்கியங்கள்; எல்லா விரல் கொண்டும் பதிந்த பூச்சியின் கால்கள் கீறிய விநோதமான கீறல்கள்; கைத்துப்பாக்கியால் சுடப்பட்ட பொம்மைகள்; உடைந்த விமானங்கள்; ஸ்பிரிங் சிப்பாய்கள் பனிரெண்டு பேர்; பியானோவிற்கு அடுத்த ஸ்னூக்கர் ஆட்ட மேஜை பலவர்ணப் பந்துகள்; விளையாட்டு ஆடுபுலி பாம்புக் கட்டங்கள்; வால்தூக்கிய ப்ரவுன் ரப்பர் தேள்கள் எல்லாம் அவளுடையது தானா? அவனுக்குத் தெரியவில்லை.

மொசார்ட்டின் பெயர்சொல்லி அழைத்த மரப் பல்லியின் தடித்த கண்பட்டை விளிம்புக்குக் கீழ் பைத்திய ரேகைகள்; அதன் கண்களில் விழுந்த கருவளையத்தின் ஆழத்தில் சிவந்துபோன மந்திரப் புல்லாங்குழல் எரிந்து கொண்டிருக்கிறது இசையில். அதில் காற்றின் மெதுவான தடங்கள்; பல்லியின் கால் ஐவ்வுக்குள் அழுத்தப்பட்ட காற்று இறுகிக்கொண்டு இருக்கிறது. காற்றில் பதிந்த துவாரங்களை பல்லியின் மரவிரல்கள் மூடித்திறக்கின்றன. அசையாத பல்லி ஒளிந்துகொண்டு திவலைகளில் தலை கீழாகத் தெரியும் வியன்னா நகரத்தின் பழுப்படைந்த வரைபடத்தைக் குறுக்காகக் கடந்து கொண்டிருந்தது. இற்று ஒடிந்து கொண்டிருக்கும் வரைபடத்தில் பதிந்த பல்லியின் நிழல்கள் வியன்னாவின் மையத்திலிருக்கும் ஆயுதச் சாலையில் சிறைவைக்கப்பட்ட வெண்ணிற யுவதியைத் தேடுகின்றன. வியன்னா நகரின் எல்லா வீடுகளின் ஜன்னல் கம்பிகளில் மொசார்ட்டின் வெண்ணிறமான கையுறைகள் காய்கின்றன.

மொசார்ட் சிறுவயதிலேயே இறகினால் தோல் ஊசிகளால் நாண்களை மீட்டி இந்த யாழை இசைப்பதில் கைதேர்ந்திருந்தான்.

அவன் உயிர் செவ்விய தொனிகள் கொண்டதொரு

இசைக்கோர்வை எப்போதும் ஈரம் தோய்ந்திருக்க வேண்டும்.

விதை நெற்றுள் தனித்து வரும் இசை அவனின் நதி கொள்ளும் பிரவாகம். 'பறவைகள் பாடுவதற்கு நிலத்தில் அமர்வதில்லை' என்று சொன்னான் நாடோடி நாவிதன்.

ஒப்பேறா ஒரு அபத்தம் இவன் ஒழுங்குகள் பாடலில் வெளிக்கொண்டிருக்க அரசியல் விவாதத்தில் உறழ்உற்ற இசையை இருவர் பாடுகிறார்கள்.

சமாதியைச் சுற்றி மக்கள் நடனமிட கத்திவீச்சுகள் இன்னிசை கொள்கின்றன. இசையைவிட மிகையாக வெளிப்படும் சொற்களில் மனிதர்கள் ஏன் இறக்கிறார்கள். எல்லா நாட்களையும் அரங்குகளின் முணுமுணுக்கப் படும் மென்மையான ஜாவளி காதற் பாடல்களையும் யார் மௌனம் கொள்ளச் செய்வார்.

இரும்புப் பந்துகள் மெதுவாகவோ துரிதமாகவோ கொள்ளும் அசைவுகளை மெய்யுணர்வு இசைப்பிரதிகளாக சிருஷ்டி மனம் கொண்டு இருந்தான் மொஸார்ட்.

தன்னந்தனியே அவன் உணர்ந்த இசைக்குறிப்பு களை விளையாடும்போது உணர்ந்த இசைக்குறிப்புகளை இந்த பில்லியட் மேஜை மீது வைத்து எழுதிக்கொண்டான் மொஸார்ட்.

எப்போதும் மொஸார்ட் ஒளியையும் சாயைகளையும் வழங்கிச் சென்றான். அவனது ஒளி எவரையும் குருடாக்குவ தில்லை. அவனது இருள் இன்னமும் தீர்க்கமான வரைகளை கொண்டுள்ளது. மிகத் துயரார்ந்த சூழலிலும் அவனின் உவகை கூறுதல் இருந்தன. அவனது புன்னகை தூய ஆன்மாவினுடையது அலகு தழுவியது. அவன் ஒரு இளைஞனைப் போல் இளமையானவன். கிழவியைப் போல் ஞானமுடையவன். அவன் பழமையானவனோ நவீனமானவனோ அல்ல.

அவனது விரல் நாண்களில் சூனியக்கரம் இழைய கடக்கும்போது அவனது உதடுகள் பாடலின் ஊடே ஆன்மாவை முத்தமிடுவதாகத் தோன்றின. மொஸார்ட்டின் மிக சரி நுட்ப மெல்லிய இன்னிசைக் கோலங்கள் முடிவிற்கு

வந்து கொண்டிருப்பதாக நீ நினைக்கும் போதோ மென்மேலும் அப்பால் செல்வதாகிறது.

இறக்கும் வரியவனின் மந்திரப் புல்லாங்குழல்.

ஒருபோதும் போலிமையற்ற மிக சரி நேரிய சுவாசம் மொசார்ட்டின் இசை. மொஸார்ட் சூரியனாக இருந்தான்.

மொசார்ட் பிறந்த வீட்டைச் சுற்றிலும் பனிரெண்டு ஸ்பிரிங் காவலர்கள் நடந்தபடி இருக்கிறார்கள். அவன் பொம்மைகள் புதைக்கப்பட்ட இடங்களை செடிகளும் கற்பனைத்தாவரங்களும் மூடியுள்ளன. துருபிடித்த ஆயுதங் களில் படர்ந்த பாசிகளில் கூடு வைத்திருந்த நீலப்புழுக்கள் கூட்டை உடைத்து, கால்களை இழுத்து, பின்னிக்கிடந்த முட்டைகளிலிருந்து வெளியேறி, செட்டைகளை அடித்து, துடிதுடிப்பில் பறந்து வருகின்றன நீலத்தும்பிகளாய். அந்நகரில் இருக்கும் மறைவிடங்களில் இசை ஊற்றி லிருந்து திவலைகளை உருட்டி சிந்தாமல் சிதறாமல் நட்சத்திரநகருக்குத் தூக்கிச் செல்கின்ற நீரின் இசையை உருட்டி, நீர்ஸ்படிகத்தில், மொசார்ட்டின் உருவத்தை நூற்றாண்டின் கனவுகளுக்குள் தூக்கி எறிகின்றன பறக்கும் தும்பிகள். ஆதார ஊற்றின் அடியில் அசைந்து கொண்டி ருக்கும் தைலவண்ண நீர் ஓவியத்திலிருந்து சாம்பல்பூனை வெளிக்கிளம்பி, பாசியடைந்திருந்த சிங்கமுக வாயில்களில் நுழைந்து அசையாத காவலர்களைக் கடந்து கோட்டைக்குள் பிரவேசித்தது. சாம்பல் பூனையின் உள் பாதங்களில் இருந்து சப்தமற்ற காலடிகள் பதிகின்றன. அதன் நிசப்தத்தை உற்றுப் பார்த்துக்கொண்டிருக்கும் மதில் சுவர்களில் பூனையின் தடங்கள் இருப்பதாகத் தெரிகிறது; பட்டும் படாமல் நடந்துபோன வெற்றிடத்தில் நிலவும் தடங்கள் தாமே நகர்கின்றன. பதிந்து வசிப்பிடங்களின் சூட்சுமங்களை அறிந்த கால்கள் இருந்தகால் எடுத்து நடந்த காலில் மொசார்ட்டின் நிழல் படரும். மோப்பத்தில் தோன்றும் மந்திரப்பாதைகளில் ஊர்ந்து செல்லும் கபிலநிறக் கண்கள் கங்கெனப் பழுத்து எரிகின்றன. அடிமாலியில் பாசிபடர்ந்து தொங்கி கொண்டிருந்த இறக்கும் வறியவனின் மந்திரப்

புல்லாங்குழலில் பிறந்த சுருள் நத்தை மலைகளுக்குள் சீறுகின்றது. வேட்டைக்கான வில்லும், அம்பும் மலைமீது அதிரும். வேட்டைக் குரல் யாரை அழைக்கின்றது? உயரத்தில் எரியும் கற்களுடன் பறக்கும் நத்தையின் வெண் கூடு. அதில் சுருண்ட பிரபஞ்ச கானம் மறைந்தவளின் குரலா? பிரபஞ்சத்தின் குரல் அழைக்கின்றது. அழைப்பின் திசைநோக்கி அம்புகள் பறக்கின்றன. பிரபஞ்ச ஓசையில் நெடுகிப்பாய்ந்த அம்புகள் மறையும். ராட்சஸப் பறவை யின் இறகு ஒன்று சுழன்று சுழன்று கீழ்நோக்கி வருகிறது. ஆள் உயர இறகின் ஸ்பரிசம் கண்டு அந்த இறகின் கண்களில் எழுதப்பட்டிருந்தது எரிந்துபோன பெண்பறவையின் காவியம். அவளின்றி எழுதிச் செல்லும் இறகு. மொசார்ட்டின் கையுறை அணிந்தவிரல்கள் எழுதிச் செல்கின்றன. வெகு தொலைவில் அசையும் விரல் அவளுக்கான இசைக்குறிப்பு களை பதியும்போது; ஓர் அபூர்வ இறகின் சரித்திரத்தை அதே இறகு கொண்டு மொசார்ட் எழுதிக்கொண்டிருக்கும் போது, அதுவரையில் இல்லாமலிருந்த இறகு முளைத்த காவியம் இறகுக்குள் செதுக்கப்பட்ட வடிவங்கள் எல்லாம் விரல்களைச் சுடுகின்றன. ஊமையான நரம்புகள் எதை உணரக்கூடும். இறகின் சாம்பல் கட்டங்களில் மொசார்ட்டின் சாம்பல் கோடுகள் அவன் கண்களைக் கீறிச் செல்கின்றன. அவன் இருப்பிடத்தில் ரேகைகள் பட்டு சிதைந்து கொண்டி ருந்தது எல்லாம். இறகுக்குள் ஊர்ந்து மறைகிறான். எழுதிச் சென்ற மொசார்ட்டின் விரல்கள் மறைகின்றன. அந்த அபூர்வ இறகிலான படகில் ஏறிச் செல்கிறான். அவன் நிஜமான பெயர்கூவி அழைத்த பறவையின் இசை. மௌனமாய் மிதந்து மிதந்து வெற்றிடத்தில் செல்லும் படகு. யாரு மின்றிக் கேட்பாரின்றி அவள் காவியம் நத்தைக் கூட்டுக்குள் ஒடுங்கியது. அப்பெரிய இறகு தந்த பெண்பறவையின் ஒற்றைக் கண் நத்தைக்குள் தனியே மிதக்கிறது. உள்ளே அவள் இல்லை. தாறுமாறாய் கோடுகள் வந்தன. இறகுப் படகிலிருந்து நத்தைக்கூட்டின் குகைவாயிலை அடைந்தான். வாய்பிளந்த குகைக்குள் அதிசய இறகு சென்று கொண்டிருக்

கிறது. இறகில் அவள் மூதாதைகளின் நிழல்கள் அசைகின்றன. இறகுத் துடுப்புகள் கொண்டு கடந்து போகிறார்கள். உருவமின்றி நிழலாக இருந்தார்கள். எல்லா நிழல் கொண்ட தண்ணீர் அசைய அசைய யார்யாருடைய நிழல்களோ தோன்றுகின்றன. அவனுக்குத் தெரியாதவர்களுக்குத் தெரிந்த முகங்கள் இருந்தன. இனந்தெரியாத மயக்கம். தலைகீழாகச் சுருண்ட வானில் கிரகங்களின் நகர்வு. உயரத்தில் மலைகளில் ஓர் மழைக்காலத்தில் பாலங்களைக் கடந்து போன ரயிலில் அவனுடன் யார்யாரோ இருக்கிறார்கள். அவர்களிடையே பார்த்த அந்தப் பெண்ணுருவம் திரும்பவும் தோன்றி ஆழத்தில் மறைந்தபடி இருக்கிறது. உள்புறம் எட்டிப் பார்த்தால் கற்குகையின் கதகதப்பு. வேட்டையாடப்பட்ட மிருகங்களின் தோலால் ஆன சுவர்களில் அம்மிருகங்களின் வடிவங்கள். குகையின் உள் சுவர்கள் மிகமெல்லிய நீரால் ஆனவை. மீன் தொட்டிக்குள் இருக்கும் மென்மையான கனவுநிலை. ஒளி ஊடுருவும் ஸ்படிக நீரோடைகள் வயல் மீனின் கண் நீந்திவந்து அவனைக் கவ்விச்சென்று சுருள் நத்தையில் தோன்றும் நட்சத்திரநகரின் மையத்திலிருந்த நீர்த்தோட்டத்தில் அவனை மறைத்தது. நட்சத்திர நகரிலிருந்த மொசார்ட்டின் இசை எண்கள் முளைத்து கற்பனைத் தாவரங்கள் பரவிக்கிடந்தன. யாருமில்லாத நட்சத்திர நகரில் எல்லோருக்காகவும் சுற்றிக்கொண்டிருந்த மொசார்ட்டின் கறுப்பு இசைத் தட்டுகளில் கோடுகள் மறைந்து தோன்றி வருகின்றன. நட்சத்திரங்களின் அபூர்வ நிறங்கள் மாறிமாறிச் சுற்றும். செதுக்கப்பட்ட மொசார்ட் உருவம். மெல்லிய இசைக்கோடுகளில் எல்லாப் பெண் உருக்களும் ஈயநிற வெளியில் நீந்துகிறார்கள் நிர்வாணமாய்; மரங்களின் சாயலில் அண்ணாந்த மோனத்தில் அசைகிறார்கள். நட்சத்திர நகரில் எல்லோருடைய வடிவும் இருக்க வேண்டும்.

அந்நகரின் மடிப்புவீதியில் பாய்ந்துசென்ற சிங்கத்தின் மீது நிர்வாணமான ஓசே வீற்றிருந்தாள். நகரின் எல்லா நீர்க்கண்ணாடியிலும் ஓசேயின் ரூபம் வெட்டப்பட்டு

தோன்றி மறையும். அவள் காணாமல் போன அதிர்வு நகர மெங்கும் வருகிறது. வெற்றிடத்தில் அவள்சாயை தெரிகிறது. நெருங்கி, நெருங்க மறைகிறது. அவள் தோற்றங்கள் மறைந்த காற்றுச்சுருள் குபுகுபுவென வெளிக் கிளம்பும். வெண்கூட்டுக்குள் அசையும் பிம்பங்கள். யாரென்று தெரிய வில்லை. சாயைகள் பதிந்த கூடு. யார் யாருடைய குரல் களோ எவை எவற்றின் மௌனங்களோ நிலவும் அங்கு. காணாமல் போனவற்றையெல்லாம் கொண்டு செல்லும் புகைநிற கேலக்ஸி. விண்ணில் தடம் நீள்கிறது. அது சுற்றும் பாதை மெல்லிய கோடாக பதிகிறது.

கூடுகளை விட்டு வெளியேறியவர்கள் விட்டுச் சென்ற பிரக்ஞை படரும். எல்லோரது பிரக்ஞை வெளியே நத்தைக் கூடு. அவற்றுக்குள் எழுதிக் கொண்டிருக்கிறான் நத்தையின் உணர்கொம்புகளால். ஒட்டிக்கொள்கிற உணர்கொம்பில் ஸ்பரிசிக்கப்படாத உணர்வுகள் சுரக்கின்றன. நத்தையின் உடலில் சுரக்கும் தைலத்தால் எழுத நேர்ந்தது. துடிக்கும் உணர்கொம்பில் நிஜ உருவாக வரும் கோடு. கற்பனைக் கோடு உயிர்பெற்றுவிடும். தொற்றிவிரியும் கோடுகளில் அழியாத நிறங்கள் வரும். நேரடி மரங்களின் மெல்லிய இலைக்கூட்டம் துல்லியமாக அசைந்துபரவும் கடல்சத்தம்; வெளிர் சிவந்த கற்பனை இலைகள் படரும். தோல் வரைபடங்கள் கீறி வரைந்து வெளிப்படுகின்றன. அவற்றை உலவவிட்டு நகர்ந்து வரும் கேலக்ஸி. கற்பனை மிருகங்கள் கதாதீத சரித்திரத்தின் பழுத்த காகிதங்கள் உருமாறுகின்றன. நகரங்களின் கோடுகள், தெருவில் சர்வே படங்கள் வந்து விடுகின்றன. சரியான தூரத்தில் எதிர்ப்பட்ட ஒருவன் எதிர் பாராத சந்தில் நுழைகிறான். தப்பமுடியாத பாதைகளில் ஸ்பிரிங்காவலர்கள் எந்திரத் துப்பாக்கிகளால் அவனை விரட்டுகிறார்கள். விடுதிஜன்னல் திறந்து அமெச்சூர் நடிகையின் ரோஸ் பவுடர் முகம் தோன்றி தப்பிப்பதற்கான சூதுக்கட்டங்களை சைகை செய்து விளக்குகிறாள். உயரத்தில் பறந்த நட்சத்திர வரிசையைக் காட்டி தெரு அமைப்பைச் சுட்டுகிறாள். சுடப்பட்டு கண்ணாடிகள் உடையும் சடா

ரென்ற சப்தத்துடன் அவள் வீறிடல். விடுதி விளக்குகள் அணைகின்றன. ஏற்கனவே பெயர் மாற்றிச் சுடப்பட்ட அவன் உடல் பதனபீடத்தில் வைக்கப்பட்டுள்ளது. எந்தப் பக்கம் விலகினாலும் விசையின் கவனம். கைகளைத் தூக்கி அகப்படுகிறான். அவன் பாஸ்போட்டில் இருந்த சீல் வைத்த புகைப்படத்தைக் கிழித்துமென்று தின்றவாறு தாடைகள் அசைகின்றன. துப்பாக்கிக் கத்தியால் அவன் தாடைகளைப் பிரிக்க முடியாமல் கத்தி நறநறவென்று கோபிக்கிறது. பெயர் இல்லாத பூச்சியாக சிறைச்சுவர்களில் நகர்ந்து நகர்ந்து ஜன்னல் கம்பியைத் திருகித்திருகி ஒன்றை ஒடித்துக் கொண்டு தொப்புள் குழியில் குத்திக்கொண்டு கம்பியின் மறுமுனையை சுவரில் ஒட்டி அழுத்துகிறான். சாவதற்கு முன் தன் ரத்தப்பெருக்கில் நீந்திக் கொண்டிருக் கிறான். அகதியின் ரத்தத்தில் கழுவப்பட்ட சிறைச்சாலை யில் ஸ்பிரிங் காவலர்கள் கறுப்பு பூட்ஸ்களை நகர்த்தும் க்ர்ர்ரீச் ஒலி. சாவதற்கு முன் சிறிது மயக்கத்தில் இருந்த பிரக்ஞையால் அவன் யாரென்று தெரிந்துகொள்ள முயற்சிக் கிறான். மிஞ்சிய உயிர் அடையாளம் பார்க்கும் உஷார் கொண்டதென தன்னையே சந்தேகிக்கிறான். தன்னைத் தானே காட்டிக் கொடுக்கும் தன் கண்களையும் நம்ப முடியாமல் தற்கொலை விளையாட்டில் தன்னைத்தோற்கடிக்க விரும்பு கிறான். தரையில் பரவிக்கிடக்கும் ஸ்பிரிங் சிப்பாய்கள் பனிரெண்டுபேர்; மூன்று கம்யூனிஸ்ட் கமிஸார்கள்; இரு வேட்டை நாய்கள்; பெண் உருவிலான நீலப்புலி; அவனை மாய்த்துவிடுகிற விதியின் விளை யாட்டுப் பலகை. இவ்வாறு அவன் தற்கொலை செய்து கொண்ட சதுரங்கக் கட்டங்களில் அவன் இரண்டாவது உடல். நகரத்தின் பீடத்தி லிருக்கும் அவன் பதன உடலை எடுத்துவிட்டு இரண்டாவது உடலை வைக்கும் ஆள் மாறாட்ட விளையாட்டுகள் அறிந்த காவல் துறை வேறொரு விதியில் பிறழ்வு கொள்கிறது. கறுப்புத் துணி மூடப்பட்ட இருதலை களை அடையாளம் கண்ட காவலன் ஒருவன் தன் நிழல் தன்னுடனே சேர்ந்து வருவதில் பைத்தியம் பிடித்து

ஓடிக்கொண்டிருக்கிறான். புதிரில் சிக்கிக்கொண்ட காவலன் சுடப்படுகிறான். தொடர்ந்து விசில். தன் இருபதன உடலுக்கு அடியில் பதுங்கியிருந்த அவன் தப்பித்துகொள்கிறான். அவன் யாரென்று அவனுக்கே தெரியவில்லை. தெரியாத வனாக இருந்து தன்னை யாரென்று தெரிந்துகொள்ள ஒவ்வொரு விநாடியிலும் மாறிக் கொண்டிருந்த கேலக்ஸி யின் பிரக்ஞை வெளியில் எதை எதையோ பதித்து வருகிறான். நூற்றாண்டின் சுழல் வட்டப்பாதையில் சிக்கி வேறுவேறு மனிதனாகப் பயணமாகிறான். ஒவ்வொரு திருப்பத்திலும் கைத்துப்பாக்கி மாறிக்கொண்டிருந்தது. அவனை நேரில் காண்பதற்கு காத்திருக்கிறார்கள். பைத்திய மாவதற்கு முன்பிருந்த கண்களின் வெறுமையுடன் அடைக்கலம் புக இடமின்றி பூட்டப்பட்ட அறைகளில் கதவு எண்கள் திருத்தப்படுகின்றன. காட்டிக் கொடுப்பவர்கள் துடைக்கப்பட்ட கண்ணாடிக் கோப்பைகளுடன் நெருங்கு கின்றார்கள். மொசார்ட்டின் மந்திரப்புல்லாங்குழல் சுருதி யேற, வறண்ட மலையில் ஏறி, ஒரு லய மலரைப் பறித்து இறங்கும் விருந்தறையில் விஷக்கோப்பைகள் மதுக் கோப்பை களுடன் இடம் மாறுகின்றன. உலோக விஷத்தின் தகடுகள் எரிந்தபடி எழுத்தில் படுகிறது. கண்ணாடிக் கோப்பையில் ஒரு துளி ரத்தம் ஒட்டி லய மலராய்த் தோன்றி மறைகிறது. காட்டிக்கொடுப்பவர்கள் உதவியுடன் தப்பி ஓடுகிறான். நகரத்தின் வேகத்திற்குள் பைத்தியமாகிக் கொண்டிருந்த பாதைகள் வசீகரமாய் சுற்றிச்சுற்றி சுற்று கின்றன அவனை. எல்லாத் தெருக்களிலும் ஓடித் தொலைந்து போகிறான். அந்நகரின் கல்வெட்டிலிருந்த வார்த்தைகளின் படி வந்து சேர்கிறான் நட்சத்திர நகருக்கு.

நத்தைக்கூடுகளின் வெற்றிடம் தேடி வசிக்கக்கூடியவன், வெற்றிடத்தின் பிரக்ஞை எழுதிக்கொண்டிருப்பதால் எழுதிக் கொண்டிருக்கிறான். கேலக்ஸியில் சுருண்டிருந்த நத்தை எங்கே போனதென்று தெரியவில்லை. நத்தையின் உருமாற்றத்தை அடைந்து விட்டிருந்தான். எழுதப்பட்ட முன்வரிகள் ஒடிந்து விழுந்தன. நத்தையான அவன்

உணர்கொம்பில் பச்சை உயிரிகள் மர்மமாகத் தொட்டு ஸ்பரிசம் படாத இடங்களில் நகரும். தனக்குள் துளிர்விடும் நீர் இலைகள் ஏந்தி அதிர்கிறது. ஏகாந்தத்தில் பரவும் நீர்மரத்தின் மந்திரஇசை சதா சலனமடைகிறது. அந்த நீர்மரத்தின் அனாதித் துக்கத்தில் கலந்துவிடும் நத்தை. கனவுக்குள் நகர்கிறது வெண்ணிற கேலக்ஸி. எல்லா உயிரின் தோற்றத்திலும் இலை நரம்புகள் பிறக்கின்றன. இலை வீடுகளில் துயிலும் நத்தைகள் ஊரின் இசை யாரும் கேட்டறி யாத பாதையில். அடிமாலி மலைகளுக்குள் உருண்டு சரிகிற விசில் செஞ்சாம்பல் ஓடுகளில் புகுந்த காற்று சுருண்டு மணல் புகைகிறது. தும்பியாய் மெலிந்திருந்த அவள் குரல் மொசார்ட்டின் ஓபெராவில் சுருண்டு சுருண்டு பெரும் சப்தம் கொண்டு கூவுகிறது. கருஞ்சிவப்பு நத்தைக் கூடுகள் பறக்கும் வெளி.

பிறைகளின் சுழற்சியில் கரகரவென்று முதுமையடையும் ஓசை. பாசி மூடிய நத்தைக் குரல் விசில் கற்றையாக மாறுகிறது; அது ஓசே... அவள் உருவம் கரைந்து மிகச்சிறிய தம்பலப்பூச்சியாக மாறி வெகுதொலைவு பறந்து மறை கிறாள். எங்கும் இரவின் குரலில் நத்தையின் விசில். ஆயிரம் கூடுகளில் காற்று மர்மமான நிறங்கள் வைத்து நகரும். காற்றுக்குமிழ்கள் உடைந்து ஆயிரம் தம்பலப் பூச்சிகள் தொடுவதற்காக வேண்டி குழந்தைகளிடம் பறந்து போகின்றன. சிறுமிகளின் ஒளிவீசும் காலடிகள் எங்கே நகர்கின்றன. காடுகளின் ஏகோபித்த விசில்கற்றை சுழன்று ஒவ்வொரு இலைமூச்சிலும் கரைகிறது. மலைகளுக்கு மேல் விசில் பறக்கும். சூறாவளி சுழன்றடிக்கும். காணாமல் போன மலைமாடுகளின் தகரமணி எரிந்தவாறு பறக் கிறது. எரியும் ஜ்வாலைக்குள் செந்நிற நத்தைகள் ஊர்ந்து செல்கின்றன. பசும்பாறையில் ஒட்டி மல்லாந்தவாறு நட்சத்திரங்கள் திரள்வதைப் பார்க்கிறான். பெண்பறவை தலை கீழாய் பூமியில் மோத மீண்டும் விசிறி எழுந்து சுழன்று கணையுமிழ் சரமெனப் பறக்கிறது. நிறம் மாறிக் கொண்டுவரும் நட்சத்திரம் ஒன்றை நோக்கி இலைகள்

சுருள்படும். இலைச்சுருளில் தொங்கும் ஆயிரம் நத்தை யோடுகளில் காற்றின் விதவிதமான பாதைகள். சப்தபேதங் களின் எண் வரிசை ஏறி இறங்கும். இலையின் சாகரத்தில் கருஞ்சிவப்பாய் உருத்திரளும் நத்தைகள் சீறிப்பாய் கின்றன. அதில் துயிலும் கதைராசிகளின் இடைவிடாத முனகல். செந்நிறமான சூரியோதயத்தில் ஒட்டி நகரும் நத்தைக் கூடுகள் சிற்பகோடி ரகசியங்களின் பாதையை கடந்து கொண்டுவரக்கூடும். எல்லைகளுக்கு அப்பால் மூங்கில் அசையும். இலை மறைவில் மாடுகளின் பெருமூச்சு. கானகமெங்கும் இருட்டி மறைகிறான் சிறுவன். இசையின் பால்வெளியில் அவன் திரியக்கூடும். எல்லாம் மறைந்த வெற்றிடத்தில் அவன் சாண்குழலின் நுரை கொதிக்கும். ஏகாந்தத்தில் வளரும் மூங்கில் புதரில் மாட்டுக்காரன் மறைகிறான். ஒவ்வொரு பச்சை உயிர் மீது மர்மமாகத் தொட்டு அசையும் காற்றில் சிறுவன் விரல்களின் ஸ்பரிசம். தகரமணி எரிந்தபடி பறக்கும் ஓசையை அவன் ஒரே மூச்செடுத்து வாசிக்கக்கூடும். அவன் குழலில் தோன்றும் ராட்சஸப்பறவையின் கால்பதிவுகள். காற்றின் கொக்கி களில் இறங்கும் நத்தைகள்... உணர்கொம்பு வரிகளில் அழியாச்சுடர் கொண்டு கானகமெங்கும் தேடுகின்றன; மிருகத்தின் விரல்கள் பதிந்த மர்மமான கான உருவை.

வெளிர்நீல மரங்கள் பின்னிரவில் கரைந்து இசை இலைகளும் நீலத்தில் வெளிர் அடைகின்றன. மொசார்ட்டின் வெண்நிறமான இசைக்கோப்பையில் அவன் விநோதமான விதியின் பலத்தைக் கற்பனை இலைகளாக்குகிறாள் ஓசே. இசைக் கீற்று செங்குத்தாகத் தோன்றி எண்வரிசை துயர் வீசி இலைவடிவத்தில் ஒலித்தது. இசையில் மந்திரத்தை உள்வாங்கிய மலைகள் நீலமாய் எழுந்து உயிரில் பற்றி எரிகின்றன. மந்திரப் புல்லாங்குழல் சாய்ந்து சரிந்து 'எங்கிருக்கிறாய் ஓசே... நீ இருப்பது தெரியவில்லை... ஓசே... ஓசே...' நீலத்தில் பறக்கும் நத்தைகள் கொம்புகளில் அழியாச்சுடர் ஏந்தி அழுக்கு ஒளியாகி மலைகளில் உருண்டு

சரிந்து செல்லும். பின் நத்தையின் குரலில் மலைகளே அழைத்தன. ஓசே... ஓசே... ஓசே... ஓசே... நத்தைகளின் கூடுகளை விட்டு வெளியேறிப் போன கருவில் யுவதி நீர் வீழ்ச்சியில் சரிந்து கொண்டே இருக்கிறாள். நீர் ஒளியில் காட்டு யுவதி அலைகிறாள். அவளைக் கண்டபோது இறந்து விட்டிருந்தாள். எதை எதையோ நீர் கொட்டிக்கொண்டே மறைகிறது. அவள் சென்ற கண் வெளியில் உருளும் நீர்பிம்பம். திவலைக்குள் தொங்குகிறது தலைகீழாய். திவலைகள் இறங்கும் கண்பரப்பில் கழுவப்பட்ட பச்சைத் தோட்டம்.

கற்பனை இசை விநோதங்கள் குவிந்த காற்றின் சுருள் வாள் கொண்டு சூன்யத்தில் வெட்டிய சிலை உருவை பொஹீமிய அரசனான இரண்டாம் லியோபோல்டுக்குப் பரிசளிக்கிறான் மொசார்ட். ஸ்படிகச்சிலையில் நத்தைகள் தத்தளிக்கின்றன. சுருள் நத்தையின் விசில் கற்றை சூறாவளி யாகிறது. திடீரெனப் பறந்துவந்த கேலக்ஸியின் கூடுகளில் மூடித்திறந்த விரல்கள் அசைந்து எண்வரிசை உருத்திரள, மந்திரப் புல்லாங்குழல் தோன்றும். ஓசே...ஓசே... எனும் காற்றின் சப்தம். அவள் உரு ஏந்திய மாயத்திவலைகள் சப்தத்திலிருந்து உருண்டுவர, நீர்த் திவலைகளின் கூட்டம் ஜுவாலையாக எரிகின்றது. ஜுவாலையில் அசையும் வெண்நிற யுவதி. இல்லாதபோதும் இருந்துகொண்டிருக்கும் பிரக்ஞைவெளியில் யாருமில்லாத ஒரே ஒரு நத்தைக்கூடு; அதனுள்ளே ஸ்படிக ஒளியாக உருள்கிறாள். அவள் குரல் நரம்புகள் சரிந்து சுருண்டு மந்திரப்புல்லாங்குழலாக மாறுகின்றன. வெறும்கூடு பறக்கும் பாதையில் அவன் மெதுவாக கோடு வரைகிறான். கூட்டுக்குள் மடிக்கப்பட்ட வரைபடம் விரிந்து தோட்டமாகிறது. சிறு கத்திரி கொண்டு தோட்டத்தை எண்கோணமாக வெட்டிக் கொண்டிருக்கிறான் அவன். வரைபடத்தின் பாதைகளில் ஸ்பிரிங் காவலர்கள் எந்திரத்துப்பாக்கியுடன். தோட்டத்தின் மையத்தில் சிறை வைக்கப்பட்ட அவள் மீது காவலரின் கண்கள் திரும்பு கின்றன. இரு வேலையாட்கள் பெரிய பெரிய கத்திரி

கொண்டு கற்பனைத் தாவர இலைகளை வெட்டும் ஒலி நகரமெங்கும் எதிரொலிக்கிறது. அவன் சிறுவனைப்போல வரைபடத்தை வெட்டி முடிக்கிறான். ஒரு செடி அசை விலும் சுட்டுவிடும் உஷார்நிலை. ஒரு டஜன் காவலர் களைத் தாண்டி சதுக்கத்தை அடைகிறது கேலக்ஸி. அவளை அணுகியபோது மிக மெலிந்து கரைந்து போன தம்பலப் பூச்சி அளவே இருந்தாள். திடீரென ஒசேயுடன் காற்றின் மெதுவான தடங்களைக் கடந்து வெளியேறினான். கிறுகிறு கிறுவென தோட்டமே சுற்றிச்சுழல தோட்டத்தின் குறுக்குப் பாதையில் வெடியோசைக்கு பின் தோட்டம் இருள்கிறது. மாயக்குமிழ்விடும் எல்லாத் துளைகளையும் மூடித்திறந்து பறந்து கொண்டிருந்தன தம்பலப்பூச்சிகள். ஆயிரம் நூல் கொண்டு அவன் உடலை இழுத்துச் செல்கிறார்கள் ஸ்பிரிங் காவலர்கள். விசில் கற்றைகள் மணல் புகையாகி எரிகிறது கேலக்ஸி...

●

66

சாரோனின் சாம்பல் இறகு

அதிலும் எல்லையில்லாத இருளிலிருந்து நீளும் சாரோனின் இறகுக்குள்ளிருந்து வெளிவந்த நாடோடி பெண்கள் பாசி படர்ந்திருந்தனர். கைத்தடியால் தட்டி பூமியின் வழி களை அறிந்துகொண்ட குருடர்களாய் இருந்தார்கள். விழி நீலம் காணா இருட்டில் பதிந்த தாதியின் கண்கள் எதைத் தேடுகின்றன. காலடித்தடம் தவறி நடந்த பாசி படர்ந்த நாடோடி பெண்கள் சப்தங்களின் மிக மெல்லிய அழைப்பை ஏற்று நடந்தார்கள். காட்டுப் பூச்சிகள் கால்களை முத்த மிட்டன. தாது வருஷப் பஞ்சம் பீடித்த நிலங்கள் மூச்சு விடும் சப்தத்தை கேட்டு அழுதார்கள். பெண்களின் கால்களிலிருந்து பிளந்து சென்ற பூமி எரிந்தது. 'வெப்பு நோயால் வாடுகிறாயோ' என்று சாரோனின் இறகால் கண் தெரியாத ஸ்திரீகள் தொட்டதும், உலர்ந்து வந்த மணலிடம் சென்று 'வெப்புநோயில் வாட வேண்டாம் மணலே' என சாரோனின் இறகு கொண்டு ஸ்பரிசித்தார்கள். பிச்சைக்காரி களின் தொடுதலில் சலனமடைந்த கூழாங்கற்களும் மணலும் தானியமாயின. ஒவ்வொரு மணலையும் தொட, இறகின் ஒளி வீச்சில் உயிர்ப்படைந்த மணல் பெண்களின் காலில் போய் ஒட்டிக்கொண்டது. கண் தெரியாத பெண்களின் காலடி ஓசைகளை நேசிக்க முடிந்த சாரோன் கிராமத்தின் முரடர்களைத் தேடி வந்து கொண்டே இருக்கிறார்கள். ஒரு மணலில் துணுக்குற வைக்கும் பாலைவனம் முணுமுணுக் கிறது. இன்னொரு மணலைப் பிழிந்து ஈரத்தை எடுக்க முடிந்ததா அவர்களால். பிரிவுகளாகிறது எங்கும். ஒவ்வொரு

கணத்திலும் சரிந்து வந்த மணலில் பிரிக்கப்பட்டு தனித் தனியானவர் தனிமை விரியும் மௌனத்திலிருந்து ஆழ்ந்து படியும் இருள் பரவுகிறது. கண் தெரியாத பிச்சைக்காரிகளின் பாடல் இருளால் துளையிடப்பட்டு கனத்து அதிர்கிறது. அந்தப் பாடலின் தொலைவில்லாத நேசத்திலிருந்து தகப்பன் எலும்புகள் ஏக்கத்தால் விரிவது சாரோன் கிராமத்தின் எல்லா இடங்களிலும் பரவும். பெண்களின் பாசி படர்ந்த வெண்கலக் கண்களில் அடர்ந்த சோகம். மூர்க்கமாகப் பிணைக்கப்பட்ட ரத்தத்திற்குள் சுருண்ட இருள் நீண்டு ஆத்மார்த்தத்தின் நரம்புகள் அதிர்ந்து ஓடிப் பரவுகிறது இரவின் மூலைகளில். தாவீதின் பாரம்பரிய மரபுரிமை களில் பாட்டன் ரோசேப்பின் எலும்புகள் தகப்பனுக்கு தொலைதூரங்களானதில் ரத்தம் கொட்டி பூமி கழுவப் படுவதை கண்டு வந்தவர்கள் சாரோன்வாசிகள். தகப்பனை மூத்த குமாரன் தாவீது கை நீட்டி அடித்து விரட்ட நேர்ந்ததும் புதிதில்லை; சேர்ந்து விடுவார்கள் என திரும்பவும் மறந்து விட்டார்கள் அவர்களை.

தகப்பனின் ஒரே சொத்தாகிவிட்ட பழைய துருப்பிடித்த ரெங்கூன் பெட்டியும் கொடியில் கிடந்த உடுப்புகளும் பெட்டிக்குள் இருக்கும் பழைய வீட்டின் சாவிகளும், பழுப் படைந்த வுல்காத்தா பைபிளும் களிம்பேறிய வெண்கலப் பெண்களின் பாடல்களும் தான் அகற்றப்பட்டன. அங்கிருந்த பெயர் தெரியாத காட்டுப் பறவையின் தடித்த இறகுகளும் மைகூடும் சேர்த்தே தூக்கி எறியப்பட்டபின் எத்தனையோ விதத்தில் புரண்டு கிடந்த வெளிறிய காகிதங்களில் இருந்த வீச்செழுத்துக்களால் காட்டு இறகுப்பேனா பதிந்த சொற்றொடர்களும் மகனுக்காக எழுதப்பட்டு மை உலர்ந்து போகாத நேசங்களும் தான் தாறுமாறாய் இடம் பெயர்ந்து விட்டன. அவற்றை எல்லாம் இனி ஒன்று சேர்க்க முடியாது. காட்டு இறகு வைத்திருந்த பாரம்பரிய வலிமையான வார்த்தைகளை இனி யார் கொடுப்பார்கள்; இற்று ஒடிந்த வார்த்தைகளுக்காக யாரும் வருந்தவில்லை. தகப்பனின் ரேகை பதிந்த பழுப்புக்காகிதங்களில் சாரோன் கிராமத்தின்

எல்லா நாட்களில் இருந்த தீராத இசைவும் விருப்பங்களும் பதியப் பட்டுள்ளன. பழுப்புக் காகிதங்கள்தான் சாரோன் கிராமத்தின் அபூர்வமான பொருட்கள். துருப்பிடித்த சாவிகளுக்குத் தெரியும் ஒவ்வொரு இரவும் எப்படி இருந்ததென்று. திறந்து பார்க்க முடியாமல் போன பக்கங்களை யார் மூடிவிட்டார்கள் என்று தெரியவில்லை. ஆனால் இளையவன் மரியான் தகப்பன் பெட்டியை திறந்து யாருக்கும் தெரியாமல் அந்தக் காட்டுப் பறவையின் இறகுகளில் ஒன்றைத் திருடி அதன் ஸ்பரிசத்தில் வந்த வெளிறிய கனவுகளில் சாரோன் கிராமத்தின் நிஷ்களங்கமான இரவு ஒன்றை தன்னோடு எப்போதும் வைத்திருந்தான். அந்தக் காட்டு இறகுக்குள் பதிந்த பிரக்ஞையில் தகப்பனின் தான்தோன்றியான தடங்கள் இருந்தன. அவனால் எட்டமுடியாத கோடுகளும் அதிர்ந்தபடி இருந்தன. தன் உடம்போடு இணைத்துப் பறந்து சென்றான் மரியான். பறவையின் இறகு கொண்ட மரியான் யார் கண்ணுக்கும் தெரியாமல் மறைந்து திரிந்தான் காட்டில். அவனால் தாவீதின் செயலைப் புரிந்துகொள்ள முடியவில்லை. தகப்பனை அடித்து விரட்டி விட்டானே தாவீது. மரியான் திரும்பிய பக்கமெல்லாம் தகப்பனின் இறகு எழுதிய துயரங்களை வாசித்தான். எழுதப்படாத வெளிகளில் தகப்பன் எழுதிச்சென்ற ரகஸியங்கள் காற்றின் மிக மெல்லிய ஸ்பரிசங்களாக இருந்தன.

மரியான் உதடுகள் மெல்லிய காற்றை வாசித்து உலர்ந்து விட்டன. தகப்பன் வெளியேறிப்போனபின் சாரோனில் இருந்து பறந்து சென்றான் மரியானும். பெருநகரின் பாதையை அடைந்தான் மரியான். வழி நெடுக இருந்த மரங்கள் சொன்னது தகப்பனின் சொற்தொடர்களில், 'தாவீதின் கோபத்திற்காக மரியான் நீ அவனை வஞ்சியாமல் இரு' என்பதுதான். மரங்களின் முணுமுணுப்புகளுக்கிடையே தகப்பன் உருவம் தோன்றி மங்கலான கண்களால் பார்த்துக் கொண்டிருப்பதை அவனும் பார்த்துக் கொண்டிருந்தான்.

பாரம்பரிய மரபுரிமை மீது செங்கலும், சிமெண்டும் இரும்புக் கம்பிகளும் பின்னலிட்டு வளர்ந்தன. பெரிய

உத்யோகஸ்தனாகிவிட்டான் தாவீது. தான்தோன்றியான செடிகளை வெட்டி வீட்டைச் சுற்றி முற்கம்பி வேலி யடைத்தான் தாவீது. இரவில் வந்துபாட சிள் வண்டுகள் வரவி இல்லை அங்கு. காங்ரீட் சுவர்கள் நெருங்கி வந்தன. பூர்வீக வீட்டின் கீறலில் இருந்த ஒவ்வொரு பூச்சிகளின் அதிசயமான குரலையும் சிமெண்ட் பாலினால் அடைத்து விட்டான் தாவீது. சாரோனிலிருந்த எதேச்சையான வாழ்க்கையை குறுந்திரைக்குள் இருந்து வந்து கார்ட்டூன் வீரர்கள் தகர்ந்து நொறுக்கிக் கொண்டிருந்தார்கள். பிரபல முகங்கள் குறுந்திரைக்குள் இருந்து வெளிவந்து வரவேற் பறைகளைக் கட்டிவந்தார்கள். குறுந்திரையை விலக்கி வெளிவந்த அமெச்சூர் நடிகர்கள் புதிய வாசனைகளை பொருட்களாக மாற்றிக்கொடுத்து விட்டு திரும்பும்போது வீட்டில் உள்ளவர்களையும் எந்திரங்களுக்குள் அழைத்துச் சென்றார்கள். அந்த எந்திரங்கள் உற்பத்தி செய்து குவித்த பண்டங்களில் போய் ஒட்டிக்கொண்டார்கள் பிள்ளைகள். தினந்தினம் திரையைத் தூக்கி குதித்து வந்த அமெச்சூர் நடிகர்கள் ஒவ்வொரு வீட்டின் தனித்தனி இயல்புகளை யும் எடுத்துச் சென்றார்கள். அடையாளங்கள் காணாமல் போயிருந்தன எங்கும். ஏற்கனவே தொலைத்தவர்கள் தேடிக் கொண்டிருந்தார்கள். மாறிப்போன எல்லோருமே நெடுந் தூரம் ஓடிப் பின்னால் திரும்பிப் பார்க்கிறார்கள். எப்போதா வதுதான் பழையசாரோன் கிராமத்தின் வீடமைப்புகளின் ஜன்னல் வழியே வந்த வெளிச்சத்தை உணர நேரும்; அதன் ஸ்பரிசம் நேராதவர்களுக்கு. முன்னோர் வாழ்ந்த மனோகதி யில் அமைக்கப்பட்ட சாரோன் தெருக்களில் எப்படி நடந்து வந்தார்களோ அப்படி நடமாட முடியாமல் போகும். இறந்தவர்களின் பழுப்புநிறப் புகைப்படங்களுக்குக் கீழ் மின்மினி நினைவாஞ்சலி செய்ய, கண்ணாடிச் சட்டமிடப் பட்ட சமத்காரங்களுக்கு இடையே எப்போதாவது வந்து போகும். ஒரு கடப்பாரைக்கு மட்டுமே வேலை இருந்தது; அந்த எளிய வீட்டின் உள் ஸ்பரிசங்களில் இருந்த பூர்வீகங் களோடு செம்மண்ணின் கதகதப்பும் காணாமல் போன

போது அங்கிருந்த பெயர் தெரியாத செடிகளிடம் அதன் இலைகளில் ஒட்டியிருந்த சுவர் மண்ணில் தாவீதின் அடையாளம் இன்னும் இருந்து கொண்டிருக்கிறது.

தகப்பன் அரூபத்தின் மீது விழுந்த ஒரு தூசியை துடைத்து விடுவதில் தான் ஒவ்வொரு காலத்தின் முன் வைக்கப்பட்ட பாரம்பரியமாக வந்த ஏற்பாடாக இருக்கக்கூடும். நகரப் பெருஞ்சுவர்கள் உறிஞ்சி எடுத்துக் கொண்டு கிராமப் புறத்தின் எத்தனையோ உயிர்கள் முகம் தெரியாமல் போன பாதையில் தன் தகப்பனைத் தேடிப்போனான் மரியான். அந்தப் பெருஞ்சுவரில் போஸ்டராக ஒட்டப்பட்டிருந்தான் மரியான். போவோர் வருவோர் முகத்தில் தகப்பன் அடையாளம் தேடி அடையாளம் இழந்து கொண்டிருந்தான். ஒட்டப்பட்ட இடத்திலிருந்து அசைய முடியவில்லை அவனால். காணாமல் போன முதியவர்கள் எத்தனையோ பேர் மரியானைக் கடந்து போகிறார்கள். முதியோர்களின் காடுகளாய் இருந்தது நகரம். அந்த முதியவர்கள் எங்கே போகிறார்கள்; திறந்த கதவு வழியே காணாமல் போகிறார்கள்; ஜன்னலைத் திறந்து மறைகிறார்கள்; புதைகிறார்கள் கீழே; பக்கம் பக்கமாய் ஒதுங்கித் திரும்புகிறார்கள்; கண்ணில் படாதவாறு எதிரே வருகிறார்கள்; கண்ணுக்குள் ஒரு புள்ளியாய் இருண்டு மறைவார்கள்; விழுவார்கள் மேலே. கண்களில் வரையும் கரு வளையம்; பைத்தியம் ஆவதற்கு முன்பிருக்கும் தனிமையில் உழல்கிறார்கள்; பேச மறுக்கிறார்கள்; தேடிப் போனால் காணாமல் மறைகிறார்கள்; தாவீதின் முகம் சுழிப்பின் ஆயிரம் பிரதிகள் மரியான் போன நகரத்தில் விநியோகிக்கப்பட்டு வருகின்றன; சுவர்களில் ஒட்டப்பட்டுள்ளன; பெரிய பெரிய காகிதங்களாக மாற்றி அவனுக்கு எதிரே உள்ள சுவரில் அவர்களும் ஒட்டப்பட்டுள்ளார்கள். போஸ்டர் கண்களாய் வெறித்துப் பார்த்துக் கொண்டிருக்கின்றன. எதிரெதிர் சுவர்களில் தகப்பனும் மகனும் ஒட்டப்பட்டு ஒருவரையொருவர் விபரீதமாகப் பார்த்தபடி அடையாளம் தெரியாதவர்களாக அவர்களுக்கு அவர்களே மாறிக் கொண்டிருப்பார்கள். வெளிறிய

போஸ்டர்கள் கிழிகின்றன. கதவுகளாய் மூடப்பட்ட முகங்களைத் தட்டித்தட்டி மறைகிறார்கள் அவர்கள். பனியிலும் குளிரிலும் துயரங்களை யாருக்கும் தெரியாமல் தனியே போர்த்திக் கொள்கிறார்கள். எல்லாப் பொது இடங்களிலும் அனாதைகளாக இருள் போர்வை மூடி இழுத்துச் செல்லப் படுவார்கள்.

தெருவில் வரும் எல்லோருக்கும் தெரியாமல் மெதுவாக உரசி நகரும் தகப்பனின் கால்கள்; அவர் பாதங்கள் அகலமாகி கால்களை எடுத்து வைக்க முடியாமல் வளையும் கால்கள்; நகங்கள் சுருண்ட விரல்களிடையில் கீறல் கீறலாய் நிலம் தெரிகிறது; விரல்கள் காளான்களாகி குமிழ் விட்டு உடல் முழுவதிலும் முளைக்கும் காளான்கள்; நகரும் மரங்களாகி அசையும் காளான் மனிதர்கள் துயரங்களைப் புதைப்பதற்கு இரவெல்லாம் தோண்டிக் கொண்டிருந்த குழிகளில் மல்லாந்து கிடக்கிறார்கள். வினாடியில் உறைந்தவர்கள் சூரியோதயத்துடன் வெறிச்சென்று கிடப்பதை கூட்டம் பார்த்தபடி விலகி நகரும். அடையாளம் தெரியாத உடல் மெதுவாகக் கரைகிறது. அண்ணாந்த தாடி ரோமங்களில் உறைந்து போன சூரியக் கதிர்கள் குளிர்ந்து மழையாகும்; இருட்டில் சரிந்து வரும் மழை, ஓடுகளில் சத்தத்துடன் விழுகிறது. ஓட்டுத் தகரத்திலிருந்த ஓசையுடன் கீழ்நோக்கி விழும் மழைநீர் அண்ணாந்த நெற்றியில் முகத்தில் தாடியில் திறந்த வாயில் விழுந்த ஆயிரம் திசைகளாகப் பிரிந்து ஓடும் இருட்டு நீர். இருளும் மழையும் குளிர்ந்த உடலை மூடி இருக்கிறது. மண்ணாலும் மழையாலும் கழுவப்பட்ட உடல் இருட்டு நீர் நகர்த்து செல்லும் நதி இருண்ட ஆழங்களில் புதையக்கூடும்.

அவர்கள் தம்முடன் நீங்கள் தர மறுக்கும் எதையும் கொண்டு செல்கிறார்கள். திரும்பவும் தெருக்களில் நடந்து வருகிறார்கள்; திரும்பித் திரும்பித் திரும்புகிறார்கள்; நகரும் தெருக்கள் தானே திரும்பி நகர்கின்றன; சாவும் இருளும் திருப்பத்தில் நின்றிருக்கும். அவர்களுக்காகக் காத்திருக்கும் இருள் தெருவில் படர்ந்து சாவின் விரல்கள்

நீண்டு வருகின்றன; அவர்களைத் தொடுவதற்காய். தப்பி ஓடிக்கொண்டிருக்கிறார்கள் நினைவுகள் அற்ற வெறி பிடித்த பாதையில். தெருவில் அழுத்தமடைந்த ரத்தம் சாவு வேகத்தில் நசிவு வேகத்தில் ஓடுகிறவர்களிடமிருந்து கொஞ்சம் கொஞ்சமாய் உறையும். கழுத்தைத் திருகும் பார்வைக்கு முன்னே அர்த்தம் அர்த்தமின்மைகளின் கிறுக்கல்களாக சுழன்று சுழன்று பைத்தியம் பிடித்துக் கிறுக்கப்படுகிற நிழல் கோடுகளாய் அசைந்தசைந்து சாவின் கேலிச் சித்திரங்களாய் சுவரில் ஆடுகின்றன. முகங்களாய் நகரும் பெரும் திரளான மௌன நிழல்கள் பூமியின் மறுபக்கம் மறைகிறார்கள். காணாமல்போன தலைகள் சூரியோதயத்துடன் நீண்டு வருகின்றன திரும்பவும். வந்த வழியே நீண்டு தலைகீழாக திரும்புகின்றன. பொருட்களில் ஒட்டிகொண்டவர்கள் உருவங்களை இழந்து நிழல்களா கிறார்கள்; பெயர்களிலும் பொருள்களிலும் ஒட்டாதவர்கள் நிழல்களாகவும் இரு வேறாகிறார்கள்; உருவங்களைத் துரத்தும் நிழல்கள் தனிதனியாய் பிரிந்து ஓடுகின்றன; எதிரே மோதிக்கொண்டு விழும் நிழல்கள் திரும்பவும் எட்டிப் பார்க்கின்றன. சாரோன் கிராமத்திலிருந்து வெளியே மறைந்தவர்கள் மௌன நிழல்களாகத் திரும்பி வருகிறார்கள். சாரோன் வாசிகளுக்கு எல்லாம் தெரிந்திருக்க வேண்டும். மண் உருவங்களைத் தேடி அங்கு வருவார்கள். இழந்ததை எல்லாம் அடைவதற்காக வேண்டி சாரோன்கிராமத்தில் மறைந்திருக்கும் பழைய ஆகிருதிகளைத் தேடி திரும்பி வருகிறார்கள். வேலியடித்த வீட்டுக்குள் இருந்த குறுந் திரையை தூக்கிக்கொண்டு சந்தடி செய்யாமல் குதித்து வந்த நிழல்கள் சாரோன்தெருக்களுக்கு வந்து எல்லோரையும் குறுந்திரைக்குள் அழைத்துக்கொண்டு போகிறார்கள். சாரோன் கிராமத்தின் அடையாளங்களை எடுத்துக்கொண்டு மறைகிறார்கள். பூர்வீக வீட்டில் இருந்த பிரக்ஞை நசிந்து வந்தது. எல்லோரும் மறையும் நிழல்களால் வசீகரிக்கப் பட்டு காணாமல் மறைகிறார்கள். எல்லோரையும் அந்த நீல வசீகரத் திரைகள் நிழல்களாக மாற்றிவந்தன.

குறுந்திரையில் கண் சிமிட்டும் எலக்ட்ரான் மின்மினி கிருஸ்த்மஸ் இரவுக்குள் வந்து அபூர்வமாய் மிதக்கும் பனித்துகள்களை எடுத்துச்சென்று திரைக்குள்ளிருந்து வருமாறு செய்து கொண்டிருந்தன. வெளியில் இருந்த எல்லாப் பனிப் பூக்களும் திரைக்குள் உதிர்ந்து வெளியே வந்து விழுந்தன. சதுரத் திரையிலிருந்தே எல்லாம் தோன்ற எல்லோரும் எதிரே அமர்ந்து பாடல்களை முணுமுணுத்துக் கொண்டிருந்த கட்டுண்ட நிலையில் எல்லாவற்றையும் பலியிட்டு வந்தான் தாவீது.

ஈஸ்டர் பண்டிகையில் வரும் பழமையான கனவுகள் சாரோன் வாசிகளை ஆட்கொண்டிருந்தன. அவர்கள் கனவுகளில் தோன்றி வரும் அந்த கண் தெரியாத இரு பிச்சைக்காரிகளை எதிர்பார்த்து கைதழுவக் காத்திருக்கும் தந்தையும் அவர்தான். மனிதர்களால் வாழ முடியாத துயரங் களின் ஆழத்திலிருந்து கால் நடையாகவே தேசாந்திரங் களைக் கடந்து வருகிறார்கள். நாடோடிப் பாதைகள் சொன்ன துயரங்களை காணாமல் போன பழம் பாடலை தம்புருவில் மெதுவாக முணுமுணுத்துக் கொண்டு ஊர் ஊராக பிச்சை வாங்கி நடையாக நடந்து வருகிறார்கள். சாரோன் கிராமத்தி லிருந்த மூதாட்டிகளுக்கும் விருட்சங்களுக்கும் அவர்களைத் தெரியும். மரபான அந்த பாடல் வருவதற்கு முன் காற்றில் தோன்றும் மாற்றத்திலும் ஏற்ற இறக்கங்களிலும் அந்தப் பாழடைந்த சகோதரிகளின் உருவம் தோன்றிவிடும். எங்கிருந்தும் வருகிறார்கள். சாரோன் கிராமத்திலிருக்கும் மனிதர்களுக் கான இருப்பை நிச்சயப்படுத்துவதற்கான சொற்றொடர்களை வெகு ஆழத்தில் பாடியபடி வருகிறார்கள். தொடப்படாத பல உலகங்களை தன்னோடு கொண்டு வரும் ஏழையான அந்த கண் தெரியாதவர்கள். இழந்த ஸ்பரிசங்களை எல்லாம் தம்புருவிலிருந்து எடுத்துத் தருகிறார்கள். வயல் மீன் தூண்டில் நரம்பில் சரிந்து வந்த மீன் கண்களின் ஆழங் களில் பிச்சைக்காரிகள் மறைவார்கள். ஒருவரையொருவர் பார்த்துக்கொள்ளாத சகோதரிகள் மனிதர்களை பார்ப்பதற்காக காடோசெடியாகப் பாதையில் விழுந்து எழுந்து திரியக்கூடும்.

அவர்களின் விரல் பற்றி அந்த பாடல்களுக்காக தகப்பன் குனிந்து அவர்களின் காதுகளில் நன்றி சொன்னான். தகப்பன் மூத்தவனிடத்தில் மெதுவாகச் சொன்னான். 'நம்முடைய விருச்சட்களைப் பார். அதன் பசுந்தண்டுகளில் அழகைத் தொடுவதற்கு வேண்டி ஒவ்வொரு ஈஸ்டரிலும் கண் தெரியாத சகோதரிகள் விருட்சங்களையும் மனிதரையும் பார்க்க வருகிறார்கள். நம்முடைய பாதைகளை எல்லாம் பனியானது மூடும்போது இந்த சகோதரிகள் நம்மிடத்தில் வந்து சேர்ந்தார்களே! உன் தாயானவள் உன் கண் திறப்பதற்கு முன் இந்த சகோதரிகளை அழைத்து வந்து உன் அருகில் இருக்கச் செய்தாள். சகோதரன் மரியானின் கரங்கள் அவர்களைத் தொட்டதால் இசையாக இருக்கிறான். நமது விருந்தினர்களாக எப்போதுமே வருகிறார்கள்' என்றார் தந்தை. சாரோன் தோட்டத்தில் உள்ள எல்லா இலைகளுக்கும் அவர் களைத் தெரிந்திருக்க வேண்டும். சாரோனின் பழுப்பேறிய வுல்கத்தா பைபிள் கதைகளின் நினைவுக்கு முன்பிருந்தே இந்த சாரோன் தோட்டம் இருந்து வருகிறது. பைபிள் கதை களின் சிவப்பு முப்புற விளிம்புகள் திறந்து வெளிர் சிவப்பு நிறக்கதைகள் ஒளிர்வு கொள்ளும். முடிவற்ற தாள்சுருள் வட்டமான கதையாக அடுக்கப்பட்டது. ஏனோ ஒவ்வொரு தாளிலும் விளிம்பில் வெளிர்சிவப்புக் கோடுகொள்ளும். மெல்லிய வரி கதையாக இருக்கக்கூடும். ஒவ்வொருவர் கண்ணுக்குள் பழஞ்சிவப்புக் கோடுகள் வளைந்து பைபிள் கதைகளின் மறைமுகப் பரப்பைத் திறக்கின்றன. அந்த முப்புற கருஞ்சிவப்பு தோட்டத்திற்கு அப்பால் முதல் முதலில் கள்ளிக் காடுகளையும் கரடு முரடான பரம்பு களையும் கடந்து வந்த இந்த கண் தெரியாத சகோதரி களாலும் அவர்களின் இசையாலும் சாரோன் தோட்டம் பிறந்திருக்க வேண்டும். கண் தெரியாத ஸ்திரீகளின் தனிமை யான பாதைகள் தம்புருவில் முளைத்த நரம்பினால் ஆன கண் வழியே யாராலும் உட்புக முடியாத சரோனின் தோட்டத்திற்கு எல்லாப் பாதை வழியாகவும் இவர்கள் நடந்து போகிறார்கள். இருளால் மூடப்பட்ட பிச்சைக்காரிகள்

தம் துன்பத்தையெல்லாம் விரல்களுக்கு நகர்த்தி தொடு உணர்வினால் உண்டாகும் தண்ணீரின் நிழல்களில் வாழ்கிறார்கள். பிறரும் கண்ணீரின் நிழல்களில்தானே வெகு தொலைவு வாழ்கிறார்கள்.

அவர்கள் கண்ணீரின் இசையால் கழுவப்பட்ட காற்று ஆதரவின்றி அலைக்கழிவதேன்? சாரோன் தோட்டத்திற்குள் எத்தனை இலைகளாக இருந்தான் தாவீது. அவன் தாயானவள் இலைமறைவுகளில் விட்ட கண்ணீரில் மறைந்து போனாள். தாயாரைத் தேடித்தான் தாவீது தோட்டத்தின் எல்லா விருட்சங்களிலும் இலையாக மாறியிருக்கிறான். எத்தனை பச்சை நிறம் பழுத்த இலை விதங்களில் வெளிவந்த முணு முணுப்புகளை விரல்களால் தொட்டுப்பார்த்து இலை களிடம் ரகஸியமாய் அழுகிறார்கள்; இனியொருமுறை சந்திப்போமா. எது நிச்சயிக்கப்பட்டது. திரும்பி வரும் போது தாவீதின் கோடாலிகள் தகப்பனைச் சாய்த்து விடுமானால் சாரோன் ராஜாவும் தோட்டமும் மறைந்து போவார்கள். திரும்பி வரும்போது எனக்காகக் காத்திருப்பீர்களாவென்று இலைகளிடம் கேட்கிறார்கள். சதாவும் மாறிக் கொண்டு வந்த இலைகள் அகன்று விரிந்தன. அவர்கள் தொடும்போது வெகு கூச்சமடைந்து சுருண்டு பின் விரிந்து கொள்ளும். கண் தெரியாத ஸ்திரீகளைக் கண்ட கணத்தில் அந்த நிகழ்வு சுருண்டு உலர்ந்து விடும். அந்த நிமிஷம் பலவும் காணாமல் போய்விட்டன. சருகாகித் துணுக்குற்று விழுகின்றன. சருகுத்தோட்டத்திற்குள் போன பிச்சைக்காரி களுக்காகவும் அவர்கள் கொண்டு வந்த நேயத்திற்காகவும் அந்த இலைகள் வாடி உலர்ந்து விடும். உயிரை அர்ப்பணித்து விட்ட இலைக்கூட்டங்களுக்கிடையில் கண் தெரியாத சகோதரிகள் தம்புருவில் விரல் வைத்து நடுக்கத்துடன் பாடும் ஆழமான காலங்களுக்கு முந்திய பாடலில் சருகுகளில் உருளும் மனிதர்கள் தீர்க்க முடியாத துயரங்களால் உருண்டு நகர்ந்து வருகிறார்கள். இலைகளால் ஆன நரம்பின் உச்சியி லிருந்து அகப்பட்டுத் துடிக்கும் மீன் இறங்கி அதிர்கிறது. சருகுக்குள் துள்ளி வீழ்ந்த மீன் ஒரு திரட்சியான கனியா

கிறது. இசையில் அது கனிந்து கரடு முரடான மனிதரையும் கரைத்து விடும். அவர்களின் மிகமெல்லிய அசைவில் துணுக்குற வைக்கும் துயரங்களுக்காக எப்போதுமே நடமாட்டத்தினால் நிலை குலைந்துபோன மனிதர்கள் மரங்களின் அருகாக இருந்தார்கள். துயரங்களை வேண்டி துயரமாகப் பிறந்த ஒவ்வொரு குழந்தையுமே பிறந்த கணமே தீர்க்கவே முடியாத தவிப்பில் வீழ்ந்து விடும் ஒரு மீனைப் போல. தாவீதின் துயரம் என்ன? தகப்பனை விரட்டி விட்டு சாரோன் தோட்டத்தில் எப்படி இருந்தான். கண் தெரியாத சகோதரிகள் இந்த வருஷம் பனியோடும் குளிரோடும் பாழ்விழுந்த முகத்துடன் கையில் தம்புருவுடன் வந்து சேர்கிறார்கள். துடைக்க முடியாத மௌனமும் இருளும் பரவியிருக்கிறது. கண் தெரியாதவர்கள் தன் விரல்களால் அவற்றைத் துடைத்து தாங்கள் இருந்துகொண்டிருக்கும் அந்தகார இருளிலிருந்து கைநீட்டி அவர்களை விரல்களால் நடுக்கத்துடன் ஸ்பரிசிக்கிறார்கள். துடைக்கத் துடைக்க இருள் வந்து விடுகிறது. சேர்ந்திருக்கும் இருளில் விரல் நீட்டி தம்புருவின் ஒற்றை நரம்பை தொடுகிறார்கள். அவர்கள் விரல் பட்டு உயிர்ப்படைந்த எல்லா நிலங்களும் சாரோன் கிராமத்தைச் சுற்றி இருக்கிறது.

சாரோன் கிராமத்தின் முரட்டு ராஜாவான தாவீது குனிந்து அந்த கண்தெரியாத பிச்சைக்காரிகளுடன் பேசுகிறான். தன் தகப்பனை போல பிளந்த உதடுகள் முணுமுணுக்கின்றன. தகப்பனின் மண் விரல்களுக்குள் மறைந்துபோன தான் தோன்றியான காட்டுச் செடிகளின் சோகத்தை இசைக்க முடியாதுபோல அவன் கண்கள் ஏங்குகின்றன. அந்த அபூர்வ மான தம்புருவிலிருந்து மரியானையும் காட்டுப் பறவையின் உருவத்தையும் எட்டிய தூரத்தில் பார்த்துக்கொண்டிருக்கிறான் தாவீது. மெல்லிய படலம் விரிந்து நடுங்கி மறைகிறது. பனி குளிர்ந்து கொண்டிருந்தது, பிச்சைத்தகரத்தில் நரம்புகள் அதிரும் போது காட்டுச் செடிகளும் அபூர்வ தோட்டமும் காணாமல் போனதெல்லாம் திரும்பி வரக்கூடுமென... குருடர்களின் ஜோடுகள் இருட்டில் தேய்ந்துவரும்.

●

௭

கூந்தலில் மருக்கொழுந்து சூடிய ஈஞ்ச நாடன் கதை

அம்புராவில் உருவி எடுத்த செந்நிற அரவத்தை கையில் விட்ட வேடன் மறைந்த கனவில் உடல்மேல் தொட்டு நெளிந்து சுற்றி காமுக ஈர்ப்பில் உறிஞ்சி நகரும் அரவத்தின் பல்அடுக்கு ஆயிரம் குமிழ் குமிழாய் உதிரம் தொட்டு எலும்புடன் ஊறும் அருவி விலாவெலும்பில் இரைத்து பாய சுருதிமேல் பறந்தது செந்நிறமாய் விண்நோக்கி. கமகங்களின் வளைவில் கீழ்பாய்ந்த ஆதித் தோட்டத்து மரக்கிளையில் இலையில் ஒன்றாகி ஏன் எங்கே எனக் கேட்ட அரவத்தின் விழிப்பில் கட்புலனாகா பாசிக்கண் தோன்றிச் சுழியும் நீரில் மிதந்து கொண்டிருந்த பார்வை சுழன்று எல்லாத் திசையிலும் பாய்ந்த செந்நிற அரவம் பாசி ஒளி மூடியிருந்த குகையில் உதிரும் வர்ண மூலிகை ஒளிச்சாறு கசிந்து முதிர முதிரப் புலப்பட்ட கனவு நெளிந்து செந்நிறக் குகையில் தீட்டிய பாறைப் படிவுகளில் நிறம்பல தோன்றி ஆயிரம் நரம்புத்தொகை கொண்ட ஈஞ்சநாட்டு அரக்கர் இனத்தின் பேரியாழ் ஈஞ்சமரங்கள் சூழ்ந்த திணையில் மௌனமாய் கரையும் சுருதிகள் வளைந்து கமகங்கள் படர்ந்த இலைகளுடன் ஈஞ்சாள் எனும் கீழை பெண்ணின் முன் தோன்றியிராத செந்நிற கதாச்சுருள் சுருண்டு கொண்டது பாசிக்கண்ணில். நீர் முள்ளிப்பாசிகள் மெல்ல நகர்ந்து அவள் உடலை மூடியிருந்தன பச்சையால்.

மயங்கிப் பரவிய கண்ணாடிச் சட்டத்துக்குள் எப்போதும் பூட்டியிருக்கும் அவ்வீட்டு ஈச்ச நிழலில் ஆடும் ஊஞ்சலில்

ஈஞ்சாளின் தாயின் தாத்தா செதிலாய் சுருண்டு வளைந்து வயோதிக மூச்சில் ஆயிரம் நெல்கதிரேந்தி உதிர் நரம்புகளில் விரல் அசைய கிழவனின் நிர்வாண உடல் பாசிபடர்ந்து ஒவ்வொரு நெல் ஈக்கியிலும் பூதகண சுரவரிசை ஒற்றைச் சடைக் குதிரைவாலிக் கதிர் அடுக்கைக் கொண்டு பூமியில் குனிந்து நாணி தன் வேரைத்தொட குதிரைவாலி உதிர்ந் தோடும் விண்பரப்பில் அதிரும் சோகம் கட்புலனாகா ஈஞ்சம்பூவின் அடியில் பதுங்கும் செந்நிற அரவம் படர்ந்து கன்னிகை ஈஞ்சாளின் நீள விரல்கள் நேர்த்தியான சுரங்கள் நெல்லின் ஒளிக்கோர்வைகளாக மாறி மறைந்த நிலத்தின் வெண்பளிங்கு மிருகங்கள் பெயர்ந்து உறும வயலில் உறைந்துவிட்ட அலை சுர அடுக்கைத் துளைத்து மேல் எழும் குதிரைவாலிக் கதிரடுக்கு. சடைசடையாய் அசுரனின் யாழ் நரம்பில் குதிரைவாலித்தவசம் சுழன்று உருள சிங்கங்கள் மயங்கும் செந்நிற அரவின் புலத்தில் திறந்த கதவுவழியே வந்த ஊஞ்சலில் ஆடும் கிழவன் உடல் செவுளில் புதைந்து செம்மஞ்சள் பிடரி முடிகளில் சிலிர்த்து படபடவென விதிர்த்து இரவெல்லாம் உரசி லயிக்கும் அசைவற்ற வன ராசாக்களான சிங்க முகங்கள் தோன்றி விசும்பிய கால்தூக்கி கிழவன் தோள்களில் வைத்து நாக்கால் தடவும் சடைமுடியை.

மரச்சதுரத்தினின்று வெளியேற ஆடிக் கொண்டிருக் கிறான் ஊஞ்சலில். கையேந்திய ஒவ்வொரு கதிரினாலும் ஈஞ்ச ஓலையில் சுருண்டிருந்த ஒவ்வொரு நரம்புகளினூடே கீறியவாறிருந்த சங்கேத குறிகளை நூறுவகை நெல்லாக மாற்றி உதிரும் நாற்று வர்ண மடலை மடித்து அடுத்த கதிரை எடுத்தான் கிழவன். உயரமான கதிரிலிருந்த நெல் உதிர்ந்து தரையில் சிந்தியவாறு உருளும். வீட்டுக்கு வெளியேயும் சிதறிய மணிகளில் கிழவன் கீறிய கோடுகள் இருக்கும். வெளியில் எடுத்துச்செல்ல முடியாத பேரியாழில் பதிந்து கிடக்கும் நெல்மணிகளோடு ஈஞ்சாளும். நெல் நிரம்பிய அவள் எலும்புத்தண்டில் பாயும் நரம்பு அருவி வளைய என்புகளில் சுற்றி வடிவமைந்த பல வெப்ப ரத்தப்பிறவி களாய்த் தொடரும் ஈஞ்ச யாழைத்தேடி புலப்படா

நிலங்களின் தொன்மம் அலைந்தவாறிருக்கும்.

ஈஞ்ச வயல் எனும் பழைய ஊரின் இழப்பிலிருந்து மறைந்த யாழ் ஐந்து நிலங்களில் மயங்கி அலைவுறுகிறது. கரடிமுடியடர்ந்த ஈஞ்சானின் உடலில் முதுகுச் சுழிகள் சுற்றி வந்தன ஏறுபூராணாய். இறங்குபூரானின் விதிவசத்தால் இடிமேல் இடிச் சுழிகள். சுவர் தேள் கடந்து செல்கிறது பாசி மூடிய யாழை. விருச்சிக விரல்கள் தந்தியில்பட்டு விஷஒலி அதிர ராசி மண்டலத்தில் மறைந்து தேய்ந்தது. நிர்வாணியின் கையில் வரைந்த நகராத பச்சை விருச்சிகம் மெல்ல நகர்ந்து முணுமுணுத்தது அந்தரங்கத்தில். தரைக்குப் பதிலாய் பச்சை வெள்ளை சதுரங்கக் கட்டங்களில் மாறிமாறிச் செல்லும் ஊஞ்சலின் இரு நிழல்களில் வேறு யாரோ நகர்ந்து வருகிறார்கள் அவனிடம். ஊசி ஊசியான ஈஞ்சம் பூக்களை வைத்து வெள்ளைக்கட்டங்களில் மறைந்திருக்கிறான் ஈஞ்சான். அவனிடம் தோற்றுப் போன வேடர்கள் வில்யாழின் ஒற்றை நாண் அதிரப் பச்சைக் கட்டங்களில் மறைந்தவாறே அழைக்கிறார்கள் மிருகங்களை. ஓடிச்செல்லும் வேடர் கையில் முதல் வில்லில் அதிர்ந்த நரம்பே யாழின் ஆதி ஸ்ருதி என வாதாடுகிறான் வேடன் பூக்களிடம். தலை கவிழ்ந்த ஈஞ்சானின் கண்களின் ஆழத்தில் பூக்களின் மர்மம் ஒளிந்திருக்கக்கூடும். எல்லா நிறங்களின் ஸ்ருதி எல்லையில் மயங்கும் தேரிப்பூவின் மெலிவு, மெலிவுக்கு மெலிவு சமன் வலிவு வலிவுக்கு வலிவு என ஐந்து தாளங்களில் ஊசிப் பூக்கள் மாறி மாறி வெள்ளைப் பூவின் விநோதம் அவன்.

கண்ணைக் குருடாக்கும் இருளால் தைக்கப்பட்டிருந்த ஈஞ்சாளின் இமையுள் பதிந்த நெல் மெல்லத் திறந்து வெளிர் மஞ்சளான நீளமான இரு உமியில் கோடு கோடாய் கீறி யிருந்த கதாஒளி வயல் நிலத்தில் காயும் கதிர்கள் மீது படிய எல்லா மணிகளிலும் பால் ஒளி உறைந்து அறுப்பறுக்கும் இருளடைந்த ஜனத்தின் பாடு குருதியோடு நெல்லுக்குள் மறைந்துவிட ஈஞ்சாள் ஏந்தி வந்த கர்ப்பத்தில் ஒரு நெல்லின் உரிமை கொண்டாடி மரபாய் தரைதொட்டு எழுந்த எலும்புக் கருக்கருவாள் வீசி வீசி உரையாடலைத் தொடங்க

அவர்கள் பின்னே விட்டுச் சென்ற கட்டைத்தாள் ஈஞ்சாளின் காலால் மிதிபட்டபோது குத்தியது. சிறு சிறு வெண் மேகங்கள் சூரியனை மெதுவாய் கடக்கும்போது வயல் வழியாக நிழல் பாய்ந்தோடியது.

அறுப்புக்காரர்கள் குனிந்து நகர அவர்கள் பின்னே அலாதியாக இருட்டிவரும் சிறுபெண் ஈஞ்சாள் சிந்தின கதிரை சேகரித்து வந்தாள்.

மெல்லிய மூச்சுடன் அசையும் ஈச்சமரங்களிடையே நீண்ட முடிவளர்ந்த ஈஞ்ச நாட்டு அறுப்புக்காரர்கள் சிணுக் கோலியால் முடிசிலுப்பி கோணல் கொண்டை ஊசி சொருவி முடிந்த குழலில் உண்ணிப்பூவும் மருக்கொழுந்தும் சூடித் திரிந்தார்கள் தேரியில். செடிகள் மறைக்க கூந்தல் விரித்த ஆண்கள் கள்ளிக் குடி அருவாள் வீச்சில் நீண்டு வளைந்து கிடந்த நிலப்பரப்பில் நேருக்குநேர் கழுத்தைக் குடைந்து எடுத்த ஈச்சங்கள் ஊறி நுரைத்துப் புளித்த கல்சுவரில் உதிரும் யாழ் வடிவங்களைப் பார்த்தவாறு முன் அறியப் படாத காலத்துள் இடரி விழுந்து மருதத்தில் பொங்கும் தேறல் கலயங்களுடன் கள் உண்ட வெறி கண்களில் சிவந்து பழுத்து எரிய குலவை ஒலி ஈஞ்சங்காட்டு மிருகங்களைக் கூவி அழைக்கும். தானே எழுந்து வளைந்த தேரி நில செவ்வெளி சுருண்டு ஹோ ஹோவென மனதில் அலறி வெளியில் மௌனம் காத்த கற்பகோடி வருஷ உருளலில் மிதந்த சுருதியசைவில் சமைந்த கூரைவீடுகளின் வாசல் ஜன்னல் கற்களில் ஒளிர்புகை நீல அவாந்திரம் காத்திருந்தது எட்டிப் பார்த்தவாறு. தொலைவில் அசையும் காற்று கிளை களில் தங்காமல் போய் வீடுகளின் ஈச்ச ஓலைகளில் ஒலிப் படாமல் உறைந்து துயிலும் நிசப்தத்தில் ஈஞ்சநாட்டார் விழித்த கண் உருட்டி எதிரியின் கழுத்தைக் குடைந்து எடுத்த கள்ளில் கடிக்கும் காடி உறுமலில் வனமே நுரைத்தது பாறைகளில். சிரிப்பும் ஊளையும் கொண்ட நரிகள் தேறலைக் குடித்த வெறியில் கால் தூக்கி வால் சுழற்றி ஏன் ஏன் எனக்கேட்டு தன் வாலுடன் பேசும். வேடர் வில்யாழ் அதிர்வுகளை நரிதன் குரலில் ஊளையிட ஒற்றை நரம்பை

முறுக்கி கானில் ஓடும் வேடர் காலோசை திடுதிடுமெனக் கேட்டது தொலைவில். நகரும் பாறைகள் மீது ஜந்துக்கள் ஊர்ந்து குரல்பலவாய் வந்து ஈக்கியாய் கரைந்து ஆயிர மாயிரம் நரம்புத்தொகை கொண்ட மிருகயாழ் ஈஞ்ச நிலத்தில் எரிய தீவிர மயக்கத்தில் ஈஞ்சர்களும் நரியாய் கூகையாய் வெருளாந்தையாய் அகவி வெளவாலாய் மாறிப் பறந்து ஊஞ்சலில் ஆடும் கிழவன் உடலில் சிறகடித்து மறைகிறார்கள். அவை கீறிய குரல்கோடுகளை கற்றையாக ஏந்திய நெல்கதிரில் சேர்த்து பிடித்திருந்தான் ஈஞ்சான். ஊருக்குள் பூனைவேட்டை நடப்பதாகப் பேசிக் கொள் கிறார்கள் பெண்கள். உணவுக்காக வெளியில் அலைந்து கொண்டிருக்கிறான் எங்கோ. வாயோரம் உறைந்திருந்த ரத்தத் துளிகளோடு முணங்குகிறான் கிழவன். ரத்தவாடை கண்ட மிருகமாய் மேலும் கீழும் இருநிழல்கள் நடமாடக் கூடும். வேடர்கள் பின் தொடர்கிறார்களா. இரவு முழுவதும் வேடர்களுடன் வாதாடிக் கொண்டிருக்கிறான் தானாகவே. கண்ணாடிச் சட்டத்தின் திருகாணிகளில் பூனை ரத்தம் பட்டு கிறுகிறுத்து உளறி நடுங்கும் ஆணிகள். கண்ணாடியைக் கரும்பும் சப்தம் இரவுகளில் கேட்டுக் கொண்டிருந்தது. வந்து பார்த்தால் கிழவன் பற்கள் அசைபோட்டவாறு பீங்கானை விழுங்கிக் கொண்டிருப்பது தெரிந்தது. குடலை அறுத்துக்கொள்ள விரும்புகிறான் போலும். குடலுக்குள் வளர்ந்த காளான் ஏற்படுத்திய உணர்வுகளால் புராதன வீதிகளில் நடமாடக்கூடும். குடல் வயிற்றை அறுத்து காளானைப் பார்க்க விரும்பினான். முட்டைக்காளானுடன் பேசி வறக்காளான் பொறுக்கி வேகவைக்காமல் அசை போட்டது வாய். குமிழ்விட்டுவந்த வறக்காளான் காடுகளில் அனல்வெளி அசைவதைப் பார்த்தான். அவளால் ஒன்றும் பேசமுடிவதில்லை. அவனோடு விநோதப்பழக்கங்களுக்கு ஆளான வயோதிகனின் சித்தம் இசையும் ரத்தமும் கலந்து வெளிப்பட்டது தீராமல். அறையுள் வெளவால் ஒன்று பறந்து பறந்து கிழவனை எச்சரித்தும் சிரித்தும் கூக்குர லிட்டும் பாடிக்கொண்டிருந்தது. அவனிடத்தில் உலர்ந்த

நெல்வாடை வீசியது. அறுவடைக்காலம் துவங்கி விட்ட தென்று நெல்லின் காற்று வீசிக்கொண்டிருந்தது அருகே. காய்ந்த நெல்கதிரின் மணம் அலையலையாய் பரவி விருட்சங் களிடையே போய் பொடிப்பறவைகளை தேன்சிட்டுக்களை தொட்டு வயல் ஏவின.

வந்தேறி ஜனம் வயலில் குடிபோட்டு அறுவடையான வயலின் குறுக்கே நெல் பெட்டியுடன் பாதைபோட்டுச் செல்ல மேகத்தின் நிழல்கள் உருவைமாற்றி வயல்மேல் செல்வதை அண்ணாந்து பார்த்தாள். ஆயிரம் நரம்புத்தொகை கொண்ட பாசிக்கண்ணில் மேகங்கள் சிதறி வளைந்து கீழே சரிய நீரில் சலனமடைந்தவாறு முன் ஜனத்தின் ஆதிச் சுருக்கத்தை பேரியாழின் அதிர்வு வழி சொல்லத் தொடங் கினான் கிழவன் ஒரு ராத்திரியில்.

ஏதோ மழை இரவுகளில் பழுப்பு நிற தினைமணிகள் கண்திறந்து பேசிய படபடத்த இமைமேல் வரிவரியாக கீறிய பாராயணத் தாள்கள் வெளிறி உதிர ஆவி விளக்கின் செந்நிற சுடரில் வந்த பார்வை தீண்டி நகர்ந்த வரிகளில் குமிழ்விட்ட பாறை முகங்களின் கற்பனா வீரர்கள் கிளம்பி ஊரை அரசிருக்க வந்து சுவர் ஓரம் ஒளிந்துகேட்டனர் தங்கள் மீதான புராதனத்தின் ஏற்ற இறக்கமான குரலின் ராகத்தை. தினைக்காட்டின் ஊடே போன வண்டிச் சக்கரம் மத்தளமாய் முழங்கி தூர முணுமுணுத்தது தினையுடன். அம்பாரமாய் அறுத்து குவிந்த தினைக்கதிர் பொடிச்சுடர்களாய் விழித்து ஊர்மடத்தில் கூடிய தலைகள் சாய்ந்து அதிசயத்தில் புகுந்து கேட்ட பெரிய எழுத்துத்தாளில் உதிர்ந்தோடிய தினைவாசனை வீசும் காடு பழுப்புநிறமாய் தோன்றி அசைந்தது. யாரோ காய்ந்த தினைக்காட்டின் ஊடே ஓடி வருகிறார்கள். காடுசூழ்ந்த கூரை மடத்து பெரியவரின் கந்து கந்தலான ஆடைமேல் பாராயணவாசகம் காயும். பெண்களும் முதியவர்களும் யுவர்களும் கண்விழித்துப் பார்த்த தேரிவெளியில் எல்லாக் கோடுகளுமே வளைந்தது வெளியுடன். எதையும் கண்ணால் சுருட்டி கற்பனை காண இருந்த பழுப்புக் கதிர் தினைமுளைத்து வெளிவந்து

பாராயணம் கேட்போர் மனம் குமுறியது. மடத்தின் விளக்கடியில் புஸ்தகப்பலகையில் கீறிய மரங்களின் நிகண்டு வரிசைமாறி பின்புலமானது ஊர்ப்புராணம். வரிவிளக்கில் அசையும் வீச்சின் நிழல்கள் விருட்சங்களின் அந்தரங்கப் பாதையில் செல்ல ஜனம் கூடி இருட்டுத் தலைகள் திறந்த ஏடுகளில் கற்பனை வலியும் வசீகர உருக்களும் சுடர்களாய் அசைந்து தினைக்கதிர் திறந்து ஆயிரம் எழுத்தில் விசும்பி எழுந்த வீரர் ஜனத்தின் எளிய மூளைகளில் விநோதமாய் வளைந்து வருகிறார்கள் திசாதிசையில்.

அப்பால் ஜனம் ஊழியில் திருகிய காலச்சுழியில் எரியும் சுருதிகள் நெல்கதிர்களில் பற்றி இசைக்கப்பட்ட வரப்பில் துவண்டு கிடக்கும் வெளிர்மஞ்சள் கதிர்களிடையே கால் வைக்காமல் தாண்டி நடந்தாள் ஈஞ்சாள். அவர்கள் அறுப் பறுக்கும் வயலில் குனிந்து எதையோ வாதாட விடுகதிர் சேகரித்தவாறே ஈஞ்சாளின் பாசிக்கண் திறந்து கொட்டிய முன் காணா நீள நெல்லை அவர்கள் பார்த்து தரை மேலே முகம் குப்புற விழுந்து அழுது ஈக்கி நெல்மணிகளை கையிலேந்தி அதில் இருட்டு இனத்தின் ஜாடை வெளிப் படக் கண்டு கதறினார்கள். அது தரையில் விழுந்தபோது ஓசையும் ஒளியும் உண்டானது. வானத்திலிருந்து விழுந்த ஆலங்கட்டியின் குளிர்கொண்ட ஈக்கி நெல்லை விரல்களுக் கிடையே மூடினார்கள் நடுங்கியவாறே.

அறுப்பு அம்பாரத்தின்மேல் அவளை அமரவைத்து 'ராஜாத்தியே உன் கையும் காலும் காணாமல்போன தகப்பனும் மகனும் போலிருப்பதேன். எங்கள் சாடையில் விழிக்கப் பண்ணுவதேன் உன் கண்கள். வனாந்திரத்தி லிருக்கும் நமது குடியிருப்பில் திரியும் காட்டுப்பகடையின் மிருகத் தொலியால் உனை மூடுவோம். தொலைவாகப் போன அறுப்புக்காரர்கள் வந்துபார்க்கும் வரை எங்களோடிரு குச்சிலிலே. காடிக்கஞ்சியில் கை நனைத்து பகிர்ந்து கொள் மகளே. என் முகவெட்டு தைலான் பறவை போலவும் தண்ணிப்பார்வை குடும்பனின் மண் வெட்டியாகவும் இருக்கிறதே. அவன் பட்டினவாசலில் காத்திருக்கிறான்

நெல் மணக்க. நகரத்தார் வந்து அவனை மோந்து பார்ப்ப தில்லை. நெல் சுமையோடு காணாமல்போன முத்துவேலை அழைத்துவா' என்றார்கள். அவளும் பட்டின வாசலில் நிற்கக்கூடும். அவள் திரும்பாவிட்டால் நீயொருத்தி ஆதர வாக இருந்துவிடு குட்டியே என கூவினார்கள் பச்சைப் பெண்கள். தற்செயலாய் அவளுக்கு நேரிட்ட அந்தவயல் நிலம் ஈஞ்சாளின் வமிசத்தாரின் முன் வயலாக இருக்கும். பாசிக் கண்ணைப் பார்த்து பலரும் கூடி குலவையிட்டு கதிர் பிடித்து அறுத்தார்கள். உலந்த வயல்மீது எழுந்த காற்று அடுக்கடுக்காய் ஊர் நாட்களின் பகல்ஒலி மாறிவந்தது.

இலைகள் படர்ந்த ஈஞ்சாள் ஜன்மதேசத்திலிருந்து முன் அறிந்திராத ஜனங்களிடத்தில் வந்து வயல் மேட்டில் வைக்கோல் வெளிறிய கூரை நிழலில் வாசமாயிருந்தாள். அதிசயித்திருந்தன காடுகள். வனாந்திரப்பட்சிகளெல்லாம் வயலிறங்கி அவள் தடத்து வழிநடந்து ரேகையிலிருந்து ஒலியை திரும்பக் கூறி கூச்சமடைந்து ஈக்கி நெல் தேடி அந்த ஊரில் படர்ந்திருந்த கிளைகளில் தாமசித்தன சத்தங்களோடு. கனி மரங்கள் பூத்து வண்டுகள் கரகரத்து உராய்ந்து சிலிர்த்து சொரிந்த தித்திப்பான கனிகளையுதிர்த்து சூதெறும்புகள் அறியாவண்ணம் கனி வாசத்தில் சிரித்தன மயங்கி.

பிழைக்க வந்த இடத்துக்கு வயதுசென்ற அத்தையோடு கூட வந்த கனவின் செந்நிற அரவம் வழிநடந்த தேசாந்திரங் களில் மறைந்து விட நீரைக்காணாமல் சத்தமிட்டு அழுத மாடுகளோடு சேர்ந்து அழுதார்கள். சுருட்டைமாடுகள் உயரத்தில் காதசைத்து பாறைக்குள் உருளும் தாய்ப்பசுவின் கண்ணீர் திரும்பிய திசையெல்லாம் தாகத்தில் அலைந்த மாடுகள் பின்னே சென்றார்கள் ஈஞ்சாளும் அத்தைக்காரியும். இரவெல்லாம் கனவின்றி புலம்பி அழுதாள் அத்தைக்காரி. உலர்ந்த நில நீலபிந்தில் சுருண்டு உயிரின் அனந்தத்தில் கனவிருந்த செந்நிற அரவு திரும்பி வந்து அவள் முன் நெற்றி வரை விசும்பி படமெடுத்து வனாந்திரத்தில் பசித்திருந்த தாது வருஷத்தின் நினைவுகளை வதைபடும் காதையாக உரைத்தது புராண விநோதத்தில். எழுத்தாணிகளில் இறங்காத

துடிதுயரங்கள் கூந்தப்பனைகாயும் கூம்பறுத்து சரியும் பாழ்தேரி ஓலையாய் சரசரத்து வளைந்து கூட்டிய ஓலைக் கூடில் ஈக்கி முற்றி பாலறுந்து கிடந்தது பெண்பனை.

'நான் வயது சென்றவள். ஒரு புருஷனோடும் வாழத் தக்கவள் அல்ல. திரும்பிப் போய்விடு மகளே. வேண்டாம் என்னைப் பின் தொடர. திரும்பி விடு மகளே'. என்றாள் ஊசி நெல்லை இழந்த அத்தை. அவள் கிழிந்த காதுடனே அதிகக் கசப்பான பாதையில் தனியே நடக்க விரும்பினாள். அவள் காதுத் தோடில் இருந்த சிவப்புக் கல் தெறித்து உருண்டது. ஆறுகல்லில் மிஞ்சிய ஒன்றும் கிடுகிடுத்தது. களிம்பேறிய கம்மலில் இருந்த காலக் கருப்பு இருட்டி அழைத்தது உள்ளே. இழந்துவிட்ட தேரியில் நின்ற பனை களையும் ஈஞ்சமரங்களிடையே திரிந்த புருஷனையும் வழிநெடுக நினைத்துப் புலம்பினாள் அத்தைக்காரி.

அவர்கள் கால்களை அடக்கிக் கொள்ளாமல் ஊரைவிட்டு வெளியேறி பிழைக்க விரும்பி அலைவுற்று வந்தனர். கதவு மூடிக்கிடந்த பல ஊர்களில் திரிகருத்த விளக்குகளிடம் சென்று வருந்தி காயங்களைக் காட்டி மருகினார்கள் இருவரும். குடியிருப்பு இல்லாத நூற்றி முப்பத்தாறு கிராமங்களில் கருத்த மாடக்குழியில் முட்டை விளக்கு மட்டும் அணையாதிருக்கும். ஊரைவிட்டே போனவர்கள் ஒரு சில நெல்லையும் போணித் தண்ணீரையும் லாடஞ் செம்பையும் பனை விசிறியையும் வைத்து சுடரில் வாதாடி அழுதிருப்பார்கள். நெல் அளக்கும் மரக்காலை தீபத்தருகில் யார் வந்தும் எடுத்துச் சென்று மணிகளை அளந்து கொள்ள வைத்திருந்தனர். லாடஞ் செம்பிலிருந்த நீரை எறும்புகளும் வாயில்லாப்பட்சிகளும் வந்து குடித்திருக்கும். நீர் குறையக் குறைய விளக்கும் சுண்டிச் சுருங்கிவரும். வனாந்திரங்களில் இல்லாத கீதாரிகள் குடியிருந்த கிராமங்களும் கண்மலையில் குடியிருப்பவர்களும் காணாமல் போன வனங்களும் அதில் மறைந்திருக்கும் ஊர்களும் மெல்ல நகர தெற்கி லுள்ள பட்டினங்களும் அடைக்கப்பட்டன. அவைகளைத் திறப்பாருமில்லை.

நடவாதிருந்த பாதைகளில் போய் பட்டினத்தின் வாயிலில் நின்று கூவினார்கள் மனிதரை. அபயக்குரல் சுழன்று சென்று சுவர்களில் மோதி வளைவாய் எதிரொலித்தது. நகரை உருட்டும் எலிகள் வந்து பாசிக்கண்களால் எதிரில் ஈஞ்சாளையும் அத்தைக்காரியையும் பார்த்து புலம்பியது. தன் இருபாசிக் கண்களில் நகரில் திரியும் அனாதைகளை பைத்தியக்காரிகளை வெளிப்படுத்தி உள்ளே வருமாறு கெஞ்சின பாசிக்கண்களால். அவற்றோடு குனிந்து பலவாறு சொல்லிமாளாதவற்றை தீராது உருகினாள் அத்தை. விளக்குத் தூண்களில் மினுங்கிக் கொண்டிருந்த திரியும் நகரத்தாரின் கண்ணீரும் எழுதப்பட்டிருக்கிறது. தொலைவே போய் தண்ணீர் எடுக்கப்போன பிள்ளைகளுக்காக அடைக்கப் பட்ட பட்டினப்பெண்கள் காத்திருக்கிறார்கள் வாசலில். நீர் காணா பட்டினக்காரைகள் பாளம்பாளமாய் பிளந்து தாகத்துடனிருந்தன. காற்றுக்காக ஏங்கிய பட்சிகள் கோட்டை வாயிலில் தொங்கி மறந்து போன நீரில் சுழலும் பாசிக் கண் தோன்றி எலிகளோடு வருவதைக் கண்டு பயந்து நடுங்கிக் கொண்டிருக்கிறார்கள் சுவர் மறைவில். ஒவ்வொரு உடலிலும் புகுந்த பாசிக் கண் எலிகளுடன் உறக்கமின்றி அலைந்தவாறிருந்தன. பஞ்சத்தால் வருந்துவாரும் தாது வருஷத்தில் தேசாந்திரத்தில் அலைவாரும் புகுந்த வீதிகளே வெம்பியிருக்கும். பட்டினத்திலிருந்து போன பிள்ளைகள் தண்ணீர் தேடி அது கிடையாமல் அவர்கள் நாவு தாகத்தால் வறளும் போது உயர்ந்த மேடுகளில் ஆறுகளையும் பள்ளத்தாக்குகளில் ஊற்றுகளையும் திறந்து சிலர் காணா நீருக்குள் போய் திரும்பாமலிருந்தனர். நீர்த்துறையில் நின்று பட்டினத்தை எட்டும்படி மனிதரைக் கூவினர். பட்டினத் துள்ளே அடக்கிக் கொண்ட கால்களையுடைய பெண்களும் தகப்பன்மார்களும் சுவர்களில் தலை கீழாய் தொங்கி குழாய்களையும் காங்ரீட் கம்பிகளையும் கடித்து பைத்திய மாகி அலறி பிள்ளைகளைக் கூவி மறுகுரல் கொடுத்தாலும் பட்டினத்தின் வெளிமதில்களை எட்டவேயில்லை கூக்குரல். நீரின் மர்மஊற்றுகள் அடைபட்டுப் போன பட்டினங்களைக்

827

கடந்து கானல் அசைந்து கொண்டிருந்தாலும் வறண்ட பூமி வழி ஈஞ்சாள் நடந்துபோய் பார்த்தாள் நீர் கேணிகள் விருவோடி விட்டிருந்தன கிணத்தில்.

தேசத்திலே மழையில்லாத பொழுது தரைவெடித் திருந்தது. சம்சாரிகள் வெட்கி தங்கள் தலையை மூடிக் கொண்டனர். ஊர்கழுதைகள் மேடுகளில் நின்று வலுசர்ப்பங் களைப் போல் உட்கொண்டன காற்றை. புல் இல்லாததால் கண்சொருகிய மாடுகள் கட்டுத்தரையை விட்டு காணாமல் மறையும். கிராம வீதிகளில் பஞ்சத்தில் வாடிய வீடுகளும் வெளிச்சமும் புழுதிபடர்ந்திருந்தது. புருஷனை இழந்த அத்தையின் கண்களிலிருந்து இரவும் பகலும் ஓயாமல் கண்ணீர் ஓடிக் கொண்டிருக்கும். அவள் ஒன்றுவிட்ட சகோதரன் குமாரத்தியான ஈஞ்சாள் மகா வேதனையாலும் கொடிய காயத்தினாலும் ஜனத்துடன் சேதப்பட்டிருந்தாள். அப்பொழுது ஈஞ்சாள் சத்தமிட்டு அழுதவாறு ‘நானும் கூட வருவேன். நீ மரணமடையும் இடத்தில் நானும் மரண மடைவேன்’ என்றாள். கிலேசப்பட்ட அத்தைக்காரி குமாரர் இருவரை இழந்து தனித்தவளானாள். சுவரில் ஏறும் சூதெறும்புகளைப் பின்தொடர்ந்து வெறித்தவாறு படுத்திருந்தாள் அலாதியில். கண்ணீரின்றி உலர்ந்துவிட்ட அவள் முகத்தில் எதை எதையோ தேடினாள் ஈஞ்சாள். அவள் பிடிவாதமாய் கூடவே வருவதைப் பற்றி அதற்குப் பின் அவள் ஒன்றும் சொல்லாமலிருந்தாள். இருவரும் வந்து சேர்ந்த ஈஞ்சவயலில் நெல் அறுப்பு துவங்கியிருந்தது. ஈஞ்சவயலுக்கு அவர்கள் திரும்பிவந்த போது ஊரார் எல்லோரும் அவர்களைக் குறித்து ஆச்சரியப்பட்டு இவள் காடல்குடியில் வாழ்க்கைப்பட்ட முத்துவேல் என்று பேசிக் கொண்டார்கள். அதற்கு அவள் ‘நீங்கள் என்னை கிழக்கிலிருந்து வந்த முத்துவேல் என்று சொல்லாமல் ஈஞ்சவயல்காரி முத்துவேல் என்று சொல்லுங்கள். நான் கசந்து போனவள். வெறுமைப்பட்டு வந்தேன். இதோ இந்தக் குட்டி ஈஞ்ச வயலிலே மூப்படைந்த தொண்டுக் கிழவனின் பேத்தி ஈஞ்சாள். என்னைக் கிலேசப்படுத்தி விட்ட தேசத்திலிருந்து

வந்தேன்' என்றாள். ஊரார் கேட்டதற்கெல்லாம் வெட்கி லஜ்ஜைப்பட்டாள் அத்தை. காடல்குடி பற்றியும் கிழக்கில் இருந்த ஆயிரம்பனை கூட்டத்தில் புருஷன் தாயாதிகள் ஆவி பிரிந்ததையும் வேப்பங்குளத்து வமிசத்தாரின் தாஷ்டிகமான களவு பற்றியும் சொன்னாள் கண்கவிழ்ந்து. பெருநாழிச் சந்தையில் கண்ட எத்தனையோ ஆப்பநாட்டு பெண்களின் இடுப்பிலிருந்த சூரி கம்பரக்கத்தி நவதானியப் பெட்டி மேல் வந்த சேவலைப் பற்றி விநோதமாகக் கூறினாள் முத்துவேல். படபடத்த கண்களுடன் புகுந்த நாட்டுக் காடுகளை நினைத்து வெம்பினாள் ஆதூரத்தில். கண்களில் நெல் உதிர்ந்தது. பழுத்திருந்த முத்துவேல் முகம் பார்த்து வயலே அழுதது. அவர்கள் வந்திருந்த இடத்தில் கூடிவிட்ட வயல்காரிகளுக்கு யாரென்று தெரிந்துவிட்டது. அவள் கையைப்பற்றி இழுத்தார்கள். அதுவரை முத்துவேல் காணாத தன்னூர் வழி நடைத்தோற்றங்கள் சோகத்தில் எழுந்து வசீகரம் கொள்ள இருந்தது. அவள் கம்மலிலிருந்த ஒற்றைச் சிகப்புக்கல் உதிர்ந்து தெருவில் சிதறியது ஒளிப்பிழம்பாய். எல்லாம் இருண்டது ஒரு கணம். பிறந்த ஊர் சுவர் பொந்துகளிலிருந்து சில பூச்சிகள் வெளிவந்து அவளைத்தொட்டு ஓடின குதூகலத்தில். செடிகளுக்குத் தெரியும் முத்துவேலின் கண்களிலிருந்த கருமணியை அடையாளம் காண இருந்த தாவரங்கள் வளைந்து அசைத்த இலைகளில் ஒளிந்தது பாழ். ஒவ்வொரு தெருவாகப் போய்ப் பார்த்தாள் கால் பதியாமல். தரையடிக்கற்களின் முனகல். சுரிந்து இழுத்த நீரோட்ட அலைகள் அவள் பாதவிரல்களை கவ்வி ஈர்த்தன வேகத்தில். முன் காணாத மரங்களும் ஈச்ச ஓலை வீடுகளும் இடிந்த பழைய வடிவங்கள் மேல் அமைத்திருந்தார்கள். எட்டிய தூரம் வரை வயல் முனங்கியது அவளோடு. பார்வை எட்டிய கால நீட்சியில் பழுத்துக் காய்ந்த வெளிறிய மஞ்சள் வயல் பரவி அசைந்து சுருண்டது தோற்றத்தின் அழியாத படலமாய். தெரு கடந்து நெல் மூடைகளுடன் போன மொட்டை வண்டியை வயதானவர் ஓட்டிச் செல்ல மாட்டு வாசனை அவளைச் சுற்றிப் படரும். தெரு அசைந்து வண்டிச்

சக்கரத்தில் கல் உடையும் ஓசை. வண்டிக்குப்பின்னே நெடுக நடந்து போய் ஈஞ்சவயலில் ஆடியவாறு பேரியாழின் நரம்புகளிடையே வீடுகள் பேசிய துயரத்தின் சாயல். வயதான தடித்த பாட்டிகளின் தனிமையில் அந்த நரம்புகள் அதிர்ந்து ஒலித்தன. முத்துவேல் பிறந்த வீட்டின் இருண்ட அறையில் நெல் கற்றையுடன் கிழவன் இருந்தான். இவ்வளவு நெடிய காலம் வாழ்ந்த கிழவன் அங்கு வேறு யாருமே இருக்கவில்லை. கிழவன் கண்களை உற்றுப் பார்த்தாள் முத்துவேல். அதில் எல்லா நிறங்களும் பிரிந்து அவளுக்கான சம்பிரதாயமும் ஒளிந்திருக்கக்கூடும். அதுவரை காணா திருந்த பூச்சிகள் சுவர்களில் இரைந்து கத்தின. தெருவில் அப்போது தோன்றிய மர்மமான பாசிக்கண்களுடன் கிழவன் நெல் ஏட்டில் புலப்படாத சுரங்களை வாசிக்க மறைவாக இருந்த பல ஈஞ்சமரங்கள் ஈக்கிகளுக்கிடையே வெண்பூவின் பூர்வீக இழையானது ஈஞ்ச இனத்தின் வாழ்வாகத் தொடர்ந்து வந்த முடிவளர்த்த ஆண்கள் சிணுக்கோலியால் முடியை கோதியவாறு ஈச்ச நிழலில் மறைந்திருக்கிறார்கள். ஈச்ச மரத்தின் கழுத்தைக் குடைந்து பால் எடுத்தார்கள்.

கிழவன் இருந்த ஊஞ்சலைச் சுற்றிலும் பூனைகள் வாலைப் பரசி அவளை அருகில் வரவிடாமல் பயமுறுத்தின. அறைச் சுவரிலிருந்த கண்ணாடிச் சட்டமிடப்பட்டு பாசி படர்ந்த ஓவியத்திலிருக்கும் வேறொரு அதே கிழவனை அருகில் சென்று முகம்முகமாய் பார்த்து எதை எதையோ பேசியவாறிருந்தான் கிழவன். சுவரில் திட்டுத்திட்டாய் மிருகங்களின் இறைச்சியும் வாலறுந்த பல்லிகளின் நைந்த உடலும் ஒட்டியிருந்தது. அந்த அறையே ரத்தமும் மாம்சத்தின் நெடியும் பரவி வெறிபிடித்த கண்களுடன் பார்த்தது அவளை.

பழைய யுத்தத்தில் பதிந்த வடு ஈஞ்சானின் மார்பில் உடும்பாக ஒட்டியிருந்ததை பார்த்தாள் முத்துவேல். நேருக்குநேர் நாள் குறித்து படுகளத்தில் முறிந்த எதிரியின் கொடுவாளிடமிருந்து வெளியேறிய ரத்தம் முன்தோன்றி சுருதிகள் எரிய வாளின் கொடுமையை யாழில் இசைத் தான் கிழவன். ஏனோ ஈஞ்சவயலில் உறையாத குருதி

துர்கந்தத்தால் ஊளையிட்டது பேயாகி. யுத்தத்தில் சேகரித்த ரத்தத்தை எப்போதும் கண்ணால் பார்த்து அதை சிந்தி விடாமல் தன் அறையில் பத்திரப்படுத்தி வருகிறான். இளங்குருதியாகும் யுத்தத்தை விரும்பினான்போலும். சேகரித்த குருதியின் நெல்மேனி வெப்பத்தால் மேல் எழுந்து சீறிவர ஈஞ்ச இனத்தின் வீழ்ச்சியை ரத்தமேறிய நரம்பு களில் இசைத்துக்காட்ட இழந்த வயல்களில் மூதோரின் கரங்களுக்குள் கதிர்கள் முளைத்து மறைகின்றன. கிழவன் ஊஞ்சலில் மெதுவாக ஆடியவாறு லஜ்ஜை அடைந்த முத்துவேலை வெறுமையான கோலத்தில் பார்த்தவாறு ஏந்திய கதிர்களை தழுவினான் ஆதங்கத்தில். கிழவன் அறையை விட்டுப் போய்விடாமல் அந்த வடுவில் யார் யாரையோ அடையாளம் காண இருந்தாள்.

மயக்கத்தில் வெளிர்பூவிடம் உறவாடிப் பல வார்த்தை களைச் செடிகளிடம் சொன்னான். அவன் உயரமான உடலில் தாவரங்களின் வாசனை நிறம் நிறமாகப் பிரிந்து வயல் வெளியில் வீசும் காற்றாய் மாறியது. கரைபடாத பேரியாழின் தாகம் ஈஞ்சாளின் முதுகெலும்பின் வடிவத்தில் மாந்திரீக வனத்தில் தோன்றியிருக்கும். ஈஞ்ச நாட்டு அரக்கரின் பெரிய சுவட்டில் ஊர் மறைந்திருக்கும். முத்துவேல் ஊர் மறையாத ஈச்சமரங்களிடையே வெளிர் மணல் விரிவுகொண்டது அடிவானுக்கு அப்பால். நரியோடும் சாம்பல் காடுகளில் புதர் மண்டியிருக்கும். மிருதுவான அமைதியில் துயிலும் மணலில் மிருகங்களின் சிறுபட்சிகளின் தடம் கோடு கோடாய் தெரியும். படிவுபடிவாய் மேல்வரும் ஈஞ்சங்காற்றில் குருத்து ஓலைகளின் உரசலில் ஏதேதோ வெள்ளி நாற்றின் சன்னமான துயரமும் முன் நடந்தவைகளும் படிந்த மணலில் கிழவனின் நீளமான பாதம் கடந்து போனது. ஈஞ்சநாட்டார் அரளிப்பான விருட்சங்களுக்குள் எலும்புகளை அசைக்கும் சைகை முதுகாட்டில் புதையுண்ட அரசனை அழைத்தது. கணியான் தீ மூண்ட மலைமீது மகுடமடிக்கும் ஒலி பாறை களைப் பிளந்து வந்தது தேரிவரை. தோல் முழங்கும் பறையில் தீப்பந்தங்கள் சுற்றி ஓடுகிறார்கள் இருளில்.

சடைமுடி படர்ந்த ஈஞ்சான் வேட்டைக்குப் போன தேரியில் மிருகங்கள் மறைந்து உறுமும் இருட்டு. பாறைகள் மேல் மிருகமூச்சு ஊர்ந்து செல்லும். மெல்லிய இருட்டில் தெரியும் ஈச்ச மரங்களின் கோரையான கூந்தலில் ஆந்தை கீழ் பாய்ந்து போ... போ வென அரற்றும். குத்துப்பாறைகளில் அசைந்து கொண்டிருக்கும் சாவைப் பார்த்து கொஞ்சம் கொஞ்சமாய் மெலிந்து கொண்டிருக்கிறான் துயரில். மறதியிலும் கண்ணில் ஓடும் பைத்திய ரேகையிலும் இடம் விட்டு நகரும் ஊஞ்சலில் அவர்கள் வாழ்வின் அகத்திணை நெல்கதிர் கற்றையாக கிழவன் கையில். ஒவ்வொரு நெல்லாக தொட்டு எதையோ தேடுகிறான் ஈஞ்சான். நெல்லில் ஒளிந்த பேத்தி ஈஞ்சாள் யாழின் நரம்புகளில் பதிந்து வயலில் வெடிக்கும் வெளிர்பூக்களில் மறைகிறாள் உடனே.

அப்போது முத்துவேலிடம் ஈஞ்சாள் கேட்டாள் 'நான் வயல்வெளிக்குப் போய் வயோதிகர் கண்ணில் எனக் குத்தயை இருந்தால் அவர் பிறகே கதிர்களை பொறுக்கி வருவேன்... நோயின் ஆழத்தில் ஈஞ்சானின் நரம்புகள் மறைந்து கொண்டிருக்கிறதால் புதுக்கதிர்களை கொண்டு போய் அவன் மீது படைப்பேன்' என்றாள். அதற்கு முத்துவேல் 'பூட்டனின் வயலில் அவன் காலடி தொட்டுப் போ' வேடர் குத்திய கதிரை பொறுக்கிவா மகளே' என்றாள்.

அவள் வயல்வெளியில் அறுக்கிறவர்கள் பிறகே பொறுக்கினாள். அப்போது ஈஞ்சாளின் பாசிக்கண்ணில் கிழவனின் ரத்ததாகம் கொண்ட சுருதிகள் கிளம்பி நெல் வயலில் சுருதிகள் எரியும் ஆழத்தில் கிழவன் ஊஞ்சலில் சரிந்தவாறு சாவின் அருகே போய் அடுத்த கணம் மீண்டு உயிரில் பரவிய நெல் மூடி திறந்து செந்நெல்குடி கிராமத்தின் உடைந்த கதிர் விதானத்தில் மணிகள் எட்டிப் பார்த்தன இமை கீறி. பழுப்பு வயல்வர்ண வைக்கோலின் சருகு புலம்பி அசைய தலை சாய்ந்து வரப்பில் கண் மூடிக்கிடக் கிறது சோம்பலில் நெல்கதிர்கள். வாட்டமான கதிர் வளைந்து எல்லாப் பக்கமும் நெளிந்து தண்டில் காற்றேறி முணுமுணுத்தது. யாரோ தண்டை அணிந்த நீள நீளமான

கால்களுடன் நெல்மீது அழுந்தாமல் தடவி நடக்கும் பாதங்களில் கண் திறந்தது புதுநெல். சம்பா நெல்லின் உதிர் நரம்புகளை கைவிரல்கள் ஆழமாய் தொட்டு ஏங்கும். நெல்கோடு விழுந்த தொடுவான் மட்டத்தின் நீலத்துள் புதையுண்ட சாவுடன் உரையாடும் செந்நெல். கண்மாய்க் கரை சுற்றி கீழத்தெரு ஆட்கள் கருக்கருவாளுடன் எட்டிப் போன வயல் அறுவடையாக வேண்டும். வெயில் அசையும் கரைச் சரிவில் உதிர்ந்த மணிகள் இரவெல்லாம் கண் விழித்துப் பார்த்த சாதாரண மண்தெரு சோகத்தால் கதவுகளைத் தொட்டு துயில்வோரைக் காணும். பாசிமூடியிருந்த ஓவியத்தில் வர்ணமற்று வெளிர்பரப்பாய் விரியும் வெண் பாதையில் தனியே அவன் மட்டும் நடந்துபோய் கூவுகிறான் கீழ்திசையில். ஆயிரம் ஒலித்தொகை கொண்ட பட்சி ஜாலங்களின் சப்தாசமுத்திரம் புரண்டு மேல் எழுந்து சப்தத்தின் சுழலாய் அவன்முன் அசைய பேத்தியின் விடுகதிரில் ஒவ்வொரு விரல்பட்டு ஈஞ்சானின் மறைவு காலத்தை இசைத்துக் காட்டினாள் எளிய மணிகளில்.

கண்மலையின் வடிவங்களில் உருவமற்ற வேடர் நிழலாகி ஒரே கண் உள்ள மலையின் உச்சிப்பார்வை மெல்ல ஊசியாய் சரிந்து கீழே நகர்ந்து வேகமாய் ஒவ்வொரு மனிதரையும் தொடர்கிறது. தொலைவிலுள்ள கண் கொண்டு பார்த்தனர் இசையின் பாதையை. யுகங்களுக்கு முறப்பட்ட மலையின் கண் சாவினுடையதாக இருக்கும். ஒவ்வொரு வரையும் சுருட்டிச் சென்றது. கண்மலை. வில்யாழின் ஒற்றை நரம்பினால் பாறைகளின் குரலை எழுப்பியது வில். வேடர் நிழல் வில்நாணின் அதிர்வில் தூரம்வரை போய் வேட்டையாடித் திரும்பும். அரக்க இன ஈஞ்சர்களோடு யுத்தத்தில் உடல் இழந்த கணியான்களே கண்மலையாகி விட்டிருந்தனர். சரியும் கண்மலையின் இடுக்குகளில் ஊளையிடும் முன்னோரின் ஆவிகளை அழைத்துக் கொண்டு ஈஞ்சவயலில் அதிர்வுறும் வயோதிக அரசன் ஈஞ்சானின் சுரங்களை கேட்டு மயங்கும் வேடர் ஆவிகள் ஈச்ச நிழலைச் சுற்றிச் சுற்றி வந்தன. ஊஞ்சல் சலனமடையாமல் இருக்கும்

காற்றில்லாத வேளை வேடர் ஆவிகள் வந்து ஈஞ்ச அரசனை மெல்ல தாலாட்டி அவன் காதுகளில் கிசுகிசுத்து கணியான் மறந்த பாறையின் அகம் கொப்பளிக்கும் சுருதிகளை இசைக்குமாறு கெஞ்சுகின்றன. கிழவன் நாண் ஏற்றி வெகு ஆழத்தில் புதைந்த கல்முகமாகி கரகரத்த திகைப்பூண்டு களின் நெடிப்பூக்களை நுகர்ந்தவாறு எரிமலைகள் குமுறும் ஓசையுடன் ஆயிரம் வில் நாண்கள் பூட்டிய அம்புகள் பாயும் யுத்தகள இசை கண்மலையில் உருள நரிகளின் தோலால் வனைந்த மகுடங்களை கணியான் ஆவிகள் ஒலித்தன கண்மலையில்.

அப்போது ரூபவதியான ஈஞ்சாள் கதிர்சாயும் வயல் நடுவே அறுப்பறுக்கும் வேடஇன பெண்களுக்குப்பின்னே சிந்திய கதிர் பொறுக்குவதை பார்த்து வயல்காரன் கணியான் 'கண்மலையில் இல்லாத ஈக்கி நெல்லில் சுரங்களை உலர்த்தும் சிறு பெண்ணே நீ யாருடையவள். சுரங்களை நிறுத்தாமல் வாசி. நான் தூர இருக்கிறேன்' என்றான்.

'அறுக்கிறவர்களின் பிறகே அரிக்கட்டுகளிலிருந்து சிந்தினதை உம்மைக் கேட்காமல் பொறுக்கிக் கொண்டிருக் கிறேன். நான் யாராயிருந்தால் என்ன நான் யாரோ' என்றாள் அலட்சியமாக. அப்போது கங்காணிக்காரன் கணியான் கிட்டத்தில் வந்து 'இவள் அனாதை' என்றான். 'தூர உறவோ சொந்த பூமியோ வயலோ இல்லை' என்றான். 'காலமே துவங்கி இதுவரைக்கும் இங்கே இருக்கிறாள். இப்பொழுது அவள் என் குச்சிலுக்கு அருகில் வந்து கொஞ்ச நேரம்தான் ஆகிறது' என்றான்.

அப்பொழுது வயல்காரன் ஈஞ்சாளைப் பார்த்து 'பெண்ணே, வேடப்பெண்கள் நீயாரென்று சைகைகாட்டி கண்ணால் சொன்னார்கள் நீ வரும்போதே. ஈஞ்ச இனத்தின் கிழ அரசனுக்கு சிந்திய கதிர்களை பொறுக்கிக் கொண்டிருக் கிறாய் பறவைகளுடன். பொறுக்கிக்கொள்ள வேறு வயலில் போகாமலும் இங்கே என் அறுப்பறுக்கும் பெண்களோடு கூடவே இரு' என்றான். அப்படியே அவள் அறுப்பறுப் பவர் பக்கம் அமர்ந்தாள்.

'அவர்கள் அறுப்பறுக்கும் வயலைத் தொடர்ந்து நீ போ. உனக்குத் தாகம் எடுத்தால் கண்மலை ஊற்றுநீரை உனக்காக குச்சிலிலே வைத்திருக்கிறேன். தண்ணீர்த் தோண்டி அருகே போய் கூசாமல் குடி' என்றான். அவள் கதிர் பொறுக்கிக் கொள்ள எழுந்தபோது 'வேடுவப்பெண்களே அவளை ஈனம் பண்ண வேண்டாம். அவள் பொறுக்கிக்கொள்ளும் படிக்கு அவளுக்காக அரிக்கட்டுகளில் சிலதை சிந்தி விடுங்கள், அவளைத் தொடாதிருங்கள்' என்றான் கணியான்.

அப்படியே அவள் வயலிலே கதிர் பொறுக்கினாள் சாயுங்காலம் வரை. பொறுக்கினதை தட்டி அடித்து தீர்ந்த போது, அது ஏறக்குறைய ஒரு மரக்கால் நெல் கண்டது.

ஊஞ்சலில் ஆடும் கிழவன் தனக்குள் ஆழத்தில் மெல்லச் சரிந்து புலம்பியவாறிருந்தான். அவன் நிழல் ஆடியது வேகமாய். மற்றொரு நிழல் பார்த்துக் கொண்டிருந்தது சுவரில். அதனருகில் மரக்கால் நெல்லை வைத்து ஒரு சில மணிகளை கொண்டுபோய் கிழவன் கையிலுள்ள கதிர் மீது பதித்தாள் அழுகையோடு. அந்த மணிகள் ஜீவனாகத் துடித்து உருண்டன கிழவனின் ஒலிமுகத்தில்.

பின்னே அவள் கரைந்த முகத்தோடு ஈஞ்சமரங்களின் நிழல்பாதையில் இரவுக் களத்தில் நெல் அம்பாரத்தின் மீது மினுக்கும் சிம்ளி விளக்கின் அருகே சென்று ஒவ்வொரு நெல்மணியாக கிழவனின் தோளிலிருந்து முளைத்தநெல் சிலவற்றை திரியுடன் சேர்த்து எரியூட்டினாள். அடர்ந்து எரியும் கிழவனின் கதிர் சுருதிகளை அந்த ஆழ்ந்த இருட்டுடன் பார்த்துக்கொண்டிருக்கிறாள் கணியானோடு. பொலி நெல்லை கண்மலை வடிவில் குவித்து அம்பாரத்தில் சாணத்தால் சுற்றிவரக் கோடுகள் இட்டாள். ஒருவருக் கொருவர் ஒத்தாசையோடு அந்தரங்கமாய் கதிர்களைப் பகிர்ந்து கொண்டார்கள் இருட்டில். மிருதுவான செடிகள் அருகில் போய் இலைகளை வருடினாள் ஈஞ்சாள். அப்போது அவாந்திர வெளியை ஊடுருவி எழுந்த ஈஞ்சயாழின் சுரத்தை வயல்காரன் கேட்டு இராவெல்லாம் பொலி நெல் அம்பாரத்தில் மயங்கிக் கண்சொருகி அழுதான். வேடர்

நிழல்கள் சூழ்ந்து கருக்கிருட்டில் மெல்ல அவர்களை வில் இசையால் மயக்கி சரிந்துவரும் பார்வைக்குள் ஆட்கொண்டு கூட்டிச் செல்கிறார்கள் கண்மலையின் ஈர்ப்பில். ஒருவர் முகம் ஒருவருக்குத் தெரியுமுன்பே எழுந்து கதிர்களின் பின்சென்றாள் ஈஞ்சாள்.

●

68

இறந்து கொண்டிருக்கும் சிறுமியின் கல்சாவி

தெருவில் நீளமாய் ஓடிக்கிடந்தது நினைவு. இறந்துபோன நோயாளிப்பெண் எறும்பைப் பார்த்துக்கொண்டேயிருந்தாள். மயக்கமான கண்களிலிருந்து அந்த எறும்புகள் கல்லில் ஊர்ந்து தப்பிவிடும். கல்லை மயங்க வைக்கவும் அதனுள்ளே மறையும் எறும்பின் முணுமுணுப்பைக் கேட்கவும் அவளால் முடியும். எறும்புகள் அவள் ஞாபகங்களை எடுத்துச்சென்று பூமியின் மர்மங்களில் புதைந்த அரளிப்பூவில் மறையும். முன்னோர் நினைவைத் தேடிக் கொண்டிருந்த கருப்பு எறும்புகள் கல்வரிகளில் பதியும். தேனிறமான தங்கை நீராவியிலிருந்த மர உருளைராட்டுகளின் உள்கூடுகளுக்குள் நோயாளிப்பெண்ணுடன் மறைந்து கொள்கிறாள். மரராட்டு கடகடக்கும் இரவுகளில் எல்லோரும் விழித்துக்கொண்டு விடுவார்கள். அங்கு வராமலே அவர்கள் அறியக்கூடும்; அந்த நோயாளிப் பெண்ணை நீருக்குள் படிந்த யாரோ அழைத்துச் செல்கிறார்கள் என்று. ஞாபகங்கள் எல்லாம் நீரில் கரைந்து ஒட்டிக்கொள்ளும். எந்த இடத்திலும் மறைக்க முடியாத ரகஸியத்தை நீரில் வைத்துவிடுகிறாள் நோயாளிப்பெண். கல்லைவிடக் கடினமாக இருந்த நீரினுள் புகுந்தாலும் அவள் இருப்பிடம் தெரிவதில்லை. வண்டிச்சக்கரம் சுழன்று சுற்றி அதன் நடுக்குடத்துள் அவள் இருப்பது தெரியும். மசகு காய்ந்த வண்டிக் குடத்தின் ஓசையில் அவள் நினைவு தனியே செல்லும். யாரும் பின் தொடர்வதில்லை அந்த நினைவுகளை. நோயாளிப்பெண் சாணம் பூசிய நடுக்

கூடத்தில் படுத்திருக்கிறாள். சுற்றிலும் பரவிய தானிய வாசத்தில் கன்னிகழியாத பெண் உலர்ந்து கொண்டிருந்தாள். சாமையிலிருந்த அவள் உரு தானிய உருவடைந்து துயில் கிறது கண்மூடி. சுலகில் தவசம் புடைத்துக்கொண்டிருந்த அம்மா கலவரமடைந்து அவள் படுக்கையைப் பார்க்கிறாள். மண் தரையில் அவள் வெளிறிய விரல்கள் சலனமற்று உறைகின்றன. அவள் முன்பே அவள் அம்மா அழத் தொடங்கி படுக்கையை தட்டித் தட்டி 'ஒரே எறும்பாருக்கே... என்ன செய்யும்... என் புள்ளைக்கி என்ன... கண் சொருகுதே... சொருகிப் போச்சே...' அந்த எறும்புகளின் கால்களில் அசையும் சாவைப் பார்த்து விசும்பினாள். அவள் முதுகில் எறும்புகள் சுற்றிச் சுற்றி வந்தன. நோயாளிப் பெண்ணின் நெஞ்சுக் கூட்டைத் திறந்து மூச்சைத் தடவுகிறாள் அம்மா. அவள் நடுக்கூடத்தில் நினைவுகள் உலவும் ஓடுகளைப் பார்த்தபடி இருந்தாள். நோயாளிப் பெண்ணின் உடலை விட்டு அகலவே இல்லை எறும்புகள். அவள் தலை மாட்டில் விளக்கேற்றி வைத்தாள் அம்மா. மகளின் கால்கள் அசைந்து கொண்டிருந்தன சாவில். வண்டி கட்டி நோயாளிப் பெண்ணை எங்கோ கூட்டிப் போகிறார்கள். அவள் தங்கை கூண்டு வண்டியின் கீழே போய்க்கொண்டிருக்கிறாள். கூண்டு வண்டி நிழலில் நினைவு நகர்கிறது. ஒவ்வொரு மண்ணும் இருட்டிருள சக்கரங்களோடு சப்தமிடுகிறது. தங்கையின் கால்தடம் மிக மெலிந்து சுருங்கியது. சரள் ரோட்டில் விரிந்த கல் தெளிவடைந்தது. அது இரவு போல உள்ளது. யார் யாரோ பாதைகளில் நின்று பார்க்கிறார்கள் அவளை. ஆனால் அது இரவுதானா எனச் சொல்லமுடியாது. சமவெளியில் வண்டி செல்கிறது. அந்த மரங்களின் கிளைகள் நீள்கின்றன.

தொலைவில் தோகையில் தலை சாய்ந்திருந்த மயில் கழுத்தை வளைத்து சாவை எட்டிப் பார்த்தது. ஊர்க்காரர் களுக்கு அவள் போனது தெரியாது. ஆயினும் தூக்கத்தி லிருந்தவர் அவள் போனதை மயில் அகவும் மயக்கமான குரலில் உணர்ந்திருந்தனர். அதைப் பற்றி யாரும் யாருடனும்

பேசிக்கொள்ளவில்லை. மரங்களின் முண்டுகளைப் பார்க்கும் போதெல்லாம் அவள் வண்டியில் போனது ஞாபகம் வரும். மரப்பட்டைகள் கீறக் கீற உள்ளே அவள் உடல் மெலிவது ஞாபகமாகும். கற்சாவிகளை மிகச் சிறியதாக வைத்திருந்த அந்த நோயாளிப் பெண் போன பின்பு, சாவிகள் பெரிதாகி தூண்களாகி வீழ்ந்தன. நிலவைச் சுற்றிய ஒளிவளையமாக மாறிவிட்டாள் அவள். நிலவின் தூரத்திலிருந்து தூண்களைப் பார்த்துக்கொண்டே இருந்தாள் நோயாளிப்பெண். அவள் மங்கலான பார்வையில் சாவின் பதற்றத்தோடிருந்தன கல்தூண்கள். ஞாபகத்தின் சிவப்புப் படிவங்களில் கீறல் வழியே கல்தானே சாவியாகி நிலப் பரப்பில் கிடந்தது. உவர்நிலங்களில் மறைந்த கல்மூலங்கள் பெண்ணுருவடைந்து வெளியேறின. நோயாளிப்பெண்ணின் பார்வை பட்டதும் கீழ்நதி சலனமடைந்தது. அதில் வரி வரியாக நீர் அருந்தி கல்லை ஊடுருவி வெளியேறினாள். அவள் உடல் படிவங்களில் கசிந்த நீரில் யார் யாருடைய சருக்கங்களோ பதிவாகியிருந்தது. இயற்கையான கல்வரி களை ஒருவராலும் வாஸிக்க முடியவில்லை. ஊற்றடிக்கும் கல் ஏட்டில் பாகாய் இனித்த நீரிலிருந்து பால்யப் பெண்கள் வெளிப்பட்டு வந்தனர். கல் சுனையில் ஏடுவாஸித்துக் கொண்டிருந்த பண்டாரம் சவமாக வெளிறிக் கிடந்தான். குன்றுகள் சுற்றி நிற்க கண்கள் இருண்டு கொண்டிருந்தன. கல்சுனையில் நீரருந்தச் சென்றவனை முனி அடித்ததென்று ஊரெல்லாம் பேச்சு. கற்படிவ மின்னல்தாக்கி கருகி விட்டிருந்தான் பண்டாரம். அவன் இறந்தும் உடலில் சொட்டுச்சொட்டாய் அவன் கதைசொல்ல ரத்தம் துளிர்த்தது. ரத்தம் வேகமாய் நகர்ந்து செல்ல, கற்சாவிகள் துணுக்குற்று எழுந்தன. ரத்த வாடை கண்ட மிருகமாய் அங்கிங்குமாக அலைவுறும் ஞாபகங்கள் பேய்கள் எடுத்துக்கொண்ட சாவிகளாய் ஆயின. இரும்பு நெடி வீசும் ரத்தம் பட்ட கற்சாவிகளின் நிரந்தர மௌனம் சலனமடைந்தது. அடுக்கடுக்காய் மறையும் ஞாபகங்கள் சாம்பல் நிறமாகி பின்னும் சமவெளியில் பரவி பச்சைப்பவளமாகும்.

இலைச்சாறு ஒளிரும் அவள் உடல் பச்சையடைந்து மறைந்தது. அவள் இலைப் பவளங்களில் ஞாபகத்தின் தடங்கள் ஊர்ந்து சென்று சாவின் ஆழங்களில் மறையும். பண்டாரத்தின் மீது ஏவிய காற்று அலைவுறும். ஞாபகத்தின் தைலநிறம் நோயாளிப் பெண்ணின் இலைப்பவளங்களில் கசியும். ஊற்றில் மறைந்த பெண்கள் ரூபமடைந்து அவ்வூரின் தோற்றமாயினர். பார்த்துக்கொண்டிருந்த கற்துவாரங்களின் பழுப்பு ஒளியில் ஊரே மாறுபடும். திகைக்க வைக்கும் மூதோரின் நிழல்கள் உறைநிலையில் இருந்தன.

கற்தூண்களின் சங்கேத மொழி, மஞ்சள் அலகு அசைத்த பறவைகளால் பரிமாறப்பட்டு செடிகள் முன்னுணர்ந்து சொல்ல சிதில ஓடுகள் இலைகளாகி கல்லில் ரத்த நார்கள் ஓடி எப்போதுமாக உள்ளவற்றைப் பதிவுற்று, காணாமல் போன பெண்களின் வரிகள் கொண்டு நோயாளிப் பெண்ணின் பேசாத வார்த்தைகளாய் பதிந்திருந்தன கல்லில்.

இறந்து போனவளின் ரிப்பன் பாம்புச் சட்டையாக உலர்ந்து கொண்டிருந்தது தூண்களில். சுள்ளையில் வேகும் மண்பானைகளைப் பார்க்க சிறுவர்களும் பெண்பிள்ளை களும் கூடியிருந்தார்கள். கல்தூணின் பக்கம் அடியெடுத்து வைக்காமல் ஒதுங்கி பயத்துடன் ஓடையில் நின்ற பனை களைப் பார்த்தார்கள். பனைகள் சதாவும் அவள் பெயரை உரசிக்கொண்டிருந்தன. கிடங்காயிருந்த ஓடைக்குள் பெண்கள் மறைவதும் வருவதுமாயிருந்தனர். வேற்று ஊர் பெண்களாயிருக்கும். பாதையோரம் நின்ற தூண்கள் அவர் களை வசியத்தில் ஈர்த்தன. ஏனோ பலருக்கு காய்ச்சல் வந்தது அதனால். பார்வை பார்க்கும் அகலமான மூதாட்டியிடம் சென்று திரும்பினார்கள். உச்சி முதல் நேர்பார்வை கொண்டு குணமாக்குகிறாள் அவள். அதற்குப்பின் அவளைக் கண்டு பலரும் ஒதுங்கி நகர்ந்தனர். கற்தூண்கள் மீதமர்ந்த பறவைகள் மறைகின்றன. ஊருக்கு வெளியேயிருந்த கற்படிவங்கள் எப்போதும் அவள் இருப்பதை உணரும். கட்டாந்தரையில் மறைந்த ஊர், ஆலமரத்துடன் விழுதாகி அசையும் அதன் நிழல் குளிர்ச்சியில் அமர்ந்திருப்பவர்களைத் தொற்றிவிடும்

நினைவுகள். ஆலமரப்பாலில் படைபடையாய் எறும்புகள் வாசம் செய்யும். எறும்பின் கால்களில் அசைந்து கொண்டிருந்த சாவு ஆலம்பாலில் ஒட்டிக்கொள்ளும். விழுதுகளில் ஏறி இறங்கிக்கொண்டிருந்த எறும்புகள் எதிரெதிரே ரகஸியம் பேசுவது யார் காதிலும் படுவதில்லை. இலைப் பரப்பில் அசையும் காற்று. மெல்ல மொடுமொடுக்கிறது ஆலமரம். பல நெடிய கால அழிவுகளைக் கண்டு அதன் விதைகள் கல்லாகிவிட்டன. வெளிர்சிவப்பான ஆலம் பழங்கள் சருகுகளில் உதிரும் சத்தம். பழத்தைக் குடையும் கடிஎறும்புகள் பழவாசத்தில் சாவை மறந்து துயிலும். அவற்றின் கால்களில் ஆலம்பழத் தித்திப்பு ஒட்டியிருந்தது.

மூலமரமாகிப் போன ஆரம்ப விழுதுகளில் கிறுக்கப் பட்ட பெண் பெயர்கள்; மரம் வளர விரிவுகொள்கிறார்கள் பெண்கள். அவ்வூர் பெண்களெல்லாம் எங்கு போயினர். விழுதில் முகம் பதிந்த பெண்கள் ஒருவரும் இருக்கவில்லை. ஆலமரம் பெயர்களை அகலமாக்கி தன் தண்டுகளில் பெண்ணுடலைக் கொண்டிருந்தது. அண்ணாந்த விழுது களில் ஆல இலைகள் விரிந்து சமவெளியில் நீண்டு பரவிக் கிடந்தது. ஆலம்பழங்களின் சிவப்பு பறவைகளின் வரி பாஷையில் பதியும். மறைந்த ஊர்நிறமே அது. சமவெளி யில் அசைந்து கொண்டிருந்த வெளிர்சிவப்பில் பறவைகள் மறைகின்றன. அதன் சிவப்பு படிவத்தில் சாவு மறைந்து கொள்கிறது. எல்லோரையும் அழைப்பதற்காக சிவப்பு படிவங்கள் காத்திருக்கின்றன. சிலவேளை பைத்தியம் பிடித்தவர் தானே ஓடிப்போய் பறவைகள் மறைந்த தூரத்தில் மறைந்து திரும்புகிறார்கள். ஊரின் தெருக்கள் வரை சமவெளி யின் அவாந்திர வெளிச்சம் வந்து இரவில் ஊடுருவியது. வெளிறிய கற்றாழைகளின் ஒளிர்வு கொண்டன தெருக்கள். வெள்ளொளிர்வில் நீந்தும் கற்பாறைகள் தெருவைக் கடந்து சமவெளியில் மிதக்கின்றன. வேறு உலகமாக இருக்கும். எருக்கம்பூ உடையும் சத்தம் நிலவின் இரவில் கேட்கும். ஜந்துக்கள் நிலவில் நகர்கின்றன. பாறைகள் மிதப்பதைப் பார்த்து நச்சரிக்கும் நினைவுகளில் விடுபட்டு ஊர்ந்துவரும்

ஸர்ப்பப்பிஞ்சுகள் வெள்ளெருக்கம் இலைகளில் மறையும். சமவெளி இரவில் நிலவின் இருள் வெண்மாவாய் படிந்து தொலைவுப் பாறைகள் சங்கேத மொழியில் உலாவுகின்றன.

எல்லோரும் அதைப்பார்த்து நடந்துபோயினர். தடங்கள் படும் சத்தம் கேட்காமல் நடந்து கைகளை நீட்டி பாறை களைத் தொடுவதற்காக அங்கே புதைந்த நீலத்தில் மறை கிறார்கள். மிதக்கும் பாறையைச் சுற்றிய ஒளி வளையமாக மாறிப்போய்விட்டாள் நோயாளிப்பெண். ஊரையே மூடும் பாறைகள் நினைவில் தோன்றி மறையும். அவை இருப்பது தெரியவில்லை. காணாமல் போன நினைவுகள் கற்குழிவு களாகியிருந்தன. அவையே பின்னால் நோயாளிப் பெண்ணாக இருக்கக்கூடும். உள்ளே எட்டிப் பார்த்தால் அவள் குரல் கேட்கும். பாறையில் அதிர்கிறாள். காற்று என்னேரமும் ஊதியபடி இருந்தது குழிகளில். பலர் அதில் விழுந்து திரும்பவில்லை. அவர்கள் முகம் தெரியாவிட்டாலும் வெறுக்கென்று தள்ளிவிடும் அசைவு இருந்தது அங்கு.

ஓடுகளும் காரைகளுமான மங்கிய வீடுகள். அவள் தெரு மூலையில் நகர்த்தப்படாத அந்தப் பாறைகள் பார்த்துக் கொண்டிருக்கும். ஒவ்வொருவரும் அதைக் கடந்தே போயினர். அவள் பாறையிலே உட்கார்ந்திருந்தாள். சமவெளி யாயிருந்த செந்நிற மனத்தோற்றங்கள் மாறி மாறி அவள் கண்பரப்பில் நின்ற பனைமரங்களின் பழைய ஓலைகளும் பொடிப்பறவைகளும் ஊரின் வெளியுருவத்தை காட்டி அசைந்தன. அந்த ஊரின் சமவெளி பாம்புச் சட்டையின் வெளிறிய வெண்மையாயிருந்தது. ஊமங்காடைகளின் ஆழ்ந்த குரல் விட்டு விட்டுக் கேட்டது. மௌனத்தை இன்னும் ஆழத்திற்கு நகர்த்தும். கல்லானது அவள் உடல் தொகுதி. மெல்ல எழுந்து தெருவை அசைந்து நடந்து நடந்து சிறு இடத்தையும் கடக்க முடியாமல் நகர்கிறாள். கரும்பனைகள் நின்றவாறு எட்டிப் பார்த்தன அவளை. நீர் மஞ்சளான அவள் கண்களில் இருந்த மயக்கம் சலன மடைந்து எல்லாக் கல்லையும் அசைக்கும். நீர் மஞ்சள் கண்களில் மிதக்கும் தோற்றங்களில் யாரோ அவளை வந்து

கூப்பிடுவதாக கைகளை நீட்டுகிறாள்.அவள் விரலைத் தொட்டு அழைத்துச் செல்ல ஒருவரும் வராவிட்டாலும் எதையோ பற்ற நினைக்கிறாள். வெப்பமடைந்த ஊர் அவள் கண்களிலிருந்த திரவத்தில் உருமாறிக் கொண்டிருந்தது. அவள் வெப்பமான கண் யாரையும் பார்க்கவில்லை. ஏனோ, அவள் பார்வை எல்லோரையும் பார்ப்பதாக இருந்தது. சிறு மணலும் அவள் பார்வையிலிருந்து தப்ப முடியாது. மணலுக்குள்ளிருந்த வெற்றிடங்களை அளந்தபடியே இருந்த அவள் கண்கள் எதிலும் ஒட்டாமல் தவித்துக் கொண்டிருந்தன. அந்த பார்வையிலிருந்த ஜுர வேகத்தில் எல்லாமே பற்றிக்கொண்டு ஜுரவேகமடைகின்றன. சிறுபூச்சியும் அவளைப் பற்றிக் கொள்ளும். அவற்றின் கண்கள் அசாதாரணமான பார்வை கொள்ளும். பூச்சியின் ஒரே கண்ணாக விரிவடைந்த ஊரில் சுருண்டு மறைகிறாள் நோயாளிப்பெண். தரையில் படரும் பொடி இலைகள் கொண்ட பூச்சிகள் ஊரை அடிவயிற்றில் தாங்கி நிற்கின்றன. நோயாளிப்பெண் அதைப் பார்த்தபடி கண்மூடியிருந்தாள், நெடுநாள் அவள் அசைவதில்லை.

அவள் வீட்டுக்குப் பின்னாலிருந்த சக்கரச் செடியில் மஞ்சள் பூக்கள் இருக்கும். அதைத் தொடாமலே பார்த்து விட்டு எல்லாப் பிள்ளைகளும் வீடு திரும்புவார்கள். சக்கரக்காய்கள் உருண்டு வருகின்றன. அந்தக் காய்களில் அந்த நோயாளிப் பெண் இருந்தாள். ஒன்றுடன் ஒன்று ஒட்டிக்கொள்ளும் காய்களுடன் வந்து கொண்டிருந்தாள் பிள்ளைகளிடம். செடியிலிருந்த பனிமுட்களில் ஒளிமாறிக் கொண்டே இருக்கும். அதைத் தொட்டால் விரலைக் கீறி விடும். ஒரு சொட்டு ரத்தம் கருப்பாக உறைந்து அந்தச் செடியில் ஓடியது. பனிமுள்ளில் துளிர்த்த செடியின் ரத்தம் கண்டு அவள் சிரித்துவிட்டு பூக்களைப் பார்வை கொண்டு திரும்பினாள். தெருவெங்கும் மஞ்சள் பூ கரைந்து உலர்ந்து விடும். மெதுவாக தடம் தொட்டு வரும் நோயாளிப் பெண்ணை பார்க்க முடியவில்லை. வெறிச்சோடிய தெருவின் சுவர்ப்பொந்துகளில் வெளிப்படாத ஆந்தைகள் எட்டிப்

பார்த்தன அவளை. வாய் திறந்த குகையென பொந்துகள் ஆந்தையின் ஆழமான கண்களாயின. அந்த கண்களிலிருந்த தீவிர ஈர்ப்பை அடைந்தாள் நோயாளிப் பெண். அவள் வராமல் கற்சாவிகள் கேட்பாரற்று உறைந்து கிடந்தன. அவை சலனமடையாமல் ஊர் நடப்புகள் அன்றாடச்சலிப்பில் ஊர்கிறது. தூக்கத்திலிருந்த தெருக்களைக் கலைத்து விடாமல் நடமாடினார்கள். மெல்ல மரங்களுக்குள் இருள் பரவ சுவரில் இருந்த கண்கள் திறந்து மூடியதும் இரவு வரும்.

தெரு தன் இயல்பில் விழித்து இருட்டில் திரள் திரளாக உருமாறுகிறது. இரவில் மறையாத அந்தப் பாறையில் தேனிறமான தங்கை உட்கார்ந்திருந்தாள். ஊரிலிருந்த ஒவ்வொரு வீட்டிலும் சிறு வெளிச்சம் கசியும். அவ்விளக் குடன் சேர்ந்த தேனிற வெளிச்சம்தான் தங்கையாக இருக்கும். அவள் தொடாமலேயே அவள் ஸ்பரிசம் எல்லோருக்கும் இருக்கும். அரக்கு நிற இருளில் படியும் தேனிறத்தில் காணாமல் போன சிறுமிகள் வருகிறார்கள். சிறுமிகளின் குரலை யாரும் மறக்கவில்லை. கிராமத்தையே ஒட்டிக் கொண்ட சிறுமிகளோடு தேனிற ஒளி இருந்தது. சிறு கீற்றில் வந்து விடுவாள் வீட்டுக்குள். ஊரின் மயக்கமாக தேனிற மான தங்கை மறைகிறாள். வாவாவென்று எல்லோரும் கூப்பிடுகிறார்கள் அவளை. நில்லாமல் மறைந்து கொண்டே யிருக்கிறாள். மனசை விட்டு விடாத ஊர்க்காரர்களை இரவில் வந்து அவர்கள் கண்களுக்குள் விரல் பொத்தி உறங்க வைக்கிறாள் அவள். நெடிய துயிலில் யார் யாரோ வந்து போகிறார்கள். பாறைகளில் தெரிந்த நிறங்களில் நோயாளிப் பெண் தங்கையை சிறு பொம்மையாக்கி மடியில் ஏந்தி கல்லில் பழுத்த திரட்சியான கனிகளோடு உறைந்து கொண்டிருப்பது மங்கலாக இருக்கும். அந்தப் பாறைகள் கீழேயும் இறங்கும். தங்கை மட்டும் கீழிருந்தாள். மேலே நோயாளிப் பெண்ணிருந்தாள். அந்தப் படிவ நிறங்களில் இருவர் தோன்றி கிட்டவரவும் மறைந்து கொள்வார்கள் பாறைக்குள். உடனே மறைய முடிந்த நோயாளிப் பெண் ணருகில் இருட்டுப்பூச்சிகள் அவள் உருவை தோற்றத்திலும்

மறைவிலும் இருப்பதாக்கும். சற்றுநேரம் காத்திருந்து போனாள் நோயாளிப் பெண். அவள் போனபின் தங்கையைப் பார்க்க முடியவில்லை. கல்யாணமாகி அவள் வெகு தூரம் போய்விட்டதாக எல்லோரும் அறிந்திருந்தபோதும் அவள் அங்கே இருப்பதாக பால்யவனம் சொல்லும்.

துளசியும் காந்தச் செடிகளும் உலர்ந்து கொண்டிருக்கும் பால்யவனத்து பெண்கள் செடிகளில் காந்தமாக பரவியிருந்தார்கள் அங்கு. ஊர் தோன்றியது முதல் கன்னிகழியாமல் இறந்த பெண்கள் அங்கு வாசம் செய்யக்கூடும். அந்தச் சிறுமிகளின் ஆசையெல்லாம் செடிகளாயின. புல் இதழில் அசைந்தசைந்து கிட்ட வரக்கூடும். தெலாக்கிணற்றில் குளிர்ந்த நீர்முகம் தெரியும். பார்க்க ஒளிகொள்ளாத கருமை கரையும் நீரில். ஸ்திதி இழந்து சஞ்சரிக்கும் பெண்கள் மீனுருவில் நீந்துகிறார்கள் நீராவியில்.

பெண்களின் முகம் கழுவியபடி இருந்தது நீர். அந்தப் பால்யருதுக்கள் சொன்னதையெல்லாம் சருக்கங்களாகப் பதியும் நீரில் யாராலும் தீர்க்க முடியாத துயரங்கள் கரைகின்றன. தண்ணீரின் மேல்படிகளில் அமர்ந்து பால்யருதுக்கள் உறவாடுவார்கள் இரவெல்லாம். மீனுடல் களைந்து படிகளின் மீதேறி பால்யவனத்துக்குள் பிரவேசிப்பார்கள். காலில் நழுக்கென சர்ப்பம் பட்டு சுரிந்து நெளிந்து பெண்களின் விரல்களில் முத்தமிடும். வசியத்தில் ஆழ்த்தும் வெறுந்தூண்களிடம் சென்று நிர்வாணத் தூண்களைச் சுற்றி விளையாடக்கூடும். பெண்ணுருவான பால்யவனத் தூண்கள் பேசாதிருந்தன. தூணின் ஸ்படிக ஒளியிலிருந்து பறவைகள் குமுறுகிற ஓசை. பால்யவிருட்சங்களாயினர் குமருகள். கிளையேறிச் சென்ற பச்சை நிற ஸர்ப்பம் இலைகளில் தலைசாய்ந்து பறவைகளுடன் துயில்கிறது. நீரில் வழுக்கி நகரும் பெண்களைக் கண்டு மயங்கும் பூக்களிடம் பிரமை கொண்டவர் அங்கு பித்தத்தில் வீழ்ந்தனர். மரங்கள் சிரிக்கின்றன. நீராவிப்படிகளில் வீற்றிருக்கும் மாட்டுக்காரனைப் பிரமை கொள்ளவைக்கும் பூக்களில் மோதி மோதி விஷமடைந்து விஷத்தில் மூழ்கி சொப்பனமாய்

காடுகளில் அலைந்து திரியவைக்கும் காடே அவன் மனசாகி கன்னிகழியாமல் இறந்த பெண்களே விருட்சங்களாய் இருந்தனர். ஸர்ப்பங்கள் அவளைத் தீண்டாமல் கால்களில் சுற்றிக் கொண்டன. மெல்ல நழுவி புதர்களில் மறையும். அவரவர் சாயலில் இருந்த விருட்சங்களில் மறைந்து கொள் கிறார்கள் பெண்கள். அவள் தடமாக இருந்த எல்லோருடைய தடங்களும் அழியவில்லை. நீர்மேல் நடந்த பெண் தடம் அழியாமல் மாட்டுக்காரன் கண்களில் பதிவதை பால் யருதுக்கள் பார்த்திருந்தனர். வெள்ளியாக மாறும் பெண் தடத்தை தொடாமல் விழித்திருந்தான் சிறுவன். பால்ய வனத்தை விட்டுச்செல்லும் பாதைகளில் அவள் தடம் வரும். கூப்பிடக் கூப்பிட திரும்பிப்பாராமல் மறைகிறாள் இறந்து போனவள். அவள் ரூபம் மட்டும் பதிந்திருக்கும். மறைந்தவளின் சாயலில் ஏன் இந்த வசீகரம்? பால்யவனம் அவள் உருக்கொள்கிறது. எத்தனை எத்தனை பறவைகள் வந்துபோன தடங்கள் அவளைத்தொட வெள்ளி முளைக்கும். நோயாளிப் பெண்ணை முன்னுணர்ந்த பேடையொன்று அவள் சாயலில் மாறியது. மாடுகள் தலை ஆட்டி மறை கின்றன. பனைமரங்கள் சூழ்ந்த மணல்தேரியில் அந்தப் பேடை பனைகள் மீது அலைவுறும். அவள் உருக்கொண்ட செடிகள் பால்யவனத்திலிருந்தன. கூட்டமாய் வந்த இலைக் கணுவில் அவள் நரம்பு சேர்ந்திருக்கும். அவள் ஞாபகம் கொண்ட தான் தோன்றியான பூச்சிகளும் பறவைகளும் மறைந்திருக்கும். தானே வளர்ந்த காட்டுச் செடிகளில் தோன்றிய பூவின் நிறங்களைக் காண நோயாளிப்பெண் அங்கு வருவதாகவே இருக்கும். ஏனோ அவள் பால்யவனத் துக்குப் போவதில்லை. தேனிறமான தங்கைகூட பாறையில் தோன்றுவதானாள். எல்லோரின் நினைவிலும் பால்யவனம் விரிந்துவரும். உறங்கும் செடிகளை எழுப்ப அங்கு ஆளே இல்லை. துளசிகள் வீசின நெடியதாய்.

வெற்றிடத்தில் பதியும் அவள் நினைவு மெல்ல முளைத்து அசையும் முளைப்பாரிப் பயிரில் அவள் இருப்பதாய் யாரும் சொல்லக்கூடும். அவள் சகோதரர்கள் எப்போதும்

காட்டுக்குப் போன படியேயிருந்தனர். அவர்களிடம் தங்கையைப் பற்றிக் கேட்டால் எவரிடமும் கல்லாக உறைந்து அவள் நினைவை மறுத்தனர். வேறு சிலர் காணாமல் போன போது ஊராரின் தேடல் அவள் நிறமாகிச் சுற்றும். அவளேயான பல பெண்கள் கன்னிகழியாமல் மறைத்திருந்தார்கள். அந்த ஊரில் எங்கோ மறைந்திருப்பவளை, பால்யவிருட்சங்களில் ஊஞ்சலாடும் பெண் பிள்ளைகள் உணரக்கூடும். சாதாரணமாக அவள் மறதியாகவே இருந்தாள். அவள் நினைவு அவளை விட்டு விரிந்து சென்று அலாக்கல்... அலாக்கல்... என சுவர்களில் அதிர்ந்து ஊரெங்கும் பரவி கல்தூணிலும் படியும். காரைச் சுவர்களுக்குள் இருந்த மலைக்கறக்களின் விம்முதல் கேட்டது முதன் முதலில். சுவர்களில் பிதுங்கி விரிசலில் எட்டிப்பார்த்தன. தெருவில் போகிற வருகிறவர்களின் கால்களை உரசி முணுமுணுப்பது கேட்கும்.

காரைவீடுகளின் உதிர் காலக் காற்று வீழ்...வீழ் என சுழற்றி வரும். ஓட்டு மண்ணை வாரித் தெருக்களில் மேவி வரும். முன் தடங்கள் கரைந்து காற்றின் தடங்கள் உயர எழுந்து ஜன்னல்களில் அடித்து உள்ளே இருப்பவர்களைத் தொடும். யாருமில்லாத செம்மாந்தெருவில் காலியான ஓட்டு வீடுகளின் கூடங்களுக்குள் அலையும். ஆட்களின்றி சப்தம் வரும் வீட்டில் வீடே பார்வை கொண்டு காற்றின் அரூபத்தைக் காணும். அவ்வீடுகளில் நிகழ்ந்ததெல்லாம் கோடுகளாகி அதிரும். என்றோ காற்றின் மெல்லியல்பை உறக்கத்தில் அடைந்த சிறுமிகள் எப்போதும் அங்கு இருப்பதாகத் தோன்றும். செம்மாந்தெருவின் போக்கே மாறிப்போகும் உதிர் காற்றில். பொட்டல்பச்சேரியில் கேட்கும் தவில் ஓசையில் மாடுகள் திரிந்துவர காதுகளை அசைத்து குரல் பல உதிர்ந்து தோன்றும் அவள் போன வெட்டாந்தரையில். மேய்ப்பவனோடு மிதந்து ஊரின் அடி ஆழத்தில் மறைந்த சாவுகளைப் பற்றி நினைவு பெறும். தவில் சிதறி கற்தூண்கள் அதிர்வடையும். சாவின் அமைதி தவழும் மாட்டுத்தோலில் உரையிட்ட விரல்கள், நூறாகப்

பெருகி அதிர்கின்றன. பச்சேரியில் யாரோ இறந்திருக்கக் கூடும். இரவெல்லாம் பெண்களின் ஒப்பாரி நீண்டு கொண்டிருக்கிறது. குடித்துவிட்டு ஆட்டக்காரர்கள் அரிதாரம் நாற பெண் வேடமிட்டு ஆடுகிறார்கள். தவில் ஓசைக்குள் ஒடுங்கிய அலிகள் பெண் சிசுவுக்கு முலைக்கச்சை திறந்து ஆண் மார்பில் சீம்பால் கசிய தவிலில் ஓடுகிறார்கள். பகடைகள் ஆடும் கூத்தில் சாராய நெடி பரவ தரையில் சிதறி ஓடும் தவிலில் ஒரு ஆயிரம் தீவெட்டிகள் முளைத்து சாவின் ஊர்வலம் மறையும். வெண் சங்கு ஊதி உருக காற்றில் படர்கிறது சோகம். சமவெளியின் ஞாபகங்கள் ஊரைப் பிடித்துக்கொள்ளும். நத்தக்கூறிலிருந்த விநோத மண்படலம் வெண்திரையாக எழுந்து சாம்பல் வாசத்தில் இருக்கும். முன்னாளைய பெண் வீடுகளில் சாம்பல் உதிரும். மென்மை யான காற்றில் வருகிறார்கள் பெண்கள். அந்த நோயாளிப் பெண்ணின் கண்ணிமைகள் மூடாமலே மயங்கும். சூழலே அவள் மயக்கமென எட்டிய வெளியுருவை அவள் சாயை யில் கரைக்கும். திறந்துகொண்டே சென்ற ஜன்னல்களில் எங்கோ உட்திறந்த ஜன்னல்களின் மரஓசை எல்லாப் பெண் களின் அழுகுரலில் திறந்தது. இருட்டு படிந்த முகங்களில் சிறு கீறல் வெளிப்படும். பெண்களின் உட்காற்று தெருவில் படர்ந்து ரகஸியம் பேசும். காற்று புகுந்த ஓடுகளில் அபூர்வ ஓசையில் பலரைப் பற்றிய நினைவுவரும். மல்லாந்து படுத்தவாறு மேல் ஓட்டில் ஒளிர்வடையும் செந்நிறம். காலத்துக்கு அப்பால் தெரிந்த வெளிச்சத்தில் மயங்கு கிறார்கள். சிலரை ஆட்கொண்டது வறண்ட மண்ணின் நினைவுகள். பொக்குமண்ணில் குடியிருந்த பலகுடும்பங்கள் காடோ செடியாக அலைந்து கால் நடைகளை இழந்து மறைந்தனர். பெண்பிள்ளை மறைந்த வீட்டில் யாரும் இருக்க முடியாது. பெண்ணில்லா வீட்டின் உள் ஓசைகள் இரவெல்லாம் சுழன்று எழுந்தன. வடக்கு வீடுகளில் இருந்த பெண்கள் மூங்கில் தெப்பை அடைத்த வெளித் திருணையில் கூடி ஒருவருக்கொருவர் சீவிச் சிக்கெடுக்கிற ஈருவுளியின் மரஓசை முடிகளைக் கோதி அழகுபடுத்தும்.

முடிசிலுப்பி ஒவ்வொரு இழையாக எண்ணிமுடிவார்கள். அவரவர்சாயலில் சடைப்பின்னல் போட்டு பாம்புச் சட்டை ரிப்பன் மடித்து மையிட்டுத் திரும்புகிறது கண்ணாடி. எல்லாக் கண்ணாடியும் அவள் முகம் கொண்டு சுழல்கிறது. கரும்பொட்டு சிரட்டையில் கரைந்து கொண்டே இரவா கிறது. சீவிப்பொட்டு வைத்த குமருகள் வடக்கு வீட்டு ஜன்னல்களில் கழுத்தை நீட்டிப் பார்க்கும். தெருவில் விழும் நிழல் நகர்ந்து போவதில் சேர்ந்து ஓடுகளும் நகரும். மிதியடிகள் மீதிருந்த குருத்து விரல்கள் க்ரிச்...சென சப்த மெழுப்பி மறையும் பாதங்களின் உரசலில் ஆள் பார்த்து விடுவார்கள் பிள்ளைகள். உறவாடும் தோற்றங்கள் தெருக் களை விட்டுப் போனபின் மூங்கில் பட்டிகள் பழுத்து விட்டிருந்தது. செங்கற்களால் எழுந்த மாட வீடுகளில் இருந்த அவள் சிநேகிதிகள் இன்னும் இருப்பதாகவே அந்த வீடுகள் நிறமழியாமல் தோன்றின. ஊசித்தேக்குப் பலகைகள் பதித்த மட்டப்பா வீடுகளில் உன்னமர உத்திரங் களில் யாருமின்றி ஆடிக்கொண்டிருந்த ஊஞ்சலில் கல்யாண மாகிப் போன அவள் சிநேகிதியின் அரூபம் தெளிவடைந்து உருக்கொண்டு நிற்கிறது. வடக்கு மாட வீதியை யார் அமைத்தார்களோ, அகலமான கோட்டைக்குள் தானியக் குதிர்கள் நிரம்பி சிதறுகிறது தானியம். என்னேரமும் குருவிச் சத்தம் ஓயாத தானிய வீடுகளில் ஒவ்வொரு பெண் பிள்ளை யும் ரகஸியமாகப் பேணி வந்த சாமை, காடைக்கண்ணி, வரகும் தவசப்பளிங்குகளில் ஒளிந்து கொள்ளும். சுற்று வட்டாரமெல்லாம் அந்த அபூர்வதவசங்கள் மறைந்து போயின. ஆனால் இந்த ஊர் பெண்கள் சிந்தாமல் சிதறாமல் அந்த தானியங்களைச் சேமித்து வைத்துக் காடுகளில் தூவினார்கள். ஒவ்வொரு தவசத்திலும் பெண்பிள்ளை மறைந்து கொள்ளும். காட்டில் விதைத்த தவசமாய் வளரும் குமறுகளை ஐப்பசி கார்த்திகையில் பார்க்க வேண்டும். குருத்து வளரும் ஓசையில் பெண்ணுடல் வளரும். சாமை யின் சாம்பல் நிறத்தில் இருந்தாள் நோயாளிப்பெண். தானியத்திற்குள் நடமாடித் திரிகிறாள் தேனிறமான தங்கை.

விளக்கே இல்லாத நெடிய தூண்களிடை இருந்த சிறுமியை தனியே விட்டிருந்தார்கள். அவள் நோய்வாய்ப்பட்டபின் வரகுத்தவசம் போல் உலர்ந்துவிட்டது அவள் உடல். யாரும் அவளிடம் நெருங்குவதில்லை. அவளிடமிருந்து எல்லா உறவுகளும் பிரிந்து சென்றாலும் தவசங்கள் அவளோடு சேர்ந்து நகர்கின்றன. தவசத்திற்குள் உறங்கும் நோயாளிப் பெண் வெகு ஆழத்தில் மறைந்து கொள்கிறாள். அந்த நோய் ஒட்டிக் கொள்ளும் என்று தொலைவில் இருந்தார்கள். அந்த வீடுகளில் இருந்த பல குடும்பங்களின் தூர்மண் கூட இல்லை. ஏனோ சிலவகை தவசங்கள் அவர்களோடு காணாமல் போயின. கடைசியாக அழிந்தன திருணையிலிருந்த கோடுகளும் காவி நிறமும். ஏனோ, அங்கெல்லாம் இருந்த இடைப்பெண்கள் தம் ஆன்மாவை சமவெளியில் மேய்ந்த ஆடுகளுடன் தொலைவாக வைத்துப் பிரிந்தனர். ஆடு மேய்ந்த காடுகளில் மரஞ்செடிகளும் காணாமல் போன பின், அவற்றின் கிளைகள் அழியவில்லை. பசுந்தழைகள் அசைந்து மறைய பசிய நிறம் மட்டும் தங்கியிருந்தது காட்டில். நெடிய கந்தம் வீசியது. காட்டுத் துளசியும் தும்பையும் ஊரை நோக்கி வீசிய வாசம் எல்லோரையும் மோகத்துள் ஆழத்தி மெல்ல மெல்லக் கரைக்கும். செட்டிய வீடுகளும் தொண்டைமார் தெருவும் பூக்காரவீடுகளும் தடம் தெரியாமல் போயின. அவ்வீடுகளில் பெண்கள் நிறைந்திருந்தார்கள். பெரிய பெரிய உள்கூடங்களில் நடமாடியபடி தையல் வேலையில் ஈடுபட்டிருந்த சப்தம் இடைவிடாமல் கேட்டது. பெண்கள் பேச்சுடனான மதியத்தெரு விநோத முகங்கொள்ளும். தெருவில் பொட்டி வியாபாரியின் ஆழ்ந்த குரல் கரகரத்து அசையும். சாயுபு வீட்டு கிழவி ரெங்கூன் பெட்டியில் அழகு சாதனப் பொருட்கள் விற்கவருவாள். அவள் முன்கூடிய முகங்கள் எல்லாமூலையிலும் தெரியும். பண்டாரவீட்டாருக்கென்றே விடப்பட்ட பால்யவனத்து விருட்சப்பெண்கள் ஊரின் ஆன்மாவில் பதிந்து இலைகளை அசைக்கிறார்கள். அந்த பால்யருதுக்களின் சாயல் கண்ட இளையவர்கள் இருளில்

தேடுகிறார்கள் அவர்களை. பூக்காரப் பிள்ளைகள் பாத்தி கட்டி செடிகளுக்கு முளை வைத்துக் காத்திருந்தனர். தெருப் பெண்கள் அங்கு போய் கூடி முளைவிடும் பருவங்களில் மாறுகிறார்கள். இரவு பகலாய் சேதி பேசி மறையும் பட்சி களுக்கு அவர்களைத் தெரியும். பூக்கார அத்தைகள் பால்ய வனத்தில் மறைந்திருந்தார்கள். புதர்வளரும் பால்யவனத்தின் மதில் இடிந்து குத்துச்செடிகள் மண்டியது. மதில்மீது கால் வைத்து நின்ற மயில் மையிட்ட கண்களால் வனத்தைப் பார்க்கும். அதன் இறகுவார்களில் நூறு நூறு கண்கள் பளிச்சிட பால்யருதுக்கள் பதறி ஓடி விருட்சத்தில் மறைகிறார்கள். இறகுக் கண்களின் தீவிர ஓட்டத்தில் விருட்ச நிழல்கள் ஓடுகின்றன. உதிர் காற்றில் வந்த பூக்காரப் பெண்ணின் தோற்றம் ஊரையே உலர்த்தி அவள் போன திசையில் காத்திருக்கிறது பாதை. பூக்காரப் பெண் நடந்து மறை கிறாள். அரளிப்பூ ஒன்றைப் பறித்துச் சென்று நோயாளிப் பெண்ணிடம் கொடுத்திருந்தாள். வெள்ளை அரளியால் நோயாளிப் பெண் வெளிறிவிட்டாள். திரும்பும்போது நோயாளிப் பெண்ணை பால்யவனத்துக்குள் அழைத்துப் போனாள் அவள். அவர்கள் இருவருக்குமாகக் காத்திருந்த அரளிப் பூக்கள் நீராவியில் முகம் படிந்து அசைந்தன. நீரில் தெரிந்த வெள்ளரளிப் பூவில் மறைந்து போயினர் இருவரும். நீரில் மறையும் அந்த மாய வெள்ளரளிப் பூக்கள் தினந்தினம் நீராவியில் தோன்றவும் மறையவுமாக விதிக்கப்பட்டிருந்தது. நீரிலேயே வெள்ளரளி இதழ்கள் சருகாகி மறைவதை நீராவி பார்த்து வந்தது.

உதிரும் பொக்குச்சுண்ணாம்பு தெருவை வெண்மையில் மூழ்கடிக்கும். படிந்த சாம்பலில் பூத்த வெள்ளரளிகள் தெருவின் மறைவு காலத்தை உணர்த்தக்கூடும். மலைக் கற்கள் பாவிய வடக்குத் தெருவில் இருந்த அவள் வீட்டில் நான்கு பக்க திருணைகளில் பூண் போட்ட மரத்தூண்கள் எல்லாப் பெண்மையிலும் ஆழ்ந்து தெருவைப் பார்க்கும். ஆறு தூண்களும் தைலம் வற்றாத மரக்கூட்டத்தின் நினைவுகளைப் பற்றியிருந்தன. ஒவ்வொரு மரத்தில் செய்த

அத்தூணின் அதிர்வுகள் மௌனத்தில் கரையும். நினை வாற்றல் கொண்ட ஆறு தூண்களையும் மாறி மாறிப் பார்த்த படியே இருந்தாள் நோயாளிப் பெண். அவன் கண்களில் கொட்டிய பசிய இலைகள் இரவெல்லாம் சொரிந்தன. வேறு வேறு மரரூபங்கள் எட்டிப் பார்க்கும். மரத்திரட்சி யில் பட்சி ராசிகளின் அவலமான குரல் உரசும். சப்த மெழுப்பிய இலைகளைப் பார்த்து தூண்கள் தன் இலைகள் நகர்வதைப் பார்வை கொண்டு பேசாதிருந்தன. முன் வாசல் நிலையிலிருந்து சருகுகளை மிதித்துச் செல்லும் நீராவிப் பாதையில் அவள் தனியாகப் போய் இன்னும் வரவில்லை. இந்த நல்ல தண்ணீர் நீராவியில் கூட சுற்றி நிற்கிறாள். அவள் தங்கை அங்கிருந்த கல்தொட்டி மீது உட்கார்ந்திருந்தாள். போகிற வருகிற எவருக்கும் அவர்கள் தெரிவதில்லை. பகல் இரவுமில்லை. யார் கனவிலும் அது என்னவென்று தெரியாமலிருந்தது.

ஞாபக ஆரம்பங்களிலிருந்து கலங்கிய நிறங்கள் தெருவாக இருக்கக்கூடும். தெருவில் தூக்க நிறங்களினூடு வாசல்களில் இருப்பவர்கள் செல்கிறார்கள். நோயாளிப் பெண்ணின் மறதியின் நிறங்கள் யாருக்கும் தெரிவதில்லை. எல்லோரும் அந்த மயக்க நிறங்களில் சென்று மறதியில் மறைந்தனர். தெரு ஞாபகங்கள் அவர்களைத் தொட்டு மறை யும். உடன் தொற்றிக் கொள்ளும் நோயாளிப் பெண்ணின் நினைவு தூண்களை நோக்கி நகரும். ஏனோ கற்சாவிகளை யாரும் பார்த்துவிடவில்லை. கண்ணில் பட்டும் தப்பிவிடும் சாவிகள். இருட்டி இருள கற்சாவிகள் திறந்த பாதைகள் தெருவுடன் சேர்வது யாருக்கும் தெரியாமல் இருந்தது. எல்லோரின் கனவுகளுக்காகவும் ஏன் பாதைகள் காத்திருக் கின்றன? அந்தப் பாதைகள் வந்த தெருவில் நிலைப்படி களும் உறைந்துவிடும். வீட்டுத் திருணைகளில் படும் வெண்ணிறத்தில் அவள் சாயல் கரைந்து தூணைச் சுற்றி நிற்கிறது. தனியே இருந்த வாசல் திறப்பில் மாய உருவங்கள் அசைய கற்சாவியில் காந்தமாக ஒட்டியிருந்த செடிகள் வாசலில் கவிகின்றன. எல்லோரும் கண்ணை மூடாமல்

பார்த்துக் கொண்டிருந்தனர். அந்த மறதிப் படிகத் தூண்கள் யார் ஞாபகத்திற்கும் வராது; ஞாபகத்தை விட்டும் போகாது. ஒவ்வொருவரும் சாவதற்கு முன்பு அதை அடைந்துவிடுவர்.

பூச்சிகளுக்கும் தூண்களின் ஞாபகமிருந்தது. பூச்சிகளின் ஞாபகம் மிகப் பெரிதானது. ஞாபகங்கள் தூணை உரசிக் கொண்டிருந்தன. அது யார் கனவையும் தட்டி எழுப்பாம லிருந்தது. எல்லாச்செடிகளும் கனவுதான். அது கற்சாவி களுக்குத் தெரியும். அந்த செடிகளுக்கு ஊரிலிருந்த எல்லோ ரையும் தெரியும். எல்லோரின் மீதும் செடிகளின் தொடுதல் இருப்பதால் ஊர் இயங்குகிறது. செடி எட்டிப் பார்க்கும் முன்னோர் வரைக்கும். முன்னோர் ஞாபகங்கள் செடிகளுக்கு இறங்கி கனவாகிறது. செடி ஒளியாலானது. அந்தச் செடிதான் ஊரின் வெளிச்சம். எல்லோருக்கும் இது சாதாரணமாகத் தெரியும். கண் தெரியாதவர்களுக்குக்கூட செடிகளின் இருப்பிடம் தெரியும். செடிகள் இருப்பதை உணர்ந்து கண்ணற்றோர் இருக்கக்கூடும். செடிகளாலான ஞாபகப் புதரில் கிடைத்து வந்த அதிசயத்தை இருளில் கண்டு வருகிறார்கள். இருட்டைக்கண்டு பதறியோடியபின், அகண்டு கருகருக்கும் இருளில் துளைந்துவிரல்களை நகர்த்தி நகர்த்தி செடிகளின் ஸ்பரிசத்தை அடையக்கூடும். தொடாமலேயே செடி வாசத்தை அடைத்து விடுகிறார்கள். சதாவும் இருளில் ஊடுருவிய செடி குருடர்களின் கண் மலர்களைத் தொடுகிறது. கண்மலர்களைக் கையில் ஏந்தி செடிகளின் மீது நட்டு வைக்கிறார்கள் கண்களை. ஊர் கோடியில் இருந்த பால்ய வனத்திற்கு அவர்களால் போக முடியும். அங்கிருந்த மூலிகைப் பாத்திகளில் பெண்பிள்ளைகளின் பிஞ்சுக் கரங்கள் அவள் கண்களைத் தேடும்போதெல்லாம் வீடுகள் விளக் கேற்றப்பட்டு விடும். நெடிய தூண்கள் விளக்கில் தெளி வடைந்து அசைகின்றன. அவள் வீட்டுத் தூண்களில் தான் ஊரே நிற்கிறது போலும். குருடர்களைச் செடிகள் வளைத்துக் கொண்டு தழுதழுக்கின்றன. தூண்கள் அருகில் நோயாளிப் பெண் சாய்ந்திருக்கிறாள். தூணில் மறைகிறாள்.

●

69

சின்னப்பநாயக்கன் குளத்து பிரதிமைகளின் புனைநிழல்

கௌசிகமுனிபுங்கவர் ஓலைமுறியும் எழுத்தாணியும் மிதந்து கொண்டிருந்த குளத்தில் காமுகர்கள்வாசியாநின்ற ஏடு மூழ்கிவந்த குளத்தில் சந்திரனானவன் முக்குளித்த மாத்திரமே பெண்ணாக உருமாறினான். கௌசிகமுனியின் இந்திரிய முத்து நீர்விதானத்தில் மிதக்கும் ஏடுகளில் சலன மானது. அந்த உதிரவேகச் சுருளில் சந்திரனது விதிமாறிக் கன்னியாகி அவன் உடல் முழுவதும் யோனியின் பச்சைச் சாறு கசிய ஆதிசேஷன் எனும் பாம்பில் துயில்கொண்ட கருநீலன் காமத் தழல் பட்ட புண்வடுக்களோடு ஆலிலை யில் தவழ்ந்து குளத்தில் எழுந்த சந்திரக்கன்னியுருவில் புகுந்து விடம் தீர தேய்பிறை சுற்றி அமாவாசைக்கருப்பில் கர்ப்பம் தரித்தான் சந்திரன். நிலவு எரிந்து வளர்பிறையுடன் சிசுவும் வளர்ந்து தேய்பிறைக்குள் அரிச்சந்திரனாய் ஆலிலை யில் ஜனித்த குளத்து நீரின் கோடு கௌசிகமுனிபுங்கவரின் எழுத்தாணிகீறிய புராணமாய் தொடர்ந்தது சாபத்தில். குளத்தின் கருங்கரையில் முடிநீவிய இருபத்திஏழு சந்திர மனைவிமார் பதிவிரதைகளாயிருந்தும் துக்கப்பட்டு உயிர் மாய்க்க குளத்தில் மூழ்கவும் கௌசிக ஓலைமுறி நீரின் மேல்வந்து தானே வாஸித்த அசரீறு சொன்னவாக்கில் முழுகி மூர்ச்சையான இருபத்தியேழு பதிவிரதைகளும் நீர்மட்டத்தில் ஆண்களாகி உருமாறி மேல்வந்து சந்திரனைக் கண்டு காமுற்று ஆண்பார்வையால் உடல் முழுவதும் கீறின யோனிபேதங்களில் முளைத்த கொங்கைகளில் பதிவிரதைகள்

வருடிய சந்திரமுலைக்கண் வெதுவெதுத்துப் பொங்கிய பால்ஒளியே கௌசிக வனமெங்கும் பனியும் ஒளியுமாய் உமிழச் செடிகளும் இலைகள் படர்ந்த விருட்சங்களும் பால்மாறி ஆணும் பெண்ணும் பேடியும் பும்மையுமாய் மனித விதிகளுக்கு அடைபடாத பாறைகள் நில ஒளியில் முணுமுணுத்து உராய்ந்து கவர்ந்து விலகி மோதி வெடித்து பிழம்பாய் பொங்கிய இந்திரிய சுழற்சியில் கௌசிகனின் சடைமுடி அசைத்த ஆலமரம் நிழலாய் குளத்தில் அசைந்து பதிவிரதைகள் இருபத்திஏழு பேரும் கரையேறி வில்வேடர் களாய் கான்புக தங்கள் அத்தனைபேரின் ஒரே காமக் கிழத்தியான சந்திரனோடு முனிவன் கபாலத்தில் தேக்கிய குண்டலியம் தலைகீழ் பாய்ந்து காமத்தால் உருக்கலைந்து இந்திரிய சுழலாய் சந்திரனுள் கிரணங்கொள்ள பூமி இருண்டு பிறை நிலவு கீறிச் சிரித்தாள் கன்னியுருமாறிய சந்திரயுவதி. இருபத்திஏழு வில் வேடரும் குளத்தை ஆட்கொண்ட கௌசிகரின் காமாக்கினிக்கு எதிராய் தலைகீழாய் குறி வைத்த இருபத்திஏழு விட்கள் தெறித்துப்பாய்ந்த பாணவர்ஷங்கள் முனியின் கபாலத்தை மோதித் திறந்து அதில் முளைத்த கண்களுடன் சுழன்று பறந்த கபாலம் விண்மீது சரிந்து பால்வீதியில் பறந்தது. சந்திரனை நோக்கி அம்புகளைத் தலைகீழாக எய்தினர் வில்வேடர்கள். அவை காமனின் பாணவர்ஷங்களால் சரதல்பத்தில் குற்றுயிராய் கிடந்தாள் சந்திரப்பெண். தன் உருவடையாத வில்வேடர் குளத்தைச் சுற்றி காவலிருக்கிறார்கள் நிலவு காயும் இரவுகளில். பால் மாறி நின்ற குளத்து நீரில் மேல் வந்த மஞ்சள் ஓலைகளில் காமசூத்திரங்களில் படாத வரிகள் பார்த்தவர் கண்ணில் தோன்றி அர்த்தநாரியின் பூடக ஏடுகளில் தொனிக்கும் அனந்தகோடி ஜீவனின் கலவி ஒலித்தொகையாய் சலனித்தது குளத்து நீர். தானே சொன்ன நீரின் பூடகவரிகளில் யார் யாரோ குரல் கொடுத்து மறைந்து கொள்வார் குளத்துக்குள். சர்ப்பங்களும் பெருமூச்சுவிட்டு நீர் மீது சுழற்றிச் சுழற்றி எழுந்து பார்க்கின்றன நிலவின் மஞ்சளை. நீலவெளி நீரில் அசைந்தசைந்து உருமாறும் சின்னப்பநாயக்கன் குளத்து கல்

பிரதிமைகளின் புனைநிழல் நீந்தி அலைவுறும் காலத்துக்கு வெளியில். வன்னிப்பூ திறந்து பட்டமரமும் தழைய சித்திரமும் கூட சிரம் அசைத்து நாசகாளி கல்நீலி உயிர் பெற்று முதிர் மாதுளம் தோல் சிவக்கக் கூறிய கூளப்ப நாயக்கன் காதல் விறலிவிடு தூதுச்சுருள் மக்கி பாசிபடர உலர்த்திய ஏடு பிரித்து உள்செல்ல ஊடுருவிய காலம் பழுத்த அரிமானங்களில் சிதைந்த அம்மணருதுக்களும் சூரியசக்கரச் சுழலில் எரிகற்களோடு புணர்ந்த கிரணநிலை கூறினாள் நீலி. பதினாறடிக்கூந்தல் இழை பின்னிய மாயப் பரப்பில் விதிர்த்த முலைகள் நீலத்துள் அண்ணாந்து துளையும் வேட்கையில் உருளும் கிரகங்கள் விதிமாறும். விழுநிழலிலா பாவையின் பிடரியில் நீல இறகு முளைத்து வெளி மிதக்கும் மௌனம். கேசம் விரித்து நீர்மேல் புரண்டு கன்னி தேக தாஸ்டிகத்தில் வதங்கடித்து நெடுங்காம மேகமெல்லாம் ஆகாயத்தை விட்டு குளத்தின் சரீரமான ருது உடலில் வசிக்க அவள் கொங்கைமேல் அமர்ந்த நீலக்காகம் சொன்ன சூதில் நீலியின் சுருட்டை முடி குளத்தின் குறுக்கே நீண்டு இலைகள் படர்ந்த விருட்சங்களிடையே மறைய முலையுயர்ந்த மங்கையின் சுழல் சுற்றுடைய ஒற்றை முடி நீண்டு காலில் சிக்கிச் சுருட்டி யானையைக் குளத்தில் வீழ்த்தியது. நீலியின் முடி சுருட்டை சுழலில் பாதாளம் போனது என நீலக்காகம் சொன்னது. ஞாபகத்தில் காமம் கொண்ட யானை அவள் கனவில் வந்தது வெண்நிறத்தில். வெண்பூவுடன் படிகளில் இறங்கி நீர்மேல் மறைந்தது என்றாள் நீலி. மறையும் யானை உரு இருபதுபிரதிமை களாய் அலையில் செல்ல நீர்மேல் சிலந்தி வலைபின்னும் நீலியின் கூந்தல் இழை.

மங்கிய மூலிகைமையில் மறையும் கொங்கையின் ரகஸிய இழைகள் அழிந்து வெளித்தோன்றி சிதிலப்பெண் களின் உயிர்க்கோடுகள் சாவிலும் பின்தொடர நாய்முகரை முன் வாய்ப்பல்நீட்டி பிலாக்கணம் சன்னமாய் நீளப் பார்க் காத பெண்களின் துயரம் மஞ்சநிற வேதனை தருவதாகி கதறுகிறது மௌனமாய். ஆழக்குமிழ் நெருப்பில் உயிர்ச்

சரம் ஓட தீப்பாய்ந்த கன்னிகள் சருக்கம் சாபம் கொடுத்த மொழிவரைந்த தச்சன் மறைந்துபோன சிந்திரக்காரத்தெரு பாழ்பட்டு அவனை அழைத்தவாறு உதிரும் காரைச் சுவர் களில். கல்பாவிய வீதிகடந்து கோடு கொண்ட சித்திரப் பெண்கள் எங்கு போயினர். தூண்களில் உருக்கொள்ளக் காத்திருந்த அவளும் கூளப்பன் சுதையில் எரிகிறாள் போலும். கால்பாவா கன்யா எரி நட்சத்திர வேகத்தில் திறந்த விண்முளைத்த கண்ணால் பார்க்கிறாள் குளத்துப் பிரதிமைகளை.

நீல ஒளி நெளியும் சூனியத்தை அர்த்தப்படுத்தும் ருதுவின் கண் விண்மிதக்கிறது. அலைகளாகிவிடும் கூந்தல் இழை அடுக்கில் சுருதி காணாப் பெண் தனிமை. பிளக்கும் நீல வெறுமையின் சூல் கொள்ள உயிர்ப்புழு வளைந்து வாய்கீறி சினைப்பையில் பெண் ஆண் அலியெனக் கருக்கொண்ட இன்னொரு உலகைக் கர்ப்பத்தில் தாங்கி உருமாறும் பூச்சியிடம் உரையாடும் தொன்மை ஒலி. பாஷைகளுக்கு முந்திய காற்று வெளியில் ஒலிபல அதிரும் கர்ப்பத்தோல்.

உள்சுவரில் ஜீவநாடி நுண்ணிய சுருதியில் கமகங்கள் சிசுவின் தைலமிதப்பில் கத்திமுனையாகித் திறக்கும் ஒரு கோடிக் காற்று ஒலிகளை திசைமாற்றி சுர மண்டல அசைவு களில் நீந்தும் உயிர்ச்சுருள். காலத்துக்கு வெளியிலுள்ள காலத்துள் நீந்தும் சுருதிகள் நீரில் கரைந்து நிசப்த மான அலையாகி கர்ப்பிணியின் காதில் உயிர் மதுரமாய் மௌனத்தில் உணரக்கூடும்.

நீல அவாந்திர வெளியில் முடியுலர்த்தி நீர் பிரதிமை களோடு அந்தரத்தில் சாய்மானங் கொண்டு நீராக மாறி குளத்தில் கிடந்தாலும் விண் உயிர்தானே பெண். சலனமடை கிறார்கள் ருதுக்கள், கச்சையில்லா முலைகள் அண்ணாந்து வெளிர் ஒளியாகி கண்திறக்க அலைவுறுகிறாள் பேதை.

மூலிகை பூசிய ஆறுவகைப் பெண்களின் அந்தரங்க வாசனைகளில் பூவின் பிரதிமை அடிமௌனத்தில் ஒளிந் திருக்கும் தொண்ணூற்று எட்டுப்பூ வகையில் வேறு

கொள்ளும் பாவை. அலாதிப் பூவில் மறைகிறாள். வாசனைகளின் மர்ம அடுக்கில் ஒவ்வொரு மடந்தையுமே வாசம் கொள்ள விதியின் புதிர்தான் அவள்போலும். முன்னிரவில் உயிர்கொள்ளும் வாசனை ஏனோ கனவில் முன்னுணர்வு கொண்டு நிலவில் படரும். பகலில் கூடாத பூ நெடி இரவில்தான் துலக்கம் கொள்ளும் போலும். பூவெடுத்து பரிமாறி மயக்கத்தில் கண்சொருகி விம்முகிறார்கள் மோகித்து. ஒரு நாளும் கூடிவராத சேர்க்கையில் சென்றவனின் ஞாபகம் நிற்காது விநோதமாகப்படும். தெரியாததற்குள் வரும் போகும் யுவனின் வாசனையில் முடியாததற்கும் நீர்மேல் பிரதிமைகள் அபத்தமெனப் படும். குளத்துப் படிகளில் பேசிப்பேசி மோகத்திலிருந்து விடுபட்டு விலகிப் போகிறான் வெறுமையால். அர்த்தம் கொள்ள ஏதுமில்லாததில் வார்த்தைச் சலம்பல் உதிர்ந்த மௌனத்தில் ஆட்கொள்ளும் தாவரங்களின் வளைந்த நெருக்கத்தில் பூ நெடியில் உள்மறைகிறார்கள் ருதுக்கள். குளத்துநீரில் மங்கலான பிரதிமைகள் வேகமாய் வசீகரித்து எதிர்பாராத ஒருவனுடன் ஏதேதோ சமிக்ஞை கொள்கிறாள் தெரிவை. குளத்துப்படிகளில் சாயல்கொண்ட பெண் தேடித்தேடிப் பித்தர்கள் மெலிந்து திரியக்கூடும். மங்கலான வேளை கல்படிகளில் மாறுபட்ட மடந்தையர் சட்டை உரித்து மோந்து பார்த்து கை கோர்த்து கூந்தலில் முகம் புதைத்து தண்டு உடலை நீரில் படியவிட்டு உள்மறைந்தவர் மீது நட்சத்திரப் பிரதிமைகள் நீரில் சலனமடையும். தலைகீழ் விண்ணிலிருந்து அலைமேல் வால் நீட்டி வெள்ளி சுழல்கிறது. முங்கி எழுந்த ஒருத்தியின் மேல்தூக்கிய முலைகளில் படர்பாசியில் உருமாறும் உடல்.

கொங்கையின் ரகஸிய இழைகளில் சிக்கிய கல்மந்திகள் கலவிகொள்ள முகத்தொலி சிவந்து பரவிய கூளப்பநாயக்கன் லிபிகளில் யோனிவாகு மாதுளை வித்துக்களாய் அடுக்கிய குருத்தில் ஈரநெடி நுகர்ந்த மந்திகள் கரணமிட்டு வால் நுழைத்தன நீரில். குளத்துப் படிகளின் அடுக்கும் உதிராத மாதுளை வடிவ இறங்குபடிகளின் கீழ் குகை.

ஈசான மூலையில் செதுக்கிய எந்திரப்பாவை அழைப்பில்

கருங்கல் நகரத்தின் கல்பூனைகளால் மார்புக் கச்சை அவிழ்த்து கடிக்கவிட பஞ்சு நுரை முலையுயர்ந்த எந்திரப்பாவை நகர் அதிரச் சிரிக்கிறாள். கர்ப்பப் புடவில் ஒளி வெள்ளமாய் பூனைகளை விரட்டுகிறது. அதிகரித்த ஒளியில் கூசிய பூனைகள் உடல்மறைக்க ஓடுகின்றன அழுதவாறு.

தனிமையில் பேசும் எந்திரப்பாவை முன் சதுர் பதுமை சுதிகான பாதவிரல் அடுக்கில் தலைகவிந்த அலியொருவன் அவள்பாதம் ஏந்தி செம்போத்து இறகால் கலவிக் கோலம் தீட்டி பாதத்தில் காது வைத்துத் துடிக்கும் தாளகதி கேட்டு நயவார்த்தையாடி மயங்கும் கஸ்தூரி நெடி பரவி விரகாக்கினி தூண்ட கூந்தல் விரித்து விழுந்து புரண்டான் பூமிமீது. பற்றிப்பரவும் அலியின் கூந்தல் இழைச்சர்ப்ப கோபம் கல்நாகத்தின் இந்திரியமாய் கக்கிக் கக்கி சதுர்கணிகை யின் பாதம் படர பச்சைவிஷ உருக்கன்னி கண் கொத்திச் சாரையாய் பிணைந்து உயர விசும்பி ஆடும் நாகசாரை சர்ப்பதுள்ளலில் சின்னப்பநாயக்கன் குளத்து பிரதிமைகள் கணம் உறைந்து கல்படிகளாகி ஒடுங்கின பயத்தில்.

வாழைப்பூமுலை துவர்த்து தாவரராசியுள் சலனிக் கிறாள் நீலி. புளிப்பும் கைப்புமாய் சுவை கொண்ட நீரில் பாசியும் அவள் உடல் படர்ந்து மோகிக்க இச்சைவெறியில் காரண்டப் பட்சி கிழக்கில் அலறும். நகங்கள் வளைந்து பல்லும் முன்வளைந்து கட்டுக் கட்டாய் உடல் வரி கொண்ட நீலி படிவுகளில் ஏறி கான் புகுந்து அலறுகிறாள் புலியாகி. மேகங்களில் இடிகேட்டு விருட்சங்கள் இருண்டன. வேடர் குழுமி உடுக்கும் கொம்பும் வலையும் கத்தியும் வீசிவர முகமும் தாடையும் புலியாக மாறிய நீலி வேட்டை நாய் களை விரட்டி புதர் மறைகிறாள். கணப்பறை ஒலி கேட்டு சிரிக்கிறாள் இடியாகி. அசையும் விருட்சங்கள் பூடகம் பேசி பெண்புலி உறுமும் திசையில் வேடன் பாதங்கள் நகர்ந்து வர திமிழ்காலில் சிக்கும் வராலிக்கொடி சீறிப் பிடிப்பட்ட வேடனை துடைக்கிடையிலடக்கி புலிநகங்கள் வேடன் மார்பில் கவ்விய காமப்பிடியில் மயங்கிக் கிடக்கிறான் தோள்புறமும் வில்லுடன். வாழைப்பூக் கொங்கையின்

பூடகம் வேடன் மார்பின் புகுந்து கணம் வெறிக்க அலியான வேடன் இடதுபாகத்தில் வாழைப்பூ கொங்கையின் தலைப் பாகம் காம்பு மொட்டாய் இறுகி வாழை இலைவிரிய பச்சை நரம்புகள் வேட உடல்சுற்றிப் படர்ந்து நர்த்தன ரூப அர்த்தநாரி. நீலி உடல் இணைந்த வேடன் ஒன்றாய் படர்ந்த கானில் உடுக்கை ஒலி பரபரக்க காகம் எரியக் ககனங்கள் தூளாகும் தாண்டவம் கன்னிமூலையில் செதுக்கியவடிவம்.

விறலிவிடுதூதுச் சுவடியில் வெளிர் மஞ்சள்நிற உலர் தொலியில் ஊடுருவிச் தெரியும் பூ நரம்பு மூத்திர தாரை நிதம்பம் கருப்பை சினைப்பைகளில் பேசும் தாவரங்கள் அடியில் உருளும் சுக்கிலம். மச்சவாய் உதடுகீறி சிப்பிகள் வாய்பிளந்து சுக்கிலக் குமிழில் உமிழும் வால் நட்சத்திரம். பீஜம். சுக்கிலாசயம் சுற்றி ஆமையின் சாம்பல் கழுத்து நீண்டு உள்மறையும் இருள். அடைகிடக்கும் பாம்பு சினந்து கர்ப்ப வாய்க்குள் நீளும் காளான் குளிர் இரவில் வளைந்து உதிரவேகத்தில் தேடும் பசுமிலை நரம்போடிய இமை திறந்த கண்ணில் உருளும் கிரகங்களின் விழுநிழலிலா ஜந்துக்களும் பட்சியும் நத்தையும் முரலும் மிருகமூச்சும் தொட நிழல் நிழலாய் குருதி ஊரும் நெருப்புக்கல்லில் ஜனநேத்திரியங்கள் கோளங்களாய் சுற்றிச் சுழன்று செல்ல யோனித்தோல் ஒளியில் காளான்.

வாகையும் புளியும் குழுமி நிற்கும் அப்பெரும் முனிவனத்தூடே சின்னப்பநாயக்கன் குளம். நீர் மேல் நட்சத்திரங்கள். சலனமற்ற ஸ்படிகத்தில் மிதந்து திரியும் நீர்ச்சிலையாக சின்னப்பநாயக்கன் மகள் சுயம்பிரபை. கூவி அழைக்கிறாள் நீரிலிருந்தவாறே. அவள் குரல் தெற்கே சரிந்துபோய் வெட்டாந்தரைக்கு அப்பால் எதிரொலித்தது. பேய்க்கணஞ் சூழ இறைவியாகிய பிடாரியே தலைமாலை சூடி பல்துருத்தி நிற்கிறாள். அரவங்களின் அசைவு. பிடாரி யின் விதிர்த்த உண்ணாமுலையில் வெதுவெதுத்துப் பொங்கிய அமிர்தத்தின் உருக்கொண்ட ஒருமகள் இவ்வனத்தில் வெட்டிய குளத்தில் நீராய் பேசுகிறாள் பிடாரியோடு. சுயம் பிரபை கணவனை நீங்கி கானகம் திரிகிறாள். பாங்கிணற்றில்

தன்னையும் பிள்ளைகளையும் போட்டு கொலைபாதகம் செய்த கணவன் வேற்று ஊர் மறைகிறான். ஊர்களுக்கு வெளியே போகும் பழந்தடங்களிலெல்லாம் இடி கிணற்று மேட்டில் மூளியாகத் தலைமூடி அழும் அவள் உருக்கண்டு வழிநடப்போர் பாதைமறித்த நீலியை வணங்கிப் பதைத்து விலகினர். நீலியால் சூழப்பட்ட வெறுங்கிணறுகளில் ஒவ்வொரு நீருமே பயந்து இருள்கொண்டு வற்றி ஆவியாகி வேறிடம் புகுந்தது. சிதறிக்கிடந்தாலும் ஒவ்வொரு நீரையும் ஒன்று சேர்த்து நீலி உருவாகி விடுவாள். கருநீரின் துயரத்தில் அவள் பிள்ளைகள் மச்சங்களாய் சிப்பிகளாய் உதடு துடித்து சுவாசித்துவரலாயினர்.

சர்ப்பத்தின் காமரேகை படாமல் நீலியாக நீரின் மர்ம அடுக்கில் உருவற்ற உருவாய் மிதக்கும் நீல ஒளியில் நீர்ச் சிலையென திரண்டு விண்பருந்தாய் நகர்ந்து முற்பிறப்பில் சென்று மறையும் நிலவெளிகளில் பாழ்பட்ட வசீகரத்தில் சிதிலமான படித்துறையில் தைலநீரில் தன் அரூபம் கண்டு துன்புறுகிறாள் சுயம்பிரபை. பாதைகளின் விநோத மறைவிடத்தில் நின்ற தூண்களில் மறைகிறாள். வெளிர் இரவுகளில் சிதைந்த உருக்கொண்ட குளத்துப்படிகளின் மாயப் பிம்பங்கள் உயிர்பெற்று உயிர்குடிக்கும் வசீகரம் கொள்ள யாருக்காகவோ காத்திருக்கும் மயங்கிய வேளை வழிப் போகும் அரூபங்கள் தொடுவானம் தாண்டி மறையும்.

முன்னிருந்த அவள் பிரதிமை மறையாத ஊரில் பிரமை தானே திறந்து கொண்ட ஜன்னலில் கண்வைத்து பழைய தன் உரு நகரும் கால்சிலம்பின் ஓசை கேட்டு மரக்கூடத்தில் தைல மரச்சட்டங்களினூடே பதிந்த பாதரஸ ஆடியில் இருந்து பார்த்த நீலி எனும் ருது கண்களில் கொண்ட ஈர வசீகரம் இமை கருத்தும் குலையாமல் எதிர்நின்ற ஜன்னலின் ஊடே தொலைவில் வரப்போகும் பிறவாத பிறவி கண்டு நூறு வருஷ இடைவெளியில் பார்வை சுழன்று ஊடுருவி அர்த்தப்படும் கண்களின் வசீகர மாயையே இச்சையென நீண்டுபோய் பாதரஸத்தில் பட்டு உருக்கொள்ளக் காத்திருந்தது. நீர் உருக்கொண்ட சலனமாய் பிரதிமைகளில்

மாறி மாறிக் கடந்த உருஅடைந்த சுயம்பிரபை நீலியின் பாசி உடல் தொட்டு தைல மரக்கூடத்தின் நடுவில் என்றோ காணாமல் போன பறவைகளின் பெருங்கூட்டமான ஒலித் துகள்கள் பரவ மரவாசனையின் நீண்ட கனவில் அவள் கண்ட நனவின் தோற்றத்தில் முன்தெரிந்த யாவும் நிசப்தத்தில் மெல்ல அலைவுற ஒளி வேகத்தை சற்று கடந்து திரும்பும் கூடத்தில் ஜன்னலில் நின்ற தேசல் ஒளி எதேச்சையில் பார்வை கொண்டது. மௌன வாசனை கொண்ட பாழ் வெளிறிய விரல்களால் பிரதிமைகளைத் தொட உதிரும் ஞாபகங்களை விட்டு வைத்தனர் போலும். நீலியின் பாதரஸ உடலைப் பின்னி ஒருவரையொருவர் பார்த்தனர். கண்மேல் கண் சுற்ற ஒன்றுமீது ஒன்றுமாறி திரும்பத் திரும்பும் பார்வை யார் எவரென அடைபடா மௌனம். இன்னும் எதுவோ கூடத்தில் மறைந்திருக்கும் சாயைகள்.

அருகே இருப்பதாகத் தோற்றம் கொள்ள நிசப்த அலைகள் சூன்ய கூடத்தில் அலைவுறுகிறது. நீரின் மாயப்பரப்பில் மிதக்கும் பிம்பமாய் சுயம்பிரபை. நீலி அருகே காதுகளில் கெஞ்சுகிறாள். 'போய்விடு... இனி சாவின் மறைமுக வாசனையை நுகர்ந்து மாய்வோமோ?'

'இல்லை. ஒளிப்பூச்சிகளுக்கு முடிவில்லை. ஊடுபாயும் பார்வை நிற்கிறதே கற்பகாலமாய்'

'உயிர்தானே நீலி. வெறும் உடலின் பெயர்தானே நீ'

'இடைவெளியில் இருக்கும் பார்வைப் புழு நெளிந்து சுருண்டு நீள்கிறதே அதுவா'

'இல்லை'

மார்பில் கசிகிற ஈரத்தில் தலைபுதைந்த பாதரஸநீலி கண்சொருகி மயங்குகிறாள். சுயம்பிரபையின் உடலில் பச்சை நெடி பொங்கி இலைகளும் கந்தப்பூக்களும் விநோத நிறங்களும் அலையாகி காமம் கொள்ள பொட்டுப் பூச்சியும் இலைப் பூச்சிகளும் அதிர்ந்து சுற்றிவந்து இருவர் நிலையில் கோடு கொண்டது. மயக்கத்தின் உள் பாதரஸமயக்க வெளியில் இருஉடல் மறையும் சூனியத்தில் மறையக் காத்திருந்த உருக்களின் பின்னே பாதரஸநீலியின் உரு

மறைந்து பச்சை வெளிர்நிறம் எஞ்சி அரூபமாகி ருதுக்களின் வாசனையும் சாயல்களும் இல்லாது தோன்ற பெயர்களின் பால்மாறுபாடுகளின் பிரக்ஞையற்ற வெறும் பாதரஸ ஆடியில் எதிர் தோன்றும் நீரின் பிரதிமை. சாயைகளுக்கு முன் எது நிற்கிறது. பின்னே சாயல்கள் உருக்களாகி நேர்முகம் கொள்ள எல்லாம் களையும் ரஸக் கரைசலில் வெளிர் சூனியமென உயிர்ஒளிர்வு கொண்டு இருவரும் ஓருயிர் கொள்ள சற்று இடைவெளிதான் இருந்தது போலும்.

ஏனோ சுயம்பிரபையின் கூந்தல் இழை நீந்தும் கட்புல னாகா பிரதேசத்தை நீர்பார்த்து பிரதிகொள்ள கன்னிமை மாறா வெகுளியாய் காலத்தின் பின் முன் நகரும் நீராய் அலைவுறுகிறாள் குளத்தில். ஊசி வலையாய் நிகழும் காலவிதியெனும் முள்ளெலிப் பல் கவ்விய கண்டத்துடன் வளர்கிறது தீராத பல்.

குளத்தில் நீந்தும் ருதுக்கள் காணாமல் போகிறார்கள் ஒவ்வொரு அந்தியிலும். எங்கே போயினர். எத்தனையோ ருதுக்களைக் கொண்டுவிட்ட குளம். திரும்பாத சொப்பன ருதுக்களைத் தேடி வரக்கூடும். ஒவ்வொரு பெண்ணாக குளத்தில் மறைவதை கூனியே பார்த்திருப்பாள். வலை கொண்டு வந்த ஊரார் மூழ்கி அலசியும் நழுவி எங்கோ போய்விட வழியேதுமில்லை குளத்தில். ஏழுவங்கை நரம்பு வில் அதிர நீர்மேல் குனிந்த வேடர் செலுத்திய தலைகீழ் அம்புகள் நீரைக் கிழித்து உட்புகுந்து தரைகண்டு மேல் வந்தது. அம்புமாறி அம்பு புகுந்து நீர் பிரதிமைகளை ஊடுருவிச் செருகிக்கொண்ட பாண வர்ஷங்களால் சரதல் பத்தில் சல்லடைக் கண்களாகி துயில்கிறார்கள் காலமற்று.

கால்வைத்த கல்படியில் நீலகேசி எனும் சர்ப்பத் தோட்டத்தில் மறைகிறாள். படிகளில் செதுக்கிய கல்தேள் எனும் நிமித்திகன் கொடுக்கை வளைத்து காமத்தால் தீண்ட விஷப்படிகளில் ஓடி பாம்பு மேல் இருந்த தோட்டத்தில் புகுந்து அங்கு சூழப்பட்ட பழந்திண்ணி வௌவால்கள் முற்பிறப்பு சருக்கம் கூறி உடல் சுற்றிப்பழவாடைக்குள் மறைகிறாள் பெண். கட்டுக்கட்டான சர்ப்பத் தோலில் கீறிய

பிரதிமைகளின் மர்ம அடுக்கில் சென்று காலத்தின் இணைப் பேதுமில்லாத திராட்சைத் தோட்டத்தில் கனிந்த ருதுக்கள் வாசனையால் மீண்டும் கன்னியாயினர். பூமிமூலக வாசனை யாகி மறையும் தோட்டம்.

கல்குளத்து சுவர் சுற்றி குமாரத்திகள் சித்திரம் தீர்ந்த அரண்மனை மூலைக்கற்களைப் போலவும் இருப்பார்கள். மங்கித் தெரியும் ஆயிரத்து இரு வகை கலவி ரூபங்களில் கரடி முன்தாடை பெண்ணின் முகத்தில் சேர அம்மண முனிவன் மீது தொடை நீட்டிய தாடகையும் கல்நண்டு நிதம்பத்தில் பற்றிக்கொள்ள பெரிய ஓணானை கலவி கொள்ளும் மெலிந்த ருது கான்மயங்க வைக்கும் துடிகல்லில். கீறிய கோடுகளில் பாம்புக்கோலங்கள் படிகளில் வளைந்து சுழன்று சீறிவர தாஷ்டிக முலைகளில் காளான் முளைத்த விரல்கள் அழுந்த ராட்சஸன் கச்சிறுக்கிய பருத்த ஸ்தனங் களுடன் கருங்கணங்களுடன் ராட்சதஸ்திரீ சூர்ப்பனகை முலையை மூக்கையறுத்த கோடுகள் சினந்து அழுத கண்ணுடன் ஓடும் வரிகள். பிரிதொன்றில் விரகாக்கினி யால் வெந்தெரிந்த சடைமுனிவர் தாபம் பெருகியதால் வில்லுடன் வந்த மேனகையோடு கூடித் தோள்புரண்டு அவள் அம்புராவில் சர்ப்ப அம்பெடுத்து மேனகை இடது பாதத்தில் காமக்கோட்டி பிடித்த முனி அம்பினால் கீறிய லிபிகளில் முளைத்தது பாதக்கண். சகல கதியை நிஷ்டை நுட்பத்திலறிந்த முனிவர் காமலிபிகள் சர்ப்ப அலையலை யாய் சீறிச்சென்று ஆரணியத்தில் ஒளிந்த யோனிச் சுழிகளில் சுற்றி திக்குக் கெசங்கள் வரை வரிகள் கொண்ட கல்படிகளில் வெட்டிய கேட்டை மூலம் சத்துரு அரபி உத்ராடம் பூச நட்சத்திரங்களும் சூரிய வட்டமும் பெயர்ந்து ஒவ்வொரு ஸ்திரீயின் ருதுவேளைப்படி இடம்மாறும் ராசிகளை முனிவர் எறிந்த சர்ப்ப அம்பு வாய் திறந்து காமாக்கினியால் விழுங்கியதைக் கண்ட பிடாரியின் சாபத்தில் கல்லாகி உறைந்த விஸ்வாமித்திரனும் படிக்கல்லில். ரிஷி பிண்டம் ராத்தங்காதாகையால் மேனகை உடனே கர்பபந்தரித்து சகுந்தலையை குளத்துப் படிகளில் ஈன்று முனிவரை

வெட்கப்படுத்திய கோடுகளும் வெட்கத்தால் கல் சிவந்தது. வண்டோட்டும் சகுந்தலை நீலகேசியெனும் பாம்புமேல் நகரும் தோட்டத்தில்.

கல்லில் கணம் உறைந்த சிற்ப உருக்களை அசைத்து இச்சையில் நீண்ட முனி வனத்துக்கு மேனகை பாதத்தில் முளைத்த கண்ணில் வடித்த கிரகங்களும் மச்சங்களும் முதலையும் தேளும் காகமும் புறாக்களும் ஆமையும் வாய் பிளந்தவாறு படிகளில் கோடுகொள்ள மேனகை பாதக் கண்ணில் உருமாறும் முனிவனம். சின்னப்பநாயக்கன் குளமே மேனகை இடது பாதத்தில் முளைத்த கண்ணாகிச் சுழல்கிறது.

முனிவனம் புகுந்த பெண்கள் நீராடி நில ஒளியில் படிகளில் அமர்ந்து சிணுக்கோலியால் ஈக்கியால் ஈருளியால் முடிசிலுப்பி மோந்து பார்த்து இழைவிட்டு இழைமறை யும் பேன் பார்த்து நக இடையில் பலியாவதற்கு முன் கொங்கையின் ரகஸியத்தை ஸ்திரீகளும் தெரியமுடியாத கனவின் நீலஸர்ப்பங்கள் கூந்தல் இழையாகி சுழல்வதை புஷ்பராகக்கல் ஒளி தெறிக்கும் நீலக்கண்களின் ஒளியில் நகர்ந்தது பேதையான பேன். கனவுப் பாம்பின் நீலக்கண்ணில் மறைந்திருக்கும் வாசனையில் மயங்கும் முனிவனத்தின் அறியப்படாத சருக்கத்தில் கனவின் மர்ம இழைகள் செல்லும். கதைகூறிக் கதைகூறி ஈரும் பேனும் தப்பிவிட தலை சொறிந்தனர் பேசாமடந்தைகள். ஏழுதலை நகரும் பேனின் இழைவழிகளில் கூடிப் பேன் பார்க்கும் ருதுக் களுக்கு பூவின் அந்தரங்கங்கள் சொல்லும். விரல் ரேகையில் நகர்ந்தவாறு நீண்டுவரும் வால் நட்சத்திரத்தால் நேரப் போகும் கேடுகளை சகுனம் கூறி மறையும். தாழை மஞ்சள் மடல் விரிந்த ருதுவான கன்னியின் உடல் கற்றாழை நெடி பரவ அவள் உடல் மேல் சென்று மயங்கி கருங்கூந்தல் வனத்தில் அலைவுறும்.

மூதா எனும் கிழக்கூனி தேய்பிறை இரவுக்குள் வளைந்து போய் சின்னப்பநாயக்கன் குளத்து பிரதிமைகளிடம் தனியே உரையாடுகிறாள். நீலியின் தாய் நான். பேய்ப்பிள்ளையைப்

பெற்றுவிட்டேன். இலவுகாத்த பூதத்தின் தத்துவம் கூறும் நீலியை எருதுச் சங்கிலியால் பிணைத்த அவள் கணவன் மண் தாழியில் நீலி உடலை வைத்து கொண்டுபோன முதுகாட்டில் சிதையர் கீழ்மக்கள் நெறியிலார் கைக்கிளை பெருந்திணையோர் சூழ்ந்திருக்க இரவும் வந்த வேதாளி முனிச்சந்திரபட்டாரகனான பாதகனை பலிபீடிகையில் வைத்து காமப்பேய் வனத்தில் பேய்களே பேதையராய் அழும்குரல். நரபலிக்காட்டில் மந்திர உடுக்கு அதிர எரியும் ஊன் விளக்கில் உடும்புத்தோல் நெரு நெருவென உறும பருந்துப்பிடாரி அசைய கூகைமுகம் கருக்கிருட்டில் விரிய கொண்டலத்தி நாக்குநீட்டி கீரிச்செவி கூர்ந்த நிசப்தத்தில் புனுகுப்பூனை காலடிகளை நகர்த்தி முன்செல்ல பச்சை மயிலிறகு ஆயிரம் கண் ஊர்ந்து நகரும் விரிவனத்தில் இராவெள்ளி எரிந்து விழும் வேளை நெருப்பைச் சூழ்ந்த ஆதிமகளிர் பிடாரிக்கு கொடை எடுத்து குலவை ஒலி சூழ்ந்த கானில் வேடனால் குடிகெடுத்த கிழக்கழுகின் ஆவி தூரத்தில் நின்று கூவ மண்டியிட்ட வேடன் அம்பில் கிழக் கழுகின் குருதி எரிந்து பலிபீடிகையிலிருந்த பளிங்குக் கண்களில் நீலநிறக் குருதி. சாம்பல் நீலக் குருதியின் வாசனை கழுகின் குடல் வயிற்றில் பாய மந்திரவனத்தை சுற்றிச் சுற்றி மலையிருளர் தீராத பகை கொண்ட கிழக் கழுகின் ஆவி சூழ்ந்து நிற்க பலி மிருகங்களும் பன்றியும் காட்டெருதும் தானே தலை நீட்டும் பீடிகை மீது எருதுக் கொம்புகளில் பாயும் குத்துவாள். எருதுத் தலை கழுகின் சிறகு விரித்து கான்புக மாடுகளின் அவலக்குரல். இருட்டின் நிசப்தத்தில் மந்திரப்பாறைகளின் துடிப்பு. மிருகங்களை ஈர்க்கும் பழுத்த பாறைகளின் வெதுவெதுப்பில் அனாதியாய் துயிலும் சாவதானம். புலியாகி கான் உலவும் பெண்களின் பிரதிமைகள் மாந்திரீக குகைச் சுழலில் உள்புகுந்து புடவின் வெக்கையுள் தகதகவென உயிர்கொள்ளும் இச்சை. பாறைகள் நடுங்க முட்டி இறுகும் கலவி மூர்க்கத்தில் படபடவென வெண் சிறகுகள் சப்திக்க கவ்விய நாசிகளில் உயிர்ச் சரம். நிலப்பரப்பே பிடாரியின் உண்ணாமுலையில் உருகி

விரிந்த பாறைகளின் வளைவில் வனந்திரியும் இருளர் பெருங்காட்டில் உறைந்த பேய்களை கூவி சுழலும் குரல். ஊன் உண்ணுமாறு மரபான சடங்குகளின் ஓலமும் நாய் களின் ஊளையும் ஆதிமகளிர் குலவையும் சுருண்டு மோகப் புயலாகி பிடாரியின் பிரதிமைகளின் சுழல் சுற்றுடைய கேச அலை இருளில் துயிலும் மூதா எனும் கூனியை உசுப்பி பேதையின் முலை ஒளியில் சித்திரக்குளம் நோக்கி நடுங்கி நடக்க வைக்கும்.

வௌவால் முதுகுத் தொலியாய் சுருங்கிய கூனி காட்டின் அடிவாரம் வரை கால்நீட்டி அசைந்தவாறு நீரிடம் பேசு கிறாள். 'சின்னப்ப நாயக்கன் குளத்து கல் பதுமைகள்... நீலகேசி எனும் பாம்பு வாலில் விசும்பி உயர எழுந்து நிலவை விழுங்கும் இரவில் தோட்டம் செங்குத்தாய் தொங்குந் தோட்டமாகும். 'நிலவில் நீட்டிய தங்க இலை பறிக்க வருகிறேன் சித்திரக்குளம் தேடி' என்றாள்.

நீர் விளையாடும் மனவூர் சிறுமிகள் தானே மேயும் மாடுகளை விட்டு கறுத்த உடல் மூழ்கி நீந்துகிறார்கள். குளம் தோன்றிய ஞாபகம் யாருக்கும் இல்லை. அவ்வூர் கிழக்கூனிக்கு காணாமல் போன சந்திரப்பெண்களைத் தெரியும். ஒவ்வொருவராக மறையும் இரவில் தங்க இலை பறித்து வருகிறாள் கிழக்கூனி. ஏழுநிறவில் தலைகீழாய் அதிர அதிரச் செலுத்திய பாணவர்ஷங்கள் கன்னிகளைப் புண்படுத்திய கோபத்தால் தரைமீளவில்லை போலும். அத்துவான காட்டில் உச்சிவேளையில் கூனி வந்து நீருடன் பேசுவதை மாடுமேய்க்கும் சிறுமிகள் பார்த்துக் கூடி அமர்ந்து கேட்கக் கேட்க கண்ணெதிரில் தோன்றும் அம்மணப்பெண் களின் வெளிர் மஞ்சள் நாசியில் குமிழும் மூச்சு பெரும் மயக்கத்தைக் கொண்டிருக்கும். மச்சகன்னிகள் தீராக் காமத்தின் இழைகளைபின்னியவாறு இச்சை கொள்கிறார்கள். சித்திர ருதுகன்னிகளின் மங்கிய தோற்றம் பாழ்பட்ட கற்களில் உயிர் கொண்டு காத்திருக்கிறார்கள் யுகம் நோக்கி. விதியால் பிரிந்துபோன ஒவ்வொரு நீரும் அந்தரங்க உறவு கொண்டு பிரதிமைகளை உயிர்ப்பிக்கக் குளத்தின் மடுவில்

சேர்ந்து சுயம்பிரபை அலையாகிறாள். யாருக்கும் தெரியாத உள்ளுணர்வு கொண்ட நீர் பரவிக் கிடக்கிறது குளத்தில். நீரில் மிதந்துவரும் பிரதிமைகளால் சூழப்பட்ட கூனி பழங்காலத்தில் சென்று வருகிறாள். நீர் மேல் கூனி உரு யுவதியாக இருக்கக்கூடும். எட்டி வளைந்து தோன்றுவதின் சாயலில் மூப்படைந்திருப்பாள் சுயம்பிரபை. மிதக்கும் பிம்பமாய உருக்கொள்ளும் காலமே முதுமைகொண்டு எதேச்சை கொள்ளுகிறது. இரவு கவிந்து எங்கும் இருள் பூச்சிகள் வளைக்கும் நட்சத்திரப் புள்ளிகள் சுழன்று சுழன்று காலத்துக்கு வெளியேயும் உள்ளேயும் வட்டமடித்து அலை கொள்கிறார்கள் ருதுகன்னிகள். கருக்கிருட்டில் மெல்ல மெல்ல சரிந்து நீராகிறாள் கூன்கிழவி.

●

70

இரவிற் சொன்ன 70ஆவது உப்பு நாணயம்

மதுரைக்குள் மலேசியா, சிங்கப்பூர் சலூன்கள் வீண் பொழுது கழிப்பவர்களுக்கு சோம்பி இருப்பவர்களுக்கு வெறுமனே திரிபவர்களுக்கு பிரதாபங்களின் இடமாக விளங்கின. நகரின் எல்லாப் பேச்சும் இங்கு அவதூறாக மறுபடியும் பேசப்பட்டன. 'என்னை நீ காகமாகிக் கரைந்தால் உன்னை நான் காகமாகக் கரைவேன்'.

ஒரு நல்ல திருப்பம் இன்னொருவருக்கு இசைவாகி ஒரு நாவிதர் இன்னொருவருக்கு சவரம் செய்கிறார். தொலையாத வாழ்வு முழுவதும் இறந்து கொண்டிருந்த அகதி.

நினது ஆன்மா உடைந்த இரும்பின் சாம்பல் நிறம். எனது கரைகளில் ஊசிக் கோபுரம் சுற்றி துயர் உரு மதுரை யில் வெளவால்கள் படபடக்கின்றன.

எனது உருவோவியம் எனது இசைதான். எங்கும் எவ்வொன்றுக்கும் முன்பே ஓப்பேரா என்னிடம் வந்து சேர்கிறது. கிளிக் கோல்கொண்டு பறவைக் கூண்டு மீதாக நிகழ்கலை உருவாதற் போன்றது. பாணனின் யாழிப்பை போன்றது.

இரவிற்சொன்ன 70ஆவது உப்பு நாணயத்திற்கு உச்சஸ்தாயியில் குரலிசைப்பாடகன் மியூர்டினால் பாடகி மார்ஜ்ஜியானா குறைபட்டபோது அந்த நாணயங்களை கைமாற்றிக் கொடுத்தான் பாக்தாத்தின் நாவிதன். அவன் பேர் அபூல் மூர்க்க குணம் கொண்டவன் ஆனாலும் அவள் குறையை நிவர்த்தி செய்துவிட்டான். அபூல் அவளுக்கு உதவி செய்தும் அவளிடம் நெருங்கமுடியாதவாறு மியூட்டினுக்கு தடையிட்டான்.

‘என்னால் பேசமுடியவில்லை என்பதைக் குறிக்கும் விதமாக என் தொண்டை எலும்பைக் கொண்டிருக்கிறேன்’ என்றாள்.

‘எதிர்பார்ப்பது ஒருபோதும் நேரப் போவதில்லை என்பதைக் குறிக்கும் விதமாக ஒரு முனை எப்போதும் எலும்பாக இருக்கிறது’ எனலாம்.

மேற்கிலிருந்து பரவியியங்கிய நாடோடி யாழிசைப் பாடல்களில் தேசங்களையெல்லாம் மயக்கிய நாவிதன் ஒருவன் இந்தியாவுக்கு வந்து சேர்ந்தான்.

இடமுறைத்திரிபை இசைமுறையாகக் கொண்டு திணைப் பாலைகளில் மாற்றி இருநிலங்கள் ஒன்று கலந்து குறுக் கிட்டு புதிய இசை தோன்றுவதை இங்கே இறந்தவர்கள் இலக்கணம் செய்துவிட்டுப் போக மூழ்கிய வாழ்வில் இருந்த யாழ் காலம் திறந்த வழிகளோடு மரமாகவும் குழந்தைமையாகவும் இருந்த போது தமிழிசை எலும்புகள் மட்டுமே எங்கும் இருந்து தங்கி வாழ்ந்த இடத்தில் கபாட புரம் மூழ்க அங்கே அலைகளில் படகுகள் அமைதியின்றி அசைந்தாடிச் செல்கின்றன. கபாடபுர மாலுமிகள் வான் உயரே வெண்ணிற பூத வேதாளத்தைப் பற்றிச் செய்திகளைப் புனைந்தார்கள் கடைச்சங்கத்தில்.

எனது எலும்புகளின் எலும்பே உனது கலை இன்ப துன்பங்களில் உன் உடனற்று நான் பிரிவதில்லை.

இந்த மொழி எலும்புகள் நமது தொன்மமாய் வாழக் கூடுமோ?

மனிதனே மரணத்தைப் படைக்கிறான் என்பதாக எலும் புக்கு மரணம் நேர்வதை மொழியின் பாழ்வெறுமைக்குள் தொல் உணரும் எலும்புகளின் பிறரறியாதத் தனிக்குழு மொழி குறியீடுகளை உப்புநாணயங்களில் கீறி வைத்தது. லிபிகள் மாறி மாறி நாடிகள் ஓடும் உப்புநாணயங்கள் கதைப்போக்கை உருமாற்றிவிடும்.

நான் நீர் என உப்பு நாணயத்துள் வீழ்கிறேன். என் எல்லா எலும்புகளும் மெய்யெழுத்தில் இயங்க இதயமும் குருதி யின் கணக்குழு வெப்பமும் என் உடல் நடுவே உருகும்

உயிர்எழுத்து மெழுகாக உருவங்கள் மறையும். என் கைகளும் பாதங்களும் திணித்துச் சிதைக்கப்பட்டதை எல்லாம் என் எல்லா எலும்புகளாலும் சொல்கிறேன். அதைப்பற்றி எந்த எலும்புகளையும் உருவேற்றாதே. மொழியின் பன்மையில் அவன் எந்த எலும்பையும் தோண்டி எடுக்க எந்தக் கபாலத் துக்கும் யாருடைய அடையாளங்களும் இல்லை என பகுத்துச் சொன்னவர் யாரோ?

விண்ணிலிருந்து கீழ்பாயும் ஒருகோடி நீர் நரம்புகள் அதிர்ந்து சப்த இழைகளாகி நெய்துகொண்டிருந்த மிக மெல்லிய வெண்கல் விளிம்பு மடிந்து உப்புநாணயமாகப் படபடத்தது. காகித மடிப்புகளில் ஒளிந்துகொண்டிருந்த உப்புப்பதுமைகள் எழுதப்பட்ட முன்வரிகளைக் கழுவிக் கழுவி உப்புநாணயங்களின் பாதைகளை உருவாக்கிக் கொண்டிருந்தன. திவலைகளில் தொங்கும் பதுமைகள் நரம்பு ஸ்ருதியில் இறங்கி இறங்கி மறைகின்றன. தரையோடு மறைந்த விக்ரமாதித்தன் சிம்மாசனத்தின் படிகளில் நிலைபெயர்ந்து நடமாடும் பதுமைகள் பின்னிக்கொண்ட நீர் நரம்புகளின் சிடுக்குகளை உப்பு விரல்களால் நீக்கியபடி கடும் புதிர்த்தன்மையால் தூண்டப்பட்டு கதை போடத் துவங்கின.. சகல முகங்களும் தோன்றி உருவான காகிதப் பரப்பு விரிந்து நீண்டது.

நீர் ஸ்பரிசம் தேடிவந்த உப்புநாணயம் பின்வரிகளை எழுதியபடி ஊர்ந்தது. வேறு வேறு மடிப்பு உருவங்களை இடைவிடாது மாற்றிக் கொண்டிருந்த புராண அரக்கனிட மிருந்து தப்பிச் சென்ற சாதகப்பட்சி தேய்பிறை இரவுக்குள் சென்று கனவுகாணும் உப்புநாணயத்திடம் கேட்டது.

‘கனவு காணும் மரபில் தோன்றிய உப்புநாணயமே... பட்சி வம்சங்களை வதஞ்செய்து என்னைச் சிறை வைத் திருக்கும் அந்த அரக்கன் உயிர் எங்கிருக்கிறதென்று சொல்வாயா.... அரக்கன் உருவங்களிடமிருந்து என்னால் விடுபட முடியவில்லை. காற்றாக மாறிக் கால்களைக் கவ்வுகிறான். பஞ்சபூதங்களில் புகுந்து அவன் கை நீண்டு வருகிறது. என் இறகுகள் ஒவ்வொன்றாகப் பறித்து வாளாக

ஏந்துகிறான். பறவைகள் கலவரமடைந்து மண்டபத்தில் சரண் புகுந்தன. அரக்கன் உயிரைத் தேடிவந்தேன். இதை விக்ரமாதித்தனிடம் போய்ச் சொல்' என்று பதட்டத்துடன் சிறகுகளை அடித்துக்கொண்டது சாதகப் பட்சி.

ஆண்வாடையே கூடாது என மூக்கில் பூ நாகம் வளர்த்த நாக தீபிகாவின் உடன்படுத்த ஒவ்வொரு ராஜகுமாரனும் இறந்துபோன மர்மத்தை அறிந்த விக்ரமாதித்தனை சவப் பெட்டிக்கு அனுப்பிய கதைக்காரர்கள் எங்கும் பரவியிருந் தார்கள். அதிசயமிழந்த நட்சத்திரங்களைப் பற்றி அக்கறை யற்றுப் பேசினார்கள். விக்ரமாதித்தனின் நக இடுக்கில் ஒளிந்திருந்த உப்புநாணயங்கள் சவப்பெட்டிக்குள்ளிருந்து வெளிப்பட்டது. அந்த உப்புநாணயங்களில் உறைந்து ஒளித்துவைக்கப்பட்டிருக்கும் அரக்கன் உயிர் துடிதுடித்தது.

'அரக்கன் உயிரா!' என்று அதிர்ச்சி அடைந்தது ஏழாவது உப்புநாணயம்.

விக்ரமாதித்தனின் சவப்பெட்டிக்கு உள்ளே இருந்த வேதாளங்கள் தலையை நீட்டி எட்டிப்பார்த்தன.

'சாதகப்பட்சியே! கதை சொல்லும் வேதாளத்தின் கழுத்தை நெரிப்பேன் என்று அதிநூதனவாதிகள் தங்களுக்குள் பேசிக் கொள்கிறார்கள். என்னை கொல்வேன் என்று சொன்னார்கள். அதை நீ தடுப்பாயானால் அரக்கன் உயிர் இருக்கும் கதையைப் போடுகிறேன்' என்றது வேதாளம்.

சாதகப் பட்சியுடன் வாய்திறந்து பேசியது விக்ரமாதித் தனின் தொன்மையான சடலம். அதைக் கண்டு அதிக உற்சாகமடைந்த சாதகப்பட்சி பறந்து பறந்து சிரித்தது. 'விக்ரமாதித்தன் செத்துவிட்டான். அவன் கதையும்' என்று பறந்தபடி உயரத்திலிருந்து சொன்னது பட்சி.

உடனே சவப்பெட்டியின் திறந்த வாயை மூடி அதன் முதுகில் விக்ரமாதித்தனுக்கு வேதாளம் சொன்ன இருபத்தி நாலு புதிர்க் கதைகளைத் தொடர்ந்து தீட்டத் தொடங்கியது பனிரெண்டாவது இரவில் ஷேக்ஸ்பியரின் கருப்பு கோட்டில் குலுங்கிய உப்பு நாணயங்கள்.

'முன்னோர் நகலெடுப்பு இலக்கியமா' என்றது சாதகப்

பட்சி கேலியாக.

'உயரத்திலிருந்து பேசும் விமர்சகனே! கதையின் புதிரை அவிழ்க்க முடியாமல் விக்ரமாதித்தனே திணறும்போது உனக்கேது புதிர். நீயோ தர்க்கத்தையும் தெளிவையும் தேடி கதையின் புதிரை சிதறடித்தவன். நீ அறிவு. கதையை அழிக்கத் தொடங்கியவன் நீ'

'ஓ நீ கலைஞனா! கூகை அடையும் இருட்டு. இருண்மை வாதி. முட்டாள். அதீத நிழல்.'

'கதையின் புதிரை அவிழ்க்க முடியாமல் உன் தலை வெடித்துவிடும், அறிவு மூலம் தப்பி ஓடுகிறாய். நீ சந்தர்ப்பவாதி.'

'சரி. வேதாளம் சொல்லவந்த புதிரின் சூது என்ன?'

கதையின் ரகஸியத்தை அறிய முடியாத விக்ரமாதித்தன் தலை வெடிப்பதற்குள் இடைவிடாமல் மாறிக்கொண்டிருக்கும் கதைக்குள் கதையாக நகர்ந்து சென்றது புதிர்ப் பாதை. ஒரு போலி நிழலுருவத்தின் மீது புனைவுகளைப் படியவிட்டு நிஜத்தில் தலை வெட்டுண்டு தொங்கியது. அடுத்த பௌர்ணமிக்கு நான்காம் இரவு விக்ரமாதித்தன் தலை வெடிக்க வேண்டும். அதற்குள் புதிர்க்கதை 999 அரசர்களின் தலைகளை வாங்கி சீலமுனிவனை தேய்பிறை இரவுகளுக்கு நகர்த்தி விடுகிறது. ஆயிரம் தலைக்கு இன்னும் ஒருதலை மட்டுமே வேண்டியதிருந்தது. விக்ரமாதித்தன் தலை தப்புவதற்கு கதைக்குள் கதையாக புதிர் நகர்ந்து சென்று இருபத்திநான்காவது புதிர்க் கதையில் வேதாளம் கதை போடுவதை நிறுத்திவிட்டு விக்ரமாதித்தனிடமிருந்து தப்பிச் சென்று மீண்டும் முருங்கைமரத்தின் உச்சியில் தலைகீழாகத் தொங்கியபடி கதையின் புதிரை திசைமாற்றி சொல்லிக் கொண்டிருந்தது. கதையின் முடிவானது அந்நிய நகரின் எல்லையில் வெட்டப்பட்ட தொன்மையான கல்வெட்டில் உள்ள வார்த்தை. சாராய நெடி வீசும் தெருக்களில் தலையில்லாத ஒருவன் நடந்துகொண்டிருப்பதாக... கல்வெட்டு வார்த்தையின் அர்த்தம். அவன் தலை வெடித்து விக்ரமாதித்தன் தலை தப்புவதாக வேதாளம் தலைகீழாகக்

கதையை மாற்றி புதிரை அடுத்த தலைமுறையிடம் விட்டு விட்டது.

(கதைக்குள் கதை)

'அரக்கன் உயிரைத் தேடிவந்திருக்கும் சாதகப்பட்சியே! கதைகளின் ஏடுகளைக் கிழித்து எடுத்த சில பக்கங்களில் விக்ரமாதித்தன் கதைக்கான ரகஸியம் இல்லையே. கிழிக்கப் படாத மீதிப் பக்கங்களில் என்ன ரகஸியம் இருந்து விடப் போகிறது' என்றது ஷீரஸாத் சுருக்குப் பையிலிருந்த உப்பு நாணயம்.

'உன் மொழியை வேதாளத்தின் புதிர்மொழியாக மாற்றாமல் இனி கதை சொல்லமுடியாது.'

'பொருட்களுக்கும் பெயர்களுக்கும் இடையில் என் மொழி எங்கோ தொலைந்துவிட்டது'

'நடந்து முடிந்த மனித நாகரீகங்களின் சாம்பலில் கவுளி ஒன்று எச்சிரிக்கிறது. நடந்தவற்றை அப்படியே நகல் எடுக்காதே, கவுளியிடம் கேட்டு அதன் உச்சரிப்பை மொழியாக மாற்று'

'அச்சு எந்திரங்கள் மனிதர்களை வளைத்துக்கொண்டன. பிசாசிடம் போய் மாட்டிக் கொண்டேன்'

'அச்சு மிருகங்களின் ராட்சஸ நாக்கில் கதைக்காரர்கள் தலைகீழாகத் தொங்குகிறார்கள் அதோ'

'வேதாளங்கள் தங்கள் ஆதி எலும்புகளைக் கொண்டு புதிர்விளையாட்டைத் தொடர்ந்து ஆடிக்கொண்டிருக்கின்றன' என்றது ஷாரியாரின் வாளுறையில் ஒளித்து வைக்கப்பட்ட உப்புநாணயம் யோசனையில் ஆழ்ந்தபடியே.

'சூதுவயப்பட்ட கட்டங்களில் கதாபாத்திரங்கள் வெவ்வேறு ரூபமடைகின்றன. வெறும் பதிவுகள் பெயர் களைக் கொட்டுகின்றன'

'நானே வேதாளங்களின் மொழியைத்தேடி பனி பூதத் திடம் செல்ல வேண்டும்'.

'புனைவின் தீவிர ஓட்டத்தின் சுழற்சியில் இயங்க முடியாத எழுத்தாளன் பேனா ஒரே வட்டத்தைச் சுற்றிச் சுற்றி சலித்துக்கொண்டிருக்கிறது பார்த்தாயா'.

‘வேதாளமாக மாறாமல் நீ பனிபூதத்தை அடைய முடியாது’ என்றது சாதகப்பட்சி.

‘கதையின் ரகஸியத் தோட்டத்தில் மறைந்திருக்கும் வேதாளங்களை உனக்குத் தெரியுமா’ என்று கேட்டது கபாடபுரத்தில் மூழ்கிய உப்புநாணயம்.

‘விக்ரமாதித்தனிடம் போய் கேள்’ என்றது சாதகப்பட்சி ஏளனத்துடன்.

‘விக்ரமாதித்தன் கணக்கை தீர்த்துவிட்ட ஊதா மனிதர்கள் கதை மரபை சவப்பெட்டிக்கே அனுப்பி விட்டார்கள்’ என்றது கதைசொல்லியை விட்டு தொலைந்த உப்புநாணயம்.

‘நீயும் ஒரு ஊதாக்கதை மன்னன்தானே. நிலங்களை பண்படுத்தி உழவர்கட்கு உற்ற நண்பனாகி நீதிக்கதைகளை வழங்கி வாசகரின் இறைப்பை கெட்டு விட்டது’.

‘இன்னும் அறியப்படாத கதைகளை ஒளித்து வைத்திருக்கும் பனிபூதத்திடம் என்னை அழைத்துச்செல்’.

‘அப்படியானால் பனிப்பூதத்தை பார்த்த கணமே அரக்கன் உயிரைத் தரவேண்டும்’.

இருவரும் மரணத்துடன் ஒப்பந்தம் செய்து கொண்டு வேதாளத்தைக் கூவி அழைத்தார்கள். விக்ரமாதித்தனை விட்டு அடுத்த காலத்திற்கு அது வரவே இல்லை.

(கதைக்குள் கதை)

கற்பனைக்கு எட்டாத காலத்திற்குமுன் மறைந்து போன பனிப்பூதத்தின் உறைவிடம் தேடிப் புறப்பட்டார்கள் இருவரும். உலர்த்தி மடிக்கப்பட்ட கடிகாரத்தை பின்னோக்கித் திருப்பிக்கொண்டே போனதால் காலமற்ற கணத்தில் வந்து நின்றது விநாடிமுள். உடனே கடிகாரத்தை காலமற்ற வெளியில் மடிந்து வைத்தார்கள். அங்கு கடிகாரத்தின் சப்தநாடி ஒடுங்கி எங்கும் நிசப்தம். காற்றின் அசைவுகூட இல்லை. மனித சஞ்சாரமற்ற உயரங்களையும் ஆழங்களையும் பிளவுபடாத சூன்யம் மூடியிருந்தது.

சூன்யத்தின் மென் திரையை வெட்டிக் கிழித்துக் கொண்டே சென்றது சாதகப்பட்சி. அதைப் பின் தொடர்ந்த கனவு காணும் உப்புநாணயங்கள் கனவில் சூன்யத்தால்

ஏவப்பட்ட கனவுகள் உருவமற்ற சாயைகளாக கடந்து கொண்டிருந்தன. சூன்யமே உற்குழிவடைந்து செல்லச் செல்ல சூன்யத்தின் வெண்ணிறப் பதுமைகள் விரல் நீட்டி வருகின்றன. வளைந்து வளைந்து வெற்று ஒளியாக உருவடைந்தது பனிபூதம். அதைத் தொட்ட மாத்திரத்தில் உடனே தண்ணீராக மாறியது பனிபூதம். பனிபூதம் அமைதி யான தண்ணீராக உறங்கிக் கொண்டிருந்தது. எல்லா ஆழங் களிலும் பறந்து சென்ற தன் சாயலைக் கண்டு பறந்து பறந்து சிரித்தது சாதகப் பட்சி.

தண்ணீர் பூனையின் சிரிப்பாக மாறியது. ஆனால் பூனை இல்லை. கனவு காணும் உப்புநாணயங்கள் தலையை நீட்டி சிரிப்பைத் தொட்டதும் பூனையின் சிரிப்பு சிரித்துக் கொண்டே நீந்தி வந்து உப்புநாணயத்தில் செதுக்கிய மெல்லிய முகத்தில் பதிந்தது, உடனே நீரில் நழுவிச்சரிந்து மறைந்து நூற்றுக்கணக்கில் உப்புநாணயங்கள் பெருக்க மடைந்தன. அதைத் தொடர்ந்து பூனைக் குரலில் அழுத குழந்தையின் விசும்பல். வேற்று கிரக ஒளியிலிருந்து வெளிப்பட்ட அரேபியர்கள் கிண்ணங்களில் வடித்த உப்பு நாணயங்கள் கடற்பயணத்தில் மோடிமொழியாக கைமாறிக் கொடுக்கப்பட்ட குறியீடுகளை, கதைகளை அடிமைகளும் முட்டாள்களும் அமர்ந்து ஆடிய விளையாட்டு இடை விடாத கதையின் வசீகரமாக மாறியது தண்ணீர். கதை என்று இல்லாத வஸ்து சூன்யத்தின் மடிப்பு மடிப்பான உப்பு நாணயங்கள் பனிபூதத்தின் உருவமானது. தொட்டால் உப்புநாணயங்கள் தண்ணீராக எப்போதோ மாறியிருக்க வேண்டும்.

தொடப்படாத தண்ணீராக உறங்கிக்கொண்டிருந்த பனி பூதத்தின் கைக்குள் உப்புநாணயங்கள். ஒளிபடவும் முதன் முதலாக ஒரு அலை எழுந்தது. அந்த அலை எல்லாருடைய சாயலாக இருந்தது. நிழல்கள் இடம் பெயர்ந்தன. அலையின் முதல் ஸ்பரிசமடைந்த உப்புநாணயங்களில் பதுங்கியிருந்த கதைகள் தண்ணீராகவே தூயதாக உறங்கிக் கொண்டிருந்தன. மெல்லப் புரண்டு படுத்த பூதத்தின் அரவணைப்பில்

அதிசயமான கதைகளுக்கான உப்பு நீர் பனிப் படிவுகளாக உரைந்திருந்தது. பனிபூதத்தின் தலை அசைந்து மூடிய இமைகளைச் சுருக்கியது. இன்னும் திறக்கப்படாத கண் களை உடைய தண்ணீரில் முதல் அலையின் அதிர்வுபட்டு சுருள் சுருளாக நீர்ச்சுழியாக மாறி இரு கண்களாக மாற்ற மடைந்தது. இமைகளைத் திறந்து பார்த்தது பனிபூதம். கண்களின் ஆழத்தில் தத்தளித்த உணர்வுகள் வந்திருப்பது 'யாரது,' என்ற அதிசயமாக இருந்தது.

நட்சத்திரங்கள் சரிந்து கீழிறங்கிக் கொண்டிருந்த அதிசயத்துடன் பிரபஞ்ச வெளிக்குள் உருட்டி எறியப்பட்ட உப்புநாணயங்கள் சிந்தாமல் சிதறாமல் உருண்டு சுழன்று நீர்க்கோளமாகச் சுற்றிச் சுற்றி பனிபூதமானது.

உலகம் தோன்றிய காலத்திலிருந்து எல்லா நினைவாற்றல் களின் அழுத்தத்துடன் தொடப்படாத தண்ணீரின் கண்கள் எட்டிப்பார்த்தன. எல்லாப் பாரம்பரியத்திற்கும் முற்பட்ட பனிபூதத்தின் ஆழமான கண்கள் இரு துவாரங்களாகக் கீறியது. நீர்க்கோடுகளாகச் சுருள் சுருளாகச் சுழன்றபடி இருந்தன கண்கள். மறைந்து மறைந்து தோன்றும் நீர்க் கோடுகளில் பனிபூதத்தின் சொல்லப்படாத கதைகளின் உருவங்கள் தோன்றத் தொடங்கின. அதன் ஆழமான இருகிணறுகளாக மாறிய கண்களில் உப்புநாணயங்கள் மூழ்கிக்கொண்டிருந்தன.

'எல்லாம் உன்னுடைய தானா. நம்பவே முடியவில்லை. உள்ளே விழுந்துவிடவா நான். காணாமல் போனதெல்லாம் வந்து கொண்டிருக்கிறதே.'

கனவின் ஒளி முழு வசீகரத்துடன் கிணற்றுக்குள் அசைந்தன. பனிபூதத்தின் பார்வையின் ஆழத்தில் செல்லச் செல்ல வெப்ப நிலங்களிலிருந்து வெளியேறி, மூதாதை களின் யுத்தம் நிறைந்த நெடுந்தொலைவான பாரம்பரியங் களைக் கடந்து வந்த பாதைகளில் பனி பூதத்தின் தடம் பதிந்தது. அதன் விரல்களில் இருந்து மர்மமாகச் செதுக்கப் பட்ட உப்புப்படிவுகளில் பாறைகளின் தொன்மையான கரடுமுரடான அறியப்படாத உப்புநாணயங்கள் புழங்கிய

ஓர் உலகம் செதுக்கப்பட்டிருந்தது. அதன் மடிப்புகளில் உள்ளார்ந்து கிடக்கும் உப்புநாணயங்களின் நினைவு களில் படிந்திருக்கும் வரைபடங்கள் வெப்பப் பாறை களில் புகைந்து கொண்டிருக்கும் நிலக்கோடுகள் தீட்டப் பட்டிருந்தன. அங்கு சாதகப்பட்சிகள் அடுக்கடுக்காகக் கடந்து சென்ற நினைவுகளின் தொகுதி மஞ்சள் மணலாகப் படிந்திருந்தது. பாலைவனங்களில் வந்து போன புயலின் வரைபடங்கள் மலைத்தொடரின் முணுமுணுப்புகள் பள்ளத் தாக்குகளின் பெருந்துயரங்கள் என செதுக்கு உருவங்கள் அடுக்கியிருந்தன உப்புநாணயங்களில்.

பெருங்கடல்களின் ஆழங்களில் தான் பனிபூதத்தின் அலாதியான பாடல் இருண்ட ஊற்றிலிருந்து குமிழ்விட்டுக் கொண்டிருந்தது.

சாதகப்பட்சி: 'இப்போது அரக்கன் உயிரை எடுத்துத் தருகிறாயா'.

உப்புநாணயம்: 'உயிரின் எந்த அலகுக்கும் அறிவைப் பற்றிய பிரக்ஞை இருக்குமா? மரணத்துடன் மோதிமோதிச் சிதற உயிர் எத்தனிப்பதேன்?' என்று கேட்டுக்கொண்டே தன் யாத்திரையைத் தொடர்ந்த உப்புநாணயம் உருண்டது, தன் உயிரை, அலாதியான பாடலின் ஒரு சிறிய நீர்க் குமிழாக்கி சாதகப் பட்சியிடம் வழங்கிவிட்டு பனிபூதத்தின் கண்களுக்குள் விந்தையின் ஆழத்தில் விழுந்துகொண்டே மறைந்தன. எழுபது உப்புநாணயங்களும் வெளியில் காகித அலைகள் பாடுகின்றன; 'நம் உலகம் வெளியில் காத்திருக்கிறது; சாவும் கூட'.

●

ஆக... பதுமை சொன்ன கடைசிக் கதை

கண்ணாடிக்குள்ளிருக்கும் ரோஜா தோட்டத்தில் யார் இருக்கிறார்கள்? மலர்களுக்கு வர்ணமடிக்கும் முட்டாள்கள் யார்மீது பிரியம் கொள்வார்கள். நிலவின் தூரத்திலிருந்தும் தெரியும் சீனச் சுவரில் சாய்ந்து முகம் புதைக்கிற பெண் உடல்களுக்கு ஏன் இத்தனை வசீகரம். பால்வெளியின் தனிமையில் இலைகளால் கீரிடம் கொண்ட பெண் ணொருத்தி கறுத்த மரங்களின் ஊடே காத்துக்கொண்டிருக் கிறாள். குதிரைகள் கடந்து போய்கொண்டிருக்கின்றன. வசீகரத்தின் அலைகள் படிந்து தோல்வியுற்ற காதலின் உடலை கடலுக்குள் இழுத்துச் செல்கின்றன. எல்லோரின் கனவிலும் ரகசிய முகங்கள் தோன்றி எதையாவது பேசிக் கொண்டிருக்கின்றன. கிரகங்களின் ஈர்ப்பு சக்தியுடன் விலகிப் பிரிகின்றன உருக்கள். கேலக்ஸியின் எரிந்த வேகம்; காலத்தின் முன் நடந்த சம்பவங்கள் நீங்கள் நான் அவர்கள் நாம் எல்லோர் மீதும் கடக்கின்றது.

டிடோ வாத்துகள் யாருக்காகவுமின்றி இசையமைத்துப் பாடுகின்றன. தீராப் பாடலின் முதல்வரிகளாக....

'வைக்கோலிலிருந்து
மஞ்சள் வெளிறிய பூக்கள் வரும் நாளில்
நானோ நீங்களோ இருக்க மாட்டோம்...
உங்களுக்கும் எனக்கும் மட்டும் தெரியுமது...'

.... அதன் வழியில் மூன்றாவது ஜாமத்தில் உறக்கமின்றி ஜாங்கோ சொல்லப்படாத கதைகளை முணுமுணுக்கிறான்.

அப்படிப்பட்ட கதைகளைக் கேட்டு சிம்மாசனம்

ஏறிய போஜராஜனை மறந்துவிட்டு காணாமல் போன பதுமைகளைத் தேடிப்போன ஜாங்கோவுக்காக பச்சை இளவரசி பனிகொட்டும் மரங்களிடையே காத்துக்கொண்டு இருக்கிறாள்.

கதைகளின் கிளைவிரித்த பதுமைகளைத் தேடிப் போகாமல் கதையை தள்ளிப்போட்டுவந்த கதைக்காரர்கள் வைரக்காடில் சிக்கிக்கொள்ள நேர்ந்தது கடைசியில்.

கதையின் கழுத்தை நெரிப்பவர்களுக்கு வேண்டு மானால் விக்ரமாதித்தன் சிம்மாசனம் கிடைக்கக்கூடும்.

திரும்பிவந்த பதுமைகள் இங்கு முதல் 70 கதைகளை விட்டுப் போயிருக்கிறார்கள். இவை பாட்டியிடமோ குழந்தையிடமோ கதைகேட்ட வாசகர் முன் வைக்கப்பட்ட புனைவு வரிகள் என்பதன்றி வேறில்லை;

என,

முனிவர் அறனடி ஏகினார்.

எனவே...

●

வாச்சியம் ஒன்று

முதலாம் தோட்டத்து அதிசயங்களினூடே கோணங்கியின் பனிவாள்

நாகார்ஜுனன்

தன் கெட்ட பாட்டியின் எலும்புக் கூட்டை அது சொல்லக் கூடிய கதைகளுக்காகத் தேடி பாக்தாத் நகரம் வந்திறங் கினாள் ஆலீஸ். குண்டுவீச்சில் சிக்கிவிட்ட வீட்டில் மாலுமி சிந்து பாத்தின் ஏழு கடற்பயணங்களும் அழிந்துவிடுமோ என்ற பயத்தில் ஓடிய ஆலீஸ் இடறிவிழுந்த இடத்தில் இன்னொரு வீடு. தான் உடையாதிருந்த நிலைக் கண்ணாடி அவள் பிம்பத்தை அங்கீகரித்து வழிவிட அங்கே ஓவியங் களுடன் மரித்துப்போயிருந்த லைலாவையும் காண்கிறாள் ஆலீஸ். தேடிய கதைகள் கிடைக்காமல் பாலைவனத்தை அடைகிறாள் அந்தப் பனிச் சிற்பம். என்றோ பாலைவன மணலில் எழுதப்பட்டிருந்த கதைகள். எழுத்துக்களாக ஸ்பிங்ஸின் அமரத்துவ வெறிப்பில் எஞ்சியிருக்கின்றன. ஆகாசத்தில் தீக்கங்குகளை உமிழ்ந்து கொண்டு தோன்றிய ஆயிரத்தலை ராட்சச மிருகத்தையும் சட்டை செய்யாமல் இருந்தது ஸ்பிங்ஸ். கனவெனும் அந்த மிருகத்தை விடவும் தன்னிடமிருந்த பனிப்பூச்சி தொன்மையானது என்று ஆலீஸிக்குத் தெரிகிறது.

அந்த மிருகத்தின் சுவாசத்தால் உறைந்துபோன எலும்புகள் மேலே தூக்கி வீசப்பட்ட ஆகாசத்திலிருந்து

பாய்ச்சி கைகளாகக் கீழே விழுந்து தீக்கோட்டைகளாகக் காய்ந்தன. தூக்கியெறியப்பட்ட எலும்புகளில் ஆலீஸின் பாட்டியுடைய எலும்புக்கூடும் அடங்கும். நீரற்றுப்போன உலகில் பனித்துளிகள் நேரடியாக ஆவியாகிச் சிதறுகின்றன. பனித்துகள்களும் தீக்கோட்டைகளும் உரசும் வெளியை வெற்றிடமாக்கி, அதிலிருந்து எட்டுத்திசையுமாகச் சிதறியது ஒரு கோடு. கோட்டின் துல்லியத்தைக் கம்பியாக்கி எஞ்சியிருந்த எழுத்துக்கள் அதனுடன் சேர்ந்து கொண்டன. அந்தக் கம்பி இழைகளின் அதிர்வில் மிதந்தது வார்த்தை. வார்த்தை ஒன்றுகூட இதுவரை எழுதியிராத ஆலீஸிடம் பேனாவைக் காட்டிவிட்டு நகர்ந்துகொண்டனர் தத்துவ வாதிகள். வார்த்தைகள் கூடிக் கதைகள் இயங்கப் பனிப் படிகம் வளர்ந்து தீஜ்வாலை பெருகியது. படிகத்தின் துகள் வளர்ச்சியிலும் ஜ்வாலையின் அலைவாட்டத்திலும் முயங்கிக் கிடந்தது அந்த ராட்சச மிருகம். பாலைவனத்தை அடுத்த யாருமில்லாக் காட்டில் பிரபஞ்ச இயக்கம் கேட்பாரற்று நடந்து கொண்டிருந்தது. இதுவரை யாரும் நெருங்காத வடதுருவக் குகைகளை அடைய முற்படும் சிலரை இன்னும் சிலர் பொறாமையால் நிற்கவைத்துச் சுடப் போகும் தருணத்தில், பிரபஞ்சத்தின் அத்தனை எத்தனங் களிலும் கடைசியானதாக உருகி நின்றது அந்தப் பனிக்கட்டி. அடிக்கப் போகிற புயலின் நிமித்தம் கிளப்பிச் சென்ற எழுத்துகளில் புகுந்து மீண்டது பனிப்பறவை. சடசட வென்று ஆலங்கட்டிகள் விழுந்த வேகத்தில் பூமத்திய ரேகைப் பக்கம் இருந்த தீக்கோட்டைகள் கருகிவிட்டன. எதிர்மின்னல்கள் தாக்கிக்கொள்ள நீலத்தைச் சிதறடிக்கும் வகையில் தோன்றியது வானவில். காகங்கள் ஒன்று திரண்டு மழைப்பூதத்தைச் சுற்றி அரற்றும் அந்தவேளையில் ராஜ நாகம் பிளவுண்டு ஆலங்கட்டிகளுக்கு வழிவிட்டது. வெப்பக் காற்றாகிப்போன கட்டிகள் பட்ட மண், மஞ்சள் கடிகாரங் களாக வெடித்துச் சிதறியதில் நீலம் அழிந்தது. மஞ்சள் தோட்டாக்கள் சீறிப்பாய்ந்து நினைவின் தொடர்ச்சியை, பத்திரப்படுத்தலை அழித்தொழித்தன. மனித உச்சந்தலைகள்

பிளந்துபோய் அந்த ராட்சச மிருகத்தின் சகோதரப் பச்சை ராட்சச மிருகங்கள் தோன்றிக் கெக்கெலித்தன. மனித உடல்கள் துவண்டு பின்னிக்கொண்ட வடிவங்களில் கோலங்கள் உயிர்த்தெழுந்தன. குண்டுகள் தாக்கிய அந்தப் பள்ளத்தாக்கில் கைவிடப்பட்ட சிலர் கோலங்களைப் படிக்க முயன்றபோது பச்சை மிருகங்கள் அவற்றை அழித்து விட்டன. கோலங்கள் மீண்டும் பனித்துகள்கள் ஆயின. துகள்களை, நடுவில் குறுகிச் செல்லும் கண்ணாடிக் குடுவை யில் இட்டு, விளையாட்டாக எண்ணிக்கொண்டிருந்தான் ஸ்பிங்ஸிலிருந்து குதித்த மணல்குள்ளன். மீண்டும் மீண்டும் அவனால் தலைகீழாகத் திருப்பி வைக்கப்பட்ட கண்ணாடிக் குடுவையின் கடைசி அதிர்வில் தோன்றியது எழுத்து. இன்னும் கருகிவிடாத எஞ்சிய தீக்கோட்டைகளில் புகுந்து திரிந்த ஆதிமனிதனுக்கோ தண்ணீர் இன்னும் கிடைக்கவில்லை. மாயக் கம்பளங்களில் வெப்ப அலைகள் நீராக மேலெழும்பி ஏழுகடல் ஏழுமலை தாண்டியிருந்த வேறு லோகங்களுக்குப் போயின. பாறைகளில் தோய்ந்த கோடுகள் தலைகளை ரம்பங்களாக மாறி அறுத்துத் தள்ளின. ஒரே ஒரு வெற்றுருவத்துக்கு மட்டும் நான்குசுவர்களுக்கு நடுவே சூட்டப்பட்டகிரீடம் அவ்வளவாகப்பிடிக்காததால் தீக்கோட்டைகள் கருகுகின்ற பிரதேசத்துக்கு வந்து சேர்ந்தது. குடையப்பட்ட பாறைகளின் குறுக்கே தன்னை வடிவ மைத்துக் கொண்டு பிரபஞ்சத்தை அளந்தது. உள்ளே வந்துவிடு என்று அத்த வெற்றுருவம் ஆதி மனிதனை அழைக்கத் தொடங்கியது. அவன் தீக்கோட்டைகளைக் கடந்து பிரவேசித்த முதலாம் தோட்டத்தில் பச்சை மிருகங் களுக்கு நடுவில் அமர்ந்திருந்தது பிரபஞ்சத்தை அளந்து விட்ட வெற்றுருவம். பனிவாளைத் தொலைத்துவிட்டு தீக்கோட்டைகள் வரை பயணம் செய்து கொண்டு வந்திருந்த அதிமனிதனுக்கு வெற்றுருவம் அதிர்ச்சியைக் கொடுத்தது. வரைபடங்களைத் தோட்டங்களாக உருமாற்றி அவற்றில் புதிர்ப்பாதைகளை வகுக்கும் அபூர்வ வேலைக்குத் தன்னைத் தயார்செய்துகொண்டிருந்தது வெற்றுருவம். புதிர்பாதைகளில்

இதுநாள் வரையிலான உலகின் கதைக்காரர்கள் காணாமல் போய்த் தங்களைத் தாங்களே தேடிக்கொள்வராயினர். அவர்களில் பலர் லயித்துக்கேட்க கதை சொல்லி தன் சாவைத் தள்ளிப்போட்டுக் கொண்டிருந்த ஷீரஸாத் ஆலீஸுக்குச் சொல்லுவாள்:

‘உன் கெட்ட பாட்டியின் கதையை உனக்குக் கூறுவேன், முன்னொரு காலத்தில் உலகை வெறுப்பு சூழ்ந்திருந்த போது ஓ என்ற அரசன் தன்னுடைய தளபதி சுன்-சேவிடம் கூறுகிறான்.

‘‘உன்னால் யாருக்கும் யுத்தப் பயிற்சி அளிக்க முடியும் என்பது உண்மையானால், இதோ! என் அரண்மனைப் பெண்கள் 180 பேரை எடுத்துக்கொண்டு அவர்களை சிப்பாய்களாக மாற்று.’’

முரசங்கள் அறைவித்து அந்தப் பெண்களை ஒழுங்கு படுத்த முற்படுகிறான் தளபதி சுன்-சே. அவர்களோ கீழ்ப் படியாமல் சிரிந்துக் கொண்டிருக்கிறார்கள்; தங்களுக்கு இதெல்லாம் தெரியும் என்றும் அவனிடம் கூறுகிறார்கள்.

‘‘இராணுவ விதிமுறைகளை மீறிய உங்களுக்கு மரண தண்டனை தான்’’ என்று கூறி ஓ அரசனுக்கு மிகவும் பிடித்த மான கதை சொல்லிப் பெண் ஒருத்தியின் தலையைக் கொய்துவிடுகிறான் தளபதி சுன்-சே. ஓ அரசனால் அதைத் தடுக்க முடியாமல் போகிறது. கொய்யப்பட்ட தலைக்குச் சொந்தக்காரிதான் உன் கெட்ட பாட்டி.’

மலையுச்சியில் சூரியோதயத்தைப் பார்த்துக்கொண்டிருந்த சிங்கராஜாவின் பிடரி மயிரில் ஆலிஸுக்கும் தெரியாமல் ஏற்பட்ட சிலிர்ப்பில் தோன்றியது எழுத்து. சிங்கத்தின் தலை வெட்டப்பட்டு பள்ளத்தாக்கில் விழ எங்கேயோ இருந்த பனிவாள் உருகிவிட்டது. கண்ணுக்கும் ஆகாசத்துக்கும் இடையே பரவிய ஏதோ ஒரு பொருளின் நிழல்கள் கிளப்பிவிட்டவையே வண்ணங்கள் என்றாக, பனிமேகம் வானவில்லாக உருமாறியது. மிதந்துகொண்டிருந்த நினைவுகள் தூக்கத்தையும் விழிப்பையும் மாறிமாறி ஏற்படுத்த சட்சட்டென்று சப்தங்களைக் கடித்துப் போட்ட படி தோன்றியது எழுத்து.

ஜாபர்வோக்கி என்று அழைத்தாள் ஆலீஸ். தோட்டங்களின் சகதிகளில், சிலைகளுக்கான வெற்றிடங்களில், உழன்று கொண்டிருந்த அதீத மிருகங்களின் முனகல்களையும் கடித்து போட்டபடி தோன்றியது எழுத்து. மிருகங்கள் ஆலீஸை அழைந்துச் சொல்லத் தயாராக இருந்தபோதிலும், அழிந்து போய்க்கொண்டிருந்த நீலப் பரப்புக்கு எதிரில் நின்றாள் அவள். பரப்புக்கு முதுகைக் காட்டிக்கொண்டிருந்த சிலை களை முட்டாள்கள் பாராட்டிக் கொள்கின்றனர். கடலில் ஆலீஸ் செய்துவிட்ட கத்திக்கப்பலில் ஏறிக்கொண்ட முட்டாள்கள் ஆதி மனிதனை ஆராதித்து அழைத்தனர். அவர்களுக்கு நடுவே நின்றுகொண்டிருந்த அந்த ஒருவரை மட்டும் ஆதி மனிதன் அடையாளம் கண்டுகொண்டான்.

கப்பல் அசைத்து நீர் பெருகியது. கடலின் ஆயிரமாயிரம் கைகள் கப்பலின் நீலமும் ஆகாசத்தின் நீலமும் கலக்கு மிடத்தை அந்த முட்டாள்கள் வெறுத்ததை அதிமனிதன் குறித்துக் கொண்டான். முட்டாள்களைத் தவிர அடிமை களும் நிறைந்திருந்தனர். சிலசமயங்களில் முட்டாள்கள் அடிமைகளாகவும் நடிக்கின்றனர். ஆனால் முட்டாள் களுக்குத் தெரிந்துகொண்டிருந்த மஞ்சள் நிறம் அடிமை களுக்குப் புலப்படவே இல்லை. தோட்டாக்களால் சின்னா பின்னமாக்கப்பட்ட மஞ்சள் நினைவைக் கடித்துக் குதறின ஆலீஸுக்காகக் காத்திருந்த அதீத மிருகங்கள். பூமியின் வயிற்றிலிருந்து வெடித்துக் கிளம்பிய நீருற்றுக்களாலும் தீக்கோட்டைகளை முற்றிலுமாக அணைக்க முடியவில்லை. அடிமைப்பெண்கள் சூழ தீக்கோட்டைகள் கடலை நோக்கி நகர்வதைக் கண்ட கப்பல் நிறைய முட்டாள்கள் குதூகலம் கொண்டனர். கப்பல் கோட்டைகளுடன் புணர்ந்தது; அடிமை களும் அடிமைப் பெண்களும் மாறிமாறித் தங்களை சாட்டை களால் அடித்துக்கொண்டனர். அவர்களுக்கெல்லாம் நடுவில் நின்றுகொண்டிருந்த அந்த ஒரே ஒரு மனிதர் மட்டும் ஆதி மனிதனுக்குக் கூறலானார்:

'கோப்புகள் மனிதர்களாக மாறிப்போன ஒரு புதிய உலகதை உனக்குக் காட்டுகிறேன். அந்தக் கோப்புகளின் மீது

படர்ந்து உலவிக் கொண்டிருந்த ஒரே ஒரு பனிப்பூச்சியை யும் அந்த மனிதர்கள் அடித்துக் கொன்றுவிட முயன்றனர். பூச்சியின் கால்கள் 8, 64, 512, 4096 என்று பெருகிக்கொண்டே சென்றன. அந்த உலகம் முழுவதற்குமான ஒரே ஒரு பூச்சி வெற்றி கண்டு, அந்த வேற்றுகிரக ஆகாசத்தில், மஞ்சள் தோட்டாக்களுக்கு நடுவே, பேசிக் கொள்கிறது. அந்த உலகத்துக்குப் போக வேண்டியவன் நீ' ஆதிமனிதன் பனிப் பூச்சிகளின் கதைகளை செவிமடுத்து நின்றான். மங்கிய அவருடைய குரல் மட்டும் ஒலித்தது. தீக்கோட்டை ஒன்றின் அறையினுள் சுவர்களாக விரிந்த கண்களாலான கறுப்புத் திரையைத் தாண்டி மறைந்துவிட்டார் அவர். கத்திரிக்கோல் ஒன்றை எடுத்து திரையை வெட்டி அதன் மூலம் கண்ணில் பத்திரப்பட்டு விட்ட பிம்பத்தை எடுத்துப் பார்த்தான் ஆதிமனிதன். அவன் தலைக்கு மேலே விழத்துடித்துக் கொண்டிருக்கும் நங்கூரத்தின் ஆட்டம்தான் எழுத்து என்று அந்த பிம்பத்தில் புலப்பட்டது. 'அது சரிதான்' என்று அங்கீகரித்து விட்டு முதலாம் தோட்டத்துக் கல்லறைக்குள் போய் புகுந்து கொண்டார் அந்த மரியாதைக்குரிய மனிதர்.

ஏழுகடல் ஏழுமலை தாண்டி சிந்துபாத் மந்திரக் கம்பளத்தில் பயணம் செய்தபோது கம்பளத்தில் விழுந்த ஓட்டையின் மூலம் உருவானது உள்ளுமையின் பிரக்ஞை. கல்லறையின் அசைவின் மூலமும் ஓட்டை இயங்கத் துவங்கியது. முதலாம் தோட்டத்தின் புதிர்பாதைகளுக்கு வந்து சேர்ந்திருந்த ஆதிமனிதன் அதைப்பார்த்தான். மூன்று நாட்களில் தோன்றிவிடுவார் அந்த மரியாதைக்குரிய மனிதர் என்கிற எதிர்பார்ப்பு அதிகமான தருணம் அது, ஆதிமனிதன் அந்த ஓடைக்குள் குதித்தான். காயப்போடப் பட்டிருந்த கடிகாரங்கள் முறுக்கிக்கொண்டு வெடித் தெழுந்தன. அவர் மீண்டெழுந்து கூறினார்:

'கோயில்களின் கூட்டமைப்பு உறைந்துவிட்ட சங்கீதம். ஒவ்வொரு சிலையும் ஒரு ஸ்வரம்.'

அதிமனிதன் கேட்டான்:

'கதைசொல்லும் கதை கேட்கும் லயத்தில் தன்னை

மறந்தவனுக்கு கட்டமைப்பு ஏன்? அது லயத்தை உறைய வைக்கிறதல்லவா?'

ஆகாசம் ரகசியமாக கோபுரங்களுக்கிடையே சிறைப் பட்டது. குழந்தை ஒன்று நூலால் கட்டி இழுத்து வந்த எந்திரமிருகம் *(சைபிராக்)* ஆலீஸ் எங்கே என்று யோசிக்க, சிறை வைக்கப்பட்ட ஆகாசத்தில் சடசடவென்று சரிந்தன வெற்றுருவங்கள். பிரம்மா காரணத்தோடு படைத்தார்; விஷ்ணு காரணத்தோடு காப்பாற்றினார்; சிவன் காரணத் தோடு அழித்தார்; எதார்த்த வாதிகள் நிறையப்பேர் எழுதி னார்கள். யுக சந்தியில் பிரம்மாவும் விஷ்ணுவும் கண நேரந்தூக்கத்துக்கான அவகாசம் வேண்டி இறைஞ்சினார்கள்; ஆனால் காரணத்துடன் அழிப்பவர்கள் நிறுத்தப்போவ தில்லையே! திசைமாறித் தன்னை இழந்தான் ஆதிமனிதன.

தலைகீழாக மாறி வரைபடமாகியது முதலாம் தோட்டம். வேகமாகக் கதைகளில் ஓடிக்கொண்டிருந்த ரயில்கள் வரை படத்திருப்பத்தில் காணாமற்போயின. மோபியஸ் தகட்டில் ஊர்ந்து சென்ற எறும்பு தன்னைத் தேடியே அலைந்து சென்றது. பாறைகள் தகதகத்தது பில்லியன் வருடங்களுக்கு முன்புசென்ற ஓங்கார ஜீவிகளின் வழியை ஆதிமனிதனுக்குக் காட்டின. வெட்டப்பட்ட சிங்கத்தின் தலையிருந்த வெற்றிடத்தை வெற்றுருவத்தால் நிரப்பினான் சிற்பியாகிய பிரம்மராக்ஷஸ். உடனே இன்னொரு ராசி ஆகாசத்தில் தோன்றி கிரகங்களைத் தன் பக்கமாக இழுத்தது. அண்டக்குழியில் விழுந்துவிட்ட வெற்றுருவங்கள் தமக்கான இடம்தேடிப் போட்டியிட்டன. சச்சரவு மிக்க அப்போட்டி யில் பேதலித்துப் பேசிய வெற்றுருவங்களின் வார்த்தை இடுக்குகளில் நிறைந்திருந்த விஷம் பரவி கம்ப்யூட்டர்களின் உட்செல்கள் அத்தனையையும் ஆக்கிரமித்து அழித்தது. தோட்டங்கள் அழிந்து வரைபடங்கள் பெருகின; வரை படங்களுக்கான வரைபடங்களும் பெருகின. அவற்றை மூளையில் ஏற்றிக்கொண்டு விசா வாங்குவதற்கு போஸ்டர் கண்களின் வெறிப்புக்குமுன்பு அதிகாலையில் காத்து நிற்கின்றனர் அடிமைகள்; தீக்கோட்டைகளின் கதவுகள்

திறந்தவுடன் உள்ளே போனார்கள்.

கண்ணுக்குத் தெரியாத வலைகளில் சிறை வைக்கப் பட்டுள்ள ஆன்மாக்களை விசாரணைக்காக தீக்கோட்டை களுக்கு அழைத்து வந்தார்கள். முதுகை நிலப்பரப்புக்கு காட்டிக்கொண்டிருந்த சிலைகளும் முதுகுத் தண்டில் துப்பாக்கி முனையின் குத்தலை உணர்ந்து தோல் கிழி பட்டுக் கொண்டிருக்கும் மனிதர்களும் அங்கே சாட்சியத்துக் கான வலுவான ஆதாரமாக அளிக்கலாம் என்றும் விதிக்கப் பட்டது. பனிப்பூச்சி தொன்மையானதாக இருந்தும் அதற்கு ஆதாரம் ஏதுமில்லை. பனியுகத்திலிருந்து பனியுகம் வரை மறைத்து மறைத்து வாழும் பனிப்பூச்சிக்கு வயிற்றில் வெள்ளைப்புள்ளிகளுடன் விழுந்த ஒரு மனிதனைத்தான் கொஞ்சம் பரிச்சயம். ஆலீஸின் கெட்ட பாட்டி ஏற்கெனவே கூறிய கதையொன்றின் முதல்வரியில் அவன் வருகிறான். அவன் பிரச்சினை, 'பூச்சியாகிப் போனதால் தோட்டத் துக்குப் போவதெப்படி' என்பதல்ல. 'வரைபட வாழ்வில் பூச்சியாக அலுவலகத்துக்குப் போவதெப்படி' என்பதுதான்.

வரைபடங்களின் வழியே பூச்சிகள் செல்லும்போது அக்கோடுகளை பார் கம்பிகளாக மாற்றிவிட்டு அவற்றில் ஊசலாடி வித்தை காட்டிக் கொண்டிருந்தான் மணல்குள்ளன். அவன் கைகளில் ஏகப்பட்ட கண்ணாடிக் குடுவைகள். அவற்றை ஒவ்வொன்றாகத் தூக்கிப் போட்டுப் பிடித்துக் கொண்டு அவனுடன் விளையாடினாள் ஆலீஸ். வரை படங்கள்தோட்டங்களாக உருமாறியபோது அங்கே நகர்ந்து சென்ற பனிப்பூச்சிகளுக்கு இலைகளும் வெட்டுக் கிளிகளும் வரவேற்புத் தெரிவித்தன தங்கிச்சென்ற பனிப்பூச்சிகளின் மேல்பட்ட ஒளியில் இலைகளின் வெடிப்புகள் வெளித் தெரிந்து எழுத்தின் மடிப்புகளாக மாறின. குதூகலித்துக் கொண்டு சென்றது எழுத்து சென்ற பாதையில் சிறையில் அடைக்கப்பட்ட ஆன்மாக்கள் தற்கொலை செய்வதைத் தவிர்க்க உருமாற்றம் கொண்டனர். எழுத்துக்கு வேலை அதிகமாயிற்று பனிவாளும் பனித்துகளும் பனிமேகமும் மறைந்து இயங்கும் பாதைகளை இன்னும் புதிராக ஆக்கியது

பனிப்பூச்சி. அதன் பாதையில் அத்தனை கோலங்களும் ஜ்வலித்தன, நினைவு எரிந்தது; ஆகாசத்தின் ஆயிரம் பாதைகளும் கடலின் பல்லாயிரம் கைகளும் பின்னிப் பிணைத்தன. வண்ணங்கள் பேதலித்தன. தினம் கதை சொல்லும் செயலால் தள்ளிப் போடப்பட்டது. இறுதி நாள் அமரத்துவப் புதிரான ஸ்பிங்ஸும் தீஜுவாலை கக்கும் ராட்சச மிருகமும் *(சினோரா)* பேசிக் கொள்ள ஆரம்பித்ததை பாலைவனத்தில் வசிக்கும் சர்வ ஜீவராசிகளும் கேட்டுக் கொண்டுதான் இருக்கின்றன.

ஸ்பிங்ஸ்: மிருகமே, நின்று நான் சொல்வதைக் கேட்டுப் போ!

மிருகம்: முடியாது...

ஸ்பிங்ஸ்: அவ்வளவு வேகமாக ஓடாதே! அவ்வளவு உயரத்தில் பறக்காதே! அவ்வளவு சப்தமாகப் பேசாதே!

மிருகம்: நீதான் ஊமையாயிற்றே, என்னைக் கூப்பிடாதே!

ஸ்பிங்ஸ்: என் முகத்தில் தீக்கங்குகளை உமிழாதே! என்னை உருக்கிவிடாதே!

மிருகம்: என்னைப் பிடித்துக்கட்ட முயற்சிக்காதே!

ஸ்பிங்ஸ்: என்னுடன் நீ தங்க முடியாது. ஏனென்றால் உனக்கும் பைத்தியம் பிடித்திருக்கிறது! இயங்கிக் கொண்டேயிருக்கும் பைத்தியம்....

மிருகம்: என்னை உன்னால் தொடர்ந்துவர முடியாது. உன் கனம் அப்படி!

ஸ்பிங்ஸ்: அப்படி எங்கேதான் நீ ஒவ்வொரு கணமும் ஓடிப்போகிறாய் என்பதைத் தெரிவிப்பாயா?

மிருகம்: புதிர்ப் பாதைகளினூடாக ஓடுகிறேன் நான்; சிகரங்களையும் கடந்து பறக்கிறேன் நான்; அலைகளில் அடித்துச் செல்லப்படுகிறேன் நான்; ஆழங்களில் சென்று அமிழ்கிறேன் நான்; மேகச்சுவர்களில் என் பற்களால் கடிக்கிறேன். நீயோ விரல்நகத்தால் எப்போதும் மணலில் எழுத்துக்களை வரைந்து கொண்டிருக்கிறாய்.

ஸ்பிங்ஸ்: என் ரகசியம் எனக்குள் மட்டுமே இருக்கிறது. கடல் கொந்தளிக்கிறது பயிர்கள் காற்றில் ஆடுகின்றன; ஒட்டகவண்டிகள் மறைகின்றன; நகரங்கள் அழிந்து போய்

விடுகின்றன. ஆனால் என் பார்வையோ தொடுவானம் வரையிலும் நிலைகுத்தி நிற்கின்றது... உன் இறக்கைகளில் என்னை ஏற்றிக்கொண்டு துக்கத்திலிருந்து என் கவனத்தைச் சிதறடிப்பாயா?

மிருகம்: உன்னால் என்மேல் ஏறிக்கொள்ள முடியுமா!

ஸ்பிங்ஸ்: முயற்சி செய்கிறேன் பார்.

ஸ்பிங்ஸின் முயற்சி அதைப் பாலைவனப் புதைகுழியில் தள்ளுகிறது. கொஞ்சம் கொஞ்சமாக அது அழிந்துபோக, ராட்சசமிருகமோ சுற்றிச்சுற்றிப் பறந்து வருகிறது. அதன் மூக்கிலிருந்து உருவாகிறது பனிப்படலம். பனிப்பூச்சி இன்னும் ஊர்ந்து கொண்டுதான் இருக்கிறது. தீக்கோட்டை களுள் காணப்பட்ட வெற்றுருவங்கள் நிறைந்த அதே தோட்டத்தில் சிக்க உடலில் அகப்பட்டுக்கொண்டு மணலில் புதைந்துபோய் எழுந்துவிட்டு அதனால் சூரியோதயத்தைக் கோட்டைவிட்ட மனிதஜீவியைப் பார்த்து நின்றது பனிப் பூச்சி. அதன் மூச்சிலிருந்து பரவிய காற்றில் பனிச்செடியின் மகரந்தத்தூள் கலந்து விழுந்தது. வளர்ந்த பனிச்செடி வெற்றுருவங்களைச் சுற்றிக்கொண்டு தோட்டத்தை ஆக்கிரமித்தது. தோட்டத்தின் பாதைகள் மறந்துபோயின. ஆதிமனிதன் வியந்து போய்ப் பார்த்த போது வெற்றுருவம் ஒன்றின் வாயிலிருந்து தொங்கிய பாம்பு அவனை நோக்கிச் சீறியது.

பனிச்செடி அமைந்துவிட்டிருந்த கண்ணாடிக் கூண்டில் சிக்கியிருந்த ஒரு வெற்றுருவம் விளையாட்டின் விதிகள் தெரியாமல் சுற்றிச் சுற்றி வந்தது. புதிர்ப்பாதைகளின் மாயத்திசைகளில் மறைந்திருந்த அவலட்சண சித்திரக் குள்ளர்கள் வெற்றுருவத்தைப் பார்த்துக் கெக்கெலி கொட்டிச் சிரிக்கின்றனர்.

வெளியைப் பனிவாளால் வெட்டி வரைபடங்களின் கோடுகளை இணைத்துத் தயாரிக்கப்பட்ட பார் கம்பிகளில் ஆலீஸ் இருக்கிறாளா என்று பார்க்க வந்தான் ஆதி மனிதன். பார் கம்பிகளில் வெகுகாலத்துக்கு அப்புறம் விளையாடிய அவன் தவறிட கீழே தலைகளாக வீழ்ந்தன. திரும்பிப்

பார்த்துவிட்டு பனிப்பூச்சி கம்பிகளுக்கு இடையில் வலை பின்னும் வேலையை அசராமல் தொடர்ந்தது. சித்திரக் குள்ளர்களில் ஒருவன் அருகே வந்து ஆதிமனிதனைத் தூக்கி விட குள்ளனின் முகத்தில் ஆதிமனிதனின் சாயல் இருந்தது.

பறத்துகொண்டிருந்த ராட்சச மிருகங்கள் ஆலீஸிடன் பழைய உறவு கருதி விளையாட வருகின்றன. சூரியன், சந்திரன், அண்ட சராசரங்கள், வேற்றுகிரக வினோத ஜீவிகள் என்று எதைவேண்டுமானாலும் ஆலீஸிக்குப் பறித்துத்தர அந்த மிருகம் தயாராக இருக்க, அவற்றை அப்போதைக்கு நிராகரித்து விந்தையான பனிவாளை நோக்கி நகர்கிறாள் அந்தப் பனிச்சிற்பம்.

துருவக்குகைகளில் உருவாகிறது வாளின் வடிவம். குகைகளின் கூரையிலிருந்து சொட்டு பனிப்படிகம் வளர்ந்து, கீழிருந்து கிளம்பும் பனிக்கழுவுடன் இணையும் விந்தை யில் எழுத்தின் விளைவுக்கான வேகம் இயங்குகிறது. பனிச்செடியின் விளிம்பில் சிற்பத்தின் முதற்பார்வை பட்டுத்தெறிக்க சிற்பம் வெற்றிடத்தைக் கிழித்து உருவாகும்; எழுத்தும்தான். வளரும் பனிப் படிகத்தின் கூம்பில் தோன்றும் பிரபஞ்சம் எழுத்தில் கரைந்து போகும். பிரியும் மணல்துகள்களில் காணப்படும் உலகம் எழுத்தில் தலைகீழாக மாறும்.

தகிக்கும் காற்றின் மட்டங்களில் மாறிக் கொண்டிருக்கும் இலையின் பசுமை நிறம், ராட்சச மிருகத்தின் நிறமாக மாறி வெட்டுக்கிளியுடன் கலக்கும்; கலக்குமிடத்தில் தோன்றும் ஹெலிக்ஸ் கோட்டின் வழியாக ஊர்கிற பனிப்பூச்சியின் கால்களற்ற காலின் கண்ணுக்குத் தெரியாத கோடுதான் எழுத்து.

வேற்றுகிரகம் ஒன்றில் பொங்கிய நீர்க்கோளம் விரைவில் நெருங்கும் என்ற செய்தியுடன் பார் கம்பிகள் சட்டென்று அதிர்ந்து விழுந்தன. பனிக்கட்டிகளிலிருந்து கனல்காயும் தீக்கோட்டைகள் வரை அறிந்திருந்த ஆதிமனிதனுக்கு நீர்க்கோளம் ஒரு புதிராக அமைந்தது. தோட்டத்தின் பல்லாண்டு காலப் புதிர்பாதைகளில் நீர் நிரம்பியது;

சிலைகள் அமிழ்ந்தன; பில்லியன் ஆண்டுகளுக்கு முற்பட்டதுகள் வந்துகலந்த குதூகலத்தில் குழந்தைகள் விட்ட கத்திக் கப்பலில் பயணம் செய்துகொண்டிருந்த முட்டாள்கள் சப்தம்போட்டு வரவேற்றனர். அந்தப் பேதைகளை அரவணைக்க ஆகாசமும் கடலும் முடிவுசெய்து கொண்டன. நீர்க்கோளம் எல்லாத் திட்டங்களையும் தாண்டி முன்னேறியது.

சித்திரக்குள்ளர்கள் தங்கள் இனத்தவனான மணல் குள்ளனைத் தேடினர்; ஆலீஸ் ராட்சசமிருகங்களை வரச் சொன்னாள்; பனிப்பூச்சி அலுவலக வரைபடங்களில் மறைந்துகொண்டு மனிதனின் உருமாற்றத்தைக் கவனித்துக் கொண்டிருந்தது; பனிவாள் சுழலும் நிலையில் உருகியது... பேரண்டத்தை அழிக்கும் சக்தியாக நீர்க்கோளம் உருவெடுக்க முயன்றும் முடியவில்லை. தீக்கோட்டைகளும் பனிக்கட்டிகளும் உரசினபோது தோன்றிய கே. உட்பட்ட எழுத்துக்களை நீர்க்கோளத்தால் அழிக்க முடியவில்லை.

நீர்க்கோளம் தன்னைச் சுற்றித் தானே பின்னிக்கொள்ளும் போது, கப்பல்களிலிருந்த முட்டாள்கள் உற்சாகம் கொண்டனர்; நிலவொளியில் நீர்க்கோளத்தைப் பார்த்தவர்கள் பெருமிதம் கொண்டு விளையாடுகின்றனர். துப்பாக்கிகள் நீர்க்கோளத்தில் மூழ்குகின்றன. ஆண்டாண்டுகாலமாகப் பெய்கிறது மழை. சாவின் முகமூடியை தம்மீது எழுதிக் கொண்டுள்ள வண்ணத்துப் பூச்சிகள் பறக்கின்றன. மணலுடன் கலந்த நீர்க்கோளத்தைக் கண்டு மண்புழு முதல் ஆதிமனிதன் வரையிலான அத்தனையும் விந்தைக்குள் புகுந்த ஜீவிகளாகின்றனர்.

துப்பாக்கிகள் முதுகுத்தண்டில் உரசிக்கொண்டிருந்த போது வந்த பனிப்பறவை மீண்டும் வரப்போவதாக பனிவாள் சொல்லிக் கிடந்தது. பனிப்பரப்பில் வாளேந்திப் போரிட்ட ஆதிமனிதனின் மூதாதை ஒருவன் ஓடும் குதிரையிலிருந்து விழுந்து இறக்கிறான். ரத்தத்தூசி பனித்துகளுடன் கலக்கிறது; கரைகிறது; பறவை கிளம்பிப் போய்விடுகிறது. அதன் சிறகுகளின் மடிப்பில் இருக்கக்கூடிய ஓராயிரம் கதைகளுக்காக குழந்தைகள் காத்திருக்கின்றன. பறவையின்

கீழே விழுந்த சிறகுகளைப் புத்தக மடிப்பில் வைத்து அடுத்த பனிப்பறவையின் வருகை வரை காத்திருக்கின்றன குழந்தைகள். அருகில் ஆலீஸ் அந்த எந்திர மிருகத்துடன் பேசுகிறாள்.

கானகத்தில் புதையலைத் தேடி அலைந்தவர்களுக்குக் கிடைத்த மாயக் கப்பலில் ஏறிப்போன சிலருக்கு மட்டும் அந்தப் புதிர் விடுபட்டது. இசையின் சுருள்வாள் வீச்சைத் தாங்கமுடியாமல் தொலைவான காற்றாலைகள் கீழே விழுந்தன. அலைகளின் உரசலில் சமுத்திரம் விழித்தெழ கரிய மீன்களின் கண்களில் மின்னல்பட்டுத் தெறித்து செர்வான்டஸின் நாயகன் சுழற்றிய நட்சத்திர வாளில் போய் ஒட்டிக்கொண்டது. குதிரையின் பாய்ச்சல் அவனைப் பின்னால் தள்ளிக்கொண்டு செல்ல, வார்த்தைச் சங்கிலிகள் தாமாக சுற்றிப் பிணைந்துக்கொண்ட சுவர்களுக்கு முன்னால் வந்து, ஆயிரமாயிரம் பேர் நின்று அழுதுவிட்டுப் போனார்கள்.

‘மேற்குத்திசை எங்கே இருக்கிறது’

‘எல்லாத் திசையும் இனி மேற்குத்தான், முட்டாளே’ என்றான் ஸுட்கேஸை டாய்லெட்டின் முகப்பில் வைத்து விட்டுக் கழிவு பெட்டியின் மீது அப்போதுதான் உட்கார்ந்து கொண்ட புரட்சியாளன்.

கானகத்தின் நடுவிலிருந்த சித்திரவதை முகாமில் பனி பெய்த நேரத்தில் ஒரே ஒரு ‘ஓக்’ மரம். இங்கேதான் சரித்திரத்தின் அதீத மியூசியம் உருவாகப்போகிறது என்றார்கள். கண்ணாடியுள் இருந்த மிருகக்காட்சி சாலையை ராணுவத் தளபதிகளும் அவர்களுடைய ‘ஸ்லீவ்லெஸ்’ மனைவிமார்களும் ரசிக்க, ‘இங்கேதான் சுதந்திரத்தை தரிசித்தேன்’ என்று வேறொரு நூற்றாண்டில் பனியுள் மறைந்திருந்த ‘ஓக்’ மரத்தடியில் உட்கார்ந்து பாடினான் காவியக் கலைஞன். அதே ‘ஓக்’ கிளையில் அமர்ந்த வண்ணத்துப்பூச்சியோடு கிளையை ஒடித்து கிளையாலேயே குடைந்த மரண முகமூடியை வடித்த புரட்சி யாளன்:

‘வதை முகாமில் இன்னும் யார் மிஞ்சியிருக்கிறார்கள்? அங்கே கதவைத் தட்டுவது யார்’

வண்ணத்துப்பூச்சி: 'யாருமில்லை.'

நிசப்தம்.

'அழிவு இப்படியாகத்தான் இருக்குமா?'

வண்ணத்துப்பூச்சி வெளியெங்கும் இருளை அசைத்த படி பறந்து பறந்து புரட்சியாளன் அணிவித்த 'ஓக்' மர மரண முகமூடியுடன் இந்துமகா சமுத்திரத்தில் மூழ்கிக்கொண்டே இருந்த கப்பலில் கிடந்த கேப்டனின் டெட்பாடிமீது பறந்து பறந்து பார்த்துக் கொண்டிருந்தது. அதற்கு அவனைத் தெரியும்.

'யார் அங்கே?' என்றான் மதுக் கோப்பைகளைக் கையிலெடுத்துக்கொண்ட வீரன். திரை அசைந்து அந்தக் கட்டிடத்தின் இருளைப் புதிய காற்றால் நிரப்பியது. அசைந்த திரையின் வடிவமான புலி கிழித்துக் கொண்டு ஓடியது. மதுக்கோப்பைகள் விஷக்கோப்பைகளுடன் இடம் மாறிக் கீழே விழுந்து நொறுங்கிப்போயின. வதை முகாமின் கதவுகள் மூடப்படப்போகும் கடைசி நொடியில் புலிநகத்தில் அவனது எஞ்சிய நினைவு தங்கித் தப்பியது. பனிவெளியின் பரப்பில் குதிரை விரைந்தோட அதன் பாதையில் சவாலில் கொல்லப்பட்ட கவிஞனின் ரத்தமும் வீரனின் ஒரே ஒரு நினைவுத்துகளும் உறைந்து கிடக்கின்றன.

நட்சத்திரவாளின் முனையில் நடக்கிற 'மண்புழுவின் நாட்டியத்தை' ரசிக்க வான்வெளியே திரண்டுவந்து காத்திருக்க, தங்கள் ஓட்டைப்பெட்டிகளைக் கழுத்தில் மாட்டிக்கொண்டு குடும்பம் குடும்பமாக பாலைவனத்தில் காணாமல் போனார்கள் மனிதர்கள். எழுத்து என்பது மாயப் பலகையில் உருவாகிற செயல் என்று தாடிவளர்த்த, வருபவர்களைப் படுக்கையில் தள்ளிப்பேச வைக்கிற, வால்ட்ஸ் கேட்கிற விஞ்ஞானி சொல்லியிருக்க, கரையும் காகங்கள் நிறைந்த சட்டத்தினுள் நுழைந்து தொடுவானத்தில் காணாமல் போனான் காதை பூமிக்குக் கொடுத்த சைத்ரிகன். குழந்தை அழித்து எழுதி அழிக்கும் மாயப்பலகையை அந்த சட்டத்தில் பொருத்த முயன்ற வேறொரு பைத்தியக்காரனை அலைகள் அடித்துக்கொண்டு போக அவன் விழித்தெழுந்த

சமுத்திரத்தில் திமிங்கலக் கன்னிகள் அவனை மயக்கிக் கொண்டிருக்கின்றன.

உயரக் கட்டிடத்தில் 161ஆம் மாடியில் அடிக்கிற டெலிஃபோனை யாராவது எடுப்பதற்கு முன்பு கடல் நண்டானது அதில் கைப்பிடியாக உட்கார்ந்துகொண்டது. இதர எதிர்கால மிருகங்கள் ஆரவாரிக்க, பிளாஸ்டிக் குரங்குகள் கட்டிடத்தின் சாரத்தில் இறங்கி இறங்கி மறைந்தன. நகரத்தின் சதுக்கங்களை பதாளச் சாக்கடைகளி லிருந்து வெடித்துப் பீறிட்டெழுந்த எந்திர முதலைகள் நிரப்பின. அவற்றின் பச்சைக்கண்கள் ரோடு சிக்னல்களைக் கொண்டு மிரண்டுபோயின. ஒவ்வொரு சதுக்கத்திலும் அச்சு மிருகங்களுடன் பொருந்தும் தந்திக்கூடுகள் நகர்ந்து செல்வதை மில்லியன் கண்கள் வியப்புடன் பார்த்துக் கொண்டிருந்தன. மனிதக் கண்கள் பார்த்துப் பழகிய மனிதனும் மிருகமும் மோதும் பிரம்மாண்டமான ஸ்டேடி யத்தை பொங்கி வெடித்துக்கொண்டிருந்த எரிமலையின் சாம்பல் நிரப்ப உறைந்துபோனது எழுத்து. உறைந்த எழுத்துகளைப் பொறுக்கி அவற்றைத் தூவியவுடன் மண்புழுவின் நாட்டியத்துடன் எழுந்த அவரைக்கொடியின் மீதேறிச் சென்று மேகங்களுக்கிடையே நட்சத்திர அபாக்கஸ் (abacus) ஒன்றை விளையாட எடுத்தபோது தோன்றிய ராட்சசனை வெட்டி வீழ்த்திவிட்டுக் கீழிறங்கியது குழந்தை.

வாச்சியம் இரண்டு

மதினிமார்கள் கதை
தமிழில் மீண்டும் கதை சொல்பவனின் வருகை

நாகார்ஜுனன்

தமிழ் இலக்கிய மரபில் நெடுங்காலம் இருந்துவிட்டுத் திடீரென்று காணாமல் போன கதை சொல்பவனை மீண்டும் மதினிமார்கள் கதை மூலம் பார்க்க முடியும்.

கதை சொல்பவன் கதாசிரியன் அல்லன்; மாறாக ஒரு கலாச்சாரத்தின் முக்கிய செயல்பாட்டை அதற்கே உணர்த்த முயல்பவன். இவன் தொல் கதைகள், தேவதைக் கதைகள் மூலம் வளைய வருபவன். கடைசியாகத் தமிழ் நாவலுலகில் பிரதாப முதலியார் சரித்திரத்தில் தென்பட்டுப் பின்பு இலக்கிய உலகில் முன் வரிசையிலிருந்து தள்ளப்பட்டவன். இவனுடைய இடத்தில் கதாசிரியன் என்ற நவீன பிம்பம் (அதன் நடையுடை பாவனைகள் மற்றும் கலாச்சாரப் புகழ், அந்தஸ்துடன்) இப்போது உட்கார்ந்துள்ளது.

எனவே கதை சொல்பவன் என்பவன் தமது கலாச்சாரத்திடமிருந்து இடரீதியாகவும், காலரீதியாகவும் வெகுதூரம் சென்றுவிட்டானோ என்று நாம் பயந்து கொண்டிருக்கும் போது, மதினிமார்கள் கதை அவனை மீண்டும் நமக்கு அருகில்கொண்டு வந்திருக்கிறது.

மதினிமார்கள் கதை தொகுப்பில் கதை சொல்லல் தாமறிந்த சிறுகதை வடிவத்தையே பெற்றிருந்தாலும்,

கதை சொல்பவன் தனக்கான நாடகப் பாணியில் கதை யாடலை நிகழ்த்துகிறான் குறிப்பாக ‘மதினிமார்கள் கதை’, மாயாண்டிக் கொத்தனின் ரசமட்டம்’ மற்றும் ‘கருப்பு ரயில்’ ஆகிய கதைகளில் கதை சொல்லுதல் ஏதோ ஒரு இடத்தில் துவங்குவதும், சட்டென்று ஏதோ ஒரு இடத்தில் நின்றுவிடுவதும் நமக்கு நன்கு பரிச்சயமான சிறுகதை வடிவங்களாகத் தெரியவில்லை. இங்கு கதை சொல்பவன் எதையோ (ஒரு *பிரீடெக்ஸ்ட்டாக*) சும்மா முன்வைத்துத் துவங்குகிறான்.

குறிப்பாக, ‘கருப்பு ரயில்’ கதையை எடுத்துக் கொண்டால், இக்கதை, ‘சிவகாசியில் தீப்பெட்டி கட்டும் சிறுவர்களைப் பற்றியது’ என்று மேலெழுந்தவாரியாகத் தோன்றும். ஆனால், கதையாடலின்போது பொன்வண்டுகள் என்ற உருவகம் நிஜப் பொன்வண்டுகளாகத் துவங்கி, பின்பு கருப்பு ரயிலில் கோர்க்கப்பட வேண்டிய தீப்பெட்டி களுக்குள் அடைக்கப்பட வேண்டிய வண்டுகளாக தீப்பெட்டி களை நிரப்பித் தொழில் செய்யும் சிறுவர்களாக பிரமாத மாய் இடமாற்றம் செய்யப்பட்டுள்ளது. இடையில் சிறுவர் களது சிறுவர்களால்பின்னப்பட்ட ரயில், கருப்பு ரயிலாக சிறுவர்களையும், குடும்பங்களையும் ஓரிடத்திலிருந்து மறு இடத்துக்கும், கிராமத்திலிருந்து நகரத்துக்கும் இடமாற்றம் செய்யும் நிஜ ரயிலாக மாற்றப்பட்டுள்ளது.

இந்த ஜாலவித்தையை அநாயாசமாக நடத்திச் செல்வ தற்காக, கதை சொல்பவன் சாதாரண எதார்த்த தளத்தி லிருந்து, கதையை விரிக்கிறான், உடனே நட்புறவு கொண்டாடும் ரயில் தாத்தா மறைந்து கருப்பு மனுசனான புது ட்ரைவர் தோன்றுகிறான். தீப்பெட்டித் தொழிற்சாலை யானது நடுக்காட்டு இருட்டுச் சுரங்கமாயும், தீக்குச்சிகள் பொன்வண்டுகளின் (சிறுவர்களின்) உடலிலிருந்து உருவி எடுக்கப்படும் பொருட்களாகவும் இடமாற்றம் செய்யப் படுகின்றன. இடையில் பொன்வண்டு, தன் நிறங்களை இழந்து கருத்து வருவதையும் சொல்லிக் கதை சொல்பவன் நிறுத்தி விடுகிறான்.

கதையாடலின் போக்கை முற்றிலும் கூறுபடுத்தி விளக்குவதற்குப் பல பக்கங்கள் தேவைப்படும். ஆனால் இந்த ஒரு கதையில் செய்யப்பட்டுள்ள உருவக இட மாற்றங்கள் *(ஷிஃப்டிங் மெட்டாபோர்ஸ்)* கதை சொல்பவன் என்பவனை உயிர்ப்பிக்காமல் நிகழ்ந்துவிட முடியாது. சிறுவர்களுக்கான தேவதைக் கதையாகவும், அதே சமயத்தில் கடுமையான சமூக விமரிசனத்தை நெகிழ்ச்சியாகவும், தீர்க்கமாகவும் வைக்கும் ஒரு கதையாகவும் இது மாறி யுள்ளது. (எதார்த்தத்தைத் துல்லியமாகச் சித்தரிப்பதே சமூக விமரிசனங் கொண்ட முற்போக்கு எழுத்தாளனின் வேலை என்று வரையறுத்துள்ள தமிழ் இலக்கிய விமரிசகர்கள் கவனிக்க!)

கதை சொல்பவனை வெறும் மரபுவழிக் கலைஞனாக மட்டுமே பார்க்க இயலாது. தேர்ந்த கைவினைஞனாக, வாழ்க்கையின் சின்னச் சின்ன துளிகளிலிருந்து பெரும் அர்த்தங்களை வடிவமைத்துக் கொள்ளும் நாடோடியாக நாம் பார்க்க வேண்டும். 'கழுதையாவாரிகள்', 'மாயாண்டிக் கொத்தனின் ரசமட்டம்' மற்றும் 'ஆதிவிருட்சம்' ஆகிய கதைகளில் நவீன உலகத்துக்குத் திடீரென்று இழுத்துக் கொண்டு வந்துவிடப்பட்ட அந்நியப் புரியாத் தன்மையும், அதைத் தனது சொந்த அளவுகோல்களை வைத்துப் புரிந்து கொள்ள முயலும் வேகமும் கதைசொல்லும் போக்கில் வெளிப்படுகின்றன.

இவ்வகையில், மாயாண்டிக் கொத்தனின் ரசமட்டம் கதை, மூன்றாம் உலக நாடுகளின் நவீன காலனித்துவ நகரங்களின் பயங்கர வளர்ச்சியை அந்நாட்டின் பழைய மனிதன் நாடோடியாக அலைந்து புரிந்துகொள் வதைத் துல்லியமாக வெளிக்கொணரும் உள் அமைப்புப் பாங்கை கொண்டுள்ளது.

கதை சொல்பவன் நமது நீண்ட இலக்கிய மரபுடன் தொடர்புகொண்டவன் என்பதற்குக் 'கழுதையின் மூக்கைப் பற்றிய விமரினமும்', 'இருட்டு கதையில் வரும் சதுக்க பூதமும்' இன்ன பிற உதாரணங்களும் உள்ளன. கதைகளில்

தென்படும் பழங்கால மனிதர்களும், உணர்வுகளும் ('பாழ்' மற்றும் 'ஆதி விருட்சம்') இயற்கைக்கும், மனித கலாச்சாரத்துக்கும் இடையேயுள்ள இரகசிய உறவுகளை வெளிப்படுத்தத் துடிக்கின்றன.

வாழ்க்கை நவீனத்துவம் பெறப்பெற செய்திகளே கதையாடல்களாக வளைய வருகின்றன. இங்குதான் கைவினைஞனாக கதை சொல்பவனுக்கும், நமது எழுத்தாள ஜீவிகளுக்கும் உள்ள அடிப்படை வித்தியாசம் வருகிறது. கதை சொல்பவனை நமது எழுத்தாளர்கள் துரத்தியடிக்கலாம். ஆனால் துரத்தியடிக்கப்பட்டுவிட்ட நாடோடிகளான நமது பெரும்பான்மை மக்களைப் போலவே அவனும் இன்னமும் உயிர் வாழ்ந்து கொண்டுதான் இருக்கின்றான்! சாகமாட்டான் என்பதற்கு இந்தக் கதைகளே சாட்சி.

நமது குறையெல்லாம் காப்ரியேல் கார்ஸியா மார்க்வெஸ் போன்றவர்களின் கதை சொல்பவன் நமது கலாச்சாரத்தில் இன்னும் குரலெழுப்பவில்லையே என்பதுதான். அதை நிவர்த்தி செய்வதின் முதல்படி மதினிமார்கள் கதை.

பாலம், மார்ச் 1988

வாச்சியம் மூன்று

தமிழ்ப் புனைகதை மரபும் கோணங்கியும்

எஸ். சண்முகம்

ஒவ்வொரு ஆசிரியனும் அடுத்த ஆசிரியனின் வாசகன். ஒவ்வொரு வாசகனும் ஆசிரியன்; அவனை அவனது வாசகர்கள் வாசிக்கிறார்கள். ஒவ்வொரு முதல் வரிசைக் கதை சொல்லியும் இரண்டாவது வரிசைக் கதை கூறுபவன் – எழுதுபவன், ஒவ்வொரு முதல் வரிசைக் கதை கூறுபவன் (ஒவ்வொரு முதல் வாசகன்) இரண்டாம் வரிசைக் கதை சொல்லி கதை கூறுபவர்களின் எதிரீட்டுத் தொகுதியும் ஒத்தத் தன்மையுடையவர்கள். மேலும் அந்த அடையாளம் 'கதையாடலாக'க் கூறப்பட்டவைகளின் தொகுதியை அமைக்கிறது.

ழான் பிரான்ஸுவா லியோதார்த்
லெசன்ஸ் இன் பேகனிசம்

கதையென வழங்கிய ஒரு வகை எழுதுதல் முறைமையானது, இன்று பல்வேறு மாறுதல்களினால் வித்தியாசப் படுத்தப்பட்டுள்ளது. 1. முறைமாற்று, 2. வரிசை மாற்று என்ற இருவகையான மொழி ரீதியான வேறுபாடுகளை அடைந்துள்ளதாக பின்-நவீனத்துவ சிந்தனையாளரான ழான் பிரான்சுவா லியோடார்ட் சொல்கிறார். வழமையான கதை ஆசிரியன்/கதை/வாசகன் என்ற பாகுபாட்டிலிருந்து மொழிக்களனானது மாறியுள்ளது.

இன்று
மீள்கதைசொல்லி/கதைசொல்லி

மீள்கதைசொல்லி/கதையாடலாகச் சொல்லப்பட்டது

கதைசொல்லி/கதையாடலாகச் சொல்லப்பட்டது என்ற மொழிவகையில் மாற்றம் கண்டிருக்கிறது என்கிறார். மேற்கண்டவாறு பல்வேறு 'நிலைப்பாடுகளாய்' முறைமாறியும் வரிசை மாறியும் வந்துள்ளது. கதைக்கு 'மனிதப் பண்பு' மையமென கொண்ட கதையாடல்கள், கதையாட்டம் புனை கதையாக சொல்லுதல் களின் தொகுப்பாக கட்டவிழ்ந்து இருக்கிறது. 'மனிதப் பண்பை' நோக்கியே குவிக்கப்பட்ட வாசகனின் வாசித்தல் சிதறியடிக்கப்பட்டது. தமிழின் புனைகதை மரபில் முதல் இரு நாவல்களின் போக்கே இருவேறு எதிரெதிர் பண்புகளை கொண்டிருக்கிறது:

– பிரதாப முதலியார் சரித்திரம் எழுதிய வேதநாயகம் பிள்ளை ஸ்பானிய நாவலாசிரியனின் ஸ்பானிய நாவலாசிரியரின் டான் கியுக்ஸாட்டில் உள்ள வீரப்பண்பு என்ற கூற்றை அடிப்படை பிரதியியல் நுட்பமாக கொண்டு எழுதினார்.

– இரண்டாவதாக கமலாம்பாள் சரித்திரம் எழுதிய பி.ஆர். ராஜமய்யர் அவருடைய நாவலுக்கு 'சீதையின் நற்பண்புகளை' பாத்திர வயப்படுத்தலை செய்வதையே தனது பிரதியியல் கோட்பாடு என கண்டறிகிறார். ஆக தமிழ் நாவலின் ஊற்று கண்ணிலிருந்து இருவேறு கிளைகள் பிரிந்துள்ளன:

– பிரதாப முதலியார் சரித்திரம் – வீரப்பண்பு வழியான அறநெறியை மனிதவயப்படுத்துவது;

– கமலாம்பாள்சரித்திரம் - நற்பண்பை மீட்டெடுத்தல்.

இவ்விரு பண்புகளின் வழியே தமிழ் புனைகதையானது வளர்ந்துள்ளமை நோக்கத்தக்கது. இந்த இரு நாவலாசிரியர் களும் சரித்திரம் என்பதை,

– வேதநாயகம்பிள்ளை - கால வரன்முறை பதிலாகவும்

– ராஜமய்யர் - சரிதையாகவும் மாற்றியுள்ளனர்.

மேலும் தங்களின் கதை பிரதியாக்கத்தைத் தீர்மானித்தவையாக அவர்களுள் கருதும் விஷயத்தைக் காணலாம்:

– பிரதாப முதலியார் சரித்திரம்: இந்த 'கதைக்கு' நிலைக் களமான தென்இந்தியாவை *(லேன்ஸ்கேப்)* முன்னர்

எழுதிய அறநெறி நூல்களுக்கு உதாரணங்களாக காட்ட எழுதினேன் என்கிறார். தேசியப் பண்பு, இல்வாழ்க்கை, தென்இந்திய மக்களின் பழக்கவழக்கங்கள்.

– கமலாம்பாள் சரித்திரம்: இச்சரித்திரமெழுதுவதில் எனக்கு 'கதையே' முக்கிய கருத்தன்று.

மேற்கண்ட இருவரிடமும் ஓரளவில் அறநெறியை பாத்திரவயப்படுத்தல் அதாவது பிரதிக்குள் அறங்களை உள்வயப்படுத்தலைச் செய்யும் போக்கு இருந்திருக்கிறது. ஆனால் வேத நாயகம் பிள்ளை கதை என்பதற்கு அழுத்தம் தந்திருக்கிறார் என்பது அவரது கூற்றாலேயே தெரிய வருகிறது. அவரது நாவலின் ஒவ்வொரு பகுதியையும் வீரப்பண்பின் புனைகதையாகவே கட்டமைத்துள்ளார். 'புலியெனும் கிலி' போன்றவை இதற்கு தக்க பிரதியல் சான்றாகும். அறநெறியை மனிதவயப்படுத்துவதில் நகைச் சுவையை மொழிக்கட்டமைப்பில் கொண்டுவருவதில் ஓர் இரண்டக நிலையை காணலாம். கவர்னருக்கு வணக்கம் சொல்லும் காவலர்களைக் காணும் கவர்னருடன் அமர்ந் துள்ள சிறுவன் தனக்குத்தான் அது அளிக்கப்படுகிறது என நினைப்பதை அப்பிரதியில் இழையவிட்டிருப்பது வணக்கம் என்ற மரியாதையை நையாண்டி போலி செய்வதும் கதைமொழியின் ஒரு இழைப்பின்னலாக நாவல் முழுவதும் காணமுடிகிறது. ஆனால் ராஜமய்யர் பிற்கூற்று என்ற நாவலின் கடைசியிலுள்ள குறிப்பில் 'எனக்கும் கதையே முக்கிய கருத்தன்று' என்று கூறுவதில் புனைகதை என்பதை மறுதலித்தும் அதை ஒரு கருத்தாக மொழிப்படுத்தும் கதை மரபுக்கு எதிரான போக்கைக் கடைபிடிக்கிறார். இவ்வாறு இருவேறு நேரெதிர் பண்புகளோடு உருவான தமிழ் புதினம் ஒருபுறம் 'பிரதாபமாகவும்' ஒருபுறம் 'சரித்திரமாகவும்' வளர்ந்துள்ளது.

2

அடுத்ததாக புதுமைப்பித்தனும், மௌனியும் சிறுகதையை எவ்வாறு மொழிச் செயல்பாடாக மாற்றினார்கள் என்பதை

சுருக்கமாக பார்க்கலாம். புதுமைப்பித்தன் சிறுகதைகளில் ஒவ்வொரு கதையையும் ஒரு பிரத்யேகமான மொழி அமைப்பில் கட்டமைக்கும் போக்கைக் காணலாம். பெரும் பாலாக 1. எதார்த்த எழுத்து 2. எதிர் எதார்த்த எழுத்து 3. முழுக்க முழுக்க மொழிமய சிறுகதைகளாக பிரித்து அறியலாம். இங்கு மேற்கண்டவைகளைப் புதுமைப் பித்தன் சிறுகதை என்ற மொழியை அவர் அறிந்த அறிதல் கட்டமைப்பாக கருதலாம். அதோடன்றி இதிலிருந்து விடுபட்ட விதமாய் பத்து வெவ்வேறு விதமான கதையாடல் களில் பத்து பத்தாக சிறுகதைகளை எழுதியுள்ளமை குறிப் பிடத்தக்கது. இவை விரிவாக வேறொரு தனிக் கட்டுரை யாக காணத்தக்கதாகும்.

இதற்கு இணையாக மௌனியும் சிறுகதைகளை எழுதிய போதிலும் புதுமைப்பித்தனிடம் காணக்கிடைக்கும் பன்முகத் தன்மையதான மொழி விளையாட்டு அமையப் பெற்ற சிறுகதைகள் அதிகம் இல்லாதபோதிலும் மௌனி யின் குறிப்பிட்டத்தக்க போக்காக ஒரே சிறுகதையில் பல்வேறு விதமான மொழி அமைப்பை சிறுகதை சட்டகத்தினுள் அடக்கி பிரதியாக்கியுள்ளமை முக்கியமானது. சிறுகதையை மௌனி 'பன்முக முனைகளைக்' கொண்ட சொல்லாடல் தொகுப்பாக தருகிறார். கதையென்பதை ஒரு வகையான மொழிக்கூற்றின் தன்மை வழியாகவே கட்டமைக்கிறார் மௌனி. தமிழ் சிறுகதையில் புதுமைப்பித்தனும் மௌனி யும் இரண்டு எதிரும் புதிருமான போக்கிலேயே தங்களது எழுத்துக்களை கட்டமைத்துள்ளனர்.

புதுமைப்பித்தன்
யதார்த்தம்
எதிர் எதார்த்தம்
சொல்லுதலால் ஆனவை.
மௌனி
யதார்த்த மொழிச் சிறுகதைகள்
ஒரே கதையில் பல்வேறு விதமான
மொழி கொண்டவை.

இவ்வாறு நீண்டுள்ள புனைகதை மரபில் ஒருபுறம் வலிமையான ஒற்றை 'மொழி கிளைத்தல்' யதார்த்த வகையான எழுத்துமுறை வாசக தளத்தை கரடுதட்ட வைத்துள்ள வகையாக மாறியுள்ளதை அறியலாம். மற்றொரு போக்காக 'சொல்லுதல்' என்ற மொழிக்களனை சொல்லாடல் வயமான பிரதியாக்க நுட்பமாக கொண்ட எதிர்-எதார்த்தப் போக்கின் புனைகதை மரபு ஒன்று வளர்ந்து வந்துள்ளது. அந்தப் போக்கு தொடர்ந்து கதைசொல்லியை அடுத்த கதையைப் பிரதிப்படுத்தும் கதைசொல்லியின் வாசகனாக்கும் மரபை தமிழில் சாத்தியப்படுத்த முயன்று கொண்டிருக்கிறது.

இன்று புனைகதை மரபில் மைய அழுத்தம் பெற்றுள்ள எதார்த்த எழுத்துமுறை அதற்கு எதிரான எதிர் எதார்த்த போக்குகளை விளிம்புகளுக்கு வெளியே தள்ளிவிட்டு வாசகரின் கற்பனை பாதுகாவலர்களாக தங்களை முன்னிறுத்தி கொண்டுள்ளது. விளிம்புகளுக்கு வெளியே இயங்கும் இந்த எதிர் எதார்த்த புனைகதை பீட்டர் லமார்க்கின் 'புனைகதை/கதையாடல்' ஆகிய இரண்டையும் குறித்த கருத்துக்களை அறிவது உதவும்.

1. 'புனைகதை' என்பது சாதாரணமாக நாவல் அல்லது கதையைக் குறிக்கும்.

2. 'கதையாடல்' என்பது செய்யப்படுவதும் மற்றும் அமைப்பாக்கம் என்ற சொற்பண்பைத் தெளிவாகக் குறிக்கும். ஆனால் மெய்ப்பொருள் தெளிவின் குணமின்றி 'உருவாக்கப்பட்டோ அல்லது கதையாடல்களின் வாயிலாகப் புனைந்துருவாக்கப்படுவதில் பொருண்மையிலும் மற்றும் விஸ்தரிப்புப் பொருளிலும் புனைகதை பயிழலாம்'. ஆனால் கதையாடல்கள் என்பது புனைகதை என்ற தன்மைகளோடு மட்டுமே நின்றுவிடுவதில்லை.

இவ்வாறு சொல்லுதல் என்பதை ஒரு குறிப்பிட்ட வரையறையில் கட்டுப்படுத்த முடியாது என தெரிகிறது. கதைப் பிரதியில் சொல்லுதல் ஒரு கட்டமைப்பை பருண்மைப் படுத்த முயல்கிறது. இதனோடு தொடர்புள்ள பீட்டர் லமார்க்கின் மற்றொரு கருத்தைப் பார்ப்போம். எதிர்

எதார்த்தத்தை கட்டமைக்கும் இரண்டு பண்புகளை தருகிறார் அதில் இரண்டாவது அவர் தரும் குறிப்பு.

1. புனைகதை என்பது எதுவாயினும் மனிதனால் தயாரிக்கப்பட்டது.

2. உண்மையும் மனிதனால் தயாரிக்கப்பட்டது (கருத் துருவத்தில் அல்லது மொழியியலில்).

3. ஆகையால் உண்மை என்பது புனைகதையில் வாழும் ஓர் உயிர்.

மேற்கண்டவற்றை வைத்துப் பார்க்கும்போது கதைப் படுத்தல் அல்லது பிரதிப்படுத்தல் என்பது அடிப்படை யில் மொழி ரீதியாகச் செய்யப்படுகிறது என்பது நன்கு விளங்கும். ஆக மொழியால் சொல்லப்பட்டு செய்யப்பட்ட கதையென்பது ஒருவன் அதை கையாளும்போது அவனுக்கும் முன்பு அதே மொழியை மற்றொருவன் வேறு ஒரு 'சொல்லுதலுக்கு' அதைப் பயன்படுத்தி கதைப்படுத்தி இருப்பான். ஒரு கதைப் பிரதியென்பதின் மொழியானது கதைக்கு முன்பும், கதை முடிந்த பின்பும், சொல்ல வந்த கதையையுமின்றி, வேறு கதையை சொல்லியும் இருந்து வந்துள்ளது என்பது அதன் சாத்தியம். ஆகையால் ஒரு கதை சொல்லி கையகப்படுத்தும் மொழிக்கு அர்த்தம் என்பதே அவனது 'சொல்லுதலின்' நிமித்தம் உருவாகி கதையானதும் கரைந்து போய் அடுத்துவரும் மற்றொரு கதைச்சொல்லி யின் சொல்லுதலுக்காக காத்திருக்கிறது. கதையை யூகங் களின் அடிப்படையில் வாசித்தல் என்ற பின்நவீனத்துவ முறையை அறிமுகப்படுத்திய தமிழவனின் 'சரித்திரத்தில் படிந்த நிழல்கள்' என்ற நாவலையும் இங்கு குறிப்பிட வேண்டும். இப்படி பல்வேறு கதைசொல்லிகளைக் கண்ட தமிழ் புனைகதையின் ஏடுகளில் கோணங்கியின் கதைப் பிரதியையும் ஒருமுறை வாசிப்போம்.

3

சிறுகதையின் 'சொல்லுதலின் மொழியை' தன்னால் இயன்ற வரை ஒரு நூதனமான நிலைக்கு உந்தித் தள்ளியவர்களில்

'கோணங்கி' என்ற கதை சொல்லியும் ஒருவர். அவரது 'பனிவாள்' மற்றும் 'உப்புக் கத்தியில் மறையும் சிறுத்தை' ஆகிய இரண்டு புனைகதை களின் மொழி வழியில் நமக்கு வாசிக்கக் கிடைக்கக்கூடிய புதிய மொழிப் பரப்பைக் காணலாம். பனிவாள் என்ற கதையில் வரும் முதல்வரி 'தானாக இருந்த நீரில் ஒரு துளைவிழ அதன்வழி ஆலீஸ் பிறந்தாள் என்பதைச் சொல்ல வேண்டும்' என்று சொல்லுதல் துவங்குகிறது. ஆலீஸ் என்ற 'குறி' தமிழில் பிரயோகப்படுத்துவதில் பொதுவாக உணரப்படும் சிக்கல் ஆலீஸ் என்பதை கதை சொல்லுதலின் துவக்கமாக கொள்ளும் போது, 'ஆலீஸ்' என்ற லூயி கரோலின் 'கதைக் குறி' தமிழில் பரஸ்பரப் பிரதியாக்கமாக செய்யப்படுவதோடு மறு பிரதியாக்கப்படுவதையும் கவனிக்க முடியும். ஆலீஸ் பிறந்தாள் என்பதை சொல்லவேண்டுமென்பதில் தமிழ் புனைகதைப் பரப்பிற்கு அதை கதை சொல்லுதலின் துவக்க மாக சொல்லலாம். ஆலீஸ் எங்கிருந்து கதை மொழியில் முகிழ்கிறாள் என்று பார்ப்போம். 'எல்லா துளைகளிலும் ஆலீஸ்' எனும்போது கதையின் பரப்பில் இருக்கக்கூடிய எல்லாவிதமான அறி-இன்மையிலிருந்து ஒரு தமிழ்ப் படுத்தப்பட்ட மொழிக்குறியாக்கம் நிகழ்கிறது. அவளது முன்பிரதியாக்க நிலையான முயலை துரத்தியபடி அதன் குழியில் விழுந்ததில் லூயி கரோலின் விந்தை உலக மானது மொழியுள் கதவை திறக்கிறது. ஆனால் இங்கு அவள் பின்னால் ஓடிய யாவரும் அவள் விழுந்த மொழி விந்தை யின் ஆழத்தை பார்க்க ஆலீஸின் மாற்றம் கதையாக துவங்குகிறது. 'உறைந்து உறையாத நீரில் 'பனிவாளாக' மாறித் தத்தளித்துக் கொண்டிருக்கிறாள்' என கதையில் வருகிறது. ஆலீஸ் என்ற விந்தையான 'குறி' தமிழில் 'பனிவாளாக' பிரதிப்படுத்தப்படுகிறது. அவ்வாறு பிரதிப் படுத்தப்படும் போது ஆலீஸின் தோற்றம் தமிழில் மொழிப் பிறப்பாக மாறுவதை குறிக்கும் கோணங்கியின் கதை சொல்லுதலில் இவ்வாறு மொழிப்படுத்தப்படுகிறது. 'நீரை வாளாக ஏந்தி வாளின் கூர்முனை கொண்டு நீரில் ஒரு

துளைவிழ 'அவள்' பிறந்தாள். 'அவள்' என்பதை ஆலீஸ் பனிவாளாகிய பிரதியியல் விந்தையில் பனிவாள் அவளாக பதிலிப்படுத்தப்படுகிறது. இக்கதையின் நிகழும் இந்த பிரதியியல் ரசவாதம் முழுக்கதையின் முதல் பத்தி, வரப் போகும் கதைக்கு கதைசொல்லியின் பரஸ்பரப் பிரதியாக்க மாக்கச் செய்யும் பிரதியியல் மொழிச் சாத்தியப்பாட்டை ஒரு சிறிய முகவுரை போல் அறிவிக்கிறது.

ஆகியவை கதைக்குள் ஒரு பிரதியியல் நுட்பமாக கட்டமைக்கப்பட்டுள்ளது.

1. ஆலீஸ் தோன்றுதல்

2. பனிவாளாக பதிலியாதல்

3. 'அவள்' என பிறத்தல்

இவ்வாறு பனிவாளாக மொழி மாற்றம் பெறும் ஆலீஸ் இருவேறு எதிரெதிரான பண்புகளைக் கொண்ட மூதாதைக் கூட்டத்தினரின் இடையே இருக்கத் துவங்குகிறாள். பனி மனிதர்கள் × மணல் மனிதர்கள். இவர்களின் இடையே மிதந்து போகும் பனிவாளை இரு கூட்டத்தினரும் கையகப் படுத்த எத்தனித்த வண்ணம் இருக்கிறார்கள். இந்த பனிவாளின் கீழ் கட்டப்பட்டுள்ள இருவேறு கற்பனை நிலபரப்பாக பனிவெளியும் × மணல் வெளியும் பிரதியில் தோற்றம் கொள்கிறது. பனிமனிதர்களின் உடலிய விளிம்பில் பனித்துகளும் × மணல் மனிதர்களின் உடலிய விளிம்பில் மண்துகளும் பூசப்பட்டு நிலப்பரப்பு, உடற்பரப்பாக மாற்றம் கொள்ளும்போது அதற்கிணையாக ஆலீஸூம் மனதில் உள்ளதையெல்லாம் உடலில் வரைந்து கோலமிடு கிறாள். கதைப் பிரதியின் கற்பனை மனிதர்களுக்கீடாக ஆலீஸ் என்ற மொழிக்குறியும் தன்னை மறுஒப்பனை செய்து கொள்ள தனது (அகம்) என்ற மனதை உடல்மேல் வரைந்து மாற்றிக்கொள்கிறாள். இன்று பின்நவீனத்துவ கோட்பாடு களில் ஒன்றாக கூறப்படும் மேற்பரப்பு/சுய மறுஒப்பனை இங்கு கதையின் சொல்லுதலில் நடந்தேறுகிறது.

பனிவாளைச் சுற்றி வலைப்பின்னலாக அமைக்கப் பெற்றிருக்கும் சொல்லுதல்களை விளங்கிக் கொள்ள,

முதலில் இருவேறு மொழிப்பரப்புகளை இனங்கான வேண்டும். கதையை மொழிரீதியாக நகர்த்தும், 'பனிவாள்' என்ற ஆலீஸின் மறுபுனைவாக்கம் பனி × மண் என்று இரு கற்பனையான பிரதியியல் பிரதேசங்களை உருவாக்கியுள்ளது. அதில் உருப்பெறும் இருவேறு எதிரிடை மனிதர்களிடம் வசப்படாமல் மிதக்கும் பனிவாளை கைக்கொள்ள நடக்கும் பிரதியியல் நீட்சியின் மொழிகாக்கவே கதையை கட்டமைக்கும் சொல்லுதல்கள். இப்படி இருவரிடமும் சிக்காமல் திரவக் கதையாடலாக நகர்ந்து போகிறது. இதுவரை கதைமொழியில் வந்தவைகளின் அடுத்த கட்ட சொல்லுதலாக பனிமனிதர்கள் × மண் மனிதர்களின் மூதாதைகளின் வருகையும் அவர்கள் எப்படி நினைவு உறைந்த மொழிக் குறியாக மாறி உள்ளனரோ அதுபோல பனிவாளும். ஒரு குகைக்குள் புகுவதன் மூலம் இருவேறு உலகங்களிடையே இடையாட்டமாக விளங்கிய பனிவாள் ஸ்படிகக் கல்லாக மாறுகிறது.

பனிவாளை தொடர்ந்து வரும் இரண்டுவித கதை சொல்லுதலின் பதிலியாக பனிமனிதர்களையும் × மண் மனிதர்களையும் கொள்ளலாம். இவ்விரு மொழிச் சொல்லுதலும் பனிவாளை பின்பற்றி குகைக்குள் நுழையும் போது அங்கு புதிய 'மிருகிய பெண்ணிணைவை' எதிர் கொள்கிறார்கள்.

நிர்வாணமான ஆதிக்குடி பெண்ணின் நரபலி ஆட்டத்தில் தான் பனிவாளானது வசப்படுகிறது.

அவள்மீது மிருக நாற்றம் வீசுகிறது. அவளிடமே பனிவாள் வசப்படுகிறது. ஆலீஸ் பனிவாளாக மாறியதிலிருந்து குகைக்குள் ஸ்டிகக் கல்லாக உறைகிறாள். கதையின் முன் பகுதியில் வரும் நீரின் குழியிலிருந்து தோன்றிய 'அவள்' இடம் வசப்படுகிறாள். ஆக கதையின் முதல் குறியாக வந்த 'ஆலீஸ்' 'தோன்றினாள்' என்பது இடையில் 'அவள்' பிறந்தாள் எனவும் கடைசியில் ஸ்படிகமாக உருமாறி ஆதிக்குடி பெண்ணிடமிருந்து மீண்டு 'பனிவாளின் வெள்ளை உருவம் துருவ நட்சத்திரத்தில் 'தோன்றுவதாக'

விழித்திருந்து பார்த்துக் கொண்டிருக்கிறார்கள்' சிலர் (வாசகர்கள்). இதன் வழியே கோணங்கியின் பிரதியாக்க செயல்பாட்டை காணும்போது புனைகதை மரபில் லூயி கரோலின் 'ஆலீஸ்' என்ற விந்தையான குறியை தமிழ்ப் பிரதிமயப்படுத்தலில் எவ்வாறு இரு எதிரிடையான கற்பனை யான நிலப்பரப்புகளை மொழிப்படுத்தி சாத்தியமாக்கு கிறார் என்பது விளங்கும்.

4

மிருகியல் நாற்றத்துடனும் நரபலி ஆட்டத்துடனும் முடியும் பனிவாளின் பிரதியியலின் வழியே கோணங்கியின் அடுத்த கட்டகதை மொழியாடலாய் உப்புக் கத்தியில் மறையும் சிறுத்தை'க்கு வருவோம். இதன் முதல் வரியி லேயே கூறப்படும் முன் அறியப்படாத உயரமான மஞ்சள் நிற அலியின் தலைமுடியின் வாசனை அந்த அறையை ஊடுருவி மிருகிய நாற்றத்திலிருந்து அலியின் தலைமுடி வாசனையோடு கதைப் பிரதியின் சொல்லுதல் துவங் குகிறது. அலிகளின் எதிரிடை 'குறியாக' சிறுத்தைத் தோல் கொண்ட யுவதி, ஏற்கனவே மிருகிய நாற்ற முடையவள் இந்த பிரதியில் தனது உடலின் மேற்பரப்பை சிறுத்தையின் தோலைப் போர்த்துக் கொள்கிறாள். இந்த கதைப் பிரதியில் வரும் அலிகளின் கைகளில் 'உப்புக் கத்தி' என்ற பனி வாளின் மூலம் மற்றொரு பிரதியியல் சாத்தியப் பாடு விரிவடைகிறது. இனி உப்புக்கத்தியின் கதை சொல்லுதல் களைக் காணலாம்.

இந்த அலிகளின் கதையாடலை நிர்மானிக்க ஒரு கற்பனை நகரம் கட்டமைக்க பெறுகிறது. 'எரிது' என்று அம் மொழி குறியில் இரண்டு சொல்லுதல்களை கொண் டுள்ளது. எரிது என்ற நகரானது அலிகளின் கற்பனையான நிலப் பரப்பாக கொள்ளலாம். அங்கு கதை சொல்லுதல் என்பதை ஆடியுள் நிகழ்த்தப்படும் அசைவுக் கோர்வைககளாகவும் ஒன்றோடு ஒன்று இணைவற்ற பிம்பங்களை அடுக்கு தலையே கோணங்கி தனது கதைமொழியின் போக்காக சொல்லிச்

செல்கிறார். 'உப்புக்கத்தி'யைத் தேடிய இருவேறு பண்பு களை கொண்டவர்களின், உடைத்தெறியப்பட்ட, சொல் லாடல் களின் தொகுப்பாக கொள்கிறார். 'பழங் கண்ணாடி வேவு' பார்க்கும் பாழ் அறைக்கு ரகசிய அலி களும் யுவதி களும் வந்து உப்புக் கத்தியைத் தேடு கிறார்கள்.'

'கூட்டமாய் வரும் மிருகங்கள் மஞ்சள் அலிமீது ஊர்ந்து நெருங்க உடலனைத்தும் கொண்ட மூர்க்க வெறி தாபமாய் சிதறி வெடிக்கக் காத்திருக்கிறான் கண்ணாடி முன்.'

முதலில் உப்புக்கத்தியை தேடி அலிகளும் யுவதிகளும் வேவு பார்க்கும் கண்ணாடியுள் பிரவேசிக்கிறார்கள். 'வேவு பார்க்கும் கண்ணாடி' தான் எதிரிடையான உடலிய சாத்தியங்களின் பிரதியியல் பரப்பாகும். 'இந்த இரண்டு எதிரிடைகளைத் தாண்டிய கூட்டமான மிருகங்கள் மஞ்சள் அலியின் மீது தாக்க தன்னுள் உள்ள 'இன்மைப் பண்பான 'தாபம்' என்ற வெடித்துச் சிதறும் காட்சி கண்ணாடியின் முன்நின்ற அலியால் பார்க்கப்படுகிறது. தன்னிலையின் சிதறலை தானே பிரதிப்படுத்துவதன் மூலமாக பிணைக்கும் 'தாபம்' என்ற பெருந்தத்துவ சொல்லாடல் தகர்கிறது. இவ்வாறு 'மஞ்சள் அலி' என்பதை அலியில் பொருள் படுத்த பிரதியில் 'மஞ்சள்' என்ற நிற ஜீவியாக குறியாக்கம் செய்கிறார் கதை சொல்லி. இந்த மஞ்சள் நிறத்தை அலிக்கு பதிலிப்படுத்த பிரதியின் ஓரிடத்தில் 'பச்சைப் பெண்? என்ற குறியை இதற்கு நேரெதிராக பயன்படுத்துகிறார். 'பாசீ' என்ற சங்கேதச் சொல்லின் துணைகொண்டு அடை யாளப்படுத்துகிறது கதைமொழி.

மஞ்சள் × பச்சை

இங்கு மஞ்சள் என்ற நிறத்தை, பச்சை என்ற எதிரிடை யாகவும் ஒருவித சமிக்ஞையாகவும் மொழியால் இணைத்துக் காட்டப்படுகிறது. இங்கு மஞ்சள் என்பது antifertilityயாகக் குறிக்கப்பெறுகிறது. மேலும் இங்கு இருக்க வேண்டியதின் இன்மை என்பது ஒரு பாலுக்கான பாலியல் உறுப்பு இல்லாமல் போகும்போது அதனை மறு கண்டெடுத்தலை செய்யுமுகமாக மஞ்சள்நிறம் அலியின் செயல்பாட்டை

மொழிரீதியாக கண்டறிவதைக் காணலாம்.

'உப்புக் கத்தியை எடுத்து சுரோனிதப் பையைக் கீறி சுரோனிக்கல்லை எடுத்து கண்ணைக்கீறி கண்மேல் பதித்த சுரோனிதக்கல்'

தன்னிடமுள்ள உப்புக்கத்தியால் தன்னிடமில்லாத; 'சிறுத்தை யுவதியின்' சுரோனிதப்பையைக் கீறிக் கிடைத்த கல்லை தனது உடலிய சாத்தியப்பாட்டை மாற்றி அமைக்கும் முகமாக கண்களின்மேல் அந்த 'கல்லை' பதித்து மாற்றிப் பார்த்தல் என்பதை மறுகட்டமைப்பு பார்வை எனப் புனைகதையின் புதிய மொழி சொல்லுதலாக கொள்ளலாம்.

உப்புப் கத்தியை வைத்து தன்னை மறுகட்டமைப்புக்கு உட்படுத்தும் மஞ்சள் அலிகள், 'பும்மைதுனைக்காரர்களை கத்தியின்விளிம்பால் தொடுகிற' செயல் தன்மையொத்த பும்மைதுனைக்காரர்களின் உடல் விளிம்பைக் கத்தியால் தொடுவது, விளிம்பு மற்றொரு விளிம்பைத் தொடும் ஒரு நுண்ணிய சொல்லுதலாக பிரதியாகிறது.

அடுத்ததாக, அலிகளின் மொழிப் பிரதேசமாக கட்டப் பட்டுள்ள உப்பு வெளியில் அலிகள் தங்கள் உடலை மஞ்சளாக பதிலிப்படுத்துதலை கீழறுப்பு செய்யுமுகமாக தங்களின் உடல்களை மாற்று உடல்களோடு சேர்த்து இழை பின்னுதலை.

'வண்ணத்துப் பூச்சிகளை அலி உடல்களில் சேர்த்து தைத்துவிடும் அந்நியனைத் தேடி பலர் வந்து போகிறார்கள். வர்ண இறகுகளின் நிறப்பொடியில் ஆணைப் பெண்ணாக மாற்றும் தையல் வேலை நடந்து வந்தது இரகசியமாக' எனவும்

'அலிகள் அலைவுறும்' சந்துகளில் ஒவ்வொருவர் உடலிலும் விநோத பிராணிகளை ஒட்டித் தைக்கும் தோல் தையலில் 'இழைக்கட்டு' பிரித்ததும் இணைந்து கொண்ட இரு உயிரினமான விநோதம் நகரை நெருக்கடியில் சிக்க வைத்தது' எனவும் மேற்கண்டவாறு மொழிவயப்படுத்து கிறார் கோணங்கி. அலியின் உடலியல் விடுதலையின் குறிப்பீடாக வண்ணத்து பூச்சியின் இறகுகளின் நிறப்பொடி

யில் ஒரு பாலை (ஆண்) வேறொரு பாலாக (பெண்) மாற்றுவதை 'வண்ணம்' என்ற குறிப்பீடு மஞ்சள் நிறத்தை கீழறுப்பு செய்த பல வண்ணங்களாக பிரதியியல் விடுவிக்கிறது. ஆனால் அலிகளின் உடல்மீது ஊர்ந்து தாபத்தை சிதறடித்த பிராணிகள் உங்கள் நினைவுக்கு வரலாம். அதே பிராணிகளை அலிகள் உடலில் ஒட்டி தைத்து விளிம்பில் தனிமைப்படுத்தப்பட்ட நிலையிலிருந்து அவர்கள் 'இரு உயிரினமாக' மாறும் புதிய பிரதி சாத்தியத்தை கோணங்கி கட்டமைக்கிறார்.

அலிகளின் கதை நகரமான 'எரிது' அதன் இரகசிய சமூகத்தின் வரலாற்றை பல்வேறு நுண்ணிய சொல்லுதல்களினால் கட்டியுள்ளதைக் கண்டோம். இந்தப் பிரதியில் வரும் ஒரு கிழட்டு அலிமீது பல சிறுமிகள் தங்கள் ரேகைகளை பதிக்கிறார்கள். அந்த அலியின் உடல்மீது உள்ள சுருக்கங்களை அலிகளின் வரலாற்றின் வரிகளாக கோணங்கி பிரதிவயப்படுத்தியுள்ளார். சிறுமிகள் கைரேகைகளை பதிப்பதை போல.

பார்வை நூல்கள்

கோணங்கி, *பட்டுப்பூச்சியில் உறங்கும் மூன்றாம் ஜாமம்.*
கோணங்கி, *உப்புக்கத்தியில் மறையும் சிறுத்தை*
தமிழவன், *சரித்திரத்தில் படிந்த நிழல்கள்.*
மாயரம் வேதநாயகம் பிள்ளை, *பிரதாபமுதலியார் சரித்திரம்.*
ராஜமய்யர். பி.ஆர்., *கமலாம்பாள் சரித்திரம்.*
Anderw Benjamin, (ed.), *The Lyotard Reader.*
Christopher Nash (ed.), *Narrative-Culture*.
Jean Francois Lyotard, *Lessons in Pagenism*.
Peter lamarque, *Narrative- invention: The limits of fictionality.*

●

வாச்சியம் நான்கு

கோணங்கியின் புனைவுக் கலை

பாலசுப்ரமணியன் பொன்ராஜ்

தமிழில் சிறுகதை வடிவில் புனைவெழுதும் கலை ஐரோப்பிய சாயல்களோடு காலனியக் கல்வி நிறுவனங்களில் படித்து வெளியேறியவர்களின் மேஜைகளில் அதன் முதல் வாக்கியங்களைத் துவக்கியது. இயல்பில் ஐரோப்பிய இலக்கணங்களைத் தாங்கி நின்ற தமிழ்ச் சிறுகதைகளில் புதுமைப்பித்தன் அவருக்கென ஓர் அழியாப் பாதையை உருவாக்கினார். மரபில் இருந்திராத உரைநடை வடிவில் அச்சு இதழ்களில் கம்போசிடர்களின் கரங்களால் பதிவேற்றம் பெறும் கதைகள் பலவற்றில், இலக்கியத் தகுதியை தனியே நிறுவிக்கொண்டு அடிமைக்காலத் தமிழகத்தில் வெடித்த சிறுகதைப் புனைவெழுத்து இன்று வரை தமிழ் நவீன இலக்கிய வரலாற்றில், அலையடிப்பில் கரையாத மரத் துண்டுகளாக சில நூறு கதைகளை மிதக்க விட்டிருக்கிறது. மிதக்கும் அந்தச் சிறுகதைகளில், பல கரங்களால் வண்ணம் தீட்டப்பட்டு மெருகேற்றபட்டு வாக்கியங்களின் கூடாரத்துள், ஒளிரும் இலக்கியச் சுடரை வயிற்றில் தாங்கிய விளக்கின் வெளிச்சத்தில் வாசிக்கக் கிடைக்கும் கோணங்கியின் கதைகள் சிறுகதை என்றழைக்கப்பட்டு வந்த ஒரு வடிவத்திற்கு அடுத்தகட்டமாக அல்லது அதன் எதிராக என்று உறுதியாகச் சொல்ல முடியாத ஒரு பெயர்ச்சொல்லால் அதன் கதையாடல், வடிவ எல்லைக்குள் சொல்லப்பட்டும், சொல்லாமல் விடுபட்டும் நிற்கும் விசயங்களால் 'புனைவு' என்று அழைக்கப்பட்ட காலகட்டத்தில் உருவானவை.

கோணங்கியின் கதைகளை ஐந்து அடிப்படைகளாகப் பிரிக்கலாம்:

1. நிலம், கிராமம் அதனோடு பிணைந்த மனிதர்கள்
2. நகர, கிராம எதிர்மை
3. இரண்டோடும் தொடர்பில்லாத அல்லது தொடர்பை ஏற்படுத்திக் கொள்ளாத தன்னிலையின் மனப் பிரதி பலிப்புகள்
4. கதைகளாகும் குழந்தைகளின் உலகு
5. தொன்மங்கள், சொல்கதைகள், வரலாற்றைப் பிரதி யாக்கும் ஃபேண்டஸி கலந்த கதைகள்

கோணங்கியின் எக்ஸோடஸ் மனிதர்கள்

யாத்திராகமத்தில் துவங்கிய வெளியேறும் மனிதர்களின் கால்கள் இன்று வரையில் ஏதேனும் காரணங்களுக்காக நில்லாமல் பயணிக்கின்றன. நிலத்தின் மீதான மனித வினைகள் நெடுங்காலப் பிணைப்பை உற்பத்தியின் வாயிலாகவும், கலாச்சாரத்தின் வழியாகவும் உருவாக்கி அவற்றிற்கான எல்லைகளையும் வரைகின்றன. முதல் 70 கதைகளின் தொகுப்பான 'சலூன் நாற்காலியில் சுழன்ற படி'யின் பல மனிதர்கள் அவர்களது வாழ்வு பிணைந்து கிடக்கும் நிலத்திலிருந்து வெளியேறுகிறவர்களாக இருக் கிறார்கள். மூலதனத்தின் கரங்களாலும், பெயர்ந்து போகும் இயற்கையின் பேராற்றினாலும் நிலத்தி லிருந்து பெயர்க்கப் படும் மனிதர்களின் வாழ்வை 'மதினிமார்களின் கதை' யிலிருந்தே துவங்கும் கோணங்கியின் கதைகள் 'கிணற்றடி ஸ்திரீகளின்' முதல் வாக்கியம் வரை பதிவு செய்கின்றன. நகரச்சுவர்களுக் குள்ளிருந்து வரும் செம்பகம் திரும்ப வந்து பார்க்கும் ஊரில் பல மதினிகள் அவனுடைய நினைவில் விட்டுச் சென்ற அவர்களது உறவின் கதைகளை நினைவூட்டி எப்போதோ வெளியேறிப் போயிருக்கிறார்கள். மதினிகள் இல்லாத ஊரின் வெறுமையில் விரியும் அவர்களது வாழ்க்கையின் திசைமாற்றங்களை செம்பகத்தின் வழியாக சொல்லும் கதையிலிருந்து 'வௌவால்மனிதனி'ல்

வெளவாலாக மாறும் அம்பட்டனின் அழைப்பிற்கும் செவி சாய்க்காமல் கிழக்கே செத்தநடையில் போய்விடுகிறார்கள். 'கருப்பன் போன பாதை'யில் ஜென்மம் முடிந்து ஊருக்குத் திரும்பும் கருப்பனுக்கும் அதே உணர்வு தான். குத்துச்செடி நிழலும் இல்லாமல், நீரின்றி வறண்ட ஓடைகளில், கள்ளிச் செடிகள் முகம் திரும்பிக் கிடக்கும் நில விருவுகள் மனிதர் களை மட்டுமின்றி பொங்கும் வறண்ட வெய்யிலின் அனல் தகிப்பில் 'மலையின் சாயலில்' மண்கடந்தைகளும் வெளியேறுகின்றன (எஸ். ராமகிருஷ்ணனின் 'நெடுங் குருதி'யில் வெக்கை தாங்காமல் வெளியேறும் எறும்புகளை இதனோடு சேர்த்து வாசிக்கலாம்). 'இறந்து கொண்டிருக்கும் சிறுமியின் கல்சாவி'யில் மறைந்து போன பெண்களின் பெயர்களைத் தாங்கி நிற்கும் ஆலமரம் ஒருவகையில் செம்பகத்தின் நினைவு. 'கிணற்றடி ஸ்தீர்களின்' வாழ்க்கை யைத் தன்னுடைய நீர் ஊறும் அடிப்பாறைகளில் செதுக்கி வைக்கும் ஆனைக்கிணறும் செம்பகம்தான். மொத்தக் கதைகளிலும் செம்பகத்திற்கு எதிரான அனுபவம் கிடைக்கப் பெற்றவள் 'சூல்' கதையின் அழகம்மாள். சூலியாக வந்தவள் 'ஊர்முகத்தில் தேட, எல்லோரும் திரும்பவும் அவளோடு இருக்கிறார்கள்.'

இலக்கியப் பிரதிக்குள் பிரதிபலிக்கும் அல்லது பிரதி நிதித்துவப்படும் சமூக மாற்றத்தின் விளைவாக, 'தகப்பனுக்குத் தகப்பன் அவனுக்கு முந்திய ஓட்டாண்டிகள் நடத்திச் சென்ற ஏர்க்காலில் சூரியன் கட்டப்பட்டிருந்த' நிலத்திலிருந்து அனைத்தும் முன்பதிவு செய்யப்பட்ட (நிரந்தர வேலை, படுக்கையறை, மனைவி மக்கள், ஷீட் நம்பர், அலுவலகம், சவப்பெட்டி) புதிய புதிய பல சக்கரங்கள் மென்று துப்பும் நகரத்திற்குச் சென்றுவிட்ட பிள்ளைகளால் அன்பின் ஆரஞ்சு சுளைகள் மறுக்கப்பட்ட தகப்பன்மார்களில் ஒருவரான, மகனின் பழைய சட்டை களால் வயதடைந்துவிட்ட அய்யா 'குத்துச்செடி' நிழலும் இல்லாத நிலத்திலிருந்து கல்லூரின் முதியோர் இல்லம் சேர்ந்து பாறைகளின் இடைவெளிகளில் நட்சத்திரத்

தாடியுடன் மறைந்து தோன்றுகிறார். அவருக்கு அங்கே நிழலுக்கு குத்துச்செடியாவது இருக்கிறது (பக்.572). இங்கே பெயர் குறிப்பிடாமல் 'அய்யா' எனும் வார்த்தையால் ஒரு தலைமுறைக்கே நேர்ந்த கதியை பொதுமையாக்குகிறார். அய்யாவிற்கும் மண்கடந்தைக்கும் ஒரே விதி. இன்னொரு அய்யாவின் கதையான 'இருட்டு' கதையில் இரவோடு இரவாக தஞ்சாவூர் பக்கம் கிளம்பும் அய்யா, அதுவரை யிலும் அடிக்கடி உடையும் சிம்னி விளக்கின் இருளை அப்படியே சுவற்றில் விட்டுவிட்டு மனைவி, மற்றும் குழந்தைகளோடு வெளியேறுகிறார். இக்கதைக்கு நேர் எதிரான 'மலையின் சாயல்' காலம் பயணிக்கும் பாதையில் சமூகத்தில் நிகழ்ந்த மாற்றங்களால் தந்தை களைக் கைவிட்ட பிள்ளைகளின் யாத்திரையைப் பதிவு செய்வதும்கூட.

ஓர் ஒப்புமைக்காகப் பார்த்தால் கி.ராஜநாராயணனின் கதைகளில் நிலத்திலிருந்து வெளியேறிப் போகின்றவர் களின் சுவடுகளைக் காண்பதே அரிதாக இருக்க கோணங்கியின் கதைகளில் யாத்திராகமக் கால்களையே வெளிப்படை யாகப் பார்க்க முடியும். நகர மேஜைகளி லிருந்து உருவாகாத தமிழ்ப் புனைகதைகளை கி.ராவுக்கு ஒரு பக்கம், கோணங்கிக்கு அடுத்த பக்கமாக இருவரும் எழுதிச் செல்கிறார்கள். தலை முறை இடைவெளியுள்ள இருவரது கதைகளையும் சேர்த்து வாசித்தால் அவர்கள் எழுதிய நிலத்தின் தலைமுறை இடை வெளியைக் கூட காண முடியும். ஆனால் நாம் இங்கே கோணங்கியோடு மட்டும் இணைந்துக் கொள்வோம்.

நிலம் பெண்ணையும் ஆணையும் வேறு கயிறுகளால் பிணைத்திருக்கிறது. தூர்வானம் தெரிய மரங்கள் வெட்டப் பட்டு பூமியின் பரப்பே விரிந்து கிடக்கும் நிலத்தில் நீரைத்தேடும் கிழட்டுப் பசுவோடு, மற்ற மாடுகளையும் வாழ்வையும் பிணைத்துக்கொண்ட 'கானல் நதி'யின் சென்னம்மா, 'மறைந்த தானியங்களில் எஞ்சிய சிலவற்றோடு' (பக்.242) திரும்பி வராமல் போகும் ரயிலில் போய்விட்ட காசிக்குடும்பனும், விசம் குடித்ததாகவும், ஊர் ஊராக அலைவதாகவும் சொல்லப்படும் மகன் இறந்த பின்னும்,

இன்னும் எவ்வளவோ மாறிவிட்ட பின்னும் இருக்கும் கிட்ணம்மாள், 'உலர்ந்த காற்றில்' பழங்கால வீட்டில் தொங்கும் பூதத்தோடு, கோனாரின் கடனிற்காக ஆடுகளை விற்கும், கைத்தடியைத் தவறவிடும் பாட்டி (அவளுடைய கைத்தடியான ஆடுகள் போனபின்னும் சின்னப்பாப்பாதான் கைத்தடியை மீட்டுத் இருக்கிறாள்), வாடக்கரடுகளை மேய்ந்து உயிர்வற்றிக் கிடக்கும் 'கருத்தப்பசு'விற்காக தூரக்காடுகளுக்கு அப்பால் மினுக்கட்டாங்க் கொடிகளை அறுத்துவர கடகத்தோடு செல்லும் சண்முகத்தாய் அத்தையும் வெம்பரப்பான ஊர்களில் அவரவர்களுக்கு விதித்த வாழ்க்கையின் இருளோடு 'ஊர் வெளிச்சத்திற்கு வருவதற்காக' (பக்.123) சாணம் தெளித்துக் கொண்டிருக் கிறார்கள். ஆயினும் ஈஸ்வரி அக்காள் மட்டும் மதத்தைப் பின்பற்றி வெளியேறிப் போய்விட்டாள்.

மூலதன அனாதைகள்

தண்ணீருக்கும் தண்ணீருக்குமே பிணக்காக இருக்கும் நகரங்களை கிராமங்களுக்கு எதிரான குணங்கள் உடையதாக கிராமிய சமூகங்களின் இடப்பெயர்வின் வழியாக 'மாயண்டிக் கொத்தனின் (தடுமாறும்) ரஸமட்டம், 'நீல நிறக் குதிரைகள்', 'பொம்மைகள் உடைபடும் நகரம்' ஆகிய கதைகளில் பதிவு செய்யும் கோணங்கி, இயந்திரங் களால் 'கருப்பு இரயிலில்' இருந்து உறிஞ்சி வெளியேற்றப் படும், தீப்பெட்டி தொழிற்சாலைகளில் விரல்களை தீக்குச்சியாக மாற்றும் குழந்தைகள் அதே இயந்திரங்களால் உற்பத்தி செய்யப்பட்டு துப்பப்படும் பண்டங்களாக நகரங்களின் பண்டகசாலை ரேக்குகளை நிறைக்கிறார்கள். இரும்பு வாடை அடிக்கும் 'நீல நிறக் குதிரைகளின்' ரூர்கேலா நகரம் அதன் உள் பொதிந்திருக்கும் இன்னொரு ரூர்கேலா நகரை 'அம்புகளால் துளைக்கப் பட்ட இதயத்தின்' (ப.200) படத்தில் காட்டுகிறது. உள் பொதிந்திருக்கும் ரூர்கேலா நகரம் புனித நதி நீரால், கல் மண்டபத்தில் பொதிந்துள்ள நடன மங்கையின், ராஜகுமாரனின் பிம்பங்களைக் கரைத்து

நகர்கிறது. ஒரு நகருக்குள் ஒளிந்திருக்கும் இயந்திர யுக மாற்றங்களுக்கு முன்பான நினைவுகளைக் கல்மண்டபச் சிலைகளாக்கும் கோணங்கி, 'நாகரிகங்கள் விஞ்ஞான சாதனைகளுக்காக மதிக்கப்பட வேண்டுமா?' என்ற கேள்விக்கு 'உயிரின் எந்த அலகுக்கும் அழிவைப் பற்றிய பிரக்ஞை இருக்குமா?' (ப.201) என்ற எதிர்கேள்வியால் திடமாக வாதிடும் நகரத்தோடு நடக்கும் உரையாடலை ஒரு மனிதனின் வரலாற்று ஏக்கங்களுக்கும் நகரத்தின் நினைவுக்குமான புனைகதை வெளியில் வைக்கிறார். இயந்திர யுகத்து மனிதனின் தலையில் மூலதனம் 'பெரும் பெரும் உலைக் கூடங்களை சுமந்து இரும்பின் தலை விதி'யையும் சுமையாக ஏற்றி வைத்திருக்கிறது. அவனுக்கு அங்கே என்ன தேவையென்றே அறிய முடியாத, பெயரற்ற தன்னிலையோடு ஒரு உள்பொதிந்த நகரம் நடத்தும் உரை யாடலாக விரியும் 'நீலநிறக் குதிரைகள்' இயந்திர மயமாகும் மனித வாழ்வின் அந்நிய உணர்வையும், அர்த்தமின்மை யையும் 'கேட்க முடியாத தூரத்தில் அழும்' நகரத்தின் ஆகிருதியையும் இணைத்துப் பேசுகிறது.

மனித வாழ்வின் ஒரு கட்டத்தில் அவனையும் மீறிய அளவில் இராட்சத கரங்களால் அவனைத் தூக்கிச் செல்லும் இயந்திரங்கள் மாயாண்டியின் இரஸமட்டத்தையும் அவனுடைய மூதாதைகளின் மனையடி சாஸ்திரத்தின் விதிகளையும் குழப்புகிறார்கள். காலனியுகக் கப்பல் மனிதர் களால் அழிக்கப்பட்டுப் போன டிடோ (Dodo - இங்கே டிடோ ஆகிவிடுகிறது) வாத்துக்கள் தோன்றும் 'பொம்மைகள் உடைபடும் நகர'த்தில் அம்மாவிற்குப் பொம்மைகள் வாங்க முடியாத ஒரு தன்னிலையின் புலம்பலாகத் துவங்கி அழிந்த உயிர் நடத்தும் கார்ட்டூன் உரையாடலோடு முடியும் இரயில் பூச்சியின் பயணம் மூலதன அனாதைகளின் வாழ்வை இரயிலடியில் பொம்மைகள் விற்கும் சிறுவனின் திசையில் சொல்லிப் போகிறது. 'அற்புத உலகில் ஆலிஸ்' காணும் டோடோ வாத்து அதன் பின்னான பிரதிகளின் உலகில் அழிந்து மறைதலின் குறியீடாகப் பார்க்கப்படுவதை

'நீலநிறக் குதிரைகளின்' டிடோ வாத்து நிகழ்த்தும் உரையாட லோடும் தொடர்புறுத்தலாம்.

இயந்திரயுகத்தையும் கடந்து மின்னணுப் பொருட்களின் உலகின் வருகையை இரண்டு கதைகளில் பிரதிபலித்தாலும் 'மலையின் சாயலில்' மூன்று யுகங்களையும் பின்வரும் வாக்கியத்தில் இணைக்கிறார்:

'நமது பாட்டிகளின் பாட்டிகளும் பாட்டனுக்கு முந்திய பூட்டன்மார்களும் சொல்லித் தந்ததை எதையும் மறக்காத தகப்பன்மார்களே, எங்கள் தடம் வேறுவழியில் பிரிந்து விட்டது. நகரத்தின் பெருஞ்சுவர்கள் அழைக்கின்றன... தாயாரின் தொட்டிலை பிரிந்துவிட்ட உங்கள் பேரன்மார் களுக்கு மென்பொருள் கணினிகசியும் நாற்றத்திலும் மற்ற தொழிற்சாலைகளிலும் வேலை வந்துவிட்டது.' நிலவுடமை சமூகம், தொழில்மய மற்றும் மின்னணு மய சமூகம் மூன்றையும் இந்த ஒற்றை வாக்கியத்தில் கண்டுவிட முடியும்.

நகரங்களில் அழியும் கிராமத் தன்னிலைகளை மட்டுமே இக்கதைகள் சொல்ல, கோணங்கியால் சொல்லமல் விடப் பட்ட, நகரங்களால் மட்டுமே ஆன தன்னிலைகளின் விதி இக்கதைகளுக்கு வெளியே உலவுகிறது. ஒருவேளை 'தன்னைவிட்டு எல்லா சாயைகளும் பிரிந்து தானே இல்லாது போனபின் சதுரங்கத்தின் விதி சுழன்று ஒரு குதிரையாக சதுரங்கப் பலகைக்குள் ஓடிக் கொண்டிருக்கும்' *(ப. 590)* கொம்பூதிக் கிழவனாக அந்த விதி உருமாறி யிருக்கலாம் கதைப்பரப்பில்.

இரட்டைத் தன்னிலைகள்

சாயை எனும் இந்தியத் தத்துவ மரபின் ஒரு கருத்தாக்கத்தை ஒட்டி தமிழில் எழுதப்பட்ட, பலமுறை மேற்கோளாகக் காட்டப்பட்ட 'எவற்றின் நடமாடும் நிழல்கள் நாம்?' என எழுதிய மௌனியின் 'அழியாச்சுடரி'ன் இறுதிப் பத்தி:

'இன்று காலையில் அவனைக் காணோம். அவன் எங்கே, எதற்காகச் சென்றானோ எனக்குத் தெரியாது. எல்லாம்

'அவனுக்குத்' தெரியும் என்ற எண்ணந்தான் எனக்கு - அவன் என்பது இருந்தால்!.' என்று முடிவடை கிறது (எல்லாம் அவனுக்குத் தெரியும் என்கிற வாக்கியம் எழுதப்படாமல் இருந்திருந்தால் பின்வரும் வாசிப்புக்கு மிகப் பொருத்தமாக இருந்திருக்கும்).

மேலே சொன்ன மௌனியின் 'அவன் என்பது இருந்தால்' என்பதிலிருந்து கோணங்கியின் கதைகள் சுழலும் மற்று மொரு வட்டப்பாதையின் அடையாளங்கள் துவங்குகின்றன.

தன்னுடைய இரட்டையை பலமுறை சந்திக்கும் போர்ஹேசின் கதைகளுக்கு வெளியே மௌனியின் 'அழியாச்சுடரும்', கோணங்கியின் 'மூன்றாவது தனிமை', 'கீறல்', 'கோடு', 'கண்ணாடியில் புகைந்து கொண்டிருந்த சிகரெட்', 'மிச்சமிருக்கும் விஸ்கியோடு பாடிக்கொண்டிரு', 'சபிக்கப்பட்ட அணில்' கதைகளும் நிற்கின்றன.

கோணங்கியின் மேற்சொன்ன கதைகளில் வெளிப்படும் கதைசொல்லி, ராமசாமி எனும் நண்பன், நரேந்திரன், முத்து மற்றும் சீனி ஆகிய பிரதி உயிரிகள் ஒரு மனிதனின் பிளவுண்ட தன்னிலையாக இல்லாமல் அவனுக்கு வெளியே அவன் இருப்பு சார்ந்திருக்கும் வேறொரு ஆனால் இணக்க மான தன்னிலைகள்.

ஒருபோதும் கதைசொல்லியிடமோ (மூ.தனிமை), நரேந்திரனிடமோ (கீறல்) கதைப்பரப்பில் வெளிப்படாத ராமசாமி 'அவன் இல்லாதபோதும் அருகில் இருக்கிறான்' என உணர்த்துகிறான். இப்படி இன்மையால் வெளிப்படும் பிரதி உயிரி கதைசொல்லி மற்றும் நரேந்திரனின் வெறும் 'mental projections'களாக இல்லாமல் ஒரு நண்பனாகவே இருக்கிறான். ஒவ்வொரு காலமும் புஸ்தகங்களோடு வந்து போகும், வராவிட்டால் தவறாமல் கடிதங்கள் அனுப்பும் ராமசாமி, 'இப்போதும் ஒரு காட்டு ஸ்டேசனில் நைட் டூட்டியில் கூட்ஸ் வண்டிக்கான சாவி வளையுடன் கையில் லாந்தருடன் நின்றிருப்பான்.' இந்த இரண்டு கதைகளிலும் தெளிவாக வெளிப்படும் ராமசாமி, அவன் இருப்பதற்கான அடையாளமற்று அவனுக்கென்றே விடப்பட்ட இடை

வெளி தூரத்தில் மட்டுமே நிற்கிறான் (ப.196).

எண்ணிக்கையற்ற பஸ்களில் வரும் ராமசாமியை பஸ்களில் காணாமல் இனிவரும் இரயில்களில் தேடும் நரேந்திரன் சேது எக்ஸ்பிரஸ், செங்கோட்டை பாசஞ்ஜர் என இரயில் இரயிலாக ஒருபோதுமே வந்துவிடாத ராமசாமியை 'கண்ணாடிப் பரப்பில் பிளவுபட்ட இரு துண்டுகளுக்கு இடைவெளியில் ஊடுருவி நகர்ந்து கொண்டிருந்த உயிரி'யாக அந்த இரயில் மாறிவிட்டதை உணர்கிறான். சொந்தத் தன்னிலையின் பிரதிபலிப்பாகவும், வேறொரு இணக்கமான தன்னிலையாகவும் கயிற்றரவு நிலையில் தோன்றும் ராமசாமி என்றுமே வராமல் போகும் சாத்தியத்தோடு இருக்கிறான். அந்த கண்ணாடிப்பரப்பில் பிளவுண்ட இரு துண்டுகளாக நிற்கும் ஒரே தன்னிலையாக நரேந்திரனும், ராமசாமியும் 'கீறல்' கதையில் உடைந்த கண்ணாடியின் முன்னே இரயில் நிலையத்தில் நிற்கிறார்கள்.

அந்த நண்பன் பால்ய கால நண்பனாக இருக்கிறான். 'கோடு' கதையில் பாலினம் குறிப்பிடப்படாத தன்னிலை பின்வருமாறு சொல்கிறது:

'எல்லாவற்றின் மீதும் கவிகிற வசீகரப் பற்றுதலில் பாலிய கால நண்பனொருவனோடு புதைவு கொண்ட மனதின் தந்திகள் தனிமையில் அலைகின்றன.'

பால்ய நட்பின் மீது அதிகப்படியான சாய்வு கொள்ளும் மனம் நண்பனது உடலற்ற இருப்பை 'கோடுகள் அழிந்த பாதையில் பின்னும் தொடர்ந்து பிரக்ஞையிலிருந்து நகர்ந்த உயிர் மெலிந்த துகளாய் பெரும் சுழற்சியில் புகலிடமற்ற சூன்யத்தில்' (ப.262) தேடுகிறது.

டைஃபாய்டு காய்ச்சல் கண்டுவிட்ட முத்து, சீனியிடம் அவன் இறந்து போய்விடுவானா எனக் கேட்கிறான். விடுதிக்கு வந்த நாளிலிருந்தே அறைக்குள் நுழைந்துவிட்ட சாம்பல் நிறப் பல்லி இருவரின் நேசத்திற்கு சாட்சியாக இருக்கிறது. இருவரும் சேர்ந்து வாங்கிய கால்பந்தை முத்து இல்லாத சீனி உதைத்து விளையாடும் போது வெளியில் சுழலும் கால்பந்து 'சூரியன் இருந்த இடத்தில் கருத்து

சுழலும் உருளை'யாக வெளிப்படும் நேரம் 3.44. (ப.489). விடுதியிலிருந்து நீங்கி ஊருக்குச் சென்றுவிட்ட முத்து மரணமடையும் செய்தி தந்தியில் ஏற்றப்படும் நேரம் 3.44. கால்பந்து கருப்பு உருளையாக சுழல மயங்கி விழும் சீனு - அவன் மயக்கமடையும் அதே நேரம் மரணிக்கும் முத்து ஆகிய இருவருக்குமான இடைவெளி பிரக்ஞையிழப்பிற்கும், மரணத்திற்கும் இடையில் ஒரு கோடாக அல்லது கீறலாக உருப்பெறுகிறது. முத்துவின் கடிதம் கதையில் அவனது மரணம் அறிவிக்கப்பட்ட பின் சீனியிடம் கிடைக்கிறது.

நண்பனற்ற தனிமையை தாங்கிக் கொள்ள முடியாத புலம்பல் பாடல்களாகும் இக்கதைகள் இரண்டில் வரும் ஒரே மாதிரி வாக்கியங்கள் ஒரு தொடர்ச்சியை உண்டாக்கு கின்றன.

வாக்கியம் 1: 'நம் சந்திப்பு எப்போது நேர்ந்தாலும் வானம் நம் நட்சத்திரங் களுடன் இருக்கும் என்பதில் எனக்கு சந்தேகமில்லை' *(கோடு, ப.260, கண்ணாடியில் புகையும் சிகரெட், ப.493)*

வாக்கியம் 2: 'இந்த அகண்டாகாரத்தில் நாம் முன்பு இருந்தோம். முன்பு சந்தித்துக் கொண்டோம். பின் இல்லை. பின் சந்தித்துக் கொண்டோம். சந்தித்தோம். சந்திக்கிறோம்.' *(கோடு, ப.261, கண்ணாடியில் புகையும் சிகரெட், ப.493).*

இரயில் பெயர்களை கவனத்தில் கொள்ளாவிட்டால் இந்த இரட்டை தன்னிலைகளின் வாழ்வு வெளி எதுவென்ற தெளிவு கிடைக்காமல் போகும். வாழ்வு வெளி (அது நகரமோ அல்லது கிராமமோ) குறித்த விவரணைகள் இல்லாமல் சொல்லப்படும் இந்தக் கதைகளில், உடல் இடைவெளியைக்கடக்காத தன்பால் விழைவின் கூறுகளைக் காணலாம். பிரிவால் நேரும் அண்மையிழப்பும், மரணத்தால் நேரும் பிரிவும் இருவருக்கு இடையில் ஒரு 'Interloper' ஆக இருக்கின்றன. போர்ஹேசின் 'Interloper' கதையில் சகோதரர் இருவர்களுக்கு இடையே ஊடுருவிய பெண்ணைக் கொன்று விட்டு 'இனிமேல் அவள் நம்மை காயப்படுத்த மாட்டாள்'

என்று கண்ணீர் மல்க தழுவிக் கொள்ளும் சகோதரர்களோடு சேர்த்து வாசிக்கலாம். இன்னொரு பார்வையில், ராமசாமிக்கு நிகர் என்று நகுலனின் 'சுசீலாவை' சொல்ல முடியா விட்டாலும் இரண்டு பிரதி உயிரிகளும் ஏறக்குறைய ஒரே சாயல் கொண்டவைதான் பாலின வேறுபாட்டுடன்.

'சபிக்கபட்ட அணிலி'ல் 'என்றுமே எதிர்பார்த்துக் கொண்டிருக்க வேண்டிய சினேகிதனைத் தேடித்தேடி... அவனைப் போன்ற சாயைகளை' மட்டுமே காண முடிவதில் மௌனியும், நகுலனும், கோணங்கியும் ஒரே நிழலாக நடமாடுகிறார்கள்.

கதைகளாகும் குழந்தைகள் உலகு

விளையாட்டும், பள்ளிப்பருவ உணர்வுகளுமாக 'கருப்பு இரயில்', 'கோப்பம்மாள்', 'கருத்தபசு', 'ஈஸ்வரி அக்காளின் பாட்டு' ஆகிய கதைகளில் தோற்றம் பெறும் குழந்தைகள், 'ஏடன் தோட்டத்து வரைபடத்தில்' பாட்டியை விளக்குடன் பார்க்கும் சிறுவர்கள் (ப. 276), 'பட்டுப் பூச்சிகள் உறங்கும் மூன்றாம் ஜாமத்தில்', அனைவரையும் இணைக்கும் நூல் கண்டுடன் பாசியடைந்த இளவரசியைத் தேடும் ஐஸ் கதைகளின்' (ப.549) விந்தை உலகத்திற்குள் நுழைந்து விடுகிறார்கள்.

புதுமைப்பித்தனின் 'கடவுளும் கந்தசாமிப்பிள்ளையில்' கடவுளைப் பழிப்புக் காட்டும் குழந்தை, கதையில் மின்னல் வெட்டாகும் குணங்களின் குறியீடாவதைப் போலல்லாமல் கோணங்கியின் கதைக் குழந்தைகள் அவர்களது உலகின் பிரதிபலிப்பாகவே தோன்றுகிறார்கள். இங்கே குழந்தையின் கால்களைப் பார்க்க சூரியன் காத்திருக்கும் 'காவிய அழகு' வெளிப்படுவதில்லை. மாறாக கோரைக் கிழங்குகளைக் கண்டதும் ஆளாய்ப் பறந்துவரும் (ஈஸ்வரி அக்காளின் பாட்டு) குழந்தைகள், வேப்பமரத்தடியில் நிழல் விளை யாட்டில் ஈடுபடும் (கோப்பம்மாள்) குழந்தைகளும், இறந்து கொண்டிருக்கும் 'கருத்த பசு'வைப் பார்த்து நிற்கும்

முகம் வாடிய குழந்தைகள் மரங்களில் பொங்கும் கதைக ளைத் தம்பிகளுக்குச் சொல்கிறார்கள்.

அப்படி ஒரு மரத்தின் இலைக்கும்பலுக்குள் கசமுசல் சத்தத்தோடு நிகழ்ந்த கூட்டத்தில்தான் ஊர்விட்டுப் போவதை நண்பர்களுக்குக் கடிதமாக வாசித்துக் காண்பிக்கிறான் 'அப்பாவின் குகையில் வசிக்கும்' பரமு. பிரமிக்க வைக்கும் மயிலோடையைக் கடக்க முடியாத பரமு லைப்ரரியில் அமராவதியின் கையைக் கடிக்கிறான். தூங்குமூஞ்சி மரங் களையே விழிக்க வைத்துவிடுமளவிற்கு அமராவதி யைத் திட்டும் பரமு அவளுக்காகவே பாழடைந்த கிணற்றைக் கண்டுபிடித்து மீன்களைத் தேடிக் கொணர்ந்து பச்சை நிற நீரில் விடுகிறான். வெய்யில் நேரத்தில் கிணற்றுத் தண்ணீர் தங்கத் தகடாக, பொன் மீன்கள் மின்னுவதை அமராவதி பிரமிப்போடு பார்க்கிறாள். குழந்தைப் பருவ மனச்சாய்வு களை 'ஏடன் தோட்டத்து வரைபடத்திலும்' சொல்லும் கோணங்கி 'கோப்பம்மாளின்' வாத்தியாரிடம் பிரம்புக் கொள்கை நிலவியதைத் தவறாமல் சொல்கிறார். குழந்தைகள் எல்லோரும் 'பழக்கத்தால் ஏற்பட்ட துரதிர்ஷ்டத்தால் பள்ளி செல்கிறவர்கள்' (ப.552).

குழந்தைகள் மையத்தில் நிற்கும் கதைகளில் தனித்துவ மானவை 'கருப்பு இரயிலும்', 'பட்டுப் பூச்சிகள் உறங்கும் மூன்றாம் ஜாமமும்.' இந்த இரண்டு கதைகளின் வழியாக வழமையான சிறுகதையும், ஒரு புனைவெழுத்தும் உருவாவதை தெளிவாகப் புரிந்துகொள்ள முடியும். நூல்களைக் கோர்த்து 'கருப்பு இரயிலில்' இணையும் குழந்தைகள் போலில்லாமல் பெற்றோர்கள் அற்ற தனிமையில் வளரும் ஜாங்கோவின் பாக்கெட்டில் அதே நூல் ஒரு கண்டாக மாறிவிடுகிறது. இங்கே அந்த நூல் கண்டைக் கேட்டு 'வேற்றுகிரக' பறவைகள் வருகின்றன. அடிக்கடி திறந்து பார்க்கப்படும் கருப்பு மரப்பெட்டியில் ஒளிந்துகொள்ளும் ஜாங்கோ அவனுடைய தோழனான புளூடோ நாயிடம் பெட்டியாகவே மாறிப் பேசுவான். பெட்டிக்குள் ஒளிந்து பெட்டியாகவே மாறி நாயிடம் பேசும்

ஜாங்கோ ஒரு புனைகதையாளன் தமிழுக்கு அளித்த நுட்பமான சிறுவன். ஒரு புனைகதையாளன் நுட்பமாக விவரித்த சிறுவன் என்பது ஒருவேளை இன்னும் பொருத்தமாக இருக்கும். இறந்த மீனின் பிளவுபட்ட வாய் வழியாக வேறு சில எறும்புகள் வெளிவந்து ஜாங்கோவிடம் சொல்ல வேண்டியதை சொல்கின்றன. அவன் அரக்கு மாளிகைக்குள் சென்றுவிட்ட வேற்றுகிரக பறவையைத் தேடி சூரிய ஒளிக் கண்ணாடியை விலக்க கரும்பாசி உடல் இளவரசி அந்தத் துவாரத்தின் வழியாகத் தெரிந்த ஜாங்கோவின் முகத்தைப் பார்க்கிறாள். அவளிடம் அவனுடைய நூல் கண்டில் சிறிதளவு பிய்த்துத் தரும் ஜாங்கோவிடம் அவள் 'பறவைகள் எல்லாமே வேற்றுக் கிரகத்தில் வாழ்பவை தான்' என்கிறாள். மூன்றாம் ஜாமத்தில் புளூடோவுடன் உடல் புதைத்து உறங்கும் ஜாங்கோ இளவரசியைத் தீண்ட முடியாமல் சுவர் வலுவாக இருக்க அவனுடைய அம்மாவின் நினைவு வந்து அழுகிறான். மீன்களே வந்து அவனுக்கு ஆறுதல் சொல்கின்றன. 'கருப்பு இரயிலை' பிணைத் திருக்கும் அடுத்த வரிசைக்காரர்களுக்கு கையளித்துப் போகும் நூல் கயிறாக இல்லாமல் ஜாங்கோவின் நூல்கண்டு, இல்லாத அம்மாவிற்கு கொடுப்பதற்காக பத்திரமாக பாதுக்காக்கப் படுகிறது புளூடோவுடன் உறங்கும் ஜாங்கோவின் டவுசர் பையில்.

தமிழ் சிறுகதைகளில் உலவும் குழந்தைகளில் தனித்துவ மானவன் ஜாங்கோ. கு. அழகிரிசாமியின் 'ராஜா வந்திருக் கிறார்', கி. ராஜநாராயணனின் 'பிஞ்சுகள்' போலன்றி, குழந்தைகளின் தனிமையை தனிமையென்றே அறிந்து கொள்ளாத ஜாங்கோ இறந்துபோன கடல்மீன் களாலும், வேற்றுக்கிரக பறவைகளாலும், அரக்கு மாளிகை இளவரசி களாலும், நான்கு கால் புளூடோவின் துணையும், தீக்குச்சி உரச சுவரில் படரும் அவனது நிழலும், கருப்படைந்த வீட்டின் மீது முழு ஒளியை வீசும் நிலவும் போகாதே என்று சொல்ல மூன்றாம் ஜாமத்தில் பொம்மை களோடு இணை கிறான். 'குழந்தைகளின் கண்களில் விரிந்த சாதாரணமான

வற்றிலும் விநோதங்கள் கூடிவிடும் (பக்778), உலகை ஃபேண்டஸி தன்மையோடு சொன்ன மிகச்சிறந்த சிறுகதை இது. சிறுபருவமென்பதே ஒரு ஃபேண்டஸியைக் கடப்பது தான்.

குடிகள், தொன்மங்கள், வரலாறு, திணை

'இனக்குழுக்கள்-குடிகள்', 'சாதிகள்' இரண்டும் இந்திய சமூக அமைப்பின் வரைபடத்தை இரண்டு வெவ்வேறு பாகைகளில் பார்க்கக் கிடைத்த சொற்கள். புதுமைப்பித்தனின் 'நாசகார கும்பல்' சமூக அமைப்பை 'சாதி'யாக பார்த்த கதை என்றால் கி.ராஜநாராயணனின் கதைகள் அதே அமைப்பை 'இனக்குழுக்கள்-குடிகளாக'ப் பார்த்தன. 'சாதி' இந்திய சமூகத்தை பிரிவுகளின் உராய்வாகவும், 'இனக்குழுக்கள்-குடிகள்' அதே பிரிவுகளின் இணக்கமாகவும் பார்க்க உதவி செய்கின்றன. ஆனால் 'இனக்குழுக்கள்-குடிகள்' சமூகப் பிரிவுகளின் இணக்கத்தை அமைப்பின் படிநிலைகளை ஏற்றொழுகுதலால் உருவாக்குகிறது. அப்படி ஏற்றொழுக தலை நவீன கல்வியமைப்பு, சிந்தனையின் தாக்கத்தி லிருந்து உருவான இலக்கியப் பிரதிகள் சமூகப் பிணக்காக முன்வைத்தால் அமைப்பின் உள்ளிருந்தே அதன் கட்டமைப்புகளைவரைந்து காட்டிய இலக்கியப் பிரதிகள் பிரிவுகளின் இணக்கத்தைக் காட்டின. மேலும் பெரும் போக்காக சில குறிப்பிட்ட 'இனக்குழுக்கள்-குடிகளை' உரைநடைப்படுத்தின. கோணங்கியின் கதைகளும் அப்படி உள்ளிருந்து பேசியவைதான். இந்தப் பாகையில் பார்த்தால் கோணங்கியின் கதைகள் கி.ராஜநாராயணனின் படைப்பு களிலிருந்து சொற்களைப் பெற்றுக்கொள்கின்றன. கோணங்கியே அவரது மூல வீதி கி.ராவின் இல்லத்தி லிருந்தே துவங்குவதை நூன்முகத்தில் ஒப்புக்கொண்டு கையொப்பம் இட்டிருக்கிறார்.

'தீண்டப்படாத தண்ணீர்', 'எட்டாவது குழந்தையின் மூடிய விரல்', 'பாதரஸ ஓநாய்களின் தனிமை'யில் களவை வாழ்வாகக் கொண்ட தேவர் இனத்தவர்களும், 'தறிவீட்டில்'

செங்குந்தர்களும், 'கழுதையாவாரிகள்', 'கொல்லனின் ஆறு பெண்மக்கள்', 'பிணக்கூலிகள்', 'வேர்கள்', 'ஈஸ்வரி அக்காளின் பாட்டு', 'ஆதி', 'தச்சன் மகள்', 'தறிவீடு' கதைகளில் வண்ணார்களும், கொல்லர்களும் சொல்லப்படு கின்றனர். மாடில்லாதவன் சம்சாரியாக முடியாதென நம்பும் 'கைத்தடி கேட்ட நூறு கேள்வி'யின் சாமி நாய்க்கர் இந்தியாவின் சாதாரண பிரஜையைக் குறிக்கும் ஆர்.கே. லஷ்மணனின் கேலிச்சித்திர கோட்டணிந்த கிழவருக்கு இணையாக ஒரு விவசாயியின் கேலிச்சித்திரமாக உருவகித்துக் கொள்ளலாம். அடைக்கப்பட முடியாத (எக்காலத்திலும்) கடனுக்காக 'வெந்து அவிந்து போன காட்டையே கோர்ட்டுக்குள் குடையாக விரிக்கும்' கைத்தடியுடன் நிற்கும் சாமிநாய்க்கர் விவசாயக் குடிமக்களின் பிரதிச் சித்திரமாக இக்கதையில் இரயிலில் அடிபட்டுச் சாகிறார். அவர் இறந்த பின்னும் அவரது கைத்தடி நூறு நூறு கேள்வியைக் கேட்கிறது.

இந்த 'இனக்குழுக்கள்-குடிகளுக்கு' இடையே கோணங்கியின் கதையில் எங்குமே பிணக்கு நிகழ்வதில்லை. பாரம்பரியமாக நிலத்தைக் கைக்கொண்ட இனங்களும், அவர்களோடு சேர்ந்தொழுகும் குடிகளுமாக இருக்கும் கிராம அமைப்பில் நிலவும் இணக்கத்தைச் சொல்லும் கதைகள் அவர்களது சமூகப் படிநிலைக்கு எப்போதிருந்தோ தொடர்ந்து வரும் பாரம்பரியத்தை காரணமாக காட்டிவிடிகிறார்.

திருமால் தேவரின் வீட்டில் தொங்கும் மஞ்சள் நிற மீன் முள் முப்பாட்டன் களவில் பயன்படுத்தியது (ப.593). மதலைத் தேவனின் திருக்கைவாலை விளக்குத்தூணிலிருந்து நீளும் அவனது நிழல், பூட்டன் தன் பேரனுக்கு திருக்கைவாலை அறுத்துக் கொடுத்த கதையை சொல்கிறது (தீண்டப்படாத தண்ணீர்). அவனைத் தேடி இருநூறு இரும்புத் தொப்பிகளுடன் வரும் காலன் துரையினரின் படைகளின் தலைமேல் தாவி ஓடுகிறான் அவன். விலை பேசப்பட்ட மதலைத் தேவனைப் பிடிக்க காய்ச்சல்களோடு, வெள்ளுலுவை மீன்களை வைக்கிறார் கட்டக் கோனார்.

வெள்ளுலுவை மீன்களை எடுத்துக் கொண்டு தப்பிக்கும் கள்ளனுக்கும் வெள்ளுலுவை மீனுக்குமான உறவே 'எட்டாவது குழந்தையின் மூடிய விரலில்' விட்டத்தில் தொங்கும் மீன்முள்ளாக தொங்குகிறது. அந்த மீன் முள்ளைப் பார்த்துக் கொண்டே உணவருந்தும் திருமால் தேவரின் குழந்தைகளை மீன் முள்ளில் ஒளிந்திருக்கும் கடல் மூதாதைகள் பார்க்கின்றன.

ஆதக்காளின் உருவாக சூரியபாண்டி வம்சத்தில் வந்த செண்பகவல்லிக்கும், ஊமையனுக்குமான காதலைச் சொல்லும் 'ஆதி' கதையில் ஆதக்காளின் கதை துவங்கி, அறுத்துக் கட்டிய தாலியோடு பல புருஷர்களை மணந்த அம்சவல்லியுமாக காப்புலிச்சி அம்மனின் கோவில் கொடையில் சாராயமும், சேவல் காவும் கொடுக்கிறார்கள். இனக்குழுக்களின் சடங்கு, வாழ்வுமுறை பதிவு செய்யும் 'ஆதி' ஒரு வம்சத்தின் வரலாற்றை வாய்மொழிக் கதை சொல்லும் மரபு வடிவில் சொல்கிறது.

மதலைத்தேவனின் அம்மா அவனுக்கு திருடர்களின் பூர்வீகப் பாம்புநெளி மோதிரத்தை கழற்றிக் கொடுக் கையில் கொள்ளிக்கட்டைகளாக பளிச்சென்று நிலைகுத்திய அவள் பார்வையில் நாக இனத் திருடர்களை நினைவு கூர்கிறாள் (ப. 632). அவர்கள் எல்லோரிடத்திலும் கைமாறி வந்த பாம்புநெளிமோதிரம் இப்போது மலைத்தேவனின் விரலில். மதலைத்தேவனுக்கு அவன் உடைய நாக மூதாதைகள் பாம்புநெளிமோதிர ஒளியில் தோன்று கிறார்கள். இப்படி ஒரு இனத் தொடர்ச்சியை புனைவின் வழியாக நிறுவுவதற் கான வரலாற்று அல்லது புராணிக ஆதாரக் குறிப்புகளில் ஒன்றாவது கண்டறியப்பட வேண்டு மென்பது மானுடவியலாளர்களுக்கு விடப்பட்ட சவால். மானுடவியலாளர்களே அஞ்சும் சவாலாக இருக்கக் கூடும்.

பெருநாழி வியாபாரிகளின் சதியால் பாதிவிலைக்கு கழுதைகள் விற்ற அய்யன் அந்தப் பணத்தில் மகன் ராசப்பனை படிக்க வைக்கிறான். கழுதைவிற்றுப் படிப்பாளி யானாலும் ராசப்பன் அய்யன் முகத்தில் இருக்கும் இருட்டை

விலக்குவான் என்று தெரியாது. திருணையில் சாய்ந்து கொண்டே கோதண்டராமுத் தேவர், 'அடே அய்யனு நீ நல்லாரு. ஏகாளி தொழில் செய்யப் பிறந்தவன். நம்ம புள்ளை நீ. எல்லாரும் டவுனுக்குப் போய்ட்டா யார்ரா அழுக்கு எடுக்கறது. உம் மகன் அங்க இருக்கட்டும். நீ இங்க இரு' என்று ஞாயம் சொல்கிறார். கோணிச்சாக்கில் தபால் களை தூக்கி திருநெல்வேலி நகரத் தெருக்களில் நடக்கும் அவன் மகன் ராசப்பன் முன்னே நகரத்து வண்ணார்களின் பொதி சுமக்கும் கழுதைகள் போகின்றன. ஒவ்வொரு நாளும் ஒவ்வொரு தெருவில் கழுதைகளை மாற்றி விடு கிறார்கள். கிராமம், நகரம் இரண்டாலும் அழுத்தப் பெறும் வண்ணார் குடிகளின் வாழ்க்கை இப்படியாக இங்கே.

அதே வண்ணார்கள்தான் 'பிணக்கூலிகள்' கதையில் நாய்க்கமார் வீட்டு பெத்தம்மாவின் சாவிற்கு மாற்று விரிக் கிறார்கள். வண்ணாத்தி சுடலி பெத்தமாளின் பிணத்தைக் குளிப்பாட்டுகிறாள். துட்டி சொன்ன ஊர் விட்டுப் போன கிச்சான் பகடை திரும்ப வர மற்ற பகடைகள் நாயனம் வாசிக் கிறார்கள். 'வேர்களின்' ஆவுடைத்தாயி பெரிய அப்புச்சி வீட்டு வெங்கிடம்மாளுக்கு பிரசவம் பார்க் கிறாள். பேறு வீட்டு துணிகளோடு கண்மாய்க்கு செல்லும் அவள் நீரில் கைவிட ஆமை வெளிவருகிறது. தொக்கம் விடுபட ஒரு பச்சை மீனைப் பிடித்து விழுங்குகிறாள். பிறப்பின் இரகசியத்தைத் தேயும் நிலவுடன் அறிந்து கொள் கிறாள். துட்டி வீட்டிற்கு மாற்று விரிக்கும் அதே வண்ணார் குடிகள் பேறு வீட்டுத் துணிகளையும் அலசுகின்றன. பன்றி களை மேய்க்கும் பள்ளி ஈஸ்வரி வேதக்காரர்களோடு சேர ஊரை விட்டுப் போகிறாள். அவள் ஊன்றிய புளியமரங்கள் அவ்வளவும்... கரையை மூடுகின்றன (ப.218).

இரண்டு இனத்தவர்களுக்கு இடையேயான பிணக்கை சொல்லும் ஒரே கதை 'பாதரஸ ஓநாய்களின் தனிமை.' காலனியாதிக்க காலத்து வரலாற்று நிகழ்வை தமிழ் மொழியில் வழங்கப்பெறும் திணைகள், அவற்றின் உரிப்பொருட்கள், தொன்மங்கள், சடங்காற்றுகளோடு

சொல்கிறது. வளரி எனும் ஆயுதம் தூக்கிய ஈச நாட்டுக் கருப்பர்களும் வேல்கம்புகள், மீன்முள், திருக்கை வாலோடு ஆறலைக் கள்வர்களும் மோதிக் கொள்ள (அதைப் போர் என்று எழுதுகிறார் கோணங்கி) காக்கைக் குறவர், முதுகுடியர், சாம்பான், செம்பியர், கள்வர், ஈச நாட்டார், ஆப்பநாட்டார் தன்னரசாண்ட.... நிலத்தில் பீரங்கிப் படையுடன் நுழைகின்றன வெள்ளைக்கார்களின் இரும்புத் தொப்பிகள்.

'பொடி வைத்துச் சுடும் கருவிகளுடன் மூடியிருந்த கருப்புத் தோல் புஸ்தகப் பலகையின் முன் மண்டியிட்ட கருப்பரும், அடைபட்ட கள்வரும் அங்கிகளோடு வந்த போதகர்கள் தூக்கிய சிலுவை நிழல்போன பாதையில்... காணாமல் போகின்றனர் கானிலிருந்து' (ப.704). ஒரு வரலாற்று சம்பவத்தை திணைகளின் குணமாகவும், காலனிய ஆட்சியர் அவர்களது மதத்தோடு மறைந்துவிட்ட 'இனக்குழுக்களின்' தொன்மையையும் பரணி அல்லது சன்னதநிலை அல்லது மந்திர உச்சாடன மொழியில் பேசுகிறது. ஓநாய்களே இல்லாத நிலத்தில், நவீனப் புனைவு எழுதுவதில் வரலாற்றோடு தொன்மங்களை இணைத்து சமூக மாற்றங்களை பதிவு செய்யும் கதைகளுக்கே உரிய இனங்களுக்கு இடையேயான வரலாற்றின் சதியாக அமைந்திருக்கிறது. அரசியல் வாசிப்பை கதையாடலின் புராணிக மொழி பின்தள்ளிவிடுகிறது அல்லது ஒளித்து வைத்து விடுகிறது.

பாரதியாரின் 'கோபாலய்யங்காரின் மனைவி' கதை, ஒருவகையில் சாதி அமைப்பிற்கு எதிராக கதை உயிரிகள், அவர்களுக்கு பின்பு சாதியமைப்பு கலைந்து போகும் என்கிற நம்பிக்கையுடன் நிகழ்த்தும் எதிர்வினையாக ஓர் இலட்சிய உலகை நோக்கிய சொற்களின் வெளிச்சத்தில் சிறுகதை பயணித்த பயணமாக, கோணங்கியின் கதைகள் எப்போதிலிருந்தே தொடர்ந்துவரும் அமைப்பை மாற்றுகிற, அவர்கள் அறியாமலே உரசல்களை உருவாக்கி விடக் கூடிய செயல்களை செய்யாதவர்களாக இருப்பதை எதிர்மறையாக வைத்துப் பார்க்க வாய்ப்பிருந்தாலும்

முன்பே சொன்ன இதுவரையிலும் உருவாகிவிட்ட இரண்டு வகை இலக்கியப் பிரதியை உருவாக்கும் (உற்பத்தி!?) முறைகளின் திரைகளுக்குப் பின்னே கோணங்கியின் கதைகள் தஞ்சமடைந்து விடுகின்றன.

2

மொழி, புனைவு, எல்லை

முப்பது ஆண்டுகள் ஒரு மொழியோடு புழங்கும் புனை கதையாளனுக்கு ஓர் உள்ளுணர்வாகவே அவன் பயன் படுத்தும் மொழியை பல்வேறு வழிகளில் பரிசோதனைக்கு உட்படுத்திப் பார்க்க வேண்டுமென்ற எண்ணம் எழாமல் போனால் அம்மொழியில்தான் சிக்கல் இருக்கக் கூடும். இலக்கிய வடிவம் எதுவானாலும் மொழியின்றி சாத்தியப் படாதவை. ஆனால் அந்த வடிவங்கள் மொழியை எந்த விதத்தில் பயன்படுத்துகின்றன, மொழிக்கு அவை அளிக்கும் பங்களிப்புகள் எவை என விவாதிப்பது தனி இலக்கிய செயல்பாடாகும். கவிதை மொழியை அடிப் படையாகக் கொண்டது, மொழியில் என்னென்ன கூறுகள் செயல் படுகின்றனவோ அவை கவிதையிலும் செயல்படும் வாய்ப்பிருக்கிறது. உதாரணத்திற்கு சந்தம். ஒலியால் உருவான சொற்களின் உள்ளே இசை நீரடி நதியோட்டமாக பல சுழற்சிப் பாதைகளில் சுழல்கிறது. மொழியின் இசையை ஒரு கவிதையில், செய்யுளில், பாடலில் கண்டுவிட முடியும். மொழியின்றி செய்லபட முடியாத கவிதை, மொழியின் சாத்தியக் கூறுகளை விஸ்தரிப்பதை மொழிக்கு கவிதை ஆற்றும் கைம்மாறாகக் கொள்ளலாம். கவிதை பல்வேறு Permutationகளால் மொழியை பொம்மை களாக்கிக் கைகளில் தருகிறது. ஆனால் உரைநடைக்கு மொழி இரண்டாம் நிலைக் கருவியாகவே பயன்படுகிறது. மொழி உரைநடையில்(புனைவு) துணை நிலையில் செயல் படுகிறதே அல்லாமல் அதன் இணை யாகப் பயணிப்ப தில்லை.

புனைவு எழுதுகிறவர்கள் மீது ஏதாவது குற்றச்சாட்டுகள் இருந்து கொண்டு இருந்தாலும் கோணங்கி, அவர் பயன் படுத்துகிற மொழி காரணமாகவே குற்றச்சாட்டுக்கு உள்ளாகிறவர்.

கதை, மொழி இரண்டும் இவரது கதைகளில் எப்படிச் செயல்படுகின்றன எனதுவக்கத்திலேயே பார்த்து விடுவது நல்லது. கதை என்பது வழமையான புரிதலின்படி பிரதியின் வெளி அளவுக்குள் நிகழவேண்டிய ஒன்று. அதன் கால அளவு குறித்த பல்வேறு பார்வைகள் விவாதிக்கப்பட்டு விட்டன. ஒரு புனைவில் கதை நிகழ வேண்டும். அல்லது எளிமையாகச் சொன்னால் கதை நகர வேண்டும். ஆனால் ஓவியத்தில் சொல்லப்படும் கதை?. நகர்வும் ஓவியமும் கலந்து உருவானவை காமிக்ஸ்கள். 'மதினிமார்களின் கதையில்' இந்த நகர்வை வெளித்தோற்றமாகவே பார்த்துவிட இயலும். ஆனால் 'உப்புக்கத்தியில் மறையும் சிறுத்தை' அல்லது 'பனிவாள்' கதைகளில் இந்த நகர்வை காண்பதற்கு குறுக்காகப் பிணைந்து கிடக்கும் குறுஞ்செடிக் கிளைகளை விலக்க வேண்டியிருக்கும். ஒளியும் புகுந்து விடாத புதரின் உள்ளே ஒருவேளை 'கதை' இல்லாத சாத்தியமும் உண்டு. ஒருவகையில் கோணங்கி அவருடைய மொழியால் நிகழ்த்துவது வாசிப்பவர்களோடு நிகழ்த்தும் கண்கட்டு வித்தையாகக்கூட இருக்கலாம். எதார்த்த கதைகள் மொழியை கதையின் இரண்டாம் பரப்பில் கையாள, கோணங்கி மொழியை பிரதானமாகவும் கதையை அதன் உள்பரப்பில் மறைந்திருப்பதாகவும் எழுதுகிறார். தன்னிலைகளையும், அவற்றின் செயல்பாடுகளையும் உட்பொதிந்து அல்லது ஏறக்குறைய இல்லாமலேயே எழுதப்பட்ட கோணங்கியின் சில கதைகள், கதை என்று அழைக்கப்படுவதை விடவும் புனைவுகள் என்று அழைக்கப்பட்ட ஆரம்பநிலை பொருத்தங்களை எளிதாகப் பெற்றுவிடுகின்றன (வாசிக்க. 'கண்ணாடியில் மறைந்த அதீத சரித்திரத்தின் மியூசியம்). எழுதத் தொடங்கும் ஒருவன் அவனுடைய விவகார எல்லையைக் கடந்து கால் வைக்க கரையான்கள் பிடித்துக்

கொள்கின்றன. பின்பு கரையான்கள் எங்கெல்லாம் பயணித்தனவோ, பயணிக்கின்றனவோ அங்கெல்லாம் பயணிக்கின்றன வாக்கியங்கள், இறுதியில் எல்லைகளைக் கடந்து ஓடும் விரல்களின் புதிரை (விடுகதை) விடுவிக்க முடியாமல் சிகரெட்டைப் புகைக்கிறான். சொற்களை கரையான்களாக உருவகித்துக் கொண்டால் இங்கே கதையை புரிந்து கொள்ள ஒரு பிடிமானம் கிடைத்து விடுகிறது. அனைத்தும் அவன் மனதிற்குள்ளே கரையான் களாக மாறித் திரிகின்றன. இன்னொரு வகையில் சொன்னால் மேஜிக்காரனின் புறா மறைந்த தொப்பியாக அசைகிறது கதையை மறைக்கும் மொழி.

தமிழ் சிறுகதைகளில் எழுதப்பட்ட மிக நீண்ட வாக்கியமாக 'அல்புரூனி பார்த்த சேவல் பெண்' கதையின் முதல் வாக்கியத்தை சொல்லலாம். கேப்ரியல் மார்க்வெஸின் 'The Last Voyage of the Ghost Ship' கதை இப்படி ஒரே வாக்கியத்தால் எழுதப்பட்ட கதைக்கு ஓர் உதாரணம். கோணங்கி அப்படியொரு முயற்சியை செய்ய முயன்றிருக்கிறார். ஜேம்ஸ் ஜாய்ஸின் 'யுலிஸிஸ்' நாவலில் துவங்கிய மொழியை பிரதியில் பரிட்சித்துப் பார்க்கும் முயற்சி தமிழில் கோணங்கிவரை தொடர்கிறது.

சிலவாக்கியங்கள் தமிழ் எழுதப்படக் கிடைத்த சாத்தியங்களாகக்கூட சொல்லலாம். வெள்ளையர் ஊருக்குள் நுழைவதைச் சொல்லும் பின்வரும் வாக்கி யங்கள் புனைவெழுத்தின் அப்படியொரு உதாரணம்:

'யுத்தமடுவில் சேதப்படாதிருந்த ஊருணிநீரில் தெரிந்த பிம்பத்தில் அந்நியரின் தலைகள் அசைந்து பேசின புரியாத மொழியில்' (பாதரஸ ஓநாய்களின் தனிமை).

'ஒரு கோடி நட்சத்திரங்கள் பிறந்த இரவில் ஒவ்வொரு ஒளிப்பாதையிலும் உயிரின் தனிமை 'விந்தை' என்ற வார்த்தையால் உச்சரிக்கப்பட்டது. (மண்புழுவின் நாட்டியம்)

'நள்ளி ஸ்டேசனுக்கு மேல், போன காலங்களின் நட்சத்திரங்கள் தண்டவாளங்களுக்கு அருகில் சரிந்து கிடக்கின்றன' (அப்பாவின் குகையில் இருக்கிறேன்).

தமிழில் இதுவரையிலும் ஏற்றுக்கொள்ளப்படத்தக்க ஃபேண்டஸி இலக்கியம் உருவாகவில்லை. புராணக் கதைகள், பேய்க்கதைகள் நிரம்பிய நாட்டில் அச்சுக் காலத்திற்குப் பிறகு எட்கர் ஆலன் போ அல்லது இகினியோ யுகோ தார்செட்டி அல்லது ஜெ.ஆர்.ஆர் டோல்கின் அல்லது ப்ரெம் ஸ்ட்ரோக்கர் போன்றவர்கள் உருவாகாமல் போனதற்கு மொழியை இலக்கிய வடிவங்களில் பயன் படுத்தும் சாத்தியக்கூறுகள் விரிவடையாமல் போனதும் ஒரு காரணமாக இருக்கக்கூடும். பின்பு இலக்கியத்தை சமூகத்தின் அறவுணர்வைப் பேணும் ஒரு பிரச்சார சாதனமாக அல்லது ஒப்பாரிப் பாட்டாகப் பார்த்ததும்.

'தரைக்குப் பதிலாய் பச்சை வெள்ளை சதுரங்கக் கட்டங்களில் மாறிமாறிச் செல்லும் ஊஞ்சலின் இரு நிழல்களில் வேறு யாரோ நகர்ந்து வருகிறார்கள் அவனிடம்.' (கூந்தலில் மருக்கொழுந்து சூடிய ஈஞ்சநாடன் கதை)

'நகரும் மரங்களாகி அசையும் காளான் மனிதர்கள்' (சாரோனின் சாம்பல் இறகு)

'கருப்பு நகரின் கடற்கரையில் நடந்து அப்பால் இருந்த தீவைப்பார்த்து யானைகள் ஒளிவெள்ளத்தில் பறக்கும்' (நட்சத்திரம் உதிர்ந்த மந்திரச் சிமிழ்)

'...ஈமப்பேழைகளில் வைத்து கபாலங்களைக் கழுவிக் கழுவி மந்திரத்தை முறுக்கும் பேழை திறந்து எவையெவற்றின் சாயைகளோ கடந்து போகின்றன இருட்டில்' (அல்பருனி பார்த்த சேவல் பெண்)

மேலே குறிப்பிட்ட வாக்கியங்களிலிருந்து தமிழில் ஒரு மிகச்சிறந்த ஃபேண்டஸி இலக்கியத்தை உருவாக்குவதற்கான அடித்தளங்கள் உருவாக்கப்பட்டுவிட்டன என உறுதியாக ஏற்றுக் கொள்ளலாம். கோணங்கியின் பங்களிப்பு அறிவியல் புனைகதை எழுதுவதற்குமானதாகக்கூட. சுஜாதா, அவருடைய விஞ்ஞானச் சிறுகதைகளின் முன்னுரையில் கோணங்கியின் சில கதைகளை நண்பர்கள் ஏற்றுக் கொண்டால் விஞ்ஞானச் சிறுகதையென்று சொல்லலாம் என்கிறார். 'ஆதி விருட்சம்' அப்படியொரு கதையாக

இருப்பதன் அடையாளங்களோடு எழுதப் பட்டுள்ளது.

கோணங்கி அவரது பிற்காலக் கதைகளில் பரிட்சித்துப் பார்த்த மொழியை நவீனத்துவ பிரதிகளின் மூச்சுமுட்ட வைக்கும், வாசிப்பவர்களின் ஞாபகத்தை ஒரு முன் நிபந்தனையாகக் கோரும், படிமங்கள் நிறைந்த நீண்ட வாக்கிய அமைப்பின் தமிழ் வடிவமாகப் பார்க்கலாம். இவ்வகையில் கோணங்கியின் படைப்புகளை நவீனத்துவ படைப்புகள் எனலாம்.

அப்ஸ்ட்ராக்ட் நவீன ஓவியங்கள், பார்ப்பவர்களை வியப்பிலாழ்த்தி, அறிவுப்புலனுக்கு சவாலாகவும், அர்த்தங் களை உருவாக்கிக் கொள்ளாமல் வெறுமனே அந்தப் படைப்புகள் தரும் உணர்வுகளை மட்டுமே கருத்தில் கொள்ளவேண்டியவையாகவும் இருக்கின்றன. கோணங்கியின் சில கதைகள் சொற்களால் தீட்டப்பட்ட நவீன ஓவியங்க ளாக பிரதியில் சமைகின்றன. அவை மேற்சொன்ன நவீன ஓவியங்கள் பார்ப்பவர்களிடம் எவற்றைக் கோருகின்ற னவோ அவற்றையே கோணங்கியின் கதைகள் வாசிப்பவர் களிடம் கோருகின்றன.

Intertextuality, Phantasmagoria ஜெ.ஆர்.ஆர். டோல்கின் *Lord of the Rings* நாவலில் வரும் நீருக்கடியில் உறங்கும் பதுமைகள் 'தீண்டப்படாத தண்ணீர்' கதையின் இறுதிப் பத்தியில் மிதக்கின்றன. அதைப் போலவே மார்க்வேஸின் *The Handsomest Drowned Man in the World* கதை இங்கே கோணங்கியால் 'ரத்து செய்யப்பட்ட சிறுகதை'யாகிறது. லூயி கரோலின் 'அற்புத உலகில் ஆலீஸ்', 'பனிவாள், 'தையற்காரனின் கதை', 'நகுலன் இறந்துவிட்ட பின்னும் ஒலிநாடா ஓடிக் கொண்டிருக்கிறது' ஆகிய கதைகளில் எடுத்தாளப்பட்டுள்ளதை வாசிக்கலாம். ஆனால் இங்கே intertextuality என சொல்லப்படும் ஏற்கனவே எழுதப் பட்ட பிரதியை எழுதப்படும் பிரதியோடு இணைத்து எழுதுவது அல்லது *Simile* எனப்படும் மேற்கோளாக மட்டுமே பயன்படுத்துவது இரண்டுமே முழுமை யடையாமல் நிற்பதாக முதல்வாசிப்பில் தோன்றுகிறது.

இன்னொரு வகையில் சொன்னால் இரண்டும் பிறழ்ந்து அல்லது கலந்து நிற்கின்றன. 'பனிவாளி'ன் ஆலிஸ் இங்கே அற்புத உலகில் இல்லாமல் மணல், பனி, வாள், அசரீரி என வேறொரு இடத்தில் உலவுகிறாள். ஆனால் லூயி கரோல் உருவாக்கிய கதையுலகு போன்ற வேறொன்று உருவாகாமல் போகிறது. பிரமிளின் படிமமான 'தலைகீழ் கருஞ்சுடர்' இங்கே முழுமையடையாமல் நிழலாகிறது (ப.722). சர்ப்ப யாகம் செய்யும் சௌனக முனியும் (ப.177) அவ்வாறே. யுவான் ருல்ஃபோவின் 'எரியும் சமவெளி' எனும் தலைப்பு கோணங்கியால் சில கதைகளில் நிலத்தை சுட்டுவதற்கு பயன்படுத்தப்படுகிறது.

'உலர்ந்த எலும்புகளின் சமவெளி எரிந்து கொண்டிருந்தது' (ப.253), 'சமவெளி எரிந்து கொண்டு இருக்கிறது (ப.236), 'உலர்ந்த சமவெளி எரிகிறது பார் பரமு' (ப.289)

புனைவின் தொழில்நுட்ப கோளாறுகளாக இவற்றை சொல்ல முடியுமாவென்பதை பல்கலைகழகங்களில் இலக்கியம் கற்பவர்களும், கற்பிப்பவர்களும் கோணங்கியின் கதைகளை ஆராய்ந்து பார்த்து முடிவுக்கு வர வேண்டும்.

லாந்தர் விளக்கின் ஒளியில் பேயுருக்கள், பூதங்களை சுவற்றில் அல்லது புகையில் உருவாக்கிக் காட்சிப்படுத்தும் பதினெட்டாம் நூற்றாண்டு நாடக வடிவம் Pantasmagoria என அழைக்கப்படுகிறது. தமிழ் காமிக்ஸ்களில் கடச்ணணிட் வேதாளமாக மொழிபெயர்க்கப்பட்டுள்ளான். கோணங்கியின் பெரும்பாலான கதைகளில் Pantasmagoric உருவங்கள் பயன்படுத்தப்படுகின்றன.

'லாந்தர் ஒளியில் முகத்தை நீட்டியவாறு புளூட்டோ பின்தொடர்ந்து சென்றது' (ப. 557)

'...இருளின் அடியில். நகரும் பாதையில் நண்பனின் ஆவியுரு' (ப.263)

இவற்றிற்கு உச்சமாக 'தையல்காரன் கதை'யில் மருத்துவச்சியின் வீடு தேடி நடக்கும் வேலம்மையின் கையிலிருக்கும் லாந்தர் விளக்கின் ஒளியில்தான் கதையே

துவங்குகிறது. அதே லாந்தர் விளக்கு திரும்பவர கண் விழிக்கும் சங்கு மேஸ்திரிக்கு அந்த ஒளியில் வேலம்மை பெரிய காளியாகத் தெரிகிறாள்.

இருட்டைக் குறித்து எழுதப்படாத கோணங்கியின் கதைகளை இனிமேல் அவர் எழுதினால் உண்டு. இருட்டும், அந்த இருட்டில் விளக்கின் ஒளியால் அசையும் உருவங்களும் கதைகள் தோறும் விதவிதமாக சொல்லப்படுகின்றன.

- 'அடைக்கோழியைப் போல அடைந்து கிடக்கிறது இருட்டு' *(ப. 329)*

- 'பெரிய வீட்டுக் குதிரில் தானியம்ம.அங்கு வந்து குடியேறும் இருட்டு யாராலும் துடைக்க முடியாத்தாக இருக்கும்' *(ப. 550)*

- 'தைலம் போல் கரைந்து மசியும் இருட்டு' *(ப.514)*

இருட்டின் மீது அதீதக் காதல் கொண்டு எழுதும் கோணங்கி குறைவான ஒளியின் வெளிச்சத்தில் அசையும் உருக்களாகவே அவருடைய கதை உயிரிகளைப் படைத்திருக்கிறார். கோணங்கியின் கதைகளில் பளிச்சிடும் மின் விளக்குகளைப் பார்ப்பதே அபூர்வம். மின்சாரம் நுழைந்திராத காலத்தின் இருட்டு படிந்த உலகில் கோணங்கியின் மனிதர்கள் லாந்தர் விளக்கின் ஒளியில் அசைகின்றனர். அவர்களின் நிழலுருக்களே உயர்ந்து சுவர்களில் அசைகின்றன.

மனம், நிலப்பரப்பு

மனம் என்ற உருவற்ற வெளியின் உணர்வுகள் நிலப்பரப்பின் கூறுகளோடு கலந்துவிடுவதை அல்லது நிலப்பரப்பின் தன்மையே மன உணர்வாக மாற்றம் கொண்டுவிடுவதை கோணங்கி அவருடைய புனைவுக் கலையின் ஓர் அங்கமாகக் கொண்டிருக்கிறார்.

'விளாத்திகுளம் பனைவாடிக்குள் செல்லும் வெள்ளை மணலில் ஏக்கத்துடன் இருந்த தனிமை அவனைப் பற்றியது' *(ப. 524)*

'கருவ மரத்தின் துயரமானது கிழவனைப் போன்ற

வேதனைகள் நிரம்பியது' (ப. 528)

'எந்தப் பக்கமிருந்து நீர் இறைத்தால் கிணறு தரும் உணர்வைத் தானே பெற முடியும்...' (ப.784)

'ஊமையான துயரங்களே இரவுகளாக மாறுகின்றன' (ப. 441)

'கம்மங்கதிர்' கதையில் தனியொருவனின் துயர் ஒரு நிலப்பரப்பின் துயராக மாறுவதை வாசிக்கலாம்.

மனம் மட்டுமின்றி நட்சத்திரங்கள்கூட பசுவின் சாந்ததுடன் இருக்கின்றன (ப.329)

மனிதர்கள், அவர்களது குணங்கள், நிலப்பரப்பின் தன்மைகள் மூன்றிற்கும் ஒரு தொடர்பை உருவாக்கிப் பார்த்ததே திணை. கோணங்கி பெரிதும் திணையெனும் கருத்தாக்கத்தை அவருடைய பிற்காலத்திய கதைகளில் பாவித்திருக்கிறார் (குறிப்பாக தனுஷ்கோடி, பாதரஸ ஓநாய்களின் தனிமை). 'கண்ணாடியுள் அதீத சரித்திரத்தின் மியூசியம்' கதையில் கரையானும், கதைசொல்லியும் கரைவதை,

'இரண்டு ஜீவனுக்குமான இணைவின் தோற்றமே விவரிக்க முடியாத அந்த புனைவு உணர்ச்சியாக இருக்க வேண்டும்.' (ப. 648)

கோணங்கியின் அனைத்து உயிர்களையும், உயிரற்ற நிலத்தின் அனைத்துப் பகுதிகளையும் ஒன்றாக இணைத்துப் பார்க்கும் பார்வைக்கு மேற்சொன்ன வாக்கியமே சான்று. அவரே சொல்வதைப் போல அவரது புனைவுகளின் உணர்ச்சியே மனிதர்கள், விலங்குகள், பொருட்கள் ஆகியவற்றின் விவரிக்க முடியாத இணைப்பாகவே இருக்கிறது. அதுவே இந்நிலத்தின் மீது வாழ்வாகவும் இருக்கிறது. கோணங்கி அவ்வகையில் மனித மைய கதை சொல்லும் முறையிலிருந்து விலகி அவரது பிரதியின் பரப்பில் இயங்கும் அனைத்து உயிர், உயிரற்றவையின் இருப்பை, இன்மையை அல்லது இரண்டின் நெருக்கடி களை கதையில் துவங்கி புனைவாக மாற்றி எழுதிச் செல்கிறார். அவரது புனைவு உலகில் நூல்கண்டில் சிக்கிக்

கொள்ளும் பூனையும் அம்மியை நக்கும் நாயும், தனுஷ்கோடி மணற்பரப்பில் அழியாத காக்கையின் நிழலும், கல்யானைகளும், வரிவரியாக வானில் மின்னும் சர்ப்பங்களும், மீன்களும், அரைவட்டப் பாதையில் நகரும் இரயில் வண்டிகளோடு கருத்த மனிதர்களும் (நிலத்தின் துயரமும், மனதின், உறவுச் சிக்கல்களும்) 70 கதைகளின் வாயிலாக ஓர் உலகை அதன் இயல்புகளை அதிகப்படியான சொற்களாலும் மிகக் குறைவாகவே உமிழப்படும் ஒளியால் பார்க்கக் கிடைக்கிறார்கள். எழுந்து உயர்ந்து நிற்கின்றன அனைத்தின் சாயல்களும் புனைவின் வடிவில்.

ஹெய்டேக்கர் வான்கோவின் 'விவசாயக் காலணிகள்' ஓவியம் குறித்து 'இந்த உபகரணம் நிலத்திற்கு உரியது... விவசாயப் பெண்களின் உலகத்தில் காப்பாற்றி வைக்கப் பட்டிருக்கிறது...' என்று சொல்கிறார். வறுமையை பொய்யால் (புனைவால்) மறைக்கும் 'தச்சனின் மகள்' துவங்கி, கிழவனின் செருப்பைக் காத்து வைத்திருக்கும் கிட்ணம்மாள், கொல்லன் நொடிந்துவிட கோயில் விளக்கேற்றும் 'கொல்லனின் ஆறு பெண்மக்களும்', கிணற்று நீரில் துயரங்களைக் கரைக்கும் ஸ்திரீகளும், 'இறந்து கொண்டிருக்கும் சிறுமியின் கல்சாவியில்' கால்விரல்களை முத்தமிடும் சர்ப்பங்களும், கோணங்கியின் புனைவுலகை காத்து நிற்கிறார்கள். புனைவு நிலத்திற்கும், உலகத்திற்குமான இடைவெளியில் நிற்கின்றது. ஹெய்டேக்கரை துணைக்கு அழைத்தால், இப்படி இடைவெளியில் நிற்பது தான் கலை.

(ஆகஸ்டு 15, 2015 அன்று ஓசூரிலிருந்து ஹம்பி நகரத்துக்கு செல்லும் பாதை; சித்திரதுர்க்கா காட்டு மலைப்பரம்புகளில் ஊர்ந்து, சூரியனை இருள் விழுங்கும் வேளை 'கோணங்கியின் புனைவுக் கலை' என்னும் தலைப்பில் இந்த வாச்சியத்தின் ஒலி காற்றில் கலந்து கொண்டிருந்தது. அங்கிருந்த பா. வெங்கடேசன், குணா கந்தசாமி, பெரியசாமி, பத்மா பாரதி, பாலசுப்பிரமணியன் பொன்ராஜ், மனோமோகன், பாலசுந்தரம் ஆகியோருடன் கோணங்கியும்

செவிமடுத்து பாறைகளோடு ஆழ்ந்திருந்தனர். அச்சமயம் இருட்டுப்பூச்சிகளும் ஒலிக்கத் தொடங்கியிருந்தன. எனவே, இவ்வாச்சியத்தின் இரண்டாம் பகுதி ஆகஸ்டு 16ஆம் நாள் நண்பகல், ஹம்பி லோட்டஸ் மஹாலில் வாசிக்கப்பட்டது.)

கால அட்டவணை

01 மதினிமார்கள் கதை, *மீட்சி,* ஆகஸ்ட் 1983

02 மாயாண்டிக் கொத்தனின் ரஸமட்டம், *மீட்சி,* ஆகஸ்ட் 1985

03 கருப்பு ரயில், *தேடல்,* டிசம்பர் 1981

04 இருட்டு, *சிகரம்,* அக்டோபர் 1981

05 ராபர்ட் கிளைவ்வின் தற்கொலை நகல், *விழிகள்,* ஜனவரி 1984

06 ஆதி விருட்சம், *கணையாழி,* நவம்பர் 1983

07 கானல் நதி, *செம்மலர்,* ஏப்ரல் 1984

08 தணல், *கணையாழி,* அக்டோபர் 1983

09 கழுதையாவாரிகள், *மீட்சி,* மார்ச் 1984

10 பாழ், *நிகழ்,* அக்டோபர் 1983

11 மூன்றாவது தனிமை, *இனி,* ஜுன் 1983

12 கோப்பம்மாள், நவம்பர் 1984

13 கொல்லனின் ஆறு பெண்மக்கள் , மே 1985

14 மீண்டும் ஆண்டாளின் தெருக்களில், *கல்குதிரை,* 1989

15 பிணக்கூலிகள், மார்ச் 1987

16 நான்கு பக்கமும் மரணவாசல் , *நிகழ்,* பிப்ரவரி 1986

17 கீறல், ஜுன் 1987

18 நீலநிறக் குதிரைகள், *பாலம்,* 1989

19 மதுரைக்கு வந்த ஒப்பனைக்காரன், *கல்குதிரை,* 1989

20 வேர்கள், பிப்ரவரி 1987

21 ஈஸ்வரி அக்காளின் பாட்டு, *மீட்சி, 1987*

22 மிச்சமிருக்கும் விஸ்கியோடு பாடிக்கொண்டிரு, *மீட்சி, 1987*

23 தாத்தாவின் பேனா, *மே 1986*

24 ஆதி, *மே 1986*

25 கிட்ணம்மாளின் கதை, *டிசம்பர் 1986*

26 உலர்ந்த காற்று, *பிப்ரவரி 1987*

27 கம்மங்கதிர், *ஆகஸ்ட் 1988*

28 கோடு, *ஜனவரி 1989*

29 சூல், மண், *மார்ச் 1988*

30 ஏடன் தோட்டத்தின் வரைபடம், *செப்டம்பர் 1987*

31 தனுஷ்கோடி, *ஜனவரி 1987*

32 அப்பாவின் குகையில் இருக்கிறேன், *கணையாழி, அக்டோபர் 1985*

33 கைத்தடி கேட்ட நூறு கேள்விகள், *சுயம்வரம், மே 1986*

34 பொம்மைகள் உடைபடும் நகரம், *ஆகஸ்ட் 1991*

35 சலூன் நாற்காலியில் சுழன்றபடி, *கல்குதிரை, அக்டோபர் 1990*

36 கருப்பன் போன பாதை, *பறை, ஆகஸ்ட் 1990*

37 பச்சைப் பூத்தெரு, *ஆகஸ்ட்-செப்டம்பர் 1990*

38 ஆறு, *ஜூலை 1989*

39 வெளவால் மனிதன், *மே 1990*

40 சபிக்கப்பட்ட அணில், *டிசம்பர் 1989*

41 ஒபிர், *செப்டம்பர் 1990*

42 கருத்தப் பசு, *தாமரை, பிப்ரவரி 1980*

43 தச்சன் மகள், *சுருதி, ஜனவரி 1990*

44 நகுலன் இறந்துவிட்ட பின்னும் ஒலிநாடா ஓடிக் கொண்டிருக்கிறது, *கல்குதிரை, மே 1993*

45 கோகினை தோற்கடித்த கருப்பு தேவதை, அக்டோபர் 1991

46 கண்ணாடியில் புகைந்துகொண்டிருந்த சிகரெட், ஜனவரி 1992

47 நாற்பத்து எட்டுக் கோடி வார்த்தைகளின் மரணம் அல்லது சும்மாகிட சவமே, *காலம்,* ஜூன் 1992

48 தையல்காரன் கதை , பிப்ரவரி 1991

49 ரத்து செய்யப்பட்ட சிறுகதை, ஜனவரி 1992

50 பட்டுப்பூச்சிகள் உறங்கும் மூன்றாம் ஜாமம், செப்டம்பர் 1993

51 மலையின் சாயல், ஜூலை 1993

52 மணல் முகமூடி, அக்டோபர் 1993

53 எட்டாவது குழந்தையின் மூடிய விரல், நவம்பர் 1993

54 திருவாரூர் ஜட்காவும் இவர்களும், ஜூன் 1991

55 தீண்டப்படாத தண்ணீர், செப்டம்பர் 1991

56 கண்ணாடியுள் அதீத சரித்திரத்தின் மியூசியம், நவம்பர் 1991

57 மண்புழுவின் நாட்டியம், ஜனவரி 1992

58 பனிவாள், மார்ச் 1992

59 பாதரஸ ஓநாய்களின் தனிமை, மார்கழி-தை தாது வருஷம்

60 தறிவீடு, *சதுரம் சிறுகதைச் சிறப்பிதழ்*

61 நட்சத்திரம் உதிர்ந்த மந்திரச் சிமிழ், தாதுவருஷம் மாசி-பங்குனி

62 உப்புக்கத்தியில் மறையும் சிறுத்தை, யுவவருஷம் சித்திரை - நிறப்பிரிகை

63 அல்ப்ரூனி பார்த்த சேவல்பெண், தீபநாள் கார்த்திகை தாதுவருஷம்

64. *கிணற்றடி ஸ்திரீகள், யுவவருஷம் ஆடி*
65. *நத்தைக்கூடெனும் கேலக்ஸி, வித்யாசம், யுவ வருஷம் புரட்டாசி 1996*
66. *சாரோனின் சாம்பல் இறகு, குதிரைவீரன் பயணம், 1995*
67. *கூந்தலில் மருக்கொழுந்து சூடிய ஈஞ்ச நாடன் கதை, ஐப்பசி தாதுவருஷம்*
68. *இறந்து கொண்டிருக்கும் சிறுமியின் கல்சாவி, நவீனவிருட்சம், ஆனி யுவவருஷம்*
69. *சின்னப்பநாயக்கன் குளத்து பிரதிமைகளின் புனைநிழல், ஆடி - ஆவணி தாதுவருஷம்*
70. *இரவிற் சொன்ன 70ஆவது உப்பு நாணயம், செப்டம்பர் 2007*

ೞഌ